கறுப்பு அடிமைகளின் கதை

ஹேரியட் பீச்சர் ஸ்டவ்

தமிழில்:
வான்முகிலன்

அலைகள்
வெளியீட்டகம்
சென்னை – 600 089

அலைகள் வெளியீட்டகம், நான்காம் பதிப்பு: 2024,
மூன்றாம் பதிப்பு: 2019, இரண்டாம் பதிப்பு: 2010,
முதல் பதிப்பு: 2003

அலைகள் வெளியீட்டகம்
5/1ஏ, இரண்டாவது தெரு, நடேசன் நகர்,
இராமாபுரம், சென்னை - 600 089.
அலைபேசி: 9841775112

கறுப்பு அடிமைகளின் கதை
ஹேரியட் பீச்சர் ஸ்டவ்
தமிழில்: வான்முகிலன்

பக்கங்கள்: 556

அச்சு: பிரின்டெக் இந்தியா
சென்னை - 600 005.

விலை: ரூ. 550-00
ISBN: 978-93-92213-84-7

மொழிபெயர்ப்பாளர் முன்னுரை

வெளியான முதல் வாரத்தில் பத்தாயிரம் பிரதிகளும், முதல் வருடத்தில் மூன்று லட்சம் பிரதிகளும் ஒரு புத்தகம் விற்குமா? மதிப்புக்குரிய பதிப்பாளர்களே! ஆச்சரியப்படாதீர்கள். பெருமூச்சு விடாதீர்கள். உண்மைதான். 'அங்கிள் டாம்'ஸ் கேபின்' அப்படி விற்றிருக்கிறது. அதை எழுதியவர் ஹேரியட் பீச்சர் ஸ்டவ் என்ற அமெரிக்க பெண் எழுத்தாளர். 1811இல் பிறந்து ஆன்மீகச் சூழலில் வளர்ந்தவர். அடிமைத்தனத்திற்கு ஆதரவான ''தப்பிக்கும் அடிமைகளுக்கான சட்டம்'' இயற்றப்பட்டதில் தாக்கம் பெற்று, அடிமைத் தனத்திற்கு எதிரான இந்த நாவலை எழுதினார். இந்த நாவல் 37 மொழிகளில் மொழிமாற்றம் செய்யப்பட்டுள்ளதாக ஒரு தகவல்.

அதற்கு மேலும் இருக்கலாம் என்பது நமது ஊகம். அவர் 1896இல் இறந்திருக்கலாம். மேலும் பல நல்ல நாவல்களை எழுதியிருக்கலாம். இந்த நாவலின் ஈர்ப்பும், தாக்கமும் என்றென்றும் நிலைத்து நின்று இலக்கிய உலகில் வாழ்ந்து வருகிறது - வாழ்ந்து வரும்.

''இந்த உள்நாட்டு யுத்தத்தை உருவாக்கிய புத்தகத்தை எழுதிய சிறு பெண்'' என்று ஆபிரகாம் லிங்கன் குறிப்பிடும் அளவிற்கு குறிப்பிடத்தக்க தாக்கத்தை ஏற்படுத்திய புத்தகம் இது. நமது முதல் பிரதமர் பண்டித ஜவஹர்லால் நேரு தனது வாழ்க்கை வரலாற்றில் இந்த நாவல் பற்றி சிறப்பாக சித்தரித்துள்ளார். அப்படி என்னதான் இந்த நாவலில் இருக்கிறது?

சுதந்திரத்தின் சிகரமாக சுயநலக்காரர்களாலும், ஆழமாய் அறியாத அப்பாவிகளாலும் அமெரிக்கா வர்ணிக்கப்படுகிறது. அந்த தேசத்தின் அழிக்க முடியாத வடுவாய் அடிமை முறை இருந்ததை அவர்களாலும் மறுக்க முடியாது. குடும்பத்தை குலைத்த கொடுமை, அடிபணியா அடிமைகளை கொலை செய்யும் கொடுமை, வெள்ளையருக்கு எதிரான கறுப்பர்களின் காட்சிகூட எடுபடாத கொடுமை, கசையடி கொடுக்கும் நிறுவனம் நிறுவியிருந்த கொடுமை, அடிமைகளிடம் அனுதாபம் கொண்டிருப்போருக்கும் கடுந்தண்டனை கொடுக்கும் கொடுமை, அடிமை முறை அநியாயம் என்று கருதுபவர்களும் கையறு நிலையில் இருந்த கொடுமை, தனது குழந்தையை இழந்ததற்காக தற்கொலை செய்து கொள்ளும் கொடுமை, தப்பித்து ஓடுவோரை விடாப்பிடியாக விரட்டிப் பிடிக்கும் கொடுமை, தங்களுக்குள்ள உணர்ச்சிகள் அடிமைகளுக்கு இருக்கக் கூடாதென்று கருதும் கொடுமை, அடிமைகளை தொடுவதுகூட கெடுதல் என்று நல்லவர்கள்கூட நினைக்கும் கொடுமை, ''சிலர் அதிகாரம் பண்ணவும் சிலர் சேவை செய்யவும் பிறந்தவர்கள்'' என்று எண்ணும்

கொடுமை, பட்டினி போட்டு பச்சிளம் குழந்தையை சாகடித்த கொடுமை, சட்டமும், அரசாங்கமும் அடிமைத் தனத்தை அரவணைத்து பாதுகாக்கும் அரணாக இருந்த கொடுமை, ''உடல் உழைப்பைக் கொடுப்பவன் தாழ்ந்தவன்'' என்ற மனப்பாங்கு உற்சாகமாக உலவிய கொடுமை, தனது குழந்தையை கொடுமைகளிலிருந்து விடுவிக்க அதனைக் கொன்ற கொடுமை, கனிவாக இருந்தவர்களும் துணிவாக இல்லாத கொடுமை, அநீதியை இயல்பானது என்று நியாயப்படுத்திய கொடுமை, இதற்கு சட்டப் பாதுகாப்பு கொடுத்த கொடுமை - என்று அடிமைத்தனத்தின் அனைத்து பரிமாணங்களையும், பரிணாமங்களையும் இந்த அரிய புத்தகம் அலசுகிறது.

பிரச்சினைகளை அலசுவதோடு நிற்காது, தீர்வுகளையும் சொல்லி யிருக்கிறார். ''டாம் மாமாவின் குடியிருப்பில்'' இருப்போருக்கு சுதந்திரம் வழங்கிய யதார்த்தமான கதை ரீதியான தீர்வோடு அது நிற்கவில்லை. பொதுப் பிரச்சனைகளுக்கு தனிமனித தீர்வுகள் சாத்தியமில்லை என்று உறுதிபட உரைக்கும் எழுத்தாளர், ''உணர்வுகள் சரியாக இருப்பதை உறுதி செய்து கொள்வது'' நியாயமான தனி மனிதனுக்கு அவசியம் என்று வலியுறுத்துகிறார். அரசியல் தீர்வு அவசியம் என்பதில் அவர் உறுதியாக இருக்கிறார். ''அடிமைத்தனம் அனைத்துக் கொடுமைகளின் சாறு'' என்று கூறும் எழுத்தாளர், அடிமைத்தனத்தை ஒழிப்பது மட்டும் தீர்வல்ல என்றுரைத்து, அவர்களது நல்வாழ்விற்கு உத்தரவாதப்படுத்த வேண்டும் என்று உறுதிபட உரைக்கிறார். வேலை கொடுக்காது சாக அடிப்பது, சாட்டையடி கொடுத்து சாக அடிப்பதற்கு சமமானது என்பது அவரது எண்ணம். அடிமைத்தனப் பிரச்சினை ஆன்மிகக் கோணத்தில் அணுகப்பட்டுள்ளது என்று நம்மில் சிலருக்குத் தோன்றலாம். பிரச்சினையை தான் விரும்பும் விதத்தில் சித்தரிக்கும் சிறப்புரிமை எழுத்தாளருக்கு உண்டு என்பதை அவர்கள் ஏற்பார்கள் என்று நம்புகிறேன்.

அடிமைத்தனத்தின் படிமங்கள் இன்றும் நம்மிடையே இருக்கின்றன. அவற்றை அகற்ற அக்கறையோடு உழைப்பதே இந்த எழுச்சி மிகுந்த எழுத்தாளருக்கும், இந்த அற்புத புத்தகத்திற்கும் நாம் அளிக்கும் அங்கீகார மாக இருக்கும். தாம் தவறென்று கருதியதை செய்ய இறுதிவரை உறுதியாக மறுத்து உயிரையும் கொடுத்த நமது கதாநாயகன் டாம் நமக்கு ஆதர்சமாக இருந்து, மானுடத்தின் முழுச் சுதந்திரத்திற்கு முனையும் அனைவருக்கும் ஊக்கமூட்டும் தாக்கமாக இருப்பார் என்று நிச்சயமாக நம்பலாம்.

இந்த அரிய புத்தகத்தை தமிழில் மொழிமாற்றி வெளியிட முன்வந்துள்ள ''அலைகள் வெளியீட்டகம்'' போற்றுதலுக்கு மட்டுமல்ல, ஆதரித்து வளர்க்கப்பட வேண்டிய நிறுவனம்.

இது எனது முதல் முயற்சி, நம்பிக்கை வைத்து நல்லூக்கம் நல்கிய அலைகள் வெளியீட்டக உரிமையாளர் தோழர் பெ.நா. சிவம் அவர்களுக்கு எனது நன்றி கலந்த வணக்கங்கள்.

அன்புடன்

வான்முகிலன்

சென்னை

26.11.03

பதிப்புரை

'அங்கிள் டாம்'ஸ் கேபின்' என்ற ஆங்கில நூலுக்கு 'கறுப்பு அடிமைகளின் கதை' என்று பெயரிடப்பட்டுள்ளது பொருத்த மானது என்றே எண்ணுகிறோம். புத்தகத்தின் உள்ளடக்கத்தை வாசகர்கள் எளிதில் புரிந்துகொள்ள இந்தப் பெயர் மாற்றம் உதவும்.

மனிதர்களிடையே அடிமை உழைப்பு முறை பரவலாக இருந்து வந்திருந்தாலும் ஆப்பிரிக்க கறுப்பினத்தார் முழுவதுமே வேட்டை யாடப்பட்டு அய்ரோப்பிய – அமெரிக்க நாடுகளின் பண்ணை அடிமைத்தனத்திற்கு ஆளாக்கப்பட்டுள்ளனர். ஆப்பிரிக்க மக்கள் அனைவரும் கறுப்பு நிறத்தார் என்பதால் இந்த நிற வெறுப்பு வெள்ளையர்களிடம் இன்றும் நிலவுவதை அறிகிறோம். நிறம் இயற்கையானது. ஆனால் வெள்ளையர்கள் தங்களது சுரண்டலை தக்க வைத்துக்கொள்வதற்கு நிறத்தின்மீது ஒரு வெறுப்பை உலகம் முழுதும் ஏற்படுத்தி உள்ளனர். அதைப் பிரச்சாரமும் செய்து வருகின்றனர். இன வேறுபாட்டைவிட நிற வேறுபாடு அதிக பாதிப்புகளை ஏற்படுத்தி மனித இனத்தை அலைக்கழித்து வருகிறது.

ஆடுமாடுகளைப் போல் கறுப்பர்கள் கொட்டடிகளில் அடைக்கப்பட்டு விற்கப்பட்டுள்ளனர். அவர்களை வாங்க வரும் பண்ணையார்கள் அந்த அடிமைகளைத் தட்டி, கொட்டி, கிள்ளிப் பார்த்து தரம் பிரித்துள்ளனர். இந்தக் கொடுமையை நியாயப்படுத்த ஒரு நாட்டில் சட்டமும் இருந்துள்ளது. அந்நாடுதான் அமெரிக்கா. அதே அமெரிக்காதான் இன்று உலகையே அடிமைப்படுத்த துடிக்கிறது. இந்தியாவிலும் இதுபோன்ற கதை இல்லாமல் இல்லை. சரியாக வெளியாகவில்லையோ என்றே எண்ணத் தோன்றுகிறது.

150 ஆண்டுகள் ஆனாலும் 'அங்கிள் டாம்'ஸ் கேபின்' என்ற இந்த ஆங்கில நூல் இன்றும் விற்பனையில் உள்ளது. உலக மொழிகள் பலவற்றிலும் வெளியாகியுள்ள இதனைத் தமிழ் வாசகர்களுக்கு சிரமப்பட்டு அளித்துள்ளோம்.

நண்பர் 'வான்முகிலன்' இதனைத் தமிழில் மொழி பெயர்த் துள்ளார். அவருக்கு இதுமுதல் மொழிபெயர்ப்பு நூல் என்கிறார். நம்பமுடியவில்லை. சிறப்பாகவே செய்துள்ளார். அவருக்கு எங்களது நன்றி என்றும் உரியது. 'கறுப்பு அடிமைகளின் கதை' என்று இந்நூலுக்குப் பெயரிட ஆலோசனை கூறியவர் நண்பர் இந்திரன். அவருக்கும் எங்கள் நன்றி உரியது. தமிழின் சிறந்த வெளியீடுகளில் இந்நூலும் சேர்த்துக் கொள்ளப்படும் என்று நம்புகிறோம்.

– பதிப்பகத்தார்

கறுப்பு அடிமைகளின் கதை

ஹேரியட் பீச்சர் ஸ்டவ்

தமிழில்:

வான்முகிலன்

1

வாசகர்களுக்கு மானுட மனிதனை அறிமுகப்படுத்துதல்

கென்டகியில் பி..... நகரின் அழகான மாளிகையின் அலங்கரிக்கப்பட்ட உணவுக் கூடம். பிப்ரவரி மாதம். ஒரு குளிர்ச்சியான நாள். பின்மாலைப் பொழுது. இரு பெருந்தகைகள் தனித்து அமர்ந்திருந்தனர். மதுவருந்திக் கொண்டிருந்தனர். ஊழியர்கள் எவரும் உடனிருக்கவில்லை. அவர்களது இருக்கைகள் நெருக்கமாக இருந்தன. ஏதோ சில விஷயங்களை அவர்கள் பெரும் ஆர்வத்தோடு விவாதிப்பதாய் தோன்றியது.

இரு பெருந்தகை என்று குறிப்பிட்டது ஒரு வசதி கருதியே. இருவரில் ஒருவரை நுணுகி ஆராய்ந்தால், அச்சொல்லுக்கு அவர் பொருத்தமற்றவராகவே தோன்றுவார். குள்ளமாக, குண்டாக, கரடுமுரடான பொதுவிடப் பண்புகளைக் கொண்டவராய், வீராப்பு காட்டி நடிப்பவராய், பெரிய மனிதராய்ப் பரிணமிக்க முனையும் கீழோராய் அவர் இருந்தார். அவர், அதீதமாய் அலங்கரித்திருந்தார். பல வண்ண பகட்டான பனியன், மஞ்சள் புள்ளிகள் அள்ளித் தெளித்திருந்த நீல நிற கழுத்துக் குட்டை, மனிதரின் வெற்றுக் குணத்தை பிரதிபலிக்கும் பகட்டான கழுத்துப்பட்டி என்று இருந்தார். நீண்ட முரட்டுத்தனமான கைகளில் மோதிரங்கள் சதிராடின. கனமான கைக்கடிகாரச் சங்கிலிகளில் பல வண்ண முத்திரைகள் பதிக்கப்பட்டிருந்தன. உள்ளார்ந்த திருப்தியோடு கையை ஆட்டிப் பேசும் பழக்கத்தைக் கொண்டிருந்தார். முர்ரேயின் இலக்கணத்தை எளிதாக மீறும் விதத்தில் அவரது உரையாடல் இருந்தது. இடை இடையே சட்டப்படியும், நிந்தனையாகவும் வார்த்தைகள் தெறித்தன. அவரது உரையாடலை விளக்கமாய் எடுத்துரைக்க வேண்டிய நேரங்களில்கூட அவரது வார்த்தைகளை அப்படியே எடுத்தாள்வது விரும்பத் தகாததாய் இருக்கும்.

அவரது கூட்டாளியான திருவாளர் ஷெல்பி ஒரு பெருந்தகையின் தோற்றத்தைப் பெற்றிருந்தார். வீட்டின் அமைப்பும், அதன் பராமரிப்பின் தன்மையும் எளிமையானதாய், செல்வச் செழிப்பைக்

காட்டுவதாய் இருந்தது. நாம் முன்னரே குறிப்பிட்டவாறு, இருவரும் ஆர்வமான உரையாடலில் ஆழ்ந்திருந்தனர்.

''அப்படித்தான் அதை நான் ஏற்பாடு செய்ய வேண்டும்'' என்றார் ஷெல்பி.

''அப்படி வியாபாரம் செய்ய முடியாது. என்னால் நிச்சயம் முடியாது'' தனது கண்ணுக்கும் விளக்கிற்கும் இடையில் மதுக் கோப்பையை வைத்துக் கொண்டு மற்றவர் கூறினார்.

''ஹாலே, உண்மை என்னன்னா, டாம் அசாதாரணமான மனிதன். அவனுக்கு அந்தத் தொகை தகும். நிலையான புத்தி, நேர்மை, திறமை உண்டு. எனது பண்ணையை ஒரு கடிகாரத்தின் சுறுசுறுப்போடு கவனிக்கிறான்.''

''கறுப்பரின் நேர்மைன்னு சொல்றீங்களா?'' கோப்பையில் பிராந்தியை ஊற்றிக் கொண்டே ஹாலே கேட்டார்.

''அப்படி சொல்லல. டாம் நல்ல, நிலையான, புத்திசாலியான, பயபக்தியான மனிதன். நாலு வருஷம் முன்பு குழுக் கூட்டத்தில் மதம் பற்றி படிச்சிருக்கான். அவன் நன்றாக கற்றதாகவே தெரிகிறது. அது முதல் அவனை நம்பினேன். என்னிடமிருந்த பணம், வீடு, குதிரைகள் எல்லாவற்றிலும் நம்பினேன். வெளியில் சுற்றி வர அனுமதித்தேன். அவனை எப்போதும் உண்மையாகவும், நேர்மையாகவும் பார்த்தேன்.''

''சில பேர் பயபக்தியான கறுப்பர் இருப்பதாக நம்புவதில்லை ஷெல்பி. ஆனா நான் நம்பினேன். போன வருஷம் ஆர்லியனில் இப்ப சந்திச்ச மாதிரி இருக்கு. அவனது வழிபாட்டை கேட்டுக்கிட்டே இருக்கலாம். இதமா அமைதியாக இருந்தான். விற்றே ஆக வேண்டிய கட்டாயச் சூழ்நிலையில், விலை மலிவாக அவனை வாங்கினேன். அதனால் எனக்கு நல்ல தொகை கிடைத்தது. எனக்கு அவன் மூலம் அறுநூறு கிடைத்தது. ஒரு கறுப்பனுக்கு மதம் முக்கியமல்ல. உண்மையான சரக்கா இருந்தா, மதம் முக்கியமல்ல, தப்பா புரிஞ்சுக்காதீங்க'' என்று கையை தாராளமாக நீட்டி ஹாலே கூறினார்.

''டாம் உண்மையான சரக்குதான். கடந்த வருஷம் எனக்காக வியாபாரம் செய்ய சின்சினாட்டிக்கு தனியாகப் போக வைத்தேன். ஐநூறு டாலர் எடுத்து வரச் சொன்னேன். ''நீ ஒரு கிறித்துவன், என்னை ஏமாற்ற மாட்டேன்னு நம்பறேன்'' என்று அனுப்பினேன். அவன் திரும்பி வருவான்னு எனக்குத் தெரியும். அவன் திரும்பி வந்தான். யாரோ மட்டமான ஆளுங்க ''நீ ஏன் கனடாவுக்குப் போகக்கூடாது, டாம்?'' என்றார்களாம். ''எஜமானன் என்னை நம்பியிருக்கார், நான் மாட்டேன்'' என்று அவன் பதிலளித்ததாக தெரிவிச்சாங்க. டாமை இழப்பதற்கு வருத்தமா இருக்குன்னுதான் சொல்லணும். மொத்த கடனுக்கு மாத்தா அவன எடுத்துக்கணும்.

உங்களுக்கு மனசாட்சி இருந்தா, நீங்க ஏத்துப்பீங்க'' ஷெல்பி பதிலளித்தார்.

"ஒரு வியாபாரிக்கு எந்த அளவுக்கு மனசாட்சி இருக்கணுமோ அதாவது கொஞ்சம்தான் - அது எனக்கு இருக்கு. நண்பர்களுக்கு உதவுவதற்கு நியாயமா எதுவும் செய்ய தயாராயிருக்கேன். ஆனால் ஒரு ஆளுக்கு இது அதிகம்'' வணிகர் ஆழ்ந்த யோசனையோடு பெரு மூச்சு விட்டார். இன்னும் கொஞ்சம் பிராந்தியை ஊற்றிக் கொண்டார். சங்கடமான மவுனமான இடைவெளிக்குப் பின் "நல்லது ஹாலே! நீங்க எப்படி வியாபாரம் பண்ண விரும்பறீங்க?" என்றார் ஷெல்பி.

''டாமோட அனுப்புவதற்கு பையனோ சிறுமியோ இல்லையா?''

"ஹூம். கொடுப்பதற்கு யாருமில்ல. உண்மையைச் சொல்ல ணும்னா, தவிர்க்க முடியாத தேவை காரணமாகத்தான் விற்கவே விரும்பறேன். எனது ஆளுங்கள பிரியறதுக்கு எனக்கு விருப்பமே இல்லங்கறதுதான் உண்மை.''

இப்போது கதவு திறந்தது. நான்கைந்து வயதுடைய கலப்பினச் சிறுவன் ஒருவன் நுழைந்தான். குறிப்பிடத்தக்க அழகும், கவரவல்ல தோற்றமும் அவனிடம் குடியேறியிருந்தன. பட்டுப் போன்ற சுருள் சுருளான அவனது தலைமுடி, அவனது உருண்டையான குழி விழுந்த கன்னத்தில் தொங்கியது. அந்த அறையை ஆர்வமாய் அவன் நோட்டமிட்டபோது, இதமாயும், சுடர் விடுவதாயும், இருந்த இரு பெரிய கருமையான கண்கள், நீண்ட அழகிய கண் இரப்பையிலிருந்து எட்டிப் பார்த்தன. நன்கு தைக்கப்பட்ட அழகிய சிவப்பு நிற மேல் சட்டையும், மஞ்சள் நிற கம்பளித் துண்டும் அவனது அழகிற்கு மெருகூட்டின. கூச்சத்துடன் இணைந்த தன்னம்பிக்கை மிகுந்த அவனது போக்கு, எஜமானரின் செல்லத்திற்கும், கவனத்திற்கும் ஆட்படுவது அவனுக்கு ஒன்றும் புதிதல்ல என்பதனை எடுத்துக் காட்டியது.

உலர் திராட்சை பழத்தை வீசியெறிந்து, உற்சாகமாய் சீட்டியடித்து "ஹலோ ஜிம் குரோ! அதை எடுத்துக் கொள்" என்றார் ஷெல்பி.

அவனது குறைவான வலிமையைக் கொண்டு தனக்களிக்கப்பட்ட பரிசை நோக்கி துள்ளிக் குதித்து குழந்தை ஓட, எஜமானர் சிரித்து மகிழ்ந்தார்.

"இங்கே வா, ஜிம் குரோ!" அவர் அழைத்தார். குழந்தை வந்தது. அவனது சுருள்முடியை கோதிவிட்டார். தாடையை செல்லமாய்த் தட்டினார்.

"நீ எப்படி பாடி, ஆடுவாய் என்று இவருக்கு காட்டு ஜிம்!'' நீக்ரோக்களிடம் பிரபலமான கரடுமுரடான பாடல்களை செறிவானதும் தெளிவானதுமான குரலில் ஜிம் பாடத் துவங்கினான்.

கைகள், கால்கள் மற்றும் முழு உடலும் வேடிக்கையாகவும், இசைக்கு இசைவாகவும் அபிநயித்தன.

"சபாஷ்!" என்று கூறியவாறே கால்பகுதி ஆரஞ்சை தூக்கி யெறிந்தார்.

"முடக்குவாதம் இருக்கும்போது கட்ஜோ மாமா எப்படி நடப்பார்னு நடந்து காட்டு ஜிம்" என்றார் எஜமானர்.

உடனடியாக குழந்தையின் மெல்லிய கைகளும், கால்களும் விகாரமாகவும், உருக்குலைந்தும் தோற்றமளிக்கத் துவங்கின. கூனிய முதுகோடு, எஜமானரின் கைத்தடியை வைத்துக் கொண்டு, அறையை நொண்டி, நொண்டி சுற்றி வந்தான். அவனது குழந்தை முகம் வருத்தம் தோய்ந்து சுருக்கம் விழுந்ததாய் மாறியிருந்தது. வலதிலும், இடதிலுமாக துப்பி, வயோதிகரை அப்படியே நகலெடுத்து நடித்தான்.

இரண்டு பெரிய மனிதர்களும் சத்தமிட்டு சிரித்தனர்.

"ஜிம், எல்டர் ராபின்ஸ் தோத்திரப் பாடல்களை எப்படிப் பாடுவார்ன்னு காட்டு" என்றார் எஜமானர். ஜிம், தனது உருண்ட முகத்தை முடிந்த அளவிற்கு நீட்டி, சாந்தமான அழுத்தத்துடன் தோத்திரங்களை இசைக்கத் துவங்கினான்.

"ஆஹா! சபாஷ்! எப்படிப்பட்ட சிறுவன்! இந்தப் பையன் சரிப்படுவான். நான் உறுதி கூறுகிறேன். என்ன வேண்டும்? சிறுவனை கொடுங்க. வியாபாரத்தை முடிப்பேன். அது மிகச் சரியாய் இருக்கும்" என்று ஷெல்பியின் தோளில் ஹாலே தனது கையால் தட்டினார்.

இப்போது கதவு மெதுவாய் திறக்கப்பட்டது. இருபத்தி ஐந்து வயதுடைய ஓர் இளம் கலப்பினப் பெண் நுழைந்தாள்.

அந்தக் குழந்தையின் தாய் அவளென அடையாளங் காண ஒரு பார்வை போதுமானதாய் இருந்தது. அதேபோன்ற நீண்ட இரைப்பை களுடன் கூடிய அழகிய, முழுமையான கரும் கண்கள். அதேபோன்ற வழுவழுப்பான கரும் முடிச் சுருள்கள். அவளது கன்னத்தின் பழுப்பு நிறம் செம்மைக்கு வழிவிட்டது. தைரியமாயும், மறைக்கப்படாத அபிமானத்துடனும் ஒரு புதியவரின் பார்வை தம்மீது பதிந்திருப் பதைப் பார்த்து அந்தச் செம்மை மேலும் அடர்த்தியானது. அவளது உடை நேர்த்தியாய் இருந்தது. அவளது வனப்பான வடிவத்திற்கு மேலும் அழகு சேர்த்தது. மென்மையாய் அமைக்கப்பட்ட கைகளும், ஒழுங்கான கால்களும், கணுக்கால்களும் ஒரு பார்வையில் பெண்களை கணிக்கத் தெரிந்திருந்த வணிகரின் அவசரமான பார்வையிலிருந்து தப்பவில்லை.

"நல்லது எலிசா!" அவளது எஜமானர் கூறினார். அவள் நின்று, தயக்கத்துடன் அவரைப் பார்த்தாள்.

''நான் ஹேரியைத் தேடி வந்தேன் அய்யா'' சிறுவன் அவளிடம் சென்று ஒட்டிக் கொண்டான். தனது மேலங்கியில் சேகரித்து வைத்திருந்தவைகளை எடுத்துக்காட்டினான்.

''அவனை அழைத்துக் கொண்டு போ'' என்றார் ஷெல்பி. குழந்தையைத் தோளில் சுமந்து அவசரமாக அறையை விட்டு எலிசா அகன்றாள்.

''அதிர்ஷ்டவசமாக நல்ல சரக்கு இருக்கு. ஆரிலியன்ஸில் இவளைக் கொண்டு பெருஞ்செல்வம் ஈட்டலாம். நான் பல்லாயிரம் பேரை பார்த்திருக்கிறேன். இவளைவிட அழகு குறைந்தவர்களை வாங்கி விற்றிருக்கிறேன்'' வணிகர் கூறினார்.

''அவளை வணிகஞ் செய்து செல்வம் ஈட்ட விரும்பல'' ஷெல்பி வறட்சியாய்க் கூறினார். உரையாடலை திசைமாற்றும் விதமாக, ஒரு புதிய ஒயின் புட்டியை உடைத்து ஊற்றி, அதுபற்றி வணிகரின் கருத்தைக் கேட்டார்.

''முதலாளி! நல்லா இருக்கு'' என்றார் வணிகர். ஷெல்பியின் தோளில் தனது கையை சுவாதீனமாக வைத்துக் கொண்டு திரும்பிய வாறே, ''அந்தப் பெண்ணை எப்படி வியாபாரம் செய்வீங்க? நான் என்ன சொல்லணும்? நீங்க என்ன வாங்கிப்பீங்க?'' கேட்டார் ஹாலே.

''ஹாலே! அவள் விற்பனைக்கு இல்லை. எடைக்கு எடை தங்கம் கொடுத்தாக் கூட, எனது மனைவி அவளை பிரியமாட்டாள்''

''ஹேய்! பெண்களுக்கு இந்த கணக்கெல்லாம் புரியாது. அவங்க அப்படித்தான் சொல்வாங்க. எடைக்கு எடை தங்கம் கிடைச்சா, எத்தனை கடிகாரங்கள், எத்தனை நகைகள், எத்தனை சிறு சிறு ஆபரணங்கள் கிடைக்கும்னு எடுத்துச் சொல்லுங்க. அது அவங்க கருத்தை மாத்திடும்''

''நான் சொல்றேன் ஹாலே! இது பற்றி இனி பேசக்கூடாது. கூடவே கூடாது. நிச்சயம் கூடாது!'' ஷெல்பி தீர்மானமாகக் கூறினார்.

''சரி! அந்தப் பையனையாவது அனுப்பி வையுங்க. அவனுக்காக கணிசமா இறங்கி வந்திருக்கேன்'' என்றார் வணிகர்.

''எதுக்காக அந்தப் பையனை கேட்கறீங்க?''

''எனக்கு ஒரு நண்பர் இருக்கார். அவர் இந்த வியாபாரம் செய்யறார். அழகான சிறுவர்களை வாங்கி, வியாபாரத்திற்காக வளர்க்கிறார். நவீன சரக்குகள் அவங்க உணவகத்திற்கும், மற்ற பணிகளுக்கும் தேவைப்படுவாங்க. வசதியானவங்க அழகிய சிறுவர்களுக்கு நிறைய கொடுப்பாங்க. அழகிய சிறுவர்கள் கதவைத் திறப்பதும், பணிவிடை செய்வதும் அவங்களுக்குப் பிடிக்கும். அவர்களுக்கு நல்ல விலை கிடைக்கும். இந்த சின்னப் பையன் வேடிக்கையாகவும், பாடத் தெரிந்தும் இருக்கான். சரியான சரக்கு இவன்''

''நான் அவனை விற்கமாட்டேன். நான் மனிதாபிமானம் மிகுந்தவன். சிறுவனை தாயிடமிருந்து பிரிப்பதை வெறுக்கிறேன் அய்யா'' ஆழ்ந்த யோசனையுடன் ஷெல்பி சொன்னார்.

''உங்க இயல்பு புரியுது. நான் சரியா புரிஞ்சுக்கறேன். பெண்களோட ஒத்துப் போவது சில சமயம் மிகவும் கடினமானது. அவங்களோட கத்தல்களும், கூச்சல்களும் எனக்குப் பிடிக்காது. அவை மிகவும் கடினமானவை. நான் வியாபாரத்தை செய்யும்போது, அவற்றை தவிர்க்கச் செய்கிறேன். அந்தப் பெண்ணை ஒரு நாளோ, ஒரு வாரமோ வெளியே அனுப்பினா, எல்லாம் அமைதியா முடியும். உங்க மனைவிக்கு காது தோடோ, புதிய ஆடையோ, புது வாகனமோ ஈடா கிடைக்கும்.''

''அது நடக்காதுன்னு பயப்படறேன்.''

''கடவுள் உங்களை ஆசீர்வதிக்கட்டும். இவங்க வெள்ளை ஆளுங்க மாதிரி கிடையாது. சரியா சமாளிப்பாங்க. இந்த வியாபாரங்கள் அவங்க உணர்வை உறுத்தறதா அவங்க இப்ப சொல்றாங்க. நான் அப்படி நினைக்கல. சில ஆளுங்க சமாளிக்கிற மாதிரி இந்த வியாபாரத்தை நான் செய்யமாட்டேன். ஒரு பெண்ணிடமிருந்து குழந்தையைப் புடுங்குவாங்க, விற்பனைக்கு ஏற்பாடு செய்வாங்க. எப்போதும் அந்தப் பொண்ணுங்க பைத்தியம் மாதிரி கத்துவாங்க, இது கெட்ட கொள்கை. சரக்கை கெடுத்துடும். சில சமயம் வேலைக்கு உதவாததா ஆக்கிடும். இதுமாதிரி செஞ்சதாலே, ஆர்லியன்ஸ்ல ஒரு அழகான பெண் அழிஞ்சு போனது எனக்குத் தெரியும். அவள வாங்கின ஆள் அவளோட குழந்தையை விரும்பல. அவளுக்கு ஆத்திரம் வந்தது. குழந்தையை விடவே மாட்டேன்னு அடம் பிடிச்சா. அத நினைச்சாலே அருவருப்பா இருக்கு. அவள அறையில பூட்டிப் போட்டுட்டு, குழந்தையை தூக்கிட்டு போனதும், அவள் பைத்தியமாகி ஒரு வாரத்துல செத்துப் போயிட்டா. சரியா கையாளாத தால ஆயிரம் டாலர் வீணாப் போச்சு. எப்போதும் மனிதாபிமானத்தோட நடக்கறது தான் நல்லது. அதுதான் என் அனுபவம்'' என்று வெளிப்படையாகவும், இரகசியமாகவும் ஹாலே சொன்னார். பிறகு இருக்கையில் சாய்ந்து கொண்டார். கையைக் கட்டிக் கொண்டார். நற்பண்பு நிறைந்த முடிவெடுத்ததாக காட்டிக் கொண்டார். அவர் தன்னை (சமூக சீர்திருத்தவாதியான) இரண்டாம் வில்பர்போர்ஸ் என்று கருதிக் கொண்டதாகத் தெரிந்தது.

ஷெல்பிக்கு விவாதம் ஆர்வமூட்டுவதாய் இருந்திருக்க வேண்டும். யோசனையோடு ஆரஞ்சை உரித்துக் கொண்டிருந்தார். தன்னம்பிக்கை இழந்தவராய் தோன்றிய ஹாலே, உண்மையின் உந்துதலால் பேசுவதாய் உணர்த்திக் கொண்டு மேலும் சில வார்த்தைகளை சொல்லத் துவங்கினார்.

''தன்னைத் தானே உயர்த்திப் பேசிக் கொள்வது ஒரு மனிதனுக்கு நல்லதில்லை. உண்மைங்கறதால நான் சொல்றேன். கறுப்பர்களை மிகச் சிறந்த மந்தையாய் கொண்டு வருவதற்கு எனக்கு முடியும். இந்த வணிகத்தில் இருக்கும் சிலர் போல நான் நஷ்டமடைவது கிடையாது. என்னோட நிர்வாகம் காரணமாக இது நடக்கிறது. எனது நிர்வாகத்தின் தூணாக இருப்பதே எனது மனிதாபிமானம்தான் அய்யா.''

என்ன சொல்வது என்று அறியாத ஷெல்பி, ''அப்படியா!'' என்றார்.

''எனது எண்ணங்களைக் கேட்டு சிலர் சிரிப்பாங்க, பேசுவாங்க, அவை பிரபலமாய் இருக்கவில்லை. அவை சாதாரணமானவை இல்லை. இருந்தாலும் அவற்றைத் தொடர்ந்து கடைபிடிக்கிறேன். அதனால பலன் அடைஞ்சிருக்கேன். அவர்களுக்கு வழி ஏற்படுத்திய தற்காகப் பலன் கொடுத்திருக்காங்க'' தனது நகைச்சுவைக்காக வணிகர் தானே சிரித்துக் கொண்டார்.

மனிதாபிமானம் பற்றிய இந்த விளக்கத்தில் ஏதோ உண்மையும் உருக்கமும் இருந்திருக்க வேண்டும். வணிகரின் சிரிப்பில் ஷெல்பியும் சேர்ந்து கொண்டார். அருமை வாசகர்களே! நீங்களும் சிரித்திருக் கலாம். ஆனால் இப்போதெல்லாம் பல விநோதமான வடிவங்களில், மனிதாபிமானம் வருகிறது. மனிதாபிமானிகள் சொல்லும் சொற்க ளுக்கும், செய்யும் செயல்களுக்கும் உள்ள வேறுபாட்டிற்கு முடிவே இல்லை.

ஷெல்பியின் சிரிப்பு, தொடர்ந்து பேசுவதற்கு வணிகரைத் தூண்டியது.

''இப்ப அது விநோதமா இருக்கு. நான் ஆளுங்க தலையில இதைத் திணிக்க முடியாது. நாட்செஷ்ஷில் இருந்த எனது பழைய கூட்டாளி யான டாம் லோக்கர் ரொம்பவும் தந்திரசாலி. அவர் கறுப்பர்களிடம் கடுமையாய் நடந்து கொள்வார். அது அவரோட வழி. ''ஏன் லோக்கர்? உங்களது பெண்கள் அழுது சத்தம் போடும்போது, அவங்க தலையில தட்டி, கீழே தள்ளறதுல என்ன பயன்? அது பரிகாசத்திற்குரியது. அது எந்த நன்மையும் செய்யாது. அவங்க அழறது தப்பில்ல. அது இயற்கை தானே. ஒரு விதத்துல இல்லேன்னாலும், ஒரு விதத்துல இயற்கை வெளிப்படும். உங்க பெண்களை அது கெடுத்துடும். சில சமயம், குறிப்பா மஞ்சள் பெண்கள், அவங்க அழகில்லாம மாறிடுவாங்க. கருணையோட நயமா பேசி, நியாயமா ஏன் நடந்துக்கக் கூடாது? கொஞ்சம் மனிதாபிமானம் உங்களோட அடி, உதையோட அதிகம் உதவும். அதன்பேரில் நம்பிக்கை வைங்க''ன்னு டாம் லோக்கரிடம் சொல்வேன். அதை அவர் கேட்கலை. பல பேரை அழிச்சிருக்கார்.

அவர் நல்ல மனிதராய் இருந்தாலும், வியாபாரத்தில் நேர்மையாக இருந்தாலும், நான் அவர்கிட்டேயிருந்து பிரிய வேண்டி வந்தது.''

''உங்க நிர்வாக வழி லோக்கரதை விட நல்லதுன்னு சொல்றீங்களா?'' ஷெல்பி கேட்டார்.

''அப்படித்தான் நினைக்கிறேன். சிறுமிகளை விற்கும்போது கவனமாக இருப்பேன். பெண்களை வழியிலிருந்து விலக்கி வைப்பது நல்லது. பார்வையை விட்டு விலகினா, மனசை விட்டு விலகி இருப்பாங்க. சரியா செஞ்சா, பழகிடும். வெள்ளை ஆளுங்களப் போல மனைவி, மக்களோட இருக்கப் பழக்கக் கூடாது. அப்படி பழக்கப் படுத்தப்பட்ட கறுப்பர்கள், எந்த எதிர்பார்ப்போடும் இருக்க மாட்டாங்க. பிறகு இதெல்லாம் சுலபமா ஆயிடும்.''

''அப்படின்னா எனது ஆட்கள் சரியா வளர்க்கப்படலைன்னு நினைக்கறேன்'' ஷெல்பி சொன்னார்.

''நீங்க கென்டகி மக்கள். உங்கள் கறுப்பர்களை கெடுக்கிறீங்க. அவங்களுக்கு நல்லது நினைக்கிறீங்க. இப்ப உலகத்துல ஒரு கறுப்பர் யாருக்கோ விற்கப்பட வேண்டும். அவன நல்லபடியா வளர்த்தா, பின்னாடி வரும் கஷ்டத்த அவனால சமாளிக்க முடியாது. எல்லாம் பெற்றவர்கள் மாதிரி உங்க கறுப்பர்கள் ஆடிப் பாடினா, சில இடத்துல அவங்க சிரமப்பட வேண்டியிருக்கும். அவனவன் வழியில ஒவ்வொரு மனிதனும் நல்லா சிந்திப்பதா நான் நினைக்கிறேன். எந்த அளவுக்கு நல்லா நடத்துவது அவசியமோ, அந்த அளவுக்கு நான் கறுப்பர்களை நடத்துவேன்.''

லேசாக தோளைக் குலுக்கி, கருத்தை ஏற்காத உணர்வை வெளிப் படுத்தும் விதமாக ''திருப்தி அடைவது மகிழ்ச்சிதான்'' என்றார் ஷெல்பி.

தேவையான கொட்டைகளை அவர்கள் அமைதியாக எடுத்துக் கொண்ட பின்பு, ''நீங்க என்ன சொல்றீங்க?'' என்றார் ஹாலே.

''நான் இதை யோசிக்கறேன். என் மனைவியோட பேசறேன். நீங்க விரும்பற மாதிரி இந்த வியாபாரம் அமைதியா நடக்கணும்னா, அக்கம் பக்கத்துல உங்க வியாபாரம் பற்றி பேசாம இருக்கறது நல்லது. அது இங்கே இருக்கிற என்னுடைய பசங்களுக்குத் தெரிஞ்சா, அது அமைதியான வியாபாரமா இருக்காது. அவங்களுக்கு தெரிஞ்சுப் போனா, எனது பசங்கள அழைத்துச் செல்வது சுலபமா இருக்காது. நான் உறுதியாச் சொல்றேன்.''

''ஓ நிச்சயமா. ஆனால் நான் ரொம்ப அவசரத்துல இருக்கேன். நான் எதை நம்பலாம் என்று சீக்கிரம் தெரிஞ்சுக்க விரும்பறேன்'' என்றபடி எழுந்து தனது மேலங்கியை அணிந்து கொண்டார் ஹாலே.

''நல்லது, இன்று மாலை ஆறுக்கும், ஏழுக்கும் இடையில் கேளுங்க. எனது பதில் தயாராய் இருக்கும்'' என்றார் ஷெல்பி. வணிகர் அந்தக் குடியிருப்பை விட்டு நகர்ந்தார்.

''அவனது அடக்கமில்லாத குணத்தோட, நான் அந்த மனுஷனை உதைச்சு படியில தள்ளியிருக்கணும்'' கதவு நன்றாக அடைக்கப் பட்டதை உறுதி செய்த பின்பு ஷெல்பி அவருக்குள் சொல்லிக் கொண்டார். ''ஆனால், என்னிடம் தனக்கு உள்ள அனுகூலம் அவனுக்குத் தெரியும். தெற்கத்திய போக்கிரி வணிகன் ஒருவனுக்கு 'டாம்'மை விற்கணும்னு யாராவது, எப்பவாவது சொன்னா, 'எனது பணியாள் நாயா என்ன இது மாதிரி செய்வதற்கு'' என்று கேட்டிருப்பேன். இப்ப இத செஞ்சுதான் ஆகணும். எலிசாவின் குழந்தையைக் கூட! அதுபற்றி எனது மனைவியிடம் கூட சண்டை போட வேண்டியிருக்கும். இன்னும் சொல்லப் போனா, டாமை விற்பதற்கும் சண்டை போட வேண்டியிருக்கும். அவ்வளவு கடன் இருக்கே! அய்யோ! அந்த வணிகர் அவனது அனுகூலத்தைப் பார்க்கிறான். அதைப் பயன்படுத்தி முடிக்கப் பார்க்கிறான்.''

கென்டகி மாநிலத்தில் அடிமை முறையின் மிகவும் மென்மையான வடிவத்தைத்தான் பார்க்க முடியும். தெற்குப் பகுதியின் வணிகத்திற்கு தேவைப்படுவதுபோல் அவசரமும், அழுத்தமும் நிறைந்த பணி இங்கு இல்லை. அமைதியான, படிப்படியான விவசாயப் பணியே இங்கு நிலவியது. இச்சூழல் நீக்ரோக்களின் பணிகளை ஆரோக்கிய மானதாகவும், நியாயமானதாகவும் ஆக்கியிருந்தது. இங்கு எஜமானர் கள் படிப்படியாக சொத்து சேர்ப்பதில் திருப்தி அடைந்தனர். திடீரென்றும், விரைவாகவும் லாபம் ஈட்டும் வாய்ப்பிற்காக மெல்லிய மனித குணத்தை வெல்லும் கடும் மனப்பாங்கு இவர்களிடம் இருக்கவில்லை. ஆதரவற்ற, பாதுகாப்பற்றவர்களின் நலனைவிட பெரிதாகக் கருதக்கூடிய காரணிகள் எதுவும் இங்கு இருக்கவில்லை.

இங்குள்ள பண்ணையைப் பார்வையிடும்போதும், சில எஜமான, எஜமானிகளின் நல்லவிதமான சலுகைகளைக் காணும்போதும், சில அடிமைகளின் அன்பான விசுவாசத்தை நோக்கும்போதும் காலங் காலமாக சொல்லப்பட்டு வரும் கவிதைநய புராணக் கதையின் தந்தை வழி நிறுவனத்தின் நினைவு சிலருக்கு வரலாம். இந்தக் காட்சிகளுக்குப் பின்னால், முன்னெச்சரிக்கையான சட்டத்தின் நிழல் - ஒன்று தெரியும். இயங்கும் இதயத்தோடும், வாழும் அன்போடும் இருக்கும் இந்த மனிதர்களை எஜமானர்களுக்கு உடைமையான சரக்காக சட்டம் கருதும் வரை இது இருக்கும். மிகவும் கருணையுடைய எஜமானரின் தோல்வி, துரதிர்ஷ்டம், விவேகமின்மை அல்லது இறப்பு ஆகியவற்றின் காரணமாக கனிவான பாதுகாப்பும், சலுகையளிப்பும் நம்பிக்கையற்ற வறுமையாகவும் கடும் உழைப்பாகவும் மாறுவது இருக்கும் வரை இது

இருக்கும். நன்கு நிர்வகிக்கப்பட்ட அடிமை நிர்வாக முறையில் அழகானதும், விரும்புவதுமான எதையும் உருவாக்க முடியாத வரை இந்த நிழல் இருந்து கொண்டுதான் இருக்கும்.

திருவாளர் ஷெல்பி சராசரியான நியாயத்தன்மை நிறைந்த கனிவான மனிதர். அவரைச் சுற்றி இருப்போருக்கு சலுகை காட்டக் கூடியவர். அவரது பண்ணையில் பணியாற்றிய நீக்ரோக்களுக்கு வசதியினை வழங்குவதில் எந்தக் குறைபாடும் இருக்காது. அவர் சில சிக்கல்களில் சிக்கியிருந்தார். அவற்றில் பெரும்பாலானவை ஹாலேயின் கைகளில் சிக்கிக் கொண்டிருந்தன. முந்தைய உரையாடல் களுக்கு இது காரணமாய் இருந்தது.

எலிசா கதவுப்பக்கம் சென்றபோது, அவளது எஜமானரும், ஒரு வணிகரும் பேசுவதைக் கேட்க நேர்ந்தது. சிலருக்காக எஜமானரிடம் வணிகர் பேரம் பேசுவதை அவள் அறிந்தாள்.

அவள் வெளியே வந்ததும் கதவருகில் நின்று மேலும் கேட்டிருக்கலாம். அவளது எஜமானி அழைத்ததால், அவள் விரைவாக வெளியேற வேண்டி வந்தது.

தனது மகனுக்கு வணிகர் பேரம் பேசியதாக அவள் நினைத்தாள். அவளை தவறாகக் கருத முடியுமா? அவளது இதயம் பாரமாகி, வேகமாகத் துடித்தது. அவளது மகனை அனிச்சையாக அழுத்திப் பிடித்துக் கொண்டிருந்தாள். சிறுவன் ஆச்சரியத்தோடு அவளது முகத்தைப் பார்த்தான்.

''எலிசா! பெண்ணே! இன்னிக்கு உனக்கு என்னாச்சு?'' எலிசா குளியல் பாத்திரத்தை உடைத்தபோது, பணி மேஜையை தள்ளிய போது, இறுதியாக அலமாரியிலிருந்து பட்டுடை கேட்டதற்கு நீண்ட இரவு உடையைக் கொடுத்தபோது அவளது எஜமானி கேட்டாள்.

அவளது கண்களை உயர்த்தி, கண்ணீர் உகுத்து, நாற்காலியில் அமர்ந்து, தேம்பத் துவங்கி ''ஓ! எஜமானி'' என்றாள்.

''என்ன! எலிசா! உனக்கு என்ன பிரச்சனை?''

''எஜமானியே! நமது எஜமானரிடம் உணவுக் கூடத்தில் ஒரு வணிகர் பேசிக்கிட்டிருந்தார்! அவர் பேசியதை நான் கேட்டேன்''

''அடி அசடே! அதுக்கென்ன இப்ப?''

''எஜமானர் எனது ஹேரியை விற்கமாட்டார்னு நினைக்க றீங்களா?'' ஏழைப் பெண் நாற்காலியில் விழுந்து, உடல் நடுங்க தேம்பினாள்.

''அவனை விற்பதா? முட்டாள் பெண்ணே! உனது எஜமானர் எப்போதும் தெற்கு வணிகர்களோட வியாபாரம் செய்வதில்லைன்னு தெரியாதா? அவங்க ஒழுங்கா நடக்கற வரை தனது பணியாட்களை விற்க அவர் விரும்புவதில்லை என்று தெரியாதா? உனது ஹேரியை

அவர் வாங்க விரும்பறார்னு ஏன் நினைக்கிறே? உன்னைப் போல உலக முழுவதும் உனது பையனைக் கவனித்துக் கொண்டிருக்கா? வா, மகிழ்ச்சியா இரு. எனது உடையில் கொக்கியைப் போடு. நீ நேற்று கற்று வந்த புதிய பின்னலை போட்டு விடு. கதவு கிட்ட ஒட்டுக் கேட்பதை விட்டுடு''

''நீங்க சம்மதிக்க மாட்டீங்க தானே!''

''முட்டாள் குழந்தையே! நிச்சயம் நான் மாட்டேன். இதுவரை என்ன பேசிக்கிட்டிருந்தேன்? எனது சொந்தக் குழந்தையை விற்பேனா? ஆனா, எலிசா! அந்தச் சின்னப் பையனை பத்தி ரொம்ப பெருமைப் படறே. எந்த மனுஷனும் கதவின் உள்ளே மூக்கை வைக்க முடியாது. ஆனா, அவன வாங்கத்தான் அவர் வந்திருக்கார்னு நீ நினைக்கிற?''

எஜமானியின் நம்பிக்கையான வார்த்தைகளில் உறுதி பெற்ற எலிசா, குளியல் பொருட்களை எடுத்துக் கொண்டு வேகமாகவும், லாவகமாகவும் சென்றாள். போகும்போது, தனது பயம் பற்றி சிரித்துக் கொண்டாள்.

அறிவுக்கூர்மையிலும், நன்னெறியிலும் திருமதி ஷெல்பி உயர் ரகப் பெண்மணி ஆவார். கென்டகி பெண்களிடம் இயல்பாய் அமைந்த இயற்கையான பெருந்தன்மை மற்றும் தாராளத் தன்மையோடு உயர் ஒழுக்கமும், மத அறிவும் அவரிடம் அமைந்திருந்தன. தனது கொள்கைகளை சக்தியோடும், திறமையோடும் செயலில் காட்டுபவர். எந்த மதத் தன்மைக்கும் தன்னை உட்படுத்திக் கொள்ளாத அவளது கணவர், அவளது உறுதியை மதித்துப் போற்றினார். அவளது கருத்துக்கு பிரமிப்பான மதிப்பைக் காட்டினார். அவளது பணியாட்களின் வசதிக்காகவும், முன்னேற்றத்திற்காகவும் உதார குணத்தோடு உதவ முயன்ற அவளுக்கு கட்டுப்பாடு இல்லாத வாய்ப்பை அவர் அளித்தார். மகான்களின் அதிகப்படியான சக்தி மீது அவருக்குப் பெரும் நம்பிக்கை எதுவும் இல்லாவிடினும், இருவருக்குமாக சேர்த்து பக்தியும், உதார குணமும் தனது மனைவியிடம் அமைந்திருப்பது குறித்து அவருக்குப் பெருமைதான். அவரிடமில்லாத அபரிமிதமான நல்லியல்புகள் அவளுக்கு இருப்பதால், அதன்மூலம் தானும் சொர்க்கத்திற்குச் செல்ல முடியும் என்று அவர் கருதியதாகத் தெரிகிறது.

வணிகரோடு நிகழ்ந்த உரையாடலுக்குப் பின்பு, மேற்கொள்ள உத்தேசிக்கப்பட்ட ஏற்பாடு பற்றி அவளிடம் எடுத்துரைக்க வேண்டிய அவசியமும், அவளது விடாப்பிடியான வினாக்களையும் எதிர் பார்க்கப்பட்ட எதிர்ப்பையும் எதிர்கொள்ள வேண்டிய நிர்ப்பந்தமும் அவரது மனதை வாட்டி வதைத்தன.

தனது கணவரின் சங்கடம் பற்றி சற்றும் அறிந்திராத திருமதி ஷெல்பி அவரது பொதுவான தயவு தாட்சண்யத்தை மட்டுமே அறிந்திருந்தாள். எனவே, எலிசாவின் சந்தேகங்களுக்கு நேர்மையான முறையிலேயே பதில் அளித்திருந்தாள். இரண்டாவது நினைப்பின்றி, இந்த விஷயத்தை தனது மனத்திலிருந்து அகற்றியிருந்தாள். மாலை நேர விருந்தினர் வருகைக்கான ஏற்பாடுகளில் கவனம் செலுத்தியதால், அது அவளது மனதை விட்டு முற்றிலுமாக அகன்றிருந்தது.

2

தாய்

சிறுமிப் பருவத்திலிருந்து செல்லக் குழந்தையாய், சலுகைக்கும் விருப்பத்திற்கும் உரியவளாய் எஜமானியால் எலிசா வளர்க்கப் பட்டாள். விசேடமான நாகரிகம், குரலில் மென்மை, பழகுதலில் இனிமை ஆகியவை கலப்பினப் பெண்களிடம் காணப்படும் குறிப்பான கொடை என்று தெற்கிலிருந்து வரும் பயணிகள் அடிக்கடி குறிப்பிடுவர். கலப்பினப் பெண்களின் இயல்பான அந்த வசீகரம், மிகவும் பளிச்சிடும் அழகுடன் இணைந்திருந்தன. ஒவ்வொரு வரிடத்திலும் ஏற்கத்தக்க கவர்ச்சித் தோற்றம் இருக்கும். ஏற்கெனவே விவரித்திருந்த எலிசாவின் தோற்றம் கற்பனையானதல்ல. கென்டகியில் பல ஆண்டுகளுக்கு முன் நாம் பார்த்ததை நினைவில் கொண்டு விவரிக்கப்பட்டுள்ளது. அவளது எஜமானியின் பாதுகாப்பான அரவணைப்பில், ஒரு அடிமைக்கு கெடுதலாய் முடியும் அழகால் நேரும் சபலத்திற்கு ஆட்படாது எலிசா பருவமடைந்தாள். அருகிலிருந்த பண்ணையில் அடிமையாயிருந்த ஜார்ஜ் ஹேரிஸ் என்ற பெயருடைய புத்திசாலியான, திறன்மிக்க, இளம் கலப்பின மனிதனுக்கு அவள் மணம் முடிக்கப்பட்டாள்.

ஒரு பை தயாரிப்பு தொழிற்சாலையில் பணியாற்ற அவனது எஜமானரால் இந்த இளம் மனிதன் நியமிக்கப்பட்டிருந்தான். அவனது புத்திசாலித்தனமும், மதிநுட்பமும் அவனை அங்கு முதன்மையான வனாகக் கருத வைத்திருந்தன. சணல் நாரை சுத்தம் செய்வதற்கு அவன் ஒரு இயந்திரத்தை கண்டுபிடித்திருந்தான். அவனது கல்வித் தகுதியையும், சூழ்நிலையையும் கருத்தில் கொண்டால், அவனது கண்டுபிடிப்பு பருத்தி ஜின் இயந்திரத்தை கண்டுபிடித்த விட்னிக்கு இணையான மேதமையை வெளிப்படுத்தியது.

அழகிய தோற்றமும், இனிமையான பழக்க வழக்கங்களும் அவனிடம் இருந்தன. தொழிற்சாலையில் அனைவரின் விருப்பத்திற்

குரியவனாக அவன் இருந்தான். இருந்தாலும், இந்த இளம் மனிதன் சட்டத்தின் பார்வையில் ஒரு மனிதனல்ல. ஒரு சரக்காகும். அவனது இந்த உன்னதத் தகுதிகள் எல்லாம் வக்கிரமான, குறுகிய மனங் கொண்ட, கொடுங்கோன்மையான எஜமானரின் கட்டுப்பாட்டுக்குள் இருந்தன. ஜார்ஜின் புகழ்மிகு கண்டுபிடிப்பை பற்றி கேள்வியுற்ற இந்தப் பெருந்தகை, தொழிற்சாலையை சுற்றி வந்து, தனது உடமையான அறிவாளியின் படைப்பை பார்வையிடச் சென்றார். தொழிற்சாலை முதலாளியால் பெரும் உற்சாகத்தோடு வரவேற்கப் பட்ட அவர், ஒரு மதிப்பு மிகுந்த அடிமையை வைத்திருந்தமைக்காக பாராட்டப்பட்டார்.

அவர் தொழிற்சாலைக்கு வருவதற்கு காத்திருந்து, ஜார்ஜ் கண்டு பிடித்த இயந்திரம் அவருக்கு காட்டப்பட்டது. அதிக உற்சாகத்தி லிருந்த ஜார்ஜ் சரளமாகப் பேசினான். நிமிர்ந்து நின்றான். அழகாகவும், ஆண்மையோடும் திகழ்ந்தான். அவனது எஜமானர் சங்கடமான தாழ்வு மனப்பான்மையை உணரத் துவங்கினார். நாட்டைச் சுற்றிப் பயணித்து, புதிய இயந்திரங்களைக் கண்டுபிடித்து, பெருந்தகைகளுக்கு இணையாகத் தலை உயர்த்தி நிற்க இந்த அடிமைக்கு ஏது தகுதி? விரைவில் இதற்கு முடிவு கட்ட வேண்டும். அவனைத் திரும்ப அழைத்துக் கொண்டு, வெட்டவும், தோண்டவும் பணிக்க வேண்டும். அவன் எப்படி சாமர்த்தியசாலியாக இருக்க முடியும் என்று பார்க்க வேண்டும். ஜார்ஜை திரும்பவும் அழைத்துக் கொள்ளவிருப்பதை தெரிவித்து, அவனுக்குரிய கூலியைக் கேட்டபோது, உற்பத்தியாளரும், தொடர்புடைய அனைவரும் ஆச்சரியத்தில் ஆழ்ந்தனர்.

‘‘ஆனால், திரு ஹாரிஸ் இது மிகவும் திடீரான முடிவல்லவா?’’ உற்பத்தியாளர் ஆட்சேபம் தெரிவித்தார்.

‘‘இருந்தால் என்ன? அவன் எனது மனிதன் தானே?’’

‘‘அவனுக்கு அளிக்கும் தொகைய்யை அதிகரிக்க நாங்கள் விருப்பத்தோடு சம்மதிப்போம்’’

‘‘இல்லை இல்லை. எனக்கு மனசு இல்லேன்னா, எனது ஆட்களை வாடகைக்கு விட வேண்டிய தேவை எனக்கு இல்லை.’’

‘‘ஆனால், அய்யா, இந்தத் தொழிலில் அவன் விசேடமான ஆர்வம் பெற்றிருப்பதாகத் தெரிகிறது’’

‘‘அதைச் சொல்ல அவனுக்கு தைரியம் உண்டா? நான் சொல்வதில் தான் அவன் கவனம் செலுத்தணும். அவன் எனக்குக் கட்டுப்பட்டவன்!’’

‘‘இந்த இயந்திரத்தை கண்டுபிடித்துள்ளான் என்று நினைத்துப் பாருங்கள்’’ ஒரு தொழிலாளி துரதிர்ஷ்டவசமாக குறுக்கிட்டார்.

‘‘ரொம்பச் சரி. வேலையைக் குறைப்பதற்குத்தானே அது? அவன் அதை கண்டுபிடிக்கலாம். எப்ப வேணும்னாலும் ஒரு கறுப்பரை

அதற்கென தனியே விடலாம். அவங்க ஒவ்வொருவரும் வேலையை குறைக்கும் இயந்திரங்கள்தானே. அவன் என்னோட திரும்புவான்."

தடுத்து நிறுத்த முடியாதது என்று அவன் அறிந்திருந்த சக்தியால் திடீரென அறிவிக்கப்பட்ட தண்டனையைக் கேட்டு ஜார்ஜ் ஸ்தம்பித்து நின்றான். அவன் கையைக் கட்டிக் கொண்டான். அவனது உதட்டை அழுத்தமாய் மூடிக் கொண்டான். அடிமனத்தில் கசப்பான உணர்வுகளின் எரிமலை எரிந்து, இரத்த நாளங்களில் நெருப்பு ஆறாக ஓடியது. அவன் படபடப்பாக சுவாசித்தான். எரியும் கரியாய் அவனது பெரிய கரும் கண்கள் பளிச்சிட்டன. கருணையான உற்பத்தியாளர் அவனது தோளைப் பற்றியிருக்காவிட்டால், கொதிப்புற்று அழுதிருப்பான்.

"ஜார்ஜ், வழி விடு. இப்போதைக்கு அவருடன் போ. உனக்கு உதவ நாங்க முயற்சிப்போம்" என்று தணிந்த குரலில் அவர் கூறினார்.

கொடுங்கோன்மையாளர் முணுமுணுப்பை கவனித்தார். என்ன சொல்லப்பட்டதென்று கேட்காவிட்டாலும், அதன் அர்த்தத்தை அவரால் உணர முடிந்தது. தனது பணியாளிடம் தான் கொண்டிருந்த சக்தியை தக்க வைத்துக் கொள்ள உள்ளத்திற்குள் உறுதி பூண்டார்.

ஜார்ஜ் வீட்டுக்கு அழைத்துச் செல்லப்பட்டான். பண்ணையின் கேவலமும் களைப்பும் ஏற்படுத்தும் கடினமான பணிகளைச் செய்ய பணிக்கப்பட்டான். ஒவ்வொரு அவமரியாதையான சொற்களையும் பொறுத்துக் கொண்டான். பனித்திடும் கண்களும், வருத்தமுற்ற இருண்ட புருவமும் தடுத்து நிறுத்த முடியாத இயற்கையான மொழியை வெளிப்படுத்தின. நிச்சயமான இந்த சமிக்ஞைகள் மனிதன் 'சரக்காக' முடியாது என்று வெளிப்படையாகத் தெரிவித்தன.

தொழிற்சாலையில் பணியாற்றிய மகிழ்ச்சி மிகுந்த காலத்தில்தான் ஜார்ஜ் தனது மனைவியை சந்தித்து, மணந்திருந்தான். தனது முதலாளிகளால் மிகவும் நம்பிக்கை வைக்கப்பட்டு விரும்பப்பட்ட அந்தக் காலத்தில், அவனது விருப்பப்படி வரவும், போகவும் சுதந்திரம் பெற்றிருந்தான். தனது அழகிய விருப்பத்திற்குரியவளை அவளுக்குப் பலவிதத்தில் பொருத்தமுடையவனோடு இணைப்பதில் மகிழ்ச்சியுற்ற திருமதி ஷெல்பி இந்தத் திருமணத்தை அங்கீகரித்திருந்தார். எனவே, அவர்கள் எஜமானியின் மகத்தான வரவேற்பறையில் மணந்து கொண்டனர். அவனது அழகிய முடியை ஆரஞ்சு மலர்களால் எஜமானியே அலங்கரித்தாள். மணமகள் திரையில் அவளது மலர் சூடிய கூந்தலைப் படரவிட்டாள். இதைவிட அழகான தலையில் அவை குடியேறியிருக்க முடியாது. வெள்ளை கையுறைக்கு பஞ்ச மில்லை கேக்குகளுக்கும், மது வகைகளுக்கும் பஞ்சமிருக்கவில்லை. மணமகளின் அழகை ஆராதித்த விருந்தினர்களுக்கும் குறைவிருக்க வில்லை. அவளது எஜமானியின் சலுகை காட்டல்களுக்கும், தாராளத்தன்மைக்கும் கொஞ்சமும் பஞ்சமிருக்கவில்லை. ஓரிரு

வருடங்கள் தனது கணவரை அடிக்கடி சந்தித்து வந்தாள் எலிசா. இரண்டு பச்சிளம் குழந்தைகளின் இழப்பு தவிர, அவர்களது மகிழ்வுக்கு இடையூறு செய்ய எதுவும் இருக்கவில்லை. இறந்த இரு குழந்தைகளிடம் உணர்ச்சி ததும்ப இணைக்கப்பட்டிருந்ததால், மிகவும் தீவிரமான துக்கத்தோடு இந்த இழப்புகளை எலிசா எதிர்கொண்டாள். நியாயமான அளவிற்கு இயற்கையான உணர்ச்சிகளை உள்ளடக்கிக் கொள்ளுமாறு தாயுள்ளத்தோடு எஜமானி அவளைக் கண்டிக்க வேண்டியிருந்தது.

இளம் ஹேரி பிறந்த பின்பு, படிப்படியாக அவள் அமைதியுற்று இயல்புக்குத் திரும்பினாள். ஒவ்வொரு இரத்த நாளமும், துடிக்கும் நரம்பும் அந்த இளம் குழந்தையோடு பின்னிப் பிணைந்தன. அவள் ஆரோக்கியமாகவும், திடமாகவும் மாறினாள். தனது கருணைமிகு முதலாளியிடமிருந்து அவளது கணவன் கடுமையாகப் பிரிக்கப்பட்டு அவரது சட்டபூர்வ உடைமையாளரின் இரும்புக் கரத்தின்கீழ் கொண்டு வரப்படும் வரை எலிசா மகிழ்ச்சியான பெண்மணியாக இருந்தாள்.

அவரது வார்த்தைக்கு ஏற்ப, ஜார்ஜ் அழைத்துச் செல்லப்பட்ட ஓரிரு வாரங்களில், உற்பத்தியாளர் திரு ஹாரிஸ்ஸைச் சந்தித்தார். நிகழ்ச்சியின் வெப்பம் தணிந்திருக்குமென நம்பி, ஜார்ஜின் பழைய பணிக்குத் திரும்பச் செய்வதற்கான அனைத்துத் தூண்டுதல்களையும் அவர் முயற்சித்தார்.

''இதுபற்றி பேசுவதற்கான சிரமத்தை இனி நீங்கள் எடுத்துக் கொள்ள வேண்டாம். எனது வேலை எனக்குத் தெரியும் அய்யா'' என்று 'ஹாரிஸ் பிடிவாதமாகக் கூறினார்.

''இதில் குறுக்கிடும் எண்ணம் எனக்கில்லை. உங்கள் ஆளை பயன்படுத்த நாங்கள் தருவது உங்களுக்கு உதவும் வகையில் இருக்கும் என்பதை நினைத்துப் பார்ப்பீர்கள் என்று கருதினேன்.''

''ஓ! இந்த விஷயத்தை போதிய அளவிற்கு புரிந்து கொண்டுள் ளேன். அவனை தொழிற்சாலையிலிருந்து அழைத்து வரும்போது, உங்களது கண் சிமிட்டலையும், முணுமுணுப்பையும் கேட்டேன். நீங்கள் அந்த வழியில் வராதீர்கள். இது சுதந்திரமான தேசம். அவன் என்னுடையவன். நான் விரும்பியபடி அவனை வைத்திருப்பேன். அவ்வளவுதான் அய்யா.''

இவ்வாறு ஜார்ஜின் இறுதி நம்பிக்கையும் நொறுங்கியது. கடுமையான வேலையும், சலிப்பூட்டும் பணியுமே அவன் முன்னால் இருந்தன. கொடுங்கோன்மையின் மதிநுட்பத்தால் உருவாக்கப்பட்ட தொல்லைகளும், அவமானங்களும் அவனது நிலையை மேலும் மேலும் கசப்புக்குள்ளாக்கின.

மிகவும் மனிதாபிமானமுள்ள ஒரு நீதிபதி ஒருமுறை கூறினார்: ஒரு மனிதனை தூக்கிலிடுவதே அவனை மிகவும் மோசமாக பயன்படுத்துவதாகும். இல்லை, அதைவிட மோசமாகவும் ஒரு மனிதனை பயன்படுத்த முடியும்.

3

கணவனும், தந்தையும்

திருமதி ஷெல்பி வெளியில் சென்றிருந்தார். பின்வாங்கிக் கொண்டிருந்த வாகனத்தை சோர்வுடன் பார்த்துக் கொண்டு எலிசா வராந்தாவில் நின்று கொண்டிருந்தாள். அப்போது அவளது தோளை ஒரு கை தொட்டது. அவள் திரும்பினாள். அவளது அழகான கண்களில் பிரகாசமான புன்னகை பூத்தது.

"ஜார்ஜ்! நீங்களா? எப்படி பயமுறுத்திட்டீங்க! நீங்க வந்ததுல ரொம்ப மகிழ்ச்சி. மதியத்தை கழிக்க எஜமானி வெளியே போயிருக்காங்க. எனது சின்ன அறைக்கு வாங்க. நமக்குப் பேச அவகாசம் கிடைக்கும்"

வராந்தாவைத் திறந்து கொண்டு, சிறிய சுத்தமான அறைக்குள் அவனை அழைத்துச் சென்றாள். அந்த அறையில்தான் அவளது தையல் இயந்திரத்தோடு, எஜமானி அழைத்தால் எளிதில் போகும் வகையில் அவள் அமர்ந்திருப்பாள்.

"எனக்கு எத்தனை மகிழ்ச்சி தெரியுமா? நீங்க ஏன் புன்னகைக்கக் கூடாது? ஹேரியைப் பாருங்க. எப்படி வளர்ந்துட்டான்?" தாயின் ஆடையைப் பிடித்துக் கொண்டு அவனது சுருள் வழியாக தந்தையைப் பார்த்துக் கொண்டு வெட்கத்தோடு நின்று கொண்டிருந்தான் அந்தப் பையன். "இவன் அழகாய் இல்ல?" அவனது சுருள்முடியை தூக்கி, முத்தமிட்டவாறு எலிசா கேட்டாள்.

"அவன் பிறக்காமலே இருந்திருக்கக் கூடாதான்னு நினைக்கறேன். நான் பிறந்திருக்கக் கூடாதுன்னு விரும்பறேன்" கசப்புடன் ஜார்ஜ் கூறினான்.

ஆச்சரியத்துடனும், அச்சத்துடனும், எலிசா அமர்ந்தாள். அவனது தோளில் தனது தலையை சாய்த்துக் கொண்டாள். கண்ணீரில் வெடித்தாள்.

"எலிசா! ஏழைப் பெண்ணான உன்னை அதுபோல நான் நினைக்க வைப்பது ரொம்ப மோசம். நான் உன்னைப் பார்த்தே

இருக்கக்கூடாதுன்னு எப்படி நினைக்கிறேன் தெரியுமா? நீ மகிழ்ச்சியாய் இருந்திருப்பே'' அன்போடு அவன் சொன்னான்

''ஜார்ஜ்! நீங்க எப்படி அப்படிப் பேசலாம்? என்ன பயங்கரமான நிகழ்ச்சி நடந்தது? இல்ல இனி நிகழப் போகுது? சமீபகாலம் வரைகூட நாம் மகிழ்ச்சியா இருந்ததாத்தான் நான் நிச்சயம் நினைக்கறேன்''

''ஆமாம் அன்பே!'' ஜார்ஜ் சொன்னான். தனது முழங்காலில் சிறுவனை அணைத்து, அவனது அழகிய கண்களை தீவிரமாக உற்றுப் பார்த்துக் கொண்டு, அவனது நீண்ட சுருள் முடியை கோதி விட்டான்.

''இதுவரை நான் பார்த்ததில் மிகவும் அழகான பெண் நீதான் எலிசா! நான் பார்க்க விரும்புவதிலும் நீதான் அதிக அழகாய் இருப்பாய். ஆனால் நான் உன்னைப் பார்த்திருக்கக் கூடாதுன்னும், நீ என்னைப் பார்த்திருக்கக் கூடாதுன்னும் விரும்பறேன்''

''ஓ ஜார்ஜ்! நீங்க எப்படி அப்படி சொல்லலாம்?''

''ஆமாம் எலிசா! எல்லாம் துயரந்தான்! துன்பந்தான். எட்டிக் காயைப் போல எனது வாழ்க்கை கசப்பானது. எனது வாழ்க்கை எரிந்து கொண்டிருக்கு. நான் ஏழ்மையான, பரிதாபத்துக்குரிய, திக்கற்ற கூலியாள். என்னோட சேர்த்து உன்னையும் கீழே இறக்கத்தான் என்னால முடியும். அவ்வளவுதான். எதையும் செய்ய முயற்சிப்பதாலே என்ன பலன் இருக்கு? தெரிந்து கொள்வதிலே என்ன பயன் இருக்கு? எதுவாவும் இருப்பதிலே என்ன பயன் இருக்கு? வாழ்வதிலே என்ன பயன் இருக்கு? நான் இறக்கக்கூடாதான்னு விரும்பறேன்.''

''ஓ ஜார்ஜ்! அன்பே! அது ரொம்பக் கொடுமை! தொழிற்சாலை வேலையை இழந்ததற்கு எப்படி வருத்தப்படறீங்கன்னு எனக்குத் தெரியும். நீங்க கடுமையான எஜமானரை பெற்றிருக்கீங்க. பொறுமையா கடவுள வணங்குங்க. ஏதாவது கிடைக்கலாம்.''

''பொறுமை! நான் பொறுமையா இல்லையா? என்னிடம் எல்லாரும் கனிவா இருந்த இடத்திலிருந்து எந்த உருப்படியான காரணமும் இல்லாம அவர் அழைத்துக் கொண்டு சென்றபோது ஒரு வார்த்தை சொன்னேனா? எனது வருமானத்தின் ஒவ்வொரு நாணயத்தையும் அவரிடம் நான் கொடுத்தேன். நான் நல்லா வேலை பார்த்ததா எல்லோரும் சொன்னாங்க'' அவளை குறுக்கிட்டு அவன் கூறினான்.

''நல்லது. அது பயங்கரமானதுதான். எல்லாத்துக்கும் மேல அவர் உங்களோட எஜமானர் இல்லையா?'' எலிசா கூறினாள்.

''எனது எஜமானர். அவரை எனது எஜமானராக ஆக்கியது யார்? அதைத்தான் நான் யோசிக்கறேன். என்னிடம் அவருக்கென்ன உரிமை இருக்கிறது? அவரைப் போல நானும் ஒரு மனுஷன். அவரை விட நான் நல்ல மனுஷன். அவரைவிட எனக்கு நல்லா வியாபாரம் தெரியும். அவரைவிட நான் நல்ல நிர்வாகி. அவரைவிட நான் நல்லா படிக்க

முடியும். அவரைவிட நான் நல்லா எழுதக் கூடியவன். அவரால இல்ல, அவரையும் மீறி நானே எல்லாத்தையும் கத்துக்கிட்டேன். என்னை வண்டிக் குதிரையா நடத்த அவருக்கு என்ன உரிமை இருக்கு? நான் நல்லா செய்யற வேலையிலிருந்து என்னை எடுக்க என்ன உரிமை அவருக்கு இருக்கு? குதிரைக்கு கொடுப்பதைவிட கடுமையான வேலையைக் கொடுக்க என்ன உரிமை இருக்கு? அத செய்யத்தான் முயற்சிக்கிறார். என்னைக் கீழே இறக்குவதாயும், அவமானப்படுத்து வதாயும் கூறுகிறார். வேண்டும் என்றே மிகக் கடுமையான, அற்பமான மோசமான வேலைகளை எனக்குக் கொடுக்கிறார்''

''ஓ, ஜார்ஜ்! என்னை பயமுறுத்தறீங்க. நீங்க இப்படிப் பேசி நான் கேட்டதேயில்லையே! ஏன்? நீங்க பயங்கரமா ஏதாவது செய்துடு வீங்களோன்னு பயப்படறேன். உங்கள் உணர்ச்சிகள் எனக்கு ஆச்சரியமாய் இல்லை. நிச்சயம் இல்லை. ஆனால், கவனமா இருங்க. என்க்காக, ஹேரிக்காக கவனமா இருங்க.''

''நான் கவனமாகத்தான் இருக்கேன். பொறுமையாகத்தான் இருக்கேன். நாளுக்கு நாள் நிலைமை மோசமாயிக்கிட்டேதான் இருக்கு. எனது உடலும், ரத்தமும் இனிமேலும் இத தாங்காது. என்னை அவமானப் படுத்தவும், சித்ரவதை செய்யவும் ஒவ்வொரு வாய்ப்பையும் பயன்படுத்தறார். எனது வேலையை நல்லா செஞ்சு, அமைதியா இருந்து, படிக்கக் கொஞ்சம் நேரம் ஒதுக்கி, வேலையில்லா நேரங்களில் கற்றுக் கொண்டு இருக்கலாம்னு நினைச்சேன். நான் செய்யலாம்னு நினைக்க நினைக்க, எனக்கு வேலையை திணிச்சுக்கிட்டே இருக்கார். நான் எதுவும் சொல்லலேன்னாலும், என்கிட்ட சைத்தான் இருப்பதாய் சொல்றார். அதை வெளியில் கொண்டு வர இருப்பதாய் கூறுகிறார். அவர் விரும்பாத விதத்துல ஒருநாள் அது வந்திடுமோன்னு நினைக்கிறார். நான் தப்பா புரிஞ்சுக்கிட்டிருப்பேனா?''

''அன்பே! நாம என்ன செய்யலாம்?'' துக்கத்தோடு எலிசா கேட்டாள்.

''நேத்திக்கு குதிரையை பயமுறுத்தற மாதிரி சாட்டையை ரொம்ப நெருக்கமாக இளம் டாம் சொடுக்கிட்டு இருந்தான். அந்த வண்டியில மூட்டைகளை அடுக்கிக் கொண்டிருந்தேன். அதை நிறுத்தும்படி எவ்வளவு இதமா முடியுமோ அவ்வளவு இதமா கேட்டுக்கிட்டேன். அவன் தொடர்ந்து சொடுக்கிக்கிட்டே இருந்தான். நான் அவனை கெஞ்சினேன். என் பக்கம் திரும்பி, என்னைத் தாக்கத் துவங்கிட்டான். அவனது கையைப் பிடிச்சேன். அவன் கத்தினான். அவனோட அப்பாகிட்ட ஓடி, நான் அவனோட சண்டை போடறதா சொன்னான். அவர் கடுங்கோபத்தோட வந்தார். என்னோட எஜமானர் யார்னு காட்டறதா சொன்னார். ஒரு மரத்தோட என்னைக் கட்டினார். சின்ன எஜமானரிடம் விசையைக் கொடுத்தார். அவன் சோர்ந்து போற வரை

என்னை சாட்டையால் அடிக்கலாம்னு சொன்னார். அவனும் அவ்வாறே செஞ்சான். எப்போதாவது அவரை இதை நினைக்க வைக்க வேண்டாமா?'' அவனது புருவங்கள் மேலும் கருமையாயின. அவனது இளம் மனைவி அஞ்சத்தக்க வகையில் அவனது கண்கள் கனன்றன. ''எனது எஜமானராய் இவரை ஆக்கியது யார்? அதை தெரிஞ்சுக்கத் தான் விரும்பறேன்'' என்று அவன் சொன்னான்.

''எனது எஜமானருக்கும், எஜமானிக்கும் எப்போதும் கீழ்ப்படிந்து நடக்கணும்னு நான் நினைச்சேன். இல்லைன்னா நான் கிறித்துவரா இருக்க முடியாது'' துக்கத்தோடு எலிசா கூறினாள்.

''உனது விஷயத்திலே அதுல அர்த்தம் இருக்கு. உன்னை குழந்தை போல வளர்த்திருக்காங்க. உணவு கொடுத்திருக்காங்க. உடை கொடுத்திருக்காங்க, சலுகை கொடுத்திருக்காங்க. நல்ல படிப்புக்கு ஏற்பாடு செஞ்சிருக்காங்க. உன்கிட்ட உரிமை கோருவதற்கு அவங்களுக்கு காரணம் இருக்கு. நான் உதைபட்டிருக்கேன், அடிபட்டிருக்கேன், புழுவா மிதிபட்டிருக்கேன், தனியே விடப்பட்டிருக்கேன். என்ன பராமரிச்சதுக்கு பரிகாரமா நூறு மடங்கு திரும்பக் கொடுத்திருக்கேன். நான் எதுக்கு கடன் பட்டிருக்கேன்? என்னால தாங்க முடியாது. நிச்சயம் தாங்க முடியாது'' மூர்க்கமான முகச்சுளிப்புடன் கையை இறுக்கிக் கொண்டான்.

எலிசாவுக்கு நடுங்கியது. அமைதியாய் இருந்தாள். இந்த மனப் பாங்குடன் அவளது கணவனை இதற்கு முன்பு அவள் பார்த்ததில்லை. அவனது உணர்ச்சிக் கொந்தளிப்பு அலையின் முன்பு அவளது நீதி தர்ம நாகரிக நடைமுறைகள் நாணலாய் வளைந்து நின்றன.

''நீ எனக்குக் கொடுத்த கார்லோ. எனக்கு நிம்மதியை தந்துக் கிட்டிருந்தது. இரவில் என்னோடு படுத்துக்கும். பகல் முழுதும் என்னோட சுத்தி வரும். எனது உணர்வுகளை புரிஞ்சுக்கிட்ட மாதிரி நடந்துக்கும். அன்னிக்கு சமையல் அறையில் மீந்திருந்த மிச்ச சொச்சங்களை அதுக்குக் கொடுத்துக்கிட்டிருந்தேன். எஜமானர் வந்தார். அவரோட செலவுல நாய்க்கு கொடுத்ததா சொன்னார். கறுப்பர்கள் நாய்களை வெச்சு பராமரிக்கிறது தனக்குக் கட்டுப்படியாகாதுன்னு சொன்னார். அதன் கழுத்தில கல்லை கட்டி, குளத்துல தூக்கி எறியும்படி உத்தரவிட்டார்.''

''ஓ ஜார்ஜ்! நீங்க அதைச் செய்யலையே?''

''செய்யறதா? நான் செய்யல. அவர் செஞ்சார். எஜமானரும், டாமும் மூழ்கிட்டு இருந்த அந்த பாவப்பட்ட உயிரை கல்லால அடிச்சாங்க. பாவம் அது! நான், அதை காப்பாத்தலைன்னு ஆச்சரியப் படுவதுபோல என்னை துக்கமா பார்த்துது. அதை குளத்துல போட்டு மூழ்கடிக்கலைன்னு சவுக்கால அடி வாங்கினேன். நான் கவலைப்படல. சாட்டையடி மூலம் என்னைப் பணிய வைக்க முடியாதுன்னு எஜமானர் புரிஞ்சுப்பார். எனக்கொரு நாள் வரும்.''

''நீங்க என்ன செய்யப் போறீங்க ஜார்ஜ்? கடவுள் மேல நம்பிக்கை இருந்தா மோசமா எதுவும் செய்திடாதீங்க. சரியானதை செய்யுங்க. கடவுள் காப்பாத்துவார்''

''உன்னை மாதிரி நான் ஒரு கிறித்துவன். என்னோட மனசெல்லாம் கசந்து போச்சு. நான் கடவுளிடம் நம்பிக்கை வைக்கலாம். அவர் ஏன் இதுபோல் நடக்க விடறார்?''

''ஓ, ஜார்ஜ்! நமக்கு நம்பிக்கை வேணும். நமக்கு எல்லாம் தப்பாப் போகும்போது, நமக்கு கடவுள் நல்லதுதான் செய்கிறார்னு நம்பணும்னு எஜமானி சொல்வாங்க''

''சோபாவுல உட்கார்ந்து, வாகனத்துல போறவங்களுக்கு அதுபோல நினைக்கிறது சுலபம். என்னோட இடத்தில இருந்தா, அவங்களுக்கு கஷ்டமாகிப் போகும்னு நினைக்கிறேன். நான் நல்லபடியா இருக்கணும்னுதான் விரும்பறேன். ஆனா என் நெஞ்சு பத்திக்கிட்டு எரியுது. என்னால சமாதானம் ஆக முடியல. என்னோட இடத்தில இருந்தா உன்னாலும் முடியாது. நான் சொல்ல வேண்டியதையெல்லாம் சொன்னா, உன்னால இப்ப சமாதானம் ஆக முடியாது. முழுசும் இன்னும் உனக்குத் தெரியாது.''

''இப்ப என்னாகும்?''

''வெளியிடத்துல எனது மனைவி இருப்பது முட்டாள் தனமானதுன்னு எஜமானர் இப்ப அடிக்கடி சொல்றார். திருவாளர் ஷெல்பி செருக்கோடு இருக்காராம். தலைக்கனம் பிடிச்சு திரியறாராம். உன்கிட்டேயிருந்த செருக்கான எண்ணங்கள் எனக்கு வந்திருக்காம். இங்கே வருவதை அனுமதிக்க முடியாதாம். நான் இன்னொரு திருமணம் செஞ்சுக்கிட்டு அவங்க இடத்திலேயே இருக்கணுமாம். முதலில் என்னைக் கடிந்து கொண்டார். இந்த விஷயங்களுக்காக முணுமுணுத்தார். மினாவை கல்யாணம் செய்து கொண்டு, அவளோட ஒரு குடியிருப்புல வசிக்கணுமாம். இல்லேன்னா நதிக்கு கிழக்கே என்னை வித்துருவாராம்.''

'ஏன்? வெள்ளைக்காரங்களுக்கு செய்யற மாதிரி, பாதிரியார் முன்னிலையில என்னைக் கல்யாணம் செஞ்சுக்கிட்டிருக்கீங்க'' என்று எலிசா சாதாரணமாகச் சொன்னாள்.

''ஒரு அடிமை திருமணம் செய்து கொள்ள முடியாதுன்னு உனக்குத் தெரியாதா? இந்த நாட்டில் அதுக்கு எந்தச் சட்டமும் இல்லை. நம்மைப் பிரிக்கணும்னு அவர் முடிவு செஞ்சா, நான் உன்னை எனது மனைவியா கூறிக் கொள்ள முடியாது. அதனால்தான் நான் உன்னை எப்போதும் பார்த்திருக்கக் கூடாதுன்னு விரும்பறேன். ஏன், நான் பிறந்திருக்கவே கூடாதுன்னு நினைக்கிறேன். நம்ம இருவருக்கும் அது நல்லதா இருந்திருக்கும். அவன் பிறக்காம இருந்திருந்தா இந்தப்

பாவப்பட்ட குழந்தைக்கு நல்லதா இருந்திருக்கும். அவனுக்கும் இதெல்லாம் நடக்கலாம்''

''ஓ, ஆனா எஜமானர் கனிவா இருக்காரே!''

''ஆமாம், யாருக்குத் தெரியும்? அவர் இறந்து போகலாம். அப்போது முகந் தெரியாத யாருக்காவது அவன் விற்கப்படலாம். அவன் அழகாகவும், துடிப்பாகவும், பிரகாசமாகவும் இருப்பதால் என்ன மகிழ்ச்சி இருக்க முடியும்? உன்னோட குழந்தைகிட்ட இருக்கும் ஒவ்வொரு நல்ல, இனிய விஷயங்களும், உன்னோட ஆன்மாவுல ரணத்தை ஏற்படுத்தும். அவனை பராமரிப்பது உனது தகுதிக்கு மீறியதா இருக்கும் எலிசா''

இந்த வார்த்தைகள் எலிசாவின் இதயத்தைப் பலமாகத் தாக்கின. அவளது கண் முன்பு வணிகரின் தோற்றம் வந்தது. யாரோ மரண அடி கொடுத்தது போல, அவளது முகம் வெளிறிப் போயிற்று. மூச்சுத் திணறியது. கடுமையான உரையாடலால் சோர்வுற்று, அவளது பையன் இருந்த வராந்தாவை நடுக்கத்தோடு நோக்கினாள். அங்கு அவன் ஷெல்பியின் நடைக் கம்பில் மேலும் கீழுமாக வெற்றிகரமாக சவாரி செய்து வந்தான். தனது கணவரிடம் அவளது பயங்களை சொல்லி யிருப்பாள். ஆனால், அவள் தயங்கி நிறுத்தியிருந்தாள்.

''பாவம் சிறுவன். அவன் தாங்குவதற்கு நிறைய இருக்கிறது. நான் அவனிடம் சொல்ல மாட்டேன். மேலும் அது உண்மையுமல்ல. எஜமானி எப்போதும் ஏமாற்ற மாட்டார்!'' அவள் நினைத்தாள்.

''எனவே, எனதருமை எலிசா! இப்ப இத தாங்கிக்கோ. போயிட்டு வரேன்'' துயரத்தோடு சொன்னான்.

''போறீங்களா ஜார்ஜ்? எங்கே?''

''கனடாவுக்கு. நான் அங்கே போன பிறகு, உன்னை வாங்குவேன். அந்த நம்பிக்கைதான் என்கிட்ட மிச்சமிருக்கு. உனக்கு கனிவான எஜமானர் இருக்கிறார். என்னிடம் உன்னை விற்க மறுக்க மாட்டார். உன்னையும், பையனையும் நான் வாங்குவேன். கடவுள் உதவினா, நிச்சயம் வாங்குவேன்'' தன்னை நிலையாய் நிறுத்திக் கொண்டு அவன் கூறினான்.

''ஓ! பயங்கரம். நீங்க பிடிபட்டா பயங்கரம்தான்''

''என்னை பிடிக்க முடியாது எலிசா. முதலில் நான் இறந்துடுவேன். நான் சுதந்திரமாவேன் அல்லது இறப்பேன்.''

''நீங்க தற்கொலை செய்து கொள்ள மாட்டீங்களே''

''அதுக்கு அவசியம் இருக்காது. என்னை அவங்க கொன்னுடு வாங்க. வேகமா கொன்னுடுவாங்க. நதிக்கு கீழே என்னை எப்போதும் அவங்களால பிடிக்க முடியாது''

''ஓ, ஜார்ஜ்! எனக்காக, கவனமா இருங்க. மோசமா எதுவும் செய்திடாதீங்க. உங்க மேலேயோ, அடுத்தவங்க மேலேயோ கையை வச்சுடாதீங்க. ரொம்ப ஆசைப்படறீங்க. நீங்க போய்த்தான் ஆகணும். ஆனா கவனமா போங்க. ஜாக்கிரதையா இருங்க. உங்களுக்கு உதவ கடவுள வேண்டிக்குங்க''

''நல்லது எலிசா. எனது திட்டத்தைக் கேள். ஒரு மைல் தள்ளி வசிக்கும் திரு சிம்ஸூக்கு செய்திக் குறிப்போடு என்னை எஜமானர் அனுப்பியிருக்கார். நான் இங்கே வந்து அவர் சொன்னதை உன்னிடம் சொல்லணும்னு அவர் எதிர்பார்க்கிறார். 'ஷெல்பி மக்கள்' என்று அவர் ஏளனமா குறிப்பிடுவோருக்கு பிரச்சனை அதிகமானால், அது அவருக்கு திருப்தியா இருக்கும். எல்லாம் முடிந்து விட்டது மாதிரி இதை ஏத்துக்கிட்டேன். சில தயாரிப்புகளை செய்து கொண்டுள்ளேன். அவை எனக்கு உதவும். இன்னும் ஓரிரு வாரத்தில், நான் காணாமல் போனவர்களின் பட்டியலில் சேர்ந்துடுவேன். எனக்காகப் பிரார்த்தனை செய் எலிசா. அநேகமா கடவுள் உனது வேண்டு கோளுக்கு செவி சாய்க்கலாம்.''

''ஓ, ஜார்ஜ்! நீங்களும் பிரார்த்தனை செய்ங்க. கடவுளை நம்புங்க. மோசமா எதுவும் செய்திடாதீங்க.''

''நல்லது - இப்போது போய் வருகிறேன்'' எலிசாவின் கையைப் பற்றிக் கொண்டு, அவளது கண்களை ஊடுருவி, அசையாது ஜார்ஜ் சொன்னான். அவர்கள் அமைதியாக நின்றார்கள். பிறகு இறுதி வார்த்தைகள் இருந்தன. தேம்பல்கள் இருந்தன. கசப்பான அழுகைகள் இருந்தன. அவர்கள் மீண்டும் சந்திப்பது என்பது சிலந்தி வலை பின்னுவது போன்றது. கணவனும், மனைவியும் பிரிய நேரிட்டது.

4

டாம் மாமாவின் குடியிருப்பில் ஒரு மாலைப்பொழுது

தனது எஜமானர்களின் வசிப்பிடத்தை நீக்ரோக்கள் ''வீடு'' என்று அழைப்பார்கள். அப்படியொரு வீட்டுக்கு அருகில், இருந்த சிறிய மரத்தாலான கட்டிடம்தான் டாம் மாமாவின் குடியிருப்பாகும். அதற்கு முன்பாக சுத்தமான தோட்டப் பகுதி இருந்தது. ஒவ்வொரு கோடையிலும், ஸ்ட்ராபெர்ரி, ராஸ்பெர்ரி மற்றும் பல வகையான பழங்களும், காய்களும் கவனமாகப் பயிரிடப்பட்டன. மிகப் பெரிய

சிவப்பு பிக்னோனியா மலர்க் கொடியாலும், பலவண்ண ரோஜாக்களாலும் முழு முன்பகுதியும் மூடப் பட்டிருந்தது. அவை பின்னிப் பிணைந்தும், நேர்த்தியாய் நெய்யப்பட்ட விதத்திலும் இருந்தன. தடிமனான மரங்களின் அடையாளம் அங்கங்கே அரிதாகத் தெரிந்தன. சாமந்தி, பெட்டுனியா, நான்கு மணி மலர், ஆகிய பிரகாசமான வருடாந்திர மலர்ச் செடிகள் தங்களுக்கென்று ஒரு மூலையை தேடிக் கொண்டு தங்கள் அழகை வெளிப்படுத்திக் கொண்டிருந்தன. சோலே அத்தையின் இதயத்திற்கு அவை மகிழ்ச்சியையும், பெருமையையும் கொடுத்துக் கொண்டிருந்தன.

குடியிருப்புக்குள் நுழைவோமா? வீட்டில் மாலை நேர உணவு முடிந்திருந்தது. தலைமை சமையற்காரராக அதன் தயாரிப்புக்கு தலைமையேற்றிருந்த சோலே அத்தை, சமையலறையை சுத்தம் செய்வதையும், பாத்திரங்களை கழுவுவதையும் கீழ்மட்ட பணியாளர் களிடம் ஒப்படைத்திருந்தாள். அழகாக அமைக்கப்பட்ட தனது பகுதிக்கு தனது 'வயதான மனிதனுக்கு இரவு உணவு' தயாரிக்க வந்திருந்தாள். எனவே நெருப்புக்கு அருகில் அவளைப் பார்த்து சந்தேகப்பட வேண்டாம். வேக வைக்கும் பாத்திரத்தில் வறுபடும் உணவை ஆர்வத்தோடு அவள் கவனித்து வந்தாள். கொஞ்ச நேரத்தில் அதிக அக்கறையோடு கொதிகலனின் மூடியைத் திறந்தாள். சுவையான ஏதோ தயாராவதை அதிலிருந்து வெளிப்பட்ட ஆவி அய்யமின்றி முன்னறிவித்தது. கருமையான, உருண்டையான, பளபளப்பான முகம் அவளுடையது. அவளது தயாரிப்பான தேநீர் ரஸ்க் போல் முட்டையின் வெள்ளைக் கருவால் கழுவப்பட்டது மாதிரி அவளது முகம் பளபளப்பாய் இருந்தது. அவளது கொழு கொழு முகத்தில் திருப்தியான புன்சிரிப்பும், சுயதிருப்தியும் வெளிப்பட்டன. சுற்று வட்டாரத்தின் முதன்மையான சமையல்காரராக சோலே அத்தை எல்லோராலும் அங்கீகரிக்கப்பட்டிருந்ததை நாம் ஏற்றுக் கொள்ளத்தான் வேண்டும்.

உடலாலும், உள்ளத்தாலும் அவள் ஒரு சமையற்காரிதான். அவள் நெருங்கி வருவதைக் கண்டால், தானியக் களஞ்சியத்திற்கு அருகில் இருக்கும் கோழியும், வான்கோழியும் வாத்தும் பயங்கரமாக தோற்ற மளிக்கும். அது அவற்றின் முடிவை பிரதிபலிப்பதாய் இருக்கும். அவற்றின் கால்களை இறுக்கிக் கட்டுதல், திணித்தல், வறுத்தல் ஆகிய ஏதோவொன்றில் அவள் எப்போதும் கவனமாய் இருப்பது நிச்சயம். அங்கே வசிக்கும் உயிரினத்திடையே ஓரளவுக்கு அச்சமூட்ட இச் செயல்கள் உதவின.

அனுபவம் குறைந்த மருந்து கலப்பாளர்களுக்கு அவள் தயாரிக்கும் கணக்கிலடங்கா உணவு வகைகள் மிக மிகப் புதிராயிருக்கும். அவளது உயரத்தை எட்டுவதற்கு அவளது கூட்டாளிகள் மேற்கொள்ளும்

பயனற்ற முயற்சிகள் பற்றி அவள் விவரிக்கும்போது, நியாயமான பெருமையோடும், மட்டிலா மகிழ்ச்சியோடும் அவளது பருத்த உடல் ஆடும்.

வீட்டிற்கு விருந்தினர்கள் வருவதும், பகல் உணவிற்கும், இரவிற்கும் நேர்த்தியோடு விருந்து தயாரிப்பதும், அவளது ஆன்மாவில் சக்தியைத் தட்டி எழுப்பும். வராந்தாவில் பயணிகளின் பெட்டிகளைக் குவித்திருக்கும் காட்சியைவிட மகிழ்ச்சியான காட்சி அவளுக்கு எதுவுமில்லை. புதிய முயற்சிகளுக்கும், புதிய வெற்றி களுக்கும் அவை முன்னறிவிப்பதாய் அவளுக்குத் தோன்றும்.

தற்போது வேக வைக்கும் வாணலியில் தனது கவனத்தை செலுத்தி வந்தாள். அவளது வசதியான பணியில் அவளை விட்டுவிட்டு, குடியிருப்பை சுற்றிப் பார்ப்பதை முடித்து விடுவோம். வெண்மையான விரிப்பால் நேர்த்தியாய் போர்த்தப்பட்ட படுக்கை ஒரு மூலையில் இருந்தது. அதன் அருகில் கணிசமான அளவில் கம்பளம் விரிக்கப் பட்டிருந்தது. மேல்தட்டு மக்களின் வாழ்க்கையில் இருப்பது போல, இந்த கம்பள விரிப்பில் சோலே அத்தையின் இருக்கை இருந்தது. படுக்கைக்கு அருகில் இருக்கும் முழு மூலையும் கவுரவத்துக்குரிய கவனத்துடன் பராமரிக்கப்பட்டிருந்தது. முடிந்தவரை மற்றவர்களின் ஆக்கிரமிப்பிலிருந்தும், குழந்தைகளின் அசுத்தமாக்கலிலிருந்தும் பாதுகாக்கப்பட்டிருந்தது. உண்மையில், அந்த நிறுவனத்தின் வரவேற்பறையாக அந்த மூலை இருந்தது. மற்றொரு மூலையில் பயன்பாட்டில் இருந்த எளிமையான படுக்கை இருந்தது. நெருப்புப் பகுதிக்கு மேலிருந்த சுவரை பிரகாசமான சாசனப்படம் அலங்கரித்தது. ஜெனரல் வாஷிங்டனின் படமும் இருந்தது. அவர் அப்படத்தை பார்க்க நேரிட்டிருந்தால், அது வரையப்பட்ட முறையையும் வண்ணமிடப்பட்ட விதத்தையும் கண்டு அந்த நாயகர் நிச்சயமாய் ஆச்சரியத்தில் ஆழ்ந்திருப்பார்.

மூலையில் இருந்த சொரசொரப்பான பெஞ்சில், பளபளக்கும் கரிய கண்களோடு பருத்த இருவர் நடைபழகும் குழந்தையை கண்காணித்து வந்தனர். வழக்கம் போல எழுந்து நிற்பது, சில நொடி சமாளித்து நிற்பது, பிறகு தடுமாறி விழுவது என்று குழந்தை செயல் பட்டது. ஒவ்வொரு முயற்சியும் தோல்வியுறும் போதும் ஆரவாரத்தோடு கைதட்டுவது நிகழ்ந்து கொண்டிருந்தது.

நொண்டிக் கொண்டிருந்த ஒரு மேஜை நெருப்புக்கு முன் இருந்தது. அது ஒரு துணியால் மூடப்பட்டிருந்தது. பளிச்சிடும் வகையில் கிண்ணங்களும், தட்டுகளும் அடுக்கி வைக்கப்பட்டிருந்தன. உணவு வேளை நெருங்கி வருவதை உணர்த்தும் அறிகுறிகள் தென்பட்டன. ஷெல்பியின் சிறந்த கையாளான டாம் மாமா இந்த மேஜையில் அமர்ந்திருந்தார். அவர் நமது கதையின் நாயகர் என்பதால்,

நமது வாசகர்களுக்கு அவரை படம்பிடித்துக் காட்டுவது அவசிய மாகிறது. அவர் அகன்ற மார்புடன் பெரிதாக இருந்தார். பளபளப்பான கருநிறத்தில் பலம் வாய்ந்த மனிதனாய் இருந்தார். அவரது முகம் ஆப்பிரிக்கத் தன்மையுடன் இருந்தது. ஆழ்ந்த, சீரான நற்தன்மையையும், கருணையையும், உதார குணத்தையும் பிரதிபலிப்பதாய் அம்முகம் இருந்தது. சுயமரியாதையுடனும், மதிப்புண்டாக்கும் விதத்திலும், நம்பகத்தையும், அடக்கமான எளிமையையும் தெரிவிப்ப தாயும் அவரது முழுத்தோற்றமும் இருந்தது.

இந்தத் தருணத்தில் தன் முன்னுள்ள பலகையில் சில எழுத்துக் களை கவனமாகவும், மெதுவாகவும் எழுதுவதில் மும்முரமாய் இருந்தார். துடிப்பான பதின்மூன்று வயது இளம் ஜார்ஜ் அவரது பணியை மேற்பார்வையிட்டு வந்தான். ஆசிரியராக தனது பணியின் கௌரவத்தை முழுமையாக அச்சிறுவன் உணர்ந்ததாய் தெரியவில்லை.

"அப்படியில்லை, டாம் மாமா. அப்படியில்லை. அது 'q' மாதிரி இருக்கு பாருங்க!" "g" எழுத்தின் வாலை மிகவும் சிரமப்பட்டுக் கொண்டு வந்திருந்த டாம் மாமாவிடம் சுறுசுறுப்பாய் கூறினான்.

பலவிதத்தில் 'q'க்களையும் 'g'க்களையும் தனது இளம் ஆசிரியர் லாவகமாக கிறுக்குவதை மதிப்புடனும், மரியாதையுடனும் பார்த்தார். தனது பெரிய, கனமான விரலில் பென்சிலை எடுத்துக் கொண்டு, அவர் பொறுமையாக திரும்பவும் எழுதத் துவங்கினார்.

"வெள்ளை ஆளுங்க எவ்வளவு சுலபமா எல்லாத்தையும் செய்ய றாங்க? இப்ப அவர் எழுதற விதம், படிக்கிற விதம், மாலையில் இங்கு வந்து தனது பாடங்களை நமக்குப் படித்துக் காட்டுவது எல்லாம் மிகவும் சுவாரசியமா இருக்கு" தனது போர்க்கில் இருந்த பன்றி இறைச்சியை சுத்தம் செய்து கொண்டே சோலே அத்தை சொன்னாள்.

"சோலே அத்தை எனக்கு ரொம்ப பசியா இருக்கு." அடுப்பில் இருக்கும் கேக் தயாராயிடுச்சு இல்லையா?" ஜார்ஜ் கேட்டான்.

"கிட்டத்தட்ட செஞ்சாச்சு ஜார்ஜ்" மூடியை தூக்கி முகர்ந்து பார்த்த சோலே அத்தை கூறினாள். "அழகா பழுப்பாயிருக்கு. ரொம்ப அழகான பழுப்பு. அதுக்கு எண்ணெய் தனியா விடணும். நேத்திக்கு சாலியை எஜமானி சில கேக்குகளை செய்து தெரிஞ்சிக்கிறதுக்காக அனுமதிச்சாங்க. நல்ல பொருட்கள் சேதமானது எனக்கு வருத்தமா இருந்துது. கேக் ஒரு பக்கம் மட்டும் வெந்திருந்தது. அமைப்பாவே இல்லை. "இருக்கு; என்னோட செருப்பு மாதிரி - நகரு என்றேன்" என்றாள்.

சாலியின் சமையல் பற்றி அவமதிப்பாய் கருத்துரைத்த சோலே அத்தை கொதிகலனின் மூடியைத் திறந்து சுத்தமாய் சுடப்பட்ட கேக்கைக் காட்டினாள். அதைப் பார்த்து எந்த நகர இனிப்புத்

தயாரிப்பாளரும் வெட்கப்படுவார். இது பொழுதுபோக்கின் மையமாக அமைந்துவிட, சோலே அத்தை இரவு விருந்துக்கு விரைவாக செயல்படத் துவங்கினாள்.

‘‘மோஸ், பேட்டே இங்கேயா இருக்கீங்க? வழி விடுங்க கறுப்பர்களே! பாலி கண்ணே! தனது குழந்தைக்கு அம்மா திங்க ஏதாவது கொடுப்பேன். ஜார்ஜ்! உன்னோட புத்தகத்தை எடுத்துக் கொண்டு எனது வயதானவரோடு உட்கார்ந்துவிடு. நான் உறையிலிடப் பட்ட இறைச்சியை சில நொடிகளில் தட்டில் கேக்குகளாய் அடுக்கிடுவேன்.’’

‘‘உணவிற்கு வீட்டிற்கு வரச் சொன்னாங்க. ஆனால், எது நல்லா இருக்கும்னு எனக்கு நல்லாத் தெரியும் சோலே அத்தை’’ எஜமானர் ஷெல்பியின் மகன் ஜார்ஜ் சொன்னான்.

‘‘அப்படியாச் சொன்னே? அப்படியாச் சொன்னே? இந்த வயதான அத்தை உனக்காக மிகச் சிறந்ததை வச்சிருப்பான்னு உனக்குத் தெரியுமா? அதுக்காக உன்னை தனியா விடலாம். வழிவிடு’’ தனது விரலால் ஜார்ஜை தட்டி சோலே அத்தை கூறினாள். அது விறுவிறுப்பு காட்டுவதாய் இருந்தது. மிகுந்த சுறுசுறுப்போடு தனது பணிக்குத் திரும்பினாள்.

வேலைப்பளு குறைந்ததாய் தெரிந்தபோது ‘‘இப்ப! கேக்குக்காக’’ என்றபடி ஜார்ஜ், அதன் மீது கத்தியைக் காட்டினான்.

‘‘ஜார்ஜ்! கடவுள் உன்னை ஆசிர்வதிக்கட்டும் அந்தக் கனமான கத்தியாலே நீ வெட்டக்கூடாது. அத கீழப் போடு. எங்கிட்ட மெலிசான பழைய கத்தி இருக்கு. அதை கூர்ப்படுத்தி வச்சிருக்கேன். அது இறகு போல மெல்லிசா இருக்கும். இதைச் சாப்பிடு. அதை அடிச்சுக்க எதுவும் கிடையாது.’’ அக்கறையோடு சோலே அத்தை கூறினாள்.

தனது கேக்கு நிரம்பிய வாயால் ‘‘உங்களைவிட அவங்களோட ஜின்னி சிறந்த சமையல்காரர்னு டாம் லிங்கன் சொல்றான்’’ என்று ஜார்ஜ் கூறினான்.

‘‘டாம் லிங்கன் பற்றி கணக்கில் எடுத்துக்க முடியாது. முடியவே முடியாது. அதாவது நம்ம ஆளுங்க பக்கத்திலேயே வரமுடியாதுன்னு சொல்றேன். சாதாரணமா செய்யறதுல அவங்களுக்கு போதுமான திறமை இருக்கலாம். ஆனால் நாகரிகமாகவும், புதுமையாகவும் அவங்களால செய்ய முடியாது. எஜமானர் ஷெல்பியோட, எஜமானர் லிங்கன எடை போட்டு பார்க்க முடியுமா? கடவுளே! திருமதி லிங்கன் எனது எஜமானி மாதிரி கருணையாயும், கம்பீரமாயும் இருக்க முடியுமா? நகரு! அந்த லிங்கனப் பத்தி எங்கிட்ட எதுவும் சொல்லாதே.’’ உலகைப் பற்றி ஓரளவுக்கு நல்லாவே தெரியும்னு காட்டிக்கிற மாதிரி தனது தலையை ஆட்டியபடி சோலே அத்தை பேசினாள்.

‘‘நல்லது; அந்த ஜின்னி சிறந்த சமையற்காரின்னு நீங்களே சொல்லியிருக்கீங்களே’’ என்றான் ஜார்ஜ்.

‘‘ஆமாம். சொல்லியிருக்கேன். இன்னும் சொல்வேன். நல்ல சாதாரணமான, பொதுவான சமையல ஜின்னி செய்வா. நல்லா பிரெட் செய்வா. அவளது தானிய கேக்குகள் அவ்வளவு சிறப்பா இருக்காது. கடவுள் அவ்வளவுதான் அவளுக்குக் கொடுத்திருக்கார். அவ என்ன பண்ண முடியும்? அவளால பசைப் பண்டங்கள் செய்ய முடியலாம். உன்னோட வாயில வழுக்கிட்டே போகுதே அந்த சுவையான பசைப் பண்டம். அது மாதிரி செய்ய முடியுமா? மேரியின் கல்யாணத்தப்ப அங்க போனேன். திருமணப் பதார்த்தங்களை ஜின்னி காட்டினா. ஜின்னியும் நானும் நல்ல தோழிகள் தெரியுமா? எதுவும் சொல்லாம வந்துட்டேன் ஜார்ஜ்! அதுபோல செஞ்சிருந்தா, நான் ஒரு வாரத்திற்கு தூங்கியிருக்கவே மாட்டேன். நம்மளோட அவள ஒப்பிட்டு பார்க்கவே முடியாது.’’

‘‘அவங்க சமைக்கறது நல்லா இருப்பதா ஜின்னி நினைக்கிறாங்கன்னு நான் நினைக்கிறேன்.’’ ஜார்ஜ் சொன்னான்.

‘‘அப்படித்தான் நினைப்பா. அவ அப்பாவி. அவளுக்கு எதுவும் தெரியாது. கடவுளே! அவளுக்கு தெரிஞ்சிருக்க நியாயமில்ல. அது அவ தப்பில்ல ஜார்ஜ். உங்க வீட்ல உனக்கு இருக்கிற சவுகரியங்கள் பாதிகூட தெரியாது’’ என்று சோலே அத்தை பெருமூச்சுவிட்டாள். அவளது கண்களை உணர்ச்சி மேலிட சுழற்றினாள்.

‘‘நிச்சயமா, சோலே அத்தை. எனது உணவு வசதிகள் எனக்கு நல்லாத்தெரியும். டாம் லிங்கனை கேளுங்க. அவனைப் பார்க்கும் போதெல்லாம் பெருமை அடிச்சுப்பேன்.’’

தனது இருக்கையில் திரும்ப அமர்ந்த சோலே அத்தை, கலகல வென சிரிக்கத் துவங்கினாள். அவளது கறுப்பான, பளபளப்பான கன்னங்களில் கண்ணீர் வழிந்து வரும்படியாக சிரித்தாள். இளம் ஜார்ஜை விளையாட்டாகத் தட்டியும், குத்தியும் ‘‘நீ என்ன கொன்னுடுவே’’ன்னு அடிக்கடி கூறினாள். இதைச் சொல்லும் போது ஒரு முறைக்கு மறுமுறை சத்தமாக சிரித்தாள். தான் ரொம்ப அபாய மான அறிவாளின்னு இளம் ஜார்ஜ் நினைக்கத் துவங்கினான். இனி பேசும்போது கவனமாய் இருக்கணும்னும், ‘‘எவ்வளவு நகைச்சுவை யாய் முடியுமோ அவ்வளவு பேசணும்னும்’’ நினைக்கத் துவங்கினான்.

‘‘அப்படியாச் சொன்னே! கடவுளே! சின்னப் பசங்க எப்படி எல்லாம் இருக்காங்க. டாம் கிட்ட பெருமை அடிச்சிகிட்டியா? கடவுளே! நீ பூச்சியைக்கூட சிரிக்க வச்சுடுவே போலிருக்கு?’’

‘‘ஆமாம் அவன்கிட்ட சொல்வேன். சோலே அத்தையின் பண்டங்களை நீ பார்த்தா அசந்திடுவே. அப்படி சுவையா இருக்கும்னு சொல்வேன்’’

''பாவம் டாம். இப்ப இங்கே இருக்க முடியல. இதுபோன்ற சமயங்களில் விருந்துக்கு வருமாறு அவனை அழைக்க வேண்டும். 'ஜார்ஜ்' நமக்கு இருக்கும் சலுகைகளை பார்க்க வேண்டும். நமக்கு சௌகரியங்கள் கொடுக்கப்பட்டிருப்பதை எப்பவும் நினைவில் வைக்க வேண்டும்'' என்று சோலே அத்தை சொன்னாள். அவனது தாராள மனதில் டாம் இருளான சூழ்நிலையில் இருப்பதான கருத்து ஆழப் பதிந்திருந்ததாய் தோன்றியது.

''அடுத்த வாரம் டாம்மை இங்கே வரச் சொல்லலாம்னு இருக்கேன். உங்களது மிகச் சிறந்த உணவுகளை தயார் செய்யுங்க சோலே அத்தை. அவனை ஆச்சரியப்பட வைப்போம். இரண்டு வாரத்திற்கு அதிலிருந்து விடுபடாதபடி அவனை சாப்பிட வைக்க முடியாதா?'' ஜார்ஜ் சொன்னான்.

''ஆமாம். ஆமாம் நிச்சயம். நம்மளோட சில விருந்துங்க நினைவுல இருக்கா? ஜெனரல் நாக்ஸுக்கு விருந்து கொடுத்தபோது செஞ்ச கோழிக்கறி நினைவிருக்கா?'' மகிழ்ச்சியுடன் சோலே அத்தை சொன்னாள்.

''அதப்பத்தி நானும் எஜமானியும் கிட்டத்தட்ட சண்டை போட்டுக் கிட்டோம். பெண்களுக்கு சில சமயம் ஏதாவது ஆயிடும். அதிகபட்ச பொறுப்பு வரும்போது, அவங்க அடிக்கடி குறுக்கிட துவங்கிடறாங்க. எஜமானி, இந்த முறையில செய், அந்த வழியில செய்னு சொன்னாங்க. நான் சொன்னேன்: ''எஜமானியம்மா பளபளக்கும் மோதிரத்தோட நீண்ட உங்க கைகளைப் பாருங்க. என்னோட கறுப்பு கையையும் பாருங்க. உணவு தயாரிக்க என்னோட கைகளையும் உணவுக் கூடத்தில் உணவருந்த உங்க கைகளையும் கடவுள் படைச்சிருக்கார்.''

''அம்மா என்ன சொன்னாங்க?'' ஜார்ஜ் கேட்டான்.

''சொல்றதா? அவங்களது அழகான கண்களை மூடிக்கிட்டு ''நல்லது சோலே. நீ சரியாத்தான் செய்யறே'' என்று சொல்லி உணவுக் கூடத்திற்கு போயிட்டாங்க. நா திமிரா பேசினதுக்கு என்னோட மண்டையில போட்டிருக்கணும். சமையலறையில பெண்கள வச்சுக்கிட்டு, என்னால எதுவும் செய்ய முடியாது''

''நீங்க அந்த விருந்தை நல்லா செஞ்சிருந்தீங்க. எல்லாரும் அப்படி சொன்னது எனக்கு நினைவிருக்கு'' என்று ஜார்ஜ் கூறினான்.

''நான் கேட்கலையா? அதே நாளில் சாப்பாட்டு அறையின் கதவின் பின்னால் இருந்தேன். அந்தப் பசை பண்டத்தை ஜெனரல் மூணு முறை கேட்டு வாங்கி சாப்பிட்டதைப் பார்த்தேன். அவர் சொன்னார்: நீ அசாதாரணமான சமையற்காரியை வச்சிருக்கணும், திருமதி ஷெல்பி. ஜெனரலுக்கு சமையல்னா என்னன்னு தெரிஞ்சிருக்கு. ரொம்ப நல்ல மனுஷன். பழைய வர்ஜினியாவில் ரொம்பவும்

கௌரவமான குடும்பத்திலிருந்து வந்தவர். என்ன, ஏதுன்னு அவருக்குத் தெரியும். அவரோட கருத்துக்களிலிருந்து அவருக்குத் தெரியும்கிறது தெளிவாத் தெரியும்'' சோலே அத்தை நம்பிக்கையோடு சொன்னார்.

மேலும் ஒரு கவளம் கூட உண்ண முடியாத நிலைக்கு இளம் ஜார்ஜ் வந்தபோது, கம்பளித் தலையும், கரும் கண்களும் கொண்ட குழந்தைகளை கவனித்தான். எதிர் மூலையிலிருந்து பசியோடு அவர்களது செயல்களை கவனித்துக் கொண்டிருந்தனர்.

"மோஸ், பேட்டே உங்களுக்கு கொஞ்சம் வேணுமா? சோலே அத்தை அவங்களுக்கும் சில கேக்குகளை செய்யுங்க'' தாராளமாய் உணவுத் துண்டங்களைப் பிய்த்து தூக்கியெறிந்து கூறினான்.

ஜார்ஜும், டாமும் சிம்னி மூலையில் இருந்த வசதியான இருக்கைக்கு நகர்ந்தனர். சோலே அத்தை தேவையான கேக்குகளை தயாரித்த பின்பு, குழந்தையை மடியில் வைத்துக் கொண்டாள். அதற்கு ஊட்டி, தானும் உண்டாள். மோஸுக்கும், பேட்டேக்கும் கொஞ்சம் கொடுத்தாள். அவர்கள் மேஜையின் அடியில் தரையில் உருண்டு அவற்றை உண்டனர். ஒன்றுக்கொன்று கிச்சுக்கிச்சு மூட்டிக் கொண்டு குழந்தையின் கால் விரல்களை இழுத்தனர்.

மேஜையின் அடியில் சத்தம் அதிகமாகவும், சமாளிக்க முடியாத தாகவும் மாறியபோது செல்லமாய் உதைத்து அம்மா கூறினாள்: ''ஓ! நகரு! போக மாட்டியா? நம்மள வெள்ளை மனிதர்கள் பார்க்க வரும்போது மரியாதையா நடந்துக்க மாட்டீங்களா? நிறுத்துவீங்களா மாட்டீங்களா? ஒழுங்கா நடந்துக்கங்க. ஜார்ஜ் போனதும், உங்கள கீழே இருட்டறைக்கு இழுத்துக்கிட்டு போவேன்.''

இந்தப் பயங்கர மிரட்டலுக்கு என்ன அர்த்தம் என்பதைச் சொல்வது மிகவும் சிரமம். இளம் பாவிகளிடம் வீசப்பட்ட இந்த வார்த்தைகள் அவர்களிடம் எந்த விளைவையும் ஏற்படுத்தவில்லை என்பது நிச்சயம்.

''எப்பவும் கிச்சு கிச்சு மூட்டிக்கிட்டே இருக்கற இவங்களால ஒழுங்கா நடந்துக்க முடியாது'' என்றார் டாம் மாமா.

சிறுவர்கள் மேஜையின் அடியிலிருந்து எழுந்தார்கள். அவர்களது கைகளிலும், முகங்களிலும் சர்க்கரைப் பாகு அப்பியிருந்தது. குழந்தையை மூர்க்கமாக முத்தமிடத் துவங்கினர்.

''நகர்ந்து தொலைங்க, இப்படியே இருந்தீங்கன்னா, நீங்க ஒட்டிக் கிட்டே இருப்பீங்க. சுத்தமாக மாட்டீங்க. குழாய்க்குப் போய், உங்களை கழுவிக்கங்க'' என்று சொன்னாள். இந்த அறிவுரையைத் தொடர்ந்து முதுகில் தட்டினாள். அது தாங்க முடியாததாகத் தோன்றினாலும், இளம் சிறுவர்களிடம் சிரிப்பையே வரவழைத்தது. ஒருவருக்கொருவர் கதவுக்கருகில் முட்டிக் கொண்டனர். அங்கே அவர்கள் மகிழ்ச்சியோடு கூச்சலிட்டனர்.

‘‘நீ எப்பவாவது இது மாதிரியான முரட்டுச் சிறுவர்களை பார்த்திருக்கியா?’’ அமைதியாக சோலே அத்தை கேட்டாள். இதுபோன்ற அவசரங்களுக்காக வைத்திருந்த பழைய உடைந்த தேநீர் கோப்பையிலிருந்து சிறிது நீரூற்றி குழந்தையின் முகத்திலிருந்தும், கைகளிலிருந்தும் வெல்லப் பாகினை துடைக்கத் துவங்கினாள். நன்கு பளபளப்பாகும் வரை துடைத்த பின்பு, டாமின் மடியில் அவளை கிடத்தினாள். இரவு உணவை முடிப்பதில் மும்முரமானாள். டாமின் மூக்கை, கழுத்தை, முகத்தை பிராண்டியும், அவரது கம்பளித் தலையில் தனது கொழுத்த கைகளைப் புதைத்தும் குழந்தை விளையாடியது. தனது செயலில் சிறப்பான திருப்தியை அது பெற்றதாய்த் தோன்றியது.

‘‘இவள் அழகான இளம் குழந்தை இல்லையா?’’ முழு அளவில் அவளைத் தூக்கிய டாம் கேட்டார். பின்னர் எழுந்து, அவரது அகன்ற தோளில் அவளைத் தூக்கி வைத்துக் கொண்டு, அவளுடன் குதித்தும், ஆடியும் விளையாடினார். தனது கைக்குட்டையை அவளிடம் இளம் ஜார்ஜ் காட்டினான். திரும்பி வந்த மோஸூம், பேட்டேவும் கரடி போல் கத்தினார்கள். அவர்கள் சத்தத்தாலே ‘‘அவளது தலையை எடுத்துடுவீங்க’’ என்று சோலே அத்தை அறிவித்தாள். அவளோட கூற்றுப்படி, இந்தச் செயல்பாடுகள் அந்தக் குடியிருப்பில் தினசரி நடப்பவை. அமைதியான நிலைக்கு அனைவரும் வரும் வரை, இந்த ஆரவாரங்கள் அடங்காது.

‘‘இப்போது எல்லாம் முடிஞ்சு போச்சுன்னு நினைக்கிறேன்’’ சோலே அத்தை சொன்னாள். முரட்டுத்தனமான சுருட்டப்பட்ட மெத்தையை பிரிச்சுப் போட்ட சோலே அத்தை ‘‘மோஸ்! பேட்டே! நீங்க இரண்டு பேரும் இதுல படுங்க. நாங்க கூட்டம் கூடப் போறோம்’’

‘‘ஓ அம்மா! எங்களுக்குப் பிடிக்கல. கூட்டத்தில நாங்களும் உட்காரப் போறோம். கூட்டம் எங்களுக்குப் பிடிச்சிருக்கு.’’

‘‘அதை அடியில தள்ளுங்க. சோலே அத்தை! அவங்களும் உட்காரட்டும்.’’ என்று அந்த கடினமான இயந்திரத்தை உள்ளே தள்ளி இளம் ஜார்ஜ் முடிவாகச் சொன்னான்.

அதை உள்ளே தள்ளுவதில் மகிழ்ச்சி அடைந்ததாய் தோன்றிய சோலே அத்தை, ‘‘அவங்களுக்கு கூட்டம் நல்லது செய்யணும்’’ என்றார்.

கூட்டத்திற்கான இடத்தையும் மற்றும் ஏற்பாடுகளையும் செய்ய, வீடு முழுமையாக முனைந்தது.

‘‘கூட்டம் நடக்க நாற்காலிகளுக்கு என்ன செய்வது? எனக்குத் தெரியல’’ சோலே அத்தை கூறினாள். வாரா வாரம் டாம் மாமாவின் இடத்தில் நடைபெற்ற கூட்டங்கள் முடிவில்லாது நீண்டு போனதால், நற்போது இதற்கு ஏதாவது வழி காணப்படும் என்று ஒரு நம்பிக்கை ஏற்பட்டிருந்தது.

''போன வாரம் வயதான பீட்டர் மாமா பாட்டுப் பாடி, அந்தப் பழங்கால நாற்காலியின் கால்களை உடைச்சுட்டாரே!'' மோஸ் கூறினான்.

''நீ நகரு...'' என்றாள் சோலே அத்தை.

''சுவத்தில ஒட்டி வைச்சா அது நிக்கும்'' மோஸ் கூறினான்.

''பாடும்போது தள்ளிவிடுவார் என்பதால் பீட்டர் மாமா அதுல உட்காரக்கூடாது. நேத்திக்கு இரவு அறையைச் சுத்தி துள்ளிக் குதிச்சார்.''

''கடவுளே! அப்ப அதுல அவர விடுங்க. அவர் ஆரம்பிப்பார் : 'வருக ஞானிகளே! பாவிகளே! நான் சொல்வதைக் கேளுங்கள்.'' என்று மோஸ் சொன்னான். அந்த வயோதிகரின் மூக்குவழி குரலை அப்படியே நடித்துக் காட்டினான். தரையில் விழுந்து பாவனை செய்தான்.

''நாகரீகமாக நடந்துக்க உன்னால முடியாதா? உனக்கு வெட்கமாயில்லை.'' சோலே அத்தை சொன்னார்.

ஆனால் ஜார்ஜ் தவறிழைத்தவனின் சிரிப்பில் இணைந்து கொண்டு, மோஸ் ஒரு ''உள்ளங்கவர் கள்வன்'' என்று உறுதியாக அறிவித்தான். எனவே தாயின் கண்டிப்பு தனது சக்தியை இழந்தது.

''நல்லது! பெரியவரே! சோலே அத்தை கூறினார். ''இவங்கள பீப்பாய்லதான் தள்ளணும்.''

''அம்மாவோட போல் பெரிசா இருக்காது. அந்த நல்ல புத்தகத்துல ஜார்ஜ் பாஸ்டர் அதைப் பத்தி படிச்சார்'' மோஸ் கூறினான்.

மோஸுக்கும் பேட்டேக்கும் அருகில் இரண்டு காலி டீப்பாய்கள் இருந்தன. இரு பக்கங்களிலும் கல் வைக்கப்பட்டு பாதுகாக்கப் பட்டிருந்தன. குறுக்கே பலகைகள் வைக்கப்பட்டன. சில தொட்டிகளும், வாளிகளும் வைக்கப்பட்டன. இவ்வாறு இந்த ஏற்பாடுகள் மூலம் தயாரிப்பு முழுமை அடைந்தது. உடையும் நிலையிலிருந்த நாற்காலிகள் அப்புறப்படுத்தப்பட்டன.

''ஜார்ஜ் மாஸ்டர் நல்ல படிப்பாளி. அவர் இங்கே தங்கி நமக்காக படிப்பார்னு எனக்குத் தெரியும். அது மிகவும் கவனத்தைக் கவருவதாய் இருக்கும்'' சோலே அத்தை கூறினாள்.

தனக்கு முக்கியத்துவம் அளிக்கும் எதையும் செய்யத் தயாராய் அவன் இருந்ததால், ஜார்ஜ் உடனடியாக உடன்பட்டான்.

நரையோடிய எண்பது வயது முதியவர் முதல் பதினைந்து வயது இளம் பெண்களும், சிறுவர்களும் என்று பலதரப்பட்ட மனிதர்கள் அவ்வறையில் குழுமினர். கெடுதல் செய்யாத வம்பு பேச்சுக்கள் வலம் வந்தன. சாலி அத்தைக்கு எங்கு புதிய சிவப்பு கைக்குட்டை கிடைத்தது?

தனக்கு புத்தாடை கிடைத்ததும், தனது புள்ளி போட்ட மஸ்லின் உடையை லிஸ்ஸிக்கு எஜமானி தரப்போவது எப்படி? அந்த இடத்திற்கு மேலும் பெருமை சேர்க்கும் வகையில், இளம் ஷெல்பி சிவப்பும், பழுப்பும் கலந்த குட்டிக் குதிரை வாங்கப் போவது எப்படி? அதில் கலந்து கொள்ள அனுமதிக்கப்பட்டவர்கள் பல சுவையான தகவல்களைக் கொண்டு வந்திருந்தனர். வீட்டிலும், அந்தப் பகுதியிலும் நடப்பதைப் பற்றியும், சொல்லப்படுவதைப் பற்றியுமான தகவல்களை தாராளமாக சுற்றுக்கு விட்டனர்.

குழுமியிருந்த அனைவரையும் குதூகலிக்க வைக்கும் வகையில், சிறிது நேரங்கழித்து பாடல்கள் துவங்கின. இயற்கையாய் இனிமையாய் இருந்த குரல்களின் சக்தியை தடுத்து நிறுத்த குறைபாடுகள் மிகுந்த மூக்குவழி குரல்களால் முடியவில்லை. அவை பலமாகவும், உற்சாக மூட்டுபவையாகவும் இருந்தன. பாடல்களின் வார்த்தைகள் சில சமயம் தெரியாததாகவும், தேவாலயங்களில் பாடப்படும் தோத்திரங்களாகவும் இருந்தன. சில சமயம் கடினமாகவும், தெளிவாகத் தெரிந்தவையாகவும், குழுக் கூட்டங்களில் அறிந்தவையாகவும் இருந்தன.

நல்ல உற்சாகத்துடனும், இதமூட்டும் விதத்திலும் பாடப்பட்ட ஒரு சேர்ந்திசைப் பாடல் கீழ்க்கண்ட வரிகளைக் கொண்டிருந்தது.

''போர்க்களத்தில் இறப்பது
போர்க்களத்தில் இறப்பது
எனது ஆன்மாவிற்கு பெருமை''

மற்றொரு சிறப்பு விருப்பப் பாடலில் கீழ்க்கண்ட வரிகள் அடிக்கடி இடம்பெற்றன.

''ஓ! நான் பெருமை நோக்கிப் போகிறேன்! என்னோடு வாராயோ?
தேவதைகள் என்னை சைகையிட்டு அழைப்பது கேட்கலையா?
தங்க நகரையும், முடிவில்லா பகலையும் பார்க்கலையா?

''ஜோர்டானின் கரைகள்'' ''கேனனின் வயல்கள்'' மற்றும் ''புதிய ஜெருசலேம்'' ஆகிய மற்ற வார்த்தைகள் தொடர்ந்து கூறப்பட்டு வந்தன. ஆர்வமும், கற்பனை வளமும் மிகுந்த நீக்ரோ உள்ளங்களுக்கு, பாடல்களும், தெளிவாகப் படம் பிடித்துக் காட்டும் வெளிப்பாடுகளும் எப்போதும் பிடித்தமானவையாக இருந்தன. அவர்கள் பாடும்போது, சிலர் சிரித்தனர், சிலர் கண்ணீரில் கரைந்தனர். சிலர் கை தட்டினர், மகிழ்வுடன் ஒருவருக்கொருவர் கரம் குலுக்கிக் கொண்டனர். நதியின் மற்றொரு புறமும் தங்களுக்கு கிடைத்தாற் போன்று மகிழ்ந்தனர்.

பலவகை அறிவுரைகளும், அனுபவப் பகிர்வுகளும் பாடலோடு இணைந்து வெளிப்பட்டன. பழைய வரலாறு அறிந்தவராய் மதிக்கப்பட்ட வயதான நரைத்த தலை பெண்மணி எழுந்து, தனது தடியில் சாய்ந்து கொண்டு கூறினார்:

''நல்லது குழந்தைகளே! உங்கள் அனைவரையும் மீண்டும் பார்ப்பதில் எனக்கு மகிழ்ச்சியாய் இருக்கு. நான் எப்ப பெருமைக்குரிய இடத்திற்குப் போவேன்னு எனக்குத் தெரியாது. நான் தயாராய் இருக்கேன் குழந்தைகளே! மூட்டை முடிச்சோட போகத் தயாராய் இருக்கேன். சிலசமயம் இரவு அழைப்பு சத்தம் கேட்பதாய் தோன்றும். நான் எப்போதும் போகத் தயாராய் இருக்கேன். அந்தப் பெருமைக் குரிய இடம் மகத்தானது. ரொம்ப மகத்தானது குழந்தைகளே! உங்களுக்கு அதுபற்றி எதுவும் தெரியாது. அது அதிசயமானது'' வயோதிகப் பெண்மணி அமர்ந்தார். கண்ணில் நீர் வழிந்தது. உணர்ச்சிமயமாய் மாறியிருந்தார். முழுக் குழுவும் உரக்க ஒலித்தது:

''ஓ கேனன்! பிரகாசமான கேனன்
கேனைன் நாட்டிற்கு நான் போகிறேன்
வேண்டிக்கொண்டபடி''

வெளிப்பாட்டின் இறுதி அத்தியாயத்தை இளம் ஜார்ஜ் படித்தான். ''இப்போது நல்லது'' ''கேட்கத்தான் முடியும்'' ''அத நினைச்சுப் பார்'' ''அது நிச்சயமா வருமா?'' ஆகிய கூவல்கள் அவ்வப்போது குறுக்கிட்டன.

தனது தாயால் மதரீதியாக பயிற்சியளிக்கப்பட்டிருந்த பிரகாச மான சிறுவனான ஜார்ஜ் அனைவரின் பாராட்டுதலுக்கும் தான் ஆளாகியுள்ளதை உணர்ந்தான். அவ்வப்போது தனது சொந்த விளக்கங்களை சேர்த்துச் சொன்னான். பாராட்டத்தக்க தீவிரத் தோடும், ஈர்ப்போடும் அவை இருந்தன. இளையவர்கள் பாராட்டினர். முதியவர்கள் வாழ்த்தினர். ''ஒரு பாதிரியார்கூட இதைவிட நன்றாக சொல்ல முடியாது. அற்புதமாய் உள்ளது'' என்று அனைவரும் ஏற்றுக் கொண்டனர்.

அண்டைப் பகுதிகளில், மத விஷயங்களில் டாம் மாமா ஒருவித மரியாதைக்குரிய மூத்தவர். ஒழுக்க நிலையில் உயர்ந்திருந்த ஒரு அமைப்பில் இருப்பவருக்கு இது இயற்கையே. தனது கூட்டாளிகளிடம் இருந்ததைவிட அவரது மனது நன்கு பராமரிக்கப்பட்டு வளர்க்கப் பட்டிருந்தது. ஒரு பாதிரியாரைப் போன்ற மரியாதையுடன் மதிக்கப் பட்டிருந்தார். எளிமையானவர்; அன்பானவர்; நன்கு கற்றவர்களைவிட மேம்பட்ட விதத்தில் நியாயமான முறையில் எடுத்துரைக்க வல்லவர். ஆனால் அவர் துதிப் பாடல்களில்தான் குறிப்பாகவும் சிறப்பாகவும் பரிமளித்தார். குழந்தையின் ஆர்வத்தோடு வெளிப்படும் தோத்திரங்கள், சாசன வரிகளால் செழுமைப்படுத்தப்பட்டிருந்தன. அந்த தோத்திரங் களின் உள்ளத்தைத் தொடும் எளிமையை எதனாலும் விஞ்ச முடியாது. அவை அவருக்குள் குடிபுகுந்ததாகத் தோன்றும். அவரது அங்கமாகவே அவை மாறிவிட்டிருந்தன. அவரது உதட்டிலிருந்து அவை அனிச்சையாக தெறித்து விழுந்தன. பக்திமிகுந்த வயதான நீக்ரோவின்

வார்த்தைகளில் ''அவர் முழுமையாக வழிபட்டார்.'' அவரைச் சுற்றி எங்கும் வெளிப்பட்ட அபரிமிதமான பாராட்டு மழையில், அவரது அவையோரின் பக்தி உணர்வுகள் மட்டுப்பட்டு விடுமோ என்று பயப்படும் அளவிற்கு அவரது தோத்திரங்களின் விளைவு இருக்கும்.

உள் அறையில் இதுபோன்ற நிகழ்வுகள் நடந்து கொண்டிருக்க, எஜமானரின் கூடத்தில் மாறுபட்ட ஒரு செயல் அமைதியாக நடந்தது.

மேலே சொன்ன உணவுக் கூடத்தில் வணிகரும், திருவாளர் ஷெல்பியும் காகிதத்தால் மூடப்பட்ட எழுதுபொருட்கள் நிறைந்த மேசைமுன் அருகருகே அமர்ந்திருந்தனர்.

சில பட்டியல் கட்டுகளை எண்ணுவதில் திருவாளர் ஷெல்பி மும்முரமாய் இருந்தார். எண்ணி முடித்தவற்றை, வணிகரிடம் கொடுக்க, அவரும் அவ்வாறே எண்ணினார்.

''எல்லாம் சரியா இருக்கு. இப்ப இவற்றில் ஒப்பமிடணுமே!'' வணிகர் சொன்னார்.

திரு. ஷெல்பி விற்பனைப் பட்டியல்களை விரைந்து இழுத்தார். விருப்பமில்லாத வியாபாரத்தில் அவசரமாய் செயல்படுவது போல் அவற்றில் ஒப்பமிட்டார். பின்னர் பணத்திற்கு மேல் அவற்றை வைத்தார். நன்கு தைக்கப்பட்ட ஒரு தோல் பையிலிருந்து ஹாலே ஆவணம் ஒன்றை எடுத்தார். சில நொடிகள் பார்த்தார். பின்னர் அதை ஷெல்பியிடம் கொடுத்தார். அடக்கப்பட்ட ஆர்வத்துடன் ஷெல்பி அதனை எடுத்துக் கொண்டார்.

''நல்லது. வியாபாரம் முடிந்தது'' என்று எழுந்தபடி வணிகர் கூறினார்.

''ஆமாம் முடிந்தது.'' சிந்தனை வயப்பட்ட குரலில் ஷெல்பி கூறினார். நீண்ட பெருமூச்சுடன் அவர் திரும்பச் சொன்னார். ''ஆமாம் முடிந்தது''

''நீங்க இதில் மகிழ்ச்சியுற்றதாகத் தோன்றவில்லை என்று எனக்குப் படுது'' என்றார் வணிகர்.

ஷெல்பி சொன்னார் : ''ஹாலே அவன் எவ்வகையில் போகிறான் என்பது தெரியாது. டாமை விற்க மாட்டேன் என்று தாங்கள் உறுதி கூறியதை நினைவில் கொண்டுள்ளீர்கள் என்று நான் நம்புகிறேன்''

''நீங்க இப்போது அதைத்தான் செய்திருக்கீங்க'' வணிகர் கூறினார்.

''சந்தர்ப்பங்கள் என்னை நிர்ப்பந்தித்ததை நீங்கள் அறிவீர்கள்'' இறுமாப்புடன் ஷெல்பி சொன்னார்.

''நல்லது. அதேபோன்ற சந்தர்ப்பங்கள் என்னையும் நிர்ப்பந்திக்கலாம், இருந்தாலும், டாமுக்கு நல்ல இடமாய் அமைத்துக் கொடுக்க என்னால் முடிந்ததைச் செய்வேன். நான் அவனை மோசமாக நடத்துவேன் என்று நீங்கள் கவலைப்பட வேண்டாம். நான் எவ்விதத்திலும் கொடூரமானவனாக இருக்கவில்லை என்பதற்கு நான் கடவுளுக்கு நன்றி சொல்ல கடமைப்பட்டுள்ளேன்'' என்று வணிகர் கூறினார்.

தனது மனிதாபிமான கொள்கைகள் பற்றி வணிகர் முன்பு கூறியிருந்ததற்குப் பிறகு, அவரது உறுதிமொழிகளில் ஷெல்பிக்கு குறிப்பான நம்பிக்கை ஏற்படவில்லை. ஆனால் அதுதான் அவருக்கு ஆறுதல் அளிக்கும் என்பதால், அமைதியாக வணிகர் வெளியேற அனுமதித்தார். தனியாகப் புகைப் பிடிக்கத் துவங்கினார்.

5

உடைமையாளர்கள் மாறுவதால் உண்டாகும் உணர்வுகள்

திரு ஷெல்பியும், அவரது மனைவியும் படுக்கையறைக்குச் சென்றனர். பெரிய சாய்வு நாற்காலியில் சாய்ந்து கொண்டு, மாலை நேர அஞ்சலில் வந்திருந்த கடிதங்களைப் பார்த்துக் கொண்டிருந்தார் ஷெல்பி. அவரது மனைவி கண்ணாடி முன் நின்று, எலிசா செய்திருந்த தலையலங்காரம் காரணமாக சிடுக்காயிருந்த பின்னலையும், முடிச் சுருள்களையும் வாரிக் கொண்டிருந்தார். வெளிறிய கன்னங்களையும், உள்வாங்கியிருந்த கண்களையும் கண்டு எலிசாவை ஓய்வெடுக்க அனுப்பியிருந்தார். காலையில் அந்தப் பெண்ணுடன் நடைபெற்ற உரையாடல் இயல்பாய் நினைவுக்கு வந்தது. தனது கணவனை நோக்கி அலட்சியமாகத் திரும்பி, திருமதி ஷெல்பி கேட்டார்:

''ஆர்தர்! நமது உணவு மேஜைக்கு நீங்க அழைத்து வந்திருந்த மனுஷர் யார்?''

''அவரது பெயர் ஹாலே!'' தனது இருக்கையில் சங்கடமாக திரும்பி ஷெல்பி சொன்னார். அவரது பார்வை ஒரு கடிதத்தில் தொடர்ந்து பதிந்திருந்தது.

''ஹாலே! யாரது? அவருக்கு இங்கென்ன வேலை?''

''கடந்த முறை நாட்சேஷில் இருந்தபோது அவரிடம் சில வியாபாரங்கள் செய்திருந்தேன்'' என்றார் ஷெல்பி.

'அத சாக்கா வச்சு இங்கே வந்து தங்கி சாப்பிட்டுப் போக வந்தாரா?''

"ஏன்? அவரை நான்தான் அழைத்திருந்தேன். அவர்கிட்ட எனக்கு சில கணக்கு வழக்கு இருந்தது.'' ஷெல்பி சொன்னார்.

"அவர் நீக்ரோக்களை வியாபாரம் செய்பவரா?'' தனது கணவரின் செயல்பாட்டில் சங்கடம் தோன்றுவதை கவனித்த திருமதி. ஷெல்பி கேட்டார்.

"ஏன், என்ன அன்பே! உனக்கு யார் சொன்னது?'' நிமிர்ந்து பார்த்து ஷெல்பி கேட்டார்.

"ஒண்ணுமில்லை. உணவு முடிஞ்சதும் எலிசாதான் வந்திருந்தா. கவலையா இருந்தா. அழுதுகிட்டு இருந்தா. நீங்க ஒரு வியாபாரிகிட்ட பேசுவதாயும், தனது மகனுக்கு விலை பேசியதைக் கேட்டதாயும் சொன்னாள். பைத்தியக்கார குட்டி வாத்து அவ.''

"அவ சொன்னாளா?'' தனது கடிதத்தில் கவனமாக இருப்பதாகக் காட்டிக் கொண்டு ஷெல்பி சொன்னார். அவர் அதைத் தலைகீழாக வைத்திருப்பதை உணராதவராக இருந்தார்.

"இப்ப இல்லன்னாலும், எப்பவாவது வெளியில வந்துதான் ஆகணும்'' தனக்குள் சொல்லிக் கொண்டார்.

"நான் எலிசாவிடம் சொன்னேன். அவள் ஒரு முட்டாள். அது மாதிரி மனுஷங்ககிட்ட உங்களுக்கு எந்த வேலையும் இல்லன்னு அவளுக்குப் புரியல என்றேன். நம்ம ஆளுங்க யாரையும் விற்பதற்கு நீங்க விரும்பமாட்டீங்கன்னு எனக்குத் தெரியும். அதுவும் இதுபோன்ற ஆளுங்ககிட்ட மாட்டீங்கன்னு நிச்சயம் தெரியும்'' திருமதி ஷெல்பி தனது முடியை வாரிக் கொண்டே கூறினார்.

"நல்லது எமிலி அது மாதிரி நான் எப்போதும் சொல்லிக் கிட்டிருந்தேன். செஞ்சுக்கிட்டிருந்தேன். நான் வியாபாரம் செய்யறதும் அது இல்லாம இருக்க முடியாதுங்கறதும் உண்மை. என்னோட சில ஆளுங்களை வித்துத்தான் ஆக வேண்டியிருக்கு'' ஷெல்பி கூறினார்.

"அந்த அற்ப பூச்சிகிட்டயா? சாத்தியமே இல்லை ஷெல்பி! நீங்க விளையாடலியே?''

"நான் அப்படிச் சொல்ல வருத்தப்படறேன் டாமை விற்க சம்மதிச்சுட்டேன்'' ஷெல்பி சொன்னார்.

"என்ன? நம்ம டாமையா? அந்த நல்ல, விசுவாசமான ஊழியனையா? குழந்தையிலிருந்தே உண்மையான ஊழியனாய் இருப்பவனையா? ஓ ஷெல்பி! அவனுக்கு சுதந்திரம் தருவதாய் உறுதி கூறியிருக்கீங்க. இதுபற்றி நீங்களும் நானும் நூறுமுறை பேசியிருக் கோம். நல்லது. இப்ப எதையும் என்னால நம்ப முடியும். பாவப்பட்ட எலிசாவின் ஒரே குழந்தையான ஹேரியையும், உங்களால விற்க

முடியும்னு என்னால நம்ப முடியும்'' கோபத்திற்கும், துக்கத்திற்கும் இடையிலான ஒரு குரலில் திருமதி ஷெல்பி கூறினார்.

''நல்லது. நீ எல்லாவற்றையும் தெரிஞ்சுக்க வேண்டியதுதான்! அது அப்படித்தான். நான் டாமையும், ஹேரியையும் சேர்த்து விற்க ஒத்துக்கிட்டேன். தினமும் எல்லாரும் செய்யறத நான் செஞ்சா என்னை பிசாசாக ஏன் பார்க்கறீங்கன்னு தெரியல.''

''எல்லாரையும் விட்டுட்டு, இவங்கள ஏன்? வித்துதான் ஆகணும்னா, இவங்கள ஏன்?'' திருமதி ஷெல்பி கேட்டார். ''

''அவங்களாலதான் அதிகத் தொகையை பெற்றுத் தர முடியும். நீ விரும்பினா, வேற ஒருத்தரை தேர்ந்தெடுக்க முடியும். அந்த ஆள் எலிசா மேல அதிகத் தொகை சொன்னான். அது உனக்கு சரிப்படுமா?'' ஷெல்பி சொன்னார்.

''கயவன்'' திருமதி ஷெல்பி கடுமையாக கடுகடுத்தாள்.

''ஒரு நொடிகூட அத நான் காது கொடுத்து கேட்கலை. உன்னோட உணர்வுகளுக்கு மதிப்புக் கொடுத்து, அதைச் செய்ய மாட்டேன். என்னை கொஞ்சம் புரிஞ்சுக்கோ.''

''அன்பே! என்னை மன்னிச்சுடுங்க. நான் அவசரப்பட்டுட்டேன். எனக்கு ஆச்சரியமா இருந்தது. இதுக்குத் தயாராய் இருக்கவில்லை. இந்த ஏழைங்களுக்காக தலையிடுவதை நிச்சயம் நீங்க அனுமதிப்பீங்க. கறுப்பராய் இருந்தாலும், டாமுக்கு உன்னதமான மனசு– விசுவாசமான மனுஷன். நான் நம்பறேன். உங்களுக்காக உயிரைக்கூட கொடுப்பான்'' தன்னை சுதாரித்துக் கொண்ட திருமதி ஷெல்பி சொன்னார்.

''எனக்குத் தெரியும். என்னால தைரியமா சொல்ல முடியும். அதனால என்ன பயன்? எனக்கு வேறு வழி இருக்கலை.''

''பணத்தை நாம் ஏன் தியாகம் செய்யக் கூடாது? என் பங்குக்கு அசௌகரியங்களை ஏற்றுக் கொள்ள தயாராய் இருக்கேன். நம்மைச் சார்ந்து இருக்கும் இந்த ஏழை எளியவர்களுக்கான கடமையை உண்மையான கிறித்துவப் பெண்ணாய் நான் நிறைவேற்ற முயற்சித்து வர்றேன். அவங்ககிட்ட அக்கறை செலுத்தியிருக்கேன். அறிவுரை சொல்லியிருக்கேன். கவனமா கவனிச்சுக்கிட்டு வந்திருக்கேன். பல வருடங்களா அவங்களோட சின்ன சின்னத் தேவைகளையும், மகிழ்ச்சிகளையும் தெரிஞ்சு வச்சிருக்கேன். அற்ப பணத்திற்காக விசுவாசமான, அற்புதமான, நம்பிக்கைக்குரிய டாம் போன்றவர்களை விற்க முன்வந்த பின்பு, அவங்க முன்னாடி எப்படி தலை காட்ட முடியும்? அவங்களுக்கு நாம சொல்லிக் கொடுத்த அன்பையும், மதிப்பையும் எப்படி கிழித்துப் போட முடியும்? நான் அவங்களுக்கு குடும்பத்திற்கான கடமை, குழந்தைகளுக்கும் பெற்றோர்களுக்கும்

இடையே உள்ள கடமை, கணவன் மனைவிக்கு இடையே உள்ள கடமை எல்லாத்தையும் சொல்லிக் கொடுத்திருக்கேன். பணத்தோட பார்க்கறப்போ, என்னதான் உன்னதமா இருந்தாலும், கடமைக்கோ, உறவுக்கோ, பிணைப்புக்கோ நாங்கள் அக்கறை செலுத்தலன்னு வெளிப்படையா வெளிப்படுத்துவதை எப்படி என்னால தாங்க முடியும்? நான் எலிசாகிட்ட அவளோட மகனைப் பத்திப் பேசியிருக்கேன். ஒரு கிறித்துவத் தாயாய் அவளோட கடமை பற்றியும், அவனை கண்காணிப்பது பற்றியும், அவனுக்காக பிரார்த்நிப்பது பற்றியும், கிறித்துவ முறையில் அவனை வளர்ப்பது பற்றியும் பேசியிருக்கேன். கொஞ்சம் பணத்துக்காக, அவனோட ஆன்மாவையும், உடலையும் அவளிடமிருந்து பிரிச்சு, கொள்கையும் புனிதமும் இல்லாத ஒருவனுக்கு விற்பதை நான் என்னன்னு சொல்ல முடியும்? உலகத்துல உள்ள எல்லா பணத்தைவிட, ஒரு ஆன்மா உயர்ந்ததுன்னு அவளுக்குச் சொல்லியிருக்கேன். நாம இப்ப மாறி, அவளது குழந்தையை வித்தா, நம்மள அவ எப்படி நம்புவா? அவனோட ஆன்மாவையும், உடலையும் அழிச்சு விற்கிறோம் என்பதுதான் நிச்சயம்.''

''நீ இதுபற்றி இவ்வளவு வருத்தப்படுவது கண்டு வருத்தமாயிருக்கு எமிலி! உண்மையிலேயே நானும் ரொம்ப வருத்தப்படறேன். உன்னோட உணர்வுகளை நான் மதிக்கறேன். அதை முழுமையா பகிர்ந்துக்கற மாதிரி நான் நடிக்க மாட்டேன். நான் ஆழ்ந்த மரியாதையோட சொல்றேன். அதில பயனில்ல. என்னால எதுவும் செய்ய முடியாது. இதை மனசறிய நான் சொல்லலை. எமிலி. வெளிப்படையாச் சொல்லணும்னா, இவங்க இரண்டு பேரையும் விற்பதா எல்லாத்தையும் விற்பதா என்ற தேர்வுதான் என் முன்னே இருந்தது. ஒண்ணு அவங்க போகணும். இல்லேன்னா எல்லாமே போயிடும். ஹாலே கிட்ட நான் எழுதி கொடுத்திருந்த அடமான பத்திரம் மாட்டிக்கிட்டது. நான் அத நேரடியா சரி செய்யலேன்னா நம்மிடம் இருக்கும் எல்லாம் போயிடும். நான் துப்புரவா துடைச்சுட்டேன். சுத்தமா சுரண்டிட்டேன். கடன் வாங்கிட்டேன். பிச்சை எடுக்கறத தவிர எல்லாம் செஞ்சுட்டேன். எல்லாத்தையும் சரி செய்ய இவங்க இரண்டு பேரோட விலை தேவையாயிருந்தது. நான் அவங்கள விட்டுவிட வேண்டி வந்தது. குழந்தையிடம் ஹாலே விருப்பங் கொண்டு விட்டான். அந்த வழி தவிர வேறு வழிக்கு அவன் சம்மதிக்கல. நான் அவனிடம் சிக்கிக் கொண்டு விட்டேன். அதை செஞ்சுத்தான் ஆக வேண்டும். அவங்கள வித்ததுக்காக வருத்தப் பட்டேன்னா, எல்லாத்தையும் வித்தா பரவாயில்லையா?''

தாக்கப்பட்டவளாய் திருமதி ஷெல்பி ஸ்தம்பித்து நின்றாள். இறுதியாக குளியலறைக்குச் சென்று தனது முகத்தைக் கையில் ஏந்திக் கொண்டு முனகலை வெளியிட்டாள்.

''அடிமைகள் மீது கடவுளின் சாபம் இது. கசப்பான சாபம். எஜமானர்களுக்கும் சாபம், அடிமைகளுக்கும் சாபம். அந்த அபாயமான தீங்கிலிருந்து ஏதாவது நல்லது செய்ய முடியும்னு நம்புவது முட்டாள்தனம். நமது சட்டங்களின்படி அடிமைகளை வைத்திருப்பது பாவகரமானது. நான் எப்போதும் அப்படித்தான் நினைச்சேன். நான் சிறுமியாய் இருக்கும்போது எப்போதும் அப்படித்தான் நினைச்சேன். தேவாலயத்தில் சேர்ந்த பின்பு, இன்னும் அதிக நம்பிக்கையோட நினைச்சேன். அதை சரி செய்திடலாம்னு நினைச்சேன். அன்பால, அக்கறையால, அறிவுரையால, சுதந்திரத்தோட நல்ல நிலைமைல வச்சுக்கலாம்னு நினைச்சேன். நான் முட்டாளாக இருந்திருக்கேன்.''

''நீ அடிமைப் பழக்கத்தை ஒழிப்பவளாய் மாறி விட்டாயா எமிலி?''

''பழக்க ஒழிப்பாளர்களா? அடிமைத்தனம் பற்றி எனக்குத் தெரிந்ததை எல்லாம் அவர்கள் அறிவார்களா? அவங்க பேசுவாங்க. அவங்க நமக்குச் சொல்ல வேண்டாம். அடிமைத்தனம் சரியானதுன்னு, எப்போதும் நான் எண்ணியதில்லை. அடிமைகளை சொந்தமாக்கிக் கொள்ள எப்போதும் விருப்பமுடையவளாக இருந்ததில்லை.''

''நல்லது; இந்த விதத்தில் நீ அறிவாளிகளிடமிருந்தும், பக்திமான்களிடமிருந்தும் மாறுபடுகிறாய் போன ஞாயிற்றுக்கிழமை திரு. பி'யின் சொற்பொழிவு நினைவிருக்கிறதா?'' ஷெல்பி கேட்டார்.

"அதுபோன்ற சொற்பொழிவுகளைக் கேட்க விரும்பல. நமது தேவாலயத்தில் திரு. பி.'யின் சொற்பொழிவை மீண்டும் கேட்க விரும்பல. தீங்குகளை களைய பாதிரியார் உதவ முடியாது. அவங்களால சரி செய்ய முடியாது. நம்மை விட அதிகமாக அவங்களால எதுவும் செய்ய முடியாது. அதுக்கு வக்காலத்து வேணா வாங்கலாம். எனது பொது உணர்வுக்கு எதிராக அவை இருந்துள்ளன. அந்தச் சொற்பொழிவு பற்றி நீங்களும் பெரிதா ஒண்ணும் நினைக்கலேன்னு நான் நினைக்கறேன்.''

''நம்ம மாதிரி பாவிங்க எடுத்துச் சொல்வதைவிட அதிகமாக விஷயங்களை எடுத்துச் சொல்லும் தைரியம் இந்தப் பாதிரியார்களுக்கு வந்திருக்குன்னு சொல்லணும். பல விஷயங்கள இந்த உலகில் வாழும் நாம் சிரமப்பட்டுப் பார்க்கணும். விரும்பலேன்னாலும் பழக்கப் படுத்திக்கணும். ஆனா, பாதிரியார்களும், பெண்களும் தங்களது வட்டத்தை விட்டு வெளியே வந்து, ஒழுக்க நிலையிலும், அடக்கத்திலும் நம்மைத் தாண்டிப் போவது நமக்கு விருப்பமாய் இருப்பதில்லை. இது உண்மை. ஆனா, இப்ப, சூழ்நிலையின் தேவையைப் புரிஞ்சுப்பேன்னு நினைக்கிறேன். சூழ்நிலை அனுமதிச்ச அளவுக்கு நல்லது செஞ்சிருக்கேன்'' ஷெல்பி சொன்னார்.

‘‘ஆமாம். ஆமாம். சொல்லிக்கிற மாதிரி என்னிடம் எந்த நகையும் இல்லை. இந்தக் கடிகாரம் எதுவும் செய்ய முடியாதா? அது வாங்கப்பட்டபோது விலை உயர்ந்ததாய் இருந்தது. எலிசாவின் குழந்தையைக் காப்பாற்ற முடியுமானால், என்னிடம் இருக்கும் எதையும் நான் இழக்கத் தயாராயிருக்கேன்’’ அவசரமாக தனது தங்க கடிகாரத்தை தடவிக் கொண்டே திருமதி ஷெல்பி யோசனையுடன் சொன்னார்.

‘‘நான் வருத்தப்படறேன். ரொம்ப வருத்தப்படறேன். உன்னை இந்த அளவிற்கு கொண்டு சென்றுள்ளது குறித்து வருத்தமா இருக்கு. ஆனா, அதனால பயனில்ல. எமிலி! உண்மை என்னன்னா, வியாபாரம் முடிஞ்சுது. விற்பனை பத்திரத்தல கையெழுத்துப் போட்டாச்சு. ஹாலேவின் கையில இருக்கு. அது இன்னும் மோசமா மாறலை யேன்னு நன்றி கூறணும். நம்மை முழுசா ஒழிக்க அந்த ஆளுகிட்ட சக்தி இருக்கு. எனக்கு அவனப் பத்தி தெரிஞ்ச மாதிரி உனக்குத் தெரிஞ்சா, நாம மயிரிழையில் தப்பிச்சதா நீ நிச்சயம் நினைப்பே’’ என்று ஷெல்பி சொன்னார்.

‘‘அப்போ அவன் அவ்வளவு மோசமானவனா?’’

‘‘ஏன்? கொடுமைக்காரன். தடித் தோல் கொண்டவன். வியாபாரம் – லாபம் இது தவிர எது பத்தியும் அக்கறை இல்லாதவன். அலட்சிய மானவன். தயங்காதவன். விட்டுக் கொடுக்காதவன். மரணமும் கல்லறையும் போல இருப்பவன். வயோதிக தாய்க்குக் கெடுதல் செய்ய நினைக்க மாட்டான்னாலும் நல்ல லாபத்திற்கு தனது அம்மாவையே விற்பான்.’’

‘‘இந்தக் கொடியவனா, நல்ல விசுவாசமான டாமுக்கும், எலிசாவின் குழந்தைக்கும் சொந்தமானவன்?’’

‘‘நல்லது அன்பே! உண்மையில் எனக்குகூட கஷ்டமா இருக்கு. அத பத்தி நினைப்பதுகூட வெறுப்பா இருக்கு. ஹாலே விரைவா - விஷயத்த விரைவா முடிக்க விரும்பறார். நாளைக்கே ஏற்றுக் கொள்ள விரும்பறார். அதிகாலையிலே என்னோட குதிரையில வெளியில போகப் போறேன். என்னால டாமைப் பார்க்க முடியாது. இது உண்மை. நீயும் எங்காவது வெளிய போயிடு. எலிசாவையும் அழைத்துக் கொண்டு போ. அவ இல்லாதபோது அது நடக்கட்டும்.’’

‘‘இல்ல இல்ல. இந்தக் கொடூர வியாபாரத்திற்கு எந்த விதத்திலும் நான் உடந்தையா இருக்க மாட்டேன். அந்த ஏழை டாமை நான் போய்ப் பார்ப்பேன். அவனது கஷ்டத்துல கடவுள் அவனுக்கு உதவட்டும். தனது எஜமானி தங்களுக்காக வருத்தப்படுவதையும், தங்களோடு இருப்பதையும் அவங்க உணரட்டும். எலிசாவ பத்தி நினைக்க எனக்கு தைரியமில்ல. கடவுள் நம்மை மன்னிக்கட்டும்.

இந்தக் கொடூர அவசியம் நமக்கு ஏற்பட, நாம என்ன பாவம் செஞ்சுட்டோம்?'' திருமதி ஷெல்பி சொன்னார்.

இந்த உரையாடலை வேறு ஒருவர் கவனித்தது ஷெல்பிக்கும், அவரது மனைவிக்கும் தெரிந்திருக்கவில்லை.

அவர்களது தங்குமிடத்திற்கு அருகே வெளி நடைக்கு முன்பாக ஒரு பெரிய அறை இருந்தது. திருமதி. ஷெல்பி எலிசாவைப் படுக்க அனுப்பியபோது, அவளது உணர்ச்சிவயப்பட்ட விறுவிறுப்பான மனதிற்கு இந்த அறை நினைவிற்கு வந்தது. அவள் அங்கே மறைந்திருந்தாள். கதவு இடுக்கின் வழியே காதை நெருக்கமாய் பொருத்திக் கொண்டு, உரையாடலின் ஒவ்வொரு வார்த்தையையும் கேட்டாள்.

குரல்கள் ஒடுங்கி, அமைதியானபோது, அவள் எழுந்து, ரகசியமாக வெளியேறினாள். இதுவரை மென்மையாகவும், நாணத்தோடும் இருந்த உருவம் மாறி, வெளிறிய, நடுக்கம் மிகுந்த கடுமையான அம்சங்களோடு உதடுகள் ஒட்டிக் கொண்டவாறு தோற்றமளித்தாள். நுழைவு வழியாக கவனமாக நகர்ந்தாள். தனது எஜமானியின் அறைக் கதவின் முன்பு அரை நொடி நின்றாள். சொர்க்கத்தை நோக்கி தனது கையைத் தூக்கிக் காட்டினாள். பின்னர் திரும்பி தனது அறை நோக்கிச் சென்றாள். தனது எஜமானியின் இருப்பிடம் இருந்த அதே தளத்தில் அமைந்த அழகான, அமைதியான வசிப்பிடம் அது. இனிமையான வெளிச்சம் நிறைந்த ஜன்னல் இருந்தது. அங்கு அவளது தையல் இயந்திரம் அருகில் அமர்ந்து அடிக்கடி பாடுவாள். ஒரு சிறு புத்தக அலமாரி இருந்தது. கிறித்துமஸ் விடுமுறைகளில் பரிசாகக் கிடைத்த பலவிதமான புதுமையான பொருட்கள் இருந்தன. அறையில் எளிய அலமாரி இருந்தது. சுருக்கமான இடமாக அவளது இருப்பிடம் இருந்தது. மொத்தத்தில் மகிழ்ச்சியர்ன இடமாக இருந்தது. அங்கே அந்த படுக்கையில் சிறுவன் தூங்கிக் கொண்டிருந்தான். அவனது நீண்ட சுருள்முடி உணர்வற்று இருந்த முகத்தில் அலட்சியமாய் விழுந்திருந் தது. அவனது சிவந்த உதடு பாதி திறந்திருந்தது. படுக்கைத் துணிகளின் மேல் அவனது சிறிய கொழுத்த கைகள் விழுந்திருந்தன. அவனது முழு முகத்தில் சூரியக் கதிர் போன்று புன்னகை படர்ந்திருந்தது.

''ஏழை மகனே! ஏழை பையனே! அவர்கள் உன்னை விற்று விட்டார்கள். இருந்தாலும் உன்னை உனது அன்னை பாதுகாப்பாள்'' என்று எலிசா சொன்னாள். தலையணை மீது ஒரு துளி கண்ணீர்கூட விழவில்லை. இதுபோன்ற சமயங்களில், சிந்துவதற்கு கண்ணீர் இதயத்தில் இருப்பதில்லை. அது ரத்தத்தைத்தான் சிந்துகிறது. அமைதியாக இரத்தம் கசிகிறது. ஒரு சிறு காகிதத் துண்டையும், பென்சிலையும் எடுத்துக் கொண்டு, அவசரமாக எழுதினாள்.

"ஓ எஜமானி! அன்பான எஜமானி! என்னை நன்றி கெட்டவளாய், தவறாய் நினைக்காதீங்க. நீங்களும் எஜமானரும் இன்றிரவு சொன்னது எல்லாத்தையும் கேட்டேன். எனது மகனைப் பாதுகாக்க முயற்சிக்கப் போகிறேன். நீங்கள் என்னை குறை கூற மாட்டீங்க. உங்களது கனிவுக்கு கடவுள் ஆசிர்வதிக்கட்டும். அருள் பாலிக்கட்டும்."

அவசரமாக மடித்தாள். மேஜை அருகே சென்றாள். சிறிய பொட்டலத்தில் மகனின் துணிகளை எடுத்துக் கொண்டாள். ஒரு கைக்குட்டையை வைத்து தனது இடையில் இறுகச் சுற்றிக் கொண்டாள். இந்த திகிலான நேரத்தில்கூட அவனது விருப்ப பொம்மைகளை எடுத்துக் கொள்ள தவறாத அவள் செயல், தாயின் மனமும், நினைவும் எத்தகைய அன்பானது என்பதனை எடுத்துக் காட்டியது. அவனை எழுப்புவதற்கு பயன்படும் நன்கு வண்ணமிடப் பட்ட கிளி பொம்மையை அவனுக்கு விளையாட்டுக் காட்ட எடுத்துக் கொண்டாள். ஆழ்ந்து உறங்குபவனை எழுப்புவதற்கு சற்று சிரமமாய் இருந்தது. சில முயற்சிகளுக்குப் பிறகு, அவன் எழுந்து அமர்ந்தான். தனது பறவையுடன் விளையாடினான். அவனது அம்மா குல்லாவையும், சால்வையையும் அணிவித்தாள்.

"நீங்க எங்க போறீங்க அம்மா?" சிறு சட்டை மற்றும் தொப்பியுடன் அவள் படுக்கையை நெருங்கியபோது சிறுவன் வினவினான்.

அவனது அம்மா நெருங்கினாள். அவனது கண்களை ஆர்வத்தோடு நோக்கினாள். அசாதாரணமான ஏதோவொன்று நிகழப் போவதாக மகன் உணர்ந்தான்.

"மெதுவா ஹேரி. சத்தமாப் பேசக்கூடாது. அப்படி செஞ்சா அவங்க நாம பேசறத கேட்டுடுவாங்க. தனது அம்மாவிடமிருந்து ஹேரியை எடுத்துச் செல்ல கெட்ட மனிதன் ஒருவன் வர்றான். இருட்டில் அவனை அழைச்சிட்டு போகப் போறான். ஆனால் அம்மா விடமாட்டாள். சிறுவனுக்கு தொப்பியும், மேல் சட்டையும் போட்டு அவனோடு ஓடப் போகிறாள். அந்த அசிங்கமான மனிதனால் பிடிக்க முடியாது."

சிறுவனுக்கு எளிமையான ஆடைகளை அணிவித்து, தனது தோளில் சுமந்து கொண்டாள். அசைவற்று இருக்கும்படி அவனிடம் முணுமுணுத்தாள். வெளி வராந்தாவிற்கு இட்டுச் சென்று தனது அறைக் கதவை திறந்தாள். சத்தமின்றி வெளியேறினாள்.

அது மினுமினுக்கும் பனி மிகுந்த நட்சத்திர வெளிச்சம் நிறைந்த இரவாக இருந்தது. தனது குழந்தையின் கழுத்தைச் சுற்றி சால்வையை அணிவித்தாள். மங்கலான பயத்தோடு, அமைதியாக அவளது கழுத்தைக் கட்டிக் கொண்டான். மண்டப முகப்பில் உறங்கிக் கொண்டிருந்த நியூபவுண்டுலாண்டு நாயான வயதான ப்ருனோ அவள்

அருகே நெருங்கியதும் மெதுவாக உறுமியது. அவளது பழைய விருப்ப விளையாட்டு சகாவான அதை பெயரிட்டு அழைத்தாள். வாலை ஆட்டிக் கொண்டு, தொடர்ந்து வரத் தயாரானது. அந்த நள்ளிரவு நடையின் அர்த்தத்தை அந்த நாய் அறியாது இருந்தது. இந்தச் செயலின் கவனமின்மையும் இயல்பின்மையின் சாயலும் அதை சங்கடப் படுத்தியது. எலிசா முன்னேறிச் செல்ல, அது நின்றது. முதலில் அவளையும், பின்னர் வீட்டையும் மாறி மாறி உற்றுப் பார்த்தது. அனிச்சையாக உறுதி செய்து கொண்ட பின்பு, அவளை அது பின் தொடர்ந்தது. சில நிமிடங்களில் டாம் மாமாவின் குடியிருப்பின் முன் அவர்கள் நின்றனர். எலிசா நின்றாள். ஜன்னல் கதவை மெல்லத் தட்டினாள்.

தோத்திரப் பாடல்கள் காரணமாக டாம் மாமாவின் பிரார்த்தனைக் கூட்டம் பின்னிரவு வரை தள்ளிப் போனது. டாம் மாமாவே நீண்ட தனிப் பாடல்களை பாடியதால், நள்ளிரவு பன்னிரண்டிற்கும், ஒரு மணிக்கும் இடையில் இருந்தாலும், அவரும் அவரது போற்றத்தக்க உதவியாளர்களும் இன்னும் உறங்கவில்லை.

''கடவுளே! என்ன அது? துணியைப் போட்டுக்கங்க பெரியவரே! யாரோ வந்திருக்காங்க. லிசியா இருக்கணும். புருனோவும் வந்திருக்கு. நான் கதவைத் திறக்கப் போறேன்'' எழுந்து நின்று அவசரமாக திரைச் சீலையை இழுத்தவாறு சோலே அத்தை சொன்னாள்.

கதவைத் திறந்தாள். டாம் அவசரமாக ஏற்றிய மெழுகுவர்த்தியின் வெளிச்சம் முகத்திலும், கண்களிலும் விழுந்தது.

''கடவுள் ஆசீர்வதிக்கட்டும். உன்னைப் பார்க்க பயமாயிருக்கு லிசி! உனக்கு உடம்பு சுகமில்லையா? உனக்கு என்னாச்சு?''

''நான் ஓடப் போறேன் டாம் மாமா! சோலே அத்தை! எனது குழந்தையோட ஓடப் போறேன். எஜமானர் அவனை விற்று விட்டார்.''

''விற்றுவிட்டாரா?'' துயரத்தோடு கைகளைத் தூக்கி இருவரும் வினவினர்.

''ஆமாம், அவனை விற்று விட்டார். இன்று இரவு எஜமானியின் குடியிருப்பு அருகில் இருந்த அறையில் இருந்து, உங்களையும், எனது ஹேரியையும் ஒரு வணிகரிடம் விற்று விட்டதாக எஜமானியிடம் எஜமானர் கூறுவதைக் கேட்டேன். எஜமானர் இன்று காலை தனது குதிரையில் வெளியே போகப் போறாராம். அந்த மனிதன் இன்று அழைத்துச் செல்லப் போறானாம்'' எலிசா உறுதியாகக் கூறினாள்.

இந்தப் பேச்சின்போது, டாம் அவரது கையை உயர்த்தியவாறு நின்றார். கனவில் இருக்கும் மனிதனின் கண்களாய் அவரது கண்கள் விரிந்து நின்றன. அதன் அர்த்தம் அவருக்குப் பிடிபட்டபோது மெதுவாகவும், படிப்படியாகவும் சரிந்தார். தனது பழைய நாற்காலியில்

அமர்வதற்குப் பதிலாக, தனது முழங்காலில் தனது தலையைக் கவிழ்த்துக் கொண்டார்.

''நல்ல கடவுள் நம்மீது கருணை வைப்பார். அது உண்மையாக இருக்காது என்று தோன்றுகிறது. எஜமானர் அவரை விற்கும் அளவிற்கு அவர் என்ன செய்தார்?'' சோலே அத்தை கேட்டார்.

''அவர் எதுவும் செய்யவில்லை. அதுக்காக இல்லை. எஜமானர் விற்க விரும்பல. எஜமானி எப்போதும் நல்லவள். நமக்காக அவங்க வாதாடி, வேண்டினாங்க. பயனில்லன்னு அவர் சொன்னார். அந்த மனிதனிடம் கடன்பட்டிருப்பதாகச் சொன்னார். அவர்மீது அந்த ஆளுக்கு சக்தி இருக்கு. அவனுக்கு விற்காவிடில், இந்த இடத்தையும், எல்லோரையும் விற்று விட்டு வெளியேற வேண்டி வருமாம். 'இருவரை விற்பது அல்லது எல்லாவற்றையும் இழப்பது, இது தவிர வேறு வழி எதுவும் இல்லை' என்றார். அந்த ஆள் ரொம்பக் கடுமையா இருக்கா ராம். எஜமானர் மிகவும் வருத்தப்பட்டார். எஜமானி பேசியதை நீங்கள் கேட்டிருக்க வேண்டும். அவர் கிறித்துவர் இல்லை என்றால், அவர் தேவதை இல்லை என்றால், வேறு எவருமே, எப்போதுமே கிறித்துவ ராக, தேவதையாக இருக்க முடியாது. அவளை விட்டுப் பிரியும் நான் கொடுமையானவள். என்னால வேறு எதுவும் செய்ய முடியாது. உலகைவிட ஒரு உயிர் மேலானது என்று அவங்களே சொல்லியிருக் காங்க. இந்தப் பையனுக்கு ஆன்மாவும், உயிரும் இருக்கு. அவனை எடுத்துச் செல்லாவிட்டால், அவனுக்கு என்னவாகும் என்று யாருக்குத் தெரியும்? அது சரியாய்த்தான் இருக்கும். அப்படி அது சரியில்லன்னா, கடவுள் என்னை மன்னிக்கட்டும். எனக்கு வேறு வழியில்லை.''

''நீங்களும் ஏன் போகக் கூடாது? நதிக்குக் கீழே தள்ளப்படும் வரை காத்திருக்கப் போகிறீர்களா? அங்கே கறுப்பர்களை கடும் வேலையாலும், பட்டினியாலும் கொன்று விடுவார்கள். அங்கு போவதைவிட சாவது மேல். உங்களுக்கு அவகாசம் இருக்கு. லிசியோட போயிடுங்க. எப்பவும் போகவும், வரவும் உங்களுக்கு அனுமதி அட்டை இருக்கு. வாங்க! கிளம்புங்க! உங்க பொருட்களை சேர்த்து வைப்பேன்'' சோலே அத்தை சொன்னாள்.

டாம் தனது தலையை மெதுவாக உயர்த்தினார். சோகமாகவும், அமைதியாகவும் சுற்றிப் பார்த்துச் சொன்னார்:

''இல்லை இல்லை. நான் போகப் போவதில்லை. எலிசா போகட் டும். இது அவளோட உரிமை. முடியாது என்று சொல்பவனல்ல நான். அவள இருக்கச் சொல்வது முடியாது. அவ சொன்னதைக் கேட்டீங் களா? என்னை விற்காவிடில், எல்லா இடத்தையும், எல்லாரையும் விற்கணும்னா, என்னை விற்கலாம். தப்பில்லை. யாருக்கும் பாதிப்பு வருவதை என்னால தாங்க முடியாது'' சிறு கேவலும், பெருமூச்சும்

அவரது கனமான அகலமான நெஞ்சிலிருந்து கொந்தளித்ததாய்த் தோன்றியது. ‘‘என்னோட இடத்தில் எஜமானர் என்னை எப்போதும் பார்ப்பார். எப்போதும் பார்ப்பார். நாம நம்பிக்கையை உடைத்த தில்லை. எனது வார்த்தைக்கு எதிரா எப்பவும் செயல்பட்டதில்லை. இடத்தை விட்டு விடுவதை விட, எல்லாரையும் விற்பதைவிட, நான் மட்டும் போவது நல்லது. எஜமானரை குறை கூற முடியாது சோலே! உன்னையும் ஏழைகளையும் அவர் கவனித்துக் கொள்வார்.’’

கம்பளித் தலை சிறுவர்களின் படுக்கைக்குத் திரும்பி, கீழே அமர்ந் தார். நாற்காலியின் பின்பக்கம் சாய்ந்து கொண்டார். தனது பெரிய கரங்களால் முகத்தை மூடிக் கொண்டார். கனமான, கரகரப்பான, உரத்த கேவல்கள் நாற்காலியை அசைத்தன. அவரது விரல் வழியாக கண்ணீர் வழிந்தது. உங்களது முதல் குழந்தையை கல்லறையில் இறக்கும்போது வழியுமே அது போன்ற கண்ணீர் - இறக்கும் உங்களது குழந்தையின் அழுகுரலை கேட்கும்போது வழியுமே அது போன்ற கண்ணீர். அவர் ஆண். நீங்களும் மற்றொரு ஆண்தான். பட்டும், நகையும் அணிந்திருந்தாலும், பெண் பெண்தான். வாழ்க்கையின் பெரிய பாதையிலும், வலிதான துக்கத்திலும், வருத்தப்பட்டுத்தான் ஆகணும்.

‘‘எனது கணவரை இன்று பிற்பகல்தான் பார்த்தேன். என்ன வரப்போகிறது என்று எனக்கு அப்போது தெரியாது. அவரை அவரது கடைசி இடத்திற்கு தள்ளிவிட்டார்கள். அவர் ஓடப் போவதாக இன்று சொன்னார். அவர்கிட்ட சொல்ல முடியுமானால், சொல்லப் பாருங்க. நான் எப்படிப் போனேன். எதுக்குப் போனேன்னு சொல்லுங்க. கனடா விற்குப் போக முயற்சிக்கப் போறேன்னு சொல்லுங்க. எனது அன்பை அவருக்குச் சொல்லுங்க. அவரைத் திரும்ப என்னைக்காவது பார்க்க முடியுமான்னு தெரியல’’ அவள் திரும்பினாள். முதுகைக் காட்டிக் கொண்டு சில நொடிகள் நின்றாள். பிறகு உலர்ந்த குரலில் கூறினாள்: ‘‘எவ்வளவு முடியுமோ அவ்வளவு நல்லவராக இருக்க அவரிடம் சொல்லுங்க. சொர்க்கத்தின் அரசாங்கத்தில் சந்திக்க வேண்டும் என்று சொல்லுங்க. பிருனோவை உள்ளே கூப்பிடுங்க. கதவை சாத்துங்க. அந்தப் பாவப்பட்ட உயிர் என்னோட வரவேண்டாம்.’’

சில இறுதி வார்த்தைகள்; சில கண்ணீர்த் துளிகள்; எளிமையான வழியனுப்பல்; வாழ்த்துக்கள். அச்சப்பட்டிருந்த, ஆச்சரியப்பட்ட தனது குழந்தையை தோளில் சுமந்து சத்தமின்றி எலிசா வெளியேறினாள்.

6

கண்டுபிடிப்பு

முந்தைய இரவின் நீண்ட உரையாடலுக்குப் பின்பு, ஷெல்பியும், அவரது மனைவியும் உடனடியாக உறங்கச் செல்லவில்லை. விளைவாக மறுநாள் காலை வழக்கத்தை விட அதிக நேரம் தூங்கினர்.

''எலிசாவுக்கு என்னாச்சுன்னு ஆச்சரியப்படறேன்'' தொடர்ந்து மணியடித்துப் பார்த்து, பயனற்று விட்டதை உணர்ந்த பின்பு திருமதி ஷெல்பி சொன்னார்.

அவரது ஒப்பனை மேஜை முன் ஷெல்பி நின்றிருந்தார். அவரது மழிப்புக் கத்தியை கூர்தீட்டிக் கொண்டிருந்தார். அப்போது கதவு திறந்தது. வெள்ளைச் சிறுவன் நுழைந்தான். முகம் மழிக்கத் தேவையான நீரை எடுத்து வந்திருந்தான்.

''ஆன்டி! எலிசாவின் அறைக்குப் போ. மூன்று முறை மணியடித்தேன்னு அவளிடம் சொல்'' என்று அவளது எஜமானி பெருமூச்சுடன் கூறினார்.

ஆச்சரியத்தில் கண்கள் விரிய, விரைவில் ஆன்டி திரும்பி வந்தான்.

''எஜமானி! லிசியின் அறை திறந்திருக்கு. அவங்களோட பொருட்கள் இறைஞ்சு கிடக்கு. எங்கயோ வெளியே போயிட்டாங்க போலிருக்கு''

ஒரே சமயத்தில் ஷெல்பிக்கும், அவரது மனைவிக்கும் உண்மை உறைத்து, அவர் சொன்னார் :

''அவளுக்குச் சந்தேகம் வந்திருக்கணும். அவ வெளியேறிட்டா''

''கடவுளுக்கு நன்றி சொல்லணும். அவ வெளியேறி இருக்கணும்னு நான் நம்பறேன் – விரும்பறேன்'' திருமதி ஷெல்பி சொன்னார்.

''என்ன முட்டாள் மாதிரி பேசற. உண்மையில் அவ வெளியே போயிருந்தா, என் நிலைமை மோசமாயிடும். அந்தக் குழந்தையை விற்பதில் நான் தயக்கம் காட்டியது ஹாலேக்குத் தெரியும். நான் அவளுக்கு உடந்தையா இருந்து வெளியே அனுப்பி வச்சுட்டதா அவர் நினைப்பார். அது எனது கௌரவத்தைப் பாதிக்கும்'' அவசர அவசரமாக ஷெல்பி அறையை விட்டு அகன்றார்.

அவசர அவசரமான ஓட்டங்களும், தள்ளுதல்களும், கதவை திறத்தலும், மூடுதலும் தொடர்ந்தன. கால் மணி நேரம் பல இடங்களில்

பல வண்ண சாயல்களில் முகங்கள் தோற்றமளித்தன. விஷயத்தை தெளிவாக்கியிருக்கக் கூடிய ஒரே மனுஷியான தலைமை சமையல்காரர் சோலே அத்தை முழுமையாக மௌனம் காத்தாள். அமைதியாக முன்னர் மகிழ்வாய் இருந்த முகத்தில் இருள் அப்பியிருக்க, காலை நேர உணவுக்கான பிஸ்கெட்டுகளை தயாரிப்பதில் முனைப்பாய் இருந்தாள். எதையும் கேட்காதது போலவும், தன்னைச் சுற்றி நிலவும் பரபரப்பைக் காணாதது போலவும் நடந்து கொண்டாள்.

வெகு விரைவில் வராந்தா கம்பிகளில் ஒரு டஜன் குறளிகள் காகங்கள் போல் குரல் கொடுத்தன. எஜமானரின் துரதிர்ஷ்டத்தைப் பற்றி தகவல் தர வேண்டும் என்றே உறுதியோடு இருப்பதாகத் தோன்றியது.

''அவர் பைத்தியமாயிடுவார். என்னைக் கட்டிப் போட்டு விடுவார்'' ஆன்டி சொன்னான்.

''அவர் சாட்டையால் அடிப்பாரா?'' கறுப்பு குட்டி ஜேக் கேட்டான்.

''ஆமாம் அடிப்பார். இரவு உணவின்போது அவர் சொல்வதைக் கேட்டேன். இது பத்தி எல்லாம் கேட்டேன். எஜமானி கோப்பைகள் வைத்திருக்கும் அறையிலிருந்து ஒவ்வொரு வார்த்தையையும் கேட்டேன்'' கம்பளித் தலை மாண்டி கூறினாள். அவள் வாழ்க்கையில் கேட்ட எந்தச் சொல்லுக்கும் அர்த்தம் புரியாத கருப்புப் பூனையான மாண்டி, தான் பெரிய அறிவாளி போல காட்டிக் கொண்டு, பெருமை பீற்றிக் கொண்டாள். அந்தச் சமயத்தில் கோப்பைகளின் அருகில் அவள் இருந்தாலும், எப்போதும் உறங்கிக் கொண்டே இருந்தாள் என்ற உண்மையைச் சொல்ல மறந்து விட்டிருந்தாள்.

செருப்பணிந்து, வேக வேகமாக ஹாலே நுழைந்தபோது, அனைவரும் அவருக்குக் கையுயர்த்தி மரியாதை செலுத்தினர். ஒவ்வொரு கையிலும் கெட்ட செய்தி தெரிந்தது. சாட்டையை தூக்குவார் என்று எதிர்பார்த்திருந்த குறளிகள் ஏமாற்றமடையவில்லை. லாவகமாகவும், தீவிர கோபத்தோடும் அவர் சொடுக்கியதும், அவை ஆச்சரியத்தோடு அகமகிழ்ந்தன. அவை அங்கும், இங்கும் அலைந்து, சாட்டையின் எல்லையிலிருந்து தப்பின. வராந்தாவின் மூலைக்கு வந்து, தனது கால்களை உதைத்துக் கொண்டு திருப்திகரமாக கத்தின.

''அந்தக் குட்டிப் பிசாசுகள் என் கையில கிடைச்சா'' பற்களை நறநறவென்று கடித்து ஹாலே முனகினார்.

''உங்களுக்குத்தான் அவங்க கிடைக்கலையே'' துரதிர்ஷ்டமான வணிகரின் முதுகுக்குப் பின் அழகு காட்டி, வெற்றிகரமான மகிழ்வோடு ஆன்டி சொன்னான். அவருக்குக் கேட்காத தூரத்திலிருந்து அவன் அதைச் சொன்னான்.

‘‘இந்த வருஷத்தின் அசாதாரணமான வியாபாரம் இது ஷெல்பி. அந்தப் பெண் தனது குழந்தையோட ஓடிட்டதாக தெரியுது’’ திடீரென்று வரவேற்பறையில் நுழைந்த ஹாலே சொன்னார்.

‘‘திரு ஹாலே, எனது மனைவி இங்க இருக்கா’’ ஷெல்பி சொன்னார்.

‘‘மன்னிக்கணும் அம்மா. முன்ன சொன்னதை இப்பவும் சொல்றேன். இந்த வருடத்தின் பெரிய வியாபாரம் போச்சு. உண்மையா அய்யா!’’

‘‘என்னோட பேசும்போது ஒரு பெருந்தகையின் நற்பண்போடு செயல்படுங்கள். ஆன்டி, அய்யாவோட தொப்பியையும், சாட்டையை யும் எடுத்து வை. அய்யா, நீங்கள் அமருங்கள். ஆமாம் அய்யா இந்த வியாபாரம் பற்றி யார் மூலமோ கேள்விப்பட்டு இரவோடு இரவா குழந்தையோடு வெளியேறிட்டா’’ ஷெல்பி சொன்னார்

‘‘நான் இந்த விஷயத்துல நியாயமான வியாபாரத்தை எதிர் பார்த்தேன்னு ஒத்துக்கணும்.’’

அவர் பக்கம் வேகமாகத் திரும்பி ஷெல்பி சொன்னார்: ‘‘இந்த வார்த்தையிலிருந்து என்ன புரிஞ்சுக்கறது? என் கௌரவத்தை ஒருவர் சந்தேகமா பார்த்தா, அவருக்கு என்னிடம் ஒரே பதில்தான் இருக்கு.’’

சற்றே பயந்தவராய்த் தணிந்த குரலில் ஹாலே கூறினார். ‘‘நியாயமான வியாபாரம் செஞ்சவன இப்படி ஏமாத்துவது எப்படி சரியா இருக்கும்.’’

‘‘திரு ஹாலே! உங்களுக்கு ஏமாற்றம் ஏற்படுத்தி விட்டோம்னு நான் நினைக்கலேன்னா, எனது வரவேற்பு அறைக்கு மரியாதை இல்லாமலும், முரட்டுத்தனமாகவும் நுழைஞ்சத பொறுத்திருக்க மாட்டேன். நானும் இந்த அநியாயத்துக்கு உடந்தை என்று என் மேல அவதூறு சொல்வதை அனுமதிக்க மாட்டேன். உங்க சொத்தை நீங்க அடைய குதிரைகளையும், பணியாட்களையும் கொடுத்து என்னால முடிஞ்ச அளவுக்கு உதவத் தயாராயிருக்கேன். நல்ல விதமாக நடந்து கொண்டு, காலை உணவை உண்டு, அடுத்து என்ன செய்வது என்று யோசிப்பதே நல்ல வழி’’ தனது குரலை வழக்கமான வெளிப்படைத் தன்மைக்கு கொண்டு வந்து ஷெல்பி சொன்னார்.

திருமதி ஷெல்பி எழுந்தார். வேறு வேலை இருந்ததால், காலை உணவின்போது உடனிருக்க முடியவில்லை என்றார். மரியாதையான பெண்ணை உணவு பரிமாற அனுப்புவதாகத் தெரிவித்து அறையை விட்டு அகன்றார்.

சங்கடமான சூழ்நிலையில் சாதாரணமாக இருப்பதாகக் காட்டிக் கொண்டு ஹாலே சொன்னார். ‘‘தன்னோட வேலையாட்கள் மீது அத்தனை நம்பிக்கை எஜமானிக்கு இல்லை போலும்.’’

''எனது மனைவி பற்றி இப்படிப் பேசப்படுவதைக் கேட்டு எனக்குப் பழக்கமில்லை'' ஷெல்பி கவலையோடு சொன்னார்.

''மன்னிக்கணும். விளையாட்டாகச் சொன்னேன்'' வலிந்து சிரித்து ஹாலே சொன்னார்.

''சில நகைச்சுவைகள் மற்றவற்றைவிட ஏற்றுக் கொள்ளத்தக்கதாய் இருப்பது இல்லை'' ஷெல்பி சேர்த்துக் கொண்டார்.

''நான் அந்த ஆவணங்களில் கையெழுத்துப் போட்டுட்டேன். கோபப்பட்டு என்ன செய்ய?'' தனக்குள் ஹாலே முணுமுணுத்தார்.

ஒரு அரசவையில் ஒரு பிரதம மந்திரியின் பதவியிறக்கம் ஏற்படுத்தாத பரபரப்பை, டாமின் எதிர்காலம் அவரது கூட்டாளிகளிடம் ஏற்படுத்தியிருந்தது. ஒவ்வொரு உதடும் இதுபற்றியே பேசியது. எங்கும் இதே பேச்சு. வீட்டிலும், வெளியிலும் எந்த வேலையும் நடக்கவில்லை. அதன் விளைவு பற்றியே விவாதிக்கப்பட்டது. அவ்விடத்தில் இதுவரை நிகழ்ந்திராத நிகழ்வான எலிசாவின் ஓட்டம், பொதுவான பரபரப்பை அதிகமாக்கும் செயலாக இருந்தது.

பொதுவாகக் கறுப்பு சாம் என்றழைக்கப்பட்ட அவன் அவ்விடத்திலிருந்தவர்களை விட மூன்று மடங்கு கறுப்பாக இருந்தான். இந்த விஷயத்தை அதன் முழு பரிமாணத்தோடு பரப்பி வந்தான். தனது நலன் சார்ந்த விஷயமாகக் கருதி, முழுமையான பார்வையோடு அவன் சொன்ன விதம், வாஷிங்டனில் உள்ள வெள்ளை தேசபக்தர்களை பெருமைப் படுத்தியிருக்கும்.

''தீங்கு நிறைந்த காற்று வீசுகிறது. அது உண்மை'' நீதி புகட்டும் ரீதியில் சாம் சொன்னான். அறுந்து விழுந்திருந்த பட்டனுக்குப் பதிலாக நீண்ட ஊக்குகளை அழகாக குத்தியிருந்தான். இந்த தனது இயந்திரத் திறமை பற்றி அவனுக்கு அசாத்தியப் பெருமை.

''தீங்கான காற்றுதான் வீசுகிறது. இப்போது டாம் இறங்கி விட்டார். இந்தக் கறுப்பர் ஏன் இருக்கக் கூடாது? நாட்டைச் சுற்றி, கருப்பு செருப்போடு, அனுமதி அட்டையோடு டாம் வலம் வரலாம். ஏன் சாம் கூடாது? எனக்குத் தெரிஞ்சுக்க விருப்பம்.'' அவன் சொன்னான்.

''ஹலோ சாம்! பில்லையும், ஜெர்ரியையும் தயார்ப்படுத்தணும்னு எஜமானர் உத்தரவிட்டுள்ளார்'' சாமின் தன்னந்தனி பேச்சை வெட்டி ஆன்டி சொன்னான்.

''ஹேய்! என்ன ஆச்சு சின்னப் பையா?''

'ஏன்? உனக்குத் தெரியாதா? லிசி தனது குழந்தையோட வெளியே போயிட்டாங்க''

''பாட்டிக்கே பாடம் சொல்றியா?'' சாம் அலட்சியமாய் சொன்னான். ''உனக்கு முன்னாடியே எனக்குத் தெரியும். இந்தக் கறுப்பன் ஒண்ணும் தெரியாதவனில்லை.''

''நல்லது!. எப்படி இருந்தாலும் பில்லையும், ஜெர்ரியையும் உடனடியாகத் தயார்ப்படுத்த வேண்டுமாம். நீயும், நானும் எஜமானர் ஹாலேவோட போய் அவரை கவனித்துக் கொள்ளணும்.''

''நல்லது. சாம்மை நல்ல நேரத்துல கூப்பிட்டிருக்காங்க. அவன் நல்ல கறுப்பன். அவங்களை நான் பிடிக்கலைன்னா பாரு. சாம் என்ன செய்ய முடியும்னு இப்ப முதலாளி தெரிஞ்சுப்பார்.''

''ஆ! சாம். நீ இரண்டு முறை நல்லா யோசிக்கணும். எஜமானிக்கு அவங்கள பிடிக்கிறதல விருப்பம் இல்ல. அவங்க உன்னை விரும்ப மாட்டாங்க'' ஆன்டி சொன்னான்.

''அய்! உனக்கு எப்படித் தெரியும்?'' கண்ணைத் திறந்து சாம் கேட்டான்.

''அவங்க சொல்வதைக் கேட்டேன். நானே கேட்டேன். எஜமானருக்கு முகம் மழிக்கத் தண்ணீர் கொண்டு போனபோது லிசி ஏன் வரலன்னு பார்க்க என்னை அனுப்பினாங்க. அவங்க வெளியே போயிட்டாங்கன்னு சொன்னப்ப, அவங்க எழுந்து, ''கடவுள பாராட்டணும்''னு சொன்னாங்க. எஜமானர் பைத்தியம் பிடிச்ச மாதிரி மாறிட்டார். அவர் சொன்னார் ''மனைவியே! முட்டாள் மாதிரி பேசற.'' கடவுளே! அவங்க வழிக்கு அவரை கொண்டு வந்திடுவாங்க. எப்போதும் எஜமானி பக்கம் நிற்பது நல்லது. நான் இப்ப உனக்குச் சொல்வேன்.''

அதற்குப் பிறகு கறுப்பு சாம் தனது கம்பளித் தலையைப் பிராண்டினான். அங்கே விவேகம் குடியிருக்கவில்லை. என்றாலும், பல நாட்டிலும் பலவிதமான அரசியல்வாதிகள் போல ''ரொட்டியின் எந்தப் பக்கம் வெண்ணெய் அதிகம்'' என்றறிய விரும்புவதற்கு உதவும் அம்சங்கள் இருந்தன. தனது கால்சட்டைப் பையைத் தட்டிக் கொண்டான். தனது மனக் குழப்பங்களைப் போக்கிக் கொள்ள பயன்படுத்தும் நடைமுறை இது.

''இந்த உலகத்துல முடியாதுன்னு சொல்லக் கூடியது எதுவும் இல்லை'' அவன் இறுதியாகக் கூறினான்.

சாம் ஒரு தத்துவவாதிபோல் பேசினான். பல உலகங்களில் அவனுக்கு அனுபவம் இருப்பது போலவும், அதனால் இந்த முடிவுக்கு வந்துள்ளது போலவும் வலியுறுத்துவதாக அவனது கூற்று இருந்தது.

''இப்ப உலகம் முழுதும் நான் லிசியைத் தேடுவதை எஜமானி விரும்ப மாட்டாங்க.'' யோசனையோடு சாம் சொன்னான்.

''அப்படித்தான் அவங்க நினைப்பாங்க! ஏ கறுப்பனே! ஏணி வழியா உனக்குத் தெரியலியா? லிசியோட பையன இந்த எஜமானர் எடுத்துச் செல்வத விரும்பல.''

''ஹை'' நீக்ரோக்களிடம் மட்டும் நிலவுவது போன்ற விவரிக்க முடியாத விநோதமான ஒலியை எழுப்பி சாம் சொன்னான்.

"என்னால அவ்வளவுதான் சொல்ல முடியும். அந்த குதிரை களுக்கு வழிகாட்றதோடு நிறுத்திக்கோ. நீ ரொம்ப நேரம் முட்டாளா இருக்காதே!" ஆன்டி சொன்னான்.

அதற்குப் பின்பு சாம் உடனடியாக செயல்படத் துவங்கினான். தளர் நடை பயின்ற பில்லையும், ஜெர்ரியையும் அழைத்துக் கொண்டு வீடு நோக்கி வந்தான். அவை நிற்க நினைப்பதற்கு முன்பாக திறமையாக நிறுத்தினான். ஒரு சூறாவளி போன்று தூண்கள் வழியே அவற்றை அழைத்து வந்தான். ஹாலேயின் குட்டிக் குதிரை முறைத்துப் பார்த்து துள்ளிக் குதித்தது. தன்னை தடுத்து நிறுத்தியவரை இழுத்தது.

"ஹோ! ஹோ! பயந்துட்டியா? 'இப்ப உன்னை கவனிக்கிறேன்" சாம் சொன்னான். அவனது கறுப்பு முகத் தோற்றம் ஆர்வமான, துடுக்கான வெளிச்சத்தை வீசியது.

அவ்விடத்தில் மிகப் பெரிய பீச் மரம் நிழல் பரப்பியிருந்தது. சிறிய, கூர்மையான, முக்கோண பீச் கொட்டைகள் தரையெங்கும் அடர்த்தியாக படர்ந்திருந்தன. அவனது விரலில் பீச் கொட்டைகளில் ஒன்றை எடுத்துக் கொண்டு இளங் குதிரையை சாம் நெருங்கினான். அதைத் தட்டிக் கொடுத்தான். அதன் கோபத்தைத் தணிக்க மும்முரமாய் முயன்றான். அதன் சேணத்தை சரி செய்யும் பாவனையில், கூர்மையான பீச் கொட்டை ஒன்றை சேணத்தின் அடியில் திறமையாக நழுவ விட்டான். அந்த விலங்கின் உணர்வுகளை அந்தக்கனம் கூடுதல் கோபமூட்டுவதாய் இருந்தது. வெளியில் தெரியக் கூடிய காயமோ, தடயமோ இருக்கவில்லை.

சம்மதத்திற்குரிய தலையாட்டலுடன் தனது கண்ணை சுழற்றியவன் "நான் உன்னை சரி செய்வேன்" என்றான்.

இந்தக் கணத்தில் திருமதி ஷெல்பி பால்கனியில் தோன்றி, சைகையில் அழைத்தாள். வாஷிங்டனிலோ செயின்ட் ஜேம்ஸிலோ உள்ள நீதி மன்றத்தை அணுகும் வழக்குத் தொடுப்பாளர் போல உறுதியோடு நெருங்கினாள்.

"நீ இங்கே என்ன சுத்திக்கிட்டு இருக்கே, சாம்! உன்னை விரைந்து அழைத்து வர ஆன்டியை அனுப்பிச்சேனே!"

"எஜமானி! கடவுள் உங்களை ஆசீர்வதிக்கட்டும். ஒரு நிமிடத்துல குதிரைகளை தயார்ப்படுத்த முடியாது. தெற்கே மேய்ச்சலுக்கு போயிருந்தன. கடவுளுக்கு என்னைத் தெரியும்" சாம் கூறினான்.

"கடவுள் ஆசீர்வதிக்கட்டும்". "கடவுளுக்குத் தெரியும்" போன்ற வார்த்தைகளைச் சொல்லாதேன்னு எத்தனை முறை சொல்லி யிருக்கேன்? அது கெடுதல்."

"ஓ! எனது ஆன்மாவை கடவுள் ஆசீர்வதிக்கட்டும். நான் மறக்கலை. அது போன்ற எதையும் இனிமே சொல்ல மாட்டேன்."

''என்ன சாம்! இப்ப மீண்டும் சொல்லிட்டியே.''

''சொன்னேனா? ஓ கடவுளே! அப்படிச் சொல்லணும்னு நினைக்கல.''

''நீ கவனமா இருக்கணும், சாம்.''

''நான் மூச்சு விட்டுக்கறேன். இனி ஒழுங்கா கவனமா இருப்பேன்.''

''திரு ஹாலேவோட போய் அவருக்கு பாதைகளைக் காட்டி உதவணும். குதிரைகளைக் கவனமா கவனிச்சுக்கோ. போன வாரம் ஜெர்ரி நொண்டிக்கிட்டு இருந்தது உனக்குத் தெரியும். ரொம்ப வேகமா ஓட்டாதே.''

இறுதி வார்த்தைகளை மிகுந்த அழுத்தத்தோடு, தணிந்த குரலில் திருமதி ஷெல்பி உச்சரித்தார்.

''அதுக்கு இந்தக் குழந்தையை தனியா விடுங்க. கடவுளுக்குத் தெரியும்! ஹை! நான் அதச் சொல்லக் கூடாது இல்ல'' என்றான். அவன் தனது மூச்சை இழுத்து, அச்சத்தை அதிகமாய்க் காட்டினான். அது எஜமானியிடம் சிரிப்பை வரவழைத்தது. ''சரி எஜமானி! நான் குதிரைகளை கவனிக்கறேன்'' தனது கண்களைச் சுழற்றி பலவித அர்த்தங்களை வெளிப்படுத்தி சாம் சொன்னான்.

''இப்ப ஆன்டி'' பீச் மரத்திற்கு கீழ் இருந்த தனது நிறுத்தத்திற்கு வந்து சாம் சொன்னான். ''அது எழுந்திருக்கும்போது அந்தப் பெரிய மனிதரின் குதிரை ஒரு உதை கொடுத்தாலும் கொடுக்கும். உனக்குத் தெரியுமா அதுங்க அப்படிச் செய்யக் கூடியதுதான்'' ஆன்டியை பக்கவாட்டில் சாம் தட்டினான்.

''ஹை'' உடனடியாகப் பாராட்டுவதாய் ஆன்டி சொன்னான்.

''ஆமாம். நீ பாரு ஆன்டி, எஜமானி மெதுவா போகச் சொன்னாங்க. சாதாரணமா கேட்கறவங்களுக்கு அது புரியும். அவங்களுக்காக கொஞ்சம் செய்ய முடியும். இந்தக் குதிரைகளை தளர்வா ஓட்டுவேன். எஜமானர் அவசரப்படமாட்டார்ன்னு நினைக்கிறேன்.''

ஆன்டி சின்னதாய்ச் சிரித்தான்.

''எஜமானர் ஹாலேவோட குதிரை ஏதாவது ஏடாகூடமா செஞ்சா, நாம அவரது உதவிக்கு போவோம்'' என்றான் சாம். சாமும், ஆன்டியும் தங்களது தோள்பட்டையில், தங்களது தலையை வைத்துக் கொண்டு, சத்தம் குறைவாக சாதாரணமாகச் சிரித்தனர். தங்களது கைகளை தட்டிக் கொண்டு, தங்களது குதிகால்களில் குதூகலத்துடன் குதித்தனர்.

இந்தத் தருணத்தில், ஹாலே வராந்தாவிற்கு வந்தார். மிகச் சிறந்த காபியை அருந்தியபின் கோபம் தணிந்து நகைச்சுவையோடு பேசிக் கொண்டும், புன்னகைத்தபடியும் வந்தார். தாங்கள் தொப்பிகளாகக்

கருதும் பனை ஓலைகளை கால்களால் சுரண்டிக் கொண்டிருந்த சாமும், ஆன்டியும் 'எஜமானருக்கு உதவ' குதிரைக் கம்பம் நோக்கி விரைந்தனர்.

சாமின் பனை ஓலை திறமையாகப் பிரிக்கப்பட்டு பின்னல் போன்று மாற்றப்பட்டிருந்தது. ஓரங்கள் அழகாய் இருந்தன. வெள்ளி தனியாகத் தெரிந்தது. நேராக நின்றன. சுதந்திரக் காற்றுக்கு வழி வகுத்தது. ஃபெஜி தலைவருக்கு இணையாக இருந்தது. ஆன்டியின் ஓலையில் முழு ஓரமும் நீக்கப்பட்டு, கிரீடம் போன்று இருந்ததைத் தனது தலையில் திறமையோடு அணிந்து கொண்டபின், மகிழ்வுற்றவனாய் தோன்றினான். ''எனக்குத் தொப்பி இல்லையென்று யார் சொன்னது?'' என்று சொல்வதாய்த் தோன்றியது.

''நல்லது சிறுவர்களே! விழித்துக் கொள்ளுங்கள். நாம நேரத்த வீணாக்கக் கூடாது'' ஹாலே சொன்னார்.

''கொஞ்சம்கூட கூடாது. எஜமானரே'' சாம் சொன்னான். ஹாலேயின் கடிவாளங்களையும், சேணை அடைப்புகளையும் எடுத்துக் கொண்டான். மற்ற இரு குதிரைகளை ஆன்டி அவிழ்த்தான்.

சேணத்தை ஹாலே தொட்ட கணத்தில், பெருமையும் வீரமும் நிறைந்த அந்தக் குதிரை தரையிலிருந்து திடீரென்று பாய்ச்சலோடு துள்ளிக் குதித்தது. மிருதுவான காய்ந்த தரையில் சில அடி தூரத்திற்கு தனது எஜமானரைத் தள்ளியது. வெறியோடு கடிவாளங்களை நோக்கி பாய்ந்த சாம், மேலே சொன்ன பனை ஓலையை குதிரையின் கண்களில் உரசுவதில் தான் வெற்றி பெற்றான். அது குழப்பத்தை மேலும் அதிகரித்தது. பலமான ஆவேசத்தோடு, சாம்மை தள்ளியது. ஓரிரு இறுமாப்பான உதைகளைக் கொடுத்தது. தனது குளம்புகளை வெட்ட வெளியில் உதறியது. புல்வெளியின் கீழ்ப்பகுதி நோக்கி விரைந்தது. முன்னரே சொன்னபடி, பில் மற்றும் ஜெர்ரியின் கயிறுகளை தளர்வாக்க ஆன்டி மறக்கவில்லை. அவை இரண்டும் ஹாலேவின் குதிரையைத் தொடர்ந்து விரைவாகத் துள்ளி ஓடின. இப்போது பலவிதமான குழப்பங்கள் உருவாயின. சாமும், ஆன்டியும் ஓடி, சத்தமிட்டனர். அங்கும் இங்கும் நாய்கள் குரைத்தன. மைக், போஸ், மாண்டி, பேனி மற்றும் அங்கிருந்த சிறுவர்களும், சிறுமிகளும் விரைந்து வந்தனர். இரு கைகளையும் தட்டினர். ஆரவாரித்தனர். ஆர்வத்தோடும், கடுமையாகவும் சத்தமிட்டனர்.

வெள்ளையாகவும், வேகமாக ஓடுவதாயும், வீராப்பாகவும் இருந்த ஹாலேயின் குதிரை மிகுந்த தீரத்தோடு காட்சி தந்தது. மரக்காடு நோக்கி இதமாக இறங்கி ஓடிய அதற்கு கிட்டத்தட்ட அரைமைல் நீளமுள்ள புல்வெளி ஏதுவான இடமாக இருந்தது. தன்னைப் பிடிக்க முனைவோரை எவ்வளவு அருகில் வரவிட முடியுமோ அந்த அளவிற்கு அனுமதித்து, கையளவு தூரத்தில் அவர்கள் வந்ததும், துள்ளிக் குதித்து

ஓடியது அந்தப் பொல்லாத ஜீவன். தாம் செய்த சாகசம் பற்றிய எண்ணமே சாமின் மனதில் இருந்தது. கடுமையான யுத்தத்தின் நடுவிலும், யுத்த முனையிலும் கியூர் டீ லைன் அவர்களின் வாள் போன்று பனை ஓலை தோன்றியது. குதிரையைப் பிடித்து விடுவார்கள் என்று தோன்றும் தருணத்தில், முழு குரலெடுத்து ''இப்ப பிடிங்க! அதைப் பிடிங்க'' என்று சாம் கத்துவான். சில நொடிகளில் அந்த முயற்சி தோல்வியில் முடியும்.

ஹாலே மேலும், கீழும் ஓடினார். சாபமிட்டார். பலவகையில் தூற்றினார். பால்கனியிலிருந்து அறிவுரை வழங்குவதில் திரு ஷெல்பி தோல்வியுற்றார். இந்தக் குழப்பத்தின் மையமாக எது இருக்கிறது என்று உணராத திருமதி ஷெல்பி தனது அறை ஜன்னலிலிருந்து ஆச்சரியத்தையும், சிரிப்பையும் மாற்றி மாற்றி வெளிப்படுத்தினார்.

இறுதியாக, பன்னிரெண்டு மணி சுமாருக்கு, சாம் வெற்றியோடு திரும்பினான். ஜெர்ரி மீதேறி, தனக்கு அருகில் ஹாலேவின் குதிரையை வைத்துக் கொண்டு, வியர்வையில் நனைந்து, பளிச்சிடும் கண்களோடும், விரிந்த மூக்குகளோடும், சுதந்திர உணர்வுகள் இன்னும் முழுமையாகத் தணியவில்லை என்று காட்டினான்.

''அதைப் பிடிச்சாச்சு. நான் பிடிக்காட்டா எல்லாரையும் மிதிச்சிருக்கும். அதைப் பிடிச்சுட்டேன்'' வெற்றிகரமாக சாம் சொன்னான்.

''நீ இல்லாவிடில் இது நடந்தே இருக்காது'' இனிய மனப்பாங்கில் இல்லாத ஹாலே உறுமினார்.

''கடவுள் நம்மைக் காப்பாற்றட்டும். எஜமானரே! என்னிடம் வியர்வை வடியும் வரை அதைத் துரத்திப் பிடிச்சிருக்கேன்'' மிகுந்த கவலையளித்த குரலில் சாம் கூறினான்.

''உன்னோட சபிக்கப்பட்ட முட்டாள்தனத்தால் எனக்கு மூணு மணி நேரம் இழப்பு. நாம கிளம்புவோம். இனியும் என்னை ஏமாத்த வேணாம்'' ஹாலே சொன்னார்.

''ஏன் எஜமானரே? குதிரைகளையும் எங்களையும் கொன்னுடணும்னு நினைக்கறீங்களா? நாங்க எல்லாரும் கீழே விழற நிலைமையில இருக்கோம். வியர்வையில் நனைஞ்சிருக்கோம். மதிய உணவுக்குப் பிறகு புறப்பட்டா என்ன? எஜமானரின் குதிரை சிதறி அடிச்சு கிடக்கு. ஜெர்ரி நொண்டுது. எஜமானி சாப்பிடாம நம்மை கிளம்ப விடுவாங்கன்னு நினைக்காதீங்க. கடவுள் உங்களை ஆசீர்வதிக்கட்டும் எஜமானரே! நாம பிடிச்சுடலாம். லிசி அப்படி ஒண்ணும் வேகமா நடக்கமாட்டா'' மறுத்துரைக்கும் குரலில் சாம் சொன்னான்.

வராந்தாவிலிருந்து இந்த உரையாடலை மகிழ்ச்சியுடன் கேட்டுக் கொண்டிருந்த திருமதி ஷெல்பி தனது பங்கைச் செலுத்த தீர்மானித்தார். ஹாலேவின் விபத்திற்கு மரியாதையாக கவலை

தெரிவித்தார். மதிய விருந்திற்கு தங்க வற்புறுத்தினார். சமையலாள் உடனடியாக உணவை மேஜைக்கு கொண்டு வருவான் என்று சொன்னார்.

சந்தேசமான உணர்வோடு, ஹாலே உணவுக் கூடத்திற்குச் சென்றார். வெளிப்படுத்த முடியாத அர்த்தத்தோடு தனது கண்களை சுழற்றியபடி சாம் குதிரைகளோடு லாயம் நோக்கி நகர்ந்தான். தானியக் களஞ்சியத்தை தாண்டி வந்தபின்பு, குதிரைகளை கம்பத்தில் கட்டிய பிறகு, ''ஆன்டி! அவரை நீ பார்த்தியா? நம்மை முறைச்சு அவர் செஞ்சதப் பார்த்தியா? நான் அவரை காது கொடுத்துக் கேட்கலையே? 'பெரியவரே (நான் எனக்குள் சொல்லிக் கொண்டேன்) உங்களோட குதிரை உங்களுக்கு கிடைக்குமா? பிடிக்கற வரை காத்திருங்க.' ஆன்டி இப்ப அவரைப் பார்க்கலாம்னு நினைக்கறேன்.'' சாம் சொன்னான். தானியக் களஞ்சியத்தில் சாய்ந்துகொண்ட சாமும், ஆன்டியும், நெஞ்சம் நிறைந்த மகிழ்வோடு சிரித்தனர்.

''நான் குதிரையைத் திரும்பக் கொண்டு வந்தபோது, பைத்தியம் மாதிரி இருந்தார். கடவுளே! அவரால முடிஞ்சிருந்தா, என்னைக் கொன்னுருப்பார். அப்பாவியாவும், பவ்யமாயும் அங்கே நின்னுக்கிட்டு இருந்தேன்.''

''கடவுளே! நான் உன்னைப் பார்த்தேன். நீ ஒரு வயதான குதிரை இல்லையா?''

''உண்மைதான். ஜன்னல்ல எஜமானி நின்னுக்கிட்டிருந்ததைப் பார்த்தியா? அவங்க சிரிப்பத நான் பார்த்தேன்.'' சாம் சொன்னான்.

''நான் நிச்சயமா நம்பறேன். நான் வேகமாக ஓடிக்கிட்டு இருந்தேன். நான் எதையும் பார்க்கலை'' ஆன்டி சொன்னான்.

''உற்று நோக்கும் பழக்கம் தேவைப்படுது ஆன்டி. அது முக்கியமான பழக்கம். சின்ன வயசிலேயே அத வளர்க்கணும். பின்னங் காலை முன்னாடி தெரிஞ்சுக்கணும். இந்த உற்றுநோக்கும் பழக்கம்தான் கறுப்பர்களை வித்தியாசப்படுத்துது. இன்னிக்குக் காலைல எந்த வழியிலே காத்து வீசுதுன்னு நான் பார்க்கலை? அவங்க எதுவும் சொல்லலன்னாலும், எஜமானி விரும்பறதை கண்டுபிடிக்கலையா? அதுதான் உற்றுநோக்கும் பழக்கம். அதை மனோசக்தின்னு நீ சந்தேகப்படலாம். ஒவ்வொரு மனுஷங்க கிட்டேயும் மனோசக்தி மாறுபடும். அத வளர்ப்பது ரொம்பவே உதவும்'' என்று கூறியபடி ஹாலேவின் குதிரையைக் கழுவி சுத்தம் செய்ய சாம் புறப்பட்டான்.

''உன்னோட உற்று நோக்கும் பழக்கத்துக்கு நான் உதவலேன்னா, இவ்வளவு துடிப்போட உன் வழியைப் பார்த்திருக்க முடியாதுன்னு நான் யூகம் செய்யறேன்'' ஆன்டி கூறினான்.

''ஆன்டி! நீ பிரகாசமாய் வளரும் குழந்தை. சந்தேகமே இல்லை. உன்னைப் பத்தி நான் அதிகமா நினைக்கறேன். ஆன்டி! உன்கிட்டே யிருந்த கருத்துக்களை எடுத்துக்கறதுல எனக்கு வெட்கமேயில்ல. யாரையும் குறைவா நினைக்கக் கூடாது. நம்மோட துடிப்பு அதிகரிக்கும் வாய்ப்பு இருக்கு. நாம இப்ப வீட்டுக்குப் போவோம். இந்த முறை எஜமானி நமக்கு ஏதாவது நல்ல தீனி கொடுப்பாங்கன்னு நினைக்கறேன்'' என்று சாம் சொன்னான்.

7

தாயின் போராட்டம்

டாம் மாமாவின் குடியிருப்பை விட்டு தனது காலடியை எடுத்து வைத்தபோது, எலிசாவை விட அனாதரவான, திக்கற்ற ஒரு மனிதப் பிறவியை நினைத்துப் பார்ப்பது அசாத்தியமான ஒன்று.

அவளது கணவரின் துன்பமும், அபாயங்களும், அவளது குழந்தை யின் அபாயமும் இணைந்து அவளது மனதை வேதனைப்படுத்தின. அவள் விரும்பி, மதித்த ஒரு நட்பின் பாதுகாப்பினை கத்தரித்துக் கொண்டு, அவளறிந்திருந்த ஒரே வீட்டிலிருந்து விலகியதால் உண்டான அபாயத்தைப் பற்றிய தாக்கத்திலும், குழப்பத்திலும் அவள் ஆழ்ந்திருந்தாள். அவள் வளர்ந்த இடத்திலிருந்து, அவள் விளையாடிய மரங்களிடமிருந்து, மகிழ்வான நாட்களின் பல மாலைப் பொழுது களில் தனது இளம் கணவரோடு நடைபோட்ட தோப்புகளிலிருந்து பிரிந்து வந்திருந்தாள். அவை அனைத்தும் அவளிடம் கண்டித்துப் பேசுவதாய் அவளுக்குத் தோன்றியது. அது போன்ற ஒரு இல்லத்தி லிருந்து அவளால் எப்படிப் போக முடிந்தது என்று வினவியதாகத் தோன்றியது.

அஞ்சத்தக்க அபாயம் நெருங்கி வந்ததாலும், வெறித்தனத்தின் அருகாமை காரணமாகவும், அனைத்தையும் விட தாய்மையின் அன்பு வலிமையானதாக இருந்தது. அவளோடு இணைந்து நடக்கும் அளவிற்கு அவளது மகன் வளர்ந்திருந்தான். அலட்சியமான சமயங்களில், அவனை கைப்பிடித்து அழைத்துப் போனால் போதும். தனது தோளிலிருந்து அவனை இறக்கி வைக்கும் எண்ணம்கூட அவளை நடுங்க வைத்தது. அவள் அதிவிரைவாக சென்றதால், அவனை துன்புறுத்த வேண்டியிருந்தது.

அவளது காலடியில் பனி மிகுந்த நிலம் கிரீச்சிட்டது. அந்த ஒலியைக் கேட்டு அவள் நடுநடுங்கினாள் ஒவ்வொரு இலையின்

அதிர்வும், நிழலின் சிறகடிப்பும் அவளது இரத்தத்தை இதயத்திற்குள் பின்னோக்கிச் செலுத்தின. அவளது நடையை விரைவுபடுத்தினாள். அவளுக்குள் வந்துள்ள வலிமை பற்றி உள்ளுக்குள் ஆச்சரியப் பட்டாள். தனது மகனின் கனம் அவ்ளுக்குச் சிறகாய்த் தோன்றியது. சிறகடிக்கும் ஒவ்வொரு அச்சமும், இயல்புக்கு மீறிய சக்தியை அதிகரிப்பதாய் தோன்றியது. அவளது வெளிறிய உதட்டிலிருந்து பிரார்த்தனை அடிக்கடி வெளிப்பட்டது. 'கடவுளே! உதவுங்கள்! கடவுளே காப்பாற்றுங்கள்!'

அது உங்களது ஹேரியாகவோ, தாயாகவோ அல்லது உங்களது வில்லியாக இருந்தால்? நாளை காலை கொடூரமான ஒரு வணிகரால் பிரிக்கப்படுவதாய் இருந்தால்? நீங்கள் அந்த மனிதரைப் பார்த்திருந் தால்? ஒப்படைப்பு ஆவணங்கள் ஒப்பமிடப்பட்டு ஒப்படைக்கப் பட்டதை அறிந்திருந்தால்? நள்ளிரவிலிருந்து அதிகாலை வரையே தப்பிக்க அவகாசம் இருந்திருந்தால்? உங்களது அருமை மகன் இடுப்பில் இருக்க, அவனது தூங்கி வழியும் தலை தோளில் இருக்க, அவனது மிருதுவான சிறு தோள்கள் நம்பிக்கையுடன் கழுத்தை இறுக்கிக் கொண்டு இருக்கையில், அந்தக் குறுகிய அவகாசத்தில் எவ்வளவு மைல்கள் கடக்க முடியும்?

குழந்தை உறங்கிக் கொண்டிருந்தான். முதலில், அனுபவத்தின் புதுமையும், எச்சரிக்கை உணர்வும் அவனை விழித்திருக்க வைத்தி ருந்தன. ஒவ்வொரு மூச்சையும், ஒவ்வொரு ஒலியையும் அவசரமாக அவனது அம்மா அடக்கினாள். அவன் அசைவற்று இருந்ததால்தான் அவனைக் காப்பாற்ற முடியுமென்று அவள் உறுதிபடக் கூறியதால், அவளது கழுத்தை அவன் இறுகப் பற்றிக் கொண்டான். ஆழ்ந்த தூக்கத்தில் ஆழ்ந்தவாறு வந்தான்.

''அம்மா! நான் விழித்திருக்க வேண்டியதில்லையா?''

''இல்லை செல்லம். நீ தூங்க விரும்பினால் தூங்கு''

''ஆனால், அம்மா, நான் தூங்கிட்டா, அவரிடம் என்னைக் கொடுத்துடமாட்டீங்களே!''

''இல்லை! கடவுள் எனக்கு உதவட்டும்'' வெளிறிய கன்னத்தோடு, அவளது பெரிய கரும் கண்களில் பிரகாசமான வெளிச்சம் வெளிப்பட அவனது தாய் கூறினாள்.

''நிச்சயமா சொல்றீங்களா அம்மா?''

''ஆமாம், நிச்சயம்'' தன்னையே பயமுறுத்திய குரலில் அன்னை சொன்னாள். அவளது அங்கமாக இல்லாததாகத் தோன்றிய உள்பகுதி யிலிருந்து அவளது குரல் வந்ததாய்த் தோன்றியது. தனது சிறிய களைப் படைந்த கைகளை அவளது தோளில் இறுக்கி, தூங்கத் துவங்கினான்.

அவனது இதமான தோளின் தொடுகையும், அவளது கழுத்திற்கு வந்த இதமான மூச்சும், அவளது இயக்கத்திற்கு வேகத்தையும், சக்தியையும் சேர்த்தன. நம்பிக்கை மிகுந்த குழந்தையின் ஒவ்வொரு இதமான தொடுகையும், தூக்கத்தின் இயக்கமும், மின்சார ஓடையாய் அவளுக்குள் சக்தி செலுத்துவதாய் இருந்தது. உடல்மீது மனது அடிநாதமாய் ஆதிக்கம் செலுத்தியது. தசையையும், நரம்புகளையும் தகர்க்க முடியாததாக இருந்தது. தசை நாண்கள் இரும்பால் இறுக்கியது போலிருந்தன. இதனால் பலவீனம் வலிமையாக மாறியிருந்தது.

அவள் நடக்க, நடக்க பண்ணையின் எல்லைகள், தோப்பு, மரக்காடுகள் வேகமாக நகர்ந்தன. அவள் முன்னேறினாள். பழக்கமான ஒவ்வொரு பொருட்களையும் விட்டு விலகினாள். தளர்ச்சி இல்லை, நிறுத்தம் இல்லை. செம்மையான பகல் வெளிச்சம் வரும் வரை நடந்து, பழகிய இடங்களைக் கடந்து, நெடுஞ்சாலைக்குப் பல மைல்கள் நடந்து வந்திருந்தாள்.

ஒஹியோ நதியிலிருந்து குறைவான தூரத்திலிருந்த ஒரு சிறு கிராமத்திற்கு சில உறவினரைப் பார்ப்பதற்காக எஜமானி போகும்போது, அவரோடு அடிக்கடி சென்றிருக்கிறாள். எனவே, அவளுக்கு வழி தெரியும். ஒஹியோ நதியைக் கடப்பதே அவளது அவசரமான தப்பிக்கும் திட்டத்தில் இருந்தது. அதற்கு மேலே செல்ல கடவுள்தான் ஒரே நம்பிக்கை.

குதிரைகளும், வாகனங்களும் நெடுஞ்சாலையில் இயங்கத் துவங்கிய போது, தனிப்பட்ட பரபரப்பான சூழ்நிலையில், அது ஒருவித உந்துசக்தியாகத் தோன்றியது. அவளது அதிவேகமும், ஒதுங்கிப் போகும் தன்மையும், அவள் மீது சந்தேகத்தையும், கவனத்தையும் திருப்பும் என்று அவள் அறிந்திருந்தாள். எனவே, சிறுவனை தரைக்கு இறக்கினாள். தனது உடையையும், குல்லாவையும் சரிப்படுத்திக் கொண்டாள். சந்தேகத்திற்கு இடமளிக்காத வேகமாக தான் கருதிய வேகத்தில் அவள் நடந்தாள். சிறிய பொட்டலத்தில் கேக்குகளையும், ஆப்பிளையும் கொண்டு வந்திருந்தாள். அவற்றை அவனது நடையை விரைவுபடுத்த பயன்படுத்திக் கொண்டாள். அவனுக்கு சில தூரம் முன்னால் ஆப்பிளைக் காட்டுவாள். அவனது சக்தி முழுமையும் பயன்படுத்தி அவன் ஓடி வருவான். அடிக்கடி இந்தத் தந்திரத்தைப் பயன்படுத்தியதால், அவர்கள் பல மைல் தூரம் கடந்து வந்திருந்தனர்.

சிறிது நேரம் கழித்து, அடர்ந்த மரங்கள் இருந்த பகுதிக்கு வந்தனர். அதன் வழியே தெளிவான நீரோடை ஒன்று ஓடிக் கொண்டிருந்தது. பசி, தாகம் என்று குழந்தை புகார் கூறியபோது, அவனோடு வேலியில் ஏறினாள். மிகப் பெரிய பாறையின் பின்பக்கம் அமர்ந்து கொண்டனர். அது அவர்களை சாலையிலிருந்து மறைத்தது. தனது சிறிய

பொட்டலத்திலிருந்து அவனுக்கு காலை உணவை எடுத்துக் கொடுத்தாள். அவள் உண்ணவில்லையே என்று சிறுவன் வருத்தப் பட்டு, ஆச்சரியப்பட்டான். அவனது புஜங்களை, அவளது கழுத்தில் சுற்றிக் கொண்டு, தனக்கு அளிக்கப்பட்ட கேக்கின் துகள்களை அவளுக்கு ஊட்ட முனைந்தான். அவளது தொண்டையில் அது இறங்கும்போது துக்கத்தில் மூச்சுத் திணறியது.

‘‘இல்லை! இல்லை! ஹேரி செல்லம். நீ பாதுகாப்பாய் இருப்பது வரை அம்மாவால் சாப்பிட முடியாது. ஆறு வரும் வரை நாம போய்க்கிட்டே இருக்கணும்’’ சாலைக்கு அவனை விரைவுபடுத்தி, நிதானமாகவும், சீராகவும் நடக்கத் துவங்கினாள்.

தனிப்பட்ட முறையில் அவளால் அறியப்பட்டிருந்த அண்டைப் பகுதிகளிலிருந்து பல மைல்கள் கடந்து வந்திருந்தாள். அவளை அறிந்தவர்கள் பார்க்க நேர்ந்தால் குடும்பத்தோடு நன்கறியப்பட்ட அவள் மீதான கனிவு சந்தேகத்திற்கு இடமளிக்காது என்பதை அவள் பிரதிபலித்தாள். ஓடி வந்தவளாக அவளைக் கருத வாய்ப்பிருக்காது. அவள் வெள்ளை நிறத்தில் இருந்ததால், நன்கு நுணுகி ஆய்ந்தால்தான் அவள் கலப்பினத்தவள் என்பது தெரிய வரும். அவளது குழந்தையும் வெள்ளையாக இருந்ததால் சந்தேகத்திற்கு உள்ளாகாது கடப்பதற்குச் சுலபமாக இருந்தது.

இந்த அனுமானத்தின் அடிப்படையில், தங்கி ஓய்வெடுக்கவும், தனக்கும், தனது மகனுக்கும் உணவுப் பொருட்கள் வாங்கவும் ஒரு தூய பண்ணை வீட்டில் நண்பகல் நேரத்தில் நின்றாள். தூரம் அதிகரித்து விட்டதால், அபாயம் குறைந்திருந்தது. நரம்பு மண்டலத் தின் அதீதமான பதட்டம் தணிந்திருந்தது. அவள் சோர்வாகவும், பசியோடும் இருந்தாள்.

கருணை நிறைந்த வம்பு பேசும் பெண் ஒருவர் தன்னிடம் பேச வருவதில் எலிசா மகிழ்ச்சியுற்றாள். ‘‘தனது நண்பர்களோடு ஒரு வாரம் தங்கி மகிழ, ஊருக்குப் போவதாக’’ எலிசா சொன்னதை, எந்த ஆய்வும் செய்யாமல் அந்தப் பெண் ஏற்றுக்கொண்டாள். இது உண்மையாக இருக்கக் கூடாதா என்று உள்ளுக்குள் எலிசா நினைத்தாள்.

ஒஹியோ நதிக்கு அருகில் இருந்த ட்டி... கிராமத்தை சூரிய மறைவிற்கு ஒரு மணி நேரம் முன்னதாக சோர்வுடனும், கால் புண்களோடும் மனதளவில் உறுதியோடும் அடைந்தாள். அவள் இருந்த பக்கம் இருந்த ஜோர்டானுக்கும், சுதந்திர கேனனுக்கும் இடையில் இருந்த நதியை முதலில் பார்த்தாள். அது வசந்த காலத்தின் ஆரம்பமாகும். நதி பெருக்கெடுத்து, கட்டுக்கடங்காது ஓடியது. கலங்கலான நீரில் மிதக்கும் பனிக்கட்டிகள் முன்னும், பின்னும் பலமாக ஊஞ்சலாடின. கென்டகி பகுதியில் நீரில் நிலப்பகுதி அதிகமாக வளைந்து நதிக்கரை சிறப்பான வடிவத்தில் இருந்ததால்,

அதிக அளவில் பனிக்கட்டிகள் தங்கி, தேங்கியிருந்தன. வளைவை ஒட்டி இருந்த கால்வாயில் பனிக்கட்டிகள் நிரம்பியிருந்தன. ஒரு கட்டி மேல் ஒரு கட்டியாக குவிந்து உள்வரும் பனிக்கட்டிகளுக்கு தற்காலிகத் தடையாக இருந்தன. அலை மிகுந்த மரக்கலங்களாய் முழு நதியையும் நிறைத்தன. அது கிட்டத்தட்ட கென்டகி கரைவரை நீண்டிருந்தது.

இந்தச் சாதகமற்ற நிலையைப் பற்றி எண்ணிக் கொண்டு, எலிசா சில கணம் நின்றாள். வழக்கமான படகு போக்குவரத்தைத் தடுப்பதாய் நிலைமை இருந்தது. சில விவரங்கள் கேட்பதற்காக, கரையில் இருந்த சிறிய பொது இல்லத்திற்குச் சென்றாள்.

மாலை நேர உணவுக்காக வேக வைக்கும் வேலையில் மும்முரமாய் இருந்த அந்த இல்லப் பணிப்பெண், கையில் முள் கரண்டியுடன் நின்றாள். எலிசாவின் இனிமையான, துயரமான குரல் அவளை நிற்க வைத்தது.

"என்ன வேணும்?" அவள் வினவினாள்.

"இப்போது 'பி' பகுதிக்கு மக்களை ஏற்றிச் செல்லும் தோணி அல்லது படகு இல்லையா?"

"இல்லையே. படகுகள் ஓடறதை நிறுத்தியாச்சு." பெண் கூறினாள்.

ஏமாற்றமும், துயரமும் நிறைந்த எலிசாவின் பார்வை அந்தப் பெண்மணியைத் தாக்கியது. விசாரிக்கும் விதத்தில் அவள் கேட்டாள்:

"நீங்க போக விரும்பறீங்க போல. யாருக்காவது உடம்பு சுகமில்லையா? ரொம்பப் பதட்டமாக இருக்கறாப்ல இருக்கு."

"அபாயமான நிலையில இருக்கற குழந்தை என்னோட இருக்கு." நேற்று இரவு வரை கேள்விப்படலை. படகு இருக்கும்னு நம்பி ரொம்ப தூரம் நடந்து வந்து விட்டேன்" எலிசா சொன்னாள்.

"அது துரதிர்ஷ்டமானது. நான் உண்மையில் அக்கறையா இருக்கேன்." பெண்மணி கூறினாள். அவளது தாய்மைக்குரிய அனுதாபம் தட்டி எழுப்பப்பட்டிருந்தது. பின்பக்கம் இருந்த ஒரு கட்டிடம் நோக்கி, ஜன்னல் வழியே, அழைப்பு விடுத்தாள்: "சாலமன்" தோள் ஆடை அணிந்தும், அழுக்கான கைகளோடும் ஒரு மனிதன் கதவருகே தோன்றினான்.

"சாலமன்! இன்று இரவு பேரல்களை அந்த மனுஷன் எடுத்துக்கிட்டுப் போகப் போறாரா?"

"அது சாத்தியமா இருந்தா, முயற்சிக்கப் போவதாக அவன் சொன்னான்" என்று அந்த மனிதன் கூறினான்.

"இங்கே ஒரு ஆள் இருக்காரு. இன்னிக்கு மாலை சில சரக்கு வாகனங்களோட போவார். அப்படிப் போவதா இருந்தா, இரவு

சாப்பாட்டுக்கு இங்கே வருவார். எனவே, இங்கே தங்கி, காத்திருப்பது நல்லது. இனிமையான குட்டிப் பையா'' குழந்தைக்கு கேக் கொடுத்து அந்தப் பெண்மணி கூறினாள்.

முழுமையாக களைப்படைந்திருந்த சிறுவன் சோர்வில் அழுதான்.

''பாவம் சிறுவன்! அவனுக்கு நடந்து பழக்கமில்ல. நான் அவசரப்படுத்தி அழைச்சிட்டு வந்துட்டேன்'' என்றாள் எலிசா.

''நல்லது! அவனை இந்த அறைக்கு எடுத்துச் செல்லுங்கள்'' சிறிய படுக்கை அறையைத் திறந்து அந்தப் பெண்மணி சொன்னாள். அங்கு வசதியான படுக்கை இருந்தது! களைப்புற்றிருந்த சிறுவனை அதில் கிடத்தினாள். அவன் தூங்கும் வரை அவனது கை மேல் தனது கையை வைத்திருந்தாள். அவளுக்கு ஓய்வே இல்லை. அவளது எலும்பினுள் நெருப்பு இருப்பது போல, துரத்தப்படுபவர்களின் நினைப்பு அவளை வருத்தியது. தனக்கும், தனது சுதந்திரத்திற்கும் இடையில் இருக்கும் பெருக்கெடுத்த வெள்ளத்தை ஏக்கத்தோடு பார்த்தாள்.

அவளை துரத்துவோரின் பாதை பற்றி அறிய, இப்போதைக்கு அவளிடமிருந்து நாம் விடைபெற வேண்டும்.

மேஜைக்கு விருந்து விரைவாக வர வேண்டும் என்று திருமதி. ஷெல்பி உறுதி கூறியிருந்தாலும், இதற்கு முன்பு இருந்தது போலவே அதனை செய்து முடிக்க பலர் தேவைப்பட்டனர். ஹாலேயின் காதுபட ஆணை சொல்லப்பட்டிருந்தாலும், அதனை அரை டஜன் சிறு தூதுவர்கள் சோலே அத்தையிடம் கொண்டு சென்றனர். அந்தப் பிரமுகர் கடுகடுப்பாக மூக்கு வழியாக முனகினார். தலையைப் பலமாய் ஆட்டினார். ஒவ்வொரு செயலையும் வழக்கத்தைவிட மெதுவாகவும், தற்செயலாகவும் அவர்கள் செய்தனர்.

தாமதத்திற்கு எஜமானி வருந்த மாட்டார் என்ற எண்ணம் ஏதோ ஒரு காரணமாக பணியாளர்களிடம் பரவியிருந்தது. நிகழ்வின் போக்கினை தடுக்க, தொடர்ந்து பல உடனடி விபத்துக்கள் ஏற்பட்டது வியப்பாய் இருந்தது. ஒரு அதிர்ஷ்டமில்லாத வெள்ளை வேலையாள் மாமிசக் குழம்பை கவிழ்த்து விட்டான். மறுபடியும் கவனத்தோடும் நடைமுறை குறையாமலும் குழம்பு தயாரிக்க வேண்டி வந்தது. பிடிவாதமான துல்லியத்துடன் சோலே அத்தை கண்காணித்து, கிளறி வந்தாள். விரைவில் முடிப்பதற்கான யோசனைகளுக்கு பதிலளிக்கும் விதமாக ''வேகாத குழம்பையா மேஜை மேல் வைப்பது?''என்றாள். ஒருவன் தண்ணீரைக் கொட்டி விட்டான். குழாய்க்குச் சென்று மீண்டும் கொண்டு வர வேண்டி வந்தது. மற்றொருவன் வழியில் வெண்ணெயை சிந்தி வந்தான். அவ்வப்போது வேடிக்கையான செய்திகள் சமையலறைக்குக் கொண்டு வரப்பட்டன. ''எஜமானர்

ஹாலே பரபரப்பாய் இருக்கிறார். அவரால் தனது இருக்கையில் இருக்க முடியவில்லை. வளைந்தும், நெளிந்தும் நுழைவாயில் மண்டபம் வழியாக நடந்து வருகிறார்.''

''பட்டினி போடுங்க. அவன் அவஸ்தைப்படட்டும். அவன் தனது வழியைத் திருத்திக்கலேன்னா இன்னும் மோசமா அவஸ்தைப் படுவான். அவனுக்காக அவனது எஜமானர் ஆள் அனுப்புவார். அப்ப எப்படி இருக்கான்னு பார்க்கணும்'' கோபமாக சோலே அத்தை சொன்னார்.

''அவன் சித்திரவதைக்குப் போவான். தப்பில்லை'' குட்டி ஜேக் சொன்னான்.

''அவனுக்கு அது வேணும். அவன் பல பல இதயங்களை நொறுக்கி யிருக்கான். ''வெளிப்படுத்துதல்''ல ஜார்ஜ் படிப்பது போல அவன் இருக்கான். பலிபீடத்திற்கு ஆன்மாக்களை அழைப்பது போல. பாவிகளை பழிவாங்க கடவுளை அழைப்பது போல. கடவுள் நிச்சயம் கேட்பார். நிச்சயம் கேட்பார்'' சோலே அத்தை பயங்கரமாய்க் கூறினாள்.

நன்கு மதிக்கப்பட்ட சோலே அத்தை சொல்வதை வாய் பிளந்து கேட்டனர். கிட்டத்தட்ட விருந்து உணவு முழுவதும் கூடத்திற்கு அனுப்பப் பட்ட நிலையில், அவளோடு அரட்டை அடிக்கவும், கருத்துகளைக் கவனிக்கவும் முழு சமையலறைக்கும் அவகாசம் இருந்தது.

''பாவிகள் எப்போதும் எரிக்கப்படுவர். தப்பில்லை. எரிக்க மாட்டாங்களா?'' ஆன்டி சொன்னான்.

''அதைப் பார்க்க நான் மகிழ்ச்சி அடைவேன். நிச்சயம் மகிழ்ச்சி அடைவேன்'' குட்டி ஜேக் சொன்னான்.

''குழந்தைகளே'' அவர்களை அந்தக் குரல் எழுந்திருக்க வைத்தது. அது டாம் மாமா. உள்ளே வந்திருந்த அவர், நடந்த உரையாடல்களைக் கேட்டுக் கொண்டு கதவில் நின்றிருந்தார்.

''குழந்தைகளே! நீங்கள் என்ன சொல்கிறீர்கள் என்பது உங்களுக் குப் புரியவில்லை என்று பயப்படுகிறேன். அவை பயங்கரமான வார்த்தைகள். அது போல நினைப்பது மிகவும் கெடுதியானது. எந்த மனிதனையும் அவ்வாறு சபிப்பது கூடாது'' டாம் கூறினார்.

''ஆவி விரட்டுவோர் தவிர வேறு யாரிடமும் சொல்ல மாட்டோம். அவங்க கெடுதி செய்வதால், அப்படிச் சொல்றதைத் தவிர வேறு வழியில்லை'' ஆன்டி சொன்னான்.

''அவங்களுக்கு பரிந்து பேசாதீங்க. பால் குடிக்கும் குழந்தையை அதன் தாயிடமிருந்து பிரித்து, விற்கவில்லையா? சிறு குழந்தைகள் அழுது, தனது தாயின் புடவையைப் பிடித்துக் கொண்டு நிற்கும்போது,

அவற்றை இழுத்து விற்கவில்லையா? அவங்க உயிரை எடுக்கும்போது கொஞ்சமாவது வருந்துவார்களா? அவங்க குடிக்கலையா? புகைக்கலையா? அவங்கள பிசாசு பிடிக்கலைன்னா, அது எதுக்கு உபயோகப்படும்?'' என்று சோலே அத்தை கேட்டாள். அரற்றினாள். அவளது கட்டம் போட்ட மேலங்கியில் தனது முகத்தை மறைத்துக் கொண்டு, உடனடியாக விசும்பத் துவங்கினாள்.

''கெட்ட எண்ணத்தோடு உன்னைப் பயன்படுத்துவோருக்காக வும், பிரார்த்திக்க நல்ல புத்தகங்கள் சொல்லலையா?'' டாம் சொன்னார்.

''அவர்களுக்காக பிரார்த்திப்பதா?'' சோலே அத்தை கேட்டாள். ''கடவுளே! அது ரொம்ப கஷ்டம் – அவங்களுக்காக என்னால பிரார்த்தனை செய்ய முடியாது.''

''அது இயற்கைதான் சோலே. இயற்கை வலிமையானது. கடவுளின் கருணை அதைவிட வலிமையானது. அவங்களோட ஆன்மா பயங்கரமான நிலையில் இருக்கும்னு நீ நினைக்கணும். அவங்க மாதிரி நீ இல்லையேன்னு கடவுளுக்கு நன்றி சொல்லணும். இந்த ஏழைகளுக்குப் பதிலாக, பத்தாயிரம் முறை என்னை விற்கலாம்'' டாம் கூறினார்.

''நானும்தான் கடவுளே! அதை நாமப் பிடிக்க முடியாதா ஆன்டி'' ஜேக் சொன்னான்.

தோளை குலுக்கிய ஆன்டி மறுப்பு சொல்லாது விசிலடித்தான்.

''அவர் சொன்ன மாதிரி எஜமானர் காலையில் வெளியே போகாதது எனக்கு மகிழ்ச்சியே. விற்பதைவிட அது என்னை வருத்தியிருக்கும். அது அவருக்கு இயற்கையாக இருக்கலாம். அது எனக்கு கஷ்டமா இருக்கும். குழந்தையிலிருந்தே அவரைத் தெரியும். கடவுள் விருப்பம்னு சமாதானம் ஆயிட்டேன். எஜமானுக்கு வேறு வழியில்லை. அவர் செஞ்சது சரிதான். நான் போன பிறகு, நிலைமை சரியாய் இருக்காதோன்னு பயப்படறேன். என்ன மாதிரி எஜமானரை மதிக்க மாட்டீங்களோன்னு பயப்படறேன். பசங்க நல்லவங்கதான். அக்கறை இல்லாம இருக்காங்க. அதுதான் எனக்குக் கவலையா இருக்கு'' டாம் கூறினார்.

மணி அடித்தது. வரவேற்பறைக்கு டாம் அழைக்கப்பட்டார்.

''டாம், இந்தப் பெரிய மனிதரிடம் பத்திரம் கொடுத்துள்ளேன் என்று நீ அறிய வேண்டுமென விரும்புகிறேன். அவர் விரும்பும் இடத்தில் நீ இல்லாவிட்டால், அவருக்கு நான் ஆயிரம் டாலர் தர வேண்டும். வேறு வேலைகளை அவர் கவனிக்கச் செல்கிறார். இன்று முழுவதும் நீ விரும்பியபடி இருக்கலாம். விரும்பற இடத்திற்குப் போகலாம்'' அவரது எஜமானர் ஷெல்பி கனிவாகச் சொன்னார்.

''நன்றி எஜமானரே'' டாம் சொன்னார்.

''நல்லா தெரிஞ்சுக்க கறுப்பரின் தந்திரத்தோடு எஜமானரிடம் திரும்பிடக் கூடாது, நீ அத செஞ்சா, அவரிடமிருந்து ஒவ்வொரு சென்டையும் எடுத்துக்குவேன். அவர் நா சொல்றதை கேட்டா, உங்க யார் மேலயும் நம்பிக்கை வைக்க மாட்டார்'' வணிகர் சொன்னார்.

''எஜமானரே! பழைய எஜமானி உங்கள எனது கைகளில் கொடுத்தபோது எனக்கு எட்டு வயசுதான். நீங்க ஒரு வயசுகூட இருக்க மாட்டீங்க. அவங்க சொன்னாங்க. ''டாம், அதுதான் உன்னோட இளம் எஜமானர். அவன நல்லா பார்த்துக்க''. நான் இப்ப உங்களைக் கேட்கறேன். எனது வார்த்தையை எப்பவாவது மீறியிருக்கேனா? உங்கள மீறி நடந்திருக்கேனா? குறிப்பா நான் கிறித்துவனாய் மாறிய பிறகு?'' மிக நெருக்கமாக நின்றபடி டாம் கூறினார்.

ஷெல்பி உணர்ச்சிமயமானார். அவரது கண்களில் கண்ணீர் தளும்பியது.

''எனது நல்ல பையனே! நீ உண்மை சொல்றேன்னு கடவுளுக்குத் தெரியும். எனக்கு வேறு வழி இருந்துதுன்னா, முழு உலகமும் உன்னை வாங்க முடியாது'' அவர் சொன்னார்.

''நிச்சயமான கிறித்துவ பெண்ணான நான், தேவையான தொகையை சேகரிக்க முடிந்த உடனேயே, அதை உங்களுக்குக் கொடுப்பேன். இவனை மீட்பேன். நீங்க இவன யாருக்கு விக்கறீங்கன்னு எழுதி வச்சுக்கங்க. எனக்குத் தெரிவிங்க'' திருமதி ஷெல்பி சொன்னார்.

''ஒரு வருடத்தில் இவன திரும்பக் கொண்டு வருவேன். மீண்டும் வியாபாரம் செய்வேன்'' வணிகர் கூறினார்.

''அப்போது உங்களோட வியாபாரம் செய்து, உங்களுக்கு ஆதாயமா ஆக்குவேன்'' திருமதி ஷெல்பி கூறினார்.

''எல்லாம் எனக்கு ஒண்ணுதான். வியாபாரம் செய்யறேன். எனக்கு வாழ்க்கைதான் வேணும். நாம எல்லாரும் அதைத்தான் விரும்பறோம். அம்மா அப்படித்தானே?''

ஷெல்பியும், அவரது மனைவியும் கோபமுற்றனர். வணிகரின் வழக்கமான ஆணவத்தால் பங்கப்பட்டனர். தங்களது உணர்வுகளைக் கட்டுப்படுத்த வேண்டிய முழுமையான அவசியத்தை அறிந்திருந்தனர். நம்பிக்கையற்று மோசமாகவும், அறிவின்றியும் அவர் இருக்க இருக்க, எலிசாவையும், அவளது குழந்தையைப் பிடிப்பதற்கான அபாயம் அதிகரிப்பதாய் திருமதி ஷெல்பி பயந்தார். மகளிருக்குரிய ஒவ்வொரு தந்திரம் மூலமும் அவரை நிறுத்தி வைக்கும் நோக்கம் அவருக்கு இருந்தது. எனவே அவர் பெருந்தன்மையோடு புன்னகைத்தார். சம்மதித்தார். நெருங்கிப் பழகியவராய் உரையாடினார். வணிகர் உணர

முடியாதபடி காலத்தைக் கடத்துவதற்கு செய்ய முடிந்த அனைத்தையும் செய்தார்.

இரண்டு மணிக்கு சாமும், ஆன்டியும் குதிரைகளைக் கம்பத்திற்குக் கொண்டு வந்தனர். காலையில் நடந்த ஓட்ட நிகழ்வால் உரமூட்டப் பட்டு, புத்துயிர் பெற்று இருந்தனர்.

அதீத ஆர்வத்தோடும், ஆயத்தமான பெருமையோடும் சாம் அங்கிருந்தான். ஹாலே நெருங்கியதும், அச்செயலின் தெளிவான, சிறப்பான வெற்றி பற்றி ஆன்டியிடம் உற்சாகமாகப் பெருமையடித்துக் கொண்டான்.

''உங்க எஜமானர் நாய் எதுவும் வைத்திருக்கவில்லை என்று நினைக்கிறேன்.'' ஏறத் தயாரானவாறு ஹாலே யோசனையோடு சொன்னார்.

''நிறைய குவிஞ்சிருக்கு. அது பிருனோ - குரைப்பவன். அதோட நாங்க கறுப்பர்கள் ஒவ்வொருவரும் விதவிதமான நாய்களை வச்சிருக்கோம்'' வெற்றியோடு சாம் சொன்னான்.

''எப்படி'' ஹாலே சொன்னார். மேற்படி நாய்கள் பற்றி வேறு எதையோ சொன்னார். அதற்கு சாம் முணுமுணுத்தான்.

''அவற்றைச் சபிப்பதில் பயனில்லை. எந்த வழியிலும் வாய்ப்பில்லை''

''கருப்பர்களை தேடிப் பிடிக்க உங்க எஜமானர் நாய் எதுவும் வச்சிருக்கலையா.''

அவர் என்ன சொல்ல வந்தார் என்பது சாமுக்கு சரியாகத் தெரிந்தது. ஆனால், ஆபத்தை உணராத எளிமையான முகபாவத்தை வைத்துக் கொண்டான்.

''எங்க நாய்ங்க எல்லாம் நல்லா மோப்பம் பிடிக்கும். அதுங்களுக்கு பயிற்சி இல்லேன்னாலும் அவை அப்படித்தான். கிளப்பி விட்டிங்கன்னா எல்லாத்துக்கும் மேல அதுங்க ஓடும். பிருனோ!'' நியுபவுண்ட்லாண்ட் நாய்க்கு குரல் கொடுத்தான். அவர்களை நோக்கி அது கலவரமாய் விரைந்து வந்தது.

''நீ போ அங்கே. தடுக்கி விழு'' எழுந்தபடி ஹாலே சொன்னார்.

அவ்வாறே சாம் தடுக்கி விழுந்தான். கிச்சு கிச்சு மூட்டுவதாய் திறமையாக நடித்தான். அவ்வாறு அவன் செய்ததும் ஆன்டி சிரிப்பில் வெடித்தான். அது ஹாலேவை கோபமூட்டியது. அவர் அவனை சாட்டையால் வெட்டினார்.

''ஆன்டி, உன்னப் பார்த்து திகைச்சுப் போய்ட்டேன். இது மும்முர மான வியாபாரம் ஆன்டி. நீ விளையாடக் கூடாது. அது எஜமானருக்கு உதவற வழியில்ல'' பயந்த தீவிரத்துடன் சாம் சொன்னான்.

‘‘ஆற்றுக்கு நேராகப் போகும் சாலை வழியே போகலாம். எனக்கு வழி தெரியும். தரைக்கு கீழே வழி வச்சிருப்பாங்க.’’ பண்ணையின் எல்லைக்கு வந்ததும் உறுதியாக ஹாலே சொன்னார்.

‘‘நிச்சயம். அது அப்படித்தான். ஹாலே எஜமானர் சரியாத்தான் சொல்றீங்க. ஆற்றுக்குப் போக இரண்டு வழி இருக்கு. அழுக்கு சாலை ஒண்ணு. இன்னொன்னு நல்லா இருக்கும்’’ சாம் சொன்னான்.

சாமை அப்பாவியாக ஆன்டி பார்த்தான். புதிய பூகோள உண்மையைக் கேட்டு ஆச்சரியப்பட்டான். பலமாக ஆமோதித்து, சாம் சொன்னதை உடனடியாக உறுதி செய்தான்.

‘‘அதுல போறவங்க குறைச்சல்ங்கறதால இந்த அழுக்கு வழியாகத் தான் லிசி போயிருக்கணும்னு நான் நினைக்கறேன்’’ சாம் சொன்னான்.

அவர் அனுபவப்பட்ட பறவை என்றாலும், அதனாலேயே அவர் அவர்களைச் சந்தேகிப்பது இயல்பு என்றாலும், இதை ஏற்பதாகவே தோன்றினார்.

‘‘நீங்க இரண்டு பேரும் சபிக்கப்பட்ட பொய்யர்கள் இல்லையே’’ ஒரு நொடி யோசித்து, சிந்தனையோடு அவர்களை வினவினார்.

ஆழ்ந்த சிந்தனையோடு, அதனை பிரதிபலிக்கும் குரலில் கூறப்பட்ட இந்த வார்த்தைகள் ஆன்டியை மகிழ்ச்சிப்படுத்தின. அவன் பின்தங்கி தலையாட்டினான். அவன் தனது குதிரையிலிருந்து விழுந்திருக்க வேண்டும். சாந்தமான தீவிரத்தோடு சாமின் முகம் அசைவற்றிருந்தது.

‘‘எஜமானர் அது நல்லதுன்னு நினைச்சா நேரான சாலையிலும் போகலாம். எங்களுக்கு எல்லாம் ஒண்ணுதான். இப்ப, நான் யோசிச்சப்ப, நேர் சாலைதான் சரின்னு படுது.’’

‘‘தனிமையான வழிலதான் போயிருக்கணும். அதுதான் இயல்பு’’ ஆழமாய் சிந்தித்து சாம் சொன்னதைப் புறக்கணித்து ஹாலே சொன்னார்.

‘‘அப்படிச் சொல்ல முடியாது. இந்தப் பொம்பளைங்க விசித்திர மானவங்க. நாம அவங்க செய்வாங்கன்னு நினைப்பதை அவங்க செய்ய மாட்டாங்க. பெரும்பாலும் மாறாத்தான் செய்வாங்க. பெண்கள் இயற்கையிலேயே முரண்பாடானவங்க. அவங்க சாலையிலதான் போயிருப்பாங்கன்னு நினைச்சீங்கன்னா, வேறு வழியா போவாங்க. நிச்சயம் அவங்கள கண்டுபிடிக்கலாம். என்னோட தனி கருத்து என்னன்னா லிசி அழுக்கு வழியாதான் போயிருப்பா. நேர் வழியா போறதுதான் நல்லதுன்னு நினைக்கிறேன்’’ சாம் சொன்னான்.

பெண்களின் பொதுவான இயல்பு பற்றிய கருத்து தொடர்பான விளக்கங்கள் ஹாலேயை நேர்வழியைத் தேர்ந்தெடுக்க அனுமதிக்க

வில்லை. வேறு வழியாகப் போகலாம் என்று முடிவெடுத்துள்ளதாக அறிவித்தார். அந்த வழிக்கு எப்ப வருவோம் என்று வினவினார்.

''கொஞ்ச தூரம் முன்னாடிதான். நான் நல்லா யோசிச்சுப் பார்த்தேன். அந்த வழியா போகக் கூடாதுன்னு எனக்குத் தெளிவாத் தெரியுது. அந்த வழியா நான் போனதே இல்ல. அது தனிமையா இருக்கும். நாம வழியை தவற விட்டுடலாம். நாம எங்க போவோம்னு கடவுளுக்குத்தான் தெரியும்'' ஆன்டியை நோக்கி கண்ணடித்தபடி சாம் சொன்னான்.

''இருந்தாலும் நான் அந்த வழியாத்தான் போவேன்'' ஹாலே சொன்னார்.

''நான் இப்ப நினைக்கிறேன். அந்த சாலையில வேலி போட்டிருக்குன்னு கேள்விப்பட்டிருக்கேன். அப்படித்தானே ஆன்டி?''

ஆன்டிக்கு உறுதிபட தெரியவில்லை. ''சாலை பத்தி சொல்ல கேள்விப் பட்டிருக்கேன். எப்பவும் போனதில்ல'' அவன் மழுப்பினான்.

பெரிய அளவிலான பொய்களுக்கும், சிறிய அளவிலான பொய் களுக்கும் உள்ள வேறுபாட்டை அறியத் தெரிந்திருந்த ஹாலே, மேலே சொன்ன அழுக்கு குறுக்கு வழியில் போவதுதான் சரியென்று நினைத்தார். முதலில் தன்னார்வமின்றி கருத்து தெரிவித்து தனது இரண்டாவது நினைப்பு பற்றி தெரிவித்து குழப்ப முனைந்தது கண்டு, எலிசாவை மாட்டிவிட அவன் விரும்பவில்லை என்று உணர்ந்தார்.

எனவே, சாம் வழியைக் காட்டியபோது, அதில் வேகமாகப் புகுந்தார். சாமும், ஆன்டியும் தொடர்ந்தனர். இந்தச் சாலை பழையது. முன்னர் நதிக்கு இட்டுச் செல்லும் வழியாக இருந்தது. புதிய சாலை போட்ட பின்பு, இது கைவிடப்பட்டது. பல ஆண்டுகளாகப் பயன்படுத்தப்படாது இருந்தது. ஒரு மணி நேர பயணம் வரை அது திறந்த வெளியாக இருந்தது. அதற்குப் பின்பு, பல பண்ணைகளும், வேலிகளும் குறுக்கிட்டன. சாமுக்கு இந்த உண்மைகள் நன்கு தெரியும். உண்மையில், இந்த சாலை பல்லாண்டுகளுக்கு முன்பே மூடப்பட்டது. ஆன்டி இதுபற்றிக் கேள்விப்பட்டதேயில்லை. கடமை உணர்வுக்கு அடிபணிந்தவனாய் அந்த வழியே ஆன்டி சென்றான். அவ்வப்போது புலம்பியும், இரைந்தும் கத்திக் கொண்டும் வந்தான். 'அப்பா! எத்தனை கரடுமுரடு? ஜெர்ரியின் காலுக்குக் கெடுதல்.''

''உன்னை எச்சரிக்கிறேன் . உன்னைத் தெரியும். இந்த வழியில போறத நீ விரும்பல. அதனால குழப்பறே. வாயை மூடு'' ஹாலே சொன்னார்.

''நீங்க உங்க வழியிலேயே போங்க எஜமானரே'' வருந்தும் பணி வுடன் சாம் சொன்னான். அதே சமயம் ஆன்டியிடம் கண்ணடித்தான். ஆன்டியின் மகிழ்ச்சி வெளியில் வெடிக்கத்தக்க நிலைக்கு தற்போது வந்திருந்தது.

சாம் நல்ல மனோநிலையில் இருந்தான். சுறுசுறுப்பாய்த் தேடுவதாய் காட்டிக் கொண்டான். வெகு தொலைவில் 'ஒரு பெண்ணின் குல்லாயைப் பார்த்ததாய்ச் சொன்னான். ஆன்டியை அழைத்து, ''அந்தப் பள்ளத்தில் தெரிவது லிசாதானே'' என்பான். சாலையின் கரடுமுரடான பகுதிகளிலேயே இதுபோன்று விவரித்து வந்தான். அதுபோன்ற இடங்களில் வேகத்தை விரைவுபடுத்துவது அனைவருக்கும் அசௌகரியமாக இருந்தது. இவ்வாறு ஹாலேயை தொடர்ந்து கலக்கத்திலேயே வைத்து வந்தான்.

இவ்வழியில் ஒரு மணி நேரம் சவாரி செய்த பின்பு, அவசரமாகவும், கலவரமாகவும் அனைவரும் ஒரு பெரிய பண்ணை நிறுவனத்திற்கு சொந்தமான தானிய களத்திற்கு கீழிறங்கி வந்தனர். அங்கு எவரும் இருக்கவில்லை. அனைவரும் வயலில் பணியில் இருந்தனர். ஆனால் அந்தக் களம் சாலையின் குறுக்கே தெளிவாகவும், வெளிப்படையாகவும் சதுரமாக இருந்ததால், அவ்வழியில் அவர்களின் பயணம் இறுதி நிலைக்கு வந்து விட்டது தெளிவாகத் தெரிந்தது.

''நான் சொல்லவில்லையா எஜமான். உள்ளூரிலேயே பிறந்து வளர்ந்தவர்களைவிட, புதியவர் அதிகம் தெரிந்திருக்க முடியுமா?'' அடிபட்ட அப்பாவித்தனத்தோடு சாம் சொன்னான்.

''நீ ராஸ்கல்! உனக்கு இதுபற்றித் தெரியுமா?'' ஹாலே சொன்னார்.

''எனக்குத் தெரியும்னு உங்ககிட்ட சொல்லலையா? நீங்க என்னை நம்பல. இங்கெல்லாம் மூடியிருக்கும், வேலியிருக்கும்ன்னு நான் எஜமானரிடம் சொன்னேனே. போய்ச் சேர முடியும்னு நான் நம்பல. ஆன்டி நான் சொன்னதக் கேட்டானே''

இவை அனைத்தும் மறுக்க முடியாத உண்மைகள். துரதிர்ஷ்டமான மனிதர் பெருந்தன்மையோடு அவனது கோபத்தை ஏற்க வேண்டி வந்தது. மூவரும் திரும்பி, நெடுஞ்சாலை நோக்கி பயணப்பட வேண்டி வந்தது.

பல்வேறு தாமதங்களின் விளைவாக, அந்தக் கிராமத்து உணவு விடுதி இருந்த இடத்திற்கு அவர்கள் சவாரி செய்து வந்து சேர்ந்தபோது, அவ்விடத்திற்கு எலிசா வந்து, மகனை தூங்க வைத்து முக்கால் மணி நேரம் கழிந்திருந்தது. ஜன்னல் அருகில் எலிசா நின்றாள். வேறு பக்கம் பார்வையைச் செலுத்தியிருந்தாள். அப்போது சாமின் விரைவான கண் அவளைப் பார்த்திருந்தது. ஹாலேவும், ஆன்டியும் இரண்டு கஜ தூரம் தள்ளியிருந்தனர். இந்த நெருக்கடி நேரத்தில் தனது தொப்பியை பறக்க விட்டதாய் சாம் நடித்தான். அவனுக்கே உரிய குணத்தின்படி சத்தமாக உமிழ்ந்தான். அது எலிசாவைத் திகைக்க வைத்தது. அவள் திடீரென பின்வாங்கினாள். முன்பக்க கதவு நோக்கிச் சென்றாள்.

அந்த ஒரு நொடியில் ஆயிரம் முறை உயிர் பிழைத்ததாய் எலிசா விற்குத் தோன்றியது. நதியின் பக்கம் அந்த அறைக்கு கதவு இருந்தது. அவளது குழந்தையைத் தூக்கிக் கொண்டாள். படியிறங்கி கதவு நோக்கி வந்தாள். நதிக் கரையில் மறையத் துவங்கியபோது, வணிகர் அவளை முழுவதுமாகப் பார்த்து விட்டார். அவரது குதிரையிலிருந்து இறங்கினார். சாமையும், ஆன்டியையும் வேகமாக அழைத்தார். மானை துரத்தும் வேட்டை நாயாய் அவளைத் தேடினார். மயக்கம் தரும் இந்த கணத்தில், அவளது கால்கள் தரையில் பாவவேயில்லை. சில நொடி களில் நீரின் முனைக்கு வந்துவிட்டாள். அவர்கள் அவள் பின்னால் ஓடி வந்தனர். ஆபத்தான தருணங்களில் ஆண்டவன் அளிக்கும் வலிமையின் உதவியோடு, ஒரு கடுமையான கத்தலோடு, பறக்கும் பாய்ச்சலோடு, கலங்கலான கரையிலிருந்து அதற்கு அப்பால் இருந்த பனிக்கட்டி படிமங்கள்மீது தாவித் தாண்டினாள். அது அபாயகரமான பாய்ச்சல். அசாத்தியமானது. புத்தி பேதலித்த நிலையிலோ, நம்பிக்கையிழந்த நிலையிலோதான் அதுபோன்று செய்ய முடியும். அவள் அவ்வாறு செய்ததைப் பார்த்த ஹாலேவும், சாமும், ஆன்டியும் அனிச்சையாகக் கத்தினர். தங்களது கரங்களைத் தூக்கினர்.

அவள் இறங்கியிருந்த மிகப்பெரிய பச்சை நிறப் பனிப்பாறை அவளது கனத்தினால் கிறீச்சிட்டது. கடுமையான கத்தல்களோடும், அபாரமான சக்தியோடும் மற்றொரு கட்டிக்குத் தாவினாள். மேலும் ஒரு கட்டிக்குத் தாவினாள். தடுக்கி விழுந்தாள். பாய்ந்தாள். தவறி விழுந்தாள். விசுக்கென மேலெழுந்தாள். அவளது காலணியைக் காணவில்லை. அவளது காலுறைகள் காலைவிட்டு விலகி விட்டிருந் தன. ஒவ்வொரு அடியிலும் இரத்தம் தோய்ந்திருந்தது. கனவில் கண்டதாய், மங்கலாய்த்தான் அனைத்தையும் அவள் பார்த்தாள். அனைத்தையும் அவள் உணர்ந்தாள். ஒஹியோ பக்கத்தை அவள் பார்த்தாள். அவள் கரையேற ஒருவர் உதவினார்.

''தைரியமான பெண் – யாரம்மா'' உறுதியோடு மனிதர் கூறினார்.

அந்த மனிதரின் முகத்தையும், குரலையும் அறிந்து கொண்டாள். அவள் வசித்த இடத்திற்கு அருகிலிருந்த பண்ணையின் சொந்தக்காரர் அவர்.

''ஓ திரு. சைம்ஸ்! என்னைக் காப்பாற்றுங்கள். என்னை மறைத்து வைத்திருங்கள்'' எலிசா கூறினாள்.

''என்னாச்சு? ஷெல்பியின் பணிப்பெண்தானே?'' சைம்ஸ் கேட்டார்.

'எனது குழந்தை இவன். இவனை விற்று விட்டனர். இவனது எஜமானர் அங்கிருக்கிறார்'' கென்டகி பகுதியைச் சுட்டிக்காட்டி எலிசா சொன்னாள்.

''ஓ சைம்ஸ், உங்களுக்கு ஒரு சிறு மகன் இருக்கிறான் அல்லவா?''

''ஆமாம்'' என்று அவர் கூறியவாறே முரட்டுத்தனமாகவும், கனிவாகவும் அவளை கரைக்கு இழுத்தார். ''மேலும் நீ தைரியமான பெண். எங்கு பார்த்தாலும் எனக்கு வீரத்தைப் பிடிக்கும்.''

அவர்கள் கரையின் மேல் பகுதிக்கு வந்தபோது, அமைதி காத்தார்.

''உனக்காக ஏதாவது செய்ய நான் மகிழ்ச்சி அடைவேன். உன்னை வேறு எங்கும் அழைத்துச் செல்ல முடியாது. அங்கே உன்னைப் போகச் சொல்வதுதான் நல்லதா இருக்கும். அங்கு போ. அவங்க நல்லவங்க. அபாயம் எதுவும் இருக்காது. அவங்க உதவுவாங்க. அவங்களுக்கு இதெல்லாம் பழக்கம்தான்'' என்று கிராமத்தின் முக்கிய தெருவிலிருந்து தள்ளியிருந்த மிகப் பெரிய வெள்ளை வீட்டைச் சுட்டிக்காட்டி அவர் சொன்னார்.

''கடவுள் உங்களை ஆசிர்வதிக்கட்டும்'' எலிசா ஆர்வமாகக் கூறினாள்.

''பரவாயில்ல, செஞ்சது ஒண்ணுமே யில்லை'' அவர் கூறினார்.

''ஓ நிச்சயமா அய்யா, நீங்க யார்கிட்டயும் சொல்லிடாதீங்க''

''போச்சு போ! என்னைப் பத்தி என்ன நினைச்சே? நிச்சயம் மாட்டேன். இப்ப புத்திசாலிப் பெண்ணா அங்க போ. நீ சுதந்திரமா இருப்பே'' அவர் சொன்னார்.

தனது குழந்தையை இடுப்பில் இடுக்கிக் கொண்டு உறுதியாக நடந்து, விரைவாக வெளியேறினாள். அவர் நின்று, அவளை கவனித்து, ''ஷெல்பி இதப் பத்தி ரொம்பப் பரவசமா நினைப்பார். அவரால என்ன செய்ய முடியும்? என்னோட பெண்கள் இதுபோன்ற இக்கட்டான நிலையில மாட்டிக்கிட்டா அவர் திரும்ப உதவலாம். ஆனா எந்தப் பிறவியும் இது போன்ற நிலைக்கு வருவதை என்னால காண முடியாது. மற்றவங்களுக்காக வேட்டையாடுவதும், தேடிப் பிடிக்க உதவுவதும் என்னால முடியாது.''

இவ்வாறு பெரும்பாலானவர்களின் மதத்தைச் சாராத கென்டகிய ஏழை பேசினார். உறவு முறைகள் பற்றி பயிற்றுவிக்கப்படவில்லை. அவரது நிலைமை நன்றாக இருந்ததாலோ அவர் அதிக அறிவு பெற்றவராக இருந்ததாலோ அனுமதிக்கப்பட வாய்ப்பில்லாத கிறித்துவ முறையில் செயல்பட்டார்.

இந்தக் காட்சியின் ஆச்சரியமான பார்வையாளராக ஹாலே எலிசா மறையும் வரை நின்றிருந்தார். பிறகு திரும்பி, ஆன்டியையும், சாமையும் நோக்கி விசாரிக்கும் பார்வையைச் செலுத்தினார்.

''அது சகிக்கத்தக்க நியாயமான செயல்'' சாம் சொன்னான்.

''அந்தப் பெண்கிட்ட ஏழு பேய்கள் இருக்கணும்னு நான் நம்புறேன் காட்டுப் பூனை மாதிரி தாவினாளே'' ஹாலே சொன்னார்.

''அந்த வழியா வந்ததுக்கு எஜமானர் எங்களை மன்னிப்பார்னு நம்பறேன்.'' உள்ளூர மகிழ்ந்து வறட்சியாக சாம் கூறினான்.

''நீ சிரிக்கறயா?'' உறுமலோடு வணிகர் கருவினார்.

''கடவுள் உங்களை ஆசிர்வதிக்கட்டும் எஜமானரே. அதை என்னால இப்ப தவிர்க்க முடியாது. அவ ஆச்சரியமா, தெரிஞ்சா. தாவினாள். எகிறி குதித்தாள். பனிக்கட்டி விரிசல் விட்டது. கடவுளே! எப்படிப் போனாள்?'' அவனது ஆன்மாவின் அடக்கி வைக்கப்பட்ட நீண்ட மகிழ்வை வெளிப்படுத்தியவாறு சாம் கூறினான். சாமும், ஆன்டியும் தங்கள் கன்னங்களில் கண்ணீர் வழிந்தோடும் வரை சிரித்தனர்.

இருவரும் குனிந்தனர். கரைமீது கத்திக் கொண்டே ஓடினர். அவருக்கு முன்பாக அவர்களது குதிரையில் ஏறினர்.

''மாலை வணக்கங்கள் எஜமானரே! ஜெர்ரியை பத்தி எங்க எஜமானி கவலையா இருப்பாங்கன்னு நினைக்கிறேன்.'' தீவிரத்தோடு சாம் கூறினான்.

''எஜமானர் ஹாலேக்கு இனி நாங்கள் தேவைப்பட மாட்டோம்னு நினைக்கிறோம். இன்று இரவு விசியன் பாலத்தில் இந்தப் பிறவிகளை ஓட்டிச் செல்வதை எஜமானி விரும்ப மாட்டாங்க'' என்று கூறியவாறே நகைப்போடு ஆன்டியின் விலாவில் சாம் இடித்தான். முழு வேகத்தில் இருவரும் கிளம்பி விரைந்தனர். அவர்களது சிரிப்பொலி காற்றில் கரைந்து மறைந்தது.

8

எலிசாவின் தப்பித்தல்

நதியின் குறுக்கே அந்தி வேளையின் அரையிருளில் தனது தற்காப்பான தப்பித்தலை எலிசா நிகழ்த்தியிருந்தாள். மாலை நேரத்தின் கரும் பனித் துகள்கள் நதியிலிருந்து மெதுவாக எழுந்து, அவள் கரையிலிருந்து மறைந்ததும் அவளைச் சுற்றிக் கொண்டன. பொங்கும் நீரோட்டமும், தள்ளாடும் பனிக்கட்டிகளின் பெருந்திரளும், அவளுக்கும், அவளைத் துரத்துவோருக்கும் இடையில் நம்பிக்கை அளிக்காத தடையாக இருந்தன. எனவே, ஹாலே மெதுவாகவும், அதிருப்தியோடும் சிறிய விடுதிக்குத் திரும்பி வந்தார். அடுத்து என்ன செய்ய வேண்டும் என்று ஆழ்ந்து சிந்திக்க முனைந்தார். சிறிய கூடத்தின் கதவுகளை அந்தப் பெண்மணி திறந்தார். அது பழைய கம்பளங்களால் மூடப்பட்டிருந்தது. பளபளப்பான கரும் எண்ணெய்த்

துணியோடு கூடிய மேஜை ஒன்று நின்றிருந்தது. உயரமாகவும், மெலிதாகவும் கனத்த முதுகுடன் கூடிய மர நாற்காலிகள் சில இருந்தன. பளபளப்பான வண்ணங்களில் சாந்து பூசப்பட்ட வடிவங்கள் சுவர் அலமாரியில் இருந்தன. அதற்கு மேலே மிக மெலிதாக புகையும் இரும்பாலான தீத்தட்டு இருந்தது. சிம்னியை ஒட்டி கடினமான மரத்தாலான இருக்கை அளவுக்கு அதிகமாக நீண்டிருந்தது. அங்கே ஹாலே அமர்ந்து மனித நம்பிக்கைகளின் நிலையற்றதன்மை பற்றியும், பொதுவான மகிழ்ச்சி பற்றியும் யோசிக்கத் துவங்கினார்.

"இந்தப் பிடிவாதமானவளிடம் என்ன விரும்புகிறேன்? மரத்தோடு கட்டப்பட்ட முட்டாளாய் நிற்கிறேனே" தன்னைப் பற்றித் திரும்ப பழித்துரைத்துக் கொண்டு தன்னை ஆற்றிக் கொண்டார். அவற்றை உண்மையாகக் கருதுவதற்கு நியாயமான காரணங்கள் நமக்கு இருந்தாலும், நமது நல்லெண்ணம் காரணமாக அவற்றை விட்டு விட்டோம். கதவருகில் இறங்கி வந்த ஒரு மனிதரின் இசைவற்ற, உரத்த குரலைக் கேட்டு அவர் அதிர்ச்சியுற்றார். ஜன்னலுக்கு விரைந்தார்.

"மக்களால் தெய்வச் செயல் என்று கருதப்படுவது எனக்குக் கிடைத்துள்ளது. அது டாம் லோக்கர் என்று நினைக்கிறேன்."

ஹாலே அவசர அவசரமாக வெளியே வந்தார். அறையின் மூலையில், மதுக்கடை அருகில் நின்றிருந்தவர் பருத்தவராய், கொழுத்தவராய் ஆறடி உயரத்தில் அதற்கு இணையான அகலத்தில் இருந்தார். எருதுத் தோலில் மேலங்கி அணிந்திருந்தார். அதன் வெளிப்புறம் ரோமத்தினால் அமைக்கப்பட்டிருந்தது. அது அவருக்கு முடி படர்ந்த, பயங்கரமான தோற்றத்தை தந்தது. அவரது உடலமைப்புக்குப் பொருத்தமானதாக இருந்தது. தலையிலும், முகத்திலும், ஒவ்வொரு அங்கத்திலும், முகத் தோற்றத்திலும், அதிகபட்ச சாத்தியமான கொடூரத்தையும், தயங்காத வன்முறையையும் பிரதிபலித்தார். மனிதப் பண்ணையில் தொப்பியுடனும், மேலங்கியுடனும் ஒரு கடுநாய் வருவதை நமது வாசகர்கள் கற்பனை செய்ய முடியுமானால் அவரது உடலமைப்பு பற்றியும், நடை உடை பாவனைகள் பற்றியும் அவர்களால் அறிய முடியும். அவரிடமிருந்து பல வகையிலும் மாறுபட்டிருந்த ஒரு பயணக் கூட்டாளியும் அவருடன் வந்திருந்தார். அவர் குள்ளமாய், மெலிதாய், வளைந்து, இயக்கத்தில் பூனை போன்றும் இருந்தார்.

அவரது கவனமான கரும் கண்களில் உற்று நோக்கும் எலித்தன்மை வெளிப்பட்டது. அவரது முக அமைப்பின் ஒவ்வொரு அம்சமும் கூர்மையற்று இருந்ததாகப்பட்டது. பொதுவான இயல்புடன் கலந்து கொள்வதில் விருப்பம் இருப்பதை தெரிவிப்பதாக அவரது நீண்ட மூக்கு இருந்தது. அவரது மிருதுவான அடர்த்தியற்ற, கரும் முடி ஆர்வமுடன் முன் வந்திருந்தது. அவரது அனைத்து இயக்கங்களும், வளர்ச்சிகளும் உலர்ந்த கவனமான ஆர்வத்தை

உணர்த்தின. பச்சையான சாராயத்தை ஒரு பெரிய கோப்பையில் பாதியளவு அந்தப் பெரும் மனிதன் ஊற்றினார். ஒரு வார்த்தைகூட சொல்லாது, விழுங்கினார். சிறிய மனிதர் கட்டை விரல் நுனியில் நின்றார். முதலில் தனது தலையை ஒருபுறம் சாய்த்து, பின்னர் மறுபுறம் சாய்த்தார். பல புட்டிகளை ஆராய்ந்து, ஆராய்ந்து மின்ட் மிகுந்த இனிப்பு பானத்திற்கு மெதுவான நடுங்கும் குரலில் ஆணையிட்டார். அது ஊற்றப்பட்ட பின்பு, அதனை எடுத்துக் கொண்டார். தான் சரியாகச் செய்துள்ளதாக கருதும் ஒரு மனிதரைப் போன்று கூர்மையான, திருப்தியான எண்ணத்தோடு அதைப் பார்த்தார். அதன் தலையிலிருந்த ஆணியை எடுத்து விட்டு, கொஞ்சம் கொஞ்சமாக உறிஞ்சிக் குடித்தார்.

''இப்ப இது போன்ற அதிர்ஷ்டம் எனக்குக் கிடைக்கும்னு யார் நினைச்சா? லோக்கர்! எப்படி இருக்கே?'' முன்னோக்கி வந்து, பெரும் மனிதருடன் கை நீட்டி ஹாலே கேட்டார்.

''சைத்தானே! நீ இங்க எங்க வந்தே ஹாலே?''

மார்க்ஸ் என்ற பெயர் கொண்ட எலித்தன மனிதன் உறிஞ்சுவதை உடனடியாக நிறுத்தினார். தனது தலையை நீட்டினார். புதிய மனிதரை புத்திசாலித்தனமாய்ப் பார்த்தார். நகரும் காய்ந்த இலையையோ, தான் துரத்தும் இலக்கையோ பூனை பார்ப்பது போல் அது இருந்தது.

''டாம், நான் சொல்கிறேன். உலகத்தின் அதிர்ஷ்டமான செயல் இதுதான். நான் முடங்கிக் கிடந்தேன். எனக்கு நீதான் உதவணும்''

''போதும், உனக்கு மகிழ்ச்சி தரணும்னா, இந்த உடல் நிச்சயம் செய்யும். அதால ஆக முடியும்னா, நிச்சயம் செய்யும். இப்ப என்ன கஷ்டம்?'' திருப்தியாக நண்பன் உறுமினான்.

''உனக்கு இங்கு நண்பர் இருக்காரா? அநேகமா கூட்டாளி'' மார்க்ஸை சந்தேகத்துடன் பார்த்தபடி ஹாலே சொன்னார்.

''ஆமாம். இருக்கார். மார்க்ஸ்! இவர் என்னோடு நாட்சேஷிவில் இருந்த மனிதர்.''

''அவரது சகவாசம் உங்களுக்கு மகிழ்ச்சி அளித்திருக்கும்'' அண்டங் காக்கையின் நகம் போன்ற தனது நீண்ட மெல்லிய கையை நீட்டினார். ''திரு. ஹாலே, நான் நம்பறேன்.''

''ஆமாம் அய்யா'' ஹாலே சொன்னார்.

''நாம் மகிழ்ச்சியா சந்தித்திருக்கிற இந்த வேளையில் இந்த மதுக்கடையில் சிறு விருந்து அருந்துவோம். வெந்நீர், சர்க்கரை, சிகரெட், நல்ல உண்மையான சரக்கு கொண்டு வாங்க. ஜமாய்ச்சிடலாம்.''

மெழுகுவர்த்திகள் எரிந்தன. எரிவாணலியில் தீ மூட்டப்பட்டது. ஒரு மேஜையைச் சுற்றி மூவரும் அமர்ந்திருந்தனர். முன்பு குறிப்பிட்ட பொருட்கள் அங்கே பரவிக் கிடந்தன.

அவரது பிரத்யேகமான சிரமங்களை வேதனையோடு திரும்பவும் ஹாலே கூறத் துவங்கினார். மார்க்ஸ் கடுகடுப்பான, நிச்சயமான கவனத்தோடு கவனித்தார். அவரது சுவைக்கு ஏற்றபடி கோப்பைகளை உறிஞ்சினார். அவ்வப்போது தனது பணியிலிருந்து நிமிர்ந்து கவனித்தார். அவரது கூர்மையான நாக்கும், தாடியும், ஹாலேவின் முகத்தை கிட்டத்தட்ட இடித்தன. மொத்த கதையையும் முழு ஆர்வத்துடன் கேட்டார். அந்த நிகழ்வின் முடிவு அவரை ஆச்சரியப் படுத்தியதாய் தோன்றியது. அமைதியாக தனது தோள்களையும், பக்கங்களையும் அசைத்தார். உள்ளூர மகிழ்ந்தவராய் தனது மெல்லிய உதடுகளை சுழித்துக் கொண்டார்.

''நல்லா உங்களை தைச்சுட்டாங்க போல . அழகா செஞ்சுட்டாங்க'' அவர் சொன்னார்.

''இந்த இளம் வயசுக்காரங்கள வச்சு வியாபாரம் செய்யறது பல பிரச்னைகளைக் கொண்டு வருதுங்க'' உற்சாகமின்றி ஹாலே சொன்னார்.

''தங்களது குழந்தைங்க பற்றி கவலைப்படாத பெண்களை உருவாக்க முடிந்தால், அது மிகப் பெரிய நவீன கண்டுபிடிப்பாக இருக்கும்'' தனது நகைச்சுவைக்கு தானே உரமூட்டுவதாய் மார்க்ஸ் சிரித்தார்.

''அப்படித்தான். நான் அத எப்பவும் பாக்க முடியல. சிறுவர்கள் அவங்களுக்கு சிரமம் தரதால. அவங்கள விட்டுப் பிரிய விரும்புவாங் கன்னு நினைப்போம். ஆனா அப்படி இருக்க மாட்டாங்க. சின்னவங்க அதிக சிரமம் தரத்தர, உபயோகமற்று இருக்க, இருக்க அவங்களை விடாம பிடிச்சுக்கிறாங்க. இது பொதுவான இயல்பா இருக்கு'' ஹாலே சொன்னார்.

''நல்லது ஹாலே! வெந்நீரை இங்க கொடுங்க. நான் என்ன நினைச்சேனோ அதையே சொல்றீங்க. இந்த வியாபாரத்தில் இருந்தப்ப, ஒரு பெண்ணை விலைக்கு வாங்கினேன். ரொம்பக் கடுமையா இருந்தா. விலைமாதா இருக்கணும். ரொம்ப நல்லா இருந்தா. அவகிட்ட ஒரு பையன் இருந்தான். வியாதியோட இருந்தான். கூனன் அவன். அவனை வளர்க்க முன்வந்த ஒரு ஆள்கிட்ட விற்க பார்த்தேன். அவருக்கு அது செலவா இருக்காதுன்னு நினைச்சேன். அந்தப் பெண் எதுவும் செய்யமாட்டான்னு நினைச்சேன். அவ எப்படி குதிச்சான்னு நீங்க பார்த்திருக்கணும். நோயில இருந்ததால குழந்தைய அவ அனுதாபமாக நினைச்சிருக்கணும். அவ அதப் பத்தி கத்தித் தீர்த்துட்டா. எல்லா நண்பர்களும் இறந்தது போல கத்தினா. அத நினைச்சா கோமாளித் தனமா இருக்கு. பெண்களின் எண்ணங்களுக்கு முடிவே கிடையாது'' மார்க்ஸ் சொன்னார்.

''ஆமாம், எனக்கு அப்படித்தான் நடந்தது. கடந்த கோடையில், சிவப்பு நதிக்குக் கீழே, ஒரு பெண்ணை வியாபாரம் செஞ்சேன். குழந்தை யோடு இருந்தா. அவனோட கண் எல்லாருதும் போல பிரகாசமா இருந்தது. உத்துப் பார்த்தா, அவன் குருடா இருப்பது தெரிந்தது. உண்மையா மோசமான குருடா இருந்தான். அவனை விற்பதில் ஒண்ணும் நஷ்டம் இல்லேன்னு நினைத்தேன். ஒரு விஸ்கி பாட்டிலுக்கு அவனை வித்தேன். அதைத் தெரிஞ்சுக்கிட்ட அந்தப் பெண் புலி மாதிரி ஆயிட்டா. அவள நான் கட்டிப் போடல. பருத்தி மூட்டைங்க மேல அலையும் பூனை போல, கத்தியை எடுத்துட்டா. ஒரு நிமிஷம் எங்கள பறக்க விட்டுட்டா. இனி எதுவும் செய்ய முடியாதுன்னு அவ நினைச்சிட்டா. ஆற்றில் குழந்தையோட குதிச்சிட்டா. உள்ளே போனவதான் எழுந்திருக்கவேயில்லை.'' ஹாலே சொன்னார்.

இந்தக் கதைகளைத் தடுக்க முடியாத வெறுப்புடன் கேட்ட டாம் லோக்கர் சொன்னார்: ''தைரியம் இல்லாதவங்க நீங்க. எங்க பொண்ணுங்களுக்கு இவ்வளவு தைரியம் வராது! நிச்சயம் சொல்றேன்''

''நீங்க என்ன செய்வீங்க?'' சுறுசுறுப்பாய் மார்க்ஸ் கேட்டார்.

''ஏன்? முடியாதா? நான் ஒரு பொண்ணை வாங்கினா, அவளிடம் விற்க ஒரு குழந்தை இருந்தா, அவளிடம் போவேன். அவளது முகத்தில் முஷ்டியை வச்சுக் சொல்வேன், 'இங்க பாரு! உன்னோட வாயிலிருந்து ஒரு வார்த்தைகூட வரக்கூடாது. வந்தா முகத்தைப் பேத்துடுவேன். ஒரு வார்த்தைகூட கேட்கமாட்டேன் – வார்த்தையின் ஆரம்பத்தைக் கூட கேட்க மாட்டேன்' நான் சொல்வேன்.''

''இந்தச் சின்னக் குழந்தை என்னோடது. உன்னோடது இல்ல. அதுகிட்ட உனக்கு எந்த வேலையும் இல்ல. நான் அத விற்கப் போறேன். எதிர்ப்பு காட்டினா அவ்வளவுதான். நீ பிறந்திருக்கவே கூடாதுன்னு நீ நினைக்கற மாதிரி செஞ்சுடுவேன். இது விளையாட்டு கிடையாது. நான் பிடிச்சுட்டா அவங்க மீனுங்க மாதிரிதான். அப்படி யாராவது அவங்களுக்கு உதவினா'' லோக்கர் தனது முஷ்டியை கட்டை விரலுக்குக் கொண்டு வந்த விதம் என்ன நடக்கும்னு சொல்வதாய் இருந்தது.

''அதைத்தான் 'அழுத்தம்'னு சொல்வாங்க'' ஹாலேவை பக்க வாட்டில் குத்தி மார்க்ஸ் சொன்னார். இன்னொரு மிடறு விழுங்கி னார். ''லோக்கர் பிரத்யேகமானவர் இல்லையா? அவங்களை புரிய வைப்பாரு அவரு. எல்லா கறுப்பர்களோட முடியும் கம்பளி மாதிரி இருக்கு. நீங்க சொல்றதன் அர்த்தத்தை எப்பவும் சந்தேகப்பட மாட்டாங்க., நீங்க சைத்தான் இல்லேன்னா, அதோட ஒட்டிப் பிறந்த தம்பி நீங்க. நான் நிச்சயம் சொல்வேன்.''

அந்தப் பாராட்டை அடக்கத்துடன் ஏற்றுக் கொண்டார் லோக்கர். ஜான் பான்யன் ''அவனது நாயின் இயல்போடு'' என்று குறிப்பிடுவது போல, விநயமாகவும், சீராகவும் பார்க்கத் துவங்கினார்.

அன்றைய மாலையின் வணிகப் பொருளை தாராளமாக உறிஞ்சிய ஹாலே, அவரது நீதி போதனை பெரிதாவதை உணர்ந்தார். தீவிரமான பிரதிபலிக்கும் தன்மையுடனான பெருந்தகைகளுக்கு இதுபோன்ற சூழ்நிலைகளில் இத்தகைய போக்குகள் அசாதாரணமானவை அல்ல.

''நல்லது லோக்கர். நீ ரொம்ப மோசம். நான் எப்போதும் சொல்றது போல நீ மோசம். தெரியுமா? நாட்சேஷாவில் இந்த மாதிரி விஷயங்கள நாம் பேசுவோம் தெரியுமா? அவங்கள முழுசா பயன்படுத்திக்கிட்டு, நல்லா வச்சுக்கிட்டா நல்லதுன்னு நிரூபிச்சிருக் கேன். நாம நொடிஞ்சுப் போறப்ப, திரும்ப முன்னேற வாய்ப்பு கிடைக்கும்'' ஹாலே சொன்னார்.

''போஹ்! எனக்குத் தெரியாதா? உன்னோட புராணங்களை அளந்து என்னைப் வெறுப்பேத்தாதே. என் வயிறு எரியுது'' பச்சை பிராந்தியை அரை டம்ளர் அருந்தியவாறு லோக்கர் சொன்னார்.

''நான் சொல்றேன். இப்ப இத சொல்வேன். எல்லா மனிதர்களைப் போல, முதலாவதாகவும், முதன்மையாகவும் பணம் பண்ண எனது வியாபாரத்தை விரட்டுவேன். ஆனால் எல்லாத்தையும் வியாபாரம் செய்ய மாட்டேன். பணமே எல்லாம் இல்ல. நமக்கு ஆன்மா இருக்கு. யார் என்ன சொல்றாங்கன்னு, நான் கவலைப்படலை. என் பார்வை அதுல இருக்கலாம். ஆனா அத விட்டும் வெளியே வர முடியும். எனக்கு மதத்தில் நம்பிக்கை இருக்கு. ஏதோ ஒரு நாளில் பிரச்னை சிரமமாகலாம். இல்ல சிறப்பா இருக்கலாம். அப்ப என்னோட ஆன்ம பலத்தை கணக்குப் போடுவேன். தேவைக்கு மேல கெடுதல் செய்யறதுல என்ன பயன்? அது புத்திசாலித்தனம்னு எனக்குத் தோணலை'' ஹாலே சொன்னார்.

''ஆன்மாவை நோக்கிப் போறியா! உனக்குள் ஆன்மாவை கண்டுபிடிக்க பிரகாசமாய் கவனி. அதுக்காக அக்கறை எடுத்துக்கோ. தனது முடி ஆயுதத்தாலே சாத்தான் ஒன்ன பொளந்தா, அது ஆன்மாவை கண்டுபிடிக்க முடியாது'' லோக்கர் கூறினார்.

''ஏன் லோக்கர்! நீ குறுக்கு சால் போடறே! உனது நல்லதுக்காக ஒரு மனுஷர் சொல்றதை ஏன் நல்லபடியா எடுத்துக்கக் கூடாது?'' ஹாலே சொன்னார்.

'உன்னோட பேச்சை நிறுத்து! உன்னோட எந்தப் பேச்சையும் கேட்டுப்பேன் – உன்னோட பயபக்தி பேச்சைப் பொறுத்துக்க முடியாது. என்ன அது சொல்லுது? எனக்கும் உனக்கும் என்ன முரண்பாடு இருக்கு? நீ கொஞ்சம் அக்கறையா இருக்க. கொஞ்சம் உணர்வோடு இருக்க. சாத்தானை ஏமாத்தி, உன்னைக் காப்பாத்திக்க

முயற்சிப்பது சுத்த அற்பத்தனம். நீ சொல்லிக்கிற மாதிரி மதத்தை இழுப்பது எந்தப் பிறவிக்கும் விஷம்தான். வாழ்க்கை முழுதும் சாத்தானோட சவகாசம் வச்சுக்கிட்டு, கடைசி காலத்துல தப்பிக்க முயற்சிப்பது'' லோக்கர் கடுகடுப்பாய் சொன்னார்.

''வாங்க! வாங்க! பெரியவங்களே! இது வியாபாரம் இல்ல. எதையும் பலவித வழிகளில் பார்க்கலாம். ஹாலே இனிமையான மனிதர் என்பதில் சந்தேகமில்லை. அவருக்கு மனசாட்சி இருக்கு. லோக்கர்! உங்களுக்குன்னு ஒரு வழி இருக்கு. ரொம்ப நல்ல வழிங்க இருக்கு. சண்டை போட்டுக்கறதுல பயன் இல்ல. வியாபாரத்தை கவனிப்போம். ஹாலே! அந்தப் பெண்ணைப் பிடிப்பதை எங்கள் பொறுப்பில் விடுவதற்கு விரும்பறீங்களா?'' மார்க்ஸ் கேட்டார்.

''அந்தப் பொண்ணு எனக்குச் சொந்தமானவ இல்ல. அவ ஷெல்பிக்குச் சொந்தமானவ. அந்தப் பையன்தான் எனக்கு வேணும். அந்தக் குரங்கை வாங்க நான் ஒண்ணும் முட்டாள் இல்ல. ''

''பொதுவா நீ முட்டாள்'' லோக்கர் கடுமையாய்ச் சொன்னார்.

''இப்ப இருங்க லோக்கர். கடுகடுப்பு காட்டாதீங்க. நீங்க பாருங்க. நமக்கு நல்ல வேலையை ஹாலே தர்றார். இந்த ஏற்பாட்டில் எனக்குத் திறமை இருக்கு. ஹாலே, அவள் எப்படி? அவள் யார்?'' தனது உதட்டை நக்கியவாறு மார்க்ஸ் கேட்டார்.

''வாவ்! வெள்ளையா, அழகாய், நன்கு வளர்க்கப்பட்டவள். எண்ணூறோ, ஆயிரமோ கொடுத்து வாங்கலாம்னு நினைச்சேன்.''

''வெள்ளையா, அழகா, நன்கு வளர்க்கப்பட்டவளா? லோக்கர் இங்க பாருங்க, நமக்கு அழகான துவக்கம் கிடைக்குது. நம்ம கணக்குல வியாபாரம் செய்வோம். நாம பிடிப்போம். பையன் ஹாலே கிட்ட போகட்டும். பெண்ணை ஆர்லியன்ஸ்ல கொண்டுபோய் வியாபாரம் செய்யலாம். இது நல்லா இருக்காதா?'' தனது கூரிய கண்களும், மூக்கும், வாயும் புத்தெழுச்சி பெற்றிருக்க மார்க்ஸ் கூறினார்.

இந்த உரையாடலின்போது தனது பெரிய வாயை ஒதுக்கி வைத்திருந்த லோக்கர், மாமிசத்தைக் கடிக்கும் பெரிய நாயாய் இந்த எண்ணத்தை மெதுவாக ஜீரணிப்பதாய் தோன்றியது.

''நீங்க பாருங்க, கரை ஓரமாய் எல்லா இடத்திலும் நீதிபதிகள் எங்களுக்கு இருக்காங்க. எங்க வழியில பல நியாயமான சின்ன வேலைங்கள செஞ்சிருக்கோம். லோக்கர் கீழே தள்ளி விடுவார். நல்லா உடையணிந்து, பளபளப்பான காலணியுடன் முதல் தரமா வருவேன். அத எப்படி சரி செய்வேன்? ஒரு நாளைக்கு நான் நியு ஆர்லியன்ஸி லிருந்து வரும் திரு. டிவிக்கம். மறுநாள் எழுநூறு கறுப்பர்களை வேலை வாங்கும் பேர்ல் நதித் தோட்டக்காரர். பிறகு ஹென்றி கிளேக்கு தூரத்து சொந்தக்காரர். கென்டகியில் இருக்கும் பழம் பறவை. திறமை

என்பது வேற, சண்டை போட்டு, அடிச்சும் போடணும்னா லோக்கர் சூரன். பொய் சொல்றதுல அப்படி இல்ல. இயற்கையா அது அவருக்கு வருவதில்ல. எந்தச் சூழ்நிலையிலும் சிறப்பா செய்யற ஆள் இருந்தா அவரைப் பார்க்க விரும்பறேன். என்னோட மனசை நான் நம்பறேன். நீதிமான்கள் எப்படி இருந்தாலும் அவங்க வழியே போய், முடிச்சுடு வேன். சில சமயம் அவங்க மேலும் குறிப்பா இருக்க மாட்டாங் களான்னும் எனக்குத் தோணும். அது இன்னும் விருப்பமான வசதியா இருக்கும்'' தொழில் ரீதியான பெருமையுடன் மார்க்ஸ் கூறினார்.

மெதுவாக சிந்திப்பவராகவும், இயங்குபவராகவும் நம்மால் அறியப்பட்ட டாம் லோக்கர், தனது முஷ்டியை மேஜையின் மேல் குத்தி மார்க்ஸின் பேச்சைக் குறுக்கிட்டு, ''போதும்'' என்று குறிப்பிட்டார்.

''கடவுள் உங்களை காப்பாற்றட்டும். எல்லா கண்ணாடிகளையும் நீங்க உடைக்க அவசியமில்ல. தேவைப்படற சமயத்திற்காக உங்க முஷ்டியை பாதுகாத்து வச்சுக்கங்க'' மார்க்ஸ் சொன்னார்.

''நண்பர்களே! லாபத்தில பங்கு தரக்கூடாதா?'' ஹாலே கேட்டார்.

''உனக்கு அந்தப் பையன பிடிச்சுக் கொடுத்தா போதாதா? உனக்கு என்ன வேணும்?'' லோக்கர் கேட்டார்.

''நான் உங்களுக்கு வேலைய கொடுத்தா, அதுக்கு ஏதாவது பலன் இருக்கணும். செலவு போக, பத்து சத லாபமாவது வேண்டாமா?''

கடுமையான உறுதியோட மேஜையை முஷ்டியால் தட்டி லோக்கர் சொன்னார் : ''உன்னை எனக்குத் தெரியாதா? டான் ஹாலே! என்கிட்ட வர நீ நினைக்கலையா? எங்களுக்கு எதுவும் இல்லாம, உன்னைப் போன்ற பெரிய மனுஷனுக்கு உதவ பிடித்து தரும் பணியை நானும், மார்க்ஸும் எடுத்துக்கிட்டோம்னு வச்சுக்க. அந்தப் பொண்ணை முழுக்க, முழுக்க நாங்க பார்த்துப்போம். சும்மா இருக்கணும். இல்லேன்னா இரண்டு பேரும் எங்களுக்குத்தான். எங்கள எது தடுக்கும்? உன்னோட விளையாட்ட எங்கிட்ட காட்டறையா? உன்னைப் போல எங்களுக்கும் சுதந்திரம் இருக்கு. நான் நம்பறேன். நீயோ, ஷெல்பியோ எங்கள துரத்த விரும்பினா, போன வருஷம் பாட்ரிஜ் பறவை இருந்த இடத்தப் பாருங்க - அங்க நீங்க இருக்கீங்களா, நாங்க இருக்கோமான்னு கண்டுபிடிங்க. நாங்க உங்கள வரவேற் கிறோம்.''

''நல்லது, நிச்சயம் அப்படியே இருக்கட்டும். பையன பிடிங்க. பிறகு வியாபாரம் பேசுங்க. அப்புறம் உங்க வார்த்தைப்படி செய்யுங்க.'' எச்சரிக்கையாய் ஹாலே சொன்னார்.

''உங்களுக்குத் தெரியுமா? உங்கள மாதிரி மோசமான வழியில நடிக்க எனக்குத் தெரியாது சாத்தானோட கூட எனது கணக்குல

பொய் சொல்ல மாட்டேன். என்ன சொல்றேனோ அதைச் செய்வேன். நான் செய்வேன். உனக்குத் தெரியுமா? டான் ஹாலே'' லோக்கர் கூறினார்.

''அப்படித்தான்! அப்படித்தான் நான் சொன்னேன் லோக்கர். ஒரு வாரத்தில நீங்க சொல்ற இடத்தில் பையனக் கொண்டு வருவதா நீங்க உறுதி கொடுத்தா அதுதான் எனக்கு வேணும்'' ஹாலே சொன்னார்.

''அவ்வளவு நீண்ட தாண்டலுக்கு எனக்கு அது மட்டும் போதாது. நாட்சேஷயில் எந்த இலாபமும் இல்லாம எங்களோட வியாபாரம் செஞ்சேன்னு நினைக்காதே. நான் திமிங்கலம் பிடிக்கத் தெரிஞ்சவன். நான் அவனப் பிடிச்சா 50 டாலருக்கு மேல நீ தந்தாகணும். இல்லன்னா சிறுவன் ஓரடி கூட எடுத்து வைக்க மாட்டான்.'' லோக்கர் கூறினார்.

''உங்களுக்கு ஆயிரமோ, ஆயிரத்து அறுநூறோ கிடைக்கக் கூடிய வேலை கிடைக்கறப்போ, ஏன் அநியாயமா கேட்கறீங்க?'' ஹாலே கேட்டார்.

''ஆமாம். அடுத்த அஞ்சு வாரத்துக்கு வியாபாரம் இருக்கு தெரியுமா? அதெல்லாம் விட்டுட்டு, புதரச் சுத்திச் சுத்தி அந்தச் சின்னப் பையன தேடிப் போனா – அந்தப் பொண்ணை பிடிக்க முடியலேன்னா அப்ப என்ன? அந்தப் பெண்ணை பிடிக்கறது சாத்தானைப் பிடிக்கறாப்ல. அப்ப நீ ஒரு சென்ட்கூட கொடுக்க மாட்டீயே! கொடுப்பியா? சரியா புரிஞ்சுப்பேன்னு நினைக்கிறேன். எங்களுக்கு வேலை கிடைச்சா, அது லாபமா இருந்தா அத திருப்பித் தந்திடுவோம். எங்களுக்கு அவ கிடைக்கலேன்னா, அது எங்களோட கஷ்டம். அவ்வளவுதான். அதானே மார்க்ஸ் ?''

''நிச்சயம். நிச்சயம்! அது ஒரு காப்பீட்டுத் தொகைதான். நீங்க பாருங்க. வக்கீல்களை கவனிக்கணும். நாங்க நல்லபடியா நடந்துக் கணும். சுலபமா இருக்கணும். நீங்க சொல்ற இடத்துல லோக்கர் பையன கொண்டு வருவார். செய்ய மாட்டீங்களா லோக்கர்?'' மார்க்ஸ் சமாதானப்படுத்தும் குரலில் கூறினார்.

''நான் சிறுவனை கண்டுபிடிச்சா, சின்சினாடிக்கு கொண்டு வந்து, கிரேனி பிளேச்சரிடம் கொண்டு வருவேன்'' லோக்கர் சொன்னார்.

மார்க்ஸ் தனது பையிலிருந்து வழுவழுப்பான பாக்கெட் புத்தகத்தை எடுத்தார். அதிலிருந்து நீண்ட காகிதத்தை உறுவினார். அமர்ந்தார். தனது கருங்கண்களை அதன்மீது வைத்தார். அதில் எழுதத் தொடங்கினார். ''பார்னஸ் - ஷெல்பி - கவுண்டி - சினான் ஜிம் - அவனுக்கு 300 டாலர் - உயிரோடோ, சடலமாகவோ.''

'எட்வர்ட்ஸ் - டிக், லூசி, மனிதனும் மனைவியும் - 600 டாலர் விலைமாது பாலி அவளது இரு குழந்தைகள். அவளுக்கோ, அவனது தலைக்கோ அறுநூறு.''

''எங்க வியாபாரங்களைப் பத்தி எழுதிப் பார்க்கறேன். இதக் கவனமா எடுத்துக்க முடியுமா? ஆடம்ஸையும், ஸ்ப்ரிங்கரையும் இந்த வேலைக்கு நியமிக்கணும். அவங்கள பயன்படுத்தி நாளாச்சு.'' அவங்க அதிகமாக கேட்பாங்க.'' லோக்கர் சொன்னார்.

''நான் அதைப் பார்த்துக்கறேன். அவங்க இந்த வியாபாரத்திற்கு புதுசு. மலிவாக முடிக்கப் பார்க்கணும். அதெல்லாம் எளிதான வேலைங்க. அவங்களை சுட்டாப் போதும். சுட்டதாய் உறுதி கூறினா போதும் – அதுக்கு அதிகம் கேட்க முடியாது'' காகிதத்தை மடித்தபடி அவர் கூறினார், ''நாம கொடுத்துப் பார்ப்போம். விவரங்களுக்கு வருவோம். ஹாலே! அவள் அங்க இறங்கியபோது நீங்க பார்த்தீங் களா?'' தொடர்ந்து படித்தவாறு மார்க்ஸ் கூறினார்.

''நிச்சயம். இப்ப உங்களப் பார்க்கற மாதிரி பார்த்தேன்.''

''அவள் கரையேற ஒரு மனிதர் உதவி இருக்கிறார்''

''நிச்சயம்! நிச்சயம் பார்த்தேன்''

''அதிகபட்சம் சாத்தியம்! அவள எங்கேயோ அழைச்சுப் போயிருக்கணும். எங்க என்பதுதான் கேள்வி. நீங்க என்ன சொல்றீங்க லோக்கர்?'' மார்க்ஸ் கூறினார்.

''இன்றிரவே ஆற்றைக் கடக்கணும். நிச்சயம்'' லோக்கர் சொன்னார்.

''படகு எதுவும் இல்ல, பனிக்கட்டி பயங்கரமா ஓடுது. லோக்கர்! அது அபாயமானது.'' மார்க்ஸ் சொன்னார்.

''அதப் பத்தி எதுவும் தெரியாது. அத செஞ்சே ஆகணும்கிறத தவிர'' தீர்மானமாக லோக்கர் கூறினார்.

''அது முடியும்னு சொல்றேன்'' சொல்லியவாறு ஜன்னலை நோக்கி நடந்தார். ''ஓநாய் வாய் போல இருட்டா இருக்கு. மேலும் லோக்கர்....''

''நீ பயந்திருக்கே மார்க்ஸ். அதுக்கு என்னை ஒண்ணும் பண்ண முடியாது. நீ போய்த்தான் ஆகணும். ஒரு நாளோ, இரண்டு நாட்களோ தங்கிட்டு நீங்க போறதுக்கு முன்னாடி, கென்டகிக்கு கீழே அந்தப் பெண்ணை தலைமறைவா கொண்டு போயிட்டா...''

''ஓ இல்லை, நான் கொஞ்சங்கூட பயப்படல. ஆனா...'' மார்க்ஸ் கூறினார்.

''ஆனா என்ன?'' லோக்கர் கேட்டார்.

''படகு எதுவும் இல்லை''

''மாலையில ஒரு படகு வரும்னு அந்தப் பெண் சொல்லிக் கிட்டிருந்தா. ஒரு மனிதர் ஆற்றைக் கடக்கப் போறாராம். கழுத்தப் பிடிச்சாவது அவரோட நாம போய்த்தான் ஆகணும்'' லோக்கர் கூறினார்.

''உங்க கிட்ட நல்ல நாய் இருக்குன்னு நினைக்கிறேன்'' ஹாலே சொன்னார்.

''முதல் தரமானது இருக்குங்க. அதனால என்ன பயன்? மோப்பம் பிடிக்க, அந்தப் பெண்ணைப் பத்தி எதுவும் உங்களுக்கு தெரியலியே!'' மார்க்ஸ் கூறினார்.

'' என்கிட்ட இருக்கு. அவள் அவசரமாக படுக்கையில் விட்டுச் சென்ற சால்வை இங்கே இருக்கு. குல்லாவையும் விட்டுட்டுப் போயிருக்கா'' ஹாலே வெற்றி தொனிக்க கூறினார்.

''அது அதிர்ஷ்டவசமானது, எடுத்து வச்சுக்கங்க'' லோக்கர் சொன்னார்.

''அவகிட்ட தெரியாம வந்ததுன்னா, அவள நாய்ங்க சேதப் படுத்திடும்'' ஹாலே சொன்னார்.

''அது நல்ல கருத்துதான். மொபைல்ல எங்க நாய்ங்க ஒரு மனிதனை பாதியா துண்டாடிட்டுதுங்க. அவங்களப் பிடிக்கறதுக்கு முன்னாடி நடந்து விட்டது'' மார்க்ஸ் சொன்னார்.

''அழகுக்காக அவள விற்கணும்னா, அப்ப பயன்படாது''

''நான் புரிஞ்சுக்கறேன். இந்தப் பகுதியில நாய்ங்க பயன்படாது. அதுங்க வழியில நாம போக முடியாது. தோட்டங்களில்தான் அதுங் களால உதவ முடியும். அங்கே கறுப்பர்கள் ஓடும்போது, அவங்களே ஓடணும். அவங்களுக்கு உதவி எதுவும் கிடைக்காது'' மார்க்ஸ் கூறினார்.

விசாரிக்க வெளியே புறப்பட்ட லோக்கர் சொன்னார்: ''படகுக்காரர் வந்திட்டதா அவங்க சொல்றாங்க''

வசதியான குடியிருப்பிலிருந்து வெளியேறுவதற்கு அவர் வருத்தமாய் பார்த்தார். கொஞ்சம் கொஞ்சமாக சமாதானம் அடைந்தார். மேற்கொண்டு செய்ய வேண்டிய ஏற்பாடுகள் குறித்து சில வார்த்தைகள் பரிமாறிக் கொண்ட பின்பு, தயக்கத்தை வெளிக் காட்டியபடி, லோக்கரிடம் 50 டாலரை கொடுத்தார். மூவரும் அந்த இரவில் பிரிந்தனர்.

இந்தக் காட்சிகளில் அறிமுகமாகும் சமூகம் பற்றி பக்குவப்பட்ட வாசகர்களோ, கிறித்துவர்களோ மறுப்பு தெரிவித்தால், அவர்களது பாரபட்சத்தை விலக்கிக் கொள்ளுமாறு வேண்டி விரும்பி கேட்டுக் கொள்கிறேன். சட்டபூர்வமான தேசபக்தி தொழிலின் பெருமையோடு பிடித்துக் கொடுக்கும் வியாபாரம் வளர்ந்து வருவதைச் சுட்டிக் காட்ட விரும்புகிறோம். மிசிசிபிக்கும், பசிபிக்குக்கும் இடையில் உள்ள அகலமான நிலப்பரப்பு, உடலுக்கும், ஆன்மாவுக்குமான பெரிய சந்தையாக மாறும்போதும், மனித உடைமை இந்தப் பத்தொன்பதாம்

நூற்றாண்டில் தனது இயங்கு போக்கை நிலைநிறுத்திக் கொள்ளும் போதும் வணிகர்களும், பிடிப்போரும் உயர் குலத்தோருடன் உலவி வருவர்.

அந்த உணவு விடுதியில், இந்தக் காட்சிகள் நிகழ்ந்து கொண் டிருக்கையில், சாமும் ஆன்டியும் உயர்ந்த மகிழ்வான மனநிலையில் தங்கள் இல்லம் நோக்கிச் சென்றனர்.

சாம் அதிகபட்ச சாத்தியமான வகையில் கவலையற்று இருந்தான். இயல்புக்கு மீறிய கத்தல்கள் ஊளையிடல்கள் மூலம் தனது மனமகிழ்வை வெளிப்படுத்தினான். அவ்வப்போது துள்ளிக் குதித்தும், முழு உடம்பையும் குறுக்கிக் கொண்டும் வந்தான். சில சமயம் குதிரையின் வால் பக்கம் முகம் திருப்பி, பின்னோக்கி அமர்ந்திருப்பான். பிறகு கரணம் அடித்து மீண்டும் முன்பக்கம் வருவான். தீவிரமாக முகத்தை வைத்துக் கொண்டு, உரையாற்றுவான். உரத்தக் குரலில் சிரித்துக் கொண்டும், முட்டாளாய்க் காட்டிக் கொண்டும் ஆன்டி வருவான். தனது புஜங்களைப் பக்கவாட்டில் தட்டிக் கொண்டு, குபீரென்று சிரிப்பான். அவர்கள் கடந்து போவது பழம் மரங்களை சத்தமிட வைத்தன. இந்த மாறுதல்கள் மூலம் குதிரைகள் அதிக வேகத்தில் விரைவதை அவன் உறுதி செய்திருந்தான். பத்துக்கும் பதினொன்றுக்கும் இடையில் அவர்களது கால்கள், பால்கனி முடிவில் இருந்த சரளைக் கற்களைத் தொட்டன. அவர்கள் இறங்கும் இடத்திற்கு திருமதி ஷெல்பி வேகமாக வந்தாள்.

''நீயா சாம்? அவங்க எங்க?''

''ஹாலே எஜமானர் உணவு விடுதியில் ஓய்வு எடுக்கிறார். அவர் பயங்கரமா சோர்ந்து போயிட்டார் எஜமானி''

''எலிசா? சாம்!''

''நல்லது. அவங்க ஜோர்டானை கடந்து விட்டார்கள். கேனன் உலகில் உடல் போவது போல!''

''ஏன் சாம்? என்ன சொல்ல வர்ற?'' திருமதி ஷெல்பி மூச்சின்றி கேட்டாள். அவள் கேட்ட வார்த்தைகளுக்குரிய சாத்தியமான அர்த்தம் உணர்ந்து அவள் கிட்டத்தட்ட மயக்கமுற்றாள்.

''நல்லது! எஜமானி! கடவுள் அவருக்கு சொந்தமானவங்கள பாதுகாப்பார். லிசி ஆத்தைத் தாண்டி ஒஹியோவுக்கு போயிட்டாங்க. கடவுள் இரண்டு குதிரை பூட்டிய நெருப்புத் தேர்ல அழைச்சுட்டுப் போன மாதிரி இருந்தது.''

தனது எஜமானியின் முன்னிலையில், சாமின் இரத்த நாளங்களில் பக்தி அசாதாரணமான ஆர்வத்துடன் ஓடும். அவன் சாசன மனிதர்கள் மற்றும் விக்ரகங்களை முதலீடாக வைத்துப் பேசுவான்.

வராந்தாவிற்குத் தொடர்ந்து வந்திருந்த ஷெல்பி சாமை அழைத்து, ''அவருக்கு என்ன வேணுமோ அதை உங்க எஜமானிகிட்ட சொல்லு.'' என்றார். "எமிலி வா வா நீ ரொம்ப குளிரா இருக்கே. உனக்கு நடுக்கமாக இருக்கு. நீ ரொம்ப அதிகப்படியா வருத்தம் கொள்கிறாய்'' அவளைச் சுற்றி கைகளைப் போட்டவாறு அவர் கூறினார்.

''ரொம்ப வருத்தப்படறேனா? நான் ஒரு பெண் – தாய் – இல்லையா? இந்த ஏழைப் பெண்ணுக்காக கடவுளுக்கு பதில் சொல்ல நாமிருவரும் கடமைப்பட்டுள்ளோம் அல்லவா? கடவுளே! இந்தப் பாவத்தை எங்க கணக்கில சேர்த்துடாதீங்க''

''என்ன பாவம் எமிலி? நாம் செய்ய வேண்டியிருந்ததைத்தான் செய்திருக்கேன்னு நீ பார்த்திருக்கே?''

''இருந்தாலும் அது பத்தி பயங்கரமான குற்ற உணர்வு இருக்கு. என்னால அத நியாயப்படுத்த முடியல'' திருமதி ஷெல்பி சொன்னார்.

''ஆன்டி, கறுப்பா, நீ உயிரோட இருக்கே இல்ல. இந்த குதிரைகளை களத்துக்கு இழுத்துக்கிட்டுப் போ. எஜமானர் அழைச்சதை நீ கேட்கலையா?'' என்றவாறு பனை ஓலையை கையிலேந்தி வரவேற்பறையில் சாம் வந்தான்.

''சாம், விஷயம் என்னாச்சுன்னு விவரமா சொல்லு. உனக்குத் தெரிஞ்சா, எலிசா எங்கேன்னு சொல்லு'' ஷெல்பி கேட்டார்.

''நல்லது எஜமானரே! மிதக்கும் பனிக்கட்டிகளை கடந்து அவங்க சென்றதை எனது கண்ணாலேயே பார்த்தேன். அற்புதமா அவங்க கடந்து போனதைப் பார்த்தேன். அது குறைஞ்சதுமில்ல; அதிசயமும் இல்ல. ஒஹியோ பக்கத்தில் அவங்களுக்கு ஒரு மனிதர் உதவறதை நான் பார்த்தேன். பிறகு இருட்டில் அவங்க மறைஞ்சுட்டாங்க''

''சாம். இது நம்பற மாதிரி எனக்குப் படலை. இந்த அதிசயம் சாத்தியமா? மிதக்கும் பனிக்கட்டி மேல கடந்து போறது சுலபமா செய்ய முடியாதது'' ஷெல்பி சொன்னார்.

''சுலபம்! கடவுள் கருணை இல்லேன்னா யாரும் இத செய்திருக்க முடியாது. எஜமானர் ஹாலே, நான், ஆன்டி மூணுபேரும் நதி அருகில் இருந்த சிறிய உணவு விடுதிக்கு வந்தோம். நான் கொஞ்சம் முன்னே போனேன். லிசியைப் பிடிக்கணும்னு ஆர்வமா இருந்தேன். அதனால மெதுவா போக முடியல! விடுதிக்கு நா வந்தபோது, கண்ணுக்கு முன்னால லிசி நின்னாங்க. அவங்க இரண்டு பேரும் பின்னாடி வந்தாங்க. நா தொப்பியை தவற விட்டுட்டேன். நான் கத்தின கத்தலில் பிணம்கூட எழுந்திருக்கும். லிசி அந்த சத்தத்தைக் கேட்டாங்க. கதவ கடந்து எஜமானர் ஹாலே போறதுக்குள்ள பக்க கதவு வழியா அவங்க வெளியே அவங்க வெளியே போயிட்டாங்க. ஆத்துக் கரையோரமா

போனாங்க. எஜமானர் ஹாலே அவங்களப் பார்த்தார். கத்தினார். அவரும், நானும், ஆன்டியும் தொடர்ந்து ஓடினோம். அவங்க ஆத்துல இறங்கினாங்க. கரையில் பத்து அடி அகலத்துக்கு வெள்ளம் ஓடிக்கிட்டு இருந்தது. அதுக்கு மேல பனிக்கட்டிகள் மேலும் கீழுமா ஏறி இறங்கி சீறிக்கிட்டும், குதிச்சிக்கிட்டும் அது தீவு மாதிரி இருந்தது. நாங்க அவங்க பின்னாடியே போயிட்டு இருந்தோம். அவர் அவங்கள நிச்சயம் பிடிச்சுடுவார்னு நினைச்சேன். நான் இதுவரை கேள்விப் படாத சத்தத்தை அவங்க வெளிப்படுத்தி, பனிக்கட்டி மேல குதிச்சாங்க. பனிக்கட்டி, உடைஞ்சுது. அவங்க ஆண் மான் போல தாவினாங்க. அந்தப் பெண்கிட்ட இருந்த சுருள்விசை சாதாரணமானது இல்ல. அப்படித்தான் நினைக்கறேன்'' சாம் சொன்னான்.

சாம் கதையைச் சொன்னபோது பரபரப்பில் வெளிறிப் போனவாறு திருமதி ஷெல்பி அமைதியாக அமர்ந்திருந்தார்.

''கடவுளைப் பாராட்டணும். அவ இறந்து போகல. அந்த ஏழைக் குழந்தை இப்ப எங்க?''

''கடவுள் காப்பாற்றட்டும்! நான் எப்போதும் சொல்ற மாதிரி, இது கடவுளின் கருணைதான். தப்பில்ல. எஜமானி எப்பவும் எங்களுக்கு அறிவுறுத்தற மாதிரி தப்பில்ல. கடவுளோட விருப்பத்திற்கு நாம எல்லாம் கருவிங்கதானே! நான் இல்லேன்னா, அவங்க டஜன் தடவை மாட்டியிருப்பாங்க. இன்னிக்குக் காலைல குதிரைகளை ஓட்டிக்கிட்டு போனதிலிருந்து, ராத்திரி சாப்பாடு வரை துரத்திக் கிட்டே இருந்தோம். நான் எஜமானர் ஹாலேயை அஞ்சு மைல் சாலையை விட்டு விலக வைக்கலேன்னா, அவர் லிசியாவை நாய் மாதிரி கட்டி இழுத்துக்கிட்டு வந்திருப்பார். எல்லாம் கடவுள் கருணைதான்'' சாம் சொன்னான்.

''அது மாதிரி கருணைங்கள நீ உபயோகப்படுத்தக்கூடாது சாம் பையா! எனது இடத்துல அது மாதிரியான செயல்களை அனுமதிப்ப தில்லை'' அவரால் அந்தச் சூழ்நிலையில் முடிந்த அளவிற்கு கண்டிப்பைக் காட்டி எஜமானர் ஷெல்பி கூறினார்.

ஒரு கறுப்பரிடம் கோபமாய் இருப்பதாய்க் காட்டிக் கொள்வது, ஒரு குழந்தையிடம் காட்டிக் கொள்வதைவிட பயனற்றதாய் இருக்கும். நிலைமையின் உண்மை நிலையை இருவரும் இயல்பாய்க் கண்டு பிடித்து விடுவார்கள். அதற்கு மாறான எந்த முயற்சியும் பலிக்காது. இந்தக் கண்டிப்பு கண்டு சாம் மனமுடையவில்லை. இருந்தாலும் அவன் தீவிரமாக வருத்தமடைந்தவனாகக் காட்டிக் கொண்டான். மிகவும் வருந்துகிற தொனியில் தனது வாயின் மூலையை கீழிறக்கி நின்றான்.

"எஜமானரே! நீங்க ரொம்பச் சரியாத்தான் சொல்றீங்க! நான் மோசமா நடந்துக்கிட்டேன். அத மறுக்க முடியாது. அது மாதிரி செயல்களை எஜமானரும், எஜமானியும் ஊக்கப்படுத்த மாட்டாங்க. எனக்குப் புத்தி இருக்கு. என்ன மாதிரி ஏழை கறுப்பர்கள் சில சமயம் மோசமா நடந்துக்க தூண்டப்படறோம். எஜமானர் ஹாலே போன்றவங்க அதைப் பிடிச்சுப்பாங்க. எப்படி இருந்தாலும் அவர் நல்லவர் இல்ல. என்ன மாதிரி வளர்க்கப்பட்டவங்க வேற மாதிரி இருக்க முடியாது."

"நீ உன்னோட தவற சரியா புரிஞ்சுக்கிட்ட மாதிரி தெரியுது. இப்ப நீ போகலாம். சோலே அத்தையிடம் சொல்லு. இன்றைய விருந்தில் மீந்த பன்றிக்கறி கொடுப்பாங்க. நீயும், ஆன்டியும் பசியா இருப்பீங்க" திருமதி ஷெல்பி சொன்னார்.

"எஜமானி எங்ககிட்ட ரொம்ப கருணையா இருக்கீங்க" என்று கூறிய சாம், சுறுசுறுப்பாய் தலை வணங்கி வெளியேறினான்.

முன்னரே தெரிவித்தபடி, அரசியல் வாழ்க்கையில் ஒரு உன்னத நிலைக்கு நிச்சயம் உயர்த்தியிருக்கக்கூடிய ஒரு இயல்பான திறமை சாமிடம் இருந்தது. எதிர்வரும் எதையும் தனக்கு நன்மையளிப்பதாய் மாற்றிக் கொள்ளும் திறமை, தனது சிறப்பான சுய பாராட்டிற்கும், பெருமைக்கும், அவை பயன்படும். பக்தியையும், தன்னடக்கத்தையும் போதிய அளவில் வெளிப்படுத்தி, வரவேற்பறையில் இருந்த எஜமானர்களை திருப்திப்படுத்தி விட்டதாக நம்பிய சாம், தனது தலையில் பனை ஓலையால் தட்டிக் கொண்டான். ஒழுங்கற்ற லாவகத்தோடு, சோலே அத்தையின் அதிகாரப் பகுதிக்கு விரைந்தான். சமையலறையில் நல்ல உணவு கிடைக்குமென்று நம்பினான்.

"இப்ப ஒரு வாய்ப்பு இருப்பதால் இந்தக் கறுப்பர்களை வாயடைக்க வைப்பேன். கடவுளே! என்னைத் திகிலோடு பார்க்க வைப்பேன்!"

எல்லாவிதமான அரசியல் அரங்குகளுக்கும் தனது எஜமானரை அழைத்துச் செல்வதில் அலாதியான மகிழ்வை சாம் பெற்றிருந்தான் என்று குறிப்பிட்டிருக்க வேண்டும். அங்கே ரயில் வேலிகளில் அமர்ந்து கொண்டோ, சில மரங்களின் மேல் அமர்ந்து கொண்டோ பேச்சாளர்களை வெளித்தெரியும் உற்சாகத்தோடு உன்னிப்பாய் கவனிப்பான். அதே விதத்தில் அங்கே கூடியிருந்த தன் இனத்தாரிடம் பேசுவான். கேலியூட்டும் பரிகாசத்தோடும், பேச்சாளர்களைப் போன்றே பாவனை செய்து காட்டியும், அவர்களை உற்சாகமூட்டி, மகிழ்விப்பான். அனைத்தையும் தயக்கம் இல்லாத ஆர்வத்தோடும், ஆழ்ந்த தீவிரத் தன்மையோடும் செய்து காட்டுவான். அவனது பார்வையாளர்கள் பெரும்பாலும் அவனது நிறத்தோரே என்றாலும், சில சமயம்

வெள்ளை இனத்தாரும் அவனது செய்கைகளை கேட்டுச் சிரித்தும், சிறிது நேரம் கண் இமைக்காது கவனித்துக் கொண்டும் செல்வர். இது அவனது சுய பாராட்டிற்கு வழி வகுக்கும். உண்மையில் சாம் தனது பேச்சாற்றலை ஒரு தொழிலாகக் கருதினான். அதனைப் பெரிது படுத்துவதற்கான வாய்ப்பை அவன் ஒருபோதும் நழுவ விட்டதில்லை.

சாமுக்கும், சோலே அத்தைக்கும் அந்த நாள் முதல் ஒருவித முற்றிய பூசல் இருந்து வந்தது. அது தீர்மானிக்கப்பட்ட பனிப்பூசலாய் இருந்தது எனலாம். தனது செயல்பாட்டுக்குத் தேவையான அடிப்படையை அந்த சமையலறை அமைத்துக் கொடுக்கும் என்று நம்பிய சாம், தற்போதைய தருணத்தில் மிகவும் சமாதானமாகச் செல்வது அவசியம் என்று கருதியிருந்தான். ‘எஜமானி’யின் ஆணைகள் நிச்சயமாக நிறைவேற்றப்படும் என்று அறிந்திருந்தாலும், செயல்படுத்துபவரின் ஒத்துழைப்பையும் பெறுவதால் கணிசமான பயன் கிட்டும் என்றும் தெரிந்து வைத்திருந்தான். எனவே, அடக்கி வைக்கப்பட்ட பொறுமையோடு சோலே அத்தையின் முன் நின்றான். தனது சக பிறவியின் நலனுக்காக அளவிட முடியாத சிரமங்களை அனுபவித்தவனாய் தோற்றம் காட்டினான். மீந்து போயிருந்த திட, திரவ உணவுகளை சோலே அத்தையிடம் பெற்றுக் கொள்ள எஜமானி யின் உத்தரவை தெரிவித்தான். சமையல் அறையில் சோலே அத்தையின் உரிமைகளையும், மேலாதிக்கத்தையும் மிகவும் மதிப்பவனாக காட்டிக் கொண்டான்.

அவ்வாறே செயல்கள் நிகழ்ந்தன. மென்மையான போக்கால் சோலே அத்தையை அவன் எளிதாய் வெற்றிக் கொண்ட விதத்தில், எந்தத் தேர்தல் நேர அரசியல்வாதியும் சாதாரண ஏழை மக்கள் தொகுதியின் கவனத்தை ஈர்த்திருக்க முடியாது. அவனே ஊதாரி மகனாக இருந்தால்கூட, அத்தகைய தாய்மைக்குரிய தாராளத்தை அடைந்திருக்க முடியாது. மகிழ்ச்சியோடும், பெருமையோடும் பெரிய தகரப் பெட்டியில் அவன் அமர வைக்கப்பட்டான். கடந்த இரண்டு, மூன்று நாட்களாக விருந்து மேஜையில் காணப்பட்ட பலவித பண்டங்கள் அவன் முன் வைக்கப்பட்டன. பன்றிக்கறி, தானியக் கேக்குகள், கோழியின் இறக்கைப் பகுதி, பறவைகளின் வயிற்றுப் பகுதிகள், முருங்கைக் காய்கள் என்று பலவிதமான உணவுகள் அங்கிருந்தன. பார்த்த அனைத் திற்கும் அரசாகத் திகழ்ந்த சாம், ஒரு பக்கத்தில் தனது பனை ஓலையை வைத்துக் கொண்டு மகிழ்ந்தான். வலது பக்கத்தில் ஆன்டியை அமர்த்திக் கொண்டான்.

பல அறைகளிலிருந்து அந்நாளின் நிகழ்வுகளை அறிய அவசரமாகவும், கும்பலாகவும் குழுமியிருந்த அவனது கூட்டாளி களால் அந்த சமையற்கூடம் நிறைந்திருந்தது. இது சாமின் பெருமைக் குரிய நேரம். அதன் விளைவை அதிகப்படுத்தும் அவசியத்திற்கேற்ப அலங்கரிக்கப்பட்டு, பளபளப்பூட்டப்பட்டிருந்த கதை மீண்டும்

சொல்லப்பட்டது. நமது நவீன தன்னார்வ கலைஞர்கள் போல, தனது கதையின் பளபளப்பு மங்கி, அது தனது கையை விட்டு விலகுவதை சாம் எப்போதும் அனுமதிப்பதில்லை. அவனது விவரிப்பை சிரிப்பின் ஆரவாரங்கள் வரவேற்கும். தரையிலும், அறையின் ஒவ்வொரு மூலையிலும் அமர்ந்திருக்கும் சில பல சிறியவர்கள் அந்த ஆரவாரத்தின் நேரத்தை நீளச் செய்வர். இந்த ஆரவாரம் மற்றும் சிரிப்புகளின் மத்தியில், அசைவற்ற தீவிரத்தை சாம் கட்டிக் காப்பான். அவ்வப்போது தனது கண்களை சுழல விடுவான். கோமாளித்தனமான பார்வையை தனது பார்வையாளர்களை நோக்கி வீசுவான். தனது உரையின் மதிப்பான உயர்விலிருந்து கீழிறங்கி வரமாட்டான்.

''நீங்கள் பாருங்கள் எனதருமை கூட்டாளிகளே! நம்ம ஆளு ஒருத்தரை எடுத்துக்கிட்டுப் போக அவன் யாரு? நம்ம எல்லாரையும் எடுத்துக்கிட்டுப் போற மாதிரிதான். என்னை ஏன் அழைச்சுக்கிட்டுப் போனான்? என்னைக் கொண்டு போக நினைக்கிறான். அதான். உங்க உரிமைக்காக நான் நிப்பேன். கடைசி மூச்சு வரை அவங்கள துன்பப் படுத்துவேன்'' தனது கையிலிருந்த வான்கோழிக் கால்களை உயர்த்திக் சாம் கூறினான்.

''ஏன் சாம்! நீ இன்னிக்கு காலையிலதான் லிசியைப் பிடிக்க எஜமானருக்கு உதவுவேன்னு சொன்னே. உன்னோட பேச்சு ஒரே இடத்தில இல்லாம மாறிக்கிட்டே இருக்கும்போல'' ஆன்டி சொன்னான்.

''உனக்கு இப்ப நான் சொல்வேன் ஆன்டி! உனக்குத் தெரியாததப் பத்தி உங்கள மாதிரி சின்னப் பசங்க பேசக்கூடாது. ஆன்டி நல்லதுதான் நினைக்கிறான். சொல்றான். நடிச்சு செயல்படற கொள்கையைப் புரிஞ்சுப்பான்னு எதிர்பார்க்க முடியாது'' பயமூட்டுகிற தற்பெருமை யோடு சாம் சொன்னான்.

கண்டித்து மறுக்கப்பட்டதாய் ஆன்டி உணர்ந்தான். குறிப்பாக அந்தக் கடுமையான வார்த்தைகளை பொறுக்க முடியவில்லை. அங்கிருந்த இளம் உறுப்பினர்களுக்கு அது இறுதி முடிவாகத் தோன்றியது.

''அதுதான் மனசாட்சி ஆன்டி. லிசியைப் பிடிக்க போகணும்னு நினைச்சப்ப அதுதான் மனசாட்சி. எஜமானர் பிடிக்கணும்னு நினைப்பார்ன்னு எனக்குத் தெரியும். எஜமானி வேற மாதிரி நெனைக்கிறாங்க. மனசாட்சி மாறிடிச்சு. எஜமானி பக்கம் நிக்கறதே நல்லது. இரண்டு வழியிலும் நின்னேன். மனசாட்சிகிட்ட சொன்னேன். கொள்கையை பிடிச்சுக்கிட்டேன். ஆமாம் கொள்கைகள் நீடிச்சு நிலைக்காவிட்டால், கொள்கையால் என்ன லாபம்? நான் தெரிஞ்சுக்க விரும்பறேன். சரியா புரியலேன்னா இந்த எலும்பை எடுத்துக்கோ ஆன்டி'' கோழித் துண்டத்தை உற்சாகமாகத் தூக்கிப் போட்டுப் பிடித்து சாம் கூறினான்.

வாய் பிளந்து அவனது பேச்சை சாமின் நேயர்கள் கேட்டுக் கொண்டிருக்கையில், அவனால் தொடராமல் இருக்க முடியவில்லை.

‘‘நிலைத்து இருப்பது பற்றி சொன்னேனா? எனது கறுப்புக் கூட்டாளிகளே! பெரும்பாலும் யாருக்கும் இந்த நிலைத்து இருப்பது பற்றித் தெரியவில்லை. ஒரு இரவும், பகலும் ஒரு பொருளுக்காக மனிதன் நின்று, மறுநாள் வேறு ஒண்ணுக்கு மாறிட்டா, இயல்பா மத்தவங்க சொல்வாங்க, ‘ஏன் இவன் நிலைச்சு இருக்கல’ என்பாங்க. அந்த தானிய கேக் கொஞ்சம் கொடு ஆன்டி. ஆராய்ந்து பார்ப்போம். இங்க உள்ள பெரியவங்களும், பெண்களும் அப்படி ஒப்பிட்டுப் பேசறதுக்கு என்னை மன்னிப்பாங்கன்னு நினைக்கறேன். நான் அங்க மேல போக நினைக்கறேன். ஏணியை இந்தப் பக்கம் வைக்கறேன். நான் அங்க போக முடியாது. ஏன்னா வேற எதுவும் நான் செய்யல. ஏணியை வேறு பக்கம் வச்சுடறேன். நான் நிலைச்சு நிற்பவனா? ஏணி எந்தப் பக்கம் இருக்கோ அந்தப் பக்கம் மூலமா போறதே நிலைச்சு நிற்பது, புரியுதா?’’ புரிபடாத பொருளில் நுழைவதாய் காட்டிக் கொண்டு சாம் சொன்னான்.

‘‘நீ எதுல நிலைச்சு நிற்கறேன்னு கடவுளுக்குத்தான் தெரியும்’’ சோலே அத்தை முணுமுணுத்தும் பொறுமை இழந்தும் வந்தார். சாசனத்தைப் பற்றி ஒப்பிட்டுப் பேசுவதன் மூலம் மாலை நேரத்தின் மகிழ்ச்சி மறைவதை அவர் விரும்பவில்லை. ‘புளித்த காடி மேல வெடியுப்பு’ போட்ட மாதிரி அது இருக்கும்னு நினைத்தார்.

‘‘ஆமாம். உண்மைதான்! ஆமாம் எனது சகோதரர்களே! பெண்களே! எனக்குக் கொள்கை உண்டு. அவற்றை வைத்திருப்பதில் எனக்குப் பெருமை. எனக்கு கொள்கையுண்டு. அவற்றை கெட்டியாய்ப் பிடிச்சுப்பேன். கொள்கைன்னு நான் நினைக்கறதை பிடிச்சுப்பேன். என்னை அது உயிரோடு எரிச்சாலும் சரி, கவலைப்பட மாட்டேன். கடைசி வரை அதன் வழியே நடப்பேன். என்னோட கொள்கைகளுக் காக கடைசி சொட்டு ரத்தத்தையும் கொடுப்பேன்னு இங்க சொல் வேன். எனது நாட்டுக்காக, சமூகத்தின் பொது நலனுக்காகக் கொடுப்பேன்.’’ இரவு உணவின் நிறைவோடும், பெரும் புகழின் நிறைவோடும் சாம் எழுந்தான்.

‘‘உன்னோட கொள்கை இன்னிக்கு இரவு படுக்கைக்குப் போய்த் தானே ஆகணும்? காலை வரை எல்லாரையும் இங்கே வச்சிருக் குணுமா? அடி வாங்க விரும்பாத பசங்கள் எல்லாம் இப்பவே போகணும்’’ சோலே அத்தை சொன்னாள்.

‘‘கறுப்பர்களே! எனது ஆசிகளை உங்களுக்குத் தருகிறேன். படுக்கைக்குப் போங்க. நல்ல பசங்களா இருங்க’’ கருணையோடு தனது பனை ஓலையை வீசியவாறு சாம் சொன்னான்.

இந்தப் பரிதாபத்திற்குரிய ஆசியோடு, கூட்டம் கலைந்தது.

9

செனட்டரும் மனிதன்தான் எனக் காட்டுவது

உற்சாகமான நெருப்பின் வெளிச்சம் அந்த வசதியான வரவேற்பறையின் தரை விரிப்புகளிலும், கம்பளங்களிலும் பளிச்சிட்டது. தேநீர் கோப்பைகளிலும், நன்கு பொலிவாக்கப்பட்டிருந்த தேநீர்ப் பானைகளிலும் வெளிச்சம் ஒளிர்ந்தது. செனட்டர் பேர்டு புதிய அழகான செருப்புகளை தனது காலுக்குள் நுழைக்கும் முயற்சியின் முன்னேற்பாடாக தனது முழுக் காலணியை கழற்றிக் கொண்டிருந்தார்.

செனட்டருக்குரிய பயணங்களில் அவர் இருந்தபோது அவரது மனைவி அந்த புதுச் செருப்பை உருவாக்கியிருந்தார். மகிழ்ச்சியின் உருவமாய் இருந்த அவரது மனைவி திருமதி பேர்டு, உணவு மேஜையின் ஏற்பாடுகளை கண்காணித்துக் கொண்டிருந்தார். கேளிக்கை நிறைந்த சிறுவர்களை அடிக்கடி அதட்டி, மிரட்டி எச்சரிக்கைகளை உதிர்த்துக் கொண்டிருந்தார். சிறுவர்கள் எப்போதும் குதித்து ஓடிக்கொண்டும், சேட்டைகள் செய்து கொண்டும் அம்மாவை அதிசயிக்க வைத்த வண்ணம் இருந்தனர்.

''டாம்! கதவு நாதாங்கியை அப்படியே தனியா விடு. அங்க ஒருவர் இருக்கிறார். குட்டி மேரி! பூனையின் வாலை இழுக்காதே. பாவம் குட்டிப் பூனை! ஜிம் நீ மேஜை மேல ஏறக்கூடாது. கூடவே கூடாது! உங்களுக்குத் தெரியாது அன்பே! உங்களை இன்று இரவு இங்கு பார்ப்பது எங்கள் எல்லாருக்கும் எத்தனை ஆச்சரியமானதுன்னு உங்களுக்குத் தெரியாது.'' இறுதியாகத் தனது கணவருடன் பேச அவருக்கு அவகாசம் கிடைத்தது.

''ஆமாம்! ஆமாம்! நான் கொஞ்சம் ஓய்வெடுக்கணும்னு நினைச்சேன். வீட்ல இரவைக் கழிச்சி, கொஞ்சம் சௌகரியமா இருக்கலாம்னு வந்தேன். உயிர் போற மாதிரி சோர்வா இருக்கேன். எனக்கு தலை வலிக்குது.''

கற்பூர புட்டியை பேர்டின் மனைவி பார்த்தார். அது பாதி திறந்தவாறு இருந்தது. நெருங்கிப் பார்த்தால் மூடி இருப்பது தெரிந்தது. அவரது கணவர் தடுத்துவிட்டார்.

''வேண்டாம் வேண்டாம் மேரி (திருமதி பேர்டு) - மருத்துவம் வேண்டாம். உனது நல்ல தேநீர் ஒரு கோப்பை போதும். குடும்பத்தோட இருப்பது எனக்குப் போதும். செனட்டர் பணி ரொம்ப சோர்வூட்டும் வேலை.''

செனட்டர் புன்னகைத்தார். தேசத்திற்காகத் தான் தியாகம் செய்வதான எண்ணத்தை வெளிப்படுத்த விரும்பினார்.

தேநீர் தயாரிக்கத் தாமதம் ஆவதைக் கவனித்த அவரது மனைவி கூறினார்: ''செனட்டில் என்ன செய்கிறார்கள்?''

தேசத்தின் செனட்டில் என்ன நடக்கிறது என்பது பற்றி மண்டையை உடைத்துக் கொள்வது திருமதி பேர்டுக்கு எப்பவும் வழக்கம் கிடையாது. அவருக்கு செய்வதற்கு அதைவிட பல பணிகள் இருப்பதாகக் கருதும் புத்திசாலி அவர். எனவே, பேர்டு தனது கண்களைத் திறந்தார்.

''அப்படி ஒண்ணும் முக்கியத்துவம் வாய்ந்தவை இல்லை'' என்றார், பேர்டு.

''நல்லது, அந்தக் கறுப்பு மக்களுக்கு இறைச்சியும், மதுவும் கொடுக்கக் கூடாதுன்னு சட்டம் கொண்டு வரப் போறாங்க. அது போன்ற சட்டத்தைப் பத்திப் பேசிக்கிட்டு இருக்காங்க. எந்தக் கிறித்துவ சட்ட மன்றமும் இதுபோன்ற சட்டங்களை இயற்ற மாட்டாங்கன்னு நினைக்கிறேன்.'' திருமதி பேர்டு கூறினார்.

''ஏன், மேரி, திடீர்னு அரசியல்வாதியா மாறிட்டே.''

''இல்லை ! முட்டாள்தனம்! பொதுவா உங்க அரசியலுக்கு கவனம் தரமாட்டேன். இது அப்பட்டமான கொடூரம். கிறித்துவத்திற்கு எதிரானது. அது மாதிரி சட்டம் எதுவும் நிறைவேறலன்னு நம்பறேன்.''

'கென்டகியிலிருந்து தப்பி வரும் அடிமைகளுக்கு உதவுவதை தடுப்பதற்கு சட்டம் நிறைவேறியிருக்கு. இப்படி அபாயமாகத் தப்பி வருபவர்களால அவ்வளவு கெடுதல் நடந்திருக்கு! கென்டகியில் இருக்கும் நமது சகோதரர்கள் பதற்றமா இருக்காங்க. கிறித்துவர்களின் அன்புக்கு மேலாக, இந்தப் பதட்டத்தை தணிக்க அரசாங்கம் ஏதாவது செய்ய வேண்டியிருந்தது.''

''என்ன சட்டம்? இந்த ஏழைப் பிறவிகளை ஓர் இரவுக்கு தங்கு வதை தடை செய்வதா? அவர்களுக்கு உண்ண ஏதாவது கொடுப்பதை தடை செய்வதா? சில துணிகளை கொடுப்பதைத் தடுப்பதா? அவங்க வேலைகளை அமைதியாகத் தொடரவிடலாம் இல்லையா?''

''ஏன்? என் அன்பே! உதவுவதும், ஆதரவாயிருப்பதும் உனக்குத் தெரியுமா?''

திருமதி. பேர்டு, வெட்கப்படும் கோழையான சிறு பெண்மணி. நாலடி உயரம் உள்ளவள். சாந்தமான நீலக் கண்களும், பீச் நிற தோலும் கொண்டவள். உலகத்திலேயே மிகவும் மிருதுவான இனிமையான குரல் வளம் உள்ளவள். தைரியம் எப்படித் தெரியுமா? ஒரு நடுத்தரமான ஆண் வான்கோழியின் கத்தல் அவளை அச்சப்படுத்திவிடும். பருத்த நடுத்தர வீட்டு நாய் பல்லைக் காட்டினால் போதும்! பயம் அவளைப்

பற்றிக் கொள்ளும். அவளது கணவரும், குழந்தைகளுமே அவளுக்கு முழு உலகம். கெஞ்சிக் கேட்டும், இணக்கமாய்ப் பேசியும் அவள் குடும்பம் நடத்தி வந்தாள். ஆணையிட்டோ, வாதம் செய்தோ செயல்களை செய்ய மாட்டாள். ஒரே ஒரு விஷயம்தான் அவளைத் தட்டி எழுப்பும். அவளது வழக்கமான மிருதுவான, அனுதாபமான இயல்புகளை ஆத்திரப்படுத்துவது ஒன்று உண்டு. கொடுமைப்படுத்து வதாகத் தோன்றுவது எதுவும் அவளது உணர்வுகளைப் பாதிக்கும். அவளது இயற்கையான பொதுவான மிருகத் தன்மைக்கு முரணாக அவளை பயமுறுத்தி தெளிவற்று மாற்றும். எல்லாத் தாயை விடவும் தாராளமாகவும், எளிதாகவும் இருக்கும் அவள், மிகத் தீவிரமாக ஒருமுறை தண்டித்தது அவரது சிறுவர்களுக்கு என்றென்றும் நினைவில் நிற்கும். பாதுகாப்பற்று நின்ற ஒரு பூனைக்குட்டி மீது கல் வீசி விளையாடுவதில் மற்ற கீழ்த்தரமான சிறுவர்களுடன் கூட்டு வைத்துக் கொண்டதற்காக அந்தத் தண்டனையை அவள் அளித்தாள்.

''என்ன நடந்தது என்று நான் சொல்வேன். அந்த சமயம் பயந்து போயிருந்தேன். அம்மா என்னை நோக்கி வந்தார். வெறியோடு வருவதாய் தெரிந்தது. சாட்டையால் அடிக்கப்பட்டேன். படுக்கை யிலிருந்து தள்ளி விடப்பட்டேன். இரவு உணவு மறுக்கப்பட்டது. நான் என்ன, ஏதுன்னு உணர்வதற்குள் இது நிகழ்ந்துவிட்டது. அதற்குப் பிறகு, கதவுக்கு வெளியே அம்மா அழுவது கேட்டது. மத்த எல்லாத்தையும் விட அதுதான் மோசமா தோணியது. அதுக்குப் பிறகு நாங்க எந்தப் பூனைக் குட்டியையும் கல்லால் அடிச்சதே இல்லே'' சிறுவன் பால் அடிக்கடி சொல்வான்.

தற்போதைய தருணத்தில் திருமதி பேர்டு அவசரமாய் எழுந்தாள். கன்னங்கள் சிவந்திருந்தன. அது அவரது பொதுத் தோற்றத்தை மேம்படுத்தியது. கணவரை நோக்கிச் சென்று, உறுதியான குரலில் கூறினார்: ''ஜான்! இப்ப எனக்குத் தெரியணும். அது மாதிரி சட்டங்கள் சரியானதா? கிறித்துவமானதா? அப்படி நீங்க நினைக்கறீங்களா?''

''நா அப்படி நினைச்சா, என்னை சுட்டுடுவியா, மேரி?''

''நா உங்களைப் பத்தி அப்படி நினைச்சுப் பார்த்தது கிடையாது. நீங்க அதுக்கு ஓட்டுப் போடலியே!''

''அப்படி செஞ்சேன். எனது நியாயமான அரசியல்வாதியே!''

''நீங்க வெட்கப்படணும் ஜான்! வீடற்ற, குடும்பமற்ற ஏழைப் பிறவிகள். அது வெட்கங்கெட்ட, கெடுதலான, வெறுப்பேற்றும் சட்டம். முதல் வாய்ப்புக் கிடைக்கும்போது அந்தச் சட்டத்தை உடைப்பேன். எனக்கு வாய்ப்புக் கிடைக்கும்னு நினைக்கிறேன். அடிமைங்கிறதுக்காக பசித்து நிற்கும் ஏழைகளுக்கு ஒரு இரவு உணவு கொடுக்கக்கூடாது. படுக்க இடம் கொடுக்கக்கூடாதுன்னு சொல்வது

என்ன நியாயம்? வாழ்க்கை முழுவதும் அவமதிக்கப்பட்டு, அடக்குமுறைக்கு ஆளாக்கப்பட்ட அவங்க பாவம்!''

''ஆனா, நான் சொல்றதைக் கேளு. உன்னோட உணர்வு எல்லாம் சரிதான். சுவாரசியமா இருக்கு. அதுக்காக உன்னை நான் நேசிக்கிறேன். ஆனா! அன்பே! நம்ம உணர்வுகளில் பாதிக்கப்பட்டு, நமது தீர்ப்பை தவற விடக்கூடாது. அது தனிப்பட்ட உணர்வு இல்லைன்னு நினைக்கணும். அதில் பெரிய பொதுநலன் இருக்கு. பொதுமக்களிடம் அது பற்றி எதிர்ப்பு இருக்கு. நமது தனிப்பட்ட உணர்வுகளை தள்ளி வைக்கணும்னு தெரிஞ்சுக்கணும்''

''ஜான், அரசியல் பத்தி எனக்கு எதுவும் தெரியாது. என்னால் பைபிளை படிக்க முடியும். பசிச்சவங்களுக்கு சோறு போடணும்னு அதில படிச்சிருக்கேன். துணி இல்லாதவங்களுக்கு ஆடை கொடுக்கணும்னு படிச்சிருக்கேன். கதியற்றவர்களுக்கு ஆறுதல் கொடுக்கணும்னு படிச்சிருக்கேன். நான் பைபிளை கடைபிடிக் கணும்னு விரும்பறேன்.''

''பெரிய பொதுத் தீங்கு விளையும் விஷயங்களில் அப்படிச் செய்வது......''

''கடவுளைப் பணிவது பொதுத் தீங்கை கொண்டு வராது. கொண்டு வர முடியாதுன்னு எனக்குத் தெரியும். அவர் கட்டளையிடற எதுவும் எப்பவும் மிகவும் பாதுகாப்பானது!''

'இப்ப நான் சொல்றதைக் கேளு, மேரி. என்னால தெளிவான வாதத்தைச் சொல்ல முடியும்''

''ஓ, முட்டாள்தனம் ஜான்! இரவு பூராவும் பேசலாம். நீங்க செய்ய முடியாது. உங்ககிட்ட நான் சொல்றேன். அவன் ஓடி வந்துட்டான் என்பதனால், நடுக்கத்தோடும், பசியோடும் வரும் ஒருவனை திரும்ப அனுப்ப முடியுமா? இப்ப செய்வீங்களா?'' திருமதி பேர்டு கேட்டாள்.

உண்மையச் சொல்லணும்னா, மனிதாபிமானமும், எளிதில் அணுகத்தக்க இயல்பும் கொண்டவராய் செனட்டர் இருந்தார் என்பது துரதிர்ஷ்டவசமானது. கஷ்டத்துல இருக்கற எவரையும் அவரால திருப்பி அனுப்ப முடியாது. இந்த வாதத்தில் அவருக்கு மோசமானது என்னவென்றால், அவரது இயல்பு அவரது மனைவிக்குத் தெரியும் என்பதுதான். எதிர்கொள்ள முடியாத வாதங்களில் அவர் தாக்குண்ட வராய் இருந்தார். அது மாதிரி சந்தர்ப்பங்களில் காலங் கடத்தும் வழக்கமான பாணியைக் கடைபிடித்தார். ''ஆஹெம்'' என்றார். பலமுறை இருமினார். தனது கைக்குட்டையை எடுத்துக் கொண்டார். அவரது கண்ணாடியைத் துடைத்தார். எதிரியின் தற்காப்பற்ற அதிகார எல்லையை உணர்ந்து கொண்ட திருமதி. பேர்டுக்கு அதனை தனக்கு ஆதரவாகத் திருப்பிக் கொள்ள மனசாட்சி இல்லை.

''நீங்க அப்படிச் செய்வதைப் பார்க்கணும் ஜான். நான் நிச்சயம் பார்க்கணும். உதாரணமா பனிப்புயல் வீசும்போது ஒரு பெண்ணை திருப்பி விடணும். அவளைப் பிடிச்சு, சிறையில அடைப்பீங்கன்னு நினைக்கிறேன். செய்ய மாட்டீங்களா? நீங்க அப்ப அதிகாரமா நடப்பீங்க.''

''உண்மைதான். அந்தக் கடமை துக்ககரமாகத்தான் இருக்கும்'' மிதமான குரலில் திரு. பேர்டு பேசத் துவங்கினார்.

''கடமை! ஜான், அந்த வார்த்தையைப் பயன்படுத்தாதீங்க. அது கடமை இல்லைன்னு உங்களுக்குத் தெரியுமா? அது கடமையாய் இருக்கமுடியாது. தவங்களோட அடிமைகளை ஓடாம பாது காக்கணும்னா, மக்கள் அவங்கள நல்லபடி நடத்தட்டும். அதுதான் என்னோட கொள்கை. நான் அடிமைகளை வச்சிருந்தா (நான் எப்பவும் வச்சுக்க மாட்டேன்னு நம்பறேன்) ஓடிப் போற எண்ணம் அவங்களுக்கு வர்ற மாதிரி நடந்துக்க மாட்டேன். நீங்களும் அப்படித்தான் இருப்பீங்க ஜான். அவங்க மகிழ்ச்சியா இருக்கும்போது, ஆளுங்க ஓடமாட்டாங்க. அவங்க ஓடினாங்கன்னா, பாவப்பட்ட அந்த ஜென்மங்கள யாரும் திருப்பி அனுப்பாமலேயே, குளிராலும், பசியாலும், பயத்தாலும் – அவங்க போதுங்கற அளவுக்கு – சிரமப்படுவாங்க. சட்டமோ, இல்லையோ நான் ஒருபோதும் திருப்பி அனுப்பமாட்டேன். கடவுளே காப்பாற்று!''

''மேரி! அன்பே! உனக்கு நியாயத்தை எடுத்துச் சொல்றேன்''

''நான் விவாதிப்பதை வெறுக்கறேன். அதுவும் இது போன்ற விஷயங்களில் நியாயப்படுத்தலை விரும்பறதே இல்லை. சாதாரண நேரிடையான விஷயங்களை நீங்க அரசியல்காரங்க சுத்தி, சுத்திச் சொல்வீங்க. உங்க மேலேயே உங்களுக்கு நம்பிக்கை இல்லை. செயல் படுத்தறபோது, உங்கள எனக்கு நல்லாத் தெரியும். அதைச் சரின்னு என்னைவிட குறைவாக நீங்க நம்பலை. செய்யவும் மாட்டீங்க.''

இந்த இக்கட்டான கட்டத்தில், எல்லா வேலையும் செய்யும் கறுப்பு மனிதரான வயதான கட்ஜோ கதவோரம் தனது தலையைக் காட்டினார். ''எஜமானி, சமையலறைக்கு வர்றீங்களா?'ன்னு கேட்டார். நமது செனட்டர் ஆறுதல் அடைந்தார். தனது சிறிய மனைவியை சற்று விருப்போடும், வெறுப்போடும் பார்த்தார். கை வைத்த நாற்காலியில் அமர்ந்து செய்தித் தாள்களைப் படித்தார்.

சில கணம் கழித்து விரைவான, ஆர்வமான தொனியில் அவரது மனைவி அழைத்தார். ''ஜான்! ஜான்! நீங்க ஒரு நொடி வரணும்னு விரும்பறேன்!''

அவர் தனது காகிதங்களை கீழே போட்டார். சமையலறைக்குச் சென்றார். அங்கிருந்த காட்சியைக் கண்டு திகைத்து நின்றார்.

ஒடிசலான ஒரு இளம்பெண் மயக்கமுற்ற நிலையில் இரு நாற்காலி களின் மீது கிடத்தப்பட்டிருந்தாள். அவளது ஆடை கிழிந்திருந்தது. காலில் ஒரு செருப்பு இருக்கவில்லை. வெட்டப்பட்டு, ரத்தம் வழிந்த காலிலிருந்து காலுறை காணாமல் போயிருந்தது. அவள் முகத்தில் நிந்திக்கப்பட்ட இனத்தவள் என்ற பதிவு தெரிந்தது. அந்த முகத்தின் துக்கமான, பரிதாபமான அழகை உணர்வதை யாராலும் தடுத்து நிறுத்த முடியாது. அதன் இறுகிய கூர்மையும், குளிர்ந்த, நிலைத்த அதன் தன்மையும் செனட்டரிடம் ஒரு நடுக்கத்தை ஏற்படுத்தியது. அவர் படபடப்பாக மூச்சு விட்டார். அமைதியாக நின்றார். அவரது மனைவியும், அவர்களது ஒரே வீட்டு பணிப் பெண்ணான வயதான டைனா அத்தையும் அந்தப் பெண்ணின் உடல்நிலையை சரி செய்வதற்கான பணியில் மும்முரமாய் இருந்தனர். வயதான கட்ஜோ, பையனை தனது முட்டிக்காலில் வைத்துக் கொண்டார். அவனது காலணிகளையும், காலுறைகளையும் கழற்றுவதில் கவனம் செலுத்தினார். அவனது குளிர்ந்த கால்களை அழுந்தத் தேய்த்தார்.

''நிச்சயம். இப்ப இது கவனித்துப் பார்க்க வேண்டிய காட்சி இல்லையா?'' வயதான டைனா இரக்கத்தோடு கூறினாள். உள்ளே வந்தபோது நல்லாதான் இருந்தா. கொஞ்சம் உடம்பை சூடுபடுத்திக் கட்டுமான்னு கேட்டா. எங்கேயிருந்து வர்றேன்னு கேட்டுக்கிட்டு இருந்தேன். உடனே அவ மயக்கமாயிட்டா. அவளது கையை பார்க்கறப்ப எப்பவும் கஷ்டமான வேலை எதுவும் செஞ்சிருக்க மாட்டான்னு தோணுது.''

''ஏழைப் பிறவி!'' திருமதி பேர்டு கருணையோடு சொன்னாள். அந்தப் பெண் மெதுவாகத் தனது பெரிய கருங்கண்களைத் திறந்து, வெறுமையோடு திருமதி பேர்டை பார்த்தாள். திடீரென அவளது முகத்தில் வேதனை ரேகை படர்ந்தது. எழுந்து அமர்ந்து சொன்னாள்: ''ஓ! எனது ஹேரி! உன்னைப் பிடிச்சுட்டாங்களா?''

இதைக் கேட்டதும், சிறுவன், கட்ஜோவின் முழங்கால்களிலிருந்து துள்ளிக் குதித்தான். அவள் பக்கம் ஓடி, தோளில் கை வைத்தான். ''ஓ! இவன் இங்க இருக்கானா? இங்க இருக்கானா?'' என்றாள் அந்தப் பெண்.

''ஓ, அம்மா! எங்களைக் காப்பாத்துங்க. அவனைப் பிடிக்க அவங்கள அனுமதிக்காதீங்க.'' பரிதாபமாக திருமதி பேர்டிடம் அவள் கூறினாள்.

''இங்க உன்னை யாரும் துன்புறுத்த முடியாது ஏழைப் பெண்ணே! நீ பாதுகாப்பாய் இருக்கே, பயப்படாதே'' ஊக்கமூட்டு வதாக திருமதி பேர்டு சொன்னாள்.

''கடவுள் உங்களை ஆசீர்வதிக்கட்டும்'' முகத்தை மூடிக் கொண்டு தேம்பியவாறு பெண் கூறினாள். அவள் அழுவதைக் கண்ட சிறுவன்

அவளது மடியில் அமர முயன்றான். மிருதுவான பெண்மைக்குரிய கருணையை எவ்வாறு காட்ட வேண்டும் என்று திருமதி பேர்டைவிட நன்கு அறிந்தவர் எவருமில்லை என்பதால், அந்தப் பெண் விரைவில் அமைதிக்குத் திரும்பினாள். அவளுக்குத் தற்காலிக படுக்கை ஏற்பாடு செய்யப்பட்டது. நெருப்பு அருகில் இருந்தது. சிறிது நேரத்தில், ஆழமான துயிலில் அவள் ஆழ்ந்தாள். சோர்வாகத் தோன்றிய அவளது மகன் அவளது தோளில் ஆழ்ந்து தூங்கினான். அவளிடமிருந்து அவனை எடுப்பதற்கான சிறு முயற்சியையும், பதட்டம் நிறைந்த ஆர்வத்தோடு அந்தப் பெண் தடுத்தாள். தூக்கத்தில்கூட, விடாப் பிடியாக அவளது கைகள் அவனை இறுக்கிப் பற்றிக் கொண்டன. அவளது விழிப்பு மிகுந்த பிடியிலிருந்து அப்போதுகூட அவளை ஏமாற்ற முடியாது என்பதாக அது இருந்தது.

பேர்டும் அவரது மனைவியும் கூடத்திற்கு திரும்பச் சென்றிருந் தனர். முன்பு நடந்த உரையாடல் பற்றி இருவரும் பேசவில்லை என்பது ஆச்சரியமானது. தனது கைத்தையலில் திருமதி பேர்டு மும்முர மானாள். செய்தித் தாளைப் படிப்பதாக பேர்டு காட்டிக் கொண்டார்.

''அவள் யாரென்று எனக்குத் தெரியல'' செய்தித்தாளை கீழே போட்டவாறு இறுதியாக பேர்டு கூறினார்.

''அவ ஓய்வெடுத்து முழிக்கும்போது பார்ப்போம்'' திருமதி பேர்டு கூறினாள்.

''நான் சொல்றேன்'' தனது செய்தித்தாளோடு அமைதியாக சிந்தனை செய்தபின் பேர்டு கூறினார்.

''நல்லது, சொல்லுங்க''

''உன்னோட ஆடைகளை அவளால் அணிய முடியுமா? உன்னைவிட பெரிசா அவ இருக்கற மாதிரி இருக்கு!''

திருமதி பேர்டின் முகத்தில் தெளிவாய்த் தெரியும் அமைதியான புன்னகை ஒளிர்ந்தது. ''பார்க்கணும்'' என்று பதிலளித்தாள்.

சிறிது இடைவெளிக்குப் பின், மீண்டும் திரு பேர்டு ''நான் சொல்றேன்'' என்றார்.

''நல்லது, இப்ப என்ன?''

''நான் மத்தியானம் தூங்கும்போது போர்த்த வரிவரியான பழைய துணி வச்சிருப்பியே, அதை அவளுக்குக் கொடுக்கலாமே. அவளுக்குத் துணி தேவைப்படும்.''

இந்தச் சமயத்தில், டைனா, அந்தப் பெண் எழுந்து விட்டதையும் எஜமானியைப் பார்க்க விரும்புவதையும் தெரிவித்தாள்.

பேர்டும், அவரது மனைவியும் சமையலறைக்குள் சென்றனர். இரு சிறுவர்களும் தொடர்ந்தனர். கடைக்குட்டி இந்நேரம் படுக்கையில் தூங்கியிருப்பான்.

நெருப்புக்கு அருகில் இருந்த கட்டிலில் அந்தப் பெண் இப்போது எழுந்து அமர்ந்தாள். தீச்சுடரை சீராக உற்று நோக்கினாள். முன்பு இருந்த பதட்டமான பரபரப்பு நீங்கி, அமைதியாகத் தோன்றினாள்.

''என்னைத் தேடினாயா ஏழைப் பெண்ணே? இப்ப நல்லா இருக்கேன்னு நம்பறேன்'' மிருதுவான குரலில் திருமதி பேர்டு கேட்டாள்.

அந்தப் பெண்ணிடமிருந்து நீண்ட நடுக்கமான பெருமூச்சே பதிலாக வந்தது. ஆனால் தனது கருங்கண்களை அவள் உயர்த்தினாள். திக்கற்றத் தன்மையை மன்றாடும் வகையில் வெளிப்படுத்தும் பார்வையை செலுத்தினாள். அவளது கண்களில் கண்ணீர் வழிந்தது.

''எதைப் பத்தியும் பயப்பட வேண்டாம். நாங்க உன்னோட நண்பர்கள், ஏழைப் பெண்ணே! நீ எங்கே இருந்து வர்றே? உனக்கு என்ன வேணும்னு சொல்லு' என்றாள் திருமதி பேர்டு.

''கென்டகியிலிருந்து வர்றேன்' அப்பெண் கூறினாள்.

''எப்போது?'' விசாரிக்கும் விதமாக பேர்டு கேட்டார்.

''இன்று இரவு!''

''நீ எப்படி வந்தே?''

''நான் பனிக்கட்டிகளைக் கடந்து வந்தேன்''

''பனிக்கட்டியைக் கடந்தா?'' அங்கிருந்த ஒவ்வொருவரும் வினவினர்.

''ஆமாம்! கடவுள் கருணையால கடந்து வந்தேன். அவங்க பின்னாடி துரத்தினதால பனிக்கட்டியைக் கடந்தேன். அவங்க ரொம்ப கிட்ட வந்ததால எனக்கு வேறு வழி இருக்கல'' அவள் மெதுவாகக் கூறினாள்.

''அய்யோ எஜமானி! பனிக்கட்டிகள் எல்லாம் உடைஞ்சு போயிருக்கும். ஊஞ்சல் மாதிரி ஆடும். தண்ணியில மேலும், கீழுமா தத்தளிக்கும்'' கட்ஜோ சொன்னான்.

''அப்படின்னு எனக்குத் தெரியும். நான் கடந்தேன். என்னால முடியும்னு நான் நினைக்கல. நான் தப்பிக்க முடியும்னு நான் நினைக்கல. ஆனால் நான் கவலைப்படல. கடக்க முடியலேன்னா, இறந்திருப்பேன். கடவுள் எனக்கு உதவினார். கடவுள் எவ்வளவு உதவ முடியும்னு எல்லோருக்கும் தெரிவதில்லை. அவங்க முயற்சிக்கறவரை தெரிவதில்லை'' கண்கள் மின்ன அவள் கூறினாள்.

''நீ அடிமையா?'' பேர்டு கேட்டார்.

''ஆமாம் அய்யா. கென்டகியில் இருந்த ஒருவருக்கு சொந்தமானவ''

"அவர் உன்கிட்ட வெறுப்பா இருந்தாரா?"

"இல்லை அய்யா, அவர் நல்ல எஜமானர்"

"உங்க எஜமானி உன்கிட்ட வெறுப்பு காட்டினாங்களா?"

"எனது எஜமானி என்னிடம் எப்போதும் அன்பாவே இருந்தார்."

"அப்ப வீட்டை விட்டுக் கிளம்பி ஓடி வரவும், இதுபோன்ற அபாயங்களைக் கடக்கவும் எது உன்னைத் தூண்டியது?"

அந்தப் பெண் திருமதி பேர்டை ஆர்வத்தோடு கூர்ந்து பார்த்தாள். அவர் ஆழ்ந்த சோகத்தில் ஆழ்ந்திருந்தார் என்பதை அவள் கவனிக்கத் தவறவில்லை.

"அம்மா! நீங்க எப்பவாவது குழந்தைய இழந்திருக்கீங்களா?" திடீரென அவள் கேட்டாள்.

எதிர்பார்க்கப்படாத கேள்வி அது. ஒரு புது காயத்தை ஏற்படுத்தியது. ஒரு மாதத்திற்கு முன்புதான் அந்தக் குடும்பத்தின் அன்புக் குழந்தை இறந்து அடக்கம் செய்யப்பட்டிருந்தான்.

திரு பேர்டு திரும்பி ஜன்னலை நோக்கிச் சென்றார். திருமதி பேர்டின் கண்களில் கண்ணீர் வெடித்தது. தனது குரலை திரும்ப வரவழைத்துக் கொண்டு, அவள் சொன்னாள்: "அத எதற்கு கேட்கறே? ஒரு சிறு குழந்தைய இழந்திருக்கேன்!"

"அப்ப எனக்காக வருத்தப்படுவீங்க. நான் இரு குழந்தைகளை இழந்திருக்கேன். அங்கே புதைச்சிருக்கேன். நான் வெளியே வந்தபோது, இவன் ஒருத்தன்தான் மிஞ்சியிருந்தான். இவனை விட்டுட்டு ஒரு இரவுகூடத் தூங்கியதில்லை. எனக்குன்னு இருந்தது இவன் மட்டும் தான். இவன்தான் இரவும் பகலும், ஆறுதலும் பெருமையும் தந்தவன் அம்மா. இவன என்கிட்டேயிருந்து பிரிச்சு விற்கப் பார்த்தாங்க. தெற்குப் பகுதிக்கு தனியா விற்கப் பார்த்தாங்க. அவங்க அம்மாவை வாழ்நாளில் பிரிஞ்சிராத குழந்தையை விற்கப் பார்த்தாங்க. அத என்னால தாங்க முடியலே. அப்படி செஞ்சாங்கன்னா, நான் எதுக்கும் பிரயோஜனப் படமாட்டேன்னு எனக்குத் தெரியும். இவன் விற்கப் பட்டதற்கான காகிதங்கள் கையெழுத்து ஆயிடுச்சுன்னு தெரிஞ்ச போது, இவன எடுத்துக்கிட்டு இரவோடு இரவா கிளம்பிட்டேன். அவங்க துரத்தினாங்க. என் மகனை வாங்கினவரும், எஜமானரோட சில ஆளுங்களும் என் பின்னாடி வந்துட்டாங்க. நான் அவங்க குரலைக் கேட்டேன். பனிக்கட்டிக்குள்ள குதிச்சிட்டேன். எப்படி கடந்து வந்தேன்னு எனக்குத் தெரியாது. என்னைக் கரையி லிருந்து ஒருவர் தூக்குவதற்கு உதவினது மட்டும்தான் முதலில் தெரிந்தது."

அந்தப் பெண் விசும்பவோ, அழவோ செய்யவில்லை. கண்ணீர் வற்றிய நிலைக்கு வந்திருந்தாள். அவளைச் சுற்றியிருந்த ஒவ்வொரு

வரும், தங்களுக்கே உரிய விதத்தில், நெஞ்சார்ந்த அனுதாபத்தின் அறிகுறியை தெரிவிப்பதாய் தோன்றினர்.

இரண்டு சிறுவர்களும் தங்களது சட்டைப் பைகளைத் துழாவி கைக்குட்டைகளைத் தேடினர். அவைகள் அங்கில்லை என்றும், அம்மாவின் ஆடையில் தூக்கி எறியப்பட்டிருந்தன என்றும், அவர்களது தாய்க்குத் தெரியும். அவர்கள் தங்கள் கண்களையும், மூக்கையும் அழுந்தத் துடைத்துக் கொண்டவாறு அழுதுகொண்டிருந்தனர். திருமதி பேர்டு தனது கைக்குட்டையால் முகத்தை மறைத்துக் கொண்டிருந்தார். அவளது நேர்மையான கறுப்பு முகத்தில் கண்ணீர்வழிய, வயோதிக டைனா சொன்னாள் : ''கடவுள் கருணை காட்டட்டும்'' பிரார்த்தனை கூட்டத்தின் பயபக்தி அவளிடம் இருந்தது. தனது மணிக்கட்டு பட்டையால் தனது கண்களை அழுந்தத் துடைத்துக் கொண்ட வயோதிக கட்ஜோ, வழக்கத்திற்கு மாறாக, கோணலாக முகத்தை வைத்துக் கொண்டான். செனட்டரோ அரசியல் நிபுணர். மற்ற மனிதர்களைப் போல தனது அழுகையை வெளிப் படுத்துவாரென்று எதிர்பார்க்க முடியாது. அவர் ஜன்னலுக்குத் திரும்பி, வெளியில் பார்த்தார். தனது தொண்டையை சரி செய்வதில் மும்முரமாய் இருப்பதாய்க் காட்டிக் கொண்டார். அவரது மூக்குக் கண்ணாடியை துடைத்துக் கொண்டார். நுணுகி ஆராய வேண்டிய நிலையில் உள்ள ஒருவர், சந்தேகத்தை உருவாக்கும் நோக்கோடு செய்வதுபோல தனது மூக்கை உறிஞ்சிக் கொண்டார்.

''உனது எஜமானர் கனிவானவர் என்று எப்படிச் சொல்கிறாய்?'' அவர் திடீரென்று வினவினார். தொண்டையை சற்றே உயர்த்தி, உறுதியை வரவழைத்துக் கொண்டு, பெண்ணை நோக்கிக் கேள்வி கேட்டார்.

''அவர் கனிவான எஜமானர் என்பதாலே அவரைப் பற்றி அப்படித்தான் சொல்ல முடியும். எங்க எஜமானியும் கனிவானவங்க. அவங்களுக்கு வேறு வழி இருக்கல. அவங்க கடன் கொடுக்க வேண்டியிருந்தது. அதை அடைக்க ஒரு வழி இருந்தது. எப்படின்னு என்னால சொல்ல முடியாது. அவங்க மேல ஒரு மனுஷன் பிடி இருந்தது. அவனோட விருப்பப்படி நடக்க வேண்டி வந்தது. இத எஜமானியிடம் எங்க எஜமானர் சொல்றத நான் கேட்டேன். அவர் எதுவும் செய்ய முடியாதுன்னும், வேற வழியில்லைனும், காகிதங்களில் கையெழுத்துப் போட்டாச்சுன்னும் சொன்னார். எனக்காக எஜமானி கெஞ்சிக் கூத்தாடினாங்க. பிறகு இவன எடுத்துக்கிட்டு, வீட்டை விட்டுக் கிளம்பி, வெளியே வந்துட்டேன். அவங்க அத செஞ்சாங் கன்னா, அங்க வாழறதுல பயன் இருக்காதுன்னு எனக்குத் தெரியும். எனக்கு இருக்கறதெல்லாம் இந்தப் பையன்தான்''

''உனக்கு கணவன் இல்லையா?''

''இருக்கார். அவர் வேறு ஒருவருக்குச் சொந்தமாக இருக்கார். அங்கே அவருக்கு கஷ்டமா இருக்கு. என்னைப் பார்க்க விடமாட்டாங்க. எப்பவும் மாட்டாங்க. மேலும் மேலும் கஷ்டம் கொடுக்கறாங்க. தெற்கே வித்துடுவேன்னு பயமுறுத்தறாங்க. நான் அவரை இனி பார்க்கவே முடியாதுன்னு நினைக்கிறேன்''

இந்த வார்த்தைகளை அந்தப் பெண் அமைதியாக உச்சரித்த விதம் மேலெழுந்தவாரியாக நோக்குபவர்களுக்கு அவள் அக்கறையற்றவளாகத் தோன்றியிருப்பாள். அவளது பெரிய, கரிய கண்களில் ஆழமாகப் பதிந்திருந்த அமைதியான வெறுப்பும், சோகமும் வேறு விதமாகத் தெரிவிக்கும்.

''எனதருமை ஏழைப் பெண்ணே! நீ எங்கே போக இருக்கிறாய்?'' திருமதி பேர்டு கேட்டாள்.

''அது எங்க இருக்குன்னு தெரிஞ்சா, கனடாவுக்கு. கனடா ரொம்ப தூரத்தில் இருக்கா?'' திருமதி பேர்டின் முகத்தை நம்பிக்கையோடும், எளிமையாகவும் பார்த்து அவள் கேட்டாள்.

''அப்பாவிப் பெண்ணே!'' அனிச்சையாக திருமதி பேர்டு கூறினாள்.

''அது ரொம்ப தூரமோ?'' ஆர்வமாய் அந்தப் பெண் கேட்டாள்.

''நீ நினைக்கறதைவிட ரொம்ப ரொம்ப தூரம். ஏழைக் குழந்தையே! உனக்காக என்ன செய்ய முடியும்னு யோசிக்க முயற்சிக்கிறோம். டைனா! சமையலறைக்குப் பக்கத்துல, உன்னோட அறையில படுக்கை போடு. அவளுக்கு என்ன பண்ணலாம்னு காலையில யோசிக்கிறேன். ஏழைப் பெண்ணே! எதுக்கும் பயப்படாதே. கடவுள்மீது நம்பிக்கை வை. அவர் உன்னைக் காப்பாற்றுவார்.'' திருமதி பேர்டு சொன்னார்.

திருமதி பேர்டும் அவரது கணவரும் கூடத்திற்கு மீண்டும் வந்தனர். நெருப்புக்கு அருகில், தனது சுழலும் நாற்காலியில் அவர் அமர்ந்தார். யோசனையோடு முன்னும், பின்னும் ஆடினார். அறையில் மேலும் கீழுமாக வேகமாக நடந்தார். ''ஷ்! குழப்பமான, சிரமமான செயல்'' என்று முணுமுணுத்தார். அவரது மனைவியை நோக்கி வேகமாக நடந்து வந்து, அவர் சொன்னார்:

''நான் சொல்றேன்! இந்த இரவே அவ இங்கேயிருந்து போயாக வேண்டும். அந்த ஆள் அதிகாலையில் வந்திடுவான். பெண் மட்டும்னா அவன் வந்து போறவரை அவளை அமைதியாக இருக்க வச்சுடலாம். பல குதிரைகளின் சத்தமும், காலடிச் சத்தமும் கேட்கும் போது அந்தச் சிறுவனை வெச்சிருக்க முடியாது. நான் உறுதியாச் சொல்றேன். ஏதோ ஒரு ஜன்னலிலிருந்தோ, கதவிலிருந்தோ தலையை நீட்டி எட்டிப் பார்ப்பான். அவங்க இரண்டு பேரும் சேர்ந்து பிடிபட்டா, எனக்கு

சிரமமாப் போயிடும். இந்த இரவே அவங்க கிளம்பிடணும்.'' தனது மனைவியிடம் பேர்டு கூறினார்.

''இன்று இரவா? எப்படி முடியும்? எங்க போவது?''

''நல்லது. எங்கன்னு எனக்கு நல்லாத் தெரியும்'' நம்பிக்கையோடு தனது காலணியை அணிந்தவாறு பேர்டு கூறினார். அவரது கால் பாதியில் நிற்கும்போது அவரது முழங்காலை இரு கைகளாலும் அணைத்துக் கொண்டு, ஆழமாக சிந்தனை வயப்பட்டார்.

''அது ரொம்ப சிக்கலான, சிரமமான வேலை'' காலணி நாடாக் களை முடிச்சிட்டவாறு அவர் சொன்னார். ''அது உண்மைதான்'' ஒரு காலில் காலணி அணிந்து முடிந்தார். மற்றொரு காலணியோடு அமர்ந்து கொண்டு, கம்பளத்தை ஆழ்ந்து பார்த்தார். ''அத செஞ்சுதான் ஆக வேண்டும். என்ன ஆனாலும்'' – மற்றொரு காலணி யையும் அணிந்து முடித்து, ஜன்னலுக்கு வெளியே நோக்கினார்.

திருமதி பேர்டு புத்திசாலி. ''நான் அப்பவே சொன்னேனே'' என்று எப்பவும் சொல்லிக் கொள்ளாத பெண். தற்போதைய தருணத் தில், தனது கணவரின் மனம் எப்படி சிந்திக்கிறது என்று அறிந்திருந் தாலும், அதில் நுழைந்து குழப்புவதை தவிர்த்தார். அமைதியாக தனது இருக்கையில் அமர்ந்திருந்தார். அவர் தக்க தருணம் என்று கருதும் போது தனது கணவரின் திட்டங்களை கேட்பதற்குத் தயாராக இருந்தார்.

''நீ பாரு. என்னோட பழைய வாடிக்கையாளர். வான் டிரோம்ப். கென்டகியிலிருந்து வந்திருக்கிறார். அவர் தனது அனைத்து அடிமை களையும் சுதந்திரமாக விடுவித்து விட்டவர். சிற்றோடைக்கு மேலே ஏழு மைலில் காட்டுப் பகுதியில் ஒரு இடம் வாங்கியிருக்கிறார். காரியமாகப் போறவங்களைத் தவிர வேற யாரும் அங்க போக மாட்டாங்க. அங்கு அவசர அவசரமா எதுவும் இருக்காது. அங்க அவள் பாதுகாப்பா இருப்பா. என்னைத் தவிர, அங்க யாரும் வண்டி ஓட்டிக்கிட்டுப் போக முடியாதுங்கறதுதான் சிக்கல்''

''ஏன் முடியாது? கட்ஜோ நல்ல ஓட்டுநராச்சே!''

''ஏய், இங்கேதான் சிக்கல். சிற்றோடையை இரண்டு தடவை கடக்கணும். இரண்டாவது கடப்பு மிகவும் அபாயமானது. என்னை மாதிரி வழி தெரிஞ்சிருந்தாதான் கடக்க முடியும். குதிரையின் மேல் உட்கார்ந்து நூறுமுறை நாங்க கடந்திருக்கோம். சுழல்கள் எல்லாம் எனக்குத்தெரியும். வேற வழி இல்ல. முடிஞ்ச அளவுக்கு சத்தமில்லாம பன்னிரெண்டு மணி சுமாருக்கு குதிரையை கட்ஜோ வண்டியில பூட்டணும். அவளை நான் அழைச்சுக்கிட்டுப் போவேன். இதை மறைக்க, கட்ஜோ என்னை அடுத்த விடுதிக்கு அழைச்சிக்கிட்டுப் போகணும். 4 அல்லது 5 மணிக்கு வரும் கொலம்பஸுக்கு போவதற்

காக என்று காட்டணும். அதுக்குத்தான் வண்டி எடுத்ததா வெளிய தெரியும். அதிகாலையிலே என் வேலைய ஆரம்பிச்சிடுவேன். அங்கே என்னை கீழானவனா உணர்வேன்னு நினைக்கிறேன். இத பொறுத்துக்க வேண்டியதுதான். வேற வழியில்ல.''

''உங்க அறிவைவிட மனசு ரொம்ப நல்லா இருக்கு ஜான். உங்களவிட உங்களை நா நல்லா புரிஞ்சுக்கலைன்னா, நான் உங்களை நேசிச்சிருப்பேனா?'' தனது வெள்ளைக் கையை அவரது கைமீது வைத்து மனைவி சொன்னார். அப்போது அவள் அழகாகத் தோன்றினாள். செனட்டரின் கண்களில் கண்ணீர் பளபளத்தது. தன்னை ஆழமாய் நேசிக்கும் அழகான பெண்ணைப் பெற்றதற்கு தான் தீர்மானமான புத்திசாலி மனிதன் என்று அவர் எண்ணினார். வண்டியைப் பார்ப்பதற்கு, தெளிவாக நடந்தார். ஒரு நொடி கதவருகில் நின்றார். பிறகு திரும்பி வந்து, தயக்கத்தோடு அவர் சொன்னார்:

''மேரி, நீ அதப் பத்தி என்ன நினைக்கிறேன்னு தெரியல. சிறுவன் ஹென்றியோட பொருட்கள் மேஜை நிறைய இருக்கின்றன'' அவர் அவசரமாகத் திரும்பி, கதவை சாத்திச் சென்றார்.

தனது அறைக்கு அருகில் இருக்கும் சிறிய அறையை அவரது மனைவி திறந்தார். மெழுகுவர்த்தியை எடுத்துக் கொண்டு, அலமாரியின் மேல் அதை வைத்தார். இடைவெளியில் இருந்த சாவியை எடுத்தார். மேஜையின் பூட்டுக்குள் நுழைத்தார். சிறுவர்களுக்கே உரிய குணத்துடன் அவரைத் தொடர்ந்து வந்திருந்த இரு சிறுவர்களும், அமைதியாக முக்கியத்துவம் வாய்ந்த பார்வைகளை தங்களது தாய் மீது செலுத்தினர். இதைப் படிக்கும் தாயார்களே! உங்க வீட்ல இருக்கற மேஜையை திறக்கிறபோது, கல்லறையைத் திறக்கற மாதிரி இருக்குமா? அப்படி இல்லேன்னா நீங்க மகிழ்ச்சியான தாயார்.

மெதுவாக திருமதி பேர்டு மேஜையைத் திறந்தார். பல வடிவத்திலும், வகையிலும் சிறு மேலங்கிகள் இருந்தன. மேலாடைகள் குவிந்திருந்தன. சிறு காலுறைகள் வரிசையாக இருந்தன. கால் முனையில் பட்டு கிழிந்திருந்த காலணி ஜோடிகளும் மடிக்கப்பட்ட ஒரு காகிதத்திலிருந்து வெளிவந்தன. குதிரை பொம்மை ஒன்று இருந்தது. வண்டி இருந்தது. பம்பரம் இருந்தது. பந்து இருந்தது. கண்ணீரோடும், மனமொடிந்தும் சேகரிக்கப்பட்ட நினைவுப் பொருட்கள் இருந்த மேஜை அருகே அவர் அமர்ந்தார். அவரது தலையில் கை வைத்துக் கொண்டு அதன்மீது சாய்ந்துகொண்டார். அவரது விரல் வழியாக மேஜை வரை கண்ணீர் வரும் வரை அவர் அழுதார். திடீரென்று தனது தலையை நிமிர்த்தி, பதட்டமான அவசரத்தில் எளிமையான ஆனால் அழுத்தமான பொருட்களை தேர்ந்தெடுக்கத் துவங்கினார். அவ்வற்றைப் பொட்டலமாகக் கட்டினார்.

‘‘அம்மா! அதையெல்லாம் கொடுக்கப் போறீங்களா?’’ சிறுவர்களில் ஒருவன் அவளது தோளை மிருதுவாகத் தொட்டுச் சொன்னான்.

‘‘எனதருமை சிறுவர்களே! சொர்க்கத்திலிருந்து நமதருமை சின்னஞ்சிறு ஹென்றி பார்த்தால், நாம் இப்படிச் செய்வதற்கு மகிழ்ந்து போவான். மகிழ்ச்சியுடன் இருக்கும் சாதாரணமான ஒருவருக்கு இவற்றைக் கொடுக்க எனக்கு விருப்பமில்ல. என்னைவிட மிகவும் மனம் ஒடிந்து போன, துயரம் மிகுந்த ஒரு தாய்க்குக் கொடுக்கிறேன். அவங்களோட கடவுள் தனது ஆசீர்வாதங்களை அனுப்பி வைப்பார்னு நம்பறேன்’’ மிருதுவாகவும், ஆர்வமாகவும் அவர் கூறினார்.

தங்களது துயரங்களை மற்றவர்களின் மகிழ்ச்சியாய் மாற்றும் ஆசீர்வதிக்கப்பட்ட ஆன்மாக்கள் இந்த உலகில் உள்ளன. அவர்களது உலகியல் நம்பிக்கைகள் கல்லறையில் கண்ணீருடன் புதைக்கப் பட்டிருந்தாலும், அதிலிருந்து உருவான விதையிலிருந்து குணப் படுத்தும் மலர்கள் முகிழ்க்கின்றன. அனாதரவான, துன்பப்படும் ஏழைகளுக்கு மருந்துகள் உருவாகின்றன. அதுபோன்ற எளிமையான பெண்களில் ஒருவர் அந்த விளக்கிற்கு அருகில் அமர்ந்திருக்கிறார். மெதுவாக கண்ணீர் வடிக்கிறார். தான் இழந்த குழந்தையின் நினைவுப் பொருட்களை, ஒதுக்கப்பட்ட நாடோடிக்கு கொடுக்கத் தயாராகிறார்.

சிறிது நேரங் கழித்து, திருமதி பேர்டு ஒரு அலமாரியைத் திறந்தார். அதிலிருந்து பயன்படுத்தத்தக்க எளிமையான ஓரிரு ஆடைகளை எடுக்கிறார். பணி மேஜை முன் மும்முரமாக அமர்கிறார். ஊசி, கத்தரி, விரலுறை ஆகியவற்றைக் கொண்டு தனது கணவர் பரிந்துரைத்த பணியினைச் செய்யத் துவங்கினார். மூலையில் இருந்த பழைய கடிகாரம் பன்னிரண்டு அடிக்கும் வரை அதில் மும்முரமாய் இருந்தார். கதவு திறக்கும் மெல்லிய ஒலியை அவர் கேட்டார்.

‘‘மேரி’’ மேலங்கியைக் கையில் வைத்துக் கொண்டு உள்ளே வந்த அவரது கணவர் கூறினார். ‘‘அவளை இப்போது எழுப்ப வேண்டும். நாங்கள் கிளம்ப வேண்டும்.’’

திருமதி பேர்டு தான் சேகரித்து வைத்திருந்த பலவித பொருட்களை சிறிய இரும்புப் பெட்டியில் அவசர அவசரமாகத் திணித்தார். அதனைப் பூட்டினார். வண்டிக்கு எடுத்துச் செல்ல கணவரிடம் கூறினார். அந்தப் பெண்ணை அழைக்கச் சென்றார். தனது பரோபகாரி கொடுத்திருந்த ஆடை, தொப்பி மற்றும் சால்வைகளுடனும், தனது தோளில் குழந்தையுடனும், அந்தப் பெண் கதவருகே வந்தாள். வண்டிக்கு அவளை திரு பேர்டு விரைவுபடுத்தினார். வண்டியின் படிகளில் அவளை திருமதி பேர்டு விரைவாக ஏற்றினார். எலிசா என்ற அந்தப் பெண் வண்டிக்கு வெளியே தனது மிருதுவான கைகளை நீட்டி அவரது கை மீது வைத்தாள். ஆர்வமான அர்த்தத்தோடு, அவள் தனது

பெரிய கரிய கண்களால் திருமதி பேர்டின் முகத்தை ஆழமாகப் பார்த்தாள். அப்போது அவள் பேச எத்தனிப்பதாகத் தோன்றியது. அவளது உதடு அசைந்தது. ஓரிருமுறை முயன்றாள். சத்தம் எழவில்லை. மேலே கையை நீட்டி, ஒருபோதும் மறக்கவியலாத பார்வையை செலுத்தினாள். இருக்கையின் பின்பக்கம் சாய்ந்தாள். அவளது முகத்தை மூடிக் கொண்டாள். கதவு மூடப்பட்டது. வண்டி ஓடத் துவங்கியது.

தேசபக்தி மிக்க ஒரு செனட்டருக்கு என்னவொரு நிலைமை? தப்பி ஓடி வருவோருக்கு எதிராகவும், அவர்களுக்கு ஆதரவு அளிப்பவர்களுக்கும், உடந்தையாய் இருப்போருக்கும் எதிராகவும் கடுமையான நடவடிக்கை எடுப்பதற்கான தீர்மானங்கள் இயற்றிய சபையின் உறுப்பினருக்கு இப்படியொரு சங்கடமான நிலைமை.

வாஷிங்டனின் நிலைத்த புகழ்பெற்ற தனது சக செனட்டரை விட பேச்சாற்றலில் நமது நல்ல செனட்டர் குறைந்தவரில்லை. தனது கையை பைக்குள் செருகிக் கொண்டு, எவ்வளவு மாண்போடு அவர் அமர்ந்திருந்தார்? சில பரிதாபத்திற்குரிய ஓடிவருவோரின் நலனைவிட தேசத்தின் நலனைப் பெரிதாக நினைத்து மன உணர்ச்சியை மறுதலித்து நின்றார்.

அதுபற்றி ஒரு சிங்கம் போல அவர் தைரியமாக இருந்தார். தான் ''சிறப்பாக ஏற்றுக் கொண்டதன்றி'' அவர் பேச்சைக் கேட்ட எல்லாரையும் ஏற்க வைத்திருந்தார். ஆனால் ஓடி வருவோர் பற்றி அவரது எண்ணம் வெறும் எழுத்து சார்ந்ததாகவே இருந்தது. அதிகபட்சம் ஒரு கழியுடனும், கட்டுடனும் நிற்கும் ஒரு மனிதரின் படத்தோற்றமே செய்தித்தாளில் வெளியாகியிருக்கும். ''சந்தாதாரரிடமிருந்து தப்பி வந்தவர்'' என்று அந்தப் படத்தின் கீழ் எழுதியிருக்கும். துயரத்தின் உண்மையான இருப்பு, மன்றாடும் கண்கள். மெலிதான நடுங்கும் கரங்கள், உதவியற்று துயருக்குள்ளாகி இறைஞ்சும் கண்கள் – இவை அவர் அறிந்திராதவை. ஓடிவரும் ஒருவர் அனாதரவான தாயாய் இருப்பாள் என்று அவர் என்றுமே எண்ணிய தில்லை. தனது இறந்த குழந்தையின் தொப்பியை அணிந்திருக்கும் இந்தச் சிறுவனைப் போன்ற பாதுகாப்பற்ற குழந்தையாக இருப்பான் என்று கருதியதில்லை. நமது செனட்டர் கல்லோ இரும்போ இல்லை. அவர் ஒரு மனிதர். நற்பண்பு கொண்ட பண்பாளர். அவரது தேசபக்தியின் சோகத்தை அனைவரும் பார்க்க வேண்டும். தெற்கு மாநில நல்ல சகோதரர்களே! அவரை இதற்காக நீங்கள் புகழத் தேவையில்லை. இதே போன்ற சூழ்நிலையில் இதைவிட நன்றாக செய்ய மாட்டீர்கள் என்று எங்களுக்கு சில அறிகுறிகள் தெரியும். மிசிசிபியில் இருப்பதுபோலவே கெண்டகியிலும் மேன்மையான, தாராள மனது படைத்தவர்கள் உண்டு என்று அறிவதற்கு எங்களுக்கு நியாயமான காரணங்கள் உண்டு.

அவர்களிடம் சொல்லப்படும் எந்த துன்பப்படுவோர் தொடர்பான கதைகளும் பயனற்றுப் போவதில்லை. ஆ! நல்ல சகோதரரே! உங்களது தீர்மானமான மாண்புமிகு மனங்கள் உங்களை அனுமதிக்காத செயல்களை எங்களிடமிருந்து எதிர்பார்ப்பது எவ்விதத்தில் நியாயம்?

அப்படியே இருப்பினும், நமது நல்ல செனட்டர் அரசியல் பாவியெனில் இந்த இரவுத் தவம் மூலம் அதற்குப் பரிகாரம் காண முடியும். நீண்ட காலமாக மழை தொடர்ந்து பெய்து கொண்டிருக்கிறது. ஒஹியோவின் மிருதுவான, செழுமையான நிலம் சேறு தயாரிப்பதற்கு ஏற்றதாகும். பழங்காலத்தில் ஒஹியோ ரயில் பாதையாக அந்தச் சாலை இருந்தது.

''கடவுளைப் பிரார்த்திப்போம். அது எப்படிப்பட்ட சாலையாக இருக்கும்?'' சில கிழக்கத்திய பயணிகள் கேட்பர். ரயில் பாதையோடு இணைப்பு பற்றி எந்தக் கருத்தும் தெரிந்து வைத்திருக்கும் வழக்கம் அவர்களுக்கில்லை. ஆனால் வேகம் பற்றியும், வழவழப்பு பற்றியும் அறிந்து வைத்திருந்தனர்.

அப்பாவி கிழக்கத்திய நண்பர்களே! தெரிந்து கொள்ளுங்கள்! இருளான மேற்குப் பகுதிகளில் சேறு அளவிட முடியாததாகவும், மேலெழுந்தும் ஆழத்தோடும் இருக்கும். சொரசொரப்பான, வட்டமான மரத்துண்டு மூலம் அங்கு சாலைகள் உருவாக்கப்படுகின்றன. அடுத்தடுத்து பக்கவாட்டில் குறுக்காக அமைக்கப்பட்டிருக்கும் மண்ணாலோ, புல் வளர்ந்த மணற்பரப்பாலோ, கையில் எது கிடைக்கிறதோ, அதனால் மறைந்து போகாத முற்காலத்திய முறையில் பூசி விடுவார்கள். பிறகு மகிழ்வுற்ற உள்ளூர்க்காரர்கள் அதை சாலை என்று அழைப்பார்கள். பிறகு அதிலே பயணிக்கத் துவங்குவர். காலப்போக்கில் மேலே சொன்ன மணலையும், புற்பரப்பையும் மழை அடித்துச் செல்லும். மரத்துண்டுகளை அங்கும் இங்கும் மேலும், கீழும், குறுக்காகவும் நகர்ந்து பள்ளத்தில் விழும். கருப்புச் சேறாலான தடம் குறுகிவிடும்.

அதுபோன்ற ஒரு சாலையில் நமது செனட்டர் வண்டியை ஓட்டினார். இந்தச் சூழ்நிலைகளில் எதிர்பார்க்கக்கூடிய விதத்தில் வண்டி முட்டி நிற்கும். சகதியில் சிக்கும். சேறில் இறங்கும். செனட்டரும், பெண்ணும் குழந்தையும் தங்களது நிலையை திடீரென்று மாற்ற வேண்டி வரும். வண்டி வேகமாக ஒட்டிக் கொள்ளும். வெளியிலிருந்து கட்ஜோ குதிரைகளோடு மல்லுக்கு நிற்பான். பயனற்ற பல இழுப்புகளுக்கும், தள்ளுதல்களுக்கும் பிறகு, செனட்டர் பொறுமை இழந்து இருக்கும்போது, வண்டி ஒரு துள்ளலுடன் எழும். முன் இரண்டு சக்கரங்களும் மற்றொரு ஆழமான பள்ளத்தில் கீழிறங்கும். முன் பக்கத்தில் செனட்டரும், பெண்ணும், குழந்தையும் வகைப்படுத்த முடியாத விதத்தில் தடுக்கி விழுவார்கள்.

செனட்டரின் தொப்பி அவரது கண்களிலும், மூக்கிலும் வழக்கத்திற்கு மாறாகத் திணிக்கப்பட்டிருக்கும். தான் கிட்டத்தட்ட அழிக்கப்பட்டு விட்டதாக அவர் கருதினார். குழந்தை அழுதது. வெளியில் கட்ஜோ குதிரைகளுக்கு உரத்த கட்டளைகளை இட்டுக் கொண்டிருந்தான், சாட்டையால் திரும்பத் திரும்ப அடி வாங்கிய குதிரைகள் உதைத்தன. போராடின. சிரமப்பட்டன. மற்றொரு உந்துதல் மூலம் வண்டி குதித்து எழுந்தது. இப்போது பின்புறத்து சக்கரம் கீழிறங்கும். செனட்டரும், பெண்ணும், குழந்தையும் பின் இருக்கைக்குப் பறப்பார்கள். அவரது முட்டி அவளது தொப்பியைத் தாக்கும். அவளது கால்கள் அவரது தொப்பியில் ஒட்டிக் கொள்ளும். அதிர்ச்சியில் அவைகள் பறக்கும். சில நொடிகளில் பள்ளம் கடந்திருக்கும். குதிரைகள் மூச்சுத் திணறி நிற்கும். செனட்டர் தனது தொப்பியைக் கண்டுபிடிப்பார். பெண் தனது தொப்பியைச் சரி செய்து கொள்வாள். தனது குழந்தையின் வாயை மூடுவாள். வரவுள்ளது பற்றி உறுதியோடு தயாராகத் துவங்குவார்கள்.

சிறிது நேரம் தொடர்ந்த இடிபடுதல்தான். அவ்வப்போது ஓட்டுபவர் பக்கம் இறங்கும் வண்டி ஆடும். 'இப்ப அவ்வளவு மோசமாக இல்லை' என்று ஆறுதல் சொல்லிக் கொள்வார்கள். கடைசியாக, ஒரு சதுரப் பள்ளம் வந்தது. அது எல்லாரையும் எழுந்து நிற்க வைத்தது. பிறகு நம்ப முடியாத வேகத்தில் மீண்டும் அமர்ந்தனர். வண்டி நின்றது. வெளியில் நடைபெற்ற கலக்கமான குழப்பத்திற்குப் பின்பு, கட்ஜோ கதவருகில் வந்தான்.

"அய்யா, இது ரொம்ப மோசமான இடம். இதுலயிருந்து எப்படி வெளியே போறதுன்னு தெரியல. திரும்ப வேண்டியதுதான் போல"

செனட்டர் என்ன செய்வது என்று தெரியாமல் வெளியே வந்தார். உறுதியாகக் கால் வைக்க முயற்சி செய்தார். அளவிட முடியாத ஆழத்திற்கு அவரது ஒரு கால் இறங்கியது. அதனை வெளியில் இழுக்க முயல்கிறார். சமநிலை இழக்கிறார். சேற்றில் தடுக்கி விழுகிறார். கட்ஜோவால் மோசமான நிலையில் வெளியில் இழுக்கப்படுகிறார்.

நமது எலும்பிலிருந்து எடுத்த அனுதாபத்துடன், நமது வாசகர்களைப் பொறுத்துக் கொள்ள கோருகிறோம். தங்களது வண்டியை சேற்றுப் பள்ளத்திலிருந்து மீட்க ரெயில் வேலியை அகற்றி ஏமாற்றும் மேற்கத்திய பயணிகள், நமது துரதிர்ஷ்டமான நாயகருக்கு மரியாதைக்குரிய, சோகமான அனுதாபத்தை வழங்குவார்கள். ஒரு சொட்டுக் கண்ணீர் சிந்தி, பயணத்தை தொடருமாறு அவர்களை கெஞ்சிக் கேட்டுக் கொள்கிறேன்.

சேற்றில் அழுக்காகி இருந்த வண்டி, சிற்றோடையைக் கடந்து தண்ணீர் சொட்டச் சொட்ட மிகப் பெரிய பண்ணை வீட்டின் முன்பு வந்து சேர்ந்தபோது முன் இரவு முடியும் நேரமாகி இருந்தது.

வீட்டின் உள்ளே வசிப்போரை எழுப்புவது சிரமமாயிருக்கவில்லை. மரியாதைக்குரிய உடமையாளர் இறுதியாக வந்தார். கதவைத் திறந்தார். அவர் ரொம்ப உயரம். ஆறடி இருந்தார். காலுறை சில அங்குலங்களை கூட்டியிருந்தது. சிவப்பான வேட்டை நேர சட்டை அணிந்திருந்தார். மிகவும் அடர்த்தியான பழுப்புநிற முடிகள் நிலைகுலைந்த நிலையில் இருந்தன. சில நாட்கள் வளர்ந்த தாடி ஒரு மதிப்பைத் தந்தது. மொத்தத்தில் குறிப்பிடத்தக்க கவர்ச்சியோடு அவர் இருக்கவில்லை. மெழுகுவர்த்தியை மேலுயர்த்தி சில நிமிடங்கள் நின்றார். உற்சாகமற்ற, புதிரான, அர்த்தமற்ற ஒரு பார்வையை பயணிகள் மீது செலுத்தினார். பிரச்சனையைப் புரிந்து கொள்ள வைக்க நமது செனட்டருக்கு கணிசமான முயற்சி தேவைப்பட்டது. அதை அவர் செய்யும்போது, நமது வாசகர்களுக்கு ஒரு சிறிய அறிமுகத்தைச் செய்ய விரும்புகிறோம்.

நேர்மையான வயோதிகர் ஜான் வான் டிராம்ப் கென்டகி மாநிலத்தில், ஒரு காலத்தில் கணிசமான நிலப்பரப்பையும், பல அடிமைகளையும் சொந்தமாகக் கொண்டிருந்தவர். தோலைத் தவிர கரடியின் தன்மைகளைக் கொண்டிராத அவர், அவரது ஆகிருதியான உடல் அமைப்பு போன்றே சிறப்பான, நேர்மையான, நியாயமான இதயத்தைப் பரிசாகப் பெற்றிருந்தார். சுரண்டுவோருக்கும், சுரண்டப்படுவோருக்கும் மோசமாக இருக்கும் ஒரு அமைப்பின் செயல்பாட்டை அடக்கப்பட்ட சங்கடத்தோடு சில வருடங்களாக கவனித்து வந்தார். இறுதியாக ஒரு நாளில் இந்தத் தொல்லையை இனியும் தாங்க முடியாது என்ற அளவிற்கு அவரது விசாலமான இதயம் உணர்ந்தது. தனது மேஜையில் இருந்த குறிப்புப் புத்தகத்தை எடுத்தார். ஒஹியோவுக்குச் சென்றார். ஒரு நகரத்தின் சிறப்பான செழுமையான பகுதியை வாங்கினார். தனது மக்களுக்கு சுதந்திரம் அளிக்கும் காகிதங்களை தயாரித்தார். ஆண்களையும், பெண்களையும், குழந்தைகளையும் ஒரு வேகனில் ஏற்றினார். தங்களுக்கென்று சுதந்திரமான வாழ்வு அமைத்துக் கொள்ள அனுப்பி வைத்தார். பிறகு நேர்மையான ஜான் தனது கவனத்தை சிற்றோடைக்கு மேல் பகுதிக்குத் திருப்பினார். ஒதுக்கமாய், அழகாய் அமைக்கப்பட்ட பண்ணையில் அமைதியாய் அமர்ந்தார். அவரது மனசாட்சியையும், விருப்பத்தையும் மகிழ்ச்சியாய் அனுபவித்தார்.

"அடிமை பிடிப்பவர்களிடமிருந்து ஏழைப் பெண்களுக்கும், குழந்தைகளுக்கும் பாதுகாப்புக் கொடுப்பவர் நீங்கள்தானா?" செனட்டர் வெளிப்படையாக வினவினார்.

"அப்படித்தான் நினைக்கிறேன்" நேர்மையான ஜான் அதிக அழுத்தத்தோடு கூறினார்.

"நானும் அப்படித்தான் நினைச்சேன்" செனட்டர் சொன்னார்.

‘‘யாராவது வராங்களா?’’ தனது உயரமான, சதைப்பிடிப்பான வடிவத்தை மேல் நீட்டி முறித்தவாறு கேட்டார். ‘‘நான் இங்க தயாரா இருக்கேன். எனக்கு ஆறடி உயரம் உள்ள ஏழு மகன்கள் உண்டு. அவங்களும் தயாரா இருக்காங்க. அவங்களுக்கு எங்களது மரியாதையை தெரிவியுங்கள் எவ்வளவு சீக்கிரம் வந்தாலும், பரவாயில்லை என்று அவங்களிடம் சொல்லுங்க’’ தனது தலைமுடியை கோதியவாறு, பெரிதான சிரிப்பில் வெடித்தபடி ஜான் சொன்னார்.

சோர்வுற்று, களைப்படைந்து, உற்சாகமின்றி எலிசா கதவுக் கருகில் வந்தாள். அவளது தோளில் குழந்தை ஆழ்ந்த உறக்கத்தில் ஆழ்ந்திருந்தது. முரட்டுத் தோற்ற மனிதர் அவளது முகத்தில் மெழுகுவர்த்தியைக் காட்டினார். கருணையாகக் கேட்டார். அவர்கள் நின்றிருந்த சமையல் கூடத்திற்கு அருகில் இருந்த சிறிய படுக்கை யறையின் கதவுகளைத் திறந்தார். அவருக்கு சைகை காட்டினார். ஒரு மெழுகுவர்த்தியை எடுத்துக் கொண்டார். ஏற்றினார். மேஜை மேல் வைத்தார். எலிசாவை நோக்கிப் பேசத் துவங்கினார்.

‘‘இப்ப நான் சொல்றேன் பெண்ணே! நீ கொஞ்சம்கூட பயப்பட வேண்டாம். யாரும் இங்க வர முடியாது. இதெல்லாம் எனக்கு பழக்கம் தான்’’ விளக்குத் தூணில் இருந்த இரண்டு மூன்று துப்பாக்கிகளைச் சுட்டிக் காட்டினார். ‘‘என்னைப் பற்றி அறிந்த பெரும்பாலான வருக்குத் தெரியும். எனக்கு விருப்பமில்லேன்னா, என்னோட வீட்டிலிருந்து யாரையும் அழைத்துச் செல்வது முடியாது என்று தெரியும். இப்ப தூங்கப் போங்க. உங்க தாய் தாலாட்டற மாதிரி நினைச்சுக்கோங்க’’ கதவை சாத்தியவாறு அவர் கூறினார்.

‘‘ஏன் இந்த வித்தியாசமான அழகான பெண்....? ஆனா அதிக அழகானவங்களுக்குத்தான் ஓடுவதற்கு அதிகமான காரணம் இருக்கும். ஒழுக்கமுறையில் அக்கறை இருந்தா இன்னும் அதிகம். எனக்கு அது பத்தியெல்லாம் தெரியும்’’ செனட்டரிடம் அவர் கேட்டார்.

எலிசாவின் சரித்திரத்தை சில வார்த்தைகளில் சுருக்கமாக செனட்டர் விவரித்தார்.

‘‘ஓ! ஓ! இப்ப தெரிஞ்சுக்க விரும்பறேன்’’ அந்த நல்ல மனிதர் சொன்னார். ‘‘அது இயற்கைதான். பாவப்பட்ட பிறவி! இயற்கையான உணர்ச்சிகள் இருப்பதற்காக ஒரு மான் மாதிரி துரத்தப்படுவதை எந்தத் தாயும் பொறுத்துக்க முடியாது. இதுபோன்ற நிகழ்ச்சிகள் என்னோட உறுதியை அதிகமாக்கும்’’ தனது கண்ணீரை தனது மஞ்சளான வடு நிறைந்த புறங்கையால் துடைத்தார். ‘‘புதியவரே! நான் சொல்வேன். ரொம்ப நாளைக்கு முன்பு – தேவாலயத்தில் சேருவதற்கு முன்பு – அந்தப் பாதிரியார்கள் இதுபோன்று குடும்பங்களைப் பிரிப்பதற்கு ஆதரவாக போதனை செய்வாங்க. கிரேக்கமும், ஹீப்ருவும் எனக்குப் புரியாததால, நான் தேவாலயத்தில சேரல. கிரேக்கத்திலேயே போதனை

செய்த ஒரு பாதிரியாரைப் பார்த்தேன். தேவாலயத்தில் சேர்ந்தேன். பைபிள் படிச்சேன். அவர் சொன்னது மாறுதலாக இருந்தது! சரியாச் சொன்னார். அதைத் தான் இப்பச் செய்யறேன்.'' புட்டியில் அடைக்கப் பட்டிருந்த ஆப்பிள் மதுவை உடைத்துக் கொடுத்தார்.

''விடியற வரை இங்கேயே இருங்க. அந்த வயதான பெண்ணை அழைத்து உடனே படுக்கை போடச் சொல்றேன்'' இதயபூர்வமாக அவர் சொன்னார்.

''நன்றி எனது நல்ல நண்பரே! கொலம்பஸுக்கான வண்டியைப் பிடிக்க அவசரமாகப் போகணும்'' செனட்டர் சொன்னார்.

''அப்ப சரி! நீங்க போய்த்தான் ஆகணும்னா சரி. நான் கொஞ்ச தூரம் உங்களோட வந்து குறுக்கு வழி காட்டறேன். நீங்க வந்த வழியைவிட நல்லா இருக்கும். நீங்க வந்த வழி ரொம்ப மோசம்.''

ஜான் தயாரானார். கையில் விளக்கோடு, செனட்டரின் வண்டிக்கு வழிகாட்டினார். அவரது வசிப்பிடத்திற்குப் பின்பக்க சந்து சாலையை நோக்கிச் சென்றது.

அவர்கள் பிரிந்தபோது, செனட்டர் பத்து டாலர் நோட்டை அவரது கையில் திணித்தார்.

''அவளுக்காக'' சுருக்கமாக அவர் கூறினார்.

''ஹை... ஹை...'' அதற்கு இணையான மனசாட்சியோடு ஜான் சொன்னார்.

கை குலுக்கலுக்குப் பிறகு விடைபெற்றனர்.

10

சொத்து எடுத்துச் செல்லப்பட்டது

அந்த பிப்ரவரி மாத காலை, இளங்கருமையாகவும் தூறலுடனும் டாம் மாமாவின் குடியிருப்பின் ஜன்னல் வழியாகத் தோன்றியது. தொங்கிய முகங்களைப் பார்த்து, துயருரும் இதயங்களைப் படம் பிடித்தது. நெருப்புக்கு முன்னால் இருந்த சிறு மேஜை சலவைத் துணியால் மூடப்பட்டிருந்தது. ஓரிரு முரடான, சுத்தமான, இஸ்திரி செய்யப்பட்ட சட்டைகள் நெருப்புக்கு அருகில் நாற்காலியின் பின்புறம் தொங்கின. சோலே அத்தை மேஜை மேல் மற்றொரு விரிப்பை பரப்பியிருந்தார். ஒவ்வொரு மடிப்பிலும், விளிம்பிலும் கவனமாகத் தேய்த்து இஸ்திரி செய்தார். கன்னத்தில் இறங்கி வழியும்

கண்ணீரைத் துடைக்க அவ்வப்போது தனது கையை முகத்திற்கு உயர்த்தினார்.

தனது முழங்காலில் பைபிள் புத்தகம் திறந்திருக்க, டாம் அமர்ந் திருந்தார். அவரது தலை அவரது கைமீது சாய்ந்திருந்தது. இருவரும் பேசவில்லை. இன்னும் நேரமாகவில்லை. கரடுமுரடான உருட்டுப் படுக்கையில் குழந்தைகள் ஒன்றாக உறங்கினர்.

முழுமையாகவும், மேன்மையாகவும், குடும்பப் பற்றுடனும், இந்த மகிழ்வற்ற இனத்தில் வித்தியாசமான தன்மை கொண்டிருந்தவராய் இருந்த டாம் எழுந்தார். குழந்தைகளைப் பார்க்க அமைதியாக நடந்தார்.

''இதுதான் கடைசி தடவை'' அவர் சொன்னார்.

சோலே அத்தை பதிலளிக்கவில்லை. முரடான சட்டையை மீண்டும் மீண்டும் தேய்த்தார். கையால் முடிந்த அளவிற்கு மிருதுவாக ஆக்கியிருந்தார். அவளது இஸ்திரிப் பெட்டியை கீழே வைத்தார். துயரத்தில் மூழ்கினார். மேஜையில் அமர்ந்தார். தனது குரலை உயர்த்தி அழுதார்.

''இதைப் பொறுமையுடன் சகித்துக் கொள்ள வேண்டுமா? கடவுளே! என்னால் எப்படி முடியும்? எங்க போறீங்க? எப்படி நடத்தறாங்கன்னு எனக்குத் தெரியுமா? ஒரு வருடத்திலோ இரண்டு வருடத்திலோ உங்களை மீட்க முயற்சிப்பதாக எஜமானி சொல்றாங்க. ஆனால் கடவுளே! அங்க போறவங்க யாரும் திரும்பறதில்ல. அவங்களை கொன்னுடறாங்க. அவங்கள தோட்டத்துல எப்படி வேலை வாங்கறாங்கன்னு கேள்விப்பட்டிருக்கேன்.''

''அங்கேயும் இதே கடவுள் இருப்பார் சோலே''

''நல்லது, அங்கே இருக்கார்னே வச்சுப்போம். ஆனால் கடவுள் சில சமயம் பயங்கரமான செயல்களை நிகழ வைக்கிறார். அந்த வழியில நான் ஆறுதல் அடைய முடியும்னு தோணலை.''

''நான் கடவுளின் கைகளில் இருக்கிறேன். அவர் அனுமதிக்கிறதை விட அதிகமாக எதுவும் போக முடியாது. அதுக்காக அவருக்கு நன்றி கூறணும். நான்தான் விற்கப்பட்டேன். நான்தான் போகிறேன். நீயோ, குழந்தைகளோ இல்லை. இங்கே நீங்க பாதுகாப்பா இருப்பீங்க. எது வந்தாலும், எனக்குத் தான் வரும். கடவுள் எனக்கு உதவுவார். அவர் உதவுவார்னு எனக்குத் தெரியும்.'' டாம் சொன்னார்.

தனது அன்புக்குரியவர்களின் ஆறுதலுக்காகத் தனது துயரத்தை துடைத்தெறியும் வீரமான, ஆண்மையான, நெஞ்சம்! அழுத்தமான உச்சரிப்போடு பேசினார். கசப்பு, தொண்டையை அடைக்கப் பேசினார். ஆனால் வீரமாகவும், வலிமையாகவும் பேசினார்.

''நமது கருணைகள் பற்றி நினைப்போம்'' நடுக்கத்தோடு சேர்த்துக் கூறினார். அதைப் பற்றி கடுமையாக நினைப்பது அவசியம் என்று அவர் நிச்சயமாக நினைப்பதாகத் தோன்றியது.

''கருணைகள்! இதில் கருணையைப் பார்க்காதீங்க. அது சரியில்ல. உங்களை கடனுக்காக எடுத்துக்கொள்ள எஜமானர் விட்டிருக்கக் கூடாது. உங்களுக்கு சுதந்திரம்' தருவதற்கு உறுதி கூறியிருந்தார். பல வருடங்களுக்கு முன்னால அதை கொடுத்திருக்கணும். இப்ப வேணா, அவருக்கு வேற வழி இல்லாம இருக்கலாம். அது தப்புன்னு நினைக்கிறேன். என் நெஞ்சிலேயிருந்து அதை அழிக்கவே முடியாது. எவ்வளவு விசுவாசமான பிறவியா இருந்தீங்க. அவரோட தொழிலை உங்க தொழிலா உங்க மனைவி, மக்களோட அதிகமா நினைச்சீங்க. நெஞ்சத்தின் அன்பை, இதயத்தின் இரத்தத்தை விற்க முடியுமா? கடவுள் பார்த்துக்குவார்'' சோலே அத்தை கூறினாள்.

''சோலே! நீ என்னை நேசிச்சா, அது மாதிரி பேசமாட்டே. நாம அநேகமா சேர்ந்து இருக்கப் போற கடைசி தருணத்தில அப்படி பேசமாட்டே. நான் உனக்கு சொல்றேன் சோலே! எஜமானருக்கு எதிரா சொல்ற ஒவ்வொரு வார்த்தையும் எனக்கு எதிரானது. என் கையில ஒரு குழந்தையாய் அவர் கொடுக்கப்படலயா? அவர் பற்றி உயர்வா நினைக்கறது இயற்கையானது. ஏழை டாமைப் பற்றி நினைப்பார்னு எதிர்பார்க்க முடியாது. இது மாதிரி அவங்களுக்கு செய்வதற்கு எஜமானர் பழக்கப்பட்டு விட்டார். எனவே இயற்கையாகவே இதுபற்றி அவங்க நினைப்பதில்லை. எந்தவிதத்திலும், அவங்க கிட்டேயிருந்து எதிர்பார்க்க முடியாது. மத்த எஜமானர்களோட அவரை வச்சுப் பாரு. நான் வாழ்ந்த வாழ்க்கையையும், எனக்குக் கொடுத்த உபசரிப்பையும் யார் கொடுப்பாங்க? இதுபற்றி முன்னாடியே தெரிஞ்சிருந்தா, இது மாதிரி எனக்கு நடக்க விட்டிருக்க மாட்டார். எனக்குத் தெரியும் அவர் விட்டிருக்க மாட்டார்.''

''எப்படி இருந்தாலும், எங்கேயோ அது தவறாப் போயிடிச்சு. அவரிடம் பிடிவாதமான நியாய உணர்வு மேலாதிக்கம் செலுத்திய குணமாக இருந்தது.'' சோலே அத்தை சொன்னாள்.

''மேல இருக்கற கடவுள பார்க்கணும். எல்லாத்துக்கும் மேல அவர், அவர் அனுமதி இல்லாம, ஒரு குருவி கூட கீழ விழாது''

''இது ஆறுதல் தருவதா தோணலை. அத பேசறதுல பயன் இல்ல. தானிய கேக்குக்கு நனைக்கறேன். உங்களுக்கு நல்ல சிற்றுண்டி கிடைக்கும். நல்ல சிற்றுண்டி உங்களுக்கு அப்புறம் எப்ப கிடைக்கும்னு யாருக்கும் தெரியாது.'' சோலே அத்தை சொன்னார்.

தெற்குப் பகுதிக்கு விற்கப்படும் நீக்ரோக்களின் துன்ப துயரத்தை உணர, அந்த இனத்தின் இயல்பான பாசம் வலிமையானது என்று

நினைவில் கொள்ள வேண்டும். அவர்களது உள்ளூர் பிணைப்புகள் நீண்டு நிலையானவை. அவர்கள் இயல்பிலேயே துணிகரமானவர்கள். முயற்சியுடையவர்கள். ஆனால் குடும்ப நேசர்கள், பாசமானவர்கள் அறியாமையால் விளையும் தெரியாதவர்களின் பலவித பயங்களையும் இதில் சேர்த்துக் கொள்ள வேண்டும். குழந்தைப் பருவத்திலிருந்தே நீக்ரோக்களுக்கு இறுதியான கடுமையான தண்டனையாகச் சொல்லப் பட்டு வரும் தெற்குக்கு விற்பதையும் சேர்த்துக் கொள்ள வேண்டும். சாட்டையடி மற்றும் சித்திரவதை ஆகியவற்றைவிட அதிகமாக அச்சுறுத்தும் மிரட்டல் நதிக்குக் கீழே அனுப்புவது என்பதுதான். இது போன்ற உணர்வுகளை அவர்கள் வெளிப்படுத்துவதை நாமே கேட்டிருக்கிறோம். தங்களது அரட்டை நேரங்களில் பாதிக்கப்படாத திகிலோடு அமர்ந்து, ''நதிக்கு கீழே'' நிகழ்ந்த பயங்கரமான கதைகளை சொல்லிக் கொள்வதைப் பார்த்திருக்கிறோம். அவர்களுக்கு அது 'கண்டுபிடிக்கப்படாத தேசம் – அதன் சிற்றோடையிலிருந்து எந்தப் பயணியும் திரும்புவதில்லை.''

தங்களது கனிவான எஜமானர்களிடமிருந்து தப்பி வந்தவர்களிடம் பழகிய ஒரு கனடா பாதிரியார் இதுபற்றி நம்மிடம் கூறினார். தெற்குக்கு விற்கப்படும் திகிலான பயம் காரணமாக அபாயத்தையும் மீறி ஓடி வந்ததாகப் பலர் ஒப்புக் கொண்டதாக அவர் தெரிவித்தார். அவர்கள் மீதோ, அவர்களின் கணவரின் மீதோ, அவர்களின் மனைவி மீதோ, அவர்களின் குழந்தைகள் மீதோ தொங்கும் விதியாக அதை அவர்கள் கருதினர். இயல்பாகப் பொறுமையான, கோழையான, குறைவான முயற்சியையுடைய ஆப்பிரிக்கர்களை பதட்டப்படுத்தி, ஒரு நாயகர்களுக்குரிய தீரத்தோடு, பசியையும், குளிரையும், வலிகளையும், வெட்டவெளிகளின் பேராபத்துகளையும், திரும்பப் பிடிக்கப்பட்டால் தரப்படும் பயங்கரமான தண்டனை பற்றிய பயத்தையும் மீறி தப்பிக்க வைக்கிறது.

மேஜையில் மிகவும் எளிமையான காலை சிற்றுண்டி வைக்கப்பட்டது. பெரிய வீட்டிற்கு அன்று காலை வர வேண்டாமென சோலே அத்தைக்கு திருமதி ஷெல்பி அனுமதி அளித்திருந்தார். அந்தப் பரிதாபத்திற்குரிய ஆன்மா தனது சக்தி முழுவதையும் அந்த 'விடைகொடு விருந்திற்கு' செலவழித்திருந்தாள். தனது விருப்பமான கோழியைக் கொன்று பதப்படுத்தியிருந்தாள். கவனமான துல்லியத்தோடு தனது தானிய கேக்குகளை தனது கணவரின் விருப்பத்திற்கு ஏற்ற விதத்தில் தயாரித்திருந்தாள்.

இதுவரை புழங்காத பாத்திரங்களை அடுப்படி அலமாரிக்கு கொண்டு வந்திருந்தாள். அபூர்வமான நிகழ்ச்சிகளுக்காகப் பாது காக்கப்பட்டு வைத்திருந்த சில பாத்திரங்கள் அங்கிருந்தன.

"பேட்டே! இதுவரை கிடைக்காத சிற்றுண்டி நமக்கு கிடைச்சிருக்கு." மோஸ் களிப்புடன் கூறினான். அதே நேரத்தில் கோழிக்கறித் துண்டைக் கையில் எடுத்தனர்.

சோலே அத்தை அவர்கள் காது மீது பட்டென்று அடித்தாள். "அப்பா வீட்டை விட்டுப் போவதற்கு முன்பாக சிற்றுண்டி பற்றி பெருமை அடிச்சுக்கிறீங்களே!"

"ஓ! சோலே!" டாம் இதமாகச் சொன்னார்.

"என்னால எதுவும் செய்ய முடியாது. நான் ரொம்ப ஆடிப் போயிட்டேன். அசிங்கமா நடந்துக்க வைக்கிறது." தனது மேலங்கி யால் முகத்தை மறைத்துக் கொண்டு சோலே அத்தை சொன்னார்.

சிறுவர்கள் சிலையாக நின்றனர். முதலில் தந்தையைப் பார்த்தார்கள். பிறகு தாயைப் பார்த்தார்கள். அப்போது குழந்தை அவரது ஆடையை இழுத்து மேலேறி அடம்பிடித்து, அழ ஆரம்பித்தது.

தனது கண்ணீரைத் துடைத்துக்கொண்டு, குழந்தையை எடுத்துக் கொண்ட சோலே அத்தை சொன்னாள்: "நான் எல்லாம் செஞ்சுட் டேன்னு நம்பறேன். இப்ப கொஞ்சம் சாப்பிடுங்க. இது மிகவும் அருமையான கோழிக்கறி. சிறுவர்களே! கொஞ்சம் சாப்பிடுங்க. பாவம் ஏழைப் பிறவிங்க. உங்க அம்மா உங்க கிட்ட அன்பா இருக்காங்க."

சிறுவர்களுக்கு இரண்டாவது அழைப்பு அவசியப்படவில்லை. அதிக ஆர்வத்தோடு உண்பதற்கு விரைந்தார்கள். அவர்கள் அவ்வாறு செய்ததுதான் நல்லது. இல்லாவிடில் விருந்து தயாரித்ததின் பலன் கிடைக்காது போயிருக்கும்.

"சிற்றுண்டி முடிந்து, சீக்கிரம் உங்க துணிகளை எடுத்து வைக்கணும். எல்லாத்தையும் அவங்க எடுத்துப்பாங்க. அவங்க வழி எனக்குத் தெரியும். குப்பை மாதிரி அற்பம். மூலையில் உங்க மூட்டு வலிக்கான கம்பளம் இருக்கு. கவனமாய் இருங்க. உங்களுக்கு செய்ய இனிமே யாரும் இருக்க மாட்டாங்க. இங்க உங்க பழைய சட்டைங்க இருக்கு. இதுங்க புதுசு. நேத்து இரவு காலுறைகளை பந்தா சுத்தி வச்சிருக்கேன். இனிமே யார் உங்களுக்கு தச்சுக் கொடுப்பாங்க? அத நினைச்சாலே கஷ்டமாயிருக்கு. உங்களுக்குச் செய்ய எந்தப் பிறவி இருக்கு? நல்லா இருந்தாலும் சரி, உடல்நிலை மோசமானாலும் சரி. இப்ப நான் நல்லா இருக்கணும்னு நிச்சயமா நினைக்கல" மீண்டும் வருத்தமடைந்து பெட்டியின் மீது தனது தலையை வைத்துக்கொண்டு தேம்பினார்.

சிற்றுண்டி மேஜையில் இருந்த அனைத்து உணவுகளையும் உண்டு முடித்த சிறுவர்கள் நிலவும் நிலைமையைப் பற்றி சற்று சிந்திக்கத் துவங்கினர். அம்மா அழுவதையும், அப்பா சோகமாய் இருப்பதையும்

கண்டு முனகத் துவங்கினர். தங்களது கண்களை கசக்கிக் கொண்டனர். டாம் மாமா தனது முழங்காலில் குழந்தையை வைத்திருந்தார். அதிகபட்ச ஆனந்தத்தை அது அனுபவிக்க அவர் அனுமதித்தார். குழந்தை அவர் முகத்தை பிறாண்டினாள். முடியை இழுத்தாள். மகிழ்ச்சியை இரைச்சலான சத்தத்தின் மூலம் அவ்வப்போது வெளிப் படுத்தினாள். குழந்தை உள்ளுணர்வால் உந்தப்பட்டு இவற்றை செய்ததாகத் தோன்றியது.

''ஏ, ஏழைப் பிறவியே, நகரு! நீயும் இந்த நிலைக்கு வந்துதான் ஆக வேண்டும். உனது கணவர் விற்கப்படுவதை பார்த்து வாழ வேண்டும். நீயே விற்கப்படலாம். இந்தப் பசங்க கூட விற்கப்படலாம். நானும்கூட அவங்களுக்கு ஏதாவது கிடைக்கும்போது கறுப்பர்களால் உபயோகம் இல்லாதபோது விற்கப்படலாம்'' சோலே அத்தை கூறினாள்.

சிறுவர்களில் ஒருவன் கூக்குரலிட்டான்: ''எஜமானி வராங்க''

''அவங்களால நல்லது எதுவும் செய்ய முடியாது, அப்ப எதுக்காக வராங்க?'' சோலே அத்தை சொன்னாள்.

அப்போது திருமதி ஷெல்பி வீட்டினுள் நுழைந்தார். கடுகடுப்பும், சிடுசிடுப்பும் காட்டி அவருக்கு சோலே அத்தை நாற்காலி போட்டாள். அவரது செயல்களையோ, நடவடிக்கைகளையோ கவனிப்பதாக தோற்றம் காட்டவில்லை. வெளிறிப் போய், பதட்டமாக திருமதி ஷெல்பி இருந்தார்.

''டாம்! நான் எதுக்கு வந்திருக்கேன்னா'' திடீரென்று நிறுத்தி னார். அமைதியாக குழுமியிருந்தோரை கவனித்தார். நாற்காலியில் அமர்ந்தார். கைக்குட்டையால் முகத்தை மூடிக் கொண்டு விசும்பத் துவங்கினார் திருமதி ஷெல்பி.

''கடவுளே! எஜமானி அழாதீங்க'' தன் பங்கிற்கு வெடித்த சோலே அத்தை கூறினாள். சில கணம், அவர்கள் அனைவரும் சேர்ந்து அழுதனர். குறைவாகவும், அதிகமாகவும் அவர்கள் சேர்ந்து சிந்திய கண்ணீரில் அடக்குமுறைக்கு ஆளானவர்களின் இதய இரணமும், கோபமும் கரைந்துபோயின. துயருற்றோரை வந்து பார்க்கும் பார்வை யாளர்களே! இறுகிய முகத்தோடு கொடுக்கப்படும் உங்கள் பணத்தால் வாங்கக்கூடிய பொருட்கள், உண்மையான அனுதாபத்தோடு சிந்தப்படும் நேர்மையான கண்ணீருக்கு முன்பு தகுதி குறைந்ததென்று உங்களுக்குத் தெரியுமா?

''எனது நல்ல மனிதனே! உனக்கு உதவுவதற்கு எதுவும் என்னால் தர முடியாது. பணம் கொடுத்தா அது உன்னிடமிருந்து எடுத்துக் கொள்ளப்படும். கடவுள் முன்பு, உன்னிடம் மரியாதையோடு சொல்கிறேன். உனது வழியைத் தெரிந்து வைத்திருப்பேன். எனக்கு பணம் கிடைச்சதும் உன்னைத் திரும்பக் கொண்டு வருவேன். அதுவரை கடவுளை நம்பு!'' திருமதி ஷெல்பி கூறினாள்.

திரு. ஹாலே வரார் என்று சிறுவர்கள் கத்தினார்கள். கதவுக்கு மரியாதையற்ற உதை கிடைத்தது. கதவு திறந்தது. கடுகடுப்போடு ஹாலே நின்றார். முந்தைய இரவு முழுவதும் குதிரையில் சவாரி செய்திருந்தார். தனது இலக்கை திரும்பப் பிடிப்பதில் பெற்ற தோல்வியில், சமாதானம் அடையாதவராக இருந்தார்.

''வா கறுப்பனே! நீ தயாரா? வேலைக்காரனே!'' அவர் சொன்னார். ''அம்மா'' திருமதி ஷெல்பியைப் பார்த்ததும் தனது தொப்பியை எடுத்தவாறு அவர் கூறினார். சோலே அத்தை பெட்டியை மூடினாள். கட்டினாள். கடுகடுப்போடு வணிகரைப் பார்த்தாள். திடீரென்று அவளது கண்ணீர் நெருப்புப் பொறிகளாக மாறியிருந்தது.

சாதுவாய் டாம் எழுந்தார். அவரது புதிய எஜமானரைத் தொடர்ந்தார். தனது தோளில் கனமான பெட்டியை தூக்கிக் கொண்டார். அவரது மனைவி குழந்தையை தோளில் தூக்கிக் கொண்டு வண்டிக்குச் செல்லத் தொடங்கினாள். இன்னும் அழுதுகொண்டிருந்த சிறுவர்கள் பின்னால் தொடர்ந்தனர்.

திருமதி ஷெல்பி வணிகரிடம் சென்றார். சில நொடிகள் அவரை நிறுத்தி வைத்தார். ஆர்வமாக அவருடன் பேசினார். அவ்வாறு அவர் பேசும் போது, முழுக் குடும்பமும் வண்டி நோக்கி சென்றது. கதவருகில் வண்டி தயாராய் இருந்தது. அவ்விடத்தில் வசிக்கும் வயதானவர்களும், இளம் வயதினரும் கும்பலாய் குழுமி, வண்டியைச் சுற்றி நின்றனர். தங்களது வயதான கூட்டாளிக்கு விடைகொடுக்கக் கூடியிருந்தனர். எல்லா இடங்களிலும் தலைமைச் சேவகராகவும், கிறித்துவ ஆசிரியராகவும் டாம் கருதப்பட்டதால் அனைவரிடமும் குறிப்பாகப் பெண்களுக்கிடையே நேர்மையான அனுதாபத்தையும், துயரத்தையும் பெற்றிருந்தார்.

''ஏன்? சோலே! நீ எங்களைவிட அதிகமா அமைதியா இருக்கே'' பலமாக அழுத ஒரு பெண் கேட்டாள். வருத்தம் மிகுந்த அமைதியோடு சோலே அத்தை வண்டிக்கு அருகில் நிற்பது கண்டு இவ்வாறு கேட்டாள்.

''எனது அழுகை எல்லாம் தீர்ந்து போச்சு. அந்த வயதான மிருகம் முன்னாடி அழவே தோணல'' அங்கு வந்து கொண்டிருந்த வணிகரை சோகமாகப் பார்த்தபடி கூறினாள்.

''உள்ளே போ'' வேலைக்கார கும்பலிடையே புகுந்தவாறு ஹாலே டாமிடம் கூறினார். அவர்கள் ஹாலேவை புருவத்தை உயர்த்திப் பார்த்தனர்.

டாம் உள்ளே நுழைந்தார். கனமான இரு விலங்குகளை வண்டியின் இருக்கை அடியிலிருந்து ஹாலே எடுத்தார். டாமின் ஒவ்வொரு கணுக்காலிலும் கட்டினார். அங்கு குழுமியிருந்தோ

ரிடையே அடக்கி வைக்கப்பட்ட ஏக்கமும், கோபமும் வெளிப்பட்டது. வராந்தாவிலிருந்து திருமதி ஷெல்பி பேசினார்:

‘‘திரு ஹாலே! நான் உறுதி கூறுகிறேன். முன்னெச்சரிக்கை சுத்தமாக தேவையற்றது’’

‘‘உங்களுக்குத் தெரியாது அம்மா. உங்க இடத்தில் ஐநூறு டாலர் இழந்திருக்கேன். மேலும் இழப்பை சந்திக்க என்னால முடியாது’’

‘‘அவரிடமிருந்து அவன் வேற எதை எதிர்பார்க்க முடியும்?’’ சோலே அத்தை கோபமாய்க் கூறினாள். தங்களது தந்தையின் விதியை அறிந்துகொண்ட இரு சிறுவர்களும் தாயின் ஆடையைப் பிடித்துக் கொண்டு அழுதனர். துயரத்தோடு முனகினர்.

‘‘நான் வருத்தப்படறேன். இளம் ஜார்ஜ் வெளியில போயிட்டா ரேன்னு வருத்தப்படறேன்’’ டாம் சொன்னார்.

அருகில் இருந்த பண்ணையில் கூட்டாளியுடன் இரண்டு, மூன்று நாட்கள் செலவழிக்க ஜார்ஜ் சென்றுள்ளான். டாமின் துரதிர்ஷ்டம் வெளிப்படுவதற்கு முன்பாக, அதனை அறியாது, அதிகாலையிலேயே புறப்பட்டிருந்தான்.

‘‘இளம் ஜார்ஜுக்கு எனது அன்பைச் சொல்லுங்கள்’’ அவர் ஆர்வமாகச் சொன்னார்.

ஹாலே குதிரையை சாட்டையால் அடித்தார். பழைய இடத்தில் இறுதியாக நிலைத்து நின்ற சீரான, சோகமான பார்வையுடன், டாம் அழைத்துச் செல்லப்பட்டார்.

அந்த நேரத்தில் திரு ஷெல்பி வீட்டில் இருக்கவில்லை. தேவையின் உந்துதலில் டாமை அவர் விற்று விட்டார். அவர் மிகவும் அஞ்சிய ஒரு மனிதனின் பிடியிலிருந்து விடுபடுவதற்காக விற்றுவிட்டார். பேரம் முடிவுற்றதும், விடுபட்ட உணர்வே அவரது உணர்வாக இருந்தது. அவரது அரைத் தூக்க வருத்தத்திலிருந்து அவரை எழுப்பியது அவரது மனைவியின் வாதங்களே. டாமின் பாரபட்சம் பார்க்காத தைரியம் அவரது வருத்தமான உணர்வுகளை அதிகரித்தது. இதைச் செய்ய அவருக்கு உரிமை உள்ளது என்று அவருக்குள் கூறிக் கொண்டது பயனற்றுப் போயிற்று. எல்லாரும் செய்கிறார்கள், சிலர் தேவை இல்லாமலேயே கூட செய்கிறார்கள் என்ற சமாதானங்கள் அவரது சொந்த உணர்வுகளை திருப்திப்படுத்த முடியவில்லை. விரும்பத்தகாத விடைபெறும் காட்சியை காண வேண்டாமென்று ஒரு சிறு வணிகப் பணிக்காக மேல் பகுதிக்கு பயணம் சென்றிருந்தார். அவர் வரும் நேரம், அனைத்தும் முடிந்துவிடும் என்று நம்பிப் போயிருந்தார்.

டாமும், ஹாலேயும் புழுதி படிந்த சாலையில் விரைந்தனர். அறிமுகமான அனைத்து இடங்களையும் விரைவாகக் கடந்தனர். பண்ணையின் எல்லை கடந்திருந்தது. திறந்த வெளிக்கு வந்திருந்தனர்.

ஒரு மைல் சவாரி செய்த பின்பு, கொல்லர் ஒருவர் கடை வாயிலில் வண்டியை நிறுத்தினார் ஹாலே. ஒரு ஜோடி கை விலங்கை எடுத்துக் கொண்ட ஹாலே அதில் சிறு மாற்றங்கள் செய்ய கடைக்குச் சென்றார்.

''அவனது கைக்கு இது சின்னதா இருக்கு'' ஹாலே சொன்னார். விலங்குகளைக் காட்டினார். டாமை சுட்டிக் காட்டினார்.

''கடவுளே! அது ஷெல்பியின் டாம் இல்லையா? அவர் அவனை விற்கலை இல்லையா?'' கொல்லர் கேட்டார்.

''ஆமாம். அவர் விற்றுவிட்டார்'' ஹாலே சொன்னார்.

''நிச்சயம் இப்ப இது வேண்டாம்! இப்படி அவனை விலங்கிட வேண்டாம். அதைப்பற்றி யார் நினைக்க முடியும்? டாம், ரொம்ப விசுவாசமான, நல்ல பிறவி''

''ஆமாம், ஆமாம். ஆனால் உங்க நல்ல ஆட்கள்தான் ஓட விரும்புவாங்க. இவங்க முட்டாள்கள். நம்ப முடியாதவங்க, குடிகாரங்க, எதுக்கும் கவலைப்படாதவங்க, அழைச்சுட்டுப் போறதை விரும்பற மாதிரி நடந்துப்பாங்க. ஆனா அதை பாவமா நினைச்சு வெறுப்பாங்க. அவங்க கால்களை விலங்கால பூட்டறதை தவிர வேற வழியில்லை. அவங்களுக்கு கால்கள் இருக்கு. அதுகளைப் பயன்படுத்திப்பாங்க. விலங்கிடறது தப்பில்லை'' ஹாலே சொன்னார்.

''நல்லது'' கொல்லர் சொன்னார். தனது உபகரணங்களை எடுத்துக் கொண்டார். ''தோட்டத்துக்கு கீழே அவங்களுக்கு புதுசு. அங்கே போக கென்டகி கறுப்பர்கள் விரும்பமாட்டாங்க. அங்கே அவங்க சகிக்க முடியாத வேகத்தில் இறந்திடுவாங்க இல்ல?''

''ஆமாம். குளிர், வெப்பம் காரணமாக சகிக்க முடியாத வேகத்தில் அவங்க இறப்பாங்க. அவங்க சந்தை சுறுசுறுப்பாவும்கூட இருக்கும்.....'' ஹாலே சொன்னார்.

''டாம் போன்ற இனிமையான, அமைதியான ஆள் கரும்புத் தோட்டத்திற்குக் கீழே போவது ரொம்ப பரிதாபமானது என்று நினைப்பதைத் தவிர்க்க முடியல.''

''அவனுக்கு நல்ல வாய்ப்பு இருக்கு. அவனுக்கு நல்லது செய்ய உறுதி சொல்லியிருக்கேன். நல்ல பழைய குடும்பத்துல வேலைக்காரனா சேர்ப்பேன். பிறகு தட்ப வெப்பத்தையும், காய்ச்சலையும் தாங்கினா, ஒரு கறுப்பர் எதிர்பார்க்க முடியாத இடம் அவனுக்குக் கிடைக்கும்.''

''அவன் தன்னோட மனைவியையும், குழந்தைகளையும் விட்டுட்டுப் போறான்னு நினைக்கிறேன்''

''ஆமாம், அங்க இன்னொருத்தி கிடைப்பா. கடவுளே! அவங்க பெண்கள் எல்லா இடத்திலும் நிறைய இருக்காங்க''

இந்த உரையாடல் நிகழ்ந்துகொண்டிருக்கும்போது, டாம், கடைக்கு வெளியே மிகவும் சோகமாக அமர்ந்திருந்தார். திடீரென்று, அவருக்குப் பின்னால் விரைவான குதிரையின் குளம்புச் சத்தத்தைக் கேட்டார். அவர் தனது ஆச்சரியத்திலிருந்து ஓரளவுக்கு மீள்வதற்குள், இளம் எஜமானர் ஜார்ஜ் வண்டிக்குள் குதித்தான். அவரது கழுத்தைச் சுற்றி பதட்டத்தோடு கட்டிக் கொண்டான். தேம்பினான். சக்தியோடு சாடினான்.

''நான் உறுதியா சொல்றேன். இது அல்பமானது. அவங்க என்ன சொல்றாங்கன்னு எனக்குத் தெரியாது. யாரா இருந்தாலும் சரி, அது அசிங்கமான, அற்பமான வெட்கக்கேடானது. தான் மனிதன்னா, அவங்க அத செய்யக் கூடாது. அப்படிச் செய்யக் கூடாது'' கருணை மிகுந்த தணிந்த உறுமலாய் ஜார்ஜ் சொன்னான்.

''ஓ, ஜார்ஜ் எஜமானரே! இது எனக்கு நல்லதுதான். உங்களைப் பார்க்காம போறேனேன்னு நினைச்சேன். அதை என்னால தாங்க முடியல. இது எனக்கு நல்லது செய்யத்தான். நீங்க சொல்ல வேண்டாம்'' டாம் சொன்னார். இப்போது தனது கால்களை லேசாய் நகர்த்தினார். ஜார்ஜின் பார்வை கால் விலங்கில் விழுந்தது.

''என்ன வெட்கக்கேடானது! அந்தக் கிழவரை கீழே தள்ளுவேன். நிச்சயம் தள்ளுவேன்'' தனது கையை உயர்த்தி அவன் கூறினான்.

''நீங்க செய்யக்கூடாது ஜார்ஜ் எஜமானரே! நீங்க உரக்கப் பேசக்கூடாது. அது எனக்கு உதவாது. அவரைக் கோபப்படுத்தும்''

''நல்லது. அப்ப நான் பேசமாட்டேன். உங்களுக்காக. ஆனா அத நினைக்கறப்ப வெட்கக்கேடானது இல்லையா? அவங்க எனக்குச் சொல்லி அனுப்பல. ஒரு வார்த்தைகூட சொல்லல. டாம் லிங்கன் சொல்லாட்டா, எனக்குத் தெரியவே தெரிஞ்சிருக்காது. நான் உங்களுக்குச் சொல்றேன். அவங்களோட சண்டை போடுவேன் வீட்டில் எல்லாரோடயும்''

''அது சரியல்ல. நான் பயப்படறேன் ஜார்ஜ் எஜமானரே!''

''வேறு வழியில்ல! இது வெட்கக் கேடானதுன்னு சொல்றேன். இங்கே பாருங்க டாம் மாமா. உங்களுக்கு என்னோட டாலரை கொண்டு வந்திருக்கேன்.'' கடைப்பக்கம் திரும்பி, மர்மமான குரலில் அவன் சொன்னான்.

''ஓ! அதை எடுத்துப் போகணும்னு என்னால நினைக்க முடியாது, ஜார்ஜ் எஜமானரே. இந்த உலகத்துல அதுக்கு வழியில்ல.''

''நீங்க அத எடுத்துக்கணும். இங்க பாருங்க, நா செய்வேன்னு சோலே அத்தையிடம் சொல்லியிருக்கேன். அதில் ஓட்டை போடும்படி அவங்க சொன்னாங்க. கயிறு கட்டச் சொன்னாங்க. கழுத்தைச் சுத்தி கட்டச் சொன்னாங்க. இல்லைன்னா இந்த அல்ப ஆளு எடுத்துக்கு

வார். நான் உங்களுக்கு சொல்றேன் டாம். அவரை அடிச்சுத்தள்ள விரும்பறேன்! அது எனக்கு நல்லது செய்யும்'' ஜார்ஜ் சொன்னான்.

"வேண்டாம்! செய்யாதீங்க ஜார்ஜ் எஜமானரே! எனக்கு நல்லது எதுவும் செய்யாது.''

"நல்லது; உங்களுக்காக செய்ய மாட்டேன். நீங்க சட்டையின் இறுக்கமான பொத்தானைப் போடுங்க. அதைப் பத்திரமா வச்சுக்கங்க. ஒவ்வொரு முறை அதைப் பார்க்கும்போதும் உங்கப் பின்னாடி வந்து, உங்களை திரும்ப அழைச்சுட்டு வருவேன்னு ஞாபகம் வச்சுக்கங்க. இது பத்தி சோலே அத்தையும், நானும் பேசிக்கிட்டிருந்தோம். அவங்கள பயப்படாதீங்கன்னு சொல்லியிருக்கேன். நான் நிச்சயம் செய்வேன். அப்பா செய்யலேன்னா அப்பா உயிரை எடுத்து தொந்தரவு செய்திடுவேன்.'' டாமின் கழுத்தில் டாலரைக் கட்டுவதில் மும்முரமாய் இருந்த ஜார்ஜ் கூறினான்.

"ஓ! ஜார்ஜ் எஜமானரே! உங்க அப்பா பத்தி அப்படி பேசக்கூடாது''

"ஜார்ஜ் எஜமானரே, நீங்க நல்ல பையனா இருங்க. எத்தனை உள்ளங்க உங்ககிட்ட அன்பா இருக்குன்னு ஞாபகம் வச்சுக்கணும். உங்கம்மாவ கவனமா கவனிச்சுக்கங்க. அவங்கவங்க அம்மாவ கவனிக்காம இருக்கற முட்டாள் பசங்க மாதிரி இருந்துடாதீங்க. என்ன சொல்றது ஜார்ஜ் எஜமானரே. கடவுள் நல்ல பொருட்களை இரு மடங்கு தருவார். ஆனா அம்மாவை ஒருமுறைதான் தருவார். நீங்க நூறு வருஷம் வாழ்ந்தாலும் அது மாதிரி பெண்ணைப் பார்க்க முடியாது. இப்ப அவங்கள பிடிச்சுக்கோங்க. வளருங்க. அவங்களுக்கு ஆறுதலாயிருங்க. நீங்க என்னோட நல்ல பையனா செய்வீங்க இல்ல?'' டாம் கூறினார்.

"ஆமாம், செய்வேன் டாம் மாமா'' ஜார்ஜ் தீவிரமாய்ச் சொன்னான்.

"பேசும்போது கவனமா இருங்க, ஜார்ஜ் எஜமானரே! இளம் சிறுவர்கள் உங்க வயசுக்கு வரும்போது பிடிவாதமா இருப்பாங்க. சில சமயம் அப்படி இருப்பது இயல்புதான்.. உண்மையான பெருந்தன்மை யோட நீங்க இருப்பீங்கன்னு நான் நம்பறேன். உங்க அப்பா, அம்மாவுக்கு அவமரியாதையா எந்த வார்த்தையும் சொல்லாதீங்க! நீங்க வருத்தப்படலியே!''

"இல்லை; உண்மையில் இல்லை. நீங்க எப்போதும் நல்ல அறிவுரை தான் சொல்வீங்க''

"நான் பெரியவன் இல்லையா?'' சிறுவனின் நேர்த்தியான, சுருளான தலையைத் தனது பெரிய, வலிமையான கையால் தட்டிக் கொடுத்தவாறு, ஒரு பெண்ணின் இதமான குரலில் டாம் சொன்னார்:

''உங்ககிட்ட தங்கியிருக்கற குணத்தைப் பத்தி நினைக்கிறேன். ஜார்ஜ் எஜமான். உங்ககிட்ட எல்லாம் இருக்கு. படிப்பு, சலுகைகள், கற்பது, எழுதுவது. நீங்க சிறந்த, நன்கு கற்ற, நல்ல மனிதரா வளருவீங்க. அந்த இடத்தில இருக்கற எல்லாரும், உங்க அப்பாவும், உங்க அம்மாவும் உங்களைப் பத்தி பெருமைப்படுவாங்க. உங்க அப்பா மாதிரி நல்ல எஜமானரா இருங்க. உங்க அம்மா மாதிரி கிறித்துவரா இருங்க. உங்க இளம் பிராயத்துல உங்களப் படைச்சவர நினைங்க ஜார்ஜ் எஜமானரே!''

ஹாலே கதவுக்கு அருகில் வந்தார். கையில் கைவிலங்கு வைத்திருந்தார்.

வெளியே இறங்கி, மேலாதிக்கத் தோரணையில் ஜார்ஜ் சொன்னான்: ''டாம் மாமாவை நீங்க எப்படி நடத்தறீங்கன்னு அப்பாவையும், அம்மாவையும் பார்க்கச் சொல்வேன்.''

''தாராளமா சொல்லலாம்'' ஹாலே கூறினார்.

''ஆண்களையும், பெண்களையும் வாங்கி, கால்நடை மாதிரி விலங்கு போட்டு வாழ்க்கை பூராவும் கழிக்கறத வெட்கக்கேடா நீங்க நினைக்கணும்னு எனக்குத் தோணுது'' ஜார்ஜ் சொன்னான்.

''உங்க பெரிய மனிதர்கள் ஆண்களையும், பெண்களையும் வாங்க விரும்பறவரை அவங்க அளவிற்கு நானும் நல்லவன்தான். வாங்குவதை விட விற்பது ஒண்ணும் அற்பமானதில்ல'' ஹாலே சொன்னார்.

''நான் பெரியவனாகியதும், இரண்டையும் செய்ய மாட்டேன்'' இன்றைய தேதியில் கென்டகியன் என்று சொல்லிக் கொள்வதற்கு வெட்கமாக இருக்கு. இதற்கு முன்பு அதற்காகப் பெருமைப் பட்டிருந் தேன்'' ஜார்ஜ் சொன்னான். தனது குதிரையில் நேராய் அமர்ந்திருந்த அவன் தோரணையோடும் சுற்றும் முற்றும் பார்த்தான். அவனது கருத்தை நாடு பாராட்டும் என்று எதிர்பார்த்ததாகத் தோன்றியது.

''போய் வர்றேன் டாம் மாமா. கஷ்டத்தை உறுதியோடு தாங்கிக்கங்க!''

''போய் வர்றேன் ஜார்ஜ் எஜமானரே! எல்லாம் வல்ல இறைவன் உங்களை ஆசீர்வதிக்கட்டும். உங்களைப் போன்று கென்டகி நிறையப் பேரைக் கொண்டிருக்கவில்லை.'' முழு மனதோடு டாம் கூறினார். வெளிப்படையான, பால்வடியும் முகம் அவரது பார்வையிலிருந்து விலகத் துவங்கியது. அவன் வெளியே போனான். அவனது குதிரையின் குளம்புச் சத்தங்கள் ஓயும் வரை டாம் பார்த்துக் கொண்டிருந்தார். தனது அவருக்கு இல்லத்தின் இறுதிச் சத்தம் அல்லது பார்வை. அந்த விலைமதிப்பற்ற டாலரை அந்த இளம் கரங்கள் அணிவித்த இடம் அவரது இதயத்தின் மேலே இதமாக இருந்தது. டாம் தனது கையை தனது இதயத்திற்கு நெருக்கமாய் வைத்துக் கொண்டார்.

“இப்ப என்னன்னு நான் சொல்றேன் டாம். பொதுவா கறுப்பர்களிடம் நடந்து கொள்வது போல் நியாயமா நடந்து கொள்ள விரும்பறேன். நான் இப்ப சொல்றேன். நான் உன்னை நியாயமா நடத்துவேன். நீயும் நியாயமா நடந்துக்கோ. நான் எப்பவும் கறுப்பர்களை கஷ்டப் படுத்தறதில்ல. என்னால முடிஞ்ச அளவிற்கு நல்லது செய்வேன். இப்ப நீ வசதியா உட்காரு. தந்திரம் எதுவும் செய்யாதே. கறுப்பர்களின் தந்திரங்கள் எல்லாம் எனக்குத் தெரியும். அது இப்ப உபயோகப்படாது. கறுப்பர்கள் அமைதியா இருந்தா, தப்பிக்க முயற்சிக்கலேன்னா, அவங்களுக்கு என்கிட்ட நல்ல நேரம். அப்படி இல்லேன்னா, அது அவங்க தப்பு. என்னோடது இல்ல.” வண்டிக்கு வந்த ஹாலே சொன்னார். கை விலங்கை வீசியெறிந்தார்.

தற்போது தனக்கு ஓடும் எண்ணம் இல்லை என்று டாம் உறுதி கூறினார். தனது கால்களில் விலங்குகள் பூட்டப்பட்டிருக்கும் மனிதருக்கு அளிக்கப்பட்ட அறிவுரைகள் உண்மையில் அனாவசிய மானவை. இதுபோன்ற அறிவுரைகள் சொல்லி அவரோட உடமைகளோடு உறவாடத் துவங்குவது ஹாலேக்கு வழக்கம். உற்சாகத்தையும் நம்பிக்கையையும் ஊட்டும் நோக்கோடு அதைச்செய்வதாகக் கருதினார். மகிழ்ச்சியற்ற காட்சிகளை அது தவிர்க்கும் என்று நினைத்தார்.

இப்போதைக்கு டாமிடமிருந்து விடைபெறுவோம். நமது கதையின் மற்ற பாத்திரங்கள் விதிவழிப்படி நடப்பதை அறிய, தொடர்வோம்.

11

முறையற்ற மன நிலைக்குள் நுழைந்த சொத்து

கென்டகியில் N என்ற இடத்தில் சிறு கிராமப்புற உணவகத்தின் கதவருகே ஒரு பயணி இறங்கியபோது பின்மாலைப் பொழுது அது. அப்போது தூறிக் கொண்டிருந்தது. மதுபானக் கடையில் பலவித மனிதர்கள் குழுமியிருப்பதை அவர் கண்டார். தட்பவெப்ப நிலையின் தாக்கம் அவர்களை அங்கே தஞ்சமடைய வைத்திருந்தது. இதுபோன்று ஒன்றுகூடுவோரின் வழக்கமான காட்சியாகவே அது இருந்தது. பெரிய, உயரமான, கடின எலும்பு கொண்ட கென்டகியினர் வேட்டை சட்டை அணிந்திருந்தனர். அதன் தொளதொளப்பான தொங்கல்கள் அதிக அளவு பரப்பில் பரவியிருந்தன. அந்த இடத்தின் சிறப்பான எளிய

ஒய்வறையின் மூலையில் துப்பாக்கி இருந்தது. சுடும் உறைகள் இருந்தன. விளையாட்டுப் பைகள் இருந்தன. வேட்டை நாய்களும், நீக்ரோ சிறுவர்களும் இருந்தனர். இவை அனைத்தும் இணைந்து அந்த இடத்தில் இருந்த படத்தின் சிறப்பு அம்சங்களாய் இருந்தன. நெருப்பிடத்தின் இறுதியில் நீண்ட கால்களுடைய மனிதர் அமர்ந்திருந்தார். அவர் தலையில் தொப்பி இருந்தது. சேறு கலந்த செருப்பு அடுப்பறை அலமாரிக்கு அருகில் இருந்தது. இந்த நிலை மேற்கத்திய விடுதிகளை பிரதிபலித்ததை வாசகர்களுக்குத் தெரிவிக் கிறோம்.

மதுவருந்தும் அறையில் நின்றிருந்த உபசரிப்பாளர்கள் தமது சக நாட்டினர் போல உயரமாக இருந்தனர். நல்லவிதமாய் நடந்து கொண்டனர். தொளதொள ஆடை அணிந்திருந்தனர். தலையில் நிறைய முடி வைத்திருந்தனர். அதற்கு மேலே பெரிய தொப்பி அணிந்திருந்தனர்.

மனிதனின் சுதந்திரத்தை பிரதிபலிக்கும் இந்த சிறப்பு அடையாளச் சின்னமான தொப்பியை அவ்வறையில் இருந்த ஒவ்வொருவரும் தங்கள் தலையில் அணிந்திருந்தனர். தொப்பியாக இருந்தாலும் சரி, பனை ஓலையாக இருந்தாலும் சரி, நீர்நாய்த் தோலால் ஆனதாய் இருந்தாலும் சரி, சிவப்புத் தொப்பியானாலும் சரி, அவை சுதந்திரமான குடியரசாய் நம்பிக்கை அளித்தது. உண்மையில், ஒவ்வொருவரின் தனிப்பட்ட சிறப்பான அடையாளமாக அது தோன்றியது. ஒரு பக்கத்தில் தொங்கும் விதத்தில் சிலர் அணிந்திருந்தனர். அவர்கள் நகைச்சுவை உணர்வு மிக்கவர்கள். கலகலப்பானவர்கள். எதையும் எளிதாய் எடுத்துக் கொள்பவர்கள். தங்களது மூக்கு வரை சுதந்திரமாக தொங்கவிட்டவர்கள் சிலர். அவர்கள் கடினமான தன்மையுடைய முழுமையானவர்கள். தாங்கள் தொப்பி அணிய விரும்பியதாலேயே அதனை அணிந்தவர்கள். பின்பக்கம் அணிந்தவர்களும் உண்டு அவர்கள் விழிப்புணர்வு கொண்டவர்கள். தெளிவான எதிர்நோக்கை எதிர்பார்த்தவர்கள். அவர்களது தொப்பி எப்படி அமர்ந்திருக்கிறது என்று தெரிந்து கொள்ளாத கவலையற்ற மனிதர்களும் இருந்தனர். அவர்களது தொப்பிகள் எல்லா திசையிலும் அசைந்து கொண்டி ருந்தன. பலவித தொப்பிகள் ஷேக்ஸ்பியரின் ஆய்வுக்கு உண்மையில் ஏற்றவை.

சுலபமான, தொளதொள ஆடைகளில் நீக்ரோ பணியாளர்கள் அங்குமிங்கும் அலைந்தனர். குறிப்பான எந்தக் கடமையும் ஆற்றாமல், தங்களது எஜமானர் மற்றும் விருந்தினர்களின் நலனுக்காக எதையும் செய்ய விருப்பமுடன் வளைய வந்தனர். அகலமான புகை போக்கியில் எழுந்து உயர்ந்த நெருப்பு வேடிக்கையாகவும், படபடவென்று சத்தம் செய்வதாயும், கும்மாளமாகவும் தோன்றின. வெளிக் கதவும், ஒவ்வொரு

சாளரமும் பெரிதாகத் திறந்திருந்தன. பருத்தி நூலாலான ஜன்னல் திரைச்சீலைகள் நல்ல காற்றில் அசைந்து, ஆடின. கென்டகி விடுதியின் மகிழ்ச்சி பற்றிய ஒரு கருத்து உங்களுக்கு கிடைத்திருக்கும்.

வழிவழியாக பரப்பப்படும் இயல்பான, சிறப்பான கோட்பாடு களுக்கு இன்றைய கென்டகியினர் சிறந்த உதாரணமானவர்கள். அவர்களது தந்தையர் மகத்தான வேட்டைக்காரர்களாக காட்டில் வசித்தனர். நட்சத்திரங்கள் வெளிச்சம் காட்ட திறந்தவெளி சொர்க்கத் தில் உறங்கியவர்கள். அவர்களது வழித் தோன்றல்கள் இன்று, வீட்டை முகாமிட்ட இடமாகப் பாவித்து, எப்போதும் தொப்பி அணிகின்றனர். தாங்களே தடுக்கி விழுகின்றனர். தங்களது தந்தையர் பசும்புல்வெளி களில் படுத்துறங்கியது போல், மரக் கிளைகளில் தங்களது கால்களை கட்டிக் கொண்டு உறங்கியது போல் நாற்காலி மேலோ, அடுப்படி அலமாரியிலோ கால் வைத்துப் படுக்கின்றனர். தங்களது தந்தையர் பச்சைப் பரப்புகளில் உருண்டது போல், தங்களது கால்களை மரங்களில் வைத்திருந்தது போல், தங்களது நுரையீரலுக்குப் போதிய காற்று பெறுவதற்கு, கோடையோ, குளிர்காலமோ, கதவுகளையும், ஜன்னல்களையும் திறந்து வைக்கின்றனர். அங்கு வரும் புதியவர்களை கவலையற்ற நட்புணர்வோடும், வெளிப்படையாகவும் வரவேற்றனர். அவர்கள் மகிழ்ச்சியாகவும், சுமுகமாகவும் பழகுகின்ற பிறவிகளாக இருந்தனர்.

அவ்வாறு சுமுகமாகவும், சுதந்திரமாகவும் குழுமியிருந்த கூட்டத்தில் நமது பயணி நுழைந்தார். அவர் குள்ளமாக, குண்டாக, அக்கறையோடு ஆடை அணிந்தவராக, உருண்டையான, புன்சிரிப் பான முகத் தோற்றத்தோடு இருந்தார். எதைப் பற்றியும் கவலைப் படாதவராக தோன்றிய அவர், தோற்றத்தில் அக்கறை காட்டுபவராகத் தோன்றினார். தனது தோல் பையிலும், குடையிலும் கவனமாக இருந்தார். அவற்றைத் தானே சுமந்து வந்தார். அவற்றை எடுத்துவர முன்வந்த பணியாளர்களிடம் உறுதியோடு மறுத்தார். மதுக்கடையை பதட்டத்தோடு பார்த்தார். தனது மதிப்புமிக்க உடைமைகளை வசதியான ஒரு மூலையில் தனது இருக்கைக்கு கீழே வைத்து அமர்ந்தார். அலமாரிகளில் கால் வைத்திருந்தவரை பயத்தோடு பார்த்தார். தைரியத்தோடும், சக்தியோடும் வலதுபக்கத்திலிருந்து இடது பக்கத்தில் துப்பினார் அவர். பலவீனமான, குறிப்பான பழக்க வழக்கங்கள் உள்ளோருக்கு இது அச்சமூட்டுவதாக இருக்கும்.

"புதியவரே! எப்படி இருக்கீங்க" புதியவரை நோக்கி புகையிலைச் சாற்றை துப்பி, கௌரவமான வணக்கம் தெரிவித்துச் சொன்னார் அந்தப் பயணி.

"நல்லா இருக்கேன்னு நினைக்கிறேன்" பயமுறுத்தும் கௌர ந்தை கவனத்தோடு தவிர்த்து புதியவர் சொன்னார்.

"ஏதாவது செய்தி உண்டா?" புகையிலைத் துண்டையும், நீண்ட வேட்டைக் கத்தியையும் தனது பையிலிருந்து எடுத்தபடி பயணி கேட்டார்.

"எனக்குத் தெரிஞ்சு எதுவுமில்லை" புதிய மனிதர் பதிலளித்தார்.

"வேணுமா?" முதலில் பேசியவர் சிறிதளவு புகையிலையை அளித்து, சகோதர தோரணையுடன் கேட்டார்.

"வேண்டாம். நன்றி! எனக்குப் பிடிக்காது" சிறிய மனிதர் கூறினார்.

"பிடிக்காதா?" மற்றவர் கூறினார். சமூகத்தின் பொதுவான நலனுக்காக, புகையிலைச் சாறை இடைவிடாது வழங்குவதற்காக சிறிதளவு தனது வாயில் திணித்துக் கொண்டார். தனது சகோதரர் தன்னை நோக்கி கணை செலுத்திய போதெல்லாம் அந்தப் பெரிய மனிதர் விலகிக் கொண்டார். இதை அவரது கூட்டாளி கவனித்தார். அவர் நல்ல மனதோடு தனது பீரங்கியை வேறு திசைக்குத் திருப்பினார். ஒரு நகரை எடுத்துக் கொள்ளவல்ல இராணுவத் திறமையோடு, கனல் அடுப்பை நோக்கிப் போனார்.

"என்னது அது?" பெரிய துண்டு பிரசுரத்தைச் சுற்றி நின்றிருந்த குழுவைக் கவனித்த வயதான பெருந்தகை கேட்டார்.

"கறுப்பர் பற்றி விளம்பரப்படுத்தப்பட்டிருக்கு" குழுவில் இருந்த ஒருவர் சுருக்கமாகக் கூறினார்.

அந்தப் பெருந்தகையின் பெயர் திரு. வில்சன். அவர் எழுந்தார். தனது தோல் பையையும், குடையையும் கவனமாக சரி செய்து கொண்டார். தனது மூக்குக் கண்ணாடியை நிதானமாக வெளியில் எடுத்துப் பொருத்திக் கொண்டார். இச்செயல் நிகழ்கையில் கீழ்க்கண்ட வாசகங்களை படியுங்கள்.

"கலப்பின பையன் ஜார்ஜ்! சந்தாதாரரிடமிருந்து ஓடிவந்து விட்டான். அந்த ஜார்ஜ் ஆறடி உயரம், லேசான கலப்பின பழுப்பான முடி, புத்திசாலி. அழகாய்ப் பேசுவான், எழுதவும், படிக்கவும் தெரியும். வெள்ளை மனிதனாய் தோன்றி, தப்பிக்கலாம், முதுகிலும், தோளிலும் ஆழமான காயங்கள் இருக்கும். வலது கையில் 'எச்' என்ற எழுத்து பதிக்கப்பட்டிருக்கும். அவனை உயிரோடு ஒப்படைப்பதற்கு 400 டாலர் தருவேன். அவனை கொன்றுவிட்டதாக திருப்திகரமாக நிரூபித்தாலும் அதே தொகை அளிக்கப்படும்."

மனனம் செய்வது போல, அந்த விளம்பரத்தை வயதான அந்தப் பெருந்தகை வரிக்கு வரி தணிந்த குரலில் படித்தார். கனல் அடுப்பை முற்றுகையிட்ட நீண்ட கால் கொண்ட அனுபவஸ்தர், அறையைச்

சுற்றி வந்து, தனது உயர உருவத்தை நிமிர்த்தி, விளம்பரத்தை நோக்கி நடந்து, அதன் மீது மிக நிதானமாகப் புகையிலைச் சாற்றை துப்பினார்.

''என் மனசு அதுல இருக்கு'' அவர் சுருக்கமாகக் கூறினார். மீண்டும் அமர்ந்து கொண்டார்.

''ஏன் அப்படி செய்யறீங்க.'' புதியவரை உபசரிப்பு பையன் கேட்டான்.

''அதை எழுதியவர் இங்கே இருந்தார்னா அவர் மேலயும், அவ்வாறே செய்வேன்'' தனது பழைய பணியாள் புகையிலையை வெட்டுவதை அந்த உயர்ந்த மனிதன் அமைதியாகத் தொடர்ந்தார். ''அது போன்ற பையன்களை சொந்தமா வச்சிருக்கிறவங்க, அவனை நல்ல முறையில் நடத்த வழி தெரியாதவங்க. அவங்க அவனை இழப்பதற்கு தகுதியானவங்கதான். இது மாதிரி காகிதங்கள் கென்டகிக்கு அவமானம். இதுதான் எனது இப்போதைய மனக்கருத்து. யாராவது தெரிஞ்சுக்க விரும்பினால் தெரிஞ்சுக்குங்க.''

''நல்லது, அது உண்மைதான்'' புத்தகத்தில் பதிவு செய்தவாறு உபசரிப்பு பையன் சொன்னான்.

''நான் பையங்க வச்சிருக்கேன் அய்யா. நான் சொல்வேன் 'பசங்களா, இப்பவே ஓடுங்க. எப்ப விரும்பினாலும் போங்க. உங்களத் தேட வரவே மாட்டேன்.' அப்படித்தான் அவங்கள அவங்க எப்ப வேணும்னாலும் ஓடலாம் என்பதை தெரிஞ்சுக்க வச்சு, ஓட விரும்பறதை தடுக்கத்தான் அப்படிச் சொல்வேன். சுதந்திரத்திற்கான காகிதங்களை தயாரிச்சு வச்சிருக்கேன். அவங்களுக்குத் தெரியும். கறுப்பர்கள்கிட்ட நான் வாங்கற மாதிரி யாராலேயும் இந்தப் பகுதியில வேலை வாங்க முடியாது. என்னோட பசங்க சின்சினாட்டி போயிருக் காங்க. 500 டாலர் மதிப்புடைய குதிரைகளை ஓட்டிக்கிட்டுப் போய், டாலரோட திரும்பியிருக்காங்க. இது அடிக்கடி நடந்திருக்கு. அப்படிச் செய்யறதுக்கு காரணம் இருக்கு. 'நாய் மாதிரி நடத்தினா, நாயோட வேலையும், செயலும்தான் கிடைக்கும். மனிதனா நடத்தினா, மனித னோட வேலை கிடைக்கும்' என்று அந்தப் பெரியவர் சொன்னார். நேர்மையான மாட்டு வணிகரின் மன உணர்ச்சிக்கு புதியவர் ஆதரவு தெரிவித்தார்.

''நீங்க சொல்றது ரொம்பச் சரியானதுன்னு நினைக்கிறேன். இங்க விவரிச்சிருக்கிற இந்தப் பையன் நல்லவன். சந்தேகமேயில்லை. எனது பை தயாரிப்பு தொழிற்சாலையில் ஆறு வருஷம் வேலை செஞ்சிருக் கான். அவன் எனது மிகச் சிறந்த வேலையாள். மதிநுட்பம் உள்ளவன். சணல் நார் சுத்தம் செய்ய ஒரு இயந்திரம் கண்டுபிடிச்சவன். ரொம்ப பயனுள்ள இயந்திரம் அது. பல தொழிற்சாலைக்குப் பயன்படுது. அவனோட எஜமான் காப்புரிமை வச்சிருக்காரு'' திரு. வில்சன் கூறினார்.

''நா உங்களுக்கு உறுதியா சொல்றேன். இவங்கள சொந்தமாக் கிட்டு பணம் சம்பாதிக்கறாங்க. அப்புறம் வலது கையில எழுதிடறாங்க. எனக்கு வாய்ப்புக் கிடைச்சா, நான் அதை அழிப்பேன்னு நினைக் கிறேன்'' மாட்டு வணிகர் கூறினார்.

''இந்தப் பசங்க அடம்பிடிப்பாங்க, ஏமாத்துவாங்க. அதனாலதான் கையில குறி எழுதறாங்க. நல்ல்படியா நடந்தா, செய்ய மாட்டாங்க'' முரடாய் தோற்றமளித்த மனிதர் அறையின் அந்தப் பக்கத்திலிருந்து சொன்னார்.

''கடவுள் மனிதரை படைத்தான். அவங்களை கடுமையா நடத்தி மிருகமா மாத்திடறாங்க'' மாட்டு வணிகர் வறட்சியாகச் சொன்னார்.

''புத்திசாலி கறுப்பர்கள் அவங்களோட எஜமானர்களுக்கு உபயோகப்பட மாட்டாங்க'' மந்த புத்தியோடு, எதிராளியை அவமதிப்பா நடத்திய கரடுமுரடான எதிர்புறத்தவர் தெரிவித்தார். ''அவங்களுக்கு திறமை இருந்து என்ன பயன்? அது உங்களுக்கு உபயோகப்படலேன்னா, உங்கள சுத்தி வளைக்கத்தான் இந்தப் புத்திசாலித்தனம் பயன்படும். என்கிட்ட இது மாதிரி ஒன்றிரண்டு பேர் இருந்தாங்க. நதிக்குக் கீழே வித்துட்டேன். விற்கலேன்னா, ஆரம்பம் முதல் கடைசி வரை அவங்களால நஷ்டம்தான்னு எனக்குத் தெரியும்''

''அந்த ஆன்மாக்களை விட்டு விட்டதற்கு உங்களுக்கு மேடை போட்டு வாழ்த்த, கடவுளுக்கு ஆணை அனுப்பறது நல்லது.'' மாட்டு வணிகர் கூறினார்.

ஒரு சிறு ஒற்றைக் குதிரை வண்டி நெருங்கி வந்து உரையாடலில் குறுக்கிட்டது. அது மரியாதைக்குரிய தோற்றத்தை வெளிப்படுத்தியது. நன்கு உடுத்தியிருந்த பெருந்தகை அதில் அமர்ந்திருந்தார். வெள்ளை நிற வேலையாள் வண்டியை ஓட்டி வந்தான்.

ஒவ்வொரு புதியவரையும் மழை நாளில் வழக்கமாக ஆழ்ந்து நோக்கும் சோம்பேறிகள் போல் ஆர்வத்தோடு முழுக் குழுவும் வந்தவரை பார்த்தது. அவர் உயரமாய் இருந்தார். ஸ்பானிய நிறத்தில் இருந்தார். அழகை வெளிப்படுத்தும் கண்களும், பளபளப்பான கறுப்பான, சுருளான முடியுடனும் இருந்தார். நன்கு வளைந்த மூக்கு, நேரான மெலிதான உதடுகள் மற்றும் நன்கமைந்த கை, கால் ஆகிய வற்றின் மதிக்கத்தக்க அமைப்பு முழுக் குழுவையும் உடனடியாகக் கவர்ந்தன. அசாதாரணமாகத் தோன்றின. அவர், குழுவினரிடையே தயக்கமின்றி நடந்தார். பெட்டியை வைக்கவேண்டிய இடத்தை வேலையாளிடம் கையசைத்துக் காட்டினார். குழுவினருக்கு குனிந்து வணக்கம் செலுத்தினார். தனது கையில் தொப்பி ஏந்தியபடி, மது குடிக்கும் அறைக்கு நிதானமாக நடந்தார். ஷெல்பி கிராமப்புறமான ஒக்லாந்திலிருந்து வரும் ஹென்றி பட்லர் என்று தனது பெயரைத்

தெரிவித்தார். அலட்சியமான தோரணையில், விளம்பரத்தை நோக்கி திரும்பி மெதுவாய் நடந்தார். விளம்பரத்தைப் படித்தார்.

"ஜிம், இது மாதிரி ஒரு பையனை பெர்மானில் நாம் பார்த்த மாதிரி தோணுது, இல்லையா?" தனது வேலையாளிடம் அவர் கூறினார்.

"ஆமாம் எஜமான். கை பற்றி தான் நிச்சயமாத் தெரியல" ஜிம் கூறினான்.

"நல்லது. நான் நல்லாப் பார்க்கலை" அக்கறையற்ற கொட்டாவியை விட்டவாறு புதியவர் சொன்னார். விடுதி சொந்தக் காரரிடம் சென்றார். உடனடியாக எழுத வேண்டியது இருப்பதால், தனி அறை தர வேண்டும் என்று விருப்பம் தெரிவித்தார்.

விடுதி உரிமையாளர் கீழ்ப்படிபவராய் இருந்தார். வயதான வர்களும், இளைஞர்களுமாய் ஆண்களும், பெண்களுமாய், சிறிதும், பெரிதுமாய், அங்கும் இங்குமாய் அலைந்தவண்ணம் ஏழு நீக்ரோக்கள் இருந்தனர். எஜமானரின் அறையை விரைவில் தயார்ப்படுத்தும் ஆர்வத்தில், ஒருவர் மேல் ஒருவர் தடுமாறி விழுந்தும், ஒருவர் குதிகாலில் ஒருவர் மிதித்தும், சந்தடி செய்தும், விரைந்து ஓடியும் பறவைக் கூட்டமாய் அவர்கள் பணியாற்றினர். அறையின் நடுவில் இருந்த இருக்கையில் சுலபமாய் அவர் அமர்ந்திருந்தார். அவருக்கு அருகில் இருந்த மனிதரிடம் பேச்சுக் கொடுத்தார்.

புதியவர் நுழைந்த நேரத்திலிருந்தே, உற்பத்தியாளரான திரு வில்சன் சங்கடமான ஆர்வத்தோடும், அமைதி குலைந்த தோரணை யிலும் புதியவரை கவனித்து வந்தார். அவரை எங்கோ சந்தித்து, பழகியது போன்று தோன்றியது. ஆனால் நினைவிற்குக் கொண்டு வர முடியவில்லை. அந்த மனிதர் பேசும்போதும், நகரும்போதும், புன்னகைக்கும் போதும், ஒவ்வொரு கணத்திலும், அந்த மனிதரை உற்றுப் பார்த்தார். அக்கறையற்ற அலட்சியத்தோடு பிரகாசமான கரிய கண்களை எதிர்கொண்டபோது தனது கண்களை திடீரென விலக்கிக் கொள்வார். இறுதியாகத் திடீரென்று அவரது நினைவில் பொறி தட்டியது. வியப்போடும், பயத்தோடும், புதியவரை உற்று நோக்கிய அவர், அவரை நோக்கி நடந்தார்.

"திரு வில்சன் என்று நினைக்கிறேன்" அறிந்தவராய் புதியவர் சொன்னார். கையை நீட்டினார். "மன்னிக்க வேண்டும். முதலில் உங்களை அடையாளம் தெரியல. நீங்க என்னை ஞாபகம் வச்சிருக் கீங்கன்னு நினைக்கிறேன். ஷெல்பி கிராமப்புறத்தின் ஓக்லாந்தைச் சேர்ந்த திரு பட்லர்."

"ஆம் - ஆம் அய்யா" கனவில் பேசுபவராய் வில்சன் கூறினார்.

அப்போது ஒரு நீக்ரோ சிறுவன் நுழைந்தான். எஜமானரின் அறை தயாராய் இருப்பதாய் அறிவித்தான்.

''ஜிம்! பெட்டிய எடுத்துக்கோ'' அலட்சியமாக அந்தப் பெருந்தகை கூறினார். பிறகு வில்சனை நோக்கி, அவர் கூறினார், ''நீங்க விரும்பினா, வியாபாரம் பத்தி கொஞ்ச நேரம் பேச விரும்பறேன்.''

உறக்கத்தில் நடப்பவராய் வில்சன் அவரைத் தொடர்ந்தார். பெரிய மேலறைக்குச் சென்றனர். புதிதாய் உருவாக்கப்பட்ட நெருப்பு வெடித்து எரிந்து கொண்டிருந்தது. ஏற்பாடுகளை நிறைவு செய்யும் பணியில் பல வேலையாட்கள் பறந்து, விரைந்துகொண்டிருந்தனர்.

எல்லாம் முடிந்ததும், வேலையாட்கள் வெளியேறினர். இளம் மனிதர் நிதானமாக கதவைப் பூட்டினார். தனது பையில் சாவியை வைத்துக் கொண்டார். பின்பக்கம் தனது கைகளைக் கட்டிக் கொண்டார். திரு வில்சனை முழுமையாகப் பார்த்தார்.

''ஜார்ஜ்'' வில்சன் சொன்னார்.

''ஆமாம், ஜார்ஜ்'' இளம் மனிதர் சொன்னார்.

''நான் நினைச்சே பார்த்திருக்க முடியாது''

''நான் நன்கு மாறுவேடமிட்டுள்ளேன் என்று நினைக்கிறேன்.'' புன்சிரிப்போடு இளம் மனிதர் கூறினார். ''சிறிது வாதுமை மாவு பூசியது எனது மஞ்சள் தோலை பழுப்பாக மாற்றியிருக்கு. எனது முடியை கருப்பாக்கிக் கொண்டிருக்கிறேன். விளம்பரத்தில் உள்ள அடையாளங்களுக்குப் பதில் அளிப்பவனாகத் தெரியவில்லை.''

''ஓ ஜார்ஜ்! அபாயமான விளையாட்டில் ஈடுபட்டிருக்கே. அப்படிச் செய்ய நான் அறிவுரை கூறியிருக்க மாட்டேன்''

''எனது சொந்தப் பொறுப்பிலேயே இதைச் செய்ய முடியும்'' அதே பெருமையான புன்னகையோடு ஜார்ஜ் கூறினான்.

ஜார்ஜின் தந்தை வெள்ளையின வழி வந்தவர் என்று நாம் குறிப்பிட வேண்டும். அவரது தாய் அதிர்ஷ்டம் இல்லாத இனத்தைச் சேர்ந்தவர் தனது தனிப்பட்ட அழகின் காரணமாக தனது உடமை யாளரின் விருப்பங்களுக்கு அடிமையானவர். தங்கள் தந்தையின் பெயரை எப்பவும் அறியாத குழந்தைகளின் தாய் அவர். கென்டகியின் பெருமைமிக்க குடும்பம் ஒன்றிலிருந்து, பல சிறந்த ஐரோப்பிய அம்சங்களையும், சலிப்பில்லா உயர்ந்த உற்சாகத்தையும் ஜார்ஜ் தனதாக்கிக் கொண்டிருந்தான். தனது தாயிடமிருந்து மெலிதான கலப்பின சாயலை மட்டுமே பெற்றிருந்தான். ஆனால், அதனை ஈடுசெய்யும் வகையில் வளமான கரிய கண்களைக் கொண்டிருந்தான். தனது தோலின் நிறத்தில் செய்த மாற்றம் மூலமும், தனது முடியை கருமையாக்கிக் கொண்டதன் மூலமும் ஸ்பானிய மனிதனாய் மாறியிருந்தான். அவன்து அசைவுகளில் வசீகரமும், பெருந்தகை யோரின் பழக்க வழக்கங்களும் இயற்கையாகவே அமைந்திருந்தன.

தனது வேலையாளுடன் பயணிக்கும் பெருந்தகையாய் தைரியமாய் நடிப்பதில் அவனுக்கு சிரமம் எதுவும் இருக்கவில்லை.

நல்லியல்பு நிறைந்த திரு. வில்சன் மிகவும் அமைதியின்றி திரிபவர். விழிப்பு மிகுந்த வயதான பெருந்தகை, "தனது மனதில் மேலும் கீழும் தடுக்கி விழுபவர்" என்று ஜான் பானியன் குறிப்பிடுவது போல, அறையின் மேலும், கீழும் நடந்தார். ஜார்ஜுக்கு உதவும் நோக்கம் மற்றும் சட்டம் ஒழுங்கை கடைப்பிடிக்க வேண்டிய சில குழப்பமான கருத்துக்கள் ஆகியவற்றிற்கு இடையே சிக்கித் தவித்தார். தடுமாறி நடந்துகொண்டே, கீழ்க்கண்டவாறு தனது கருத்துக்களை வெளிப் படுத்தினார்:

"நல்லது ஜார்ஜ். நீ ஓடிப் போகிறாய் என்று கருதுகிறேன். சட்டத்திற்குட்பட்ட எஜமானரிடமிருந்து விலகுகிறாய். நான் அதுக்கு ஆச்சரியப்படல ஜார்ஜ். நான் வருந்துகிறேன். நான் அதைச் சொல்லத்தான் வேண்டும் என்று நினைக்கிறேன். அதைச் சொல்வது என்னோட கடமை"

"நீங்க ஏன் வருத்தப்படறீங்க அய்யா?" ஜார்ஜ் அமைதியாகக் கேட்டான்.

"ஏன்? உனது தேசத்தின் சட்டங்களுக்கு எதிராக நீ செயல்படுவது கண்டுதான்.''

"என் தேசம்!" வலிமையான கசப்பான அழுத்தத்தோடு ஜார்ஜ் கூறினான்: "சுடுகாடு தவிர எந்த தேசம் எனக்கு இருக்கு? என்னை அங்க அடக்கம் செய்யவேண்டுமென கடவுளை வேண்டுகிறேன்''

"ஏன் ஜார்ஜ்? வேண்டாம் வேண்டாம். அது நல்லதில்ல. நீ நினைப்பதும், பேசுவதும் கெடுதியானது. சாசனத்திற்கு எதிரானது. ஜார்ஜ் நீ மோசமான எஜமானரை பெற்றிருக்கிறாய். அவர் வெறுக்கத்தக்க விதத்தில் நடப்பவர். அவருக்கு ஆதரவா இருக்கற மாதிரி நான் நடிக்க முடியாது. தனது எஜமானியிடம் திரும்பப் போக ஹேகருக்கு தேவதை எப்படி கட்டளையிட்டாள் தெரியுமா? அவளது கரத்தில் பணிந்து நிற்கச் சொன்னாள் தெரியுமா? ஏசுவின் முதன்மைச் சீடர் ஒன்சிமஸ்ஸை தனது எஜமானரிடம் எப்படித் திரும்ப அனுப்பினார்?"

"என்னிடம் பைபிளை அந்த விதத்தில் மேற்கோள் காட்டாதீங்க திரு வில்சன். சொல்லாதீங்க! எனது மனைவி ஒரு கிறித்துவர். நானும் கிறித்துவனாய் இருக்க விரும்புகிறேன், நான் எங்க இருக்க முடியுமோ அங்க இருக்கும்போது கிறித்துவனாய் இருப்பேன். என்னோட சூழ்நிலையில் இருக்கும் ஒருவனிடம் பைபிளை மேற்கோள் காட்டு வது, அதை முழுமையாக அவனை கைவிடச் செய்யப் போதுமானதாய் இருக்கும். நான் எல்லாம் வல்ல கடவுளிடம் முறையிடுகிறேன். இந்த

வழக்கோடு கடவுளிடம் போக விரும்புகிறேன். எனது சுதந்திரத்தை நாடுவது, நான் செய்யும் தவறா என்று கேட்க விரும்புகிறேன்." ஜார்ஜ் பளிச்சிடும் கண்களோடு கேட்டான்.

"இந்த உணர்வுகள் இயல்பானதுதான் ஜார்ஜ்" நல்லியல்பு கொண்ட மனிதர் தனது மூக்கை உறிஞ்சியவாறு கூறினார்: "ஆமாம் அது எல்லாம் இயற்கையானதுதான். அவற்றை உன்னிடம் ஊக்கு விக்காது இருப்பது என்னோட கடமை. ஆமாம், எனது சிறுவனே! நான் உனக்காக வருத்தப்படுகிறேன். இது மோசமான வழக்கு. ரொம்ப மோசம். ஆனால் ஏசுவின் முதன்மைச் சீடர் கூறுகிறார்: "அவர் இருக்கற விதிக்கப்பட்ட நிலைமையில் அதற்கு ஒவ்வொருவரும் கட்டுப்பட வேண்டும்" கடவுளின் குறிப்புகளுக்கு நாம் அடிபணிய வேண்டும். ஜார்ஜ் உனக்குப் புரியலையா?"

தனது தலையைப் பின்னால் சாய்த்தவாறு ஜார்ஜ் நின்றிருந்தான். அகலமான மார்பில் தனது கைகளை அழுத்தமாகக் கட்டிக் கொண்டிருந்தான். அவனது உதட்டில் ஒரு வெறுப்பான புன்னகை வளைந்து ஓடியது.

"நான் ஆச்சரியப்படறேன் திரு வில்சன். இந்தியர்கள் வந்து, உங்க மனைவியிடமிருந்தும், குழந்தைகளிடமிருந்தும் உங்களைப் பிரித்து கைதியாக்கினால், ஆயுள் முழுவதும் தங்களது தானிய வயலில் வெட்டச் சொன்னால், அந்த விதிக்கப்பட்ட நிலைமைக்கு கட்டுப் படுவது உங்கள் கடமை என்று கருதுவீர்களா? முதலில் வரும் வழி தவறிய குதிரையை கடவுள் கருணையின் அடையாளமாய் கருது வீர்கள் என்று நினைக்கிறேன். நீங்க கருத மாட்டீங்களா?"

இந்த வழக்கின் உதாரணத்தைக் கேட்டு, அந்த வயதான சிறிய பெருந்தகை தனது இரு கண்களாலும் உற்றுப் பார்த்தார். சிறந்த சிந்தனைவாதியாக இல்லாவிடினும், எதுவும் சொல்ல முடியாத தருணங்களில் எதுவும் சொல்லாது இருப்பது என்ற கொள்கையில் மிகவும் புத்திசாலியாக அவர் இருந்தார். தனது குடையை தட்டிக் கொண்டே கவனமாக நின்றுகொண்டிருந்தார். அதன் மேலிருந்த பசைகளைப் பிய்த்துக் கொண்டிருந்தார். பொதுவான வழியில் தனது அறிவுரைகளைத் தொடர்ந்து கூறினார்.

"உனக்குத் தெரியும் ஜார்ஜ். நான் எப்பவும் உனக்கு நண்பனா இருந்திருக்கேன். நான் எது சொல்லியிருந்தாலும், அது உனது நல்லதுக்குத்தான். அபாயமான ஆபத்தில் செல்கிறாய். அதை வெற்றி கரமாக நடத்த முடியாது. பிடிபட்டா, அது நிரந்தரமா மிகவும் மோசமாயிடும். அவங்க உன்னை மேலும் வதைக்கத்தான் செய்வாங்க. பாதி கொன்னுடுவாங்க. நதிக்கு கீழே வித்திடுவாங்க."

"திரு வில்சன், எனக்கு இதெல்லாம் தெரியும். நான் அபாய வழியில்தான் போகிறேன். ஆனா" தனது மேலங்கியை திறந்தான். இரு

கைத்துப்பாக்கிகளையும் நீண்ட கத்தியையும் காட்டினான். ''நான் தயாராய் இருக்கேன். தெற்கே எப்பவும் போகமாட்டேன். அப்படி ஆச்சுன்னா, ஆறடி சுதந்திர மண்ணை ஏற்பேன். கென்டகியில் நான் உடமையாய் இருப்பது இதுவே முதலும், முடிவுமாய் இருக்கும்'' ஜார்ஜ் சொன்னான்.

''ஏன் ஜார்ஜ், இந்த உன் மனநிலை ஆபத்தானது. ரொம்ப கஷ்டமாயிடும் ஜார்ஜ். நான் கவலைப்படறேன். உனது தேசத்தின் சட்டங்களை மீறிப் போகிறாய்.''

''மீண்டும் எனது தேசமா? வில்சன், உங்களுக்கு ஒரு தேசம் இருக்கு. எனக்கு என்ன தேசம் இருக்கு? இல்லேன்னா, என்னைப் போன்ற அடிமைத் தாய்க்கு பிறந்தவர்களுக்கு என்ன நாடு இருக்கு? எங்களுக்காக என்ன சட்டம் இருக்கு? நாங்க அத உருவாக்குவதில்லை. நாங்க அதுக்கு சம்மதிப்பதில்லை. அதோட நாங்க செய்யறதுக்கு எதுவுமில்லை. எங்களை கசக்கிப் பிழியவும், கீழே தள்ளவும்தான் அந்த சட்டங்கள் உதவுகின்றன. உங்களோட ஜூலை 4 பேச்சை நான் கேட்டதே இல்லையா? ஆளப்படுவோரின் சம்மதத்திலிருந்து எடுக்கப்படும் நியாயமான சக்தியாலதான் அரசாங்கம் இருக்குதுன்னு வருஷத்துக்கு ஒருமுறை எங்களுக்கு நீங்கள் சொல்லவில்லையா? அது போன்றவற்றை கேட்கும் மனுஷன் சிந்திக்கக் கூடாதா? அதையும், இதையும் இணைச்சு அவன் பார்க்கக் கூடாதா? அது எதுல முடியுதுன்னு பார்க்கக் கூடாதா?''

பருத்திப் பொதியைப் போல் திரு வில்சனின் மனம் தளர்ந்து போனது. தெளிவின்றியும், குழப்பமான மனநிலையிலும் இருந்தார். தனது முழு மனதோடு ஜார்ஜுக்காக அனுதாபப்பட்டார். அவனிடம் நல்ல விஷயங்களைப் பேசுவது அவரது கடமையென அவர் கருதினார்.

''ஜார்ஜ்! இது மோசம். நான் சொல்லியாக வேண்டும். ஒரு நண்பனா சொல்லித்தான் ஆக வேண்டும். இதுபோன்ற கருத்துக்களில் உழன்று கொண்டு இருப்பது நல்லது இல்லை. அவை மோசமானவை. உன்னோட நிலையில் இருக்கற சிறுவர்களுக்கு கெடுதலானவை'' ஒரு மேஜைக்கு அருகில் அவர் அமர்ந்தார். பதட்டத்தோடு தனது குடையின் பிடியை பற்களால் கொறித்தார்.

''இங்க இப்ப பாருங்க, வில்சன். இப்ப என்னைப் பாருங்க, உங்களை மனுஷனா மதிச்சு உங்க முன்னாடி உட்காரலையா? எனது முகத்தைப் பாருங்க - கையைப் பாருங்க - உடம்பைப் பாருங்க'' ஜார்ஜ் பெருமையாக நெருங்கினான். ''நான் ஏன் மனுஷனில்லை - எல்லாரையும் போல? நான் சொல்வதைக் கேளுங்க. எனக்கு ஒரு தந்தை இருந்தார். உங்க கென்டகியின் பெரிய மனிதர்தான் அவர். இறக்கும்போது தனது நாய்களோடும், குதிரைகளோடும் என்னை பண்ணையின் திருப்திக்காக விற்காது இருக்க வேண்டும் என்று அவர்

நினைக்கவில்லை. ஷெரிப்பின் விற்பனை இடத்தில் தனது ஏழு குழந்தைகளோடு எனது தாய் நின்றிருந்தாள். ஒவ்வொருவராக வேறு வேறு எஜமானர்களுக்கு அவளது பிள்ளைகள் அவள் கண் முன்பாகவே விற்கப்பட்டனர். நான்தான் கடைக்குட்டி. அவள் வயதான எஜமானரிடம் மண்டியிட்டு வேண்டினாள். என்னோடு தன்னையும் வாங்குமாறு கெஞ்சினாள். தன்னோடு ஒரு குழந்தை யாவது இருக்குமே என்று அவளுக்கு விருப்பம். அவரது எஜமானர் கனமான காலணியால் அவளை உதைத்தார். அவர் அவ்வாறு செய்வதை நான் பார்த்தேன். நான் கடைசியாக அவளிடமிருந்து கேட்டது அவளது தேம்புதலையும், கூச்சலையும் மட்டுமே. அவரது இடத்திற்கு இழுத்துச் செல்வதற்காக நான் குதிரையின் கழுத்தில் கட்டப்பட்டிருந்தேன்.''

''அப்படியா?''

''எனது எஜமானர் ஒரு மனிதரிடம் வணிகம் செய்தார். எனது முதல் சகோதரியை வாங்கினார். அவர் பயபக்தியான நல்ல பெண். ஞானஸ்நான தேவாலயத்தில் ஒரு உறுப்பினர். எனது ஏழைத் தாயை போலவே அழகாய் இருப்பாள். அவள் நல்லவிதமாக வளர்க்கப் பட்டாள். நல்ல பழக்க வழக்கங்கள் கொண்டிருந்தாள். எனக்கு அருகில் ஒரு நண்பர் இருக்கிறார் என்ற நினைப்பில், அவர் வாங்கப்பட்டதற்கு முதலில் மகிழ்ந்தேன். நான் வெகு விரைவிலேயே அதற்காக வருந்தினேன். அய்யா, நான் கதவருகில் நின்றிருந்தேன். சாட்டையால் அவள் அடிக்கப்படுவதை கேட்டேன். எனது வெற்று நெஞ்சினை ஒவ்வொரு தாக்குதலும் வெட்டுவதாய் எனக்குத் தோன்றியது. அவளுக்கு உதவ என்னால் எதுவும் செய்ய முடியவில்லை. நாகரிகமான கிறித்துவ வாழ்க்கை வாழ விரும்பியதற்காக அவள் சாட்டையால் அடிக்கப்பட்டாள் அய்யா! உங்களது இந்த சட்டங்கள் எந்த அடிமைப் பெண்ணுக்கும் வாழும் உரிமையை வழங்கவில்லை. ஓரிலியன் சந்தைக்கு அனுப்புவதற்காக ஒரு வணிகக் கும்பலோடு அவர் சங்கிலியால் கட்டப்பட்டிருப்பதைக் கடைசியாகப் பார்த்தேன். அங்கு வேறு எதுக்கும் இல்லை. விற்பதற்குத்தான் அனுப்பப்பட்டார். அதுதான் அவரைப் பற்றி கடைசியா நான் அறிந்தது. நான் நீண்ட காலம் வளர்ந்தேன். தந்தை இல்லை, தாய் இல்லை, சகோதரி இல்லை, நாயைவிட உயர்வா என்னை மதிச்ச எந்த ஜீவனும் இல்லை. சாட்டையடி, ஏச்சுக்கள், பசி, பட்டினி இதுதான் கிடைச்சது. ஏன் அய்யா, அவங்க நாய்க்கு போட்ட எலும்புத் துண்டை மகிழ்ச்சியோடு எடுத்துக் கொண்டேன் என்றால் பாருங்கள். நான் சிறுவனா இருந்தபோது, ஒரு முழு இரவும் விழித்திருந்து அழுதேன். பசிக்காக அல்ல, சாட்டையடிக்காக அல்ல, நான் அழுதது. எனது தாய்க்காக, எனது அக்காளுக்காக அழுதேன். இந்தப் பூமியில் என்னை நேசிக்க

எனக்கு ஒரு நண்பர் இல்லையே என்று அழுதேன். அமைதியும், வசதியும் ஏன்னவென்று எனக்குத் தெரியாது. உங்க தொழிற்சாலையில் வேலை பார்க்க வரும்வரை என்னிடம் கனிவான ஒரு வார்த்தை பேசப்பட்டு அறியேன்.

வில்சன் அவர்களே! நீங்க என்னை நல்லா நடத்தினீங்க, நல்லா செய்வதற்கு உற்சாகப்படுத்தினீங்க. எழுதவும் படிக்கவும் கற்றுக் கொள்ள உதவினீங்க, என்னை ஒரு பொருட்டாக உருவாக்க முயற்சி செய்தீங்க. அதுக்காக நான் எவ்வளவு நன்றி பாராட்டினேன் என்று கடவுளுக்குத் தெரியும். பிறகு, அய்யா, எனது மனைவியைக் கண்டேன். அவளை நீங்க பார்த்திருக்கீங்க. அவ எவ்வளவு அழகுன்னு உங்களுக்குத் தெரியும். நான் அவளை மணந்தபோது, நான் உயிரோட இருப்பதாகவே உணரவில்லை. நான் அவ்வளவு மகிழ்ச்சியா இருந்தேன். அவள் அழகா இருந்தது போலவே நல்லவளாகவும் இருந்தாள். இப்ப என்ன ஆச்சு? ஏன்? எனது எஜமானர் வந்தார். எனது வேலையிலிருந்து எடுத்துச் சென்றார். எனது நண்பர்களிடமிருந்தும், நான் விரும்பும் பொருள்களிடமிருந்தும் எடுத்துச் சென்றார். அழுக்கான பணியில் என்னைத் தள்ளினார். அது ஏன்? அவர் யாரென்று நான் மறந்து விட்டேனாம். அதனால்தானாம். நான் ஒரு கறுப்பன்தான் என்று போதிக்கத்தானாம். கடைசியாக, எனக்கும், எனது மனைவிக்கும் இடையில் அவர் வருகிறார். நான் அவளை விட்டுவிட வேண்டுமாம். மற்றொரு பெண்ணுடன் வாழணுமாம். மனிதர்களையும், கடவுளையும் மீறி இது மாதிரியெல் லாம் செய்ய உங்க சட்டங்கள் அவருக்கு அதிகாரம் கொடுத்திருக்கு.

இதைப் பாருங்க வில்சன்! இது போன்றது ஒன்று இரண்டல்ல; எனது தாய் மற்றும் சகோதரிகளின் இதயங்கள் நொறுக்கப்பட்டன. என்னையும், எனது மனைவியையும் நொறுக்கியுள்ளன. அதை உங்கள் சட்டம் அனுமதிக்குது. கென்டகியில் இதையெல்லாம் செய்ய அதிகாரம் கொடுத்திருக்கு. அவரிடம் யாரும் எதுவும் கேட்க முடியாது. இதையெல்லாம் எனது தேசத்தின் சட்டம் என்று நீங்கள் சொல்றீங்க. அய்யா! எனக்கு எந்த தேசமும் இருக்கவில்லை. எனது தந்தைக்கும் இருக்கவில்லை. நான் ஒரு தேசத்தைப் பெறப் போகிறேன். என்னை விட்டு விடுங்க என்பது தவிர, உங்க நாட்டிலிருந்து எதுவும் நான் விரும்பல. நிம்மதியா அதை விட்டுப் போவது தவிர, எதுவும் விரும்பல. நான் கனடாவுக்குப் போகும்போது, அது எனது நாடாக இருக்கும். அங்கே சட்டங்களுக்கு என்னை சொந்தமாக்கிக் கொண்டு பாதுகாக்கும். அதன் சட்டங்களுக்கு நான் கீழ்ப்படிவேன். எந்த மனிதராவது என்னைத் தடுக்க முயன்றால், நான் தவிர்க்க முடியாத தீவிரத்தோடு இருப்பதால், தன்னை அவர் கவனமாகப் பார்த்துக் கொள்ளட்டும். எனது இறுதி மூச்சு வரை சுதந்திரத்திற்காகப்

போராடுவேன். உங்களது முன்னோர்கள் செய்ததாய் நீங்கள் சொல்வீர்கள். அது அவங்களுக்கு சரின்னா, எனக்கும் சரி!''

இந்தப் பேச்சின் ஒரு பகுதி மேஜையில் அமர்ந்தபடியும், மற்றொரு பகுதி அறையில் மேலும் கீழும் நடந்தவாறும் சொல்லப்பட்டது. கண்ணீரோடு சொல்லப்பட்டது. பளிச்சிடும் கண்களோடு சொல்லப் பட்டது. நம்பிக்கையற்ற செய்கைகள் மூலம் சொல்லப்பட்டன. யாரிடம் பேசப்பட்டதோ, அந்த நல்லிதயம் படைத்தவருக்கு அதைத் தாங்க முடியவில்லை. பெரிய மஞ்சள் பட்டு கைக்குட்டையை எடுத்துக் கொண்ட அவர், மிகவும் சிரமப்பட்டு தனது முகத்தைத் துடைத்துக் கொண்டார்.

''எல்லாரையும் நொறுக்கித் தள்ளு. நான் எப்போதும் சொல்ல மாட்டேனா? கொடிய பழைய சாபங்கள்! நான் உறுதி கூறலைன்னு நம்பறேன் ஜார்ஜ்! முன்னேறிப் போ! முன்னேறிப் போ! கவனமாய் இரு. எனது சிறுவனே, யாரையும் சுடாதே! நீ சுடமாட்டேன்னு நினைக்கிறேன். நான் யாரையும் அடிக்க மாட்டேன். உனது மனைவி எங்கே, ஜார்ஜ்'' என்றபடி பதட்டமாக எழுந்த வில்சன் அறையில் நடக்கத் துவங்கினார்.

''போயிட்டா, அய்யா போயிட்டா! தனது குழந்தையைத் தோளில் தூக்கிக் கொண்டு போயிட்டா! எங்கன்னு கடவுளுக்குத்தான் தெரியும்! வடக்கு நட்சத்திரம் நோக்கிப் போயிட்டா. நாங்க எப்ப சந்திப்போம் என்றோ, இந்த உலகத்தில சந்திப்போமா என்றோ எந்தப் பிறவியாலும் சொல்ல முடியாது.''

''இது சாத்தியமா? ஆச்சரியமா இருக்கு. அவ்வளவு கனிவான குடும்பத்திலிருந்தா?''

''கனிவான குடும்பங்க கடனில் சிக்கிடுதுங்க. எஜமானரின் கடனை அடைக்க, அம்மாவின் மடியிலிருந்து பிடுங்கி குழந்தையை விற்க தேசத்தின் சட்டங்கள் அனுமதிக்கின்றன'' வெறுப்போடு ஜார்ஜ் சொன்னான்.

தனது சட்டைப் பையை தடவியபடி நேர்மையான வயோதிக மனிதர் வில்சன் கூறினார்: ''அநேகமா எனது நீதியை நான் கடைப் பிடிக்கலேன்னு நினைக்கிறேன். அதைத் தூக்கிப் போடு. எனது நீதியை நான் கடைப்பிடிக்க மாட்டேன். இந்தா ஜார்ஜ்'' தனது பையிலிருந்து ஒரு பணச் சுருளை எடுத்து, ஜார்ஜுக்கு வழங்கினார்.

''எனது கனிவான நல்ல அய்யாவே! எனக்கு எவ்வளவோ செஞ்சிருக்கீங்க. இது உங்களுக்கு சிரமத்தைத் தரலாம். எனக்குப் போதுமான பணம் இருக்கு. என்னை நான் விரும்பற இடத்துக்கு அழைத்துப் போகும் அளவிற்கு இருக்கு.'' ஜார்ஜ் கூறினான்.

''இல்லை, நீ எடுத்துக்கணும் ஜார்ஜ். எங்கேயும் பணம் பெரிய உதவியாய் இருக்கும். நேர்மையா கிடைச்சுதுன்னா, நிறைய வச்சுக்க முடியாது. எடுத்துக்கோ, என் பையா!''

‘‘ஒரு நிபந்தனையோடு அய்யா, பின்னாடி திரும்பக் கொடுப்பேன். நிச்சயம் கொடுப்பேன்’’ பணத்தை எடுத்துக் கொண்ட ஜார்ஜ் கூறினான்.

‘‘இதுபோல எவ்வளவு தூரம் பயணம் செய்யப் போறே? ரொம்ப நீண்ட நேரமோ, தூரமோ இருக்காதுன்னு நம்பறேன். நல்லா செஞ்சிருக்கே. ஆனா, அது ரொம்ப தைரியம். இந்தக் கறுப்பு மனிதன் – யார் அது?’’

‘‘உண்மையான மனிதர். ஒரு வருடம் முன்பு கனடாவுக்குப் போயிருக்கான். அவன் போனதும், அவனது எஜமானர் கோபத்துல அவனது வயதான ஏழைத் தாயை சாட்டையால் அடிச்சிருக்கார். அவளுக்கு ஆறுதல் சொல்ல இவ்வளவு தூரம் வந்திருக்கான். அவளை அழைச்சுக்கிட்டுப் போக வாய்ப்புத் தேடி வந்திருக்கான்.’’

‘‘அவன் கிடைச்சுட்டானா?’’

‘‘இன்னும் இல்ல, அந்த இடத்தை சுத்தி, சுத்தி வந்திருக்கான். வாய்ப்புக் கிடைக்கல. இதற்கிடையில், என்னோடு ஒஹியோ வரை வர்றான். அவனுக்கு உதவிய நண்பர்களிடம் என்னை விடப்போகிறான். பிறகு அம்மாவுக்காகத் திரும்ப வருவான்.’’

‘‘ஆபத்து - ரொம்ப அபாயமானது’’ வயோதிகர் சொன்னார்.

ஜார்ஜ் நெருங்கி வந்து, அகந்தையோடு புன்னகைத்தான்.

அப்பாவியானஆச்சரியத்தோடு, வயோதிகர் அவனை அடி முதல் முடி வரை பார்த்தார்.

‘‘ஜார்ஜ்! ஏதோ ஒண்ணு உன்னை அற்புதமாக வளர்த்திருக்கு. தலையை நிமிர்த்தி, மற்றொரு மனுசன போலப் பேசி, நடந்துக்கற’’ வில்சன் கூறினார்.

‘‘நான் சுதந்திர மனிதன் என்றால் எந்த மனிதரையும் எஜமானர் என்று சொல்வது இதுவே கடைசி முறை. நான் சுதந்திரமானவன்’’ பெருமையோடு ஜார்ஜ் கூறினான்.

‘‘கவனமாய் இரு. உறுதியாய் கூற முடியாது. நீ திரும்ப பிடிபடலாம்.’’

‘‘கல்லறையில் எல்லா மனிதரும் சுதந்திரமானவங்க - சமமான வங்க. அப்படி நேர்ந்தாலும் சரி வில்சன் அவர்களே!’’ ஜார்ஜ் கூறினான்.

‘‘மிக அருகில் இருக்கும் இந்த விடுதிக்கு வருவதற்கு உன்னோட தைரியத்தைப் பார்த்து வாயடைச்சு நிக்கறேன்.’’ வில்சன் கூறினார்:

‘‘வில்சன் அவர்களே! ரொம்ப தைரியம்தான். இது மிக அருகில் இருப்பதால், இதைப் பற்றி நினைக்கவே மாட்டாங்க. என்னை ரொம்ப

தூரத்திலதான் தேடுவாங்க. நீங்களே என்னை தெரிஞ்சுக்க மாட்டீங்க. ஜிம்மோட எஜமானர் இந்த நாட்ல வசிக்கல. இந்தப் பக்கத்துல அவரை யாருக்கும் தெரியாது. மேலும், நம்பிக்கையிழந்து அவன தேடறத விட்டுட்டாங்க. இந்த விளம்பரத்த பார்த்து, யாரும் என்னைப் பிடிக்க முடியாதுன்னு நினைக்கறேன்.''

''உன்னோட கையில் உள்ள அடையாளம்?''

தனது கையுறையை இழுத்து, தனது கையில் புதிதாய் ஆறியிருந்த புண்ணைக் காட்டினான்.

''திரு ஹாரிஸின் மதிப்பிற்கு விடைகொடுக்கும் நிரூபணம்! இரு வாரத்திற்கு முன்பு, இதச் செய்யணும்னு அவர் நினைச்சார். நான் ஒருநாள் ஓடிவிடுவேனாம். சுவாரசியமா இருக்கு இல்ல'' தனது கையுறையை இழுத்தவாறு ஜார்ஜ் கூறினான்.

''உன்னோட நிலையையும், அபாயமான நடவடிக்கைகளையும் நினைச்சா என்னோட ரத்தம் நடுங்குது'' வில்சன் கூறினார்.

''என்னோட ரத்தம் குளிர்ந்து போய் பல வருஷமாச்சு. இப்ப கொதிக்கும் நிலைக்கு வந்துவிட்டது'' ஜார்ஜ் சொன்னான்.

''என்னோட நல்ல அய்யா! நீங்க என்னைத் தெரிஞ்சுக்கிட்டதைப் பார்த்தேன். உங்ககிட்ட பேசிடணும்னு நினைச்சேன். இல்லேன்னா தங்களது ஆச்சரியமான பார்வை என்னை வெளிக்காட்டியிருக்கும். விடிவதற்கு முன்பு நாளை அதிகாலை புறப்படறேன். நாளை இரவு ஓஹியோவுக்குப் போய் பத்திரமா தூங்குவேன்னு நினைக்கிறேன். பகலில் பயணம் செய்வேன். சிறந்த உணவகங்களில் தங்குவேன். நிலப் பிரபுக்களோடு உணவு மேஜைக்குப் போவேன். போய் வருகிறேன். அய்யா. நான் பிடிபட்டதா கேள்விப்பட்டா நான் இறந்துட்டதா நீங்க அறியலாம்'' சிறிது நேர அமைதிக்குப் பின்பு ஜார்ஜ் கூறினான்.

ஜார்ஜ் பாறை போல் நின்றான். ஒரு இளவரசரின் தோரணையில் தனது கரங்களை வைத்துக் கொண்டான். நட்பான சிறு வயோதிகர் இசைவோடு தலையாட்டினார். சற்று நேரம் எச்சரிக்கை மொழிகளை மொழிந்தார். பிறகு தனது குடையை எடுத்துக் கொண்டார். தட்டுத்தடுமாறி அறையை விட்டு வெளியேறினார்.

அந்த வயோதிகர் கதவை மூடியதும், அதை சிந்தனையோடு நோக்கியவாறு நின்றான். அவனது மனதில் ஒரு எண்ணம் பளிச்சிடுவதாய்த் தோன்றியது. கதவை நோக்கிச் சென்று, அதைத் திறந்தான்.

''திரு. வில்சன், மேலும் ஒரு வார்த்தை'' அந்த வயதான பெருந்தகை மீண்டும் நுழைந்தார். முன்பு போலவே ஜார்ஜ் கதவை சாத்தினான். தரையை மேலோட்டமாகப் பார்த்தவாறு சில கணங்கள் நின்றான். இறுதியாக, திடீரென்று தனது தலையைத் தூக்கினான்.

''திரு. வில்சன்! என்னை நடத்திய விதத்தில் நீங்கள் கிறித்துவராக இருந்திருக்கிறீர்கள். உங்களது கிறித்துவ கனிவின் கடைசி செயலாக ஒன்று கேட்க விரும்பறேன்.''

''சொல்லு ஜார்ஜ்''

'நீங்க சொன்னது சரிதான். நான் பயங்கரமான அபாயத்துல செயல்படறேன். நான் இறந்தேன்னா, அதுக்காக கவலைப்படற பிறவி இந்த உலகத்துல யாரும் இல்ல'' தனது மூச்சை இழுத்தவாறு, கடும் முயற்சி எடுத்து அவன் பேசினான். ''நான் உதைச்சு வெளியே தள்ளப்பட்டு, நாய் மாதிரி புதைக்கப்படுவேன். மறுநாள் முதல் யாரும் என்னை நினைக்கக்கூட மாட்டாங்க. எனது ஏழை மனைவியைத் தவிர. பாவப்பட்ட பிறவி அவள் துக்கம் அடைவாள், துயரப்படுவாள், அவகிட்ட இந்த ஊக்கைக் கொடுப்பீங்களா? ஒரு கிறிஸ்துமஸிற்கு பரிசா இதைக் கொடுத்தா. அவகிட்ட கொடுங்க. இறுதி வரை அவளை நேசிச்சதா சொல்லுங்க. செய்வீங்களா?'' அவன் ஆர்வமாய்க் கேட்டான்.

''நிச்சயம் செய்வேன். ஏழை மனிதனே!'' ஈரமான கண்களோடு, வருத்தத்தில் நடுங்கும் குரலில் கூறியவாறு, அந்த வயோதிகப் பெருந்தகை ஊக்கை எடுத்துக் கொண்டார்.

''ஒரு விஷயத்தை அவளிடம் சொல்லுங்க. இது என்னோட இறுதி விருப்பம். கனடாவுக்குப் போக முடிஞ்சா, போகச் சொல்லுங்க. அவளோட எஜமானர் எத்தனை கனிவா இருந்தாலும், அவ அந்த இல்லத்தை எவ்வளவுதான் நேசிச்சாலும், திரும்பப் போகச் சொல்லாதீங்க. அடிமைத்தனம் எப்போதும் துயரத்தில்தான் முடியும். எங்க மகனை சுதந்திர மனிதனாக வளர்க்கச் சொல்லுங்க. நான் சிரமப்பட்ட மாதிரி அவன் கஷ்டப்படக்கூடாது. இத அவகிட்ட சொல்லுங்க, சொல்வீங்களா?''

''சொல்றேன். அவகிட்ட சொல்வேன். நீ இறந்து போக மாட்டேன்னு நம்பறேன். தைரியமா இரு. நீ வீரமான மனிதன். கடவுளை நம்பு. நீ பாதுகாப்பா போகணும்ங்கறதுதான் எனது நெஞ்சார்ந்த விருப்பம்.''

''நம்பிக்கை வைக்க ஒரு கடவுள் இருக்காரா? ஒரு கடவுள் இருக்க முடியாதுன்னு நான் நினைக்கற அளவுக்கு என்னோட வாழ்க்கையில் பலவற்றை பார்த்துட்டேன். எங்களுக்கு இதெல்லாம் எப்படி இருக்கும்ன்னு கிறித்துவர்கள் உங்களுக்குத் தெரியாது'' வயோதிகப் பெருந்தகையின் தொண்டையை அடைத்த துக்கம் ஜார்ஜின் குரலில் கசப்பாய் வெளிப்பட்டது.

''இப்ப அப்படிச் சொல்லாதே பையா! அப்படி நினைக்காதே. இருக்கார். அவரைச் சுற்றி கருமேகமும், இருளும் இருக்கலாம். ஆனால்,

நியாயமும், நேர்மையும் அவரது கிரீடத்தில் வசிக்கின்றன. கடவுள் இருக்கார் ஜார்ஜ். இதை நம்பு, அவர்மீது நம்பிக்கை வை. அவர் நிச்சயம் உதவுவார்னு நான் நம்பறேன். எல்லாம் சரி செய்யப்படும். இந்தப் பிறவியில் இல்லாவிடினும், அடுத்த பிறவியில் சரி செய்யப்படும்.'' கிட்டத்தட்ட தேம்பியவாறு வயோதிகர் பேசினார்.

இந்த எளிய வயோதிகரிடம் இருந்த உண்மையான பக்தியும், உதார குணமும் அவருக்கு கவுரவத்தையும், அதிகாரத்தையும் அளித்தன. அந்த அடிப்படையில் அவர் பேசினார். அறையின் கீழும், மேலும் தனது தளர்ந்த நடையை ஜார்ஜ் நிறுத்தினான். ஒருநொடி சிந்தித்தவாறு நின்றான். பிறகு அமைதியாய்க் கூறினான்: ''இதைச் சொன்னதுக்கு நன்றி, நல்லவரே! அதை யோசிப்பேன்.''

12
சட்டபூர்வ வணிகத்தின் தேர்ந்தெடுக்கப்பட்ட நிகழ்வுகள்

"ராம்ஹாவில் ஒரு குரல் கேட்டது. அழுதது - வருந்தியது, துக்கம் கடைபிடித்தது, தனது குழந்தைகளுக்காக ரேச்சல் அழுதார். அவளுக்கு ஆறுதல் அளிக்க முடியவில்லை''

ஹாலேவும், டாமும் துள்ளிக் குதித்து ஓடிய தங்களது வண்டியில் பயணித்தனர். தங்களது வெவ்வேறு விதமான பிரதி பலிப்புகளில் ஆழ்ந்திருந்தனர். அருகருகில் அமர்ந்திருந்த இருவரின் வெளிப்பாடு களும் விநோதமாக இருந்தன. அவர்கள் ஒரே இருக்கையில் அமர்ந்திருந்தனர். ஒரேவித கண்கள் கொண்டிருந்தனர். காதுகள் கொண்டிருந்தனர் - கைகளும், உறுப்புகளும் ஒரேவிதமாகக் கொண்டிருந்தனர் இருவரும் தங்கள் முன் காட்சி காட்டிய அதே பொருட்களைப் பார்த்தனர். ஆனால் தங்கள் நடத்தையில் எத்தனை வித்தியாசம் காட்டினர் என்பது விநோதமானது.

உதாரணமாக ஹாலே நினைத்தார் - முதலில் டாமின் உயரத்தை யும், அகலத்தையும், நீளத்தையும் நினைத்தார். நல்லபடியாக பராமரிக்கப்பட்டு, கொழுகொழுவென்று தொடர்ந்து வைக்கப்பட்டி ருந்தால், அவருக்கு என்ன விலை கிடைக்கும்? தனது குழுவில் அவன் எப்படி இருப்பான் என்று யோசித்தார். ஒத்த மனிதர்களின் - ஆண்

பெண், குழந்தைகள் - வணிக மதிப்பு பற்றி யூகித்தார். தொழிலின் மற்ற அம்சங்களைப் பற்றி யோசித்தார். பிறகு அவரைப் பற்றி நினைத்தார். தான் எவ்வளவு பெரிய மனிதாபிமானி என்று எண்ணினார். தனது வணிகத்தில் இருக்கும் மற்றவர்கள் கறுப்பர்களின் கையையும், காலையும் விலங்கிடும்போது தனக்கு, காலில் மட்டும் கட்டப்படுவதை நினைத்தார். ஒழுங்காக நடக்கும்வரை தனது கையை சுதந்திரமாகப் பயன்படுத்த டாமை அனுமதித்துள்ளதை நினைத்தார். தனது கருணைகளை டாம் உணருவாரா என்று சந்தேகமாக இருக்கிறது. மனித இயல்பு எவ்வளவு நன்றி கெட்டதாக இருக்கிறது என்று ஹாலே எண்ணினார். தான் உதவிசெய்த கறுப்பர்கள், அவரை ஏமாற்றி யிருப்பதை நினைத்தார். இருந்தாலும் தான் அவர்களிடம் நடந்து கொள்வதை ஆச்சரியத்தோடு நல்லவிதமாகப் பார்த்தார்.

டாமோ, தான் படித்த இயல்புக்கு மாறான பழைய புத்தகத்தையும், அதில் தான் படித்த வார்த்தைகளைப் பற்றியும் நினைத்தவாறு இருந்தார். ''இங்கே நாங்கள் தொடர்ந்து வசிக்கும் நகரங்கள் இல்லை, அப்படி ஒரு நகரத்தை நாங்கள் விரும்புகிறோம். அங்கு எங்களது கடவுள் என்று அழைக்கப்படுவதற்கு கடவுளே வெட்கப்படாது இருக்க வேண்டும், அவர்தான் எங்களுக்கு அந்த நாட்டை தயாரித்துத் தரவேண்டும்'' ஒரு பழைய தொகுதியின் இந்த வரிகள் 'படிக்காத, ஏதுமறியாத' மனிதர்களால் எழுதப்பட்டவை. டாம் போன்ற எளிய, ஏழை மனிதர்களின் மனோசக்தியை அதிகரிக்கும் அதிசயத்தை இவ்வார்த்தைகள் ஆண்டாண்டு காலமாக செய்து வருகின்றன. அடிமனத்தின் ஆழத்திலிருந்து ஆன்மாவை எழுப்புகின்றன. எக்காள ஒலியைப் போன்று, தைரியத்தையும், சக்தியையும், உற்சாகத்தையும் தட்டி எழுப்புகின்றன. அதற்கு முன்பு அங்கு நம்பிக்கையின்மையின் இருள்தான் இருந்தது.

தனது சட்டைப் பையிலிருந்து ஏதோ ஒரு செய்தித் தாளை எடுத்தார் டாம். விளம்பரங்களை ஆழ்ந்த ஆர்வத்தோடு பார்க்கத் துவங்கினார். அவர் சரளமாகப் படிக்க வல்லவர் அல்லர். மனனம் செய்யும் தொனியில், பாதி சத்தமிட்டவாறு படிப்பார். தனது கண்களின் பார்வைத் தன்மையை சரிபார்க்க தனது காதுகளுக்கு கட்டளையிடுவதாக அது இருக்கும். இதுபோன்ற குரலில், கீழ்க்கண்ட பத்தியை மெதுவாகப் படித்தார்:

பொறுப்பேற்பாளர் விற்பனை - நீக்ரோக்கள் வாஷிங்டன் நகரில் கென்டகியில் நீதிமன்ற இல்லக் கதவருகில் பிப்ரவரி, 20 - செவ்வாய்க்கிழமை அன்று, நீதிமன்ற ஆணையின்படி கீழ்க்கண்ட நீக்ரோக்கள் விற்கப்படுவர் : ஹாகர் - வயது 60, ஜான் - வயது 30, டென் - வயது 21, சால் - வயது 25, ஆல்பர்ட் - வயது 14. கடன் கொடுத்தோர் நலனுக்காக விற்பனை ஜெஸ்ஸி

பிளட்ச்போர்டு உஸ்காய் பண்ணையாரின் வாரிசுகள்:- சாமுவேல் மாரிஸ், தாமஸ் ஃப்பிளிண்ட், பொறுப்பேற்பாளர்

''இதை நான் பார்க்கணும்'' டாமிடம் ஹாலே சொன்னார். பேசுவதற்கு வேறு எவரும் அவருக்கில்லை.

''உன்னோடு அழைத்துப் போக ஒரு முதன்மைக் கும்பலை வாங்க விரும்பறேன். நன்கு பழகக் கூடியவர்களாகவும், இனிமையானவர்களாகவும் உள்ள நல்ல குழுவாக அவங்க இருப்பாங்க. முதலில் வாஷிங்டனுக்குப் போகணும். உன்னை சிறையில் ஒப்படைச்சுட்டு, நான் வியாபாரம் செய்வேன்.''

சம்பாதிக்கத்தக்க இந்த சாமர்த்தியத்தை டாம் சாதுவாய் ஏற்றார். இந்த இருண்ட மனிதர்களில் எத்தனை பேருக்கு மனைவியும், குழந்தைகளும் இருப்பார்கள் என்றும், அவர்களை விட்டு வருவதற்கு தன்னைப்போல் வருந்துவார்களா என்றும் உள்ளுக்குள் ஆச்சரியப் பட்டார். தான் சிறையில் அடைக்கப்படப் போகிறோம் என்று போகிற போக்கில் சொல்லப்பட்ட தகவல் அந்த ஏழையிடம் ஏற்கத்தக்க விளைவை எந்தவிதத்திலும் ஏற்படுத்தவில்லை. தனது நேர்மையிலும், நேர்வழி வாழ்முறையிலும் டாம் பெருமை கொண்டிருந்தார். ஆமாம் டாம் தனது நேர்மை பற்றி பெருமை கொண்டவராய் இருந்தார் என்று ஒப்புக் கொள்ளத்தான் வேண்டும். வேறு எதுபற்றியும் பெருமை கொள்ள அவருக்கு வழியிருக்கவில்லை. சமூகத்தின் உயர் பகுதிக்கு சொந்தக்காரராய் இருந்திருந்தால், இந்தக் கடினமான நிலைமைக்கு தள்ளப்பட்டிருக்க மாட்டார். இருப்பினும் பகல் பொழுது கழிந்து, மாலையில் வாஷிங்டனில் ஹாலேவும், டாமும் அவரவர் தகுதிக்கு ஏற்ப வசதியாக தங்கினர். ஒருவர் விடுதியிலும், மற்றவர் சிறையிலும் தங்கினர்.

மறுநாள் பதினொரு மணி அளவில், நீதிமன்ற இல்ல வாயிலின் முன்பு - புகைத்துக் கொண்டு, மென்று கொண்டு, துப்பிக் கொண்டு, திட்டிக் கொண்டு, உரையாடிக் கொண்டு - தங்களது விருப்ப உணர்வுக்கு ஏற்ப செய்து கொண்டிருந்த கலவையான கூட்டம் குழுமியிருந்தது. ஏலம் துவங்கக் காத்திருந்தது. தங்களுக்குள் தணிந்த குரலில் உரையாடியவாறு, விற்கப்படவிருந்த ஆண்களும், பெண்களும் தனி அணியாக அமர்ந்திருந்தனர். ஹாகர் என்ற பெயரில் விளம்பரப் படுத்தப்பட்டிருந்த பெண் தோற்றத்திலும், இதர அம்சங்களிலும் ஆப்ரிக்கராய் இருந்தாள். அவளுக்கு அறுபது வயது இருக்கலாம். கடினமான வேலை காரணமாகவும், நோயின் காரணமாகவும் மேலும் அதிக வயதானவளாகத் தோன்றினாள். பாதியளவு கண் தெரியாதிருந்தாள். முடக்குவாதத்தில் பாதிக்கப்பட்டிருந்தாள். மிஞ்சியிருந்த அவளது ஒரே மகனான ஆல்பர்ட் என்ற பதினான்கு வயது பிரகாசமான பையன் அவளருகில் நின்றிருந்தான். பெரிய குடும்பத்தின்

ஒரே பிழைத்திருக்கும் பிறவியாய் இருந்தான். அக்குடும்பத்தினர் ஒவ்வொருவராக அவளிடமிருந்து பிரிக்கப்பட்டு, தெற்குப் பகுதிச் சந்தைக்கு தொடர்ந்து விற்கப்பட்டு விட்டனர். தனது நடுங்கும் கைகளால் அவனை அவனது தாய் பிடித்துக் கொண்டிருந்தாள். அவனை ஆய்வு செய்ய வந்த ஒவ்வொருவரையும் தீவிர பதட்டத்தோடு பார்த்தாள்.

''பயப்படாதீங்க, ஹேகர் அத்தை. எஜமானர் தாமஸிடம் பேசினேன். உங்க இருவரையும் ஒன்றாக விற்க முடியும்னு கருதுவதா கூறினார்'' என்று அங்கிருந்த ஆண்களில் அதிக வயதானவர் கூறினார்.

''ஓய்ந்து போனவளா என்னை நினைக்காதே. என்னால இப்பவும் சமைக்க முடியும், தேய்க்க முடியும், துலக்க முடியும், மலிவா கிடைச்சா என்னையும் வாங்கலாம்னு அவங்ககிட்ட சொல்லு'' ஆர்வமாய் நடுங்கும் குரலில் அவள் கூறினாள்.

இந்தக் குழுவை நோக்கி ஹாலே வேகமாய் வந்தார். வயோதிகரிடம் சென்றார். அவரது வாயைத் திறந்து பார்த்தார். பற்களை சோதித்தார். நிற்க வைத்தார். நிமிரச் சொன்னார். முதுகை வளைத்தார். அவரது சதையின் சக்தியை அறிய பலவித செயல்களை செய்ய வைத்தார். அடுத்தவரிடம் சென்றார். அவ்விதமே அவரையும் சோதித்தார். இறுதியாக சிறுவனை நோக்கி நடந்தார். அவனது புஜத்தை இழுத்தார். கைகளை நேராக்கினார். விரல்களை சோதனையிட்டார். அவனது துரித செயல்பாட்டை அறிய, குதிக்கச் சொன்னார்.

''என்னை விட்டுட்டு இவனை விற்க மாட்டாங்க. என்னையும் சேர்த்து கூட்டாகத்தான் விற்பாங்க. நான் ரொம்ப வலுவானவ. நான் நிறைய வேலைகள் செய்வேன், எஜமான் - நிறைய வேலைகள்'' உணர்ச்சி ததும்பும் ஆர்வத்தோடு வயதான பெண் கூறினாள்.

''தோட்டத்திலா?'' இறுமாப்பான பார்வையை செலுத்தி ஹாலே கேட்டார். சோதனையில் திருப்தியுற்றவராக நடந்தார். பார்த்தார். தனது சட்டைப் பையில் கைவிட்டவாறு நின்றார். வாயில் சுருட்டு இருந்தது. நடவடிக்கைக்குத் தயாராக தனது தொப்பியை ஒரு பக்கம் சாய்த்தார்.

''இவங்கள பத்தி என்ன நினைக்கறீங்க?'' ஹாலேவின் சோதனையைத் தொடர்ந்து கவனித்து வந்த ஒருவர் கேட்டார். அவரது கருத்தை அறிந்து தான் முடிவெடுக்கலாம் என்பது போல் அது இருந்தது.

துப்பியபடி ஹாலே சொன்னார்: ''இளையவர்களையும், பையனையும் வாங்கலாம்னு நினைக்கிறேன்.''

''அந்தப் பையனையும், வயதான பெண்ணையும் ஒண்ணா விற்கணும்னு விரும்பறாங்க'' அந்த மனிதர் கூறினார்.

''அது கஷ்டம். வயசான எலும்புக்கூடா இருக்கா. உப்புக்கு பெற மாட்டா''

"அப்ப வாங்க மாட்டீங்களா?" மனிதர் கேட்டார்.

"வாங்கற யாரும் முட்டாளா இருப்பாங்க. அவ பாதி குருடு. முடக்கு வாதத்தில வளைந்திருக்காள். அடி முட்டாள்!"

"சிலர் இது மாதிரி வயதானவங்கள வாங்குவாங்க. மத்தவங்க நினைப்பதைவிட அவங்களால உபயோகம் இருக்கும்னு நினைப்பாங்க" எதிரொலிப்பதாய் அம்மனிதர் கூறினார்.

"மாட்டாங்க. எல்லாரும் இனாமா கொடுத்தாக்கூட வாங்க மாட்டாங்க. உண்மை. நான் இப்பப் பார்த்தேனே"

"அது பரிதாபம். அவளது மகனோட வாங்கலேன்னா பாவம். அவளோட இதயம் அவனிடம் நெருக்கமா இருக்கு. மலிவா அவளை வித்தா..."

"அப்படி பணத்தை செலவழிக்க முடிஞ்சவங்களுக்கு, அது சரியா இருக்கலாம். தோட்டத்து வேலைக்கு பையனை ஏலம் எடுப்பேன். அவளை வாங்க வழியில்ல. தந்தாலும் வேண்டாம்" ஹாலே சொன்னார்.

"அவளுக்கு ஏமாத்தமா இருக்கும்" மனிதர் கூறினார்.

"இயற்கைதான். ஏமாத்தமா இருக்கும்" ஹாலே அலட்சியமாகக் கூறினார். பார்வையாளர்களிடமிருந்து வந்த மும்முரமான ஒலி இவர்களது உரையாடலை தடுத்து நிறுத்திற்று. குள்ளமான, சுறுசுறுப்பான, முக்கியமான மனிதரான ஏலக்காரர் கும்பலில் நுழைந்து வந்தார். வயதான பெண் தனது மூச்சை இழுத்தாள். அனிச்சையாக தனது மகனைப் பிடித்தாள்.

"அம்மாவிடம் நெருங்கி நில், ஆல்பர்ட். நம்மை ஒண்ணா ஏலம் விடுவாங்க." அவள் கூறினாள்.

"ஓ அம்மா! அவங்க மாட்டாங்கன்னு பயப்படறேன்" சிறுவன் கூறினான்.

"அவங்க விட்டாகணும், குழந்தை. அப்படி விடலேன்னா, நான் வாழ முடியாது. வழியே இல்ல" தீவிரமாக அந்த வயோதிகப் பிறவி கூறினாள்.

ஏலக்காரரின் பலமான குரல் வழிவிடக் கோரியது, ஏலம் துவங்க விருப்பதாகக் கூறியது. ஒரு இடம் காலி செய்யப்பட்டது. ஏலம் துவங்கியது. சந்தையில் சுறுசுறுப்பான தேவை இருப்பதைக் காட்டும் விதத்திலும், விலையிலும், பட்டியலில் இருந்த பலர் விற்கப்பட்டனர். அவர்களில் இருவர் ஹாலேக்கு கிடைத்தனர்.

"இப்ப வா பையா, எழுந்து நில் தனது கத்தியால் சிறுவனை தட்டியபடி ஏலக்காரர் சொன்னார்"

''எங்கள சேர்த்து ஏலம் விடுங்க. தயவு செய்து சேர்த்து விடுங்க. எஜமான்'' பையனை இறுக்கிப் பிடித்தவாறு வயதான பெண் கூறினாள்.

''நகரு'' அவளது கையைத் தள்ளியவாறு, அந்த மனிதன் கடுகடுத்தான். ''நீ கடைசியா வா. இப்ப கறுப்பா! குதி'' இந்த வார்த்தையோடு, அந்தப் பையனை கும்பலை நோக்கித் தள்ளினான். ஆழமான, கனமான புலம்பல் பின்பக்கத்திலிருந்து வெளிப்பட்டது. பையன் தயங்கி நின்றான், திரும்பிப் பார்த்தான். நிற்பதற்கு அவகாசம் இல்லை, தனது பெரிய, பிரகாசமான கண்களிலிருந்து கண்ணீரை துடைத்தவாறு, ஒரு நொடியில் மேலேறினான். அவனது அழகான வடிவமும், வடிவமைக்கப்பட்ட கை, கால்களும், பிரகாசமான முகமும் உடனடி போட்டி ஒன்றை உண்டாக்கியது. ஒரே நேரத்தில் அரை டஜன் கேட்புகள் ஏலக்காரரின் காதை எட்டின. இங்கும், அங்கும் ஒலித்த கூச்சலான கேட்புகளைக் கேட்டு, பதட்டமாகவும், பாதி பயத்தோடும், பக்கத்திற்குப் பக்கம் நோக்கியவாறும் அவன் இருந்தான். இறுதியாக சுத்தியல் மணி அடித்தது. ஹாலே அவனைப் பெற்றார். தனது புதிய எஜமானரை நோக்கி கும்பலிலிருந்து அவன் தள்ளப்பட்டான். ஒரு நொடி நின்றான். திரும்பப் பார்த்தான். அந்த ஏழைத்தாயின் ஒவ்வொரு கையும், காலும் நடுங்கின. அவனை நோக்கி நடுங்கும் கரங்களை நீட்டினாள்.

''என்னையும் எஜமான்! எனது கடவுளுக்காக என்னையும் வாங்குங்க. நீங்க வாங்கலேன்னா, நான் செத்துடுவேன்.''

''நான் வாங்கினா, நீ செத்துடுவே. அதுதான் திருப்பம்'' ஹாலே சொன்னார், அவர் கிளம்பத் தயாரானார்.

வயதான ஏழைப் பெண்ணுக்கான கேட்பு சுருக்கமாய் இருந்தது. ஹாலேவுடன் பேசியவர் அற்ப விலைக்கு அவளை வாங்கினார். கருணையில் பஞ்சம் இல்லாதவராய் இருந்தார். பார்வையாளர்கள் கலையத் துவங்கினர்.

பல வருடங்களாக ஒன்றாக வாழ்ந்திருந்த – ஏலத்தில் விடப்பட்ட ஏழை பலியாட்கள் வருத்தத்தில் இருந்த வயதான தாயைச் சுற்றிக் குழுமினர். அவளது வேதனை பரிதாபத்திற்குரியதாக இருந்தது.

''ஒண்ணா விடக்கூடாதா? ஒண்ணாதான் விடணும்னு எஜமானர் சொன்னார்'' திரும்பத் திரும்ப மனமுடைந்த குரலில் அவள் சொன்னாள்.

''கடவுளிடம் நம்பிக்கை வைங்க, ஹேகர் அத்தை'' வயோதிகர் வருத்தமாய்க் கூறினார்.

''அது என்ன நல்லது செய்யும்?'' உணர்ச்சி ததும்ப தேம்பியவாறு அவள் சொன்னாள்.

''அம்மா! அம்மா! அழாதீங்க. நீங்க நல்ல எஜமானரை பெற்றிருப்பதா எல்லாரும் சொல்றாங்க.'' சிறுவன் கூறினான்.

''எனக்கு அக்கறையில்லை, அறவே அக்கறையில்லை. ஓ ஆல்பர்ட்! நீதான் எனது கடைசிப் பையன், கடவுளே! எப்படித் தாங்குவேன்?''

''வாங்க! அவள அழைச்சிக்கிட்டு போங்க. யாராவது செய்ய மாட்டீங்களா? இப்படிச் செய்வது அவளுக்கு உதவாது.'' ஹாலே வறட்சியாய் கூறினார்.

பாதி சம்மதிக்க வைத்தும், பாதி வலிமை காட்டியும், ஏழைப் பிறவியின் இறுதிப் பிடியை குழுவின் வயதான ஆண்கள் தளர்த்தினர். புதிய எஜமானரின் வண்டிக்கு அழைத்துச் சென்று, அவளைத் தேற்றினர்.

தான் வாங்கிய மூவரையும் தள்ளியவாறு கைவிலங்குகளின் பொட்டலத்தை எடுத்தார் ஹாலே. அவர்களது கைகளில் பூட்டினார். ஒவ்வொரு கைவிலங்கையும் பெரிய சங்கிலியில் பிணைத்தார். அவர்களை சிறைக்கு அழைத்துச் சென்றார்.

ஹாலே தனது உடமைகளோடு ஒஹியோவின் படகு ஒன்றில் பத்திரமாய் சேர்க்கப்பட சில நாட்களாயிற்று. படகு செல்லச் செல்ல கடற்கரையின் வழியே பல இடங்களில் அவரோ, அவரது முகவர்களோ சேகரித்து வைத்திருந்த வணிகப் பொருளான அடிமைகளால் அவரது குழு பல்கிப் பெருகியது. தீரமான, அழகான படகான லா பெலி ரிவியரி, தனது பெயர் கொண்ட நதியைக் கடந்தது. நதியின் ஓட்டத்தினூடே மகிழ்வாய் மிதந்தது. வானம் பிரகாசமாய் இருந்தது. சுதந்திர அமெரிக்காவின் கோடுகளும், நட்சத்திரங்களும் கையசைத்து தலை மீது சிறகடித்தன. நன்கு உடையணிந்த பெண்களும், ஆண்களும் நடை பயின்று, மகிழ்வான பகலை அனுபவித்தனர். எல்லாம் உயிரோட்டமாய் இருந்தன. ஹாலேவின் கும்பலைத் தவிர. அவர்கள் கீழ்த்தளத்தில் மற்ற சரக்குகளோடு வைக்கப்பட்டிருந்தனர். ஒரு முடிச்சில் அமர்ந்து, தணிந்த குரலில் உரையாடி வந்த அவர்கள், தங்களுக்கு அளிக்கப்பட்ட சலுகைகளைப் பாராட்டுவதாய்த் தோன்றவில்லை.

''சிறுவர்களே! உங்கள் இதயத்தை நல்லா வச்சிருக்கீங்கன்னு நினைக்கிறேன். உற்சாகமா இருக்கீங்கன்னு நம்பறேன். புழுங்கக்கூடாது. மேல் உதட்டை அழுத்தமா வைச்சுக்கணும். நல்லா நடந்துக்கங்க. நானும் நல்லா நடத்துவேன்'' சுறுசுறுப்பாய் இருந்த ஹாலே சொன்னார்.

''சரி எஜமான்'' தவறாது சிறுவர்கள் கூறினர். பல ஆண்டுகளாக ஏழை ஆப்பிரிக்கர்களின் குறிப்புச் சொல்லாக அது இருந்தது. அவர்கள் உற்சாகமா இல்லேன்னு சொல்லித்தான் ஆகணும். தாங்கள்

இறுதியாகப் பார்த்திருந்த மனைவிகள், தாய்கள், சகோதரிகள், குழந்தைகளின் பிரிவால் வருந்துவதாய் இருந்தனர்.

''எனக்கு ஒரு மனைவி இருக்கிறாள். இது பற்றி தெரியாது. பாவப்பட்ட பிறவி.'' ஜான் என்றறியப்பட்ட முப்பது வயது சரக்கு பேசியது. தனது சங்கிலியிடப்பட்ட கரத்தை டாமின் முழங்காலில் வைத்திருந்தான் ஜான்.

''அவ எங்க இருக்கா?'' டாம் கேட்டார்.

''பக்கத்தில் இருக்கும் விடுதியில்தான். இந்த உலகத்தில் மீண்டும் அவளைப் பார்க்க முடியும்னு விரும்பறேன்.'' ஜான் சொன்னான்.

ஏழை ஜானுக்கு! அது மிகவும் இயல்பானது. அவன் பேசும்போது, கண்ணீர் வழிந்து விழுந்தது. அவன் வெள்ளை மனிதனோ என்று எண்ணும்படி அது இயற்கையாக விழுந்தது. தனது புண்பட்ட இதயத்திலிருந்து நீண்ட பெருமூச்சு விட்ட டாம், அவனைத் தேற்ற தன்னால் இயன்ற வழியில் முயன்றார்.

மேலே, அறைகளில், தந்தையும், தாயும், கணவனும், மனைவியும் அமர்ந்திருந்தனர். மகிழ்வுடன், ஆடிப்பாடும் குழந்தைகள் அவர்களைச் சுற்றி வந்தன. அனைத்தும் வசதியாகவும், எளிதாகவும் இருந்தது.

''ஓ அம்மா'' ஒரு சிறுவன் கூறினான். அவன் கீழிருந்து அப்போது தான் வந்திருந்தான். ''இந்தப் படகில் ஒரு நீக்ரோ வணிகர் ஏறி இருக்கார். கீழே நான்கு, ஐந்து அடிமைகளை கொண்டு வந்திருக்கார்.''

''ஏழைப் பிறவிகள்'' துயரத்திற்கும், கோபத்திற்கும் இடைப்பட்ட ஒரு குரலில் தாய் கூறினாள்.

''என்ன அது?'' மற்றொரு பெண் கேட்டார்.

''கீழே ஏழை அடிமைகள் இருக்காங்க'' அம்மா சொன்னார்.

''அவங்கள சங்கிலியால கட்டியிருக்கு'' சிறுவன் கூறினான்.

''இது மாதிரி காட்சிகளைப் பார்ப்பது, நமது நாட்டிற்கு எத்தனை வெட்கக்கேடு'' மற்றொரு பெண் கூறினார்.

''இரண்டு பக்கமும் அதிகம் பேச இதில் இடமிருக்கு.'' ஒரு நாகரிக நங்கை சொன்னார். தனது அறையின் கதவருகில் தைத்துக் கொண்டிருந்தார். அவரது சிறு மகனும், மகளும் அவரைச் சுற்றி விளையாடிக் கொண்டிருந்தனர். ''நான் தெற்கே போயிருக்கேன். சுதந்திரமா இருந்தா எப்படி இருப்பாங்களோ அதைவிட வசதியா இருக்கறதை பார்த்திருக்கேன்.''

''சில விதத்துல சிலர் வசதியா இருக்காங்கன்னு ஒத்துக்கறேன். அடிமைத்தனத்தின் பயங்கரமான பகுதி என்பது உணர்வுகளை மதிக்காம மிதிக்கறதுதான்னு நான் நினைக்கிறேன். உதாரணமா,

குடும்பங்களை பிரிப்பதைச் சொல்லலாம்.'' அவர் யார் கேள்விக்கு பதிலுரைத்தாரோ அந்தப் பெண்மணி கூறினார்.

''நிச்சயமா அது மோசம்தான்.'' அவர் அப்போதுதான் தனது குழந்தைக்காக தைத்து முடித்திருந்த ஆடையைத் தூக்கிப் பிடித் திருந்தார். அதன் ஓரங்களை உற்று நோக்கினார். ''ஆனா அடிக்கடி நடப்பதா நான் நினைக்கலை.'' மற்ற பெண்மணி கூறினார்.

''ஓ! அப்படி அடிக்கடி நடக்குது'' முதல் பெண் ஆர்வமாய் கூறினார். பல வருஷங்கள் கென்டகியிலும், வர்ஜீனியாவிலும் வசிச் சிருக்கேன். ஒருத்தரோட நெஞ்சை வருத்தற மாதிரி நிறைய பார்த் திருக்கேன். அம்மா! உங்களுக்கு இரண்டு குழந்தைகள் இருக்குன்னு வச்சுக்கோங்க. அது இரண்டையும் உங்ககிட்டேயிருந்து பிரிச்சு, வித்தா எப்படி இருக்கும்?''

''இந்த வகை மனிதர்களுக்கு நமது உணர்வுகளிலிருந்து காரணம் சொல்ல முடியாது.'' தனது மடியில் கம்பளி நூற்கண்டை சரி செய்தவாறு மற்ற பெண் கூறினார்.

''உண்மைதான் அம்மா! உங்களுக்கு எதுவும் அவங்களப் பத்தி தெரியாது. நான் அவங்கக் கூட பிறந்து, வளர்ந்திருக்கேன். நம்ம மாதிரி உணர்ச்சிகள் - இன்னும் சொல்லப் போனால் நம்மைவிட அதிகமா - அவங்களுக்கும் கூர்மையா இருக்கு.'' முதல் பெண் இதமாகச் சொன்னார்.

கொட்டாவி விட்டபடி பெண் சொன்னார்: ''உண்மை'' அறை ஜன்னலுக்கு வெளியே பார்த்தார். துவக்கியபோது கூறிய அதே கருத்தை இறுதியாக திரும்பச் சொன்னார்: ''என்ன இருந்தாலும், சுதந்திரமா இருப்பதைவிட அவங்க நல்லா இருக்காங்கன்னு நான் நினைக்கிறேன்''

''ஆப்பிரிக்க இனம் வேலைக்காரங்களா இருக்கணும். மட்டமான நிலையில் வைக்கப்படணும் என்பது சந்தேகமில்லாம கடவுளின் எண்ணம்தான். சொர்க்கத்தால் நிந்திக்கப்பட்டவர்கள், வேலைக் காரர்களின் வேலைக்காரர்களாய் இருக்கட்டும்'னு சாசனம் சொல்கிறது.'' அறைக் கதவின் அருகில் அமர்ந்திருந்த கறுப்பான, கடுமையான தோற்றம் காட்டிய மதகுருமார் கூறினார்.

''நான் சொல்றேன், புதியவரே, அப்படித்தான் உரைக்கு அர்த்தமா?'' அருகில் நின்றிருந்த உயரமான மனிதர் கேட்டார்.

''சந்தேகம் இல்லாம. அது கடவுளை மகிழ்விக்கிறது. சில விசித்திர காரணங்களுக்காக மகிழ்விக்கிறது. அந்த இனத்தை அடிமைத்தன இருளில் தள்ளுவது பல்லாண்டு காலமா இருந்து வருது. நாம அதுக்கு எதிரான எண்ணத்தைத் தெரிவிக்கக்கூடாது.''

'நல்லது அப்ப! நாம கறுப்பர்களை வாங்குவதைத் தொடர்ந்து செய்வோம். கடவுளோட வழி அதுதான்னா நாம் செய்யமாட்டோமா, ஸ்கொயர்'' ஹாலே பக்கம் திரும்பிக் கூறினார். அடுப்புக்கு அருகில் தனது பையில் கைவிட்டவாறு ஹாலே நின்றிருந்தார். உரையாடலை அவர் உற்றுக் கேட்டு வந்தார்.

''ஆமாம். கடவுளின் ஆணைக்கு நாமெல்லாம் அடிபணியனும். கறுப்பர்கள் விற்கப்பட வேண்டும். சுத்தி வண்டியில் அழைச்சுக்கிட்டுப் போகணும், கட்டுப்பாட்டுல வச்சிருக்கணும். அதுக்காகத்தான் அவங்கள படைச்சிருக்கு. இது புத்துணர்வான கருத்தா தோணலையா, புதியவரே'' ஹாலேவிடம் உயரமான மனிதர் கூறினார்.

''நா அதைப் பத்தி எப்பவும் நினைக்கலை. நான் அவ்வளவு தூரம் சொல்லியிருக்க முடியாதுன்னு நினைக்கிறேன். எனக்குப் படிப்பு கிடையாது. வாழ்க்கைக்காக இந்த வியாபாரத்துல இருக்கேன். அது தவறுன்னா, உரிய நேரத்துல அதுக்கு வருந்துவேன்.'' ஹாலே சொன்னார்.

''நீங்க அப்ப இந்த சிரமத்திலிருந்து விலகிக்கிறீங்க இல்லையா? சாசனத்த தெரிஞ்சுக்கறதுப் பத்தி இப்ப பாருங்க. இந்த நல்ல மனிதரைப் போல நீங்களும் பைபிளை படிச்சிருந்தா, உங்களுக்கு முன்னரே தெரிஞ்சிருக்கும். நிறைய சிரமங்களை தவிர்த்திருக்கலாம். இப்ப எல்லாம் சரின்னு சொல்லியிருக்கலாம்'' இப்படிச் சொன்ன அந்த உயரமான மனிதர் கென்டகியில் விடுதியில் நாம் அறிமுகப் படுத்திய நேர்மையான மாட்டு வணிகர்தான் என்று வாசகர்களுக்கு இப்போது சொல்ல வேண்டும். அவர் அமர்ந்தார். புகைக்கத் துவங்கினார். அவரது நீண்ட, வறண்ட முகத்தில் ஒரு ஆர்வமான புன்னகை தவழ்ந்தது.

ஓர் உயரமான, ஒல்லியான இளைஞர் பெரும் உணர்வுகளையும், புத்திசாலித்தனத்தையும் வெளிப்படுத்தும் முகத்தோடு, இப்போது நுழைந்தார். திரும்ப அவ்வார்த்தைகளைக் கூறினார். 'உங்களுக்கு அந்த மனிதர்கள் என்ன செய்யணும் என்று எதிர்பார்க்கிறீர்களோ, அதையே நீங்க அவங்களுக்கு செய்யனும்னு நினைக்கிறேன். இதுவும் 'சொர்க்கத்தால் நிந்திக்கப்பட்டவர்கள்' போன்றே சாசனம்.''

''உள்ளங்கை நெல்லிக்கனி போல் அது உண்மையானது புதியவரே! நம்ம மாதிரி ஏழைகளுக்கு'' மாட்டு வணிகர் ஜான் கூறினார். எரிமலை மாதிரி அவர் புன்னகைத்தார்.

மேலும் ஏதோ சொல்லவிருப்பதாகத் தோற்றம் காட்டிய இளைஞன் நிறுத்தினான். திடீரென்று படகு நின்றது. வழக்கமான நீராவிப் படகின் வேகத்தோடு குழு விரைந்தது.

அவர்கள் வெளியில் போகும்போது ''இரண்டு பேரும் மலிவான ஆளுங்க'' ஒரு மனிதரிடம் ஜான் கூறினார்.

அந்த மனிதர் தலையாட்டினார்.

படகு நின்றது, மரக்கலம் நோக்கி ஒரு பெண் விரைந்து வந்தாள். கூட்டத்துக்குள் புகுந்தாள். அடிமைக் கும்பல் இருந்த இடத்திற்குச் சென்றாள். அந்த அதிர்ஷ்டக் கட்டை வணிகப் பொருளான ''ஜான் முப்பது வயது' ஐ சுற்றி தனது கைகளால் அணைத்துக் கொண்டாள். தேம்பலோடும், கண்ணீரோடும் தனது கணவனை துயரத்தில் ஆழ்த்தினாள்.

இந்தக் கதையைச் சொல்லி என்ன பயன்? தினந்தினம் அடிக்கடி சொல்லப்படுவதுதான். இதயத்தை நொறுங்கச் செய்யும் கதைதான். வலிமையானவர்களின் வசதிக்காகவும், இலாபத்திற்காகவும் பலவீன மானவர்களை நொறுக்கி, கிழிக்கும் கதைகள். அதைச் சொல்ல அவசியமில்லை. ஒவ்வொரு நாளும் இதைத்தான் சொல்கின்றன. அமைதியாக இருக்கும் செவிடற்ற ஒருவரிடம் கூறுவது அர்த்தமற்றது!

மனிதத்திற்காகவும், கடவுளை முன்வைத்தும் பேசிய இளைஞன் அந்தக் காட்சியைக் கண்டு கைகட்டி நின்றான். அருகில் நின்ற ஹாலேவிடம் சொன்னான் : ''எனது நண்பரே, இந்த வியாபாரத்த நீங்க எப்படி செய்யலாம்? அதைச் செய்ய உங்களுக்குத் துணிவு எப்படி வந்தது? இந்த ஏழைப் பிறவிங்கல பாருங்க, எனது மனைவியிடமும், குழந்தைகளிடமும் போகிறேன் என்று இங்கு நான் மகிழ்ச்சியாய் இருக்கேன். அவங்கள நோக்கி என்னை அழைச்சுட்டுப் போக சமிக்ஞை காட்ட அடிக்கும் அதே மணி, இவங்களையும், இவங்க மனைவியையும் நிரந்தரமா பிரிக்க வழிகாட்டுது. நீங்க நிச்சயம் பாருங்க. கடவுள் இதுக்கு உங்களுக்கு சரியான தீர்ப்பு தருவார்.''

வணிகர் அமைதியாகத் திரும்பினார்.

''நான் இப்ப சொல்றேன். மனுஷங்ககிட்ட வித்தியாசம் இருக்கு இல்ல? சொர்க்கத்தால் நிந்திக்கப்பட்டவர்கள் என்ற வாசகம் இந்த இளைஞனிடம் செல்லுபடியாகலை இல்ல?'' அவரது முழங்கையை தொட்ட மாட்டு வணிகர் சொன்னார்.

ஒரு சங்கடமான முணுமுணுப்பை ஹாலே வெளிப்படுத்தினார்.

''இதோட இந்தக் கஷ்டம் முடியப் போறதில்ல. கடவுள்கிட்ட இது எடுபடாதுன்னு நினைக்கறேன். அவருக்குப் பதில் சொல்லியாக வேண்டிய ஒருநாள் வரும். நம்ம எல்லோருக்கும் வரும்னு நினைக் கறேன். அப்ப பதில் சொல்லியாக வேண்டும்.'' ஜான் சொன்னான்.

படகின் மறுமுனைக்கு ஹாலே தன் எண்ணத்தைப் பிரதிபலிக்கும் தோரணையில் நடந்தார்.

''அடுத்த ஒண்ணு அல்லது இரண்டு கும்பல்ல நல்ல பணம் கிடைச்சுதுன்னா இத நிறுத்திடலாம்னு நினைக்கிறேன். இது ரொம்ப

அபாயமா மாறிக்கிட்டிருக்கு'' அவர் நினைத்தார். தனது கைப் புத்தகத்தை எடுத்தார். தனது கணக்குகளை எழுதினார். சங்கடமான மனசாட்சியின் உறுத்தலுக்கு உள்ளாகும் போதெல்லாம் திரு. ஹாலே போன்ற பெருந்தகைகள் இந்தப் பணிக்குத் திரும்புவது வழக்கம்.

கரையிலிருந்து படகு பெருமையுடன் கிளம்பிற்று. முன்பு போல எல்லாரும் மகிழ்வுடன் சென்றனர். ஆண்கள் பேசினர். அலைந்து திரிந்தனர், படித்தனர், புகைத்தனர். பெண்கள் தைத்தனர். குழந்தைகள் விளையாடினர். தனது வழியில் படகு பயணித்தது.

ஒரு நாள், கென்டகியில் இருந்த ஒரு நகரில் படகு நின்றபோது, ஒரு சிறு வணிகத்திற்காக அந்த இடத்திற்கு ஹாலே சென்றார்.

டாமின் கை விலங்குகள் மிதமான இயக்கத்துக்குத் தடையாக இருக்கவில்லை. படகின் பக்கவாட்டுக்கு அருகில் அவர் நின்றிருந்தார். அதன் தடத்தை ஆர்வமின்றி நோக்கினார். சிறிது நேரம் கழித்து, சுறுசுறுப்பாக அடியெடுத்து வைத்து, வணிகர் திரும்ப வருவதைப் பார்த்தார். ஒரு இளங் குழந்தையை தனது கையில் ஏந்தி, ஒரு கறுப்பினப் பெண் உடன் வந்தாள். மரியாதைக்குரிய விதத்தில் ஆடை அணிந்திருந்தாள். ஒரு கறுப்பு மனிதன் அவளைத் தொடர்ந்து. ஒரு சிறு பெட்டியை தூக்கி வந்தான். பெண் மகிழ்ச்சியாய் இருந்தாள். நடந்தவாறே பெட்டியைத் தூக்கி வந்தவனிடம் பேசினாள். மரக்கலத்தில் ஏறினாள். மணி அடித்தது. நீராவி 'உஸ்'ஸென்று சப்தமிட்டது. இன்ஜின் உறுமியது, இறுமியது. நதியில் படகு நீந்திச் சென்றது.

அடித்தளத்தில் இருந்த பெட்டிகளையும், மூட்டைகளையும் கடந்து அந்தப் பெண் முன்னேறி வந்தாள். அமர்ந்தாள். தனது குழந்தையை தூங்க வைப்பதில் மும்முரமானாள்.

படகில் ஓரிரு முறை ஹாலே அங்குமிங்கும் திரும்பினார். பிறகு மேலே வந்து, அவள் அருகில் அமர்ந்தார். அலட்சியமான தணிந்த குரலில் ஏதோ சொல்லத் துவங்கினார்.

பெண்ணின் புருவத்தில் கனமான கருமை படர்வதையும் அவள் விரைவாகவும், தீவிரமாகவும் பதிலளிப்பதையும் டாம் கவனித்தார்.

''நா அத நம்பல! நம்ப மாட்டேன், என்னை ஏமாத்தப் பார்க்கறீங்க.'' அவள் சொல்வதை அவர் கேட்டார்.

''நீ நம்பலேன்னா இதைப் பார். இது விற்பனைப் பத்திரம். உங்க எஜமானர் பெயர் இருக்கு. நான் கணிசமா காசு கொடுத்திருக்கேன். நான் அப்படி சொல்ல முடியும்.'' ஒரு காகிதத்தை உறுவியவாறு அவர் கூறினார்.

''எஜமானர் என்னை ஏமாத்துவார்னு நா நினைக்கலை, அது உண்மையா இருக்க முடியாது'' அதிகரித்த பதட்டத்தோடு பெண் கூறினாள்.

''எழுதப்படிக்கத் தெரிந்த மனிதங்க யாரையும் நீ கேட்கலாம்'' அருகில் கடந்து கொண்டிருந்த ஒரு மனிதரை நோக்கி அவர் கூறினார்: ''இத படிங்க, படிப்பீங்களா? அதுல என்ன இருக்குன்னு நான் சொன்னா, இந்தப் பொண்ணு நம்ப மாட்டேங்கறா?''

''ஏன், இது ஜான் பாஸ்டிங்கால் ஒப்பமிடப்பட்ட விற்பனைப் பத்திரம். லூசியையும், அவளது குழந்தையையும் கொடுப்பதா இருக்கு. தெளிவா சொல்லியிருக்கு. நான் படிச்சேன்.'' மனிதர் கூறினார்.

பெண்ணின் உணர்ச்சி ததும்பிய கூவல் அவளைச் சுற்றி ஒரு கும்பலை குழும வைத்தது. அவளது மனக்கிளர்ச்சிக்கான காரணத்தை வணிகர் விளக்கினார். ஆனாலும் அந்தப் பெண் அழுதாள்.

''லூசிவில்லாவிற்குப் போவதாக அவர் கூறினார். எனது கணவர் பணியாற்றும் அதே உணவு விடுதியில் சமையற்காரியாக நியமிக்க அழைத்துப் போவதாக அவர் கூறினார். அதான் என்னோட எஜமானர் சொன்னார். அவரே சொன்னார். அவர் என்கிட்ட பொய் சொல்வார்னு நான் நம்பமாட்டேன்.'' அந்தப் பெண் அரற்றினாள்.

''அவர் உன்னை வித்துட்டார். ஏழைப் பெண்ணே. அதில் சந்தேகமே இல்ல.'' பத்திரங்களை ஆய்ந்த நல்லவராய்த் தோன்றிய மனிதர் கூறினார். ''அவர் செஞ்சிருக்கார், சந்தேகமே இல்ல.''

''அப்ப அதைப் பற்றிப் பேசி பயனில்ல'' திடீரென்று அமைதி யான, அந்தப் பெண் கூறினாள். தனது குழந்தையை தனது கையில் இறுகப் பற்றிக் கொண்டாள். தனது பெட்டியில் அமர்ந்தாள். தனது முதுகை திருப்பிக் கொண்டாள். நதிக்குள் ஆர்வமின்றி நோக்கினாள்.

''சுலபமா எடுத்துக்கிட்டா. பெண்ணுக்கு உறுதி இருக்கு.'' வணிகர் சொன்னார்.

''படகு பயணித்தது, பெண் அமைதியாய் இருந்தாள். அவளது தலை மீது ஒரு துயரமான உணர்ச்சியை வழங்கியவாறு கோடை கால மென்காற்று கடந்தது. புருவம் தூசியாகிவிட்டதா என்றோ, தான் வீசுவது சரியா என்றோ மென்காற்று விசாரிப்பதில்லை. சூரிய ஒளி நீரில் பளபளப்பதைப் பார்த்தாள். அது தன் பொன் ரேகைகளைப் பரப்பியதைப் பார்த்தாள். மகிழ்வான குரல்களைக் கேட்டாள். அவை எளிதாயும் இனிதாயும் இருந்தன. அவை அவளை எங்கெங்கோ எடுத்துச் சென்றன. தன்மேல் பெரும் கல் விழுந்ததாய், அவளது இதயம் கனத்து இருந்தது. அவளது குழந்தை அவளை விட்டு எழ முயன்றது. தனது சிறு கைகளால் அவளது கன்னத்தைத் தட்டியது. மேலும், கீழும் துள்ளிக் குதித்தது, கூவியது, பேசியது, அவளைத் தட்டியெழுப்ப உறுதியாய் இருந்ததாய்த் தோன்றியது. அவள் அவனை திடீரென்றும், அழுத்தமாகவும் தனது கைகளில் இறுக்கினாள். அவளது ஆச்சரிய மான, உணர்வற்ற முகத்தில் மெதுவாகக் கண்ணீர்த் துளிகள் ஒன்

றுக்குப் பின் ஒன்றாக விழுந்தன. கொஞ்சம், கொஞ்சமாக அமைதி யாகத் தூங்கினாள். தனது குழந்தையைத் தட்டுவதிலும், பராமரிப் பதிலும் மும்முரமானாள்.

பத்து மாதக் குழந்தையான அவன் அசாதாரணமாகப் பெரிதாய் இருந்தான். அவனது வயதிற்கு வலிமையாக இருந்தான். அவனது கை, கால்கள் பலமாக இருந்தன. அவனைத் தூக்கி வைத்துக் கொள்வதிலும், தனது துள்ளிக் குதிக்கும் நடவடிக்கையிலிருந்து பாதுகாப்பதிலும் அவள் மும்முரமாய் இருந்தாள்.

''இது நல்ல குழந்தை. அவனுக்கு என்ன வயது?'' அவனுக்கு எதிராய் திடீரென்று நின்ற மனிதர் கூறினார்.

''பத்தரை மாதம்'' தாய் சொன்னாள்.

அந்தமனிதர் பையனிடம் சீட்டியடித்தார், ஒரு கற்கண்டு கட்டியை நீட்டினார், அவன் அதனை ஆர்வமாய்க் கைப்பற்றினான். அது விரைவில் குழந்தையின் வாய்க்குச் சென்றது.

''புதுமையான பிறவி. எது என்னதுன்னு தெரிஞ்சிருக்கு'' என்றபடி சீட்டியடித்தவாறு நடந்தார். படகின் மறுபுறம் போனபோது, ஹாலேயைச் சந்தித்தார். பெட்டிக் குவியல்கள் மேல் நின்று அவர் புகைத்துக் கொண்டிருந்தார்.

புதியவர் தீப்பெட்டியை எடுத்தார். சுருட்டைப் பற்ற வைத்தார்.

''நாகரிகமான விலைமாதை வச்சிருக்கீங்க'' என்றார்.

''ஏன்? அவ சகிக்கற மாதிரி அழகாத்தானே இருக்கா?'' தனது வாயிலிருந்து புகையை ஊதியவாறு ஹாலே சொன்னார்.

''தெற்குப் பக்கம் அழைச்சுக்கிட்டு போறீங்களா?'' மனிதர் கேட்டார்.

ஹாலே தலையாட்டினார். புகைப்பதைத் தொடர்ந்தார்.

''தோட்டத்திற்கான ஆளா?'' மனிதர் கேட்டார்.

ஹாலே சொன்னார்: ''ஒரு தோட்டத்துக்கு ஆள் சேர்த்துக்கிட்டு இருக்கேன். அவள அங்க போடுவேன்னு நினைக்கிறேன். அவ நல்ல சமையலாள்னு சொன்னாங்க. அதுக்கு அவள பயன்படுத்தலாம். பருத்தி எடுக்க பயன்படுத்தலாம். அதுக்கேத்த விரல்கள் இருக்கு. நான் அதைப் பார்த்தேன். எப்படி இருந்தாலும், நல்ல விலைக்கு விற்கலாம்.''

''தோட்டத்துல குழந்தைங்கள விரும்ப மாட்டாங்களே'' மனிதர் கூறினார்.

''முதல் வாய்ப்பு கிடைச்ச உடனே, அவன வித்துடுவேன்.'' மற்றொரு சுருட்டை கொளுத்தியபடி ஹாலே சொன்னார்.

''ரொம்ப மலிவா விற்பீங்கன்னு நினைக்கறேன்'' பெட்டிக் குவியலில் ஏறி, வசதியாக அமர்ந்து கொண்டவாறு புதியவர் சொன்னார்.

''அதப் பத்தி எனக்குத் தெரியல. அவன் அழகா துறுதுறுன்னு இருக்கான். நிமிர்ந்து இருக்கான், கொழுகொழுன்னு வலிமையா இருக்கான். சதைகள் செங்கல்லா – கனமா இருக்கு.'' ஹாலே சொன்னார்.

''ரொம்பச் சரி, ஆனால் அவனை வளர்ப்பதற்கான கஷ்டங்களும், செலவுகளும் இருக்கே.''

''முட்டாள்தனம். இவங்கள வளர்க்கறது எந்தப் பிறவியை வளர்ப்பதை விடவும் சுலபம். நாய்க் குட்டிங்க அளவுக்குக் கூட சிரமம் கொடுக்க மாட்டாங்க. ஒரு மாதத்துல, அங்கும் இங்கும் ஓடத் துவங்கிடுவான்.'' ஹாலே சொன்னார்.

''இவங்கள வளர்க்க ஒரு இடம் என்கிட்டே இருக்கு. இன்னும் கொஞ்சம் சரக்குகளை சேர்த்துக்கலாமேன்னு நினைச்சேன். கடந்த வாரம் எங்க சமையற்காரி தன்னோட குழந்தையை இழந்துட்டா. குளியல் தொட்டியில் மூழ்கி விட்டது. அவங்க அம்மா அப்ப துணி துவைச்சுக்கிட்டிருந்தா. இந்தக் குழந்தையை வளர்க்க அவகிட்ட கொடுக்கலாம்னு நினைச்சேன்.'' மனிதர் கூறினார்.

ஹாலேவும், புதியவரும் சிறிது நேரம் அமைதியாகப் புகைத்தனர். நேரடியாகப் பேரத்தைத் துவக்குவதற்கு விருப்பமில்லாதது போல் இருவரும் இருந்தனர். இறுதியாக அந்த மனிதர் ஆரம்பித்தார்: ''அந்தக் குழந்தைக்கு பத்து டாலருக்கு மேல விரும்ப மாட்டீங்கன்னு நினைக்கறேன். அத நீங்க எப்படியும் சீக்கிரம் தள்ளி விட்டாகணும்.''

தனது தலையை ஆட்டிய ஹாலே, வேகமாகத் துப்பினார்.

''அது பத்தாது, வழியே கிடையாது'' அவர் கூறினார். மீண்டும் புகைக்கத் துவங்கினார்.

''நல்லது புதியவரே, எவ்வளவுதான் எடுத்துப்பீங்க?''

ஹாலே சொன்னார்: ''அந்தப் பையனை நானே வளர்ப்பேன், வளர்க்க வைப்பேன். அவன் அசாதாரணமா இருக்கான், ஆரோக்கியமா இருக்கான், ஆறு மாசம் கழித்து, நூறு டாலர் பெற்றுத் தருவான். ஓரிரு வருஷத்துல இருநூறு டாலர். கொண்டு தருவான். நான் சரியான இடத்தில வச்சா, ஐம்பது டாலருக்கு குறைஞ்சா கொடுக்கமாட்டேன்.''

''ஓ! அது கேலிக்குரிய தொகை. மிகவும் அதிகம்'' அந்த மனிதர் கூறினார். தீர்மானமாக தலையசைத்து ஹாலே சொன்னார்.

''அவனுக்கு முப்பது டாலர் தருவேன். ஒரு சென்ட்கூட அதிகமா தரமாட்டேன்.'' புதியவர் சொன்னார்.

''நான் இப்ப சொல்றேன். நாற்பத்தி ஐந்து டாலர். அதிகபட்சம் அதைத்தான் செய்ய முடியும்.'' மீண்டும் துப்பியவாறு ஹாலே முடிவோடு சொன்னார்.

''நல்லது, சம்மதிக்கிறேன்'' இடைவெளி விட்டு அந்த மனிதர் கூறினார்.

''முடிச்சாச்சு, நீங்க எங்க இறங்குறீங்க?'' ஹாலே கேட்டார்.

''லூயிஸாவில்லேயில்'' மனிதர் கூறினார்.

''லூயிஸாவில்லேயிலா? ரொம்ப நல்லது. அந்தி முடிந்ததும்தான் அங்கு போவோம். பையன் தூங்குவான். எல்லாம் நல்லது. அமைதியா அழைச்சுக்கலாம். சத்தம் இருக்காது. எதையும் அமைதியா செய்ய விரும்பறேன். குழப்பமோ, கிளர்ச்சியோ இருப்பதை வெறுக்கறேன்.'' ஹாலே சொன்னார். குறிப்புப் புத்தகத்திலிருந்து பணச்சுருளை எடுத்து வணிகரிடம் கொடுத்த பிறகு, அந்த மனிதர் புகைக்கத் துவங்கினார்.

லூயிசாவில் படகு மேடையில் படகு நின்றது, அது பிரகாசமான அமைதியான மாலைப்பொழுதாக இருந்தது. தனது தோளில் குழந்தையை சுமந்தவாறு அந்தப் பெண் அமர்ந்திருந்தாள். அது ஆழ்ந்த உறக்கத்தில் இருந்தது. இடத்தின் பெயர் அறிவிக்கப்பட்டது. பெட்டிகளுக்கிடையே இருந்த ஒரு வெற்றிடம் சிறு தொட்டில் போல் அமைந்திருந்தது. அதில் குழந்தையை அவசர அவசரமாகக் கிடத்தினாள். தனது மேலாடையில் கவனமாகப் போர்த்தினாள். படகு மேடையில் இருந்த பல்வேறு உணவகப் பணியாளர்களில் தனது கணவரும் இருப்பார் என்ற நம்பிக்கையில் படகின் மறுபக்கத்திற்கு விரைந்தாள். இந்த நம்பிக்கையில், முன்பக்கம் இருந்த இரும்புப்பிடி நோக்கிச் சென்றாள். அதைத் தாண்டி தலையை நீட்டினாள். கரையில் நகரும் தலைகளை உன்னிப்பாக உற்று நோக்க தனது கண்களை வருத்திக் கொண்டாள். அவளுக்கும், அவளது குழந்தைக்கும் இடையில் கும்பல் குறுக்கிட்டவாறு விரைந்து சென்றது.

''இப்ப இது உங்களோட நேரம்; எழுப்பிடாதீங்க. அழ விட்டுடாதீங்க. அந்தப் பெண் சாத்தான் மாதிரி பிரச்னை பண்ணிடுவா'' தூங்கும் குழந்தையை எடுத்துக் கொடுத்து, ஹாலே சொன்னார். அந்தப் பொட்டலத்தை அந்த மனிதர் கவனமாக எடுத்துக் கொண்டார். படகு மேடைக்கு மேலே சென்ற கும்பலில் கலந்து, காணாமல் போனார்.

கிறீச்சிட்டும், உறுமியும், மூச்சிரைக்கும் விதமாகவும், படகு மேடையிலிருந்து விலகி, மெதுவாக நகரத் துவங்கியது. அந்தப் பெண் தனது இருக்கைக்கு வந்தாள். வணிகர் அமர்ந்திருந்தார். குழந்தை இல்லை.

''எங்கே?'' குழப்பமான ஆச்சரியத்தோடு அவள் ஆரம்பித்தாள்.

"லூசி உனது குழந்தை போயாச்சு, நீ முதலில் இதைத் தெரிந்து கொள். அவனை தெற்குப் பகுதிக்கு எடுத்துச் செல்ல முடியாதுன்னு எனக்குத் தெரியும். அவனை முதல்தர குடும்பத்திற்கு விற்க வாய்ப்புக் கிடைத்தது. உன்னைவிட அவங்க அவனை நன்கு வளர்ப்பாங்க.'' வணிகர் சொன்னார்.

அந்நிலையில் கிறித்துவ மற்றும் அரசியல் நிலைக்கு வணிகர் வந்திருந்தார். சில போதகர்களாலும், வடக்கத்திய அரசியல்வாதிகளா லும் அது பரிந்துரைக்கப்பட்டிருந்தது. ஒவ்வொரு மனித பலவீனத்தை யும், பாரபட்சத்தையும் சமீபகாலமாக முழுமையாக அறிந்திருந்தார். சரியான முயற்சி மூலமும், கற்பித்தல் மூலமுமே உங்களுடைய நெஞ்சமோ, என்னுடைய நெஞ்சமோ அவரது நிலைக்கு வரமுடியும். அந்தப் பெண் அவரிடம் காட்டிய கடுமையான கோபப் பார்வையும், முழுமையான நம்பிக்கை யிழப்பும் அதிகம் பழக்கம் இல்லாதவர்களை சிரமத்திற்கு உள்ளாக்கியிருக்கும். அவருக்கு அது வழக்கமாகிவிட்டது. இதே போன்ற பார்வைகளை பலநூறு முறை கண்டிருக்கிறார். எனது நண்பரே! நீங்களும் இதற்குப் பழகியிருக்கலாம். ஒன்றியத்தின் நலனுக்காக, மொத்த வடக்கத்திய சமூகமும் இதற்குப் பழகிக் கொள்ள அண்மைக்கால முயற்சிகள் முனைந்துள்ளன. அவளது கறுப்பு உருவத்தில், இறுகிய கைகளில், மூச்சுத் திணறலில் வெளிப்பட்ட மனிதக் கோபத்தை வணிகத்தின் ஒரு பகுதியாகவே ஹாலே கருதினார். அவள் கத்தப் போகிறாளா, படகில் ஒரு குழப்பத்தை உருவாக்கப் போகிறாளா என்று கணக்கிடுவதிலேயே கவனம் செலுத்தினார். நமது பிரத்யேகமான நிறுவனத்தின் இதர ஆதரவாளர்கள் போல், அவள் கிளர்ச்சி செய்வதை தீர்மானமாக வெறுத்தாள்.

அந்தப் பெண் கத்தவில்லை. அடி பலமாக நேரடியாக இதயத்தை தாக்கியிருந்தது. அழவோ, கண்ணீர் விடவோ முடியவில்லை.

மயக்க நிலையில் அவள் அமர்ந்தாள். அவளது தளர்ச்சியான கரங்கள் அவளுக்கு அருகில் உயிரற்று விழுந்தது. அவளது கண்கள் நேரடியாக முன்னோக்கிப் பார்த்தது. ஆனால் அவள் எதையும் பார்க்க வில்லை. படகின் அனைத்து சத்தங்களும், இரைச்சல்களும், இயந்திரங் களின் உறுமல்களும் கலந்து, அவளது குழப்பமான காதுகளுக்கு கனவு போல் தோன்றின. பேச்சிழந்த ஏழையின் இதயம் தனது முழுமையான துயரத்தை வெளிக்காட்ட அழுகையையோ, கண்ணீரையோ பெற்றிருக்கவில்லை. அவள் மிகவும் அமைதியாக இருந்தாள்.

அவர் நமது அரசியல்வாதிகளின் அளவிற்கு மனிதாபிமானம் கொண்டவர். வழக்குக்குத் தேவையான ஆறுதலை மட்டும் அளித்தால் போதுமென்று கருதுபவராய் இருந்தார்.

‘‘உனக்கு இது மிகவும் சிரமம் என்று எனக்குத் தெரியும் லூசி, துடிப்பான, புத்திசாலிப் பெண்ணான நீ அதற்கு வழிவிடமாட்டேன்னு நினைக்கிறேன். அதை அவசியமா நீ பார்க்கணும். வேறு வழியில்ல.’’

‘‘வேண்டாம் எஜமான்’’ வேறு எதுவோ போன்ற குரலில் அந்தப் பெண் கூறினாள்.

‘‘நீ துடிப்பான பெண் லூசி. உனக்கு நல்லது செய்ய விரும்பறேன். நதிக்குக் கீழே நல்ல இடம் பெற்றுத் தருவேன். உனக்கு மற்றொரு கணவர் கிடைப்பார். அப்படிப்பட்ட பெண் நீ...’’ அவர் வலியுறுத்தினார்.

‘‘ஓ! எஜமான்! இப்ப என்கிட்ட பேசாம இருக்கீங்களா?’’ அந்தப் பெண் சொன்னாள். அந்தக் குரலில் அவசரமான, உயிரோட்டமான, வேதனை இருந்தது. தனது செயல்பாட்டு முறையை மீறி, இந்த தற்போதைய நிகழ்வில் ஏதோ இருப்பதாக வணிகர் கருதினார். அவர் எழுந்தார், அந்தப் பெண் திரும்பி, தனது மேலாடையில் முகம் புதைத்துக் கொண்டாள்.

சிறிது நேரம், வணிகர் மேலும், கீழுமாக நடந்தார். அவ்வப்போது நின்று, அவளை நோக்கினார்.

‘‘ரொம்ப கஷ்டமா எடுத்துக்கிட்டா, ஆனா அமைதியா இருக்கா. அவள் கோபம் தணியட்டும். போகப் போக சரியாயிடுவா.’’ தனக்குத்தானே சொல்லிக் கொண்டார் ஹாலே.

நடவடிக்கையை ஆரம்பம் முதல் இறுதி வரை டாம் கவனித்து வந்தார். அதன் விளைவு பற்றி நன்கு புரிந்து வைத்திருந்தார். அவருக்கு, அது வெளியில் சொல்ல முடியாத சோகமாய், கொடூரமாய் தோன்றியது. அந்த கறுப்பு ஏழைப் பிறவிக்கு எல்லாவற்றையும் பொதுமைப்படுத்தத் தெரிந்திருக்கவில்லை. விரிவுபட்ட கருத்தை கொண்டிருக்கவில்லை. கிறித்துவ மதத்தில் சில பாதிரியார்களால் அறிவுறுத்தப்பட்டிருந்ததால், அதை அவர் நல்லபடியா நினைத்திருக்கலாம். அதை சட்டபூர்வ வணிகத்தின் தினசரி நிகழ்வாகப் பார்த்திருக்கலாம். நிறுவனத்திற்கு முக்கியமான ஆதரவாக இந்த வணிகம் இருக்கிறது. ஒரு புனிதமான அமெரிக்கரான பிலடெல்ஃபியாவின் டாக்டர் ஜோயல் பார்க்கரின் கூற்றுப்படி, இந்த நிறுவனம் ‘‘பெருந்தீங்கு எதுவும் செய்வதில்லை.’’ சமூக மற்றும் குடும்ப வாழ்வில் இவையெல்லாம் மற்ற உறவுகளிலிருந்து பிரிக்க முடியாதவை. டாம் ஏழையான, அப்பாவியாக இருப்பதால், இதுபோன்ற கருத்துக்களால் ஆறுதல் அடையவோ, நிம்மதி பெறவோ முடியாது இருந்தார். அவரது படிப்பு, புதிய ஏற்பாட்டோடு நின்றிருந்தது. அட்டையில் அடைக்கப்பட்ட பிழியப்பட்ட நாணலாய் இருக்கும் ஏழைகளான கறுப்பு சரக்குகளுக்கு அநியாயம் நடப்பதாய் அவருக்கு தோன்றும்

போதெல்லாம் அவரது ஆன்மாவில் ரத்தம் கசியும். உயிர்வாழும், இரத்தம் ஓடும் பிறவிகளாக இருந்தாலும், அவர்கள் வெறும் ஜடமான சரக்குகள்தான். அவர்கள் எதனுடன் வசிக்கிறார்களோ, பொட்ட லங்கள், மூட்டைகள், பெட்டிகள் ஆகியவற்றோடு அவர்களை வகைப்படுத்துகிறது அமெரிக்கச் சட்டம்.

டாம் நெருங்கி வந்தார், ஏதோ சொல்ல முயன்றார். அவள் முனகிக்கொண்டே இருந்தாள். கன்னங்களில் கண்ணீர் வழிந்தது. வானத்தில் இருக்கும் அன்பின் நெஞ்சம் பற்றி அவர் நேர்மையாகப் பேசினார். பரிதாபப்படும் ஏசு பற்றிப் பேசினார். இறுதியாக இல்லம் பற்றி பேசினார். ஆனால் காது வேதனையில் செவிடாகியிருந்தது. முடங்கிப் போன நெஞ்சத்தால் உணர முடியவில்லை.

இரவு வந்தது. அமைதியாக, அசைவற்று, அழகாக இருந்தது. எண்ணற்ற, பயபக்தியான தேவதைக் கண்களைக் கொண்டு பளபளப் பாகவும், ஜொலித்துக் கொண்டும், அழகாகவும் இருந்தது. ஆனால், அமைதியாக இருந்தது. அந்தத் தொலைவான வானத்திடமிருந்து ஒரு பேச்சில்லை, மொழியுமில்லை, பரிதாபப்படும் குரல் இல்லை, உதவும் கரங்கள் இல்லை. ஒன்றன் பின் ஒன்றாய் வணிகம் பேசிய குரல்களும், மகிழ்ச்சி காட்டிய குரல்களும் ஓய்ந்தன. படகில் அனைவரும் உறங்கினர். படகின் முகப்பு முனையில் அலை அடிப்பது காதில் நன்றாக விழுந்தது. டாம் ஒரு பெட்டியில் தன்னை நீட்டிக் கொண்டார். அங்கு அவ்வாறு படுத்திருந்தபோது, அடிக்கடியும், ஒவ்வொரு நொடியும் அடக்கப்பட்ட தேம்பலையும், அழுகையையும் கேட்டார். "ஓ நான் என்ன செய்வேன்? கடவுளே! நல்ல கடவுளே! எனக்கு உதவுங்களேன்" முணுமுணுப்பு அமைதியாக ஓயும் வரை அடிக்கடியும், ஒவ்வொரு நொடியும் கேட்டது.

நள்ளிரவில், திடீரென்ற எழுப்பலில், டாம் விழித்துக் கொண்டார். படகின் பக்கவாட்டிற்கு ஏதோ கறுப்பான ஒன்று வேகமாகக் கடந்தது. அவர் தண்ணீரில் சத்தம் எழுவதைக் கேட்டார். வேறு யாரும் பார்க்கவில்லை. எதையும் கேட்கவில்லை. தனது தலையை உயர்த்தி னார். பெண்ணின் இடம் காலியாக இருந்தது. அவர் எழுந்து கொண் டார். தேடிப் பார்த்தார். தேடல் பயனற்றுப் போயிற்று. ஏழ்மையான இரத்தம் கசியும் இதயம் காணாமற் போயிற்று. அதற்கு மேல் மூடவில்லை என்பதாகப் பிரகாசமாக நதி அலை அடித்தது; குதித்தது.

பொறுமை! பொறுமை! இது போன்ற தவறுகளுக்கு கோபத்தில் இதயம் கனப்பவர்களே! அடக்குமுறைக்கு ஆளானவர்களின் வேதனைத் துடிப்பும் கண்ணீர்த் துளியும் துயரங்களின் மனிதரான பெருமைகளின் கடவுளால் மறக்கப்படுவதில்லை. அவரது பொறுமை யான, தாராளமான மடியில், உலகின் வேதனையை அவர் தாங்குகிறார். அவர் போலவே பொறுமை மூலமும், அன்பின் மூலமும், தாங்கிக்

கொள்ளுங்கள். அவர் கடவுள் என்பதால், நிச்சயம் 'அவரது மீட்பிற்கான வருடம் வந்துவிடும்.''

வணிகர் சீக்கிரமாகவும், தெளிவோடும் எழுந்தார். தனது கால் நடைகளை பார்க்க வெளியே வந்தார். குழப்பத்துடன் நோக்குவது இப்போது அவரது முறையாக இருந்தது.

"அந்தப் பெண் எங்க இருக்கா?" டாமிடம் அவர் கேட்டார்.

தனக்குள் சில உண்மைகளை வைத்திருக்க வேண்டிய அவசியத்தை தெரிந்து வைத்திருக்கும் விவேகத்தை டாம் பெற்றிருந்தார். தனது கணிப்பையும், சந்தேகத்தையும் தெரிவிக்கக் கூடாது என்று கருதினார். தனக்கு எதுவும் தெரியாது என்று கூறினார்.

"நான் விழித்திருந்ததால், படகு நிறுத்தங்களில் இரவில் இறங்கி யிருக்க முடியாது. படகு நிற்கும்போதெல்லாம் பார்த்துக் கொண்டே இருந்தேன். இவங்கள எப்பவும் நான் நம்பறதேயில்லை.''

மிகவும் ரகசியமாக டாமை நோக்கி இது கூறப்பட்டது. அது அவருக்குக் குறிப்பிடத்தக்க விதத்தில் சுவாரசியமாக இருக்கும் என்று கருதி கூறப்பட்டது. டாம் பதில் எதுவும் அளிக்கவில்லை.

படகை அடியிலிருந்து, நுனி வரை, பெட்டிகளுக்கிடையே, மூட்டைகளுக்கிடையே, பீப்பாய்களுக்கிடையே, இயந்திரத்தைச் சுற்றி, சிம்னிக்கு அருகில் வணிகர் தேடினார். தேடல் பயனற்றுப் போயிற்று.

பயனற்ற தேடலுக்குப் பின்பு டாம் இருக்கும் இடத்துக்கு வந்தபோது அவர் சொன்னார்: "நா இப்ப சொல்றேன் டாம்! நியாயமா நடந்துக்க. இது பற்றி உனக்கு ஏதோ தெரியும். உனக்குத் தெரியும்னு எனக்குத் தெரியும். பத்து மணிக்கு அந்தப் பெண் இங்கே படுத்ததைப் பார்த்தேன். பன்னிரண்டு மணிக்கு மீண்டும் பார்த்தேன். ஒரு மணிக்கும், இரண்டு மணிக்கும் இடையில் மறுபடி பார்த்தேன். நாலு மணிக்குப் பார்த்தபோது, அவ இல்ல. எப்போதும் அங்கேதான் நீ தூங்கிக்கிட்டு இருந்தே. இப்ப உனக்கு ஏதோ தெரியும் நீ மறைக்க முடியாது."

"நல்லது எஜமான். அதிகாலைக்கு முன்பு ஏதோ என்னை உரசியது. நான் பாதி விழித்திருந்தேன். அப்புறம் பலமான சிதறல் சத்தத்தைக் கேட்டேன். எழுந்து பார்த்தேன். அந்தப் பெண் போயாச்சு. அவ்வளவுதான் எனக்குத் தெரியும்." டாம் சொன்னார்.

வணிகர் அதிர்ச்சியடையவில்லை. ஆச்சரியப்படவில்லை. நாம் முன்பே தெரிவித்தபடி, நீங்க பழக்கப்படாத பலவற்றிற்கு அவர் பழக்கப்பட்டிருக்கார். சாவின் பயங்கரமான வருகை கூட அவரிடம் நடுக்கத்தை ஏற்படுத்த முடியாது. அவர் சாவை பலமுறை பார்த்தி ருக்கிறார். வணிக வழியில் அதைப் பார்த்திருக்கிறார். அதோடு சகவாசம் வைத்துக் கொண்டிருக்கிறார். அதை கடுமையான வாடிக்கை

யாளராகக் கருதியிருக்கிறார். தனது சொந்த இயக்கங்களை அநியாய மாக அது சங்கடப்படுத்துவதாக எண்ணியிருக்கிறார். அந்தப் பெண்ணை வெறும் மூட்டையாகத் தான் கருதினார். அவர் சைத்தா னாய் அதிர்ஷ்டக்கட்டை என்று எண்ணினார். இது இப்படியே போச்சுன்னா, இந்தப் பயணத்தில ஒரு சென்ட்கூட தேறாது என்று வருத்தப்பட்டார். சரியாகப் பயன்படுத்திக் கொள்ளப்படாத மனிதனாகத் தன்னை தீர்மானமாக கருதிக் கொண்டார். அதுக்கு எதுவும் செய்யவும் முடியாது. ஒரு 'ஓடுகாலி'யை விடுவிக்க விரும்பாத மாநிலத்திற்கு அவள் சென்று விட்டாள். மெத்த புகழ்வாய்ந்த யூனியன் மொத்தமும் கேட்டுக் கொண்டாலும் கிடைக்க மாட்டாள். தனது சிறிய கணக்குப் புத்தகத்தோடு, வணிகர் அதிருப்தியோடு அமர்ந்து கொண்டார். 'இழப்புகள்' என்ற இனத்தின் கீழ் இறந்த ஆன்மாவையும், உடலையும் எழுதினார்.

''அவர் அதிர்ச்சியான பிறவி - இந்த வணிகர். உணர்ச்சியே இல்லை. அது உண்மையில் பயங்கரமானது.''

''ஓ! இந்த வணிகர்கள் பற்றி யாரும் எதுவும் நினைப்பதில்லை. அவர்கள் உலகெங்கிலும் வெறுக்கப்படுகிறார்கள். ஒரு நாகரிகமான சமூகத்தில் எப்போதும் வரவேற்கப்படுவதில்லை.''

ஆனால், அய்யா யார் வணிகரை உருவாக்குகிறார்? யாரை அதிகம் குறை சொல்வது? இந்த நடைமுறையின் தவிர்க்க முடியாத விளைவான வணிகரையா? இந்த நடைமுறையை ஆதரிக்கும், படித்த, கற்பிக்கப் பட்ட, அறிவாளி மனிதர்களையா? இந்த வணிகம் அவர்களை நெறியிழக்கவும், ஒழுக்கம் வழுவவும் செய்தது. அவர்களை இதுபற்றி வெட்கப்படாத அளவிற்கு மாற்றுகிறது. இந்தப் பொதுமனை உணர்ச்சியை நீங்கள் ஆதரிக்கிறீர்கள். அவர்களைவிட நீங்கள் எந்த விதத்தில் மேம்பட்டவர்?

நீங்கள் படித்தவரா? அவர்கள் எதுவும் தெரியாதவரா? நீங்கள் உயர்ந்தவரா? அவர்கள் தாழ்ந்தவரா? நீங்கள் சீர்திருத்தப்பட்டவரா? அவர்கள் கரடுமுரடானவர்களா? நீங்கள் திறமை பெற்றவரா? அவர்கள் எளிமையானவர்களா?

வருங்கால தீர்ப்பு வரும் நாட்களில், உங்களைவிட அவர்கள் சகிக்கத் தக்கவர்களாகக் கருத இவைகளே காரணமாகக் கூடும்.

சட்டப்படியான இந்த வணிகத்தில் இந்தச் சிறு நிகழ்வுகளை நிறைவுபடுத்தும்போது, அமெரிக்க சட்டமன்றத்தினர் மனிதாபிமான பற்றாக்குறை உள்ளவர்கள் என்று நினைக்கக்கூடாது என்று உலகை நாம் கெஞ்சிக் கேட்டுக் கொள்ள வேண்டும். இந்த வணிகத்தை பாதுகாக்கவும், நிலை நிறுத்தவும் நமது தேசிய அமைப்பில் செய்யப்படும் கடும் முயற்சிகளைக் கண்டு இதுபோன்று அநியாயமாக யூகிக்க வாய்ப்பு உண்டு.

அந்நிய அடிமை வணிகத்திற்கு எதிராக உணர்ச்சியுடன் உரையாற்றும் எங்களது பெருந்தகைகள் தங்களைத் தாங்களே தாழ்த்திக் கொள்கிறார்கள் என்று யாருக்குத்தான் தெரியாது? இந்தப் பொருளில் உள்ளத்தை மேம்படுத்தும் விதத்தில் பேசப்படுவதை கேட்கவும், நினைவில் நிறுத்திக் கொள்ளவும் வைக்கும் கிளார்க்சன்களும் வில்பர் போர்ஸ்களும் எங்களிடமிருந்து எழுந்திருக் கிறார்களா? அன்பார்ந்த வாசகர்களே! ஆப்பிரிக்காவிலிருந்து நீக்ரோக்களை வணிகம் செய்வது அருவருப்பானது. அதை நினைச்சுப் பார்க்கவே முடியாது. கென்டகியிலிருந்து அவர்களை வியாபாரம் செய்வது என்பது வேறு விஷயம்.

13

குழுவினரின் குடியிருப்பு

நம்முன் ஒரு அமைதியான காட்சி தற்போது எழுகிறது. பெரிய, அகலமான, நன்கு வர்ணமிடப்பட்ட சமையலறை. அதன் மஞ்சள் தரை வழுவழுப்பாகவும், மிருதுவாகவும் இருந்தது. தூசித் தும்புகள் சிறிதும் இல்லை. நன்கு கறுப்பாக்கப்பட்டிருந்த சுத்தமான சமையல் அடுப்பு, வயிற்றுப் பசிக்கு நல்லுணவு கிடைப்பதை எடுத்துக் காட்டும் பளபளப்பான தகரப் பாத்திரங்களின் வரிசை. பளபளப்பான பச்சை நிற பழைய உறுதியான மர நாற்காலி. சிறிய கொடி போன்ற அடி கொண்ட சுழல் நாற்காலியில் பல வண்ண கம்பளித் துணிகளால் தூய்மையாக உறையிடப்பட்டிருந்தது. வசதியான பழைய நாற்காலியின் இரு கரங்களும் உபசரித்து வரவேற்பதாய் இருந்தன. அந்த நாற்காலியில் முன்னும் பின்னும் நமது பழைய நண்பர் எலிசா ஆடிக் கொண்டிருந்தாள். ஆம், அங்கு கென்டகியில் இருந்ததைவிட வெளிறியும், மெலிந்தும் அமர்ந்திருந்தாள். அவளது மென்மையான வாய்க்கு வெளிக்கோடு வரைவதாய் அது இருந்தது. கனமான சோகத்தின் கட்டுப்பாட்டில் அவளது பழமையான, உறுதியான, பெண்மையான இதயம் வளர்ந்துள்ளது என்பது தெளிவாகத் தெரிந்தது. சிறுவன் ஹேரி கிராமப்புற வண்ணத்துப் பூச்சி போல தரையில் அங்கும் இங்கும் அலைந்து தவழ்ந்தான். அவன் குதித்து விளையாடுவதை அடிக்கடி அவளது பெரிய கரும் கண்கள் தொடர்ந்து கண்காணித்தன. முந்தைய மகிழ்வான நாட்களில் இல்லாதவாறு, அவள் ஆழமான உறுதியையும், சீரான தீர்மானத்தையும் வெளிப்படுத்தினாள்.

அவள் அருகில் பளபளப்பான தகரத் தட்டில் சில உலர்ந்த பீச் பழங்களை கவனமாக வகைப்படுத்தி வந்த ஒரு பெண் அமர்ந்திருந்தார். அவளுக்கு ஐம்பத்தி ஐந்து அல்லது அறுபது வயது இருக்கலாம். ஆனால், அழகுபடுத்த காலம் தேர்ந்தெடுத்த முகங்களில் ஒன்றாய் அவளுடையது இருந்தது. வெண்மையான கிரேப் பட்டினாலான தொப்பி அணிந்திருந்தாள். நேராகவும், எளிதாகவும் இருந்த மஸ்லின் கைக்குட்டை அவரது மடியில் கிடந்தது. அவளது மங்கிய சால்வையும், உடையும் அவள் எந்தச் சமூகத்தைச் சேர்ந்தவள் என்று எடுத்துக் காட்டியது. அவளது முகம் உருண்டையாகவும், இளம் சிவப்பு நிறத்தி லும் இருந்தது. ஆரோக்கியமான, மிருதுத் தன்மையை கொண்டி ருந்தது. பழுத்த பீச் பழம் போல் இருந்தது. வயதின் காரணமாக பகுதியளவு நரைத்திருந்த அவளது முடி உயர்ந்த அமைதியான நெற்றியிலிருந்து மெலிதாகப் பிரிந்திருந்தது. அவளது முன்தலையில் வயது தனது அடையாளத்தை பதித்திருக்கவில்லை. பூமியில் அமைதி, மனிதர்களிடத்து நல்லெண்ணம் ஆகியவை மட்டுமே எழுதப்பட்டிருந் ததாய்த் தோன்றியது. அதற்குக் கீழே பெரிய, தெளிவான, நேர்மையான, அன்பான இரு பழுப்புக் கண்கள் பளபளத்தன. அவற்றை நீங்கள் நேராகப் பார்க்க மட்டும் செய்தால் போதும். ஒரு பெண்ணின் உள்மனத்தில் துடித்துக் கொண்டிருக்கும் உண்மையான நல்ல மனதின் ஆழத்தை அறிய முடியும். இளம் பெண்களின் அழகு பற்றி அடிக்கடி புகழப்பட்டு வந்திருக்கிறது. ஒரு வயோதிகப் பெண்ணின் அழகை யாராவது ஏன் விழித்துப் பார்த்து விவரிக்கக் கூடாது? இந்தத் தலையிடமிருந்து யாராவது புத்தெழுச்சி பெற விரும்பினால், நாம் நமது நல்ல நண்பர் ரேச்சல் ஹேலிடேவிடம் அவரை அறிமுகப் படுத்துவோம். தனது சிறிய சுழல் நாற்காலியில் அவர் அமர்ந்திருந்தார். தனது ஆரம்ப நாட்களிலேயே அவருக்கு ஜலதோஷம் பிடித்திருக்க வேண்டும். காசநோய் தாக்கியோ, நரம்புத் தளர்ச்சி பாதித்தோ இருக்க வேண்டும். அந்த நாற்காலி வாத்து போல் ஒலி எழுப்பிக் கொண்டி ருந்தது. அவர் இதமாக அதில் முன்னும் பின்னும் ஆடிக் கொண்டி ருந்தார். மற்ற நாற்காலிகளில் சகிக்க முடியாததாக இருந்த தணிந்த 'கிரிச்' 'கிராச்' ஒலியை அந்த நாற்காலி எழுப்பிக் கொண்டிருந்தது. ஆனால், அவ்வொலி தனக்கு நல்ல இசையாய் தோன்றுவதாய் வயதான சைமன் ஹேலிடே அடிக்கடி உறுதிபடக் கூறினார். உலகில் இருக்கும் எதற்காகவும், தங்களது தாயின் நாற்காலியின் ஒலியை கேட்பதை தவறவிடமாட்டோம் என்று குழந்தைகள் ஒப்புக் கொண் டனர். ஏன் அப்படி? இருபது வருடங்களுக்கும், அதற்கு மேலாகவும், அன்பான வார்த்தைகளும், மிதமான ஒழுக்க நெறிமுறைகளும், தாய்மையின் கனிவும், அன்பும் மட்டுமே அந்த நாற்காலியிலிருந்து வெளிப்பட்டிருந்தது. பல தலைவலிகளும், நெஞ்சு வலிகளும் அங்கு சரியாக்கப்பட்டுள்ளன. ஆன்மிக மற்றும் மனரீதியான சிரமங்கள்

தீர்க்கப்பட்டுள்ளன. எல்லாம் ஒரு நல்ல, அன்பான பெண்ணால் செய்யப்பட்டுள்ளன. கடவுள் அவரை ஆசிர்வதிக்கட்டும்.

''இன்னும் கனடாவுக்கு போகணும்னு நினைக்கிறியா எலிசா?'' உலர்ந்த பீச் பழங்களை அமைதியாக நோக்கியவாறு அவர் கேட்டார்.

''ஆமாம், அம்மா! நான் முன்னேறி போய்த்தான் ஆகணும். நிறுத்துவதற்கு எனக்கு தைரியம் இல்லை.'' உறுதியாக எலிசா கூறினாள்.

''அங்கு போய் என்ன செய்வேன்னு நினைச்சுப் பார்க்கணும், மகளே.''

''மகளே'' என்ற வார்த்தைகள் ரேச்சல் ஹேலிடேவின் உதட்டி லிருந்து இயல்பாக வந்திருந்தது. உலகில் தாய் என்ற வார்த்தை இயல்பானது என்பதை நிறுவிக் காட்டும் முகத்தையும், வடிவத்தையும் அவர் பெற்றிருந்தார்.

எலிசாவின் கைகள் நடுங்கின. அவளது அழகான வேலைப் பாட்டில் கண்ணீர்த் துளிகள் விழுந்தன. அவள் உறுதியாகப் பதிலளித்தாள்.

''நான் செய்வேன். எது கிடைக்குதோ அதைச் செய்வேன். எனக்குக் கிடைக்கும்னு நம்பிக்கை இருக்கு.''

''உனக்கு விருப்பம் இருக்கறவரை, நீ இங்க இருக்கலாம்னு உனக்குத் தெரியும்'' ரேச்சல் கூறினார்.

''ஓ, நன்றி. இரவில் தூங்க முடியல. ஓய்வு எடுக்க முடியல. முற்றத்திற்கு அந்த ஆள் வந்ததாய் நேற்று இரவு கனவு கண்டேன்'' பயத்தில் நடுங்கியவாறு அவள் கூறினாள்.

''பாவப்பட்ட குழந்தை! நீ அப்படி வருத்தப்படக் கூடாது. நம்ம கிராமத்திலிருந்து எந்த 'தப்பி வந்த'வரும் திருடப்படுவதை எப்போதும் கடவுள் தடுத்து நிறுத்தியிருக்கார். அப்படி திருடப்படும் முதல் ஆளாக நீ இருக்க மாட்டேன்னு நான் நம்பறேன்.'' தனது கண்களை துடைத்தவாறு ரேச்சல் கூறினார்.

கதவு திறந்தது. ஒரு இளம் பெண் நின்றிருந்தாள். குட்டையாகவும், உருண்டையாகவும் இருந்தாள். ஒரு பழுத்த ஆப்பிள் பழம் போல மகிழ்ச்சியான மலர்ச்சியான முகத்தவளாய் இருந்தாள். ரேச்சல் போலவே சாம்பல் நிற ஆடை அணிந்திருந்தாள். அவள் தனது சிறிய நெஞ்சைச் சுற்றி மஸ்லின் துணியை சுத்தமாக சுற்றிக் கொண்டி ருந்தாள்.

''நல்லா இருக்கு'' அவளது மங்கிய குல்லாயை எடுத்து தனது கைக்குட்டையால் தூசித் தட்டி கூறினாள் ரேச்சல். ஒரு மகிழ்ச்சியான தோரணையில் அவளது உருண்டையான சிறிய தலையில் அத்தொப்பி அமர்ந்திருந்தது. சுருளான சில முடிகள் அங்கும், இங்கும் வெளிப்பட்டி

ருந்தன. அதனை தாஜா செய்து, சரிப்படுத்தினாள். புதிய திருத்தங்களில் திருப்தியுற்றவளாய் தோன்றினாள். அவளைப் பார்த்த எவரும் திருப்தியுற்றவர்களாகவே இருப்பர். அவள் முழுமையான, இதய பூர்வமான, மென்மையாய்ப் பேசும் பெண்ணாய் இருந்தாள்.

''ரத்! இந்தத் தோழி எலிசா – இவன் நான் உன்கிட்ட சொன்ன சிறுவன்''

''உன்னை சந்திப்பதில் எனக்கு மகிழ்ச்சி எலிசா'' தனது கையை குலுக்கியவாறு ரத் கூறினாள். தான் எதிர்பார்த்துக் காத்திருந்த பழைய தோழியாக எலிசாவைப் பார்த்தாள். ''இது உன்னோட செல்லப் பையனா? - அவனுக்கு ஒரு கேக் கொண்டு வந்திருக்கேன்.'' பையனிடம் தனது இதய நேசத்தை வெளிப்படுத்தியபடி கூறினாள். சிறுவன் வந்தான். தனது சுருள் முடியின் வழியே நோக்கினான். வெட்கத்தோடு ஏற்றுக் கொண்டான்.

''உன்னோட குழந்தை எங்கே இருக்கு, ரத்?'' ரேச்சல் கேட்டார்.

''அவன் வர்றான். ஆனா அவன் உள்ளே வந்தபோது மேரி பிடிச்சுட்டா, தானியக் களத்திற்கு அவனோட ஓடிட்டாள். குழந்தைகளுக்கு காட்ட அவனை கொண்டு போயிட்டாள்.''

இந்தக் கணத்தில் கதவு திறந்தது. இளம் சிவப்பு நிறத்தில் தனது தாய் போலவே பெரிய, பழுப்பான கண்களைக் கொண்டிருந்த மேரி குழந்தையோடு உள்ளே வந்தாள்.

''ஆஹா எவ்வளவு நல்லா இருக்கான்? எப்படி வளர்ந்துட்டான்?'' தனது கரத்தில் பெரிய, வெண்மையான, கொழுத்த குழந்தையை எடுத்துக் கொண்டு ரேச்சல் கூறினார்.

''நிச்சயம் வளர்ந்துட்டான்'' சிறிய, கலகலப்பான ரத் கூறினாள். குழந்தையை எடுத்துக் கொண்டாள். சிறிய நீலநிற பட்டுத் தொப்பியை தூக்கத் துவங்கினாள். வெளி ஆடையின் உறைகளையும், அடுக்கு களையும் எடுத்தாள். அங்கும், இங்கும் சரி செய்தும், பலவிதத்தில் சரிக்கட்டியும் அணிவித்தாள். அவனை கனிவோடு முத்தமிட்டாள். அவனது விளையாட்டை தொடர அவனை தரையில் விட்டாள். இந்த விதமான செயல்பாடுகளில் குழந்தை பழக்கப்பட்டிருந்ததாகத் தோன்றியது. தனது வாயில் கட்டை விரலை வைத்துக் கொண்டான். தாய் அமர்ந்து நீண்ட, நீல மற்றும் வெள்ளை நிற நூல் கண்டை எடுத்துக் கொண்டு மும்முரமாய் தைக்கத் துவங்கினாள்.

''மேரி, கெட்டிலை நிரப்பிட்ட இல்ல'' தாய் மிருதுவாய் கூறினாள்.

கெட்டிலை கிணற்றடிக்கு மேரி கொண்டு சென்றாள். விரைவில் திரும்பி வந்தாள். அடுப்பில் அதனை வைத்தாள். விரைவில் அது

கொதித்து ஆவி வெளி வந்தது. விருந்தோம்பலின் உணர்வுகளையும், நல்ல மகிழ்வையும் வெளிப்படுத்துவதாய் அது இருந்தது. ரேச்சலிட மிருந்து வெளிப்பட்ட இதமான ஆணைகளுக்கு அடிபணிந்து, பீச் பழங்களை அதே கரங்கள் அடுப்பிலிருந்த வேக வைக்கும் பாத்திரத்தில் போட்டன.

வெண்மையான பலகையை எடுத்துக் கொண்ட ரேச்சல், மேலங்கியை அணிந்தார். பிஸ்கெட்டுகள் தயாரிப்பதை அமைதியாகத் தொடர்ந்தார். மேரியிடம் கூறினாள்: ஒரு கோழியை பிடிக்கும்படி ஜான்கிட்ட சொல்றியா?'' அதைச் சொல்ல மேரி மறைந்துபோனாள்.

''அபிகேல் பீட்டர்ஸ் எப்படி இருக்கா?'' பிஸ்கெட் தயாரிப்புப் பணியில் ஈடுபட்டுக் கொண்டே ரேச்சல் கேட்டார்.

''அவ இப்ப நல்லாயிருக்கா. இன்னிக்கு காலையில போய் வீட்டை சுத்தப்படுத்தினேன். லியா ஹில்ஸ் இன்னிக்கு மதியம் ரொட்டி சுட்டு, சில நாட்களுக்குத் தேவையானதை தயாரிச்சு வச்சுட்டு வந்தாள். இன்னிக்கு மாலை போகலாம்னு இருக்கேன்.'' ரத் சொன்னாள்.

''நா நாளைக்குப் போறேன். சுத்தப்படுத்த வேண்டியதோ தைக்க வேண்டியதோ இருந்தா செய்வேன்'' ரேச்சல் சொன்னார்.

''ஆ! அது நல்லது. ஹன்னா ஸ்டான்வுட் சுகவீனமாய் இருப்ப தாய்க் கேள்விப்பட்டேன். நேத்து இரவு ஜான் போயிருந்தார். நான் நாளைக்குப் போகணும்.'' ரத் சொன்னாள்.

''ஜான் இங்க சாப்பிட வரட்டும். நாள் பூரா அங்கே தங்க வேண்டியிருக்கலாம்.''

''நன்றி உங்களுக்கு. நாளைக்குப் பார்க்கலாம். சைமன் வர்றார்.''

மங்கிய மேலாடையோடு, அகலமான தொப்பியோடு உயரமான, நேரான, சதைப்பிடிப்பான, சைமன் ஹேலிடே நுழைந்தார்.

''நீ எப்படி இருக்கே, ரத்? ஜான் எப்படி இருக்கார்?'' இதமாக வினவி, அவளது சிறிய உள்ளங்கையில் தனது அகலமான கையைப் பரப்பினார்.

''ஓ! நல்லா இருக்கார். மத்த ஆளுங்களும் நல்லா இருக்காங்க.''

''வேறு எதுவும் செய்தி உண்டா?'' பிஸ்கெட்டை வாணலியில் போட்டவாறு ரேச்சல் கேட்டார்.

''நண்பர்களோட இன்னிக்கு இரவு வருவதா பீட்டர் செடிப்பின்ஸ் சொன்னார்.'' பின்பக்கம் இருந்த சுத்தமான சிற்றறையில், கழுவுத் தொட்டியில் கை கழுவியவாறு சைமன் சொன்னார்.

''அப்படியா?'' யோசனையோடு, எலிசாவை பார்த்தவாறு ரேச்சல் கேட்டார்.

''அவரது பெயர் ஹேரிஸ் என்று சொன்னாய் இல்லையா?'' திரும்பவும் நுழைந்த சைமன் எலிசாவிடம் கேட்டார்.

ரேச்சல் தனது கணவரை விரைவாக நோக்கினார். நடுங்குகிற குரலில், ''ஆமாம்'' என்றாள் எலிசா. அவளது அச்சம் எப்போதும் போல் மேலோங்கி இருந்தது. அவளுக்கு அவசியமற்ற விளம்பரம் வந்திடுமோன்னு யோசிப்பதாய்த் தோன்றியது.

முகப்பு மண்டபத்தில் நின்று கொண்டு ''அம்மா'' என்று ரேச்சலை சைமன் அழைத்தார்.

''உங்களுக்கு இன்னும் என்ன வேணும்?'' தனது மாவுக் கைகளைத் துடைத்தவாறு முகப்பு மண்டபத்திற்கு வந்த ரேச்சல் கேட்டார்.

''இந்தக் குழந்தையோட கணவன் குடியிருப்பில் இருக்கான். இன்னிக்கு இரவு இங்கு வருவான்'' சைமன் சொன்னார்.

''நீங்க அதைச் சொல்லலையே!'' ரேச்சலின் முழு முகமும் மகிழ்ச்சியில் ஒளிர்ந்தது.

''உண்மைதான். அந்தப் பக்கத்துக்கு நேத்து வண்டியோட பீட்டர் போனான். அங்க ஒரு வயதான பெண்ணையும், இரண்டு மனிதர்களை யும் பார்த்தானாம். தனது பெயர் ஜார்ஜ் ஹாரிஸ் என்று ஒருவன் கூறினானாம். அவன் சொன்னதிலிருந்து அது யார்னு எனக்கு நிச்சயமா தெரிந்தது. அவன் பிரகாசமா இருந்தானாம். அவளிடம் சொல்லி விடுவோமா?''

''ரத்திடம் சொல்வோம், ரத் - இங்கே வா!'' ரேச்சல் அழைத்தார்.

தையல் பணியை ரத் நிறுத்தினாள். பின்பக்க மண்டபத்தில் சிறிது நேரம் இருந்தாள்.

''ரத்! நீ என்ன நினைக்கிறே? கடைசிக் குழுவில எலிசாவோட கணவர் இருப்பதா அப்பா சொல்றார். இன்று இரவு வராராம்.'' ரேச்சல் கேட்டார்.

அந்தச் சிறிய பெண்ணிடம் வெடித்த மகிழ்ச்சி உரையாடலில் குறுக்கிட்டது. தரையிலிருந்து அப்படி துள்ளிக் குதித்தாள். தனது கரங்களை தட்டினாள். அவளது தொப்பியிலிருந்து விலகி விழுந்த முடிச்சுருள் அவளது வெள்ளை கைக்குட்டையில் தங்கியது.

''சும்மா இரு ரத்! எங்ககிட்ட இப்பச் சொல்லு. அவகிட்ட இப்ப சொல்லிடலாமா?'' ரேச்சல் இதமாகச் சொன்னார்.

''நிச்சயம். இந்த நிமிஷமே. இப்ப என்னோட ஜானா இருந்தா எனக்கு எப்படி இருக்கும்? உடனே சொல்லிடுங்க.''

''மத்தவங்கள எப்படி நேசிப்பதுன்னு உன்னிடம் கத்துக்கணும் ரத்'' ரத் மீது பெருமையான பார்வையை செலுத்தி, சைமன் கூறினார்.

"நிச்சயம். அதுக்காகத்தானே நம்மை படைச்சிருக்கு? ஜானையும், குழந்தையையும் நான் நேசிக்காம இருந்தா, அவளுக்காக எப்படி கவலைப்படறது என்று எனக்குத் தெரியாது இருந்திருக்கும். இப்ப வாங்க அவகிட்ட சொல்லுங்க. உங்களோட படுக்கை அறைக்கு அழைச்சுக்கிட்டு போங்க. அங்க சொல்லுங்க. நீங்க அதை சொல்ற போது, நான் கோழியை வறுத்துக்கிட்டு இருப்பேன்." இணக்கமாக தனது கைகளை ரேச்சலின் தோள் மீது போட்டவாறு அவள் சொன்னாள்.

ரேச்சல் சமையலறைக்கு வந்தார். எலிசா அங்கே தைத்துக் கொண்டிருந்தாள். சிறிய படுக்கை அறையை திறந்தார். "என்னோட உள்ளே வா எனது மகளே. உனக்கு சொல்ல என்னிடம் செய்தி இருக்கு" என்று ரேச்சல் இதமாகச் சொன்னார்.

எலிசாவின் வெளிறிய முகத்தில் ரத்தம் பாய்ந்தது. அவள் எழுந்தாள். பதட்டமான ஆர்வத்தில் நடுங்கினாள். தனது பையனை நோக்கினாள்.

"நீ பயப்படாதே. நல்ல செய்திதான். எலிசா உள்ளே போ" துள்ளிக் குதித்து அவளது கையைப் பிடித்தவாறு ரத் கூறினாள். அவளைக் கதவை நோக்கி இதமாகத் தள்ளினாள். பிறகு கதவு மூடப்பட்டது. குழந்தை ஹாரியை ரத் வாரி அணைத்து முத்தமிடத் துவங்கினாள்.

"நீ உங்க அப்பாவப் பார்க்கப் போற, சின்னப் பையா, உனக்குத் தெரியுமா? உங்க அப்பா வராங்க" திரும்பத் திரும்ப அவள் சொன்னாள். சிறுவன் அவளை ஆச்சரியமாகப் பார்த்தான்.

கதவுக்குப் பின் வேறு விதமான காட்சி ஓடியது. ரேச்சல் எலிசாவை தன்னை நோக்கி இழுத்துச் சொன்னார் : "கடவுள் உன்கிட்ட கருணை காட்டிட்டாரு மகளே, உன்னோட கணவர் அடிமை வீட்டிலிருந்து தப்பிச்சுட்டார்."

திடீரென்ற பாய்ச்சலில் எலிசாவின் கன்னத்தில் ரத்தம் பாய்ந்தது. திடீரென்று திரும்பவும் அவளது இதயத்திற்குச் சென்றது. வெளிறியும், மயக்கமுற்றும் அவள் அமர்ந்தாள்.

"தைரியமா இரு குழந்தே! அவர் நண்பர்களிடையே இருக்கார். அவரை இன்னிக்கு இரவு கொண்டு வருவாங்க." அவளது தலையில் கை வைத்து ரேச்சல் கூறினார்.

"இன்னிக்கு இரவு" எலிசா திரும்பச் சொன்னாள். "இன்னிக்கு இரவு" அவளிடம் அந்த வார்த்தை அர்த்தம் இழந்தது. அவளது மூளை குழம்பியது. கனவில் திளைத்தது. ஒரு கணத்தில் அனைத்தும் மறைந்தன.

அவள் எழுந்தபோது, படுக்கையில் சௌகரியமாக கிடத்தப் பட்டிருப்பது தெரிந்தது. அவள் மேல் போர்வை இருந்தது.

கற்பூரத்தால் ரத் அவளது கைகளை தேய்த்துக் கொண்டிருந்தாள். கனவு நிலையிலிருந்து அவள் கண் திறந்தாள். சுவையான மனத்தளர்வை உணர்ந்தாள். இதுநாள் வரை சுமந்து வந்த கனமான சுமை இப்போது சென்று விட்டதாக உணர்ந்தாள். அமைதி அடைந்தாள். அவள் புறப்பட்ட நொடியிலிருந்து ஒரு கணம்கூட அவளைவிட்டு அகலாத பதட்டம் தற்போது தணிந்திருந்தது. பாதுகாப்பான, அமைதியான ஒரு விநோத உணர்வு அவளிடம் தோன்றியது. தனது பெரும் கருங்கண்களைத் திறந்தவாறு அவள் படுத்துக் கொண்டிருக்கையில், அவளைப் பற்றிய நினைவுகளை அமைதியான கனவாய்க் கண்டாள். அடுத்த அறை திறந்திருக்கக் கண்டாள். உணவு மேஜையைக் கண்டாள். வெண்மையான துணி அதனை மூடியிருந்தது. தேநீர் கலனின் முணுமுணுப்பான இசையைக் கேட்டாள். கேக் தட்டுகளுடனும், தேர்ந்தெடுக்கப்பட்ட அடித் தட்டுகளுடன் ரத் முன்னும், பின்னும் நடந்து கொண்டிருப்பதைக் கண்டாள். அடிக்கடி நின்று ஹேரியின் கரங்களில் கேக்கை ஊட்டுவதையும், அவனது தலையை தட்டுவதையும், அவனது நீண்ட சுருள் முடியை தனது வெள்ளை விரல்களால் அலைவதையும் கண்டாள். அவ்வப்போதும், அடிக்கடியும் அவளது படுக்கைக்கு வந்த ரேச்சல், அவளது படுக்கைத் துணிகளை சரி செய்தும், மிருதுவாக்கியும், தொங்கிக் கொண்டிருந்த இடங்களில் துணியை உள்ளே தள்ளியும், தனது நல்லெண்ணத்தை வெளிப்படுத்தும் விதத்தில் தனது தாய்மையின் வடிவத்தைக் காட்டுவதை தாராளமாய்க் கண்டாள். அவளது பெரிய, தெளிவான பழுப்புக் கண்களிலிருந்து சூரிய ஒளி போன்ற ஒன்று ஒளிர்வதை உணர்ந்தாள். ரத்தின் கணவர் வருவதைக் கண்டாள். அவரிடம் அவள் விரைவதைக் கண்டாள். அடிக்கடியும், அவ்வப்போதும் அவளிருந்த அறையைக் காட்டி, வெகு ஆர்வமாய் ஏதோ ஒன்றைச் சொல்வதைக் கேட்டாள். தனது தோளில் குழந்தையை சாய்த்தவாறு அவள் அமர்வதைக் கண்டாள். அனைவரும் மேஜைக்கு அருகில் அமர்ந்திருப்பதைக் கண்டாள். ரேச்சலின் அபரிமிதமான அணைப்பில் சிறுவன் ஹேரி உயர் நாற்காலி ஒன்றில் அமர்ந்திருந்தான். தணிந்த குரலில் முணுமுணுப்பாய் பேச்சுகள் கேட்டன. தேக்கரண்டிகளின் இதமான மணியோசை கேட்டது. கோப்பைகளும், அடித்தட்டுகளும் எழுப்பிய ஓசைகள் இசையாய்க் கேட்டது. ஓய்வுக் கனவில் இனிமையான கலவையாக இவைகள் இணைந்தன. தனது குழந்தையை எடுத்துக் கொண்டு அச்சம் தந்த, பனி நிறைந்த நட்சத்திர வெளிச்சம் வீசிய இரவில் அவள் கிளம்பி வந்த நாள் முதல் இதுவரை இருந்திராத விதத்தில் எலிசா உறங்கினாள்.

அவள் ஒரு அழகான தேசத்தை கனவில் கண்டாள். அது ஓய்வு நிறைந்த நிலமாக அவளுக்குத் தோன்றியது. பசுமையான கரைகள் இருந்தன. இனிமையான தீவுகள் இருந்தன. அழகாய் ஒளிரும் தண்ணீர்

இருந்தது. கனிவான குரல்களால் இல்லம் என்றழைக்கப்பட்ட ஒரு வீட்டில் அவளது மகன் சுதந்திரமான, மகிழ்வான குழந்தையாய் விளையாடுவதைக் கண்டாள். அவள் தனது கணவரின் காலடித் தடங்களைக் கேட்டாள். அவன் அருகில் வருவதாய் உணர்ந்தாள். அவனது கரங்கள் அவளைச் சுற்றிக் கொண்டன. அவனது கண்ணீர்த் துளிகள் அவளது முகத்தில் விழுந்தன. அவள் விழித்துக் கொண்டாள். அது கனவல்ல; பகல் வெளிச்சம் எப்போதோ மறைந்திருந்தது. அவளுக்கு அருகில் அவளது குழந்தை அமைதியாக உறங்கிக் கொண்டிருந்தது. கம்பத்தில் மெழுகுவர்த்தி சன்னமாய் எரிந்து கொண்டிருந்தது. அவளது தலையணைக்கு அருகில், அவளது கணவன் தேம்பிக் கொண்டிருந்தான்.

மறுநாள் காலையில், குழுவினரின் குடியிருப்பில் குதூகலமாய் இருந்தது. ‘‘அம்மா’’ அதிகாலையிலேயே எழுந்திருந்தார். சுறுசுறுப்பாய் சுழன்ற சிறுவர்களாலும், சிறுமிகளாலும் சூழப்பட்டு இருந்தார். நேற்று அவர்களை நமது வாசகர்களுக்கு அறிமுகப்படுத்த அவகாசம் இருக்கவில்லை. அனைவரும் ரேச்சலின் இதமான ஆணைகளுக்கு கீழ்ப்படிந்து இயங்கினர். இந்தியானாவின் பகட்டான சமவெளிகளில், காலைச் சிற்றுண்டிக்குத் தயாராவது என்பது சிக்கல் நிறைந்ததாகவும், பல வகைப் பணிகளை கோருவதாகவும் இருக்கும். ரோஜா இலைகளைக் கொய்துக் கொணர்தல், நந்தவனப் புதர்களை சீரமைத்தல் ஆகிய பணிகள் தாயைத் தவிர மற்றவர்களின் சேவையையும் தேடத் தூண்டுவதாய் இருக்கும். ஜான் புதிய நீர் கொண்டு வர ஓடினான். இரண்டாவது சைமன் தானிய கேக்குகளுக்கான சலிக்கப்பட்ட மாவைக் கொண்டு வந்தான். மேரி காபிக் கொட்டையை அரைத்தாள். ரேச்சல் அங்குமிங்கும் இதமாகவும், அமைதியாகவும் நகர்ந்து, பிஸ்கெட்டுகளை தயாரித்து, கோழியை வெட்டி, மொத்த செயல்பாட்டிற்கும் ஒரு சூரிய வெளிச்சத்தைப் பாய்ச்சுவதாய் செயல்பட்டாள். சிறுவர்களின் ஒழுங்கமைக்கப்படாத செயல்களால் உரசலோ, மோதிக் கொள்ளலோ நிகழ்ந்தால், அவளது இதமான ‘‘வா! வா’’ அல்லது ‘‘இப்ப செய்ய மாட்டேன்’’ போன்ற வார்த்தைகள் சிரமங்களை சரிப்படுத்த போதுமானதாக இருந்தன. ஒவ்வொரு அடுத்தடுத்த தலைமுறையிலும், அனைத்து உலகத்தின் தலைகளையும் திருப்பியதாக வீனஸ் தேவதை பற்றி கவிஞர்கள் எழுதினர். தமது பங்கிற்கு தேவதைத் தலைகள் திரும்பாது ரேச்சல் பார்த்துக் கொண்டார். எல்லாம் இசைவாக நிகழ்வதற்கு வழிவகுத்திருந்தார். அது நவீன காலத்திற்கு ஏற்றவாறு இருப்பதாக நாங்கள் நினைக்கிறோம்.

மற்ற எல்லா தயாரிப்புகளும் நடந்து கொண்டிருக்கையில், மூத்த சைமன், மூலையில் இருந்த சிறிய முகம் பார்க்கும் கண்ணாடி முன்பு

நின்றிருந்தார். முகம் மழிக்கும் பணியில் மும்முரமாய் இருந்தார். சமையலறையில் அனைத்தும் சுமுகமாயும், அமைதியாகவும், இசைவாகவும் நடந்தன. அவர்கள் செய்கிற பணியை அனைவரும் இனிமையாகக் கருதியதாகத் தோன்றியது. எங்கும் பரஸ்பர நம்பிக்கையும், நல்ல இணக்கமும் நிறைந்த சூழ்நிலை நிலவியது. மேஜைக்குச் சென்ற கத்திகளும், முள் கரண்டிகளும்கூட சுமுகமான ஒலியை எழுப்பின. தாங்கள் சமைக்கப்படுவதை மகிழ்வுடன் அனுபவித்ததாய் தோன்றிய கோழி மற்றும் பன்றி இறைச்சி வறுக்கும் பாத்திரத்தில் உற்சாகமாகவும், மன மகிழ்வோடும் சத்தமிட்டன. ஜார்ஜ், எலிசா மற்றும் சிறுவன் ஹேரி வெளிவந்தபோது, உளமார்ந்த மகிழ்வான வரவேற்பை அவர்கள் சந்தித்தனர். அவர்களுக்கு அது கனவாகத் தோன்றியதில் ஆச்சரியம் இல்லை.

அவர்கள் அனைவரும் சிற்றுண்டி மேஜையின் முன் அமர்ந்தனர். அடுப்புக்கு அருகில் மேரி நின்று கேக்குகளை சுட்டாள். அவை சரியான பொன் பழுப்பு நிறத்திற்கு வந்தபோது, மேஜைக்கு மாற்றினாள்.

தனது மேஜையில் தலைமை வகித்தபோது இருந்தது போல ரேச்சல் உண்மையாகவும், அன்பாகவும் மகிழ்வாய் எப்போதும் இருந்ததில்லை. கேக் தட்டுகளை வைத்தபோதும், கோப்பைகளில் காஃபி ஊற்றிய போதும் அவர் காட்டிய தாய்மை உணர்வும், முழுமையான மகிழ்வும், அவர் அளித்த உணவும், பானங்களும் உற்சாகம் ஊட்டுவதாய் தோன்றியது.

எந்த வெள்ளை மனிதரின் மேஜையிலும், சமமாக அமர்ந்து உணவு உண்டது அதுவே ஜார்ஜூக்கு முதன்முறை. முதலில் சற்று சங்கடத்துடனும், தயக்கத்துடனும் அமர்ந்தான். இதமான காலைப் பொழுதின் சூரியக்கதிர் போன்ற அவர்களின் எளிமையான, நிரம்பி வழியும் கனிவின் முன்பு, அவை அனைத்தும் பனி போன்று வெளியேறின.

இது உண்மையில் ஒரு இல்லம். 'இல்லம்' என்ற வார்த்தைக்கு இதுவரை அவன் அர்த்தம் அறிந்திருக்கவில்லை. அவனது இதயத்தை கடவுள் மீது நம்பிக்கையும், கடவுளின் நற்செயல் மீது நன்னம்பிக்கையும் சூழத்துவங்கின. இருள், மனித இனத்தின் மீது வெறுப்பு, நாஸ்திக சந்தேகங்கள், தீவிரமான வேதனை முதலியவை வாழும் வேதமெனும் வெளிச்சத்தின் முன் உருகிப் போயின. பொன் மேகத்தின் பாதுகாப்பாகவும், நம்பிக்கையாகவும் அவை இருந்தன. அவ்வேதம் ஆயிரம் அனிச்சையான அன்பான செயல்கள் மூலமும், நல்லெண்ணம் மூலமும் போதிக்கப்பட்டன. சீடரின் பெயரில் கொடுக்கப்பட்ட ஒரு கோப்பை குளிர்ந்த நீரைப் போல், தனது மதிப்பை ஒருபோதும் அவ்வேதம் இழக்காது.

''அப்பா, அவங்க மீண்டும் கண்டுபிடிச்சா என்னாகும்?'' இரண்டாம் சைமன் கேக்கில் வெண்ணெய் தடவியவாறு வினவினான்.

''நான் அபராதம் கட்டணும்'' சைமன் அமைதியாகச் சொன்னார்.

''ஆனால் உங்களை சிறையில் அடைத்து விட்டால்..?''

''நீயும், அம்மாவும் பண்ணையை பராமரிக்க முடியாதா?'' புன்னகை சிந்தியவாறு சைமன் கேட்டார்.

''கிட்டத்தட்ட எல்லாத்தையும் அம்மாவால் செய்ய முடியும். இதுபோன்ற சட்டங்களை உருவாக்குவது வெட்கக்கேடானது இல்லையா?'' சிறுவன் கூறினான்.

''உனது ஆட்சியாளர் பற்றி தவறாகப் பேசக் கூடாது. நாம் நியாயமும், கருணையும் காட்டுவோம் என்றுதான் கடவுள் நமக்கு உலக வாழ்விற்கான பொருட்களைக் கொடுத்துள்ளார். அதற்கு நமது ஆட்சியாளர்களுக்கு விலை தேவைப்பட்டால், அதை நாம் கொடுக்கத்தான் வேண்டும்.'' அவனது தந்தை அழுத்தமாகக் கூறினார்.

''நல்லது. நான் அடிமைகளை வைத்திருக்கும் அந்தப் பழைய மனிதர்களை வெறுக்கிறேன்.'' என்றான் சிறுவன். நவீன சீர்திருத்த வாதிகள் போலவே அவன் இவற்றை கிறித்துவுக்கு எதிரானதாய்க் கருதினான்.

''உன்னைப் பார்த்து ஆச்சரியப்படுகிறேன், மகனே! உனது அம்மா எனக்கு அப்படிச் சொல்லித் தரவில்லை. அடிமையை வைத்துள்ளோர் சுகவீனமுற்று எனது கதவைத் தட்டினால், அடிமைகளுக்கு செய்வது போலவே, அவர்களுக்கும் செய்வேன்.'' சைமன் கூறினார்.

இளம் சைமன் முகம் சிவந்தான். அவனது தாய் புன்னகைத்து சொன்னார். ''சைமன் எனது நல்ல பையன். அவன் பெரியவனாய் வளருவான். அப்போது அவனது அப்பா போல் இருப்பான்.''

''எங்களின் பொருட்டு உங்களுக்கு எதுவும் சிரமம் உருவாகவில்லை என்று நம்புகிறேன் அய்யா!'' ஜார்ஜ் கவலையாகச் சொன்னான்.

''எதுக்கும் பயப்படாதே. அதற்காகவா உலகுக்கு அனுப்பப் பட்டுள்ளோம்? ஒரு நல்ல நோக்கத்திற்காக பிரச்சனைகளை சந்திக்கா விடில், நமது பெயருக்கு நாம் அருகதை அற்றவர்களாகி விடுவோம்.''

''ஆனால், எனக்காக செய்தால் என்னால் அதைத் தாங்க முடியாது.'' ஜார்ஜ் சொன்னான்.

''அப்ப பயப்படாதே, எனது நண்பா ஜார்ஜ்! உனக்காக இல்ல. கடவுளுக்காகவும், மனிதனுக்காகவும் இதைச் செய்கிறோம். இன்று பகலில் நீ அமைதியாகப் படுக்க வேண்டும். இன்று இரவு பினியாஸ் ஃபிளட்சர் அடுத்த நிலையத்திற்கு உன்னையும், உங்களது குழுவின்

மற்றவர்களையும் அழைத்துச் செல்வான். உங்களை துரத்துபவர்கள் வேகமாக வருவார்கள். நாம் தாமதிக்கக் கூடாது.'' சைமன் கூறினார்.

''அப்படியானால், மாலை வரை ஏன் காத்திருக்கணும்?''

''பகலில் நீ இங்கே பாதுகாப்பாய் இருப்பாய். இங்கே அனைவரும் நண்பர்கள். எல்லாரும் கவனமாய் கண்காணிப்பார்கள். இரவில் பயணம் செய்வது பாதுகாப்பாய் இருக்கும் என்று நிரூபிக்கப் பட்டுள்ளது.''

14

ஏவஞ்செலின்

அற்புதமாய் வாழ்வின்மீது ஒளிர்ந்த இளம் நட்சத்திரம்
அத்தகைய கோப்பையின் அழகான பிம்பம்
அரிதாய் அமைந்த அல்லது அமைக்கப்பட்ட மனிதன்
அனைத்து இனிமையான இலைகளுடன் மொட்டவிழா ரோஜா.

மிசிசிபி! தாவர மற்றும் விலங்கினங்களின் கனவற்ற அதிசயங் களுக்கிடையே இடைவிடாத தனிமையில் ஓடிய மகத்தான நதியைப் போற்றி சேட்டபியூரியண்ட் வசன கவிதை வடித்திருந்தார். அந்த நாளிலிருந்து மந்திரக் கோலால் வசியப்பட்டது போன்ற நிகழ்ந்த எத்தனை காட்சி மாற்றங்களை அது கண்டுள்ளது?

ஒரு மணி நேரத்தில், இந்தத் தீவிர சாகசம் கொண்ட கனவுகளின் நதி தொலை நோக்கையும், உன்னதத்தையும் அரிதாகப் பெற்றிருந்த ஒரு யதார்த்தத்திற்கு வந்திருந்தது. வெப்ப மண்டலத்திற்கும், துருவத் திற்கும் இடையில் உள்ள அனைத்து உற்பத்திப் பொருட்களையும் தன்னோடு அணைத்துக் கொண்டிருக்கும் ஒரு நாட்டின் வளத்திற்கும், துணிவூக்கத்திற்கும் தனது மடியில் இடம் கொடுத்த நதி எதுவாய் இருக்கும்? அதன் கலங்கலான நீர் விரைவாக ஓடியது. நுரைத்து ஓடியது. தலைக்கு மேலெழும் அலையைக் கிழித்துக் கொண்டு ஓடியது. பழம் உலகம் கண்டதைவிட தீவிரமானதும், சக்தி வாய்ந்ததுமான ஓர் இனத்தையும் தன்னுடன் அழைத்துக் கொண்டு ஓடியது. அதனோடு மிகவும் பயங்கரமான சரக்கையும் எடுத்துக் கொண்டு ஓடுகின்றதே! ஒடுக்கப்பட்டவர்களின் கண்ணீர், திக்கற்றவர்களின் பெருமூச்சு, ஏழைகளின் கசப்பான பிரார்த்தனை, அறியப்படாத கடவுளைப் பற்றி தெரிந்திராத அப்பாவிகளின் பிரார்த்தனை இவற்றை எல்லாம்

எடுத்துச் செல்கிறதே! "உலகின் அனைத்து ஏழைகளையும், காக்க தனது இடத்திலிருந்து இன்னும் வெளிவரவுள்ள "அறியப்படாத, காணப்படாத" அமைதியான கடவுளைத் தொழும் அப்பாவி இனத்தையும் அது தன்னோடு அழைத்துக் கொண்டு சென்றது.

கடலாய் பரந்து கிடந்த நதி மீது தனது சாய்ந்த கிரணங்களை சூரியன் பாய்ச்சுகிறது. நடுங்கும் நாணல்களும், இறுதிச் சடங்கில் மலர் வளையத்துடன் தொங்க விடப்பட்டு பயன்படும் உயரமான ஊசியிலை மரங்களும் அந்தப் பொன் ரேகையில் ஒளிர்ந்தன. கனமான அந்த நீராவிப் படகு முன்னேறி பயணித்தது.

பல தோட்டங்களிலிருந்து கொண்டு வரப்பட்ட பருத்தி மூட்டைகள் மேல்தளத்திலும், பக்கவாட்டிலும் அடுக்கி வைக்கப்பட்டிருந்தன. தூரத்திலிருந்து சதுரமாகவும், பெரிய சாம்பல் நிற கட்டையாகவும் தோன்றும் அடுத்த விற்பனை நிலையத்தை நோக்கி அது கனத்தோடு விரைந்தது. நமது எளிமையான நண்பர் டாமை நாம் கண்டு பிடிப்பதற்கு முன்பு, கும்பலாய் குவிந்திருந்த மேல் தளத்தை சிறிது நேரம் உற்று நோக்க வேண்டியிருக்கும். மேல் தளத்தின் உயரப் பகுதியின் சிறிய மூலையில், மிகவும் ஆதிக்கம் செலுத்தும் விதத்தில் எங்கும் காணப்பட்ட பருத்தி மூட்டைகளுக்கிடையே, கடைசியாக அவரை நீங்கள் காணக்கூடும்.

திருவாளர் ஷெல்பியிடம் பெற்ற பயிற்சியால் அடைந்த தன்னம் பிக்கையாலும், புண்படுத்த விரும்பாத அமைதியான குணநலன்கள் காரணமாகவும், ஹாலே போன்றவரின் நம்பிக்கையை டாம் உணர்வற்று வென்றிருந்தார்.

முதலில் ஹாலே அவரை பகல் முழுதும் கவனமாகக் கண் காணித்து வந்தார். இரவில் விலங்கிடாது உறங்க அனுமதிக்க வில்லை. டாமின் புகார் கூறாத பொறுமையும், அவரது பழக்க வழக்கங்களில் தெளிவாய்த் தெரிந்த திருப்தியும் இந்தக் கட்டுப்பாடுகளை படிப்படியாகத் தளர்த்த வைத்தது. சில சமயம் அவருக்கு தற்காலிக விடுதலை என்ற கௌரவம் கொடுக்கப்பட்டது. படகில் தான் விரும் பிய இடத்திற்கு தாராளமாகச் சென்று வர அனுமதிக்கப்பட்டது.

எப்போதும் அமைதியாகவும், பணிவாகவும் இருந்தார். கீழிருந்த வேலையாட்களுக்கு அவசர நேரத்தில் உதவ எப்போதும் தயாராக இருந்தார். கென்டகி பண்ணையில் பணியாற்றியது போல் அவர் களுக்கு உளமாற உதவுவதில் பல நேரம் செலவழித்தார். அவர் அங்கிருந்த அனைவரின் நல்லெண்ணத்தையும் பெற்றார்.

செய்வதற்கு எதுவும் இல்லாதபோது, மேல் தளத்தில் பருத்தி மூட்டைகளுக்கிடையே ஒரு மூலைக்கு ஏறி, பைபிள் படிப்பதில் மும்முரமானார். நாம் அவரை இப்போது அங்குதான் பார்க்கிறோம்.

புதிய ஆரிலியன்ஸுக்கு மேலாக நூற்றுக்கு மேலான மைல்களுக்கு, சுற்றிச் சூழ்ந்திருக்கும் நாடுகளைவிட நதி உயர்வாக இருந்தது. இருபது அடிகள் உயரமுடைய பெரிய நதிக்கரைகளுக்கிடையே அது ஓடியது. மிதக்கும் ஒரு கோட்டை மேல் இருப்பது போல், நீராவிப் படகின் மேல் தள பயணி பல மைல்களைச் சுற்றி அமைந்துள்ள முழு நாட்டையும் பார்க்க முடியும். தனது வாழ்வு அமையவுள்ளது போன்ற பல தோட்டங்களை அடுத்தடுத்து டாம் நோட்டமிட்டு வந்தார்.

அவர் தூரத்தில் உழைக்கும் அடிமைகளைக் கண்டார். பல தோட்டங்களில் நீண்ட வரிசையில் அவர்களின் குடிசைகள் அணிவகுத்திருப்பதைக் கண்டார். எஜமானர்களின் கம்பீரமான மாளிகைகளிலிருந்தும், மகிழ்வளிக்கும் மைதானங்களிலிருந்தும் அக்கிராமங்கள் தொலைதூரம் விலகியிருப்பதைக் கண்டார். இந்த நகரும் காட்சிகளை கடக்கும்போது, அவரது முட்டாள் மனம் கென்டகி பண்ணையை நினைக்கும். அதன் நிழல் தரும் பீச் மரங்களும், எஜமானரின் வீடும், அதன் பரந்த, குளிர்ந்த கூடமும், அதனருகில் இருந்த சிற்றறையும், அதில் அளவுக்கதிகமாக வளர்ந்திருந்த பலவண்ண மலர்ச் செடிகளும் நினைவிற்கு வந்தன. அவரது குழந்தைப் பருவத்திலிருந்தே அவரோடு வளர்ந்திருந்த தோழர்களின் பரிச்சயமான முகங்கள் அங்கே தோன்றின. அவரது மாலை உணவை தயாரிக்க பரபரப்பாயும், சுறுசுறுப்பாயும் இயங்கும் அவரது மனைவி தெரிந்தாள். தங்கள் விளையாட்டிடையே மகிழ்ந்து சத்தமிட்ட தனது குழந்தைகளின் சிரிப்பைக் கேட்டார். தனது காலடியில் தனது குழந்தை தவழுவதைக் கண்டார். பிறகு அனைத்தும் ஒரு நொடியில் மறைந்து போயின. பிரம்புச் செடிகளையும், ஊசியிலை மரங்களையும், சறுக்கும் தோட்டங்களையும் கண்டார். இயந்திரங்களின் கிறீச்சிடல்களையும், உறுமல்களையும் கேட்டார். வாழ்வின் அந்தக் கட்டம் போய்விட்டதை வெளிப்படையாக தெரிவிப்பதாய் அனைத்தும் இருந்தன.

இதுபோன்ற சமயங்களில், நீங்கள் உங்கள் மனைவிக்கு கடிதம் எழுதுவீர்கள். உங்கள் குழந்தைகளுக்கு செய்திகள் அனுப்புவீர்கள். ஆனால் டாமால் எழுத முடியாது. அவருக்கு தபால் என்பது எதுவும் கிடையாது. பிரிவெனும் மடுவிற்குப் பாலமிட ஒரு நட்பான வார்த்தையோ, சமிக்ஞையோ கூட இல்லை.

பொறுமையான தனது விரல்கள் மூலம் பைபிளின் ஒவ்வொரு வார்த்தையாய் தொட்டு, அதன் உறுதிமொழிகளைப் படித்தவாறு பருத்தி மூட்டைகளில் படுத்திருந்தபோது, அந்தப் புனிதப் புத்தகத்தின் சில பக்கங்கள் மீது கண்ணீர்த் துளிகள் விழுந்தது. ஆச்சரியமானது இல்லையே! வாழ்க்கையில் தாமதமாகப் படிக்கக் கற்ற அவர், ஒரு நிதானமான வாசகர். ஒவ்வொரு செய்யுளிலிருந்தும் சிரமப்பட்டு

நகருவார். நிதானமாகப் படிப்பதால் அவர் படிக்கும் புத்தகத்திற்கு எந்தத் தீங்கும் ஏற்படாது என்பது அவரது நல்லதிர்ஷ்டம். தங்கம் போல், அப்புனித புத்தகத்தின் ஒவ்வொரு வார்த்தையும் தனித்தனியாக நிறுக்கப்பட வேண்டும். நிதானமாகப் படித்தது, அதன் விலைமதிப்பற்ற உள்ளடக்கத்தை உள்வாங்கிக் கொள்ள உதவியாக இருந்தது. ஒவ்வொரு வார்த்தையையும் சுட்டிக்காட்டி தொட்டு சற்று உரக்க உச்சரித்து அவர் படிப்பதை ஒரு நொடி நோக்குவோம்.

> ''உனது - மனது - கவலைப்படாது - இருக்கட்டும். - எனது தந்தையின் - வீட்டில் - பல - மாளிகைகள் - உள்ளன. நான் - உனக்கு - ஒரு - இடம் - தயார் செய்யப் போகிறேன்.''

ஏழை டாமின் மனதை அடைத்திருந்த நியாயமான துக்கத்தைப் போன்றே, தனது ஒரே செல்ல மகளை புதைத்தபோது சிசரோவும் பெற்றிருக்க வேண்டும். ஆனால் சிசரோவுக்கு அடி மனது நம்பிக்கை இருக்க முடியாது. எதிர்காலத்தில் மீண்டும் இணைவதற்கான வாய்ப்பில்லை. அவர் அவர்களைப் பார்த்திருந்தால், பத்து சதம் கூட நம்பியிருக்க மாட்டார். அந்த கைப்பிரதியின் நம்பகத்தன்மை பற்றியும், மொழிபெயர்ப்பின் சரியான தன்மை பற்றியும் ஆயிரம் வினாக்கள் அவரது மனத்தில் எழுந்திருக்கும். ஆனால், ஏழை டாமுக்கு தேவையானது அதில் இருந்தது. அதில் தெரிவிக்கப்பட்டிருந்ததின் சாத்தியம் பற்றி அவருக்குச் சந்தேகம் இருக்கவில்லை. அதனைக் கேள்விக்குள்ளாக்கும் சாத்தியம் அவரது எளிய மனத்தில் எழவில்லை. அது உண்மையாக இருக்க வேண்டும். அப்படி உண்மையாக இல்லாவிடில், அவர் எப்படி வாழ முடியும்?

டாமின் பைபிள் புத்தகத்தில் விளக்கக் குறிப்புகளும், கற்றறிந்த உரையாசிரியரின் ஓரவிளிம்பு உதவிக் குறிப்புகளும் இல்லை. எனினும், டாமின் சொந்த தயாரிப்பான சில வழிக்குறிப்புகளும், வழிகாட்டும் பலகைகளும் அதை அலங்கரித்தன. மிகுந்த கற்றறிந்தவர்களின் விளக்கங்களைவிட அதிகமான உதவிகளை அவை அளித்தன. தனது எஜமானர்களின் குழந்தைகளைக் - குறிப்பாக இளம் எஜமானர் ஜார்ஜ் - கொண்டு பைபிளை படிக்க வைத்து கேட்பது அவர் வழக்கம். அவர்கள் அவ்வாறு படிக்கையில் தனது காதுகளை திருப்தி செய்த பத்திகளையும், அவரது இதயத்தைப் பாதித்த பத்திகளையும், பேனாவாலும், மையாலும் பெரிதாகவும், வலுவாகவும் குறியிடுவார். கோடுகளைப் போட்டு அடையாளமிடுவார். பலவித அடையாளங்களாலும், நடைகளாலும், ஆரம்பம் முதல் இறுதி வரை குறிப்புகளை தாங்கி அவரது பைபிள் புத்தகம் இருக்கும். எனவே, ஒரு நொடியில் தனது விருப்பப் பத்திகளை எந்தச் சிரமமுன்றி கண்டுபிடிக்க முடியும். அவருக்கு முன்னால் அது இருக்கும்போது, ஒவ்வொரு பத்தியும்

பழைய இல்லக் காட்சிகளைக் காட்டும். முந்தைய மகிழ்வுக்குரிய நிகழ்ச்சிகளை நினைவுபடுத்தும். எனவே, அது அவருக்கு எஞ்சியிருந்த வாழ்க்கைக்கு அனைத்துமாகவும், வருங்காலத்திற்கு நம்பிக்கையூட்டுவதாகவும் தோன்றியது.

படகில் இருந்த பயணிகளில் ஒரு இளம் பெருந்தகை இருந்தார். அவருக்கு செல்வச் செழிப்பும் குடும்பமும் இருந்தது. அவர் புது ஆர்லியன்ஸில் வசிப்பவர். செயிண்ட் கிளேர் என்பது அவர் பெயர். ஐந்து அல்லது ஆறு வயது மகள் அவருடன் இருந்தாள். இருவருக்கும் சொந்தமாகத் தெரிந்த ஒரு பெண்மணி அவர்களுடன் இருந்தார். அவளது பொறுப்பில் சிறுமி இருந்தாள்.

அவளை டாம் அடிக்கடி பார்த்தார். அவள் சுறுசுறுப்பாகவும், அங்கும் இங்கும் அலைந்து திரிந்தாள். சூரியக் கதிர் போலவும், கோடைத் தென்றல் மாதிரியும் அவளை ஒரு இடத்தில் நிறுத்தி வைக்க முடியாது. ஒருமுறை பார்த்தால் அவளை மறப்பது சுலபமில்லை என்பதும் உண்மை.

குழந்தையின் அழகின் முழுமை அவள் வடிவத்தில் படிந்திருந்தது. வழக்கமான கொழுகொழு திரட்சியோ, சதுர உடலமைப்போ அவளிடம் இருக்கவில்லை. அலையின் பொலிவும், வானின் வசீகரமும் அவளிடத்தில் இருந்தன. கனவில் வரும் புராணம் மற்றும் இசை சார்ந்த ஒரு பெண்ணாகத் தோன்றினாள். அவளது முழுமையான அழகின் சிறப்பம்சமாக அவளது முகம் குறிப்பிடத்தக்கதாய் இருந்தது. அவளைப் பார்க்கும் உற்சாகம் குன்றியவர்களும், நேரடியாகப் பேசுவோரும் ஏனென்று தெரியாமல் அவளால் கவரப்பட்டு, உரையாற்றத் துவங்கினர். அவளது தலையின் அமைப்பும், கழுத்தின் திருப்பமும், நற்பண்பு சார்ந்ததாக இருந்தது. அதைச் சுற்றி மிதந்த நீண்ட பொன்பழுப்பு முடியும், விளிம்புகளில் பொன் பழுப்பு நிழலாடிய அவளது ஊதா நீலக் கண்களின் ஆழ்ந்த ஆன்மிக ஈர்ப்பும் அவளை மற்ற குழந்தைகளிடமிருந்து வேறுபடுத்திக் காட்டின. படகில் அங்கும், இங்கும் சறுக்கி விளையாடிய அவளை திரும்பிப் பார்க்க அனைவரையும் அவளின் அழகு தூண்டியது. அழுத்தமான குழந்தை என்றோ, சோகமான குழந்தை என்றோ அழைக்கும் விதத்தில் அவள் இருக்கவில்லை. அவளது குழந்தை முகத்தில் அப்பாவியான விளையாட்டுத்தனம் சுற்றிக் கொண்டு கோடைகால மர இலைகளின் நிழலாய் ஒளிர்ந்தது. அவள் எப்போதும் இயங்கிக் கொண்டே இருந்தாள். அவளது ரோஜா நிற வாயில் எப்போதும் அரைப் புன்னகை தவழ்ந்தது. அலை போன்றும், மேகம் போன்றும் அங்கும் இங்கும் பறந்து கொண்டிருந்தாள். மகிழ்வான கனவில் நகருவது போல் தனக்குள் பாடிக் கொண்டாள். அவளது தந்தையும், பெண் பாது காவலரும் அவளைத் தொடர்ந்து வருவதில் மும்முரமாய் இருந்தனர்.

பிடிபட்டதும், அவள் மீண்டும் கோடை மேகமாய் கலைந்து விடுவாள். எந்தவித கண்டிப்பும், நிந்தனையும் அவளது காதுகளில் விழாது இருந்ததால், படகு முழுவதும் அவள் தனது வழியையே தொடர்ந்தாள். எப்போதும் வெள்ளுடை அணிந்திருந்த அவள் எல்லா இடங்களிலும் நிழல் போல் இயங்கினாள். ஒரு அழுக்கோ, கறையோ அவளது வெள்ளுடையில் படியாது இருந்தது. அந்த அழகான கால் தடம் சறுக்காத ஒரு மூலையோ, முடுக்கோ, படகில் இருக்கவில்லை. ஆழமான நீலக் கண்களைக் கொண்ட தங்கத் தலையும் அதனைத் தொடர்ந்து வந்தது.

வியர்வை வழிந்தோடி பணியாற்றும் கறித் தள்ளி தனது தலையைத் தூக்கிப் பார்க்கும்போது, அவளது கண்கள் கொழுந்து விட்டு எரியும் உலையை ஆச்சரியத்தோடு நோக்கும். அவர் அஞ்சத்தக்க அபாயத்தில் இருப்பதாய் நினைத்துக் கொள்வதாய் அவளது பார்வை இருக்கும். சக்கரம் சுற்றும் மனிதர் அடிக்கடி சற்று நிறுத்தி, அவளைப் பார்த்துப் புன்னகைப்பார். படம் போன்று தோன்றும் முகம் வட்ட வடிவ ஜன்னலின் வழியே வேடிக்கை பார்க்கும். சில நொடிகளில் அது மாயமாய் மறையும். பல முரடான குரல்கள் ஒரு நாளைக்கு ஆயிரம் முறை அவளை ஆசீர்வதித்தன. அவள் கடக்கும்போது, அவர்களது கடின முகங்களில் அபூர்வமான மிருதுத்தன்மை உருவாகும். அவள் அபாயப் பகுதிகளில் பயமின்றி பயணிக்கும்போது, புகை படிந்த முரட்டுக் கரங்கள் அவளைப் பாதுகாக்க அனிச்சையாக நீளும். அவளது வழியை ஒழுங்குபடுத்தும்.

தனது கனிவான இனத்தின் இதமான இயல்பையும், எளிமையையும் குழந்தைத்தனத்தையும் கொண்டிருந்த டாம், ஒவ்வொரு நாளும் அதிகரிக்கும் ஆர்வத்தோடு அந்த குட்டிப் பிறவியை கவனித்து வந்தார். அவருக்கு அவள் தெய்வீகத் தன்மையோடு இருப்பதாய்த் தோன்றியது. சில புழுதி படிந்த பருத்திப் பொதிகளுக்குப் பின்னாலிருந்து அவளது தங்கத் தலையும், நீலக் கண்களும் அவரை எட்டிப் பார்க்கையிலும், சில மூட்டைகளின் விளிம்பு வழியே பார்க்கையிலும், புதிய வேதத்தி லிருந்து எட்டிப் பார்க்கும் தேவதையாக அவருக்குத் தோன்றுவாள்.

சங்கிலியால் கட்டப்பட்டு ஹாலேவின் குழுவினர் இருக்கும் இடத்தைச் சுற்றி சோகம் கப்பிய முகத்தோடு, அடிக்கடி நடந்து வருவாள். ஒரு சோகம் ததும்பிய குழம்பிய ஆர்வத்தோடு அவர்களைப் பார்ப்பாள். சில சமயம் தனது மெல்லிய கரங்களால் அவர்களது விலங்குகளைத் தூக்கிப் பிடிப்பாள். பிறகு வேதனையோடு சறுக்கிச் செல்வாள். திடீரென்று கல்கண்டு, கொட்டைகள், ஆரஞ்சுகள் ஆகியவற்றை கை நிறைய எடுத்துக் கொண்டு அவர்கள் முன் தோன்று வாள். மகிழ்வோடு விநியோகிப்பாள். விரைவில் சென்று விடுவாள்.

அறிமுகம் கொள்ள முயற்சிப்பதற்கு முன்பு, அந்தச் சிறுமியை டாம் தீவிரமாய் கவனித்து வந்தார். சிறுவர்களோடு நெருங்குவதற்குத் தேவையான சின்னஞ்சிறு செயல்கள் அவருக்கு அத்துப்படி. அவரது பங்கினை திறனோடு செய்வதற்கு அவர் தீர்மானித்தார். அவருக்கு செர்ரி கற்களிலிருந்து சிறு கூடைகள் நெய்யத் தெரியும். ஜிக்கரி கொட்டைகளிலிருந்து கோரமான முகங்களை உருவாக்கத் தெரியும். முற்றிய நெட்டியிலிருந்து துள்ளிக் குதிக்கும் வித்தியாசமான உருவங்களை உருவாக்கத் தெரியும். பல அளவுகளில் எல்லாவிதமான, விசில்களையும் தயாரிக்கத் தெரியும். அவரது பைகளில் பலவிதமான கவர்ந்திழுக்கும் பொருட்கள் நிறைந்திருக்கும். பழைய நாட்களில் தனது எஜமானரின் குழந்தைகளுக்காகத் தயாரித்து வைத்திருப்பார். பாராட்டத்தக்க முன் யோசனையோடும், சிக்கனத்தோடும் அவற்றை ஒவ்வொன்றாக எடுத்துக் கொடுப்பார். அறிமுகத்திற்கும், நட்புக்கும் அழைப்பு விடுவதாக இது இருந்தது.

சுற்றி நிகழும் அனைவற்றிலும் சுறுசுறுப்பான ஆர்வம் காட்டினாலும் சிறுமி கூச்ச சுபாவம் கொண்டிருந்தாள். அவளை வழிக்குக் கொண்டு வருவது எளிதல்ல. முன்னர் குறிப்பிட்ட சிறு கலைகளில் டாம் கவனம் செலுத்தும்போது, ஏதோ ஒரு பெட்டியிலோ, மூட்டையிலோ சிறு குருவியாய் அமர்ந்து கொள்வாள். அவர் கொடுத்த சிறு பொருட்களை வெட்கத்தோடு பெற்றுக் கொள்வாள். விரைவில் அவர்கள் நெருக்கமாய்ப் பழகும் நிலைக்கு வந்தனர்.

''குட்டி எஜமானியின் பெயர் என்ன?'' அதுபோன்ற விசாரணைக்கு உகந்த நேரம் வந்துவிட்டதை உணர்ந்த டாம் கேட்டார்.

''ஏவஞ்சலின் செயிண்ட் கிளேர். அப்பாவும், மத்தவங்களும் ஏவான்னு கூப்பிடுவாங்க. உங்க பெயர் என்ன?'' சிறுமி கேட்டாள்.

''என் பெயர் டாம். டாம் மாமான்னு கென்டகியில் சிறுவர்கள் அழைப்பாங்க.''

''உங்களை எனக்குப் பிடிச்சிருப்பதால், டாம் மாமான்னு அழைக்க விரும்பறேன்.'' ஏவா கூறினாள். ''நீங்க எங்க போறீங்க டாம் மாமா?''

''எனக்குத் தெரியாது ஏவா?''

''தெரியாதா?'' ஏவா கேட்டாள்.

''நான் யாருக்கோ விற்கப்பட இருக்கேன். யாருன்னு தெரியாது.''

''எங்க அப்பாவால உங்களை வாங்க முடியும் - அவர் வாங்கினா, உங்களுக்கு நல்லது. அவரை கேட்கப் போறேன். இன்னிக்கே கேட்கப் போறேன்.''

''நன்றி, எனது சிறு பெண்ணே'' டாம் கூறினார்.

மரங்களை ஏற்றுவதற்காக ஒரு சிறு நிறுத்தத்தில் படகு நின்றது. தனது தந்தை அழைப்பதை கேட்ட ஏவா விரைவாக நகர்ந்தாள். டாம் எழுந்தார். மரங்களை ஏற்றுவதற்கு தனது சேவையை தருவதற்கு முன்வந்தார். மரம் ஏற்றுவோரோடு இணைந்து சுறுசுறுப்பானார்.

நிறுத்தத்திலிருந்து படகு கிளம்புவதைப் பார்க்க, ஏவாவும். அவளது தந்தையும் இரும்புக் கம்பி அருகில் நின்றிருந்தனர். நீரில் ஓரிரு சுழற்சிகளை சக்கரம் செய்திருந்தது. திடீரென்று சிறுமி நிலை தடுமாறி, படகு பக்கத்தில் நீரில் விழுந்து விட்டாள். என்ன செய்வது என்று அறியாத அவளது தந்தை, அவரும் நீரில் குதிக்க முனைந்தார். அதிகத் திறன் மிக்க உதவி குழந்தையைத் தொடர்வதை உணர்ந்த சிலர் அவரைத் தடுத்து விட்டனர்.

அவள் விழும்போது கீழ்த்தளத்தில் அவளுக்கு நேர் கீழே டாம் நின்றிருந்தார். அவள் நீரில் தத்தளித்து மூழ்குவதை அவர் பார்த்தார். சில நொடிகளில் அவளைத் தொடர்ந்தார். அகல மார்பும், பலமான புஜமும் கொண்டிருந்த அவருக்கு நீரில் மிதப்பது சிரமமான செயல் அல்ல. ஓரிரு நொடிகளில் குழந்தை நீர்பரப்பிற்கு மேல் வந்தது. அவளை அவர் பிடித்து விட்டார். அவளைத் தூக்கி படகை நோக்கி வீசினார். சொட்டச் சொட்ட நனைந்திருந்த அவளைப் பிடிக்க நூற்றுக்கணக்கான கரங்கள் தயாராய் இருந்தன. அவர்கள் எல்லோரும் ஒரு மனிதனுக்கு சொந்தமானவர்கள் போல், அவளைப் பெற்றுக் கொள்ள தங்களது கரங்களை ஆர்வமாக நீட்டினர். சில நொடிகள் கழிந்ததும், அவளது தந்தை அவளை தாங்கிக் கொண்டார். நனைந்தவாறும், உணர்வின்றியும் பெண்கள் அறைக்கு விரைந்தார். வழக்கம் போல் நல்லெண்ணத்தில் எழும் சிறு சர்ச்சை பெண்களிடத்தில் எழுந்தது. அவளுக்கு யார் அதிக தொந்தரவு கொடுத்து, அவளது நல்மீட்பை தடுக்கிறார்கள் என்று விவாதித்தனர்.

மறுநாள் படகு புதிய ஆர்லியன்ஸை நெருங்குகையில், அது புழுக்கமான நாளின் முடிவாக இருந்தது. படகு முழுவதிலும் ஒரு பொதுவான எதிர்பார்ப்பும், தயாரிப்புப் பணிகளும் பரவியிருந்தன. அறையில், அவரவர் பொருட்களை ஒவ்வொருவரும் சேகரித்தனர். ஒழுங்குபடுத்தினர். கரையிறங்க தயாராகினர். சுத்தம் செய்வதிலும், துலக்குவதிலும், மாபெரும் நுழைவுக்கு முன்தயாரிப்பாகப் படகை ஒழுங்கமைப்பதிலும், படகுப் பணியாளர்கள் சுறுசுறுப்பு காட்டினர்.

கீழ்த்தளத்தில் டாம் கைகட்டி நின்றிருந்தார். படகின் அந்தப் பக்கத்தில் இருந்த குழுவை அடிக்கடியும், பதட்டமாகவும் பார்த்து வந்தார்.

முந்தைய நாளைவிட வெளிறிக் காணப்பட்ட ஏவாஞ்சலின் அங்கு நின்றிருந்தாள். மற்றபடி, அவளுக்கு நடந்த விபத்து பற்றிய

அடையாளங்களை வெளிக்காட்டாது இருந்தாள். அவளுக்கு அருகில் வசீகரமான இளம் மனிதர் நின்றிருந்தார். ஒரு பருத்தி மூட்டையில் கவனக் குறைவோடு சாய்ந்து கொண்டிருந்தார். அவருக்கு முன்பு ஒரு பெரிய குறிப்பு புத்தகம் திறந்து வைக்கப்பட்டிருந்தது. ஒரு பார்வையில் அது ஏவாஞ்சலின் தந்தை என்பது தெளிவாகத் தெரிந்தது. அதேபோன்ற அழகிய தலை அமைப்பு, அதே போன்ற பெரிய நீலக் கண்கள், அதே பொன் பழுப்பு நிற முடிகள், ஆனால் அவை வெளிப்படுத்திய உணர்வுகள் முழுமையும் வேறு விதத்தில் இருந்தன. அமைப்பிலும், நிறத்திலும் ஒத்ததாய் இருந்தாலும், பெரிய, தெளிவான கண்களில் அந்தப் பனிபடர்ந்த தன்மையும், ஆழமான, கனவு காணும் உணர்வும் காணப்படவில்லை. அனைத்தும் தெளிவாகவும், கனமாகவும், பிரகாசமாகவும் இருந்தன. ஆனால் இந்த உலகுக்குரிய சாயல் படிந்திருந்தது. அழகாய் பிரிக்கப்பட்டிருந்த வாயில் ஒரு செருக்கும், ஒரு கடுமையும் இருந்தது. அவரது அழகிய வடிவத்தின் ஒவ்வொரு அசைவின் போதும் சுலபமான, சுதந்திரமான மேலாதிக்க உணர்வு அவமதிப்பாய் அமர்ந்திருந்தது. தான் பேரம் பேசும் தனது சரக்கின் தரம் பற்றி ஹாலே விவரிக்கும்போது, பாதி வேடிக்கை யாகவும், பாதி அவமதிப்போடும் கூடிய அக்கறையற்ற நல்லவித தோரணையில் அவர் கேட்டு வந்தார்.

ஹாலே முடித்ததும் ''அந்த கறுப்புத் தோலனின் எல்லா தர்ம மற்றும் கிறித்துவ நல்லியல்புகளையும் சொல்லி முடிச்சாச்சா? கென்டகியில் அவர்கள் கூறுவது போல இழப்பீடு என்ன என்று சொல்லுங்க. இந்த வியாபாரத்துக்கு என்ன கொடுக்க வேண்டும் என்று சுருக்கமா சொல்லுங்க. என்னை எவ்வளவு ஏமாத்தப் போறீங்க? இப்பச் சொல்லுங்க.''

''நான் 1300 டாலர்ன்னு விலை சொன்னா, என்னை நான் காப்பாத்திக்க முடியும். உண்மையா எதுவும் இதுல நிக்காது.'' ஹாலே கூறினார்.

''ஏழை மனிதர். என்கிட்ட இருக்கற மரியாதைக்காக, அந்த தொகைக்கு கொடுக்கிறேன்னு சொல்றது போல இருக்கு.'' ஆர்வமான, கேலி மிகுந்த நீல நிறக் கண்களால் உற்றுப் பார்த்து இளம் மனிதர் கூறினார்.

''அவனிடம் இளம் சிறுமி விருப்பம் வச்சிருக்கிறதா தெரியுது. அது இயல்புதான்.''

''ஓ நிச்சயமா! உங்களது உதார குணத்துக்கு ஒரு வாய்ப்பு வந்திருக்கு. அவனிடம் அக்கறை வச்சிருக்கிற ஒரு சிறுமிக்கு உதவறதுக்கு கிறித்துவ தர்மப்படி எத்தனை மலிவா கொடுக்க முடியும்னு சொல்லுங்க.''

''நல்லது. இப்ப சிந்திச்சுப் பார்க்கறேன். அவரது கை, கால்களை பாருங்க, குதிரை போன்று வலிமையா இருக்கும் அகல மார்பைப் பாருங்க, தலையைப் பாருங்க, அந்த உயர்ந்த முன்தலை கணக்குப் போடும் கறுப்பர்களுக்கே உரியது. அது எதுவும் செய்யும். நான் குறிப்பிட்டுச் சொல்வேன். இவ்வளவு வலிவும், உடலும் கொண்ட கறுப்பனுக்கு அவன் முட்டாளா இருந்தாலும் கணிசமா கிடைக்கும். அவனது புத்திசாலித் தனத்தைப் பாருங்க, அவன் அசாதாரண மானவன்னு புரியும். அது அவனை ஒரு படி உயர்வாக வச்சிருக்கு. தனது எஜமானின் முழுப் பண்ணையையும் அவன் பராமரிச்சிருக்கான். வியாபாரத்திற்கான அசாதாரணமான திறமை அவனுக்கு இருக்கு'' வணிகர் கூறினார்.

''மோசம். ரொம்ப மோசம். தேவைக்கு அதிகமா சொல்லியாச்சு. இந்த உலகத்துல எப்பவும் கிடைக்காது. உங்கள மாதிரி சாமர்த்திய மான ஆளுங்க ஓடிக்கிட்டே இருப்பீங்க, குதிரைகளைத் திருடுவீங்க, பொதுவா சாத்தான்களை வளர்ப்பீங்க, அவனது துடிப்பிற்கு ஓரிரு நூறு டாலர் தரலாம்.'' தனது வாயில் அதே கேலிப் புன்னகையை விளையாட விட்ட அந்த இளம் மனிதர் கூறினார்.

''நல்லது, அவனுக்கு குண நலன்கள் இருக்கலேன்னா, அது சரியாய் இருக்கலாம்: அவனது எஜமானரிடமிருந்தும் மற்றவர்களிட மிருந்தும் நல்லபெயர் பெற்றிருப்பதைக் காட்ட முடியும். உண்மையான பயபக்தி கொண்டவன்னு நிரூபிக்க முடியும். ரொம்பப் பணிவானவன், நீங்க இதுவரை பார்த்திருக்க முடியாத பயபக்தியான பிறவி. அவன் வாழ்ந்த இடத்துல, அவனைப் போதகர்ன்னு கூறுவாங்க.''

''அவன மூதகுருவா பயன்படுத்தலாம். அது நல்லதுதான். எங்க வீட்ல பக்தி ஒரு அரிதான பொருள்'' இளம் மனிதர் வறட்சியாய்க் கூறினார்.

''நீங்க இப்ப வேடிக்கை பண்றீங்க?''

''உங்களுக்கு எப்படித் தெரியும்? நான் ஒரு போதகரை வாங்க விரும்பறதா சொல்லலியே? குருமார்களின் சங்கத்திலோ, சபையிலோ பரீட்சிக்கப்பட்டுள்ளாரா? உங்க காகிதங்களைக் கொடுங்க.''

இந்த ஏளனங்கள் நல்ல தொகையை பெற்றுத் தரும் என்று அந்தப் பெருங் கண்களில் தோன்றிய நல்லெண்ண சிமிட்டல்கள் தெரிவித்ததாய் கருதாவிடில், வணிகர் பொறுமை இழந்திருப்பார். வணிகர், பருத்தி மூட்டைகளின் முன் குறிப்புப் புத்தகத்தை வைத்தி ருந்தார். அதில் இருந்த சில காகிதங்களை ஆர்வத்தோடு ஆராயத் துவங்கினார். இளம் மனிதர் அருகில் நின்று, அலட்சியம் நிறைந்த பார்வையைச் செலுத்தினார்.

''அப்பா! அவரை வாங்கிடுங்க. நீங்கள் எவ்வளவு கொடுக்க றீங்கன்னு கவலை இல்லை.'' ஒரு மூட்டையிலிருந்து எழுந்து, தனது

கைகளை தந்தையின் கழுத்தில் கட்டியவாறு ஏவா மிருதுவாய் முணுமுணுத்தாள்.

''எதுக்கு குட்டி? அவனை கிலுகிலுப்பை பெட்டியா பயன்படுத்தப் போறியா? ஆடும் குதிரையாய் விளையாடப் போறியா? எதுக்கு?''

''நான் அவரை மகிழ்வாய் மாற்றுவதற்கு விரும்பறேன்.''

''உண்மையான காரணம், நிச்சயம்''

திரு. ஷெல்பியால் ஒப்பமிடப்பட்ட சான்றிதழை வணிகர் எடுத்துக் கொடுத்தார். தனது நீண்ட விரலின் நுனியில் எடுத்துக் கொண்ட இளம் மனிதர், அதை அக்கறையற்று பார்த்தார்.

''பெருந்தகைத் தன்மை கொண்ட கை. நல்லா சொல்லியிருக்கு. அவனது மதம் பற்றி எனக்கு நிச்சயம் இல்லை'' பழையபடி கெடுதலான முகபாவம், அவரது கண்களுக்கு திரும்பியிருந்தது. ''பயபக்தியான வெள்ளை மனிதர்களால், நாடு அழிஞ்சுக்கிட்டு வருது. தேர்தலுக்கு முன்னர் நாம் பார்க்கும் பயபக்தியான அரசியல்வாதி மாதிரி, அரசாங்கத்திலும், தேவாலயத்திலும் நடக்கிற பயபக்தியான செயல்கள் இருக்கின்றன. அடுத்து யார் ஏமாத்துவாங்கன்னு ஒருத்தனுக்கும் தெரியாது. மத பக்திக்கு சந்தையில் என்ன விலைன்னு எனக்குத் தெரியாது. அது எப்படி விற்குதுன்னு செய்தித் தாள்களில் நான் சமீபத்தில் படிக்கவில்லை. இந்த மதப் பற்றிற்கு நீங்க எவ்வளவு டாலர் கேட்கப் போறீங்க?''

''நீங்க வேடிக்கை செய்யறதா தோணுது. அதில அர்த்தம் இருக்கு. மத பக்தியில் வித்தியாசம் இருக்கு. சில வகை மோசமானது. நீங்க பார்த்த பாட்டு பாடி, சத்தமிடும் கருப்பு அல்லது வெள்ளை மக்களின் பக்தியை கணக்கில் எடுத்துக்க முடியாது. இது உண்மையானது. மிருதுவாகவும், அமைதியாகவும், நேர்மையாகவும், பக்தியோடும் இருக்கற கறுப்பர்களை, அவங்க தப்புன்னு நினைக்கறத செய்ய வைக்க மொத்த உலகமும் நினைச்சாலும் முடியாது. டாமின் பழைய எஜமானர் என்ன சொல்றார்னு பார்த்தீங்க இல்ல?'' வணிகர் கூறினார்.

அவரது பட்டியல் புத்தகத்தை தீவிரமாக உற்றுப் பார்த்த இளம் மனிதர் கூறினார்: ''இது மாதிரியான பயபக்தியான ஆளை வாங்கறது நல்லதுன்னு நீங்க சொன்னா, மேல இருக்கற எனது கணக்கிற்கு அது நல்லவிதமா சேரும்னு உறுதி கொடுத்தா, அதுக்காக கொஞ்சம் கூடுதலாய் செலவழிக்கறத பத்தி நான் கவலைப்பட மாட்டேன்.''

''நல்லது. அத நான் செய்ய முடியாது. அவங்க கொக்கியை அவங்க அவங்கதான் மாட்டணும்'' வணிகர் சொன்னார்.

''பக்திக்காக கூடுதலா செலவழிக்கறவனுக்கு இது கஷ்டம். அப்ப இந்த நாட்டுல அத வச்சு விரும்பற விதத்துல வியாபாரம் செய்ய

முடியாது. இப்ப முடியாதில்ல. உங்க பணத்தை எண்ணிக்குங்க, பெரியவரே'' பணச்சுருளை கொடுத்தவாறு கூறினார்.

''ரொம்பச் சரி'' ஹாலே சொன்னார், மகிழ்ச்சியில் அவரது முகம் ஒளிர்ந்தது. பழைய எழுதுகோலை எடுத்து, விற்பனை பத்திரத்தை பூர்த்தி செய்து சில நொடிகளில் அதை இளம் மனிதரிடம் கொடுத்தார்.

''என்னை அங்கம் அங்கமா பிரிச்சு பட்டியல் போட்டா எவ்வளவு கொண்டு வருவேன்னு ஆச்சரியப்படறேன். எனது தலையின் அமைப் பிற்கு எவ்வளவு? உயர்ந்த முன்தலைக்கு எவ்வளவு? புஜத்திற்கும், கைகளுக்கும் எவ்வளவு? கால்களுக்கு எவ்வளவு? பிறகு, படிப்புக்கு, கற்றதுக்கு, திறமைக்கு, நேர்மைக்கு, பக்திக்கு – என்னை ஆசிர்வதி யுங்கள் – கடைசியா சொன்னதுக்கு கொஞ்சமாத்தான் கிடைக்கும்னு நினைச்சேன். வா, ஏவா'' என்றபடி மகளின் கையைப் பிடித்துக் கொண்டு, படகின் குறுக்காக நடந்தார் இளம் மனிதர். டாமின் தாடையை தனது விரல் நுனியால் அலட்சியமாகத் தொட்டு வேடிக்கையாகச் சொன்னார், ''இங்க பாரு டாம் உன்னோட புது எஜமானரை நீ எப்படி விரும்பறேன்னு பாரு'' இளம் மனிதர் கூறினார்.

டாம் மேல்நோக்கி பார்த்தார். ஒரு வகையான உணர்வை அனுபவிக்காமல், அதுபோன்ற அழகான, மகிழ்வான, இளம் முகத்தை பார்ப்பது இயலாது. ''கடவுள் உங்களை ஆசீர்வதிக்கட்டும், எஜமானரே!'' தனது கண்களில் கண்ணீர் ஊற்றெடுக்கத் துவங்குவதை உணர்ந்த டாம் உளமாற கூறினார்.

''நல்லது, கடவுள் ஆசீர்வதிப்பார்னு நம்பறேன். உன் பெயர் என்ன? டாம்? உனக்கு குதிரை ஓட்டத் தெரியுமா, டாம்?''

''நான் எப்பவும் குதிரைகள் ஓட்டுவது வழக்கம்தான். எஜமானர் ஷெல்பி நிறைய வளர்க்கிறார்.'' டாம் சொன்னார்.

''வாரம் ஒரு முறைதான் குடிக்கணும்னு ஆணையிட்டு உன்னை வண்டியில் போடப் போறேன். ரொம்ப அவசரம்னாதான் குடிக்கணும்.''

டாம் ஆச்சரியப்பட்டவராய் தோன்றினார். மனம் புண்பட்ட வராய் காணப்பட்டார். ''நான் குடிப்பதேயில்லை, எஜமான்'' அவர் கூறினார்.

''நான் இது போன்ற கதைகளை முன்பே கேட்டிருக்கேன் டாம், பின்னாடி நாம பார்ப்போம். நீ குடிக்கலேன்னா, எல்லாருக்கும் நல்லதுதான். கவலைப்படாதே'' டாம் இன்னும் சோகமாக இருப்பதை கவனித்தவர் நல்லவிதமாகச் சொன்னார், ''நீ நல்லா செய்வேங்கறதுல எனக்கு எந்தச் சந்தேகமும் இல்ல''

''நான் நிச்சயம் செய்வேன், எஜமான்''

''உங்களுக்கு நல்லதுதான் நடக்கும். எல்லார்கிட்டேயும் அப்பா நல்லபடியா நடப்பார். எல்லாரையும் கேலி மட்டும் செய்வார்.'' ஏவா கூறினாள்.

''உனது சிபாரிசுக்கு அப்பா ரொம்ப கடமைப்பட்டிருக்கேன்'' திரும்பி நடந்த செயிண்ட் கிளேர் சிரித்தவாறு கூறினார்.

15

டாமின் புதிய எஜமானரும், இதர நிகழ்வுகளும்

நமது எளிமையான நாயகரின் வாழ்வின் நூலிழைகள் தற்போது உயர்ந்த இனத்தவர்களின் வாழ்வோடு பின்னிப் பிணைந்திருப்பதால், அவர்களைப் பற்றி ஒரு சுருக்கமான அறிமுகம் தருவது அவசிய மாகிறது.

லூசியானாவின் பணக்கார தோட்ட உடைமையாளரின் மகன் அகஸ்டியன் செயிண்ட் க்ளேர். அவரது குடும்பத்தின் பூர்வீகம் கனடாவில் இருந்தது. ஒத்த மன நிலையும், குணநலன்களும் கொண்டிருந்த இரு சகோதரர்களில் ஒருவர் வெர்மாண்டில் செழித்து வளரும் பண்ணையை பார்த்துக் கொண்டிருந்தார். மற்றவர் லூசியானாவில் பணக்கார தோட்ட உடைமையாளராக மாறினார். அகஸ்டியனின் தாய் ஹியூனாட் பிரெஞ்சு பெண்மணி. அவரது குடும்பம் லூசியானாவிற்கு குடிபெயர்ந்திருந்தது. அகஸ்டியன், மற்றும் அவரது சகோதரர் ஆகிய இருவர் மட்டுமே அந்தப் பெற்றோரின் குழந்தைகள். அவர் தனது தாயிடமிருந்து மிகவும் பலமற்ற உடல மைப்பைப் பெற்றிருந்தார். தனது பால பருவத்தில் மருத்துவரின் கண் காணிப்பில் வளர்ந்தார். தனது மாமா வெர்மன்ட்டின் பராமரிப்பில் இருந்தார். அங்கு நிலவிய குளிர்ச் சூழ்நிலையில் அவரது உடலமைப்பு வலிமையுறும் என்று பெற்றோர் நம்பினர்.

குழந்தைப் பருவத்தில் தீவிரமான, குறிப்பிடத்தக்க ரோஷக் காரனாக இருந்தார். அவரது பாலின குணத்திற்கு மாறாக, பெண்களை ஒத்த மிருதுவான குணநலன்களைப் பெற்றிருந்தார். காலம் அவரது மிருதுத் தன்மையைப் போக்கடித்தது. ஆண்களின் முரட்டுத் தன்மையை முடுக்கி விட்டிருந்தது. அடிப்படையில் வாழ்வு எப்போதும் புதிதாக இருப்பதை சிலரே அறிவர். அவரது திறமைகள் முதல் தரமானவை. கொள்கைப் பற்றுக்கும், அழகியலுக்கும் அவரது மனம் அதிக முக்கியத்துவம் கொடுத்தாலும், யதார்த்த வாழ்வின் மீது

வெறுப்பின்றி இருந்தார். இது அவரது தொழிலின் சமன்பாட்டு நிலையின் பொது விளைவாகும். தனது கல்லூரிப் படிப்பை முடித்ததும், தீவிரமான காதல் சாகசம் அவரது இயல்பில் ஒட்டிக் கொண்டது. அவரது நேரம் வந்தது, அது ஒரே ஒரு முறைதான் வரும். அவரது நட்சத்திரம் வானில் உயர்ந்தது. அந்த நட்சத்திரம் பெரும் பாலும் எழுவதில் வெற்றி பெறுவதில்லை – கனவுப் பொருளாகவே அது காணப்படும். அது அவருக்குப் பயனற்று எழுந்தது. ஒரு வடக்கு மாநிலத்தில் உயர் உள்ளம் கொண்ட ஒரு அழகான பெண்ணைக் கண்டார். காதலித்தார். மணம் முடிக்க முடிவெடுத்தனர். திருமண ஏற்பாடுகள் செய்ய தெற்குப் பகுதிக்குத் திரும்பினார். எதிர்பாராத விதமாக அவரது தபால்கள் திரும்பின. அவளது பாதுகாப்பாளரிட மிருந்து ஒரு சிறு குறிப்பு வந்தது. அந்தப் பெண் வேறொருவரின் மனைவியாகி விட்டதாக குறிப்பு கூறியது. எல்லோரையும் போலவே இதை ஒரு அவசரமான நடவடிக்கை மூலம் மறக்கலாம் என்று எண்ணினார். தாழ்மையுடன் விவரம் பெறவோ, பொறுமையுடன் விளக்கம் கேட்கவோ அவரது பெருமை இடம் கொடுக்கவில்லை. அக்கடிதம் வந்த இரு வாரங்களில், அப்போது கோலோச்சிய அழகியின் காதலனாக மாறினார். பிரகாசமான கரு விழிகளுக்கும், லட்சம் டாலர்களுக்கும் சொந்தமான அழகியை மணம் புரிந்தார். மகிழ்வான மனிதராய், அவர் இருப்பதாய் அனைவரும் நினைத்தனர்.

மணந்த இளம் ஜோடிகள் தங்களது தேனிலவினை அனுபவித்து வந்தனர். பொன்ட்சார்ட்டரியன் ஏரிக்கு அருகில் இருந்த தங்களது அழகிய மாளிகையில் பிரகாசமான நண்பர்கள் வட்டத்திற்கு விருந்தளித்து வந்தனர். அவருக்கு நன்கு பரிச்சயமான கையெழுத்தில் ஒரு கடிதம் வந்தது. மகிழ்வின் முழு அலை முகட்டிலும், வெற்றிகர மான உரையாடலிலும் அவர் இருந்தபோது அக்கடிதம் அவருக்குக் கொடுக்கப்பட்டது. முழு அறையிலும் நண்பர்கள் குழாம் பரவி யிருந்தது? கடிதத்தில் எழுதியிருந்ததைப் பார்த்ததும் அவரது முகம் வெளிறிப் போனது. இருப்பினும் தனது தடுமாற்றத்தை தடுத்து நிறுத்தினார். அவரது எதிரிலிருந்த பெண்மணியிடம் வேடிக்கையான உரையாட லில் இருந்தபோது அந்தச் செய்தி வந்தது. சிறிது நேரத்தில், அந்த வட்டத்திலிருந்து அவர் விலகி வெளியேறியிருந்தார். அவரது அறையில் தனியாக அமர்ந்து கடிதத்தைப் பிரித்துப் படித்தார். அதைப் படிப்பது பயனற்றதாகவும், வீணானதாகவும் இருந்தது. அவளிட மிருந்து அந்தக் கடிதம் வந்திருந்தது. தனது காப்பாளரின் குடும்பத்தி னரால் வதை படுவது பற்றி கடிதம் விரிவாக விவரித்தது. அவர்களது மகனுக்கு அவளை மணம் முடிக்க அவர்கள் முயல்கின்றனர் என்றும், அவரது கடிதம் அவருக்கு வருவதை தடுத்து நிறுத்தி நீண்ட நாளாகி விட்டது என்றும் தெரிவித்தது. தான் சோர்ந்து, சந்தேகப்படும் அள விற்கு அவருக்கு அடிக்கடி கடிதம் எழுதியது பற்றி எடுத்துரைத்தது.

தனது பதட்டத்தின் காரணமாக அவளது ஆரோக்கியம் பாதிக்கப் பட்டது பற்றி எழுதியிருந்தாள். அவர்கள் இருவர் மீதும் சுமத்தப்பட்ட வஞ்சத்தை இறுதியாகத் தான் கண்டு கொண்டதையும் அக்கடிதம் தெரிவித்தது.

நம்பிக்கையை வெளிப்படுத்தியும், நன்றி தெரிவித்தும், கடிதம் முடிந்திருந்தது. அதில் வெளிப்படுத்தப்பட்டிருந்த இறவாத பாசம், இறப்பைவிட துக்ககரமானதாக அந்த இளம் மனிதருக்கு இருந்தது. அவளுக்கு உடனடியாகப் பதில் எழுதினார்.

"உனது கடிதம் எனக்குக் கிடைத்தது. ஆனால் மிகவும் தாமதமாகக் கிடைத்தது. நீ சொன்ன எல்லாவற்றையும் நம்புகிறேன். ஆனால் என்னால் எதுவும் செய்ய முடியவில்லை. எல்லாம் முடிந்து விட்டது. மறப்பது மட்டுமே நம் இருவருக்கும் மிஞ்சியிருக்கிறது."

இவ்வாறு செயிண்ட் கிளேரின் முழுமையான காதல் முடிவுற்றது. அதனோடு குறிக்கோள் நிறைந்த வாழ்வுக்கான கனவும் முடிந்தது. ஆனால், யதார்த்தம் நிலைத்தது. நீலமான பளபளப்பான அலை கொண்டு வரும் தட்டையான, அற்பமான, கசடான சேறு போன்ற யதார்த்தம் நிலைத்தது. சறுக்கி ஓடும் படகு, வெள்ளைச் சிறகு கொண்ட கப்பல்கள், அதன் துடுப்பின் இசை, நீரின் மணியடிப்பு எல்லாம் போய்விட்டது. தட்டையான, அற்பமான, சேறான யதார்த்தம் அப்படியே இருக்கிறது.

ஒரு நாவலில் மனிதர்களின் இதயம் நொறுங்கி, அவர்கள் இறந்து விடுவார்கள். அத்துடன் அது முடிந்து விடும். கதையில் அது மிகவும் வசதியானது. நமது வாழ்க்கையில் பிரகாசமாய் இருப்பவை எல்லாம் இறந்து போகும்போது, நிஜ வாழ்க்கையில் நாம் இறப்பதில்லை. உண்பது, குடிப்பது, உடையணிவது, நடப்பது, பார்வையிடுவது, வாங்குவது, விற்பது, பேசுவது, எழுதுவது என்பதாய் வாழ்வது என்று பொதுவாக அழைக்கப்படும் சுறுசுறுப்பான, முக்கியமான பணி இருக்கிறது. அதைக் கடந்துதான் ஆக வேண்டும். அகஸ்டியனுக்கு அது நிகழ்ந்து கொண்டிருந்தது. அவரது மனைவி முழுமையானவளாக இருந்திருந்தால், அவரது இழையறுந்த வாழ்விற்கு ஏதாவது செய்திருக்க முடியும். அது பெண்ணால் மட்டுமே முடியும். பிரகாச மான திசுக்களாக அவற்றை தைத்திருக்க முடியும். அந்த இழைகள் அறுந்திருக்கின்றன என்பதுகூட மேரி செயிண்ட் கிளேருக்குத் தெரிந்திருக்கவில்லை. முன்பே தெரிவித்தபடி, அவளுக்கு வனப்பான வடிவம் இருந்தது. அழகிய ஒரு ஜோடி கண்கள் இருந்தன. லட்சம் டாலர் இருந்தது. ஒரு புண்பட்ட மனதிற்கு உதவுவதாய் இது எதுவும் இருக்க முடியாது.

இறந்தவர் போல் வெளிறியிருந்த அகஸ்டியன் சோபாவில் படுத்திருந்தார். சிரமத்திற்கான காரணம் திடீரென்ற சுகவீனம் என்று

தெரிவிக்கப்பட்டபோது, மானின் கொம்பை நுகருமாறு அவள் அறிவுறுத்தினாள். வாரா வாரம் அவருக்கு வெளிறிய தோற்றமும், தலைவலியும் வந்தபோது திரு செயிண்ட் கிளேர் நோய்வாய்ப் பட்டிருப்பதாய் நினைக்கவில்லை என்று மட்டுமே சொன்னாள். அவளுடன் இணைந்து மகிழ்வாய் இருக்கவில்லை என்பது அவளது துரதிர்ஷ்டமாக இருந்தது. அவர்களுக்குத் திருமணமான புதிது என்பதால், தனித்து இருப்பது சங்கடமாக இருந்தது. கண்டுகொள்ளாத மனைவியாய் அவள் இருந்ததைக் கண்டு அவர் மனதளவில் மகிழ்ந்தார். தேனிலவின் பளபளப்பும் விநயமும் மறைந்தபோது, வாழ்க்கை முழுவதும் கவனத்தோடு பராமரிக்கப்பட்டு காத்து நின்ற தனது அழகான இளம் மனைவி குடும்ப வாழ்க்கையில் கஷ்டமான பெண்ணாக இருப்பதைக் கண்டுபிடித்தார். பாசத்தினைக் காட்டும் திறனும், அறிவைக் காட்டும் திறனும் மேரியிடம் இல்லை. இருந்த கொஞ்ச நஞ்ச பாசமும் தீவிரமான, உணர்வற்ற சுயநலத்தோடு இணைந்து விட்டிருந்தது. எதைப் பற்றியும் கவலைப்படாத, தன்னைத் தவிர வேறு எதைப் பற்றியும் அறிந்து கொள்ளாத தன்மையின் காரணமாக இந்த சுயநலம் ஏற்பட்டிருந்தது. குழந்தைப் பருவம் முதலே அவளைக் கவனிப்பதற்காகவே நியமிக்கப்பட்ட வேலையாட்களால் சூழப்பட்டிருந்தார். அவர்களுக்கும் உணர்ச்சி உண்டு என்றோ, உரிமை உண்டு என்றோ அவருக்கு தெரிந்திருக்கவில்லை. அவரது அப்பாவுக்கு அவர் ஒரே குழந்தை. மனிதர்களுக்கு சாத்தியப்பட்ட பொருள்களில் எதைக் கேட்டாலும், அதை அளிக்க அவரது தந்தை மறுத்ததில்லை. அவர் வாழ்க்கையில் நுழைந்தபோது, அழகாகவும், முழுமையாகவும், வசதிக்கு வாரிசாகவும் இருந்தார். தகுதி பெற்ற அல்லது தகுதியற்ற ஆண்கள் அனைவரும் அவரது காலடியில் பெருமூச்சு விட்டுக் கொண்டிருந்தனர். அவரைக் கைப்பிடித்த விதத்தில், அகஸ்டியன்தான் அதிகபட்ச அதிர்ஷ்டக்காரர் என்பதில் அவருக்கு ஐயமிருக்கவில்லை. பாசத்தை பரிமாறிக் கொள்வதில் இதயமற்ற பெண்கள் எளிதாக கடன் கொடுப்பவராக இருப்பர் என்று எதிர்பார்ப்பது பெரிய தவறாகும். முழுமையான சுயநலமான பெண்களைவிட அதிகமாக அன்பை, கருணையின்றி வற்புறுத்துகின்றவர் இந்தப் பூமியில் இல்லை. எவ்வளவுக்கு எவ்வளவு ஒரு பெண் அன்பின்றி இருக்கின்றாளோ, அவ்வளவுக்கு அவ்வளவு பொறாமையோடு இருப்பாள். கடைசி நாணயம் வரை கவனமாக அன்பை கறந்து விடுவாள். எனவே, செயிண்ட் கிளேர் துவக்கத்தில் வழங்கிய பரிவையும், சிறு கவனிப்பு களையும் குறைத்துக் கொண்டபோது, தனது அடிமையை விடுவிப்பதற்கு மகாராணி தயாராய் இருக்கவில்லை. அளவுக்கதிகமாக கண்ணீர் விடுதல், உதட்டைப் பிடித்து இழுத்தல், சிறு புயல்கள், அதிருப்திகள், கடிந்து கொள்ளல் ஆகியவை இருந்தன. செயிண்ட்

கிளேர் நல்லியல்பாளர், சுயதிருப்தி உடையவர், பரிசளிப்பதன் மூலமும், பாராட்டுவதன் மூலமும் நற்பெயர் எடுப்பவர். ஒரு அழகான மகளுக்கு தாயாக மேரி மாறியபோது, கனிவுத் தன்மையை சில நாட்கள் பெற்றிருந்தது போல் தோன்றியது.

செயின்ட் க்ளேரின் தாய் அசாதாரண உயர்வையும், ஒழுக்கத்தில் தூய்மையையும் கொண்டிருந்தவர். தனது தாயின் பெயரை அக்குழந்தைக்கு சூட்டி, அவளது பிம்பத்தை மறு உற்பத்தி செய்பவளாக இருப்பாள் என்று அவர் கற்பனை செய்திருந்தார். கடுகடுப்பான பொறாமையுடன் இதனை அவரது மனைவி குறிப்பிட்டிருந்தார். குழந்தை மீது தனது கணவர் காட்டிய அபரிமித மான பாசத்தை சந்தேகத்தோடும், வெறுப்போடும் கருதினார். குழந்தைக்கு கொடுப்பது எல்லாம் தன்னிடமிருந்து எடுக்கப்பட்டதாக அவர் கருதினார். இந்தக் குழந்தை பிறந்த நாள் முதல், அவரது ஆரோக்கியம் படிப்படியாகக் குறையத் தொடங்கியது. உடல் ரீதியாகவும், மன ரீதியாகவும், தொடர்ந்த செயலின்மை பற்றிக் கொண்டது. பேறு காலத்தில் வரும் சாதாரண பலமின்மையோடு, விடாப்பிடியான சோர்வின் தாக்குதலும், அதிருப்தியும் சேர்ந்து கொண்டன. மலர்ச்சியான இளம் அழகோடு இருந்தவர் மஞ்சளான, மங்கலான, நோயாளியாக சில வருடங்களில் மாறிவிட்டார். பலவிதமான கற்பனை நோய்களிடையே அவரது நேரம் பிரிக்கப் பட்டது. தான்தான் மிகவும் குறைவாக பயன்படுத்தப்பட்ட, துயர்மிகுந்த பிறவி என்று அவர் கருதினார்.

அவரது பல்வேறு புகார்களுக்கு முடிவே இல்லை, சுகவீன தலைவலியே அவரது முதன்மையான சாக்காக இருந்தது. சில சமயங்களில் ஆறு நாட்களில் மூன்று நாட்கள் அவரைப் படுக்கையில் தள்ளிவிடும். குடும்பப் பொறுப்புகள் பணியாட்களிடம் விடப்படும். தனது குடும்பத்தை வசதியற்றதாக செயிண்ட் க்ளேர் கண்டார். அவரது ஒரே மகள் பலவீனமாக இருந்தாள். அவளைக் கவனித்துப் பராமரிக்க ஒருவரும் இல்லாவிடில், தனது தாயின் திறமையின்மைக்கு அவளின் ஆரோக்கியமும் வாழ்க்கையும் தியாகம் செய்யப்பட்டு விடுமோ என்று அவர் அஞ்சினார். வெர்மண்ட்டுக்கு பயணித்தபோது, அவளையும் அழைத்துச் சென்றிருந்தார். தனது ஒன்றுவிட்ட சகோதரியான செல்வி. ஒபேலியா செயிண்ட் கிளேரை தன்னோடு தனது தெற்கு இல்லத்திற்கு வர சம்மதிக்க வைத்திருந்தார். அவர்கள் அனைவரும் இந்தப் படகில் திரும்பி வருகின்றனர். அங்கு தான் அவர்களை வாசகர்களுக்கு அறிமுகப்படுத்தினோம்.

தூரத்தில் இருக்கும் நியூ ஆர்லியன்ஸின் மாடங்களும், கோபுரங்களும், நமது பார்வைக்கு வரும்வரை, செல்வி ஒபேலியாவை நமது வாசகர்களுக்கு அறிமுகப்படுத்த அவகாசம் இருக்கிறது.

நியூ இங்கிலாந்து மாநிலத்தில் பயணித்துள்ள எவரும், ஒரு குளிர்ந்த கிராமத்தில் பெரிய பண்ணை வீடு இருப்பதை நினைவில் வைத்திருப்பர். அழகாக கட்டப்பட்டிருந்த கற்கள் நிறைந்த முற்றம் மேப்பில் மரத்தின் அடர்ந்த பெரிய நிழலால் சூழப்பட்டிருந்தது நினைவில் நிற்கும். மொத்த இடத்திற்கும் சுவாசிக்க உதவுவதாக நிரந்தர ஒழுங்கோடும், நிலைத்த தன்மையோடும் உலாவரும் காற்று நினைவுக்கு வரும். எதுவும் தொலைந்து போகாது, எதுவும் ஒழுங்கற்று இருக்காது, வேலியின் ஒரு கம்பம்கூட கலகலத்து இருக்காது, புல்வெளிப் பரப்பில் ஒரு சிறு தூசி, தும்பு இருக்காது, ஜன்னல்களுக்கு கீழே லிலாக் புதர்கள் உறைந்திருக்கும், உள்ளே பெரிய சுத்தமான அறைகளை அவர்கள் நினைவில் வைத்திருப்பார்கள். அந்த அறைகளில் வேலை எதுவும் செய்யப்பட்டது மாதிரியோ, செய்யப் பட உள்ளது போன்றோ தெரியாது, அங்கே ஒவ்வொரு பொருளும் எப் போதும் அதனதின் இடத்தில் இருக்கும். மூலையில் இருக்கும் கடிகாரத்தின் கச்சிதத்தோடு அனைத்து வேலைகளும் உரிய நேரத்தில் நடைபெறும். குடும்ப ''வைப்பு அறை'' என்றழைக்கப்படும் அறைகளில் கண்ணாடிக் கதவுகளைக் கொண்டிருந்த சாந்தமான, மரியாதைக்குரிய பழைய புத்தக அலமாரி இருப்பது அவருக்கு நினைவில் வரும். அதில் ரோலின்ஸ் வரலாறு, மில்டனின் இழந்த சொர்க்கம், மன்யானின் பயணிகள் முன்னேற்றம் மற்றும் ஸ்காட்டின் குடும்ப விவிலியம், முதலியவற்றோடு இணையாக மதிக்கத்தக்க இதர பல நூல்களும் அலங்கரிக்கப்பட்ட வரிசையில் அடுத்தடுத்து அடுக்கி வைத்திருப்பதும் நினைவில் நிற்கும். வீட்டில் வேலையாட்கள் எவரும் இருக்கவில்லை. வெண்மையான தொப்பியுடனும், கண்ணாடியுடனும் இருக்கும் பெண்மணி தனது மகள்களோடு அமர்ந்து தைத்துக் கொண்டிருப்பார். எப்பவும் எதுவும் செய்யப்படவில்லை என்பது போலவும், செய்யப்பட போவதில்லை என்பது போலவும் அவர்களது தொனி இருக்கும். காலை நேரத்தில் ''அந்தப் பணியைச் செய்'' என்ற குரல் கேட்கும். பிற நேரங்களில் ''முடித்து விட்டேன்'' என்ற பதில் குரல்தான் கேட்கும். பழைய சமையலறையின் தரையில் எப்போதும் கரை படிந்தோ, புள்ளிகள் விழுந்தோ இருக்காது. மேஜைகள், நாற்காலிகள், சமையல் பாத்திரங்கள், ஒழுக்கம் குலைந்தோ, ஒழுங்கு வரிசை மாறியோஇருப்பதைக் காண முடியாது. ஒரு நாளைக்கு மூன்று முறையும், சில நாட்களுக்கு நான்கு முறையும் உணவு தயாரிக்கப்பட்டு பரிமாறியிருந்தாலும் குடும்பம் முழுவதிற்குமான துணிச்சலவையும், இஸ்திரி போடுதலும் நடைபெற்றிருந்தாலும், பவுண்ட் கணக்கில் பாலாடைகளும், வெண்ணெயும், அமைதியான முறையிலும், மறைவாகவும் அங்கே கொண்டு வரப்பட்டிருந்தாலும், அந்த ஒழுங்கு கலைந்திருக்காது.

ஹேரியட் பீச்சர் ஸ்டவ் 195

அப்படியொரு பண்ணையில் அப்படியொரு வீட்டிலும், குடும்பத்திலும் நாற்பத்தி ஐந்து வருடங்கள் செல்வி ஒபேலியா அமைதியாக வாழ்ந்திருக்கிறாள். தனது மாளிகைக்கு அவரது ஒன்றுவிட்ட சகோதரன் அழைத்திருந்தார். குடும்பத்தின் மிகப் பெரியவளான அவள், அவளது பெற்றோர்களால் ‘‘குழந்தை’’ என்றே கருதப் பட்டாள். ஆர்லியன்ஸிற்கு வர வேண்டும் என்று தெரிவித்தபோது, அது அந்தக் குடும்ப வட்டத்தில் சிறப்பு வாய்ந்ததாக இருந்தது. நரைத்த முடியுடன் இருந்த அப்பா மோர்ஸின் வரைபட புத்தகத்தை அலமாரியிலிருந்து எடுத்தார். சரியான அட்ச ரேகையையும், தீர்க்க ரேகைகளையும் பார்த்தார். தெற்கிலும், மேற்கிலும் பயணம் என்ற பிளின்ட்டின் புத்தகத்தைப் படித்து, அந்த நாட்டின் இயல்பைப் பற்றி அறிந்து கொண்டார்.

நல்ல தாய் கவலையோடு விசாரித்தார், ஆர்லியன்ஸ் பயங்கரமான கெட்ட இடம் இல்லையா? சேன்ட்விச் தீவுக்கு போறது மாதிரி இருக்கும்னு நினைச்சேன். பாதிரியாரிடம், மருத்துவரிடம், செல்வி. பீபாடிஸ் கடை என்று எல்லா இடத்திலும் ஒபேலியா செயிண்ட் கிளேர் தனது ஒன்றுவிட்ட சகோதரனுடன் ஆர்லியன்ஸ் போவது பற்றியே பேசப்பட்டது. இன்னும் சொல்லப் போனால், முழு கிராமமுமே இந்த முக்கிய பயணம் பற்றிப் பேசியது என்பதே உண்மை. அடிமை ஒழிப்புக்கு ஆதரவான கருத்து கொண்டிருந்த பாதிரியார், இது போன்ற செயல்கள் தெற்கில் உள்ளவர்கள் தங்களது அடிமைகளை வைத்துக் கொள்வதற்கு ஊக்கமளிப்பதாக சந்தேகப் பட்டார். காலனியாக்கத்திற்கு தீவிர ஆதரவாளரான மருத்துவரின் கருத்துப்படி, ஒபேலியா போகத்தான் வேண்டும், அது ஆர்லியன்ஸ் மக்கள் பற்றி கடுமையாகத் தாங்கள் எண்ணவில்லை என்பதை எடுத்துக் காட்டுவதாக இருக்கும். தெற்கத்திய மக்களை ஊக்கப்படுத்த வேண்டும் என்று அவர் கருத்து கொண்டிருந்தார். அவள் போவதற்கு தீர்மானித்து விட்டாள் என்று மக்கள் அறிந்தபோது, அவளை அவளது அனைத்து நண்பர்களும், அண்டை அயலார்களும் தேநீருக்கு அழைத்தனர். அவளது எதிர்காலம் பற்றியும் திட்டங்கள் பற்றியும் கவலையோடு விசாரித்தனர். உடை தயாரிப்புக்கு உதவ வந்த செல்வி. மோசிலே, ஒபேலியாவின் உடை அலமாரியின் முக்கியத்துவம் பற்றி தகவல் கேட்டறிந்தார். அப்பகுதியில் ஸ்கொயர் சின்கிளேர் என்று அழைக்கப்பட்ட அவள், ஒபேலியாவிடம் 50 டாலர் கொடுத்து அவள் சிறந்ததாகக் கருதும் உடைகளை வாங்கிக் கொள்ளுமாறு கூறியிருந்தாள் என்று நம்பகமாக அறியப்பட்டது. பாஸ்டனிலிருந்து இரண்டு புதிய பட்டாடைகளும், தொப்பியும் அனுப்பப்பட்டதாக தெரிவிக்கப்பட்டது. இந்த அசாதாரண செயலின் நியாயம் பற்றி இரு கருத்துக்கள் இருந்தன. வாழ்க்கையில் ஒரு முறை அளிக்கப்பட்டுள்ள

இது நல்லது என்றனர் ஒரு சாரார். மற்றொரு பகுதியினர் ஏதாவது மதப் பிரசார நிறுவனத்திற்கு கொடுத்திருக்கலாம் என்று கருத்து கொண்டிருந்தனர். நியூயார்க்கிலிருந்து அனுப்பப்பட்டது போல அந்தப் பகுதியில் இதுவரை அதுபோன்ற எதுவும் வந்ததில்லை என்பதனை அனைவரும் ஏற்றுக் கொண்டனர். அவளிடம் ஒரு பட்டு உடை இருந்தது என்று கூறினர். விளிம்பு தைக்கப்பட்ட ஒரு கைக்குட்டை பற்றி நம்பத் தகுந்த வதந்தி இருந்தது. சுற்றிலும் இழை வேலைப்பாடு கொண்ட ஒரு கைக்குட்டை ஒபேலியாவிடம் இருந்ததாகக் கூறப்பட்டது. மூலையிலும் வேலைப்பாடுகள் இருந்த தாகச் சேர்த்துக் கொள்ளப்பட்டது. இறுதியாக சொல்லப்பட்டது திருப்தியாக நிறுவப்படவில்லை. இதுநாள்வரை உறுதிப்படுத்தப் படாததாகவே இருக்கிறது.

பளபளப்பான பழுப்பு நிற பயண உடையில் ஒபேலியாவே உங்கள் முன் நிற்கிறாள். அவளது முகம் மெலிதாக இருந்தது. அமைப்பில் கூர்மையாக இருந்தது. எல்லா விஷயத்திலும் மனதை உறுதியாக வைத்திருக்கும் வழக்கம் கொண்டவரின் உதடு போல அழுத்தப்பட்டவாறு இருந்தது. ஆர்வமான கரும் கண்கள் பிரத்யேக மாக தேடுவதாயும். அறிவுறுத்தப்பட்ட இயக்கத்தை கொண்டதாயும் இருந்தது. எல்லாவற்றின் மீதும் பயணித்தது. தனது பொறுப்பில் பராமரிக்க அவைகள் பார்ப்பதாய் தோன்றியது.

அவளது அனைத்து இயக்கங்களும் கூர்மையாகவும், உறுதியாகவும், சக்தியாகவும் இருந்தன. அவள் அதிகம் பேசுபவராக இல்லாவிடினும், அவளது வார்த்தைகள் குறிப்பிடத்தக்க விதத்தில் நேரடியாக இருக்கும். அவளது பேச்சு நோக்கத்தை ஒட்டியே இருக்கும்.

பழக்க வழக்கங்களில், ஒழுங்கு, வழிமுறை, சரியானத் தன்மை ஆகியவற்றின் உருவகமாக அவள் வாழ்ந்தாள். நேரந் தவறாமையில், ஒரு கடிகாரமாய் இருந்தாள். ரயில்சாலை இன்ஜினைப் போல பிடிவாதமாய் இருந்தாள். மாற்று ஒழுக்கத்தில் இருக்கும் எதையும் தீர்மானமான அவமதிப்பாயும், வெறுப்பாயும் கருதினாள். அவளது அகராதியில் ''துப்புக் கெட்டத்தனம்'' என்பது முக்கியமான வார்த்தையாகும். அவளது பார்வையில் பாவங்களிலே பெரிய பாவம் இந்த "துப்புக்கெட்டத் தனம்''தான். ''துப்புக் கொட்டவன்'' என்று அழுத்தமாக உச்சரிப்பது தான் அவளது அவமதிப்பின் இறுதியான உச்சபட்சமாகும். அவளது மனதில் இருந்த நோக்கத்தை பூர்த்தி செய்வதற்கு நேரடியான இன்றியமையாத எல்லா நடைமுறைகளையும் ''துப்புக்கெட்டத்தனம்'' என்று குறிப்பிடுவாள். ஒன்றும் செய்யாத வர்களும், என்ன செய்யப் போகிறார்கள் என்று சரியாகத் தெரியாதவர்களும், கையிலிருக்கும் பணியை நிறைவேற்ற நேரடி

நடவடிக்கைகள் எடுக்காதவர்களையும் முழு அவமதிப்புக்குரியவர் களாகக் கருதினாள். அத்தகைய அவமதிப்புகளை வார்த்தைகளில் அடிக்கடி வெளிப்படுத்தாது, அதுபற்றி எதுவும் சொல்வதை அலட்சிய மாகக் கருதி ஒருவிதமான கடுகடுப்பான முகபாவம் காட்டுவாள்.

தனது மனப்பயிற்சி தொடர்பாக, தெளிவான, வலிமையான, சுறுசுறுப்பான மனப்பாங்கு பெற்றிருந்தாள். சரித்திரத்தையும், பழைய ஆங்கில இலக்கியத்தையும் கசடற கற்றவராய் இருந்தாள். குறுகிய எல்லைக்குள் வலிமையான சிந்தனை பெற்றிருந்தாள். அவளது மதவியல் கருத்துக்கள் தனது பெட்டியில் நன்மை பயக்கும் வித்தியாச மான விதத்தில் அடுக்கி வைக்கப்பட்டதாய் இருக்கும். அப்பொருளில் உள்ளது அவ்வளவுதான் என்றும், மேற்கொண்டு எதுவும் சொல்வதற்கு இல்லை என்றும் தோன்றும். வீட்டுப் ப்ராமரிப்பின் அனைத்து அம்சங்களிலும் தனது சொந்தக் கிராமத்தின் பல்வேறு அரசியல் உறவுகள் போன்ற யதார்த்த வாழ்க்கையின் விஷயங்களிலும் அவளது கருத்துக்களும் அவ்வாறே இருக்கும். மனசாட்சிப்படி நடப்பது என்ற அவளது வலிமையான கொள்கையே இவை அனைத்திலும் ஆழமாகவும், அகலமாகவும் வேரூன்றியிருந்தது. புதிய இங்கிலாந்து பெண்களிடம் இருப்பது போல் வேறு எங்கும் மனசாட்சி ஆதிக்கம் செலுத்துவதாகவும், அனைத்துக்கும் அப்பாற்பட்டதாகவும் இருப்பதில்லை. அது ஆழமாக வேரூன்றி, மலை அளவிற்கு உயரமாக வளர்ந்து இருக்கும் கருங்கல் அமைப்பாகும்.

‘செய்தே ஆக வேண்டும்’ என்பதன் முழுமையான கொத்தடிமை யாய் ஒபேலியா இருந்தாள். ‘‘கடமையின் பாதை’’ ஒரு குறிப்பிட்ட வழியில் இருக்கிறது என்று நிச்சயமான முடிவுக்கு வந்துவிட்டால், தண்ணீரோ, நெருப்போ கூட அவளை அதிலிருந்து விலக்கி வைக்க முடியாது. அதில் தான் அவளது வழி இருக்கிறது என்று அவளுக்கு நிச்சயம் தெரிந்தால், அவள் நேரடியாக கிணற்றுக்குள்ளும் குதிப்பாள். நிரப்பப்பட்ட பீரங்கியிடமும் நெருங்குவாள். சரியானது என்று அவள் நிர்ணயித்துள்ள தகுதி வரம்பு மிகவும் உயர்ந்தது, அனைத்தையும் அடக்கியது, மிகவும் நுண்ணியது, மனித பலவீனத்திற்கு சலுகை காட்டாதது. அதனை அடைவதற்கு அவள் தீவிரம் காட்டி உழைத்தாலும், அவளால் அதை அடைய முடியவில்லை. குறைபாடு இருப்பதான எண்ணம் எப்போதும் அவளை வாட்டி வதைத்தது. அவளது சமயத் தன்மைக்கு இது ஒரு தீவிரமான மனவருத்த விளைவை ஏற்படுத்தியது.

உல்லாசமான, அலட்சியமான, யதார்த்தம் புரியாத, அவநம்பிக்கை கொண்ட மனிதரான அகஸ்டியன் செயிண்ட் கிளேரோடு ஒபேலியா வால் எப்படி ஒத்துப் போக முடியும்? சுருக்கமாகச் சொன்னால், அவள்

மிகவும் புனிதமாகக் கருதும் பழக்கங்களையும், கருத்துக்களையும் அலட்சியத்தோடும், ஆணவத்தோடும் கருதுபவராய் அவர் இருந்தார்.

உண்மையைச் சொன்னால், ஒபேலியா அவரை விரும்பினாள். சிறுவனாய் இருந்தபோது அவருக்கு வினா விடைகளை விளக்குவது அவளது பணி. அவரது துணிகளைத் துவைப்பதும், முடியை வாருவதும் அவர் வளர வேண்டிய வழியில் வளர்ப்பதும் அவளது பணிகள். அவளது இதயத்தில் ஒரு இதமான இடம் இருந்ததால், மற்றவர்களிடமிருந்து பெற்றது போலவே, அவளது அன்பின் ஏகபோகமான பங்கினைப் பெற்றிருந்தாள். எனவே, அவளது ''கடமையின் பாதை'' புதிய ஆர்லியன்ஸில் இருப்பதாய் அவளுக்கு உணர்த்துவதில் அவர் வெற்றி பெற்றார். ஏவாவை கவனித்துக் கொள்ள அவரோடு அவள் வரவேண்டும் என்றும், தனது மனைவியின் சுகவீனத்தால் அனைத்தும் அழிந்து போவதையும், நாசமாவதையும் தடுத்து நிறுத்த வேண்டும் என்றும் அவர் எடுத்துச் சொன்னார். கவனிக்க யாருமற்ற வீட்டின் அவலம் அவரது இதயத்தைப் பிழிந்தது. யாராலும் விரும்பாது இருக்க முடியாத அழகான குழந்தையை அவள் நேசித்தாள். அகஸ்டியனை மத நம்பிக்கையற்றவராக அவள் கருதினாலும், அவரை அவள் விரும்பினாள், அவரது வேடிக்கைப் பேச்சுகளுக்கு சிரித்தாள். அவரது தவறுகளை பொறுத்துக் கொண்டாள். அவரை அறிந்தவர்களால் நம்பமுடியாத அளவுக்கு இது இருந்தது. ஒபேலியா பற்றி நமது வாசகர்கள் மேலும் அறிய விரும்பினால், நேரடியாக பழகுவதன் மூலம் அறிந்து கொள்ளலாம்.

அவள் அந்தப் பெரிய கூடத்தில் அமர்ந்திருக்கிறாள். சிறிய பெரிய பைகள், பெட்டிகள், கூடைகள் ஆகியவற்றிடையே அமர்ந்திருந்தாள். ஒவ்வொன்றுக்கும் ஒரு பொறுப்பு இருந்தது. அவற்றை அவள் பெரும் ஆர்வத்தோடு கட்டினாள், இறுக்கினாள், மூட்டையாக்கினாள், தைத்தாள்.

''ஏவா, உன்னோட பொருட்களை எண்ணி வைத்தாயா? நீ செய்யல. குழந்தைங்க எப்பவும் செய்வதில்ல. புள்ளி போட்ட விரிப்பு பை அங்க இருக்கு, உன்னோட மிகச் சிறந்த தொப்பியோட நீலப் பெட்டி இரண்டாவது, இந்திய ரப்பராலான தோல் பை மூணாவது, என்னோட நாடா மற்றும் ஊசிப் பெட்டி நாலாவது, எனது வட்ட வடிவ பெட்டி அஞ்சாவது, என்னோட அலங்காரப் பெட்டி ஆறாவது, அந்தச் சின்ன மூடிப் பெட்டி ஏழாவது. உன்னோட தொப்பி எங்கே? என்கிட்ட கொடு, அதைச் சுத்தி காகிதம் சுத்தறேன். என்னோட நிழல் தொப்பியையும், அதையும் குடையோட கட்டறேன்.''

''ஏன் அத்தை, நாம வீட்டுக்குத்தானே போறோம். ஏன் கட்டணும்?''

''அதை நல்லா வச்சுக்கறதுக்குத்தான் குழந்தை. மனிதர்கள் பொருட்களை கவனமா பாதுகாக்கறாங்க. அப்படித்தான் அதுங்களை நாம வச்சுக்கணும். உன்னோட உலோக விரல் உறையைப் போட்டுக் கிட்டியா?''

''உண்மையா எனக்குத் தெரியாது அத்தை''

''கவலைப்படாதே, நான் உன்னோட பெட்டியை பார்க்கறேன். உலோக உறை, மெழுகு, இரண்டு நாடா சுற்றும் உருளைகள், கத்தரிக்கோல், கத்தி, நாடா ஊசி, பரவாயில்ல. இங்க வச்சுடு. அப்பாவோட மட்டும் வந்திருந்தேன்னா, எல்லாத்தையும் தொலைச் சிட்டிருப்பேன்னு நினைக்கிறேன்.''

'நான் நிறைய தொலைச்சிருக்கேன். அத்தை, படகு எங்கேயாவது அப்பா நிற்கும்போது, எதுவா இருந்தாலும், இன்னும் கொஞ்சம் வாங்கிடு வாரு.''

''எங்க மேல கருணை காட்டு, குழந்தை. எப்படிப்பட்ட வழி?''

''அதுதான் சுலபமான வழி அத்தை'' ஏவா கூறினாள்.

''அது பயங்கரமான மாறுபட்ட ஒன்று'' அத்தை கூறினாள்.

''ஏன் அத்தை, இப்ப நீங்க என்ன செய்வீங்க?'' மூட முடியாதபடி அந்தப் பெட்டி நிரம்பிப் போச்சே?'' ஏவா வினவினாள்.

''அத மூடித்தான் ஆகணும்.'' ஒரு தளபதியின் தோரணையில் அவள் கூறினாள். பொருட்களை அழுத்தித் திணித்தாள். பெட்டியை மூடினாள். பெட்டியின் வாயில் இன்னும் சிறிது இடைவெளி இருந்தது.

''இப்ப எழுந்திரு, ஏவா. என்ன செஞ்சமோ அதைத் திரும்பவும் செய்யலாம். இந்தப் பெட்டியை மூடி, பூட்டணும். அதுக்கு இரண்டு வழி இருக்கல.'' ஒபேலியா கூறினாள்.

இந்த உறுதியான அறிவிப்பால் அபாயமின்றி தாக்கப்பட்ட பெட்டி மசிந்தது. துவாரத்தில் தாழ்ப்பாள் பொருந்திக் கொண்டது. ஒபேலியா சாவியைத் திருப்பி வெற்றியோடு பையில் போட்டுக் கொண்டாள்.

''நாம இப்ப தயார். உங்க அப்பா எங்கே? நமது மூட்டைகளை எடுத்து வைக்க வேண்டிய நேரம் வந்தாச்சு. உங்கப்பா இருக்காரா பாரு.''

''ஓ... அந்தப் பெரிய மனிதன் அறையில் அந்தப் பக்கம் நிக்கறார். ஆரஞ்சுப் பழம் தின்கிறார்''

''நாம எவ்வளவு பக்கமா வந்துட்டோம்னு அவருக்குத் தெரியாது. நீ ஓடிப்போய் அவர்கிட்ட பேசறது நல்லது.'' அத்தை கூறினாள்.

"அப்பா எதைப் பத்தியும் அவசரப்படமாட்டார். நாம இறங்கும் இடத்துக்கு இன்னும் வரல. எச்சரிக்கையோடு நில்லுங்க. அங்க பாருங்க. அந்த தெருவில நம்ம வீடு இருக்கு." ஏவா சொன்னாள்.

படகுத் துறையில் நின்றிருந்த பல நீராவிப் படகுகளுக்கிடையே கனமான முனகலோடு சோர்வுற்ற மாபெரும் பூதமாய் படகு இடம் பிடிக்கத் தயாரானது.

தனது நகரத்தின் பலதரப்பட்ட கோபுரங்களையும், மாடங்களையும் வழித்தடங்களையும் மகிழ்வோடு ஏவா சுட்டிக் காட்டி வந்தாள்.

"ஆமாம் - ரொம்ப நல்லாயிருக்கு கடவுள் நம்மிடம் கருணை காட்டட்டும். படகு நின்னாச்சு. உங்க அப்பா எங்கே?" ஒபேலியா கூறினாள்.

இறங்குவதில் வழக்கமான குழப்பம் நேர்ந்தது. பல வழிகளில் பணியாட்கள் ஓடினர். பெட்டிகளையும், பைகளையும் ஆண்கள் கட்டினர். தங்களது குழந்தைகளை பெண்கள் கவலையோடு அழைத்தனர். இறங்கும் இடம் நோக்கி இருந்த பலகையில் அனைவரும் குழுமினர்.

அண்மையில் தான் வெற்றி கொண்ட பெட்டி மீது ஒபேலியா அமர்ந்தாள். தனது அனைத்துப் பொருட்களையும், தட்டுமுட்டு சாமான்களையும் இராணுவ ஒழுங்கோடு ஒன்று சேர்த்திருந்தாள். இறுதிவரை அவற்றைப் பாதுகாப்பதென்று உறுதியாய் இருந்தாள்.

"உங்க பெட்டிய தூக்கட்டுமா? உங்க மூட்டைய எடுத்துக் கட்டுமா? உங்க சாமான்களை நான் தூக்கிட்டு வரேனே, எஜமானி!" அவளது அலட்சியமான காதுகளில் இந்த வேண்டுகோள்கள் விழுந்து வீணாயின.

ஒரு பலகையில் நேரடியாக குத்தப்பட்ட ஊசி போல தீவிரமான உறுதியோடு அவள் அமர்ந்திருந்தாள். தனது குடை மூட்டைகளையும், நிழற்குடைகளையும் கவனமாகப் பிடித்துக் கொண்டாள். ஒரு குதிரை வண்டிக்காரனைவிட அதிக சலசலப்போடு பதிலளித்துக் கொண்டு வந்தாள். ஒவ்வொரு இடைவெளியின்போதும், "உங்க அப்பா என்னதான் நினைச்சிக்கிட்டு இருக்கார்? இப்ப அவர் கீழே விழுந்திருக்க மாட்டார். ஆனா எதுவோ அவருக்கு நடந்திருக்கணும்" என்று அடிக்கடி ஆச்சரியத்தோடு ஏவாவிடம் குறிப்பிட்டு வந்தாள். உண்மையாக அவள் வருத்தப்பட்டபோது, அவரது வழக்கமான மெதுவான வேகத்தில் செயிண்ட் கிளேர் வந்தார். தான் சாப்பிடும் ஆரஞ்சில் கால் பங்கை ஏவாவிடம் கொடுத்தார். "நல்லது வெர்மண்ட் சகோதரியே! எல்லாம் தயார்ன்னு நினைக்கறேன்."

''நான் எப்பவோ தயார். ஒரு மணியா காத்திருக்கேன். உங்களப் பத்தி உண்மையா கவலைப்பட ஆரம்பிச்சுட்டேன்.'' ஒபேலியா கூறினாள்.

''இப்ப நீ புத்திசாலிப் பெண். வண்டி காத்துக்கிட்டிருக்கு. கூட்டம் போயிடுச்சு. கிறித்துவ முறையிலும், நாகரிகமாகவும் நாம நடந்து போக முடியும். தள்ளிக் கொண்டோ, இடித்துக் கொண்டோ போக வேண்டாம்'' என்றபடி அவருக்குப் பின் இருந்த ஓட்டுநரிடம் திரும்பிக் கூறினார். ''இந்தப் பொருட்களை எடுத்துக்க.''

''நான் போய் அவன் வைப்பதைப் பார்க்கறேன்.'' ஒபேலியா கூறினாள்.

''ச்சூ! சகோதரி! என்ன பயன்?'' செயிண்ட் க்ளேர் கேட்டார்.

''இதுங்கள நான் எடுத்துக்கறேன்'' மூன்று பெட்டிகளையும், சிறிய தரைவிரிப்பு பையையும் சுட்டிக் காட்டி ஒபேலியா கூறினாள்.

''எனது அருமை செல்வி வெர்மண்ட் நிச்சயமா பச்சை மலைக்கு இப்படி வரக்கூடாது. தெற்கத்திய கொள்கைகளில் சிலவற்றையாவது கடைபிடிக்கணும். மூட்டை முடிச்சுகளோடு நடக்கக்கூடாது. உன்னை வேலைக்காரியா நினைச்சுக்குவாங்க. இவனிடம் கொடு. பூப்போல எடுத்துக்கிட்டுப் போவான்.''

தனது எல்லா பொக்கிஷங்களையும் வேலையாள் எடுத்துக் கொண்டதை சோகத்தோடு ஒபேலியா பார்த்தாள். பாதுகாப்பான நிலையில், மீண்டும் அவற்றை வண்டியில் பார்த்தபோது, பெரிதும் மகிழ்ந்தாள்.

''டாம் எங்கே?'' ஏவா கேட்டாள்.

''அவன் வெளியே இருக்கான். அவன அம்மாகிட்ட அழைச்சுக்கிட்டு போய், சமாதானப்படுத்தப் போறேன். வண்டியை குடை சாய்ச்ச அந்தக் குடிகார ஆளுக்குப் பதிலா வைக்கப்போறேன்.''

''ஓ! டாம் நல்லா வண்டி ஓட்டுபவரா இருப்பார். எனக்குத் தெரியும். அவர் எப்போதும் குடிப்பதில்லை'' ஏவா கூறினாள்.

ஒரு பழைய மாளிகையின் முன் வண்டி நின்றது. ஸ்பானிய முறையும் பிரெஞ்சு முறையும் கலந்து அது கட்டப்பட்டிருந்தது. இதுபோன்று நியூ ஆர்லியன்ஸில் இன்னும் சில மாளிகைகளே இருந்தன. மூரிஷ் முறையில் கட்டப்பட்டிருந்த ஒரு வளைவு வாயில் வழியே வண்டிகள் நுழையும் முற்றத்தை ஒட்டி ஒரு சதுரக் கட்டிடம் இருந்தது. அழகான அந்தப்புரம் போல் உள் முற்றம் அமைக்கப் பட்டிருந்தது. நான்கு பக்கமும் இருந்த அகலமான உப்பரிகைகளின் மூரிஷ் வளைவுகளும், மெலிந்த தூண்களும், அலங்காரச் சித்திர ஆபரணங்களும் கனவில் நமது மனதை ஸ்பெயினின் கீழை நாட்டு

ஆடம்பர ஆட்சிக்காலத்திற்கு அழைத்துச் சென்றன. முற்றத்தின் நடுவில், ஒரு நீரூற்று வெள்ளித் திவலைகளை மேலே உயரமாக வீசியது. அது பளிங்கு நீர்த் தேக்கத்தில் இடைவிடாத தூவலாய் விழுந்து, நறுமண ஊதா நிற எல்லையை விளிம்பில் உண்டாக்கியிருந்தது. நீரூற்றில் இருந்த நீர் பளிங்கு போல் தெளிவாய் இருந்தது. அதிக எண்ணிக்கையில் வெள்ளி மற்றும் தங்க மீன்களை தன்னகத்தே கொண்டிருந்தது. அவை உயிருள்ளவையாய் ஜொலித்தன. துள்ளிக் குதித்தன, பளபளப்பான கூழாங்கற்களாலான நடைபாதை நீரூற்றைச் சுற்றி இருந்தது. பல வனப்பான வடிவங்களில் அமைக்கப்பட்டிருந்தன. பச்சை வெல்வெட் போல் இருந்த புல்வெளியால் இது சூழப் பட்டிருந்தது. அனைத்தையும் சுற்றி வண்டித் தடம் ஒன்று ஓடியது. இரு மிகப்பெரிய ஆரஞ்சு மரங்களின் மலர்கள் நல்மணத்தைப் பரப்பி இனிமையான நிழலை அளித்தன. புல்வெளியின் மேல் வட்ட வடிவில் அலங்காரச் சித்திரங்கள் நிறைந்த பளிங்கு பூச்சாடிகள் இருந்தன. அதில் தேர்ந்தெடுக்கப்பட்ட மலர்ச் செடிகள் இருந்தன. தனது பளபளப்பான இலைகளுடனும் தீச்சுடர் நிறத்தில் மலர்களோடும் பெரும் மாதுளம் மரங்கள், தனது வெள்ளி நட்சத்திரங்களோடும் அடர்நிற இலைகளோடும் மல்லிகைச் செடி, செம்பருத்திச் செடிகள், அபரிமிதமாக வளர்ந்திருந்த பூக்களால் வளைந்திருந்த ரோஜாச் செடிகள், தங்க மல்லிகைகள், எலுமிச்சை மணத்திலிருந்த வெர்பெனம். இவை அனைத்தும் தங்களது மலர்களாலும், மணத்தாலும் இணைந் தன. தனது விசித்திரமான பெரிய இலைகளோடு, அழகிய அலோ அலங்காரச் செடிகள் அங்கும், இங்கும் இருந்தன. மாய சக்தி வடிவ மேன்மையான தோற்றத்தில், பழமை வாய்ந்த வசியக்காரனாக அமர்ந்திருந்தது. அதைச் சுற்றி அழியக்கூடிய மலர்களும், நறுமணச் செடிகளும் இருந்தன.

முற்றத்தைச் சுற்றியிருந்த உப்பரிகைகளில் மூரிஷ் வகை துணியிலான திரை தொங்கவிடப்பட்டிருந்தது. சூரிய ஒளியிலிருந்து விலகியிருக்க விரும்பினால், அவற்றை கீழிறக்க முடியும். மொத்தத்தில், அந்த இடத்தின் தோற்றம் ஆடம்பரமாகவும், வசீகரமாகவும் இருந்தது.

வண்டி உள்ளே நுழைந்தபோது, தனது கூண்டிலிருந்து வெளிவரத் துடிக்கும் பறவையின் மகிழ்வான ஆர்வத்தோடு ஏவா தோன்றினாள்.

''ஓ! அழகு! அற்புதம்! எனது சொந்த விருப்ப வீடு. இது அழகா இல்லையா?'' செல்வி ஒபேலியாவிடம் அவள் கூறினாள்,

''அழகான இடம். பழமையாக ஆன்மீக சாயலின்றி இருப்பதாகத் தோன்றினாலும், அழகா இருக்கு.'' இறங்கியவாறு ஒபேலியா கூறினாள்.

டாம் வண்டியிலிருந்து இறங்கினார். ஒரு அமைதியான, நிலைத்த மகிழ்வான தோற்றத்தில் பார்த்தார்.

உலகின் அலங்காரமான, உன்னதமான நாடுகளிலிருந்து நீக்ரோக்கள் விலகி இருக்கிறார்கள் என்பதை நினைவில் வைக்க வேண்டும். அழகாகவும், அபரிமிதமாகவும், நயம் மிக்கதாயும் இருக்கும் எதனையும் தனது இதயத்தின் ஆழமான உணர்ச்சியோடு பயிற்று விக்கப்படாத ரசனையோடு பார்ப்பதை வெள்ளை இனத்தவர்கள் கேலிக்குரியதாகக் கருதுகின்றனர்.

தனது மனத்தில் கவிதை நய நினைவுகளை தாங்கியிருந்த செயிண்ட் கிளேர், தனது இருப்பிடத்தைப் பற்றி ஒபேலியா கூறிய கருத்துக்களை கேட்டுப் புன்னகைத்தார். சுற்றிப் பார்த்தவாறு நின்று தனது கறுத்த முகத்தில் பாராட்டு ரேகையைப் பரவ விட்டிருந்த டாமை நோக்கி, ''டாம், உனக்கு இது பொருத்தமாய் இருக்கும்ன்னு நினைக்கறேன்.''

''ஆமாம் எஜமான், சரியான இடமா தோணுது'' டாம் சொன்னார்.

இவை சில நொடிகளில் கடந்தன. பெட்டிகள் இறக்கப்பட்டன. குதிரை வண்டிக்காரனுக்கு கூலி கொடுக்கப்பட்டது. எல்லா வயதிலும், அளவிலும், பெண்களும், ஆண்களும், குழந்தைகளும் என்று ஒரு கும்பல் உப்பரிகையில் ஓடிக் கொண்டிருந்தது. எஜமானர் வருவதைப் பார்த்தனர். நறுமணத்துடன் இருந்த கைக்குட்டையை அசைத்துக் காட்டிய நன்கு உடையணிந்திருந்த கலப்பின மனிதன் அவர்களில் முதன்மையானவன். அவன் நவீனமாக உடையணிந்து, சிறப்பான மனிதனாக காட்சியளித்தான்.

குழுமியிருந்த கும்பலை வராந்தாவின் அந்தப் ப்க்கம் விரட்டிய அவன் சுறுசுறுப்போடு தன்னை வருத்திக் கொள்வதாய்த் தோன்றியது.

''எல்லாரும் பின்னாடி போங்க. உங்களப் பார்த்து வெட்கப் படறேன். அவர் வந்த முதல் மணியிலேயே எஜமானரின் வீட்டு உறவுகளில் குறுக்கிடுவீர்களா?'' அதிகாரக் குரலில் அவன் கூறினான்.

தோரணையோடு வெளிப்பட்ட அந்தப் பகட்டுப் பேச்சால் அனைவரும் சங்கடப்பட்டதாகத் தோன்றினர். இரண்டு குண்டான மூட்டை தூக்குவோர் தவிர மற்றவர்கள் மரியாதைக்குரிய தூரத்தில் தாறுமாறாக நிறுத்தப்பட்டனர். இரண்டு மூட்டை தூக்குவோர்களும், பெட்டி, படுக்கைகளைத் தூக்கிச் சென்றனர்.

அடால்ப்பின் கச்சிதமான ஏற்பாட்டின் காரணமாக, குதிரை வண்டிக்காரனுக்கு வாடகை கொடுத்து செயிண்ட் கிளேர் திரும்பிய போது ஒருவரும் கண்ணில் படவில்லை. சாட்டின் சட்டையோடும், தங்கச் 'சங்கிலியோடும்' வெள்ளை கால் சட்டையோடும் கவனத்தைக்

கவரும் வண்ணம் நின்றிருந்தான். உணர்த்த முடியாத வசீகரத்துடனும், இனிமையுடனும் குனிந்து வணங்கினான்.

''அடால்ஃப் நீயா? எப்படி இருக்கே?'' கரத்தை நீட்டியவாறு எஜமானர் கேட்டார். இரு வாரங்களுக்கு முன் கவனத்தோடு தயாரித்திருந்த உரையை சரளமாக வெளிப்படுத்த அடால்ஃப் துவங்கினான்.

தனது வழக்கமான அக்கறையற்ற தோரணையோடு செயிண்ட் கிளேர் அங்கிருந்து அகன்றார். ''அது நல்லாதான் இருக்கு, அடால்ஃப். பெட்டி, படுக்கையெல்லாம் சரியான இடத்தில் எடுத்து வை. நான் ஒரு நிமிஷத்துல வரேன்'' என்றவாறு வராந்தாவை ஒட்டியிருந்த பெரிய கூடத்திற்குள் ஒபேலியாவை அழைத்துக் கொண்டு நுழைந்தார்.

இதற்கிடையில், ஒரு பறவையாய் பறந்த ஏவா, முகப்பு மண்டபத்தையும், கூடத்தையும் கடந்து வராந்தாவிற்கு அருகில் இருந்த ஒரு சிறு பெண்கள் அறைக்குச் சென்றாள்.

தான் சாய்ந்திருந்த மஞ்சத்திலிருந்து கரியகண்கள் கொண்ட, வாட்டமாய்த் தோன்றிய ஒரு உயரமான பெண் சற்றே எழுந்தார்.

ஆனந்தத்தோடு, அவரின் கழுத்தைச் சுற்றி கரத்தைக் கட்டிக் கொண்டு, மீண்டும் மீண்டும் ஏவா அணைத்தாள். ''அம்மா'' என்றாள்.

''போதும் கவனமாய் இரு குழந்தை. என்னோட தலையை வலிக்க வச்சுடாதே'' அவளை சோர்வாக முத்தமிட்ட பின்பு தாய் கூறினார்.

செயிண்ட் கிளேர் வந்தார். கணவருக்குரிய மரபுவழி முறையில் அவரை அணைத்துக் கொண்டார். அவரது சகோதரியை அறிமுகப் படுத்தினார். ஆவலோடு தனது நாத்தியின் மேல் தனது அகன்ற கண்களை மேரி உயர்த்தினார். சோர்வான மரியாதையுடன் வரவேற்றார். வேலைக்காரர்களின் கும்பல் கதவருகில் குழுமியிருந்தது. மரியாதையான தோற்றமுடைய ஒரு நடுத்தர வயதுப் பெண் எதிர்பார்ப்போடும், மகிழ்வோடும் முதன்மையாக நின்றிருந்தாள்.

''ஓ! மாம்மி இங்கேயா?'' அறை வழியே பறந்து அவளது கழுத்தைச் சுற்றி வளைத்து, திரும்பத் திரும்ப முத்தமிட்ட ஏவா கேட்டாள்.

தனக்கு தலைக்கு வலி உண்டாக்கி விட்டதாக இந்தப் பெண் கூறவில்லை. மாறாக அவளை அணைத்துக் கொண்டாள். சிரித்தாள். அவளிடமிருந்து விடுவிக்கப்பட்டவுடன், ஒவ்வொருவரிடமும் சென்று கைகுலுக்கி, ஏவா முத்தமிட்டாள். இது அவளது வயிற்றை கணிசமாக கலக்கியதாக ஒபேலியா பின்னர் சொன்னார்.

''என்னால செய்ய முடியாததை உங்க தெற்கு குழந்தைகள் செய்து விடுகின்றன.'' ஒபேலியா சொன்னார்.

''இப்ப என்ன?'' செயிண்ட் கிளேர் கேட்டார்.

''நான் எல்லாரிடமும் கனிவா இருக்க விரும்பறேன். மனம் புண்பட பேச மாட்டேன். ஆனால் முத்தமிடுவது என்பது....''

''கறுப்பர்களையா? உனக்கு இது பழக்கமில்லை இல்ல?'' செயிண்ட் கிளேர் சொன்னார்.

''ஆமாம். அதான். அவளால எப்படி முடியுது.''

நடைபாதைக்குச் சென்ற செயிண்ட் கிளேர் சிரித்தார். ''ஹலோ, இங்கே எதுக்கு வந்தீங்க? மாம்மி, ஜிம்மி, பாலி, சுகே – எஜமானரை பார்க்க மகிழ்ச்சியா?'' ஒவ்வொருவரின் கரங்களைக் குலுக்கியவாறு கூறினார். 'குழந்தைகளை பத்திரமா பார்த்துக்கோங்க'' எல்லார் மீதும் தவழ்ந்து கொண்டிருந்த குழந்தைகளைப் பார்த்துச் சொன்னார், ''யாரையாவது மிதிச்சுட்டா அவங்க சொல்லட்டும்.''

அவங்களுக்கு சிறு காசுகளை செயிண்ட் கிளேர் விநியோகித்த போது, அளவுக்கு அதிகமான சிரிப்பும் வாழ்த்துகளும் வெளிப் பட்டன.

''இப்ப நல்ல சிறுவர், சிறுமிகளா நகருங்க'' அவர் கூறினார். குழுமியிருந்தோர் அனைவரும் அங்கிருந்து அகன்று பெரிய வராந்தாவிற்கு விரைந்தனர். பெரிய தோல் பையுடன் ஏவா தொடர்ந்தாள். அதில் வீட்டிற்குத் திரும்பி வரும் பயணத்தின்போது சேகரித்து வந்திருந்த ஆப்பிள் பழங்கள், கொட்டைகள், கற்கண்டு, ரிப்பன்கள், நாடாக்கள், எல்லா விதமான பொம்மைகள் இருந்தன.

திரும்பிச் செல்ல செயிண்ட் கிளேர் திரும்பியபோது டாம் அவரது கண்ணில் பட்டார். ஒரு கால் மாற்றி ஒரு காலில் அவர் சங்கடத்துடன் நின்று கொண்டிருந்தார். மாடிப்படி கட்டைகள்மீது அலட்சியமாக சாய்ந்து கொண்டிருந்த அடால்ஃப், தனது பைனாகுலர் மூலம் ஆராய்ந்து கொண்டிருந்தான். அவன் ஆராய்ந்த விதம் ஒரு சொகுசுகாரனுக்கு நல்ல பெயர் பெற்றுத் தந்திருக்கும்.

''பூ! நீ பூனைக்குட்டி'' அவனது பைனாகுலரைத் தட்டிவிட்ட எஜமானர் கூறினார், ''உங்க உடனாளியை அப்படித்தான் நடத்துவதா?'' அடால்ஃப் அணிந்திருந்த அழகான சாட்டின் சட்டை மீது கை வைத்தவாறு ''அது என்னோட சட்டைன்னு நினைக்கறேன்'' என்றார்.

''ஓ எஜமான்! இந்த சட்டையில ஒயின் கறை படிஞ்சிருக்கு. எஜமானுங்க கறைபடிந்த உடைகளை போட்டுக்க மாட்டீங்க. நான் எடுத்துக்கலாம்னு நினைச்சேன். என்ன மாதிரி கறுப்பர்களுக்குப் பரவாயில்ல.'' அடால்ஃப் தனது தலையை ஆட்டினான். தனது நறு மணம் நிறைந்த முடிக்குள் தனது விரல்களை நளினமாக நுழைத்தான்.

''அது அப்படியா அய்யா?'' அலட்சியமாக செயிண்ட் கிளேர் கூறினார், ''அவனோட எஜமானியிடம் டாமை காட்டப் போறேன்.

பிறகு அவனை சமையலறைக்கு அழைச்சுக்கிட்டுப் போ, உன்னோட தோரணையை எல்லாம் அவனிடம் காட்டாதே. உன்ன மாதிரி இரண்டு ஆளுக்கு அவன் சமம்.''

''எஜமானர் எப்பவும் வேடிக்கையாத்தான் பேசுவார். அந்த மனநிலையில் எஜமானரை பார்க்க எனக்கு மகிழ்ச்சியா இருக்கும்'' சிரித்தவாறு அடால்ஃப் சொன்னான்.

'' டாம் இங்கே வா'' செயிண்ட் கிளேர் சைகை காட்டிச் சொன்னார்.

டாம் அறையில் நுழைந்தார். வெல்வெட் தரை விரிப்புகளை ஆவலுடன் பார்த்தார். இதற்கு முன் பார்த்திராத கண்ணாடிகள், படங்கள், சிலைகள் மற்றும் திரைச்சீலைகளின் வனப்பு கண்டு விக்கித்து நின்றார். சாலமன் முன் நின்றிருந்த ஷீபா அரசி போன்ற உணர்வு அவருக்கிருந்தது. தனது காலை கீழே பதிப்பதற்குக் கூட அவர் அஞ்சினார்.

''இங்கே பாரு, மேரி! உனக்கு ஒரு குதிரை வண்டியோட்டியை கொண்டு வந்திருக்கேன். நல்லா வண்டி ஓட்டுவான். கண்ணைத் திறந்து அவனைப் பார். நான் போனதும் நான் உன்னைப் பத்தி அக்கறப் படறதில்லைன்னு சொல்லாதே.'' தனது மனைவியிடம் செயிண்ட் கிளேர் கூறினார்.

மேரி தனது கண்ணைத் திறந்தாள். எழுந்து கொள்ளாமல் டாமின் மீது தனது கண்களை நிலைநிறுத்தினாள்.

'' அவன் குடிப்பான்னு எனக்குத் தெரியும்'' அவள் சொன்னாள்.

'' இல்ல, அவன் பயபக்தியான, அமைதியானவன்னு உத்தரவாதம் தந்திருக்காங்க.''

''நல்லது. நல்லபடியா இருப்பான்னு நம்பறேன். அவ்வளவுதான் நான் எதிர்பார்க்கிறேன்.'' மேரி கூறினார்.

''அடால்ஃப், கீழ்த்தளத்தை டாமுக்கு காட்டு, ஒழுங்கா நடந்துக்க. நான் சொன்னத நினைவுல வச்சுக்க.'' செயிண்ட் கிளேர் கூறினார்.

அடால்ஃப் பவ்யமாக முன்னோக்கிச் சென்றான். டாம் அமைதியாகப் பின் தொடர்ந்தார்.

''சரியான பூதம் மாதிரி இருக்கான்'' மேரி கூறினார்.

''இப்பவாவது பெருந்தன்மையா இரு ஒரு மனுஷனப் பத்தி நல்ல விதமாப் பேசு. மேரி'' மனைவியின் இருக்கையின் அருகில் இருந்த ஸ்டூலில் அமர்ந்து அவர் கூறினார்.

''நீங்க சொன்னதுக்கு மேல இரண்டு வாரம் கழிச்சு வந்திருக்கீங்க'' தனது உதட்டைச் சுழித்தவாறு அந்தப் பெண்மணி கூறினார்.

''நான் காரணத்தை எழுதியிருந்தேன்னு உனக்குத் தெரியும்.''

"அத்தனை சுருக்கமான, விருப்பமில்லாத கடிதம்.''

"அன்பே! தபால் எடுக்கற நேரம். அப்ப எழுதிப் போடலேன்னா, எப்பவுமே எழுதியிருக்க முடியாது.''

"எப்பவும் அப்படித்தான் செய்வீங்க. உங்க பயணம் நீண்டு இருக்கும். கடிதம் சுருக்கமாய் இருக்கும்.'' மேரி கூறினார்.

"இப்ப நீ பாரு, நியூயார்க்கிலிருந்து உனக்கு நான் வாங்கிட்டு வந்திருக்கும் பரிசைப் பாரு.'' தனது பையிலிருந்து வனப்பான வெல்வெட் உறையை உருவியவாறு கூறினார்.

அது ஒரு நிழற்படம். செதுக்கப்பட்ட உருவமாய் தெளிவாகவும், மிருதுவாகவும் இருந்தது. ஏவாவும், அவளது தந்தையும் கையோடு கை கோர்த்து அமர்ந்து இருந்தனர்.

அதிருப்தியான தோரணையில் மேரி பார்த்தார்.

"இவ்வளவு விகாரமான விதத்துல உட்கார உங்கள எது தூண்டியது?'' அவர் கேட்டார்.

"உட்கார்ந்த தோற்றம் உன் அபிப்பிராயத்திற்கு உட்பட்டது. நல்லாருக்கான்னு சொல்லு.''

"ஒரு விஷயத்துல என்னோட அபிப்பிராயத்த கேட்கலன்னா, மற்றொரு விஷயத்திலும் கேட்க மாட்டீங்கன்னு நினைக்கறேன்.'' நிழற் படத்தை மூடியவாறு மேரி கூறினாள்.

"இந்தப் பெண்ணை தூக்குல போடணும்'' என்று மனதுக்குள் கூறிய செயிண்ட் கிளேர், வெளிப்படையாகக் கூறினார், "இப்பச் சொல்லு, உனக்கு இது பிடிச்சிருக்கா? முட்டாள்தனமா பேசாதே!''

"ஒரு பொருளைப் பார்க்கணும், அதப் பத்தி பேசணும்னு எதிர்பார்க்கறது மரியாதை இல்ல. நான் தலைவலியோடும், நோயோடும் நாள் பூராவும் படுத்துக்கிட்டு இருக்கேன். நீங்க வந்ததிலிருந்து இங்க அமளி துமளியா இருக்கு. நான் கிட்டத்தட்ட செத்துட்டேன்.''

"உங்களுக்கு எப்போதும் சுகவீனமும், தலைவலியும் இருக்கா, அம்மா'' தான் அமர்ந்திருந்த நீண்ட குழிவான நாற்காலியிலிருந்து திடீரென்று எழுந்த செல்வி ஒபேலியா கேட்டாள். அவள் மரச் சாமான்களை கணக்கெடுத்துக் கொண்டு, செலவுகளைக் கணக்கிட்டு வந்தாள்.

"ஆமாம். அதுக்கு முழு பலியாளா இருக்கேன்.'' மேரி கூறினார்.

"தலைவலிக்கு ஜுனிபர் பெர்ரி மரத் தேயிலை நல்லது. டீக்கான் அப்ரஹாம் பெர்ரியின் மனைவி அகஸ்டே அப்படித்தான் சொல்வாள். அவ பெரிய தாதி'' செல்வி ஒபேலியா சொன்னார்.

‘‘நம்ம தோட்டத்துல பழுக்கற முதல் ஜுனிபர் பெர்ரியை உனக்குன்னு கொண்டு வரச் சொல்றேன்.’’ செயிண்ட் கிளேர் கூறினார். அந்த உரையாடலை முடித்து வைக்கும் விதமாக, ‘‘சகோதரி! உனது அறைக்குச் சென்று, பயணக் களைப்பு தீர ஓய்வு எடுத்துக்க. அடால்ஃப், மாம்மியை இங்கே கூப்பிடு.’’ உடனே, ஏவா அணைத்து மகிழ்ந்த நாகரிகமான கலப்பின பெண் வந்தாள். அவள் சுத்தமாக ஆடை அணிந்திருந்தாள். தனது தலையில் மஞ்சளிலும், சிவப்பிலுமான தலைப்பாகை அணிந்திருந்தாள். அது ஏவாவின் சமீபத்திய பரிசு. குழந்தையே அதை அவள் தலையில் அணிவித்திருந்தாள். ‘‘மாம்மி’’ செயிண்ட் கிளேர் சொன்னார், ‘‘இந்தப் பெண்மணியை உனது பராமரிப்பில் விடறேன். அவங்க சோர்வா இருக்காங்க. ஓய்வெடுக்க விரும்பறாங்க. அவங்க அறைக்கு அழைச்சிட்டுப் போ. அவங்களுக்கு எல்லாம் வசதியா இருக்கட்டும்’’ மாம்மியைத் தொடர்ந்து, ஒபேலியா சென்றாள்.

16

டாமின் எஜமானியும், அவளது கருத்துகளும்

‘‘மேரி... உனக்கு பொன்மயமான நாட்கள் புலர்கின்றன. யதார்த்த மான, காரியத்தில் கவனம் செலுத்துகின்ற புது இங்கிலாந்து சகோதரி வந்தாச்சு. உனது தோளில் சுமையா இருக்கின்ற வரவு செலவுக் கணக்குகளை அவ கவனிச்சுப்பா. உன்னை புதுப்பிச்சுக்கவும், அழகாக வும், இளமையாகவும் வளரவும் வாய்ப்பு கிடைச்சிருக்கு. சாவிங்கள எடுத்துக் கொடுக்கற வேலை இல்லாதது நல்லதாச்சு.’’ செயிண்ட் கிளேர் கூறினார்.

செல்வி. ஒபேலியா வந்து சேர்ந்த சில நாட்களுக்குப் பிறகு, காலைச் சிற்றுண்டி மேஜையில் இது சொல்லப்பட்டது.

‘‘அவ செய்யலாம்னு நிச்சயமா சொல்றேன். அப்படி செஞ்சா, அவ ஒண்ணை தெரிஞ்சுப்பா. இங்கே எஜமானர்கள்தான் அடிமை கள்ன்னு தெரிஞ்சுப்பா.’’ தனது கையில் சோர்வுடன் தனது தலையை வைத்து மேரி கூறினார்.

‘‘நிச்சயம் தெரிஞ்சுப்பா. உலக உண்மைகளை முழுமையா தெரிஞ்சுப்பா.’’

‘‘நம்ம வசதிக்காக அடிமைகளை வச்சிருக்கிறதா பேச்சு இருக்கு. நம்மகிட்ட ஆலோசனைக் கேட்டா, அவங்கள உடனே போகச் சொல்லிடுவோம்.’’ மேரி கூறினார்.

தனது பெரிய, தீவிரமான கண்களால் தனது அம்மாவை நோக்கிய ஏவா ஆர்வமான, குழப்பமான முகபாவத்தை வெளிப்படுத்தி, எளிமை யாக கேட்டாள்:, ''அம்மா, அப்ப எதுக்காக அவங்கள வச்சிருக்கீங்க?''

''எனக்குத் தெரியல. வியாதிக்காகத்தான் வச்சிருக்கோம்னு நிச்சயம் நினைக்கறேன். என்னோட வாழ்க்கையின் வியாதி அவங்க தான். என்னோட வியாதிக்கு மத்த காரணங்களைவிட அவங்கதான் அதிக காரணம்ன்னு நான் நம்பறேன். மத்த எல்லாரையும்விட நாமதான் இந்த வியாதியால பாதிக்கப்பட்டிருக்கோம்.''

''ஓ மேரி! காலையில விரக்தியா ஆயிட்டே. அப்படி இல்லேன்னு உனக்குத் தெரியும். மாம்மி இருக்கா மிகச் சிறந்த பிறவி. அவ இல்லாம உன்னால என்ன பண்ண முடியும்?'' செயிண்ட் கிளேர் சொன்னார்.

''எனக்குத் தெரிஞ்சவரை மாம்மிதான் மிகச் சிறந்தவ. இருந்தா லும், மாம்மி இப்ப சுயநலமா இருக்கா. பயங்கர சுயநலமி. அது அந்த இனத்தின் தவறு.'' மேரி கூறினார்.

''சுயநலம் என்பது பயங்கரமான குற்றம்'' செயிண்ட் கிளேர் தீவிரமாகக் கூறினார்.

''நல்லது, இப்ப மாம்மி அப்படி இருக்கா. இரவுல அத்தன சத்தத்தோட தூங்கறது அவளது சுயநலம். ஒவ்வொரு மணி நேரமும் கொஞ்சம் கவனிப்பு எனக்குத் தேவைப்படும்னு அவளுக்குத் தெரியும். எனக்கு ரொம்ப மோசமா போகும்போது, அவள எழுப்பறது ரொம்பக் கஷ்டம். இன்னிக்குக் காலையில் ரொம்ப மோசமா போயிட்டேன். நேத்து இரவுல அவளை எழுப்பப்பட்ட பாடு இருக்கே.'' மேரி சொன்னார்.

''இப்ப பல இரவுகள் அவங்க உங்களோட உட்கார்ந்திருக் கலையா அம்மா?'' ஏவா கேட்டாள்.

''அது உனக்கு எப்படித் தெரியும்? அவ புகார் சொல்லி யிருக்கான்னு நினைக்கறேன்.'' மேரி கடுமையாகக் கேட்டார்.

''அவங்க புகார் சொல்லலை. தொடர்ந்து உங்களுக்கு மோசமான இரவுகள் இருந்ததா சொன்னாங்க.''

''ஜேனையோ ரோசாவையோ ஒரு இரவோ, இரண்டு இரவோ இருக்கச் சொல்லிட்டு, அவளை ஓய்வெடுக்கச் சொல்றதுதானே'' செயிண்ட் கிளேர் கேட்டார்.

''நீங்க அப்படி எப்படி சொல்லலாம்? நீங்க உண்மையிலேயே எனக்கு அனுசரணையா இருக்கறதில்ல. ஒரு சின்ன மூச்சுகூட என்ன தொந்தரவு செய்யற அளவுக்கு பலவீனமா இருக்கேன். ஒரு புதிய ஆளு என்னை கவனிச்சா, நான் பைத்தியமாயிடுவேன். என் மேல அவளுக்கு இருக்க வேண்டிய அளவுக்கு அக்கறை இருந்தா, அவ சுலபமா முழிச்சுப்பா. அது மாதிரி வேலைக்காரங்க இருப்பதா சில பேர்

சொல்றத கேட்டிருக்கேன். அது மாதிரி அதிர்ஷ்டம் எனக்கு எப்பவுமே இருப்பதில்ல'' மேரி பெருமூச்சு விட்டார்.

புத்திசாலித்தனமான, உற்று நோக்கும் ஈர்ப்போடு ஒபேலியா இதனைக் கேட்டாள். ஏதாவது சொல்வதற்கு முன்பாக அவளது நிலைமையை முழுமையாக அறிந்து கொள்வதில் உறுதியாக இருப்பது போல் அவளது உதடுகளை அழுந்த வைத்துக் கொண்டாள்.

''இப்ப மாம்மியிடம் சில நல்ல குணங்கள் இருக்கு. அவ இதமா இருக்கா, மரியாதையா இருக்கா. ஆனா உள்ளத்தில் சுயநலமியா இருக்கா. அவளுக்கு ஓடிப் போவதிலே ஆர்வம் கிடையாது. தனது கணவர் பற்றிய கவலை இல்ல. நான் கல்யாணமாகி இங்க வந்தப்ப, அவளை அழைச்சிக்கிட்டு வந்தேன். எங்கப்பாவால அவளோட கணவரை அனுப்ப முடியல. அவன் ஒரு கொல்லன். ரொம்ப அவசிய மானவன். அப்ப நான் மாம்மிகிட்ட நான் நினைச்சத சொன்னேன். அவங்க இரண்டு பேரும் இணைஞ்சு இருக்கறது சாத்தியமில்லை என்பதால், ஒருத்தரை ஒருத்தர் விட்டுவிட வேண்டும் என்று சொன் னேன். நான் அப்ப அத வலியுறுத்தியிருக்கணும்னு இப்ப நினைக்க றேன். மாம்மியை வேறு ஒருத்தருக்கு கல்யாணம் செஞ்சிருக்கணும். நான் முட்டாளாகவும், சலுகை காட்டறவளாகவும் இருந்தேன். அதனால வலியுறுத்த விரும்பலை. வாழ்க்கையில ஒரு முறையோ, இரண்டு முறையோதான் அவனைப் பார்க்கறத எதிர்பார்க்க முடியும்ன்னு மாம்மிகிட்ட சொன்னேன். எங்க அப்பா இடத்து காத்து எனக்கு ஒத்துக்காது. நான் அங்க போக முடியாது. வேற யாரையாவது அழைச்சுக்கிட்டு வர அவளுக்கு ஆலோசனை சொன்னேன். அவ முடியாதுன்னு சொன்னா. சில விஷயங்கள்ல மாம்மி பிடிவாதமா இருப்பா. மத்தவங்களோட எனக்குத்தான் அது தெரியும்.'' மேரி கூறினாள்.

''அவளுக்கு குழந்தைங்க இருக்கா?'' செல்வி. ஒபேலியா கேட்டாள்.

''ஆமாம், இரண்டு பேர் இருக்காங்க.''

''அவங்கள பிரிஞ்சிருக்கறதால வருத்தப்படறான்னு நினைக் கறேன்.''

''நல்லது. அவங்கள இங்க கொண்டு வரமுடியாது. அவங்க அழுக்கா இருப்பாங்க. இங்க வச்சுக்க முடியாது. அவளோட நேரத்த அதிகமாக எடுத்துப்பாங்க. அதுல அவளுக்கு ஒரு வருத்தம் இருக்கும்னு நினைக்கறேன். வேற யாரையும் கல்யாணம் செஞ்சுக்க மாட்டா. எனக்கு அவ எவ்வளவு தேவைன்னு அவளுக்குத் தெரிந்தி ருந்தாலும், எனது உடல்நிலை எவ்வளவு பலவீனமா இருக்குன்னு தெரிஞ்சிருந்தாலும், அவளால முடிஞ்சா நாளைக்கே அவளது

கணவனிடம் போயிடுவா. அவங்க எல்லாம் சுயநலமா இருக்காங்க. ரொம்ப சிறந்தவங்ககூட அப்படித்தான் இருக்காங்க.'' மேரி கூறினார்.

''இதுக்குப் பதில் சொல்வது துயரமா இருக்கு.'' செயிண்ட் கிளேர் வறட்சியாகச் சொன்னார்.

அவரை செல்வி ஒபேலியா ஆர்வமாகப் பார்த்தாள். வேதனையின் வெளிப்பாட்டையும், அடக்கி வைக்கப்பட்ட வெறுப்பையும், மனதை உறுத்தும் உதட்டுச் சுழிப்பையும், அவரது பேச்சின்போது பார்த்தாள்.

''மாம்மி என்னோட விருப்ப வளர்ப்பா எப்பவுமே இருக்கா. அவங்களோட உடை அலமாரியை உங்க வடக்கு வேலையாட்கள் பார்க்க வேண்டும். பட்டு, மஸ்லின், ஒரு லினன் கவுன் அவ வச்சிருக்கா. ஒரு விருந்திற்கு போவதற்காக மத்தியானம் முழுவதும் அவளோட தொப்பியை சரி செஞ்சிருக்கேன். கொடுமைப்படறது பத்தி அவளுக்கு ஒண்ணும் தெரியாது. அவனோட முழு வாழ்க்கையிலும் ஒரு முறையோ, இரண்டு முறையோகூட சாட்டையடி வாங்கியிருக்க மாட்டா. வெள்ளை சக்கரை போட்ட அடர்த்தியான காபியும், டீயும் அவளுக்கு தினம் கிடைக்குது. செயிண்ட்கிளேருக்கு கீழே முக்கியமான வேலை இருக்கும். ஒவ்வொருத்தரும் அவங்க விரும்பறபடி இருக்காங்க. நம்ம வேலைக்காரங்களுக்கு அதிக சலுகை கொடுத்துட்டோம்கிறது உண்மை. அவங்க சுயநலமா இருப்பதற்கு இதுவும் ஓரளவு காரணம். அவங்க கெட்டுப் போன குழந்தைகளா மாறிட்டாங்க. நான் சோர்ந்து போகும் வரை செயிண்ட் கிளேர்கிட்ட பேசிட்டேன்.'' மேரி கூறினார்.

''நான் கூடத்தான்'' காலை செய்தித்தாளை எடுத்துக் கொண்டு செயிண்ட் கிளேர் சொன்னார்.

அழகான ஏவா, அவளது அம்மாவின் பேச்சை உற்றுக் கேட்டவாறு நின்றிருந்தாள். பிரத்யேகமான, ஆழமான, புதிரான ஆர்வத்தோடு அவள் கவனித்து வந்தாள். தனது தாயின் நாற்காலிக்கு அருகில் சென்று, தனது கையை அவளது கழுத்தைச் சுற்றிப் போட்டாள்.

''நல்லது, ஏவா, இப்ப என்ன?'' மேரி கேட்டாள்.

''அம்மா, ஒரு இரவு உங்கள நான் பார்த்துக்கக் கூடாதா? ஒரே ஒரு இரவு? உங்களைப் பதட்டமாக்கக் கூடாதுன்னு எனக்குத் தெரியும். நான் தூங்கக் கூடாதுன்னும் தெரியும். இரவு நேரங்களில் யோசனை செஞ்சுக்கிட்டு முழுச்சுக்கிட்டே இருப்பேன்.''

''ஓ... முட்டாள்தனம். நீ வினோதமான குழந்தை'' மேரி கூறினார்.

''நான் செய்யலாமா அம்மா? மாம்மிக்கு உடம்பு சரியில்லேன்னு நான் நினைக்கிறேன். இப்ப எப்பவும் தலைவலிக்கிறதா அவங்க சொன்னாங்க!'' அவள் சாதுவாய் கூறினாள்.

''அது தப்பிப்பதற்கான மாம்மியின் வழியில ஒண்ணு, மத்தவங்க போல மாம்மியும் இருக்கா. சின்ன தலைவலியையும், விரல் வலியையும் பெரிசாக்கிடுவாங்க. அவங்கள ஊக்குவிப்பது நல்லதில்ல. எப்பவும் நல்லதில்ல. இந்த விஷயத்துல நான் கொள்கையோடு இருப்பேன்.'' அவர் கூறினார். ஒபேலியாவிடம் திரும்பி அவர் மேலும் தொடர்ந்தார். ''உனக்கு அது தேவைப்படும். ஒவ்வொரு ஒத்துவராத உணர்ச்சிக்கும், சின்ன உடல் உபாதைப் புகாருக்கும் மதிப்புக் கொடுத்தா, உனக்கு கை நிறைய வேலை இருக்கும். நான் எப்பவும் புகார் சொல்லமாட்டேன். நான் எப்படிப் பொறுத்துக்கறேன்னு யாருக்கும் தெரியாது. அதை அமைதியா பொறுத்துக்கறத கடமையா நினைச்சு, பொறுத்துக் கறேன்.''

இந்த உரை குறித்து ஒபேலியாவின் உருண்ட கண்கள் மறையாத ஆச்சரியத்தை வெளிப்படுத்தின. அது செயிண்ட் கிளேருக்கு கேலிக் குரியதாக இருந்தது. அவர் உரத்த சிரிப்பில் வெடித்தார்.

''என்னோட சுகவீனத்தைப் பத்தி லேசா சொன்னா போதும், செயின்ட் கிளேர் எப்பவும் சிரிப்பார். அதை நினைக்கற நாள் அவருக்கு வராதுன்னு நா நம்பறேன்.'' அவதிப்படும் தியாகியின் குரலில் மேரி கூறினார். தனது கைக்குட்டையால் தனது கண்களைத் துடைத்தார்.

ஒரு அபத்தமான அமைதி அங்கே நிலவியது. கடைசியாக, செயிண்ட் கிளேர் எழுந்தார். தனது கடிகாரத்தைப் பார்த்தார். தெருக் கடைசியில் அவருக்கு ஒரு பணி இருந்தது. அவரோடு ஏவா வெளியேறினாள். செல்வி. ஒபேலியாவும், மேரியும் தனியாக இருந்தனர்.

''செயின்ட் கிளேர் அப்படித்தான் இருக்கார்'' அதனால் பாதிக்கப் படவுள்ள குற்றவாளி பார்வையில் இல்லாததால், தனது கையைக் கண்களிலிருந்து விலக்கிக் கொண்ட மேரி கூறினார், ''நான் எப்படி கஷ்டப்படறேன்னு அவருக்குப் புரியறதேயில்ல. எப்பவும் புரியாது. பல வருஷமா இப்படித்தான். நான் புகார், பிரச்சனை பண்ணினாலும் அது நியாயமா இருக்கும். புகார் சொல்ற மனைவிகளைப் பார்த்து கணவர்கள் சோர்ந்து போறது இயல்புதான். எனவே, எல்லாத்தையும் எனக்குள்ள வச்சுக்கிட்டு பொறுத்துக்கிட்டேன். நான் எதையும் தாங்கிப்பேன்னு செயிண்ட் கிளேர் நினைக்கும் அளவுக்கு பொறுத்துக் கிட்டேன்.''

இதற்கு என்ன பதில் எதிர்பார்க்கப்படுகிறது என்று செல்வி ஒபேலியாவுக்கு சரியாகத் தெரியவில்லை.

என்ன சொல்வது என்று அவள் யோசித்துக் கொண்டிருக்கும் போது, மேரி கொஞ்சம், கொஞ்சமாக தனது கண்ணீரைத் துடைத்துக் கொண்டார். குளியலுக்குப் பின்பு புறாக்கள் சிறகுகளை அலசிக் கொள்வது போல் தன்னை துடைத்துக் கொண்டாள். பிறகு ஒபேலியா

வோடு இல்லத்தரசிகளுக்கே உரிய உரையாடலைத் துவங்கினாள். அலமாரி, கழிப்பறை, லினன் துணிகள், பொருட்கள் அறை மற்றும் இதர விஷயங்கள் பற்றி அது இருந்தது. எச்சரிக்கையான அறிவுரை களையும், பொறுப்புகளையும் மேரி சொன்னார். எடுத்த காரியத்தை முடிப்பதில் கவனத்திலும் வழி முறைகளிலும் ஒபேலியாவைவிட குறைவான திறன் பெற்றவர்கள் குழப்பமடைந்து, மயக்கமுற்றிருப் பார்கள்.

''இப்ப நான் எல்லாத்தையும் சொல்லிட்டேன்னு நினைக்கறேன். நான் அடுத்தமுறை வியாதில படுக்கும்போது, என்னோட ஆலோசனை இல்லாமலே உன்னால செயல்பட முடியும்னு நம்பறேன். ஏவா பத்தி மட்டும் சொல்லணும். அவள கவனமா கவனிச்சுக்கணும்.'' மேரி கூறினார்.

''அவ நல்ல குழந்தையா இருக்காளே. அவளைவிட நல்ல பொண்ணை நான் பார்த்ததில்லை'' செல்வி ஒபேலியா கூறினாள்.

''ஏவா சிறப்பானவ. அவளுக்குன்னு பிரத்யேகமானதுன்னு பல விஷயங்கள் இருக்கு. கொஞ்சம்கூட என்னை மாதிரி இருக்க மாட்டா'' என்ற அவளது அம்மா, இது வருத்தப்படற விஷயம் மாதிரி பெருமூச்சு விட்டார்.

''அவ அப்படி இருக்கக் கூடாதுன்னு நான் நம்பறேன்'' செல்வி ஒபேலியா தனது மனதிற்குள் சொல்லிக் கொண்டாள். அதைத் தனக்குள் வைத்துக் கொள்ளும் சாமர்த்தியத்தைப் பெற்றிருந்தாள்.

''வேலைக்காரங்ககிட்ட ஏவா நெருக்கமா பழகறா. சில குழந்தை களுக்கு அது நல்லதா இருக்கலாம். நானே எங்க அப்பாவோட கறுப்பு வேலைக்காரங்ககிட்ட எப்பவும் விளையாடுவேன். அது எப்பவும் எனக்கு எந்தக் கெடுதலும் செஞ்சதில்ல. அவ பக்கத்துல வரும் எவரிடமும் தனக்கு சமமா ஏவா பழகறா. குழந்தைகிட்ட அது விநோதமா இருக்கு. அதிலிருந்து அவளை விடுபட வைக்க என்னால முடியல. அதில் அவளை செயிண்ட் கிளேர் ஊக்கப்படுத்தறார்னு நான் நம்பறேன். தனது மனைவியைத் தவிர, இந்தக் கூரையின் கீழே இருக்கும் அனைத்துப் பிறவிகளுக்கும் அவர் சலுகை காட்டறார்.''

செல்வி ஒபேலியா அப்போதும் அமைதியாக அமர்ந்திருந்தார்.

''வேலைக்காரங்ககிட்ட இப்ப வேற வழி இருக்கல. அவங்கள கீழே இறக்கி, கீழேயே வச்சிருக்க வழியில்ல. குழந்தையா இருந்த காலத்திலிருந்தே இது என்னோட இயல்பு. முழு வீட்டையும் கெடுக்க ஏவா ஒருத்தி போதும். அவளே வீட்டை பராமரிக்கறப்ப என்ன செய் வாளோ? எனக்குத் தெரியாது. வேலைக்காரங்ககிட்ட கனிவா இருக்க வேண்டியதுதான். நான் எப்பவும் அப்படித்தான் இருக்கேன். ஆனால், அவங்க இடத்தை அவங்கள அறிய வைக்கணும். ஏவா எப்பவும் அப்படி செய்யறதில்ல. ஒரு வேலைக்காரனோட இடம் எதுன்னு

குழந்தையோட மனசில முதலில் பதிய வைப்பது சிரமம். மாம்மி தூங்கறதுக்காக, இரவில என்னை பார்த்துக்கறதா அவ சொல்றதக் கேட்டே இல்ல அவ வழியில விட்டா, அவ எப்படி இருப்பாங்கறதுக்கு இது உதாரணம்.'' மேரி சொன்னார்.

''ஏன்?'' வேலைக்காரங்களும் மனுஷப் பிறவிகள்தான்னு நினைக் கணும். அவங்க களைச்சுப் போகும்போது ஓய்வு தேவைப்படும்.'' ஒபேலியா சொன்னாள்.

''நிச்சயம் நினைக்கறேன். வசதிக்கேற்ப எல்லாத்தையும் நான் அனுமதிக்கிறேன். வழி தவறி நடக்காத வரை அனுமதிக்கிறேன். பிறகு ஒரு நேரம் மாம்மி தனது தூக்கத்தை தொடரலாம். அதுல சிரமம் ஏதுமில்லை. நான் பார்த்ததிலேயே, ரொம்ப தூங்கற பிறவி அவதான். தைக்கும்போதோ, நிற்கும்போதோ, உட்காரும்போதோ, அவ தூங்கிடுவா. எங்கேயும், எப்பவும் தூங்கிடுவா. போதுமான தூக்கம் அவளுக்கு கிடைக்குது. வாசனை பூக்கள் போலவோ, சைனா பூந்தொட்டி போலவோ வேலைக்காரங்கள நடத்தறதுதான் தாங்க முடியாது'' பெரிய, மெத்தையான படுக்கைமீது சோர்வாக விழுந்து, அழகான முகரும் புட்டியை மேரி எடுத்தார்.

அராபியன் மல்லிகையின் இறுதி மூச்சு போலவும், இதர இணையான வலிமை குறைந்த பொருள் போலவும் மெல்லிய, பெண்மையான குரலில் அவர் தொடர்ந்தார்: ''இப்ப பாரு சகோதரி ஒபேலியா! நான் எனக்காக எப்பவும் பேசறதில்ல. அது என்னோட வழக்கமில்லை. என்னால அத ஒத்துக்கவும் முடியாது. உண்மையில் எனக்கு அதச் செய்யற வலிமையும் இல்ல. நானும், செயிண்ட் கிளேரும் வேறுபடற அம்சங்கள் உண்டு. செயிண்ட் கிளேர் என்னை எப்பவும் புரிஞ்சுக்கறதில்ல. என்னை எப்பவும் பாராட்டியதில்ல. என்னோட சுகவீனத்துக்கும் வேரா அதுதான் இருக்கு. செயிண்ட் கிளேர் நல்லதுதான் நினைக்கிறார்ன்னு நான் நம்பறேன். ஆனால், ஆண்கள் எல்லாம் பெண்களுக்கு மதிப்பு கொடுக்காதவர்களாக இருக்காங்க. அதுதான் என்னோட குறைந்தபட்ச கருத்து.''

ஒபேலியாவுக்கு நியாயமான புது இங்கிலாந்தின் எச்சரிக்கை உணர்வு எள்ளளவும் இருந்ததில்லை. குடும்ப சிரமங்களில் சிக்கிக் கொள்வதில் அனுபவமில்லை. அதுபோன்று ஒன்று வரவுள்ளதை உணர்ந்தாள். தீவிரமான நடுநிலைக்கு தனது முகத்தை மாற்றிக் கொண்டாள். ஒன்றே கால் கஜம் இருந்த காலுறையைத் தனது பையிலிருந்து எடுத்து தீவிரமாக நெய்யத் துவங்கினாள். மக்களின் கைகள் வேலையற்று இருக்கும்போது, சாத்தான் தோன்றும் என்ற டாக்டர் வாட்டின் கருத்துகளை கவனத்திற்கொண்டு, இந்தக் குறிப்பிட்ட பணி செய்வதை வழக்கமாகக் கொண்டிருந்தாள். ''என்னிடம் பேச முயல வேண்டாம், உன்னோட விஷயத்துல நான்

எதுவும் செய்ய விரும்பல'' என்று வார்த்தைகளில் தெரிவிப்பதைவிட தெளிவாகக் கூறும் வண்ணம் உதட்டை அழுத்தி மூடிக் கொண்டாள். ஒரு துஷ்ட சிங்கத்தின் அனுதாபத்தோடு இருப்பதாகத் தோன்றினாள். அதுக்காக மேரி கவலைப்படவில்லை. யார்கிட்டேயாவது அவருக்குப் பேசியாக வேண்டும். பேசுவது தனது கடமையெனக் கருதினாள். அது போதும், தனது முகரும் புட்டியை மீண்டும் முகர்ந்தவாறு தன்னை புதுப்பித்துக் கொண்டு, மீண்டும் பேசத் துவங்கினார்.

''நீ பாரு, செயிண்ட் கிளேரை நான் மணந்தபோது, என்னோட சொத்துக்களையும், வேலைக்காரங்களையும் கொண்டு வந்தேன். அத என் வழியிலே பராமரிக்க எனக்கு சட்டப்படி உரிமை உண்டு. அவர் விரும்பற வழியில பராமரிப்பதற்கு எனக்கு திருப்திதான். ஆனால், செயிண்ட் கிளேர் குறுக்கிடுவார். விஷயங்கள பத்தி - குறிப்பா வேலைக்காரங்கள நடத்துறது பத்தி - கடுமையான, அதிகப்பிரசங்கித் தனமான கருத்துகள் கொண்டிருக்கார். தனக்கும், எனக்கும் மேலான வேலைக்காரங்கள வைக்கிறமாதிரி நடந்துக்குவார். அவங்க எல்லா விதமான பிரச்சனைகளையும் ஏற்படுத்த அனுமதிப்பார். தன்னோட சுண்டு விரலைக்கூட தூக்க மாட்டார். சில விஷயங்களில் செயிண்ட் கிளேர் உண்மையில் பயங்கரமானவர். பொதுவா நல்லவிதமாகத் தோன்றும் அவர், என்னை அச்சப்படுத்துவார். ஒன்றை செய்யனும்னு அவர் நினைச்சிட்டார்னா, என்ன ஆனாலும் சரி, இந்த வீட்டில் தன்னைத் தவிர யாரும் தாக்குவதை அனுமதிப்பதில்லை. நான் அவர் வழியில் குறுக்கிட முடியாதபடி அவர் அதைச் செய்வார். அது எதுல கொண்டு விடும் தெரியுமா? அவர் தன்னோட கையைத் தூக்கக் கூட மாட்டார். என் மேலேயோ, அவர் மேலேயோ அவங்க அனை வரும் ஏறி நடந்தாக்கூட எதுவும் செய்ய மாட்டார். அவங்ககிட்ட வேலை வாங்குவது எத்தனைக் கொடுமை தெரியுமா? இந்த வேலைக் காரங்க இங்க வளர்ந்த குழந்தைங்கதான்னு உனக்குத் தெரியுமா?''

''எனக்கு எதுவும் தெரியாது. எனக்கு எதுவும் தெரியாததுக்கு நான் கடவுளுக்கு நன்றி சொல்லணும்'' ஒபேலியே சுருக்கமாகச் சொன்னாள்.

''நல்லது. நீ சிலதைத் தெரிஞ்சுக்கணும். நீ இங்க தங்கினா, சிரமப் பட்டாவது, சிலதைத் தெரிஞ்சுக்கணும். இவங்க எல்லாம் ஆத்திர மூட்டும், அக்கறையற்ற, கவனக்குறைவான, நியாயமில்லாத, குழந்தைத் தனமான நன்றி கெட்ட பாதகர்கள்ன்னு உனக்குத் தெரியாது.''

இந்தத் தலைப்பில் பேசத் துவங்கிவிட்டால், மேரிக்கு ஆதரவான ஆதாரங்கள் நிறைய கிடைக்கும். தனது கண்களை தற்போது திறந்தார். தனது சோர்வினை மறந்தவராய்த் தோன்றினார்.

''உனக்குத் தெரியாது. தெரிஞ்சிருக்க முடியாது. எல்லா இடத்திலும், எல்லா விதத்திலும் இல்லத்தரசிகளுக்கு ஒவ்வொரு

நாளும், ஒவ்வொரு நேரமும் அவங்களால எத்தனை சோதனங்க தெரியுமா? செயிண்ட் கிளேரிடம் புகார் சொல்றது உபயோகமில்ல. விநோதமான விதத்துல பேசுவாரு. அவங்கள நாமதான் அப்படி ஆக்கி யிருக்கோம்னு சொல்வார். அதை பொறுத்துக்கணுமாம், குற்றங்களுக்கு தண்டனை கொடுப்பது கொடுமையாம். அவங்க இடத்தில இருந்தா இதைவிட நல்லா செய்ய மாட்டோமாம். அவங்க கிட்டதான் நியாயம் இருக்கறாப்ல பேசுவார்.''

''கடவுள் நம்மையும், அவங்களையும் ஒரே ரத்தத்தாலே செஞ்சிருக்காருன்னு நீங்க நம்பலையா?'' ஒபேலியா கேட்டாள்.

''இல்ல - உண்மையில் நான் நம்பலை. நல்ல கதை - உண்மையா - நல்ல கதை. அவங்க தரம் கெட்ட இனம்.''

''அவங்களுக்கு அழிவில்லாத ஆன்மா இருக்குன்னு நீங்க நினைக் கலையா?'' அதிகரித்த கோபத்தோடு செல்வி ஒபேலியா கேட்டாள்.

கொட்டாவி விட்டவாறு மேரி கூறினார்: ''அது உண்மைன்னு யாரும் சந்தேகப்பட முடியாது. நம்மோட சமமா வச்சு, நம்மோட அவங்கள ஒப்பிட்டு பார்க்கறது சாத்தியமே இல்லை. மாம்மியை தனது கணவர்கிட்டேயிருந்து பிரிக்கிறது, என்னை அவர்கிட்டேயிருந்து பிரிக்கறது மாதிரின்னு செயிண்ட் கிளேர் சொல்றார். இப்படி ஒப்பிடறது சரியில்ல. என்னோட உணர்வுகள் மாம்மிக்கு இருக்கக் கூடாது. அது மொத்தமும் வித்தியாசமானது. இருந்தாலும் இத பார்க்கறது மாதிரி செயிண்ட் கிளேர் நடிக்கிறார். நான் ஏவாவை நேசிக்கிறது போல, மாம்மி தனது அழுக்குக் குழந்தைகளை நேசிக்க முடியுமா? என்னோட பலவீனமான உடல் நிலையையும், என்னோட சிரமங்களையும் பொருட்படுத்தாது, மாம்மியை திரும்ப அனுப்புவது என்னோட கடமைன்னும், அவளோட இடத்தில வேற ஒருத்தியை வச்சுக்கலாம்னும் என்னை சம்மதிக்க வைக்க முயற்சித்தார். என்னால கூட தாங்க முடியாத அளவுக்கு இது அதிகம். நான் என்னோட உணர்வுகளை வெளிப்படுத்துவது கிடையாது. அது ஒரு மனைவிக்கு விதிக்கப்பட்டது. நான் பொறுத்துக்கறேன். அந்த சமயத்துல, அழுகையில உடைஞ்சுட்டேன். அதிலேயிருந்து அத பத்தி பேசறதே கிடையாது. அவரோட பார்வையிலிருந்தும், அவர் சொல்ற சின்னச் சின்ன விஷயங்களிலிருந்தும் அப்படியேதான் எப்போதும் போல நினைக்கிறார்னு எனக்குத் தெரியும். அது சோதனையாவும், ஆத்திரமூட்டறதாவும் இருக்கும்.''

தான் ஏதாவது சொல்லி விடுவோமோ என்று அஞ்சுவதாய் செல்வி ஒபேலியாவின் பார்வை இருந்தது. ஆனால், அவள் ஊசியை கையாண்ட விதத்தை மேரியால் புரிந்து கொள்ள முடிந்திருந்தால், அவள் தன்னிடத்தில் ஆயிரம் அர்த்தங்களைக் கொண்டிருந்தது அவ ருக்குப் புரிந்திருக்கும்.

''ஆகவே, இப்ப நீ பாரு'' அவர் தொடர்ந்தார், ''இதத்தான் நீ சமாளிக்கணும். சட்டதிட்டங்கள் இல்லாத வீடு - இங்க வேலைக் காரங்கள் வழியிலதான் எல்லாம் நடக்கும். அவங்க விருப்பப்படிதான், அவங்க விரும்பறதுதான் நடக்கும். என்னோட பலவீனமான உடல்நிலையை வைத்துக் கொண்டு ஏதோ கொஞ்சம் நிர்வகிப்பதால, கொஞ்சம் கட்டுப்பாடு இருக்கும். என்னோட பசுத்தோல் சாட்டையை எடுப்பேன். சில சமயம் அத பயன்படுத்துவேன். ஆனா, அது எனக்கு சோர்வை ஏற்படுத்தும். மத்தவங்க மாதிரி செயிண்ட் கிளேர் செஞ்சா...''

''அது எப்படி?''

''தற்காலிக சிறைக்கோ, சாட்டையால் அடிப்பதற்கோ அனுப்பலாம். அதுதான் ஒரே வழி. நான் வலிமையற்ற, பலவீனமான பொருளா இல்லேன்னா, செயிண்ட் கிளேர் பிரயோகப்படுத்தற சக்தியில் இரண்டு மடங்கு சக்தியோடு சமாளிப்பேன்.''

''செயிண்ட் கிளேர் எப்படி சமாளிக்கிறார்? அவர் எப்பவும் அடிப்பதில்லேன்னு சொன்னீங்க.'' செல்வி ஒபேலியா கூறினாள்.

''ஆண்களுக்கு அதிகார தோரணை இருக்கு தெரியுமா? அது அவங்களுக்கு சுலபம். அதோட, அவரோட கண்ணை பார்த்தீங் கன்னா, அது வித்தியாசமா இருக்கும். அவர் தீர்மானமா பேசினார்னா, ஒரு மாதிரி ஒளி வீசும். எனக்கே அதைப் பார்த்தா பயமா இருக்கும். ஒழுங்கா இருக்கலைன்னு வேலைக்காரங்களுக்கு தெரிஞ்சுடும். அவர் தீவிரமா இருந்தா, ஒரு சிறு கண் அசைவிலே செயிண்ட் கிளேர் செய்யறத, ஒரு புயலை கிளப்பியோ, கடுமையா திட்டியோ என்னால செய்ய முடியாது. செயிண்ட் கிளேருக்கு எந்தப் பிரச்சனையும் கிடை யாது. என்கிட்ட அக்கறை காட்டறதில்லைங்கறது அதனாலதான். நீ பராமரிக்கிறபோது, கடுமை காட்டாம சமாளிக்க முடியாதுன்னு நீ கண்டுபிடிப்பே. அவங்க அவ்வளவு மோசம். அவங்க கபடமானவங்க - சோம்பேறிங்க.''

''இது பழைய பல்லவிதான். சோம்பேறியா இருக்கறதுக்கு இந்தக் கெடுதியான பிறவிங்க என்ன பயங்கரமான கணக்கை தீர்க்க வேண்டி யிருக்கு? நீ பாரு சகோதரி'' மெதுவாக நுழைந்த செயிண்ட் கிளேர் மேரிக்கு எதிரிலிருந்த படுக்கையில் தன்னை நீட்டிக் கொண்டவாறு கூறினார். ''நானும் மேரியும் அவங்ககிட்ட பார்த்த உதாரணங்களைக் கேட்டா, அவங்களோட சோம்பேறித்தனம் மன்னிக்கக் கூடியதல்ல.''

''செயிண்ட் கிளேர்! நீங்க ரொம்ப மோசம்'' மேரி சொன்னார்.

''நான் இப்ப மோசமா? நான் நல்லா பேசறதா நினைக்கிறேன் மேரி. உன்னோட கருத்துகளை செயல்படுத்த எப்பவும் நான் முயற்சிப்பேன்.''

''நீங்க அது மாதிரி எதுவும் செய்ய விரும்பறதில்லன்னு உங்களுக்குத் தெரியும். செயிண்ட் கிளேர்'' மேரி சொன்னார்.

''அப்ப நான் தப்பா நினைக்கப்பட்டிருக்க வேண்டும். என்னை சரி செஞ்சதுக்கு நன்றி, இனியவளே..'

''என்னை ஆத்திரப்படுத்த முயற்சி பண்றீங்க'' மேரி கூறினார்.

''ஓ! வா மேரி! பகல் இதமா இருக்கு. அடால்ஃப் கிட்ட பெரிய சண்டை போட்டுட்டு வந்திருக்கேன். என்னை அது சோர்வா ஆக்கியிருக்கு. இப்ப ஒத்துப்போன்னு வேண்டிக்கிறேன். ஒரு மனுஷன் உன்னோட புன்னகையில் இளைப்பாறட்டும்.''

''அடால்ஃப் பத்தி என்ன விஷயம்? சகிக்க முடியாதபடி அவனோட ஆணவம் வளர்ந்திருக்கு. கொஞ்ச நாளைக்கு அவனை நிர்வகிப்பதில் சச்சரவு எதுவும் இல்லாம இருக்க விரும்பறேன். அவனை கீழே இறக்கிடுவேன்.'' மேரி சொன்னாள்.

''உன்னோட வழக்கமான தீவிரத்தோடும், நல்ல அறிவோடும் என்ன சொல்லப் போறே?'' செயிண்ட் கிளேர் கேட்டார். ''அடால்ஃப் என்னோட வசீகரத்தையும், நடை உடை பாவனைகளையும் அப்படியே நடிக்க பழகிட்டான். அதனால, அவன் தன்னை எஜமானரா நினைச்சுட்டான். அவனோ தப்ப உணர சிலது செய்ய வேண்டி வந்தது.'' செயிண்ட் கிளேர் சொன்னார்.

''எப்படி?'' மேரி கேட்டாள்.

''என்னோட சொந்த பயன்பாட்டுக்காக, என்னோட சில ஆடைகளை வச்சுக்க விரும்பறேன்னு தெளிவா சொல்லிட்டேன். வாசனை திரவியத்தை அவன் பயன்படுத்த. அனுமதிச்சு அவனோட உயர்வை புரிய வைச்சேன். என்னோட ஒரு டஜன் கைக்குட்டையை மட்டுமே எடுத்துக்கலாம்னு கட்டுப்படுத்தி அவனை கொடுமைப்படுத்திட்டேன். அதனால கடுகடுப்பாயிட்டான். அவனை வழிக்கு கொண்டு வர, ஒரு அப்பா மாதிரி அறிவுரை சொன்னேன்.''

''ஓ செயிண்ட் கிளேர்! உங்க வேலைக்காரங்களை எப்படி நடத்தணும்னு எப்ப கத்துக்கப்போறீங்க? நீங்க அவங்களுக்கு சலுகை காட்டற விதம் வெறுப்பா இருக்கு.''

''அந்த ஏழை நாய் தனது எஜமானர் போல் இருக்க விரும்புவதில் என்ன கெடுதல் வந்திடும்? வாசனை திரவியத்தையும், உயர் ரக கைக்குட்டையையும் அவனுக்கு ஏன் கொடுக்கக் கூடாது?''

''அவன ஏன் நல்லபடியா வளர்க்கல?' நேரடியான உறுதியோடு செல்வி ஒபேலியா கேட்டாள்.

''அளவுக்கு அதிகமான சோம்பேறித்தனம் சகோதரி. ஒரு கம்பை காட்டுவதைவிட, ஒரு பிறவியை சோம்பேறித்தனம் அதிகமா அழிக்கும். சோம்பேறித்தனம் இல்லேன்னா, சரியான தேவதையா இருந்திருப்

பேன். வெர்மெண்டலில் இருக்கும் உங்க டாக்டர் போதரேம் சொல்றபடி ''ஒழுக்க நெறி தவறும் தீங்கின் சாரம்'' சோம்பேறித் தனமா இருக்கும்னு நினைக்கிறேன். அது பயங்கரமானது - நிச்சயம்.''

''அடிமைகளை வைத்திருப்போரான உங்களுக்கு பயங்கரமான பொறுப்பு இருக்குன்னு நா நினைக்கிறேன். ஆயிரம் உலகைக் கொடுத் தாலும் அதை நான் விரும்ப மாட்டேன். உங்க அடிமைகளுக்கு படிப்பு சொல்லித் தரணும். நியாயமான பிறவிகளாகவும், அழிவில்லா ஆன்மாக்களாகவும் அவங்கள நடத்தணும். கடவுளின் தராசு முன் நீங்க நிக்கணும்னு நினைச்சுப் பார்க்கணும். அதுதான் என்னோட கருத்து'' இன்று காலை முழுவதும் தமது எண்ணத்தில் உறுதி பெற்ற கருத்தை திடீரென்று உடைப்பதுபோல் அந்த நல்ல பெண்மணி கூறினாள்.

''எங்களைப் பற்றி உனக்கு என்ன தெரியும்?'' வேகமாக எழுந்த செயிண்ட் கிளேர் கூறினார். பியானோ முன் அமர்ந்து, நல்ல இசையை நடமாட விட்டார். செயிண்ட் கிளேருக்கு, இசையில் நல்ல திறன் இருந்தது. அவரது தொடுகைகள் பிரகாசமாகவும், உறுதியாகவும் இருக்கும். பறவையின் இயக்கம் போன்று காற்றைக் கிழிப்பதாயும், தீர்மானமாகவும் அவரது விரல்கள் கருவியின் மீது விரைவாக ஓடின. தன்னை நல்லபடி வைத்திருக்க வாசிப்பது போல, அவர் பாட்டுக்கு மேல் பாட்டு இசைத்தார். இசையை ஒதுக்கி வைத்துவிட்டு, அவர் எழுந்து, மகிழ்வாய்ச் சொன்னார், ''நல்லது சகோதரி! நீ எங்களுக்கு நல்ல பேச்சை கொடுத்திருக்கே. உன்னோட கடமையை செஞ்சிருக்கே. மொத்தத்தில், உன்னைப் பத்தி உயர்வா நினைக்கறேன். என்னோட முகத்துக்கு நேரா என்னைத் தாக்கியிருந்தாலும், முதலில் அது பாராட்டப்படாவிட்டாலும், உண்மையின் ஒரு வைரத்தை நீ வீசியிருக்கேன்னு எனக்கு சந்தேகமில்லாம தோணுது.''

''இது மாதிரி பேசறதுல எந்தப் பயனும் இல்லைன்னு நான் நினைக்கறேன். ''நம்மைவிட அதிகமா வேலைக்காரங்களுக்கு செய்யறவங்க யாராவது இருந்தா, அது யார்னு தெரிஞ்சுக்க விரும்பறேன். ஆனா அவ்வாறு நல்லபடியா இருப்பது அவங்களுக்கு எந்த நல்லதும் செய்வதில்லை. கொஞ்சம்கூட செய்வதில்லை. மேலும், மேலும் மோசமாகத்தான் போறாங்க. நான் சோர்வடையற வரை நான் பேசிப் பார்த்திட்டேன். அவங்க கடமைகள் பத்தி பேசிட்டேன். அவங்க விரும்பறப்ப தேவாலயத்துக்கு நிச்சயமா போகலாம். பன்றி மாதிரி போதனையின் ஒரு வார்த்தையைக்கூட புரிஞ்சுக்கலேன்னாலும் போகலாம். அங்க போறதுல எந்த உபயோகமும் இல்ல. அவங்க போறாங்க, அவங்களுக்கு எல்லா வாய்ப்பும் இருக்கு. நான் முன்னாடி சொன்ன மாதிரி அவங்க கீழ்த்தரமான இனத்தச் சேர்ந்தவங்க. எப்பவும் அப்படித்தான் இருப்பாங்க. அவங்களுக்கு எந்த உதவியும் கிடையாது. நீங்க முயற்சி செய்தாலும் அவங்கள வச்சு ஒண்ணும் செய்ய முடியாது. நான் பலமுறை முயற்சி செஞ்சிருக்கேன். சகோதரி ஒபேலியா. ஆனா

நீங்க செஞ்சதில்ல. அவங்ககூட பிறந்து வளர்ந்திருக்கேன். எனக்குத் தெரியும்.'' மேரி கூறினார். போதிய அளவிற்கு மேரி சொல்லிட்டதாக ஒபேலியா கருதினாள். அமைதியாக அமர்ந்திருந்தாள். செயிண்ட் கிளேர் ஒரு இராகத்தை சீட்டி அடித்தார்.

''செயிண்ட் கிளேர் நீங்க சீட்டியடிக்கக் கூடாதுன்னு விரும்பறேன் அது என் தலையை மோசமா ஆக்கிடுது.'' மேரி சொன்னார்.

''நான் மாட்டேன். நான் வேறு எதை செய்யக் கூடாதுன்னு நீ விரும்பறே.'' செயிண்ட் கிளேர் சொன்னார்.

''என்னோட கஷ்டங்களுக்கு கொஞ்சம் அனுதாபம் காட்டுவீங்கன்னு விரும்பறேன். என் மேல எந்த அக்கறையும் செலுத்தறதில்லை.''

''குற்றஞ்சாட்டும் எனதருமை தேவதையே'' அவர் சொன்னார்.

''அப்படி பேசறது ஆத்திரம் மூட்டறதா இருக்கு.''

''அப்புறம், எப்படி உன்கிட்ட பேசறது? நீ ஆணையிடறபடி பேசுவேன். நீ சொல்ற விதத்துல பேசுவேன். உனக்கு திருப்தி தருவதற்காக.''

கூடத்தின் பட்டுத் திரை வழியாக ஒரு மகிழ்வான சிரிப்பு வந்தது. செயிண்ட் கிளேர் வெளியே வந்தார். திரையை தூக்கி, அவரும் சிரித்தார்.

''என்ன அது?'' அங்கு வந்த செல்வி ஒபேலியா கேட்டாள்.

கூடத்தில் பாசி படிந்த சிறு இருக்கையில் டாம் அமர்ந்தார். அவரது சட்டைப் பொத்தான் ஒவ்வொன்றிலும் மல்லிகைப் பூக்கள் வைக்கப்பட்டிருந்தன. மகிழ்வாய் சிரித்த ஏவா அவரது கழுத்தைச் சுற்றி ரோஜா வளையங்களை தொங்க விட்டிருந்தாள். சிரித்துக் கொண்டு, இசைபாடும் குருவியாய் அவள் அவரது முழங்காலில் அமர்ந்தாள்.

''ஓ டாம்! நீங்க வேடிக்கையா இருக்கீங்க.''

சாந்தமான புன்னகையோடு டாம் இருந்தார். தனது குட்டி எஜமானியின் வேடிக்கையை ரசித்தார். பாதி வருத்தத்துடன் கூடிய மன்னிப்புக் கோரும் தோரணையில் இருந்த எஜமானரை நிமிர்ந்து பார்த்தார்.

''அவளை எப்படி அனுமதிக்கிறீங்க?'' செல்வி ஒபேலியா கூறினாள்.

''ஏன் கூடாது?'' செயிண்ட் கிளேர் கேட்டார்.

''ஏன்னு எனக்குத் தெரியாது. இது பயங்கரமா தோணுது.''

''அது கறுப்பா இருந்தாக்கூட, ஒரு பெரிய நாயைத் தொட்டு விளையாடுவதில். எந்தத் தவறும் நினைப்பதில்லை. ஆனால்,

சிந்திக்கக்கூடிய, பகுத்தறியக்கூடிய, உணரக்கூடிய, அழியாத ஆன்மா கொண்டுள்ள இந்தப் பிறவிகளைப் பத்தி பயப்படறீங்க. ஒப்புக் கொள் சகோதரியே! வடக்கில் உள்ள உங்க உணர்வுகள் எனக்கு நல்லாத் தெரியும். அது நம்மிடம் இல்லாததுல கொஞ்சம்கூட நற்பண்பு இல்லை. தனிப்பட்ட விருப்பங்களை அழிக்கற வழக்கம் நம்மிடம் இருக்கு. வடக்கில் பயணிக்கும்போது, எங்களைவிட இது உங்களிடம் அதிகமா இருப்பதை நான் கவனிச்சிருக்கேன். ஒரு பாம்பையோ, தேரையையோ வெறுப்பது போல அவர்களை வெறுக்கறீங்க. அவங்க செய்யற தப்புக்கு ஏங்கறீங்க. அவங்கள நீங்க கொடுமைப்படுத்தறதில்லை. நீங்களே எதுவும் செய்ய விரும்பறதில்லை. உங்க கண் பார்வையிலிருந்தும் நாசி நுகர்விலிருந்தும் தள்ளி இருக்கும் ஆப்பிரிக்காவிற்கு அனுப்பிடுவீங்க. ஓரிரு பாதிரியாருங்களை அனுப்பி அவங்கள உயர்த்த வைப்பீங்க, இல்லையா?''

''நல்லது சகோதரா, இதில் சில உண்மைங்க இருக்கலாம்!'' சிந்தனையோடு செல்வி ஒபேலியா கூறினாள்.

''குழந்தைங்க இல்லாம இந்த ஏழைங்க என்ன செய்வாங்க?'' டாமை தனக்குப் பின்னால் அழைத்துச் சென்ற ஏவாவை கவனித்தவாறு மாடிப்படியில் சாய்ந்து கொண்டு அவர் கேட்டார், ''உன்னோட குட்டிக் குழந்தைதான் உண்மையான ஜனநாயகவாதி. ஏவாவுக்கு டாம் இப்ப கதாசிரியன். அவனோட கதைகள் அவளுக்கு ஆச்சரியமானவை, அவனோட பாடல்களும், மெதடிஸ்ட் இசையும் நாடக அரங்கில் கேட்டதைவிட அபாரமானவை. அவன் பையிலிருக்கும் கருவிகளும், சிறு பொருட்களும் அவளுக்கு ஒரு நகைச் சுரங்கம் போன்றவை. கறுப்புத் தோல் அணிந்த டாம் ரொம்ப அற்புதமானவன். வேறு எதுவும் போதிய அளவில் கிடைக்காத ஏழை, கீழ்மட்ட மக்களுக்கு கடவுள் அனுப்பிய ஏடன் தோட்ட ரோஜாக்களில் இது ஒண்ணு.'' செயிண்ட் கிளேர் கூறினார்.

''இது ஆச்சரியமா இருக்கு சகோதரா! நீங்க பேசறத கேட்கற யாரும் நீங்க பேராசிரியர்ன்னு நினைப்பாங்க.'' ஒபேலியா குறிப்பிட்டாள்.

'' பேராசிரியரா?'' செயிண்ட் கிளேர் கேட்டார்.

''ஆமாம், சமயப் பேராசிரியர்.''

''இல்லவே இல்லை. உங்க நகர மக்கள் சொல்ற மாதிரி பேராசிரியாரும் இல்லை, பயிற்சி கொடுப்பவர்கூட கிடையாது.''

''அப்ப, எதுதான் உங்கள பேச வைக்குது?''

''பேசறதவிட எதுவும் சுலபமில்லை ஷேக்ஸ்பியர் யாரையோ சொல்ல வச்சிருக்கார்னு நினைக்கிறேன். 'என்ன நல்லது செய்யணும் என்று இருபது பேர் சொல்றதை காட்ட முடியும். நான் காட்டற

வழியைத் தொடர இருபது பேர்ல ஒருவரைக்கூட காட்ட முடியாது.' வேலையை பகிர்ந்துக்கற மாதிரி எதுவும் இல்லை. பேசறதுல என்னோட வலிமை இருக்கு. உன்னோட வலிமை செய்யறதுல இருக்கு'' செயிண்ட் கிளேர் சொன்னார்.

டாமின் புறச் சூழ்நிலையில், இந்தக் காலகட்டத்தில், புகார் சொல்வது போன்று எதுவும் இல்லை. அவர் மீது ஏவாவுக்கு இருந்த விருப்பம், நடக்கும்போதும், சவாரி செய்யும்போதும் அவளுக்குத் துணை தேவைப்படும்போதும் அவரை அனுப்ப தனது தந்தையின் அனுமதியைக் கோர வைத்தது. அவள் விரும்பும்போதெல்லாம் தனது பணியை விட்டுவிட்டு, அவள் கேட்டதை செய்வதற்கு ஒரு பொது ஆணை வழங்கப்பட்டது. அது அவரால் மறுக்கத்தக்க ஆணையாக இருக்காது என்று நமது வாசகர்களுக்குத் தோன்றலாம். செயிண்ட் கிளேர் நாசுக்காயும் குறிப்பாயும் அறிவுறுத்தியிருந்தபடி, டாம் நல்ல ஆடை அணிந்திருந்தார். குதிரைக் கொட்டகை வேலை என்பது பெயரளவில்தான் இருந்தது. தினசரி கண்காணிப்பதும், பராமரிப்பை பார்வையிடுவதும்தான் அவரது பணியாய் இருந்தது. அவருக்குக் கீழிருந்த ஒரு வேலையாளை அறிவுறுத்துவதுதான் அவரது வேலை. அவர் அருகில் வரும்போது, குதிரையின் வாசனை எதுவும் டாம் மேல் இருக்கக்கூடாது என்று மேரி கிளேர் ஆணையிட்டிருந்தார். தனக்கு ஒவ்வாத எந்தப் பணியிலும் டாமை நியமிக்கக்கூடாது என்று மேரி கூறியிருந்தார். அது போன்ற சோதனைகளுக்கு அவரது நரம்பு மண்டலம் எந்தவிதத்திலும் தயாராக இருக்கவில்லை. ஒத்துவராத ஒரு தும்மல்கூட அவரது உலக வாழ்க்கையை முடிவுக்குக் கொண்டு வரும் என்பது மேரியின் கூற்று. ஆகவே, தனது நன்கு தோய்க்கப்பட்ட ஆடையிலும், மிருதுவான நாய்த் தோலாலான பளபளப்பான முழுக் காலணியிலும், குறையில்லாத மணிக்கட்டு பட்டையிலும், தனது நல்ல விதமான கரிய முகத்திலும் கார்த்தேஜ் பாதிரியாரைப் போல் மரியாதைக்குரியவராய் இருந்தார். பழங்காலங்களில் அவரது இனத்தவர்கள் பாதிரியாராய் இருந்திருக்கிறார்கள்.

அப்போதுகூட அவர் அழகான இடத்தில் இருந்தார். இதற்கு உணர்ச்சிமிகு இந்த இனம் அக்கறையற்று இருந்ததில்லை. பறவைகளையும், மலர்களையும் நீரூற்றினையும், நறுமணப் பொருள்களையும், கூடத்தின் அழகினையும், அதன் வெளிச்சத்தையும், பட்டுத் திரைச் சீலைகளையும், படங்களையும், கூடத்தை அல்லாவுதீன் அரண்மனை போல் காணவைத்த பொன்முலாமின் அழகையும் அவர் அனுபவித்தார். மேற்கின் குளிர்ப் பிரதேச மக்கள் உருவாக்கிய அலங்காரத்தோடும், அழகோடும் வாழ்க்கை முறையை உணர்ந்த, நாகரிகமான உயர்ந்த இனமாக ஆப்பிரிக்கா தன்னைக் காட்டிக் கொள்ளுமானால் - அது ஒரு நாள் வரும் - அது மானுட முன்னேற்றத்திற்கு தனது முறையான பங்கை செலுத்தியதாக இருக்கும். தங்கம், இரத்தினக்

கற்கள், வாசனை திரவியங்கள், அசையும் பனை மரங்கள், ஆச்சரிய மான மலர்கள், அதிசயிக்கத்தக்க மண்வளம் ஆகியவை மிகுந்த அந்த தொலைதூர புதிர் நிலம், ஒரு புதுவித கலை நிறைந்த, புதுவித அழகுடனான வாழ்முறைக்கு விழித்துக் கொள்ளும். இனியும் இகழப்படாத, அடிமட்டத்திற்கு இறக்கப்படாத இனமாக கறுப்பர் இனம் இருக்கு மானால் மானுட வாழ்க்கையில் அண்மைக்கால மகத்தான கண்டுபிடிப்புகளை அது கண்டு மகிழும். அவர்களின் இதமான குணம், அவர்களது இதயங்களின் அமைதி, உன்னத மனத்திற்கான அவர்களது முயற்சி, குழந்தையாய் அன்பு காட்டும் தன்மை, உயர் சக்திக்கான திறமை, மன்னிக்கும் மனப்பாங்கு ஆகிய அவர்களது குணங்கள் அதைச் செய்துகாட்டுவது நிச்சயம். கிறித்துவ வாழ்வின் பிரத்யேகமான வடிவத்தை அவர்கள் வெளிப்படுத்து வார்கள். தான் அதிகம் நேசிப்பவர்களையே ஆண்டவன் அதிகம் சோதிப்பார் என்பதால், ஆப்பிரிக்காவை அவலம் என்ற அடுப்பில் வைக்கத் தேர்ந்தெடுத்தார் போலும். மற்ற அனைத்து அரசாங்க அமைப்புகளையும் முயன்று பார்த்து, தோல்வியுற்ற பின்பு அவர் அமைக்கவுள்ள உயர்ந்த, உன்னதமான ஆட்சி அரங்கை அங்கு அமைப்பார். அப்போது முதலில் இருப்பது கடைசிக்குச் செல்லும். கடைசியில் இருப்பது முதலிடத்திற்குச் செல்லும்.

ஞாயிற்றுக்கிழமை காலை நேரத்தில் தனது மெல்லிய கரங்களி லிருந்த வைர கங்கணத்தை தடவியவாறு அலங்காரமாக ஆடை அணிந்திருந்த மேரி வராந்தாவில் நின்று கொண்டு அதைத்தான் சிந்தித்துக் கொண்டிருந்தாரா? அநேகமாக அப்படித்தான் இருக்கும். அது இல்லாவிடில், வேறு ஏதாவது இருக்கும். தற்போது முழு வீச்சில், வைரம், பட்டு இழைகள், நகைகள் என்று அணிந்திருந்தது போல, நல்ல பொருட்களுக்கு மேரி நல்லாதரவு நல்கி வந்தார். ஞாயிற்றுக் கிழமைகளில் பக்தி சிரத்தையோடு இருப்பதில் கவனமாய் இருப்பார். மிக்க மெல்லியவளாக, மிகப் பிரகாசமானவளாக, மிக்க தோரணை யோடும், அலை போன்ற அசைவுகளோடும், அவர் நின்றிருந்தார். பனிப்புகை போல அவளது கழுத்தணி துணி அவரைச் சுற்றியிருந்தது. ஒரு வசீகரமான பிறவியாய் அவர் தோன்றினார். நல்ல மனநிலையில் அவர் இருந்தார். மிகவும் அழகாய் இருந்தார். அவரருகில் நின்றிருந்த ஒபேலியா நேர் எதிரிடையாக தோற்றம் காட்டினாள். அவளிடம் அழகிய பட்டாடையோ சால்வையோ, அழகிய கைக்குட்டையோ இல்லாமல் இல்லை. நல்லியல்பு, நேர்மையான அணுகுமுறை அவளை ஆக்கிரமித்திருந்தது. தனது அழகிய அண்டை அயலார்களின் பாராட்டைவிட கடவுள் மீதான பக்தியே அவளுக்குப் பெரிதாய் தெரிந்தது.

“ஏவா எங்கே?” மேரி கேட்டார்.

''மாம்மியிடம் ஏதோ சொல்றதுக்கு மாடிப்படி அருகில் நின்னுட்டா.''

மாடிப்படியில் ஏவா மாம்மியிடம் என்ன சொன்னாள்? வாசகர்களே! கேளுங்கள். மேரி கேட்காவிடினும் நீங்க கேட்பீங்க.

''எனதருமை மாம்மி, உங்க தலை பயங்கரமா வலிக்குதுன்னு எனக்குத் தெரியும்.''

''கடவுள் உன்னை ஆசீர்வதிக்கட்டும், செல்வி ஏவா. இப்ப அடிக்கடி எனக்கு தலை வலிக்குது. நீ கவலைப்பட வேண்டாம்.''

''நீங்க வெளியே போறீங்கன்னு எனக்கு மகிழ்ச்சி - இந்தாங்க மாம்மி, எனது முகரும் புட்டியை எடுத்துக் கொள்ளுங்க.''அவளது கழுத்தைச் சுற்றி தனது கரத்தை வளைத்த குழந்தை கூறினாள்,

''என்ன? வைரத்தால் ஆன உனது நல்ல பொருளையா? கடவுளே! அது சரியா இருக்காது - முடியாது''

''ஏன் முடியாது? உங்களுக்கு அது தேவை. எனக்கு வேண்டாம். தலைவலிக்கு அதைத்தான் அம்மா உபயோகப்படுத்தறாங்க. நீங்க நல்லபடி உணர்வீங்க, என்னை திருப்திப்படுத்தவாவது அதை எடுத்துக்குங்க.''

''பேரன்புக் குழந்தை பேசறதைக் கேட்கணும்'' மாம்மி கூறினாள். அவளது மடியில் அந்தப் புட்டியைத் திணித்து விட்டு, படியிறங்கி தனது தாயை நோக்கி விரைந்தாள் ஏவா.

''நீ எதுக்காக நின்னுட்டே'' மேரி கேட்டார்.

''மாம்மி கிட்ட எனது முகரும் புட்டியை கொடுக்க நின்னேன். தேவாலயத்திற்கு எடுத்துச் செல்ல கொடுத்தேன்.''

''ஏவா! முகரும் தங்க புட்டியை மாம்மியிடம் கொடுத்தியா? எது சரின்னு உனக்கு எப்பத் தெரியும்? உடனே போ, இந்த நிமிஷமே, திரும்ப வாங்கிட்டு வா.'' பொறுமையிழந்த குரலில் மேரி கூறினார்.

ஏவா மனத்தளர்வோடும், துயருற்றவாறும் மெதுவாகத் திரும்பினாள்.

''நான் சொல்றேன். குழந்தையை விருப்பப்படி விட்டுடு. அவ விரும்பற மாதிரி இருக்கட்டும்'' செயிண்ட் கிளேர் கூறினார்.

''இந்த உலகத்தோட அவ எப்ப ஒத்துப் போவா?'' மேரி கேட்டார்.

''கடவுளுக்குத் தெரியும். என்னையும், உன்னையும்விட சொர்க் கத்தில் அவ நல்லபடியா இருப்பா'' செயிண்ட் கிளேர் சொன்னார்.

''ஓ அப்பா! வேண்டாம்! அது அம்மாவை கஷ்டப்படுத்துது'' அவரது முழங்கையை இதமாகத் தொட்டவாறு ஏவா கூறினாள்,

"நல்லது, சகோதரா! கூட்டத்துக்குப் போக நீங்க தயாரா?" செயிண்ட் கிளேர் பக்கம் திரும்பி செல்வி ஒபேலியா கேட்டாள்.

"நன்றி, நான் போகலை."

"செயிண்ட் கிளேர் எப்பவாவது தேவாலயத்திற்குப் போவாரான்னு நான் விரும்பறேன். அவரிடம் பக்தி ஒரு துளிகூட கிடையாது. அது மரியாதைக்குரியதா இருக்காது." மேரி கூறினாள்.

"எனக்குத் தெரியும் உலகத்துல எப்படி வாழறதுன்னு தெரிஞ்சுக்க பெண்கள் தேவாலயத்துக்குப் போறீங்க, உங்க பக்தி எங்க மேல மரியாதையா பொழியுதுன்னு நான் நினைக்கறேன். நான் போகணும்னு நினைச்சா, மாம்மி போற இடத்துக்குத்தான் போவேன். ஒரு மனுஷனை விழித்திருக்க வைக்க அங்கு ஏதோ இருக்கு." செயிண்ட் கிளேர் கூறினார்.

"என்ன? அந்தக் கூச்சல் போடற மெதாடிஸ்டிடுகளா? பயங்கரம்" மேரி சொன்னார்.

"உங்க மரியாதைக்குரிய செத்த கடவுளுக்கு போறதைத் தவிர எத வேணா செய்யலாம். நிச்சயமா ஒரு மனுஷனுக்கு அது ரொம்ப கஷ்டம். ஏவா! நீ போக விரும்பறியா? வீட்ல இருந்து, என்னோட விளையாடு!"

"நன்றி அப்பா. நான் தேவாலயத்துக்கேப் போறேன்."

"அது பயங்கரமா சோர்வா இருக்கும்."

"அது சோர்வாத்தான் இருக்கும். எனக்கு தூக்கமா வரும். நான் முழிச்சிக்கிட்டிருக்க பார்ப்பேன்." ஏவா சொன்னாள்.

"அப்ப எதுக்குப் போறே?"

"ஏன் தெரியுமா அப்பா? நம்ம கடவுள் அவரோட தன்னை வச்சுக்க விரும்பறதா சகோதரி சொன்னாங்க. அவர் எல்லாத்தையும் தர்றார், தெரியுமா? அவர் நம்மை தன்னோட வச்சுக்க விரும்பறார்னா அது ஒண்ணும் தப்பு இல்லையே. அது அப்படி ஒண்ணும் ரொம்ப சோர்வா இருக்காது." முணுமுணுப்பாய் அவள் கூறினாள்.

"நீ இனிமையான, குட்டி செல்லப் பெண். போ, எனக்காக பிரார்த்தனை செய்." அவளை முத்தமிட்டவாறு செயிண்ட் கிளேர் கூறினார்.

"நிச்சயம், எப்பவும் பிரார்த்தனை செய்வேன்." தனது தாயோடு வண்டியில் துள்ளிக் குதித்து ஏறியவாறு அவள் கூறினாள்.

செயிண்ட் கிளேர் படியில் நின்றார். அவளது கரத்தில் முத்தமிட்டார். வண்டி நகர்ந்ததும், அவரது கண்களில் கனமாக கண்ணீர் வழிந்தது.

"ஓ ஏவாஞ்சலின்! சரியான பெயர். கடவுள் எனக்காக ஒரு வேதாகமத்தையே கொடுத்திருக்கார்."

ஒரு கணம் அவ்வாறு நினைத்தார். ஒரு சுருட்டைப் புகைத்தார். மிகாயின் புத்தகத்தைப் படித்தார். குட்டி உபதேசத்தை மறந்தார். மற்ற மனிதர்களைப் போல் அவரும் ஒருவரா?

''இங்க பாரு ஏவாஞ்சலின். வேலைக்காரங்ககிட்ட கனிவா இருப்பது சரியானதுதான். முறையானதுதான். நம்ம சொந்தக்காரங்க கிட்ட பழகற மாதிரியோ, நம்ம இன மக்களோட நடந்துக்கற மாதிரியோ பழகக்கூடாது. இப்ப மாம்மிக்கு உடம்பு சரியில்லேன்னா உன்னோட படுக்கையில படுக்க அவளை விடுவியா?'' மேரி கூறினாள்.

''அப்படித்தான் நினைக்கறேன், அம்மா! ஏன்னா அவங்களுக்கு அது வசதியா இருக்கும். அவளோட படுக்கையைவிட என்னோட படுக்கை நல்லது இல்லையா?'' ஏவா சொன்னாள்.

அவள் விரும்பிய அத்தனை கருத்துகளும் இந்தப் பதிலால் அடித்துச் செல்லப்பட்டதால், மேரி வேதனை அடைந்தார்.

''இந்தக் குழந்தையைப் புரிந்துகொள்ள வைக்க நான் என்ன செய்ய முடியும்?'' அவர் கேட்டார்.

''எதுவும் செய்ய வேண்டாம்'' ஒபேலியா அழுத்தமாகக் கூறினாள்.

வருத்தமுற்றவளாகவும், குழப்பமுற்றவளாகவும் ஏவா ஒரு கணம் இருந்தாள். ஒரு மனநிலையை நீண்ட நேரம் குழந்தைகள் நீடிக்க விடுவதில்லை என்பது அதிர்ஷ்டவசமானது. சில கணங்களில், முன்னோக்கி விரைந்த குதிரை வண்டியிலிருந்து தான் பார்த்த பல்வேறு காட்சிகளைக் கண்டு மகிழ்வாய் சிரித்தவாறு வரத் துவங்கி விட்டாள்.

''நல்லது பெண்களே! தேவாலயத்தில் என்ன முக்கிய விசேஷம்?'' தங்களது உணவு மேஜையில் வசதியாய் அமர்ந்திருந்தவர்களிடம் செயிண்ட் கிளேர் கேட்டார்.

''ஓ, டாக்டர் ஜி.... அருமையான போதனை செய்தார். நீங்க கேட்க வேண்டிய போதனை. என்னோட கருத்துகளை அப்படியே சொன்னார்.'' மேரி கூறினார்.

''அது முன்னேற்றுவதாக இருக்கும். போதனை விரிவா இருந்திருக்குமே!'' செயிண்ட் கிளேர் சொன்னார்.

''சமூகம் பத்தியும், மத்த விஷயங்கள் பத்தியும் என்னோட கருத்தை ஒத்தபடி அவர் போதிச்சார். கடவுள் இந்தப் பருவத்தில் அனைத்தையும் அழகா படைச்சிருக்கார் என்பதே சுருக்கக் கருத்து. சமூகத்துல இருக்கற ஒழுங்கும், வித்தியாசங்களும் கடவுள்கிட்டேயிருந்து வந்தவைன்னு விளக்கினார். சில பேர், உயரத்திலும், சில பேர்

தாழ்வாகவும் இருக்க வேண்டியது சரியானதுதான்னு சொன்னார். சில பேர் அதிகாரம் பண்ணவும், சில பேர் சேவை செய்யவும் பிறந்திருக்காங்கன்னும், அடிமைங்க பத்திப் போடற கூச்சல் எல்லாம் எவ்வளவு பைத்தியக்காரத்தனமானதுன்னும் நல்லா எடுத்துச் சொன்னார். பைபிள் நம்ம பக்கம் இருப்பதையும், அது நமது நிறுவனங்களை ஆதரிப்பதையும் தெளிவாகப் புரிய வைத்தார். அவர் சொன்னதை நீங்க கேட்டிருக்கணும்னு விரும்பறேன்.'' மேரி சொன்னார்.

''ஓ! எனக்கு அது தேவையில்லை! பிக்கேயூன் புத்தகத்திலிருந்து அதைவிட அதிகமாக எப்ப வேணா தெரிஞ்சுக்க முடியும். ஒரு சுருட்டையும் புகைக்க முடியும். அதை தேவாலயத்தில் செய்ய முடியாது தெரியுமா?'' செயிண்ட் கிளேர் சொன்னார்.

''ஏன்? இந்தக் கருத்துகளை நீங்க ஏற்கலையா?'' ஒபேலியா கேட்டாள்.

''யார் - நானா? இந்தப் பொருளில் மதம் சார்ந்த அம்சங்கள் எனது உள்ளத்தை மேம்படுத்துவது கிடையாது என்ற அளவிற்கு நான் ஒரு அருள் இல்லாத நாய். அடிமை விஷயத்தைப் பத்தி நான் ஏதாவது சொல்லணும்னா, நான் தெளிவாகவும், கறாராகவும் சொல்வேன். நாம அதை ஆதரிக்கிறோம், நாம வச்சிருக்கோம், வச்சிருக்க விரும்பறோம். நம்ம வசதிக்காகவும், நலனுக்காகவும் வச்சிருக்க விரும்பறோம். நம்மோட புனிதமாக்கப்பட்ட உபதேசங்கள் மொத்தமும் இதுக்காகத் தான். எல்லோருக்கும், எல்லாம் தெளிவாத் தெரியும்னு நான் நினைக்கறேன்.''

''அகஸ்டியன் ரொம்ப பயபக்தி இல்லாம இருக்கீங்க. நீங்க பேசறதை கேட்க அதிர்ச்சியா இருக்குன்னு நினைக்கறேன்.'' மேரி கூறினாள்.

''அதிர்ச்சி! அதுதான் உண்மை. இதுபோன்ற விஷயங்களில் மதரீதியான கருத்துகள் இன்னும் கொஞ்சம் ஏன் போகக்கூடாது? ஒரு மனுஷன் அதிகமா குடிப்பதின் அழகை ஏன் காட்டக்கூடாது? நீண்ட நேரம் சீட்டாடுவதின் அழகை ஏன் ஆதரிக்கக்கூடாது? இது போன்ற கடவுளின் பரிசான செயல்கள் செய்வதை ஏன் பாராட்டக் கூடாது? நம்ம இளைஞர்களிடம் அதிகமாக இருக்கும் இந்தச் செயல்கள் சரியானவை என்றும், இறைவனைச் சார்ந்தது என்றும் உணர விரும்புகிறோம்.''

''அடிமைத்தனம் சரின்னு சொல்றீங்களா? தப்புன்னு சொல்றீங்களா?'' ஒபேலியா கேட்டார்.

''உங்க புதிய இங்கிலாந்தில் இருக்கறது போல அருவருப்பான வெளிப்படை பேச்சுக்கு நான் போக மாட்டேன். நான் அதுக்குப் பதில் சொன்னா, இன்னும் அரை டஜன் கேள்வியால் என்னை வறுத் தெடுப்பே. ஒவ்வொன்னும் முந்தைய கேள்வியைவிட கஷ்டமா

இருக்கும். எனது நிலையை நான் விவரிக்கப் போறதில்ல. மத்தவங்க ளோட கண்ணாடி கதவுல கல்லெறிகிற பிறவிங்கள்ல நான் ஒருத்தன். அவங்க கல்லடிக்கறதுக்கு ஒரு கண்ணாடி கதவை உருவாக்க மாட்டேன்.'' செயிண்ட் கிளேர் மகிழ்வாய் கூறினார்.

''இவர் இப்படித்தான் எப்பவும் பேசுவார். அவர்கிட்டே பேசி திருப்தி அடைய முடியாது. அவர் மதத்தை விரும்பாததாலே இப்படி இருக்கார்னு நம்பறேன். எப்பவும் இப்படித்தான் தப்பிச்சு ஓடிடுவார்.'' மேரி கூறினார்.

இரு பெண்மணிகளையும் அவரை நோக்க வைக்கும் குரலில் அவர் கூறினார்: ''மதம்! நீங்க தேவாலயத்தில் கேட்பதுதான் மதமா? தங்களது மோசமான சுயநல நோக்கங்களுக்காக இந்த உலக சமூகத்தை வளைக்கவும், திருப்பவும், உயர்த்தவும், தாழ்த்தவும் செய்யும் அதுவா மதம்? எனது பக்தியற்ற, உலகவியலான, குருட்டு இயல்புகளைவிட கவனக் குறைவாகவும், நியாயக் குறைவாகவும், மனிதனிடம் அக்கறைக் குறைவாகவும் இருக்கறதுதான் மதமா? எனக்கு மேல இருக்கறதைத் தான் - கீழே இருக்கறதை இல்லை - பார்க்கறதுதான் மதம்னு நான் பார்க்கறேன்.''

''பைபிள் அடிமைத்தனத்தை நியாயப்படுத்துவதா நீங்க நம்பலே?'' செல்வி ஒபேலியா கேட்டாள்.

''பைபிள் என்னோட அம்மாவின் புத்தகம். அதுக்குப் பக்கத்துல அவங்க வாழ்ந்து, இறந்தாங்க. அது அடிமைத்தனத்தை நியாயப் படுத்தும்னு நினைக்க வருத்தப்படுவேன். என்னோட அத்தகைய தீய செயல்களை நியாயப்படுத்த என்னோட அம்மா பிராந்தி குடிப்பாங் கன்னோ, புகையிலை மெல்லுவாங்கன்னோ, பொய்ச்சாட்சி சொல்வாங்கன்னோ நிரூபிக்க நான் விரும்பற மாதிரி அது இருக்கும். இது போன்ற செயல்களில் நான் ஈடுபடுவதோடு அவ்வாறு செய்வது அவங்களை நான் மரியாதையோடு நடத்துவதிலிருந்து தள்ளி வைக்கும். இந்த உலகில் மரியாதைக்குரிய வசதியை மறப்பதாய் அது இருக்கும். சுருக்கமா சொல்லணும்னா, பலதரப்பட்ட பொருட்கள் பலவகை பெட்டிகளில் வைத்திருக்கப்பட வேண்டும் என்று விரும்ப றேன். ஐரோப்பாவிலும், அமெரிக்காவிலும் சமூகத்தின் மொத்த அமைப்பும் பல விஷயங்களால் உருவாக்கப்பட்டுள்ளன. எந்த நியாயமான தர்மத் தராசிலும் இதை நிறுக்க முடியாது. முழுமையான உரிமைக்கு ஆண்கள் முயற்சிப்பதில்லை என்று பொதுவாகப் புரிந்து கொள்ளப்பட்டுள்ளது. உலகில் உள்ள மத்தவங்க செய்வதைத்தான் செய்ய விரும்பறாங்க. இப்ப யாராவது, அடிமைத்தனம் நமக்கு அவசியம் என்றும், அது இல்லாமல் இருக்க முடியாது என்றும், அதை விட்டுவிட்டால் பிச்சை எடுக்க வேண்டியதுதான் என்றும் சொல்லி விட்டால், அதைக் கெட்டியா பிடிச்சுக்க விரும்பறோம். இது வலிமை

யான, தெளிவான, நன்கு விவரிக்கப்பட்ட மொழி. உண்மைக்கு உரிய மரியாதை அதுக்குக் கிடைச்சுடுது. அவங்களோட செயல் நாம ஆராய்ந்தோம்னா, உலகில் உள்ள பெரும்பாலானோர் இத பொறுத்துக்கற மாதிரி இருக்கும். ஆனால், தொங்கப் போட்ட முகத்தோடு, முனகியவாறு சாசனங்களை மேற்கோள் காட்டினால், அவர் இருக்க வேண்டிய அளவுக்கு நல்லபடியா இருப்பதில்லை'' செயிண்ட் கிளேர் சொன்னார்.

''இது ரொம்ப அதர்மம்'' மேரி கூறினார்.

செயிண்ட் கிளேர் கூறினார்: ''பருத்தி விலையை நிரந்தரமா குறைக்கணும்னாலோ, அனைத்து அடிமை சரக்குகளையும், சந்தையில் இருக்கும் மருந்தாய் மாற்றினாலோ, சாசனக் கொள்கையில் இன்னொரு பதிப்பு விரைவில் கிடைக்கும்னு நீங்க நம்பலையா? உடனடியாகத் தேவாலயத்தில் எப்படி ஒரு வெளிச்சத்தைப் பார்க்க முடியும் தெரியுமா? வேறு வழியில பைபிளும் நியாயமும் சொல்வது கண்டுபிடிக்க முடியும்.''

''நல்லது. எப்படி இருந்தாலும், அடிமைத்தனம் இருக்கும் இடத்தில் பிறந்ததுக்காக நான் நன்றிக் கடன்பட்டிருக்கேன். நான் அது சரியானதுதான்னு நம்பறேன். உண்மையில் அப்படித்தான் நினைக்க ணும். எது எப்படி இருந்தாலும், அது இல்லாம என்னால வாழ முடியாதுங்கறது நிச்சயம்.'' ஒரு படுக்கையில் தன்னை சாய்த்துக் கொண்டு மேரி சொன்னார்.

''நீ என்ன நினைக்கற?'' அப்போது அங்கு கையில் ஒரு பூவுடன் வந்த ஏவாவிடம் அவளுடைய அப்பா கேட்டார்.

''எதைப் பத்தி அப்பா?''

''நீ எதை விரும்பற? வெர்மண்ட்ல சித்தப்பா வீட்ல இருக்கற மாதிரியா? நாம வீடு பூரா வேலைக்காரங்களை வச்சிருக்கற மாதிரியா?''

''ஓ! நம்ம வழிதான் மிகச் சிறந்தது'' ஏவா சொன்னாள்.

''ஏன் அப்படி?'' அவளது தலையைத் தட்டி கேட்டார்.

''ஏன், நம்மைச் சுத்தி நேசிக்க நிறைய பேர் இருக்காங்களே, உங்களுக்குத் தெரியுமா?'' அக்கறையோடு நோக்கியவாறு ஏவா கூறினாள்.

''இதுதான் ஏவா மாதிரி இருக்கு. அவளது பழைய பேச்சு.'' மேரி கூறினாள்.

''இது தப்பான பேச்சா, அப்பா?'' அவரோட முழங்காலில் ஏறிய வாறு முணுமுணுப்பாய் ஏவா கேட்டாள்.

''இந்த உலக நியதிப்படி அப்படித்தான். சாப்பாட்டு நேரத்துல இனிய குட்டி ஏவா எங்க போயிருந்தே?'' செயிண்ட் கிளேர் கேட்டார்.

''ஓ ! நான் டாமின் அறைக்குப் போய், அவர் பாடறதைக் கேட்டேன். டைனா அத்தை எனக்கு சாப்பாடு கொடுத்தாங்க.''

''டாம் பாடுவதைக் கேட்டாயா?''

''ஓ, ஆமாம். நியூ ஜெருசலேம் பத்தி பிரகாசமான தேவதைகள் பத்தி, சொர்க்கம் பத்தி அழகான பாடல்களைப் பாடினாரு.''

''நான் தைரியமா சொல்வேன். அது பாட்டு அரங்கில் பாடுவதைவிட சிறப்பா இருந்திருக்கும், இல்லையா?''

''ஆமாம், அவர் எனக்கு அதை சொல்லித்தரப் போறார்.''

''பாட்டுப் பாடமா? நீ நல்லா இப்ப வர்றே''

''ஆமாம், அவர் எனக்காகப் பாடறார். அவருக்கு நான் பைபிளை படிச்சுக்காட்டறேன். அது என்னன்னு எனக்கு விளக்கறார்.''

''ஓ, இந்த வருஷத்து சிறந்த வேடிக்கை இதுதான்.'' சிரித்தவாறு மேரி கூறினார்.

''சாசனத்தை விளக்குவதுல டாம் மோசமான ஆள் இல்லன்னு உறுதி கூறுவேன். டாமுக்கு மதத்துல இயற்கையான அறிவு இருக்கு. இன்னிக்கு காலையிலேயே குதிரைகளை ஓட்டிப் போக விரும்பினேன். குதிரைக் கொட்டகைக்கு அருகில் இருந்த டாமின் படுக்கையறையைப் பார்த்தேன். அங்கே அவரே கூட்டம் நடத்துவதைப் பார்த்தேன். அப்போது டாமின் பிரார்த்தனையில் கேட்டது போல சுவையான எதையும் இதுவரை நான் கேட்டதில்ல. தேவதூதர்களை ஆர்வத்தோடு அவர் சொன்னதா எனக்குப் பட்டது.'' செயிண்ட் கிளேர் சொன்னார்.

''நீங்க கேட்கறீங்கன்னு அவனுக்குத் தெரிஞ்சிருக்கும். இந்த தந்திரத்தை முன்பே கேட்டிருக்கேன்.''

''அப்படி அவன் செஞ்சிருந்தா, அவன் புத்திசாலி இல்ல. ரொம்ப சுதந்திரமா என்னைப் பத்தின கருத்த கடவுள்கிட்ட சொல்லிக்கிட்டு இருந்தான். என்னிடம் மேம்படுத்திக்க வாய்ப்பு இருக்கும்னு டாம் நினைக்கற மாதிரி இருந்தது. நான் மாற்றப்பட வேண்டும் என்பதில் அக்கறை காட்டறதா தோன்றியது.''

''அதை உங்க மனசில வச்சுப்பீங்கன்னு நினைக்கறேன்'' செல்வி ஒபேலியா கூறினாள்.

''உனக்கும் அதே அபிப்பிராயம் இருக்குன்னு நினைக்கறேன். நாம பார்ப்போம். நம்மால மாற முடியாதா ஏவா?'' செயிண்ட் கிளேர் கூறினார்.

17

சுதந்திர மனிதனின் தற்காப்பு

மாலை நேரம் முடிவுறும் வேளையில், அந்தக் குழுக் குடியிருப்பில் ஒரு இதமான சந்தடி இருந்தது. அந்த இரவில் வெளியேறவிருந்த நாடோடிகளுக்காகக் குறுகிய நேரத்தில் சேகரிக்கவல்ல தேவைப் பொருட்களை தனது வீட்டு வைப்பறையிலிருந்து எடுப்பதற்காக ரேச்சல் ஹேலிடே அங்கும் இங்கும் அமைதியாக அலைந்த வண்ணம் இருந்தார். கிழக்கு நோக்கி மாலை நேர நிழல்கள் நீண்டன. வானத்தில் உருண்டையான சிவப்புச் சூரியன் ஆழ்ந்த யோசனையில் இருந்தது. ஜார்ஜும், அவனது மனைவியும் அமர்ந்திருந்த அறையில் அதன் மஞ்சள் நிற ஒளிக் கதிர்கள் அமைதியாகப் பளபளத்தன. அவன் தனது குழந்தையை தனது முழங்காலில் வைத்தவாறு அமர்ந்திருந்தான். அவனது மனைவியின் கைகளை தனது கைகளோடு பிணைத்துக் கொண்டிருந்தான். இருவரும் ஆழ்ந்த சிந்தனையோடும், தீவிரமாகவும் தோன்றினர். அவர்களின் கண்களில் கண்ணீரின் தடயம் தெரிந்தது.

''ஆமாம், எலிசா! நீ சொல்வது எல்லாம் உண்மைன்னு எனக்குத் தெரியும். நீ ஒரு நல்ல குழந்தை. என்னைவிட சிறந்தவள். நீ சொல்றது போல செய்யப் பார்க்கிறேன். ஒரு சுதந்திர மனிதனின் தகுதியோடு செய்ய முயற்சிப்பேன். ஒரு கிறித்துவனைப்போல் இருக்க முயற்சிப்பேன். நான் நல்லது செய்ய விரும்பினேன்னு எல்லாம் வல்ல இறைவனுக்குத் தெரியும். எனக்கு எதிரா எல்லாம் இருந்தபோது நல்லா செய்ய முயன்றேன் என்பது அவருக்குத் தெரியும். இப்ப பழசையெல்லாம் மறந்துடுவேன். கஷ்டமான, கசப்பான உணர்வுகளை விலக்கி வச்சுடுவேன். பைபிளைப் படிப்பேன். நல்ல மனிதனா இருக்கக் கத்துப்பேன்.'' ஜார்ஜ் சொன்னான்.

''நாம கனடாவுக்குப் போனதும், நான் உங்களுக்கு உதவ முடியும். ஆடை தயாரிப்பு எனக்கு நல்லா வரும். துணிகளை நல்லா தோய்க்கவும், தேய்க்கவும் தெரியும். நம்மால வாழ்வதற்கு ஏற்ற ஏதாவது வேலை கண்டு பிடிக்க முடியும்.'' எலிசா கூறினாள்.

''ஆமாம், எலிசா, நாமிருவரும் இணைந்து குழந்தையோடு இருக்கும் வரை நம்மால நிச்சயம் முடியும். ஓ எலிசா! தனது மனைவியும், குழந்தையும் தனக்குச் சொந்தமானவங்க என்ற உணர்வு எப்படிப்பட்ட ஆசீர்வாதம்னு இவங்களுக்குத் தெரிஞ்சா... அவங்களோட கவலையான மனைவியையும், குழந்தைகளையும் நினைக்கிற

வங்களை பார்த்தா எனக்கு ஆச்சரியமா இருக்கும். வெறுங்கையைத் தவிர நமக்கு எதுவும் இல்லாவிட்டாலும், நான் வசதியானவனாயும், வலிமையானவனாயும் உணர்கிறேன். இதுக்கு மேல எதுவும் வேணும்னு கடவுளை கேட்க முடியாதுன்னு உணர்கிறேன். எனது இருபத்தி ஐந்து வயது வரை தினமும் கஷ்டப்பட்டு வேலை பார்த்திருந் தாலும் கையில் ஒரு செண்ட் நாணயம்கூட இல்லை. என்னைப் பாதுகாக்க ஒரு கூரை இல்லை; என்னுதுன்னு சொல்லிக்க ஒரு துண்டு நிலமில்லை; இப்ப அவங்க தனியா விட்டாங்கன்னா, நா திருப்தியா இருப்பேன்; நன்றியோட இருப்பேன். நான் வேலை பார்த்து, உனக்கும் எனது மகனுக்கும் பணம் அனுப்புவேன். அவர் எனக்கு செலவழிச்ச துக்கு அஞ்சு மடங்கு என்னோட பழைய எஜமானருக்கு சம்பாதிச்சுக் கொடுத்தாச்சு. அவருக்கு எதுவும் நான் கடன்படலை.''

''இருந்தாலும், நாம் அபாயத்திலிருந்து விலகியிருக்கவில்லை. இன்னும் நாம் கனடாவுக்குப் போகவில்லை.'' எலிசா சொன்னாள்.

''உண்மைதான். நான் சுதந்திரக் காற்ற சுவாசிக்கறதா எனக்குத் தோணுது. அது என்னை வலிமையா மாத்தியிருக்கு.'' ஜார்ஜ் சொன்னான்.

இந்தக் கணத்தில், வெளிக் குடியிருப்பில் குரல்கள் கேட்டன. ஆர்வமான உரையாடல்கள் நடந்து கொண்டிருந்தன. கதவு தட்டப்படும் ஓசை விரைவில் கேட்டது. எலிசா எழுந்து திறந்தாள்.

சைமன் ஹேலிடே நின்றிருந்தார். அவரோடு குழுக் குடியிருப்பு சகோதரர் ஒருவர் நின்றிருந்தார். அவரை பினியாஸ் ஃபிளட்சர் என்று அறிமுகப்படுத்தினார். அவர் உயரமாகவும், குண்டாகவும் இருந்தார். முடி சிவப்பாக இருந்தது. கூர்மையான, புத்திசாலியான தோற்றம் தெரிந்தது. சைமன் ஹேலிடே போல் சாந்தமான, அமைதியான, இயல் பில்லாத தோற்றம் அவருக்கு இல்லை. மாறாக, நன்கு விழித்திருக்கும் அறிவாளி தோரணை அவருக்கு இருந்தது. அவரோட அறிவு பற்றி பெருமைப்படும் மனிதனாயும், பிரகாசமான பார்வையைச் செலுத்து பவராகவும் இருந்தார். அது அவரோட அகலமான தொப்பி விளிம்பிற் கும், முறையான வார்த்தை உச்சரிப்புக்கும் பொருந்துவதாக இல்லை.

''உன்னோட குழுவுக்கும் உனக்கும் உபயோகமான தகவலை நமது நண்பர் பினியாஸ் கண்டுபிடிச்சிருக்கான். அதைக் கேட்பது உங்களுக்கு நல்லது.'' சைமன் கூறினார்.

''அது என்கிட்ட இருக்கு. நான் எப்போதும் சொல்றது போல சில இடங்களில் ஒரு காதை திறந்து வச்சுக்கிட்டு தூங்கறது நல்லதுன்னு இது காட்டுது. சாலைக்குப் பின்னாடி இருக்கும் தனியான சின்ன விடுதியில் நேத்து இரவு நின்னேன். போன வருஷம் ரொம்ப கவனத்தோட ஒரு குண்டான பொண்ணுக்கு ஆப்பிள் வித்தோமே

அந்த இடம் ஞாபகம் இருக்கா. சைமன்? கஷ்டப்பட்டு ஓட்டி வந்ததுல ரொம்ப களைச்சுப் போயிருந்தேன். இரவு வண்டிக்குப் பின் மூலையில் இருந்த பைகளின் குவியலுக்குப் பக்கத்தில் படுத்தேன். படுக்கை தயாராகும் வரை, எருமை மாதிரி பொறுமையா இருக்க முடியல. நான் தூங்க ஆரம்பிச்சேன்.''

''காதைத் திறந்து வச்சுக்கிட்டா?'' சைமன் அமைதியாகக் கேட்டார்.

''இல்ல, நான் ரொம்ப சோர்வா இருந்ததால, ஒரு மணி நேரமோ, இரண்டு மணி நேரமோ காதையும் எல்லாத்தையும் மூடிக்கிட்டு தூங்கினேன். ஒரு மேஜையின் முன் உட்கார்ந்து கொண்டவாறு குடித்துக் கொண்டும், பேசிக் கொண்டும் சில மனிதர்கள் அறையில் இருப்பது தெரிந்தது. நான் முழுசா முழிக்கறதுக்கு முன்னாடி, அவங்க குழுக் குடியிருப்பு பற்றி பேசிக்கிட்டிருந்ததால, அவங்க என்ன பேசறாங்கன்னு தெரிஞ்சுக்க விரும்பினேன். ஒருவர் சொன்னார், ''சந்தேகமே கிடையாது, அவங்க குழுக் குடியிருப்பில்தான் இருக்கணும்.'' இரு காதுகளை தீட்டி நான் கேட்டேன். இவங்களப் பத்தி பேசறாங்கன்னு தெரிஞ்சுக்கிட்டேன். நான் எழுந்துக்கிட்டு, அவங்க திட்டத்தை கேட்டேன். இந்த இளம் மனிதரை கென்டகிக்கு தன்னோட எஜமானர்கிட்ட அனுப்பப் போறாங்களாம். ஓடிப் போனால் என்னவாகும் என்பதற்கு மற்ற கறுப்பர்களுக்கு ஒரு பாடமா இவர் இருக்க எஜமானர் நடவடிக்கை எடுப்பாராம். அவங்க இருவரும் இவரோட மனைவியை நியூ ஆர்லியன்ஸுக்கு சென்று விற்கப் போறாங்களாம். அவங்க கணக்குப்படி, அவளுக்கு 1000 அல்லது 1800 டாலர் கிடைக்குமாம். பையன் அவன. வாங்கியிருந்த வணிகர்கிட்ட போறானாம். அப்புறம் ஜிம் என்ற இளைஞனும் அவங்க அம்மாவும் கென்டகியில உள்ள அவங்க எஜமானர்கிட்ட போகணுமாம். கொஞ்சம் தள்ளியிருந்த நகரில் இருக்கும் காவலர்கள் இருவரும் அவங்களோட வந்து, இங்க இருக்கறவங்களை இழுத்துக்கிட்டு போவாங்களாம். இளம்பெண்ணை நீதிபதி முன்னே நிறுத்துவாங் களாம். குள்ளமாகவும், இதமாகப் பேசுபவராகவும் இருந்தவர் தன்னோட சொத்துன்னு பொய்சாட்சி சொல்லி, அவன அழைச்சுக் கிட்டு தெற்குப் பக்கம் போவாராம். நாம இன்றிரவு போற வழி பத்தி சரியா தெரிஞ்சு வச்சிருக்காங்க. ஆறு முதல் எட்டு பேர் வரை நம்மைப் பின்தொடர்ந்து வருவாங்க. இப்ப, என்ன செய்யறது?''

இந்தத் தகவல் தெரிந்ததும் பலவித நோக்கில் நின்றிருந்த குழுவின் தோற்றம் ஒரு ஓவியருக்கு உகந்த காட்சியாய் இருந்தது. பிஸ்கெட் தட்டிலிருந்து கையை எடுத்திருந்த திருமதி ரேச்சல் ஹேலிடே மாவோடு எழுந்து வந்திருந்தார். ஆழமான கவலையைக் காட்டுவதாய் அவர் முகம் இருந்தது. தனது கணவரின் கழுத்தைச் சுற்றி தனது கரத்தைக் கட்டிக் கொண்டிருந்த எலிசா, அவனை நோக்கியவாறு

இருந்தாள். ஆழமான சிந்தனையில் சைமன் ஆழ்ந்திருந்தார். பளபளக்கும் கண்களோடும், இறுகிய கைகளோடும் ஜார்ஜ் நின்றிருந்தான். ஒரு கிறித்துவ தேசத்தின் சட்டத்தின் பாதுகாப்பின் கீழ் தனது மனைவி விற்கப்படுவதையும், மகன் வணிகரிடம் அனுப்பப் படுவதையும் கேட்ட ஒரு கணவன் எப்படி பார்ப்பானோ அந்த விதத் தில் அவன் பார்த்தான்.

''நாம என்ன செய்யலாம், ஜார்ஜ்?'' எலிசா சோர்வாய்க் கேட்டாள்.

''நான் என்ன செய்வேன்னு எனக்குத் தெரியும்.'' ஜார்ஜ் சொன்னான். அந்த அறையில் நுழைந்து, துப்பாக்கியை ஆராய ஆரம்பித்தான்.

''ஏய், ஏய்'' பினியாஸ் சொன்னார். தனது தலையை சைமன் பக்கம் ஆட்டி, ''நீ பாரு, சைமன், சரியா இருக்குமான்னு பாரு''

''நான் பார்க்கறேன். அந்த அளவுக்கு நடக்காதுன்னு விரும்பி வேண்டிக்கிறேன்.'' சைமன் பெருமூச்சு விட்டுக் கூறினார்.

''எனக்காக, என்னோட யாரையும் சேர்த்துக்க விரும்பல. வாகனத் தைக் கொடுத்து, வழி சொன்னீங்கன்னா, அடுத்த நிறுத்தத்திற்கு தனியா போயிடுவேன். வலிமையில ஜிம் ரொம்ப பலசாலி. மரணத் திற்கு அஞ்சாத வீரன். நானும் அப்படியே!'' ஜார்ஜ் சொன்னான்.

''ஆ, நல்லது நண்பா! உனக்கு ஒரு ஓட்டுநர் வேண்டுமே. உனக்குத் தெரிஞ்ச சண்டையை நீ போடலாம். சாலையைப் பத்தி எனக்கு கொஞ்சம் தெரியும். உனக்குத் தெரியாது.'' பினியாஸ் கூறினார்.

''உங்களை இதில் ஈடுபடுத்த நான் விரும்பல.'' ஜார்ஜ் கூறினான்.

''ஈடுபடுத்துவதா? நீ எப்ப ஈடுபடுத்தினே? எனக்குச் சொல்லு.'' ஆர்வமான ஆவலோடு முகத்தை வைத்துக் கொண்டு பினியாஸ் கேட்டார்.

''பினியாஸ் விவேகமும், திறமையும் நிறைஞ்ச மனுஷன். அவனோட முடிவுப்படி நீ நடந்துக்கறது நல்லது. இதை அவசரப்பட்டு எடுக்காதே. இளம் இரத்தம் சூடாத்தான் இருக்கும்'' ஜார்ஜின் தோளைக் கனிவாய் தொட்டவாறு துப்பாக்கியை சுட்டிக் காட்டியபடி சைமன் கூறினார்.

''நான் யாரையும் தாக்கமாட்டேன். நான் தேசத்தை கேட்பதெல் லாம் என்னை தனியா விடச் சொல்லித்தான். நான் அமைதியா போயிடுவேன். ஆனா'' அவன் நிறுத்தினான். அவனது புருவம் கருத்தது. முகம் சுருங்கியது. ''நியூ ஆர்லியன்ஸ் சந்தையில எனது சகோதரியை வித்தத பார்த்திருக்கேன். எதுக்காக அவங்க விற்கப் பட்டாங்கன்னு தெரியும். எனக்குக் கடவுள் கொடுத்த இரண்டு வலிமையான கரங்கள் இருக்கும்போது எனது மனைவியை எடுத்துச்

சென்று விற்பதை, பார்த்துக் கொண்டு இருக்கப் போறேனா? இல்லை என்னோட மனைவியையும், குழந்தையையும் எடுத்துக் கொள்வதற்கு முன்பு கடவுள் எனக்கு உதவட்டும். இறுதி மூச்சு வரை போராடுவேன். நீங்க என்னைக் குறை சொல்ல முடியுமா?''

''அழியும் மனிதன் உன்னைக் குறை கூற முடியாது, ஜார்ஜ். சதையும், இரத்தமும் வேற மாதிரி செய்ய முடியாது. குற்றங்களாலே தான் உலகுக்கு துயரம். குற்றம் யார் மூலமா வருதோ அவங்களுக்கும் கஷ்டம்தான்.'' சைமன் கூறினார்.

''என்னோட இடத்தில நீங்க இருந்தா, இதைச் செய்ய மாட்டீங்களா ஐயா!''

''எனக்கு அந்தச் சோதனை வரக்கூடாதுன்னு ஆண்டவனை வேண்டிக்கறேன். உடம்பு பலவீனமா இருக்கு.'' சைமன் கூறினார்.

''இது போன்ற சமயங்களில், என்னோட உடம்பு ரொம்ப பலமா இருக்கும். நீ யாருக்காவது கணக்கு தீர்க்கணும்னு நினைச்சா, ஜார்ஜ் உனக்காக அந்த மனுஷனை பிடிச்சுக் கொடுக்காம இருக்க மாட்டேன்கறது நிச்சயம்.'' ஒரு காற்றாடி போல் தனது புஜங்களை சுழற்றிக் காட்டி நீட்டிய பினியாஸ் கூறினார்.

''தீங்கை எந்த மனுஷனாவது தடுத்து நிறுத்தனும்னா, அதை ஜார்ஜ் தாராளமா செய்யலாம். நம்ம மக்களோட தலைவர்கள் மேலும் உன்னதமான வழிகளை சொல்லிக் கொடுத்திருக்காங்க. கடவுளின் நற்தன்மையை மனுஷனோட கோபம் கெடுக்கும். மனிதனோட கெட்ட உறுதிக்கு எதிராகத்தான் அது போகும். யாருக்குக் கொடுக்கப் பட்டதோ அவங்களைத் தவிர யாருக்கும் போகாது. நாம தூண்டப் படக்கூடாதுன்னு கடவுளை வேண்டுவோம்.'' ஜார்ஜ் சொன்னான்.

''நான் அப்படித்தான் வேண்டிக்கிறேன். நாம் ரொம்ப தூண்டப் படணுனா, அவங்க பார்க்கட்டும், அவ்வளவுதான்.'' பினியாஸ் சொன்னார்.

''ஒரு நண்பனா நீ பிறக்கலைங்கறது ரொம்ப வெளிப்படை யானது. பழைய இயல்பு பலமா அப்படியே இன்னும் இருக்கு.'' புன்னகைத்தபடி சைமன் கூறினார்.

உண்மையச் சொல்லணும்னா, பினியாஸ் வலிமையான காட்டுவாசி; தீவிரமான வேட்டையாளன்; ஒரு ஆண் மானை சுட்டுக் கொன்றிருக்கார். குழூக் குடியிருப்பின் அழகிய பெண்ணை காதலித்ததும், அவளது அழகின் சக்தியில் மயங்கி அருகில் இருந்த சமூகத்தில் இணைந்து கொண்டார். அவர் நேர்மையான, அமைதியான, திறமையான உறுப்பினர் என்றாலும், அவருக்கு எதிரா எந்தக் குறிப்பான குற்றச்சாட்டையும் கூற முடியாது என்றாலும்,

அவரோட வளர்ச்சி சுவை குன்றியதாக இருப்பதாக ஆன்மீக மனம் அதிகம் கொண்டவர்களிடம் ஒரு கருத்து இருக்கிறது.

''நண்பர் பினியாஸுக்கு ஒரு தனி வழி எப்பவும் இருக்கும். அவரோட மனம் சரியான இடத்தில் இருக்கறதா நாங்க எல்லாரும் நினைக்கிறோம். புன்னகைத்தவாறு ரேச்சல் ஹேலிடே கூறினார். ''

''கிளம்பறத விரைவுபடுத்தறது நல்லது இல்லையா?'' ஜார்ஜ் சொன்னான்.

''நான் காலையில நாலு மணிக்கு எழுந்தேன். வேகமா அவங்க திட்டமிட்ட நேரத்திற்கு இரண்டு அல்லது மூணு மணி நேரம் முன்னாடி வந்திருக்கேன். எப்படி இருந்தாலும், இருட்டறதுக்கு முன்னாடி கிளம்பறது பாதுகாப்பு இல்லே. முன்னே இருக்கற கிராமங்கள்ல சில தீங்கான மனுஷங்க இருக்காங்க. நம்ம வண்டிய பார்த்தா, நம்மள குறுக்கிட்டு குழப்புவாங்க. அதனால ஏற்படும் தாமதம் காத்துக் கிடக்கிற நேரத்தோட அதிகமா இருக்கும். இன்னும் இரண்டு மணி நேரத்துல புறப்படலாம்னு நினைக்கறேன். நான் மைக்கேல் கிராளிடம் போறேன். விரைவா ஓடும் குட்டிக் குதிரை மீது பின்னாடி வர கேட்டுக்கலாம். பாதையை கவனித்து வருமாறு கூறலாம். அந்தக் கும்பல் வந்தா எச்சரிக்கை செய்யச் சொல்லலாம். மத்த குதிரைங்களைவிட வேகமா பறக்கற குதிரையை மைக்கேல் வச்சிருக்கானே. ஏதாவது அபாயம் வந்தா, முன்னோக்கி விரைந்து வந்து நம்மகிட்ட சொல்லலாம். ஜிம்மையும், வயதான பெண்மணி யையும் தயாரா இருக்கும்படி சொல்ல இப்ப நான் கிளம்பறேன். குதிரைகளை கவனிக்கச் சொல்வேன். நாம நல்ல தாராளமா முன்னாடி இருக்கோம். நம்மைப் பிடிக்கறதுக்கு முன்னாடி தப்பிச்சு இறுதி நிறுத்தத்துக்குப் போக வாய்ப்பு இருக்கு. ஜார்ஜ் நண்பா! தைரியமா இரு. இந்த ஆளுங்களோட இது நான் சந்திக்கற முதல் போராட்டம் இல்ல'' கதவைச் சாத்திச் சென்ற பினியாஸ் கூறினார்.

''பினியாஸ் ரொம்ப சாதுர்யம். உனக்கு எவ்வளவு சிறப்பா செய்ய முடியுமோ அவ்வளவு சிறப்பா செய்வார் ஜார்ஜ்.'' சைமன் கூறினார்.

''உங்களுக்கு எல்லாம் ஆபத்தான சிரமங்களை கொடுக்கறதுக்கு வருத்தப்படறேன்'' ஜார்ஜ் கூறினான்.

''இதைப் பத்தி இதுக்கு மேல சொல்லாம இருக்கறதுதான், நீ எங்களுக்கு செய்யற உதவி. எங்க மனசாட்சியின் கட்டளைப்படி செய்யறோம். வேற வழியில செய்ய எங்களுக்கு முடியாது. இப்ப, அம்மா'' ரேச்சலிடம் திரும்பி அவர் கூறினார், ''இந்த நண்பர்களுக் கான தயாரிப்புகளை செய். அவங்களை பட்டினியா அனுப்பச கூடாது.''

ரேச்சலும் குழந்தைகளும் தானிய கேக்குகளை தயாரிப்பதிலும், பன்றி மற்றும் கோழி இறைச்சி சமைப்பதிலும், மாலை நேர

உணவுகளை விரைவுபடுத்துவதிலும் மும்முரமாக இருக்கும்போது, ஜார்ஜும் அவனது மனைவியும் அவங்களது சிறிய அறையில் தங்களுடைய கைகளைக் கட்டிக் கொண்டு நின்றனர். இன்னும் சிறிது நேரத்தில் நிரந்தரமா பிரிய இருக்கற கணவனும், மனைவியும் பேசிக் கொண்டிருப்பது போல உரையாடினர்.

''எலிசா, சில மக்களுக்கு நண்பர்களும், வீடுகளும், நிலமும், பணமும் எல்லாம் இருந்தாலும், நம்ம இருவருக்கும் ஒருத்தருக்கு ஒருத்தர் மட்டுமே சொந்தமா இருக்கற நிலையில, நாம அன்பா இருக்கறது மாதிரி யாரும் இருக்க முடியாது.'' ஜார்ஜ் கூறினான்.

''உன்னை எனக்குத் தெரியறவரை, என்னோட மனமொடிந்த ஏழை அம்மாவையும், சகோதரியையும் தவிர எந்தப் பிறவியும் என்னை நேசிச்சது இல்ல. அவள அந்த வியாபாரி அழைச்சுக்கிட்டு போகும் போது, எமிலியைப் பார்த்தேன். நான் மூலையில தூங்கிக்கிட்டிருந்த போது அவ வந்து சொன்னா. ''பாவப்பட்ட ஜார்ஜ்! உனது கடைசி நண்பரும் போறேன். நீ என்னாவாய் ஏழைப் பையா?'' நான் எழுந்து, அவளது கழுத்தைச் சுற்றி கையை வளைத்து அழுதுத் தேம்பினேன். அவளும் அழுதாள். ஒரு பத்து வருஷம் கடைசியா கேட்ட கனிவான வார்த்தைகள் அதுதான். என்னோட நெஞ்சு காஞ்சுப் போச்சு. சாம்பல் மாதிரி உலர்ந்து போச்சு. நான் உன்னை பார்க்கறவரை, அப்படித்தான் இருந்தது. நீ என்னை நேசிச்சது, சமாதியிலிருந்து எழுந்தது மாதிரி இருந்தது. அது முதல் புது மனுஷனா மாறிட்டேன். இப்ப எனது கடைசி ரத்தத்துளியைக்கூட கொடுப்பேன். ஆனால் அது உன்னை என்கிட்டேயிருந்து பிரிக்க முடியாது. அப்படி எடுத்துச் செல்பவங்க, என்னோட பிணத்து மேலதான் நடக்கணும்.''

''ஓ கடவுளே! கருணை காட்டு. இந்த நாட்டை விட்டு வெளியேற அனுமதிச்சா போதும். அதுதான் நாம கேட்கறது!'' தேம்பியவாறு எலிசா கூறினாள்.

''கடவுள் அவங்க பக்கம் இருக்காரா? அவர் இவங்க செய்யறதை யெல்லாம் பார்த்துக்கிட்டு இருக்காரா? இது மாதிரி நடக்கறதுக்கு அவர் எப்படி அனுமதிக்கறார்? பைபிள் தங்கள் பக்கம் இருப்பதாக அவங்க சொல்றாங்க. நிச்சயம் எல்லா அதிகாரமும் அவங்ககிட்ட இருக்கு. அவங்க பணக்காரங்க, ஆரோக்கியமா இருக்காங்க, மகிழ்ச்சியா இருக்காங்க, சொர்க்கத்துக்குப் போகப் போவதா எதிர்பார்க்கற தேவாலய உறுப்பினர்கள், உலகத்தில் சுலபமா வாழ்ந்து கொண்டு இருக்காங்க. அவங்க வழியில நடக்கறாங்க. அவங்க அளவுக்கும், அதுக்கு மேலயும் நல்லவங்களா இருக்கற ஏழையான, நேர்மையான, உண்மையான கிறித்துவர்கள் அவங்க காலடியில இருக்கற தூசியாய் இருக்காங்க. ஏழைங்களை அவங்க வாங்கறாங்க,

விக்கறாங்க, அவங்க இதயத்தையும், ரத்தத்தையும் முனகலையும், கண்ணீரையும் வியாபாரம் செய்யறாங்க, அதைக் கடவுள் அனுமதிக்கிறார்.'' தனது மனைவியிடம் பேசுவதைவிட கசப்பான எண்ணங்களை வெளிப்படுத்தி அதிகம் பேசினான்.

''ஜார்ஜ் நண்பா. இந்த சோகக் கதையைக் கேளு, அது உனக்கு நல்லது செய்யலாம்.'' சமையலறையிலிருந்து சைமன் கூறினார்.

தன்து இருக்கையை கதவுக்கு அருகில் ஜார்ஜ் இழுத்தான். தனது கண்ணீரை துடைத்த எலிசாவும் கேட்க முன்வந்தாள். சைமன் கீழ்க்கண்ட வாறு படித்தார்:

''என்னை பொறுத்தவரை, என்னோட கால்கள் கிட்டத்தட்ட ஓய்ந்து விட்டன. எனது தடங்கள் நழுவி விட்டன. கெடுதியாளர்களின் வளத்தைப் பார்த்தபோது, முட்டாள்களை பொறாமையாகப் பார்த்தேன். மற்ற மனிதர்கள் போல் அவர்கள் பிரச்சினையில் இருப்பதில்லை. மற்ற மனிதர்கள் போல் நோய்வாய்ப்படுவதுமில்லை. ஒரு சங்கிலி போல கர்வம் அவர்களை அணைக்கிறது. ஆடை போல பலாத்காரம் அவர்களை பாதுகாக்கிறது. அவர்களது கண்கள் கொழுத்து, பெருத்துக் கிடக்கின்றன. விரும்புவதற்கு மேலாக அவர்களுக்குக் கிடைக்கிறது. அவர்கள் ஊழல்காரர்கள். அடக்கு முறை பத்தி வஞ்சகமாகப் பேசுகிறார்கள். அலட்டலா பேசுகிறார்கள். அதனால அவர்களது மக்கள் திரும்பி வருகிறார்கள். கடவுளுக்கு எப்படித் தெரியும்? உங்களது அறிவு ரொம்ப உயரத்தில் இருக்கிறதா என்று கேட்கிறார்கள்.''

''நீ இப்படித்தானே நினைக்கிறே, ஜார்ஜ்?''

''உண்மையில் அப்படித்தான். நானே எழுதின மாதிரி இருக்கு.'' ஜார்ஜ் கூறினான்.

சைமன் கூறினார்: ''இதைத் தெரிஞ்சுக்கிட்டபோது எனக்கும் ரொம்ப வருத்தமாகத்தான் இருந்தது. கடவுளின் இருப்பிடத்திற்குப் போகற வரை அப்படி இருந்தது. பிறகு அவங்க முடிவுகளை நான் அறிந்து கொண்டேன். வழுக்கு வழியில நீ அவங்களை நிச்சயம் தள்ளுவே. அவங்கள அழிவை நோக்கி இறக்குவே. கனவிலிருந்து ஒருவர் விழிக்கும்போது, கடவுளே நீ வழுக்கும்போது - அவங்களோட பிம்பத்தை நிந்திப்பாய். இருந்தாலும், தொடர்ந்து உன் பக்கம்தான் இருப்பேன். உனது வலது கையால எனது கையைப் பிடிச்சிருக்கே. உன்னோட ஆலோசனை மூலமா என்னை வழிநடத்துவே. பிறகு என்னை பெருமைக்கு அழைத்துப் போவே. என்னை கடவுளிடம் நெருங்க வைக்கறது எனக்கு நல்லது. கடவுள் பேர்ல நான் எனது நம்பிக்கையை வச்சிருக்கேன்.''

அந்த நட்பு மிகுந்த பெரியவரால் சுவாசித்து வாசிக்கப்பட்ட புனிதமான நம்பிக்கை வார்த்தைகள், அலைக்கழிக்கப்பட்டு, தூற்றப் பட்ட ஜார்ஜின் மனதை புனிதமான இசையாகக் கவர்ந்தது. அவர்

முடித்ததும், இதமான, அடக்கமான முறையில் அவன் அமர்ந்திருந்தான்.

"இந்த உலகம்தான் எல்லாம் என்றால் கடவுள் எங்கேன்னு நீ கேட்பே. இந்த வாழ்க்கையில் குறைவாக அனுபவித்தவர்களை தனது அரசாங்கத்துக்கு அவர் தேர்ந்தெடுக்கிறார். அவர் மேல நம்பிக்கை வை. உனக்கு என்ன நடந்தாலும் சரி, இனி அவர் எல்லாத்தையும் சரி செஞ்சுடுவார்." சைமன் சொன்னார்.

சுய பாராட்டுக்குப் பெயர் பெற்றவரால் இந்த வார்த்தைகள் பேசப்பட்டிருந்தால், பயபக்தியான, சொல்லலங்காரமான உபதேசமாக மட்டுமே இது இருந்திருக்கும். சிரமத்தில் இருக்கும் ஏழைகளிடம் எந்த பாதிப்பையும் அது ஏற்படுத்தியிருக்காது. கடவுளுக்காகவும், மனிதர்களுக்காகவும், தண்டனைகளின் ஆபத்தைப் பொருட்படுத்தாது தினமும் அமைதியாக செயல்பட்டு வருபவரின் வாயிலிருந்து அது வந்திருந்ததால், உணரமுடியாத ஒரு வலு அதற்கு கிடைத்திருக்கிறது. ஏழைகளும், அனாதரவான தப்பி ஓடுபவர்களும் அதிலிருந்து அமைதியும், சக்தியும் வருவதைக் கண்டுள்ளார்கள்.

இப்போது எலிசாவின் கரங்களை ரேச்சல் கனிவாகப் பற்றிக் கொண்டார். இரவு உணவு மேஜைக்கு அழைத்துச் சென்றார். அவர்கள் அமர்ந்ததும், கதவருகில் ஒரு சிறு தட்டல் கேட்டது. ரத் நுழைந்தாள்.

"நா ஓடி வந்தேன். பையனுக்கு இந்த காலுறைகளை எடுத்துக் கிட்டு வந்தேன். மூன்று ஜோடி, அழகான, இதமான கம்பளி காலுறைகள். கனடாவில ரொம்பக் குளிரா இருக்கும் தெரியுமா? நீ தைரியமா இருக்கியா, எலிசா?" ரத் கேட்டாள். எலிசாவின் பக்கம் மேஜையைச் சுற்றி வந்தாள். எலிசாவை இதமாக அசைத்தாள். ஹேரியின் கையில் ஒரு விதை கேக்கைத் திணித்தாள். "இவனுக்கு இந்த கேக்குகளின் பொட்டலம் கொண்டு வந்திருக்கேன். குழந்தைங்க எப்பவும் தின்னுக்கிட்டே இருக்கும் தெரியுமா?" தனது பையிலிருந்து பொட்டலத்தை வெளியே எடுத்தவாறு அவள் கூறினாள்.

"ஓ! நன்றி, நீங்க ரொம்பக் கனிவாயும், கருணையாயும் இருக்கீங்க" எலிசா சொன்னாள்.

"வா, ரத், சாப்பாட்டுக்கு உட்காரு" ரேச்சல் சொன்னாள்.

"எப்படியும் என்னால முடியாது. குழந்தையோட ஜானை விட்டுட்டு வந்திருக்கேன். ஒரு நொடிகூட தங்க முடியாது. வாணலியில் சில பிஸ்கெட்டுகளை வச்சிருக்கேன். பாத்திரத்தில் இருக்கற சர்க்கரை எல்லாம் குழந்தைகிட்ட கொடுத்துட்டு, பிஸ்கெட்ட எல்லாம் கருக்க வச்சுடுவாரு. அப்படித்தான் அவர் செய்வார்" சிரித்துக் கொண்ட சின்ன குழுக் குடியிருப்புப் பெண் கூறினாள், "எலிசா போய் வரேன்! ஜார்ஜ் போய் வரேன். கடவுள் உங்களுக்குப் பாதுகாப்பான பயணத்தை

வழங்கட்டும்'' சில காலடித் தடங்களில் ரத் குடியிருப்பைத் தாண்டிவிட்டாள்.

இரவு உணவிற்கு சிறிது நேரம் கழித்து, கதவருகில் மூடப்பட்ட வண்டி ஒன்று வந்து நின்றது. நட்சத்திர வெளிச்சத்தோடு இரவு தெளிவாக இருந்தது. பயணிகளுக்கு தக்க ஏற்பாடுகள் செய்வதற்காக பினியாஸ் சுறுசுறுப்பாக குதித்தார். குழந்தையை ஒரு கையிலும், மனைவியை மறு கையிலும் பிடித்தவாறு ஜார்ஜ் கதவைத் தாண்டி வந்தான். அவனது நடை உறுதியாக இருந்தது. முகம் உறுதியாகவும், அமைதியாகவும் இருந்தது. அவர்களைத் தொடர்ந்து ரேச்சலும், சைமனும் வந்தனர்.

''நீங்க ஒரு நொடி வெளியே வாங்க. வண்டியின் பின்பக்கத்தை பொருத்திடுவேன். பெண்களும், சிறுவனும் இருக்காங்க.'' உள்ளே இருந்தவர்களிடம் பினியாஸ் கூறினார்.

''இங்க இரண்டு எருதுகள் இருக்கு. இரவு பூரா கடுமையான சவாரி இருக்கும். எவ்வளவு முடியுமோஅவ்வளவு வசதியா இருக்கைகள் இருக்கட்டும்.'' ரேச்சல் சொன்னார்.

ஜிம் தனது வயதான தாயை கவனமாக அழைத்து வந்தான். அவள் தனது மகனின் புஜத்தைப் பிடித்துக் கொண்டாள். துரத்துவோர் எந்த நொடியிலும் வரலாம் என்ற பதற்றத்தில் இருப்பதாய்த் தோன்றினார்.

''ஜிம், உன்னோட துப்பாக்கிகள் தயாரா, ஒழுங்கா இருக்கா?'' உறுதியான தணிந்த குரலில் ஜார்ஜ் கேட்டான்.

''ஆமாம். உண்மையில் தயாரா இருக்கு'' ஜிம் சொன்னான்.

''அவங்க வந்தாங்கன்னா என்ன செய்யணும்னு உனக்கு சந்தேகம் இருக்கலையே''

''இல்லேன்னுதான் நினைக்கறேன். என்னோட அம்மாவை மீண்டும் அவங்ககிட்ட விட்டுடுவேன்னு நினைக்கறியா?'' தனது அகல மார்பை திறந்தவாறும், ஆழமாக மூச்சு விட்டவாறும் ஜிம் சொன்னான்.

இந்தச் சிறு உரையாடலின்போது, தனது இனிமையான தோழியிடமிருந்து எலிசா விடைபெற்றாள். சைமன் அவளையும், அவளது மகனையும் பின்பக்கம் ஏற்றிவிட்டார். பிறகு வயதான பெண்மணியை ஏற்றி விட்டனர். அவர்கள் முன்னாடி இருந்த கரடுமுரடான மரப்பலகை மீது ஜார்ஜும், ஜிம்மும் அமர்ந்தனர். முன்பக்கத்தில் பினியாஸ் ஏறினார்.

''சென்று வாருங்கள் நண்பர்களே'' சைமன் வெளியிலிருந்து கூறினார்.

''கடவுள் உங்களை ஆசீர்வதிக்கட்டும்'' உள்ளிருந்த அனைவரும் பதிலளித்தனர். உறைந்த சாலை வழியே குதித்துக் கொண்டு வண்டி விரைந்து ஓடியது.

வழியின் கரடுமுரடான தன்மை காரணமாகவும், சக்கரத்தின் சத்தம் காரணமாகவும் உரையாடுவதற்கான வாய்ப்பு இருக்கவில்லை. பரந்த, இருளான சமவெளியில், குன்றுகள்மீது பள்ளத்தாக்கின்கீழ் நீண்ட இருட்டான மரக்காடுகளின் வழியே வாகனம் சத்தமிட்டவாறு சென்றது. குழந்தை விரைவில் உறங்கியது. தனது தாயின் மடியில் கனமாக படுத்திருந்தது. அச்சமுற்றிருந்த வயதான பெண்மணி தனது பயங்களை மறந்திருந்தாள். இரவு தேய்வடைய, தேய்வடைய தனது கவலைகளை துறந்து எலிசா கண் மூடினாள். குழுவில் இருந்தவர் களிலேயே பினியாஸ் மட்டும்தான் சுறுசுறுப்பாக இருந்த மாதிரி தோன்றியது. சில அசாதாரணமான பாடல் வரிகளை சீட்டியடித்த வாறு அவர் வந்தார்.

மூன்று மணி அளவில், அவர்களுக்குப் பின்புறம் கொஞ்சம் தூரத் தில் அவசரமாகவும், தீர்மானமாகவும் வந்த குதிரையின் குளம்படிச் சத்தத்தை ஜார்ஜ் கேட்டான். பினியாஸின் முழங்கையைத் தட்டினான். பினியாஸ் தனது குதிரைகளை இழுத்தார். கூர்ந்து கேட்டார்.

''அது மைக்கேலா இருக்கும். அவனது குதிரையின் குதிப்பு ஒலி எனக்குத் தெரியும்னு நினைக்கிறேன்.'' அவர் எழுந்து தனது தலையை நீட்டி, பதற்றத்தோடு பின்புறம் பார்த்தார்.

தொலைதூரத்தில் தெரிந்த குன்றின் மேல் அவசர அவசரமாக குதிரையை ஓட்டி வந்த ஒருவர் மங்கலாக கண்ணில் பட்டார்.

''அங்கே அவன்தான்! நான் நினைக்கிறேன்'' பினியாஸ் சொன்னார். அவர்கள் என்ன செய்கிறார்கள் என்று புரிவதற்கு முன்பாகவே, ஜார்ஜும், ஜிம்மும் வண்டியிலிருந்து குதித்தனர். எதிர்பார்த்த தூதுவரின் வழியில் தங்களது முகங்களை திருப்பி தீவிரமான அமைதியோடு அனைவரும் நின்றிருந்தனர். குதிரை ஒரு பள்ளத்தாக்கில் இறங்கியதால், அவரது முகம் இவர்களுக்குத் தெரியவில்லை. ஆனால், தெளிவான அவசரமான குளம்படிச் சத்தங்கள் நெருங்கி வருவதைக் கேட்டனர். கடைசியாக தெளிவாகத் தெரியும் வகையில் கூப்பிடு தூரத்திற்கு வந்தார்.

''ஆமாம், அது மைக்கேல்தான்'' பினியாஸ் சொன்னார். தனது குரலை உயர்த்தியவாறு, ''ஹலோ! மைக்கேலா?''

''பினியாஸ்! நீயா?''

''ஆமாம், என்ன சேதி? அவங்க வராங்களா?''

''நமக்குப் பின்னாடி எட்டு அல்லது பத்து பேர் பிராந்தி குடிச்சிட்டு ஓநாய் போல் உறுமிக்கிட்டு வராங்க!''

அவர் பேசிக் கொண்டிருந்தபோதே, அவர்களை நோக்கி குதித்து வரும் குதிரைகளின் குளம்படி ஓசை கேட்டது.

''உள்ளே போங்க, சீக்கிரம். நீங்க சண்டை போடணும்னா, நல்ல இடம் பார்க்கறேன்.'' இந்த வார்த்தைகளோடு இருவரும் குதித்து ஏறினர். குதிரையை விரைவுபடுத்த பினியாஸ் சாட்டையால் அடித்தார். குதிரை ஓட்டிகள் நெருங்கி பின்பக்கம் துரத்தினர். வண்டி விரைந்தது; குதித்தது; பனி படர்ந்த தரையில் கிட்டத்தட்ட பறந்தது; துரத்தி வரும் குதிரை மனிதர்களின் சத்தம் வருவது தெளிவாய்த் தெரிந்தது. பெண்கள் அதைக் கேட்டனர். பதட்டத்தோடு வெளியே பார்த்தனர். பின்பக்கம் தொலை தூரத்தில், குன்றின் விளிம்பில், அதிகாலையின் சிவப்பு வானத்திற்கு அருகில் சில மனிதர்கள் தெரிந்தனர். மற்றொரு குன்றில் வரும்போது, துரத்தி வருவோர் வண்டியைப் பார்த்து விட்டதாய்த் தோன்றியது. வண்டியின் வெள்ளை கூரை அதைத் தெளிவாய்த் தெரிவதாய்க் காட்டியது. கொடூரமான வெற்றியின் வேகமான சத்தம் கேட்டது. எலிசா சோர்ந்தாள். தனது மடிக்கு குழந்தையை இழுத்துக் கொண்டாள். வயதான பெண்மணி பிரார்த்தித்தாள்; முனகினாள். வேதனையின் பிடியிலிருந்த ஜார்ஜும், ஜிம்மும் தங்களது துப்பாக்கிகளை தூக்கிப் பிடித்தனர். துரத்துவோர் வேகமாக நெருங்கினர். வண்டி திடீரென்று திரும்பியது. செங்குத்தாக தொங்கும் குன்றின் விளிம்பிற்கு அருகில் வந்தது. தெளிவாகவும், வழவழப்பாகவும் சூழ்ந்திருந்த புதர்களையும், வரப்புகளையும் அது தாங்கி நின்றது. இந்த ஒதுங்கியிருந்த பாறைகளின் குவியல் கறுப்பாக உயர்ந்து, வெளுத்து வரும் வானத்திற்கு எதிரிடையாக இருந்தது. சிறந்த மறைவிடமாகவும், பாதுகாப்பாகவும் இருக்குமென்று தோன்றியது. அந்த இடங்கள் பினியாஸுக்கு நன்கு பரிச்சயமானவை. தனது வேட்டை நாட்களில் அவ்விடங்கள் அவருக்குப் பரிச்சயமாக இருந்தன. இந்த இடத்துக்கு வருவதற்குத்தான் வண்டியை வேகமாக ஓட்டி வந்தார்.

தனது குதிரைகளை இழுத்து நிறுத்தி, தனது இருக்கையிலிருந்து தரைக்குக் குதித்துக் கூறினார் : ''வெளியில வாங்க, ஒரு நொடியில எல்லாரும், என்னோட இந்தப் பாறை மேல ஏறி வாங்க. மைக்கேல் உன்னோட குதிரைய வண்டியில கட்டி அமரியாஸிடம் போங்க. அவனையும், அவனோட பசங்களையும் திரும்ப வந்து அவங்களோட பேசச் சொல்.''

ஒரு நொடியில் அனைவரும் வண்டியிலிருந்து இறங்கினர்.

''நீங்க ஒவ்வொருத்தரும் பெண்களை கவனிங்க. இதுவரை ஓடாத வேகத்துல ஓடுங்க.'' ஹேரியை தூக்கிக் கொண்ட பினியாஸ் கூறினார்.

வலியுறுத்த வேண்டிய அவசியமிருக்கவில்லை. நாம் அந்த வார்த்தையை உச்சரிக்க எடுத்துக் கொள்ளும் நேரத்திற்குள்ளாகவே முழுக் குழுவும் வேலிக்கு வந்துவிட்டது. தனது குதிரையிலிருந்து

குதித்து இறங்கிய மைக்கேல், வண்டியில் அதனைப் பூட்டி, விரைவாக ஓட்டிச் சென்றான்.

''மேல வாங்க'' பாறையை நெருங்கியதும், பினியாஸ் கூறினார். நட்சத்திரங்களும், அதிகாலையின் துவக்கமும் தந்த கலவையான வெளிச்சத்தில் கரடுமுரடான, தெளிவான நடைத் தடத்தை கண்டு பிடித்தார். ''இது எங்களுடைய வேட்டை இடம், மேல வாங்க''

ஆடுபோல் பாறையில் துள்ளிக் குதித்து ஏறிய பினியாஸ் முன்னால் சென்றார். தனது நடுங்கும் தாயாரை தனது தோளில் தூக்கியவாறு ஜிம் இரண்டாவதாக வந்தான். ஜார்ஜூம், எலிசாவும் இறுதியாக வந்தனர். குதிரை மனிதர்கள் வேலிவரை வந்தனர். சத்தமிட்டவாறு இறங்கினர். தொடர்ந்து வரத் தயாரானார்கள். விளிம்பின் மேல் பகுதிக்கு சில நொடிகளில் வந்தனர். ஒருவர் மட்டுமே நடக்கக் கூடிய பாதையைக் கடந்தனர். ஒரு கஜ அளவிற்கு ஒரு பாதாளம் இருந்தது. அதற்கு மேல் பாறைக் குவியல்கள் இருந்தன. விளிம்பின் இதர பகுதியிலிருந்து தனித்து இருந்தது. முழு முப்பது அடி அது உயர்ந்திருந்தது. ஒரு கோட்டை போல அதன் பக்கங்கள் செங்குத்தாக இருந்தன. பாதாளத்தை சுலபமாகத் தாண்டினர். பாறையை மூடியிருந்த தட்டையான வெள்ளைப் பாசி நடைமேடை இருந்தது.

''இதோட முடிந்தது. உங்க உயிருக்காக தாவிக் குதிங்க'' அவர் சொன்னார். ஒவ்வொருத்தராய் தாவிக் குதித்தனர். கீழே இருக்கும் பார்வையாளர்களுக்குத் தெரியாதவாறு, லேசான கற்கள் கொண்ட மணல் மேடு மறைத்தது.

''நல்லது. இப்ப நாம இங்க இருக்கோம்'' பாறையின் கீழ் கலவரமாகப் பின்தொடர்ந்த தாக்குவோரை கவனிக்க மணல் மேட்டிலிருந்து எட்டிப் பார்த்தவாறு பினியாஸ் கூறினார். 'முடிஞ்சா, நம்மள அவங்க பிடிக்கட்டும். யார் இங்க வந்தாலும், ஒரு வழிப்பாதை வழியாகத்தான் வரணும். உங்க துப்பாக்கிகளை எதிர்கொண்டு இரு பாறைகள் வழியே வரணும். பசங்களா, பார்க்கறீங்களா?''

''நான் பாக்கறேன். இந்த விஷயம் எங்களுது என்பதால், எல்லா அபாயத்தையும் நாங்க ஏற்று, எல்லா சண்டையையும் நாங்க போடறோம்.'' ஜார்ஜ் சொன்னான்.

''எல்லா சண்டயையும் நீங்க போடுங்க, ஜார்ஜ். நான் அதை வேடிக்கைப் பார்க்கலாம்னு நம்பறேன். ஆனா பாருங்க. அந்த ஆளுங்க கீழ விவாதிச்சுக்கிட்டு இருக்காங்க. கூரை மேல ஏறப்போற கோழி மாதிரி பாக்கறாங்க. அவங்க வர்றதுக்கு முன்னாடி, அப்படி வந்தா சுட வேண்டி இருக்கும்னு எச்சரிக்கை வார்த்தையை சொல்லிடறது நல்லது இல்லையா?'' செக்கர்-பெரி இலைகளை மென்றவாறு பினியாஸ் கூறினார்.

அதிகாலை வெளிச்சத்தில் கீழிருந்த குழுவினர் தெளிவாகத் தெரிந்தனர். நமக்கு முன்னமேயே அறிமுகமாயிருந்த டாம் லோக்கரும் மார்க்ஸுைம் இருந்தனர். இரு காவலர்கள் இருந்தனர். கொஞ்சம் பிராந்தி கொடுத்து, விடுதிக்கு அருகில் சேகரித்த ரௌடிகள் சிலர் இருந்தனர்.

''லோக்கர், உங்க பொறிகள் ரொம்ப தூரம் போயிடுச்சுங்க'' ஒருவர் கூறினார்.

''ஆமாம், அவங்க மேல போறதை பார்த்தேன். இங்க ஒரு வழி போகுது பாருங்க. மேல போகலாம்னு சொல்றேன். அவசரத்துல அவங்க குதிக்க முடியாது. அவங்கள வெளியே கொண்டு வர ரொம்ப நேரம் ஆகாது.'' லோக்கர் கூறினார்.

''ஆனா, லோக்கர், பாறையின் மறைவிலிருந்து அவங்க சுட்டுடலாம். அது அசிங்கமா இருக்கும். தெரியுமா?'' மார்க்ஸ் கூறினார்.

'அக்' ஏளனமாய் சிரித்து லோக்கர் சொன்னார், ''உன்னோட தோலை பாதுகாத்துக் கொள்வதுல எப்பவும் கவனமா இருப்பே மார்க்ஸ்! அபாயம் ஏதுமில்லை! கறுப்பர்கள் பயத்துல இருக்காங்க.''

''என்னோட தோலை ஏன் பாதுகாக்கக் கூடாதுன்னு எனக்குத் தெரியல. என்கிட்ட இருக்கறதுல அதுதான் சிறந்தது. சில சமயம் பிசாசு மாதிரி கறுப்பர்கள் சண்டை போடுவாங்க.''

இந்தக் கணத்தில் அவங்களுக்கு மேல இருந்த பாறைமீது ஜார்ஜ் தோன்றினான். அமைதியான, தெளிவான குரலில் சொன்னான்.

''பெரிய மனிதர்களே! கீழே இருக்கும் நீங்க யார்? உங்களுக்கு என்ன வேண்டும்?''

''தப்பி ஓடிக்கிட்டிருக்கும் கறுப்பர்களின் ஒரு குழு எங்களுக்கு வேணும். ஜார்ஜ் ஹேரிஸ், எலிசா ஹேரிஸ், அவர்களோட மகன், ஜிம் ஷெல்டன் மற்றும் அவனோட வயதான அம்மா. நாங்க அதிகாரிங்களை அழைச்சிக்கிட்டு வந்திருக்கோம். நீதிமன்ற ஆணையும் இருக்கு. அவங்களப் பிடிக்கப் போறோம். உனக்கு கேட்குதா? கென்டகி மாநிலத்தின் ஷெல்பி கிராமப்புறத்தைச் சேர்ந்த திருவாளர் ஹாரிஸுக்கு சொந்தமான ஜார்ஜ் ஹாரிஸ்தானே நீ?'' டாம் லோக்கர் கேட்டார்.

''நான் ஜார்ஜ் ஹாரிஸ். கென்டகியைச் சேர்ந்த ஏ. ஹாரிஸ் என்னை தன்னோட சொத்தா சொல்லிக்கிட்டு இருந்தார். கடவுளின் சுதந்திரமான மண்ணில் நின்றிருக்கும், சுதந்திரமான மனிதன் நான். எனது மனைவியையும், மகனையும் என்னுடையவர்கள் என்று கூறிக் கொள்கிறேன். ஜிம்மும், அவனது அம்மாவும் இங்கே இருக்காங்க எங்களை பாதுகாத்துக் கொள்ள, ஆயுதங்கள் வச்சிருக்கோம். அதைப்

பயன்படுத்தத் தயங்க மாட்டோம். நீங்க விரும்பினா மேல வரலாம். எங்களது துப்பாக்கியின் எல்லைக்கு வரும் முதலாவது ஆள் இறந்து போவார். இவ்வாறே அடுத்து வரும் ஒவ்வொருவரும் இறந்து போவாங்க. கடைசி வரை இது தொடரும்!''

குள்ளமாக இருந்த மனிதர் முன்வந்து, தனது மூக்கை உறிஞ்சியவாறு கூறினார்: ''இளைஞனே! இதுமாதிரி பேசறது எல்லாம் சரிப்படாது. நாங்க நீதிமன்றத்தின் அதிகாரிகள். எங்க பக்கம் சட்டம் இருக்கு. அதிகாரம் இருக்கு. அமைதியா விட்டுக் கொடுப்பது நல்லது. எப்படியும், கடைசியா விட்டுக் கொடுத்துதான் ஆகணும்.''

''உங்க பக்கம் சட்டமும் அதிகாரமும் இருக்குன்னு எனக்கு நல்லாத் தெரியும். என்னோட மனைவியை நியூ ஆர்லியன்ஸில் விற்க விரும்பறீங்க. ஒரு வியாபாரிகிட்ட ஒரு கன்னுக்குட்டி மாதிரி என்னோட மகனை தள்ளப் போறீங்க. அவங்களை சாட்டையால் அடிச்சு கொடுமைப் படுத்தியவங்க கிட்ட ஜிம்மின் அம்மாவை ஒப்படைச்சு, அவங்க மகனை வதைக்கமுடியாத ஆத்திரத்தில் அவங்களை கொடுமைப்படுத்த விடப்போறீங்க. அடிக்கவும், உதைக்கவும் என்னையும், ஜிம்மையும் எஜமானர் என்று நீங்கள் அழைப்பவர்களிடம் அனுப்புவீங்க. உங்க சட்டம் இதையெல்லாம் பொறுத்துக்கும். அவங்களுக்கும், உங்களுக்கும் வெட்கக்கேடு. இன்னும் எங்கள நீங்க பிடிக்கலை. உங்க சட்டங்கள் எங்களுக்கு சொந்தமானது இல்ல. உங்க நாடும் எங்களுக்கு சொந்தமானது இல்ல. நாங்க இங்க சுதந்திரமா நிற்கிறோம். உங்களைப் போல கடவுளின் வானத்துக்குக் கீழே நிற்கிறோம். எங்களை உருவாக்கிய கடவுளின் கருணையாலே, நாங்க சாகற வரை எங்க சுதந்திரத்துக்காக சண்டை போடுவோம்!'' ஜார்ஜ் கசப்பாகக் கூறினான்.

அவனது உறுதிமொழியையும், சுதந்திரத்தையும் வெளிப்படுத்திய ஜார்ஜ் பார்வைக்கு நன்கு தெரியும் வகையில் நின்றிருந்தான். அதிகாலை வெளிச்சம் அவனது கறுப்பு கன்னங்களுக்கு பளபளப்பு கொடுத்திருந்தது. கடும் கோபமும், வேதனையும் அவனது கரும் கண்களுக்கு நெருப்பைக் கொடுத்திருந்தது. அவன் பேசியபோது, சொர்க்கத்தை நோக்கி கையை மேலே தூக்கியவாறு இருந்தான். நீதிக் கடவுளின் முன் முறையீடு செய்வதாக அது இருந்தது.

ஒரு மலைமுகட்டில் தன்னை வீரத்தோடு பாதுகாத்துக் கொண்டிருக்கும் ஆஸ்திரியாவிலிருந்து அமெரிக்காவிற்கு தப்பி வரும் ஹங்கேரியின் இளைஞராக நீங்கள் இருந்தால், அது மிக உயர்ந்த வீரச் செயலாக இருந்திருக்கும். அமெரிக்காவிலிருந்து கனடாவிற்கு தப்பிச் செல்ல ஆப்பிரிக்க வம்சாவழி வந்த இளைஞர் தன்னைப் பாதுகாத்துக் கொள்ளும் செயல் என்பதால், அதை வீரச் செயலாகப் பார்க்கக் கூடாது என்று போதிக்கப்பட்ட தேசபக்தர்களாக நாம் இருக்கிறோம்.

நமது வாசகர்கள் அப்படிக் கருதினால், அவர்கள் சொந்தப் பொறுப்பி லேயே அவர்கள் அதைச் செய்ய வேண்டும். எல்லா தேடு ஆணை களுக்கு எதிராகவும், சட்டபூர்வ அரசு ஆணைகளுக்கு எதிராகவும் ஹங்கேரியிலிருந்து அமெரிக்காவுக்கு தப்பி வந்தால், பத்திரிகைகளும், அரசியல் அரங்கங்களும் கைதட்டி பாராட்டி வரவேற்பு கொடுக்கும். வேதனைப்படும் ஆப்ரிகன் தப்பி வந்து அதைச் செய்தால், அது என்ன?

எது எப்படி இருந்தாலும், பேசியவரின் போக்கு, கண், குரல், தோரணை எல்லாம் கீழே குழுமியிருந்த குழுவினரை ஒரு கணம் தாக்கி யது நிச்சயம். மிகவும் முரட ான இயல்புடையவர்களையும், பேசாதி ருக்கச் செய்யும் தைரியத்திலும், உறுதியிலும் ஏதோ இருக்க வேண்டும். மொத்தமும் பாதிக்கப்படாதவராய் இருந்தது மார்க்ஸ் மட்டுமே. அவர் வேண்டுமென்றே தனது துப்பாக்கியைத் தூக்கினார். ஜார்ஜின் பேச்சைத் தொடர்ந்த கண நேர அமைதியின்போது, அவனை நோக்கிச் சுட்டார்.

''நீங்க பாருங்க, அவனை உயிரோட பிடிச்சுக் கொடுத்தா கிடைக்கிற தொகை, சாக அடிச்சாலும் கென்டகியில் கிடைக்கும்'' தனது மேல்சட்டையின் கையில் துப்பாக்கியைத் துடைத்தவாறு அமைதியாகக் கூறினார்.

ஜார்ஜ் பின்னோக்கி துள்ளிக் குதித்தான். எலிசா கிறீச்சிட்டாள். துப்பாக்கி குண்டு அவனது முடிக்கு அருகில் பறந்திருந்தது. கிட்டத் தட்ட எலிசாவின் கன்னத்தை மேய்ந்திருந்தது. மேலிருந்த மரத்தைத் தாக்கியது.

''இது ஒண்ணுமில்ல எலிசா'' ஜார்ஜ் விரைவாகச் சொன்னான்.

''நீ மறைந்து கொண்டு பேசறது நல்லது. அவங்க அற்பமான ஆளுங்க.'' பினியாஸ் கூறினார்.

ஜார்ஜ் கூறினான்: ''உன்னோட துப்பாக்கி சரியா இருக்காப் பாரு. முதலில் வர்ற ஆளை நான் சுடுவேன், இரண்டாவது ஆளை நீ சுடு. இப்படியே செய்யலாம். ஒரு ஆளுக்கு இரண்டு குண்டுகளை வீணாக்குவது சரிப்படாது.''

''உன்னோட குறி தவறிடிச்சுன்னா?''

''என் குறி தப்பாம சுடுவேன்'' அமைதியாக ஜார்ஜ் கூறினான்.

''நல்லது! அந்த மனுஷனிடம் சரக்கு இருக்கு'' தனது பற்களுக்கிடையே பினியாஸ் முணுமுணுத்தார்.

மார்க்ஸ் சுட்டபின்பு, கீழிருந்த கும்பல் ஒரு கணம் என்ன செய்வது என்று முடிவெடுக்காது நின்றது.

''அவங்க மேல நீங்க சுட்டிருக்கணும்னு நான் நம்பறேன். கூச்சல நான் கேட்டேன்.'' ஒருவன் கூறினான்.

''நான் நேரா போகப் போறேன். கறுப்பர்கள பார்த்து எப்பவும் நான் பயப்பட மாட்டேன். இப்பவும் பயப்படப் போறதில்ல. அப்புறம் யார் வர்றீங்க?'' பாறையில் ஏறியவாறு லோக்கர் கேட்டார்.

ஜார்ஜுக்கு இந்த வார்த்தைகள் தெளிவாகக் கேட்டன. துப்பாக்கியை உருவி, அதனை ஆராய்ந்தான். ஒற்றையடிப் பாதையில் முதல் மனிதன் தெரியவுள்ள இடத்தை நோக்கி துப்பாக்கியைக் காட்டி நின்றான்.

அந்தக் குழுவிலிருந்த மிகவும் தைரியமான ஒருவன் லோக்கரை தொடர்ந்தான். வழி ஏற்படுத்தப்பட்ட நிலையில், முழுக் குழுவும் பாறையின் மேல் முன்னேறியது. முதலில் சென்றவர்களை தள்ளும் விதத்தில் பின்புலத்தில் இருந்தவர்கள் முன்னேறினர். இவ்வாறு அவர்கள் மேலே வந்தனர். ஒரு கட்டத்தில் பருத்த லோக்கர் பார்வையில் பட்டார். கிட்டத்தட்ட பாதாளத்தின் முனையில் இருந்தார்.

ஜார்ஜ் சுட்டான். அவர் பக்கம் குண்டு விழுந்தது. அடிபட்டிருந் தாலும், பின்வாங்கவில்லை. பித்தம் பிடித்த காளையாய் சத்தம் எழுப்பி, பாதாளத்தை தாவித் தாண்டி குழுவை நோக்கி வந்தார்.

''நண்பா நீ இங்கே தேவைப்படலை'' திடீரென்று முன்னோக்கி அடியெடுத்து வைத்த பினியாஸ்'' தனது நீண்ட கைகளால் அவரைத் தள்ளிவிட்டார்.

பாதாளத்தில் அவர் விழுந்தார். மரங்களுக்கிடையே நொறுங்கி விழுந்தார். புதர்கள், மரத்துண்டுகள், தளர்வான கற்கள் ஆகியவற்றி டையே விழுந்தார். முப்பது அடிக்குக் கீழே விழுந்தார். அவரது ஆடைகள் பெரிய மரத்தில் சிக்கிக் கொண்டிருக்காவிட்டால், கீழே விழுந்தவர் இறந்திருப்பார். இருந்தாலும் அவர் சக்தியோடு கீழே விழுந்திருந்தார்.

''கடவுள்தான் நம்மைக் காப்பாத்தணும். அவங்க சரியான சாத்தான்களா இருக்காங்க'' மேலேறுவதற்கு அவர் காட்டியதைவிட அதிகமான உறுதியோடு பாறையிலிருந்து கீழிறங்கி பின்வாங்கியவாறு மார்க்ஸ் சொன்னார். அவரைத் தொடர்ந்து முழுக் குழுவும் செங்குத் தாக இறங்கத் துவங்கின. குறிப்பாக பருத்த காவலர் மூக்கை உறிஞ்சிக் கொண்டும், மூச்சிறைத்துக் கொண்டும் வேகமாக பின்வாங்கினார்.

''நான் சொல்றேன், மனுஷங்களே. நீங்க சுத்திப் போய் லோக்கரை அழைச்சிக்கிட்டு வாங்க, என்னோட குதிரையை எடுத்துக்கிட்டு, உதவிக்கு ஆள் தேடிப் போறேன்'' மார்க்ஸ் சொன்னார். குழுவினரின் பரிகாசத்தையும், ஆந்தைக் கூவல்களையும் அவர் பொருட்படுத்திய தாகத் தெரியவில்லை. மார்க்ஸ் தான் சொன்னதிலிருந்து சிறிதும் வழுவாது, தனது குதிரையில் விரைவாகப் பறந்தார்.

''இது போன்ற கோழையான நரியை எப்போதாவது பார்த்திருக் கிறீர்களா? அவனோட வேலையா வந்தோம். அவன் ஓடிட்டான். நம்மள நட்டாற்றில் விட்டுட்டு ஓடறான்!'' ஒருவன் கூறினான்.

''அந்த மனுஷன பார்க்கணும். அவர் இறந்துட்டாரா, இருக்காரான்னு எனக்குத் தெரியல.'' மற்றவன் கூறினான்.

லோக்கரின் முனகலைக் கேட்ட மனிதர்கள் ஒருவரை ஒருவர் தள்ளிக் கொண்டும், கழி கம்புகளையும், மரத்துண்டுகளையும், புதர் களையும் விலக்கிக் கொண்டும் முன்னேறிச் சென்றனர். அவர்களது நாயகர் தீவிரமாக முனகிக் கொண்டு, புலம்பிக் கொண்டிருந்த இடத்திற்கு வந்தனர்.

''ரொம்ப சத்தத்தோடு கீழே விழுந்தீங்க லோக்கர். ரொம்ப காயமாகி விட்டதா?'' ஒருவர் கூறினார்.

''தெரியல. என்னை விடுங்க. முடியுமா? அந்தக் கொடிய குழுக் குடியிருப்போனை சாத்தணும். அவன் இல்லேன்னா, அவங்கள இங்கே தள்ளிவிட்டு, எப்படி இருக்குன்னு பார்க்க வச்சிருப்பேன்.''

ரொம்ப சிரமப்பட்டு, கீழே விழுந்த லோக்கர் எழுவதற்கு உதவினர். ஒவ்வொரு தோளிலும் ஒருவர் வீதம் பிடித்துக் கொண்டு, குதிரை வரை அவரை அழைத்து வந்தனர்.

''ஒரு மைல் தள்ளியுள்ள விடுதிக்கு அழைச்சுக்கிட்டுப் போங்க. அடிபட்ட இடத்தை துடைக்க, ஒரு கைக்குட்டையோ, துணியோ கொடுத்தா இந்த இரத்த ஒழுக்கைத் தடுக்கலாம்.''

ஜார்ஜ் பாறை வழியே எட்டிப் பார்த்தான். லோக்கரின் பருத்த உருவத்தை தூக்க முயற்சி செய்ததைப் பார்த்தான். இரண்டு, மூன்று முறை தோல்வியுற்ற பின்பு, அவர் சுருண்டு தரையில் கனமாக விழுந்தார்.

''ஓ! அவர் செத்துடக்கூடாதுன்னு நான் நினைக்கிறேன்'' முழுக் குழுவோடு இதனைப் பார்த்துக் கொண்டிருந்த எலிசா கூறினாள்.

''ஏன் கூடாது? அது அவனுக்கு சரிதான்.'' பினியாஸ் கேட்டார்.

''ஏன்னா, இறப்புக்குப் பின்பு தீர்ப்பு வருது' எலிசா சொன்னாள்.

''ஆமாம்'' முழுச் சண்டையின்போதும் தனது மெதாடிஸ்ட் முறையில் முணுமுணுத்துக் கொண்டும், பிரார்த்தனை செய்து கொண்டும் இருந்த வயதான பெண்மணி கூறினாள். ''ஏழைப் பிறவியின் ஆன்மாவுக்கு அது பரிதாபமான நிலையா இருக்கும்.''

''அவரை விட்டுட்டு போறாங்கன்னு நா நினைக்கிறேன்.''

அது உண்மைதான் கொஞ்சம் முயற்சி மற்றும் ஆலோசனைக்குப் பிறகு, தங்களது குதிரையில் அனைவரும் பறந்தனர். அவர்கள் கண்களிலிருந்து மறைந்தபோது, பினியாஸ் யோசிக்கத் துவங்கினார்.

"நல்லது, நாம கீழே இறங்கி, கொஞ்ச தூரம் நடக்கணும். கொஞ்ச தூரம் முன்னே போய் உதவி கொண்டு வர மைக்கேலைக் கேட்டிருக்கேன். வண்டியோட திரும்பி வரும்படி சொல்லியிருந்தேன். சாலை வழியே கொஞ்ச தூரம் நடந்தா, அவனை சந்திக்க முடியும்னு நினைக்கறேன். அவன் சீக்கிரமா வர கடவுள் உதவட்டும். இது காலை நேரம், கொஞ்ச நேரம் நடந்து போறவங்க யாரும் இருக்க மாட்டாங்க. நாம் போக வேண்டிய இடத்திலிருந்து இரண்டு மைல்களுக்கு மேல இருக்க மாட்டோம். நேத்து இரவு நாம வந்த சாலை கரடு முரடா இல்லாம இருந்தா, அவங்களை தாண்டி ரொம்ப தூரம் போயிருப்போம்." பினியாஸ் கூறினார்.

குழு, வேலியை நெருங்கியபோது, கொஞ்ச தூரத்தில் சாலையில் குதிரை முதுகில் சில மனிதர்களோடு அவர்கள் வண்டி திரும்ப வந்தது.

"நல்லது. மைக்கேல், ஸ்டீபன், அமனய்யா எல்லாம் இருக்காங்க" பினியாஸ் மகிழ்ச்சியாய் விளித்தார்.

"அங்க பாதுகாப்பா போனது மாதிரி ஆயிடுச்சு."

"நல்லது, அப்ப நில்லுங்க. அந்த பாவப்பட்ட மனிதனுக்கு ஏதாவது செய்யுங்கள், அவர் பயங்கரமா முனகறார்." எலிசா சொன்னாள்.

"அது கிறித்துவ முறைக்கு மேலா இருக்கும். அவரை எடுத்துக் கிட்டு, அழைச்சிட்டுப் போவோம்." ஜார்ஜ் சொன்னார்.

"குழுக் குடியிருப்புல மருத்துவ சிகிச்சைக்கு சேர்த்திடுவோம். அப்படி செஞ்சா, நான் கவலைப்பட மாட்டேன். அவர நாம பார்ப்போம்" தனது வேட்டை மற்றும் காட்டுவாசி வாழ்க்கையில் அறுவை சிகிச்சையில் சிறிது பரிச்சயம் பெற்றிருந்த பினியாஸ், காயம் பட்ட மனிதர் முன் மண்டியிட்டார். அவரது நிலையை கவனமாக பரிசீலனை செய்தார்.

"அது நீயா மார்க்ஸ்?" பலவீனமாக லோக்கர் கேட்டார்.

"இல்லை, அது நண்பன் இல்லை. அவரோட தோல் பாதுகாப்பா இருந்தா போதும்னு போய்விட்டார். உங்க மேல உங்க மார்க்ஸ் அவ்வளவுதான் அக்கறை வச்சிருக்கார். அவர் எப்பவோ போயிட்டார்." பினியாஸ் சொன்னார்.

"நான் ஏமாந்துட்டேன்னு நினைக்கறேன். என்னைத் தனியா தவிக்க விட்டுட்டு, அந்த சபிக்கப்பட்ட உறுமல் நாய் ஓடிட்டுது. என்னோட வயசான அம்மா எப்பவும் அப்படித்தான் சொல்லியிருக்காங்க." லோக்கர் சொன்னார்.

"கடவுளுக்காக! இந்த பாவப்பட்ட பிறவி சொல்றதைக் கேளுங்க. அவருக்கு ஒரு அம்மா இருக்காங்க. இப்ப அவர் மேல பரிதாபப்படாம இருக்க முடியல" வயசான நீக்ரோ பெண்மணி கூறினாள்.

''மெதுவா! மெதுவா! சத்தம் போட்டு, நகராதீங்க நண்பரே! நான் இரத்தக் கசிவை நிறுத்தினாலொழிய உங்களுக்கு வாய்ப்பு இல்ல.'' பினியாஸ் சொன்னார். அவரது கையை அசைத்து அப்புறப்படுத்தினார். தனது கைக்குட்டையையும், குழுவிடம் இருந்த பொருட்களையும் கொண்டு சில அரைகுறை அறுவை சிகிச்சை ஏற்பாடுகளைச் செய்வதில் பினியாஸ் மும்முரமானார்.

''நீ என்னை கீழே தள்ளி விட்டே இல்லே'' லோக்கர் பலவீனமான குரலில் கேட்டார்.

''நல்லது, நான் அப்படிச் செய்யலேன்னா, நீங்க எங்களை தள்ளி விட்டிருப்பீங்க.'' தனது கட்டுகளைப் போட குனிந்த பினியாஸ் கூறினார். ''உங்களுக்கு நல்லது செய்ய விரும்பறோம். எங்களுக்கு எந்தத் தப்பெண்ணமும் இல்ல. நான் ஒரு வீட்டுக்கு அழைச்சுட்டுப் போறேன். உங்க அம்மா செய்யறது போல் முதல் தரமா சிகிச்சை செய்வாங்க.''

லோக்கர் முனகினார். கண்களை மூடினார். அவரோட வர்க்கத்துல உறுதியும், தீவிரமும் உடல் வலிமையைப் பொறுத்தது. ரத்த ஓட்டத்தைப் பொறுத்தே கசிவு இருக்கும். அந்த ஆஜானுபாவ மனிதர் தனது இயலாமையில் பரிதாபமாக இருந்தார்.

மற்றவர்கள் இப்போது வந்தனர். வண்டியிலிருந்து இருக்கைகள் எடுக்கப்பட்டன. ஒரு பக்கம் எருதுத் தோல் விரிக்கப்பட்டிருந்தது. நான்கு ஆட்கள் சிரமத்தோடு கனத்த லோக்கரை தூக்கினார்கள். வண்டியில் அவரைக் கிடத்தும்போது, அவர் முழுமையாக மயக்கமுற்றார். தனது அபரிமிதமான கருணையில் வயதான நீக்ரோ பெண்மணி அடியில் அமர்ந்து தனது மடியில் அவரது தலையை வைத்துக் கொண்டார். எலிசா, ஜார்ஜ் மற்றும் ஜிம் ஆகியோர் அவர்களால் முடிந்த அளவுக்கு மீதமிருந்த இடத்தில் ஒட்டிக் கொண்டனர். முழுக் குழுவும் முன்னேறியது.

''இவரைப் பத்தி என்ன நினைக்கறீங்க?'' பினியாஸுக்கு அருகில் முன் பக்கம் அமர்ந்திருந்த ஜார்ஜ் கேட்டார்.

''நல்லது. அது ஆழமான சதைக் காயம் மட்டும்தான். அந்த இடத்தை கீறியதும், சுத்தப்படுத்தியதும் பெரிய பலன் தரல. ரத்தம் ரொம்ப இழந்துட்டார். தைரியம் குறைஞ்சுப் போச்சு. இதுலருந்து தேறி வந்துடுவார். இதன் மூலம் ஒண்ணு, ரெண்டு பாடம் கத்துக்கிட்டு இருப்பார்.''

''நீங்க இப்படிச் சொல்வது குறித்து நான் மகிழ்ச்சி அடையறேன். நியாயமான நோக்கத்துக்குத்தான் என்றாலும், அவர் இறந்து போயிருந்தார்னா, அது எப்பவும் கனமான நினைப்பை கொடுத்திருக்கும்.'' ஜார்ஜ் சொன்னான்.

''ஆமாம், கொலை என்பது அசிங்கமான வேலை. மனிதனோ, மிருகமோ, சாக வேண்டியதுதான். என்னோட நாள்ல நான் பெரிய வேட்டைக்காரன். ஒரு ஆண் மானை சுட்டு வீழ்த்தியதைப் பார்த்தேன். இறந்துகிட்டு இருந்தது. ஒரு மனிதரை அந்த நிலையில பார்த்தா, கஷ்டமாயிடும். அந்த மானைக் கொன்றவரைப் பார்த்து சத்தம் போட்டோம். மனிதப் பிறவிங்களோ அதைவிட சிரமமானது. உங்க மனைவி சொன்ன மாதிரி, இறப்புக்குப் பின்புதான் தீர்ப்பு வருமே. இந்த விஷயங்கள்ல நம்ம மக்களோட கருத்து ரொம்பக் கடுமையா இருக்குன்னு நினைக்கல. நான் வளர்க்கப்பட்ட விதத்தைப் பார்க்கும் போது. நான் கணிசமா நம்பறேன்.''

''இந்த மனுஷரை என்ன பண்ணலாம்?'' ஜார்ஜ் கேட்டான்.

''ஓ, அவரை அமரைய்யா வீட்டுக்கு அழைச்சுட்டுப் போகலாம். அங்க வயசான பாட்டி ஸ்டீபன்ஸ் இருக்காங்க. அவங்கள டோர்காஸ்னு கூப்பிடுவாங்க. அவங்க ஆச்சரியமான தாதி. அவங்க சிகிச்சை கொடுப்பதை இயல்பா எடுத்துப்பாங்க. நல்லா ஆகறவரை விடமாட்டாங்க. இரு வாரங்கள்ல அவரை நல்லா ஆக்கிடுவாங்கன்னு நாம நம்பலாம்.''

ஒரு மணி நேர பயணத்திற்குப் பிறகு ஒரு தூய்மையான பண்ணை வீட்டுக்கு அந்தக் குழு வந்து சேர்ந்தது. சோர்ந்திருந்த பயணிகள் காலைச் சிற்றுண்டியை தாராளமாக உண்டனர். அவர் வழக்கமாக உறங்கும் படுக்கையைவிட சுத்தமான, இதமான படுக்கைக்கு டாம் லோக்கர் கவனமாக மாற்றப்பட்டார். அவரது காயம் கவனமாக மருந்திடப்பட்டு, கட்டு போடப்பட்டது. தனது கண்களை சோம்பலாக திறந்தும், மூடியும் அங்கிருந்த வெள்ளைத் திரைச்சீலையை அவர் பார்த்தவண்ணம் இருந்தார். ஒரு சோர்வுற்ற குழந்தை போல் அந்த அறையில் மெதுவாக வலம் வந்தவர்களை நோக்கினார். இந்த இடத்தில் இப்போதைக்கு, இந்தக் குழுவிடமிருந்து விடைபெறுவோம்.

18

ஒபேலியாவின் அனுபவங்களும், அபிப்பிராயங்களும்

நமது நண்பர் டாம் தனக்கே உரிய எளிமையான சிந்தனையில் எகிப்தில் உள்ள ஜோசப்பின் நிலையோடு தன்னை ஒப்பிட்டு, தான் கட்டப்பட்டுள்ள அடிமைத் தளையில் தான் அதிர்ஷ்டக்காரன் என்று

கருதுவார். உண்மையில் காலம் செல்லச் செல்ல, தனது எஜமானரின் பார்வையின் கீழ் மேலும் மேலும் தான் வளர்ந்ததை நினைத்த அவருக்கு, இந்த ஒப்பீட்டுக் கருத்தின் பலம் அதிகரித்தது.

செயிண்ட கிளேர் சோம்பல் மிக்கவர். பணம் தொடர்பாக கவன மின்றி இருப்பார். இதுவரை வாங்குவதும், விற்பதும் பெரும்பாலும் அடால்ஃபால் செய்யப்பட்டது. அவன் தனது எஜமானர் போல அக்கறை இன்றியும், ஆடம்பரமாகவும் இருந்தான். அவர்களுக் கிடையேயான பணியை சுறுசுறுப்பாய் பிரித்துக் கொண்டனர். தனது எஜமானரின் சொத்தை தனது சொத்தாகக் கருதி பல்லாண்டுகளாகப் பழக்கப்பட்ட டாம், நிறுவனத்தின் அநாவசியச் செலவுகளை மறைக்க முடியாத சங்கடத்துடன் பார்த்தார். தனது இனம் அடிக்கடி செய்வது போல, அமைதியாகவும், மறைமுகமாகவும் தனது சொந்த ஆலோசனைகளைக் கூறுவார்.

முதலில் அவரை செயிண்ட் கிளேர் அரிதாகவே பயன்படுத்தினார். அவரது மனத்தின் ஆழத்தையும், நல்ல வணிகத் திறமையையும் கண்டு, மேலும் மேலும் பொறுப்புகளை ஒப்படைத்தார். படிப்படியாக எல்லா விற்பனைப் பணிகளும், குடும்பத்திற்குத் தேவையானவற்றை வாங்கும் பணிகளும் அவரிடம் ஒப்படைக்கப்பட்டன.

''இல்லை இல்லை அடால்ஃப். டாமை தனியா விட்டுடு. உனக்கு என்ன வேணும் என்பது மட்டுமே உனக்குத் தெரியுது. டாமுக்கு செலவு பற்றி தெரியுது. நாம வேற யாரையாவது செய்யவிடலேன்னா, பணத்துக்கு முடிவு வந்திடும்.'' தனது கையிலிருந்து அதிகாரம் மாற்றப்பட்டபோது அடால்ஃப் வருத்தப்பட்டபோது ஒருநாள் அவர் சொன்னார்.

கட்டுப்பாடு இல்லாமல் தனது அக்கறையற்ற எஜமானரால் நம்பப்பட்ட டாமுக்கு நேர்மையற்று இருப்பதற்கு எல்லா வசதி வாய்ப்பும் இருந்தது. பணச்சுருளை கணக்குப் பார்க்காமல் கொடுப் பார். திரும்பத் தரும் சில்லறையை எண்ணிப் பார்க்காமல் பையில் போடுவார். இயல்பிலேயே அமைந்த உடைக்க முடியாத எளிமையும், கிறித்துவ நம்பிக்கையும் அவரை அதிலிருந்து விலக்கி வைத்தது. தன்மீது வைக்கப்பட்ட கட்டுப்பாடு இல்லாத நம்பிக்கை அவரது இயல்புக்கு வலுவூட்டியது.

அடால்ஃபை பொறுத்தவரை அவனது விஷயமே வித்தியாச மானது. சிந்தனையின்மை, சுய பாராட்டு, ஒழுங்குபடுத்துவதைவிட சலுகை காட்டுவதை விரும்பும் ஒரு எஜமானரின் தடுத்து நிறுத்தாத தன்மை ஆகியவை அவனை தனக்கும், தனது எஜமானருக்கும் தொடர்புடைய விஷயங்களில் முழுமையான குழப்பத்துடன் செயல் பட வைத்தது. செயிண்ட் கிளேரைக்கூட சிரமத்திற்கு உள்ளாக்கியது. தனது வேலையாட்களுக்குப் பயிற்சி அளிப்பது நியாயமற்றது என்றும்,

அபாயமானது என்றும் அவரது நல்லறிவு சொல்லியது. அவரிடம் ஒரு தீவிரமான, மன வருத்தம் இருந்து கொண்டிருந்தது. ஆனால், அவரது போக்கை மாற்றிக் கொள்ளும் அளவிற்கு வலுவாக அது இருக்கவில்லை. இந்த மனவருத்தமே மேலும் சலுகைக் காட்ட வழிவகுத்தது தன்னோட பங்கை ஒழுங்கா செய்திருந்தா ஒருவரது வேலையாட்கள் தவறு செய்யமாட்டார்கள் என்று அவரே அடிக்கடி சொன்னதால், மிகவும் தீவிரமான குற்றங்களைக் கூட சுலபமாக மன்னித்து விட வேண்டி வந்தது.

விசுவாசம், மதிப்பு, தந்தையின் பரிவு ஆகியவற்றின் வித்தியாச மான கலவையோடு தனது ஜாலியான, தோரணையான அழகிய எஜமானரை டாம் பார்த்தார். அவர் எப்போதும் பைபிள் படிப்பதில்லை. எப்போதும் தேவாலயத்திற்குப் போவதில்லை. சிரிக்கப் பேசினார். தனது வேடிக்கை பேச்சின் வழியில் வந்த அனைத்தையும் சுதந்திரமாக மாற்றியது. தனது ஞாயிற்றுக்கிழமை மாலைகளை பாடல் அரங்கிலோ, நாடக அரங்கிலோ கழித்தார். அளவுக்கு அதிகமாக மதுவருந்தும் விருந்துகளுக்கும், சூதாட்ட அரங்குகளுக்கும், இரவு உணவுக்கும் போவது அனைவருக்கும் தெளிவாகத் தெரிந்தது போல் டாமுக்கும் தெரிந்தது. அதன் அடிப்படையில், தனது 'எஜமானர் ஒரு கிறித்துவர் அல்ல' என்ற கருத்தை உருவாக்கிக் கொண்டிருந்தார். ஆனால், இந்தக் கருத்தை வேறு யாரிடமும் தெரிவிக்கத் தயங்கினார். அந்தக் கருத்தின் அடிப்படையில் பல பிரார்த்தனைகளை தனது எளிய முறையில் தனது எளிய, சிறிய குடியிருப்பில் செய்து வந்தார். தனது இனத்திற்கே உரிய தனியான வழியில், தனது மனதில் இருப்பதை அவ்வப்போது டாம் வெளிப்படுத்த மாட்டார் என்பதில்லை. ஒரு நாள் இரவு தேர்ந்தெடுக்கப்பட்ட மது வகைகள் பரிமாறப்பட்ட விருந்தில் கலந்து கொண்டு, தனது சுயநினைவு இழந்து ஒரு மணிக்கும் இரண்டு மணிக்கும் இடையில் மற்றவர்களின் உதவியோடு வீட்டுக்கு செயிண்ட் கிளேர் வந்தார். இரவில் அவர் அமைதியாக உறங்க உதவுவதற்கு டாமும், அடால்ஃபும் பணிக்கப்பட்டனர். அடால்ப் இதை சிறந்த வேடிக்கையாகக் கருதி சிரித்துக் கொண்டு உற்சாகமாக இருந்தான். தனது இளம் எஜமானருக்காகப் பிரார்த்தனை செய்து கொண்டு இரவு முழுவதும் விழித்திருக்கும் எளிமை டாமுக்கு இருந்தது.

''நல்லது டாம், எதுக்காக நீ காத்திருக்கே?'' மறுநாள் தனது இரவு உடையுடனும், செருப்புகளுடனும் நூலகத்தில் அமர்ந்திருந்த போது செயிண்ட் கிளேர் கேட்டார். சில தொகைகளையும், பல தரகுத்தொகைகளையும் டாமிடம் அவர் அப்போதுதான் கொடுத்திருந்தார். ''எல்லாம் அங்கே சரியாயிருக்கா டாம்?'' டாம் இன்னும் அங்கேயே நின்று கொண்டிருந்ததை கண்ட அவர் கேட்டார்.

‘‘எதுவும் இல்லை எஜமான்’’ சோகமான முகத்தோடு டாம் கூறினார்.

செயிண்ட் கிளேர் தனது செய்தித்தாளையும் காபி கோப்பை யையும் கீழே வைத்தார். டாமைக் கூர்ந்து பார்த்தார்.

‘‘ஏன் டாம்? என்ன விஷயம். ஒரு சவப்பெட்டி முன் நிக்கற மாதிரி அமைதியா நிக்கறே!’’

‘‘எனக்கு ரொம்ப கஷ்டமா இருக்கு. எல்லாரிடமும் எஜமான் நல்லா இருப்பார்னு எப்பவும் நான் நினைச்சேன்.’’

‘‘நல்லது டாம். நான் அப்படி இல்லையா? இப்ப உனக்கு என்ன வேணும்? உனக்கு கிடைக்காதது ஏதோ இருக்குன்னு நினைக்கிறேன். அதுக்காகத்தானே இந்த முன்னுரை!’’

‘‘எஜமானர் என்கிட்ட எப்பவும் நல்லா இருக்கீங்க. அந்த விதத்துல புகார் செய்யறதுக்கு எனக்கு எதுவுமில்ல. எஜமானர் நல்லா இல்லாத ஒண்ணு இருக்கு.’’

‘‘ஏன், டாம், உனக்குள்ள என்ன புகுந்திருக்கு? வெளிப்படையா பேசு. என்ன சொல்ல விரும்பறே?’’

‘‘நேத்து இரவு ஒரு மணிக்கும், இரண்டு மணிக்கும் நடுவில் நா அப்படி நினைச்சேன். அப்ப எஜமானரை உற்றுக் கவனிச்சேன். தன்கிட்டேயே எஜமானர் நல்லபடியா நடந்துக்கலன்னு நினைச்சேன்.’’

எஜமானருக்கு தனது முதுகைக் காட்டிக் கொண்டு டாம் இதைக் கூறினார். கதவு நாதாங்கியில் அவரது கரம் இருந்தது. தனது முகம் சிவப்பதை செயிண்ட் கிளேர் உணர்ந்தார். ஆனால், அவர் சிரித்தார்.

‘ஓ. அவ்வளவுதானா? அதானே’’ அவர் மகிழ்வாய்க் கூறினார்.

திடீரென்று வட்டமடித்து திரும்பி, அவரது காலில் விழுந்து, ‘‘எனதருமை இளம் எஜமானரே! உடல் மற்றும் ஆன்மா அனைத்துக் கும் அது மோசம் என்று நான் நினைக்கிறேன். நல்ல புத்தகம் சொல்கிறது. “அது பாம்பு மாதிரி கடிக்குது, தேள் மாதிரி கொட்டுது’’ எனதருமை இளம் எஜமானரே!’’

டாமின் குரல் கரகரத்தது. நெஞ்சு அடைத்தது. அவரது கன்னத்தில் கண்ணீர் வழிந்தது.

‘‘நீ ஏழை முட்டாள், எழுந்திரு டாம். நீ அழுவதற்கு நான் தகுதி படைத்தவன் இல்ல.’’ கண்ணில் கண்ணீர் கசிய செயிண்ட் கிளேர் சொன்னார்.

ஆனால் டாம் எழுந்திருக்கவில்லை. மன்றாடுவதாகத் தோன்றினார்.

‘‘நல்லது. அந்த சபிக்கப்பட்ட முட்டாள்தனத்துக்கு நான் இனி போக மாட்டேன். டாம் எனது கெளரவத்தின் மீது ஆணையாக நான்

போக மாட்டேன். நீண்ட நாட்களுக்கு முன்பிருந்தே நான் அதை வெறுக்கறேன். அதுக்காக என்னை வெறுக்கறேன். டாம், உன்னோட கண்ணீரைத் துடை. உன்னோட பணிகளைச் செய்ய போ, வா.. வா... ஆசிர்வாதம் கிடையாது. இப்ப நல்ல விதமா இல்லை. என்னோட கௌரவத்தை உனக்கு அடகு வைக்கிறேன். என்னை நீ அப்படி மீண்டும் பார்க்காதே'' டாமை கதவை நோக்கி இதமாகத் தள்ளி அவர் சொன்னார். டாம் வெளியேறினார். திருப்தியோடு தனது கண்களை துடைத்துக் கொண்டார்.

'அவன்கிட்டக்கூட என்னோட நம்பிக்கையை காப்பாத்துவேன்.'' கதவை மூடியவாறு செயிண்ட்கிளேர் கூறினார்.

எந்த வடிவத்திலும் புலனை அடக்குவது அவரது இயல்புக்கு மாறானது என்றாலும் செயிண்ட் கிளேர் அவ்வாறே செய்தார்.

ஒரு தெற்கு இல்லத்தின் சிரமமான பணிகளை சிரமேற்கொண்ட செல்வி. ஒபேலியாவின் பல மடங்கு துன்பங்களை யார் விவரிப்பாங்க?

தெற்கு நிறுவனங்களின் வேலையாட்களின் குணத்திலும், திறமையிலும் அவர்களை வளர்த்த எஜமானிகளின் வளர்ப்புக்கு ஏற்ப பல வேறுபாடுகள் இருந்தன.

தெற்கிலும், வடக்கிலும் ஆணையிடுவதில் திறனும், கற்பிப்பதில் சாதுர்யமும் பெற்ற பெண்கள் இருக்கின்றனர். எந்தத் தீவிரமான நடவடிக்கையும் இல்லாமல் அவர்களுடைய விருப்பத்தை செயல் படுத்த அவர்களால் முடியும். தனது சிறு பண்ணையின் பல்வேறு உறுப்பினர்களை இசைவான, முறையான ஒழுங்குக்கு அவர்களால் கொண்டுவர முடியும். அவர்களின் தனித்தன்மையை ஒழுங்குபடுத்த முடியும். ஒருவரின் குறைபாட்டை மற்றவரின் உபரி இருப்பின் மூலம் சமன்படுத்தி ஈடுகட்டி, இசைவான, ஒழுங்கான முறையை அவர்களால் உருவாக்க முடியும்.

நாம் முன்பே விவரித்திருந்த திருமதி. ஷெல்பி அவர்களில் ஒருவர். அவரை சந்தித்த நினைவு வாசகர்களுக்கு இருக்கும். அவர்கள் தெற்கில் பொதுவாக இருக்கவில்லை என்றால், உலகிலும் அவர்கள் கணிசமாக இருக்கவில்லை என்பதுதான் காரணம். எல்லா இடங்களிலும் காணப்படுவது போலவே அவர்கள் அடிக்கடி காணப்படுவர். சமூகத்தின் பிரத்யேகமான நிலையில் அவர்கள் காணப்பட்டால், தங்களது குடும்பத் திறனை வெளிப்படுத்த அவர்களுக்குப் பிரகாசமான வாய்ப்புக் கிடைத்தது என்று அர்த்தம்.

அது போன்ற வீடு பராமரிப்பவராக மேரி செயிண்ட் கிளேர் இருக்கவில்லை. அவருக்கு முன்னர் அவரது தாயாரும் அப்படி இருக்க வில்லை. சோம்பல்தனம், குழந்தைத்தனம், ஒழுங்குமுறையின்மை, நடக்கவிருப்பதை உணராமை ஆகிய குணங்களைக் கொண்ட

வர்களால் வளர்க்கப்பட்ட வேலைக்காரர்களிடம் இந்த குணங்களை எதிர்பார்க்க முடியாது. அவர் சரியான காரணத்தைக் கூறாவிடினும், குடும்பத்தில் நிலவும் குழப்ப நிலைகளை ஒபேலியா விடம் செயிண்ட் கிளேர் சரியாக விளக்கியிருந்தார்.

அதிகாரமேற்ற முதல் நாள் காலையில், ஒபேலியா 4 மணிக்கு எழுந்தார். இங்கு வந்ததிலிருந்து தனது வசிப்பறைக்குத் தேவையான மாற்றங்களை செய்தது போலவே, அறைக் காப்பாளரின் ஆச்சரியத் திற்கு வித்திடும் விதத்தில், தான் சாவி வைத்திருந்த அலமாரிகளையும், கழிப்பறைகளையும் அதிரடியாய் மாற்றத் தயாரானார்.

பொருட்கள் அறை, லினன் சீலைகள், சைனா கழிப்பறை, சமைய லறை, கீழறை ஆகிய அனைத்தும் அன்று ஆழமான ஆய்வுக்கு உட்படுத்தப்பட்டன. சமையலறை மற்றும் மற்ற இருட்டான சில விஷயங்கள் வெளிச்சத்துக்கு கொண்டு வரப்பட்டன. குடும்ப அவையில், ‘‘இந்த வடக்கத்திய பெண்மணி’’ பற்றி ஆச்சரியத்தோடும், முணுமுணுப்போடும் பேசப்பட்டன.

தலைமை சமையல்காரியான வயதான டைனா, சமையலறையின் முழு அதிகாரத்தையும் வைத்துக்கொண்டு சட்டத்திட்டங்களை வகுத்துக் கொண்டிருந்தாள். தனது விருப்ப உரிமையில் குறுக்கீடு என்று கருதி கோபம் கொண்டாள். தனது அரசாட்சியில் தலையீடு என்று எந்த நிலப்பிரபுத்துவ காலத்துப் பிரபுவும் இவ்வளவு முழுமையாக வருத்தப்பட்டிருக்க முடியாது.

தனது குணவழியில் டைனா வித்தியாசமானவள். அவளைப் பற்றிய கருத்துகளைக் கூறாவிடில் நமது வாசகர்களுக்கு அநியாயம் செய்ததாய் இருக்கும். அவள் உள்நாட்டுக்காரி. சோலே அத்தைபோல முக்கியமான சமையற்காரி. ஆப்பிரிக்க இனத்தினரிடம் அந்த நாட்டிற்கே உரிய சமையல் திறன் அமைந்திருக்கும். ஆனால் சோலே ஒழுங்கான வீட்டு வழிமுறையில் பயிற்றுவிக்கப்பட்டவள். ஆனால், டைனா தானே கற்றுக் கொண்ட திறமைசாலி. பொதுவாக திறமைசாலிகள் சுய கருத்துக் கொண்டவர்களாகவும், இறுதிப் புள்ளிவரை நிலையற்று இருப்பவர்களாகவும் இருப்பார்கள்.

நவீன தத்துவவாதிகளின் சில வகையினரைப் போல் எல்லா வடிவிலும் வரும் நியாயங்களையும், தர்க்க வாதங்களையும் டைனா அவமதிப்பாள். நிச்சயமான உள்ளுணர்விடம் எப்போதும் அவள் தஞ்சமடைவாள். எந்த விதத்திலும் அவளது கருத்தை உடைக்க முடியாது. அவளது வழியைவிட வேறு வழி சிறந்தது என்று எந்தவித திறனாலோ, அதிகாரத்தாலோ, விளக்கத்தாலோ அவளை நம்ப வைக்க முடியாது. ஒரு மிகச் சிறிய விஷயத்தில்கூட அவளது போக்கை மாற்ற முடியாது. மேரியின் தாயான அவளது முன்னாள் எஜமானியால் இது

ஏற்கப்பட்டிருந்தது. அவரது திருமணத்திற்கு முன்புகூட 'செல்வி மேரி' என்று டைனாவால் அழைக்கப்பட்ட மேரி செயிண்ட் கிளேர் அவளோடு வாதாடுவதைவிட பணிந்து போவது நல்லது என்று கருதினார். எனவே டைனா முழுமையாக ஆட்சி செய்தாள்.

சாக்கு சொல்லும் கலையையும், புதிரையும் அதன் அனைத்து வடிவங்களையும் கற்றிருந்தவளாக டைனா இருந்தாள். அவளைப் பொறுத்தவரை சமையற்காரி எந்தத் தவறும் செய்ய மாட்டாள் என்பது நிரூபிக்கப்பட்ட உண்மை. தனது கறைபடியா தன்மையை நிலைநிறுத்திக் கொள்ள, தெற்கத்திய சமையலறை சமையற்காரிக்கு தனது தலையைச் சாய்த்துக் கொள்ள பல தலைகளும், தோள்களும் கிடைக்கும். விருந்தில் எந்தப் பகுதியாவது சரியாக வராவிடில், அதற்கு மறுக்க முடியாத ஐம்பது காரணங்கள் இருக்கும். மறுக்க முடியாதபடி வேறு ஐம்பது பேரின் குற்றமாக அது இருக்கும். விடாப்பிடியான வேகத்தோடு அவர்களை டைனா திட்டித் தீர்த்து விடுவாள்.

ஆனால் டைனா தயாரித்த விருந்து இறுதியில் ஒரு தோல்வியாக இருப்பது மிகவும் அரிது. அவளது நடைமுறைகள் சுற்றி வளைப்பதாக இருக்கலாம். நேரத்தையும், இடத்தையும் கணக்கிட்டுச் செயல்படா விதத்தில் இருக்கலாம். ஒரு புயலால் தாக்கப்பட்ட விதத்தில், சமையலறை அமைக்கப்பட்டிருந்ததாய்த் தோன்றலாம், ஒவ்வொரு சமையல் பாத்திரத்துக்கும் ஒரு வருடத்தில் இருக்கும் நாட்களின் அளவிற்கு இடம் தேவைப்படுவதாய் இருக்கலாம். ஆனால் தனது நல்ல நேரத்துக்காக காத்திருக்கும் பொறுமை ஒருவருக்கு இருந்தால், முழுமையான முறையில் அவள் விருந்து அமைந்திருப்பதைக் காணலாம். ஒரு நல்லுணவுப் பிரியர் தவறு கண்டு பிடிக்காத வகையில் அவளது தயாரிப்புகள் இருக்கும்.

இது விருந்து தயாரிப்பின் துவக்க நேரம். ஓய்வு தரும் இடைவெளி களை அதிகம் விரும்பும் டைனா, தனது ஏற்பாடுகளில் கவனமாகவும், எளிதாகவும் இருந்தாள். சமையலறைத் தரையில் அமர்ந்திருந்தாள். அவளை அடிமையாக்கியிருந்த புகைக்கும் பணியில் இருந்தாள். தனது ஏற்பாட்டிற்கு உயிர்ப்பு தேவைப்படுவதாய் அவள் நினைக்கும்போது, இதை அவள் செய்வாள். குடும்பச் சிந்தனைகளை வரவழைப்பதற்கான வழியாக இதை டைனா கருதினாள்.

தெற்கத்திய வீடுகளில் நிறைந்திருக்கும் உதவியாட்கள் அவளைச் சுற்றி இருந்தனர். பட்டாணியை உரித்தனர். கோழியின் சிறு சிறகுகளை அப்புறப்படுத்தினர். மற்ற முன் தயாரிப்புகளை செய்து வந்தனர். அவளுக்கு அருகில் இருந்த களி கிளறும் கழியால் இளம் பணியாளர்களை முதுகில் டைனா தட்டுவாள். அவ்வப்போது காதைத் திருகுவாள். இரும்புத் தடி கொண்டு இளம் உறுப்பினர்களை டைனா

அதிகாரம் செய்து வந்தாள். அவள் குறிப்பிடுவது போல், ''தனது நடை களை பாதுகாக்கவே' அவர்கள் பிறந்திருப்பதாக அவள் கருதினாள். அவள் வளர்ந்த வாழ்முறையின் பின்னணி இது. இதில் அவள் முழு வீச்சில் தேர்ச்சி பெற்றிருந்தாள்.

நிறுவனத்தின் மற்ற பகுதிகளில் தனது சீர்திருத்தப் பயணத்தை முடித்து விட்டு ஒபேலியா தற்போது சமையலறையில் நுழைந்தாள். பலரிடமிருந்து அங்கு என்ன நடக்கிறது என்ற தகவலை டைனா சேகரித்து வைத்திருந்தாள். மரபு வழியில் தன்னைத் தற்காத்துக் கொள்வது என்று தீர்மானித்திருந்தாள். எந்த உண்மையான கவனிக்கத்தக்க போட்டியும் இல்லாமல், எந்தப் புதிய நடவடிக்கை களையும் எதிர்த்து ஒதுக்குவது என்று மனதளவில் உறுதியாய் இருந்தாள்.

செங்கல் தரையைக் கொண்டிருந்த சமையலறை விசாலமாக இருந்தது. ஒரு பக்கம் முழுவதும் பழங்கால அடுப்பு பரவியிருந்தது. நவீன சமையல் அடுப்பின் வசதியை விளக்கி, அதனை மாற்ற டைனாவை சம்மதிக்க வைக்க முயன்று செயிண்ட் கிளேர் தோல்வியுற்றிருந்தார். அவள் சம்மதிக்கவில்லை. வழிவழியா வந்த வசதிக்குறைவு களுக்கு வளைக்க முடியாத அளவுக்கு பழகிவிட்டிருந்த டைனாவைப் போல் ஒருவரை காண முடியாது.

வடக்கிலிருந்து முதலில் திரும்பியபோது தனது சித்தப்பா வீட்டில் இருந்த சமையலறை ஏற்பாடுகளிலும், முறைகளிலும் மனங்கவரப் பட்டிருந்த செயிண்ட் கிளேர், பல அலமாரிகளையும், மேஜைகளையும், பல கருவிகளையும் வாங்கி வழங்கியிருந்தார். ஒரு முறையான நடை முறையை உருவாக்கும் என்றும், அது டைனாவுக்கு உதவியாய் இருக்கும் என்றும் அவர் நம்பினார். ஒரு அணிலுக்கோ, பறவைக்கோ அவற்றைக் கொடுத்திருக்கலாம். எவ்வளவுக்கு எவ்வளவு மேஜைகளும், அலமாரிகளும் இருக்கோ, அவ்வளவுக்கு அவ்வளவு அவளது பழைய கந்தைகளையும், சீப்புகளையும், பழைய செருப்புகளையும், ரிப்பன் களையும் தேவையற்ற செயற்கை மலர்களையும் மற்ற அழுக்கான பொருட்களையும் வைக்க இடம் கிடைத்தது.

ஒபேலியா சமையலறையில் நுழைந்தபோது, டைனா எழுந்திருக்க வில்லை. ஆழ்ந்த அமைதியோடு புகைத்துக் கொண்டிருந்தாள். தனது ஓரக் கண்ணால் ஒபேலியாவின் நடவடிக்கைகளை கவனித்து வந்தாள். தன்னைச் சுற்றி நடக்கும் பணிகளை கவனிப்பதில் ஆர்வமாக இருந்ததாய்க் காட்டிக் கொண்டாள்.

ஒரு மேஜை இழுப்பறையை இழுத்துத் திறக்க ஒபேலியா முனைந்தாள்.

---

* நமது சென்னை நகர்தான் – மொ.ர்.

''இந்த இழுப்பறை எதுக்கு, டைனா?'' அவள் கேட்டாள்.

''எல்லாத்தையும் வைக்கறதுக்கு அது வசதியா இருக்கு எஜமானி'' டைனா பதிலளித்தாள். அது அப்படித்தான் தோன்றியது.

''இது என்ன, டைனா? உனது எஜமானியின் மிகச் சிறந்த மேஜை விரிப்பில் இறைச்சியை சுத்தி எடுத்து வருவியா?''

''ஓ, கடவுளே! எல்லா துண்டுகளும் தொலைந்து போயிருந்தது. அதனால செஞ்சேன் எஜமானி. அதை தோய்க்கணும்கறதுக்காக அங்க சுருட்டி வச்சிருந்தேன்.''

''முன் முயற்சி இல்லை'' மேலும் அந்த இழுப்பறையை ஆராய முயன்ற அவள் கூறினாள். சாதிக்காய் சீவும் கருவியையும், ஓரிரு சாதிக்காய்களையும் கண்டாள். ஒரு மெதாடிஸ்ட் தோத்திர புத்தகம் இருந்தது. சில அழுக்குப் படிந்த மெட்ராஸ் * கைக்குட்டைகள் இருந்தன. சில நூல்கண்டுகளும் பின்னல் வேலைப் பொருட்களும் இருந்தன. ஒரு புகையிலைக் காகிதமும், புகைக்கும் குழாயும் இருந்தன. சில பட்டாசுகள் இருந்தன. தலை முடிகளுடன் சில சைனா அடித்தட்டுகள் இருந்தன. ஓரிரு பழைய மெலிதான மூடு காலணிகள் இருந்தன. வெள்ளை வெங்காயத் தோல்கள் குத்தப்பட்ட கம்பளங்கள் இருந்தன. சில மேஜை கைக்குட்டைகளும், முரடான துடைக்கும் துண்டுகளும், தைக்கும் ஊசியும், நூல்களும், பழைய கிழிந்த காகிதங்களும் இருந்தன. அவற்றிலிருந்து இனிப்பான மூலிகைத் தூள்கள் எட்டிப் பார்த்தன.''

''சாதிக்காய்களை எங்க வைப்ப, டைனா?'' பொறுமைக்காக பிரார்த்தனை செய்பவரின் தொனியில் ஒபேலியா கேட்டாள்.

''எங்க வேணும்னாலும், எஜமானி, உடைஞ்ச தேநீர் கோப்பையில் கொஞ்சம் இருக்கும், அந்த அலமாரியில் கொஞ்சம் இருக்கும்.''

''இந்த வாணலியில் கொஞ்சம் இருக்கு'' அதை எடுத்துக் காட்டியவாறு ஒபேலியா கூறினாள்.

''ஆமாம். இன்னிக்கு காலையில அங்க வச்சேன். சாமான்களை கையில கிடைக்கிற மாதிரி வச்சுக்க விரும்புவேன். ஜேக்! எதுக்கு நிக்கற?'' குற்றவாளியை நோக்கி கழியை சுழற்றியவாறு டைனா கூறினாள்.

''இது என்ன?'' பேன் மருந்து இருந்த அடித்தட்டை கையிலெடுத்தவாறு ஒபேலியா கேட்டாள்.

''அது என்னோட தலைக்கு எண்ணெய்ப் பசை. கைக்கு எட்டற மாதிரி இருக்கட்டும்னு வச்சேன்.''

''அதுக்கு உனது எஜமானியின் அற்புதமான தேநீர்க் கோப்பையின் அடித்தட்டையா பயன்படுத்துவே?''

''அவசரமா வேலையில இருந்ததால அப்படி வச்சுட்டேன். அதை இன்னிக்கு வேற இடத்துக்கு மாத்தப் போறேன்.''

''இங்கே இரண்டு மேஜை கைக்குட்டைகள் இருக்கு.''

''என்னிக்காவது அவற்றை தோய்க்கலாம்னு மேஜை கைக்குட்டைகளை அங்க வச்சேன்.''

''தோய்க்க வேண்டிய துணிகளை வைக்க தனியா இங்க இடம் கிடையாதா?''

''நல்லது. அதுக்குன்னு ஒரு பெட்டி செயிண்ட் கிளேர் வாங்கிக் கொடுத்திருக்கார். அதில பிஸ்கெட் மாவு பிசைவேன். சில நாட்கள் என்னோட பொருட்களை வச்சுப்பேன். அதன் மூடியை தூக்குவது வசதியா இருக்காது.''

''மாவு பிசையற மேஜையில் பிஸ்கெட் மாவை பிசையக் கூடாதா?''

''எஜமானி. அதில் ஏதாவது உணவுப் பொருட்கள் இருந்துகிட்டே இருக்கும். இப்ப எல்லாம் இடமே இருப்பதில்லை.''

'' பாத்திரங்கள சுத்தம் செஞ்சு, அந்த இடத்தை நல்லா வச்சுக்கணும்.''

''பாத்திரங்களை சுத்தம் செய்வதா? பெண்களுக்கு வேலையைப் பத்தி என்ன தெரியும்? எப்பவும் பாத்திரங்களையும், பொருட்களையும் சுத்தம் செய்வதிலேயே இருந்தேன்னா, எஜமானருக்கு உணவு எப்ப தயாரிக்கிறதாம்? செல்வி மேரி எப்பவும் இப்படி சொன்னதில்லே.'' அவளது வழக்கமான மரியாதையான வழியிலிருந்து விலகி கோபப்படும் உரத்த குரலில் டைனா கூறினாள்.

''இங்கே, இந்த வெங்காயங்கள் இருக்கின்றன.''

''ஆமாம் அங்கதான் அதை வைப்பேன். எனக்கு நினைவு இருப்பதில்லே. இதைத்தான் இன்னிக்குப் பூராவும் தேடிக்கிட்டு இருந்தேன். அந்த கம்பளத்துல வச்சிருந்தேன்னு மறந்துட்டேன்.'' டைனா கூறினாள்.

சுவையான மூலிகைத் துகள்களை எடுத்துக் காட்டினாள் ஒபேலியா.

''அதை எல்லாம் எஜமானி தொடக்கூடாதுன்னு விரும்பறேன். பொருட்களை எங்க வச்சா எனக்கு வசதியா இருக்குமோ அங்க வச்சுக்கவே விரும்பறேன்.'' தீர்மானமாக டைனா கூறினாள்.

''இழுப்பறை முழுவதும் அதுங்க இறைஞ்ச மாதிரி வச்சிருக்கே.''

''ஆமாம், எஜமானி இப்படி எல்லாத்தையும் தலைகீழா புரட்டிப் பார்த்தா அப்படித்தான் இருக்கும். இப்படி பல பொருட்களை கீழே இரைச்சிட்டீங்க.'' அந்த இழுப்பறைக்கு அருகில் சங்கடத்தோடு வந்த

டைனா கூறினாள் ''எஜமானி நான் சுத்தம் பண்ற வரை மேல போய் இருந்தீங்கன்னா, நா எல்லாத்தையும் சரி செஞ்சுடுவேன். பெண்கள் சுத்தி நின்னா, என்னால எதுவும் செய்ய முடியாது. தொந்தரவு. சாம்! குழந்தைக்கு சக்கரைக் கஞ்சி கொடுக்கலையா? நீ ஒழுங்கா நடந்துக்கலைன்னா, உன்னை நொறுக்கிடுவேன்.''

'' சமையலறையை சுத்தம் பண்ணி, எல்லாத்தையும் ஒழுங்கா வைக்கப் போறேன். அதை அப்படியே பராமரிச்சுட்டு வரணும்னு எதிர்பார்க்கறேன்.''

''கடவுளே! எஜமானி! பெண்கள் அது மாதிரி செஞ்சு பார்த்ததில்ல. என்னோட பழைய எஜமானியோ, செல்வி மேரியோ எப்பவும் அப்படி செஞ்சதில்ல. அதுக்கான அவசியம் இருக்கறதாவும் தோணலை.'' டைனா கோபமாகக் கூறினாள். ஒபேலியா பாத்திரங் களை ஒன்று சேர்த்து, தரம் பிரித்தாள். பல கிண்ணங்களில் இரைந்து கிடந்த சர்க்கரையை ஒரே பாத்திரத்தில் கொட்டினாள். கைக்குட்டை களையும், மேஜைத் துணிகளையும், துண்டுகளையும் வகைப்படுத்தி துடைப்பதற்காக அடுக்கினாள். அவளது கையாலேயே துவைத்து, துடைத்து, அடுக்கி வைத்தாள். டைனாவை ஆச்சரியப்படுத்திய வேகத்தோடும், துடிப்போடும் அனைத்தையும் செய்தாள்.

''கடவுளே! இப்படித்தான் வடக்கு பெண்கள் செய்வாங்கன்னா, அவங்க பெண்களே இல்லை. நேரம் கிடைக்கறபோது, இதை எல்லாம் சரி செய்வேன். ஆனால் பெண்கள் சுத்தி நின்று தொந்தரவு தரக்கூடாது. நான் புழங்கறதுக்கு தகுந்த மாதிரி பொருட்கள் வசதியான இடத்தில் இருக்கணும்.'' பாதுகாப்பான தூரத்தில் நின்று துணையாளிடம் கூறினாள்.

டைனாவை முற்றிலுமாக குறை கூற முடியாது. ''சுத்தம் செய்யும் நேரம்'' என்று அவள் அழைக்கும் நேரத்தில் சீர்திருத்தம் செய்யவும், மறு ஏற்பாடுகள் செய்யவும் ஒரு ஒழுங்குமுறை இன்றி நேரம் ஒதுக்குவாள். ஆர்வத்தோடு ஒவ்வொரு அலமாரியையும், மேஜையை யும் மேலும் கீழுமாகப் புரட்டிப் போடுவாள். தரையிலும், மேஜை யிலும் இரைத்துப் போடுவாள். முன்பு நிலவியிருந்த குழப்பத்தை மேலும் ஏழு மடங்கு சிக்கலாக மாற்றுவாள். பிறகு தனது பைப்பை பற்ற வைப்பாள். தனது ஏற்பாடுகளை நிதானமாகப் பார்வையிடுவாள். ஒவ்வொரு பொருளையும் பார்த்து உரையாடுவாள். தகரப் பொருட்களில் எதையாவது தீவிரமாக தேடுமாறு சிறுவர்களுக்கு கட்டளையிடுவாள். பல மணி நேரம் சக்தியோடு குழப்பத்தை நீள விடுவாள். விசாரிப்பவர்களிடம் ''சுத்தம் செய்வ'தாக நம்ப வைப்பாள். ''நான் வச்சபடி தொடர்ந்து வச்சிருக்க இந்த பசங்க விடுவதில்ல'' என்பாள். தான் எல்லாவற்றையும் ஒழுங்கா வைப்பதாகவும், சிறுவர்கள்தான் அதைக் கெடுத்து விடுவதாகவும் ஒரு எண்ணம்

அவளுக்கு இருந்தது. எல்லா தகரங்களும் தேடி சுத்தப்படுத்தப் பட்டதும், மேஜைகள் வெள்ளை அழுக்கு சுரண்டப்பட்டதும், எல்லா பொருட்களும் பொந்திலோ, மூலையிலோ செருகப்பட்டதும் அழகான துணிகளையும், சுத்தமான மேலங்கியையும், உயர்ந்த பிரகாசமான மெட்ராஸ் தலைப் பாகையையும் அவள் அணிந்து கொள்வாள். தான் பொருட்களை சுத்தமாக அடுக்கப் போவதாகக் கூறி, சிறுவர்களை விரட்டியடிப்பாள். இந்தப் பணிகள் நடக்கும் நேரம் முழு வீட்டிற்கும் வசதிக்குறைவான காலம். ''சுத்தப்படுத்தும்'' ஒழுங்கு முடியும் வரையாவது, இந்த சுத்தப்படுத்தப் பட்ட பொருட்களை யாரும் தொடக்கூடாது என்று உத்தரவிடுவாள்.

ஒரு ஒழுங்குமுறையோடு வீட்டின் ஒவ்வொரு பிரிவையும் ஒபேலியா சில நாட்களில் முழுமையாக சீர்திருத்தம் செய்தாள். ஆனால், அவளது முயற்சிகள் எல்லா பிரிவுகளின் வேலையாட்களின் ஒத்துழைப்பை சார்ந்திருந்ததால், அவை சிசிபஸ் பாறையை தூக்கி வைப்பதில் தோல்வியடைந்தது போலும், டனைடெஸ் சகோதரிகள் ஓட்டைப் பாத்திரத்தை நிரப்புவதில் தோல்வியடைந்தது போலும் இருந்தன. செயிண்ட் கிளேரிடம் ஒரு நாள் வேதனையோடு வேண்டுகோள் விடுத்தாள்.

''இந்தக் குடும்பத்துல ஒரு ஒழுங்குமுறை கொண்டுவர எதுவு மில்லை.''

''நிச்சயமா இல்லை.'' செயிண்ட் கிளேர் சொன்னார்.

''முன்முயற்சியற்ற நிர்வாகம், வீணான நிலை, குழப்பமான நிலை, நான் எப்பவும் பார்த்ததில்லை''

''நீ பார்த்திருக்க மாட்டேன்னு உறுதியா கூறுவேன்.''

''வீட்டு பராமரிப்பாளர், இப்படி அலட்சியமா இருக்கக்கூடாது.''

''எனதருமை சகோதரி! ஒன்றை நல்லா நீ புரிஞ்சுக்கணும். எஜமானர்கள் இருவகையா இருக்காங்க. அடக்கறவங்க. அடக்கப் படறவங்க. நல்ல விதமாகவும், கொடுமையை வெறுக்கறவங்களும் அசௌகரியங்களை பொறுத்துக் கொள்ள வேண்டியதுதான். நம்ம வசதிக்காக, சமூகத்துல படிக்காத, திட்டுத் தடுமாறும் அடிமைகளை வச்சிக்கிட்டிருந்தா, விளைவை ஏற்றுக் கொள்ள வேண்டியதுதான். பிரத்யேகமான சாதுர்யம் கொண்ட சில அரிதான மனிதர்கள் கடுமை காட்டாமல், ஒழுங்கு முறையை கொண்டு வந்து விடுவார்கள். நான் அப்படிப்பட்டவனல்ல. எனவே நான் எப்பவோ தீர்மானிச்சுட்டேன். அதாவது நடக்கறபடி நடக்கட்டும்னு விட்டுட்டேன். அந்த ஏழை சாத்தான்களை அடிக்கவோ, துண்டு துண்டாக அறுக்கவோ அனுமதிக்க மாட்டேன். அவங்களுக்கும் அது தெரியும். தண்டனைக் கம்பு தங்களிடமே இருக்குன்னு அவங்களுக்குத் தெரியும்.''

''இந்த முன்முயற்சி இல்லாத வழியில போறத தடுக்க நேரம் இல்லை, இடமில்லை, ஒழுங்கு இல்லை.''

''எனதருமை வெர்மண்ட், வடக்கில் இருக்கும் நீங்கள் நேரத்திற்கு ஆடம்பரமான முக்கியத்துவம் கொடுத்துட்டீங்க. தனக்கு வேண்டியதை விட இரு மடங்கு நேரம் வச்சிருக்கறவனிடம், நேரம் இருந்து என்ன பயன்? ஒழுங்குக்கும், ஒழுங்கு முறைக்கும் அவசியம் பற்றி பேசினால், சோபாவில் படுத்துக் கொண்டு படிப்பது தவிர வேறு வேலை இல்லாதவனுக்கு காலை உணவுக்கோ, விருந்துக்கோ கொஞ்சம் முன்னவோ, பின்னவோ ஆகிவிட்டால் என்ன குடியா மூழ்கிப் போயிடும்? உனக்கு முழுமையான விருந்தை – சாறுகள், இறைச்சிக் கலவை, வறுக்கப்பட்ட கோழி, பழ வகைகள், ஐஸ்க்ரீம் என்று எல்லாம் – டைனா தயாரிக்கிறாள். இந்தக் குழப்பங்களுக் கிடையேயும், இரவு பூராவும் இருந்து தயாரிக்கிறாள். எல்லாம் நல்லா இருக்கு. அவ சமாளிக்கிற விதத்தப் பார்த்தா, எல்லாமே உயர்வா இருக்கு. சொர்க்கம் நம்மை ஆசீர்வதிக்கட்டும். நாம அங்க போய் அந்தப் புகை படிந்த, பரப்பி கிடக்கும், அவசர அவசர தயாரிப்புப் பணியை பார்த்தா, நாம சாப்பிடவே மாட்டோம். எனது நல்ல சகோதரியே! அதிலிருந்து நீ தப்பிச்சுக்கோ. அது கத்தோலிக்க தவத்துக்கு மேலானது. அது நல்லது எதுவும் செய்யாது. உன்னோட மனநிலையைத்தான் பாதிக்கும். இது டைனாவை மொத்தமாக குழப்பும். அவ வழியில அவ போகட்டும்.''

''ஆனா, அகஸ்டியன், நான் எப்படி நிலைமைகளை கண்டுபிடித் தேன்னும் உங்களுக்குத் தெரியாது.''

''நா பார்க்கலையா? சுழல் விளக்கு அவள் படுக்கைக்கு கீழே இருப்பது எனக்குத் தெரியாதா? சாதிக்காய் சீவும் கருவி புகையிலை யோடு அவளது பெட்டியில் இருப்பது தெரியாதா? இந்த வீட்டில் இருக்கற ஒவ்வொரு பொந்திலும் அறுபத்தி ஐந்து விதமான சர்க்கரைப் பாத்திரம் இருப்பது தெரியாதா? விருந்து கைக்குட்டையால் பாத்திரங்களை துடைப்பது தெரியாதா? மறுநாள் பழைய பாவாடையால் துடைப்பதும் தெரியாதா? ஆனால் அமர்க்களமான விருந்தை அவ தயாரிக்கிறா என்பதும் உண்மைதான்! சுவையான காபி போடறா. போர் வீரர்களையும், ராஜ தந்திரிகளையும் மதிப்பிடுவது போல அவளது வெற்றியை வைத்து டைனாவை மதிப்பிட வேண்டும்.

''ஆனா வீணான செலவு பற்றி...?''

''ஓ, நல்லது! உன்னால முடிஞ்சத பூட்டி வை. சாவியை வச்சுக்க. கொஞ்சம் கொஞ்சமா கொடு. சின்னச் சின்ன விஷயங்கள பத்தி கேட்காதே. அது நல்லது இல்ல.''

''இது என்னை சிரமப்படுத்துது. அகஸ்டின். இந்த வேலைக் காரங்க நேர்மையில்லாம இருப்பதா எனக்கு எண்ணம். அவங்கள நம்ப முடியாதுன்னு எனக்கு நிச்சயமாத் தெரியும்.''

தீவிரமான பதட்டமான முகபாவத்தோடு இதைச் சொன்ன செல்வி ஒபேலியாவைப் பார்த்து கடகடவென அகஸ்டியன் சிரித்தார்.

''ஓ சகோதரி! அது அதிகம். நேர்மை – எதிர்பார்க்கப்படற விஷயமா அது? அவங்க நேர்மையா இல்ல. அவங்க ஏன் அப்படி இருக்கணும்? இந்தப் பூமியில் அவங்கள அப்படி இருக்க வைக்க என்ன இருக்கு?''

''நீங்க ஏன் அறிவுறுத்தக் கூடாது?''

''அறிவுறுத்தறதா? நான் என்ன அறிவுரை கூற முடியும்? அவளை நிர்வகிக்க அனுமதிச்சா, மொத்த தோட்டத்தையும் அழிக்கக் கூடிய சக்தி மேரிக்கிட்ட இருக்கு. ஆனா அவங்களோட ஏமாத்து வேலையை வெளியே கொண்டு வர முடியாது.''

''நேர்மையான யாரும் இல்லையா?''

''அங்கேயும், இங்கேயும் ஒருத்தரோ, இரண்டு பேரோ இருக்கலாம். ரொம்பக் கடுமையான செல்வாக்கும் மாற்ற முடியாதபடி, எளிமையான, உண்மையான, நம்பிக்கையான வேலையாட்கள் நடைமுறைக்கு புறம்பானவர்களா இருப்பாங்க. தனது தாயின் பாலை குடிப்பதிலிருந்து கறுப்புக் குழந்தைகள் மறைமுக வழியைத்தான் கற்றுக் கொள்றாங்க. அவங்களோட பெற்றோர்கள், எஜமானர்கள், எஜமானிகள், இளம் எஜமானர்கள், சக விளையாட்டுத் தோழர்கள் ஆகியோரோட பழகறதுக்கு இது அவசியமா இருக்கு. வஞ்சகத்தனமும், தந்திரமும் தவிர்க்க முடியாத அவசியமான பழக்கமா இருக்கு. அவங்ககிட்டேயிருந்து வேற எதையும் எதிர்பார்க்க முடியாது. அதுக்காக அவங்களுக்கு தண்டனையும் தர முடியாது. நேர்மை பத்தி சொல்லணும்னா, அடிமைகள் சார்ந்து இருக்க பழக்கப்பட்டு, அரைக் குழந்தையாய் வைக்கப்படுகிறார்கள். சொத்து உரிமை பற்றி அவங்கள உணர வைக்க முடியாது. அவனுக்கு அது கிடைக்கும்னா எஜமானரின் பொருட்களை தனதாகக் கருத வைக்க முடியாது. அவங்க எப்படி நேர்மையா இருக்க முடியும்னு எனக்குப் புரியல. டாம் மாதிரி ஆளு இங்கே தர்மத்துக்கு அதிசயம்.

''அவங்க ஆன்மாவுக்கு என்னவாகும்?'' ஒபேலியா கேட்டாள்.

''அது எனக்கு தெரிஞ்ச சமாச்சாரம் இல்ல. இந்த தற்கால வாழ்க்கை பற்றிதான் நான் பேசறேன். மொத்த இனமும் சாத்தானிடம் தான் போகும்னு பேச்சு. இந்த உலகில் இருக்கு. வேறு மாதிரியாவும் இருக்கலாம்னும் நினைக்கிறேன்.'' செயிண்ட் கிளேர் சொன்னார்.

''அது ரொம்ப பயங்கரமானது. உங்களைப் பத்தி நீங்க வெட்கப் படணும்.'' செல்வி ஒபேலியா சொன்னாள்.

''நான் அப்படியான்னு தெரியல. அதுக்கெல்லாம் எனக்கு நிறைய துணை இருக்கு. அகலமான சாலையில் இருக்கிற மக்கள் மாதிரி.

உலகில் இருக்கும் உயர்வானவர்களையும், தாழ்வானவர்களையும் பாரு. அதே கதைதான். உயர்மட்ட மக்களுக்காக கீழானவர்களின் உடலும், ஆன்மாவும், ஆவியும் பயன்படுத்தப்படுகின்றன. இங்கிலாந்தில் அப்படி இருக்கு. எல்லா இடத்திலும் அப்படித்தான் இருக்கு. அவங்க செய்யறதைவிட வித்தியாசமா நாம செய்வதால நற்பண்பான கோபத்தோட எல்லா கிறித்துவ அரசுகளும் ஆச்சரியமா பார்க்கின்றன.'' செயிண்ட் கிளேர் சொன்னார்.

"வெர்மண்டில் அப்படி இல்லை."

" நல்லது. புதிய இங்கிலாந்திலும், சுதந்திர மாநிலங்களிலும், எங்களைவிட நல்லா இருக்குன்னு ஒத்துக்கறேன். மணி அடிச்சாச்சு. அதனால், சகோதரி, நமது நாட்டு விருப்பு, வெறுப்புகளை ஒதுக்கி வச்சுட்டு, உணவுக்குப் போகலாம்.''

அந்த மதியத்தின் பின்பகுதியில் செல்வி ஒபேலியா சமைய லறையில் இருந்தபோது, சில கருப்புக் குழந்தைகள் சத்தமிட்டன. ''புரு வராங்க. எப்பவும் உறுமிகிட்டு வர்ற மாதிரி வறாங்க.''

உயரமான, ஒல்லியான, கருப்புப் பெண் சமையலறையில் நுழைந்தாள். தனது தலையில் உள்ள கூடையில் ரஸ்குகளும், சூடான சுருள்ரொட்டிகளும் வைத்திருந்தாள்.

''ஓ! புரு! நீ வந்திருக்கியா?''

புருவேவுக்கு பிரத்யேகமான கோபம் காட்டும் முகபாவம் இருந்தது. உறுமலான குரல் இருந்தது. கூடையை இறக்கி வைத்து, கீழே அமர்ந்தாள். முழங்காலில் முழங்கையை வைத்துக் கொண்டு சொன்னாள்:

''ஓ கடவுளே! நான் இறந்து போயிருக்கலாம்னு விரும்பறேன்.''

" இறந்து போயிருக்கலாம்னு ஏன் விரும்பறே?'' ஒபேலியா கேட்டாள்.

''என்னோட துயரத்திலிருந்து விடுபட்டு இருப்பேன்'' கண்களை தரையிலிருந்து எடுக்காமல் கடுகடுப்பாக அந்தப் பெண் கூறினாள்.

''உனக்கு என்ன வேணும்? குடிக்கணும், அப்புறம் சுத்தனும்? அதானே புரு!'' துடுக்கான கலப்பின பணிப்பெண் தனது பவளத் தோடுகளை ஆட்டியவாறு கூறினாள்.

கசப்பாக, விரோதமாக அந்தப் பெண்ணை புரு பார்த்தாள்.

''என்னிக்காவது ஒரு நாளைக்கு, இந்த நிலை உனக்கு வரும். அப்ப எனக்கு மகிழ்ச்சியா இருக்கும். உனது கஷ்டங்களை மறக்க என்னைப் போல் குடிப்பதைப் பார்க்கணும்.''

''வா, புரு, உனது ரஸ்குகளைப் பார்ப்போம். அதுக்கு காசு கொடுக்க வேண்டிய எஜமானி இவங்கதான்.'' டைனா சொன்னாள்.

இரண்டு டஜன் ரஸ்குகளை ஒபேலியா எடுத்துக் கொண்டாள்.

''அலமாரி மேல அந்த உடைஞ்ச ஜாடில சில சீட்டுங்க இருக்கு ஜேக் மேல ஏறி, எடு.'' டைனா சொன்னாள்.

''சீட்டா, அது எதுக்கு?'' செல்வி ஒபேலியா கேட்டாள்.

''அவங்க எஜமானரோட சீட்டுக்கள நாங்க வாங்குவோம் அதுக்குப் பதிலா அவ ரொட்டி தருவா.''

''வீட்டுக்குத் திரும்பினதும் அவங்க பணத்தையும், சீட்டையும் எண்ணி பாப்பாங்க. என்னிடம் காசு இருக்கான்னு பார்ப்பாங்க. காசு இல்லேன்னா, கிட்டத்தட்ட கொன்னுடுவாங்க.''

''உனக்கு அது சரிதான்'' பணியில்லாத பணிப்பெண்ணான ஜேன் கூறினாள், ''குடிக்கறதுக்கு அவங்க பணத்தை நீ எடுத்துக்கிட்டா. அதுதான் இவ செய்வா எஜமானி.''

''அதுதான் நான் செய்வேன். வேறு வழியில்ல. என்னால வாழ முடியாது. குடிச்சுட்டு என்னோட துயரங்களை மறப்பதுதான்!''

''நீ ரொம்ப கேடு கெட்டவள். முட்டாள். எஜமானரின் பணத்தைத் திருடி மிருகம் மாதிரி நடந்துக்கறே.'' ஒபேலியா சொன்னாள்.

''அது சரியா இருக்கலாம் எஜமானி. ஆனா அதைச் செய்வேன். ஓ கடவுளே! என்னோட துன்பத்திலிருந்து விடுபட்டு இறந்துடலாம்னு விரும்பறேன்.'' மெதுவாகவும், நேராகவும் அவள் எழுந்தாள். வெளியே போவதற்கு முன்பு, தனது காதணியோடு விளையாடுவதை நிறுத்தாத கலப்பினப் பெண்ணைப் பார்த்தாள்.

''இவங்ககிட்ட நல்லா இருக்கேன்னு நீ நினைக்கிற. தலையை ஆட்டிக்கிட்டு உல்லாசமா விளையாடிக்கிட்டு இருக்கே. மத்தவங் களை மட்டமா பேசற. கவலைப்படாதே. நீ என்னை மாதிரி ஏழைப் பிறவியா வாழுவே. கடவுள் வாழ விடுவார். அப்ப நான் பார்க்கறேன். நீ குடிக்காம இருக்கியான்னு நான் பாக்கறேன். உனக்கு அது வேணும்'' நிந்தித்த உறுமலோடு, அந்தப் பெண் அறையை விட்டு அகன்றாள்.

''வெறுப்பேத்தும் கிழட்டு மிருகம். அவங்களோட எஜமானரா நா இருந்தா, அவரைவிட மோசமா கொடுமைப்படுத்துவேன்.'' தனது எஜமானருக்கு முகம் மழிக்க நீர் கொண்டு வந்த அடால்ஃப் கூறினான்.

''அப்படிச் செய்ய வழியே இல்ல. முதுகு முழுக்க அடி வாங்கி யிருக்கா. அதுக்கு மேல துணியைக் கூட போட முடியல.'' டைனா சொன்னாள்.

''இது மாதிரி இழி பிறவிங்களை பெரிய மனுஷங்க வீடுகளுக் குள்ள அனுமதிக்கக் கூடாது. நீங்க என்ன நினைக்கிறீங்க திருவாளர்

செயிண்ட் கிளேர்?'' அடால்ஃப் மீது சாகசப் பார்வையை வீசியவாறு செல்வி ஜேன் கேட்டாள்.

தனது எஜமானரிடமிருந்து எடுத்துக் கொள்ளும் பொருள்களோடு, அவரது பெயரையும், முகவரியையும், அடால்ஃப் பயன்படுத்துவான் என்று புரிந்து கொள்ள வேண்டும். நியு ஆர்லியன்ஸில் கருப்பின மக்களோடு அவன் பழகும் முறை ''திருவாளர் செயிண்ட் கிளேர்'' போன்றே இருக்கும்.

''எனது கருத்தும் அதுதான் செல்வி பெனாயிர்'' அடால்ஃப் சொன்னான்.

பெனாயிர் என்பது செயிண்ட் கிளேர் குடும்பத்தின் பெயர். ஜேன் அவரது பணியாட்களில் ஒருத்தி.

''செல்வி பெனாயிர் இந்த காதுத் தோடு நாளைய நடனத்துக்குன்னு கேட்க நான் அனுமதிக்கப்படுவேனா? நிச்சயமா கவர்ச்சியா இருக்கு.''

''நான் இப்ப ஆச்சரியப்படறேன் செயிண்ட் கிளேர். உங்க மாதிரி ஆண்களுக்கு இந்த மாதிரி ஆணவம் எப்படி வருது? மேலும் கேள்விகள் கேட்டா, முழு மாலையும் உங்களோட ஆட மாட்டேன்'' காதணி மீண்டும் மினுமினுக்கும் வரை ஆட்டியவாறு ஜேன் சொன்னாள்.

''ஓ! இப்படி இரக்கமற்று இருக்கக் கூடாது. உனது இளஞ் சிவப்பு மஸ்லின் ஆடையில் தோன்றுவாயான்னு நான் இங்கே செத்துக் கிட்டிருக்கேன்.'' அடால்ஃப் சொன்னான்.

''என்ன அது?'' மாடிப்படியில் தாவித் தாவி இறங்கி வந்த பிரகாசமான, இனிமையான கலப்பின பெண் ரோசா கேட்டாள்.

''திருவாளர் செயிண்ட் கிளேர் ஏன் ஆணவமா இருக்கார்?''

''எனது கௌரவத்தின் மேல் ஆணையாக. நா இத இப்ப செல்வி ரோசாவிடம் விட்டுவிடுவேன்.'' அடால்ஃப் சொன்னான்.

''அவர் எப்போதும் கயமை எண்ணம் கொண்ட பிறவின்னு எனக்குத் தெரியும். அவர் கோபப்படுவதற்கு என்னைத் தூண்டறார்'' தனது குட்டிக் கால்களில் தன்னை நிலை நிறுத்திக் கொண்டும், அடால்ஃப் மீது நிந்தனைப் பார்வையைச் செலுத்தியும் ரோசா சொன்னாள்.

''ஓ பெண்களே! நீங்க இரண்டு பேரும் என் இதயத்தை நொறுக்க றீங்க. ஒரு நாள் காலை எனது படுக்கையில் இறந்து கிடப்பேன். அதுக்கு நீங்க பதில் சொல்லியாகணும்.'' அடால்ஃப் சொன்னான்.

''இந்த அருவருப்பான பிறவி பேசறத கேட்டியா?'' இரு பெண்களும் கலகலவென சிரித்தபடி கேட்டனர்.

''வெளியே போ! சமையலறையில் சலசலன்னு பேசாதே. என்னோட வழியில நின்னு, முட்டாளாக்கிட்டு இருக்கே.'' டைனா கூறினாள்.

'நடனத்துக்கு வர முடியாதுன்னு டைனா அத்தைக்கு வருத்தம்.'' ரோசா சொன்னாள்.

''உங்களோட வெட்கங்கெட்ட நடனம் எனக்கு வேணாம். சுற்றிப் பிடிச்சுக்கிட்டு, வெள்ளை மனுஷங்களா நம்பிக்கிட்டு நடனம் ஆடுங்க. என்னைப் போல நீங்களும் கறுப்பர்தான்.'' டைனா கூறினாள்.

''டைனா அத்தை தனது ஆட்டு ரோமத்துக்கு தினம் எண்ணெய் போட்டு அதை நேராக்கப் பார்க்கறாங்க.'' ஜேன் சொன்னாள்.

''எப்படி இருந்தாலும் அது ஆட்டு ரோமம்தானே.'' தனது நீண்ட பட்டுக் கூந்தல் சுருளை நிந்தனையாக ஆட்டியவாறு ரோசா சொன்னாள்.

இங்கு இரு விதத்தில் இந்த உரையாடல் குறுக்கிடப்பட்டது. முகம் மழிப்பதற்கான நீர் கொண்டு வர இன்னிக்கு இரவு பூராவும் எடுத்துக்கப் போறியான்னு மாடிப்படி உச்சியில் நின்று செயிண்ட் கிளேர் அடால்ஃபை கேட்டார்.

உணவருந்து அறையிலிருந்து வெளிவந்த ஒபேலியா கேட்டார்: 'ஜேன், ரோசா! எதுக்காக இங்க உங்க நேரத்தை வீணடிச்சிக்கிட்டு இருக்கீங்க? உள்ளே போய் உங்களது மஸ்லின் துணிகளை கவனிங்க.''

ரஸ்க் விற்கும் வயதான பெண்ணோடு சமையலறையில் நடந்த உரையாடலை கேட்டுக் கொண்டிருந்த நமது நண்பர் டாம், அவளைத் தொடர்ந்து தெருவுக்கு வந்தார். அவ்வப்போது அடக்கப்பட்ட உறுமலை வெளிப்படுத்திக் கொண்டு, அவள் போய்க் கொண்டிருந் தாள். ஒரு கதவருகில் தனது கூடையை கீழே வைத்தாள். அவளது தோளை மூடியிருந்த சாயம் போன பழைய சால்வையை சரிப்படுத்தத் துவங்கினாள்.

'' கூடையை நான் தூக்கி வரேன்'' கருணையோடு டாம் கூறினார்.

''நீ ஏன் தூக்கணும்? எனக்கு எந்த உதவியும் வேண்டாம்'' பெண் சொன்னாள்.

''உங்களுக்கு உடம்பு சரியில்லாது மாதிரியோ, பிரச்னை இருக்கற மாதிரியோ, தோணுது.'' டாம் கூறினார்.

''எனக்கு எந்த வியாதியும் இல்ல'' பெண் சுருக்கமாகச் சொன்னாள்.

அவளை ஆர்வமாக நோக்கிய டாம் கூறினார்: ''குடிப்பதை நிறுத்த உங்களை சம்மதிக்க வைக்க விரும்பறேன். உங்க உடம்பையும், ஆன்மாவையும் அது அழிச்சுடும்னு உங்களுக்குத் தெரியாதா?''

''நான் வதைபடப் போறேன்னு எனக்குத் தெரியும். நான் அசிங்க மானவள். தீங்கானவள். வதைபடப் போறேன்னு நீ சொல்லத் தேவை

யில்லை. ஓ! கடவுளே நா அங்க இருக்கக் கூடாதான்னு விரும்பறேன்.'' அந்தப் பெண் அரற்றினாள்.

வஞ்சகமாகவும், ஆவலான ஆர்வத்தோடும் சொல்லப்பட்ட இந்த திகிலான வார்த்தைகளைக் கேட்டு டாம் நடுங்கினார்.

''ஓ கடவுளே! இவர் மீது கருணை காட்டு. ஏழைப் பிறவி. ஜீசஸ் கிறிஸ்து பத்தி நீங்க எப்போதும் கேள்விப்பட்டதில்லையா?''

''ஜீசஸ் கிறிஸ்து – அது யார்?''

''ஏன்? அவர்தான் கடவுள்'' டாம் சொன்னார்.

''தீர்ப்பும், சித்திரவதையும் கொடுக்கும் கடவுள நான் கேள்விப் பட்டிருக்கேன்.''

''நமது ஏழைப் பாவிகளை நேசித்து, நமக்காக இறந்த கடவுள் ஜீசஸ் பற்றி எவரும் உங்களுக்குச் சொல்லவில்லையா?''

''அதப் பத்தி எனக்கு எதுவும் தெரியாது. எனது வயதானவர் இறந்த பிறகு என்னை யாரும் நேசிச்சது இல்ல.'' அந்தப் பெண் கூறினாள்.

''நீங்க எங்க வளர்ந்தீங்க?'' டாம் கேட்டார்.

''மேலே கென்டகியில். வியாபாரத்துக்கு குழந்தைகளை வளர்க்க என்னை வேலைக்கு வச்சிருந்தார். அவங்க வளர்ந்ததும் ஒவ்வொருத் தரா வித்துட்டார். கடைசியா என்னை ஒரு வியாபாரிகிட்ட வித்துட்டார். என்னோட எஜமானர்கிட்ட அவர் வித்துட்டார்.''

''குடிக்கற கெட்ட வழியை தேர்ந்தெடுக்க எது தூண்டியது?''

''என்னோட துயரத்திலிருந்து விடுபட. இங்க வந்த பிறகு எனக்கு ஒரு குழந்தை இருந்தது. என்னோட எஜமானர் வியாபாரி இல்ல என்பதால், நான் அதை வளர்க்கலாம்னு நினைச்சேன். அவன் ரொம்ப அழகாக இருந்தான். முதலில் அதை எஜமானி நேசிச்சாங்க. அது எப்போதும் அழவில்லை. குண்டா இருந்ததால் எஜமானி நோய்ல விழுந்தாங்க. அவங்களப் பார்த்துக்கிட்டேன். எனக்கும் ஜுரம் வந்தது. எனக்குப் பால் சுரக்கலை. குழந்தைக்கு பால்வாங்க எஜமானி மறுத்தாங்க. என்கிட்ட பால் இல்லைன்னு சொன்னதை அவங்க கேட்கல. மத்த ஆளுங்க எதை சாப்பிடறாங்களோ அதை கொடுக்கச் சொன்னாங்க. குழந்தை பட்டினியில் அழுதது. இரவும் பகலும் அழுதுகிட்டே இருந்தது. எலும்பும், தோலுமா ஆச்சு. அது இறந்தாத் தேவலாம்னு எஜமானி விரும்பினாங்க. அது இரவில் அழுவதால, நான் இரவெல்லாம் முழிச்சுக்கிட்டு இருப்பதால, நான் எதுக்கும் உபயோகம் இல்லாமப் போயிட்டேனாம். அவங்க அறையில தூங்க வச்சாங்க. குழந்தையை தனியா விட வைச்சாங்க. ஒரு இரவு அது அழுது அழுதே செத்துப் போச்சு. அதுக்குப் பிறகு தண்ணிப் பழக்கம் வந்துடுச்சு. அந்தக் குழந்தையோட சத்தம் எனது காதுகளில் விழாதிருக்க குடிச்சேன்.

வருங்காலங்களிலும் குடிப்பேன். அதுக்காக சித்ரவதைக்கு ஆளானாலும் குடிப்பேன். நான் சித்ரவதைக்குத்தான் போவேன்னு எஜமானர் சொல்றார். நான் அங்கதான் இருக்கேன்னு அவர் கிட்ட சொல்வேன்.''

''ஓ! நீங்க ஏழைப் பிறவி. உங்களை கடவுள் ஜீசஸ் எவ்வளவு நேசிச்சார்னும், உங்களுக்காக இறந்தார்னும் யாரும் சொல்லலையா? அவர் உங்களுக்கு உதவுவார்னு சொல்லலையா? நீங்க சொர்க்கத் துக்குப் போய், ஓய்வெடுக்கலாம்னு சொல்லலையா?''

''நான் சொர்க்கத்துக்குப் போறேனா? அங்கதானே வெள்ளை ஆளுங்க போவாங்க? அவங்களோட அங்க இருக்கணுமா? நான் வதைபடறதுக்கே போவேன். எஜமானர்கிட்டேயிருந்தும், எஜமானி கிட்டேயிருந்தும் தப்பிக்கணும்'' அவள் சொன்னாள். வழக்கமான உறுமலோடு தலையில் கூடையை வைத்துக் கொண்டு சோர்வாக நடக்கத் துவங்கினாள்.

டாம் சோகமாக வீடு நோக்கி நடந்தார். முகப்பு மண்டபத்தில் சிறுமி ஏவாவைப் பார்த்தார். ரோஜா மலர்க்கொத்து கிரீடமாக தலையில் இருந்தது. அவளது கண்கள் மகிழ்ச்சியில் பளபளத்தன.

''ஓ டாம்! நீங்க இங்க இருக்கீங்களா? உங்களைக் கண்டு பிடிச்சதுல எனக்கு மகிழ்ச்சி. குதிரையைப் பூட்டி என்னை புதிய வண்டியில் அழைச்சுக்கிட்டு போகணும்னு அப்பா சொன்னார். டாம் என்ன ஆச்சு? சோகமா இருக்கீங்க.'' அவரது கையைப் பிடித்தவாறு அவள் கேட்டாள்.

''நான் வருத்தப்படறேன். செல்வி ஏவா! குதிரையைக் கொண்டு வரேன்.'' டாம் வருத்தமாய்க் கூறினார்.

எளிமையான, சுருக்கமான வார்த்தைகளில் அந்தப் பெண்ணின் வரலாற்றை டாம் ஏவாவிடம் கூறினார். மற்ற குழந்தைகள் போல் அவள் ஆச்சரியப்படவில்லை. அழவில்லை. அவளது கன்னங்கள் வெளிறின. அவளது கண்களில் ஆழமான, ஆர்வமான நிழல் படிந்தது. தனது கைகளை மடியில் வைத்துக் கொண்டு, கனமாகப் பெருமூச்சு விட்டாள்.

19

ஒபேலியாவின் அனுபவங்களும், அபிப்பிராயங்களும் (தொடர்ச்சி...)

''டாம் நீங்க எனக்கு குதிரைகயைக் கொண்டு வர வேண்டாம் நான் போக விரும்பல'' அவள் சொன்னாள்.

‘‘ஏன் கொண்டு வரக்கூடாது, செல்வி ஏவா?’’

‘‘இந்த விஷயங்கள் என்னோட இதயத்துல இடியா இறங்குது. என்னோட இதயத்தில் பாயுது. நான் போக விரும்பல’’ திரும்பத் திரும்ப ஏவா சொன்னாள். டாமிடமிருந்து திரும்பி, வீட்டுக்குள் சென்றாள்.

சில நாட்கள் கழித்து, புரூவுக்குப் பதிலாக ரஸ்க் எடுத்துக் கொண்டு வேறொரு பெண் வந்தாள். சமையலறையில் ஒபேலியா இருந்தாள்.

‘‘கடவுளே! புருவுக்கு என்னாச்சு?’’ டைனா கேட்டாள்.

‘‘இனிமே புரு வரமாட்டா’’ மர்மமாக அப்பெண் கூறினாள்.

‘‘ஏன் வரமாட்டா? செத்துப் போயிட்டாளா?’’ டைனா கேட்டாள்.

‘‘எங்களுக்கு சரியாத் தெரியாது. கீழறையில் இருக்கா’’ செல்வி ஒபேலியாவைப் பார்த்து பெண்மணி கூறினாள்.

ஒபேலியா ரஸ்க்குகளை வாங்கிய பிறகு, அந்தப் பெண்மணியைத் தொடர்ந்து கதவு வரை டைனா போனாள்.

‘‘புருவுக்கு என்னதான் ஆச்சு?’’ அவள் கேட்டாள்.

சொல்வதற்கு விருப்பம் உள்ளவளாக அந்தப் பெண் தோன்றினாள். பேசுவதற்குத் தயங்கினாள். தணிந்த மர்மமான குரலில் பதில் கூறினாள்.

‘‘நீங்க யாரிடமும் சொல்லக் கூடாது. அவ மறுபடியும் குடிக்க ஆரம்பிச்சா. கீழறைக்கு அவள அனுப்பிச்சு நாள் பூரா அங்கே விட்டுட் டாங்க. ஈக்கள் அவள மொய்ப்பதாவும், அவள் இறந்து விட்டதாவும் சொன்னாங்க.’’

அவளது கையை டைனா பிடித்து அழுத்தினாள். திரும்பிப் பார்த்தால், தனது பெரும் புதிரான கண்களில் திகில் உறைந்திருக்க, ஏவா நின்றிருந்தாள். அவளது உதடுகளும், கன்னங்களும் வெளிறி இருந்தன.

‘‘கடவுள் நம்மை ஆசிர்வதிக்கட்டும். செல்வி ஏவா மயக்கமடையப் போறா. அது மாதிரி அவள பேச வச்சது எது? அவ பைத்தியமாயிடுவா?’’

‘‘நான் மயக்கமடைய மாட்டேன். நான் ஏன் அதைக் கேட்கக் கூடாது? ஏழை புரு துயரப்படலாம்னா நான் ஏன் அதைக் கேட்கக் கூடாது?’’ குழந்தை உறுதியாகக் கூறினாள்.

‘‘உன்னை மாதிரி இனிமையான, எளிமையான பெண்ணல்ல அவ. அவள கொல்றது தப்பில்ல.’’

பெருமூச்சுடன் வருத்தம் தோய்ந்த வகையில் படியேறினாள் ஏவா.

புரு என்ற அந்தப் பெண்ணின் கதையை செல்வி ஓபேலியா ஆர்வமாகக் கேட்டாள். அவளைப் பற்றிய கதைகளை ஒன்று விடாமல் டைனா கூறினாள். தான் முன்பொரு நாள் காலையில் கேட்ட விவரங்களை டாம் கூறினார்.

''வெறுப்பான வியாபாரம். ரொம்ப அருவருப்பானது'' என்றபடியே செயிண்ட் கிளேர் செய்தியிதழ் படித்துக் கொண்டிருந்த அறைக்கு வந்தாள் ஒபேலியா.

''இப்ப என்ன அநீதி நடந்திருக்கு?'' அவர் கேட்டார்.

''இப்ப என்ன? ஏன் இந்த ஆளுங்க புரூவை சவுக்கால அடிச்சு சாக வைச்சாங்க?'' கதையை விவரமாகக் கூறிய செல்வி ஒபேலியா கேட்டாள். அதன் அதிர்ச்சியூட்டும் தகவல்களை விரிவாக விளக்கினாள்.

''இந்த நிலைக்கு அது வரும்னு நா நினைச்சேன்.'' தனது செய்தித்தாள் வாசிப்பை தொடர்ந்தவாறு அவர் கூறினார்.

''நினைச்சீங்களா? இதுக்கு எதுவும் செய்யப் போறதில்லையா? இது போன்ற செயல்களில் தலையிட்டு கவனிக்க தேர்ந்தெடுக்கப்பட்ட மனிதர்கள் யாரும் இல்லையா?'' செல்வி ஒபேலியா கூறினாள்.

''இது போன்றவற்றில் சொத்துமீது உள்ள அக்கறையே போதுமான பாதுகாப்புன்னு பொதுவான கருத்து இருக்கு. அவங்களோட சொத்துக்களையே மக்கள் அழிச்சாங்க. அந்தப் பாவப்பட்ட பிறவி திருடின்னு, குடிகாரின்னு நினைக்கறேன். அவளுக்கு அனுதாபம் கிடைக்கறதுக்கு வாய்ப்பில்லை.''

''இது மிகவும் கொடூரமானது. கொடுமையானது. அகஸ்டியன். உங்க மேல பழியுணர்ச்சியை அது உண்டாக்கும்.''

''எனதருமை சகோதரி! நா இதைச் செய்யல. என்னால எதுவும் செய்ய முடியாது. என்னால முடிஞ்சிருந்தா, செஞ்சிருப்பேன். கீழ்த்தரமான மனம் கொண்ட கொடூரமான ஆளுங்க இப்படித்தான் இருப்பாங்க. நான் என்ன பண்றது? அவங்களுக்கு முழுமையான அதிகாரம் இருக்கு. பொறுப் ல்லாத கொடுங்கோலர்கள். தலையிடறதுல எந்தப் பயனும் இருக்காது. இவற்றைத் தடுக்க சட்டம் எதுவும் இல்லை. நமது கண்களையும், காதுகளையும் மூடிக்கிட்டு, நடக்கறது நடக்கட்டும்னு இருக்க வேண்டியது தான். நம்மிடம் எஞ்சி இருப்பது அது ஒண்ணுதான்.''

''எப்படி உங்க கண்ணையும், காதையும் மூடிக்க முடியும்? இது போன்ற செயல்களை அப்படியே எப்படி விட முடியும்?''

''எனதருமை குழந்தை! நீ என்ன எதிர்பார்க்கறே? இங்க ஒரு வர்க்கம் இருக்கு. தாழ்ந்த, படிக்காத, சோம்பலான, தூண்டி விடற வர்க்கம். அவங்களுக்கு எந்தக் கட்டுப்பாடுகளோ, சட்டத் திட்டங் களோ கிடையாது. அது மாதிரி ஆளுங்க கையில பெரும்பாலான உலகம் இருக்கு. நல்லெண்ணமோ, சுயகட்டுப்பாடோ அவங்ககிட்ட கிடையாது. தங்களோட நலன் பற்றிய அறிவுகூட அவங்களுக்குக் கிடையாது. மனித குலத்தின் பாதிப் பகுதியினருக்கு இதுதான் நிலைமை. இதுபோன்று அமைக்கப்பட்ட சமூகத்தில் கௌரவமான மனிதாபிமான உணர்வுகளைக் கொண்ட மனிதனால் என்ன செய்ய முடியும்? கண்ணை மூடிக்கிட்டு, இதயத்தை இறுக்கமாக்கிக் கொள்வதைத் தவிர வேறு வழியில்லை. பாக்கற ஒவ்வொரு ஏழைப் பிறவியையும் நான் வாங்க முடியாது. இது போன்ற நகரங்களில் ஒவ்வொரு தவறுகளையும் சரி செய்ய முடியாது. அந்த வழியிலிருந்து விலகி இருப்பது தவிர வேற எதுவும் செய்ய முடியாது.''

ஒரு சில நொடிகள் செயிண்ட் கிளேரின் அழகிய முகத்தில் இருள் நிழலாடியது. வெறுப்படைந்தவராய் காணப்பட்டார். ஒரு மகிழ்வான புன்சிரிப்பை வரவழைத்துக் கொண்டு கூறினார்.

''வா சகோதரி, விதின்னு அங்க நின்னுக்கிட்டு பார்க்காதே. திரைச்சீலை வழியே பார்க்கணும். உலகெங்கும் நடக்கற நிகழ்வுகளை பார்க்க முடியும். அவல வாழ்க்கையில் அனைத்திலும் தலையிட்டு, ஒற்று, வேலை பார்த்தாலும், நமக்கு எதுக்கும் இதயம் இல்லாது போகும். டைனாவின் சமையலறையை நெருக்கமாகப் பார்க்கற மாதிரி இருக்கும்'' செயிண்ட் கிளேர் சோபாவில் ரொம்ப சாய்ந்து கொண்டு செய்தி இதழில் மூழ்கினார்.

ஒபேலியா கீழே அமர்ந்தாள். தனது தையல் வேலையில் இறங்கி னாள். வருத்தத்தோடும், கோபத்தோடும் உட்கார்ந்து கொண்டாள். அவள் தைத்தாள். தைத்துக் கொண்டே இருந்தாள். சிந்தனைத் தீயில் எரிந்தாள். இறுதியாக மௌனம் கலைத்து –

''நான் உங்ககிட்ட சொல்றேன் அகஸ்டியன். உங்கள மாதிரி, இந்த விஷயங்களிலிருந்து என்னால விலகியிருக்க முடியும்னு தோணலை. இது போன்ற நடைமுறையை ஆதரிப்பது ரொம்ப அருவருப்பானது.''

''இப்ப என்ன? மறுபடியும் அது பற்றியா?'' நிமிர்ந்து பார்த்த செயிண்ட் கிளேர் கேட்டார்.

''இது மாதிரி முறையை நீங்க ஆதரிப்பது அருவருக்கத்தக்கது.'' செல்வி ஒபேலியா சொன்னாள்.

''நான் ஆதரிக்கிறேனா, எனதருமை பெண்ணே? நான் ஆதரிக்க றேன்னு யார் சொன்னா?'' செயிண்ட் கிளேர் கேட்டார்.

''ஆமாம், நீங்க எல்லாரும் ஆதரிக்கறீங்க. தெற்கு ஆளுங்க எல்லாரும் ஆதரிக்கறீங்க. இல்லேன்னா, நீங்க எதுக்கு அடிமைகளை வச்சிருக்கீங்க?''

''அவங்க சரின்னு நினைக்காததை உலகில் யாரும் செய்யலைன்னு நினைக்கற அளவுக்கு இனிமையான அப்பாவியா நீ? நீ சரின்னு நினைக்காததை நீ எப்பவும் செஞ்சதில்லையா?''

''அப்படி செஞ்சா, நான் வருந்துவேன்னு நம்பறேன்.'' தனது ஊசியை சக்தியோடு ஓட்டிய செல்வி. ஒபேலியா கூறினாள்.

''நான் அப்படித்தான் செய்யறேன். எப்பவும் அதுக்காக வருத்தப் படறேன்.'' ஆரஞ்சுகளை உறித்தவாறு செயிண்ட் கிளேர் கூறினார்.

''அப்புறம் எதுக்கு அதை திரும்பவும் செய்யறீங்க?''

''நீ வருத்தப்பட்ட பிறகு, நீ தொடர்ந்து தவறு செய்யாமலா இருக்கே. எனது நல்ல சகோதரியே!''

''ரொம்ப தூண்டப்பட்டாதான் செய்யறேன்.'' ஒபேலியா கூறினாள்.

''நான் ரொம்பவும் தூண்டப்படறேன். அதுதான் என்னோட கஷ்டம்.'' செயிண்ட் கிளேர் சொன்னார்.

''நான் செய்ய மாட்டேன்னு உறுதி எடுத்து அதிலிருந்து விலக முயற்சிக்கிறேன்.''

''இந்த பத்து வருஷமா நான் செய்ய மாட்டேன்னு அப்பப்ப உறுதி எடுத்துட்டு வர்றேன். ஏதோ காரணங்களால விலகியிருக்க முடியல. உன்னோட எல்லா பாவங்களிலிருந்தும் விலகி விட்டாயா, சகோதரி?'' செயிண்ட் கிளேர் சொன்னார்.

தனது தையல் வேலையை நிறுத்தி விட்டு செல்வி ஒபேலியா தீவிரமாகக் கூறினாள்: ''சகோதரா! அகஸ்டியன், என்னோட குறைபாடுகளை நீங்க மன்னிக்கறதுக்கு எனக்குத் தகுதி இருக்குன்னு நான் நினைக்கறேன். நீங்க சொல்றது எல்லாம் உண்மைதான். என்னை விட அதிகமா வருத்தப்படறவங்க இருக்க மாட்டாங்க. உங்களுக்கும் எனக்கும் சில வித்தியாசங்கள் இருக்கறதா எனக்குத் தோணுது. நான் தப்புன்னு நினைக்கறத தினந்தினம் தொடர்ந்து செஞ்சுகிட்டே இருந்தேன்னா, எனது வலது கையை வெட்டிப்பேன்னு நினைக்கிறேன். நான் சொல்றதுக்கும், செய்யறதுக்கும் வித்தியாசம் இருக்குன்னு ஒத்துக்கறேன். என்னை நீங்க கண்டிக்கிறதுல ஆச்சரியம் இல்ல''

''ஓ சகோதரி! அதை ரொம்ப முக்கியமா எடுத்துக்காதே. நான் ஒண்ணுக்கும் உதவாத குறும்புக்காரச் சிறுவன்னு உனக்குத் தெரியும். நான் உன்னைத் தூண்டறேன். அவ்வளவுதான். ஆத்திரமடையற துக்காக தூண்டறேன். நீ ரொம்ப நல்லவள்ன்னு நான் நினைக்கறேன்.

இதைப் பத்தி நினைக்கும்போது ரொம்ப கஷ்டமா இருக்கு'' தரையில் அமர்ந்து, அவளது மடியில் தலை வைத்து அகஸ்டியன் சொன்னார்.

''இது முக்கியமான விஷயம் அகஸ்டியன்.'' தனது கையை அவரது முன்னெற்றியில் வைத்த செல்வி ஒபேலியா கூறினாள்.

''துக்ககரமாக அப்படித்தான். வெயில் வேளையில் தீவிரமாகப் பேசுவதற்கு எனக்கு எப்போதும் விருப்பம் இருப்பதில்ல. கொசுவும், பூச்சிகளும் இருக்கும்போது உன்னதமான தர்ம நிலை பற்றி ஒருவரால் பேச முடியாதுன்னு நம்பறேன். ஒரு கோட்பாடு இருக்குன்னு நம்பறேன். தெற்கு நாடுகளைவிட வடக்கு நாடுகள் ஏன் நற்பண்போட இருக்குன்னு எனக்கு இப்பப் புரியுது. முழு விஷயத்தையும் பார்க்கறேன்.'' அவர் சொன்னார்.

''ஓ, அகஸ்டியன்! நீங்க பரிதாபத்துக்குரிய முட்டாள்!''

''நானா? அப்படி இருக்கேன்னே இருக்கட்டும். இந்த ஒருமுறை நான் தீவிரமா இருக்கேன். நீ எனக்கு அந்த ஆரஞ்சுப் பழக் கூடையை கொடுக்கணும். நான் அப்படி முயற்சிக்கணும்னா 'குடுவைகளோட என்னோட தங்கி ஆப்பிள் பழத்தை கொடுத்து' உபசரிக்கணும். இப்ப கூடையைத் தூக்கிப்பிடித்தவாறு அகஸ்டியன் கூறினான். மானுட நிகழ்வுகளின் வழியில் ஒரு மனுஷனுக்கு இரண்டு மூன்று சக புழுக்களை அடைச்சு வைக்க வேண்டிய அவசியம் வரும்போது, சமூகத்தின் கருத்துக்கு ஒரு நியாயமான மதிப்பு கொடுக்க வேண்டியிருக்கு.''

''நீங்க தீவிரமா பேசற மாதிரி தோணலை.'' ஒபேலியா கூறினாள்.

''கொஞ்சம் பொறு. நான் அதுக்கு வரேன். நீ கேட்கலாம். விஷயத்தின் சுருக்கம் என்னன்னா இந்த அடிமைத்தன பிரச்னை பத்தி ஒரு கருத்துத்தான் இருக்க முடியும். இதன் மூலம் தோட்ட சொந்தக் காரர்கள் பணம் பண்ண வேண்டியிருக்கு. மத குருமார்களுக்கு தோட்ட சொந்தக்காரர்களைத் திருப்திப்படுத்த வேண்டியிருக்கு. இதன் மூலம் ஆட்சி செய்ய விரும்பற அரசியல்வாதிக்கு, தனது மொழியையும், தர்மங்களையும் உலகத்தை ஆச்சரியப்படுத்தற அளவுக்கு வளைக்க முடியும். அவங்க இயற்கையையும், பைபிளையும் துணைக்கு அழைக்க முடியும் என்பது யாருக்கும் முழுமையா தெரியாது. உலகமும் அவங்களும் அதில் ஒரு துரும்புகூட குறையாத நம்பிக்கை வச்சிருக் காங்க. இது சாத்தான்கிட்டேயிருந்து வருது என்பதுதான் எனது சுருக்கமான கருத்து. அதனோட வழியில செய்வதன் மதிப்பான மாதிரியாத்தான் இது எனக்குப் படுது.'' அவர் சொன்னார்.

செல்வி ஒபேலியா தனது பின்னல் பணியை நிறுத்தினாள். ஆச்சரியமாகப் பார்த்தாள். அவளது ஆச்சரியத்தைக் கண்டு அக மகிழ்ந்தவராய் தோன்றிய செயிண்ட் கிளேர் மேலும் தொடர்ந்தார்.

''நீ ஆச்சரியப்படற மாதிரி இருக்கு. நீ பொறுமையா கேட்டா இதை தெளிவா விளக்குவேன். கடவுளையும், மனிதனையும் அவமதிக்கிற இந்த சபிக்கப்பட்ட தொழில் என்பது என்ன? அதன் அலங்காரங்களை களைந்து, அதன் வேருக்கு இறங்கி அதன் அடிப்படையை பார்த்தா அது என்ன? எனது சகோதரன் குவேஷி அப்பாவியாகவும், பலவீனமானவனாகவும் இருந்ததாலும், நான் அறிவாளியாகவும், வலிமையாகவும் இருந்ததாலும் அவன்கிட்ட இருக்கறது எல்லாத்தையும் நான் திருடிக்கிட்டு, எனக்குப் பிடிச்ச அளவுக்கு அவனுக்கு கொடுக்க முடியுமா? எந்த வேலை எனக்கு கஷ்டமோ, அசிங்கமோ, என்னால முடியாதோ, அதை எல்லா குவேஷியையே செய்ய வைப்பேன். என்னால வேலை செய்ய முடியாது என்பதால், குவேஷியை வேலை வாங்குவேன். சூரியன் என்னைச் சுடும் என்பதால் குவேஷி வெயிலில் வேலை பார்ப்பான். குவேஷி சம்பாதிப்பான். நான் செலவழிப்பேன். குவேஷி சகதியில் உழல்வான். நான் உலர்ந்த தரையில் உலா வருவேன். தன்னோட வாழ்நாள் முழுவதும் என்னோட விருப்பப்படி அவன் செயல்படணும். இதைத்தான் நான் அடிமைத்தனம்னு நினைக்கிறேன். நமது சட்டப் புத்தகங்களில் இருக்கும் அடிமைக் கோட்பாடுகளை படிப்பதை நான் தடுக்கறேன். வேறு ஏதாவது செய்யுமாறு கேட்டுக்கறேன். அடிமைத்தனத்தின் கொடுமைகள் பற்றிப் பேசுவோம். அபத்தம், அடிமைத்தனமே எல்லா கொடுமைகளின் சாறுதான். அதில் உலகம் மூழ்கி அழியலேன்னா அதன் உண்மையான உள்ளடக்கத்தை விட நல்ல வழியில் அதை செயல்படுத்துவதுதான் காரணம். கருணைக்காக, வெட்கக்கேடு என்பதற்காக, நாம் தாய்க்குத்தான் பிறந்திருக்கோமே தவிர, மிருகத்துக்கு இல்ல என்பதாலே, நம்மில் பலர் முழு அதிகாரத்தையும், சட்டத்தையும் பயன்படுத்துவதை கேவலமாக நினைத்து பயன் படுத்தாது இருக்கோம். இதில் அதிகபட்ச தூரம் போய், ரொம்ப மோசமா செயல்படறவங்க சட்டம் தரும் அதிகாரத்துக்கு உட்பட்டே செயல்படறாங்க.''

செயிண்ட் கிளேர் எழுந்தார். பரபரப்பு அடையும்போது வழக்கமாக செய்வது போல தரையின் மேலும், கீழும் வேகமாக நடந்தார். கிரேக்கக் கலை போன்ற அவரது அழகிய முகம் அவரது உணர்ச்சிகளின் பிழம்பில் எரிவதாய்த் தோன்றியது. அவரது பெரிய நீலநிறக் கண் பளபளத்தது. அனிச்சையான ஆர்வத்தோடு அவர் கையை ஆட்டினார். அவரை இந்த மனநிலையில் செல்வி ஒபேலியா எப்போதும் பார்த்ததில்லை. அவள் மிகவும் அமைதியாக அமர்ந்திருந்தாள்.

''நான் உன்கிட்ட உறுதி கூறுகிறேன். இந்த விஷயத்தைப் பத்தி பேசறதும், வருத்தப்படறதும் உபயோகம் இல்லை. மொத்த நாடும் மூழ்கி இந்த அநீதிகளையும், துயரங்களையும் வெளிச்சத்திலிருந்து மூடி

மறைக்குமானால், நானும் அதோடு மூழ்குவதற்கு விருப்பமா இருக்க றேன்னு நினைச்சது உண்டுன்னு உனக்கு உறுதி கூற விரும்பறேன். படகுகளில் மேலும், கீழும் போகும்போதும், வசூலிக்கும் பயணத்தில் போகும் போதும், சந்திச்ச ஒவ்வொரு கொடூரமான, வெறுப்பான, அற்பமான, கீழ்த்தரமான ஆட்களும் முழுமையான கொடுங் கோலனாக இருக்க நமது சட்டங்களால் அனுமதிக்கப்பட்டவங்கதான். அவனால் ஏமாற்ற முடிந்த, திருட முடிந்த, சூதாட முடிந்த அளவிற்கு அவன் பணக்காரனாய் இருந்தான். ஆதரவற்ற குழந்தைகளின் இளம் பெண்களின், பெண்மணிகளின் சொந்தச் சொத்துக்களை வைத்தி ருப்பவர் பார்த்தபோதெல்லாம், எனது தேசத்தையும், மனித குலத்தையும் சபிக்கத் தயாராயிருப்பேன்.'' செயிண்ட் கிளேர் திடீரென்று நின்று சொன்னார்.

செல்வி ஒபேலியா சொன்னாள்: ''அகஸ்டியன், நீங்க போதுமான அளவுக்கு சொல்லிட்டீங்கன்னு நிச்சயமா நினைக்கிறேன். வடக்குல கூட இது போன்று எதையும் எனது வாழ்க்கையில் கேட்டதில்ல.''

தனது வழக்கமான அலட்சிய தொனிக்கு திடீரென்று திரும்பிய செயிண்ட் கிளேர் சொன்னார்: ''ப்பூ! உங்க வடக்கு மனிதர்கள் கல்நெஞ்சுடையவர்கள். எல்லாத்தையும் சாதாரணமா எடுத்துப்பீங்க.

''நல்லது, பிரச்னை என்னன்னா...'' செல்வி ஒபேலியா சொன்னார்.

''ஓ.. ஆமாம், நிச்சயமா பிரச்னை என்னன்னா, அது பிசாசுத்தனமான கேள்வி. இந்தப் பாவப்பட்ட, துயரமான நாட்டுக்கு எப்படி வந்தே? எனக்கு நீ ஞாயிற்றுக்கிழமைகளில் சொல்லிக் கொடுத்த நல்ல பல வார்த்தைகளுக்கு பதில் சொல்வேன். நான் சாதாரண தலைமுறையில் வந்தவன். எனது வேலையாட்கள் எனது அப்பாவுக்கு சொந்தமானவங்க. இன்னும் சொல்லப் போனால், அம்மாவுக்கு சொந்தமானவங்க. இப்ப அவங்க என்னோடவங்க. அவங்க அதிகரித்து கணிசமா இருக்காங்க. எங்க அப்பா நியூ இங்கிலாந்திலிருந்து வந்தவர்ன்னு உனக்குத் தெரியும். உங்க அப்பா போல சாதாரணமான பழைய ரோமர். நேர்மையானவர்; சக்தி மிகுந்தவர்; உன்னத மனம் கொண்டவர்; இரும்பின் உறுதியோடு இருந்தவர். பாறைகளையும், கற்களையும் ஆட்சி செய்ய நியூ இங்கிலாந்தில் வாழ்க்கையை அமைத்துக் கொண்டார். எங்க அப்பா லூசியானாவில் தங்கி, ஆண்களையும், பெண்களையும் ஆட்சி செய்து, அவர்கள் மூலம் பெறுவதைக் கொண்டு வாழ்வு நடத்தத் துவங்கினார். என்னோட அம்மா'' எழுந்து, அந்த அறையின் முடிவில் இருந்த ஒரு நிழற்படம் முன் நின்று, தலையை நிமிர்த்தி மிகுந்த மதிப்புடனும், மரியாதை யுடனும் உற்றுப்பார்த்த செயிண்ட் கிளேர் சொன்னார் : 'தெய்வீக மானவங்க. அவங்க மனிதப் பிறவியா இருக்கலாம். ஆனால் நான் கவனித்தவரை மனித பலவீனங்களின் தடயமோ, மனித தவறுகளின்

தடயங்களோ அவர்களிடம் தென்பட்டதில்லை. அடிமைகளோ, சுதந்திரமானவர்களோ, வேலைக்காரர்களோ, தெரிந்தவர்களோ, உறவினர்களோ, அவரை நினைவுபடுத்தி வாழ்வோர் அனைவரும் சொல்வதெல்லாம் ஒண்ணாத்தான் இருக்கும். பல வருடங்களாக எனது நம்பிக்கையின்மைக்கும், எனக்கும் இடையில் அவங்க இருந்தாங்க. புதிய வேதாகமத்தின் நேரடி உருவமாக அவங்க இருந்தாங்க. உண்மையால் மட்டுமே கணக்கிடப்பட வேண்டிய வாழும் உண்மையானவராக இருந்தார். ஓ அம்மா!'' தனது கையை இறுக்கியவாறு சென்றுகொண்டே செயிண்ட் கிளேர் சொன்னார். தன்னை கட்டுப்படுத்திக்கொண்டு திரும்பி வந்தார். அங்கிருந்த முதுகில்லா இருக்கையில் அமர்ந்து தொடர்ந்தார்:

''நானும், எனது சகோதரனும் இரட்டையர்கள். இரட்டையர்கள் ஒருவரைப் போன்றே ஒருவர் இருப்பார்கள் என்பார்கள். ஆனால் நாங்க இருவரும். எதிர் எதிர் தன்மை கொண்டவர்கள். அவன் கருப்பான பயமூட்டும் கண்களையும், கருப்பான முடியையும், வலிமையான ரோமன் உருவ அமைப்பையும், வளமான பழுப்பு நிறத்தையும் பெற்றிருந்தான். நான் நீலக் கண்களையும், பொன்னிற முடியையும், கிரேக்க உருவ அமைப்பையும், வெள்ளை நிறத்தையும் பெற்றிருக்கிறேன். அவன் சுறுசுறுப்பாகவும், கவனமாகவும் இருந்தான். நான் கனவு காண்பவனாகவும், சுறுசுறுப்பற்றவனாகவும் இருந்தேன். தனக்கு சமமானவர்களிடமும், நண்பர்களிடமும் தாராளமாக இருப்பான். ஆனால் கர்வமாகவும், ஆதிக்கம் செலுத்துபவனாகவும், கீழோரை விரட்டுபவனாகவும், அவனுக்கு எதிராக இருப்பவர்களுக்கு கருணை காட்டாதவனாகவும் இருந்தான். நாங்கள் இருவரும் உண்மையாக இருந்தோம். அவன் கர்வத்திலும், தைரியத்திலும் உண்மையாக இருந்தான். நான் ஒரு விதமான கொள்கைப் பற்றில் உண்மையாக இருந்தேன். மற்றவங்க போலவே நாங்கள் இருவரும் ஒருவருக்கொருவர் அவ்வப்போதும், அடிக்கடியும் அன்பாய் இருந்தோம். அவன் எனது அப்பாவுக்கும் நான் என் அம்மாவுக்கும் ஆசைக் குழந்தை.''

''எல்லா விஷயங்களிலும், ஓர் ஆரோக்கியமற்ற உணர்ச்சி வசப்படும் குணமும், தீவிரமான உணர்வுகளும் எனக்கு இருந்தது. அதில் எங்கப்பாவுக்கும், சகோதரனுக்கும் புரிதல் இருக்காது. அதுபற்றி அவர்களுக்கு அனுதாபம் இருக்காது. ஆனால் அம்மாவுக்கு உண்டு. ஆல்பர்ட்டோடு நான் சண்டை போட்டா, அப்பா என்னை கடுமையா பார்ப்பார். நான் அம்மாவின் அறைக்குச் சென்று அவளருகில் அமர்வேன். வெளிறிய கன்னங்கள், ஆழமான, மிருதுவான, தீவிரமான கண்கள், அவளது வெள்ளை உடை முதலியவற்றோடு அவர் என்னை எப்படி பார்ப்பார் என்று எனக்கு இன்னும் நினைவில் நிற்குது. அவர்

எப்போதும் வெள்ளை உடையைத்தான் அணிவார். சிறப்பான சுத்தமான வெள்ளை லினன் அணிந்த மகான்கள் பற்றிய ''வெளிப்படுத்துதலை'' படிக்கும் போதெல்லாம் எனது அம்மாவின் தோற்றத்தைப் பற்றி நினைப்பேன். ஏதோ ஒரு விதத்தில், குறிப்பாக இசையில், அறிவுத்திறன் பெற்றவராக இருந்தார். தனது இசைக் கருவியின் முன் அமர்ந்து, கத்தோலிக்கத் தேவாலயத்தின் பழைய மகத்தான பாடல்களை வாசிக்கத் துவங்குவார். மனிதக் குரலாய் இல்லாமல், ஒரு தேவதையின் குரல் போல் இனிக்கும் குரலில் பாடுவார். அவளது மடியில் தலை வைத்துப் படுத்திருப்பேன். அழுவேன். கனவு காண்பேன். அளவிடமுடியாதபடி உணர்வேன். இந்த விஷயங்களை விளக்க எனக்கு மொழி இல்லை.''

''அப்போது அடிமைத்தனம் பற்றி இன்றுபோல் விவாதிக்கப் படுவதில்லை. அதில் கெடுதல் இருப்பதா எவரும் கருதியிருக்க வில்லை.''

''எங்கப்பா பிறப்பிலேயே உயர் குலத்தவர். முன்பு இருந்த சில மாநிலங்களில் உயர் வட்டத்தில் இருந்திருப்பார் என்று நினைக்கிறேன். பழைய அரண்மனை கர்வங்களை தன்னோடு கொண்டு வந்திருந்தார். அவர் ஆரம்பத்தில் ஏழையாக இருந்திருந்தாலும், உன்னதக் குடும்பத்தில் பிறந்திருக்காவிட்டாலும், அது அவரது எலும்பிலேயே பின்னி பிணைக்கப்பட்டிருந்தது. இந்த பிம்பமே எனது சகோதரனுக்கும் வந்தது.''

''சமூகத்தின் சில தரப்பினர் தவிர்த்து, உலகம் முழுவதும் பிரபுக்களுக்கு தற்போது மனித அனுதாபம் கிடையாது. இங்கிலாந்தில் இந்தத் தரப்பு ஓரிடத்தில் இருக்கிறது. பர்மாவில் மற்றொரு இடத்திலும், அமெரிக்காவில் வேறொரு இடத்திலும் இருக்கிறது. இந்த நாடுகளின் வர்க்கத்தினர் ஒருவரின் சிரமங்களுக்கும், துயரங்களுக்கும், அநீதிகளுக்கும் மற்றவர் அலட்சியமாக இருப்பது வழக்கம். எங்கப்பாவுக்கு பிரிவினைக் கோடு என்பது நிறம் சார்ந்தது. அவரோடு சமமானவர்களுக்கு அவர் காட்டும் தாராளமும், நியாயமும் வேறு எவராலும் செய்ய முடியாதவை. அவர் நீக்ரோக்களை மனுஷனுக்கும், விலங்குகளுக்கும் இடையேயான இணைப்பு என்றே கருதுவார். அவங்களுக்கு அழியாத மனித ஆன்மா இருக்கா என்று யாராவது கேட்டால் ஆமாம் என்பார். ஆனால், எங்க அப்பா ஆன்மிக எண்ணங்களில் தன்னை வருத்திக் கொள்ள மாட்டார். உயர் வர்க்க தலைவராக கடவுள் மீது ஒரு மரியாதையான பக்தி தவிர, மத ரீதியான மன உணர்ச்சி அவருக்குக் கிடையாது.''

''எங்கப்பா ஐநூறு நீக்ரோக்களை வேலை வாங்கினார். அவர் வளைந்து கொடுக்காத, விரட்டி வேலை வாங்கும், கடமையில் அக்கறையோடு இருக்கற வியாபாரி. எல்லாம் ஒழுங்கு முறையோடு

நடக்க வேண்டும். துல்லியமாக இருக்க வேண்டும். சோம்பலான, வம்பு பேசும், முன்யோசனை இல்லாத வேலையாட்களால் வேலைகள் செய்யப்பட வேண்டும் என்பதைப் பார்த்தால், என்னைப் போன்ற உணர்ச்சிவயப்படும் ஒரு குழந்தைக்கு தோட்டத்தில் பல விஷயங்கள் கோரமாகவும், வருத்தமூட்டுவதாகவும் இருந்தன. நீங்கள் வெர்மண்ட் காரர்கள் சொல்வது போல் அந்த வேலையாட்கள், ''உதறித் தள்ளுவதை'' தவிர எதிலும் வாழ்நாள் முழுவதும் அக்கறை கொள் ளாது இருந்தனர். எதை, எப்படிச் செய்வது என்று அறிவதற்கான நோக்கம் இல்லாது வளர்ந்திருந்தனர்.

''ஓர் உயரமான மேற்பார்வையாளர் இருந்தார். ஒரு வெர்மண்டரின் (என்னை மன்னிச்சிடு) விலகி வந்த மகன் அவர். கடுமையாக நடத்துவதிலும், கொடுமையாக நடத்துவதிலும் பயிற்சி பெற்றவராய் இருந்தார். தான் கற்றவற்றை செயல்படுத்துபவராய் இருந்தார். நானும், எங்க அம்மாவும் அவரை பொறுத்துக்க மாட் டோம். எங்கப்பாகிட்ட செல்வாக்கு பெற்று மேலே வந்து, பண்ணை யின் முழுமையான கொடுங்கோலனாய் இருந்தார்.''

''அப்ப நான் சிறுவனா இருந்தேன். இப்ப இருக்கற மாதிரியே மனுஷங்ககிட்ட அன்பா இருப்பேன். எந்த வடிவத்தில் இருந்தாலும், மனிதாபிமானத்தை கற்பதில் ஒருவித ஆர்வத்தோடு இருந்தேன். அதிகமா வயல்வெளி ஆட்களுடனும், அவர்களது வசிப்பிடங்களி லுமே இருந்தேன். அவர்களிடையே ஒரு செல்லக் குழந்தையா வளர்ந்தேன். பலவிதமான புகார்களும், குறைகளும் என் காதுக்கு வரும். அதை அம்மாகிட்ட சொல்வேன். நாங்க இருவரும் ஒரு குறைதீர்க்கும் குழுவா இருப்போம். பல கொடுமைகளை தடுத்து நிறுத்தியிருக் கிறோம். பல நல்லது செய்ததுக்கு எங்களை நாங்களே பாராட்டிக் கொண்டோம். எப்போதும் நடப்பது போல எனது ஆர்வத்தில் அளவுக்கு அதிகமாக செயல்பட்டு விட்டேன். தன்னோட வேலையாட் களை நிர்வகிக்க முடியலைன்னும், தனது பதவியிலிருந்து விலகப் போவதாகவும் மேற்பார்வையாளர் ஸ்டப்ஸ் புகார் கூறினார். அப்பா அன்பான, சலுகை காட்டும் மனிதர்தான் என்றாலும், தான் அவசியம் என்று கருதிய எதிலிருந்தும் அவரை அசைக்க முடியாது. எனவே, எங்களுக்கும், வேலையாட்களுக்கும் இடையே தன்னை தடுப்புச் சுவர் ஆக்கினார். மரியாதையும், மதிப்பும் மிகுந்த மொழியில் எனது அம்மாவிடம் வெளிப்படையாகக் கூறிவிட்டார். வீட்டு வேலையாட் களுக்கு அவள்தான் ஏகபோக எஜமானி என்றாலும், வயலில் இருக்கும் வேலையாட்கள் விஷயத்தில் குறுக்கீடு அனுமதிக்கப்படாது என்று கூறிவிட்டார். எல்லா வாழும் மனிதர்களைவிட எனது அம்மாவை மதித்துப் போற்றியவர் அவர். தனது ஒழுங்குமுறைக்கு குறுக்காக வந்தி ருந்தால், கன்னி மேரியிடம்கூட அப்படித்தான் சொல்லியிருப்பார்.''

"அவரது அனுதாபத்தை தூண்டும் விதத்தில், அவரிடம் எங்க அம்மா நியாயத்தை வலியுறுத்தி பேசுவதைக் கேட்டிருக்கேன். மிகவும் பரிதாபமான முறையீடுகளை, உற்சாகமூட்டாத விதத்தில் இதமாகக் கேட்பார். அவர் சொல்வார்: "ஸ்டப்ஸை பிரியணுமா? வச்சிருக்கணுமா? நேரந்தவறாமை, நேர்மை, செயல்திறன் இதுல எல்லாம் ஸ்டப்ஸ் சிறந்தவன். முழுமையான வியாபார மனசு கொண்டவன். பொதுவா இருக்கற அளவுக்கு மனிதாபிமானி. எதிலும் முழுமை கிடைக்காது. மொத்த நிர்வாகத்தையும் சரியா வச்சிருக்கணும்னா, அவன் அவசியம். அங்கும், இங்கும் விதிவிலக்கா ஒன்று இரண்டு நடந்தாலும் அவனை வச்சிருக்கணும். எல்லா நிர்வாகத்திலும் ஒரு கடுமை தேவைப்படும். பொது விதிகள் சிலருக்கு சிரமமா இருக்கலாம்" மிகவும் கொடுமையான குற்றச்சாட்டுகள் வந்தா, அவரோட கடைசியான மொழியா இதுதான் இருக்கும். இதைச் சொன்னதும், ஒரு பெரிய வியாபாரத்தை முடிச்ச நிறைவோடு தனது காலை சோபாவில் நீட்டி தூங்கவோ செய்தித்தாள் படிக்கவோ துவங்குவார்."

"ஒரு ராஜதந்திரிக்கு உரிய திறமையை எங்க அப்பா வெளிப்படுத்தினார். ஒரு ஆரஞ்சுப் பழத்தை உரிக்கற மாதிரி அவரால் போலந்து நாட்டைப் பிரிக்க முடியும். அங்க வாழற மனிதர் போன்று அயர்லாந்தில் அவரால் நடக்க முடியும். கடைசியா எங்க அம்மா வருத்தத்தோடு விட்டுட்டாங்க. அநீதி என்றும் கொடுமை என்றும் தான் கருதும் விஷயத்தில் தான் எதுவும் செய்ய முடியாது போனது பற்றி அவங்களைப் போன்று உன்னதமான மனமும் உணர்ச்சியும் கொண்டவர்கள் எப்படி உணர்ந்திருப்பார்கள் என்பது கடைசி வரை தெரிவதில்லை. நம்ம இடத்தைப் போன்ற நரக உலகத்தில், அது நீண்ட துயரமான காலகட்டமாக இருந்தது. தனது கருத்திலும், மனப்பாங்கிலும் தனது குழந்தைகளை வளர்ப்பது தவிர, அவங்களுக்கு வேறு எது எஞ்சியிருந்தது? நீங்க பயிற்சின்னு சொல்வதையும் மீறி, இயல்பா அவங்களை வளரவிட்டா, அவங்க கணிசமா வளருவாங்க. பிறந்ததிலிருந்தே ஆல்பர்ட் பிரபுவா இருந்தான். அவனது எல்லா அனுதாபங்களும், நியாயங்களும் அந்த வழியிலேயே இருந்தன. எங்களோட அம்மாவின் உபதேசங்கள் காற்றில் பறந்தன. என்னைப் பொறுத்த வரை, அவை ஆழமாகப் பதிந்தன. எங்கப்பா சொன்ன எந்த முரண்பாடுகளையும் எங்க அம்மா நேரடியா மறுத்ததில்லை. அவளது ஆழமான, ஆவலான இயல்போடு, மிகவும் அற்பமான பிறவிகளுக்கு கௌரவமான வாழ்வு அமைவது பற்றி எடுத்துக் கூறுவாங்க. அவங்க முகத்தை பிரமிப்போடு நான் பார்க்கும்போது, மாலை நேரத்தில் காணப்படும் நட்சத்திரங்களை சுட்டிக்காட்டி கூறுவாங்க: "அங்க பாரு அகஸ்டி! அந்த நட்சத்திரம் நிரந்தரமா போய் விட்டாலும், கடவுள் இருக்கற வரை, அற்பமான ஏழைப்பிறவிகள் நம்ம இடத்தில் வாழ்ந்து கொண்டுதான் இருப்பாங்க."

''அவங்ககிட்ட சில அருமையான பழைய ஓவியங்கள் இருந்தன. குறிப்பா, ஒரு குருடருக்கு ஜீசஸ் சிகிச்சை அளிக்கிற மாதிரி ஒரு ஓவியம் இருந்தது. அது அழகாகவும், என்னை கவர்வதாகவும் இருக்கும். அவங்க சொல்வாங்க: ''அங்க பாரு அகஸ்டி! அந்த குருடர் ஒரு பிச்சைக்காரன்; ஏழை; அருவருப்பானவன். அதனால அவர் தள்ளி நின்று சிகிச்சை அளிக்கல, அவரிடம் அழைத்து, அவன்மீது கையைப் போட்டு சிகிச்சை அளித்தார். இதை நினைவில் வச்சுக்க.'' அவங்களது பராமரிப்பில் வளர்ந்திருந்தா உல்லாசம்னா என்னன்னு தெரிஞ்சிருக்க மாட்டேன். ஒரு மகானாகவோ, சீர்திருத்தவாதியாகவோ, தியாகியாகவோ மாறியிருப்பேன். ஆனா அந்தோ! என்னோட பதிமூணு வயசில அவங்கிட்டேயிருந்து விலகிட்டேன். அதுக்குப் பிறகு அவங்கள நான் பார்க்கல''.

தனது கைகளில் செயிண்ட் கிளேர் தலையை வைத்துக் கொண்டார். சில நிமிடங்கள் பேசவில்லை. கொஞ்ச நேரம் கழித்து, த்லை தூக்கிப் பார்த்து, அவர் தொடர்ந்தார்:- "மனித நற்பண்பை விற்கும் இந்த அற்பமான தரங்கெட்ட வியாபாரம், அகிலத்தில் சாதாரண விஷயம். இதன் பெரும் பகுதி ஒரு விபத்துதான். எல்லாரும் சுதந்திரமாகவும், சமமாகவும்ட இருக்கும் வெர்மென்ட் நகரில் உங்க அப்பா வசிக்கத் துவங்கினார். தேவாலயத்தின் ஒழுங்கான உறுப்பினராக ஆனார். பாதிரியாருக்கான பயிற்சி பெற்றார். அடிமை ஒழிப்புச் சங்கத்தில் சேர்ந்தார். எங்களை எல்லாம் நாஸ்திகர்களுக்கு சற்று மேலாகக் கருதுவார். உருவ அமைப்பிலும், பழக்க வழக்கங்களிலும் அவரை எங்கப்பாவின் பிரதியாகவே உலகம் பார்க்கிறது. அது பல வித்தியாசமான வழிகளில் வெளிப்படுவதை பார்க்க முடியும். அதே வலிமை; அதே இணங்க வைக்கும் திறன்; அதே ஆதிக்கம் செலுத்தும் குணம். சீர்திருத்தவாதி சின்க்யைவிட தங்களை உயர்வாய்க் கருதும் உங்கள் கிராம மக்களை சம்மதிக்க வைப்பது எவ்வளவு சிரமம்னு உனக்குத் தெரியும். ஜனநாயக காலத்தில் பிறந்திருந்தாலும், ஜனநாயகக் கோட்பாட்டை ஏற்றுக் கொண்டிருந்தாலும் ஐநூறு அடிமைகளை ஆட்சி செய்த எங்க அப்பாவைப் போலவே, அவர் மனதளவில் பிரபுதான்.

இந்த சித்தரிப்புக்கு சிறு எதிர்ப்பு தெரிவிக்க விரும்பிய ஒபேலியே பின்னல் பணியை கீழே வைத்தார். ஆனால், அவளை செயிண்ட் கிளேர் தடுத்து நிறுத்தினார்.

" நீ இப்ப என்ன சொல்ல வர்றேன்னு எனக்குத் தெரியுது. உண்மையில் அவங்க இருவரும் ஒரே மாதிரியானவங்கன்னு நான் சொல்லல. இயல்பான போக்குக்கு எதிரா செயல்பட்ட ஒரு இடத்தில் ஒருவர் இருந்தார். மற்றவர் இயல்பான போக்கில் செயல்படும் ஒரு இடத்தில் இருந்தார். ஒருவர் பிடிவாதமான, கொழுத்த, இணங்க வைக்கும்

வயதான ஜனநாயக வாதியாக இருந்தார். மற்றவர் பிடிவாதமான, கொழுத்த, வயதான கொடுங்கோலராய் இருந்தார். இருவரும் லூசியானாவில் தோட்ட சொந்தக்காரர்களாய் இருந்திருந்தால், ஒரே துப்பாக்கியில் இருக்கும் இரண்டு பழைய குண்டுகளாகவே இருந்திருப் பார்கள்.

“எவ்வளவு கடமையற்ற மகனாய் நீங்கள் இருக்கிறீர்கள்?'' செல்வி ஒபேலியா கூறினாள்.

“அவங்களுக்கு அவமரியாதை காட்ட நான் விரும்பல. பக்தி செலுத்துவது எனது பலம் இல்லேன்னு உனக்குத் தெரியும். சரித்திரத் துக்கு திரும்புவோம்.'' செயிண்ட் கிளேர் சொன்னார்.''

“எங்கப்பா இறந்தபோது, முழுச் சொத்தையும் எங்களிடம் விட்டுச் சென்றார். நாங்கள் விரும்புகிறபடி பிரித்துக் கொள்ளச் சொன்னார். உன்னத மனம் கொண்ட, தாராளமான ஆல்பர்ட்டுக்கு இது உடன்பாடா இருக்கல. சகோதரத்தன்மைக்கு எதிரா எந்த வார்த்தை யையோ, உணர்வையோ வெளிப்படுத்தாம, சொத்து பிரச்சினையை தீர்த்துக் கொண்டோம். தோட்டத்தில் இருவரும் சேர்ந்து பணியாற்ற முடிவெடுத்தோம். எனது வெளி வாழ்க்கைத் திறனோடும், சக்தி யோடும் இரு மடங்கை கொண்டிருந்த ஆல்பர்ட், ஒரு உற்சாகமான தோட்டச் சொந்தக்காரனாக மாறினான் அற்புதமான வெற்றியையும் பெற்றான்.''

“இரண்டு வருட சோதனை, இந்த விஷயத்தில் இருவரும் பங்கு தாரராக இருக்க முடியாது என்று எண்ண வைத்தது. எனக்குத் தனிப்பட்ட முறையில் தெரியாத எழுநூறு பேரை பராமரிப்பது எனக்குப் பிடித்தமாக இருக்கவில்லை. ஒரு இராணுவ துல்லியத்தோடு, வாங்குவது; விரட்டுவது; தங்கவைப்பது; உணவு கொடுப்பது; கொம்பு கொண்ட மாடுகளாய் வேலை வாங்குவது என்று வாழ்க்கையின் சிறு கோரிக்கைகளைக்கூட அனுபவிக்காது நடத்துவதில் எனக்கு எந்த தனிப்பட்ட ஆர்வமும் இருக்கவில்லை. அவர்களை பணியாற்றும் திறனோடு வைத்திருப்பதற்கு, விரட்டுநர்களும், மேற்பார்வையாளர் களும், சாட்டைகளும், மிரட்டல், உருட்டல்களும், தேவையா யிருந்தன. இது எனக்கு வெறுப்பாயும், அருவருப்பாயும் இருந்தது. எனது அம்மாவின் மனித ஆன்மா பற்றிய மதிப்பீட்டை நினைத்த போது, அது பயங்கரமானதாக இருந்தது.''

“அடிமைகள் இதில் இன்பமடைவதான பேச்சுகள் முட்டாள் தனமாக எனக்குத் தோன்றின எங்களது பாவங்களுக்கு மன்னிப்புக் கோரும் ஆர்வத்தில் உங்க வடக்கத்தியரால் சொல்லத்தகாத விதத்தில் தரங்கெட்டதாக சித்தரிக்கப்படுவதை கேட்க எனக்கு இன்றுவரை பொறுமை இருக்கவில்லை. எங்களுக்கு உங்களை நல்லாத் தெரியும். அதிகாலை முதல் அந்தி நேரம் வரை தனது எஜமானனின்

கண்காணிப்பில் , ஒரே மாதிரியான, சலிப்பூட்டும், மாற்றம் இல்லாத பணியில் உழைக்க யார்தான் விரும்புவான்? அதுவும் அவனை உழைப்பவனாக இருக்க வைக்க போதுமான உணவுக்காகவும் தங்குடமிடத்துக்காகவும், வருடத்துக்கு ஒருமுறை கிடைக்கும் ஒரு ஜோடி ஆடைக்காகவும் காலணிக்காகவும் செல்வாக்கும் மதிப்பும் இல்லாத இடத்தில் உழைக்க யாருக்கு மனமிருக்கும்? இந்த விதத்தில் வசதியாக எந்தவித மனிதரையும் வாழ வைக்க முடியும்னு எவரேனும் நினைத்தால், அவர் அதை முயற்சிக்கலாம்னு நான் சொல்வேன். நல்ல மனசாட்சியோடு ஒரு நாயை வாங்கி, அதோடு என்னால் வேலை பார்க்க முடியும்.

“நான் எப்பவும் நினைக்கிறேன். சாசனப்படி இது சரிதான்னு இதை நீங்கல்லாம் ஆதரிப்பதா நினைக்கிறேன்.'' ஒபேலியா கூறினாள்.

''அபத்தம்! அந்த அளவுக்கு எங்கள் தரம் இறங்கவில்லை. இதுவரை இருந்தவர்களிலேயே உறுதியான கொடுங்கோலனான ஆல்பர்ட் அப்படி நினைப்பதாய் நடிப்பதில்லை. வலிமை மிக்கவர் களின் உரிமை என்று தனது நிலையில் உயர்ந்து, இறுமாப்புடன் நிற்கும் அவன் புத்திசாலித்தனமாகக் கூறுவான்:- ஆங்கில பிரபுக்களும், முதலாளிகளும் கீழோரிடம் நடந்து கொள்வதைத்தான், வேறு வடிவத்தில் அமெரிக்க தோட்டச் சொந்தக்காரர்கள் செய்கிறார்கள். அவங்க உடல், எலும்பு, ஆன்மா மற்றும் உணர்வு எல்லாத்தையும் அவங்க வசதிக்காகவும், பயனுக்காகவும், எடுத்து அனுபவிக்கிறாங்க. அவன் இரண்டையும் தொடர்ந்து ஆதரித்து வருகிறான். அடையாளமாகவோ, உண்மையாகவோ மக்களை அடிமைப்படுத்தாமல் உயர்ந்த நாகரீகத்தை உருவாக்க முடியாதுன்னு சொல்வான். விலங்கிற்கு இணையான உடல் உழைப்பு கொடுக்கும் தாழ்ந்த இனம் இருக்கணும்னு அவன் சொல்வான். மேலும் விரிவுபட்ட அறிவையும், வளர்ச்சியையும் உருவாக்கத் தேவையான ஓய்வையும், வளத்தையும் உயர் வர்க்கத்துக்கு அளிக்க அது அவசியமாம். தாழ்த்தப்பட்டோரை இயக்கும் ஆன்மாவாக உயர் குடியினர் இருப்பார்களாம். பிறப்பிலேயே பிரபுவாகப் பிறந்ததால், அவன் நியாயப்படுத்துகிறான். நான் பிறப்பிலேயே ஜனநாயகவாதி என்பதால் அப்படி நினைக்கலை.''

“இந்த உலகில் இரண்டையும் எப்படி ஒண்ணா பார்க்க முடியும்? ஆங்கில உழைப்பாளிகள் விற்கப்படுவதில்லை; வியாபாரத்துக்கு உட்படுத்தப்படுவதில்லை; குடும்பத்திலிருந்து பிரிக்கப்படுவதில்லை; சாட்டையால் அடிக்கப்படுவதில்லை.'' ஒபேலியா கூறினாள்.

அவனும் விற்கப்பட்டவர் போலவே எஜமானரின் விருப்பத்திற்கு உட்பட்டே இருக்க முடியும். அடிமைகளை வைத்திருப்போர் சாட்டையால் அடித்துச் சாக அடிக்கிறார்கள். முதலாளிகள் அவனைப் பட்டினி போட்டு சாக அடிக்கிறார்கள். குடும்ப பாதுகாப்பில் எது

மோசமானது – தனது மகன் விற்கப்படுவதை பார்ப்பதா, பட்டினியால் சாவதை பார்ப்பதா – என்று சொல்வது சிரமமானது.''

"இன்னொரு மோசமான விஷயத்தைவிட அது ஒண்ணும் மோசமில்லைன்னு நிரூபிச்சு, அடிமைத்தனத்துக்கு வக்காலத்து வாங்கலாமா?''

"நான் அப்படி சொல்லல; எங்கள் முறை மனித உரிமைகளை தைரியமாகவும், வெளியில் தெரியும் விதத்திலும் மீறும் செயலாகும். ஒரு குதிரை மாதிரி வாங்குவது; பல் பிடித்துப் பார்ப்பது; மூட்டுக்களை தட்டிப் பார்ப்பது; அவனோட நடை உடையை எடை போடுவது; பிறகு அவனுக்காகப் பேரம் பேசுவது – மனித உடல்களையும், ஆன்மாக்களையும் விற்கும் வியாபாரத்தில் இருக்கும் சூதாடிகள், வளர்ப்போர், வணிகர்கள், தரகர்கள் இருப்பது – ஆகியவை நாகரிக உலகிற்கு வெளிப்படையாகத் தெரியும் விதத்தில் இருக்கிறது. மற்றவரின் நலனுக்காகவும் முன்னேற்றத்திற்காகவும் ஒருவரை பயன்படுத்துவது என்று பார்த்தால் இரண்டும் ஒன்றுதான்.

"இந்தக் கோணத்தில் இந்த விஷயத்தை இதுவரை நான் பார்த்ததில்லை'' செல்வி ஒபேலியா கூறினாள்.

"நல்லது; நான் இங்கிலாந்துல கொஞ்சம் பயணம் செய்திருக்கேன். அவங்களோட கீழ் மட்ட ஆட்களின் நிலைமை பற்றிய பல ஆவணங்களை பாத்திருக்கேன். இங்கிலாந்துல இருக்கற பெரும்பாலான மக்களைவிட அவனது அடிமைகள் நன்றாக இருப்பதாக ஆல்பர்ட் சொல்வதை மறுக்க முடியாது. நான் சொன்னத வச்சு ஆல்பர்ட் கடுமையான எஜமானர்னு கருதக்கூடாது. அவன் கொடுங்கோலன்; கீழ்ப்படியாதவர்களை ஒரு மானை சுடறது போல அவன் சுடறதுக்கு வருந்தமாட்டான். தனது அடிமைகளுக்கு நல்ல உணவும், இடமும் அளித்து வசதியாய் வைத்திருப்பதற்கு அவன் ஒரு விதமான பெருமை கொள்வான்.''

"அவனோட சேர்ந்திருந்தபோது, அவங்களோட கல்விக்கு ஏதாவது செய்யணும்னு வலியுறுத்திச் சொல்வேன். என்னை திருப்திபடுத்த ஒரு மத குருவை நியமிச்சான். ஞாயிற்றுக்கிழமைகளில் போதனை செய்ய ஏற்பாடு செய்தான். அவனோட நாய்களுக்கும், குதிரைகளுக்கும் முன்பு மதகுருவை வைப்பது போலத்தான் அதுன்னு அவன் நினைச்சான்னு எனக்குத் தெரியும். பிறந்ததிலிருந்து ஒவ்வொரு மோசமான தாக்குதலாலும் முட்டாளாகவும், மிருகத்தனமாகவும் மாற்றப்பட்டவர்கள், வாரம் பூராவும் கடுமையான உழைப்பை கொடுத்துட்டு, வாரம் ஒருமுறை போதனை பெறுவது பெரிய மாற்றத்தை ஏற்படுத்தாது என்று நான் நினைக்கிறேன். இங்கிலாந்தில் உற்பத்தி செய்யும் மக்களுக்கும், நமது நாட்டு தோட்ட ஆட்களுக்கும்,

ஞாயிற்றுக்கிழமை பள்ளிகளில் சொல்லிக் கொடுத்த ஆசிரியர்கள் இந்த கருத்தையே பிரதிபலிப்பார்கள். ஆனால், நம்மிடையே தெளிவாய்த் தெரியும் விதிவிலக்குகள் இருக்கின்றன. வெள்ளைக்காரர் களைவிட நீக்ரோக்களிடம் மத ரீதியான மனோபாவங்ளை அதிகம் பதியச் செய்ய முடியும் என்பதும் உண்மைதானே''

''தோட்ட வாழ்க்கையை ஏன், எப்படி விட்டீங்க?'' ஒபேலியா கேட்டாள்.

''கொஞ்ச நாளைக்கு நாங்க இரண்டுபேரும் இணைந்து செயல் பட்டோம். நான் சிறந்த தோட்டக்காரன் இல்லன்னு ஆல்பர்ட் வெளிப் படையாகப் பார்க்கிறவரை இணைந்திருதோம். என்னுடைய கருத்துகளுக்கு ஏற்ப, எல்லா இடத்திலும், எல்லா விதத்திலும் திருந்திய பின்பும், மாறிய பின்பும், மாற்றிய பின்பும், மேம்படுத்திய பின்பும், நான் திருப்தியடையாததை அபத்தமாக அவன் நினைத்தான். பணம் பண்ணுவதற்காக இந்த ஆண்களையும் பெண்களையும் பயன்படுத்து வதையும் இந்த அறியாமையையும், கொடுமையையும், பாவச் செயலையும் நிலைத்து நிற்கச் செய்வதையும் நான் வெறுத்தேன் என்பதுதான் உண்மை''.

"ஒவ்வொரு சிறு விஷயத்திலும் நான் தலையிட்டேன். நானே சோம்பேறி என்பதால், சோம்பேறிகளுக்கு ஆதரவா இருந்தேன். நேர்மையில்லாத நாய்கள் அவர்களது பருத்திக் கூடையின்கீழ் கல்லை வைத்து கனத்தை அதிகரிச்சு காட்டிய போதும், கீழே குப்பைகளையும் மேலே பாத்திரத்தையும் வைத்து தங்களது கோணியை நிரப்பியவர் களையும் பார்த்து, அவங்க இடத்துல இருந்தா நானும் அப்படித்தான் செய்வேன்னு நினைப்பேன். அவங்கள அதுக்காக சாட்டையால அடிக்க முடியாது; அடிக்க மாட்டேன். தோட்டக் கட்டுப்பாட்டிற்கு ஒரு முடிவு வந்தது. பல வருஷங்களுக்கு முன்பு நானும், எங்க அப்பாவும் வந்த அதே நிலைக்கு நானும், ஆல்பர்ட்டும் வந்தோம். நான் பெண்கள் போன்ற மனப்பாங்குடன் இருப்பதாகவும், அதனால் வியாபார வாழ்க்கைக்கு ஏற்றவனில்லை என்றும் அவன் சொன்னான். வங்கி பங்குகளையும் நியு ஆர்லியன்ஸ் மாளிகையையும் எடுத்துக்கிட்டு கவிதை எழுதுமாறு ஆலோசனை சொன்னான். தோட்டத்தை தான் பராமரிப்பதாக அவன் கூறினான். அதனால நாங்க பிரிந்தோம். நான் இங்க வந்தேன்''

"உங்க அடிமைகளை ஏன் சுதந்திரமாக விடுவிக்கலே?''

''நான் அப்படி நினைக்கல. பணம் சம்பாதிப்பதற்கான கருவியா அவங்களை வச்சுக்கத்தான் முடியாது. பணம் செழிக்க அவங்க உதவியை பயன்படுத்துவது எனக்கு அசிங்கமா தோணல. அவர்களில் சிலர் எனக்கு மிகவும் நெருக்கமான வயசான வீட்டு வேலையாட்கள். இளைஞர்கள் அவர்களின் குழந்தைகள். அப்படியே இருப்பதில்

அனைவரும் திருப்தி அடைந்தனர்'' அவர் நிறுத்தி, அறையில் மேலும் கீழும் நடந்தார்.

" ஒரு காலத்தில் என் வாழ்க்கையில் ஒரு நேரம் வந்தது. இந்த உலகத்துல ஏதாவது செய்யணும்னு எண்ணம் வந்தது. ஒரு விடுவிப் பவனாக மாற ஒரு மங்கலான ஆசை வந்தது. என்னோட சொந்த நாட்டை இந்தக் கறையிலிருந்தும், கரும்புள்ளியிலிருந்தும் விடுவிக்கணும்னு நினைச்சேன். எல்லா இளைஞர்களுக்கும் இது போன்ற ஜுரம் வருவது வழக்கம் தான்.'' செயிண்ட் கிளேர் கூறினார்.

"அப்படி ஏன் நீங்க செய்யல? கலப்பையிலே உங்க கையை வைத்துவிட்டு திரும்பிப் பார்க்கக் கூடாது'' ஒபேலியா சொன்னார்.

''எதிர்பார்த்த மாதிரி எதுவும் எனக்கு நடப்பது இல்ல. சாலமன் வாழ்ந்தது போல வாழ எனக்கு பிடிக்கல. எங்க இருவரிமுடம் ஒரே மாதிரி விவேகம் இருந்தது. ஆனால் சமூகத்தில் அதைப் பரப்பி, மறு உற்பத்தி செய்வதற்கு பதிலா, விலகிப் போறவனா மாறிட்டேன். நா இப்ப மிதந்து கொண்டும், சுழன்று கொண்டும் இருக்கேன். நாங்கள் சந்திக்கும் போதெல்லாம், ஆல்பர்ட் என்னை கண்டிக்கிறான். அவன் என்னைவிட நல்லா வந்திருக்கான்னு ஒத்துக்கறேன். அவன் ஏதோ உருப்படியா செய்யறான். அவனோட கருத்தின் தர்க்க ரீதியான விளைவாக அவன் வாழ்க்கை இருக்கு. என்னோட கருத்தோடு ஒத்துப் போகாத பரிகாசமாக என்னோட வாழ்க்கை இருக்கு.''

"எனதருமை சகோதரா, உங்க வழியை இப்படியே செலவழிப்பதில் திருப்தி அடையறீங்களா?

''திருப்தியா? நான் இத வெறுக்கறேன்னு இப்ப நான் சொல்லலையா? நான் சொல்லிக்கிட்டிருந்ததுக்கு திரும்ப வர்றேன் – நாங்க விடுவிக்கும் வேலையில் இருந்தோம். அடிமைத்தனம் பற்றிய என்னோட உணர்வுகள் பிரத்யேகமானதுன்னு நா கருதல. நான் நினைக்கறது போலவே பலர் நினைக்கிறாங்கன்னு நான் கண்டு பிடிச்சிருக்கேன். அதன் அடியில் நிலம் குமுறுகிறது. இது அடிமை களுக்கு எப்படி மோசமோ, அதைவிட மோசமா எஜமான்களுக்கும் இருக்கு. விஷச் சுழலாக தாழ்த்தப்பட்டவங்களை நம்மிடையே வைத்திருப்பது நமக்கு மட்டுமல்ல; அவங்களுக்கும் தீங்கானது என்று பார்ப்பதற்கு சிறப்புக் கண்ணாடி தேவைப்படாது. அவங்க பங்கப் படுத்தற வர்க்கத்தினரோடு அவர்கள் எங்களைப் போல் இணைந்து வாழ்வதில்லை என்பதால், இங்கிலாந்தின் முதலாளிகளும், பிரபுக் களும் எங்களைப் போல வருத்தப்பட மாட்டாங்க. அடிமைகள் எங்க வீட்டிலேயே வாழலாம். எங்க குழந்தைகளின் கூட்டாளிகள்; அந்த இனத்தவர்களைப் பற்றிக் கொண்டு அவர்களோடு எங்கள் குழந்தைகள் கலந்து வாழ்வதால் எங்களைவிட வேகமாக குழந்தையின் கருத்துக் களை உருவாக்குகிறார்கள்.''

தேவதையாக இல்லாமல் சாதாரணமானவளாக ஏவா இருந்தால், அவ அழிஞ்சு போவா. அவர்களிடம் அம்மை ஏற்பட்டாலும், அது நம்ம குழந்தைகளை தொற்றிக் கொள்ளாதுன்னு நினைச்சு சுதந்திரமாக உலவ விடறோம். எந்தத் திறமையான பொதுவான கல்வி முறையையும் நமது சட்டங்கள் தடுக்கின்றன. அவங்க புத்திசாலியா இதச் செய்ய றாங்க. ஒரு முழுத் தலைமுறையும் முழுமையா படிக்க வைக்கறாங்க. எல்லாம் வான் உயரத்துக்கு வளர்ந்துடும். நாம அவங்களுக்கு சுதந்திரம் கொடுக்கலேன்னா, அவங்களே எடுத்துப்பாங்க.''

"இதுக்கு என்னதான் முடிவுன்னு நினைக்கறீங்க?'' ஒபேலியா கேட்டாள்.

"எனக்குத் தெரியாது; ஒன்று மட்டும் நிச்சயம்; உலகம் எங்கும் ஒரு அணி திரளுகிறது. விரைவிலோ, தாமதமாகவோ, இதற்கு இரங்கற்பா வரும். இந்த நாட்டிலும், இங்கிலாந்திலும், ஐரோப்பா விலும், அதுதான் நடக்கும். வரப்போகிற ஆயிரத்தாண்டு பத்தி அம்மா சொல்லுவாங்க. அப்ப கிறிஸ்து ஆட்சி செய்வாரு; எல்லா மனுஷங் களும் சுதந்திரமாகவும், மகிழ்ச்சியாகவும் இருப்பாங்க. நான் குழந்தையா இருக்கும்போது "அரசாங்கம் வருது'' என்ற பாடலைப் பாட அவங்க கத்துக்கொடுத்தாங்க. இந்தப் பெருமூச்சு, உறுமல், காய்ந்த எலும்பு களின் குலுக்கல் ஆகியவை அவங்க சொன்னது வருவதை முன்னறிவிப்பதாக நான் சில சமயம் உணர்றேன். கடவுள் தோன்றும் நாளை யாரால் சொல்ல முடியும்?''

''அகஸ்டியன்! அந்த அரசாங்கத்திலேருந்து நீங்க ரொம்ப தூரம் இல்லேன்னு நான் சில சமயம் நினைக்கிறேன்.'' பின்னல் வேலையை கிழே வைத்து, தனது சகோதரனை ஆர்வமாய் பார்த்த ஒபேலியா கூறினாள்.

"உன்னோட நல்ல கருத்துக்கு நன்றி; அது எனக்கு மேலும் கீழுமா இருக்கு. கோட்பாட்டில் சொர்க்கத்தின் கதவு வரையும், யதார்த்தத்தில் பூமியின் குப்பை வரையும் என்னோட நிலை இருக்கு. தேநீருக்கான மணி அடிச்சாச்சு. நாம போகலாம். என்னோட வாழ்க்கையில இது மாதிரியான தீவிரமான பேச்சை கேட்டதில்லைன்னு இப்ப சொல்லாதே''

மேஜையில் புரு நிகழ்ச்சியை மறைமுகமாக குறிப்பிட்ட மேரி ''நீங்க நாங்கள் எல்லாம் காட்டுமிராண்டின்னு நினைக்கலாம்னு கருதறேன்.''

"அது காட்டுமிராண்டித்தனம்னு நான் நினைக்கிறேன். ஆனா நீங்க எல்லாம் காட்டுமிராண்டிகள்னு நினைக்கல'' ஒபேலியா கூறினாள்.

"சில பிறவிங்கள சமாளிப்பது. சாத்தியம் இல்லைன்னு எனக்குத் தெரியும். அவங்க வாழக்கூடாதுன்னு நினைக்கற அளவுக்கு அவங்க

மோசமானவங்க. அது போன்ற ஆளுங்களுக்கு நான் அனுதாபப் படறதில்ல. அவங்க ஒழுங்கா நடந்தா, இப்படியெல்லாம் நடக்காது'' மேரி கூறினார்.

''ஆனா அம்மா! அந்த பாவப்பட்ட பிறவி துயரத்துல இருந்தா. அதுதான் அவளைக் குடிக்க வச்சுது.'' ஏவா கூறினாள்.

"ஓ இது ஒரு சாக்கா? அடிக்கடி நாம வருத்தப்படறோம்ன்னு நினைக்கிறேன். அவளைவிட அதிக சோதனை அனுபவிச்சிருக்கேன். அதெல்லாம் அவ்வளவு மோசமா இருந்திருக்கு. எத்தனை தீவிரமா இருந்தாலும் சிலரை திருத்த முடியாது. எங்க அப்பாகிட்ட ஒரு சோம்பேறி இருந்தான் வேலையிலிருந்து தப்பிக்க, ஓடிப்போவான். சகதியில் படுத்துக்குவான். திருடுவான். மோசமானது எல்லாம் செய் வான். அவனைப்பிடிச்சு அடிக்கடி சவுக்கடி கொடுத்துப் பார்த்தாங்க; அவனுக்கு அது நல்லது செய்யல. கடைசி முறை அவனால நடக்க முடியல. ஊர்ந்துகிட்டே சகதிக்குப் போய், அங்க செத்துப் போனான். அப்பாவோட அடிமைகள் எப்பவும் கருணையோட நடத்தப் பட்டாங்க. அதனால அவனோட செயல்களுக்கு நியாயம் இருக்கல.'' சோகத்தோடு மேரி கூறினார்.

"நான் ஒரு முறை ஒரு ஆளை சுட்டிருக்கேன். மேற்பார்வை யாளர்களும், எஜமானர்களும் முயற்சி செய்தபோது செஞ்சிருக்கேன்'' செயிண்ட் கிளேர் சொன்னார்.

"நீங்களா?'' மேரி கேட்டாள். ''அது மாதிரி ஒன்ன எப்ப செஞ்சீங்கன்னு தெரிஞ்சுக்க எனக்கு சந்தோஷமா இருக்கும்!''

''அவன் வலிமையாக வாட்டசாட்டமாக இருந்தான். ஆப்பிரிக்கா வில் பிறந்தவன். அசாதாரண அளவுக்கு முரட்டுத்தனம் அவன்கிட்ட குடிபுகுந்திருந்தது. அவன் ஒரு ஆப்பிரிக்க சிங்கம். சிகிபியோன்னு கூப்பிடுவாங்க. யாராலும் அவன ஒண்ணும் பண்ண முடியல. ஒவ்வொரு மேற்பார்வையாளர்கிட்டேயா விற்கப்பட்டு வந்தான். இறுதியா ஆல்பர்ட் அவனை வாங்கினான். அவன சமாளிக்க முடியும்னு நம்பினான். மேற்பார்வையாளனை அந்த முரடன் கீழே தள்ளி சகதியில் விழ வச்சிட்டான். ஆல்பர்ட்டின் பண்ணைக்குப் போனேன். ஆல்பர்ட் ரொம்ப நிலைகுலைஞ்சு நின்னான். அது ஆல்பர்ட்டின் குற்றம்னு சொன்னேன். அவன என்னால நொறுக்க முடியும்னு பந்தயம் கட்டினேன். இத சோதனை பண்ணி பார்க்கணும்னு முடிவு செய்யப்பட்டது. ஆறு, ஏழு பேர் அடங்கிய குழுவை சேர்த்தாங்க. அவங்க வேட்டை துப்பாக்கிகளோடும், நாய் களோடும் கிளம்பினாங்க. அது சம்பிரதாயமா இருந்தா, மானை வேட்டை யாடுவது போல மனுஷங்க வேட்டையாட விரும்புவாங்க. அவன் பிடி பட்டா, ஒரு சமாதானப்படுத்துபவன் மாதிரிதான் நான் இருக்கப் போறேன்னாலும், நானே கொஞ்சம் பரபரப்பா இருந்தேன்.''

“நாய்கள் குரைத்தன; உறுமின; நாங்கள் ஓடினோம்; சத்தமின்றி விரைந்தோம். இறுதியில் அவனை கண்டுபிடிச்சோம். அவன் ஓடினான். மான்போல் துள்ளித் தாவினான். கொஞ்ச நேரம் பின்தங்க வைச்சான். கடைசியா உள்ளே புகமுடியாத மூங்கில் புதரில் பிடிபட்டான். நாய் போல தாக்கத் துவங்கினான். ரொம்ப வீரமா நாய்களோட சண்டை போட்டான். அவனோட முஷ்டியால மூணு நாய்களை சாக அடிச்சுட்டான். துப்பாக்கியிலிருந்து வந்த ஒரு குண்டு அவனை கீழே தள்ளியது. காயம் பட்டு, ரத்தம் வழிய என் காலடிக்கு அருகில் விழுந்தான். அவன் கண்ணில் தெரிந்த மனிதத்தன்மையோடும், வருத்தத்தோடும் என்னைப் பார்த்தான். நெருங்கி வந்த நாய்களையும், குழுவையும் தடுத்து நிறுத்தி, அவன் என்னோட கைதின்னு சொன்னேன். வெற்றியின் மிதப்பில் அவர்கள் அவனை சுடுவதிலிருந்து தடுத்து நிறுத்த அதைச் சொன்னேன். அந்த பேரத்தை வலியுறுத்தினேன். அவனை ஆல்பர்ட் என்கிட்டே விற்றான். எனது கையில் தூக்கி வந்தேன். இரு வாரங்களில் அவனை இதயம் விரும்பும் அளவுக்கு அடிபணியும் ஆளாக மாற்றிவிட்டேன்’’

“அவனுக்கு அப்படி என்னதான் செஞ்சீங்க?’’ மேரி கேட்டார்.

“அது ஒரு ஒளிமயமான வேலை. எனது சொந்த அறைக்கே அவனை எடுத்துச் சென்றேன். நல்ல படுக்கை தயாரிச்சேன். அவனது காயங்களுக்கு மருந்து போட்டேன். எனக்கு கொடுத்துக் கொள்வது போல சிகிச்சை கொடுத்தேன். அவன் எழுந்து நிற்கும் வரை கொடுத்தேன். காலப்போக்கில் சுதந்திரத்திற்கான காகிதத்தை கொடுத்து, அவன் விரும்பற இடத்துக்கு போகலாம்னு சொன்னேன்.’’

“அவன் போனானா?’’ செல்வி ஒபேலியா கேட்டாள்.

“இல்லை; அந்த முட்டாள் நான் கொடுத்த காகிதத்தை இரண்டா கிழிச்சுப் போட்டான். என்னை விட்டு செல்வதற்கு முழுமையாக மறுத்து விட்டான். அது மாதிரி தைரியமான நல்ல ஆளை நான் பார்த்தது இல்ல. இரும்பு மாதிரி உறுதியாகவும், நம்பிக்கைக்கு பாத்திரமானவனாகவும் இருந்தான். பிறகு கிறித்து மதத்தில் சேர்ந்து விட்டான். ஒரு குழந்தை மாதிரி மிருதுவா மாறிட்டான். ஏரி மேல இருக்கிற என்னோட இடத்த மேற்பார்வை பார்த்தான்; நல்லாவும் செஞ்சான். முதல் காலரா பருவத்தில் அவனை இழந்தேன். உண்மையில், எனக்காக உயிரை விட்டான். சாகற அளவுக்கு, நோய்வாய்ப் பட்டிருந்தேன். பீதியில் எல்லாரும் ஓடிட்டாங்க. ஒரு ராட்சசன் மாதிரி சிகிபியோ வேலை செஞ்சான். எனக்கு மீண்டும் உயிர் கொண்டு வந்தான், ஆனா பாவப்பட்ட பிறவி! அதுக்குப் பிறகு அவன் போயிட்டான். அவன காப்பாத்த முடியல. யாரோட இழப்பையும் அவ்வளவு வருத்தமா நான் உணர்ந்ததில்லை’’

அவர் கதையை சொல்லச் சொல்ல தனது தந்தையை நோக்கி படிப்படியாக ஏவா நெருங்கி வந்தாள். அவளது சிறு உதடுகள் பிரிந்து இருந்தன. கண்கள் அகலமாக விரிந்தன. ஆர்வத்தோடு கேட்டாள். அவரைப் பிடித்து, அவர் கழுத்தைச் சுற்றி தனது கரங்களை சுற்றினாள். கண்ணீரில் வெடித்தாள். தேம்பித் தேம்பி அழ ஆரம்பித்தாள்.

“ஏவா, எனதருமை குழந்தை! என்னாச்சு?'' செயிண்ட் கிளேர் சொன்னார். குழந்தையின் சிறு உருவம் நடுங்கியது அவளது உணர்ச்சிகளை வெளிக்காட்டுவதாய் அமைந்தது. “இந்தக் குழந்தை இது மாதிரியான கதைகளைக் கேட்கக் கூடாது. பதட்டமா ஆயிடறா''

“இல்லை அப்பா, எனக்குப் பதட்டமா இல்லை நான் பதட்டமா இல்லை. இது மாதிரி விஷயங்கள் எனது நெஞ்சுக்குள் ஆழ்ந்து விடுகின்றன.'' தன்னை கட்டுப்படுத்திக் கொண்ட ஏவா கூறினாள். அதுமாதிரி குழந்தைகளிடம் மட்டுமே காணப்படும் உறுதி அவள் குரலில் தெரிந்தது.

“நீ என்ன சொல்ற, ஏவா?''

“என்னால் சொல்ல முடியல. எனக்கு பல நல்ல எண்ணங்கள் இருக்கு. என்னிக்காவது, எல்லாவற்றையும் சொல்வேன்னு நினைக்கிறேன்''

“நல்லது நினை அன்பே! அழாதே. அப்பாவுக்கு கவலை தராதே.'' இங்கே பாரு! உனக்கு எவ்வளவு அழகான பீச் பழம் கொண்டு வந்திருக்கேன்னு பாரு!'' செயிண்ட் கிளேர் சொன்னார்.

ஏவா அதை எடுத்துக் கொண்டாள். புன்னகைத்தாள். இன்னும் அவளது வாயின் ஓரத்தில் பதட்டம் தெரிந்தது.

“வா! பொன் மீனைப்பாரு' அவளைக் கைப்பிடித்து வராந்தாவுக்கு அழைத்துப் போய் செயிண்ட் கிளேர் சொன்னார். சில நொடிகளில் மகிழ்வான சிரிப்புகள் பட்டுத் திரைச் சீலைகள் வழியாகக் கேட்டன. ஏவாவும் செயின்ட் கிளேரும் ரோஜா பூக்களால் ஒருவரை ஒருவர் அடித்துக் கொண்டனர். அந்த முற்றத்தின் நடைபாதைகளில் ஒருவரை ஒருவர் துரத்தி விளையாடினர். உயர்குடியில் பிறந்தவர்களின் வீரச் செயல்களுக்கிடையே நமது அடக்கமான நண்பர் டாமை புறக்கணிக்க வேண்டிய அபாயம் இருக்கிறது. குதிரை லாயத்திற்கு மேலுள்ள பரணுக்கு நமது வாசகர்கள் நம்மைத் தொடர்ந்து வருவார்களானால், அவரைப்பற்றி தூய்மையான விஷயங்களை தெரிஞ்சுக்கலாம். அது ஒரு தூய்மையான அறை. ஒரு படுக்கை, ஒரு நாற்காலி, டாமின் பைபிள் இருந்த ஒரு கரடு முரடான தாங்கி ஆகியவை இருந்தன. இப்போது அங்குதான் அவர் இருந்தார். அவருக்கு முன் ஸ்லேட் இருந்தது பல பதட்டமான எண்ணங்களுக்கு வித்திட்ட ஏதோ ஒன்றில் மூழ்குகிறவராக காணப்பட்டார்.

தனது வீட்டைப்பற்றி அறிய வேண்டிய ஆவல் அவருக்கு அதிகரித்து விட்டிருந்தது. ஏவாவிடமிருந்து எழுதுவதற்கான காகிதம் ஒன்றை வேண்டிப் பெற்றிருந்தார். ஜார்ஜ் எஜமானர் மூலம் தான் பெற்றிருந்த இலக்கிய அறிவை ஒன்றாக சேகரித்தார். ஒரு கடிதம் எழுதுவதற்கான தைரியமான எண்ணத்தோடு இருந்தார். தனது ஸ்லேட்டில் முதல் வரைவை எழுதுவதில் மும்முரமாய் இருந்தார். சில கடித வடிவங்களை அவர் முழுமையாக மறந்திருந்ததால், டாம் மிகவும் சிரமத்தில் இருந்தார். அவ்வாறு நினைவில் நின்றவற்றில், எதை பயன்படுத்துவது என்று அவருக்கு சரியாகப் புரியவில்லை. அவரது ஆர்வத்தில் அவர் கடுமையாக உழைத்து வந்தார். அவருக்கு பின்புறம் இருந்த நாற்காலியின் சட்டத்தில் ஒரு பறவை போல் வந்தமர்ந்த ஏவா அவரது தோள்வழியே எட்டிப் பார்த்தாள்.

''ஓ! டாம் மாமா! அங்க என்ன வேடிக்கையான வேலை செய்றீங்க?''

"என்னோட ஏழை வயதான மனைவிக்கும் எனது சிறு குழந்தைகளுக்கும் கடிதம் எழுத முயற்சிக்கிறேன். செல்வி ஏவா. ஆனா என்னால் எழுத முடியாதோன்னு தோணுது.'' தனது கண்களில் தனது புஜங்களை அழுத்தியவாறு டாம் கூறினார்.

"நான் உங்களுக்கு உதவ முடியுமான்னு பார்க்கறேன். டாம்! கொஞ்சம் எழுத கத்துக்கிட்டிருக்கேன். போன வருஷம் எல்லா எழுத்துக்களையும் எழுதுவேன். நான் மறந்துட்டேன்னு பயப் படறேன்.''

ஏவா தனது தங்கத் தலையை அவரது தலைக்கு அருகில் வைத்துக் கொண்டாள். இருவரும் ஆழமான பரபரப்பான விவாதத்தை துவங்கினர். இருவரும் சமமான ஆர்வத்தோடும், சமமான அறியாமையோடும் இருந்தனர். ஒவ்வொரு வார்த்தைப் பற்றியும் ஆலோசித்தும், அறிவுரை பெற்றும், கட்டுரைத் துவங்கியது. இருவரும் நல்லெண்ணத் துடன் எழுதுவதாகத் தோன்றியது.

"ஆமாம், டாம் மாமா இப்ப அழகா ஆரம்பிச்சுட்டதா தோணுது உங்க மனைவியும், ஏழைக் குழந்தைகளும் எத்தனை மகிழ்ச்சி அடைவாங்க? அவங்கள விட்டு நீங்க பிரிய வேண்டி வந்தது வெட்கக் கேடானது. எப்பவாவது ஒரு நாள், உங்கள திரும்ப அனுப்புமாறு அப்பாவை கேட்டுக்க விரும்பறேன்.'' ஏவா கூறினாள்.

''அவங்களால் சேர்க்க முடிஞ்சபோது, எனக்காகப் பணம் அனுப்புவதா எஜமானி சொல்லியிருக்காங்க. அவங்க செய்வாங்கன்னு எதிர்பாக்கறேன். எனக்காக வருவேன்னு இளம் ஜார்ஜ் எஜமான் கூறியிருக்கார். அதுக்கு அடையாளமா இந்த டாலரை கொடுத்திருக் கிறார்.'' தனது துணிகளின் மறைவில் இருந்த மதிப்பு மிக்க டாலரை எடுத்துக் காட்டிச் சொன்னார்.

“அப்ப நிச்சயம் வருவார். மகிழ்ச்சியா இருக்கு.'' ஏவா சொன்னாள்.

“அவங்களுக்கு கடிதம் எழுதணும்னு நெனைச்சேன். எங்கே இருக்கேன்னு தெரிவிச்சு, இங்கே நல்லா இருக்கேன்னு ஏழை சோலேவுக்கு சொல்லணும்னு நினைச்சேன். அந்த ஏழைப் பிறவி ரொம்ப பயந்து போயிருந்தா''

“நான் சொல்றேன்'' செயின்ட் கிளேரின் குரல் கதவிலிருந்து வந்தது.

டாமும், ஏவாவும் எழுந்தனர்.

“ என்ன நடக்குது?'' உள்ளே வந்து ஸ்லேட்டைப் பார்த்து கேட்டார்.

“ஓ. அது டாமோட கடிதம். அவருக்கு எழுதறதுக்கு நா உதவறேன். இது நல்லா இருக்கா?'' ஏவா சொன்னாள்.

“உங்க இருவரையும் அதைரியப்படுத்த மாட்டேன். உங்களுக்காக கடிதம் எழுத என்கிட்ட வர்றது நல்லதுன்னு நினைக்கறேன். சவாரி முடிஞ்சு வீடு திரும்பியதும், அத எழுதித் தரேன்.''

“அவரே எழுதறது ரொம்ப முக்கியம் அவரை மீட்க அவரோட எஜமானி பணம் அனுப்பப் போறாங்களாம். உங்களுக்குத் தெரியுமா அப்பா? அவங்க அப்படி சொன்னதா இவர் சொன்னார்.'' ஏவா சொன்னாள்.

தங்களோட வேலையாட்களை விற்கும்போது, விற்கப்படும் வேதனையை தணிப்பதற்காக நல்லியல்பு கொண்ட எஜமானர்கள் அவ்வாறு சொல்வது வழக்கந்தான் என்றும், அவ்வாறு எழுப்பப்பட்ட எதிர்ப்பார்ப்பை பூர்த்தி செய்யும் எண்ணம் அவர்களுக்கு இருக்காது என்றும் தனது மனதுக்குள் செயின்ட் கிளேர் நினைத்தார். ஆனால், அது பற்றி வெளியில் எதுவும் சொல்லவில்லை.

சவாரிக்காக குதிரையை எடுக்குமாறு பிரமுகருக்கு ஆணையிட்டார்.

அவருக்காக அன்று மாலை உரிய வடிவத்தில் கடிதம் எழுதப்பட்டு, அஞ்சலகத்தில் பாதுகாப்பாக அஞ்சல் செய்யப்பட்டது.

வீட்டுப் பராமரிப்பு வழியில் தனது முயற்சிகளை ஒபேலியா தொடர்ந்து செய்து கொண்டிருந்தாள். டைனா துவங்கி கடைசி குறும்புக்காரச் சிறுவன் வரை வீட்டில் உள்ள அனைவரும் தீர்மானமாக ஒபேலியா “விநோதமா'' இருக்கறதா ஒத்துக்கிட்டாங்க. ஒருவரது வழி தங்களுக்கு சரிப்படாதுன்னு சொல்ல இந்த வார்த்தையை தெற்கு வேலையாட்கள் பயன்படுத்துவார்கள்.

குடும்பத்தின் உயர்வட்டத்தில் இருந்த அடால்ப், ஜேன் மற்றும் ரோசா ஆகியோர் அவள் பெண்மணி இல்லை என்று ஏற்றுக் கொண்டனர். ‘‘அவங்க மாதிரி பெண்மணிகள் எப்பவும் வேலை

பார்க்க மாட்டாங்க. அவங்களுக்கு தோரணையே இல்லை. செயிண்ட் கிளேருக்கு அவள் உறவினரா'' என்றுகூட ஆச்சரியப்பட்டனர். சகோதரி ஒபேலியா எப்போதும் வேலையில் மும்முரமாக இருப்பது முழுமையாக களைப்பூட்டுவதாக மேரி கூட கூறியிருந்தார். புகாருக்கு அடித்தளம் இடுவதாய் ஒபேலியாவின் இடைவிடாத உழைப்பு இருந்தது உண்மை. உடனடி அவசரம் இருப்பது போன்று அதிகாலை முதல் அந்தி சாயும் வரை தையல் பணியில் அவள் மூழ்கியிருந்தாள். வெளிச்சம் மங்கியதும், அந்தப்பணி முடிந்து எப்போதும் தயாராய் இருக்கும் பின்னல் வேலை துவங்கும். எப்போதும் போல் அதில் மும்முரமானாள். அவளைப் பார்ப்பது பெரிய உழைப்பாக இருக்கும்.

20

டாப்ஸி

''ஒரு காலையில், தனது வீட்டுப் பணிகளில் ஒபேலியா மும்முரமாய் இருந்தபோது மாடிப்படியின் அடியிலிருந்து அவளை அழைக்கும் செயிண்ட் கிளேரின் குரல் கேட்டது.

"கீழே வா சகோதரி. உனக்கு ஒண்ணு காட்ட விரும்பறேன்.''

''என்ன?'' தையல் பொருட்களோடு இறங்கிய ஒபேலியா கேட்டாள்.

"உன்னோட துறைக்கு ஒரு பொருள் வாங்கிட்டு வந்திருக்கேன் - இங்கே பார்'' செயிண்ட் கிளேர் சொன்னார். இந்த வார்த்தைகளைக் கூறி எட்டு அல்லது ஒன்பது வயதுடைய சிறிய நீக்ரோ பெண்ணை இழுத்தார்.

மிகவும் கறுப்பானவர்களில் ஒருத்தியாய் அவள் இருந்தாள். அவளது கன்னத்தில் கண்ணாடி மணிகளாக ஜொலித்த வட்டமான அவளது பளபளப்பான கண்கள் அறையில் இருந்த அனைத்துப் பொருட்களிலும் விரைவான பார்வையை செலுத்தின. புதிய எஜமானரின் வரவேற்பறையை பார்த்து ஆச்சரியத்துடன் அவளது வாய் பாதி திறந்து வெண்மையான, பிரகாசமான பற்களை காட்சிக்கு காட்டியது. நாலா பக்கமும் தனது சிறகை விரித்திருந்த அவளது கம்பளிக் கூந்தல் பல பொருட்களாலான வால்களால் பின்னப்பட்டிருந்தது. அவளுடைய முகபாவம் புத்திசாலித்தனத்தையும், தந்திரத்தையும் காட்டுவதாயிருந்தது. பயபக்தியையும், இறைஞ்சும் தீவிரத்தையும் மறைக்கும் திரையாக அவளது முகபாவம் இருந்தது. அழுக்கான,

கந்தலான ஆடையை அணிந்திருந்தாள். பவ்யமாக கைகளை கட்டியபடி அவள் நின்றிருந்தாள். மொத்தத்தில் அவளது தோற்றம் வித்தியாசமாக, பேயின் தோற்றம் போன்று இருந்தது. செயிண்ட் கிளேர் பக்கம் திரும்பி ஒபேலியா கேட்டாள்:- "அகஸ்டியன் எதுக்காக இவளை இங்க கொண்டு வந்திருக்கீங்க?''

"அவ எந்த வழியிலே போகணும்னு அவளுக்குப் பயிற்சி கொடுத்து கற்பிக்கத்தான். ஜிம்மி கிரோ வரிசையில் மிகவும் வேடிக்கையான மாதிரியா இவள நினைச்சேன். டாப்ஸி இங்கே வா'' நாயை அழைப்பதைப் போன்று சீட்டியடித்து அழைத்து. "ஒரு பாட்டுப் பாடு; உன்னோட நடனத்தைக் காட்டு'' என்றார்.

பளபளப்பான கருப்புக் கண்கள் ஜொலிக்க, தெளிவான மெல்லிய குரலில், நீக்ரோ இசையைப் பாடத் துவங்கினாள். தனது கைகளையும், கால்களையும் ஆட்டியவாறு, சுழன்று கொண்டவாறு, அவளது முழங் கால்களை தள்ளியவாறு, அவளது தொண்டையில் பலவித சப்தங்களை உண்டாக்கி, நீண்ட முடிவுடன் கூடிய பாட்டை பாடி முடித்தாள். கைகளை கட்டியவாறு நின்று. அவ்வப்போது வஞ்சகமான பார்வையையும் வீசினாள்.

ஒபேலியா முழுமையான ஆச்சரியத்தில் அசைவற்று அமைதியாக நின்றாள்.

குறும்பு மனிதரான செயிண்ட் கிளேர் அவளது ஆச்சரியத்தை அனுபவிப்பவராய்த் தோன்றினார். சிறுமியிடம் திரும்பி, சொன்னார்:-

"டாப்ஸி, இதுதான் உங்க புது எஜமானி. உன்னை அவங்ககிட்ட தான் விடப்போறேன். நீ ஒழுங்கா நடந்துக்க!''

"சரி எஜமான்'' டாப்ஸி சொன்னாள். சாந்தமான தீவிரத்தோடு பேசியபோது அவளது கண்கள் பளபளத்தன.

"நீ ஒழுங்கா இருக்கணும், புரியுதா'' செயிண்ட் கிளேர் கேட்டார்.

"ஓ சரி எஜமான்'' மற்றொரு சிமிட்டலுடன் டாப்ஸி கூறினாள். அவளது கைகள் பக்தியோடு மடிக்கப்பட்டிருந்தன.

"அகஸ்டியன், இது எதுக்காக? வீடு பூரா இந்த வியாதிங்க நிறைஞ்சிருக்கு. அவங்கள மிதிக்காம யாரும் நடக்க முடியாது. காலையில் எழுந்திருக்கறேன். கதவுக்குப் பின்னால் ஒண்ணு தூங்கிட்டு இருக்கும். மேஜையின் கீழிருந்து ஒரு கருப்புத் தலை எட்டிப் பார்க்கும். வாயிற்பாதையில் ஒண்ணு படுத்திருக்கும். எல்லா படிகளிலும் விழுந்து கிடப்பாங்க. சமையலறை தரைகளில் புரளுவாங்க. எதுக்காக இதையும் கொண்டு வந்தீங்க?''

"நீ பயிற்சி கொடுக்கறதுக்காகன்னு சொன்னேன் இல்லே. கற்பிப்பது பத்தி எப்போதும் போதனை செய்கிறாய். புதிதாக பிடிக்கப்

பட்ட ஒரு மாதிரியை உனக்கு பரிசா கொடுத்தா நல்லா இருக்கும்னு நினைச்சேன். நீ முயற்சி செய்து, அவ எப்படி வளரணுமோ அப்படி வளர்த்துவா''

"எனக்கு அவ வேண்டாம். எனக்கு நிச்சயமா தெரிகிறது. நான் விரும்பறதுக்கு மேல இவங்க இங்க இருக்காங்க.''

"எல்லா இடத்திலும், கிறித்துவர்கள் இப்படித்தான் இருக்கீங்க. ஒரு சங்கத்தை உருவாக்குவீங்க. இது போன்ற நம்பிக்கை இல்லாதவங்க கிட்ட ஏழை மதப்பிரச்சாரகர அனுப்புவீங்க. ஆனால், உங்க வீட்டுக்குள்ள ஒருத்தியை உள்ளே விட்டு அவளை மாற்ற முயற்சி பண்ணமாட்டீங்க. அப்படி வந்தா, அவங்க அழுக்கானவங்க; ஏற்கத் தக்கவங்க இல்ல; அது ரொம்ப கஷ்டமா இருக்கும்னு சொல்வீங்க''.

"அகஸ்டின், அந்தக் கோணத்திலிருந்து அத நான் பார்க்கலேன்னு உங்களுக்குத் தெரியும். உண்மையில் அது உண்மையான பிரச்சாரப் பணியா இருக்கும்'' குழந்தை மீது சற்று அனுதாபப் பார்வையை வீசுவதாய் தோன்றி அவள் கூறினாள்.

சரியான இடத்தில் செயிண்ட் கிளேர் தொட்டுவிட்டார். ஒபேலியாவின் நற்குணம் எப்பவும் தயாராய் இருக்கும் அவள் சேர்த்துக் கொண்டாள் "இத இப்ப வாங்க வேண்டிய அவசியம் இருக்கல. என்னோட நேரத்தையும், திறமையையும் எடுத்துக்கற ஜன்மங்க போதிய அளவுக்கு உங்க வீட்ல இருக்கு''

"நல்லது, அப்ப, சகோதரி, என்னோட பயனில்லாத பேச்சு களுக்காக மன்னிப்புக் கேட்கணும். அதுல எந்த அர்த்தமும் இல்லாத அளவுக்கு, நீ நல்லவளா இருக்கே. தினமும் நான் கடக்கற மோசமான உணவகத்தில் இருக்கும் குடிசை பிறவிகளுக்கு இவ உரிமையானவ. இவளோட அழுகையை கேட்க எனக்கு கஷ்டமா இருக்கும். அவங்க இவள அடிக்கறதும், திட்டறதும் பார்க்கவும், கேட்கவும் சகிக்கல. அவ பிரகாசமாகவும், விநோதமாகவும் இருந்தா. அவளை நல்லபடியா மாத்த முடியும்னு நினைச்சேன். விலை கொடுத்து வாங்கினேன். அவளை உன்கிட்டே கொடுக்கறேன். முயற்சி பண்ணு. புதிய இங்கிலாந்தின் மரபு வழியிலே வளர்க்கப்பாரு. அவள் எப்படி வருவான்னு பார்க்காம அந்த வழியில பரிசு எதுவும் நான் கொடுக்கலன்னு உனக்குத் தெரியும். நீ முயற்சி செய்யனும்னு நான் நினைக்கிறேன்.''

"நல்லது; என்னால முடிஞ்சத செய்வேன்'' ஒபேலியா கூறினாள். ஒரு கருப்பு சிலந்தியை நெருங்குவதாய் தனது மாணவியை அவள் அணுகினாள்.

"அவ பயங்கரமா அழுக்கா இருக்கா. பாதி அம்மணமா இருக்கா'' அவள் சொன்னாள்.

“அவள கீழ அழைச்சுக்கிட்டு போ. குளிக்க வச்சு, துணி கொடு’’

அவளை சமயலறைப் பகுதிக்கு ஒபேலியா அழைத்துச் சென்றாள்.

“இன்னொரு கறுப்பு பெண்ணை எஜமானர் ஏன் அழைச்சிட்டு வந்தாரோ? எனது காலுக்கு கீழே இவளை வச்சுக்க எனக்கு விருப்பமில்ல. தெரியுமா?’’ புதிய வரவை நட்பற்று ஆராய்ந்த டைனா கூறினாள்.

‘‘அவ வழியை விட்டு விலகி இருக்கட்டும். மற்றொரு கீழ்த்தரமான கறுப்பரை ஏன்தான் எஜமானர் கொண்டு வந்தாரோ? எனக்குப் புரியல’’ அதீதமான வெறுப்போடு ரோசாவும் ஜேனும் சொன்னார்கள்.

“நீ ஒத்துப்போ! உன்னைவிட கறுப்பர் மோசமில்ல, செல்வி ரோசா. நீ வெள்ளை ஆளு மாதிரி நினைச்சுக்கற, நீ கருப்பும் இல்ல; வெள்ளையும் இல்ல. ஏதாவது ஒண்ணா இருக்கத்தான் நான் விரும்பறேன்.’’ ரோசாவின் முந்தைய கருத்து தன்னை பிரதிபலிப்ப தாகக் கருதிய டைனா சொன்னாள்.

புதிய வரவு குளிப்பதையும், உடை அணிவதையும் மேற்பார்வை யிட யாரும் தயாராயில்லை என்பதை ஒபேலியா கவனித்தார். ஜேனிடமிருந்து கிடைத்த கருணையற்ற தயக்கமான உதவியோடு அவளே இவற்றை செய்து கொண்டாள்.

ஒதுக்கப்பட்ட, நிந்திக்கப்பட்ட குழந்தை முதல் கழிப்பறை பழக்கத்தைப் பற்றி தெரிந்து கொள்வது சாதுக்களுக்கு இனிமையாக இருக்காது. இந்த உலகில் பல கோடி மக்கள், தனது சக மனிதர்கள் கேட்பதற்குக் கூட அதிர்ச்சி அடையும் நிலையில் வாழ்ந்து, சாக வேண்டியுள்ளது. ஒபேலியா ஒரு நல்ல, வலிமையான, யதார்த்தமான தீர்வு கண்டாள். ஒரு நாயகிக்குரிய முழுமையோடு அருவருப்பான விவரங்களை அவள் அறிந்தாள். கருணையான தோரணையில் அறியவில்லை என்பதை ஏற்றுக்கொள்ள வேண்டும். அந்த சிறுமியின் முதுகிலும், தோளிலும் இரக்கமற்று அடித்ததால் ஏற்பட்ட தழும்பு களையும், புள்ளிகளையும் பார்த்து, அவளது இதயம் பரிதாபப்பட்டது. அவள் வாழ்ந்த வழிமுறைகளின் அழிக்க முடியாத அடையாளமாக அவை இருந்தன.

‘‘அவ மிருகம்னு அது காட்டலையா? அவகிட்ட நல்லா வேலை வாங்கலாம்னு நினைக்கறேன். இந்த கறுப்பு சிறுமியை வெறுக்கறேன்! ரொம்ப அருவருப்பு. எஜமான் எதுக்கு வாங்கி வந்தாரோ?’’ ஜேன் கூறினாள்.

இது போன்ற கருத்துக்களில் பழக்கப்பட்டவளாய் அடக்கப்பட்ட, அனாதரவான தோரணையில் அந்தச் சிறு பெண் அவற்றைக் கேட்டாள். ஜேன் தனது காதுகளில் அணிந்திருந்த அணிகலன்களை ஆவலோடும், ஆர்வத்தோடும் கவனிப்பதிலேயே கவனமாய் இருந்தாள்.

ஒரு நாகரிகமான வெள்ளை உடை அணிவித்து அவளது முடியை கழுத்து வரை கத்தரித்த பிறகு, ஒரு வித கிறித்துவ தோற்றம் அவளுக்கு வந்துவிட்டதாக ஒபேலியா திருப்தி தெரிவித்தாள். அவளுடைய கல்விக்கு சில திட்டங்களை முடிவு செய்தாள்.

அவள் முன் அமர்ந்து, கேள்வி கேட்கத் துவங்கினாள்.

"உனக்கு என்ன வயது, டாப்ஸி?''

"தெரியாது எஜமானி'' தனது எல்லா பற்களையும் காட்டி சிரித்தவாறு அந்த உருவம் சொன்னது.

"எவ்வளவு வயசுன்னு உனக்குத் தெரியாதா? உனக்கு யாரும் சொல்லலையா? உங்க அம்மா யார்?''

"எப்பவும் இருந்ததில்லை'' மற்றொரு சிரிப்புடன் குழந்தை கூறியது.

"எப்பவும் இருந்ததில்லையா? என்ன சொல்றே? நீ எங்க பிறந்தே?''

"எப்பவும் நான் பிறக்கல'' மற்றொரு சிரிப்புடன் டாப்ஸி சொன்னாள். அது குறும்புத்தனமாய் தெரிந்தது. ஒபேலியா பதட்டமாய் இருந்திருந்தால், டயபலாரி நிலப்பகுதியிலிருந்து வந்த புகை படிந்த குள்ள உருவமாய் கருதியிருப்பாள். ஒபேலியா பதட்டமாக இருக்கவில்லை. வெளிப்படையாகவும், காரியத்தில் குறியாக இருப்பவளாகவும் இருந்த அவள் கண்டிப்போடு கூறினாள்:-

"இப்படி எனக்கு பதிலளிக்கக் கூடாது குழந்தை. நான் உன்னோட விளையாடல. நீ எங்க பிறந்தேன்னும், உங்க அப்பா, அம்மா யார்ன்னும் எனக்குச் சொல்லு''.

"எப்பவும் பிறக்கலே. எப்பவும் அம்மாவும் இருந்ததில்ல. எதுவும் இருந்ததில்ல. மத்தவங்களோடு ஒரு வியாபாரியால் வளர்க்கப்பட்டேன். வயதான சூ அத்தை எங்களை கவனிச்சுப்பாங்க.'' அழுத்தமாக அந்தப் பிறவி வலியுறுத்தினாள்.

அந்தக் குழந்தை உண்மையாக இருப்பதாகத் தோன்றியது.

"எஜமானி இங்க நிறைய பேர் இருக்காங்க. வியாபாரிங்க குழந்தையா இருக்கும்போது, மலிவா வாங்குவாங்க; சந்தைக்காக வளர்ப்பாங்க'' சிறிய சிரிப்பில் ஆழ்ந்த ஜேன் சொன்னாள்.

"உங்க எஜமானர், எஜமானி கிட்டே எவ்வளவு நாளா இருக்கே?''

"தெரியாது எஜமானி''

"ஒரு வாரமா? அதுக்கு மேலேயா? கீழேயா?''

"தெரியாது எஜமானி''

"எஜமானி! இந்த கீழ்த்தரமான கறுப்பர்களால் சொல்ல முடியாது அவங்களுக்கு நேரத்த பத்தி தெரியாது. ஒரு வருஷம்னா என்னன்னு தெரியாது; அவங்களோட வயசு தெரியாது.'' ஜேன் சொன்னாள்.

"கடவுளைப் பத்தி ஏதாவது கேள்விப்பட்டிருக்கியா, டாப்ஸி''

குழந்தை குழம்பியவளாகத் தோன்றினாள். வழக்கம் போல் சிரித்தாள்.

" உன்னை யார் உண்டாக்கினாங்கன்னு உனக்குத் தெரியுமா?''

"எனக்குத் தெரிஞ்சு யாருமில்ல'' சிறு சிரிப்புடன் குழந்தை கூறினாள்.

இந்த எண்ணம் கணிசமாக அவளை வியப்பூட்டியதாகத் தெரிந்தது. அவளது கண்கள் சிமிட்டின. அவள் மேலும் சொன்னாள்: "நான் வளர்ந்ததா நினைச்சேன். என்னை யாரும் உண்டாக்கினதா தெரியல''

கண்ணில் தெரியும் விஷயங்களைப் பேசலாம் என்று எண்ணி, அவளது விசாரணையை வேறு திசைக்குத் திருப்பினாள். "எப்படி தைக்கறதுன்னு உனக்குத் தெரியுமா?''

"தெரியாது, எஜமானி''

"நீ உங்க எஜமானருக்கும், எஜமானிக்கும் என்னதான் செய்வே?''

"தண்ணி கொண்டு வருவேன். பாத்திரம் தேய்ப்பேன். கத்திகளை கூர் தீட்டுவேன். ஜனங்களுக்கு பரிமாறுவேன்''

"அவங்க உன்கிட்ட நல்லபடியா இருந்தாங்களா?''

"இருந்ததாத்தான் நினைக்கிறேன்'' ஒபேலியாவை வஞ்சகமாக நோக்கி சிறுமி கூறினாள்.

இந்த உற்சாகமூட்டும் உரையாடலிலிருந்து ஒபேலியா எழுந்தாள். அவளது நாற்காலியின் பின்பக்கம் செயிண்ட் கிளேர் சாய்ந்து கொண்டிருந்தார்.

"இந்த பச்சக் களிமண்ணை கண்டுபிடிச்சிருக்கே சகோதரி. உன்னோட எண்ணங்களை செயல்படுத்து. நிறைய எண்ணங்கள் தேவைப்படாது.''

மற்றவற்றை பற்றி அவளது எண்ணங்கள் போன்றே டாப்ஸி பற்றிய ஒபேலியாவின் எண்ணங்கள் நிச்சயமானதாகவும், நிர்ணயிக்கப் பட்டதாகவும் இருந்தன. நூறு ஆண்டுகளுக்கு முன்பு நியு இங்கிலாந்தில் நிலவியது போன்று அது இருந்தது. ரயில் பாதைகள் இல்லாத வளர்ச்சி பெறாத பகுதிகளில் இவ்வகை கல்வி இன்றும் நிலவுகிறது. எளிதாக வெளிப்படுத்தப்படும் விதத்தில், சில வார்த்தை களில் அவற்றை அடக்கி விடலாம். அவங்ககிட்ட பேசறவங்களுக்கு பதிலளிக்க கற்றுக் கொடுக்கலாம். வினா–விடை, தையல், படித்தல் முதலியவற்றால் பயிற்றுவிக்கலாம். பொய் சொன்னால், சாட்டையால் அடிக்கலாம். இப்போது கல்விக்கு அளிக்கப்படும் அதிக வெளிச்சத்தில் இவை பின்புலத்தில் நிறுத்தி வைக்கப்பட்டுவிட்டன. நம்மில் பலர் நினைவில் வைத்து, சாட்சி சொல்லும் அளவிற்கு நமது பாட்டிகள் ஆண்களையும், பெண்களையும் இந்த விதத்தில் நல்ல விதமாக

வளர்த்துள்ளார்கள் என்பது மறுக்க முடியாத உண்மை. எப்படி இருந்தாலும், ஒபேலியாவுக்கு வேறு எப்படியும் செய்யத் தெரியாது. அவளிடமிருந்து மிகச் சிறந்த ஊக்கத்தை தனது கிறித்துவமில்லாத சிறுமியிடம் புகட்டலாம் என்று தீர்மானித்தாள்.

ஒபேலியாவின் சிறுமி என்று குழந்தை கூறப்பட்டு , அவ்வாறே அந்தச் சிறுமி கருதப்பட்டாள். சமையலறையில் கருணையோடு அவள் பார்க்கப்படவில்லை. அவளது நடவடிக்கையின் எல்லையையும் சொல்லிக் கொடுப்பதையும் தனது அறைக்குள் அடக்கிக் கொள்ள ஒபேலியா தீர்மானித்தாள். தனது படுக்கையைப் போடுதல், தனது அறையை சுத்தம் செய்தல், பெருக்குதல் போன்ற பணிகளை பணிப்பெண்கள் செய்ய முன்வந்த போதிலும், அதனை மறுதலித்து தானே அந்தப் பணிகளை இதுநாள் வரை ஒபேலியா செய்து வந்தாள். இனி இந்தப் பணிகளை டாப்ஸி செய்யலாம் என்று அறிவுறுத்திய ஒபேலியாவின் தியாகத்தை வாசகர்கள் பாராட்ட வேண்டும். நமது வார்சகர்கள் எவராவது இவற்றைச் செய்து வந்திருந்தால் இந்த சுய - தியாகத்தினை அவர்கள் பாராட்டுவார்கள்.

“முதல் நாள் காலையில் தனது அறைக்கு அழைத்துச் சென்று, படுக்கை தயாரிக்கும் கலையையும், ரகசியத்தையும் சொல்லிக் கொடுத்தாள்.

டாப்ஸி நன்கு கழுவப்பட்ட சிறு பின்னல்களோடு, அழகான கவுன் அணியப்பட்டு, நன்கு தோய்த்து தேய்க்கப்பட்ட மேல் அங்கியுடன் ஒபேலியாவின் முன்பு மரியாதையாக நின்றாள். ஒரு இறுதி ஊர்வலத்திற்கு உகந்த பவ்யத்துடன் நின்றிருந்தாள்.

“இப்ப, டாப்ஸி, எனது படுக்கையை எப்படி தயார் பண்ணனும்னு காட்டறேன். என்னோட படுக்கை பற்றி அக்கறையா இருப்பேன். அதை எப்படி தயாரிக்கணும்னு சரியா தெரிஞ்சுக்கணும்.''

“சரி அம்மா'' ஆழ்ந்த பெருமூச்சுடன் டாப்ஸி சொன்னாள். முகத்தில் பயம் கலந்த ஆர்வம் தெரிந்தது.

“டாப்ஸி இங்க பார். இது விரிப்பின் விளிம்பு. இது விரிப்பின் வலது பக்கம். இது மாற்றுப் பக்கம். ஞாபகம் வச்சிப்பியா?''

“சரி அம்மா' மற்றொரு பெருமூச்சுடன் டாப்ஸி சொன்னாள்.

“இப்ப விரிப்புக்கு கீழ் திண்டை வைக்கணும். மெத்தையின் கீழ் கவனமா சொருகணும்.''

“சரி அம்மா'' ஆழ்ந்த கவனத்துடன் டாப்ஸி சொன்னாள்.

“ஆனால் மேல் விரிப்பை இப்படிக் கீழே கொண்டு வரணும். உறுதியாவும், மிருதுவாவும் கால் பகுதிக்கு கொண்டு வரணும். குறுகிய விளிம்பு காலடியில் இருக்கணும்.'' ஒபேலியா கூறினாள்.

“சரி அம்மா’’ டாப்ஸி முன்பு போலவே சொன்னாள். செல்வி ஒபேலியா பார்க்காததை நாம் சொல்ல வேண்டும். அந்த நல்ல பெண்மணி அந்தப் பக்கம் திரும்பியபோது, தனது ஆர்வமான தீய வழியில், இளம் மாணவி கையுறை ஒரு ஜோடியையும், ஒரு ரிப்பனையும் எடுத்து ஆடையின் கைகளுக்குள் சாமர்த்தியமாக திணித்துக் கொண்டு, பழையபடி கடமை உணர்வோடு கைகட்டி நின்றாள்.

“டாப்ஸி, நீயே இதைச் செய்வதை நான் பாக்கறேன்.’ தனது துணிகளை எடுத்துவிட்டு, கீழே அமர்ந்து செல்வி ஒபேலியா, சொன்னாள்.

நல்ல ஈர்ப்போடும், திறனோடும், ஒபேலியா திருப்தி அடையும் வகையில் டாப்ஸி இந்தப் பணியை முழுமையாக செய்து முடித்தாள். விரிப்புகளை மிருதுவாக்கி, ஒவ்வொரு கசங்கலையும் சரி செய்து, ஈர்ப்பையும், தீவிரத்தையும், வெளிப்படுத்தினாள். அவள் முடித்தபோது, துரதிர்ஷ்டவசமாக ரிப்பனின் ஒரு முனை ஆடையிலிருந்து எட்டிப்பார்த்தது. இது ஒபேலியாவின் கவனத்தைக் கவர்ந்தது. உடனடியாக அவளை குத்தினாள். ‘‘இது என்ன? கீழ்ப்படியாத , கெட்டக் குழந்தையே! இத திருடினாயா?’’

அவளது ஆடையிலிருந்து ரிப்பன் இழுக்கப்பட்டது. அவள் கவலைப்பட்ட மாதிரி காட்டிக் கொள்ளவில்லை. ஆச்சரியமான அப்பாவித்தனத்தோடு அவள் இருந்தாள்.

“செல்வி பீலியின் ரிப்பன், என்னோட கவுன்ல எப்படி வந்தது?’’

“டாப்ஸி! கீழ்ப்படியாத பெண்ணே! என்கிட்ட பொய் சொல்றியா? அந்த ரிப்பன நீ திருடினே!’’

“எஜமானி, நான் உறுதியா சொல்றேன். நா திருடலை. இந்த நிமிஷம் வரை இத நான் பார்த்ததே இல்ல’‘

‘‘டாப்ஸி பொய் சொல்றது கெட்ட பழக்கம்னு உனக்குத் தெரியாதா?’’ ஒபேலியா கூறினாள்.

“எப்பவும் நான் பொய் சொல்றதில்ல. நான் உண்மையைத்தான் சொல்றேன். உண்மையைத் தவிர வேறில்லை. செல்வி பீலி’’ நற்பண்பின் ஈர்ப்போடு டாப்ஸி சொன்னாள்.

“டாப்ஸி, நீ இப்பிடி பொய் சொன்னேன்னா, உன்னை சவுக்கால அடிக்க வேண்டியிருக்கும்.’’

“எஜமானி நாள் பூராவும் சவுக்கால அடிச்சாலும், வேற மாதிரி சொல்ல முடியாது. நான் அத எப்பவும் பார்த்ததில்லை. என்னோட கவுன்ல மாட்டிக்கிட்டு இருக்கலாம். செல்வி பீலி படுக்கையில் வச்சிருந்திருக்கலாம். துணியில் மாட்டி என்னோட கௌன்ல மாட்டியிருக்கலாம்.’’ அழத் தொடங்கிய டாப்ஸி சொன்னாள்.

இந்த கடைந்தெடுத்த பொய்யைக் கேட்டு கடும் கோபம் கொண்டு, சிறுமியை பிடித்து இழுத்து, அவளை ஆட்டினாள் செல்வி ஒபேலியா.

"மறுபடியும் அதைச் சொல்லாதே''

ஆடையின் மற்றொரு கையிலிருந்து கையுறைகள் விழுந்தன.

''இப்ப சொல்றியா, ரிப்பனை திருடலைன்னு?'' ஒபேலியா சொன்னாள்.

கையுறையை திருடியதாக டாப்ஸி ஒப்புக் கொண்டாள். ரிப்பன் திருடியதை அவள் ஒப்புக்கொள்ள மறுத்தாள்.

"எல்லாத்த பத்தியும் ஒப்புக்கிட்டா, இந்த முறை உன்னை சவுக்கால் அடிக்க மாட்டேன்'' ஒபேலியா கூறினாள். இது பயனளித்தது. ரிப்பனையும், கையுறைகளையும் திருடியதாக டாப்ஸி ஒப்புக் கொண்டாள். தவறுக்காக வருந்தும் வேதனையான தோரணையுடன் ஒப்புக் கொண்டாள்.

"நேத்து முதல் உன்ன வீடு முழுவதும் புழங்க விட்டிருந்தேன். இந்த வீட்டுக்கு வந்ததிலிருந்து எடுத்த பொருட்களை சொல்லிடு. நீ எதையாவது எடுத்திருந்தா இப்ப சொல்லிடு. சவுக்கடி கொடுக்க மாட்டேன்''

"எஜமானி! அவங்க கழுத்தில் அணிந்திருந்த சிவப்பு பொருளை செல்வி ஏவாவிடமிருந்து எடுத்தேன்.''

"நீ செஞ்சியா, கீழ்ப்படியாத குழந்தையே! வேறு என்ன?''

"ரோசாவோட தோட எடுத்தேன். சிவப்பா இருக்குமே''

"போய் இந்த நிமிஷமே எல்லாத்தையும் கொண்டு வா.''

"எஜமானி என்னால் முடியாது. அதை எல்லாம் எரிச்சுட்டேன்''

''எரிச்சுட்டியா! கதை விடறியா? போய் எடுத்துட்டு வா. இல்லேன்னா சவுக்கடி கொடுப்பேன்.''

உரத்த குரலில் டாப்ஸி மறுப்பு தெரிவித்தாள். கண்ணீருடனும், முனகலுடனும் அவளால் முடியாதென்று கூறினாள். "அதெல்லாம் எரிஞ்சு போச்சு''

"அதை எல்லாம் ஏன் எரிச்சே?'' செல்வி ஒபேலியா கேட்டாள்.

''நான் பாவப்படறேன், ரொம்ப பாவப்படறேன். எப்படி இருந்தாலும் என்னால, எதுவும் செய்ய முடியாது.'' ஒபேலியா கூறினாள்.

இந்த நேரத்தில், அப்பாவியாய் ஏவா அறைக்குள் நுழைந்தாள். அவளது கழுத்தில் அதே போன்ற பவள நெக்லஸ் இருந்தது.

''ஏவா, உன்னோட நெக்லேஸ் எங்க கிடைச்சது?'' ஒபேலியா கேட்டாள்.

“கிடைச்சுதா? நாள் பூரா என்கிட்டதானே இருக்கு!'' ஏவா சொன்னாள்.

''நேத்திக்கு வச்சிருந்தியா?''

''ஆமாம், என்ன வேடிக்கை அத்தை. இரவு பூரா அதை போட்டிட்டு இருந்தேன். படுக்கப் போகும்போது அதை எடுத்து வைக்க மறந்துட்டேன்.''

பெரிதும் குழப்பமடைந்தவளாக ஒபேலியா இருந்தாள். அந்த கணம் ரோசா புதிதாக தேய்க்கப்பட்ட லினன் ஆடைகளை தலையில் தூக்கிக் கொண்டும், தனது காதுகளில் பவளத் தோடுகளை ஆட்டிக் கொண்டும் அறையில் நுழைந்ததும், குழப்பம் இன்னும் அதிகமாயிற்று.

“இது மாதிரி குழந்தையை வச்சிக்கிட்டு என்ன செய்யறதுன்னே புரியலே. எதுக்காக அது மாதிரி எல்லாம் என்னிடம் சொன்னே, டாப்ஸி'' வேதனையோடு அவள் கேட்டாள்.

“எஜமானி! நான் எதையாவது ஒத்துக்கணும் இல்ல. வேற எதையும் ஒத்துக்கறதுக்கு நான் நினைக்க முடியாது'' கண்களை கசக்கியவாறு டாப்ஸி சொன்னாள்.

“நீ செய்யாத தப்பை ஒத்துக்கணும்னு சொல்லல. அது கூட பொய் சொல்றது போலத்தான்.'' ஒபேலியா சொன்னாள்.

“அப்படியா?'' அப்பாவியான ஆச்சரியத்தோடு டாப்ஸி கேட்டாள்.

டாப்ஸியை கோபமாக முறைத்த ரோசா சொன்னாள்: ''அந்த உடம்புல உண்மைன்னு எதுவும் இல்ல. நான் எஜமானர் செயிண்ட் கிளாரா இருந்திருந்தா, ரத்தம் வர்றவரை சவுக்கடி கொடுத்து தப்பை உணர வைப்பேன்.''

“இல்ல, இல்ல ரோசா. நீ அப்படி பேசக்கூடாது ரோசா. அத கேட்க எனக்கு பொறுக்கல''. அதிகார தோரணையில் ஏவா கூறினாள். அந்த தோரணையை சில சமயம் ஏவா கைகொள்வாள்.

“கடவுளுக்காக! செல்வி ஏவா நீங்க ரொம்ப நல்லவங்க. ஒரு கறுப்பரை எப்படி நடத்தறதுன்னு உங்களுக்குத் தெரியல. அவங்க வாலை ஒட்ட நறுக்கறதத் தவிர வேறு வழியில்லை. நான் உங்களுக்குச் சொல்வேன்''

“ரோசா, இது மாதிரி இன்னொரு வார்த்தை நீ சொல்லக்கூடாது'' ஏவா சொன்னாள். குழந்தையின் கண்களில் ஒளி வீசியது. அவளது கன்னங்களில் செம்மை படர்ந்தது.

ஒரு நொடியில் ரோசா கட்டுப்படுத்தப்பட்டாள்.

சமூகத்தின் இரு துருவ நிலைகளை பிரதிபலிக்கும் இரு குழந்தைகள் அங்கு இருந்தனர். அழகாக நன்கு பராமரிக்கப்பட்ட

குழந்தை; தங்கத் தலையோடு; ஆழமான கண்களோடு; ஆன்மீகமான உன்னத புருவத்தோடு; இளவரசி போன்ற இயக்கங்களோடு அவள் நின்றிருந்தாள். அவளது அண்டைவாசி கருப்பான, ஆர்வமான, மெலிதான, கெஞ்சுகின்ற உணர்வோடு அருகில் நின்றிருந்தாள். அவர்கள் இரண்டு இனங்களின் பிரதிநிதிகளாக நின்றிருந்தனர். பல்லாண்டு கால பயிற்றுவிப்பு, அதிகாரம், கல்வி, தோற்றம், பொலிவு, தர்ம சிந்தனையோடு சாக்ஸன் குழந்தையும், ஆண்டாண்டு காலமாக அடக்குமுறைக்கு ஆளான, பணிந்து போக வேண்டிய, அறியாமையில் ஊறிய, உழைக்க வேண்டிய, பாவச் செயல்களை செய்யும் ஆப்பிரிக்க குழந்தையும் இருந்தன.

இது போன்ற எண்ணங்கள் ஏவாவின் மனத்தை அரித்தன. ஆனால் ஒரு குழந்தையின் எண்ணங்கள் மங்கலானவை. விவரிக்க முடியாத இயல்புணர்ச்சி கொண்டவை. ஏவாவின் உன்னத இயல்பில் இது போன்ற தரமான ஆர்வங்களும், சிந்தனைகளும் இருந்தன. ஆனால் அவற்றை வெளிப்படுத்துவதற்கான சக்தி அவளிடம் இல்லை.

டாப்ஸியின் கீழ்ப்படியாத, கெட்ட நடவடிக்கைகளை ஒபேலியா விரிவாக விளக்கியபோது, ஏவா குழம்பியவளாகவும், வருத்தம் தோய்ந்த வளாகவும் தோன்றினாள். இனிமையாக அவள் கூறினாள்:

"ஏழை டாப்ஸி! நீ எதுக்கு திருடணும்? இங்க உன்னை நல்லா கவனிக்கறோம். நீ திருடறதவிட, என்னோடது எத வேணும்னாலும் கேட்கலாம். நான் கொடுத்துடுவேன்."

தனது வாழ்க்கையில் அந்தக் குழந்தை கேட்ட முதல் கனிவான வார்த்தை இது. அந்தக் கொடிய கரடு முரடான நெஞ்சத்தை அந்த இனிமையான குரலும், நடத்தையும் விநோதமாகத் தாக்கியது. ஆர்வமான, உருண்டையான, பளபளக்கும் கண்களில் கண்ணீரின் ஒளி வீசியது. சிறு சிரிப்பும், வழக்கமான அசட்டுச் சிரிப்பும் தொடர்ந்தன. நிந்தனையைத் தவிர வேறு எதையும் கேட்டிராத அந்த காதுகளுக்கு கனிவான சொற்கள் நம்ப முடியாத ஆச்சரியமாகத் தோன்றின. ஏவாவின் பேச்சை வேடிக்கையாகவும், தெளிவில்லாததாகவும் டாப்ஸி கருதினாள். அதை அவள் நம்பவில்லை.

டாப்ஸியை என்ன செய்வது? இந்த வழக்கு ஒபேலியாவை குழப்புவதாய் இருந்தது. அவளை வளர்ப்பதற்கான விதிமுறைகள் செயல்படுத்தத்தக்கதாய் தோன்றவில்லை. இதைப் பற்றி யோசனை செய்ய அவசாகம் எடுத்துக்கொள்ள நினைத்தாள். நேரம் எடுத்துக் கொள்வதன் மூலம் இந்தக் குழப்பத்திற்கு ஒரு நல்ல முடிவு தனக்கு கிடைக்கும் என்ற நம்பிக்கையில் டாப்ஸியின் வழக்கை ஒத்தி வைத்தாள். இந்தப் பொருளில் தனது எண்ணங்களை ஒன்றிணைக்கும் வரை காத்திருக்க முடிவெடுத்தாள்.

“எனக்குப் புரியல. சவுக்கடி கொடுத்தும் எப்படி குழந்தையை சமாளிக்கப் போறோம்னு எனக்குப் புரியல'' செயிண்ட் கிளேரிடம் ஒபேலியா கூறினாள்.

“நல்லது; உனது மனது திருப்தியடையற வரை அவளுக்கு சவுக்கடி கொடு. நீ விரும்பறத செய்யறதுக்கு உனக்கு முழு அதிகாரம் தர்றேன்.''

“குழந்தைகளை அடிச்சுத்தான் வளர்க்கணும். அது இல்லாம அவர்களை வளர்த்ததாக கேள்விப்பட்டது இல்லை'' ஒபேலியா கூறினாள்.

“ஓ! நிச்சயமா! நல்லதுண்ணு நினைக்கறத நீ செய். ஒரே ஒரு ஆலோசனை மட்டும் சொல்ல விரும்பறேன். இரும்புக் கழியால இந்தக் குழந்தையை அடிப்பதை நான் பார்த்தேன். கரண்டியோ, இடுக்கியோ கையில எது கிடைக்குதோ அதால அடிக்கப்படுவதை பார்த்திருக்கேன். இது மாதிரி தண்டனைகளுக்குப் பழக்கப்பட்ட அவளுக்கு, உன்னோட சவுக்கடி பாதிப்பை உண்டாக்கணும்னா, அது மிகவும் வலுவாக இருக்கணும்னு நினைக்கிறேன்.'' கிளேர் சொன்னார்.

“அவள வச்சிக்கிட்டு என்னதான் செய்வது?'' ஒபேலியா கேட்டாள்.

“ஒரு தீவிரமான கேள்வி கேட்டுட்டே. நீயே பதிலளிப்பேன்னு நினைக்கிறேன். கசையடி மூலமே நிர்வகிக்க முடியும்னு இருக்கற மனிதங்கக் கிட்ட என்ன செய்ய முடியும். இங்கே அது சர்வ சாதாரணமா நடப்பதால், அது தோல்வி அடையும்'' செயிண்ட் கிளேர் சொன்னார்.

“நிச்சயம் எனக்குத் தெரியாது. இது மாதிரி குழந்தையை நான் பார்த்ததே இல்லை''.

“எங்க இடத்துல இது மாதிரி குழந்தைங்க சர்வசாதாரணம். இது மாதிரி ஆண்களும், பெண்களும்கூட சர்வ சாதாரணம்,. அவங்கள எப்படி நிர்வகிப்பது?'' செயிண்ட் கிளேர் கேட்டார்.

“நிச்சயம் பதில் சொல்ல முடியாத கேள்வி'' ஒபேலியா கூறினாள்.

“என்னாலேயும் முடியாது. புரூ விவகாரம் போல எப்பவாவது செய்தித்தாள்களில் வரும் கொடூரமான கொடுமைகளும், அத்து மீறல்களும் ஏன் நடக்குதுன்னு நினைக்கறே? பல விவகாரங்களுக்கு இரு பக்கங்களிலும் படிப்படியாக வளரும் பரஸ்பர வெறுப்புதான் காரணம். எஜமானர் மேலும், மேலும் கொடுமையா மாறுவாங்க; வேலைக்காரங்க மேலும், மேலும் உணர்ச்சியற்று மரத்துப் போவாங்க. சவுக்கடியும் கொடுமையும் குடிப்பழக்கம் மாதிரிதான். உணர்ச்சி குறையக் குறைய தண்டனையை இரட்டிப்பாக்கணும். முதலாளியான ஆரம்பத்திலேயே நான் பார்த்துட்டேன். எங்க நிறுத்தறதுன்னு

எனக்குத் தெரியாததால, ஆரம்பிக்கவே வேண்டாம்னு தீர்மானிச்சேன். குறைந்தபட்சம் எனது தர்ம இயல்பையாவது பாதுகாக்கலாம்னு அப்படி தீர்மானிச்சேன். அதன் விளைவு, கெட்டுப்போன குழந்தைகளா என்னோட வேலைக்காரங்க மாறிட்டாங்க. இரண்டு பக்கமும் மிருகமா மாறுவதைவிட அது தேவலாம்னு நான் நினைக்கிறேன். கற்பிக்க வேண்டிய பொறுப்பு பத்தி அடிக்கடி, அதிகமாப் பேசினாய். சகோதரி, அதுபோன்ற ஆயிரம் குழந்தைகளுக்கு மாதிரியா இருக்கும் ஒரு குழந்தையை வச்சு நீ முயற்சி செய்யணும்னு நான் உண்மையா விரும்பினேன்.'' செயிண்ட் கிளேர் சொன்னார்.

“உங்க நடைமுறைதான் இது போன்ற குழந்தைகளை உரு வாக்குது'' ஒபேலியா சொன்னாள்.

“எனக்குத் தெரியும். அது அப்படித்தான் இருக்கு. அதை வச்சிக்கிட்டு என்னதான் செய்ய முடியும்?''

“நல்லது. உங்களோட பரிசோதனைக்காக உங்களுக்கு நன்றி சொல்ல முடியாது. ஆனா, அது கடமை மாதிரி தோணுது. நான் விடாப்பிடியா முயற்சி செய்வேன். என்னால் முடிஞ்சத செய்வேன்'' ஒபேலியா சொன்னாள். இதற்குப் பிறகு, அவளது புதிய மாணவியிடம் பாராட்டத்தக்க ஆர்வத்தோடும், சக்தியோடும் உழைத்தாள். நேர ஒழுங்கையும், பணிகளையும் கற்றுக் கொடுத்தாள். படிக்கவும், தைக்கவும் கற்றுத்தர துவங்கினாள்.

படிக்கும் கலையில், குழந்தை கற்பூரமாய் பிடித்துக் கொண்டது. மாயாஜாலம் போல எழுத்துக்களை கற்றுக் கொண்டாள். விரைவில் படிக்கத் துவங்கினாள். ஆனால் தையல் வேலை சற்று சிரமமாய் இருந்தது. அந்தப் பிறவி பூனை போல் நெளிந்து வளைந்தது. குரங்கு போல் சுறுசுறுப்பாய் இருந்தது. தையலை எட்டிக் காயைப் போல் வெறுத்தாள். ஊசிகளை உடைத்தாள். நூல் கண்டுகளை சிடுக்காக்கி, அழுக்காக்கி, அறுத்தாள். ஜன்னலுக்கு வெளியே இரகசியமாய் பார்ப்பாள்; இரகசியமாக நூல் கண்டை வெளியே எறிவாள். நல்ல பயிற்சி பெற்ற மந்திரவாதி போல அவளது இயக்கங்கள் விரைவாக இருக்கும். அவளது முகக் கட்டுப்பாடு வெகு சிறப்பாக இருக்கும். தொடர்ந்து பல விபத்துக்கள் நிகழ முடியாது என்ற எண்ணம் ஒபேலியாவுக்கு ஏற்படுவதை தவிர்க்க முடியவில்லை. வேற எதுவுக்கும் நேரம் ஒதுக்காது கண்காணித்தால்தான், இவற்றை கண்டுபிடிக்க முடியும்.

அந்த நிறுவனத்தில் ஒரு குறிப்பிடத்தக்க பாத்திரமாக டாப்ஸி விரைவில் மாறினாள். கோமாளித்தனம், முகச்சுழிப்பு, விகடம் ஆகிய அனைத்திலும் அவளுக்கு திறன் இருந்தது. ஆடிப்பாடுதல், கரணம் அடித்தல், ஏறுதல், பாடுதல், சீட்டியடித்தல், அவளது கற்பனைக்கு எட்டிய அனைத்து ஒலிகளையும் அப்படியே எதிரொலித்தல்

எல்லாவற்றிலும் அவளது திறமை அள்ள அள்ள குறையாததாக இருந்தது. அவளுடைய விளையாட்டு நேரத்தில், அங்கிருந்த ஒவ்வொரு குழந்தையையும் பிரமிப்பிலும், ஆச்சரியத்திலும் வாய் பிளந்து நிற்க வைத்தாள். ஏவாவும் விதி விலக்கல்ல. பளபளப்பான பாம்பின் முன் மயங்கி நிற்கும் புறா போல அவளது காட்டுத்தனமான துடுக்குத் தனத்தால் ஏவா கவரப்பட்டாள். டாப்ஸியின் சமூகப் பழக்கங்களை விரும்புபவளாக ஏவா மாறக் கூடாதே என்று ஒபேலியா கவலைப் பட்டாள். அதைத் தடுத்து நிறுத்துமாறு செயிண்ட் கிளேரை கேட்டுக் கொண்டாள்.

“குழந்தையை தனியா விட்டுடு. டாப்ஸியால் அவளுக்கு நல்லதுதான் நடக்கும்.'' செயிண்ட் கிளேர் சொன்னார்.

“இப்படி சீரழிக்கற குழந்தை ஏவாவுக்கு எந்தக் கெடுதலையும் கற்றுத்தர மாட்டான்னு நீங்க பயப்படலையா?''

“அவளுக்கு குறும்பு எதுவும் கத்துத் தர முடியாது. மத்த குழந்தைகளுக்கு வேணா கத்துத் தரலாம். முட்டைக்கோஸ் இலையில் தண்ணீர் தங்காதது போல, ஏவாவிடம் எந்தத் தீங்கும் தங்காது. ஒரு பொட்டுக்கூட நிற்காது.''

“ரொம்ப நம்பிக்கையா இருக்கீங்க. என்னோட எந்த குழந்தையை யும் டாப்ஸியோட விளையாட விடமாட்டேன்'' ஒபேலியா சொன்னாள்.

“நல்லது, உன்னோட குழந்தைகள் விளையாட வேண்டாம். என்னோட குழந்தை விளையாடலாம். அவள கெட்டுப்போக வைக்க முடியும்னா, அது எப்பவோ நடந்திருக்கும்?'' செயிண்ட் கிளேர் கூறினார்.

மேல்தட்டு வேலையாட்கள் டாப்ஸியை முதலில் வெறுத்து ஒதுக்கி கண்டித்தனர். தங்களது கருத்தை மாற்றிக் கொள்ள வேண்டிய காரணம் அவர்களுக்குக் கிடைத்தது. டாப்ஸிமீது கோபம் காட்டிய எவரும் சற்று நேரத்தில் சங்கடமான விபத்தை சந்திக்க வேண்டும் என்று கண்டு பிடிக்கப்பட்டது. ஒரு ஜோடி காதணியோ, விருப்பமான சிறு நகையோ முழுமையாய் அழிந்து போயிருக்கும். சுடுநீர் நிறைந்த வாளியில் அந்த ஆணோ, பெண்ணோ தடுக்கி விழுவர். அவங்களோட ஆடையில் அழுக்கு நீர் அருவியாய் கொட்டும். எல்லா நிகழ்வுகளையும் ஆராய்ந்தால், இந்த அவமதிப்புக்கு சாட்சி சொல்ல யாரும் இருக்க மாட்டார்கள். டாப்ஸியை வீட்டின் அனைத்து நீதிக்கூண்டிலும் அடிக்கடி நிறுத்தியாச்சு. அலாதியான அப்பாவித்தனத்தோடும், தீவிரமான தோற்றத்தோடும் விசாரணையை அவள் எதிர்கொள்வாள். இந்தச் செயல்களை யார் செஞ்சாங்கன்னு யாருக்கும் சந்தேகம் இருக்கவில்லை. ஆனால், அதை நிரூபிக்க எந்த நேரடியான சிறு தடயத்

தையும் கண்டுபிடிக்க முடியாது. நீருபணம் இல்லாம நடவடிக்கை தொடர ஒபேலியாவின் நியாய மனப்போக்கு இடம் கொடுக்கவில்லை.

குறும்புகள் நேரம் பார்த்து செய்யப்பட்டன. செய்பவரை பாதுகாக்கும் விதத்தில் இருந்தன. அவர்களது எஜமானியின் வெறுப்பை அறை பணியாட்களான ஜேனும், ரோசாவும் சம்பாதித்த (அது அடிக்கடி வருவதில்லை) காலம் அவர்களைப் பழிவாங்க தேர்ந்தெடுக்கப்பட்டது. அக்காலங்களில் அவர்கள் சொல்லும் புகார்களுக்கு அனுதாபம் இருக்காது.

அவளை தனியா விடுவதுதான் புத்திசாலித்தனம் என்று அனைவரும் அறியும் வண்ணம் டாப்ஸி செயல்பட்டாள். அவ்வாறே அவளும் தனியாக விடப்பட்டாள்.

எல்லா மனித செயல்பாடுகளிலும், டாப்ஸி புத்திசாலியாகவும், சக்தி நிறைந்தவளாகவும் இருந்தாள். அவளுக்கு கற்பிக்கப்படும் எதையும், ஆச்சரியமான வேகத்தில் கற்றுக் கொண்டாள். கொஞ்சம் சொல்லிக் கொடுத்ததுமே, ஒபேலியாவின் அறையை பராமரிப்பதில் அந்தப் பெண் குறை எதுவும் சொல்ல முடியாத அளவில் கற்றுத் தேர்ந்தாள். அவள் விரும்பும்போது விரிப்புகளை விரிக்கும் விதத்திலும், தலையணைகளை சரி செய்யும் முறையிலும், பெருக்கி சுத்தப்படுத்தும் அழகிலும், அடுக்கி வைக்கும் நோக்கிலும் அவளை எந்த மனிதப் பிறவியும் விஞ்ச முடியாது. அவள் அடிக்கடி இப்படி செய்ய விரும்ப மாட்டாள் என்பதுதான் சோகம். இரண்டு, மூன்று நாட்களுக்குப் பொறுமையாக அவளை கவனமாக கண்காணித்த பின்பு, தனது வழியில் டாப்ஸி வந்துவிட்டதாக ஒபேலியா நல்லெண்ணம் கொள்வாள். அவளை கண்காணிப்பதை விட்டுவிட்டு வேறு வேலை பார்க்கச் செல்லும்போது, ஓரிரு மணி நேரம் ஒரு குழப்பத் திருவிழாவை டாப்ஸி நடத்திக் காட்டுவாள். படுக்கையை தயாரிப்பதற்கு பதிலாக, தலையணை உறைகளை உருவி வேடிக்கை காட்டுவாள். அவளது கம்பளித் தலையை தலையணையில் மறைத்துக் கொள்வாள். தலையில் இருக்கும் சிறகுகள் தலையணையில் சிக்கிக் கொண்டு, அலங்கோலமாக அதை அலங்கரிக்கும். கம்பங்கள்மீது தலைகீழாக நிற்பாள். அறை முழுவதும் விரிப்புகளையும், போர்வை களையும் - வாரி இறைப்பாள். ஒபேலியாவின் இரவு உடையைக் கொண்டு, திண்டுகளை அலங்கரிப்பாள். அதைக் கொண்டு, பல கண்கொள்ளா காட்சிகளை அரங்கேற்றுவாள். பாடுவாள்; சீட்டி அடிப்பாள்; முகம் பார்க்கும் கண்ணாடி முன் நின்று கொண்டு தனக்கே பழிப்பு காட்டுவாள். சுருக்கமாகச் சொன்னால், “நவீன கெய்ன்” (ஆதாம் ஏவாளின் முதல் மகன்; தனது சகோதரனைக் கொன்றவன்) என்று ஒபேலா அழைப்பதை நிரூபிக்கும் விதத்திலேயே அவள் இருந்தாள்.

மிகச்சிறந்த இந்திய கிரேப் சால்வையை தலைப்பாகையாகக் கட்டிக் கொண்டு கண்ணாடி முன் ஒத்திகை பார்த்ததை ஒரு சமயம் ஒபேலியா பார்த்துவிட்டாள். அவளிடம் அரிதாகக் காணப்படும் கவனக் குறைவு காரணமாக இழுப்பறையின் சாவியை வெளியில் வைத்துவிட்டு சென்றிருந்ததால் வந்த வினை இது.

"டாப்ஸி இப்படி நடந்துக்க உன்னை எது தூண்டுது?'' இறுதியில் பொறுமை எல்லாம் தீர்ந்த பின்பு அவள் சொல்வாள்.

"தெரியல எஜமானி. நா கெட்டவளா இருக்கறதால இருக்கலாம்.''

"உன்னை என்ன செய்யறதுன்னு எனக்குத் தெரியல, டாப்ஸி''

"எஜமானி என்னை சவுக்கால நீங்க அடிக்கணும். என்னோட பழைய எஜமானி அப்படித்தான் அடிப்பாங்க. சவுக்கடி இல்லாம வேலை செய்து எனக்குப் பழக்கமில்ல''.

''டாப்ஸி, உன்னை அடிக்க எனக்கு விருப்பமில்ல. மனசு வச்சேன்னா, நீ நல்லபடியா இருக்கலாம். ஏன் மாட்டேங்கறே?''

"எஜமானி நான் சவுக்கடிக்கு பழக்கப்பட்டுட்டேன். அதுதான் எனக்கு நல்லதுன்னு நினைக்கிறேன்.''

அந்த சிகிச்சையையும் ஒபேலியா செய்து பார்த்து விட்டாள். டாப்ஸி கிறீச்சிட்டும், உறுமியும், கெஞ்சிக் கேட்டும் பயங்கரமான கலக்கத்தை உண்டாக்கி விட்டாள். அரை மணி நேரம் கழித்து, பால்கனியில் மற்ற சிறுவர், சிறுமிகளால் சூழப்பட்டபோது, மொத்த விவகாரத்தையும் ரொம்ப அவமதிப்போடு விவரிக்கத் துவங்கி விடுவாள்.

"செல்வி. பீலியின் சவுக்கடி. ஒரு கொசுவக்கூட கொல்லாது. என்னோட பழைய எஜமானர் அடிச்சா சதை பறக்கறத பார்க்கணும் எப்படி அடிக்கணும்னு பழைய எஜமானருக்குத் தெரியும்.''

தன்னோட பாவங்களையும், பெருங்குற்றங்களையும் பிரத்யேக மாக சிறப்பு வாய்ந்தவையாகக் கருதி அதை முதலீடாக வைத்து, டாப்ஸி பயன் பெறுவாள்.

''கறுப்பர்களே எல்லாரும் பாவிகள்தான்னு உங்களுக்குத் தெரியுமா? எல்லோரும் பாவிகள்தான். வெள்ளை மனிதர்களும் பாவிகள்தான். செல்வி பீலி அப்படித்தான் சொல்றாங்க. கறுப்பர்கள் தான் மிகப் பெரிய பாவிகள்னு நினைக்கிறேன். யாரும் எதுவும் செய்ய முடியாதபடி நா கெட்டவளா இருக்கேன். பழைய எஜமானியை பாதி நேரம் என்னைச் சுத்தியே இருக்கிற மாதிரி பண்ணிடுவேன். நான்தான் உலகிலேயே மோசமான கெட்ட பிறவின்னு நினைக்கறேன்.'' தன்னோட நேயர்களுக்கு அவள் கூறுவாள். டாப்ஸி ஒரு கரணம் அடித்து, மறுபடியும் மேலேறி இன்னொரு உயர் இருக்கைக்குச்

சென்று சிறகைச் சூட்டிக் கொள்வாள். டாப்ஸிக்கு கிறித்துவத்தில் பாடம் நடத்துவதில் ஞாயிற்றுக் கிழமைகளில் ஒபேலியா மும்முரமாய் இருப்பாள். டாப்ஸிக்கு வாய்ப்பாடாக சொல்வதில் அசாதாரணமான நினைவு இருந்தது. அவளது சரளமான ஒப்பித்தல் அவளது ஆசிரியைக்கு பெரிதும் ஊக்கமூட்டுவதாக இருக்கும்.

“அது அவளுக்கு என்ன நல்லது செய்யும்னு எதிர்பார்க்கற?'' செயிண்ட் கிளேர் கேட்டார்.

“ஏன் அது எப்பவும் குழந்தைகளுக்கு நல்லதுதான் செய்கிறது. குழந்தைகள் எப்போதும் கற்றுக் கொள்ள வேண்டியது அதுதான், தெரியுமா?'' ஒபேலியா கூறினாள்.

“புரிஞ்சுக்குவாளா மாட்டாளா?'' செயிண்ட் கிளேர் வினவினார்.

“ஓ! குழந்தைகளுக்கு அந்த சமயம் புரியாது. வளர்ந்த பின்பு, அது அவங்களுக்கு உதவும்''

“எனக்கு அது இன்னும் வரல. நான் சிறுவனா இருந்தபோது அத முழுமையா சொல்லிக் கொடுத்தேன்னு உன்னால உறுதியா சாட்சி கூற முடியும்'' செயிண்ட் கிளேர் சொன்னார்.

“ஆ, நீங்க எப்பவும் கற்பதில் நல்லா இருப்பீங்களே, அகஸ்டின். உங்க மேல அதிக நம்பிக்கை வச்சிருந்தேன்'' ஒபேலியா கூறினாள்.

“இப்ப உனக்கு நம்பிக்கை இல்லையா?'' செயிண்ட் கிளேர் கேட்டார்.

“பையனா இருந்தது போலவே, இப்பவும் நீங்க நல்லவரா இருக்கணும்னு நா விரும்பறேன். அகஸ்டியன்.''

“நான் அப்படித்தான் விரும்பறேன். டாப்ஸிக்கு கிறித்துவத்தை சொல்லிக் கொடுப்பதைத் தொடர்ந்து செய். உன்னால் ஏதாவது மாத்த முடியும்னு நினைக்கிறேன்.'' செயிண்ட் கிளேர் சொன்னார்.

இந்த உரையாடலின்போது தனது கையை பவ்யமாகக் கட்டிக் கொண்டு கறுப்புச் சிலையாய் நின்றிருந்த டாப்ஸி ஒபேலியாவின் கையசைப்புக்குப் பின் கூறினாள்:

“என்னோட முதல் பெற்றோர்கள் சுதந்திரம் வழங்கப்பட்ட பிறகு, அவங்க உருவாக்கப்பட்ட இடத்திலிருந்து வெளியேறிட்டாங்க.''

டாப்ஸியின் கண்கள் சிமிட்டின. அவள் விசாரிப்பவளாய்த் தோன்றினாள்.

“அது என்ன, டாப்ஸி?'' செல்வி ஒபேலியா கேட்டார்.

“எஜமானி, கின்டக்குன்னு ஒரு இடம் இருக்கா?''

“என்ன இடம், டாப்ஸி?''

''அவங்க வெளியேறின இடம். கின்டக்கிலிருந்து எப்படி வந்தோம்னு எஜமானர் சொல்வார்.''

செயிண்ட் கிளேர் சிரித்தார். "அவளுக்கு நீ அர்த்தம் சொல்லணும். இல்லேன்னா அவளே அர்த்தம் உண்டாக்கிப்பாள். அங்க குடிப் பெயர்ச்சி கோட்பாடு ஒண்ணு சொல்லப்பட்டுள்ளதா தோணுது!'' அவர் சொன்னார்.

"ஓ அகஸ்டின், சும்மா இருங்க. நீங்க சிரிச்சீங்கன்னா, நான் என்ன செய்ய முடியும்?'' ஒபேலியா கூறினாள்.

"என்னோட கௌரவத்து மேல ஆணையா உன்னோட முயற்சிக்கு தொந்தரவு தரமாட்டேன்'' தனது செய்தித்தாளை எடுத்துக் கொண்டு கூடத்திற்குச் சென்று அமர்ந்து கொண்டார். தனது ஒப்புவிப்பை டாப்ஸி முடிக்கும் வரை அங்கே அமர்ந்திருந்தார். எல்லாம் நன்றாக இருந்தன. அவள் சில வார்த்தைகளை மாற்றிச் சொல்வாள். எவ்வளவு முயற்சி செய்தாலும், தனது தவறை தவிர்க்க மாட்டாள். நல்லவிதமாக நடப்பதாக தான் கொடுத்த உறுதிமொழியைத் துறந்து இந்தத் தவறுகளில் ஒருவித கெடுதலான மகிழ்ச்சியை பெற்றாள். அவருக்கு வேடிக்கையாகத் தோன்றும் தவறுகளை டாப்ஸி செய்தால். அவளை அழைத்து மீண்டும் சொல்லச் சொல்வாள், ஒபேலியாவின் கண்டிப்புகள் பயனற்றுப் போகும்.

"நீங்க இப்படி செஞ்சீங்கன்னா குழந்தைக்கு என்ன சொல்லிக் கொடுக்க முடியும்ன்னு நினைக்கிறீங்க, அகஸ்டீன்'' அவள் சொல்வாள்.

"இது ரொம்ப மோசம் இனிமே செய்ய மாட்டேன். அந்தப் பெரிய வார்த்தைகளில் சிறுமி தடுமாறுவதை நான் கேட்க விரும்பறேன்.''

"அவளை தப்பான வழியிலே உறுதிப்படுத்திடறீங்க''

"அதனால என்ன? அவளைப் பொறுத்தவரை, ஒரு வார்த்தை போலவே, எல்லா வார்த்தைகளும் நல்லவைதான்''

"அவளை நா சரியா வளர்க்கணும்னு நீங்க விரும்பினீங்க. அவ ஓரளவுக்கு நியாயமான பிறவின்னு நீங்க நினைப்புல வைக்கணும். உங்களோட செல்வாக்கு அவளை பாதிக்கக் கூடாதுன்னு கவனமாக இருங்க''

"ஓ! மோசம். அப்படித்தான் நான் இருக்கணும். அவளே அடிக்கடி சொல்ற மாதிரி நா ரொம்ப கெட்டவன்.''

இவ்வாறு டாப்ஸியின் கல்வி ஒரிரு வருடம் தொடர்ந்தது. சிலர் தங்களுக்கு வரும் தலைவலிக்கோ, நரம்புத் தளர்ச்சிக்கோ பழக்கப்படுவது மாதிரி, அவளது தொடர்ந்த தொற்று வியாதிக்கு பழக்கப்பட்டிருந்தாலும், ஒபேலியா தினந்தினம் கவலைப்பட்டவாறு இருந்தாள்.

ஒரு கிளியின் அல்லது விளையாட்டு நாயின் தந்திரங்களைப் பார்த்து ரசிக்கும் மனிதனாய், குழந்தையின் நடவடிக்கைகளை வேடிக்கையாகக் கருதி செயிண்ட் கிளேர் ரசித்தார். அவளுடைய கெட்ட நடவடிக்கைகளுக்கு மற்ற இடங்களில் கண்டனம் எழும்போது, அவரது நாற்காலிக்குப் பின் மறைந்து கொள்வாள். அவள் சார்பில் செயிண்ட் கிளேர் ஏதோவொரு வழியில் சமாதானம் செய்வார். அவ்வப்போது மதிப்புக் குறைவான பழைய நாணயங்கள், கற்கண்டுகளை அக்கறையற்ற தாராளத்தன்மையுடன் மற்றவர்களுக்கு விநியோகிப்பார். அவள் நல்லவிதமாகவும், தாராளமாகவும் இருந்தாள் என்றும் குறிப்பிடுவதுதான் அவளுக்கு நியாயம் வழங்குவதாய் இருக்கும். நமது நாட்டியக் குழுவினருக்கு தாராளமாக அவள் அறிமுகப்படுத்தப்பட்டு விட்டாள். அவ்வப்போது மற்ற நாட்டியக்காரர்களோடு அவளும் நம்முன் தோன்றுவாள்.

21

கென்டக்

ஒரு சிறு இடைவெளியில் டாம் மாமாவின் குடியிருப்பை திரும்பிப் பார்க்க விருப்பமில்லாது நமது வாசகர்கள் இருக்க மாட்டார்கள். அவர் விட்டு வந்தவர்களிடையே என்ன நடக்கிறது என்று பார்க்கலாம்.

ஒரு கோடைகால மதிய நேரத்தின் பின்பகுதி, பெரிய கூடத்தின் கதவுகளும், ஜன்னல்களும் திறந்து கிடந்தன. எப்போதாவது உள்ளே நுழைய விழையும் மென்காற்றை வரவேற்பதற்காக திறந்திருந்தன. இரு முனைகளிலும் பால்கனிகளோடு வீட்டின் முழு நீளத்திற்கும் பரவியிருந்த பெரிய அறையில் ஷெல்பி அமர்ந்திருந்தார். ஒரு நாற்காலியின் பின்பக்கம் சாகவாசமாக சாய்ந்து கொண்டும், தனது கால்களை மற்றொரு நாற்காலியில் நீட்டிக் கொண்டும் விருந்துக்குப் பிந்தைய சுருட்டை ரசித்து புகைத்துக் கொண்டிருந்தார். தனது தையல் வேலையில் மும்முரமாக இருந்த திருமதி. ஷெல்பி கதவருகில் அமர்ந்தார். தனது மனதில் இருப்பதை வெளிப்படுத்தும் வாய்ப்புக்கு காத்திருப்பவராய் தோன்றினார்.

“உங்களுக்குத் தெரியுமா? டாமிடமிருந்து சோலேவுக்கு ஒரு கடிதம் வந்திருக்கு'' அவர் சொன்னார்.

“ஆ! வந்திருக்கா? டாமுக்கு அங்க சில நண்பர்கள் இருக்காங்க போலிருக்கு. அந்த வயதான சிறுவன் எப்படி இருக்கான்?''

“ஒரு நல்ல குடும்பத்தினர் அவனை வாங்கிட்டாங்கன்னு நினைக்கறேன். கனிவா நடத்தப்படறானாம். செய்யறதுக்கு ரொம்ப வேலை இல்லையாம்.'' திருமதி ஷெல்பி சொன்னார்.

“ஆ, நல்லது. இதக் கேட்டு எனக்கு மகிழ்ச்சியா இருக்கு. ரொம்ப மகிழ்ச்சியா இருக்கு. டாம் ஒரு தெற்கத்தி இல்லத்திற்கு பழக்கப் பட்டிருப்பான். இங்க திரும்பி வருவதற்கு விருப்பமா இருக்க மாட்டான்னு நினைக்கறேன்.'' ஷெல்பி மனம் மகிழச் சொன்னார்.

“அதற்கு மாறாக அவன் ஆர்வமா விசாரிச்சிருக்கான். தனது மீட்புக்கான தொகை எப்ப சேகரிக்கப்படும்ன்னு கேட்டிருக்கான்.'' திருமதி ஷெல்பி கூறினார்.

“எப்பன்னு எனக்கு நிச்சயமாகத் தெரியல. வியாபாரம் சரியாப் போகலை. இதுக்கு முடிவே இல்லேன்னு தோணுது. சகதி நிறைந்த ஒரு சதுப்பு நிலத்திலேருந்து இன்னொரு நிலத்துக்கு தாண்டற மாதிரி இருக்கு. ஒருவருக்கு கொடுக்க மற்றொருவரிடம் கடன் வாங்கி, அவருக்கு கொடுக்க இன்னொருவரிடம் வாங்குவது - இப்படியே இருக்கு. ஒரு சுருட்டு புகைத்து திரும்பறதுக்குள்ள ஒரு கடன் பத்திரம் முன்னே நிக்குது. மோசமான கடிதங்கள். மோசமான செய்திகள் ஒரே ஓட்டம்தான். ஒரே பரபரப்புதான்.'' ஷெல்பி சொன்னார்.

“விஷயங்களை நேர்ப்படுத்த ஏதாவது செய்யலாம்னு எனக்குத் தோணுது. எல்லா குதிரைகளையும், ஒரு பண்ணையையும் வித்துட்டு, கடன எல்லாம் அடைச்சுட்டா?''

“ஓ! நகைப்புக்குரியது எமிலி! கென்டகியில் நீதான் சிறந்த பெண்மணி. இருந்தாலும் வியாபாரத்தை சரியா புரிஞ்சுக்க உனக்கு மூளை இல்லை. பெண்களுக்கு எப்பவும் கிடையாது. எப்பவும் இருக்க முடியாது.''

“குறைந்தபட்சம் உங்க வியாபார நிலைமையை பத்தி கொஞ்சம் எனக்கு சொல்லக் கூடாதா? நீங்க வாங்கின கடன் விவரங்களை, உங்களுக்கு வரவேண்டிய கடன் விவரங்களை சொல்லுங்களேன். சிக்கனப்படுத்த உதவ முடியுமான்னு பாக்கறேன்.'' அவரது மனைவி சொன்னார்.

“ஓ! என்னை வறுத்தெடுக்காதே எமிலி! என்னால துல்லியமாக சொல்ல முடியாது. விவகாரம் எப்படிப் போகும்ன்னு ஓரளவுக்கு சொல்ல முடியும். சோலே பன்றி இறைச்சியை நறுக்கி சமைக்கிற மாதிரி சரி செய்யவும் முடியாது. வியாபாரத்த புத்தி உனக்கு எதுவும் தெரியாது. நான் சொல்றேன்.''

அவரது கருத்துக்களை நிலைநாட்ட வழி தெரியாது, தனது குரலை ஷெல்பி உயர்த்தினார். ஒரு பெரிய மனிதர் தனது மனைவியோடு தொழில் பற்றி விவாதிக்கும்போது இது வசதியான, இணங்க வைக்கும் வாத முறை எனலாம்.

ஒரு பெருமூச்சுடன் திருமதி ஷெல்பி பேசுவதை நிறுத்தினார். தனது கணவர் அவரை பெண் என்று ஏளனமாக குறிப்பிட்டிருந்தாலும், அவரது கண்களைவிட எல்லாவிதத்திலும் தெளிவான, சக்தியான, யதார்த்தமான மனமும், அழுத்தமான குணநலன்களும் அவரிடம் உள்ளது என்பதே உண்மை. ஷெல்பி நினைத்தது போல் அல்லாது. திருமதி ஷெல்பியை நிர்வகிக்க அனுமதிப்பது ஒரு அபத்தமான யூகமாக இருக்காது. டாமுக்கும், சோலே அத்தைக்கும் தான் அளித்த உறுதிமொழியை காப்பாற்றுவது பற்றி அவரது இதயம் எண்ணியது. அவரைச் சுற்றி அதைரியம் நெருக்கமாகச் சூழ்ந்து கொண்டதால், அவர் பெருமூச்சு விட்டார்.

“எந்த வழியிலாவது அந்தப் பணத்தை சேர்க்க முடியும்னு நீங்க நினைக்கலையா? பாவம் சோலே அத்தை நெஞ்சு நிறைய நம்பிக்கை வச்சிருக்கா’’

“அப்படி இருந்தா, நான் வருந்தறேன். அப்படி உறுதிமொழிய அவசரப்பட்டு கொடுத்துட்டேன்னு நினைக்கிறேன். இத சோலேவிடம் சொல்றது நல்லது. அவளோட மனசை தேத்திக்கட்டும். ஒரு வருஷத்திலேயோ, இரண்டு வருஷத்திலேயோ, டாமுக்கு இன்னொரு மனைவி கிடைப்பா. இவளும் யாரையாவது கல்யாணம் செய்து கொள்வது நல்லது’’

“ஷெல்பி, நம்ம திருமணங்கள் போலவே அவங்க திருமணங்களும் புனிதமானவைன்னு அவங்களுக்கு சொல்லிக் கொடுத்திருக்கேன். வேறு மாதிரியான யோசனைகளை சோலேவுக்கு என்னால் கொடுக்க முடியாது.’’

“அது ரொம்ப பரிதாபம் மனைவியே! அவங்க நிலைமைக்கும், எதிர்காலத்துக்கும் பொருந்தாத நியாய தர்மத்தை போதிச்சு, அவங்கள கஷ்டப்படுத்தியிருக்கே. நான் எப்போதும் அப்படித்தான் நினைக்கறேன்.’’

“அது பைபிளின் நியாய, தர்மம்தான் ஷெல்பி’’

“நல்லது, நல்லது எமிலி; உன்னோட ஆன்மீகக் கருத்துக்களில் குறுக்கிட எனக்கு விருப்பமில்ல. அந்த நிலைமையில் இருக்கிற மக்களுக்கு அவை பெரிதும் பொருந்துவதில்லைன்னு நினைக்கிறேன்.’’

“அவை அப்படித்தான். அதனால்தான் இந்த மொத்த வியாபாரத்தையும் நான் வெறுக்கறேன். அந்த உதவியற்ற பிறவிகளுக்கு நான் கொடுத்த வாக்குறுதிகளிலிருந்து தப்பித்துக் கொள்ள முடியாது. வேறு ஏதாவது வழியிலே பணம் கிடைக்காதுன்னா, என்னோட இசைப் படிப்பை பயன்படுத்தத்தான் வேண்டும். எனக்குப் போதிய அளவுக்கு கிடைக்கும்னு நினைக்கறேன். நானே அந்தப் பணத்தை சம்பாதிக்க முடியும்’’ திருமதி ஷெல்பி சொன்னார்.

“நீ அந்த வழியிலே உன்னை தாழ்த்திக்கக் கூடாது, எமிலி. நான் அதுக்கு எப்பவும் சம்மதிக்க மாட்டேன்.''

“தாழ்த்தியா? அந்த உதவியற்றவர்கள் என்மீது வச்சிருக்கற நம்பிக்கையை உடைக்கிறதவிடவா அது தாழ்வானது? இல்லை, உண்மையில் கிடையாது.''

“நல்லது, நீ எப்போதும் வீரதீரமானவள்; மனித அறிவுக்கு அப்பாற் பட்டவள். அது மாதிரி ஒரு சாகசத்தில் இறங்குவதற்கு முன்பு நல்லா சிந்திப்பது நல்லது'' ஷெல்பி கூறினார்.

வராந்தாவின் முடிவில் சோலே அத்தை தோன்றி, இந்த உரையாடலில் குறுக்கிட்டாள். ‘‘எஜமானி விரும்பினா...''

‘‘நல்லது சோலே, என்ன?'' எழுந்து, பால்கனிக்கு பக்கம் சென்ற அவளது எஜமானி கேட்டார்.

“எஜமானி! இந்த பொயட்ரியை வந்து பாக்கறீங்களா?''

பவுல்டிரி (கோழிப்பண்ணை)யை பொயட்ரின்னு அழைப்பது சோலே அத்தைக்கு வழக்கம். குடும்பத்தின் இளசுகள் இதை அடிக்கடி திருத்தினாலும் இதை அவள் மாற்றிக் கொள்ளவில்லை.

“எனக்கு வித்தியாசம் தெரியல; இதுவும் நல்லாத்தான் இருக்கு'' “பொயட்ரி, என்றே அவள் தொடர்ந்து கூறி வந்தாள்.

பல கோழிகளையும், வாத்துக்களையும் பார்த்து திருமதி ஷெல்பி புன்னகைத்தார். தீவிரமான யோசனையோடு சோலே நின்றிருந்தாள்.

“எஜமானிக்கு கோழி இறைச்சியா எது வேணும்னு யோசிச்சேன்.''

“உண்மையா சோலே அத்தை - எனக்கு எதுன்னு கவலையில்லை. உனக்குப் பிடிச்சமாதிரி பரிமாறு.''

சோலே அவற்றை சாவகாசமாக எடுத்தாள். அவள் நினைப்பது கோழிகளைப் பற்றி அல்ல என்பது தெளிவாகத் தெரிந்தது. ஒரு சந்தேகமான விஷயத்தை பேசும்போது அந்த இனத்தவர் வெளியிடும் சிறு சிரிப்போடு, அவள் கேட்டாள்.

“பணத்தை பத்தி எஜமானரும், எஜமானியும் ஏன் கவலைப் படணும்? கையில இருக்கறத விட்டுட்டு ஏன் கவலைப்படணும்'' சோலே மீண்டும் சிரித்தாள்.

“நீ என்ன சொல்றேன்னு புரியல, சோலே'' திருமதி. ஷெல்பி சொன்னார். சோலேவின் நடவடிக்கைகளை பார்த்ததும், தனது கணவருடன் உரையாடியதை ஒவ்வொரு வார்த்தையையும் அவள் கேட்டிருக்கிறாள் என்பதில் திருமதி ஷெல்பிக்கு சிறிதும் சந்தேகம் இருக்கவில்லை.

மீண்டும் சிரித்து சோலே சொன்னாள்: “மத்தவங்க தங்களது கறுப்பர்களை வாடகைக்கு விட்டு சம்பாதிக்கறாங்க. வீட்ல வச்சு சோறு போட்டுக்கிட்டு இருக்கமாட்டாங்க''

"சோலே! நாங்க யாரை வாடகைக்கு விடணும்னு நினைக்கிறே''

"நான் யாரையும் சொல்லல. லூயிஸ் வில்லாவில் இருக்கும் பர்பெக்ஷனருக்கு (கன்பெக்ஷனர்) (இனிப்பு தயாரித்து விற்பவர்) ஆள் தேவைப்படுதுன்னு சாம் சொன்னான். கேக்கும் பசைப் பண்டமும் தயாரிக்க நல்ல ஆள் தேவைப்படறதா சொன்னாராம். அது மாதிரி வர்றவங்களுக்கு வாரத்துக்கு 4 டாலர் தருவதா. சொன்னாராம்.''

"நல்லது சோலே''

"நான் நினைச்சேன் எஜமானி, சாலிய ஏதாவது செய்ய வெச்சா நல்லா இருக்கும். என்னோட பராமரிப்புல இருந்ததால், என்னைப் போலவே நல்லா சமைக்கிறா. எஜமானி போகவிட்டா, பணம் கொண்டு வர உதவுவேன். மத்த பர்பெக்ஷனரைவிட நல்ல கேக்குகளை செய்வேன்னு நினைக்கிறேன்.

"கன்பெக்ஷனர் (இனிப்பு தயாரித்து விற்பவர்). சோலே''

"எஜமானி. இது எப்பவும் கஷ்டம். வார்த்தைங்க வினோதமா இருக்கு. அதுங்கள சரியா சொல்ல வரல''.

"உன்னோட குழந்தைகளை விட்டுட்டு போக விரும்பறயா?''

"எஜ்மானி! இந்தப் பசங்க அவங்க வேலையை செய்யற அளவுக்கு வளர்ந்துட்டாங்க. நல்லா செய்யறாங்க. சாலி குழந்தையைப் பார்த்துப்பா. அவ நல்ல குழந்தை. கவனிச்சுக்கறது கஷ்டமில்ல.''

"லூயிஸ்வில்லே ரொம்ப தூரம் இருக்கே''

"யார் பயப்படறா? ஆத்துக்கு கீழே இருக்கு. என்னோட வயதான மனிதருக்கு அருகே இருக்கலாம்.'' ஒரு கேள்வி போல பேசியபடி திருமதி ஷெல்பியை நோக்கினாள்.

"பலநூறு மைல்கள் தாண்டியிருக்கு'' திருமதி ஷெல்பி கூறினார்.

சோலேவின் முகம் தொங்கியது.

"கவலைப்படாதே. நீ போகலாம். உன்னோட சம்பளத்தின் ஒவ்வொரு காசும் உன்னோட கணவனை மீட்பதற்காக எடுத்து வைக்கப்படும்.''

கருமேகத்தினிடையே மின்னல் கீற்றைப் போல சோலேவின் கரிய முகம் உடனடியாகப் பிரகாசித்தது. அது உண்மையில் ஒளிர்ந்தது.

"எஜமானி நல்லவங்களா இல்லேன்னா... இதத்தான் நா எப்பவும் நினைச்சுக்கறது. எனக்கு துணி வேண்டாம்; செருப்பு வேண்டாம்; எதுவும் வேண்டாம். ஒவ்வொரு காசையும் சேர்ப்பேன். ஒரு வருஷத்துல எத்தன வாரம் இருக்கு எஜமானி?''

"52'' - திருமதி ஷெல்பி சொன்னார்.

“அவ்வளவா? ஒவ்வொரு வாரத்துக்கும் 4 டாலர்னா எவ்வளவு வரும்?

“208 டாலர் “திருமதி ஷெல்பி சொன்னார்.

‘‘அய்’’ ஆச்சரியமும், ஆனந்தமும் அவளது உச்சரிப்பில் வெளிப்பட சோலே சொன்னாள். “அதை சேர்க்க எவ்வளவு நாளாகும். எஜமானி?’’

“நாலஞ்சு வருஷம். சோலே! ஆனா, அதுக்கு அவசியம் இருக்காது. முழுசா அவ்வளவு நாள் வேண்டாம். நான் கொஞ்சம் சேக்கறேன்.’’

“நீங்க பாடம் சொல்லி கொடுக்கறதையோ, வேற ஏதாவது செய்யறதையோ நான் கேள்விப்பட விரும்பல. அப்படி எஜமானர் சொல்றது சரிதான். எனக்கு கை இருக்கற வரை, நம்ம குடும்பத்தில இருக்கறவங்க யாரும் அப்படி போகக் கூடாது.’’

“பயப்படாதே, சோலே. குடும்ப கௌரவத்தை நான் கவனிச்சுப் பேன். நீ எப்ப போகணும்னு எதிர்பார்க்கறே?’’ புன்னகைத்தபடி திருமதி ஷெல்பி கேட்டார்.

“நல்லது நான் எதையும் எதிர்பார்க்கல. சாம்தான் குதிரைக் குட்டிகளோடு ஆத்துக்குப் போறானாம். அவனோட நா வரலாம்னு அவன் சொன்னான். என்னோட பொருட்களைக் கட்டி எடுத்துட்டேன்னா போதும். எஜமானி சரின்னா, சாம்மோட நாளை காலையில போவேன். எனக்கு அனுமதிக் கடிதமும் சிபாரிசுக் கடிதமும் கொடுக்கறீங்களா?’’

“ஷெல்பிக்கு எந்த மறுப்பும் இல்லேன்னா, நா அத கவனிக்கிறேன். நான் அவர் கிட்ட பேசணும்.’’

திருமதி ஷெல்பி மேலே சென்றார். மகிழ்வடைந்த சோலே அத்தை தனது இருப்பிடத்திற்கு தயாரிப்பு வேலைகளுக்காகப் போனாள்.

தனது குழந்தைகளின் துணிகளை அடுக்கி வைப்பதில் மூழ்கி இருந்த சோலே அத்தையை அவர் இருப்பிடத்திற்கு சென்ற ஜார்ஜ் பார்த்தான். ‘‘ஜார்ஜ் எஜமான்! நான் நாளைக்கு லூயிஸ்வில்லே போறேன்னு உங்களுக்குத் தெரியாதா?’’ என்று அவள் ஜார்ஜிடம் கேட்டாள். “நான் போறேன் ஜார்ஜ் எஜமான். வாரத்துக்கு 4 டாலர் சம்பாதிக்கப் போறேன். என்னோட வயதான மனுஷனை மீட்க, எஜமானி அத சேத்து வைக்கப்போறாங்க‘‘

“வூ’’ ஜார்ஜ் சொன்னான். ‘‘இது நல்ல வியாபாரமா இருக்கே. நிச்சயமாவா? எப்ப போறீங்க?’’

“நாளைக்கு; சாமோட; நீங்க எனது வயதான மனிதருக்கு கடிதம் எழுதி, எல்லாத்த பத்தியும் தெரிவிப்பிங்கன்னு நினைக்கிறேன். செய்வீங்களா?’’

“நிச்சயமா'' ஜார்ஜ் கூறினான். “நம்மகிட்டேருந்து கடிதம் கிடைச்சா டாம் மாமா மகிழ்ச்சியடைவாரு. வீட்டுக்குப் போய் காகிதமும், மசியும் எடுத்துட்டு வரேன். அப்புறம் குதிரை குட்டிங்க பத்தி உங்களுக்குச் சொல்வேன். சோலே அத்தை.''

“நிச்சயம்; நிச்சயமா ஜார்ஜ் எஜமான் நீங்க போயிட்டு வாங்க. உங்களுக்கு கொஞ்சம் கோழி இறைச்சி எடுத்து வைக்கறேன். இந்த ஏழை அத்தைகிட்டேயிருந்து உங்களுக்கு இனிமே இரவு உணவு கிடைக்காது.''

22

புற்கள் காய்கின்றன பூக்கள் மங்குகின்றன

ஒரு நேரத்தில் ஒரு நாள் வீதம் நாட்கள் கழிகின்றன. நமது நண்பர் டாமுக்கும் அவ்வாறே கழிந்து, இரண்டு ஆண்டுகள் ஓடிவிட்டன. அவனது மிக அன்பான ஆன்மாக்களிடமிருந்து பிரிந்திருந்தாலும், எதிர் காலத்தில் என்ன நடக்கும் என்று எப்போதும் ஆவலுடன் எண்ணினாலும், அவர் எப்போதும் துன்பத்தில் உழல்பவராக இருக்கவில்லை. மனித உணர்வுகள் நேர்த்தியாக நெய்யப்பட்டுள்ளன. பெரும் பொருள் ஏதாவது விழுந்து அதன் ஒவ்வொரு நூலையும் அறுத்தால்தான், அதன் இசைவை கெடுக்க முடியும். பரீசீலனையில் இருக்கும் பருவத்தை பின்னோக்கிப் பார்த்தால், பறிமுதல் செய்த தாகவும், சோதனைமிகுந்ததாகவும் அவை தோன்றலாம். அதன் ஒவ்வொரு மணி நேரமும் மாற்றங்களையும், குறை தீர்க்கும் பணிகளை யும் செய்துள்ளதையும் நாம் நினைக்கலாம். முழுமையான மகிழ்ச்சி யாக இல்லாவிடினும், முழுமையான துன்பமாகவும் அவை இல்லை.

அவரது ஒரே புத்தக அலமாரியில், டாம் படித்தார். “கடவுள் இருக்கும் இடத்தில் கற்றவர்கள் திருப்தியாய் இருக்க வேண்டும்'' அது அவருக்கு நியாயமான நல்ல தத்துவமாக தெரிந்தது. அந்த புத்தகத்தை படித்ததால் அவர் பெற்ற சிந்தனை வயப்பட்ட பழக்கத்திற்கு உகந்ததாக அது இருந்தது.

கடந்த அத்தியாயத்தில் நாம் குறிப்பிட்ட வீட்டுக்கு அவர் எழுதிய கடிதத்திற்கு உரிய நேரத்தில் ஜார்ஜ் பதில் எழுதியிருந்தான். உருண்டையான பள்ளிச் சிறுவன் கையெழுத்தில், எளிதாகப் படிக்கும்

விதத்தில் தெளிவாக இருந்தது. நமது வாசகர்களுக்குத் தெரிந்த விவரங்களை தெரிவித்தது. லூயிஸ்வில்லேயில் உள்ள இனிப்பகத்திற்கு சோலே அத்தை வாடகைக்கு அனுப்பப்பட்டது; அங்கு அவளுக்கு அவளது பசைப்பொருள் தயாரிப்புத் திறனுக்காக கணிசமான தொகை கிடைப்பது; டாமின் மீட்புக்காக அந்தத் தொகை சேர்க்கப்பட உள்ளது; மோஸீம், பெட்டோவும் நன்கு வளருவது; சாலியின் மேற்பார்வையில் வீடு முழுவதும் குழந்தை திரிவது; மற்ற பொதுவான வீட்டுத் தகவல்கள் அக்கடிதத்தில் இடம்பெற்றன.

டாமின் வசிப்பிடம் தற்காலிகமாக மூடப்பட்டது பற்றி குறிப்பிட்டு, டாம் திரும்ப வந்ததும், அது அலங்கரிக்கப்படவுள்ள விதம் பற்றியும் ஜார்ஜ் அழகாக விவரித்திருந்தான்.

அவனது பள்ளிப் பாடங்களின் பட்டியல் கொடுக்கப்பட்டிருந்தது. ஒவ்வொன்றுக்கும் ஒரு தலைப்பு கொடுக்கப்பட்டிருந்தது. அவ்விடத்திற்கு வந்திருந்த நான்கு புதிய குதிரை குட்டிகளின் பெயர்கள் தெரிவிக்கப்பட்டிருந்தன. அப்பாவும், அம்மாவும் நலமாக இருப்பதாகத் தெரிவிக்கப்பட்டிருந்தது. கடிதத்தின் அமைப்பு சுருக்கமாகவும், கருத்துள்ளதாகவும் இருந்தது. நவீன காலத்தில் தோன்றிய கட்டுரைகளின் சிறந்த மாதிரியாக அது இருந்ததாய் டாம் கருதினார். அதை சட்டமிட்டு தனது அறையில் மாட்டி வைப்பது சாத்தியமா என்று ஏவாவிடம் ஆலோசனை கேட்டார். கடிதத்தின் இரு பக்கங்களும் தெரியும் விதத்தில் அமைப்பது சிரமம் என்பதால் இதை செயல்படுத்துவது கைவிடப்பட்டது.

குழந்தை ஏவாவின் வளர்ச்சியோடு, டாமுடனான அவளது நட்பும் வளர்ந்து வந்தது. தனது விசுவாசமான உதவியாளரின் இதமான முத்திரை பதிக்கும் இதயத்தில் அவளுக்கு என்ன இடம் கொடுக்கப்பட்டிருந்தது என்று கூறுவது கடினம். பூமியைச் சேர்ந்த எளிமையானவளாக அவளை அவர் நேசித்தார்; அதே நேரத்தில் சொர்க்கத்தைச் சேர்ந்த தெய்வீக உருவமாகவும் அவளை வணங்கினார். தான் வரைந்த குழந்தை ஏசுவின் ஓவியத்தைப் பார்க்கும் இத்தாலிய மாலுமி போல, பக்தியுடனும், கருணையுடனும் ஏவாவை அவர் பார்த்தார். அவளது வசீகரமான கற்பனைகளுக்கு உருக்கொடுப்பதும், பல வண்ண வானவில்போல் குழந்தையிடம் உருவாகும் ஆயிரக்கணக்கான தேவைகளைப் பூர்த்தி செய்வதும் டாமுக்கு மகிழ்ச்சி தரும் பொழுது போக்காக இருந்தன. காலையில் சந்தைக்குப் போகும்போது, அவர் அடிக்கடி, திருத்தி அலங்கரிக்கும் அவளது மேஜைக்குத் தேவையான அழகிய மலர்கள் கிடைக்கிறதா என்று பூக்கடையில் அவரது பார்வை பதியும். திரும்பியதும் அவளுக்கு கொடுக்க தேர்ந்தெடுக்கப்பட்ட பீச் மற்றும் ஆரஞ்சு பழங்களால் அவரது பை நிறைந்திருக்கும். அவர் தூரத்தில் வரும்போதே வாயிலருகில் அவரது வருகையை

எதிர்பார்த்து காத்து நிற்கும் காட்சிதான் அவருக்கு மிகவும் மகிழ்வூட்டும் காட்சியாகும். அவளது குழந்தைத்தனமான கேள்வியான: "நல்லது, டாம் மாமா! இன்று எனக்காக என்ன வைத்திருக்கிறாய்?" என்பதுதான் மிகவும் பிடித்த பேச்சு.

மாறாக, ஏவாவும் கனிவை செலுத்துவதில் சளைத்தவளாய் இருக்கவில்லை. குழந்தையாய் இருந்தாலும், அவள் படிப்பதில் வல்லவள். சிறந்த இசை ஞானமும் விரைவான கவிதைக் கற்பனையும், மகத்தான, உன்னதமானதுமானவற்றின் மீது உடனடி அனுதாபமும் அவளை பைபிள் படிப்பதில் நிபுணராக மாற்றியிருந்தது. அவள் போல் பைபிள் படிப்பவரை டாம் பார்த்ததில்லை. முதலில் தனது அடக்கமான நண்பரை திருப்திப்படுத்தவே அவள் படித்தாள். பின்னர் அவளது அபூர்வமான இயல்பு தனது கொழுகொம்புகளை பரப்பி அந்தக் கம்பீரமான புத்தகத்தைச் சுற்றிப் படர்ந்தது. கற்பனை வளம் நிறைந்த கருணை ததும்பும் குழந்தைகள் உணர விரும்பும் விநோதமான ஆசைகளையும், வலிமையான, மங்கலான உணர்ச்சிகளையும் அப்புத்தகம் எழுப்பியதால், அதை ஏவா விரும்பினாள்.

"வெளிப்படுத்துதல்'; 'வருவதுரைத்தல்' ஆகிய பகுதிகளின் மங்கலான, ஆச்சரியமான உருவக முறையும், இதமான பொழிவும் அவளைக் கவர்ந்து, மிகவும் மகிழ்வித்தன. அதனாலேயே அதன் அர்த்தத்தை அவள் கேட்டாள். அவளுக்கு கிடைக்கவில்லை. இளம் குழந்தையான அவளும், வயதான குழந்தையான அவளது எளிய நண்பரும், ஒரே மாதிரி உணர்ந்தனர். பெருமைக்குரிய ஒன்று வெளிப்படுத்தப்பட உள்ளது என்பது தவிர இருவருக்கும் எதுவும் தெரிந்திருக்கவில்லை. அவர்களது ஆன்மாவை மகிழவைக்க ஆச்சரியமான ஒன்று வரப்போகிறது. எதற்கு வரப்போகிறது என்று தெரியாது. அது பார்க்கத்தக்க விதத்தில் இருக்குமா என்று புரியவில்லை. நீதி போதனை அறிவியலை பொறுத்தவரை, புரிந்து கொள்ள முடியாத எதுவும் எப்போதும் லாபமற்றதாக இருப்பதில்லை. நிரந்தரத் தன்மையுடைய மங்கலான முடிவற்ற கடந்த காலம் மற்றும் முடிவற்ற எதிர்காலம் ஆகியவற்றுக்கிடையே ஒரு விநோதமான ஆன்மா புதியவருக்கு விழித்துக் கொள்கிறது. அவரைச் சுற்றியுள்ள சிறிய இடத்தில்தான் வெளிச்சம் ஒளிர்கிறது. எனவே, தெரியாதவை நோக்கி அவள் ஆவல் கொள்ள வேண்டும். உயிர்ப்பெனும் கருமேக தூண்களிலிருந்து வெளிவரும் குரல் மற்றும் நிழலின் ஒவ்வொரு இயக்கத்திற்கும் ஒரு எதிரொலி இருக்கின்றது. அவை எதிர்பார்க்கும் இயல்போடு பதிலளிக்கின்றன. அதன் மயக்கும் உருவகம் தெரியாத எழுத்துச் சித்திரத்தால் பொறிக்கப்பட்ட பல தாயத்துக்களாகவும், இரத்தினக் கற்களாகவும் இருக்கின்றன. அதை அவளது மடியில் மடிக்கிறாள். முகத்திரையைத் தாண்டி கடக்கும்போது அதைப் படிக்கலாம் என்று அவள் எதிர்பார்க்கிறாள்.

நமது கதையின் இந்த காலகட்டத்தில், செயிண்ட் கிளேரின் முழு நிறுவனமும் பொன்ட்கார்ட்ரெயின் ஏரிப்பகுதியில் இருந்த அரண் மனைக்கு தற்காலிகமாக குடிபெயர்ந்திருந்தது. புழுக்கமான, ஆரோக் கியமற்ற நகரத்தைவிட்டு வெளியேற முடிந்தவர்களை கோடையின் வெப்பம் ஏரிக்கரையையும், அதன் குளிர்ந்த மென்காற்றையும் நோக்கி விரட்டியிருந்தது.

செயிண்ட் கிளேரின் அரண்மனை ஒரு கிழக்கு இந்தியக் குடியிருப் பாகும். மூங்கில் வேலையாலான மெலிதான வராந்தாவால் சூழப்பட்டி ருந்தது. எல்லா பக்கத்திலும் தோட்டத்துக்கும் நந்தவனத்துக்கும் வழி இருந்தது. பொதுவான வரவேற்பறையிலிருந்து. ஒரு பெரிய தோட்டத் திற்கு போக வழியிருந்தது. ஒவ்வொரு அழகிய செடிகளின் வாசனை யும், வெப்ப மண்டல மலர்களும் தோட்டத்தை நிரப்பியிருந்தன. தோட்டத்தின் வளைந்து செல்லும் வழிகள் ஏரிக்கரை வரை சென்றிருந்தது. ஏரியின் நீர்பரப்பு வெள்ளிப் பலகையாக இருந்தது. சூரியக் கதிர்களில் அவைகள் எழுந்தும், விழுந்தும் களிப்பூட்டின. இந்தத் தோற்றம் ஒரு மணி நேரத்துக்கு ஒரு முறையாவது மாறி வந்தது. ஒவ்வொரு மாற்றமும் மேலும் அதிக அழகோடு அமைந்திருந்தது.

தற்போது தங்கமயமான சூரியன் மறையும் கடைசி நேரம். அது முழு வானையும் மகத்தான தீச்சுடராய் மாற்றியிருந்தது. தண்ணீரை மற்றொரு வானமாக மாற்றியிருந்தது. இளம் சிவப்பு அல்லது தங்க நிற மெல்லிய கோடாக ஏரி இருந்தது. அங்கும் இங்கும் வெள்ளை வால் கொண்ட கப்பல்கள் ஆவிபோல அலைந்தன. சிறிய பொன்னிற நட்சத்திரங்கள் மினுமினுத்து கண் சிமிட்டின. நீர்பரப்பில் நடுங்கிய நட்சத்திரங்கள் தங்களையே தண்ணீரில் பார்த்துக் கொண்டிருப்பதாய் தோன்றியது. தோட்டத்தின் காலடியில் இருந்த ஒரு கொடி வீட்டில், பாசி படிந்த இருக்கையில் டாமும், ஏவாவும் அமர்ந்திருந்தனர். அது ஒரு ஞாயிற்றுக்கிழமை மாலை. அவளது முழங்காலில் ஏவாவின் பைபிள் பிரித்து வைக்கப்பட்டிருந்தது. அவள் படித்தாள் : "தீயோடு இணைந்த கண்ணாடிக் கடலை நான் பார்த்தேன்.''

"டாம் அது அங்கே இருக்கு.'' திடீரென்று நிறுத்தி, ஏரியைச் சுட்டிக்காட்டி ஏவா சொன்னாள்.

"என்ன , செல்வி ஏவா?''

''அங்க நீங்க பார்க்கலையா? அங்கே தீயோடு இணைந்த கண்ணாடிக் கடல்'' கண்ணாடி போன்ற நீரைக் காட்டி குழந்தை கூறினாள். அது எழுந்து விழுந்தது. வானின் பொன்னிறமான பிரகாசத்தை பிரதிபலித்தது.

"உண்மைதான் செல்வி ஏவா'' டாம் கூறினார். டாம் பாடினார்:

"காலையின் சிறகு எனக்கு இருக்குமானால்
கேனனின் கரைக்கு நான் பறப்பேன்
பிரகாசமான தேவதைகள் இல்லத்திற்கு தெரிவிக்கட்டும்
புதிய ஜெருசலத்திற்கு''

"புதிய ஜெருசலம் எங்க இருக்குன்னு நீங்க நினைக்கறீங்க. டாம் மாமா?'' ஏவா கேட்டாள்.

"ஓ! மேலே; அந்த மேகங்களுக்கு மேலே செல்வி ஏவா''

"அப்ப அதை நான் பார்க்கிறேன்னு நினைக்கிறேன். அந்த மேகங்களுக்குள் பாருங்க; அவை முத்தால் ஆன பெரிய வாயில் போல தெரிகின்றன. அதற்கு அப்பாலும் நீங்க பார்க்கலாம். ரொம்ப தூரம் எல்லாம் தங்கமா இருக்கு. டாம், பிரகாசமான ஆவி பற்றி பாடுங்க.'' ஏவா சொன்னாள்.

நன்கறியப்பட்ட மெதாடிஸ்ட் பாடலின் வரிகளை டாம் பாடினார்.

ஆவியின் கூட்டத்தைப் பிரகாசமாய் பார்க்கிறேன்.
அங்கு அவை புகழை ருசிக்கின்றன
மாசுபடியா வெள்ளை உடை அணிந்துள்ளனர்.
வெற்றிகொள்ளும் பனை ஓலைகளை வைத்துள்ளனர்.

"டாம் மாமா! நான் அவங்களை பார்த்திருக்கேன்'' ஏவா கூறினாள்.

அது பற்றி டாமுக்கு சந்தேகம் இருக்கவில்லை; அவரை அது சிறிது கூட ஆச்சரியப்படுத்தவில்லை. தான் சொர்க்கத்துக்குப் போனதாக ஏவா சொல்லியிருந்தால், அது முழுமையும் சாத்தியமே என்று கருதியிருப்பார்.

"என்னோட தூக்கத்தின்போது அந்த ஆவிகள் வருகிறார்கள்.'' ஏவாவின் கண்கள் கனவு காண்பதாய் மாறின. தணிந்த குரலில் பாடினாள்.

"மாசுபடியா வெள்ளை உடை அணிந்திருந்தனர்.
வெற்றி கொள்ளும் பனை ஓலைகளை வைத்திருந்தனர்.''

"டாம் மாமா!'' ஏவா சொன்னாள். "நான் அங்க போகப் போறேன்.''

"எங்கே செல்வி ஏவா?''

குழந்தை எழுந்தாள். வான் நோக்கி தன் விரல்களை நீட்டினாள். மாலையின் ஒளிக்கதிர் அவளது தங்க முடியை ஒளிர வைத்தது. அவளது கண்கள் வான்மீது ஆர்வமாகப் பதிந்திருந்தது.

"நான் அங்கே போறேன். பிரகாசமான ஆவிகளிடம் விரைவில் போகப் போறேன்.'' அவள் சொன்னாள்.

“விசுவாசமான வயதான நெஞ்சம் திடீரென்ற அழுத்தத்தை உணர்ந்தது. இந்த ஆறு மாதத்தில் ஏவாவின் கைகள் மெலிந்து போயிருப்பதை அடிக்கடி கவனித்திருக்கிறார். அவளது தோல்கள் ஒளி ஊடுருவக் கூடியதாய் மாறியிருந்தன. அவளது மூச்சு குறுகியதாய் மாறியிருந்தது. தோட்டத்தில் ஓடினாலோ, விளையாடினாலோ விரைவில் சோர்ந்து, சோம்பலாக மாறி விடுவதை கவனித்திருந்தார். ஒபேலியாவின் அனைத்து சிகிச்சைகளும் பயனளிக்காத இருமல் பற்றி அவள் கூறியதை அடிக்கடி கேட்டிருக்கிறார். இப்போதுகூட அவளுடைய இதமான கன்னங்களும், சின்னக் கரங்களும் தீவிரமான ஜூரத்தால் எரிகின்றன. இருந்தாலும் ஏவா வார்த்தைகளில் சொன்னது தனக்கு இதுவரை தோன்றவில்லை என்று நினைத்தார்.

ஏவாவைப் போன்ற குழந்தைகள் எப்பவாவது இருந்திருக்கிறதா? ஆமாம். இருந்திருக்கின்றன. ஆனால் அவர்களின் பெயர் கல்லறைக் கல்லில்தான் எப்போதும் இருந்தன. அவர்களது இனிமையான புன்னகைகளும், சொர்க்கமான கண்களும், அவர்களது தனிப்பட்ட வார்த்தைகளும்; வழிகளும் ஆவல் ததும்பும் நெஞ்சங்களின் புதைக்கப் பட்ட பொக்கிஷங்களோடு இருந்தன. மறைந்த ஒருவரின் பிரத்யேக மான வசீகரத்தை ஒப்பிடுகையில் வாழ்ந்து கொண்டிருப்பவர்களின் நற்தன்மையும், நற்கருணையும் ஒன்றுமேயில்லை என்று எத்தனை குடும்பங்களில் கூறக் கேட்டிருக்கிறோம்? சொர்க்கம் தேவதைகளின் சிறப்புக்குழு ஒன்றை வைத்திருப்பதாகத் தோன்றுகிறது. ஒரு பருவத்தில் இங்கே ஓய்வெடுப்பது அந்த தேவதைகளுக்கு வழக்கம். அலைக்கழியும் மனித மனத்தோடு அன்பு கொண்டு, தங்களுடைய இல்லம் நோக்கி மேலே அத்தேவதைகள் பயணித்துவிடும் போலும். அந்தக் கண்களில் ஆழமான ஆன்மீக ஒளியை பார்த்தால், குழந்தைகளின் சாதாரண வார்த்தைகளைவிட விவேகமான, இனிமையான வார்த்தைகளில் அந்த ஆன்மா தன்னை வெளிப்படுத்திக் கொண்டால், அந்தக் குழந்தையை தக்க வைத்துக் கொள்வதற்கு நம்பிக்கை இல்லை. சொர்க்கத்தின் முத்திரை அதன்மீது பதிந்து விட்டது. அதன் கண்களிலிருந்து அழியாமை வெளிச்சம் வெளிப்படுகிறது.

எப்படி இருந்தாலும், ஏவா! தனது வசிப்பிடத்தின் வனப்பான நட்சத்திரமே! நீ மறையலாம். உன்னை நேசிப்பவர்கள் அதை அறியாதிருக்கட்டும்.

டாம் மற்றும் ஏவாவிடம் நடந்த இந்த உரையாடலை ஒபேலியாவின் அவசரமான அழைப்பு குறுக்கிட்டது.

“ஏவா, பனித்துளி விழுகிறது. நீ அங்கே உட்காரக் கூடாது.”

ஏவாவும் டாமும் விரைந்து உள்ளே நுழைந்தார்கள்.

செல்வி ஒபேலியா வயதானவள். செவிலி வேலையில் திறன் பெற்றிருந்தாள். அவள் நியு இங்கிலாந்திலிருந்து வருகிறாள். அந்த

மிருதுவான, வஞ்சகமான நோயின் தந்திரமான முதல் காலடி அவளுக்குத் தெரியும். பல அழகான, அம்சமான குழந்தைகளை பீடித்தது பற்றித் தெரியும். உயிரின் ஓரிழையை அறுத்ததை அறிவதற்குள், அவர்களை மீளமுடியாதபடி இறப்பில் அழுத்திவிடுவதை அறிவாள்.

லேசான, உலர்ந்த இருமலை கவனித்திருந்தாள். தினமும் பிரகாசமாகும் கன்னங்களை கவனித்திருந்தாள். கண்களின் பளபளப்போ, காய்ச்சலால் உண்டாகும் மிதப்புத்தன்மையோ அவளை ஏமாற்ற முடியாது.

அவளது அச்சங்களை செயிண்ட் கிளேருக்கு தெரிவிக்க முயன்றாள். வழக்கமான அக்கறையற்ற நகைச்சுவைக்குப் பதிலாக, பதட்டமான கடுகடுப்போடு அவளது ஆலோசனையை அவர் தூக்கியெறிந்தார்.

"தவளையாய் கத்தாதே, சகோதரி. அதை வெறுக்கறேன். குழந்தை வளருகிறாள். என்பதை நீ பார்க்கலையா? அவங்க வளரும்போது, அவங்க எப்போதும் வலிமை இழப்பாங்க." அவர் சொன்னார்.

"ஆனா அவளுக்கு இந்த இருமலும் இருக்கு".

"ஓ! அந்த இருமல் அர்த்தமில்லாதது. அது எதுவுமில்லை. அவளுக்கு சளி பிடிச்சிருக்கணும்."

"அப்படித்தான் எலிசா ஜேனும், எலனும், மேரியா சேண்டர்ஸும் இறந்தனர்."

"ஓ! இந்த புராண தாதித்தனத்தை நிறுத்திவிடு. ஒரு குழந்தை இருமினால், மூக்கு சிந்தினால், நீங்க புத்திசாலியா ஆயிடறீங்க., அழிவைப் பார்க்க ஆரம்பிச்சுடறீங்க. குழந்தையை கவனமாகப் பார்த்துக்குங்க. இரவுக் காற்றிலிருந்து அவளைப் பாதுகாத்துக் கொள்ளுங்கள் ரொம்ப அதிகமாக விளையாட விடாதீங்க. நல்லா இருப்பாள்"

அவ்வாறு செயிண்ட் கிளேர் சொல்லியிருந்தாலும், அவர் பதட்டமாக இருந்தார். நாளுக்கு நாள் ஏவாவை தீவிரமாக கவனித்து வந்தார். "குழந்தை நன்றாக இருக்கிறாள்" என்று எத்தனை முறை சொல்கிறார் என்பதை வைத்து அவர் பதட்டத்தை கணக்கிடலாம். "அந்த இருமலில் எதுவும் இல்லை. எல்லா குழந்தைகளுக்கு இருப்பது போல அது சின்ன வயிற்று பாதிப்புதான்" என்று சமாதானம் சொல்லிக் கொள்வார். அவளை முன்பை விட அதிகமாக அருகில் வைத்துக் கொண்டார். அடிக்கடி சவாரிக்கு அழைத்துச் சென்றார். சில சீட்டுக்களையோ, வலுவூட்டும் மருந்துகளையோ வீட்டிற்கு எடுத்து வருவார். அவர் சொல்லுவார்: "குழந்தைக்கு தேவை என்பதற்காக இல்லை. அவளுக்கு அது எந்தக் கெடுதலும் செய்யாது."

எதைவிடவும் தினசரி அதிகரித்து வரும் குழந்தையின் மன முதிர்ச்சியும், உணர்வும் அவரது இதயத்தில் ஆழமான வேதனையை ஏற்படுத்தியது என்று சொல்ல வேண்டும். ஒரு குழந்தையின் கற்பனை யான வசீகரங்களை தன்னகத்தே தக்க வைத்துக் கொண்டே, எண்ணத் திற்கு அப்பாற்றபட்ட வார்த்தைகளையும் உலகத்திற்கு அந்நியமான விநோதமான விவேகங்களையும் அனிச்சையாக வெளியிடுவாள். அவை உயிர்பூட்டுவதாய் இருக்கும். அது போன்ற சமயங்களில் திடீ ரென்று செயிண்ட் கிளேர் கிளர்ச்சியுறுவார். தனது கையில் அவளை அணைத்துக் கொள்வார். அந்த அன்பான பிணைப்பு குழந்தையைக் காப்பாற்றும் என்று நினைப்பதாய் தோன்றும். எப்போதும் அவளை விட்டுப் பிரிவதற்கு மறுத்து அவளை தக்க வைத்துக் கொள்ளும் உறுதி அவர் உள்ளத்தில் எழும்.

அன்பு மற்றும் கனிவு நிறைந்த வேலைகளில் குழந்தையின் இதயமும், ஆர்வமாக ஆழ்ந்திருந்ததாய்த் தோன்றியது. அவள் எப்போதும் தாராளமானவளாக இருந்தாள். நெஞ்சத்தைத் தொடும் பெண்மைக்குரிய சிந்தனை அவளிடம் தற்போது இருந்ததை அனைவரும் கவனித்திருந்தனர். டாப்ஸியிடமும் மற்றும் பல கறுப்புக் குழந்தைகளோடும் விளையாடுவதில் விருப்பம் கொண்டிருந்தாள். ஆனால் இப்போது விளையாட்டில் பங்கேற்பவளாக இல்லாமல், பார்வையாளராக இருந்தாள். டாப்ஸியின் பழைய தந்திரத்தைக் கண்டுகளித்து ஒரே நேரத்தில் அரை மணிநேரம் அவள் அமர்ந்திருப் பாள். அவளது முகத்திற்கு குறுக்கே நிழல் கடப்பதாய்த் தோன்றும். அவளது கண்கள் பனிக்கும். அவளது எண்ணங்கள் விலகியதாய்த் தோன்றும்.

‘‘அம்மா! நம்ம வேலையாட்களுக்கு ஏன் நாம் படிக்க கத்துத் தரக்கூடாது?’’ திடீரென்று ஒரு நாள் தனது தாயிடம் கேட்டாள்.

‘‘என்ன கேள்வி இது? யாரும் எப்பவும் இப்படி செய்வதில்லை’’

‘‘ஏன் செய்வதில்லை’’ ஏவா கேட்டாள்.

“அவங்க படிக்கறதால எந்தப் பயனும் கிடையாது என்பதால். நல்லா வேலை செய்ய அது உதவாது. வேலை செய்யறத தவிர வேற எதுக்காகவும் அவங்க படைக்கப்படல’’.

“கடவுளோட விருப்பத்த தெரிஞ்சுக்க அவங்க பைபிள் படிச்சுத்தான் ஆகணும் அம்மா’’.

“அவங்க படிக்க வேண்டியதை, படிக்கச் சொல்லி கேட்கலாம்.’’

“பைபிளை எல்லாரும் அவங்களாகவே படிக்கணும்னு எனக்குத் தோணுது. படிச்சுக் காட்ட யாருமில்லாதபோது, படிப்பு அவங்களுக்கு மிகவும் அவசியமாகிறது.’’

“ஏவா, நீ ஒரு வித்தியாசமான குழந்தை'' அவளது அம்மா கூறினாள்.

“டாப்ஸிக்கு ஒபேலியா அத்தை படிக்க கத்து கொடுத்திருக்காங்க'' ஏவா தொடர்ந்தாள்.

“அது அவளுக்கு எவ்வளவு நல்லது செய்திருக்குன்னு நீ பாரு. நான் பார்த்ததிலேயே மோசமான பிறவி அவள்தான்''

“இங்க ஏழை மாம்மி இருக்காங்க. அவங்க பைபிளை ரொம்ப விரும்பறாங்க. அதைப் படிக்க முடியனும்னு விரும்பறாங்க. அவளுக்கு என்னால் படிச்சுக் காட்ட முடியலேன்னா, அவங்க என்ன பண்ணுவாங்க?'' ஏவா சொன்னாள்.

ஒரு இழுப்பறையில் இருந்தவற்றை சரி செய்வதில் மும்முரமாய் இருந்த மேரி கூறினார்: “நல்லது ஏவா. வேலையாட்களுக்கு பைபிளை படிச்சுக் காட்டுவதுடன், நீ செய்ய வேண்டிய மற்ற பல விஷயங்கள் இருக்கு. அது சரியில்லேன்னு அர்த்தமில்லை. எனக்கு உடல்நிலை நல்லா இருந்தப்ப, நானே அத செஞ்சிருக்கேன். நீ அலங்காரம் செஞ்சுகிட்டு, குழுவோட போகும்போது உனக்கு நேரம் இருக்காது. அவர் மேலும் சொன்னார். நீ வெளியே வரும்போது இந்த நகைகளை தரப் போறேன். என்னோட முதல் நடனத்தின்போது அதை அணிஞ்சேன். நான் ஒரு பரபரப்பை அப்ப ஏற்படுத்தினேன். ஏவா.''

ஏவா நகைப் பெட்டியை எடுத்தாள். அதிலிருந்து வைர நெக்லஸை எடுத்தாள். அவளது சிந்தனைவயப்பட்ட பெரும் கண்கள் அதன் மீது நிலைத்தன. அவளது எண்ணங்கள் வேறிடத்தில் இருந்தது தெளிவாகத் தெரிந்தது.

“நீ எவ்வளவு சாந்தமா இருக்கே, குழந்தை'' மேரி கூறினார்.

“இது ரொம்ப விலை மதிப்பானதா, அம்மா?''

“நிச்சயம் விலை மதிப்பானதுதான். இதை வாங்க பிரான்சுக்கு அப்பா ஆள் அனுப்பினார். ஒரு சின்ன பொக்கிஷத்துக்கு இது சமம்''.

“நான் செய்ய விரும்பறத செய்யறதுக்கு. இது என்கிட்ட இருந்தா நல்லா இருக்கும்னு விரும்பறேன்.'' ஏவா சொன்னாள்.

“இதை வச்சுக்கிட்டு என்ன செய்வே?''

“இதை விற்பேன். சுதந்திர மாநிலத்தில் இடம் வாங்குவேன். நம்ம ஆட்களை அங்கே அழைச்சிக்கிட்டுப் போவேன். ஆசிரியர்களை வேலைக்கு வச்சு, அவங்களை எழுத, படிக்க வைப்பேன்.''

அவளது தாயாரின் சிரிப்பு ஏவாவின் பேச்சை நிறுத்தச் செய்தது.

“தங்கி படிக்கும் பள்ளி அமைக்கணுமா? பியானோ வாசிக்கவும், வெல்வெட்டில் சித்திரம் வரையவும் சொல்லித் தர மாட்டியா?''

“அவங்களது சொந்த பைபிளை படிக்க கத்துக் கொடுப்பேன். அவங்க சொந்த கடிதங்களை எழுத வைப்பேன். அவங்களுக்கு எழுதப்பட்ட கடிதங்களை படிக்க வைப்பேன். எனக்குத் தெரியும் அம்மா. இதையெல்லாம் செய்ய முடியலேன்னு டாம்மும், மாம்மியும் வருத்தப்படறாங்க. பல பேர் வருத்தப்படறாங்க. அது தப்புன்னு நான் நினைக்கிறேன்.'' ஏவா திடமாகச் சொன்னாள்.

“ஏவா, நீ குழந்தை. இதப்பத்தியெல்லாம் உனக்கு ஒண்ணும் தெரியாது. உன்னோட பேச்சு எனக்கு தலைவலி தருது.'' மேரி கூறினார்.

ஏவா வெளியேறினாள். அதற்குப் பிறகு மாம்மிக்கு சிரத்தையுடன் படிப்பதற்கான பாடங்களை கற்றுக் கொடுத்தாள்.

23

ஹென்ரிக்

இந்தச் சமயத்தில் அவரது பன்னிரெண்டு வயது மகனுடன் செயிண்ட் கிளாரின் சகோதரர் ஆல்பர்ட் அக்குடும்பத்துடன் ஏரியில் ஓரிரு நாட்கள் தங்கியிருந்தார்.

இந்த இரட்டையரை பார்ப்பதைவிட வேறு அழகான, பிரத்யேக மான காட்சி இருக்க முடியாது. இயற்கை அவர்களுக்கிடையே ஒத்தத் தன்மையை நிறுவுவதற்குப் பதிலாக, ஒவ்வொரு அம்சத்திலும் எதிரெதிராக அமைத்திருந்தது. இருப்பினும் ஒரு மர்மமான பிணைப்பு அவர்கள் இருவரையும் இணைத்து, வழக்கமானதைவிட அதிக நெருக்கமான நட்பை ஏற்படுத்தியிருக்கிறது.

தோட்டத்தின் நடைகளிலும், சந்துகளிலும் கையோடு கை கோர்த்துக் கொண்டு சிறு நடை பயில்வார்கள். தனது நீலக் கண்க ளுடனும் தங்க முடியுடனும் அகஸ்டின் மெலிதான வளையத்தக்க வடிவமும், உற்சாகமான அம்சங்களும் கொண்டவர். தனது கர்வமான ரோமன் உடலமைப்பில் ஆல்பர்ட் உறுதியாகப் பின்னப்பட்ட கைகால்களையும், கருங்கண்களையும் தீர்மானமான நடத்தையையும் கொண்டவர். மற்றவரின் கருத்துக்களையும், நடவடிக்கைகளையும் இருவருமே ஒருவருக்கு ஒருவர் குறை கூறிக் கொள்வர். அவரவர்களின் சமூகத்தில் சிறிதுகூட குறையாத ஈர்ப்பு கொண்டிருந்தனர். காந்தத்தின் எதிர் எதிர் துருவங்கள் ஈர்ப்பது போல, உண்மையில் அவர்களின் முரண்பாடே அவர்களை ஒற்றுமைப் படுத்துவதாகத் தோன்றியது.

ஆல்பர்ட்டின் மூத்த மகன், ஹென்ரிக் கருங்கண்கள் கொண்ட, கம்பீரமான சிறுவன். உற்சாகமும், உணர்வும் மிக்கவன். அறிமுகமான முதல் கணத்திலேயே, தனது சகோதரி ஏவாஞ்சலின் ஆன்மீகக் கருணையால் ஈர்க்கப்பட்டவனாக இருந்தான்.

பனிக்கட்டி போன்ற வெண்மையான ஒரு குதிரைக் குட்டியை தனது விருப்ப வளர்ப்பாக ஏவா வைத்திருந்தாள். தனது குட்டி எஜமானி போன்றே இதமானத் தன்மையுடன் அது இருந்தது. பின்பக்கம் இருந்த வெராந்தாவுக்கு அந்த குதிரைக் குட்டி டாமால் அழைத்து வரப்பட்டது. ஹென்றிக்குக்காக அதிக செலவில் அண்மையில் இறக்குமதி செய்யப்பட்டிருந்த சிறிய அராபியன் குதிரையை பதின்மூன்று வயது கலப்பினச் சிறுவன் அழைத்து வந்தான்.

தனது புதிய உடமை பற்றி சிறுவனுக்கே உரிய பெருமை ஹென்றிக்குக்கு இருந்தது. தனது புதிய வளர்ப்பின் கடிவாளத்தை பிடித்தான்; அதனை கவனமாகப் பார்த்தான்; அவனது புருவம் கருத்தது.

"இது என்ன டோடோ? சோம்பேறி நாய்க்குட்டியே. இன்னிக்கு காலையில் என்னோட குதிரையை துடைக்கலையா?''

"துடைச்சேன் எஜமான். அதுவே அழுக்கு பண்ணிக்கிட்டிருக்கு.'' அடிபணிந்தவனாய் டோடோ சொன்னான்.

"நீ போக்கிரி. வாயை மூடு. இப்படி பேசறதுக்கு உனக்கு என்ன தைரியம்?'' சாட்டையை மூர்க்கமாக உயர்த்தியபடி ஹென்ரிக் சொன்னான்.

பிரகாசமான கண்களை கொண்டிருந்த அந்த கலப்பின பையன் ஹென்றிக்கின் உயரத்தில் அழகாய் இருந்தான். உயர்ந்த மேடான முன் நெற்றியில் அவனது சுருள் முடிகள் விழுந்திருந்தன. அவன் ஆர்வமாகப் பேச முயற்சித்தபோது, அவனது கன்னத்தில் விரைவாக செம்மை படர்ந்தது. கண்களில் பொறி பறந்தது. அவனது இரத்தக் குழாயில் வெள்ளை இரத்தம் ஓடியதாய்த் தோன்றியது.

"ஹென்றிக் எஜமான்'' அவன் ஆரம்பித்தான்.

சவாரிச்சட்டையால் அவனது முகத்தில் ஹென்றிக் அடித்தான். அவனது கையை பிடித்து இழுத்து, தனது காலின் கீழே விழ வைத்து, அவனுக்கு மூச்சடைக்கும் வரை அடித்தான்.

"ஆணவமான நாயே! நான் உன்கிட்ட பேசும்போது பதிலுக்கு பதில் பேசுவதை நிறுத்த கத்துப்பாயா? குதிரைய திரும்ப எடுத்துக் கிட்டு போய், ஒழுங்கா அதை சுத்தம் பண்ணு. உனக்கு நான் பாடம் கற்பிப்பேன்.''

"இளம் எஜமானரே! கொட்டடியிலிருந்து அழைச்சுட்டு வரப்ப, மண்ணுல குதிரை உருண்டதால அழுக்காகியிடுச்சுன்னு சொல்ல

வந்திருப்பான். அவன் சுத்தம் செய்யறத நான் பார்த்தேன்'' டாம் சொன்னார்.

“நான் உன்ன பேசச் சொல்றவரை, வாயை மூடிக்கிட்டு இரு'' ஹென்ரிக் சொன்னான். சவாரி உடையில் நின்றிருந்த ஏவாவுடன் பேசுதவற்காகப் படியேறினான்.

“அன்பான சகோதரி! இந்த முட்டாப் பையன் உன்னை காக்க வச்சத்துக்கு வருந்தறேன். நாம் அவங்க வரும் வரை உட்காருவோம். இப்ப என்னாச்சு சாந்தமாக இருக்கிற மாதிரி இருக்கு.'' அவன் சொன்னான்.

“அந்த ஏழை டோடோ கிட்ட எப்படி உன்னால இப்படி கொடூர மாகவும், கெட்டவனாகவும் இருக்க முடியுது?'' ஏவா கேட்டாள்.

‘‘கொடூரமானவனாவும் - கெட்டவனாவுமா'' நீ என்ன சொல்ற, எனதருமை ஏவா?'' பாதிக்கப்படாத ஆச்சரியத்துடன் ஹென்றி சொன்னான்.

“நீ அப்படி செஞ்சா, என்னை எனதருமை ஏவான்னு நீ கூப்பிறடத நா விரும்பல.'' ஏவா சொன்னாள்.

“அன்பான சகோதரி, டோடோ பத்தி உனக்குத் தெரியாது. அவன இப்படித்தான் சமாளிக்க முடியும். அவன் உடம்பு முழுக்க பொய்யும், சாக்கு போக்கும்தான் அவன அப்பப்ப தட்டி வைக்கறதுதான் வழி. அவன வாயை திறக்க விடக்கூடாது. அப்படித்தான் அப்பா சமாளிக்கிறார்.''

“இது விபத்தா நடந்ததா டாம் மாமா சொன்னாரே. உண்மை இல்லாததை அவர் சொல்லமாட்டார்.''

“அப்படின்னா அவர் அசாதாரணமான கறுப்புக் கிழவர். அவன் பேசறத விட வேகமா டோடோ பொய் சொல்றான்'' ஹென்றிக் கூறினான்.

“நீ அவன இப்படி நடத்தினால், அவன் பயந்து போய் ஏமாத்துவான்.''

“ஏன் ஏவா? நான் பொறாமைப்படற அளவுக்கு டோடோ மேல அக்கறை கொண்டிருக்கே.''

“நீ அவனை அடிச்ச. அதுக்கு அவன் எந்த தப்பும் செய்யல.''

“அப்படி அடி வாங்கலன்னா, அவன் சரிபட்டு வரமாட்டான். இப்படி அடிக்கறதால அவன் ஒண்ணும் ஆயிடமாட்டான். அது உனக்கு கஷ்டமா இருந்தா, உனக்கு எதிரே அவனை அடிக்க மாட்டேன்.''

ஏவா திருப்தியடையவில்லை. அவளது உணர்வுகளை தனது சகோதரனுக்குப் புரிய வைக்க முயற்சிப்பது விரயமானதென அறிந்து கொண்டாள்.

டோடோ விரைவில் குதிரைகளுடன் திரும்பி வந்தான்.

“டோடோ, இந்த முறை நீ நல்லா செஞ்சுட்டே. இப்பவா. ஏவாவின் குதிரையை பிடிச்சுக்க; நான் அவளை சேணத்தில் உட்கார வைக்கறேன்.'' கருணையான தோரணையில் அவனது இளம் எஜமானர் கூறினான். டோடோ ஏவாவின் குதிரையின் அருகில் நின்றான். அவனது முகம் வருத்தமாய் இருந்தது. அழுததின் தடயம் அவனது கண்களில் தெரிந்தது.

எல்லா விதமான வீரதீரத்திலும் தனது இதமான திறமையை பெரிதும் மதித்த ஹென்றிக் தனது அழகிய சகோதரியை சேணத்தில் அமர்த்தி, கடிவாளத்தை சேகரித்து அவளது கரங்களில் வைத்தான்.

டோடோ நின்றிருந்த குதிரையின் பக்கம் ஏவா வந்தாள். கடிவாளத்தை அவன் விட்டதும் ''இந்த டோடோ நல்ல பையன் நன்றி'' என்றாள்.

அந்த இனிய இளம் முகத்தை ஆச்சரியத்தோடு நோக்கிய டோடோவின் கன்னங்களில் ரத்தமும், கண்களில் கண்ணீரும் விரைந்து பாய்ந்தன.

“இங்க வா, டோடோ'' ஆணவத்தோடு ஹென்றிக் அழைத்தான்.

டோடோ விரைந்து வந்து குதிரையை பிடித்துக் கொள்ள எஜமானர் ஏறினான்.

''கற்கண்டு வாங்க காசு கொஞ்சம் வாங்கிக்க'' ஹென்றிக் சொன்னான்.

ஏவாவைத் தொடர்ந்து ஹென்றிக் நிதானமாகச் சென்றான். இரு குழந்தைகளையும் பார்த்தவாறு டோடோ நின்றான். ஒரு குழந்தை தனக்கு பணம் கொடுத்தான். மற்றொரு குழந்தை தனக்கு அதிகமாக தேவைப்பட்ட இதமான, கருணையான வார்த்தையை கொடுத்திருந் தாள். தனது தாயிடமிருந்து டோடோ பிரிந்து சில நாள்தான் ஆகியிருந்தது. தனது அழகிய குதிரைக் குட்டிக்கு பொருத்தமாக இருந்த அவனது அழகிய முகத்துக்காக அவனது எஜமானர் அவனை ஒரு அடிமைக் கிடங்கிலிருந்து வாங்கியிருந்தார். தற்போது இந்த இளம் எஜமானரிடம் அடி வாங்கிக் கொண்டிருக்கிறான்.

தோட்டத்தின் வேறு ஒரு பகுதியிலிருந்த செயிண்ட் கிளேர் சகோதரர்களால் டோடோ அடிவாங்கிய காட்சி பார்க்கப் பட்டி ருந்தது.

அகஸ்டியனின் கன்னம் சிவந்தது. அவரது வழக்கமான கேலியான அலட்சியத்தோடு கூறினார்:- இதத்தான் குடியரசுக் கல்வின்னு நினைக்கிறேன், ஆல்பர்ட்.''

“கோபம் வந்தா, ஹென்றிக் சாத்தான் மாதிரி ஆயிடுவான்.'' கவலையற்று ஆல்பர்ட் கூறினார்.

"கல்வி அவனுக்கு கொடுக்கும் பயிற்சியா இத கருதறேன்னு நினைக்கறேன்" அகஸ்டியன் வறட்சியாகக் கூறினார்.

"அப்படி நினைக்கலேன்னா, என்னால எதுவும் செய்ய முடியாது. ஹென்ரிக் எப்போதும் குட்டிப்புயல்தான். நானும், அவனுடைய அம்மாவும் எப்பவோ கைவிட்டுட்டோம். டோடோ ஒரு முழு பிசாசு. எவ்வளவு கசையடியும் அவனை பாதிக்காது."

"குடியரசின் வேதவாக்கான "எல்லா மனிதர்களும் சுதந்திரமாகவும், சமமாகவும் பிறந்தவர்கள்" என்பதை ஹென்ரிக் கற்ற பிறகுமா இப்படி?"

"ப்போ!" ஆல்பர்ட் சொன்னார் "பிரெஞ்சு மனப்பாங்கை தெரிவிக்கும் டாம் ஜெபர்சனின் அபத்தமான வார்த்தைகள். இந்த நாளில் நம்மிடம் அந்த வார்த்தைகளை உலவ விடுவது அபத்தமானது."

"நான் அப்படித்தான் நினைக்கிறேன்" செயிண்ட் கிளேர் சொன்னார்.

"ஏன்னா" ஆல்பர்ட் சொன்னார். "எல்லா மனிதர்களும் சுதந்திரமாக பிறக்கலைன்னும் சமமா இருக்கலைன்னும் இப்ப வெளிப்படையா பாக்கறோம். அவங்க வேற ஏதோவா பிறந்திருக்காங்க. இந்தக் குடியரசு வார்த்தைகளை அபத்தமானதுன்னு சொல்வேன். கற்றவர்கள்; அறிவாளிகள், செல்வந்தர்கள், சீர்திருத்தியவர்கள் - இவர்களுக்குத்தான் சம உரிமை இருக்கணும். பொது மக்களுக்கு இல்ல."

"இத் பொதுமக்கள்கிட்ட சொல்ல முடியுமா? பிரான்சில் ஒரு முறை தங்களுடைய பலத்தை மக்கள் காட்டலையா?" அகஸ்டின் கேட்டார்.

"நான் செய்யற மாதிரி அவங்கள சீராகவும், தொடர்ந்தும் மட்டந்தட்டிட்டே இருக்கணும்." யார் மீதோ தான் நின்றிருப்பதாய் நினைத்தவராய் தனது கால்களை அழுத்தமாக கீழே வைத்த ஆல்பர்ட் கூறினார்.

"அவங்க எழுந்துகிட்டாங்கன்னா, அது பயங்கரமா இருக்கும். உதாரணமா செயிண்ட் டோமிங்கோவில நடந்ததைச் சொல்லலாம்" அகஸ்டின் சொன்னார்.

"ப்போ, இந்த நாட்டில் நாம அத கவனிச்சுப்போம். இப்ப எழுந்திருக்கிற இந்த கல்வி புகட்டல், உயர்த்துதல் ஆகிய பேச்சுக்களுக்கு எதிரா நடவடிக்கை எடுக்கணும். கீழ் மட்ட வர்க்கத்துக்கு கல்வி கொடுக்கக் கூடாது" ஆல்பர்ட் சொன்னார்.

"அது பழங்கால பிரார்த்தனை. அவங்களுக்கு எப்படியும் கல்வி கிடைக்கும். எப்படின்னுதான் நாம சொல்லணும். நமது நடைமுறை அவர்களுக்கு காட்டுமிராண்டித்தனத்திலும், மிருகத்தனத்திலும் கல்வி

கொடுக்குது. எல்லா மனிதாபிமான பிணைப்புகளையும் நாம் அறுத்து வர்றோம். அவங்கள காட்டுமிராண்டி மிருகங்களா மாத்தி வர்றோம். அவங்க கை ஓங்கினா அப்ப தெரியும்.''

“அவங்க கை எப்பவும் ஓங்காது'' ஆல்பர்ட் சொன்னார்.

“அது சரிதான். அவங்கள ஆவியில வைங்க; பாதுகாப்பு மூடியை இறுக்க மூடுங்க; அது மேல உட்காருங்க. நீங்க எங்க போவீங்கன்னு அப்பத் தெரியும்.'' செயிண்ட் கிளேர் சொன்னார்.

“நாம பார்ப்போம். கொதிகலன் வலிமையா இருந்தா, இயந்திரம் சரியா வேலை பார்த்தா பாதுகாப்பு மூடி மேல உட்கார எனக்குப் பயமில்லை'' ஆல்பர்ட் சொன்னார்.

“பதினாறாம் லூயி காலத்து பிரபுக்களும் அப்படித்தான் நினைச்சாங்க. இப்ப ஆஸ்திரியாவும், பதினோராம் பயசும் அப்படித்தான் நினைக்கறாங்க. கொதிகலன் வெடிக்கும் ஒரு இனிய காலையில் நீங்கள் எல்லாம் வானவெளியில்தான் ஒருத்தர ஒருத்தர் பார்த்துக்கணும்.''

“நல்ல கற்பனை'' சிரித்தவாறு ஆல்பர்ட் கூறினார்.

''நான் உனக்கு சொல்றேன்.'' நம்ம காலத்துல தெய்வீகச் சட்டத்தின் வலிமையோட ஏதாவது வெளிப்படும்னா, அது மக்கள் எழுச்சி பெற்று, கீழ் வர்க்கம் மேல் வர்க்கமா மாறுவதுதான்.'' அகஸ்டின் சொன்னார்.

“அது குடியாட்சியின் சிவப்பு அபத்தங்களில் ஒன்று, அகஸ்டின்! நீ ஏன் அரசியல் பிரச்சாரத்துக்கு போகக்கூடாது? சிறந்த அரசியல் பிரச்சார பேச்சாளரா இருப்பே. உங்க கொழுப்புமிக்க மக்கள் எழுந்து வரும் இந்த ஆயிரத்தாண்டுக்கு முன் நான் இறந்து போவேன்னு நம்பறேன்.''

“கொழுப்போ இல்லையோ? அவங்களுக்கு நேரம் வரும்போது அவங்க உங்கள ஆட்சி செய்வாங்க. நீங்க அவங்கள எப்படி உருவாக்குறீங்களோ அது மாதிரியான ஆட்சியாளரா இருப்பாங்க. பிரெஞ்சு பிரபுக்கள் சான்ஸ் குளோட்டஸ் ஐ தேர்ந்தெடுத்தாங்க. அவங்க மனது நிறையும்படி “சான்ஸ் குளோட்டஸ்' ஆளுநர்களை தேர்ந்தெடுத்தாங்க ஹைட்டி மக்கள்------'' அகஸ்டின் கூறினார்.

“ஓ! வா அகஸ்டின்! அந்த வெறுப்பான, அருவருப்பான ஹைட்டி பத்தி போதுமான அளவுக்கு பேசியாச்சு. ஹைட்டியர்கள் ஆங்கிலோ - சாக்சர்களாக இருக்கவில்லை. இருந்திருந்தா, இதுவே வேற கதையா ஆகியிருக்கும். உலகத்திலேயே ஆங்கிலோ - சாக்ஸன் இனம்தான் ஆதிக்கம் நிறைஞ்சது. அது அப்படித்தான் இருக்கணும்.''

“நம்ம அடிமைங்ககிட்ட இப்ப ஆங்கிலோ சாக்ஸன் இரத்தம் ஊற்று எடுக்குது தெரியுமா? அவங்களில் பலரிடம் ஆப்பிரிக்க வெப்ப பிரதேச இரத்தமும், அக்கறையும் கொஞ்சந்தான் இருக்கு. நமது

கணக்கிடும் உறுதியும், முன்னோக்குப் பார்வையும்தான் நிறைஞ்சிருக்கு. எப்பவாவது சான் டாமிங்கோ நேரம் வந்தா, அந்த நாட்களில் ஆங்கிலோ சாக்ஸன் இரத்தம் ஓடும். நமது இரத்த நாளங்களில் ஓடும் ஆணவமான உணர்வுகளோடு வெள்ளை அப்பாக்களின் மகன்கள் அப்போது வாங்கப்படமாட்டாங்க; விற்கப்படமாட்டாங்க; வியாபாரம் செய்யப்பட மாட்டாங்க. அவங்க எழுவாங்க. தங்களது தாயின் இனத்தை வளர்ப்பாங்க.''

"அபத்தமான சரக்கு"

"இதை விளக்கும் ஒரு பழமொழி உண்டு. "நோவாவின் காலத்தில் இருந்ததுபோல், அப்படித்தான் இருக்கும். அவர்கள் சாப்பிட்டார்கள், அவர்கள் குடித்தார்கள், அவர்கள் பயிரிட்டார்கள், அவர்கள் வீடு கட்டினார்கள்; வெள்ளம் வந்து எடுத்துக்கொண்டு போகும்வரை அவர்களுக்கு அது தெரியவில்லை.'' அகஸ்டியன் கூறினார்.

"அகஸ்டின் உன்னோட திறமை, குதிரையில மதப் பிரச்சாரம் செய்பவருக்கு உதவும். எங்களுக்காக நீ பயப்பட வேண்டாம். உடமை எங்களது பலம். எங்களுக்கு அதிகாரம் இருக்கு. இந்த வேலைக்கார இனம் தாழ்ந்து இருக்கு; தொடர்ந்து தாழ்ந்தே இருக்கும். எங்களது கொடிகளை எங்களுக்கு பாதுகாக்கத் தெரியும்.''

"உன்னோட ஹென்றிக் மாதிரி பயிற்சி பெற்றவங்க அந்தக் கொடிகளுக்கு சிறந்த பாதுகாப்பா இருப்பாங்க. அப்படி ஒரு அலட்சியம்; தன்னை நிர்வகிக்கத் தெரியாதவன், பிறரை நிர்வகிக்க முடியாது!'' அகஸ்டின் கூறினார்.

"அதில் சிக்கல் இருக்கு. நம்ம குழந்தைகளுக்கு பயிற்சி கொடுப்பது நமது நடைமுறையில் சிரமம். சந்தேகம் இல்லை. நமது நாட்டில் சூடா இருக்கும் உணர்ச்சிகளுக்கு அது அதிக வாய்ப்பு கொடுக்குது. ஹென்றிக்குடன் எனக்கு பிரச்சினை இருக்கு. அவன் தாராளமாகவும், இதமான இதயத்தோடும் இருக்கான். உணர்ச்சி வசப்படறப்ப, அவன் சரியான சரவெடியாக மாறிடறான். அவனை அவனது கல்விக்காக வடக்கு பக்கம் அனுப்பலாம்ன்னு இருக்கேன். அங்கே கீழ்ப்படிதல் ஒரு நாகரிகமா இருக்கு. அங்க அவன் சமமானவங்ககிட்ட அதிகமாகவும், கீழானவர்களிடம் குறைவாகவும் பழகுவான்.'' யோசனையோடு ஆல்பர்ட் சொன்னார்.

"மனித இனத்தை இணைக்கும் வேலையாக கல்வி இருப்பதால் நம்ம நடைமுறை அங்கு ஒத்து வருவதில்லைன்னு நினைக்கிறேன்.'' அகஸ்டின் கூறினார்.

"சில விஷயங்கள்ல ஒத்து வரமாட்டேங்குது. மத்த விஷயங்களுக்கு ஒத்து வருது. பசங்கள ஆண்மை உள்ளவங்களா, தைரியம் உள்ளவங் களா மாத்துது. ஒரு மோசமான இனத்தின் கெட்ட குணங்கள் எதிர் இனத்தின் நற்பண்புகளை வலுப்படுத்தும். இந்த அடிமைக் கூட்டத்தின்

பொய்களையும், வஞ்சத்தையும் பார்த்த ஹென்றிக்கு உண்மையின் அழகு பற்றி ஆர்வம் இருக்கு'' ஆல்பர்ட் சொன்னார்.

"இது நிச்சயமா கிருத்துவமானக் கருத்து'' அகஸ்டின் சொன்னார்.

"கிறித்துவமோ, இல்லையோ, உண்மை அது; உலகத்துல இருக்கற பெரும்பாலான விஷயங்க அளவுக்கு அது கிருத்துவமானதுதான்''

"அது இருக்கலாம்'' செயிண்ட் கிளேர் கூறினார்.

''இத பேசறதுல பயனில்லை, அகஸ்டின், இந்த பழைய பாதையில் கிட்டத்தட்ட ஐநூறு முறை சுத்திச் சுத்தி வந்திருக்கோம்னு நினைக்கிறேன். பேக்கேமன் விளையாடலாமா, என்ன சொல்ற?''

இரட்டையர்கள் வராந்தா படிகளில் மெலிதான மூங்கில் கட்டை மீது அமர்ந்தனர். அவர்களுக்கு இடையே பேக்கேமன் பலகையையும் காய்களையும் எடுத்து வைத்தனர்.

ஆல்பர்ட் சொன்னார்: "நா உன்ன மாதிரி நினைச்சேன்னா, நா ஒரு வேலை செய்வேன்''

''நீ செய்வேன்னு உறுதியா சொல்வேன் - நீ செயல்படற ஆளாச்சே. என்ன?''

"உன்னோட வேலையாட்களை மாதிரியா வச்சு ஏன் அவங்கள உயர்த்தக் கூடாது?'' பாதி பரிகாசம் கலந்த புன்சிரிப்போடு ஆல்பர்ட் கேட்டார்.

''சமூகத்தில் இருக்கற பெரிய மக்கள் கூட்டத்துக்கு மேல என்னோட ஆட்களை உயர்த்துன்னு சொல்றது, எட்னா மலையைக் கீழே கிடத்தி அதன் கீழ் நிற்குமாறு கூறுவது போல இருக்கு. சமூகத்தின் மொத்த நடவடிக்கைகளுக்கு எதிராக ஒரு தனி மனிதன் எதுவும் செய்ய முடியாது. கல்வியில் உருப்படியான பலன் இருக்கணும்னா, அது அரசாங்க கல்வியா இருக்கணும். ஒரு அலையை ஏற்படுத்துகிற அளவுக்கு அதை எல்லாரும் ஏத்துக்கணும்.''

''முதல் வீச்சு உன்னுடையதா இருக்கட்டும்'' ஆல்பர்ட் சொன்னார்.

சகோதரர்கள் விளையாட்டில் மூழ்கிவிட்டார்கள். வராந்தாவிற்கு பின்புறம் குதிரைகளின் குளம்புச் சத்தம் கேட்கும்வரை வேறு எதுவும் அவர்களுக்கு கேட்கவில்லை.

"அங்க குழந்தைங்க வராங்க. இங்க பாரு ஆல்பர்ட் இது மாதிரி அழகா எதையும் நீ பார்த்திருக்கிறாயா?'' அகஸ்டின் கேட்டார். உண்மையில் அது அழகான காட்சிதான். அடர்த்தியான புருவம், பளபளப்பான கருமையான முடிச் சுருள்கள், ஒளிரும் கன்னங்களை கொண்டிருந்த ஹென்றிக் தனது அழகிய சகோதரியின் பக்கம் திரும்பி மகிழ்வாய் சிரித்துக் கொண்டு வந்தான். நீலநிற சவாரி உடையிலும் அதே நிறத்தில் தொப்பியும் அவள் அணிந்திருந்தாள். உடற்பயிற்சி

அவளது கன்னத்திற்கு பிரகாசமான வண்ணம் கொடுத்திருந்தது. அவளது ஒளி ஊடுருவும் தோலின் அழகையும், தங்க முடியின் வனப்பையும் அது கூட்டியிருந்தது.

"சொர்க்கமே! எவ்வளவு கூச வைக்கும் அழகு! நான் சொல்றேன். ஒரு நாளைக்கு சில இதயங்களை வலிக்க வச்சுடுவா'' ஆல்பர்ட் சொன்னார்.

"உண்மையா வலிக்க வச்சுடுவா - நான் அப்படி பயப்படறேன்னு கடவுளுக்குத் தெரியும்'' திடீரென்ற கசப்புக் குரலில் செயிண்ட் கிளேர் சொன்னார். அவளை குதிரையிலிருந்து கீழே இறக்க அவர் விரைந்தார்.

"ஏவா! எனதருமையே! நீ ரொம்ப சோர்வா இருக்கியா?'' அவளது கையை தனது கையோடு பிணைத்துக் கொண்டவாறு அவர் கேட்டார்.

"இல்ல அப்பா'' குழந்தை சொல்லியது. அவளது சிரமப்பட்ட மூச்சு வேறு மாதிரி சொன்னது. அது அவளது தந்தையை எச்சரித்தது.

"நீ எப்படி அவ்வளவு வேகமா சவாரி செய்யலாம். அன்பே? அது உனக்கு கெடுதல்ன்னு உனக்குத் தெரியுமே.''

"நல்லா இருந்தது. அத விரும்பினேன். அதனால மறந்துட்டேன்.''

தனது தோள்களில் அவளை கூடத்திற்கு தூக்கிச்சென்று, அங்கிருந்த சோபாவில் அவளை செயிண்ட் கிளேர் கிடத்தினார்,

''ஹென்றிக், ஏவா கிட்ட நீ கவனமாக இருக்கணும். அவள வச்சிகிட்டு வேகமா ஓட்டக்கூடாது'' அவர் சொன்னார்.

"அவள என்னோட கவனிப்புல வச்சுப்பேன்.'' சோபாவுக்கு அருகில் அமர்ந்து, ஏவாவின் கரங்களை பற்றியபடி ஹென்றிக் கூறினான்.

தான் நன்றாக ஆகிவிட்டதை விரைவில் ஏவா உணர்ந்தாள். அவளது தந்தையும், சித்தப்பாவும் விளையாட்டை தொடர்ந்தனர். குழந்தைகள் தனியாக விடப்பட்டனர்.

"உனக்குத் தெரியுமா ஏவா? அப்பா இன்னும் இரண்டு நாள்தான் தங்கப் போறார்னு நான் வருத்தப்படறேன். ரொம்ப நாளைக்கு உன்ன நான் பார்க்க முடியாது, உன்னோட நான் தங்கினா, நான் நல்லா நடக்க பார்ப்பேன். டோடோ கிட்ட சண்டை போட மாட்டேன். டோடோவை மோசமா நடத்த மாட்டேன். டோடோவை மோசமா நடத்த எனக்கு விருப்பமில்ல. எனக்கு சட்டுன்னு கோபம் வந்துடுதுன்னு உனக்குத் தெரியுமா? அவன்கிட்ட அப்படி ஒண்ணும் நான் மோசமா நடந்துக்கிறதில்ல. அப்பப்ப காசு கொடுக்கறேன். அவன் நல்ல ஆடை போட்டுக்கறான். மொத்தத்துல நல்லா இருக்கான்''

"உனக்கு பக்கத்துல இருக்கற உலகத்துல உன்னை நேசிக்க ஒரு பிறவியும் இல்லேன்னா, உன்னை நல்லா இருக்கறதா சொல்லிப்பியா?''

“நானா? நிச்சயமா நினைக்க மாட்டேன்''

“அவனோட எல்லா நண்பர்களிடமிருந்தும் டோடோவை பிரிச்சு கொண்டு வந்திருக்கே. இப்ப அவன நேசிக்க ஒரு பிறவி கூட கிடையாது. அவங்க மாதிரி யாரும் அவன்கிட்ட நேசமா இருக்க முடியாது.''

“நல்லது; எனக்கு தெரிஞ்சவரை, என்னால எதுவும் செய்ய முடியாது. அவனோட அம்மாவை கொண்டு வர முடியாது. நானே அவனை நேசிக்க முடியாது. எனக்கு தெரிஞ்சவரை யாரும் நேசிக்க முடியாது''.

“நீ ஏன் நேசிக்க முடியாது.'' ஏவா கேட்டாள்.

“டோடோவை நேசிப்பதா? அவனை நா விரும்பலாம். உன்னோட வேலைக்காரங்கள நீ நேசிக்க முடியாது.''

“உண்மையில் நான் நேசிக்கறேன்.''

“எவ்வளவு ஆச்சரியம்?''

“நாம எல்லாரையும் நேசிக்கணும்னு பைபிள் சொல்லலியா?''

“பைபிள்! அது போல பல விஷயங்கள் அதுல இருக்கு. அது சொல்வது நிச்சயம். அதன்படி யாரும் செய்வதில்லைன்னு உனக்குத் தெரியாதா? ஏவா, யாரும் செய்யறது கிடையாது.

ஏவா சொன்னாள்: “அன்புச் சகோதரா! ஏழை டோடோவை நேசி. எனக்காக அவன்கிட்ட கனிவா இரு''

“உனக்காக எதையும் நேசிப்பேன். அன்பு சகோதரி நான் பார்த்த திலேயே நீதான் சிறந்த பிறவின்னு எனக்குத் தெரியும்'' அவன் பேசினான். தனது முகபாவத்தைக்கூட மாற்றிக் கொள்ளாமல், எளிமையாக அதனை ஏவா ஏற்றாள். “நீ அப்படி நினைக்கிறேன்னா எனக்கு மகிழ்ச்சி, ஹென்றிக்! நீ ஞாபகம் வச்சுப்பேன்னு நம்பறேன்'' இந்த உரையாடலுக்கு உணவுக்கான மணி முற்றுப் புள்ளி வைத்தது.

24

முன்னறிவிப்பு

இதற்குப் பிறகு இரு நாட்கள் கழித்து, ஆல்பர்ட்டும், அகஸ்டிய னும் பிரிந்தார்கள். தனது சகோதரனின் வருகை காரணமாக தனது வலிமைக்கு மிஞ்சி தன்னை வருத்திக் கொண்ட ஏவாவின் உடல்நிலை விரைவாக சரியத் துவங்கியது. விருப்பப்படாத உண்மையை ஒப்புக்

கொண்டதாகக் கருதி செயிண்ட் கிளேர் இதுநாள் வரை தவிர்த்து வந்த மருத்துவ ஆலோசனையைப் பெறுவதற்கு தற்போது சம்ம தித்தார்.

வீட்டுக்குள்ளேயே முடங்கிக் கிடக்கும் அளவிற்கு ஏவா சுகவீனமுற்றாள். மருத்துவர் அழைக்கப்பட்டார்.

குழந்தையின் ஆரோக்கியமும், வலிமையும் படிப்படியாக அழிந்து வருவதை மேரி செயிண்ட் கிளேர் கவனிக்கவில்லை. அவரை பீடித்ததாக அவர் கருதும் இரண்டு அல்லது மூன்று நோய்களை கவனிப்பதிலேயே அவர் கவனமாய் இருந்தார். அவரைத் தவிர வேறு யாருமே அதிகம் துன்பப்படுபவராக இருக்கவில்லை என்றும், இருக்க முடியாது என்றும் அவர் கருதினார். அவரைச் சுற்றி இருப்பவர் யாரும் சுகவீனப்பட்டுள்ளனர் என்று தெரிவிக்கப்பட்டால், அதனை கோபத் துடன் அவர் வெறுத்தார். அப்படி இருந்தால் அது சோம்பேறித்தனம் காரணமாகவோ, ஊக்கத் தேவை காரணமாகவோ இருக்கும் என்பது அவரது நிச்சயமான நினைப்பு. அவரது துன்பம் அவர்களுக்கு இருந்தால், அவர்கள் விரைவில் வித்தியாசத்தை அறிவார்கள் என்பது அவரது கருத்து. ஏவா பற்றிய அவரது தாய்மைக்குரிய அச்சத்தை எழுப்ப ஒபேலியா பல முறை முயற்சித்தார். அவை பயனற்றுப் போயின.

“குழந்தைக்கு நோய் எதுவும் இருப்பதாய் நான் பார்க்கவில்லை. அவ ஓடிட்டு இருக்கா; விளையாடிட்டு இருக்கா'' அவர் கூறுவார்.

“அவளுக்கு இருமல் இருக்கே''

“இருமல் பற்றி எனக்கு நீ சொல்லத் தேவையில்லை. எல்லா நாளும் எனக்கு இருமல் இருந்துகிட்டேதான் இருக்கு. நான் ஏவா வயசுல, எலும்புருக்கி நோயால பாதிக்கப்பட்டதா நினைச்சாங்க. ஒவ்வொரு இரவும், என்னோட மாம்மி உட்கார்ந்திருப்பா. ஓ! ஏவாவின் இருமல் ஒண்ணுமேயில்ல.''

“அவ பலவீனமாயிட்டே வரா, விரைவா மூச்சு விடறா''

“பல வருஷமா அது எனக்கு இருக்கு. வெறும் நரம்பு பாதிப்புதான்''

“இரவில் அவளுக்கு ரொம்ப வேர்க்குது.''

“பத்து வருஷமா எனக்கு அப்படி இருக்கு. ஒவ்வொரு இரவும் அடிக்கடி என்னோட துணிகளை பிழியற அளவுக்கு ஈரமா இருக்கும். என்னோட இரவு ஆடையில ஒரு காய்ஞ்ச நூலிழைகூட இருக்காது. அதை மாம்மி தொங்கவிட்டு காய வைக்கற அளவுக்கு விரிப்புகள் இருக்கும். அது மாதிரி ஏவாவுக்கு வேர்க்கலையே''

பல நாட்களுக்கு ஒபேலியா தனது வாயை மூடிக் கொண்டாள். தற்போது ஏவா கடுமையாகவும், வெளியில் தெரியும் வகையிலும்

பாதிக்கப்பட்டதாலும், மருத்துவர் அழைக்கப்பட்டதாலும், தனது புலம்பலை வேறு வழியில் மேரி திடீரென்று திருப்பிக் கொண்டார்.

"எனக்கு அது தெரியும். தாய்களிலேயே மிகவும் துயரமான தாயாக மாற விதிக்கப்பட்டிருக்குன்னு எப்பவும் உணர்ந்தேன். இங்கே என்னோட கண் எதிரிலேயே ஒரே செல்லக் குழந்தை கல்லறைக்கு போகப் போகுது" இந்தப் புதிய துயரத்தின் அடிப்படையில், மேரி மாம்மியை இரவில் அடிக்கடி தட்டி எழுப்பி, உரக்கக் கத்தி, மேலும் சக்தியோடு அவளைத் திட்டுவார்.

"எனதருமை மேரி! அப்படிப் பேசாதே. உடனடியாக நீ இப்படி நம்பிக்கை இழக்கக் கூடாது" செயிண்ட் கிளேர் சொன்னார்.

"உங்களுக்கு ஒரு அம்மாவோட உணர்வுகள் புரியாது. உங்களால் என்னை எப்பவும் புரிஞ்சுக்க முடியாது. இப்பவும் புரிஞ்சுக்கல"

"எல்லாம் முடிஞ்சுட்ட மாதிரி அப்படிப் பேசாதே"

"உங்களை மாதிரி அலட்சியமா என்னால எடுத்துக்க முடியாது. உங்களோட ஒரே குழந்தை அபாயமான நிலையில் இருக்கும்போது நீங்க கவலைப்படலே; நான் கவலைப்படறேன். நான் முன்னாடி அனுபவிக்கிறது போதாதுங்கற மாதிரி, இது எனக்குப் பெரிய இடிதான்"

"அது உண்மைதான். ஏவா பலவீனமாக இருப்பது உண்மைதான். அது எப்பவும் எனக்குத் தெரியும். தனது வலிமையை முழுவதும் தீர்ப்பதற்கு, அவள் விரைவாக வளர்ந்தாள். அவளது உடல்நிலை ரொம்ப நெருக்கடியாகத்தான் இருக்கு. வெளி வெப்ப நிலையும், ஹென்ரிக் வருகையால் ஏற்பட்ட அயர்ச்சியும், படுக்கையில் கிடத்தியிருக்கு. நம்பிக்கைக்கு இடமிருப்பதாக மருத்துவர் சொல்றார்." செயிண்ட் கிளேர் சொன்னார்.

"நல்லது. இருக்கலாம். நீங்க பிரகாசமான பக்கத்தையே பார்த்தால், பாருங்க. இந்த உலகத்தில் ஜனங்களுக்கு உணர்ச்சிகரமான உணர்வுகள் இல்லேன்னா, அது இரங்கத்தக்கது. நான் இப்படி வருந்தாம இருந்தா நல்லதுதான்னு நினைக்கறேன். இது என்னை இன்னும் மோசமா ஆக்குது. மத்தவங்க மாதிரி நானும் சுலபமா இருக்கத்தான் விரும்பறேன். -முடியலையே".

"மத்தவங்களும்" அதே வேண்டுதலை செய்வதற்கு நல்ல காரணம் இருந்தது. அவரது புதிய துயரத்தை தன்னைச் சுற்றியுள்ளவர்களிடம் கொட்டித் தீர்ப்பதற்கு இது வழி செய்தது. எல்லோராலும் பேசப்பட்ட ஒவ்வொரு வார்த்தையையும், எங்கும் செய்யப்பட்ட அல்லது செய்யப்படாத எந்த வேலையையும் தான் கடின இதயம் கொண்டவர்களாலும், தனது பிரத்யேக துன்பங்களுக்கு உணர்வற்றவர்களாக இருப்பவர்களாலும் சூழப்பட்டிருப்பதை எடுத்துக்காட்டும் புதிய

நிரூபணமாக அவர் கருதினார். இந்த பேச்சுக்களை கேட்ட் ஏவா தனது அம்மாவின் துயரங்களுக்கு அனுதாபம் தெரிவிக்கும் வகையில் கிட்டத்தட்ட அழுதேவிட்டாள்.

ஓரிரு வாரங்களில், அவளது அறிகுறிகளில் பெரிய முன்னேற்றம் தெரிந்தது. இறப்பின் விளிம்பிற்கு தள்ளும் அளவிற்கு, ப்தட்டமான இதயத்தை பாதிக்கும் அந்த நோய் வஞ்சகமான அமைதியை கடை பிடித்தது. தோட்டத்திலும், பால்கனிகளிலும் ஏவாவின் பாதங்கள் பதிந்தன. மீண்டும் சிரித்தாள்; விளையாடினாள். மற்ற எல்லாரையும் போல் அவள் ஆரோக்கியமாக இருப்பதாக அவளது தந்தை கூறினார். இந்த வஞ்சக அமைதியில் ஊக்கப்படாது இருந்தவர்கள் ஒபேலியாவும், மருத்துவரும்தான். அது நிச்சயம் என்று கருதிய மற்றொரு நெஞ்சம் ஏவாவாகும். தனது உலக வாழ்வு முடியப்போகிறது என்று அமைதியாகவும் தெளிவாகவும் சில சமயம் சொல்வதை என்னவென்று சொல்வது? அழியும் இயற்கையின் ரகசிய உந்துதலா? அழியாமை நெருங்குவதால், ஆன்மாவின் உடனடி துடிப்பா? எது எப்படி இருந்தாலும், சொர்க்கம் தன்னை நெருங்குகிறது என்ற அமைதியான, இனிமையான, நிச்சயமான தீர்க்கதரிசன எண்ணம் ஏவாவின் மனத்தில் பதிந்துவிட்டது. சூரிய மறைவின் வெளிச்சமாய் அமைதியாய் அது இருந்தது. அவளை மிகவும் நெருக்கமாக நேசித்தவர்களின் சோகம்தான் அவளது மனத்தை அதிகம் வருத்தியது.

இதமாக வளர்க்கப்பட்டு, அன்பும், செல்வமும் அளித்த எல்லா பிரகாசங்களையும் அனுபவித்திருந்தாலும் தான் இறப்பதற்கு குழந்தை வருந்தவில்லை.

தானும், தனது வயதான எளிய நண்பரும் இணைந்து படித்த அந்த புத்தகத்தில், அந்த சின்னக் குழந்தையை நேசித்த ஒருவரின் பிம்பத்தை தனது இளம் இதயத்தில் பதிய வைத்திருந்தாள். அவள் உற்றுப் பார்த்து சிந்தனை செய்ததில், அவர் பிம்பமாய்த் தோன்றவில்லை. பழங்காலப் படமாய்த் தெரியவில்லை. அவர் சுற்றி வாழ்கின்ற, உண்மையாகத் தோன்றினார். மனித இதத்தன்மைக்கு மேலாக அவளது குழந்தை இதயத்தை அவரது கருணை சூழ்ந்திருந்தது. அவரிடம்தான் - அவரது வீட்டுக்குத்தான் தான் போவதாகவும் அவள் கூறினாள்.

எல்லாவற்றையும் விட்டுச் செல்வதற்காக அவளது இதயம் ஏங்கியது. அவளது அப்பாவுக்காக அதிகமாக வருந்தினாள். ஏவா அப்படித் தெளிவாக நினைக்காவிட்டாலும், மற்றவர்களைவிட தனக்கு அவரது இதயத்தில் அதிகம் இடம் இருப்பதான எண்ணத்தை அவள் கொண்டிருந்தாள். மிகவும் நேசிக்கும் பிறவியாக இருந்ததால், அவளது தாயாரை அவள் நேசித்தாள். அவளிடம் அவள் கண்ட அனைத்து சுய நலங்களும் அவளை குழப்பி, வருத்தமடைய வைத்திருந்தன.

தனது தாயார் எந்தத் தவறும் செய்யமாட்டாள் என்ற குழந்தையின் நம்பிக்கை அவளிடம் இருந்தது. அவரிடம் புரிந்துகொள்ள முடியாத ஏதோவொன்று இருந்தது. என்னதான் இருந்தாலும் அவர் தனது தாய் என்று சமாதானப்படுத்திக் கொண்டாள். அவர் அன்பானவர் என்று ஆறுதல் அடைந்தாள்.

அவள் யாருக்கு பகல் வெளிச்சமாகவும், சூரியக் கதிராகவும் இருந்தாளோ, அந்தப் பாசமான, விசுவாசமான வேலையாட்களுக்காகவும், அவள் வருந்தினாள். குழந்தைகள் வழக்கமாகப் பொதுமைப் படுத்த மாட்டார்கள். ஆனால், ஏவா அசாதாரணமான முதிர்ச்சி அடைந்த குழந்தை. அவர்கள் வாழும் நடைமுறையின் தீங்குகளை அவள் கண்டிருந்தாள். அவளது சிந்தனைமயமான இதயத்தில் அது ஆழப் பதிந்திருந்தது. அவர்களுக்காக ஏதாவது செய்ய வேண்டுமென்ற மங்கலான ஏக்கம் அவளுக்கு இருந்தது. அவர்களை வாழ்த்தி, பாதுகாப்பதற்கு மட்டுமல்லாது, அவர்களது நிலையில் இருந்த அனைவருக்கும் ஏதாவது செய்ய வேண்டும் என்ற எண்ணம் இருந்தது. அவளது சிறிய உருவத்தின் பலவீனம் இந்த ஏக்கத்திற்கு முரண்பட்டது.

“டாம் மாமா? நமக்காக இறப்பதற்கு ஏசு ஏன் விரும்பினார்னு எனக்குப் புரியுது.’’ தனது நண்பருக்காக படிக்கும்போது ஒருநாள் அவள் சொன்னாள்.

“ஏன் , செல்வி ஏவா?’’

“ஏன்னா, நானும் அப்படி உணர்ந்திருக்கேன்’’.

“அது என்ன செல்வி ஏவா? எனக்குப் புரியலை’’

“என்னால சொல்லமுடியாது. ஆனால், நீங்களும், நானும் படகுல வந்தபோது அந்த ஏழைப் பிறவிங்கல பார்த்தபோது, உணர்ந்தேன். அதில் சிலர் தனது தாயை இழந்திருந்தனர்; சிலர் தனது கணவனை இழந்திருந்தனர்; சில தாய்கள் தங்களது குட்டிக் குழந்தைக்காக கண்ணீர் விட்டனர். ஏழை புருவை பற்றி கேள்விப்பட்டபோது உணர்ந்திருக்கேன். அது எவ்வளவு பயங்கரமானது? இன்னும் பல சமயங்களில் உணர்ந்திருக்கேன். என்னோட இறப்பு இந்த துயரங்களை முடிவுக்கு கொண்டு வரும்னா, அதுக்காக நான் இறந்து போவதற்கு மகிழ்வேன். என்னால் முடிஞ்சா, அவங்களுக்காக இறந்து போவேன்’’ தனது மெலிதான கரத்தை அவரது கரத்தின்மீது பதித்து குழந்தை ஆர்வமாகக் கூறினாள்.

மரியாதை கலந்த ஆச்சரியத்துடன் குழந்தையை டாம் பார்த்தார். தனது தந்தையின் குரலைக் கேட்டு, அவள் விரைந்து ஓடிய பின்பு, பல முறை தனது கண்ணீரை துடைத்துக் கொண்டார்.

“செல்வி ஏவாவை இங்க வச்சுக்கறதுல எந்தப் பயனும் இல்லை. அவளோட முன் நெற்றியில் கடவுள் சின்னம் இருக்கு’’ சில கணம் கழித்து அவரைச் சந்தித்த மாம்மியிடம் அவர் கூறினார்.

''நா எப்பவும் அப்படித்தான் சொல்லியிருக்கேன். வாழ வேண்டிய குழந்தை மாதிரி அவங்க எப்பவும் இருந்ததில்லை. அவங்க கண்களில் ஏதோ ஒண்ணு ஆழமா இருக்கு. பல தடவை எஜமானிகிட்ட இதப்பத்தி சொல்லியிருக்கேன். அது உண்மையாகி வருது. நாம பார்க்கறோம். ஆசிர்வதிக்கப்பட்ட அன்பான சுட்டிக்குட்டி'' தனது கரங்களை உயர்த்தியவாறு மாம்மி கூறினாள்.

தனது தந்தையை நோக்கி வராந்தா படிகளில் துள்ளிக்குதித்து ஏவா வந்தாள். அவளைச் சுற்றி புகழ் வளையத்தை சூரிய ஒளி அமைத்திருந்தது. பொன்னிற முடியோடும், பளபளக்கும் கண்களோடும் தனது வெள்ளை உடையில் அவள் வந்தாள். அவளது ரத்த நாளத்தை எரிய வைத்த ஜுரம் அவளது கண்களுக்கு இயல்பற்ற பிரகாசத்தை தந்திருந்தது.

அவளுக்காக அவர் வாங்கி வந்திருந்த சிறு சிலையை அவளிடம் காட்டுவதற்காக அவளை அவர் அழைத்தார். அவள் வந்த தோற்றம் திடீரென்றும், சோகமாகவும் அவரைக் கவர்ந்தது. அதனைக் காணப் பொறுக்காத அளவிற்கு தீவிரமான - அதே நேரத்தில் பலவீனமான - அழகு அது. அவரது கைகளை அவர் மடித்துக் கொண்டார். அவர் சொல்ல வந்ததை மறந்து விட்டார்.

“ஏவா, எனதன்பே, இப்ப எல்லாம் நீ நல்லா இருக்கே இல்லே?''.

“அப்பா, நான் உங்களிடம் சொல்ல விரும்பிய சில விஷயங்கள் இருக்கு. நான் மேலும் பலவீனம் ஆவதற்கு முன்பு, இப்பவே சொல்லிட விரும்பறேன்'' திடீரென்று உறுதியுடன் ஏவா கூறினாள்.

அவரது மடியில் ஏவா அமர்ந்ததும், செயிண்ட் கிளேர் நடுங்கினார். அவரது மடியில் தலை வைத்து அவள் சொன்னாள்:- “என்னை இன்னும் இங்க வச்சிக்கிட்டு இருக்கிறதல எந்தப் பயனும் இல்ல. உங்களிடமிருந்து விடைபெறுவதற்கான நேரம் வந்துவிட்டது. நான் போகப் போறேன். திரும்பி வராத இடத்துக்குப் போகப் போறேன்.'' ஏவா தேம்பினாள்.

“ஓ, எனதருமை ஏவாக்குட்டி'' நடுங்கியபடி அவர் சொன்னார்; ஆனால் அவர் உற்சாகமாகப் பேசினார். “நீ இப்ப பதட்டமாகவும், உணர்வு குறைவான நிலையிலும் இருக்கே. அது மாதிரியான இருளான சிந்தனைகள் கூடாது. இங்கே பாரு, உனக்கு ஒரு சிறு சிலை வாங்கி வந்திருக்கேன்.''

“இல்ல, அப்பா. உங்களையே ஏமாத்திக்காதீங்க. நா சரியா ஆகல. எனக்கு நல்லாத் தெரியும். சீக்கிரம் போகப்போறேன். நா பதட்டமா இல்லை. உணர்வு குறைவான நிலையில் இல்லை. உங்களுக்காகவும், எனது நண்பர்களுக்காகவும் தவிர நான் போகறதுக்கு விரும்பறேன். போகறதுக்கு ஏங்கறேன்.'' அவர் சொன்னதை இதமா ஒதுக்கித் தள்ளி ஏவா சொன்னாள்.

“ஏன்! எனதருமைக் குழந்தை! உன்னோட சின்ன மனத்தை எது சோகமா ஆக்கிச்சு? உன்னை மகிழ்ச்சியாக்கக் கொடுக்க முடிந்த அனைத்தும் உனக்கு கிடைச்சுது’’

“நான் சொர்க்கத்தில் இருக்கணும். என்னோட நண்பர்களுக்காக, நான் வாழ விரும்புவேன். இங்க இருக்கற பல விஷயங்கள் என்னை சோகமாக்குது. அது எனக்கு பயங்கரமா இருக்கு. நான் அங்க இருந்து தான்' ஆகணும். உங்களிடமிருந்து போக எனக்கு விருப்ப மில்லை. அது என்னோட இதயத்தை நொறுக்குது.’’

“உன்னை எது சோகமாக்குது? எது பயங்கரமா தோணுது ஏவா?’’

“ஓ! நடைபெறும் நிகழ்ச்சிகள் - எப்போதும் நடைபெறும் நிகழ்ச்சிகள்... நமது ஏழை மனிதர்களுக்காக வருத்தப்படறேன். என்னே அவங்க மிகவும் நேசிக்கறாங்க. அவங்க எல்லாரும் என்கிட்ட நல்லவிதமாகவும், கனிவாகவும் நடந்துக்கறாங்க. அவங்க எல்லாம் சுதந்திரமா இருந்தா நல்லா இருக்கும்ன்னு நினைக்கறேன்’’

“ஏன் ஏவா? இப்ப அவங்க நல்லாத்தான் இருக்காங்கன்னு நீ நினைக்கலையா?’’

“ ஓ அப்பா! உங்களுக்கு ஏதாவது ஆச்சுன்னா, அவங்களுக்கு என்னவாகும்? உங்கள மாதிரி கொஞ்சம் பேர்தான் இருக்காங்க. ஆல்பர்ட் சித்தப்பா உங்கள மாதிரி இல்ல. அம்மாவும் உங்கள மாதிரி இல்ல; வயதான ஏழை புருவின் உரிமையாளரை நினைச்சுப் பாருங்க. எவ்வளவு கொடூரமான செயல்களை ஜனங்க செய்யறாங்க?’’ ஏவா நடுநடுங்கினாள்.

“எனதருமைக் குழந்தை, நீ ரொம்ப உணர்ச்சி வசப்படற. இது போன்ற கதைகளை உன்னை கேட்க வச்சதுக்காக வருந்தறேன்.’’

“ஓ. அதுதான் என்னை கஷ்டப்படுத்துது. அப்பா, நான் மகிழ்ச்சியா வாழணும்ன்னு விரும்புறீங்க. எனக்கு எந்த வலியும் இருக்கக் கூடாதுன்னு நினைக்கறீங்க. எப்பவும் எதுக்காகவும் துன்பப் படக் கூடாதுன்னு விரும்புறீங்க. சோகமான கதைகளைக்கூட கேட்கக் கூடாதுன்னு நினைக்கிறீங்க. வாழ்க்கை முழுவதும், வலியையும், சோகத்தையும் தவிர வேறு எதையும் அனுபவிக்காத அந்த ஏழைங்க இருக்கும்போது, இப்படி விரும்பறதும், நினைக்கறதும் சுயநலமா தோணுது. இது மாதிரி விஷயங்களை நான் நிச்சயமா தெரிஞ்சுக்கணும். அதப்பத்தி வருத்தப்பட்டுத்தான் ஆகணும். அது மாதிரி விஷயங்கள் எனது நெஞ்சிலே ஆழப் பதிகின்றன. ரொம்ப ஆழமா போய்விட்டன. அதப் பத்தி நினைச்சுகிட்டே இருக்கேன் அப்பா, எல்லா அடிமைகளுக்கும் சுதந்திரம் தர வழி இல்லையா?’’

“அது சிரமமான கேள்வி, அன்பே! இது மோசமான வழிங்கறதுல சந்தேகமே இல்லை. பலர் அப்படித்தான் நினைக்கிறாங்க. நானே அப்படித்தான் நினைச்சேன். இந்த உலகத்துல அடிமைகளே இருக்கக்

கூடாதுன்னு மனப்பூர்வமா நினைக்கறேன். ஆனா, இதுல என்ன செய்ய முடியும்ன்னு எனக்குத் தெரியல.''

"அப்பா, நீங்க நல்ல மனுஷர்; உன்னதமானவர்; கனிவானவர்; இனிமையான வழியில் எதையும் சொல்லத் தெரிந்தவர். நீங்க எல்லா இடத்துக்கும் போய் இதை சரி செய்ய வலியுறுத்தி, இணங்க வைக்க முடியாதா? நான் இறந்ததும், என்னை நீங்க நினைப்பீங்க. எனக்காக செய்ங்க. என்னால முடிஞ்சா, நான் செய்வேன்.''

"ஏவா? ஓ! அது மாதிரி என்கிட்ட பேசாதே. இந்த பூமியிலே எனக்கு இருக்கறதெல்லாம் நீதான்'' செயிண்ட் கிளேர் உணர்ச்சி ததும்ப சொன்னார்.

"ஏழை புரூவுக்கும் இந்த உலகில் இருந்தது அந்த குழந்தை மட்டும்தான். அது அழுது இறப்பதை அவள் கேட்க வேண்டி வந்தது. அவளால ஒண்ணும் செய்ய முடியல. நீங்க என்னை நேசிக்கிறது போல, இந்த ஏழைப் பிறவிகளும் அவங்க குழந்தைகளை நேசிக்கிறாங்க. ஓ! அவங்களுக்கு ஏதாவது செய்ங்க. ஏழை மாம்மி அவங்க குழந்தைங்களை நேசிக்கறாங்க. அவங்கள பத்தி பேசும்போது அவங்க அழுவதை பார்த்திருக்கேன். டாம் தன்னோட குழந்தைங்கள நேசிக்கிறார். எப்போதும் இது மாதிரி நடப்பது பயங்கரமா இருக்கு''

"அன்புக் குழந்தை! நீ உன்னை வருத்திக்காதே. இறப்பதப் பத்தி பேசாதே. நீ விரும்பற எதையும் நான் செய்வேன்.'' செயிண்ட் கிளேர் ஆறுதலாய்க் கூறினார்.

''எனக்கு சத்தியம் பண்ணுங்க, எனதருமை அப்பா, நான் போனதும் டாமுக்கு சுதந்திரம் கிடைக்கும்னு உறுதி சொல்லுங்க'' அவள் நிறுத்தி தயக்கமான குரலில் கூறினாள்.

"நிச்சயம் அன்பே! இந்த உலகில் நீ கேட்கற எதையும் செய்வேன்.''

"அன்பான அப்பா! நாம இரண்டு பேரும் சேர்ந்து போகணும்னு எப்படி விரும்பறேன் தெரியுமா?'' தனது அனலாய் கொதிக்கும் கன்னங்களை அவருடைய கன்னங்களுடன் சேர்த்து அவள் சொன்னாள்.

"எங்கே எனதன்பே?'' செயிண்ட் கிளேர் கேட்டார்.

"நமது ரட்சகரின் வீட்டுக்கு; அங்கே இனிமையும், அமைதியும் இருக்கும். அங்க எல்லாம் நேசிப்பதாய் இருக்கும். நீங்க போக விரும்பலையா?'' அடிக்கடி தான் சென்று வரும் இடத்தை பற்றி தெரிவிப்பது போல் அனிச்சையாக குழந்தை பேசினாள்?''

செயிண்ட் கிளேர் தன்னை நோக்கி அவளை இதமாக இழுத்தார். ஆனால் அமைதியாக இருந்தார்.

"என்கிட்ட நீங்க வருவீங்க'' அவள் அடிக்கடி அனிச்சையாக பயன்படுத்தும் அமைதியான நிச்சயக் குரலில் அவள் சொன்னாள்.

"உனக்குப் பிறகு நான் வருவேன். உன்னை நான் மறக்க மாட்டேன்."

அமைதியான அந்த மாலையின் நிழல்கள் அவர்களைச் சுற்றி ஆழமாக படர்ந்தது. தனது மடியில் அந்தப் பலவீனமான வடிவத்தை செயிண்ட் கிளேர் வைத்துக் கொண்டிருந்தார். ஆழமான கண்களை அவர் பார்க்கவில்லை. ஒரு ஆவியின் குரலாய் அவளது குரல் அவரிடம் வந்தது. தீர்ப்பு போல, அவரது கண் முன்னே ஒரு கணத்தில் அவரது முழு வாழ்க்கையும் எழுந்தது. அவரது அம்மாவின் பிரார்த் தனைகளும், தோத்திரங்களும்; இந்த நிமிஷத்துக்கும் அவற்றிற்கும் இடையில் நடந்த யதார்த்த நிகழ்வுகளும், அவற்றின் நம்பிக்கை யின்மைகளும்; மரியாதையான வாழ்வு என்று மனிதன் அழைப்பது. ஒரு நொடியில் நாம் எவ்வளவோ நினைக்க முடியும். செயிண்ட் கிளேர் பல விஷயங்களை பார்த்தார்; உணர்ந்தார். ஆனால் எதுவும் பேசவில்லை. மேலும் இருட்டானதும், குழந்தையை அவளது படுக்கை அறைக்கு அழைத்துச் சென்றார். அவள் ஓய்வுக்கு தயாரானபோது உதவியாளர்களை அனுப்பிவிட்டார். தனது கையில் வைத்து ஆட்டி, அவள் தூங்கும் வரை பாடினார்.

25

சிறிய மதப்பிரச்சாரகர்

அது ஒரு ஞாயிற்றுக்கிழமையின் பிற்பகல் நேரம். சுருட்டை சுவைத்தபடி ஒரு மூங்கில் படுக்கையில் செயிண்ட் கிளேர் படுத்துக் கொண்டிருந்தார். எதிரில் இருந்த ஒதுக்கமான வராந்தாவில் ஒரு சோபாவில் மேரி சாய்ந்து கொண்டிருந்தார். கொசுக்கடி கொடுமை யிலிருந்து விடுபடும் பொருட்டு ஒளி ஊடுருவக்கூடிய வலைத்துணியின் அடியில் சாய்ந்திருந்தார். நேர்த்தியாக கட்டமைக்கப் பட்ட பைபிளை தனது கையில் சோம்பலாகப் பிடித்திருந்தார். அன்று ஞாயிற்றுக் கிழமை என்பதால் அது கையில் இருந்தது. அதை படிப்பதாய் கற்பனை செய்து கொண்டிருந்தார். ஆனால், உண்மையில் அதனைத் திறந்து வைத்துக் கொண்டு சிறு சிறு துயிலில் ஆழ்ந்திருந்தார்.

துருவித் துருவி தேடி சவாரி செய்யும் தூரத்தில் ஒரு சிறிய மெதாடிஸ்ட் கூட்டத்தை கண்டுபிடித்திருந்த ஒபேலியா டாமை ஓட்டுநராக வைத்துக் கொண்டு, அதில் கலந்து கொள்ள சென்றிருந் தார். ஏவாவும் அவளோடு சென்றிருந்தாள்.

“நான் சொல்றேன், அகஸ்டியன். நகரத்தில் இருக்கும் எனது பழைய மருத்துவர் போசிக்குச் சொல்லி அனுப்ப வேண்டும். எனது இதயத்தில் பிரச்சினை இருக்கு'' சிறிது நேரம் கண்ணயர்ந்து விழித்த மேரி கூறினார்.

''நல்லது; அவருக்கு ஏன் சொல்லி அனுப்பனும்? ஏவாவை கவனிக்கும் மருத்துவர் திறமை வாய்ந்தவராகத்தான் தோன்றுகிறார்.''

“ஒரு நெருக்கடியான நிலைமையில், அவர்மீது நம்பிக்கை வைக்க மாட்டேன். என்னோட நிலைமை நெருக்கடியாகிக் கொண்டிருக்குன்னு சொல்வேன். கடந்த இரண்டு, மூன்று இரவா இதப் பத்தி நினைச்சிட்டு இருக்கேன். எனக்கு பயங்கரமான வலி இருக்கு. விநோதமான உணர்வுகள் இருக்கு'' மேரி சொன்னார்.

“மேரி, பயப்படாதே. அது இதயப் பிரச்சினைன்னு நான் நம்பல.''

“நீங்க நம்ப மாட்டீங்கன்னு எனக்கு நிச்சயமாத் தெரியும். அத எதிர்பார்த்து தயாராயிருந்தேன். ஏவா இருமினாலோ, ஏதாவது அவளுக்கு சின்னதா இருந்தாலோ, நீங்க போதிய அளவுக்கு எச்சரிக்கையா இருப்பீங்க. என்னைப் பத்தி நினைச்சே பார்க்க மாட்டீங்க'' மேரி கூறினார்.

''உனக்கு இதயநோய் இருக்கிறதா உனக்கு குறிப்பாகத் தோன்றினால், நான் முயற்சி செய்து அதை நம்ப பார்க்கறேன். ஆனா அது இருக்கறதா எனக்குத் தெரியல'' செயிண்ட் கிளேர் சொன்னார்.

''ரொம்ப தாமதமா போனபிறகு, இது பத்தி வருத்தப்பட மாட்டீங்கன்னு நினைக்கறேன். நம்பறீங்களோ இல்லையோ, ஏவா பத்தின கவலையும், அந்த அருமைக் குழந்தைக்காக வருத்திக் கொள்வதும், நான் ரொம்ப நாளா சந்தேகப்படும் வியாதியை கொண்டு வந்திடுச்சு'' மேரி கூறினார்.

மேரி குறிப்பிட்ட வருத்திக் கொள்வது என்னவென்று சொல்வது சிரமம். செயிண்ட் கிளேர் இந்தக் கருத்தை மனதுக்குள் சொல்லிக் கொண்டார். கடின இதயம் கொண்ட உதவாத மனிதரான அவர் புகைப்பதை தொடர்ந்தார். வராந்தாவுக்கு முன்பு அந்த வண்டி வந்து நின்றது. ஏவாவும் ஒபேலியாவும் இறங்கினர்.

அவளது வழக்கப்படி எதுவும் பேசாது ஒபேலியா தனது சால்வையையும், தொப்பியையும் எடுத்து வைக்க நேராகச் சென்றாள். செயிண்ட் கிளேர் அழைத்ததும் அவரது முழங்காலில் அமர்ந்து அவர்கள் கேட்ட பிரார்த்தனை போதனைகளை ஏவா விவரித்தாள்.

அவர்கள் அமர்ந்திருந்த அறைக்கு அருகில் வராந்தாவிலிருந்து விரிந்திருந்த ஒபேலியாவின் அறையிலிருந்து கடும் சத்தம் கேட்டது. யாருக்கோ, கடுமையான தண்டனைக் கணை தொடுக்கப்பட்டிருந்தது.

''அந்த துடுக்கு டாப்ஸி என்ன விஷமம் செஞ்சா? அவள பத்திதான் இந்த கலக்கம். எனக்கு நிச்சயம் தெரியும்'' செயிண்ட் கிளேர் கூறினார்.

சில நொடிகளில் குற்றவாளியை ஒபேலியா கடும் கோபத்துடன் இழுத்து வந்தாள்.

“இப்ப வெளியில வா, உன்னோட எஜமானர் கிட்ட சொல்றேன்'' அவள் சொன்னாள்.

“இப்ப என்னாச்சு?'' அகஸ்டின் கேட்டார்.

“இந்த குழந்தையோடு இனிமே என்னால மன்றாட முடியாதுங் கறது தான் வழக்கு. அதை தாங்கற நிலையெல்லாம் தாண்டியாச்சு. இந்த தலை வேதனையைப் பொறுக்க முடியாது. அவளை அறையில் பூட்டி வச்சு, படிக்கறதுக்கு தோத்திரப்பாடலை கொடுத்திருந்தேன். என்ன செஞ்சா தெரியுமா? என்னோட சாவியை தேடித் துருவி, அலமாரியை குடைஞ்சு, தொப்பி கத்தரிக்கோலை எடுத்து, எல்லாத் தையும் கத்தரிச்சு வச்சிருக்கா. பொம்மைக்கு சட்டை தைக்கவாம். என்னோட வாழ்க்கையில, இது மாதிரி எதையும் பார்த்ததில்லை.''

“கடுமை காட்டாம இந்தப் பிறவிகள வளர்க்க முடியாதுன்னு நான் உன்கிட்ட சொன்னேனே, சகோதரி. என் வழியில இப்ப விட்டா அவள வெளியே அனுப்பிடுவேன். கடுமையா கசையடி கொடுக்க வைப்பேன். அவ எழுந்து நிக்க முடியாதபடி சாட்டையடி கொடுக்கச் சொல்வேன்.'' செயிண்ட் கிளேரை அவமதிப்பாய் பார்த்தபடி மேரி சொன்னார்.

“நான் அத சந்தேகமே படலை. பெண்களின் அன்பான நிர்வாகம் பத்தி என்கிட்ட சொல்லு. அவங்க வழியில விட்டா, வேலையாட் களையும், குதிரைகளையும் அரைகுறையா கொல்ற அரை டஜன் பெண்களை எனக்குத் தெரியும். ஆண்களை விடு'' செயிண்ட் கிளேர் சொன்னார்.

“உங்க வழவழா வழியில எந்தப் பயனும் இல்லை. சகோதரி மூளை உள்ள பொண்ணு. எனக்கு தெளிவாத் தெரியற மாதிரி அவங்களுக்கு இது தெரியுது.'' மேரி கூறினார்.

முழுமையான வீட்டுப் பொறுப்பாளரின் முகபாவத்தைக் காட்ட ஒபேலியாவால் முடியும். இந்தக் குழந்தையின் வீணடிப்பாலும், விஷமத் தாலும் அந்தக் கோபம் பயங்கரமாகத் தூண்டப்பட்டுள்ளது உண்மை. இது மாதிரி சூழ்நிலைகளில் அப்படித்தான் தாங்கள் செயல்படுவோம் என்று எனது பெண் வாசகர்கள் ஏற்றுக் கொள்ள வேண்டும். ஆனால், மேரியின் வார்த்தைகள் அதற்கு அப்பாலும் சென்று, அவளது கோபத்தை தணித்தது.

“உலகில் எதுக்காகவும், குழந்தையை அப்படி நடத்த எனக்கு விருப்பம் இருக்காது. ஆனா என்ன செய்யறதுன்னு எனக்கு நிச்சயமா தெரியல. நான் சொல்லிச் சொல்லி அலுத்துட்டேன். நா சோர் வடையறவரை சொல்லிட்டேன். அடிச்சுப் பார்த்துட்டேன். எனக்கு தெரிஞ்ச எல்லா வழியிலேயும் தண்டனை கொடுத்துப் பார்த்துட் டேன். அவ முதலில் இருந்த மாதிரிதான் இப்பவும் இருக்கா'' அவள் கூறினாள்.

குழந்தையை தனது அருகே அழைத்து செயிண்ட் கிளேர் கூறினார்: “இங்கே வா, டாப்ஸி, நீ குரங்கு.''

டாப்ஸி வந்தாள். அவளது உருண்டையான கரும் கண்கள் அவளது வழக்கமான விநோதமான கோமாளித் தனத்தையும், அச்சத்தையும் கலந்து வெளிப்படுத்தின. பளபளத்து, சிமிட்டின.

“இப்படி நடக்க உன்ன எது தூண்டுது?'' குழந்தையின் கோபத் தைக் கண்டு மகிழ்வதை தடுக்க முடியாது செயிண்ட் கிளேர் கேட்டார்.

“எனது கெட்ட மனசுதான்னு நினைக்கறேன். செல்வி பீலி அப்படித்தான் சொல்றாங்க.'' டாப்ஸி அடக்கமாக கூறினாள்.

‘‘உனக்காக ஒபேலியா எவ்வளவு செஞ்சிருக்காங்கன்னு நீ பார்க்கலையா? அவங்க செஞ்சு பார்க்க முடிஞ்சத எல்லாத்தையும் செஞ்சு பார்த்துட்டாதா சொல்றாங்க.''

“ஆமாம் எஜமான், பழைய எஜமானி அப்படித்தான் சொல்வாங்க. என்னை எப்படியெல்லாமோ கசையடி கொடுத்துப் பார்த்துட்டாங்க. ஆனா அதெல்லாம் எந்த நன்மையையும் செய்யல. என்னோட தலையில இருக்கிற ஒவ்வொரு முடியையும் பிடிங்கினாக்கூட எதுவும் செய்ய முடியாதுன்னு நினைக்கிறேன். அது ரொம்பக் கெட்டதா இருக்கு. ஆனா கறுப்பருக்கு வேறு வழியே இல்ல.

‘‘நான் அவளை மேல அனுப்பறேன். இனிமே என்னால ரொம்ப நாளைக்கு அந்தத் தொல்லையைத் தாங்க முடியாது'' ஒபேலியா சொன்னாள்.

“நான் ஒரு கேள்வி மட்டும் கேட்பேன்.'' செயின்ட்கிளேர் சொன்னார்.

“என்ன அது?''

“உங்க வீட்ல இருக்கற ஒரு பக்தியற்ற குழந்தையை பராமரிக்கிற அளவுக்குக்கூட உங்க மதப்பிரச்சாரம் வலிமையா இல்லேன்னா, இது மாதிரி ஆயிரக்கணக்கில் இருக்கிற மக்கள்கிட்ட ஒண்ணோ, இரண்டோ மதப்பிரச்சாரகர்களை அனுப்பறதுல என்ன பயன்? ஆயிரக்கணக்கான பக்தியற்றவர்களுக்கு உதாரணமா இந்தக் குழந்தை இருக்குன்னு நினைக்கறேன்.''

ஒரு உடனடி பதிலை ஒபேலியா சொல்லவில்லை. இந்தக் காட்சிக்கு அமைதியான பார்வையாளராக இதுவரை இருந்த ஏவா, அவளைத் தொடர்ந்து வருமாறு டாப்ஸிக்கு சைகை காட்டினாள். செயின்ட் கிளேர் படிப்பறையாக பயன்படுத்திய ஒரு சிறிய கண்ணாடி அறை வராந்தாவின் மூலையில் இருந்தது. இந்த அறையில் ஏவாவும், டாப்ஸியும் மறைந்தனர்.

"ஏவா என்ன செய்யப் போறான்னு நா பார்க்க விரும்பறேன்.'' செயின்ட் கிளேர் சொன்னார்.

"குதிகாலால் முன்னேறி, கண்ணாடிக் கதவை மூடியிருந்த திரைச் சீலையைத் தூக்கி, உள்ளே நோக்கினார். தனது உதட்டில் விரல் வைத்து, வந்து பார்க்குமாறு ஒபேலியாவுக்கு சைகைக் காட்டினார். பக்கவாட்டில் தங்களது முகங்களை காட்டியவாறு இரு குழந்தைகளும் அமர்ந்தனர். தனது வழக்கமான அக்கறையற்ற கோமாளித்தனமான முகபாவத்தில் டாப்ஸி இருந்தாள். அவளுக்கு எதிராக அமர்ந்திருந்த ஏவாவின் முகத்தில் இதமான உணர்ச்சிகளும், பெரும் கண்களில் கண்ணீர்த் துளிகளும் இருந்தன.

"உன்னை கெட்டவளா இருக்க எது தூண்டுது? நீ ஏன் நல்லவளா இருக்க முயற்சிக்கக்கூடாது? நீ யாரையும் நேசிக்கலையா?''

"நேசத்தைப் பத்தி எனக்கு எதுவும் தெரியாது கற்கண்டும், இறைச்சியும்தான் பிடிக்கும், அவ்வளவுதான்''.

"ஆனா, உங்க அம்மாவையும், அப்பாவையும் நேசிக்கணுமே''

"எனக்கு அப்படி யாரும் இருந்ததில்ல தெரியுமா? நான் உங்ககிட்ட சொல்லியிருக்கேனே செல்வி ஏவா''

"ஓ, எனக்குத் தெரியும். உனக்கு அண்ணனோ, தம்பியோ, அக்காவோ, தங்கையோ, அத்தையோ இருக்கலையா?'' ஏவா சோகமாகக் கேட்டாள்.

"யாரும் கிடையாது. எப்பவும் யாரும், எதுவும் எனக்குக் கிடையாது.''

"நீ நல்லா இருக்க முயற்சி செஞ்சா உன்னால முடியும்''

"நா கறுப்பரா இருக்கிற வரை அது முடியாது. என்னோட தோலை உரிச்சு, வெள்ளையா மாத்தினா அப்ப முயற்சி செய்வேன்.'' டாப்ஸி சொன்னாள்.

"நீ கறுப்பா இருந்தாலும், உன்னை ஜனங்க நேசிப்பாங்க. டாப்ஸி! நீ நல்லா இருந்தா, செல்வி ஒபேலியா உன்னை நேசிப்பாங்க''

தமது நம்பிக்கையின்மையை வெளிப்படுத்த வழக்கமாக அவள் பயன்படுத்தும் சுருக்கமான, வெளிப்படையான சிரிப்பை டாப்ஸி வெளியிட்டாள்.

"நீ அப்படி நினைக்கலையா?'' ஏவா கேட்டாள்.

"இல்லை. நான் கறுப்பர்ங்கறதால, அவங்களால என்ன பொறுத்துக்க முடியல. அவங்கள தொட ஒரு சின்ன தவளைக் குட்டியைக்கூட விடமாட்டங்க. கறுப்பர்களை நேசிக்கறவங்க யாரும் இருக்க முடியாது. கறுப்பர்களை எதுவும் செய்யாம இருக்க முடியாது. நா கவலைப்படல'' சீட்டியடிக்கத் துவங்கிய டாப்ஸி கூறினாள்.

"ஓ டாப்ஸி, சிறு குழந்தையே, உன்னை நான் நேசிக்கிறேன்.'' உணர்ச்சியை வெளிக்கொட்டிய ஏவா கூறினாள். தனது மெல்லிய வெள்ளைக் கையை டாப்ஸியின் தோள்மீது வைத்தாள். ''உனக்கு அப்பாவோ, அம்மாவோ, நண்பர்களோ இல்லேங்கறதுக்காக உன்னை நான் நேசிக்கிறேன். நீ நல்ல குழந்தையா இருக்கணும்னு நினைக்கிறேன். எனக்கு உடம்பு சரியில்ல, டாப்ஸி. நான் ரொம்பநாள் வாழ மாட்டேன்னு எனக்குத் துயரமா இருக்கு. எனக்காக நீ நல்லவளா இருக்கப் பார்க்கணும்னு நா விரும்பறேன். உன்னோட நான் இருக்கப்போறது கொஞ்ச காலம்தான்''

அந்த கறுப்புக் குழந்தையின் உருண்ட, ஆர்வமான கண்களில் கண்ணீர் தளும்பியது. ஒவ்வொன்றாக பளபளப்பான பெரிய கண்ணீர்த் துளிகள், அந்த வெள்ளைக் கரங்களில் விழுந்தன. அந்த ஒரு நொடியில், அந்த பக்தியற்ற ஆன்மாவின் இருளுக்குள், உண்மையான நம்பிக்கை ரேகையும், சொர்க்கத்தின் நேசிப்பு ரேகையும், ஊடுருவின. தனது முழங்கால்களுக்குள் தனது தலையைப் புதைத்துக் கொண்டு, அழுது தேம்பினாள். அவள் மீது குனிந்த வெள்ளைக் குழந்தை, ஒரு பாவியை சீர்திருத்த குனியும் பிரகாசமான தேவதையாகத் தோன்றினாள்.

"ஏழை டாப்ஸி! ஏசு எல்லாரையும் நேசிக்கிறார்னு உனக்குத் தெரியாதா? என்னை நேசிக்க விரும்பற மாதிரியே உன்னையும் அவர் நேசிக்க விரும்பறார். நான் நேசிக்கறது மாதிரியே உன்னை அவர் நேசிக்கிறார். அவர் என்னைவிட சிறந்தவர்ங்கறதால இன்னும் அதிகமாகவே நேசிக்கிறார். உனக்கு நல்லபடியா இருக்க உதவுவார். நீ கடைசியா சொர்க்கத்துக்கு போகலாம். நீ வெள்ளையரா இருந்தா எப்படி தேவதையா இருக்கலாமோ, அப்படி இருக்கலாம். அதை நினைச்சுப் பார்க்கறப்ப டாப்ஸி! டாம் மாமா பாடற பிரகாசமான ஆவியா நீ இருக்கலாம்.'' ஏவா சொன்னாள்.

''எனதருமை செல்வி ஏவா, நான் முயற்சிக்கிறேன், நான் முயற்சிக்கிறேன். இதுக்கு முன்னாடி எதப்பத்தியும் கவலைப்படாம இருந்துட்டேன்.'' டாப்ஸி கூறினாள்.

இந்த நேரத்தில் திரைச்சீலையை செயின்ட் கிளேர் கீழே இறக்கினார். "இது என்னோட அம்மாவை நினைவுபடுத்துது. அவ என்கிட்ட சொன்னது உண்மைதான். குருடர்களுக்கு கண் கொடுக்க

விரும்பினா, ஏசு செஞ்சது மாதிரி செய்யணும். அவங்கள நம்மகிட்ட அழைச்சு, அவங்க மேல கையை வச்சுக்கணும்.'' அவர் கூறினார்.

“எனக்கு எப்போதும் கறுப்பர் மீது ஒரு பாரபட்சம் இருந்தது. அது உண்மைதான். அந்தக் குழந்தை என்னைத் தொடறதுக்கு எனக்கு எப்பவுமே பொறுக்காது. அது அவளுக்குத் தெரியும்னு நா நினைக்கலே.'' ஒபேலியா கூறினாள்.

''குழந்தைங்க கண்டுபிடிப்பாங்கன்னு நம்பணும். அதை அவங்களிடமிருந்து மறைக்க முடியாது.'' செயிண்ட் கிளேர் கூறினார்.

“இதயத்தில் அந்த வெறுப்பான உணர்வு இருக்கும்வரை, ஒரு குழந்தைக்கு நன்மை பயக்கும் எந்த முயற்சியும், அவர்களுக்கு அளிக்கப் படும் எந்த கணிசமான சலுகைகளும், நன்றி உணர்வைத் தூண்டாது. அது ஒரு புதுவகையான உண்மை. அது அப்படித்தான் இருக்கு''

“இதை நான் எப்படி சரி செய்ய முடியும்னு தெரியல. அது எனக்கு ஏற்கத்தக்கதல்ல. குறிப்பா இந்தக் குழந்தையிடம் அப்படிப்பட்ட உணர்வை என்னால் எப்படி தடுக்க முடியும்?'' ஒபேலியா கூறினாள்.

“ஏவாவால் முடிந்திருக்குன்னு தெரியுது.''

“நல்லது; அவ கிறித்து மாதிரி இல்லேன்னாலும், அவ நேசிக்கிறா. நா அவ மாதிரி இருந்தா நல்லதுன்னு விரும்பறேன். எனக்கு அவ ஒரு பாடம் கத்துக் கொடுத்துட்டா'' ஒபேலியா கூறினாள்.

“பழைய மாணவிக்கு ஒரு சின்னக் குழந்தை பாடம் சொல்லித் தர்றது இது முதல் முறையில்லை'' செயிண்ட் கிளேர் சொன்னார்.

26

இறப்பு

காலை வேளையில் கல்லறையின் திரை நமது கண்களிலிருந்து யாரை மறைத்ததோ, அவர்களுக்காக அழாதீர்கள்.

ஏவாவின் படுக்கை அறை விசாலமாக இருந்தது. வீட்டின் மற்ற அறைகளைப் போலவே அகலமான வராந்தாவிலிருந்து அதற்கு திறப்பு இருந்தது. ஒரு பக்கம் தந்தையின் அறையையும், தாயின் அறையையும், இணைத்ததோடு, மறு பக்கம் ஒபேலியாவுக்கு ஒதுக்கப்பட்ட அறையை ஒட்டி அவ்வறை இருந்தது. அவ்வறை யாருக்காக ஒதுக்கப்பட்டதோ அவளது பிரத்யேகத்தன்மையை மனதில்கொண்டு அதனை அலங் கரித்து, செயிண்ட் கிளேர் தனது கண்களையும், ரசனையையும் திருப்தி

செய்து கொண்டார். இளம் சிவப்பிலும், வெண்மையிலும் இருந்த மஸ்லின் திரைச்சீலைகள் ஜன்னல்களில் தொங்கின. அவரே வடிவமைத்து பாரிசிலிருந்து வரவழைத்த விரிப்பு தரையில் விரிக்கப்பட்டிருந்தது. அதன் விளிம்புகளில் ரோஜா மொட்டுகளும், நடுவில் முழுவதும் மலர்ந்த ரோஜாவும் வரையப்பட்டிருந்தன. நாற்காலிகள் அனைத்தும் மூங்கிலால் உருவாக்கப்பட்டிருந்தன. பிரத்யேகமான வசீகரத்துடனும், நவீனமான வடிவத்திலும் அவை அமைக்கப்பட்டிருந்தன. படுக்கையின் தலைமாட்டில் இருந்த வெள்ளை நிற தாங்கியில் அழகாய் செதுக்கப்பட்ட தேவதை நின்றிருந்தது. அது தனது இறக்கைகளை தொங்க விட்டுக்கொண்டு, மைரிட்டல் இலையை தலைக்கிரீடமாகக் கொண்டிருந்தது. படுக்கைக்கு மேலே இளஞ்சிவப்பு நிற வலைகளைக் கொண்டிருந்த மெலிதான திரைச் சீலைகள் இருந்தன. அவைகளிடையே வெந்நிறக் கோடுகள் இருந்தன. அந்த தட்பவெப்பநிலையில் எல்லா வீட்டிலும் அவசியம் இருக்க வேண்டிய கொசு தடுப்பு மருந்தின் அம்சமாக அந்த திரைச்சீலைகள் இருந்தன. இளஞ்சிவப்பு நிற துணியாலான திண்டுகள் வசீகரமான மூங்கில் நாற்காலிகளில் இருந்தன. அதற்கு மேல் வலையிலான திரைச்சீலைகள் சிலையிலிருந்து தொங்கின. மெலிதான நவீனமான மூங்கில் மேஜை அறையின் நடுவில் இருந்தது. வெள்ளை அல்லியின் வடிவில் அதன் மொட்டுகளுடன் பாரஸ் நாட்டு பூச்சாடி இருந்தது. அதில் எப்போதும் பூக்கள் நிறைந்திருந்தன. இந்த மேஜையில் ஏவாவின் புத்தகங்களும், சிறு நகைகளும் இருந்தன. அழகான வெள்ளை நிற எழுதும் பலகை இருந்தது. அவளது எழுத்தை ஒழுங்குபடுத்த அவளது தந்தை அந்தப் பலகையை வாங்கிக் கொடுத்திருந்தார். அறையில் ஒரு நெருப்பிடம் இருந்தது. அதற்கு மேலிருந்த பளிங்கு அலமாரியில் வனப்பாக குழந்தைகளை வரவேற்கும் ஏசு சிலை இருந்தது. இருபுறமுமிருந்த பளிங்குப் பூச்சாடியில் பூக்கள் வைப்பது டாமுக்கு பெருமையையும், பெருமகிழ்ச்சியையும் கொடுத்தது. பல கோணங்களில் குழந்தைகள் வரைந்திருந்த இரண்டு, மூன்று அழகிய ஓவியங்கள் சுவரை அலங்கரித்தன. குழந்தைப் பருவ பிம்பங்களின் அழகையும், அமைதியையும் ரசிக்காமல் கண்கள் எந்தப் பக்கமும் திரும்ப முடியாது. இதயத்துக்கு இதமாகவும், அழகிய எண்ணங்களை உருவாக்குவதாகவும் இருந்த ஏதோ ஒன்றில் பதியாமல் காலையின் வெளிச்சத்தில் சிறு கண்கள் திறப்பதில்லை.

சிறிது நேரம் ஏவாவை உற்சாகத்தில் மிதக்கவிட்ட வஞ்சகமான வலிமை விரைவாக விலகத் துவங்கியது. வராந்தாவில் அவளது மெல்லிய நடைகள் அரிதாகவே கேட்டன. திறந்த ஜன்னலின் அருகில் இருந்த சிறு சோபாவில் அவள் அடிக்கடி சாய்ந்து ஓய்வெடுத்துக் கொண்டிருந்தாள். அவளது பெரிய ஆழமான கண்கள் எழுந்து விழும் ஏரியின் நீரின் மீது நிலைத்து நின்றன.

மதியத்தின் மத்தியில் அவ்வாறு சாய்ந்து ஒய்வெடுத்துக் கொண்டிருந்தபோது, பைபிள் பாதி திறந்திருந்தது. பக்கங்களுக்கிடையே அவளது மெலிதான விரல்கள் அக்கறையின்றி இருந்தன. திடீரென்று வராந்தாவில் அவளது தாயின் உரத்தக் குரலை அவள் கேட்டாள்.

"என்ன இப்ப? என்ன அது புதிய விஷமம்? நீ பூவைப் பறிக்கிறியா, ஹேய்'' வேகமான அடி விழும் சத்தத்தை ஏவா கேட்டாள்.

"எஜமானி! அது செல்வி ஏவாவுக்காக'' என்று ஒரு குரல் சொன்னது. அது டாப்ஸியின் குரல் என்று அவளுக்குத் தெரிந்தது.

"செல்வி ஏவாவுக்கு! நல்ல சாக்கு. உன்னோட பூக்கள் அவளுக்கு தேவைன்னு நினைக்கறியா? எதுக்கும் உபயோகமற்ற கறுப்புப் பெண்ணே! அத நீயே எடுத்துக்கிட்டு ஓடு''

ஒரு நொடியில், சோபாவிலிருந்து எழுந்து ஏவா வராந்தாவிற்கு வந்தாள்.

"ஓ வேண்டாம் அம்மா! எனக்குப் பூக்கள் புடிச்சிருக்கு. என்கிட்ட கொடுங்க. எனக்கு வேணும்.''

''ஏன், ஏவா? உன்னோட அறை இப்ப நிறைஞ்சிருக்கே''

"நான் நிறைய வச்சுக்க முடியாது''. ஏவா சொன்னாள். "டாப்ஸி, அதை இங்கே கொண்டுவா''.

தலையை தொங்கப் போட்டுக்கொண்டு சோகமாக நின்றிருந்த டாப்ஸி அவளிடம் வந்து மலர்களைக் கொடுத்தாள். அவளது வழக்கமான தைரியத்திற்கும், பிரகாசத்திற்கும் மாறாக தயக்கத்துடனும், வெட்கத்துடனும் அதை அவள் செய்தாள்.

"இது அழகான பூச்செண்டு.'' அதைப் பார்த்த ஏவா கூறினாள்.

"அது பிரத்யேகமாக இருந்தது. பிரகாசமான சிவப்பு ஜெரேனிய மலர் புதுமையாக பளபளப்பான இலைகளுடன் வெள்ளை ஜெபானிகோ மலரும் இருந்தது. நிற வேறுபாடுகள் தெளிவாகத் தெரியும் வண்ணம் அது கட்டப்பட்டிருந்தது. ஒவ்வொரு இலையின் அமைப்பும் கவனமாக செய்யப்பட்டிருந்தது.

"டாப்ஸி, நீ பூக்களை அழகா தொடுக்கிறாய்.'' இந்தப் பூச்சாடிக்கு பூக்கள் இல்லாமல் இருந்தது. அதுக்கு தினசரி பூக்களை தொடுத்து நீ வைக்கணும்னு விரும்பறேன்.'' என்று ஏவா சொன்னதைக் கேட்டு, டாப்ஸி திருப்தியடைந்ததாகத் தோன்றினாள்.

"நல்லது. அது ஆச்சரியமா இருக்கு. நீ எதுக்காக அதை விரும்பறே?'' மேரி சொன்னார்.

"கவலைப்படாதீங்க அம்மா! விருப்பப்பட்டா, அதை நீங்க செய்யலாம். டாப்ஸி வேண்டாம்.''

"நீ விரும்பற எதையும் செய்வேன். அன்பே! டாப்ஸி, உன்னோட இளம் எஜமானி சொல்றதை கேட்டாயா? ஒழுங்கா இரு!''

டாப்ஸி மண்டியிட்டு வணங்கி, கீழே பார்த்தாள். அவள் திரும்பியதும், அவளது கரும் கன்னங்களில் கண்ணீர் வழிவதை ஏவா கவனித்தாள்.

"நீங்க பாருங்க, அம்மா. எனக்காக ஏதாவது செய்யணும்னு டாப்ஸி விரும்பறா'' ஏவா தனது தாயிடம் கூறினாள்.

"ஓ! முட்டாள்தனம். அவ ஏதாவது சேட்டை செய்யணும்னு விரும்பறதாலதான் அது. அவ பூக்களை பறிக்கக்கூடாதுன்னு தெரியும். அதை அவ செய்யறா. அவ்வளவுதான். அவ பூக்களை பறிக்கறத நீ விரும்பினா, பறிக்கட்டும். பரவாயில்லை''

"அம்மா முன்ன இருந்ததவிட டாப்ஸி இப்ப வித்தியாசமா இருக்கா. நல்ல பெண்ணா இருக்கப் பாக்கறா?''

"அவ நல்லவளா இருப்பதற்கு முன்பு, நல்லவளா இருக்க முயற்சிக் கணும்'' அக்கறையற்ற சிரிப்போடு மேரி கூறினார்.

"நல்லது; உங்களுக்குத் தெரியுமா அம்மா? ஏழை டாப்ஸிக்கு எப்பவும், எல்லாமும் எதிராவே இருக்கு.''

"இங்க வந்த பிறகு இல்ல. எனக்கு நிச்சயமாகத் தெரியும். அவளிடம் பேசி, போதனை செஞ்சு, ஆதரவான செயல்களை செஞ்சாலும், அவ அசிங்கமாத்தான் நடந்துக்கிறா. அவ எப்போதும் அப்படித்தான் இருப்பா. அவள ஒண்ணும் பண்ண முடியாது.''

"ஆனா, அம்மா, பல நண்பர்களோட, என்னை நல்லவளாக்கின பல பொருட்களோட, மகிழ்வோடு நான் வளர்க்கப்பட்ட விதத்திற்கு மாறாக அவள் வளர்க்கப்பட்டாள். இங்க வர்ற வரை அப்படித்தான் வளர்க்கப்பட்டிருக்கா.''

"அது ரொம்ப சரி எனதன்பே, இப்ப எவ்வளவு வெப்பமா இருக்கு?'' கொட்டாவி விட்டபடி மேரி சொன்னாள்.

"அம்மா நீங்க நம்பறீங்களா? அவ கிறித்துவளாக இருந்தா, நம்ம எல்லார் மாதிரி அவளும் தேவதையா வர முடியும்னு நீங்க நம்பலியா?''

"டாப்ஸியா! எவ்வளவு பரிகசிக்கத்தக்க கருத்து. யாரும் இது மாதிரி நினைக்க மாட்டாங்க. ஆனால், அவ வர முடியும்னு நா நினைக்கல''

"ஆனா, அம்மா, கடவுள் எப்படி நமக்கு தந்தையோ, அவளுக்கும் கடவுள் அப்படித்தானே? ஏசு அவளோட ரட்சகர் இல்லையா?''

"நல்லது; இருக்கலாம். கடவுள் எல்லாரையும் உருவாக்கினார்னு நினைக்கறேன். என்னோட முகர்வுப் பெட்டி எங்கே?'' மேரி கேட்டார்.

“அது பரிதாபம் - ரொம்பப் பரிதாபம்'' தூரத்தில் இருக்கும் ஏரியை நோக்கியவாறு, தனக்குள் ஏவா சொல்லிக் கொண்டாள்.

“எது பரிதாபம்?'' மேரி கேட்டார்.

“ஏன்? பிரகாசமான தேவதையா இருக்கக்கூடிய, தேவதையோட வாழத்தக்கவள் கீழே கீழே போனால் எப்படி? யாரும் அவளுக்கு உதவலேன்னா?''

“நாம் அதுக்கு எதுவும் செய்ய முடியாது. கவலைப்படறதுல பயன் இல்லை.ஏவா! என்ன செய்யப்படணும்னு எனக்குத் தெரியல. நமது அனுகூலங்களுக்காக நாம் நன்றி சொல்லணும்''

“என்னால கொஞ்சமும் முடியாது. எதுவும் கிடைக்கப்பெறாத ஏழைப் பிறவிங்க பத்தி நா வருத்தப்படறேன்.'' ஏவா சொன்னாள்.

“அது விநோதமா இருக்கு. எனது அனுகூலங்களுக்காக நன்றி சொல்ல எனது மதம் நிச்சயமா அறிவுறுத்துது'' மேரி கூறினார்.

“அம்மா, என்னோட தலைமுடியை வெட்டணும்னு நா விரும்ப றேன். பெரிய அளவில் வெட்டணும்.'' ஏவா சொன்னாள்.

“எதுக்காக?'' மேரி கேட்டார்.

“கொடுக்க முடிஞ்சபோது, என்னோட நண்பர்களுக்கு அத கொடுக்க விரும்பறேன். அத்தையைக் கூப்பிட்டு, வெட்டச் சொல் வீங்களா?''

மேரி தனது குரலை உயர்த்தி, ஒபேலாவை அவளது அறையிலிருந்து வருமாறு அழைத்தார்.

அவள் வந்ததும் தனது தலையணையிலிருந்து குழந்தை பாதி எழுந்தாள். தனது நீண்ட பொன் பழுப்பு முடிகளை ஆட்டினாள். விளையாட்டாகக் கூறினாள். “வாங்க அத்தை; செம்மறியாட்டு உரோமங்களை வெட்டுங்க''

“அது என்ன?'' செயிண்ட் கிளேர் கேட்டார். அப்போதுதான் அவளுக்காக பழம் பறித்து வந்திருந்தார்.

“அப்பா! என்னோட முடியில கொஞ்சத்தை வெட்டலாம்னு விரும்பறேன். ரொம்ப அதிகமா வளர்ந்திருக்கு. எனது தலையை அது சூடாக்கியிருக்கு. அதோட, அதுல கொஞ்சத்தை கொடுக்க விரும்ப றேன்.''

கத்தரிக்கோலோடு ஒபேலியா வந்தாள்.

“கவனமா இரு. தோற்றத்தை பாழாக்கிடாதே. வெளியில் தெரியாம அடிப்பக்கம் வெட்டுங்க. ஏவாவின் சுருள்முடி எனது பெருமை'' அவளது அப்பா சொன்னார்.

“ஓ அப்பா!'' ஏவா சோகமாய்ச் சொன்னாள்.

"ஆமாம், உன்னோட சகோதரன் ஹென்ரிக்கைப் பார்க்க உன்னோட சித்தப்பாவோட தோட்டத்துக்கு போகும்போது, அழகா இருக்கணும்னு நா நினைக்கறேன்." மகிழ்வான குரலில் செயிண்ட் கிளேர் சொன்னார்.

"நா எப்பவும் அங்கே போக மாட்டேன், அப்பா. வேற நல்ல நாட்டுக்கு போக விரும்பறேன். ஓ! என்னை நம்புங்க. உங்களுக்குத் தெரியலையா? ஒவ்வொரு நாளும் நான் பலவீனமா மாறி வர்றேன்னு தெரியலையா?"

"அது போன்ற கொடுமையான விஷயங்களை ஏன் சொல்ற ஏவா? என்னால ஏத்துக்க முடியுமா?" அவளது அப்பா கேட்டார்.

"அது உண்மையா இருக்கறதாலதான் அப்பா. நீங்க என்னை நம்புனீங்கன்னா, அதை நீங்க உணருவீங்க."

செயிண்ட் கிளேர் மௌனமானார். குழந்தையின் தலையிலிருந்து கத்தரித்து எடுக்கப்பட்ட நீண்ட அழகிய முடிச் சுருள்களை மன வருத்தத்தோடு பார்த்துக் கொண்டிருந்தார். அகற்றப்பட்ட அச்சுருள்கள் ஒவ்வொன்றாய் ஏவாவின் மடியில் கிடத்தப்பட்டன. அதை எடுத்து ஆர்வத்துடன் பார்த்த ஏவா, தனது மெல்லிய விரல்களில் அவற்றை சுற்றிக் கொண்டாள். அவ்வப்போது தனது தந்தையை பதட்டத்தோடு பார்த்தாள்.

"இதத்தான் உங்களுக்கு நான் சொல்லிக்கிட்டே வந்தேன். இதுதான் எனது உடல்நிலையின் ஆரோக்கியத்தை தினந்தினம் அரிச்சுகிட்டு, என்னை கல்லறைக்கு தள்ளிக்கிட்டு இருக்கு. அத யாரும் மதிக்கிறதில்ல. இத ரொம்ப நாளா பார்த்துட்டேன். செயின்ட் கிளேர், சில நாள் கழித்து, நான் சொன்னது சரிதான்னு நீங்க உணர்வீங்க." மேரி கூறினார்.

"சந்தேகமில்லாம, அது உனக்கு ஆறுதல் அளிக்கும்" வறண்ட கசப்பான குரலில் செயிண்ட் கிளேர் கூறினார்.

ஒரு சோபாவில் மேரி சாய்ந்து கொண்டார். தனது நேர்த்தியான கைக்குட்டையில் தனது முகத்தை மூடிக் கொண்டார்.

ஏவாவின் தெளிவான நீலநிறக் கண்கள் ஒவ்வொருவரையும் ஆர்வமாய் பார்த்தனள். தனது உலக பந்தத்திலிருந்து பாதி தளர்த்தப் பட்டுவிட்ட ஆன்மாவினை அறிந்து கொள்ள முனையும் அமைதியான பார்வையாய் அது இருந்தது. இருவருக்கிடையே உள்ள வித்தியா சத்தை உணர்ந்து, பாராட்டும் தெளிவான பார்வையாக அது இருந்தது.

தனது கையால் சைகை காட்டி தந்தையை அழைத்தாள். அவர் வந்தார். அவளருகில் அமர்ந்தார்.

"ஒவ்வொரு நாளும் எனது வலிமை தேஞ்சுகிட்டே வருது. நான் போகணும்னு எனக்குத் தெரிஞ்சு போச்சு. நான் சொல்ல விரும்பற,

செய்ய விரும்பற சில விஷயங்கள் இருக்கு. நான் செஞ்சாக வேண்டியது அது. அத பத்தி ஒரு வார்த்தைய்யை பேசக்கூட உங்களுக்கு விருப்பமாய் இருப்பதில்லை. அது வந்துதான் ஆகணும் தள்ளிப்போட முடியாது. அதப் பத்தி இப்ப பேச விரும்புவீங்களா?''

"எனது குழந்தை! இப்ப நான் விரும்பறேன்.'' தனது கண்களை ஒரு கையால் மூடிக் கொண்டு, மற்றொரு கையால் ஏவாவின் கையை பிடித்துக் கொண்டார்.

"நம்மோட எல்லா மனிதர்களையும் ஒண்ணா பார்க்க விரும்ப றேன். அவங்ககிட்ட சில விஷயங்கள நான் சொல்லணும்'' ஏவா கூறினாள்.

"நல்லது'' பொறுத்துக் கொள்ளும் வறண்ட குரலில் அவர் சொன்னார்.

ஒபேலியா ஒருத்தரை அனுப்பி வைத்தாள். மொத்த வேலையாட்களும் அறையில் குழுமினர்.

தலையணையில் ஏவா சாய்ந்தாள். அவளது முடிகள் அவளது முகத்தில் தொய்வாகத் தொங்கியது. அவளது வெள்ளைத் தோலுக்கு எதிரிடையாக சோகமாக இருந்தது. கருஞ்சிவப்பு கன்னங்களும், அவள் கை, கால் மற்றும் உடலின் அமைப்புகளுக்கு மாறாக இருந்தது. அவளது பெரிய ஆன்மாவைப் போன்ற கண்கள் ஒவ்வொருவரிடமும் நிலைத்துப் பதிந்தது.

திடீரென்று உணர்ச்சியால் வேலையாட்கள் தாக்கப்பட்டனர். ஆன்மீக மனம், பிரித்தெடுக்கப்பட்டு அவளருகில் கிடக்கும் நீண்ட முடிக்கற்றைகள், வெறுப்படைந்த அவளது தந்தையின் கண்கள், மேரியின் தேம்பல் ஆகியவை அந்த உணர்ச்சிகர இனத்தின் உணர்வுகளை உடனடியாகத் தாக்கின. அவர்கள் வந்ததும் பெருமூச்சு விட்டபடி, தலையை அசைத்துக் கொண்டிருந்தனர். இறுதி ஊர்வலத்தில் இருப்பது போன்ற ஆழமான அமைதி நிலவியது.

"ஏவா சற்றே தன்னை உயர்த்திக் கொண்டு ஒவ்வொருவரையும் நீளமாகவும், ஆர்வமாகவும் பார்த்தாள். அனைவரும் வருத்தத்தோடும், அச்சத்தோடும் இருந்தனர். பல பெண்கள் தங்களது மேலங்கிகளால் தங்களது முகத்தை மூடிக் கொண்டிருந்தனர்.

"உங்களுக்கு எல்லாம் நான்தான் சொல்லி அனுப்பியிருந்தேன். நண்பர்களே. நா உங்கள நேசிக்கிறேன். உங்ககிட்ட சொல்ல எனக்கு சில விஷயங்கள் இருக்கு. அத நீங்க எல்லாம் நினைவுல வச்சுக்கணும்னு நா விரும்பறேன். நா உங்களிடமிருந்து விடைபெறப்போறேன். இன்னும் சில வாரங்களில் நான் இறந்திருப்பேன்'' ஏவா சொன்னாள்.

முனகல்களும், தேம்பல்களும், புலம்பல்களும் வெடித்தெழுந்து, குழந்தையை குறுக்கிட்டன. அதில் அவளது மெலிதான குரல்

முற்றிலும் அமிழ்ந்து போனது. சில நொடிகள் காத்திருந்தாள். பிறகு அவர்களின் அனைவரது தேம்பல்களைக் கட்டுப்படுத்திய குரலில் பேசினாள்:

“நீங்க என்னை நேசிச்சா, இப்படி என் பேச்சை குறுக்கிடக் கூடாது. நான் சொல்றத கவனமாக் கேளுங்க. உங்க ஆன்மாவைப் பத்தி நான் பேச விரும்பறேன். உங்களில் பலர் அலட்சியமா இருக்கீங்கன்னு பயப்படறேன். இந்த உலகத்தைப் பத்தி மட்டுமே நினைக்கறீங்க. ஏசு இருக்கும் அழகான உலகம் இருக்குன்னு நீங்க நம்பணும். நா அங்க போகப் போறேன். நீங்களும் அங்க போகலாம். எனக்கு அது எப்படியோ அப்படித்தான் உங்களுக்கும். நீங்க போக விரும்பினா, சோம்பலான, அலட்சியமான, சிந்தனை இல்லா உயிர்களா நீங்க வாழக் கூடாது. நீங்கள் கிறித்துவர்களாக இருந்தா நீங்க தேவதையாக மாறி, எப்பவும் தேவதையாக தொடர்ந்து இருக்க முடியுங்கறத நீங்க நினைக்க வேண்டும். நீங்க கிறித்துவராய் இருக்க விரும்பினால், ஏசு உங்களுக்கு உதவுவார். அவர்கிட்ட நீங்க பிரார்த்தனை செய்ய வேண்டும், நீங்க படிக்க வேண்டும்.’’

பிறகு குழந்தை தன்னை கட்டுப்படுத்திக் கொண்டாள். அவர்களை இரக்கம் ஏற்படுத்தும் வகையில் பார்த்தாள். சோகமாய்ச் சொன்னாள்:

“ஓ! அன்பர்களே! நீங்க படிக்கத் தெரியாத ஏழைப் பிறவிகள் “தனது முகத்தை தலையணைக்குள் மறைத்துக்கொண்டு தேம்பினாள். தரையில் மண்டியிட்டு அமர்ந்திருந்தவர்களிடம் அன்பொழுகும் விம்மல்களை அவள் தூண்டியிருந்தாள்.

தனது முகத்தை நிமிர்த்தி, கண்ணீரிடையே பிரகாசமாக புன்னகைத்து அவள் சொன்னாள்: ‘‘பரவாயில்லை. உங்களுக்காக நான் பிரார்த்தனை செய்துள்ளேன். உங்களால படிக்க முடியலேன்னாலும் ஏசு உங்களுக்கு உதவுவார்னு எனக்குத் தெரியும். உங்களால் முடிஞ்ச நல்லதை செய்ங்க. உங்களுக்கு உதவ அவரிடம் வேண்டுங்கள். எப்பப் பெல்லாம் முடியுதோ, அப்பெல்லாம் பைபிளை படிக்க வச்சு கேளுங்க. உங்களை எல்லாம் சொர்க்கத்தில் பார்ப்பேன்னு நா நம்பறேன்.

“அப்படியே ஆகட்டும்’’ டாம், மாம்மி மற்றும் மெதாடிஸ்ட் தேவாலயத்தில் உறுப்பினராக இருந்த முதியவர்கள் ஆகியோரிடமிருந்து முனகலாக பதில் வந்தது. சிந்தனையற்ற இளையவர்கள் தங்களது தலையை முழங்காலில் புதைத்துக் கொண்டு, தேம்பினர்.

“எனக்குத் தெரியும். நீங்க எல்லாம் என்னை நேசிச்சீங்க’’ ஏவா கூறினாள்.

“ஆமாம்! உண்மையில் நாங்க நேசிச்சோம். அவளை ஆண்டவன் ஆசிர்வதிக்கட்டும் என்பதே எல்லோரின் அனிச்சையான பதிலாக இருந்தது.

"ஆமாம் நீங்க நேசிக்கறீங்கன்னு எனக்குத் தெரியும். எங்கிட்ட எப்பவும் கனிவா இல்லாம இருந்தது உங்களில் யாருமில்ல. என்னை எப்பவும் நினைவுல வச்சிருக்கிற மாதிரி ஒண்ணை தர விரும்பறேன். எனது முடிச்சுருள் ஒண்ணை உங்களுக்கு கொடுக்கப் போறேன். அத நீங்க பார்க்கறபோது, நான் உங்கள நேசிச்சேன்கறதையும், நான் சொர்க்கத்திற்கு போயிட்டேன்கறதையும் நீங்க நினைக்கணும். உங்க எல்லாரையும் அங்க பார்க்க விரும்பறேன்னு தெரிஞ்சுக்கணும்''

அந்தக் காட்சியை விவரிப்பது சாத்தியமில்லை. கண்ணீருடனும், தேம்பல்களுடனும் சிறு பிறவியைச் சுற்றி அவர்கள் குழுமினர். அவளது அன்பின் இறுதி அடையாளமாகத் தோன்றிய அதை அவளது கரத்திலிருந்து எடுத்துக் கொண்டாள். அவர்கள் மண்டியிட்டனர்; தேம்பினர்; பிரார்த்தனை செய்தனர்; அவளது உடையின் விளிம்பை முத்தமிட்டனர். வயதானவர்கள் பிரிய வார்த்தைகளை வெளியிட்டனர். அவர்களது இனத்திற்குரிய வகையில் பிரார்த்தனையிலும் ஆசீர்வாதத்திலும் இணைந்து கொண்டனர்.

ஒவ்வொருவரும் தங்களது பரிசை எடுத்துக் கொண்டனர். தனது சின்னஞ்சிறிய நோயாளிகளிடம் இந்த பரபரப்பு ஏற்படுத்தும் விளைவுகள் பற்றி பயந்த ஒபேலியா அறையிலிருந்து அகலுமாறு அனைவருக்கும் சைகை காட்டினாள்.

டாமையும், மாம்மியும் தவிர அனைவரும் சென்று விட்டிருந்தனர்.

''டாம் மாமா, உங்களுக்கு அழகான ஒண்ணு. உங்களை சொர்க்கத்துல பார்ப்பேன்னு எனக்கு மகிழ்ச்சி டாம் மாமா. எனது கனிவான, நல்ல மாம்மி, உங்களையெல்லாம் அங்கே பார்ப்பேன்னு எனக்கு நிச்சயம் நம்பிக்கை இருக்கு'' தனது வயதான தாதியைச் சுற்றி அன்போடு தனது கரங்களை வளையவிட்டு அவள் கூறினாள்: "நீங்களும் அங்க வருவீங்கன்னு எனக்குத் தெரியும்.''

"ஓ! செல்வி? நீங்க இல்லாம நா எப்படி வாழ்வேன்னு எனக்குப் புரியல. அது இந்த இடத்திலேர்ந்து ஜீவன எடுத்துட்ட போற மாதிரி இருக்கும்.'' விசுவாசமான பிறவி கூறியது. உணர்ச்சி ததும்பும் சோகத்திற்கு மாம்மி இடம் கொடுத்தாள்.

அவளையும், டாமையும் ஒபேலியா அந்த அறையிலிருந்து இதமாக தள்ளினாள். அவள் திரும்பியதும், அங்கே டாப்ஸி நின்றிருந்தாள்.

"நீ எங்க இதுவரை இருந்தே?' திடீரென்று அவள் கேட்டாள்.

"நா இங்க இருந்தேன். ஓ! செல்வி ஏவா! நான் மோசமான பெண்ணா இருந்தேன். எனக்கும் ஒண்ணு தர மாட்டீங்களா?'' தனது கண்களிலிருந்து கண்ணீரை துடைத்தவாறு டாப்ஸி கூறினாள்.

“நிச்சயமா, ஏழை டாப்ஸி! நிச்சயம் தருவேன். ஒவ்வொரு முறை அத பார்க்கறபோதும் நான் உன்னை நேசிச்சேன்னு நினைக்கணும். நல்ல பெண்ணா நீ இருக்கணும்னு விரும்பினேன்னு நினைக்கணும்.''

“ஓ செல்வி ஏவா, நா முயற்சி செய்யறேன். ஆனா, கடவுளே, நல்லபடியா இருக்கறது எவ்வளவு கஷ்டமா இருக்கு. நா அப்படியே பழக்கப்பட்டுடேன்னு தோணுது. வழியே இல்லை'' ஆர்வமாய் டாப்ஸி சொன்னாள்.

“ஏசுவுக்கு அது தெரியும். டாப்ஸி அவர் உனக்காக வருத்தப் படறார். அவர் உனக்கு உதவுவார்.

தனது முகத்தை மேலங்கியில் மூடிக்கொண்ட டாப்ஸியை ஒபேலியோ அறையிலிருந்து மெதுவாக அனுப்பி வைத்தாள். அவள் வெளியேறியபோது, விலைமதிப்பற்ற சுருளை மடியில் மறைத்துக் கொண்டாள்.

எல்லாரும் போனதும், ஒபேலியா கதவை சாத்தினாள். இந்தக் காட்சியின்போது பல கண்ணீர்த் துளிகளை இந்த மதிப்புமிக்க பெண்மணி துடைத்துக் கொண்டிருந்தாள். தனது இளம் பொறுப் பிடம் இந்த பரபரப்பு ஏற்படுத்தும் விளைவுகள் பற்றிய கவலைகளே அவளது மனதில் மேலோங்கி இருந்தது.

தனது கைகளால் கண்களை மறைத்துக் கொண்ட நிலையிலேயே முழு நேரமும் செயிண்ட் கிளேர் அமர்ந்திந்தார். அவர்கள் அனைவரும் சென்ற பின்னும், அவர் நிலையாக உட்கார்ந்திருந்தார்.

“அப்பா'' அவரது கையில் தனது கைகளை இதமாக இணைத்து ஏவா சொன்னாள்.

அவர் திடுக்கிட்டு நடுங்கி, துள்ளி எழுந்தார். பதில் எதுவும் கூறவில்லை.

“அன்பான அப்பா'' ஏவா சொன்னாள்.

“என்னால முடியாது. எனக்கு இப்படி இருக்கக் கூடாது. கடவுள் என்னைக் கசப்பா நடத்திட்டார்'' உண்மையில் கசப்பான அழுத்தத்துடன் இந்த வார்த்தைகளை செயிண்ட் கிளேர் உச்சரித்தார்.

“அகஸ்டியன்! அவரது சொந்த மக்களிடம் அவர் விரும்பியதை செய்வதற்கு கடவுளுக்கு உரிமை இல்லையா?'' ஒபேலியா கேட்டாள்.

“இருக்கலாம், ஆனா அத தாங்கிக்கிறது சுலபமா இருக்கல.'' கண்ணீரில்லா வறட்சியோடும், கடுமையோடும் சொல்லித் திரும்பினார்.

“அப்பா, என்னோட இதயத்தை நீங்க நொறுங்க வைக்கறீங்க. நீங்க அப்படி நினைக்கக் கூடாது.'' எழுந்து அவரது புஜங்களுக்குள் புகுந்து கொண்ட ஏவா தேம்பினாள். அனைவரும் அச்சப்படும்

அளவிற்கு அழுதாள். அவளது அப்பா எண்ணங்களை உடனடியாக வேறு திசையில் திருப்பினார்.

"எனதருமை ஏவா! நான் சொன்னது தப்பு. நான் கெட்டவன். நா எப்படி வேணாலும் நினைக்கலாம். எந்த வழியிலே வேணாலும் பேசலாம். உன்னை வருத்திக்காதே. தேம்பி அழாதே. நான் சமாதானம் பண்ணிக்கறேன். நான் அது மாதிரி பேசினது என்னோட கெட்ட குணம்."

சோர்ந்து போன புறாவாய் தனது தந்தையின் தோள்களில் ஏவா சாய்ந்தாள். அவள் மேல் சாய்ந்து கொண்டு, அவரால் நினைக்க முடிந்த இதமான வார்த்தைகளால் அவளை ஆறுதல்படுத்தினார்.

தனது தளர்ச்சியைக் கட்டுப்படுத்த முடியாமல் மேரி எழுந்தார். தனது அறைக்குச் சென்றார்.

"எனக்கொரு சுருள் தரலையே ஏவா" சோகமான புன்னகையோடு அவளது தந்தை சொன்னார்.

"அது எல்லாம் உங்களுக்குத்தான்." புன்னகைத்தவாறு அவள் கூறினாள். "உங்களுக்கும், அம்மாவுக்கும் அவங்க விரும்பற அளவுக்கு அன்பான அத்தைக்கும் கொடுக்கணும். நான் போன பிறகு அவர்கள் எல்லாரும் மறந்துடுவாங்க என்பதாலும், அவங்களுக்கு நினைவு படுத்தும் என்ற நம்பிக்கையாலும், அந்த ஏழைப் பிறவிகளுக்கு நானே கொடுத்தேன். நீங்க ஒரு கிறித்துவர். இல்லையா அப்பா?" ஏவா சந்தேகமாகக் கேட்டாள்.

"என்ன? ஏன் கேட்கற?"

"எனக்குத் தெரியல. இவ்வளவு நல்லவரா இருக்கற நீங்க, அப்படி இல்லாம எப்படி இருக்க முடியும்னு பார்த்தேன்"

"கிறித்துவனாய் இருப்பது என்பது என்ன, ஏவா?"

"கிறித்துவை அனைத்தையும்விட அதிகமா நேசிக்கிறது" ஏவா சொன்னாள்.

"நீ அப்படி நேசிக்கிறியா ஏவா?"

"நிச்சயமா நேசிக்கிறேன்."

"அவரை நீ எப்பவும் பார்த்ததில்லை" செயிண்ட் கிளேர் சொன்னார்.

"அதனால் வித்தியாசம் ஒண்ணுமில்ல. அவரை நான் நம்பறேன். சில நாட்களில் அவரை பார்ப்பேன்" ஏவா சொன்னாள். மகிழ்ச்சி யோடும், தீவிரத்தோடும் இளம் முகம் ஒளிர்ந்தது.

செயிண்ட் கிளேர் வேறு எதுவும் சொல்லவில்லை. இது போன்ற உணர்வுகளை இதற்கு முன்னர் தனது தாயிடம் கண்டிருக்கிறார். உள்ளிருந்த எந்தப் பிணைப்பும் அதோடு கலந்திருக்கவில்லை.

இதற்குப் பிறகு ஏவாவின் நிலை கீழிறங்கியது. அந்த நிகழ்வு பற்றி எந்த சந்தேகமும் இருக்கவில்லை. அன்பான நம்பிக்கைகளை மறைக்க முடியாது. அவளது அழகிய அறை ஒப்புக்கொள்ளும் விதத்தில் நோய் பீடித்ததாக இருந்தது. ஒரு தாதியின் கடமையை இரவும், பகலும் ஒபேலியா செய்தாள். அந்த தகுதியில் அவரை பாராட்டியது போல், வேறு எதிலும் அவளது நண்பர்கள் அவளை பாராட்டியதில்லை. நன்கு பயிற்சி பெற்ற கண்கள்; கைகள்; ஒழுங்கான திறமை; தூய்மை; வசதி; வியாதிக்கு ஏற்பு இல்லாத அத்தனை நிகழ்வுகளையும் ஒதுக்கி வைக்கும் திறன்; காலந்தவறாத கவனம்; தெளிவான, கவலைப்படாத தலை; மருத்துவரின் ஒவ்வொரு அறிவுரையையும், மருத்துவக் குறிப்பு களையும் துல்லியமாக நினைவில் வைத்து செயல்படுதல் ஆகியவற்றில் எல்லாவுமாக அவள் இருந்தாள். தெற்கத்திய நடைமுறை போன்று தாராளம் காட்டாத அவளது பிரத்யேகத்தன்மையையும், கடுமைத் தன்மையையும் கண்டு தோளைக் குலுக்கிக் கொள்பவர்கள்கூட தற்போது தேவையான சரியான ஆள் அவள்தான் என்று ஏற்றுக் கொண்டனர்.

டாம் மாமா ஏவாவின் அறையிலேயே இருந்தார். நரம்பு மண்டல பதற்றம் காரணமாக குழந்தை தவித்தது. தூக்கிச் செல்லப்படுவது அவளுக்கு நிம்மதியாய் இருந்தது. தனது தோளில் அவளது மெல்லிய உருவத்தை தூக்கிச் செல்வது டாமின் சிறந்த மகிழ்ச்சியாய் இருந்தது ஒரு தலையணையில் கிடத்துவார். அவளது அறையில் மேலும் கீழுமாக நடப்பார். வெராந்தாவிற்கு வந்து நடப்பார். ஏரியிலிருந்து புதிதான கடல் காற்று வீசும்போது தோட்டத்தில் ஆரஞ்சு மரங்களின் கீழ் சில சமயம் நடப்பார். காலையில் குழந்தை மிகவும் புத்துணர்வாய் உணர்வாள். அவர்களின் பழைய இருக்கைகளில் அமர்வார். அவளுக்கு விருப்பமான பழைய தோத்திரப் பாடல்களைப் பாடுவார்.

அவளோட அப்பாவும் அவ்வாறே செய்தார். ஆனால் அவரது உடலமைப்பு, மெலிதாக இருந்தது. அவர் சோர்வாக இருக்கும்போது, ஏவா அவரிடம் கூறுவாள்:-

"ஓ அப்பா! டாம் மாமா என்னை தூக்கிக் கொள்ளட்டும். ஏழை மனிதர். அவருக்கு அது மகிழ்ச்சியா இருக்கு. இப்ப அவரால இதுதான் செய்ய முடியும். அவர் ஏதாவது செய்யணும்னு விரும்பறார்''

''நானும் அப்படித்தான் விரும்பறேன்.'' அவளது அப்பா கூறினார்.

"அப்பா! நீங்க எல்லாத்தையும் செய்யலாம். நீங்கதான் எனக்கு எல்லாம். எனக்குப் படிச்சு காட்டுறீங்க. இரவில் உட்கார்ந்து கவனிச்சுக் கிறீங்க. டாம்கிட்ட ஒண்ணுதான் இருக்கு. அதை உங்களைவிட எளிதா அவர் செய்வார்னு எனக்குத் தெரியும். அவர் என்னை வலிமையா தூக்கறார்.''

ஏதாவது செய்ய வேண்டும் என்ற ஆர்வம் டாமோடு மட்டும் நிற்கவில்லை. நிறுவனத்தில் இருந்த அனைவரும் அதே உணர்வுகளை வெளிப்படுத்தினர். அவரவர் வழியில் அவர்களால் முடிந்ததை செய்தனர்.

ஏழை மாம்மியின் மனம் தனது அன்புக் குழந்தையை மிகவும் விரும்பியது. இரவோ பகலோ தனது மனநிலையில் ஓய்வு எடுப்பது சாத்தியமற்றது என்று மேரி கூறியதால், மாம்மிக்கு வாய்ப்புக் கிடைக்க வில்லை. யாரையாவது ஓய்வெடுக்க விடுவது மேரியின் கொள்கைக்கு எதிரானது என்பது உண்மைதான். இரவில் இருபது முறை, அவரது காலை தேய்க்க மாம்மியை வற்புறுத்துவாள்; தலையை துடைக்கச் சொல்வாள்; ஏவாவின் அறையில் என்ன சத்தம் என்று பார்க்கச் சொல்வாள்; வெளிச்சம் அதிகம் என்று திரைச்சீலையை மூடச் சொல்வாள். இருட்டு என்று திரைச்சீலையை போடச் சொல்வாள். பகலில், தனது விருப்பக் குழந்தைக்கு பணிவிடை செய்ய மாம்மி விரும்பும்போது, அவளை வேறிடத்திலோ, வீடு முழுவதிலுமோ மும்முரமாய் இருக்க பணிப்பதில் மேரி வல்லவராய் இருந்தார். மேரிக்கு தெரியாது நடத்தப்பட்ட அரிதான உரையாடல்களும் நொடிப் பொழுது பார்வைகளுமே அவளுக்கு கிடைத்தன.

“என்னை கவனமா கவனிச்சுக்க வேண்டியது - எனது கடமைன்னு நினைக்கிறேன். நான் வலிமையற்று இருப்பதோடு, எனது குழந்தையின் முழுப் பாதுகாப்பும், பராமரிப்பும் வேறு எனக்கு இருக்கு.’’ மேரி கூறினார்.

“எனது அன்பே! நமது சகோதரி அந்த வேலையிலிருந்து உன்னை விடுவிச்சான்னு நினைச்சேன்.’’ செயிண்ட் கிளேர் சொன்னார்.

“ஒரு ஆம்பள மாதிரி பேசறீங்க. செயிண்ட்கிளேர் இந்த நிலையில ஒரு குழந்தையோட அம்மா நிம்மதியா இருக்க முடியும்னு நினைக்க றீங்க. ஆனால், எல்லாம் ஒண்ணாத்தான் இருக்கு. நான் எப்படி உணர்றேன்னு யாரும் கவலைப்படறதில்லை. உங்களை மாதிரி, எல்லாத்தையும் என்னால் தூக்கி எறிய முடியாது.’’

செயிண்ட் கிளேர் புன்னகைத்தார். அவரை நீங்கள் மன்னிக்க வேண்டும். அவருக்கு வேறு வழியில்லை. அவரால் இப்பவும் புன்னகைக்க முடிந்தது ஆச்சரியம்தான். சிறு ஆவியின் விடைபெறும் பயணம் பிரகாசமாகவும், அமைதியாகவும் இருந்தது. சொர்க்கத்தின் கரைகளுக்குப் போகும் சிறிய கப்பல் இனிப்பான, வாசமான மென்காற்றை பெற்றிருந்தது. அவளை அணுகுவது இறப்புதான் என்று உணர்வது சாத்தியமற்றதாய் இருந்தது. குழந்தை அதை வலியாய் உணரவில்லை. அமைதியான, மிருதுவான பலவீனமும் உணர்வற்ற விதத்தில் தினமும் அதிகரித்து வந்தது. அவள் மிகவும் அழகாகவும், அன்பாகவும், நம்பிக்கை உள்ளவளாகவும், மகிழ்ச்சியானவளாகவும்

இருந்ததால், அவளைச் சுற்றி படர்ந்திருந்த அப்பாவியான, அமைதியான தொனியின் ஆறுதலான தாக்கத்தை மற்றவர்களால் தடுக்க முடியவில்லை. விநோதமான அமைதி தன்னிடம் வந்துள்ளதை செயிண்ட் கிளேர் கண்டு கொண்டார். அது நம்பிக்கையல்ல - அது சாத்தியமல்ல. விட்டு விலகி நிற்பதும் அல்ல. ஒரு அமைதியான ஓய்வைத் தரும் தற்போதைய நிலை மிகவும் அழகாக இருந்ததால் எதிர்காலத்தைப் பற்றி நினைப்பதை விரும்பவில்லை. பிரகாசமான தீவிரமான பூக்கும் பருவமான இதமான வசந்த காலத்தில் இறுதியாக மலரும் மலர்களை, அதனைப் பின்னர் பார்க்க முடியாதென்று கருதி, அதிக மகிழ்வோடு விரும்புவோம். அது மாதிரி இப்போது இருந்தது.

அவளை விசுவாசமாகத் தூக்கிச் செல்லும் டாம்தான் ஏவாவின் எண்ணங்களையும், முன்னறிவிப்புகளையும் அதிகமாக அறிந்த நண்பர். தனது தந்தைக்கு தொந்தரவு தரும் என்று கருதியவற்றை டாமிடம் கூறினாள். அவளது ஆன்மா உணர்ந்த மர்மமான அறிவிப்புகளை அவரிடம்தான் கூறியிருந்தாள்.

டாம் தனது அறையில் உறங்கவில்லை. எப்போது அழைத்தாலும் எழுந்திருந்து வரும் வகையில் வெளி வராந்தாவில் படுத்துக் கொண்டார்.

“டாம் மாமா, ஒரு நாய் மாதிரி எங்கும், எல்லா இடத்திலும் ஏன் தூங்கறீங்க? நீங்க ஒரு ஒழுங்குமுறையான ஆள்னு நினைச்சுக்கிட்டு இருக்கேன். கிறித்துவ வழியிலே படுக்கையில் படுக்க விரும்புவீங்கன்னு பார்த்தேன்.'' ஓபேலியா கேட்டாள்.

“நான் அப்படித்தான் விரும்புவேன், செல்வி ஃபீலி. அப்படித்தான் இருப்பேன், ஆனா இப்ப'' மர்மமாகக் கூறினார்.

“நல்லது; இப்ப என்ன?''

“நாம சத்தமா பேசக் கூடாது. எஜமானர் அத விரும்ப மாட்டார். ஆனா தேவதூதனை கவனிக்க யாராவது இருக்கணுமில்லையா?''

“என்ன சொல்றீங்க டாம்?''

“சாசனத்துல அது சொல்லியிருக்குன்னு உங்களுக்குத் தெரியும். “நள்ளிரவில் பெரிய சத்தம் செய்யப்பட்டது. கவனித்துப்பார். மணப் பெண் வருகிறார்.'' ஒவ்வொரு இரவும் இப்ப அத எதிர்பார்த்துக் கிட்டிருக்கேன். காது கேட்காத தூரத்தில என்னால தூங்க முடியாது. வேற வழியில்ல''.

“ஏன், டாம் மாமா, அப்படி நினைக்க எது உங்களைத் தூண்டுது?''

“செல்வி ஏவா. என்கிட்ட பேசறாங்க. ஆண்டவன் அந்த ஆன்மா மூலம் அவரோட தூதுவரை அனுப்பறார். ஆசிர்வதிக்கப்பட்ட குழந்தை அரசாங்கத்திடம் போகும்போது நா அங்க இருக்க வேண்டும்.

செல்வி ஃபீலி. கதவை அத்தனை அகலமா அவங்க திறப்பாங்க. அந்த மகத்தான புகழ்மிக்க காட்சியை நாம பார்க்க வேண்டும்.''

"டாம் மாமா, வழக்கத்தைவிட அதிக சுகவீனமா ஏவா இன்னிக்கு இரவு உணர்ந்தாளா?''

"இல்ல. இன்னிக்கு காலைல சொன்னாங்க. அவங்க நெருங்கி வர்றதா சொன்னாங்க. அது தேவதை. விடியலுக்கு முந்தைய எக்காள சத்தம் அது'' தனது விருப்ப பாடலிலிருந்து மேற்கோள் காட்டி, டாம் கூறினார்.

இரவுக்கு எல்லா ஏற்பாடுகளும் முடிந்த பின்பு, வெளிக்கதவை பூட்ட போகும்போது, இரவு பத்து மணிக்கும் பதினொரு மணிக்கும் இடையில், வெளி வராந்தாவில் டாம் படுத்திருப்பதை ஒபேலியா கண்டபோது, டாமுக்கும், ஒபேலியாவுக்கும் இடையில் இந்த உரையாடல் நிகழ்ந்தது.

அவள் பதட்டமாகவோ, பரபரப்பாகவோ இருக்கவில்லை. ஆனால், பயபக்தியான, மனப்பூர்வமான நடைமுறை அவளைத் தாக்கியது. அந்த மாலையில் வழக்கத்தைவிட பிரகாசமாகவும், உற்சாகமாகவும் ஏவா இருந்தாள். தனது படுக்கையில் எழுந்து அமர்ந் திருந்தாள். அவளது சிறு நகைகள் மற்றும் மதிப்புமிக்க பொருட்களை பார்த்தாள். அவற்றை எந்த நண்பருக்கு கொடுக்க வேண்டும் என்று தெரிவித்தாள். பல வாரங்களுக்கு மேலாக இருந்ததற்கு மாறாக, அவளது நடைமுறைகள் உயிர்ப்பூட்டுவதாகவும், அவளது குரல் மேலும் இயற்கையாகவும் இருந்தன. மாலையில் அவளது தந்தை வந்திருந்தார். அவள் நோய் வாய்ப்பட்டதற்கு முன்பிருந்த நிலையில் அவள் தோன்றுவதாகக் கூறினார். அவளுக்கு இரவு நேர இறுதி முத்தம் கொடுக்கையில் ஒபேலியாவிடம் அவர் கூறினார். "சகோதரி, அவள நம்மகிட்டயே வச்சுக்கலாம். அவ நிச்சயமா முன்னைவிட நல்லா இருக்கா.'' பல வாரங்களாக இருந்ததைவிட லேசான இதயத்தோட அவர் படுக்கைக்குப் போனார்.

ஆனா விநோதமான புதிரான நள்ளிரவில் பலவீனமான நோயாளிக்கும், முடிவற்ற எதிர்காலத்திற்கும் இடையில் இருந்த திரை மெலிதாக மாறியபோது, தூதுவர் வந்தார்.

அந்த அறையில் ஒரு சத்தம் வந்தது. விரைவாக அடியெடுத்து வைத்த சத்தங்களில் அது முதலாவது. தனது குட்டி பொறுப்பாளி யிடம் இரவு முழுவதும் அமர்ந்திருக்க தீர்மானித்திருந்த ஒபேலியா, அனுபவமான தாதிகள் "ஒரு மாற்றம்'' என்று நினைக்கும் நிலையை இரவின் முடிவில் கண்டாள். வெளிக்கதவு விரைவாக திறக்கப்பட்டது. வெளியில் காவல் காத்த டாம் ஒரு நொடியில் ஆயத்தமானார்.

"டாக்டரை அழைச்சிட்டு வாங்க டாம். ஒரு நிமிஷமும் தாமதிக்கக் கூடாது.'' செல்வி ஒபேலியா கூறினாள். அறைக்கு குறுக்காக விரைந்து

செயிண்ட்கிளேரின் அறைக் கதவைத் தட்டினாள். “சகோதரா, நீங்க கொஞ்சம் இங்க வர்றீங்களா?'' கல்லறைமீது விழும் மண்ணாய் இது அவரது காதுகளில் விழுந்தது. ஏன் அப்படி விழுந்தது? அவர் எழுந்த, சில நொடிகளில் அந்த அறைக்கு வந்தார். தூங்கிக் கொண்டிருந்த ஏவாவை குனிந்து பார்த்தார்.

அவரது இதயத்தை ஸ்தம்பிக்க வைத்த எதை பார்த்தார்? இருவரிடையே ஏன் எந்த வார்த்தையும் பேசப்படவில்லை. தனது அன்புக்கு உரியவர் இனி உங்களுக்கு உரியவரில்லை என்று உணரும் வரை, அது உங்களுக்குப் புரியாது.

குழந்தையின் முகத்தில், கோரமான பதிவுகள் எதுவும் இருக்க வில்லை. ஓர் உயர்ந்த, உன்னதமான சுபாவமும், ஆன்மீக இயல்பின் நிழலான இருப்பும், அந்தக் குழந்தையின் ஆன்மாவில் அழிவில்லா வாழ்வின் தோற்றமும் மட்டுமே இருந்தன.

“இந்த மாற்றம் எப்ப நிகழ்ந்தது?'' தணிவான முணுமுணுப்பாய் ஒபேலியாவிடம் அவர் கேட்டார்.

“கிட்டத்தட்ட இரவின் முடிவின்போது'' என பதில் வந்தது.

மருத்துவரின் வரவால் எழுப்பப்பட்ட மேரி, அடுத்த அறையிலிருந்து விரைந்து வந்தார்.

''அகஸ்டியன், சகோதரி! ஓ! என்ன'' விரைவாக பேசத் துவங்கினாள்.

“உஷ், அவள் இறந்து கொண்டிருக்கிறாள்.'' கம்மிய குரலில் செயிண்ட் கிளேர் கூறினார்.

அந்த வார்த்தைகளை மாம்மி கேட்டாள். வேலையாட்களை எழுப்ப, விரைந்து பறந்தாள். வீடு விரைவில் எழுப்பப்பட்டது. விளக்கு கள் எரிந்தன. காலடி சத்தங்கள் கேட்டன. வராந்தாவை பதட்டமான முகங்கள் மொய்த்தன. கண்ணாடி வழியே கண்ணீருடன் பார்த்தன. ஆனால் செயிண்ட் கிளேர் தனது சின்னஞ்சிறு தூங்கும் குழந்தையின் அந்தப் பார்வையைத்தான் பார்த்தார்.

“ஓ, அவள் எழுந்து, மீண்டும் பேசுவாளா?'' அவர் சொன்னார். அவள் மேல் குனிந்து, அவளது காதில் பேசினார். “ஏவா! பேரன்பே!''

''பெரிய நீலக் கண்கள் மூடியிருந்தன. முகத்தில் புன்னகை படர்ந்திருந்தது. தலையைத் தூக்க முயன்றாள். பேச முனைந்தாள்.

“என்னைத் தெரியுதா, ஏவா?''

“எனதன்பான அப்பா'' அவரது கழுத்தைச் சுற்றி கரத்தைப் போட கடைசியாக முயன்ற குழந்தை கூறினாள். சில நொடிகளில் அது மீண்டும் கீழே விழுந்தது. தனது தலையைத் தூக்கிப் பார்த்த செயிண்ட் கிளேர், ஒரு மனித வேதனையின் சாயல் அவளது முகத்தில் படர்வதை

பார்த்தார். மூச்சுவிடத் திணறினாள். தனது சின்னஞ்சிறு கைகளை வீசினாள்.

“ஓ கடவுளே, இது பயங்கரம்'' வேதனையில் திரும்பியவாறு அவர் சொன்னார். என்ன செய்கிறோம் என்ற உணர்வின்றி. டாமின் கையை பிடித்து ‘‘ஓ டாம் எனது பையா! இது என்னைக் கொல்லுது.''

தனது கையோடு எஜமானின் கையை பிடித்துக்கொண்ட டாம், கரும் கன்னத்தில் கண்ணீர் வழிய தான் எப்போதும் உதவி நாடும் இடத்தை பார்த்தார்.

“இது சீக்கிரம் முடியணும்னு பிரார்த்தனை செய். இது என்னோட இதயத்தைப் பிழியுது.'' செயிண்ட் கிளேர் கூறினார்.

“ஓ! கடவுள் ஆசிர்வதிக்கட்டும்! அது முடிஞ்சிடுச்சு எஜமான். அவங்கள பாருங்க'' டாம் கூறினார்.

ஓய்ந்துவிட்டவளாய் ஏவா தனது தலையணையில் மூச்சுத் திணறியவாறு இருந்தாள். பெரிய தெளிவான கண்கள் சுழன்று, நிலையாக நின்றன. சொர்க்கத்தைப் பற்றி அவ்வளவு பேசிய அந்தக் கண்கள் என்ன சொல்லின? பூமி வாழ்வும், அதன் வலிகளும் மறைந்தன. ஒரு ஆன்மீகமான, புதிரான, வெற்றிகரமான பிரகாசம் நிறைந்த அந்த முகம் சோகத்தின் விம்மல்களைக்கூட கட்டுப் படுத்தியது. மூச்சற்று அசைவற்ற நிலையில் அவளைச் சுற்றி அனைவரும் நெருங்கினர்.

“ஏவா'' செயிண்ட கிளேர் இதமாய்ச் சொன்னார். அவள் காதில் அது விழவில்லை.

“ஓ ஏவா! நீ என்ன பார்க்கறேன்னு சொல்லு. அது என்ன?'' அவளது தந்தை கேட்டார்.

ஒரு பிர்காசமான, மகத்தான புன்னகை அவளது முகத்தில் படர்கிறது. விட்டு விட்டு அவள் சொன்னாள். ‘ஓ! அன்பு, மகிழ்வு, அமைதி'' ஒரு பெருமூச்சுவிட்டு, இறப்பிலிருந்து வாழ்வுக்குச் சென்றாள்.

“வழியனுப்புகிறேன், எனதன்பான குழந்தையே! உனக்குப் பிறகு பிரகாசமான முடிவற்ற கதவுகள் மூடிவிட்டன. உனது இனிய முகத்தை இனி பார்க்க மாட்டோம். ஓ! நீ சொர்க்கத்தில் நுழைவதை பார்த்த வர்களுக்கு வேதனை. தினசரி வாழ்க்கையின் குளிரான, சாம்பலான வாழ்வைத்தான் அவர்கள் பார்ப்பார்கள். நீ நிரந்தரமாய் சென்று விட்டாய்!''

27

"இதுதான் பூமியின் இறுதி"

ஜான். கியு. ஆடம்ஸ்.

ஏவாவின் அறையிலிருந்த சிறு சிலைகளும், படங்களும் வெள்ளைத் துண்டுகளால் மறைக்கப்பட்டிருந்தன. பேசாதிருந்த வாசகங்களும், அடக்கப்பட்ட பாதத் தடங்களுமே அங்கிருந்தன. பாதியளவு மூடப்பட்டிருந்த திரை காரணமாக இருளாகியிருந்த அறையில் ஜன்னல் வழியாக வெளிச்சம் வந்தது.

படுக்கை வெள்ளை நிறத்தில் உறையிடப்பட்டிருந்தது. கீழே தேவதை உருவம் கிடத்தப்பட்டிருந்தது. துயில்வது போன்ற நிலையில் படுத்திருந்தாள். இனி விழித்தே எழ முடியாத தூக்கம்.

அவள் வாழ்ந்தபோது விரும்பி அணியும் வெண்ணிற உடையில் அவள் படுத்திருந்தாள்: திரை வழியே வந்த இளஞ்சிவப்பு வெளிச்சம் சாவின் குளிரை இதமாக மாற்றியது. தூய்மையான கன்னத்தில், கனமான கண் இமைகள் இதமாக இறங்கின. தலை ஒரு பக்கமாக திருப்பப்பட்டிருந்தது. உறக்கத்தின் இயல்பு அதில் தென்பட்டது. ஆனால், முகத்தின் ஒவ்வொரு வரியிலும் உயர்வான தற்காலிக உறக்கம் இல்லை என்பதையும், நீண்ட புனிதமான ஓய்வு என்பதையும், அந்தப் பேரானந்த ஓய்வு நிலை எடுத்துக் காட்டியது. அது தான் மிகவும் நேசிப்பவருக்கு ஆண்டவன் கொடுக்கும் பேரானந்தம்.

உன்னைப் போன்றவர்களுக்கு இறப்பு என்பது இல்லை, ஏவா. இறப்பின் நிழலோ, இறப்பின் இருளோ இருப்பதில்லை. வெண்ணிற சாலையில், நட்சத்திரம் மறைவது போன்ற பிரகாசமான மறைவே. உனது வெற்றி சண்டையில்லாத வெற்றி. மோதல் இல்லாத கிரீடம்.

தனது கையை மடித்துக் கட்டியவாறு அங்கு நின்ற செயிண்ட் கிளேரின் எண்ணம் அப்படித்தான் ஓடியது. ஆ! அவர் என்னதான் நினைக்கிறார் என்று யாரால்தான் சொல்லமுடியும்? இறந்த அந்த தருணத்தில் 'அவள் போய்விட்டாள்'' என்று அந்த குரல்கள் ஒலித்த பிறகு, எல்லாமும் சோர்வான பனித்துளிதான். ஒரு கனமான வேதனையின் மங்கலான மொழிதான். அவரைச் சுற்றி குரல்கள் ஒலிப்பதை கேட்டிருந்தார்; கேள்விகள் கேட்கப்படுவதை உணர்ந்திருந்தார்; பதிலளித்துமிருந்தார்; இறுதிச் சடங்கு எப்போது வைக்கலாம் என்று கேட்டிருந்தனர்; அவளை எங்கு அடக்கம் செய்ய வேண்டுமென

கேட்டிருந்தனர். பொறுமையாக பதிலளித்திருந்தார். அவர் அக்கறை காட்டினதாகத் தெரியவில்லை.

அடால்பும், ரோசாவும், அறையை ஒழுங்குபடுத்தினர். சலனமான திடபுத்தியற்ற, குழந்தைத்தனமான அவர்கள், மிருதுவான மனத் தோடும், உணர்ச்சிகளோடும் மாறியிருந்தனர். பொதுவான ஒழுங்குக்கும் தூய்மைக்கும் செல்வி ஒபேலியா பொறுப்பேற்றிருந் தாலும், ஏற்பாடுகளுக்கு மிருதுவான, கவிதைத்தனமான சாயலை அவர்களிருவரும் ஏற்படுத்தியிருந்தனர். புதிய இங்கிலாந்து இறுதி ஊர்வலத்தில் வழக்கமாக காணப்படும் கடுமையான தொனியும், கோரமான தோரணையும் அந்த அறையிலிருந்து விலகியிருந்தன.

அலமாரியில் இன்னும் வாடா மலர்கள் இருந்தன. அனைத்தும் வசீகரமாக தொங்கும் இலைகளுடன் கூடிய மெல்லிய, வாசனை மிகுந்த வெள்ளை மலர்கள். வெள்ளைத் துணியில் சுற்றப்பட்டிருந்த ஏவாவின் சின்னஞ்சிறு மேஜையில் அவளது விருப்பமான பூந்தொட்டியில் ஒரே ஒரு வெள்ளை மொட்டு இருந்தது. துணிகளின் மடிப்புகளும், திரைச் சீலைகளின் தொங்கல்களும் அவர்களது இனத்திற்கே உரிய இனிய முறையில் ரோசவாலும் அடால்ஃபாலும் அமைக்கப்பட்டிருந்தன. சின்னஞ்சிறு ரோசா அறைக்குள் நுழைந்தாள். செயிண்ட் கிளேரை பார்த்ததும், திரும்ப வந்து மரியாதை செலுத்தினாள். அவர் அவளை கவனிக்காததை உணர்ந்து இறந்தவரைச் சுற்றி மலர்களை வைத்தாள். போற்றத்தக்க ரசனையோடு அந்த சின்னஞ்சிறு கரத்தில் வெள்ளை மல்லிகை மலரை அவள் வைத்ததையும், மஞ்சத்தில் மற்ற மலர்களை தூவியதையும் அவர் கனவில் காண்பதாய் பார்த்தார்.

மீண்டும் கதவு திறந்தது. அழுததால் வீங்கியிருந்த கண்களுடன் டாப்ஸி வந்தாள். தனது மேலங்கியின் அடியில் எதனையோ வைத்திருந்தாள். ரோசா விரைவாக அவளைத் தடுக்க முயன்றாள். ஆனால், அவள் அறையில் ஒரு அடி எடுத்து வைத்தாள்.

"நீ வெளியில் போகணும். உனக்கு இங்க எந்த வேலையும் இல்ல.'' ரோசா கண்டிப்பான முணுமுணுப்பை வெளிப்படுத்தினாள்.

"ஓ என்னை உள்ள விடுங்க. ஒரு பூவை கொண்டு வந்தேன்- இவ்வளவு அழகான மலரை'' தனது கரத்தில் பாதி மலர்ந்திருந்த மஞ்சள் தேநீர் ரோஜா மொட்டை வைத்திருந்த டாப்ஸி கூறினாள்.

"இந்த பூவை வைக்க மட்டும் உள்ள விடுங்க''

"ஓடிப்போ!'' ரோசா தீர்மானமாகக் கூறினாள்.

"அவ இருக்கட்டும். அவள் வரட்டும்.'' தனது காலை அழுத்தியபடி செயிண்ட் கிளேர் சொன்னார்.

ரோசா திடீரென்று பின்வாங்கினாள். டாப்ஸி முன்னேறி வந்து, சடலத்தின் காலில் மலரை வைத்தாள். பிறகு திடீரென்று சத்தமாக குரலெழுப்பி படுக்கைக்கு அருகில் புரண்டு அழுதாள்.

அறைக்குள் விரைந்து வந்த ஒபேலியோ, அவளை எழுப்பவும், அமைதிப்படுத்தவும் முயன்று தோல்வியுற்றார்.

"ஓ. செல்வி ஏவா! நானும் இறந்திருக்க விரும்பறேன்''

அவளது அழுகையில் துளைக்கும் கடுமை இருந்தது. செயிண்ட் கிளேரின் வெள்ளையான பளிங்கு முகத்தில் ரத்தம் பாய்ந்தது. ஏவா இறந்த பிறகு முகத்தில் சொட்டுக் கண்ணிர் அவரது கண்களிலிருந்து வழிந்தது.

"எழுந்திரு குழந்தை. ஏவா சொர்க்கத்துக்குப் போயாச்சு. அவள் ஒரு தேவதை. அப்படி அழாதே.'' மிருதுவாக்கப்பட்ட குரலில் ஒபேலியா கூறினாள்.

"ஆனா நா அவங்களை பார்க்க முடியாதே. நான் எப்பவும் பார்க்க முடியாது'' டாப்ஸி மீண்டும் தேம்பினாள்.

அனைவரும் ஒரு கணம் மௌனமாய் இருந்தனர்.

"என்னை அவங்க நேசிச்சதா அவங்க சொன்னாங்க. என்னை நேசிச்சாங்க. எனக்குன்னு இப்ப யாரும் இல்ல!'' டாப்ஸி சொன்னாள்.

"அது உண்மைதான். இந்த ஏழைப் பிறவியை ஆறுதல்படுத்த முடியல பாரு'' செயிண்ட் கிளேர் ஒபேலியாவிடம் சொன்னார்.

"நான் எப்பவும் பிறந்திருக்கக் கூடாதுன்னு விரும்பறேன். எந்த விதத்திலும் பிறந்திருக்க எனக்கு விருப்பமில்லை. அதுல எந்தப் பயனும் இருக்கறதா எனக்குத் தெரியல'' டாப்ஸி சொன்னாள்.

ஒபேலியா அவளை இதமாக - ஆனால் உறுதியாகத் தூக்கி, அறைக்கு வெளியே அழைத்துச் சென்றாள். அவ்வாறு அழைத்துச் செல்கையில், அவளது கண்ணிலிருந்து சில கண்ணீர்த் துளிகள் விழுந்தன.

"டாப்ஸி, நீ ஏழைக் குழந்தை. நம்பிக்கை இழக்காதே! அந்த அன்பான சின்னஞ்சிறு குழந்தைபோல் இல்லாவிட்டாலும், நான் உன்னை நேசிக்க முடியும். அவளிடமிருந்து கிறித்துவ அன்பை நான் கத்துக்கிட்டிருக்கேன்னு நம்பறேன். நான் உன்னை நேசிக்க முடியும். நான் உன்னை நேசிக்கிறேன். நீ நல்ல கிறித்துவப் பெண்ணாய் வருவதற்கு உனக்கு உதவ முயற்சிக்கிறேன்.'' அவளது அறைக்கு அழைத்துச் சென்றபோது ஒபேலியா கூறினாள்.

அவளது வார்த்தைக்கு மேலாக ஒபேலியாவின் குரல் இருந்தது. குரலைவிட மேலாக அவளது முகத்தில் விழுந்த நேர்மையான கண்ணீர் இருந்தது. அந்த மணி முதல் அந்த அனாதரவான

குழந்தையின் மனதில் அவளுக்கு ஒரு செல்வாக்கு கிடைத்தது. அதை அவள் எப்போதும் இழக்கவில்லை.

“ஓ, எனது ஏவா! பூமியில் குறைந்த நேரமே இருந்த யாரால் இவ்வளவு நல்லது செய்ய முடிஞ்சது? என்னோட நீண்ட ஆயுளுக்கு நான் என்ன செஞ்சிருக்கேன்னு கணக்கு காட்ட முடியும்'' செயின்ட் கிளேர் நினைத்தார்.

“இறந்தவளைப் பார்க்க ஒவ்வொருவராய் வந்ததால், சிறிதுநேரம், மிதமான முணுமுணுப்புகளும், காலடித் சத்தங்களும் அறையில் இருந்தன. அதற்குப் பிறகு சின்னஞ்சிறு சவப்பெட்டி வந்தது. அதற்குப் பிறகு இறுதி ஊர்வலம் இருந்தது. கதவுக்கு அருகில் வண்டி வந்தது. புதியவர்கள் வந்து அமர்ந்தார்கள். வெள்ளை கழுத்துத் துணிகளும் ரிப்பன்களும் இருந்தன. கிரேப்பில் கையணிகள் இருந்தன. துக்கம் கடைபிடித்தவர்கள் கருப்பு கிரேப்பில் ஆடை அணிந்திருந்தனர். பைபிளிலிருந்து வாசகங்கள் வாசிக்கப்பட்டன. பிரார்த்தனை செய்யப்பட்டது. தனது எல்லா கண்ணீரையும் சிந்தி முடித்து விட்டவராக செயிண்ட்கிளேர் இருந்தார். நடந்தார்; நகர்ந்தார்; கடைசி வரை ஒன்றைத்தான் பார்த்தார். அந்த சவப் பெட்டியில் இருந்த தங்கத் தலையே அது. பிறகு அதன் மீது துணி விரிக்கப்பட்டதை பார்த்தார். சவப்பெட்டியின் மூடி மூடப்பட்டது. தோட்டத்தின் அடிக் கோடியில் இருந்த சிறிய இடத்திற்கு மற்றவர்களோடு அவர் சென்றார். டாமும், அவளும் அடிக்கடி பேசிக் கொண்டும், பாடிக் கொண்டும், படித்துக் கொண்டும் இருந்த அந்த பாசி படிந்த இருக்கைக்கு அருகில் கல்லறை இருந்தது. அதனருகில் செயிண்ட் கிளேர் நின்றார். கீழே குனிந்து பார்த்தார். அவர்கள் சவப்பெட்டியை இறக்குவதைப் பார்த்தார். புனிதமான வார்த்தைகளை அவர் மங்கலாகக் கேட்டார். “நானே உயிர்த்தெழல்; நானே வாழ்க்கை. என்னை நம்புபவர்கள், இறந்தாலும், உயிர் வாழ்வார்கள்''. மண் தோண்டி எடுக்கப்பட்டு, சின்னஞ்சிறு கல்லறையில் நிரப்பப்பட்டது. அவரது பார்வையிலிருந்து மறையும் ஏவாதான் அது என்று அவரால் உணர முடியவில்லை.

உண்மையில் அது ஏவா அல்ல. அந்த பிரகாசமான, அழிவில்லாத உருவத்தின் பலவீனமான விதை. ஆண்டவன் ஏசுவின் நாளில் அவள் வருவாள்.

பிறகு அனைவரும் சென்றனர். அவளை இனி அறிந்திர முடியாத இடத்திற்கு துக்கம் கடைப்பிடித்தவர்கள் திரும்பினர். மேரியின் அறை இருளாக்கப்பட்டது. விம்மிக் கொண்டும், கட்டுப்படுத்த முடியாத துக்கத்தோடும், தனது படுக்கையில் அவர் படுத்துக் கொண்டிருந்தார். ஒவ்வொரு கணமும் வேலைக்காரர்களின் கவனத்தைக் கோரினார். அவர்களுக்கு அழுவதற்கு அவகாசம் இருக்கவில்லை. அவர்கள் ஏன்

அழவேண்டும்? அந்த துக்கம் அவருடையது. தான் வருந்துவது போல் உலகத்தில் ஒருவரும் இருக்க முடியாது என்று உறுதியாக நம்பினார்.

“செயிண்ட் கிளேர் ஒரு பொட்டுக் கண்ணீர்கூட விடவில்லை. அவளுக்கு அனுதாபம் காட்டவில்லை; அவள் எப்படி சிரமப்பட்டாள் என்றறிய வேண்டியவர், கடினமான மனது கொண்டவராக, கவலைப்படாதவராக இருந்தார் என்பது ஆச்சரியமா இருக்கு.'' மேரி கூறினார்.

தங்களது கண்களுக்கும், காதுகளுக்கும் அடிமையான வேலை யாட்கள் எஜமானிதான் முதன்மையான துயருற்றதாக நினைத்தனர். குறிப்பாக படபடப்பான வலிப்பு வந்தவளாக கத்தியதால், அவ்வாறு நினைத்தனர். மருத்துவருக்கு சொல்லி அனுப்பினர். இறுதியாக தான் இறந்து விடுவதாக உறுதிபட அறிவித்தார். ஓடுவதிலும், புட்டிகளை எடுத்து வருவதிலும், அடுப்பை மூட்டுவதிலும், இருந்ததால் துக்கத்தி லிருந்து அவர்களுக்கு விலகியிருக்க முடிந்தது.

டாம் மனதில் ஒரு உணர்வு இருந்தது; அதனால், அவரது எஜமானரிடம் நெருங்கினார். அவர் எங்கு நடந்தாலும் அவரைத் தொடர்ந்தார். வெளிறிப் போயும், அமைதியாகவும் அவர் ஏவாவின் அறையில் அமர்ந்து அவளது சிறு பைபிளை வைத்துக் கொண்டு, அதில் என்ன எழுத்து அல்லது வார்த்தை இருக்கிறது என்று பார்க்காது இருந்ததை பார்த்தபோது, மேரியின் துக்கத்திற்கும், புலம்பலுக்கும் மேலான சோகத்தை கண்ணீரற்ற நிலைத்த கண்கள் வெளிப்படுத்துவதாய் டாமுக்குத் தோன்றியது.

சில நாட்களில், செயிண்ட் கிளேரின் குடும்பம் மாநகருக்குத் திரும்பியது. தனது எண்ண ஓட்டத்தை மாற்ற துக்கத்தின் பதட்டத்தினால் பீடிக்கப்பட்டிருந்த அகஸ்டியன் காட்சி மாற்றத்தை விரும்பினார். எனவே, அந்த வீட்டையும், தோட்டத்தையும், கல்லறை யையும் விட்டுவிட்டு புதிய ஆர்லியன்ஸுக்குத் திரும்பி வந்தனர். செயிண்ட் கிளேர் தெருக்களில் அடிக்கடி நடப்பதில் மும்முரமாய் இருந்தார். தனது இதய வலியை மறக்க, அவசரமாகவும், சுறுசுறுப் பாகவும் இருக்கப் பார்த்தார். தெருவில் அவரை பார்த்தவர்களுக்கும், உணவகங்களில் சந்தித்தவர்களுக்கும் அவரது முகத்தில் இருந்த களையைக் கொண்டே இழப்பை கண்டுபிடித்தனர். அவர் சிரித்துக் கொண்டும், பேசிக்கொண்டும், செய்தித்தாள்களை படித்துக் கொண் டும், அரசியலை அலசிக் கொண்டும், வணிகப் பணிகளில் ஈடுபட்டுக் கொண்டும் இருந்தார். வெளியில் தெரியும் இந்தப் புன்னகையை பார்ப்பவர்களுக்கு, இருட்டின், அமைதியான சமாதியாக இருக்கும் மனதிற்கு அது மேலோட்டமான ஓடு என்று எப்படித் தெரியும்?

“திரு செயிண்ட் கிளேர் விசேஷமான மனிதர். இந்த உலகத்துல அவர் நேசிக்கிறது ஏதாவது இருக்கும்னா, அது எங்களது அன்பான

ஏவாதான் என்று நான் நினைத்திருக்கிறேன். அவளை அவர் எளிதாக மறந்து விட்டதாகத் தோணுது. அவளைப்பற்றி பேசலாம்னா, அவர் கிடைக்கவே மாட்டேங்கறார். அவர் இன்னும் கொஞ்சம் அதிகமாக உணர்ச்சிகளை காட்டுவார்னு நினைச்சேன்.'' புகார் கூறும் தொனியில் ஒபேலியாவிடம் மேரி கூறினார்.

''நிலையா நிக்கற நீர் ஆழமா இருக்கும்னு சொல்வாங்க'' உரையாற்றும் விதத்தில் ஒபேலியா கூறினாள்.

“ஓ! அது மாதிரி விஷயங்கள நா நம்பறதில்ல. அது வெறும் பேச்சு. ஜனங்களுக்கு உணர்ச்சி இருந்தா, அத வெளியிடுவாங்க; வேற வழியில்ல. ஆனா அது மாதிரி உணர்ச்சிகள் இருக்கறது பெரிய துரதிருஷ்டம். செயிண்ட் கிளேர் மாதிரி நான் இருந்திருந்தா நல்லா இருந்திருக்கும். என்னோட உணர்ச்சிகள் என்னை வறுத்தெடுக்கின்றன.''

“நிச்சயம், எஜமானி; எஜமானர் செயிண்ட் கிளேர் நிழல் மாதிரி மெலிஞ்சுட்டு வர்றார். அவர் எதுவும் சாப்படறதில்லைன்னு சொல்றாங்க. செல்வி ஏவாவை அவர் மறக்கலைன்னு எனக்குத் தெரியும்; யாரும் மறக்க முடியாதுன்னும் எனக்குத் தெரியும். ஆசீர்வதிக்கப்பட்ட அன்பான சின்னஞ்சிறு பிறவி'' தனது கண்ணீரைத் துடைத்துக் கொண்டு மாம்மி சொன்னாள்.

“எப்படி இருந்தாலும், என்னப் பத்தி அவர் அக்கறை கொள்வதில்லை. என்னிடம் ஒரு அனுதாப வார்த்தைகூட சொன்னதில்லை. ஒரு மனிதனை விட ஒரு தாய் எவ்வளவு வருந்துவான்னு அவருக்கு நல்லாத் தெரியும்.'' மேரி கூறினார்.

''தனது கசப்புணர்வு இதயத்திற்குத் தெரியும்'' ஒபேலியா கூறினாள்.

“அதையேதான் நான் நினைக்கிறேன். நான் எப்படி நினைக்கிறேன்னு எனக்குத்தான் தெரியும். மத்த யாருக்கும் தெரியற மாதிரி தோணலை. ஏவாவுக்குத் தெரியும். அவளும் போயிட்டா.'' தனது படுக்கையில் சாய்ந்து கொண்டு, தேற்ற முடியாதபடி மேரி அழத் துவங்கினார்.

மேரி துரதிருஷ்டவசமாக உருவாக்கப்பட்ட மனிதப் பிறவி. தன்னிடம் இருக்கும் எந்தப் பொருளைவிடவும் தான் இழந்த எந்தப் பொருளும் அவருக்கு அதிக மதிப்பு மிக்கது. அவரிடம் இருக்கும் எந்தப் பொருளிடமும் குற்றம் குறைகளை மட்டுமே காணுவார். ஆனா, அது விலகிப் போச்சுன்னா, அதற்கு அவர் கொடுக்கற மதிப்பிற்கு அளவே இருக்காது.

கூடத்தில் இந்த உரையாடல் நிகழ்ந்து கொண்டிருக்கும்போது, நூலகத்தில் மற்றொரு உரையாடல் நிகழ்ந்து கொண்டிருந்தது.

தனது எஜமானரை சங்கடத்தோடு தொடர்ந்து கொண்டிருந்த போது செயிண்ட் கிளேர் நூலகத்திற்குள் நுழைவதை டாம் பார்த்தி ருந்தார். அதற்குப் பின்பு பல மணி நேரம் அவர் வெளிவருவதற்காக விரயமாக காத்திருந்த பின்பு, இதமாக உள்ளே நுழைந்தார் டாம். அறையின் கடைக்கோடியில், படுக்கையில் சாய்ந்து கொண்டிருந்தார். முகத்தைப் புதைத்துக் கொண்டு படுத்திருந்தார். ஏவாவின் பைபிள் சற்றுத் தள்ளி பிரிக்கப்பட்டு கிடந்தது. டாம் நடந்தார். சோபாவுக்கு அருகில் நின்றார். அவர் தயங்கினார். அவர் தயங்கி நின்றபோது, செயிண்ட் கிளேர் திடீரென்று தனது தலையைத் தூக்கினார். டாமின் துயர் நிறைந்திருந்த நேர்மையான முகமும், அன்பின் வெளிப்பாடும் அவரது எஜமானரைத் தாக்கியது. டாமின் கரங்களில் தனது கைகளை வைத்துக் கொண்டு, தனது நெற்றியை அதன்மீது வைத்தார்.

“டாம்! எனது பையா! ஒரு முட்டை ஓடு மாதிரி முழு உலகமும் காலியாக இருக்கு.''

“எனக்கு அது தெரியும். எஜமான், எ்னக்குத் தெரியும். எஜமானர் மட்டும் மேல பார்த்தா, நமது அன்பு ஏவா இருக்கற இடத்த பார்த்து, ஆண்டவர் ஏசுவைப் பார்த்தா...!''

“ஆ! டாம் நான் மேல பாக்கறேன். அப்படிப் பார்க்கும்போது எதையும் பார்க்கலைங்கறதுதான் சிக்கல். அப்படி பார்க்கத்தான் நா விரும்பறேன்.''

டாம் பெரிதாக பெருமூச்சு விட்டார்.

‘எங்களால் பார்க்க முடியாததைப் பார்ப்பதற்கு சிறு குழந்தை களுக்கும், உன்னை மாதிரி நேர்மையான ஏழைப் பிறவிகளுக்கும் தான் விதிச்சிருக்குன்னு தோணுது. அது எப்படி வருது?'' செயிண்ட் கிளேர் கூறினார்.

“புத்திசாலிகளிடமிருந்தும், கவனம் மிகுந்தவர்களிடமிருந்தும் நீ மறைந்தாய், குழந்தைகளிடம் வெளிக்காட்டிக் கொண்டாய். இருந் தாலும் தந்தையே, உனது பார்வை நல்லதாய் இருப்பதாய் தோன்று கிறது.'' டாம் முணுமுணுத்தார்.

“டாம், நான் நம்பல; நம்ப முடியல. சந்தேகப்படற வழக்கம் எனக்கு இருக்கு. நான் பைபிளை நம்ப விரும்பறேன்- ஆனா என்னால முடியல'' செயிண்ட் கிளேர் கூறினார்.

“எனதருமை எஜமானரே! நல்ல ஆண்டவனிடம் பிரார்த்தனை செய்ங்க “கடவுளே! நான் நம்பறேன். எனது நம்பிக்கையின்மையை போக்க உதவுங்கன்னு''

“எதப் பத்தியும் யாருக்கு என்ன தெரியும்? அந்த அழகான அன்பும், நம்பிக்கையும் நகர்ந்து போகும் மனித உணர்வுகள்தானா? அதில் சாய்ந்து கொள்ள எதுவுமில்லையா? சின்னஞ்சிறு மூச்சு போனால்,

எல்லாம் போயிடுமா? இனி ஏவா கிடையாதா? சொர்க்கம் கிடையாதா? கிறிஸ்து கிடையாதா? எதுவும் கிடையாதா?'' கண்களை கனவு போல அலையவிட்ட செயிண்ட் கிளேர் தனக்குள் சொல்லிக் கொண்டார்.

"ஓ! எனதருமை எஜமானரே! எல்லாம் இருக்கு. எனக்கு அது தெரியும். நிச்சயம் தெரியும். அத நம்புங்க எஜமான்.'' தனது முழங்காலில் மண்டியிட்டு அமர்ந்த டாம் கூறினார்.

"ஏசு இருக்கார்னு உனக்கு எப்படித் தெரியும் டாம்? நீ ஆண்டவனை எப்பவும் பார்த்ததில்லை''

"என் ஆன்மாவில் அவரை உணர்ந்திருக்கேன். நான் விற்கப்பட்டு எனது வயதான பெண்மணியிடமிருந்தும் குழந்தைகளிடமிருந்தும் பிரிக்கப்பட்ட போது, நான் கிட்டத்தட்ட முழுசா உடைஞ்சுட்டேன். அதுக்குப் பிறகு எதுவுமே எஞ்சியிருக்கலைன்னு நினைச்சேன். அப்பறம் நல்ல ஆண்டவர் என் பக்கம் நின்னார். அவர் சொன்னார்: ''பயப்படாதே, டாம்'' ஏழை மனுஷனின் ஆன்மாவில் அவர் வெளிச்சத்தையும் மகிழ்ச்சியையும் கொண்டு வருகிறார். எல்லா அமைதிகளையும் உருவாக்கறார். நான் ரொம்ப மகிழ்ச்சியா இருக்கேன். எல்லாரையும் நேசிக்கிறேன். கடவுளோட விருப்பமா இருக்கவும், அவரோட விருப்பத்தை நிறைவேற்றவும் விருப்பமுடையவனா இருக்கேன். கடவுள் என்னை எங்க வைக்க விரும்பறாரோ அங்க இருக்க விரும்பறேன். ஏழையான, புகார் சொல்லும் பிறவிங்கறதால, அது என்கிட்டேயிருந்து வர்றதா நா நினைக்கலை. கடவுளிடமிருந்து வர்றதா எனக்குத் தெரியும். அவர் செய்ய விருப்பமுடையவரா இருக்கார்னு எனக்குத் தெரியும்.''

வேகமாக ஓடிவரும் கண்ணீருடனும் நெஞ்சை அடைக்கும் குரலுடனும் டாம் பேசினார். தனது தோளில் தனது தலைமுடியை செயிண்ட் கிளேர் சாய்த்துக் கொண்டு, விசுவாசமான கறுப்புக் கரங்களைப் பற்றிக் கொண்டார்.

''டாம், நீ என்னை நேசிக்கிறியா?'' அவர் கேட்டார்.

''இந்த ஆசீர்வதிக்கப்பட்ட நாளில், எஜமானர் கிறிஸ்துவராய் மாறுவதைப் பார்க்க, எனது உயிரைக் கொடுக்க விருப்பமா இருக்கேன்.''

''ஏழை முட்டாள் பையா! உன்னை மாதிரி நல்ல நேர்மையான ஆளோட அன்புக்கு நா தகுதியானவன் இல்லை.'' பாதி நிமிர்ந்தவாறு செயிண்ட் கிளேர் சொன்னார்.

''ஓ எஜமான்! நா உங்களை நேசிக்கறதைவிட ஆசீர்வதிக்கும் ஆண்டவன் ஏசு அதிகமாக உங்களை நேசிக்கிறார்.''

"உனக்கு அது எப்படித் தெரியும் டாம்" செயிண்ட் கிளேர் கேட்டார்.

"எனது ஆன்மாவில் உணர்கிறேன். ஓ எஜமான்! ஏசுவின் அன்பு, அறிவிற்கு அப்பாற்பட்டது."

"ஆச்சரியம்! 1800 ஆண்டுகளுக்கு முன்பு வாழ்ந்து, இறந்த மனிதரின் கதை இன்னும் உங்க மாதிரி ஆளுங்கள பாதிப்பது ஆச்சரியம். அவர் மனுஷர் இல்ல. அவ்வளவு நீண்ட நாட்கள், வாழும் சக்தியோடு இருந்த மனுஷர் யாருமில்ல. எனது அம்மா எனக்கு சொல்லிக் கொடுத்ததை நம்பியிருக்கணும். நா சிறுவனா இருந்தபோது செய்த மாதிரி பிரார்த்தனை செய்யணும்" திரும்பியவாறு செயிண்ட் கிளேர் சொன்னார்.

"ஏவா இத அழகா படிப்பாங்க. எஜமானர் விரும்பினா, அதைப் படிச்சுக் காட்டுங்கன்னு வேண்டிக்கறேன். கஷ்டப்பட்டு படிக்காதீங்க. இப்ப செல்வி ஏவா போயிட்டாங்க." டாம் சொன்னார்.

அந்த அத்தியாயம் ஜானின் பதினோராவது பகுதி. லாசரஸை வளர்ப்பது பற்றி உணர்ச்சிகரமாக விளக்குவது. அதை செயிண்ட் கிளேர் உரக்கப் படித்தார். கதையின் சோகம் எழுப்பிய உணர்வுகளை உணர்வதற்காக அவ்வப்போது நிறுத்தினார். டாம் அவர் முன் மண்டியிட்டார். கரங்களை இறுக மூடிக் கொண்டார். தனது அமைதியான முகத்தில் அன்பு, நம்பிக்கை, பிரமிப்பு காட்டி அமர்ந்தார்.

"டாம்! அது உனக்கு உண்மையாத் தெரியும்." எஜமானர் கூறினார்.

"என்னால உண்மையா அதப் பார்க்க முடியுது." டாம் கூறினார்.

"உன்னோட கண் எனக்கு இருந்தா நல்லதுன்னு விரும்பறேன், டாம்"

"எஜமானருக்கு அந்தக் கண் கிடைக்கணும்னு ஆண்டவனை வேண்டறேன்."

"ஆனா, டாம், உன்னைவிட அதிகமான அறிவு எனக்கு இருக்குன்னு உனக்குத் தெரியும். அப்படிப்பட்ட நான் இந்த பைபிளை நம்பலைன்னு சொன்னா எப்படி இருக்கும்?"

"ஓ, எஜமான்!" மறுதலிக்கும் பாவனையில் அவரது கையைப் பிடித்துக் கொண்டு டாம் கூறினார்.

"அது உன்னோட நம்பிக்கையை கொஞ்சம் அசைச்சிடும் இல்ல"

"கடுகு அளவுக்குக்கூட அசைக்காது" டாம் கூறினார்.

"ஓ எஜமான், அறிவாளியிடமிருந்தும், கவனமாக இருப்பவர்களிடமிருந்தும் மறைத்து, குழந்தைகளுக்கு எப்படி ஆண்டவன்

தன்னை வெளிப்படுத்திக் கொள்றார்னு இப்பத்தானே படிச்சீங்க. இப்ப நிச்சயமா எஜமான் ஆர்வமா இல்லே!'' டாம் பதற்றமாகக் கூறினார்.

''இல்லை, டாம். நா நம்பிக்கையின்றி இல்ல. நம்புவதற்குக் காரணம் இருக்குன்னு நா நினைக்கிறேன். இருந்தாலும் நா நம்பல. அது எனக்கு வழக்கமா மாறிவிட்ட சிரமமான குணம் டாம்.''

''எஜமானர் மட்டும் பிரார்த்தனை செஞ்சா.''

''நான் பிரார்த்தனை செய்யலைன்னு உனக்கு எப்படித் தெரியும்?''

''செய்யறீங்களா எஜமான்?''

''நான் பிரார்த்தனை செய்யும்போது யாராவது இருந்தா செய்வேன், டாம். நான் பிரார்த்தனை செய்யும்போது, எதனிடமும் பேசாதது போல இருக்கு. டாம், இப்ப நீ எப்படி பிரார்த்தனை செய்யறதுன்னு காட்டு.''

டாமின் மனது நிறைந்திருந்தது.அடக்கி வைக்கப்பட்ட நீர் வெளியேறுவது போல், பிரார்த்தனைகளை சொன்னார். இப்போது ஒன்று தெளிவாகத் தெரிந்தது. அதைக் கேட்க சிலர் இருக்கறாங்களேன்னு டாம் நினைத்தார். அவரது நம்பிக்கையையும், உணர்வுகளையும் சொர்க்கத்தின் கதவுகளுக்கு அருகில் இட்டுச் செல்வதாய் அவர் கருதினார். அது ஏவாவுக்கு அருகில் அழைத்துச் செல்வதாய் தோன்றியது.

''நன்றி எனது பையா. உன்னிடமிருந்து கேட்க எனக்கு விருப்பமா இருக்கு. இப்ப நீ போ. என்னைத் தனியா விட்டுடு. இன்னொரு சமயம், இன்னும் நிறைய கேட்பேன்.'' டாம் எழுந்தபோது செயிண்ட் கிளேர் சொன்னார்.

டாம் அமைதியாக அறையை விட்டு அகன்றார்.

28

மீண்டும் இணைதல்

செயிண்ட் கிளேரின் அரண்மனையில் ஒவ்வொரு வாரமும் பறந்தன. அந்தச் சின்னஞ்சிறு குழந்தை வாழ்ந்து மறைந்த இடத்தில் வாழ்க்கை வழக்கமான வகைக்குத் திரும்பியது. ஒருவரின் உணர்வுகளுக்கு மதிப்புக் கொடுக்காமல், திமிர்த்தனத்தோடும், சாந்தமாகவும், கடினமான, சுவையற்ற தினசரி யதார்த்த வாழ்க்கை எவ்வாறு

இயங்குகிறது? இருந்தாலும், நாம் உண்ண வேண்டும், குடிக்க வேண்டும், தூங்க வேண்டும், எழும்ப வேண்டும், கேள்வி கேட்க வேண்டும், பதிலளிக்க வேண்டும், பேரம் பேச வேண்டும், வாங்க வேண்டும், விற்க வேண்டும். அதில் ஆர்வம் குறைந்து போனாலும், அதன் ஆயிரம் நிழல்களைத் தொடரத்தான் வேண்டியிருக்கிறது. அதில் முக்கியமான அக்கறைகள் குறைந்து போயிருந்தாலும், வாழ்க்கையின் இயந்திரத்தனமான பழக்கவழக்கங்கள் நீடித்துக் கொண்டுதான் இருக்கின்றன.

இந்தக் குழந்தையைச் சுற்றி செயிண்ட் கிளேரின் அனைத்து விருப்பங்களும் நம்பிக்கைகளும் பின்னப்பட்டிருந்தன. ஏவாவுக்காகத் தான் தனது சொத்துக்களை பராமரித்து வந்தார். அவரது நேரத்தை அவளுக்காக ஒதுக்கவே அவர் திட்டமிட்டு வந்தார். அவளுக்காக வாங்குவது, மேம்படுத்துவது, திருத்துவது, ஏற்பாடு செய்வது, சிலவற்றை விற்பது என்பது அவருக்கு நீண்டகால பழக்கமாக இருந்தது. தற்போது அவள் மறைந்து விட்டதால், சிந்திப்பதற்கும், செய்வதற்கும் ஏதுமில்லை என்று தோன்றியது.

வேறு வாழ்வு உள்ளது என்பது உண்மைதான். நம்பிக்கை வைத்தால் காலத்தின் அர்த்தமற்ற சூன்யமாகத் தோன்றுவது சொல்ல முடியாத மதிப்புடைய மர்மமான வாழ்க்கை ஒழுங்காக மாறுகிறது. இது செயிண்ட் கிளேருக்கு நன்கு தெரியும். அடிக்கடி, சோர்வுற்று இருக்கும் நேரத்தில் அந்தக் குழந்தையின் குரல் அவரை வானத்திற்கு அழைப்பதைக் கேட்டிருக்கிறார். அந்தச் சின்னஞ்சிறு கரங்கள் வாழ்க்கைக்கான வழியை காட்டுவதை பார்த்திருக்கிறார். ஆனால் துக்கத்தினால் உருவான கடுமையான சோகம் அவரிடம் இருந்தது. அவரால் எழும்ப முடியவில்லை. மத சம்பந்தமான உணர்ச்சிகளையும், உந்துதல்களையும் யதார்த்தமான பல கிறித்துவர்களைவிட மேலாகவும், தெளிவாகவும் கிரகிக்கக் கூடிய இயல்பு அவருக்கு இருந்தது. தர்ம நீதிகளை அக்கறையற்று மதிக்காதவர்கள், அது தொடர்பான உறவுகளையும், அதன் சிறப்பான நிழல்களையும் நன்கு உணர்ந்து, பாராட்டும் குணம் படைத்தவர்களாய் இருக்கின்றனர். அது அவர்களுக்கு கிடைத்த கொடையாகும். எனவே ஆன்மிக வழியில் அதிகமாக நிர்வகிக்கப்பட்ட மனிதர்களைவிட, மதப் பண்புகளை விவேகமாக விவரிக்கும் விதத்தில் மூர், பேரன், கோத்தே ஆகியோரால் அடிக்கடி பேச முடிந்திருக்கிறது. அவ்வாறான மனங்களில், மதத்தை மதிக்காதது அஞ்சத்தக்க துரோகமும், பயங்கரமான பாவமும் ஆகும்.

மதரீதியான கடமையுணர்வு தனக்கு இருப்பதாக செயிண்ட் கிளேர் எப்போதும் நடிப்பதில்லை. கிறித்துவ மதத்தின் தேவை தொடர்பான உந்துதலான கருத்துக்களை கொடுப்பதற்கு அவரிடம் இயல்பான சிறப்புத் தன்மை இருந்தது. தனது மனசாட்சிக்கு உட்படாத

செயல் என்று ஒன்றை அவர் கருதி எதிர்பார்ப்போடு அதிலிருந்து விலகிவிடுவார். லட்சிய விஷயங்களில், முயற்சித்து தோல்வி அடைவதைவிட, அதைச் செய்யாமல் இருப்பதே நல்லது என்ற மனித இயல்பு முரண்பாடாக இருக்கிறது.

இருந்தாலும், பல வகைகளில், செயிண்ட் கிளேர் வேறு விதமான மனிதர். தனது சின்னஞ்சிறு ஏவாவின் பைபிளை தீவிரமாகவும், நேர்மையாகவும் படித்தார். அவரது வேலையாட்களுடனான தனது உறவை யதார்த்தமாகவும், தெளிவாகவும் நினைத்தார். தனது முந்தைய மற்றும் தற்போதைய போக்கில் அதிருப்தி அடையும் அளவில் இது இருந்தது. நியூ ஆர்லியன்ஸ் திரும்பி வந்ததும், டாமின் விடுதலைக்குத் தேவையான சட்ட நடவடிக்கைகளை துவங்கியதே அவர் செய்த முதல் வேலையாகும். தேவையான நடைமுறைகள் முடிந்ததும், அதனை முழுமைப்படுத்த வேண்டுமென நினைத்திருந்தார். இதற்கிடையில் நாளுக்கு நாள் டாமோடு மேலும் மேலும் ஒட்டிக் கொண்டார். இந்தப் பரந்த உலகில், அதைத் தவிர வேறு எதுவும் ஏவாவை அவருக்கு நினைவுபடுத்துவதாக இல்லை என்று தோன்றியது. எப்போதும், டாம் தன்னோடு வரவேண்டும் என்று வற்புறுத்துவார். அவரது ஆழமான உணர்வுகளுக்கு சுலபமாக திருப்தியடையாதவராகவும், அணுக முடியாதவராக இருந்தவர், டாமைப் பற்றித் தீவிரமாக நினைத்தார். தனது இளம் எஜமானரை விடாது தொடர்ந்து வந்த டாமின் அன்பையும், பக்தியையும் பார்த்தவர்கள் யாருக்கும் இது ஆச்சரியமாக இருக்காது.

‘‘நல்லது டாம். உன்னை நான் சுதந்திர மனிதனாக்கப் போறேன். உன்னோட பெட்டிகளை தயார்ப்படுத்திக்க. கென்டகிக்கு போவதற்குத் தயாராய் இரு.’’ டாமின் விடுதலைக்கு சட்ட நடைமுறைகளை துவக்கிய மறுநாள் செயின்ட் கிளேர் சொன்னார்.

சொர்க்கத்தை நோக்கி ‘‘கடவுளை வாழ்த்துவோம்’’ என்ற அழுத்தமான வார்த்தைகளை உதிர்த்த, டாமின் முகத்தில் ஒளிவிட்ட மகிழ்ச்சி வெளிச்சம் செயிண்ட கிளேரை தாறுமாறாக்கியது. அவரிடமிருந்து வெளியேறுவதற்கு டாம் இவ்வளவு தயாராய் இருக்கிறார் என்பது அவருக்கு விருப்பமுடையதாக இருக்கவில்லை.

‘‘இவ்வளவு பேரானந்தம் அடையும் அளவுக்கு, இங்கே மோசமா உனக்கு இல்லையே’’ அவர் வறட்சியாகக் கூறினார்.

‘‘இல்லை இல்லை எஜமானரே! அது அப்படி இல்லை. சுதந்திர மனிதனா மாறுவது குறித்துதான் நான் மகிழ்ச்சி அடைகிறேன்.’’

‘‘ஏன், டாம், உன்னைப் பொறுத்தவரை சுதந்திரமா இருப்பதை விட இங்க நல்லபடியா இருந்ததா நீ நினைக்கலையா?’’

''இல்லை. உண்மையில் இல்லை எஜமானர் செயிண்ட் கிளேர் அவர்களே. நிச்சயம் இல்லை.'' சக்தியை வெளிப்படுத்தி டாம் கூறினார்.

''உன்னோடட உழைப்புல நான் கொடுத்தது போன்ற துணிகளையும், வசதிகளையும் சம்பாதித்திருக்க சாத்தியம் இல்லை அல்லவா டாம்?''

''அது எனக்கு நல்லாத் தெரியும் எஜமானரே. எஜமானர் ரொம்ப நல்லவரா இருந்தீங்க. பிறரது சிறந்த பொருட்களை வைத்திருப்பதை விட, என்னுடையது என்று மோசமான ஆடைகள், ஏழ்மையான வீடு, ஆகியவற்றை வைத்திருப்பதையே விரும்புகிறேன். அது இயல்பு எஜமான்.''

''நானும் அப்படித்தான் நினைக்கிறேன் டாம். ஓரிரு மாதத்துல என்னை விட்டுட்டுப் போயிடுவே. நீ ஏன் அப்படி போகக் கூடாது என்று எந்த மனிதருக்குத் தெரியும்?'' மகிழ்வான குரலில் அவர் கூறினார். எழுந்துகொண்டு, தரையில் நடக்கத் துவங்கினார்.

''எஜமானர் கஷ்டத்தில் இருக்கும்போது இல்லை. எஜமானர் விரும்பற வரை, அவருக்கு நான் உபயோகமா இருக்கறவரை, இங்க தங்குவேன்.'' டாம் சொன்னார்.

''எஜமானர் கஷ்டத்தில் இருக்கும்போது இல்லை. என்னோடட கஷ்டங்கள் எப்போ தீரும்?'' ஜன்னலுக்கு வெளியே நோக்கிய செயிண்ட் கிளேர் கூறினார்.

''எஜமானர் கிறித்துவராக மாறும்போது'' டாம் சொன்னார்.

''அந்த நாள் வர்றவரை நீ தங்க விரும்பறயா?'' அரைப் புன்னகையை வெளியிட்டபடி செயிண்ட் கிளேர் கேட்டார். ஜன்னலிலிருந்து திரும்பி, டாமின் தோள்களில் கை வைத்து, ''ஆ! இதமான முட்டாள் சிறுவனே! டாம் அதுவரை நான் உன்னை வச்சுக்க மாட்டேன். உன்னோடட மனைவி மற்றும் குழந்தைகள் இருக்கற உன்னோடட வீட்டுக்குப் போ. உனது அன்பை அவங்களிடம் செலுத்து.'' என்றார்.

''அந்த நாள் வரும்னு எனக்கு நம்பிக்கை இருக்கு. எஜமானருக்கு கடவுள் ஒரு வேலை வச்சிருக்கார்.'' தனது கண்களில் கண்ணீர் தளும்ப டாம் தீவிரமாகக் கூறினார்.

''ஒரு வேலை? அது எந்த மாதிரியான வேலைன்னு எனக்குச் சொல்லு, கேட்கலாம்.'' செயிண்ட் கிளேர் கேட்டார்.

''என்னை மாதிரி ஏழைங்களுக்குக்கூட கடவுள்கிட்டேயிருந்து வேலை இருக்கு. படிப்பும், செல்வமும், நண்பர்களும் நிறைய பெற்றிருக்கும் எஜமானர் போன்றவங்க எவ்வளவு செய்ய முடியும் தெரியுமா?''

''அவருக்காக செய்ய வேண்டிய தேவைகள் கடவுளுக்கு இருக்குன்னு நீ நினைக்கிற மாதிரி தோணுது.'' செயிண்ட் கிளேர் சொன்னார்.

''அவரோட பிறவிகளுக்கு அவர் சேவை செய்யும்போது, நாமும் கடவுளுக்கு சேவை செய்யணும்.''

''நல்ல மதத் தத்துவம். டாக்டர் போதிப்பதைவிட நல்லா இருக்கு. நான் தைரியமா உறுதி கூறுவேன்.'' செயிண்ட் கிளேர் கூறினார்.

சில வருகையாளர்கள் வந்திருப்பது பற்றி அறிவிக்கப்பட்டபோது, இந்த உரையாடல் நின்றது.

மற்ற எதைப் பற்றியும் கவலைப்படுவது போலவே ஏவாவின் இழப்பை மேரி செயிண்ட் கிளேர் உணர்ந்தார். அவர் மகிழ்வற்று இருக்கும்போது, மற்றவர்களையும் மகிழ்வற்று இருக்க வைப்பதில் திறமையான பெண்ணாக அவர் இருந்தார். தனது இளம் எஜமானியின் இழப்புக்கு வருந்துவதற்கு மேலும் வலுவான காரணங்கள் அவரது நேரடி பணியாட்களுக்கு இருந்தது. தனது தாயின் கொடுங்கோன்மையான, சுயநல வற்புறுத்தல்களிலிருந்து அவர்களை விடுவிக்கும் கேடயமாக ஏவாவின் வெற்றிகரமான வழிகளும், இதமான குறுக்கீடுகளும் இருந்தன. இயல்பான தனது குடும்ப பந்தங்களிலிருந்து விடுபட்டிருந்த வயதான ஏழை மாம்மி, இந்த அழகான குழந்தையிடம் ஆறுதல் அடைந்தாள். அவள் இதயம் நொறுங்கியவளாக காணப்பட்டாள். இரவும் பகலும் அவள் அழுதாள். அதிகப்படியான சோகம் காரணமாக தனது எஜமானியின் பராமரிப்பில் வழக்கத்தைவிட திறன் குறைந்தும், எச்சரிக்கையோடும் செயல்பட்டாள். விளைவாக, அவளது பாதுகாப்பற்ற தலையில் தொடர்ந்து வசைப் புயல் திணிக்கப்பட்டது.

செல்வி ஒபேலியா இழப்பிற்கு வருந்தினாள். அவனது நேர்மையான இதயத்தில் வாழ்க்கை முழுவதும் அது படிந்திருக்கும். அவள் மேலும் மிருதுவாகவும், இதமாகவும் இருந்தாள். தினசரிக் கடமைகளில் கவனமாக இருந்தாள். தனது துக்கத்தை அனுபவித்த வளாக அமைதியாகவும், பண்பட்டவளாகவும் செயல்பட்டாள். டாப்ஸிக்கு சொல்லிக் கொடுப்பதில் மேலும் கவனமாக இருந்தாள். பெரும்பாலும் பைபிளிலிருந்தே சொல்லிக் கொடுத்தாள். அவளை தொடுவதிலிருந்து விலகியிருப்பதைத் தவிர்த்தாள். அடக்குமுறையான வெறுப்புகளை வெளிப்படுத்துவதில்லை. அவள் அது போன்ற வெறுப்புகளை உணர்வதில்லை. அவள் இங்கு வந்த புதிதில், தனது கரங்களில் டாப்ஸியின் கரங்களை ஏவா பிடித்திருந்த காட்சியை நினைவுபடுத்தி, அதன் வழியே ஒபேலியா செயல்பட்டாள். புகழுக்கும், நற்பண்புக்கும் வழிகாட்டும் பொருட்டு கடவுள் தன்னிடம் அனுப்பி வைத்த அழிவற்ற பிறவியாக அவளைக் கருதினாள். டாப்ஸி உடனடியாக ஒரு துறவியாக மாறவில்லை. ஆனால், ஏவாவின் வாழ்வும், மறைவும் அவளிடத்தில் ஒரு குறிப்பிடத்தக்க மாற்றத்தை உருவாக்கியிருந்தது. கவனக் குறைவான அலட்சியம் அகன்றிருந்தது. பொறுப்பு, நம்பிக்கை, விருப்பம், நல்லதுக்கு முயல்வது ஆகிய குணங்கள் வந்திருந்தன. சில

சமயம் இந்த நற்குணங்கள் அடிக்கடி விலக்கி வைக்கப்பட்டாலும், மீண்டும் விரைவில் புதுப்பிக்கப்பட்டன.

ஒருநாள் டாப்ஸியை ஒபேலியா அழைத்தபோது, தனது மடியில் அவசர அவசரமாக எதையோ திணித்தவாறு அவள் வந்தாள்.

''என்ன செய்யறே, டாப்ஸி? எதையோ திருடி இருக்கியே. நான் பொல்லாதவளாயிடுவேன்'' அவளை அழைத்து வர பணிக்கப் பட்டிருந்த, திமிர்ப் பிடித்த சின்னஞ்சிறு ரோசா கேட்டாள். அவளது கைகளை முரட்டுத்தனமாகப் பிடித்தாள்.

''நீங்க அங்க போங்க செல்வி ரோசா. அது உங்க வேலையில்ல'' அவளிடமிருந்து விடுவித்துக் கொண்டவாறு டாப்ஸி கூறினாள். ''அது உங்க வேலையில்லை.''

''உன்னோட ஏமாத்து எல்லாம் வேண்டாம். நீ எதையோ மறைப்பதைப் பார்த்தேன். உன்னோட தந்திரங்கள் எனக்குத் தெரியும்!'' ரோசா அவளது கைகளைப் பார்த்து, அவளது மடியில் இருப்பதைப் பறிக்க முயன்றாள். இதனால் கோபப்பட்ட டாப்ஸி அவளை உதைத்து, தனது உரிமையாய்க் கருதியதைப் பாதுகாக்க தீரமாகப் போராடினாள். சண்டையின் குழப்பமும், இரைச்சலும் ஒபேலியாவையும், செயிண்ட் கிளேரையும் அவ்விடத்திற்கு அழைத்து வந்தன.

''அவ திருடியிருக்கா'' ரோசா கூறினாள்.

''என்கிட்ட எதுவுமில்ல'' உணர்ச்சி ததும்ப தேம்பியவாறு டாப்ஸி மறுப்புத் தெரிவித்தாள்.

''எதுவா இருந்தாலும், என்கிட்ட அதைக் கொடுத்துடு'' ஒபேலியா உறுதியாகக் கூறினாள்.

முதலில் தயங்கிய டாப்ஸி, மடியிலிருந்து தனது காலுறையில் கட்டப்பட்டிருந்த பொட்டலம் ஒன்றை எடுத்தாள்.

ஒபேலியா அதைத் திருப்பிப் பார்த்தாள். ஏவா டாப்ஸிக்கு கொடுத்த சிறு புத்தகம் இருந்தது. ஒவ்வொரு நாளைக்கும் ஒரு தோத்திரம் வீதம் எழுதப்பட்டிருந்தது. அவள் இறுதியாக விடைபெற்ற மறக்க முடியாத அந்த நாளில் ஏவா கொடுத்த முடிச்சுருள் இருந்தது.

அதைப் பார்த்த செயிண்ட் கிளேர் வெகுவாகப் பாதிக்கப்பட்டார். இறுதி ஊர்வலத்தில் பயன்படுத்தப்பட்ட கருப்பு பட்டுத்துணியால் அந்தச் சிறு புத்தகம் சுருட்டப்பட்டிருந்தது.

''எதுக்காக இந்தப் புத்தகத்தை இதால சுத்தி வச்சிருக்கே'' அந்தக் கரும் பட்டுத்துணியைக் காட்டி செயிண்ட் கிளேர் கேட்டார்.

''அது – அது செல்வி ஏவாங்கறதுனால; தயவு செஞ்சு அதை வெளியே எடுக்காதீங்க'' அவள் சொன்னாள். தரை மீது அமர்ந்து, தனது மேலங்கியை தலையில் போர்த்திக் கொண்டு தீவிரமாக அழத் துவங்கினாள்.

பரிதாபமான, பரிகசிக்கத்தக்கப் பொருட்களின் விநோதக் கலவையாக அது இருந்தது. பழைய காலுறை, கறுப்பு ரிப்பன், பாடப்புத்தகம், அழகான மிருதுவான முடிச்சுருள் ஆகியவை டாப்ஸியின் வேதனையை வெளிப்படுத்துவதாய் இருந்தன.

செயிண்ட் கிளேர் புன்னகைத்தார். அவர் கண்களில் கண்ணீர் துளிர்க்க அவர் கூறினார்: ''வா, வா, அழாதே. அது உனக்குக் கிடைக்கும்'' அவை அனைத்தையும் இணைத்து அவளது மடியில் வீசினார். ஒபேலியாவை அழைத்துக் கொண்டு கூடத்திற்குச் சென்றார்.

''அந்தப் பெண்ணை உருப்படியாக மாற்ற முடியும்னு நா நினைக்கிறேன்'' தனது தோளுக்குப் பின்னால் தனது கட்டை விரலைக் காட்டி அவர் சொன்னார்.

''உண்மையான சோகத்தை வெளிப்படுத்த தெரிந்த எந்த மனமும் நல்லது செய்யவும் தெரிந்திருக்கும். நீ முயற்சி செய்து, அவளைச் சரிப்படுத்தணும்.

''குழந்தை இப்ப ரொம்பவும் முன்னேறியிருக்கா. எனக்குப் பெரிய நம்பிக்கை இருக்கு. ஆனா, அகஸ்டியன் நான் ஒண்ணு கேட்க விரும்பறேன். இவ எனக்கான குழந்தையா? இல்ல உங்களுக் கானவளா?'' அவரது தோளில் தனது கையைப் போட்டபடி ஒபேலியா கேட்டாள்.

''அவளை உனக்குத்தான் கொடுத்தேன்'' அகஸ்டியன் கூறினார்.

''ஆனா, சட்டப்படி இல்ல, சட்டப்படி அவ என்னுடையவளா இருக்கணும்னு விரும்பறேன்'' ஒபேலியா கூறினாள்.

''ஏன் சகோதரி? இதுக்கு அடிமை ஒழிப்பு சங்கம் என்ன சொல்லும்? நீ அடிமை உரிமையாளரா மாறிய இந்தப் பழைய பழியில் விழுந்ததற்காக அவங்க ஒரு நாள் உண்ணாவிரத பிரார்த்தனை செய்வாங்க'' அகஸ்டியன் கூறினார்.

''ஓ, முட்டாள்தனம். என்னுடையவளாக அவள் இருக்க விரும்பறேன். சுதந்திர மாநிலத்திற்கு எடுத்துச் செல்வதற்கு உரிமை எனக்கு வேணும். அவளுக்கு நான் செய்துள்ள அனைத்தும் விரயமாக மாறாதிருக்க, அவளை சுதந்திரமாக்கற உரிமை எனக்கு வேணும்.''

''ஓ சகோதரி! அப்படி என்ன அபாயமான கெடுதல் அவளுக்கு வந்திடும்? அதை நான் உற்சாகப்படுத்த முடியாது.''

''நான் உங்களை வேடிக்கையாகப் பேசச் சொல்லல, நியாயத்தைப் பார்க்கச் சொல்றேன்'' அவளை அடிமைத்தனத்திற்கு தள்ளுவதற்கான அனைத்து வாய்ப்புகளையும் தடுக்கலேன்னா, அவளை கிறித்துவ குழந்தையாக மாற்றுவதில் எந்தப் பயனும் இருக்காது. அவளை எப்போதும் நா வச்சிருக்கணும்னு நீங்க உண்மையா விரும்பினா,

எனக்கு அவளை பரிசளிப்பதற்கான பத்திரத்தையோ அல்லது சட்டப் பூர்வ ஆவணங்களையோ நீங்க கொடுக்கணும்.'' ஒபேலியா கூறினாள்.

''நல்லது, நல்லது. நான் நிச்சயம் செய்வேன்.'' செயிண்ட் கிளேர் சொன்னார். அவர் அமர்ந்து கொண்டு படிப்பதற்காக செய்தியிதழைப் பிரித்தார்.

''உடனடியா செய்யணும்னு விரும்பறேன்.'' ஒபேலியா சொன்னாள்.

''ஏன் அவ்வளவு அவசரம்?''

''இதைச் செய்யறதுக்கு ஏற்ற நேரம் இதுதான்னு நான் நினைக் கிறேன். இப்பவே வாங்க. இந்தாங்க காகிதம், பேனா, மை. ஒரு காகிதம் எழுதுங்க போதும்'' ஒபேலியா கூறினாள்.

அவரது மனநிலைக்கு ஏற்ப இன்றே செயல்படுதல் என்பதை கனிவாக செயிண்ட் கிளேர் வெறுத்தார். ஆகவே ஒபேலியாவின் வெளிப்படையான வேண்டுதலைக் கேட்டு சினங்கொண்டார்.

''ஏன்? என்ன விஷயம்? என்னோட வார்த்தையை நம்பமாட்டியா? ஒரு மனுஷன்கிட்ட அப்படிப் பேசினா, யூதர்களிடமிருந்து நீ பாடம் கத்துக்கிட்டதா நினைப்பாங்க.'' அவர் கேட்டார்.

''நான் நிச்சயப்படுத்திக்க விரும்பறேன். நீங்கள் இறக்கலாம். தோற்றுப் போகலாம். என்னால செய்ய முடிஞ்சதையும் மீறி, டாப்ஸி ஏலத்தில் விடப்படலாம்.'' ஒபேலியா கூறினாள்.

''உண்மையில் நீ எதிர்காலத்தில் கவனமாய் இருக்கிறாய். நான் நியூ இங்கிலாந்துவாசியின் கைகளில் இருப்பதால், இதை ஏற்பதைத் தவிர வேறு வழி எனக்கு இல்லை.'' சட்ட வடிவங்களில் நன்கறிந்தவர் என்பதால் பரிசுப் பத்திரம் ஒன்றை விரைவாக எழுதினார். கொட்டை எழுத்தில் கையெழுத்திட்டார். அதனை மிகப்பெரிய அலங்காரத் துடன் முடித்திருந்தார்.

''இப்ப இது வெட்டு ஒண்ணு துண்டு ரெண்டாகத் தெளிவாக ஆயிடுச்சா, செல்வி. வெர்மெண்ட்'' பத்திரத்தை கொடுத்தவாறு கூறினார்.

''நல்ல பையன். இதுக்கு சாட்சி கையெழுத்து யாரும் போட வேண்டாமா?'' புன்னகைத்தவாறு ஒபேலியா கூறினார்.

''ஓ, கவலைப்படாதே'' மேரியின் அறையைத் திறந்தவாறு கூறினார். ''மேரி, சகோதரிக்கு உன்னோட கையெழுத்து வேண்டுமாம். இங்க கீழே கையெழுத்துப் போடு போதும்.''

''இது என்ன? பரிகாசத்துக்குரியது. இதுபோன்ற கொடூரமான விஷயங்களை விரும்பாம சகோதரி ரொம்ப பயபக்தியா இருப் பாங்கன்னு நினைச்சேன்'' காகிதத்தை விரைவாகப் படித்து தனது

பெயரை அக்கறையின்றி எழுதிய மேரி கூறினார். ''அந்தச் சரக்கு மீது அவங்களுக்கு விருப்பம் இருந்தா, இதை மனப்பூர்வமா வரவேற்கலாம்.''

''அவ உன்னோட உடலும், ஆன்மாவும்'' பத்திரத்தைக் கொடுத்து செயிண்ட் கிளேர் கூறினார்.

''இதற்கு முன்ன இருந்ததைவிட ஒண்ணும் அதிக உரிமை எனக்கில்லை. கடவுளைத் தவிர வேறு யாருக்கும் அவளை என்கிட்ட கொடுப்பதற்கு உரிமை கிடையாது. ஆனா, இப்ப என்னால அவளை பாதுகாக்க முடியும்.'' செல்வி ஒபேலியா கூறினாள்.

''சட்டத்தின் புனைக்கதை போன்று அவள் உனக்கு உரிமை யானவள்'' செயிண்ட் கிளேர் கூறினார். கூடத்திற்குத் திரும்பிச் சென்று, செய்தித்தாளை படிக்கத் துவங்கினார்.

மேரியின் அருகில் அரிதாக அமரும் செல்வி ஒபேலியா, பத்திரத்தை பத்திரமாக எடுத்து வைத்துவிட்டு கூடத்திற்குச் சென்றாள்.

''அகஸ்டியன்! உங்களுக்கு இறப்பு நேர்ந்தால், உங்க வேலை யாட்களுக்கு ஏதாவது ஏற்பாடு செய்துள்ளீர்களா?'' தனது பின்னல் பணிக்கு அமர்ந்தவாறு ஒபேலியா கேட்டாள்.

''இல்லை'' படித்துக் கொண்டே செயிண்ட் கிளேர் கூறினார்.

''அப்படின்னா, உங்க சலுகையெல்லாம் கொடூரமா மாறலாம்.''

செயிண்ட் கிளேரும் அவ்வாறே நினைத்திருந்தார். ஆனால், அவர் கவனக்குறைவாகப் பதிலளித்தார்.

''ஏதாவது ஏற்பாடு செய்ய விரும்பறேன்.''

''எப்போது?'' செல்வி ஒபேலியா கேட்டாள்.

''ஏதோவொரு நாளில்.''

''அதுக்கு முன்னாடி நீங்க இறந்துட்டா!''

''சகோதரி! என்ன விஷயம்?'' தனது செய்தித்தாளை கீழே போட்டுவிட்டு அவளைப் பார்த்தவாறு செயிண்ட் கிளேர் கேட்டார். ''மஞ்சள் காமாலையோ, காலராவோ எனக்கு இருக்கற மாதிரி அறிகுறி எதுவும் இருக்கறதா நீ நினைக்கிறியா? அவ்வளவு ஆர்வத் தோடு சவப் பரிசோதனை செய்யறே?''

''வாழ்வின் மத்தியில் எப்போதும் நாம் இறப்பில் இருக்கிறோம்'' ஒபேலியா கூறினாள்.

செயிண்ட் கிளேர் எழுந்தார். கவனக்குறைவோடு தனது தாள்களை கீழே போட்டார். வராந்தாவில் திறந்திருந்த கதவு நோக்கி நடந்தார். தனக்கு ஏற்புடையதாக இல்லாத உரையாடலை முடிப்ப தற்காக அவ்வாறு செய்தார். கடைசி வார்த்தையான ''இறப்பு'' என்பதை இயந்திரத்தனமாய் உச்சரித்தார். மாடிப்படிக் கட்டையில்

சாய்ந்து கொண்டார். விழுந்து, எழுந்த நீரூற்றின் பளபளப்பான நீரை அவர் பார்த்தார். மங்கலான, மயக்கமான மூடுபனியைப் பார்ப்பது போல, மலர்களையும், மரங்களையும், மண்டபத்தில் மலர்ச் சாடிகளையும் அவர் பார்த்தார். எல்லா வாய்களும் உச்சரிக்கும் அந்த அச்சமூட்டும் சக்தி படைத்த மந்திர வார்த்தையை - ''இறப்பு'' - திரும்பச் சொன்னார். ''அதுபோன்ற ஒரு வார்த்தை இருப்பது விநோதமானது. அது போன்ற விஷயங்களை நாம மறப்பதே கிடையாது. நம்பிக்கையோடும், ஆசைகளோடும், விருப்பங்களோடும் ஒருவர் இதமாகவும், அழகாகவும் வாழ வேண்டியுள்ளது. ஒருநாள் போக வேண்டியதுதான் நிரந்தரமாகப் போக வேண்டியதுதான்.' அவர் சொன்னார்.

அது ஒரு இதமான பொன்மாலைப் பொழுது. வராந்தாவின் அந்தப் பகுதிக்கு அவர் நடந்தபோது டாம் பைபிள் படிப்பதில் மும்முரமாய் இருந்தார். ஒவ்வொரு வார்த்தைகளையும் சுட்டிக் காட்டியும், ஆர்வமான தொனியில் தனக்குள் முணுமுணுத்தவாறும் இருந்தார்.

''உனக்கு படிச்சுக் காட்டணும்னு விரும்பறியா டாம்?'' அவருக்கு அருகில் அக்கறையின்றி அமர்ந்த செயிண்ட் கிளேர் கேட்டார்.

''எஜமானர் விரும்பினா. எஜமானர் அதைத் தெளிவாக்கிடறீங்க.'' நன்றியோடு டாம் கூறினார்.

செயின்ட் கிளேர் புத்தகத்தை எடுத்தார். அது பிரிக்கப்பட்டிருந்த இடத்தைப் பார்த்தார். அதைச் சுற்றி அதிகமாக டாம் அடிக்கோடிட்டிருந்த பகுதியின் ஒரு பத்தியை படிக்கத் துவங்கினார். அது கீழ்க்கண்டவாறு இருந்தது:

''மனிதர்களின் மகன் புகழோடு வருகையில் தனது புனித தேவதைகளோடு புகழ்மிக்க அரியணையில் ஏறினார். அவருக்கு முன் அனைத்து நாடுகளும் குழுமியிருக்கும். ஒரு மேய்ப்பன் தனது ஆடுகளிடமிருந்து செம்மறியாடுகளைப் பிரிப்பது போல அவற்றைப் பிரிப்பார்'' கடைசிச் செய்யுள் வரும் வரை உரக்கக் குரலெடுத்து செயிண்ட் கிளேர் படித்தார்.

''தனது இடதுகையால் அவர் அவர்களுக்குக் கூறுவார்: நிந்திக்கப் பட்டவர்களே! என்னை விட்டு விலகி முடிவில்லாத நெருப்புக்குப் போங்கள். நான் பசித்திருந்தபோது நீங்கள் எனக்கு இறைச்சி கொடுக்கவில்லை. நான் தாகமாய் இருந்தபோது, நீங்கள் எனக்கு தண்ணீர் கொடுக்கவில்லை. நான் புதியவனாய் இருந்தபோது, நீங்கள் என்னை அழைத்துச் செல்லவில்லை. நான் ஆடையின்றி இருந்தபோது நீங்கள் எனக்கு உடை கொடுக்கவில்லை. உடல் நலிவுற்று நான் சிறையில் இருந்தபோது, நீங்கள் என்னை வந்து பார்க்கவில்லை. பிறகு அவர்கள் பதிலளிப்பார்கள்: கடவுளே! உங்களைப் பசியோடும், தாகத்தோடும், புதியவராகவும், ஆடை இன்றியும், நோய்வாய்ப்பட்டும்,

சிறையிலடைக்கப்பட்டும் பார்த்ததாய் எங்களுக்குத் தோன்ற வில்லையே? அவர்களிடம் அவர் கூறுவார்: எனது சகோதரர்களில் மிகவும் ஏழ்மையானவர்களுக்கு செய்யாவிடில், எனக்கும் செய்யாதது மாதிரிதான்.''

இந்தப் பத்தியால் செயிண்ட் கிளேர் பாதிக்கப்பட்டவராய்த் தோன்றினார். அதை இருமுறை படித்தார். இரண்டாவது முறை மெதுவாக படித்தார். தனது மனதுக்குள் வார்த்தைகளை சுழற்றுவதாக தோன்றியது.

"டாம்! நல்ல எளிதான, மரியாதையான வாழ்க்கையை நான் வாழ்வது போலவே, கடுமையான நடவடிக்கை எடுக்கற ஆளுங்களும் இருக்காங்கன்னு தோணுது. அவர்களது சகோதரர்களில் எத்தனை பேர் பசியோடும், தாகத்தோடும் நோய்வாய்ப்பட்டும், சிறையி லடைக்கப்பட்டும் இருக்கிறார்கள் என்பது பற்றி தங்களை வருத்திக் கொள்வதேயில்லை.'' அவர் சொன்னார்.

டாம் பதிலளிக்கவில்லை.

செயிண்ட் கிளேர் எழுந்தார். வராந்தாவின் மேலும், கீழும் சிந்தனையோடு நடந்தார். தனது எண்ணத்தில் அனைத்தையும் மறப்பவர் போல் தோன்றினார். அவ்வளவு தூரம் அவர் அதில் ஆழ்ந்து மூழ்கியிருந்தார். தேனீருக்கான மணி அடித்ததும், டாம் இருமுறை நினைவூட்டிய பின்பே அவரது கவனத்தை ஈர்க்க முடிந்தது.

தேநீர் நேரம் முழுவதும் அவர் சிந்தனை வயப்பட்டு இருந்தார். தேநீருக்குப் பிறகு, அவரும், மேரியும், ஒபேலியாவும் அமைதியாகக் கூடத்திற்குச் சென்றனர்.

பட்டுக் கொசுவலையின் கீழிருந்த படுக்கையில் படுத்த மேரி, விரைவில் ஆழ்ந்து உறங்கிவிட்டார். தனது பின்னல் வேலையில் அமைதியாக ஒபேலியா மும்முரமானாள். செயிண்ட் கிளேர் பியானோ முன் அமர்ந்தார். குழலின் துணையோடு இதமான வருத்தமான இயக்கங்களைச் செய்தார். அவர் பகற்கனவில் ஆழ்ந்திருப்பதாய்த் தோன்றியது. யாரும் கேட்காத இசையில் தானே லயித்திருப்பதாகத் தோன்றியது. சிறிது நேரம் கழித்து, தனது மேஜையின் இழுப்பறையைத் திறந்தார். நாள் கடந்ததால் மஞ்சளாகியிருந்த பக்கங்களைக் கொண்டிருந்த பழைய இசைப் புத்தகத்தை எடுத்தார். அதனைப் புரட்டிப் பார்த்தார்.

செல்வி ஒபேலியாவிடம் கூறினார்: "என்னோட அம்மாவின் புத்தகங்களில் இது ஒண்ணு. இது அவரோட கையெழுத்து. வந்து, இதப்பாரு. இதை மொசார்ட்டின் ரெகியிடமிருந்து நகலெடுத்து அனுப்பியிருக்காங்க'' அவ்வாறே ஒபேலியா வந்தார்.

''இதை அடிக்கடி அவங்க பாடுவாங்க. அவங்கள இப்ப கேட்கலாம்னு நினைக்கிறேன்.'' செயிண்ட் கிளேர் சொன்னார்.

அவர் சில மகத்தான பண்களை மீட்டினார். ''டைஸ் ஐரோ'' என்ற பழம்பெரும் பாடலைப் பாடத் தொடங்கினார்.

வெளி வராந்தாவிலிருந்து இதைக் கேட்ட டாம், கதவுக்கு அருகில் வந்து ஆர்வத்தோடு இசையை ரசித்தார். அவருக்கு அதன் வார்த்தைகள் புரியவில்லை. ஆனால், இசையும், அது பாடப்பட்ட விதமும் அவரை வெகுவாகப் பாதிப்பதாகத் தோன்றியது. குறிப்பாக சோகமான பகுதிகளை செயிண்ட் கிளேர் பாடியபோது அது அதிக பாதிப்பை ஏற்படுத்தியது.

ரிக்கார்ட்ரே ஜேசு பை
கிவாட் சம் காசுவா டியு வயா
நீ மீ பெர்டாஸ், இல்லா டை
கியூரன்ஸ் மீ செடிஸ்டிக் லாசஸ்
ரெடிமிஸ்டி குரூசம் பாசஸ்.
டான்ஸ் லேபர் நான்கி சாசஸ் *

இந்த வார்த்தைகளில் செயிண்ட் கிளேர் ஆழமான, பரிதாபமான எண்ணத்தை வெளிப்படுத்தினார். நிழலான திரையாய் இருக்கும் வருடங்கள் ஓடிவிட்டதாகத் தோன்றியது. தனது குரலில் தனது தாயின் குரலைக் கேட்பதாய் உணர்ந்தார். குரலும், கருவியும் வாழ்வதாய்த் தோன்றியது. இறவாப் புகழுடைய மோசஸ் தனது இறக்கும் தருவாயில் இசையாக உருவாக்கியது போன்று தெளிவான அனுதாபத்தை ஏற்படுத்தியது.

செயிண்ட் கிளேர் பாடி முடித்ததும், சில நொடிகள் தனது தலையில் கரத்தை சாய்த்துக் கொண்டு அமர்ந்தார். தரையில் அங்கும், இங்கும் நடந்தார்.

''அந்த இறுதியான தீர்ப்பை விளக்கும் மாண்புமிக்க கண்ணோட்டம்'' அவர் சொன்னார். ''அந்தக் காலத்தின் அனைத்து தவறுகளையும் சரி செய்யும் வரிகள். பதிலளிக்க முடியாத விவேகத்தால், நீதியின் பிரச்னைகளைத் தீர்க்கும் வரிகள். அது நிச்சயம் பிரமிப்பின் பிம்பம்.''

---

* இந்த வரிகள் கீழ்க்கண்டவாறு போதுமான திருப்திதராத வகையில் மொழிபெயர்க்கப்பட்டுள்ளது.

ஏசுவை நினைப்போம் எதற்காக?
பூமியின் தீயெண்ணங்களையும் துரோகங்களையும் சகித்ததற்காக
அந்த அபாய பருவத்தில் தொலையாது இருப்பேனாக.
உனது தேய்ந்த கால்கள் என்னைத் தேடட்டும்.
சிலுவையில் உனது இறப்பை ருசித்தாய்
இந்த உழைப்பெல்லாம் வீணாகாது இருக்கட்டும்.

''அது நமக்கு அச்சமூட்டுவதாகவும் இருக்கு'' ஒபேலியா கூறினாள்.

''எனக்கும் அப்படித்தான் இருக்குன்னு நினைக்கறேன் - சாயங்காலம் இதைப் பத்தி விளக்கும் மேத்யூ அத்தியாயத்தை டாமுக்கு படிச்சுக் காட்டினேன். அதால நான் பாதிக்கப்பட்டேன். சொர்க்கத் திலிருந்து விலக்கப்படுபவர்கள் ரொம்ப கொடுமை செஞ்வங்களா இருப்பாங்கன்னு நாம நினைக்கலாம். நல்லது செய்யாமையும், கெடுதலாய் கருதப்பட்டு கண்டிக்கப்படுவதைப் பார்க்கலாம்.'' சிந்தனையோடு செயிண்ட் கிளேர் சொன்னார்.

''இருக்கலாம், நல்லது செய்யாத எவராலும் கெடுதல் செய்யாமல் இருப்பது சாத்தியமில்லை'' ஒபேலியா கூறினாள்.

''என்ன? உன்னத காரணங்களுக்கு உதவாத இதயம், கல்வி, சமூகத்தின் தேவை கொண்டவர்களை பற்றி என்ன சொல்ல முடியும்? அவர்கள் செயல்படுவதற்குப் பதிலாக, மனிதர்களின் போராட்டங் களுக்கும், வேதனைகளுக்கும், தவறுகளுக்கும் கனவு காணும் நடுநிலை யான பார்வையாளர்களாக அவர்கள் இருந்தால் என்ன சொல்ல முடியும்?'' உள்ளீடான ஆழ்ந்த உணர்வுகளோடு பேசினார் செயிண்ட் கிளேர்.

''நான் சொல்வேன். அவர் இப்ப வருந்தணும். இப்ப புதுசா ஆரம்பிக்கலாம்.'' ஒபேலியா கூறினாள்.

''நீ எப்போதும் யதார்த்தமாகவும், கருத்திலிருந்து விலகாமலும் பேசற. பொதுவான பிரதிபலிப்புகளுக்காக என்னை எப்பவும் தள்ளி விடறதில்ல சகோதரி. இன்றைய நிஜத்துக்கு என்னை அழைச்சிட்டு வந்துடறே. உனது மனதில் எப்போதும் நிகழ்காலம் முடிவற்றதாக இருக்கு.'' செயிண்ட் கிளேர் கூறினார். அவரது முகத்தில் புன்னகை மலர்ந்தது.

''தற்போது என்று எப்போதும் செயல்படுவதே எனக்கு சரியாய்ப் படுது'' செல்வி ஒபேலியா கூறினாள்.

''எனதருமை சின்னஞ்சிறு ஏவா. அனுதாபத்திற்குரிய குழந்தை. நான் நல்ல வேலைகளை செய்வதற்கு தனது ஆன்மாவை கொடுத் திருக்கா!'' செயிண்ட் கிளேர் சொன்னார்.

ஏவாவின் மறைவிற்குப் பிறகு அவளைப் பற்றி அவர் இவ்வளவு வார்த்தைகளைப் பேசியது முதல் முறை. அவரது மிகவும் வலிமையான உணர்ச்சிகளை அடக்கிக் கொண்டு பேசியது தெளிவாகத் தெரிந்தது.

''நமது சமூகத்தின் அடித்தளமாக இருக்கும் இந்த அநீதியான, பூதாகாரமான முறைக்கு எதிராக தனது சக்தி முழுவதையும் திரட்டா மலும், அவசியமானால் அதற்குத் தன்னையே தியாகம் செய்யாமலும் கிறித்துவத்தை ஒருவரால் கடைபிடிக்க முடியாது என்பது எனது

கருத்து. இல்லாவிடில் அதுபோன்று எதுவும் செய்யாத கற்றறிந்த கிறித்துவர்களிடம் எனக்குத் தொடர்பு இருந்தாலும், நான் கிறித்துவனாக இருக்க முடியாது. இந்தப் பொருளில் கிறித்துவர்களின் அக்கறையின்மையும், தவறுகள் பற்றிச் சரியான கணிப்பு இல்லாமையும், என்னிடம் ஒரு அவநம்பிக்கையை உண்டாக்கியிருக்கிறது.''

''இதெல்லாம் உங்களுக்குத் தெரிந்திருந்தால் நீங்கள் ஏன் அதைச் செய்யவில்லை?'' ஒபேலியா சொன்னாள்.

''ஏன்னா, சோபாவில் உட்கார்ந்து கொண்டு, உண்மையை ஒப்புக் கொள்ளாதவர்களாகவும், தியாகிகளாகவும் இல்லாத காரணங்களுக்காக தேவாலயத்தையும், மதகுருமார்களையும் நிந்திக்கும் அளவிற்குத்தான் எனக்கு நன்மை செய்வதற்கான விருப்பம் இருப்பதால்தான். மற்றவர்கள் தியாகிகளாக இருக்க வேண்டும் என்று எளிதாக ஒருவர் கருத்து தெரிவிக்கலாம். தெரியுமா?''

''நல்லது, இப்ப நீங்க வித்தியாசமாக என்ன செய்யப் போறீங்க?'' ஒபேலியா கேட்டாள்.

''எதிர்காலத்தை கடவுள் மட்டுமே அறிவார். நான் எல்லாத்தையும் இழந்துட்டதால முன்பைவிட தைரியமா இருக்கேன். இழப்பதற்கு எதுவும் இல்லாதவர்கள் எல்லா அபாயமான செயலிலும் இறங்கலாம்.'' செயிண்ட் கிளேர் கூறினார்.

''நீங்க என்ன செய்யப் போறீங்க?''

''எவ்வளவு வேகமாக முடியுமோ அவ்வளவு வேகமாக ஏழையான அடிமட்ட மக்களுக்கு நன்மை செய்வதே எனது கடமைன்னு நம்பறேன். எனது வேலையாட்களிடம் அதைத் துவங்குவேன். அவர்களுக்கு இதுவரை எதுவும் செய்யவில்லை. அநேகமாக வருங்காலத்தில் ஒரு நாள் மொத்த வர்க்கத்துக்கும் ஏதாவது செய்ய முடியும்னு தோணுது. தவறான நிலைப்பாடு காரணமாக எல்லா நாகரிக நாடுகளுக்கு முன்பாக அவமானமாக நிற்கும் எனது நாட்டைப் பாதுகாக்க ஏதாவது செய்ய முடியும்னு தோணுது.''

''ஒரு தேசம் எப்போதாவது தானாகவே தன்னை விடுவித்துக் கொள்வது சாத்தியம் என்று நினைக்கிறீர்களா?'' ஒபேலியா கேட்டாள்.

''எனக்குத் தெரியல. மகத்தான செயல்பாடுகளின் காலம் இது. பூமியில் அங்கும் இங்கும் சாகச வாதமும், ஆர்வமின்மையும் எழும்பிக் கொண்டிருக்கின்றன. அபரிமிதமான பொருளாதார இழப்பையும் பொருட்படுத்தாது பல லட்சம் அடிமைகளை ஹங்கேரிய பிரபுக்கள் விடுவித்துள்ளனர். நம்மிடையேயும் அது போன்ற பணத்தைக் கொண்டு கௌரவத்தையும், நீதியையும் எடைபோடாத தாராளமான மனிதர்களை அநேகமாக காண முடியும்.'' செயிண்ட் கிளேர் கூறினார்.

''நா அப்படி நினைக்கல'' ஒபேலியா கூறினாள்.

''நாளையே எழுந்து இவர்களை விடுவிக்கிறோம்னு வச்சுக்கு வோம். இந்த பல லட்சம் மக்களுக்கு யார் கல்வி கற்பிப்பது? அவர்க ளது சுதந்திரத்தை எப்படி பயன்படுத்துவது என்று யார் சொல்லிக் கொடுப்பது? நம்மிடையே அவர்கள் உயர்வதற்கு எழ மாட்டார்கள். நாமே சோம்பேறிகளாகவும், யதார்த்தத்திற்கு புறம்பானவர்களாகவும் இருக்கோம் என்பதுதான் உண்மை. அவர்களை மனிதர்களாக மாற்றுவதற்குத் தேவையான தொழில் மற்றும் சக்தி தொடர்பாக நம்மிடம் கருத்து எதுவும் இல்லை என்பது உண்மை. உழைப்பு நடைமுறையாகவும், பொதுவான வழக்கமாகவும் உள்ள வடக்கு நோக்கி அவர்கள் போக வேண்டும். அவர்களது கல்வி மற்றும் உயர்வு தொடர்பான போக்குகளை பொறுத்துக் கொள்ளும் அளவுக்கு உங்களது வடக்கு மாநிலங்களிடையே போதுமான கிறித்துவ வள்ளல் தன்மை இருக்கா? அந்நிய மதப் பிரச்சாரக் குழுக்களுக்கு ஆயிரக் கணக்கான டாலர்களை நீங்க அனுப்பறீங்க. உங்களது கிராமங் களிலும், நகரங்களிலும் பரவியுள்ள கிறித்துவரல்லாதவர்களை கிறித்துவ நிலைக்கு உயர்த்துவதற்கு உங்களது நேரம், சிந்தனை மற்றும் நிதியைச் செலவழிப்பதற்கு உங்களுக்குப் பொறுக்குமா? அதைத்தான் நான் அறிய விரும்பறேன். நீங்கள் விடுவித் தால், அவர்களுக்கு கற்பிக்க உங்களுக்கு விருப்பம் இருக்கா? உங்க நகரத்தில் இருக்கும் எத்தனை குடும்பங்கள் நீக்ரோ ஆண்களையும் பெண்களையும் எடுத்துக் கொண்டு, அவர்களுக்கு கல்வி அளித்து, அவர்களைப் பொறுத்துக் கொண்டு, அவர்களை கிறித்துவர்களாக மாற்ற முன்வருவார்கள்? அவனை ஒரு எழுத்தராகவோ, ஒரு பழுதுபார்க்கும் சுய தொழிலாளி யாகவோ மாற்ற விரும்பினால், அடால்பை எத்தனை வணிகர்கள் ஏற்றுக் கொள்வார்கள்? ஜேனையும், ரோசாவையும் பள்ளிக்கு அனுப்ப நினைத்தால், வடக்கு மாநிலங்களில் அவர்களை எடுத்துக் கொள்ள எத்தனை பள்ளிகள் உள்ளன? அவர்களுக்கு எத்தனை குடும்பம் தங்குமிடம் கொடுக்கும்? வடக்கிலும், தெற்கிலும் இருக்கும் பெண் களைப் போன்று அவர்கள் வெண்மையாக இருந்தாலும், அதுதான் நிலைமை. நான் நீதி செய்யப்படணும்னு விரும்பறேன். நாங்கள் நீக்ரோக்களை அடக்கியாள்பவர்களாக வெளிப்படையாகத் தோற்றம் தருகிறோம். ஆனால் வடக்கின் கிறித்துவமில்லாத பாரபட்சம் நமது அடக்குமுறையின் அளவிற்கு சமமாகவும், தீவிரமாகவும் இருக்கு.''

''அப்படி இருக்குன்னு எனக்குத் தெரியும். இதுலயிருந்து விடுபடணும்னு நான் நினைச்சது வரை என்கிட்டேயே இது இருந்தது. நான் அதிலேருந்து விடுபட்டுட்டேன்னு நம்பறேன். இந்த விஷயத்துல அவங்க கடமை என்னன்னு சொன்னால் போதும், அதைச் செயல்படுத்துவதற்கு விருப்பமாக இருக்கும் பல நல்லவர்கள் வடக்கில்

இருக்கிறாங்கன்னு எனக்குத் தெரியும். அயல்நாடுகளுக்கு மதப்பிரச்சாரகர்களை அனுப்புவதைவிட நம்மிடையே உள்ள கிறித்துவர்கள் அல்லாதவர்களை வரவேற்பது நல்லதா இருக்கும். அதைச் செய்ய முடியும்னு நினைக்கிறேன்.'' ஒபேலியா கூறினாள்.

''உன்னால முடியும்னு எனக்குத் தெரியும். உன்னோட கடமைன்னு நீ நினைச்சு அதையும் உன்னால செய்யாம இருக்க முடியாதுன்னும் தெரியும்.'' செயிண்ட் கிளேர் சொன்னார்.

''நல்லது, நா ஒண்ணும் அசாதாரணமான நல்லவளில்லை. என்ன மாதிரி விஷயங்களைப் பார்த்தா, மத்தவங்களும் அப்படித்தான் செய்வாங்க. நான் போகும்பொழுது டாப்ஸியையும் அழைச்சிட்டுப் போகப்போறேன். நம்மோட ஆளுங்க முதலில் ஆச்சரியமா பார்ப்பாங்க. நான் நினைக்கிற மாதிரி அவங்களைப் பார்க்க வைக்க முடியும்னு நம்பறேன். மேலும் நீங்க சொல்ற மாதிரி செய்யும் பல மனிதர்கள் வடக்கில் நிறைய இருப்பது எனக்குத் தெரியும்.'' ஒபேலியா கூறினாள்.

''ஆனால், அவங்க சிறுபான்மையினர். ஓரளவுக்காவது விடுவிக்க ஆரம்பிக்கணும்னா, உன்னிடமிருந்து விரைவில் தகவல் வரும்னு நினைக்கிறேன்.''

ஒபேலியா பதிலளிக்கவில்லை. சில நொடிகள் அமைதியான இடைவேளை இருந்தது. செயிண்ட் கிளேரின் முகம் சோகமான கனவை வெளிப்படுத்துவதாய் இருந்தது.

''இன்று இரவு எனது தாயாரை அதிகமாக நினைக்க எது தூண்டுதுன்னு எனக்குத் தெரியல. எனக்கு அருகில் இருக்கிற மாதிரியான விநோதமான உணர்வு எனக்கு இருக்கு. அவங்க வழக்கமா சொல்பவைகளைப் பற்றி நினைச்சுக்கிட்டே இருக்கேன். சில சமயம் பழைய நினைவுகளை தெளிவாகத் திரும்ப எது கொண்டு வருதுன்னு ஆச்சரியமா இருக்கு.'' அவர் சொன்னார்.

மேலும் சில நிமிடங்கள் அறையின் மேலும், கீழும் அவர் நடந்தார். பிறகு சொன்னார்.

''நான் தெருப் பக்கம் சில நிமிடங்கள் போய், இன்று இரவு என்ன செய்தின்னு கேட்டுட்டு வரலாம்னு இருக்கேன்.''

தனது தொப்பியை எடுத்துக் கொண்டு, அவர் வெளியேறினார்.

மண்டபத்துக்கு வெளியே, நடைபாதை வரை டாம் தொடர்ந்தார். அவரோட வரணுமான்னு கேட்டார்.

''வேண்டாம் எனது பையா! ஒரு மணி நேரத்தில் திரும்பிடுவேன்.'' செயிண்ட் கிளேர் சொன்னார்.

வராந்தாவில் டாம் கீழே அமர்ந்தார். அது நிலவொளி வீசும் அழகான மாலைப் பொழுது. விழுந்து, எழுந்து தூவும் நீரூற்றைக் கவனித்து வந்த டாம், அதன் முணுமுணுப்புகளைக் கூர்ந்து கேட்டார். டாம் தனது வீட்டைப் பற்றி நினைத்தார். தான் விரைவில் சுதந்திர மனிதனாக ஆகப் போவது பற்றி நினைத்தார். விரும்பியபோது திரும்ப முடியும். தனது மனைவியையும், குழந்தைகளையும் வாங்குவதற்கு எப்படி உழைக்க வேண்டும் என்று எண்ணினார். விரைவில் அது தனக்குச் சொந்தமாகும் என்ற சந்தோஷத்தில், அவரது பருத்த புஜங்களின் இறுக்கமான தசைகளைப் பெருமையோடு பார்த்தார். தனது குடும்பத்தை விடுவிக்க அவைகள் எவ்வளவு தூரம் உதவ முடியும் என்று அவர் உணர்ந்தார். பிறகு தனது இளம் எஜமானர் பற்றி நினைத்தார். அவருக்காக அவர் வழக்கமாக செய்யும் பிரார்த்தனை வந்தது. பிறகு அவரது நினைவில் அழகான ஏவா வந்தாள். அவளை அவர் தற்போது தேவதையாகக் கருதினார். நீரூற்று தூவலிலிருந்து அந்தப் பிரகாசமான முகமும், தங்க நிற முடியும் அவரைப் பார்ப்பதாக கற்பனை செய்தார். அவ்வாறு சிந்தித்தவாறு அவர் உறங்கி விட்டார். தனது முடியில் வெண்ணிற மல்லிகையோடும், பிரகாசமான முகத்தோடும் மகிழ்வில் ஒளிரும் கண்களோடும் வழக்கமாக வருவது போல, அவரது கனவில் அவள் வந்தாள். அவள் தரையிலிருந்து எழுந்து வருவதைப் பார்த்த அவருக்கு, அவளது கன்னங்கள் வெளிறி இருப்பதாகத் தோன்றியது. அவளது கண்கள் ஆழமான, தெய்வீகமான பிரதிபலிப்பை வெளியிட்டன. அவளது தலைக்கு மேலே தங்க வட்டம் சுழல்வதாகத் தோன்றியது. அவள் விரைவில் அவரது பார்வையிலிருந்து மறைந்தாள். வாயிற்கதவு சத்தமாக தட்டப்படுவதையும், பல குரல்கள் ஒலிப்பதையும் கேட்டு டாம் விழித்துக் கொண்டார்.

அவற்றை நிறுத்த அவர் முயன்றார். மூச்சடைக்கும் சத்தத்தோடும், வேகமான நடையோடும் துணியால் சுற்றப்பட்டு பலகையில் கிடத்தப் பட்டிருந்த ஒரு உடலைக் கொண்டு வந்தனர். விளக்கின் வெளிச்சம் முகத்தில் முழுவதும் விழுந்தது. திகிலோடும், துயரத்தோடும் டாம் கத்தினார். அனைத்துத் தாழ்வாரங்களிலும் அது எதிரொலித்தது. சுமையோடு கூடத்துக் கதவுக்கு அந்த மனிதர்கள் வந்தனர். அங்கு இன்னும் ஒபேலியா பின்னல் வேலையில் ஈடுபட்டி ருந்தாள்.

மாலை நேர செய்தித்தாளை பார்ப்பதற்காக செயிண்ட் கிளேர் ஒரு உணவகத்திற்குச் சென்றிருந்தார். அவர் படித்துக் கொண்டிருந்த போது, குடிபோதையில் இருந்த இருவரிடையே சண்டை மூண்டது. அவர்கள் இருவரையும் பிரிக்க, செயிண்ட் கிளேரும் மற்ற இருவர் களும் முயன்றனர். சண்டையிட்ட ஒருவரிடமிருந்து அவர் பிடுங்க முனைந்த இருமுனைக் கத்தியால் செயிண்ட் கிளேர் பலமாகக் குத்தப்பட்டிருந்தார்.

அழுகையாலும், புலம்பலாலும், அலறலாலும், கூச்சலாலும் அந்த வீடு நிரம்பியது. வேலையாட்கள் தங்கள் தலையைப் பிய்த்துக் கொண்டனர். தரையில் புரண்டு அழுதனர். அழுது புலம்பும்போது, தடையெழுப்பியவாறு ஓடினர். டாமும், ஒபேலியாவும் மட்டுமே அந்தக் கணத்திற்குத் தேவையான மனப்பாங்கைப் பெற்றிருந்தனர். மேரி வெறிபிடித்த சோகத்தில் இருந்தாள். ஒபேலியாவின் அறிவுரைப் படி, கூடத்தில் ஒரு படுக்கை அவசரமாகத் தயாரிக்கப்பட்டது. ரத்தம் சொட்டும் உருவம் அதில் கிடத்தப்பட்டது. வலியாலும், இரத்த இழப்பாலும் செயிண்ட் கிளேர் மயக்கமுற்றிருந்தார். உயிர்ப்பிக்கும் வேலைகளை ஒபேலியா செய்ததில், அவர் கண்ணைத் திறந்து பார்த்தார். அவர்களை நிலைத்துப் பார்த்தார். அறையைச் சுற்றி ஆர்வமாகப் பார்த்தார். ஒவ்வொரு பொருளின் மீதும் அந்தப் பார்வை பதிந்து, இறுதியாக அவரது தாயின் புகைப்படத்தில் நின்றது.

மருத்துவர் வந்தார். பரிசோதனை செய்தார். அவரது முக பாவத்தில் நம்பிக்கை வெளிப்படவில்லை. இருப்பினும் காயங்களுக்கு மருந்திட்டார். வராந்தாவின் கதவுகளையும், ஜன்னல்களையும் திறந்தனர். அச்சம் நிறைந்த வேலையாட்களின் அழுகை மற்றும் விம்மல்களுக்கிடையே, மருத்துவரும், டாமும், ஒபேலியாவும் அமைதியாகத் தங்களது பணியைப் பார்த்தனர்.

''இப்ப'' மருத்துவர் கூறினார். ''இந்தப் பிறவிங்களை எல்லாம் வெளியே அனுப்பணும். அவரை அமைதியா விடறதைப் பொறுத்துத் தான் எல்லாம் இருக்கு.''

செயிண்ட் கிளேர் தனது கண்களைத் திறந்தார். வேதனையடைந்த மனிதர்களைப் பார்த்தார். அவர்களை அறையிலிருந்து அகற்றும் மருத்துவர் மற்றும் ஒபேலியாவின் செயலுக்கு வெறுப்பு தெரிவிப்ப தாக அவரது முகபாவம் இருந்தது. ''ஏழைப் பிறவிங்க'' அவர் கூறி னார். வெளியேறுவதற்கு அடால்ப் முற்றிலுமாக மறுத்துவிட்டான். அந்தக் கணத்திற்குத் தேவையான மனநிலையை அவனுக்கு ஏற்பட்டி ருந்த திகில் கரைத்திருந்தது. தரையில் புரண்டு அழுதான். அவனை எழுந்துகொள்ள வைக்க எந்த வற்புறுத்தலாலும் முடியவில்லை. மற்றவர்கள் ஒபேலியாவின் அவசரமான வேண்டுகோளுக்கு செவி மடுத்திருந்தனர். அவர்களது கீழ்ப்படிதலிலும் அமைதி காப்பதிலும் எஜமானரின் பாதுகாப்பு இருப்பதாக அவர்கள் உணர்ந் திருந்தனர்.

செயிண்ட் கிளேர் அதிகமாக எதுவும் பேச முடியாது இருந்தார். அவர் கண்களை மூடிக் கொண்டார். கசப்பான எண்ணங்களோடு மல்லுக்கு நின்றது தெளிவாகத் தெரிந்தது.

சிறிது நேரம் கழித்து, அவருக்கு அருகில் மண்டியிட்டு அமர்ந் திருந்த டாமின் தலையில் தனது கரங்களை வைத்துச் சொன்னார்: ''டாம் ஏழை மனிதனே!''

''என்ன, எஜமான்?'' டாம் ஆர்வமாய்க் கேட்டார்.

''நான் இறந்து கொண்டிருக்கிறேன். பிரார்த்தனை செய்.'' அவரது கையை அழுத்திப் பிடித்த செயிண்ட் கிளேர் கூறினார்.

''ஒரு மதகுரு உங்களுக்குத் தேவையா?'' மருத்துவர் கேட்டார்.

செயிண்ட் கிளேர் அவசர அவசரமாக வேண்டாமென்று தலையை அசைத்தார். ஆர்வமாக டாமிடம் கூறினார்: ''பிரார்த்தனை செய்.''

தனது மனம் மற்றும் வலிமைகளை சேகரித்து, இறந்து வரும் ஆன்மாவுக்காக டாம் பிரார்த்தனை செய்தார். அந்த ஆன்மா சீராகவும், துக்ககரமாகவும் பார்ப்பதாகத் தோன்றியது. பலமான அழுகையோடும், கண்ணீரோடும் சொல்லப்பட்ட பிரார்த்தனை அது.

டாம் பேசுவதை நிறுத்தியபோது, செயின்ட் கிளேர் சற்று நகர்ந்து அவரது கரத்தைப் பிடித்துக் கொண்டார். அவரை ஆர்வமாய்ப் பார்த்தார். ஆனால் எதுவும் கூறவில்லை. அவரது கண்களை மூடிக் கொண்டார். ஆனால் பிடியைத் தளரவிடவில்லை. முடிவற்ற அந்த உலகின் கதவில் சமமாகவே வெள்ளைக் கரங்களும், கறுப்புக் கரங்களும் இறுகப் பற்றிக் கொண்டன. இடைவெளிவிட்டு, தனக்குள் இதமாக முணுமுணுத்துக் கொண்டார்.

ரிகார்டரேஜேசு பை -

****

நீ மீ பெர்டாஸ் - இல்லே டை

கியூரென்ஸ் மி - செடிஸ்ட் லாசஸ்.

அந்த மாலையில் அவர் பாடிய பாடலின் வரிகள் அவரது மனதில் ஓடியது என்பது தெளிவு. ஆண்டவனை நோக்கி வேண்டுகோள் விடுத்த வார்த்தைகள் அவை. அவரது உதட்டிலிருந்து தோத்திரத்தின் பகுதிகள் விட்டுவிட்டு வெளிப்பட்டதால், அவரது உதடுகளும் விட்டு விட்டு அசைந்தன.

''அவரது மனம் அலைபாய்கிறது'' மருத்துவர் கூறினார்.

''இல்லை! அது கடைசியாக ''வீட்டுக்கு வருவது'' சக்தியோடு செயிண்ட் கிளேர் சொன்னார், ''கடைசியாக, கடைசியாக.''

பேசுவதற்கு செய்த முயற்சி அவரைக் களைப்பாக்கியது. இறப்பில் மூழ்கியதால் வெளிறிக் காணப்பட்டார். பரிதாபப்படும் ஆவி தனது இறகுகளை உதிர்த்தமாதிரி, அவரது அழகிய அமைதியான முகபாவம் இருந்தது. சோர்வுற்ற குழந்தை உறங்குவது போல் இருந்தது.

அவ்வாறு சில நொடிகள் படுத்திருந்தார். அந்த மகத்தான கரங்கள் அவர் மேல் இருப்பதை அவர்கள் கண்டனர். ஆவி பிரிவதற்கு முன்பு,

திடீரென்ற வெளிச்சத்துடன் அவரது கண்களைத் திறந்தார். மகிழ்ச்சியையும், அங்கீகாரத்தையும் வெளிப்படுத்தும் விதமாக "அம்மா" என்றார். பிறகு அவர் சென்றுவிட்டார்.

29

பாதுகாக்கப்படாதவர்கள்

கனிவான எஜமானரின் மறைவால் நீக்ரோ வேலைக்காரர்களுக்கு ஏற்படும் வேதனைகளை அடிக்கடி கேட்கிறோம். இந்தச் சூழ்நிலையில் அடிமைகள் போல் பாதுகாப்பற்றும், அனாதரவாகவும் பூமியில் வேறு பிறவி எதுவும் விடப்படுவதில்லை.

தனது தந்தையை இழந்த குழந்தைக்கு நண்பர்களின் பாதுகாப்பும், சட்டத்தின் பாதுகாப்பும் இருக்கிறது. அது ஏதாவது செய்ய முடியும். ஒப்புக் கொள்ளப்பட்ட உரிமைகளும், சூழ்நிலைகளும் அந்தக் குழந்தைக்கு உண்டு. அடிமைகளுக்கு எதுவும் கிடையாது. ஒவ்வொரு விதத்திலும் எந்த உரிமையும் இல்லாத வணிகத்திற்குரிய சரக்காக அவர்களை சட்டம் கருதுகிறது. தனது எஜமானரின் உயர்ந்த, பொறுப்பற்ற உயிர் மூலமே ஒரு அழியும் மனிதப் பிறவிக்கு அவனது ஏக்கங்களுக்கும், தேவைகளுக்கும் சாத்தியமான ஒப்புதல் கிடைக்கும். அவனது எஜமானர் இறந்து விட்டால், எதுவும் மிஞ்சாது.

பொறுப்பற்ற அதிகாரத்தை மனிதாபிமானத்தோடும், தாராளமாகவும் எப்படி முழுமையாகப் பயன்படுத்துவது என்று அறிந்த மனிதர்களின் எண்ணிக்கை மிகவும் குறைவு. எல்லாருக்கும் இது தெரியும். எல்லாரையும் விட ஒரு அடிமைக்கு இது நன்கு தெரியும். ஒரு கனிவான, இரக்கமுள்ள எஜமானரை பெறுவதற்கான வாய்ப்பை விட நிந்தனை செய்யும் அடக்கியாளும் எஜமானரை பெறுவதற்கான வாய்ப்பு பத்து மடங்கு அதிகம். எனவே ஒரு கனிவான எஜமானரின் மறைவினால் உருவாகும் அழுகை சத்தமானதாகவும், நீண்டதாகவும் இருக்கும்.

செயிண்ட் கிளேர் தனது இறுதி மூச்சை விட்டபோது, திகிலும், குழப்பமும் முழு வீட்டிலும் நிலவியது. தனது இளமை மறையாத நிலையிலேயே, ஒரு கணத்தில் அவர் மறைந்திருந்தார். வீட்டில் இருந்த ஒவ்வொரு அறையிலும் தாழ்வாரத்திலும் அழுகையும், வேதனை மிகுந்த அலறலும் பரவியிருந்தன. தனது தொடர்ந்த சுய பச்சாதாபப் போக்கு காரணமாக மேரியின் நரம்பு மண்டலம் சக்தி குன்றியிருந்தது.

அதிர்ச்சியின் திகிலிலிருந்து ஆதரவு தர அவருக்கு எதுவுமில்லை. தனது கணவர் இறுதி மூச்சை விட்டபோது, நொடிக்கொரு தரம் மயக்கமுற்று இருந்தார். விடைபெறும் வார்த்தை சொல்வதற்கான வாய்ப்புகூட இல்லாது, திருமணம் என்ற புதிரான பந்தம் அவரிட மிருந்து நிரந்தரமாகப் பிரிந்தது.

அவளுக்கே உரிய வலிமையோடும், சுய கட்டுப்பாட்டோடும் தனது உறவினரிடம் இறுதிவரை ஒபேலியா இருந்தாள். கண்களும், காதுகளும், அனைத்தும் கவனமாக இருந்தன. செய்ய முடிந்த சிலவற்றை செய்தாள். இறந்து கொண்டிருக்கும் எஜமானருக்காக அவரது ஏழை அடிமைகள் செய்த இதமான, உணர்ச்சி ததும்பும் பிரார்த்தனையில் தானும் இணைந்து கொண்டாள்.

அவரது இறுதி ஓய்வுக்கான ஏற்பாடுகளை செய்யும்போது, அவரது மடியில் சிறிய, எளிய பெட்டி இருந்தது. ஒரு சுருள் விசை மூலம் அதைத் திறந்ததும் உன்னதமான, அழகான பெண்ணின் உருவம் இருந்தது தெரிந்தது. பின்புறம் பளிங்கில் கரும் முடிச் சுருள்கள் இருந்தன. உயிரற்ற நெஞ்சில் அதை வைத்தனர். அந்தக் குளிர்ந்த இதயத்தை இதமாகத் துடிக்க வைத்த பழங்காலக் கனவின் துக்ககரமான அடையாளமாக அது இருந்தது.

டாமின் முழு ஆன்மாவிலும் முடிவற்றதின் நினைவுகளே நிரம்பி யிருந்தன. உயிரற்ற உடலைச்சுற்றி அவர் இயங்கிக் கொண்டிருக் கையில், இந்தத் திடீர் அடி தன்னை நம்பிக்கையற்ற அடிமைத்தனத்தில் ஆழ்த்தி விட்டதைப் பற்றி ஒருமுறைகூட அவர் நினைக்கவில்லை. தனது எஜமானர் பற்றி அவர் அமைதியாய் உணர்ந்தார். தனது தந்தை யான கடவுளின் மடியில் பிரார்த்தனைகளை அவர் ஊற்றியபோது, அவரது அமைதிக்கான பதிலினை கண்டுபிடித்தார். அவருக்குள் ஓர் உறுதிமொழி ஊற்றெடுத்தது. அவரது சொந்த அன்பான இயல்பின் ஆழத்தில், தெய்வீக அன்பின் முழுமையை அவரால் காண முடிந்தது. ஒரு பழைய குறி சொல்பவர் கூறியிருந்தார், ''அன்பில் வாசம் செய்யும் ஒருவர் கடவுளிடம் வசிக்கிறார். கடவுள் அவரிடம் வசிக்கிறார்'' டாம் இதன்மீது நம்பிக்கை வைத்து, அமைதியாக இருந்தார்.

கறுப்புப் பிரார்த்தனை, சாந்தமான முகங்கள் என்று இறுதி ஊர்வலம் முடிந்தது. தினசரி வாழ்க்கையின் இன்பங்களும், துயரமும் கலந்த அலைகள் திரும்ப எழுந்தன. ''அடுத்து செய்ய வேண்டியது என்ன?'' என்ற நிரந்தர கடினமான கேள்வி எழுந்தது.

காலை நேர தளர்வான ஆடையில் பதட்டமான வேலையாட் களால் சூழப்பட்டு பெரிய சாய்வு நாற்காலியில் அமர்ந்து துக்கத்திற் கான துணிகளை ஆராய்ந்த மேரியின் மனதில் இந்தக் கேள்வி எழுந்தது. தனது வடக்கு இல்லம் பற்றி தனது எண்ணங்களை திருப்பத் துவங்கியிருந்த ஒபேலியாவின் மனதில் இந்தக் கேள்வி எழுந்தது.

தாங்கள் தற்போது யார் பொறுப்பில் விடப்பட்டுள்ளோமோ அந்த எஜமானியின் உணர்வற்ற, கொடுங்கோன்மையான குணம் பற்றி நன்கு அறிந்திருந்த வேலையாட்களின் மனதில் இந்தக் கேள்வி அமைதியான திகிலாக எழுந்திருந்தது. இதுவரை அவர்களுக்கு அளிக்கப்பட்ட சலுகைகள் தங்களது எஜமானரிடமிருந்தும் பெறப்பட்டது என்றும், எஜமானியிடமிருந்து அல்ல என்றும் அனைவருக்கும் தெரிந்திருந்தது. தற்போது அவர் இறந்துவிட்டதால், அவர்களுக்கும், உடல்நிலை பாதிப்பின் உந்துதலால் அதிகமாக்கப்படும் ஒவ்வொரு கொடுங் கோன்மைகளுக்கும் இடையில் எந்தத் திரையும் இருக்காது என்று அவர்களுக்குத் தெரியும்.

இறுதி யாத்திரை முடிந்த இரு வாரங்களில் தனது அறையில் ஒபேலியா முக்கியப் பணியில் மும்முரமாய் இருந்தபோது, இதமாகக் கதவு தட்டப்பட்டது. அவள் திறந்தாள். அழகான இளம் கலப்பினப் பெண் ரோசா நின்றிருந்தாள். முடிகள் கலைந்தும், அழுகையால் கண்கள் வீங்கியும் காணப்பட்டாள்.

''ஓ செல்வி ஃபீலி! எனக்காக செல்வி மேரியிடம் செல்லுங்கள். எனக்காக வாதாடுங்கள். எனக்கு கசையடி கொடுக்க அனுப்பப் போறாங்க'' ஒபேலியாவின் காலில் விழுந்து, அவளது ஆடையின் விளிம்பைப் பிடித்து, ஒபேலியாவிடம் ஒரு காகிதத்தைக் கொடுத்தாள்.

மேரியின் மெலிதான இத்தாலியக் கரங்களால் கசையடி நிறுவனத் தலைவருக்கு எழுதப்பட்டிருந்தது. அந்தக் கடிதத்தினை தாங்குபவருக்கு 15 கசையடிகள் கொடுப்பதற்கான ஆணை அது.

''நீ என்ன செஞ்சே?'' ஒபேலியா கேட்டாள்.

''உங்களுக்குத் தெரியுமே, செல்வி ஃபீலி. எனக்கு மோசமான மனநிலை இருக்குன்னு. மேரியின் உடைகளை அணிஞ்சு பார்த்தேன். அவங்க என்னோட முகத்துல அடிச்சாங்க. யோசனை எதுவும் பண்ணாம வேடிக்கையாப் பேசிட்டேன். இதுக்கு முன்பிருந்த மாதிரி உல்லாசமா இருக்க முடியாதுன்னு உனக்கு காட்டறேன்னு சொன் னாங்க. இதை எழுதிக் கொடுத்து, எடுத்துட்டு போன்னு சொன்னாங்க. அவங்க என்ன கொன்னாக்கூட பரவாயில்லைன்னு நினைக்கறேன்.''

காகிதத்தை கையில் வைத்துக் கொண்டு, அதனை ஆராய்ந்தவாறு ஒபேலியா நின்றாள்.

''நீங்க பாருங்க செல்வி ஃபீலி. நீங்களோ, எஜமானி மேரியோ எனக்கு சாட்டையடி கொடுப்பதப்பத்தி நான் பயப்படல. அந்தக் கொடூரமான மனுஷன்கிட்ட அனுப்பறது வெட்ககரமானது!'' ரோசா சொன்னாள்.

பெண்களையும், இளம் சிறுமிகளையும் கசையடி நிறுவனங்களின் கசடான மனிதர்களிடம் அனுப்புவது பொதுவான வழக்கம் என்று

ஒபேலியாவுக்குத் தெரியும். இதைத் தொழிலாக நடத்தும் அளவிற்கு மனிதர்கள் கொடுமையானவர்களாக இருந்தனர். அங்கு மிருகத் தனமான நடவடிக்கைகள் மூலம், வெட்கக் கேடான திருத்தும் செயலைச் செய்வர். இதுபற்றி அவளுக்குத் தெரியும். இருந்தாலும், வேதனையில் கொந்தளித்திருந்த ரோசாவின் மெலிந்த உருவத்தைக் கடிதத்தோடு பார்க்கும் வரை அதை உணர்ந்ததில்லை. பெண்மைக் குரிய நேர்மையின் இரத்தமும், நியு இங்கிலாந்தின் வலிமையான சுதந்திரத்தின் இரத்தமும் அவளது கன்னத்தில் பாய்ந்தன. அவளது கோபமான இதயத்தில் கசப்பாகத் துடித்தன. ஆனால் வழக்கமான கவனச் செயல்பாடு காரணமாகவும், சுயக்கட்டுப்பாடு காரணமாகவும் தன்னை சமாளித்துக் கொண்டாள். காகிதத்தை உறுதியாக கசக்கி, ரோசாவிடம் அவள் கூறினாள்.

''கீழே உட்கார், குழந்தை. நான் உங்க எஜமானியிடம் போகும்போது இங்கேயே இரு''

''வெட்கக்கேடு! காட்டுமிராண்டித்தனம்! கொடூரம்!'' கூடத்தைக் கடந்தபோது தனக்குள் முனகிக் கொண்டாள்.

தனது சாய்வு நாற்காலியில் மேரி அமர்ந்து கொண்டிருந்தார். அவரது முடியை வாரியவாறு மாம்மி அவளருகில் நின்றிருந்தாள். அவரது கால்களை அழுத்திப் பிடித்தவாறு ஜேனே தரையில் அமர்ந்திருந்தாள்.

''இன்னிக்கு உங்களுக்கு எப்படி இருக்கு?'' ஒபேலியா கேட்டாள்.

ஒரு கணம் ஆழ்ந்த பெருமூச்சும், கண் மூடலுமே பதிலாக இருந்தது. பிறகு மேரி பதிலளித்தாள்: ''ஓ, எனக்குத் தெரியாதே, சகோதரி. நா எப்பவும் எப்படி இருக்கேனோ அந்த அளவுக்குத்தான் நல்லா இருக்கேன்'' ஒரு அங்குல அளவு கறுப்புத் தலைப்பு கொண்டிருந்த கேம்பிரிட்ஜ் கைக்குட்டையால் கண்களை துடைத்துக் கொண்டார்.

ஒரு சங்கடமான பொருள் பற்றி பேசுவதற்கு முன்பு வழக்கமாக வரும் ஒரு சிறு வறட்சியான இருமலுடன் ஒபேலியா கூறினாள்: ''ஏழை ரோசா பற்றிப் பேச வந்தேன்.''

மேரியின் கண்கள் அகலமாகத் திறந்தன. அவரது வாட்டமான கன்னத்தில் ரத்தம் பாய்ந்தது. அவர் காட்டமாகக் கேட்டார்.

''நல்லது, அவளைப் பத்தி என்ன?''

''அவளோட தவறுகளுக்காக அவ ரொம்ப வருத்தப்படறா?''

''அப்படியா? நான் முன்னமேயே இது மாதிரி செஞ்சிருந்தா இன்னும் வருத்தப்பட்டிருப்பா. அந்தக் குழந்தையின் துடுக்குத்தனத்தை போதிய அளவுக்கு நான் பொறுத்துக்கிட்டேன். இப்ப அவளை கீழே இறக்கிக் காட்டுவேன். அவளைப் புழுதியில் தள்ளுவேன்.

''அவளுக்கு வேறு வழியில் தண்டனை கொடுக்க முடியாதா? அவமானக் குறைவான வேறு ஏதாவது வழியில் தண்டிக்கலாமே.''

''அவளை அவமானப்படுத்த விரும்பறேன். அதுதான் எனக்கு வேணும். அவ யாருன்னு மறந்துட்டு, தனது அழகான வடிவத்தில், பெண்மணி என்ற தோரணையில் வாழ்க்கை முழுவதும் நினைச்சுக் கிட்டு இருந்தா. அவளை அதிலிருந்து கீழே வர நான் பாடம் புகட்டுவேன்னு நினைக்கிறேன்.''

''ஒரு இளம் பெண்ணின் மென்மையையும் அவமான உணர்வையும் அழிச்சா, அவளை அது சீரழிக்கும்ன்னு நீங்க நினைச்சுப் பாருங்க சகோதரி''

''மென்மை'' அவமதிக்கும் சிரிப்புடன் மேரி கூறினாள். ''அவளைப் போன்றவர்களுக்கு அருமையான வார்த்தை. தெருவில் நடமாடும் முரட்டு கறுப்பு நாய்களோட அவ ஒண்ணும் உசத்தியானவ இல்லேன்னு அவளுக்குப் பாடம் புகட்டுவேன். அவளோட தோரணைய ஓரங்கட்டுவேன். அவளோட தோரணையை இனிமே என் மேலே காட்ட மாட்டா.''

''இது மாதிரி கொடுமைகளுக்கு நீங்க கடவுளிடம் பதில் சொல்ல வேண்டியிருக்கும்'' சக்தியோடு ஒபேலியா கூறினாள்.

''கொடுமை - கொடுமைன்னா என்னன்னு நான் தெரிஞ்சுக்க விரும்பறேன். பதினைஞ்சு கசையடிகள் மட்டுமே கொடுக்க ஆணை கொடுத்திருக்கேன். அதுவும் மெதுவா இருக்கணும்னு எழுதியிருக் கேன். இதில் கொடுமை இருக்கறதா எனக்குத் தெரியல''

''கொடுமை இல்லையா? இதுக்கு நேரடியா ஒரு பொண்ணை கொன்னுடலாம்.'' ஒபேலியா கூறினாள்.

''உங்கள மாதிரி உணர்வுகள் இருக்கறவங்களுக்கு அப்படித் தோணலாம். இந்தப் பிறவிங்க எல்லாம் அதுக்குப் பழக்கப் பட்டுட்டாங்க. அவங்கள ஒழுங்கா இருக்க வைக்க இதுதான் ஒரே வழி. மென்மையான தோரணையில் இருக்கலாம்னு அவங்க நினைக்கத் துவங்கிட்டாங்கன்னா, உங்களோட வேலையாட்கள் எப்பவும் இருக்கற மாதிரி நம்ம மேலேயே ஓடித் திரிவாங்க. அவங்கள வழிக்குக் கொண்டு வர ஆரம்பிச்சுட்டேன். அவங்க திருந்தலேன்னா நான் எல் லாரையும் கசையடிக்கு அனுப்புவேன்னு அவங்க தெரிஞ்சுக்கணும்.'' தன்னைச் சுற்றி கண்களை சுழற்றிப் பார்த்தபடி மேரி கூறினார்.

அது தன்னை நோக்கி கூறப்பட்டதாக உணர்ந்த ஜேனே தலையைத் தொங்கப் போட்டுக்கொண்டாள். வெடிமருந்து கலவையை விழுங்கியவளாய் ஒபேலியா ஒரு கணம் அமர்ந்திருந்தாள். வெடித்து விடுவதற்கு தயாரானவளாய் இருந்தாள். இதுபோன்ற கருத்துக்கள் கொண்டவரிடம் பேசுவதன் பயனின்மையை உணர்ந்த

தால், தனது உதடுகளைத் தீர்மானமாக மூடிக் கொண்டாள். தன்னை சுதாரித்துக் கொண்டு, அறையை விட்டு வெளியேறினாள்.

ரோசாவிடம் திரும்பிச் சென்று, தன்னால் எதுவும் செய்ய முடியவில்லை என்று கூறுவது சங்கடமாக இருந்தது. விரைவில் ரோசாவை கசையடி நிறுவனத்திற்கு அழைத்துச் செல்ல எஜமானி அனுப்பியதாக ஒரு ஆண் வேலையாள் வந்தான். அவளது அழுகையை யும் வேண்டுகோள்களையும் மீறி அவசரமாக அவள் அழைத்துச் செல்லப்பட்டாள்.

சில நாட்கள் கழித்து, சிந்தனையோடு பால்கனியில் டாம் நின்றிருந்தார். தனது எஜமானரின் மறைவுக்குப் பின்பு முழுமையாக மனமொடிந்து, தேற்ற முடியாத அளவிற்கு துயருற்றிருந்த அடால்ஃப் அவரோடு இணைந்து கொண்டான். தான் எப்போதும் மேரியின் வெறுப்புக்கு ஆளாகியிருக்கிறோம் என்று அடால்ஃப்புக்குத் தெரியும். அவனது எஜமானர் வாழ்ந்திருந்தபோது, அதுபற்றி அவன் கவலைப் படவில்லை. தற்போது அவர் இறந்து விட்டதால், அடுத்து தனக்கு என்ன ஆகுமோ என்று பயத்தோடும், நடுக்கத்தோடும் தினந்தினம் இருந்து வந்தான். மேரி தனது வக்கீலிடம் அடிக்கடி ஆலோசித்தார். செயிண்ட் கிளேரின் சகோதரரிடம் தகவல் பரிமாறிக்கொண்ட பின்பு, அந்த இடத்தையும், தன்னோடு எடுத்துச் செல்ல விரும்பிய தனது சொந்த உடைமைகளைத் தவிர அனைத்து வேலையாட்களையும் விற்பது என்றும் முடிவாகியிருந்தது. தனது தந்தையின் தோட்டப் பண்ணைக்குச் செல்வது என்று அவர் முடிவெடுத்திருந்தார்.

''டாம், நாம் எல்லோரும் விற்கப்பட இருக்கிறோம்னு உங்களுக்குத் தெரியுமா?'' அடால்ஃப் கேட்டான்.

''உனக்கு அது எப்படித் தெரிய வந்தது?'' டாம் கேட்டார்.

''வக்கீலோட எஜமானி பேசிக்கிட்டிருந்ததை, திரைச்சீலைக்குப் பின்னாடி நின்னுக்கிட்டு கேட்டேன். இன்னும் சில நாட்களில் நாமெல்லாம் ஏலத்துக்கு அனுப்பப்பட இருக்கிறோம்.''

''கடவுளின் விருப்பப்படி நடக்கும்'' தனது கையைக் கட்டிக் கொண்டு ஆழ்ந்த பெருமூச்சு விட்டவாறு டாம் கூறினார்.

''அதுபோன்ற எஜமானர் கிடைக்க மாட்டார். எஜமானிக்கிட்ட இருப்பத விட ஏலம் விடப்படுவதையே விரும்பறேன்.'' அச்சத்தோடு அடால்ஃப் கூறினான்.

டாம் விலகிச் சென்றார். அவரது இதயம் நிரம்பியிருந்தது. அவரது பொறுமையான ஆன்மாவின் முன்பு அவரது சுதந்திரத்துக்கான நம்பிக்கையும், தூரத்தில் தெரிந்த மனைவி மற்றும் குழந்தைகள் பற்றிய எண்ணமும் எழுந்தது. உடைந்த கப்பலில் இருந்துகொண்டு, வாழ்வின்

கடைசியில் காணும் கருப்புக் கடலலையைப் பார்த்துக் கொண்டு, தனது கிராமத்துக் கூரைகளையும், தேவாலய கோபுரத்தையும் எண்ணிப் பார்க்கும் மாலுமியின் நிலையில் அவர் இருந்தார். தனது மடியில் அவரது கைகளை இறுகக் கட்டிக் கொண்டார். கரிப்பான கண்ணீரை தனக்குள் அடக்கிக் கொண்டார். பிரார்த்தனை செய்ய முயற்சி செய்தார். சுதந்திரத்தின்மீது அந்த ஏழை வயதான மனிதர் பிரத்யேகமான, கணக்கிட முடியாத விருப்பத்தை வளர்த்துக் கொண்டிருந்தார். எனவே, இந்தத் திருப்பம் அவருக்குச் சிரமமாக இருந்தது. ''உனது விருப்பப்படி நடக்கும்'' என்று அவர் அடிக்கடி ஆண்டவனை வேண்டிக் கொள்ள, வேண்டிக் கொள்ள, மேலும் மேலும் சிரமமாக அவர் உணர்ந்தார்.

ஏவாவின் மறைவுக்குப் பின்பு அவரை மரியாதையோடும், குறிப்பிடத்தக்க கனிவோடும் நடத்திய ஒபேலியாவிடம் சென்றார்.

''செல்வி பீலி! எஜமானர் செயிண்ட் கிளேர் எனக்குச் சுதந்திரம் தருவதாக உறுதி கூறியிருந்தார். அதுக்கான நடவடிக்கைகளை எடுக்கப் போறதா அவர் கூறியிருந்தார். அது எஜமானரோட கடைசி விருப்பங் கறதை எஜமானிகிட்ட நீங்க எடுத்துச் சொன்னீங்கன்னா, அதைச் செய்ய விருப்பமா இருப்பாங்கன்னு தோணுது.'' டாம் சொன்னார்.

''உனக்காக நான் பேசறேன், டாம். என்னால முடிஞ்சத செய்யப் பார்க்கறேன். ஆனால் அது திருமதி செயிண்ட் கிளேரின் முடிவை பொறுத்து இருக்கு. நான் ரொம்ப நம்ப முடியாது. இருந்தாலும், நான் முயற்சித்துப் பார்க்கறேன்.'' ஒபேலியா சொன்னாள்.

ரோசாவிற்கு நிகழ்ந்ததற்குப் பிறகு இது நடந்தது. வடக்குப் பகுதிக்கு திரும்புவதற்கான தயாரிப்பு வேலைகளில் ஒபேலியா மும்முரமாய் இருந்தபோது நிகழ்ந்தது.

தனக்குள் சிந்தனை செய்த அவள், தனது முந்தைய முயற்சியில் அவசரப்பட்டு மொழியைப் பயன்படுத்திவிட்டதாகக் கருதினாள். தனது ஆர்வத்தை தணித்துக் கொண்டு இந்த முறை முயற்சிக்க முடிவெடுத்தாள். இயன்றவரை சமாதானப்படுத்தும் விதத்தில் செயல் படுவது என்று தீர்மானித்து, அந்த நல்ல ஆன்மா தன்னைத் தயாரித்துக் கொண்டது. தனது பின்னல் நூல்களை எடுத்துக் கொண்டு மேரியின் அறைக்குச் சென்றாள். ஏற்கத்தக்க விதத்தில் தன்னை வைத்துக் கொண்டு, தனது அனைத்து ராஜதந்திர திறன்களையும் பயன்படுத்தி, டாமின் வழக்கை எடுத்துரைப்பது என்று முடிவெடுத்திருந்தார்.

தலையணையை ஒரு கையில் வைத்துக் கொண்டு, மேரி ஒரு படுக்கையில் நீளமாக சாய்ந்து கொண்டிருந்தாள். கடை வீதிக்குச் சென்று வந்திருந்த ஜேன் சில மெல்லிய கறுப்புத் துணிகளின் மாதிரிகளை விரித்துக் காட்டிக் கொண்டிருந்தாள்.

‘‘இது சரியா இருக்கும். அது சரியான துக்க அனுஷ்டிப்பா இருக்குமான்னுதான் தெரியல.’’ ஒன்றைத் தேர்ந்தெடுத்த மேரி கூறினார்.

‘‘எஜமானி! கடந்த கோடையில் தளபதி இறந்த பிறகு, திருமதி பெர்பனான் இதைத்தான் அணிந்திருந்தார். அது நல்லா இருந்தது.’’ ஜேன் வலியுறுத்திச் சொன்னாள்.

‘‘நீங்க என்ன நினைக்கறீங்க?’’ ஒபேலியாவிடம் மேரி கேட்டார்.

‘‘அது மரபு வழக்கம் தொடர்பானதுன்னு நினைக்கறேன். என்னை விட சிறப்பா நீங்க தீர்மானிக்க முடியும்.’’ ஒபேலியா கூறினார்.

‘‘உண்மை என்னன்னா. நான் அணிவதற்கு இந்த உலகத்துல ஒரு உடை இல்ல. அடுத்த வாரம் இந்த நிறுவனத்தை மூடிவிட்டு போகப் போறதால, சிலவற்றை நான் முடிவெடுக்க வேண்டும்.’’ மேரி கூறினார்.

‘‘அவ்வளவு சீக்கிரமாவா நீங்க போறீங்க?’’

‘‘ஆமாம். செயிண்ட் கிளேரின் சகோதரர் எழுதியிருக்கார். வேலையாட்களும், மரச் சாமான்களும் ஏலத்தில் விடப்படணும்னு. அவரும், வக்கீலும் நினைக்கிறாங்க. இடத்தை வக்கீலின் பொறுப்பில் விட்டுடலாம்னு தீர்மானிச்சிருக்கோம்.’’

‘‘உங்ககிட்ட ஒரு விஷயத்தைப் பேச விரும்பறேன். டாமுக்கு சுதந்திரம் தருவதா அகஸ்டியன் உறுதி கூறியிருந்தார். அதற்குத் தேவையான சட்ட நடவடிக்கைகளை எடுக்கத் துவங்கினார். அதனை முழுமைப்படுத்த உங்களது செல்வாக்கை பயன்படுத்துவீங்கன்னு நான் நினைக்கறேன்.’’ செல்வி ஒபேலியா கூறினாள்.

‘‘உண்மையில், நான் அது மாதிரி எதுவும் செய்ய மாட்டேன். இந்த இடத்தின் மதிப்புமிக்க வேலையாட்களில் டாம் ஒருவன். எப்படி இருந்தாலும் அது கட்டுப்படியாகாது. அதோட, அவனுக்கு எதுக்கு சுதந்திரம்? இப்பவே நல்லாத்தானே இருக்கான்.’’ மேரி காட்டமாய்க் கூறினாள்.

‘‘ஆனா, அவர் அதை ஆர்வமா விரும்பறார். அவரோட எஜமானர் உறுதி கூறியிருக்கார்’’ ஒபேலியா கூறினாள்.

‘‘அவன் விரும்பினான்னு நான் உறுதியாக் கூறுவேன். அவங்க அதிருப்தியான குழுவா இருக்கறதால, அவங்க அதை விரும்பறாங்க. அவங்க கிட்ட இல்லாததை விரும்புவாங்க. எப்படி இருந்தாலும், விடுதலை தருவதை கொள்கை ரீதியா எதிர்க்கறேன். ஒரு எஜமானர் கீழே ஒரு நீக்ரோ இருந்தா, நல்லா செயல்பட்டு, மரியாதையா நடந்துப் பான். அவங்களை சுதந்திரமா விட்டா, சோம்பேறியா இருப்பாங்க. வேலை பார்க்க மாட்டாங்க. குடிக்கு அடிமையாவாங்க, அற்பமா இருப்பாங்க, பயனற்றவர்களா இருப்பாங்க. பலநூறு முறை இது

முயற்சிக்கப்பட்டதைப் பார்த்திருக்கேன். அவங்கள சுதந்திரமா விடறது அவங்களுக்குக் காட்டற சலுகை இல்ல.''

''ஆனா டாம் மிகவும் சீரானவர், ஊக்கமுள்ளவர், பக்தியானவர்.''

''ஓ! நீங்க எனக்கு சொல்லத் தேவையில்லை. அவனைப் போல நூறு பேரைப் பார்த்திருக்கேன். கவனமா வச்சுக்கறவரை ஒழுங்கா இருப்பான். அவ்வளவுதான்.''

''இதை நினைச்சுப் பாருங்க. அவரை விற்பனைக்கு விடும்போது, மோசமான எஜமானர் கிடைக்க வாய்ப்பு இருக்கு.'' ஒபேலியா கூறினாள்.

''ஆம். அதெல்லாம் அபத்தம். ஒரு நல்ல ஆளுக்கு மோசமான எஜமானர் கிடைக்கறதுக்கு சாத்தியம் நூத்துல ஒண்ணுகூட இல்ல. இது பத்தி பேசறதையும் மீறி பெரும்பாலான எஜமானர்கள் நல்லவங்க தான். நான் இங்க தெற்கே வசித்து வளர்ந்தவ. தனது வேலை யாட்களை அவங்க தகுதி அளவுக்கு நல்லா நடத்தாத, எஜமானரை இதுவரை பார்க்கவில்லை. அந்த வகையில எனக்கு எந்தப் பயமும் இருக்கல.'' மேரி கூறினார்.

''நல்லது. டாம் தனது சுதந்திரத்தை பெறணும்னு உங்க கணவரோட கடைசி ஆசைன்னு உங்களுக்குத் தெரியும். அன்பான சின்னஞ்சிறு ஏவாவின் மரணப் படுக்கையில் அவர் கொடுத்திருந்த உறுதிமொழிகளில் அது ஒண்ணு. அதை மதிக்கக் கூடாதுன்னு நீங்க நினைக்க மாட்டீங்கன்னு நினைக்கறேன்.'' ஒபேலியா சக்தியோடு கூறினாள்.

இந்த முறையீட்டை கேட்டு தனது முகத்தை மேரி மூடிக் கொண்டார். விம்மத் துவங்கினார். முகரும் புட்டியை தீவிரமாக உறிஞ்சினார்.

''எனக்கு எதிரா எல்லாரும் இருக்காங்க. ஒவ்வொருத்தரும் என்கிட்ட அவமரியாதையா இருக்காங்க. இந்த நினைவுகளை எல்லாம் கொண்டு வந்து என்னை சிரமப்படுத்துவாங்கன்னு நினைக்கல. அது ரொம்ப அவமரியாதையா இருக்கு. என்னோட சோதனைகள் பிரத்யேகமானவை என்று யாரும் கருதுவது இல்லை. எனக்கு ஒரே ஒரு மகள்தான் இருக்கும்போது, கடவுள் அவளை எடுத்துக்கிட்டது எனக்குக் கஷ்டம். எனக்கு சரியான பொருத்தமா இல்லாத கணவர் கிடைச்சார். அவரோட பொருந்தி வாழ நான் நினைச்சபோது, அவரையும் எடுத்துக்கிட்டாரு. என்னோட உணர்வுகளை நீங்க கொஞ்சமும் புரிஞ்சுக்கல. அது எனக்கு சிரமமாயிருக்கும்னு தெரிஞ்சும், கவனமின்றி இந்த விஷயங்களை நீங்க கொண்டு வர்றீங்க. அது ரொம்ப அவமரியாதை'' மேரி தேம்பினார். மூச்சுவிடத் திணறினார். மாம்மியை கதவை மூடச் சொன்னார். கற்பூரப் புட்டியை கொண்டு வர பணித்தார்.

கதவைத் துடைக்கச் சொன்னார். தனது ஆடையிலிருந்து ஊக்கை எடுக்கச் சொன்னார். பொதுவான குழப்பம் வந்ததால், தனது அறைக்கு ஒபேலியா ஓடி மறைந்தாள்.

இதற்கு மேலும் எதுவும் சொல்வது நலம் பயக்காது என்று அவளுக்குத் தெரிந்தது. வலிப்பு வந்தவளாய் வெறியடைவதற்கான திறன் மேரிக்கு இருந்தது. ஏவா அல்லது அவரது கணவரின் வேலை யாட்கள் தொடர்பான விருப்பங்களைப் பற்றிப் பேச்செடுத்தால், இதுபோன்ற ஒரு நாடகத்தை அரங்கேற்றுவார். டாமுக்கு அவள் செய்யக்கூடிய அடுத்த சிறந்த செயலை ஒபேலியா செய்தாள். அவரது பிரச்சனையை தெரிவித்து திருவாளர் ஷெல்பிக்கு கடிதம் எழுதி, நிவாரணம் அனுப்ப வலியுறுத்தினாள். மறுநாள், டாம், அடால்ஃப் மற்றும் மற்ற ஆறு வேலையாட்கள் அடிமைக் கிடங்கிற்கு அனுப்பப் பட்டனர். அவர்களை ஏலம் விட இருக்கும் வணிகரின் வசதிக்காகக் காத்திருந்தனர்.

30

அடிமைக் கிடங்கு

அது ஒரு அடிமைக் கிடங்கு. அது போன்ற இடங்கள் பற்றி நமது வாசகர்கள் சிலருக்கு கொடூரமான பார்வை இருக்கலாம். அசிங்கமான, வெளிச்சமற்ற குகையாக, குழப்பக் கடவுளின் கொடூரமான இடமாக அவர்கள் க்றபனை செய்வார்கள். அப்பாவியான நண்பர்களே! அப்படி இல்லை. இந்தக் காலத்தில் நிபுணத்துவத்தோடும், நாகரிகமாகவும் பாவம் செய்யும் கலையை மனிதர்கள் அறிந்துள்ளனர். மரியாதைக் குரிய சமூகத்தின் கண்களையும், உணர்வுகளையும், அதிர்ச்சிக் குள்ளாக்காத அளவிற்கு அவற்றை அறிந்துள்ளனர். சந்தையில் மனித உடைமைக்கு அதிக மதிப்பு இருந்தது. எனவே அவர்கள் நன்கு உணவளிக்கப்பட்டு, நன்கு சுத்தமாக்கப்பட்டு, பராமரிக்கப்பட்டு, கவனிக்கப்பட்டு வந்தனர். விற்பனைக்கு வரும்போது பளபளப்பாகவும், வலிமையோடும் இருக்க வேண்டும் என்று அப்படிச் செய்வார்கள். வெளித் தோற்றத்தில் மற்ற வீடுகளைப் போன்றே நியூ ஆர்லியன்ஸில் ஒரு அடிமைக் கிடங்கு தூய்மையாக இருக்கும். வெளியில் இருக்கும் கொட்டகை போன்ற இடத்தில் ஆண், பெண்கள் வரிசையாக நிறுத்தப்பட்டிருப்பார்கள். உள்ளே உடைமை விற்கப்படுவதை அறிவிக்கும் அடையாளமாக அது இருக்கும்.

பிறகு நீங்கள் பார்க்கவும், பரிசோதிக்கவும் மரியாதையாக வேண்டிக் கொள்ளப்படுவீர்கள். ''தனித்தனியாகவும், மொத்தமாகவும், வாங்குவோரின் வசதிக்கு ஏற்ப விற்கப்பட உள்ள'' கணவர்களையும், மனைவிகளையும், சகோதரர்களையும், சகோதரிகளையும், தந்தைகளையும், தாய்களையும், இளங் குழந்தைகளையும் அபரிமிதமாகக் காணலாம். பூமி அதிர்ந்தபோது, பாறைகள் வெடித்தபோது, கல்லறைகள் திறந்தபோது சூரியக் கடவுளால் ரத்தத்தாலும், வேதனையாலும் வாங்கப்பட்ட மனித ஆன்மாக்கள் விற்கப்படலாம், குத்தகைக்கு விடப்படலாம், அடகு வைக்கப்படலாம், மளிகைப் பொருட்களுக்கோ, உலர் பொருட்களுக்கோ மாற்றிக் கொள்ளப் படலாம். வணிகத்தின் போக்கிற்கு ஏற்பவும், வாங்குவோரின் விருப்பத்திற்கு ஏற்பவும் எதுவும் செய்யப்படலாம்.

மேரிக்கும் ஒபேலியாவுக்கும் இடையில் உரையாடல் நடைபெற்ற ஓரிரு நாட்களில், டாம், அடால்ஃப் மற்றும் செயிண்ட் கிளேர் பண்ணையில் இருந்த ஆறு வேலையாட்கள் அந்தக் கிடங்கின் காப்பாளர் திரு. சிகெக்ஸ் அவர்களின் அன்பான கனிவுக்கு அனுப்பப் பட்டிருந்தனர். மறுநாள் ஏலத்திற்காக காத்திருக்க நிறுத்தப் பட்டிருந்தனர்.

ஒரு பெட்டி நிறைய கணிசமான ஆடைகளை டாமும், மற்றவர் களும் வைத்திருந்தனர். இரவில் ஒரு பெரிய அறையில் அடைக்கப் பட்டனர். எல்லா வயதிலும், அளவிலும், நிறங்களிலும் உள்ள பலவகை மனிதர்கள் இருந்தனர். அவர்களிடமிருந்து சிரிப்புச் சத்தங்களும், நினைக்க முடியாத மகிழ்ச்சியும் வந்தன.

''ஆ... ஆ! அது சரி! செய்யுங்க சிறுவர்களா... என்னோட மக்கள் எப்பவும் மகிழ்ச்சியா இருப்பாங்க. சாம்போ'' காப்பாளர் திரு சிகெக்ஸ் சொன்னார். ஒரு பருத்த நீக்ரோ கீழ்த்தரமான கோமாளித் தனங்களை செய்தது சத்தத்தை உருவாக்கியிருந்தது. அதை அனுமதிக்கும் விதத்தில் திரு. சிகெக்ஸ் பேசினார். இதை டாமும் கேட்டார்.

எதிர்பார்ப்பதுபோலவே, இது போன்ற நிகழ்ச்சிகளில் கலந்து கொள்வதற்கான வேடிக்கைத் திறன் டாமிடம் இல்லை. இந்தச் சத்தமான குழுவிடமிருந்து எவ்வளவு தூரம் தள்ளி வைக்க முடியுமோ அவ்வளவு தூரத்துக்கு தனது பெட்டியைத் தூக்கி வைத்து, சுவருக்கு எதிராகத் தனது முகத்தைச் சாய்த்துக் கொண்டார்.

மனிதச் சரக்குகளை விற்பவர்கள், அவர்களிடம் காணப்படும் வருத்தங்களை மூழ்கச் செய்யவும், அவர்களது நிலையைப் பற்றி உணர்வின்றி இருக்கச் செய்யவும் சத்தமான மகிழ்ச்சியை அவர்களி டையே வளர்க்க கவனமாகவும், முறையாகவும் முயற்சிகள் செய் வார்கள். வடக்குச் சந்தையில் விற்கப்பட்டு தெற்குப் பகுதிக்கு வரும்

வரை, ஒரு நீக்ரோவை உணர்ச்சியற்றவனாய், சிந்தனையற்றவனாய், மிருகத்தனமானவனாய் மாற்றுவதே அவனுக்குப் பயிற்சி அளிப்பதன் நோக்கமாக இருந்தது. அடிமை வணிகர்கள் கென்டகியிலோ, வெர்ஜினியாவிலோ தனது கும்பலை சேகரிக்கிறார். அவர்களைக் கொழுக்க வைக்க ஒரு வசதியான இடத்தில் அவர்கள் முழுமையாக உணவிடப்படுகிறார்கள். சிலர் மிகவும் ஆசைப்படுவார்கள் என்பதால், அவர்களிடையே வயலின் வாசிக்கப்படும். தினமும் அவர்களை நடனமாட வைப்பார்கள். வாழ்க்கை, குழந்தைகள் மற்றும் வீடு பற்றிய உணர்வுகளின் எண்ணங்கள் வலிமையாக இருக்கும். சிலர் மகிழ்வாய் இருக்க மறுத்தால், வஞ்சகமானவர்களாகவும், அபாயமானவர் களாகவும் குறிக்கப்பட்டு, மிகவும் பொறுப்பற்ற, கரடுமுரடான கெட்ட எண்ணம் கொண்ட ஆட்களால் எவ்வளவு முடியுமோ அந்த அளவுக்கு பெருந்தீங்குக்கு உள்ளாக்கப்படுவார்கள். சுறுசுறுப்பு, ஆயத்த நிலை, தோற்றத்தில் - குறிப்பாக பார்வையிடுவோர் முன்பு - உற்சாகம் காட்டுவது ஆகியவை தொடர்ந்து வலியுறுத்தப்பட்டு வந்தன. நல்ல எஜமானர் கிடைக்கக்கூடும் என்ற நம்பிக்கையாலும், விற்கப்படாத சரக்காக இருந்தால் தங்களுக்கு ஏற்படக்கூடிய கொடுமை பற்றிய அச்சத்தாலும் இதை அவர்கள் கடைபிடிக்க வேண்டி வந்தது.

''கறுப்பர் இங்க என்ன செய்றீங்க?'' திரு சிகெக்ஸ் அறையை விட்டு அகன்ற பின்பு வந்த சாம்போ கேட்டான். முழுவதும் கறுப்பாக வும், பெரிய தோற்றத்தோடும் வாக்கு சாதுர்யத்துடனும், உற்சாகத் துடனும், தந்திரங்களுடனும் நெளிப்புடனும் சாம்போ இருந்தான். டாமுக்கு அருகில் வந்த சாம்போ அவரது பக்கவாட்டில் கேலியாக தட்டியவாறு கேட்டான் : ''தியானமா?''

''நாளைக்கு நான் ஏலத்தில் விற்கப்பட போறேன்'' டாம் அமைதியாகக் கூறினார்.

''ஏலத்தில் விற்கப்படுவதா? அது வேடிக்கையா இல்லை? நானும் அந்த வழியிலே போனாத் தேவலாம்னு நினைக்கறேன். அவங்கள நான் சிரிக்க வைக்கலையா? நாளைக்கு உங்க கும்பல் முழுக்க போகப் போறீங்க'' அடால்பின் தோளில் சுதந்திரமாக கை வைத்தவாறு சாம்போ கூறினான்.

''தயவு செய்து என்னைத் தனியா விடுங்க'' ஆக்ரோஷமாக தன்னை நிமிர்த்திக் கொண்ட அடால்ஃப் அதிகபட்ச வெறுப்போடு கூறினான்.

''சிறுவர்களே! வெள்ளைக் கறுப்பர்கள் ஒருவித வெளிர் மஞ்சள் நிறம். நீ நறுமணத்தோட இருக்கே. புகையிலை கடைக்குப் பொருத்தமா இருப்பான். அங்க வாசனைப் பொடி நிறையக் கிடைக்கும். மொத்தக் கடையையும், வாசனையா மாத்திடுவான்.'' அடால்ஃபுக்கு அருகில் வந்து செறுமியபடி அவன் சொன்னான்.

‘‘என்னை விட்டு விலகி இருக்கச் சொன்னேன் இல்ல. அப்படி உங்களால இருக்க முடியாதா?’’ கோபமுற்ற அடால்ஃப் கூறினான்.

‘‘எவ்வளவு உணர்ச்சியோட வெள்ளை நிற கறுப்பர்கள் இருக்காங்க. என்னைப் பாரு இப்ப’’ அடால்ஃபின் நடை உடை பாவனைகளை சம்போ நகலெடுத்து நடித்துக் காட்டினான். ‘‘இதுதான் நம்ம சோதனையும், வசீகரமும். நாம நல்ல குடும்பத்துல இருந்ததா நான் சந்தேகப்படறேன்.’’

‘‘ஆமாம். பழைய வண்டிக்காக உங்க எல்லாரையும் வாங்கக் கூடிய எஜமானர்கிட்ட இருந்தேன்.’’ அடால்ஃப் கூறினான்.

‘‘பெரிய மனுஷங்கன்னு நினைச்சேன்.’’ சம்போ சொன்னான்.

‘‘செயிண்ட் கிளேர் குடும்பத்தைச் சேர்ந்தவங்க’’

‘‘கடவுளே! அப்படியா? உங்கள வாங்கறதுக்கு யாருக்கு அதிர்ஷ்டம் இருக்கோ? உடைஞ்ச தேநீர் கோப்பைகளோடு உங்களை விற்கப் போறாங்க’’ கோபத்தைத் தூண்டி சாம்போ கூறினான்.

இந்த வசைபாடலால் ஆத்திரமடைந்த அடால்ஃப், தனது எதிரி மீது பெருங்கோபத்தோடு பறந்து, ஒவ்வொரு பக்கமும் அடிக்கத் துவங்கினான். மத்தவங்க சிரிச்சாங்க. சத்தம் போட்டாங்க. கூச்சல் காப்பாளரை அழைத்து வந்தது.

‘‘இப்ப பசங்களா? ஒழுங்கா இருங்க’’ உள்ளே வந்து பெரிய சாட்டையை சுழற்றியவாறு அவர் கூறினார்.

சாம்போ தவிர எல்லாரும் வேறு வேறு திசையில் பறந்தனர். உரிமம் உள்ள கோமாளியாக காப்பாளரிடம் பணியாற்றிய சாம்போ உறுதியாய் நின்றான். எஜமானர் அவனை நோக்கி சாட்டையை வீசியபோதெல்லாம் இளிப்புக் காட்டி நின்றான்.

‘‘எஜமானரே! நாங்க வழக்கமாக இங்க இருக்கறவங்க. ஒழுங்கா இருக்கோம். புதுசா வந்தவங்கதான் பிரச்சனை பண்றாங்க. எப்பவும் எங்களைத் தாக்கறாங்க.’’

இதைக் கேட்ட காப்பாளர், டாம் மற்றும் அடால்ஃப் பக்கம் திரும்பி எதைப் பத்தியும் விசாரிக்காமல் அவர்களுக்கு சாட்டையடி கொடுத்து, எல்லோரும் ஒழுங்கானவங்களா இருந்து படுக்கைக்குப் போகுமாறு பொதுவாக அறிவுறுத்தி, அறையை விட்டு அகன்றார்.

ஆண்களின் தூங்குமிடத்தில் இவ்வாறு நிகழ்ந்து கொண்டிருக்கையில், பெண்களுக்கு ஒதுக்கப்பட்ட அறையில் எட்டிப் பார்க்க வாசகர்களுக்கு ஆர்வம் இருக்கும். கடும் கறுப்பிலிருந்து, வெள்ளை வரை உள்ள நிறத்திலும், பால பருவத்திலிருந்து, வயோதிகம் வரை உள்ள வயதிலும் உள்ள பல்வேறு விதமான உறங்கும் உருவங்கள் நீட்டிப் படுத்திருப்பதை காணலாம். இங்கே அழகான, பிரகாசமான பத்து வயதுப் பெண்ணை பார்க்கலாம். நேற்றுதான் அவளது தாய்

விற்கப்பட்டிருந்தாள். அவளைக் கவனிக்க யாரும் இல்லாததால், அழுதுகொண்டே அவள் தூங்கியிருந்தாள். இங்கே வயதான நீக்ரோ பெண் படுத்திருக்கிறாள். அவளது மெலிதான புஜங்களும், மரத்துப் போன விரல்களும் அவளது கடும் உழைப்பைக் காட்டின. ஒதுக்கப் பட்ட சரக்காய் விற்கப்படுவதற்காக காத்திருந்தாள். அவளுக்கு என்ன தொகை கிடைத்து விடும்? பலவித கம்பளிகளாலும், துணிகளாலும் தலையை மூடிக்கொண்டு, நாற்பது அல்லது ஐம்பது பெண்கள் அவர்களைச் சுற்றிப் படுத்துக் கொண்டிருந்தனர். மற்றவர்களிட மிருந்து விலகி மூலையில் அமர்ந்திருந்த இரு பெண்கள் அசாதாரண மான, சுவாரசியமான தோற்றத்தோடு இருந்தனர். அதில் ஒருத்தி நாற்பதிலிருந்து, ஐம்பது வயது மதிக்கத்தக்க கலப்பினப் பெண். மரியாதைக்குரிய விதத்தில் உடை அணிந்திருந்தாள். இதமான கண்க ளோடு கண்ணுக்கினிய கைக்குட்டையை உயர்ந்த தலைப்பாகையாக கட்டியிருந்தாள். அவளது உடைகள், நல்ல துணியால் உருவாக்கப் பட்டு கச்சிதமாக தைக்கப்பட்டிருந்தன. இது அவள் கவனமான கைகளால் பராமரிக்கப்பட்டதை தெரிவித்தது. அவளுக்கு அருகில் பக்கத்தில் படுத்திருந்த பதினைந்து வயது இளம் பெண் அவளது மகள் ஆவாள். அவளது வெள்ளை நிறம் அவளை கலப்பினப் பெண்ணாகக் காட்டியது. அவளது தாயின் சாயல் அவளிடத்தில் நன்கு தெரிந்தது. அவளிடம் அதே இதமான கரும் கண்கள் இருந்தன. மேலும் நீளமான கண் இரைப்பைகள் இருந்தன. அவளது சுருள்முடி அழகான பழுப்பு நிறத்தில் இருந்தது. அவளும் தூய்மையாக உடை அணிந்திருந்தாள். அவளது வெண்மையான, தளர்வான கைகள் அடிமைத்தன உழைப்பை அவைகள் செய்திருப்பதை மறுதலித்தன. செயிண்ட் கிளேரின் வேலையாட்களோடு அவர்கள் இருவரும் நாளைக்கு விற்கப்பட இருக்கிறார்கள். அவர்களை விற்பதால் கிடைக்கப் போகும் தொகையை பெறக்கூடிய அவர்களது உடமையாளர், நியூயார்க்கில் உள்ள கிறித்துவ தேவாலய உறுப்பினர். அவர் தொகையைப் பெற்றுக் கொண்டு, கடவுளின் புனிதத்தை வணங்க போய்விடுவார். அதற்கு மேல் எதுவும் செய்ய மாட்டார்.

சூசன், எம்மிலைன் என்று நாம் அழைக்கும் இவர்கள் கனிவான, பயபக்தியான நியூ ஆர்லியன்ஸ் பெண்மணியின் தனிப்பட்ட பணியாட் கள். அவரால் அவர்கள் இருவரும் கவனமாகவும், பயபக்தியோடும், கற்பிக்கப்பட்டு, பயிற்சி அளிக்கப்பட்டிருந்தனர். அவர்களுக்கு எழுதப் படிக்க, கற்றுத் தரப்பட்டிருந்தது. ஆன்மீக உண்மைகள் அவர்களுக்கு கவனமாக கற்பிக்கப்பட்டிருந்தன. அவர்களது நிலையில் சாத்தியமான அளவிற்கு மகிழ்ச்சியாய் வைக்கப்பட்டிருந்தனர். அவர்களது பாது காவலரின் ஒரே மகனிடம் சொத்துக்களைப் பராமரிக்கும் பொறுப்பு வந்தது. கவனக்குறை வாகவும், ஆடம்பரமாகவும் பெருந்தொகையை

செலவழித்தார். இறுதியாக அவர் தோல்வியுற்றார். நியூயார்க்கில் உள்ள பி அண்ட் கோ என்ற மரியாதைக்குரிய நிறுவனம்தான் கடன் கொடுத்தவர்களில் முதலிடம் வகித்தனர். பி அண்ட் கோ நியூ ஆர்லியன்ஸில் உள்ள அவர்களது வக்கீலுக்கு எழுதியது. வக்கீல் கடனாளியின் சொத்துக்களை எடுத்துக் கொண்டார். (இந்த இரு பெண்களும் பல தோட்ட உழைப்பாளிகளும் அவற்றின் மதிப்பு மிகுந்த பகுதியாக இருந்தது) இது தொடர்பாக நியூயார்க்குக்கு விபரம் தெரிவித்தார். நான் முன்னமே தெரிவித்தபடி, சகோதரர் பி... ஒரு கிறித்துவ மனிதர். சுதந்திர மாநிலத்தின் குடியிருப்பாளர். இதில் சில சங்கடங்களை அனுபவித்தார். அடிமைகளையும், மனித ஆன்மாக் களையும் விற்பதை அவர் விரும்பவில்லை. உண்மையில், அவர் அவ்வாறு செய்வதும் இல்லை. ஆனால் இந்த வழக்கில் முப்பதாயிரம் டாலர் சிக்கியிருந்தது. கொள்கைக்காக விட்டுக் கொடுக்க முடியாத அளவிற்கு அது பெரிய தொகை. ஆழ்ந்த ஆலோசனைக்குப் பிறகு அவருக்கு ஏற்ற வகையில் யோசனை கூறத்தக்கவர்களின் ஆலோசனை களைப் பெற்ற பிறகு, மிகவும் உகந்ததாக வக்கீல் கருதும் வழியில் வியாபாரத்தை நடத்தி, தொகையை அனுப்புமாறு வக்கீலுக்கு சகோதரர் பி எழுதினார்.

நியூ ஆர்லியன்ஸில் கடிதம் பெறப்பட்ட மறுநாள், சூசனும், எம்மிலைனும் எடுத்துக் கொள்ளப்பட்டு, மறுநாள் காலை பொது ஏலத்திற்கு காத்திருக்க இந்தக் கிடங்கிற்கு அனுப்பப்பட்டனர். ஜன்னல் வழியே வந்த நிலவொளியில் அவர்கள் மங்கலாகப் பிரகாசித்தனர். அவர்களது உரையாடலை நாம் கேட்போம். மற்றவர்களுக்குக் கேட்காதவாறு இருவரும் அமைதியாக அழுதனர்.

''அம்மா, எனது மடியில் உங்கள் தலையை வைத்துக் கொள்ளுங்க. கொஞ்சமாவது தூங்க முடியுமா பாருங்க'' அமைதியாக தோற்றம் காட்ட முயற்சித்த சிறுமி கேட்டாள்.

''எனக்கு தூங்குவதற்கு மனமில்லை. எம்! என்னால முடியாது. நாம இருவரும் சேர்ந்து இருப்பது இறுதி இரவா இது இருக்கலாம்.''

''ஓ அம்மா! அப்படிச் சொல்லாதீங்க. நாம இருவரும் சேர்ந்தே விற்கப்படலாம். யாருக்குத் தெரியும்?''

''இது வேறு யாருக்குன்னா, நானும் அப்படித்தான் சொல்வேன், எம். அபாயத்தைத்தவிர வேற எதையும் பார்க்காத அளவிற்கு உனது இழப்பை எண்ணி பயந்துக்கிட்டு இருக்கேன்.'' பெண்மணி கூறினாள்.

''ஏன், அம்மா, நாம நல்லா விற்கப்படுவோம்னும், ஒன்னா விற்கப்பட சாத்தியமிருக்குன்னும் அந்த மனுஷன் சொன்னாரே.''

சூசன் அந்த மனிதனின் தோற்றத்தையும், வார்த்தைகளையும் நினைவில் வைத்திருந்தாள். அந்த மனிதன் அவளது கரத்தை பார்வை

யிட்டதையும், சுருள் முடியை தூக்கிப் பார்த்ததையும், முதல் தர சரக்கு என்று குறிப்பிட்டதையும் நெஞ்சில் கசப்புணர்வுடன் சூசன் நினைவில் வைத்திருந்தாள். ஒரு கிறித்துவராக சூசன் பயிற்சி அளிக்கப்பட்டிருந்தாள். தினசரி பைபிள் படிப்பதற்கு பழக்கப்படுத்தப்பட்டிருந்தாள். தங்களது குழந்தை வெட்கக் கேடான வாழ்க்கைக்கு விற்கப்படுவதற்கு மற்ற கிறித்துவத் தாயார்கள் போலவே திகிலைக் கொண்டிருந்தாள். ஆனால், அவளுக்கு நம்பிக்கை இருக்கவில்லை. பாதுகாப்பு இல்லை.

''அம்மா. ஒரு குடும்பத்துல நீங்க சமையற்காரியாவும், நான் அறை பணியாளாகவோ தையல் பெண்ணாகவோ இருக்க இடம் கிடைத்தால் நல்லா இருக்கும்னு நினைக்கறேன். அப்படிச் செல்வோம்னு என்னால உறுதியா கூறமுடியும். முடிஞ்சவரை பிரகாசமாகவும், உற்சாகமாகவும் இருப்போம். நம்மால செய்ய முடிஞ்சதை செய்வோம். நாம இருவரும் ஒரே இடத்துக்குப் போக வாய்ப்பு இருக்கு'' எம்மிலைன் கூறினாள்.

''உன்னோட முடியை நாளைக்கு பின்பக்கமா நேரா வாரிக்கணும்னு விரும்பறேன்.'' சூசன் கூறினாள்.

''எதுக்கு அம்மா? அப்படி வாரினா, அழகா தெரிய மாட்டேனே!''

''ஆமாம், அப்படி வாரினா நீ நல்லா விற்கப்படலாம்''

''ஏன் அப்படின்னு எனக்குப் புரியல'' குழந்தை சொன்னாள்.

''எளிமையாகவும், மரியாதைக்குரிய மாதிரியும் இருந்தால், நீ அழகாக தோற்றம் காட்ட முயற்சிக்காத மாதிரி தோன்றினால், மரியாதைக்குரிய குடும்பத்தினர் உன்னை வாங்க பார்ப்பாங்க. உன்னைவிட அவங்க வழி எனக்கு நல்லாத் தெரியும்.

''நல்லது அம்மா. அப்ப அப்படியே வாரிப்பேன்.''

''எம்மிலைன், நாளைக்குப் பிறகு நாம ஒருவருக்கொருவர் மீண்டும் சந்திக்க முடியாதபடி நான் ஒரு தோட்டத்திற்கு விற்கப்பட்டு, நீ வேறிடத்திற்கு விற்கப்பட்டா, நீ வளர்க்கப்பட்ட விதத்தையும், எஜமானி சொன்ன எல்லாத்தையும் எப்பவும் நினைவில் வச்சுக்கோ. பைபிள் புத்தகத்தையும், தோத்திரப் பாடல் புத்தகத்தையும் எடுத்துக்கோ. நீ கடவுள்கிட்ட உண்மையா இருந்தா, அவரும் உன்கிட்ட உண்மையா இருப்பார்.''

தீவிரமான அதைரியத்தோடு, அந்த ஏழை ஆன்மா பேசினாள். அற்பமானவனாகவும், மிருகத்தனமானவனாகவும், கடவுள் பக்தியற்றவனாகவும், கருணை அற்றவனாகவும் இருந்தாலும், அவளுக்காக கொடுக்க பணம் இருந்தால் எந்த மனிதனும் அவளது மகளின் உடலுக்கும், ஆன்மாவுக்கும் நாளைக்கு உடமையாளராக முடியும் என்று

அவளுக்குத்தெரியும். பிறகு எப்படி குழந்தை உண்மையாக இருக்க முடியும்? தனது மகளை தனது கையில் வைத்துக் கொண்டவாறு இதையெல்லாம் எண்ணினாள். அவள் அழகற்றும், கவர்ச்சியின்றியும் இருந்திருக்கக் கூடாதா என்று விரும்பினாள். சாதாரணமானவர்களை விட தூய்மையாகவும், பக்தியோடும் அவள் வளர்க்கப்பட்டிருந்தாள் என்று நினைத்துப் பார்ப்பது அவளது துயரத்தை அதிகரிப்பதாய் இருந்தது. பிரார்த்தனை செய்வதைத் தவிர அவளுக்கு வேறு வழி இருக்கவில்லை. நேர்த்தியாகவும், தூய்மையாகவும் இருந்த மரியாதைக் குரிய அடிமைக் கைதிகளிடமிருந்து அதே போன்ற பல பிரார்த்தனை கள் கடவுளுக்குச் சென்றுள்ளன. வரவிருக்கும் நாள் கடவுள் அந்தப் பிரார்த்தனைகளை மறக்கவில்லை என்பதைக் காட்டும். "சின்னஞ் சிறுவர்களுக்கு கெடுதல் விளைவிப்பவர்களின் கழுத்தில் ஆலைக் கல்லை தொங்க விடுவது நல்லது, கடலின் ஆழத்தில் அவன் மூழ்கடிக்கப்படட்டும்."

படுத்துறங்கும் உருவங்களில் ஜன்னல் கம்பிகளின் பிம்பத்தை பதித்தவாறு இதமான, அமைதியான நிலாக்கதிர்கள் எட்டிப் பார்த்தன. அடிமைகளிடையே இறுதி யாத்திரை தோத்திரமாக புழங்கி வரும் கொடிய சோகமான இரங்கற்பாவை அம்மாவும், பெண்ணும் பாடினர்.

"ஓ! அழும் மேரி எங்கே?
ஓ! அழும் மேரி எங்கே?
சிறப்பான நிலத்தை அடைந்து விட்டாள்
அவள் இறந்து, சொர்க்கத்துக்குப் போனாள்.
அவள் இறந்து சொர்க்கத்துக்குப் போனாள்.
சிறப்பான நிலத்தை அடைந்து விட்டாள்."

பிரத்யேகமான, சோகமான, இனிமையான குரலில் பாடப்பட்ட இந்த வார்த்தைகள் சொர்க்கத்துக்கான நம்பிக்கையில் உலக வேதனைகளை பெருமூச்சாக வெளிப்படும் தொனியில் பாடப் பட்டதாகத் தோன்றியது. ஒரு செய்யுள் மாறி ஒரு செய்யுள் பரிதாபமான ஏற்றத் தாழ்வுகளோடு இருண்ட சிறை வழியே மிதந்தது.

"ஓ, பவுலும், சீலாவும் எங்கே?
ஓ, பவுலும், சீலாவும் எங்கே?
சிறப்பான நிலத்திற்கு போய்விட்டாங்க
அவர்கள் இறந்து, சொர்க்கத்துக்குப் போய்ட்டாங்க.
அவர்கள் இறந்து, சொர்க்கத்துக்குப் போய்ட்டாங்க.
சிறப்பான நிலத்தை அடைந்து விட்டாங்க.

ஏழை ஆன்மாக்களே! பாடுங்கள். இரவு சுருக்கமானது. காலை உங்களை நிரந்தரமாகப் பிரிக்கும்.

இப்போது காலை. எல்லோரும் சுறுசுறுப்பானார்கள். நிறைய சரக்குகள் ஏலத்திற்கு விடப்பட வேண்டும் என்பதால், திரு. சிகெக்ஸ் பிரகாசமாகவும், பரபரப்பாகவும் இருந்தார். குளியலறையில் சுறுசுறுப்பான பார்வைகள் தென்பட்டன. தங்களது முகத்தின் சிறந்த தோற்றத்தை வெளிப்படுத்துமாறும், உற்சாகமாக இருக்குமாறும் அறிவுறுத்தப்பட்டது. வணிகவிடத்திற்கு அனுப்பப்படுவதற்கு முன்பான இறுதி ஆய்வுக்காக அனைவரும் வட்டமாக அமர்த்தப் பட்டனர்.

பனை விசிறியுடனும், வாயில் சுருட்டுடனும் தனது சரக்குகளுக்கு வழியனுப்பு ஒப்பனைக்காக திரு சிகெக்ஸ் சுற்றி வந்தார்.

''இது எப்படி இருக்கு?'' சூசனுக்கும், எம்மிலைனுக்கும் முன் வந்து அவர் கேட்டார். ''உன்னோட சுருள் முடி எங்கே, பெண்ணே?''

சிறுமி தனது தாயை சாந்தமாகப் பார்த்தாள். அவளது வர்க்கத் தினரிடம் பொதுவாக காணப்படும் இதமான சாமர்த்தியத்துடன் அவளது தாயார் பதில் அளித்தாள்.

''சுருள்முடியை அலைய விடாம, அதை சுத்தமாகவும், மிருதுவாகவும் அலங்கரித்துக் கொள்ள நான்தான் அவளிடம் நேத்து இரவு கூறினேன். அது மரியாதைக்குரியதா இருக்கு.''

''கவலை'' சிறுமியிடம் திரும்பி, மீறமுடியாத விதத்தில் அறிவுறுத் தினார். ''உடனே போ. சுருளை காட்டற மாதிரி அழகா பின்னிட்டு வா! சீக்கிரம் திரும்பி வரணும். தனது கையில் இருந்த பிரம்பைத் தட்டியபடி அவர் கூறினார்.

''நீ போய் அவளுக்கு உதவு'' தாய்க்கு கட்டளையிட்டார். ''அவளை விற்பதில் அந்த சுருள் நூறு டாலர் வித்தியாசத்தை உண்டாக்க முடியும்.''

* * *

மகத்தான குவிந்த கூரையின் கீழ் பளிங்குப் பாதையில் முன்னும் பின்னும் அனைத்து நாடுகளின் மனிதர்கள் நடமாடினர். வட்ட வடிவ பகுதியின் ஒவ்வொரு பக்கமும் பேசுவோர் மற்றும் ஏலமிடுபவரின் வசதிக்காக ஒரு மேடை இருந்தது. எதிரெதிரே இருந்த இரு மேடை களில் புத்திசாலியான திறமை படைத்த பெருந்தகைகள் இருந்தனர். தங்களது பல சரக்குகள் மீதான ஏலத் தொகைகளை ஆங்கிலமும், பிரெஞ்சும் கலந்து பல அறிவாளிகள் உற்சாகமாகத் தெரிவித்தனர். மற்றொரு பக்கத்தில் இருந்த மூன்றாவது மேடையில் இதுவரை யாரும் வரவில்லை. அங்கு ஏலம் துவங்குவதற்காக காத்திருந்தது. இங்கே செயிண்ட் கிளேரின் வேலையாட்களான டாம், அடால்ஃப் மற்றும்

மற்றவர்களையும், சூசனையும், எம்மிலைனையும் நமக்கு அடையாளம் தெரியும். தங்களது முறைக்காக பதற்றத்தோடும், உற்சாகம் குன்றியும் காத்திருந்தனர். அவர்களின் பல்வேறு அம்சங்கள் பற்றியும், முகம் பற்றியும் இந்தக் குழுவைச் சுற்றிக் குழுமியிருந்த வாங்கும் நோக்கம் உள்ளவர்களும், மற்ற பார்வையாளர்களும் விவாதித்தனர். குதிரையைத் தொட்டுப் பார்த்து ஆராய்ந்து கருத்து தெரிவிக்கும் குதிரை ஓட்டிகளின் குழுவினரின் சுதந்திரத்தோடு இருந்தனர்.

''ஹலோ, ஆல்பர்ட்! இங்கே எதுக்கு வந்தே?'' ஒரு பூதக் கண்ணாடி வழியாக அவர்களை ஆராய்ந்த நன்கு உடையணிந்திருந்த இளம் மனிதனின் தோளில் தட்டியவாறு அழகிய இளைஞர் கேட்டார்.

''நல்லது, வீட்டு வேலைக்காரர் தேவைப்படுது. செயிண்ட் கிளேரின் குழு விற்பனைக்கு வருவதாய் கேள்விப்பட்டேன்.''

''செயிண்ட் கிளேரின் ஆட்களை நான் வாங்குவதைப் பார்க்க முடியாதுன்னு பந்தயம் கட்டுவேன். ஒவ்வொருவரும் கெட்டழிக்கப் பட்ட கறுப்பர்கள். சாத்தான் மாதிரி ஆணவம் பிடிச்சவங்க'' மற்றவர் கூறினார்.

''அதைப் பத்தி அச்சப்படாதே! அவங்க எனக்குக் கிடைச்சா, அவங்க கிளேரிடமிருந்து வேறுபட்ட எஜமானரிடம் இருப்பதை விரைவில் உணருவாங்க. என்னோட வார்த்தையை குறிச்சு வச்சுக்கங்க. நா அந்த ஆளை வாங்குவேன். அவனோட உடலமைப்பு எனக்குப் பிடிச்சிருக்கு.'' முதலாமவர் கூறினார்.

''அவனை வச்சுப் பராமரிக்க உங்களோட முழுத் திறமையையும் பயன்படுத்தணும்னு தெரிஞ்சுப்பீங்க. பிசாசு மாதிரியான ஊதாரி.''

''ஆமாம், அவன் என்கிட்ட ஊதாரியா இருக்க முடியாதுன்னு என்னோட கடவுள் கண்டுபிடிப்பார். முழுமையா பண்படுத்த, தற்காலிக சிறைக்கு ஒருமுறை அனுப்பிச்சா போதும். அவனை ஒழுங்கான வழிக்குக் கொண்டு வரலைன்னா, பாருங்க. அவனை மேலயும், கீழேயும் சரியாக மாத்திக் காட்டுவேன். அந்த ஆளை நான் வாங்குவது நிச்சயம்.''

தான் எஜமானர் என்று அழைக்கத்தக்கவர் இருக்காரான்னு அந்தப் பகுதியை மொய்த்த பலவகை முகங்களை ஆவலுடன் நோக்கியவாறு டாம் நின்று கொண்டிருந்தார். இருநூறு மனிதர்களில் உங்களின் உடமையாளராக இருக்கப் போகின்றவரை தேர்ந்தெடுக்கும் தேவை உங்களுக்கு எப்போதாவது இருக்குமானால், டாம் உணர்ந்தது போலவே, உங்களுக்கு வசதியானவர்கள் சிலரே இருப்பதாய் உணர்வீர்கள். பெரிய, பருத்த, கடுகடுப்பானவர்கள், சிறிய, உல்லாச மான, உலர்ந்த மனிதர்கள், உயர்ந்த, ஒல்லியான, கடும் மனிதர்கள் என்று தங்களது வசதிக்கு ஏற்ப காய்கறிகளை பொறுக்கி, கூடையில்

போடுவதற்கும், தூக்கியெறிவதற்கும் சமமான அலட்சியத்தோடு. சக மனிதர்களைக் கருதும் மனிதர்களை அபரிமிதமாக டாம் கண்டார். ஆனால் ஒரு செயிண்ட் கிளேரை பார்க்க முடியவில்லை.

ஏலம் தொடங்குவதற்கு முன்பு, வியாபாரத்தில் மும்முரமாக ஈடுபடுபவரைப் போல ஒரு குள்ளமான, அகலமான சதைப்பிடிப்பான மனிதர் கும்பலை தள்ளிக் கொண்டு உள்ளே நுழைந்தார். அடியில் கணிசமாக திறந்திருந்த கட்டம் போட்ட சட்டை அணிந்திருந்தார். அதைவிட மோசமான, அழுக்கான கால் சட்டை அணிந்திருந்தார். தன்னை அந்த மனிதர் நெருங்குவதைக் கண்டதும் உடனடி திகிலையும், எதிர்ப்புணர்வையும் டாம் உணர்ந்தார். அவர் அருகில் வந்ததும் அது இன்னும் அதிகரித்தது. குள்ளமாக இருந்தாலும், வாட்டசாட்டமாக இருந்தார். அவரது உருண்டையான குண்டு போன்ற தலை, பெரிய சாம்பல் நிறக் கண்கள், அடர்ந்த கண் இரப்பைகள், விரைப்பான, பலமான, சிவப்பான முடிகள் ஆகியவை மனத்தைக் கவராத அம்சங்கள் என்பதை ஏற்கத்தான் வேண்டும். அவரது பெரிய, முரட்டுத் தனமான வாய் புகையிலைச் சாற்றால் கரைபடிந்திருந்தது. அவ்வப் போது வலிமையோடும், தீர்மானத்தோடும் அந்தப் புகையிலைச் சாறை துப்பினார். நீண்டு வளர்ந்திருந்த நகங்களுடன் அவரது பெரிய, செம்பட்டை முடி நிறைந்த வடுக்கள் நிறைந்த கைகள் அழுக்காகவும், மோசமான நிலையிலும் இருந்தன. அந்தக் குழுவை அந்த மனிதர் சுதந்திரமாக ஆராயப் புகுந்தார். டாமின் தாடையைப் பிடித்து, அவரது பற்களை ஆராய வாயைத் திறந்தார். சட்டைக் கையைத் தூக்கி, சதைப் பிடிப்பை காட்டச் சொன்னார். அவரை சுழற்றிப் பார்த்தார். குதிக்க வைத்துப் பார்த்தார். நடை வேகத்தை கணிக்க துள்ளிக் குதிக்கச் சொன்னார்.

"நீ எங்க வளர்க்கப்பட்ட?" சுருக்கமாக வினவினார்.

"கென்டகியில், எஜமானரே!" தீர்ப்புக்கு காத்திருப்பவராய் டாம் கூறினார்.

"என்ன செஞ்சே?"

"எஜமானரின் பண்ணையை பார்த்துக்கிட்டிருந்தேன்." டாம் கூறினார்.

"எதிர்பார்த்த கதைதான்" கூறிக் கொண்டு, அவர் அகன்றார். அடால்ஃப் முன்பாக ஒரு கணம் நின்றார். அவனது நன்கு துடைக்கப் பட்டிருந்த முழுக் காலணியில் புகையிலைச் சாறை துப்பி விட்டு, அவமதிப்பான பார்வையை வீசி, அவர் நடந்தார். மீண்டும் சூசன் மற்றும் எம்மிலைன் முன்பு நின்றார். தனது அழுக்குக் கரங்களால் சிறுமியை அவரை நோக்கி இழுத்தார். அவளது கழுத்து மற்றும் கீழுள்ள பகுதிகளைத் தொட்டுப் பார்த்தார். பற்களைப் பார்த்தார்.

பிறகு அவளது தாயை நோக்கி அவளைத் தள்ளிவிட்டார். இந்தக் கொடூரமான புதியவரின் ஒவ்வொரு இயக்கத்தின்போதும் அவளது தாயார் இன்னலுற்றதை அவளது பொறுமையான முகம் காட்டியது.

சிறுமி திகிலடைந்தாள், அழத் துவங்கினாள்.

''நிறுத்து, பண்பில்லாத பெண்ணே! முணுமுணுக்கக் கூடாது. விற்பனை துவங்கப் போகுது'' விற்பனையாளர் கூறினார். விற்பனை துவங்கியது.

அவனை வாங்குவதற்கு விருப்பம் தெரிவித்த இளம் மனிதருக்கு நல்ல விலைக்கு அடால்ஃப் விற்கப்பட்டான். செயிண்ட் கிளேரின் குழுவில் இருந்த இதர வேலையாட்கள் பல்வேறு கேட்பாளர்களிடம் சென்றனர்.

''இப்போ, உன்னோட முறை பையா! உனக்கு கேட்குதா?'' டாமிடம் ஏலக்காரர் கூறினார்.

டாம் மேடைமீது ஏறினார். சில பதட்டமான பார்வைகளைச் சுழற்றினார். பொதுவான, தெளிவற்ற ஓசைகளில் அனைத்தும் கலந்து விட்டதாகத் தோன்றியது. விற்பனையாளர் அவரது தகுதிகளை பிரெஞ்சிலும், ஆங்கிலத்திலும் கூறினார். விரைவான பிரெஞ்சு மற்றும் ஆங்கில கேட்புகள் கேட்டன. சில நொடிகளில் சுத்தியலின் இறுதித் தட்டல் கேட்டது. ஏலக்காரர் விலையைத் தெரிவித்தபோது, ''டாலர்ஸ்'' என்ற வார்த்தையின் இறுதி எழுத்து மட்டும் கேட்டது. டாம் விற்கப்பட்டார். அவருக்கு ஒரு எஜமானர் கிடைத்தார்.

மேடையிலிருந்து டாம் இழுக்கப்பட்டார். குள்ளமான, குண்டான தலையைக் கொண்டிருந்தவர் கடுமையாக இழுத்து, ஒரு பக்கத்துக்கு அவரைத் தள்ளி கடுமையான குரலில் கூறினார். ''அங்கே நில்.''

டாமுக்கு எதையும் உணர முடியவில்லை. இருந்தாலும் ஏலம் தொடர்ந்தது. தடதடவென்ற சத்தங்களும், தட்டல்களும், கேட்டபடி இருந்தன. அவ்வப்போது ஆங்கிலமும், பிரெஞ்சும் கலந்து வந்தன. மீண்டும் சுத்தியல் இறங்கியது. சூசன் விற்கப்பட்டாள். பலகையிலிருந்து இறங்குகிறாள். நிற்கிறாள். ஆவலோடு பின்னோக்கிப் பார்க்கிறாள். அவளை நோக்கி அவளது மகள் கையை நீட்டுகிறாள். தாயார் தன்னை வாங்கிய மனிதரை வேதனையோடு பார்க்கிறாள். அவர் மரியாதைக்குரிய நடுத்தர வயதுடையவராகவும், உதார குணமுடையவராய் காட்டும் முகத்தை கொண்டவராகவும் இருந்தார்.

"ஓ எஜமான்! என்னோட மகளையும் வாங்கிடுங்க''

"நா விரும்பறேன். எனக்கு கட்டுப்படியாகாதேன்னு பயப்படறேன்.'' அந்தப் பெருந்தகை கூறினார். இளம் சிறுமி பலகையில் ஏறுவதை வலி நிறைந்த ஆர்வத்தோடு பார்த்தார். அச்சமுற்ற, சாதுவான பார்வையை அவளைச் சுற்றி வீசினார்.

நிறமற்ற அவளது கன்னத்தில் ரத்தம் வலியோடு பாய்ந்தது. அவளது கண்கள் நெருப்பாகச் சிவந்திருந்தன. இதற்கு முன்னெப் போதையும் விட அவள் அழகாக இருப்பதாக அவளது அம்மா புலம்பினாள். ஏலக்காரர் தனது சாதகத்தைப் புரிந்து கொண்டார். வாக்கு சாதுர்யத்துடன் பிரெஞ்சும், ஆங்கிலமும் கலந்து பேசினார். விரைவாக கேட்பு எகிறியது.

"என்னால் முடிஞ்சவரை முயற்சிக்கிறேன்.'' கருணை மிகுந்தவராக தோன்றிய பெருந்தகை கூறி, கேட்பில் இணைந்து கொண்டார். சில நொடிகளில், அவரது பணப்பைக்கு மேலாக கேட்புகள் சென்று விட்டன. அவர் அமைதியானார்; ஏலக்காரர் மகிழ்ந்து போனார். படிப்படியாக கேட்புகள் குறைந்தன. உயர்குலத்தைச் சேர்ந்த வயதானவருக்கும் குண்டு தலை மனிதருக்கும் இடையே போட்டி சுருங்கியது. தனது எதிராளியை அவமதிப்பாய் அளந்து உயர்குலத்துப் பெரியவர் தனது கேட்புகளைக் கூறினார். பிடிவாதத்திலும், அவரது பணப்பையின் மறைக்கப்பட்ட நீளத்திலும் குண்டு போன்ற தலையுடையவருக்கு சாதகம் இருந்தது. சர்ச்சை சில நொடிக்கே நீடித்தது. சுத்தியல் விழுந்தது. பெண்ணின் உடலோடும், ஆன்மா வோடும் அவருக்கு சிறுமி கிடைத்தாள். கடவுள் அவளை காப்பாற்றி னால்தான் உண்டு.

அவளது எஜமானர் திரு. லெகிரி. சிவப்பு நதியில் பருத்தித் தோட்டத்தை வைத்திருக்கிறார். டாம் மற்றும் இரண்டு இதர மனிதர் கள் அடங்கிய குழுவுடன் அவளும் அழைத்துப் போகப்பட்டாள். அழுது கொண்டே போனாள்.

கருணை மிகுந்த பெருந்தகை வருந்தினார். ஆனால், இது தினமும் நிகழும் நிகழ்வாகும். இந்த விற்பனை இடங்களில் எப்போதும் தாயும், மகளும் அழுவதைப் பார்க்கிறோம். இதற்கு வேறு வழி இருக்கவில்லை. தனது உடமையுடன் அவர் வேறு திசையில் நடக்கத் துவங்கினார்.

இரு நாட்கள் கழித்து கிறிஸ்துவ நிறுவனமான பி அண்ட் கம்பெனியின் வக்கீல் பணத்தை அவர்களுக்கு அனுப்பி வைத்தார். அவ்வாறு பெறப்பட்ட வரைவுக்குப் பின்புறம், பிற்காலத்தில் அவர்கள் கணக்கு காட்ட வேண்டிய அந்த மகத்தான ஊதியம் தருபவரின் வார்த்தைகளை அவர்கள் எழுதட்டும்:- "இரத்தத்திற்காக விசாரணை செய்வோர், எளியோரின் அழுகையை மறக்காது இருக்கட்டும்.''

31

நடுவழி

சிவப்பு நதியில் சிறிய படகின் கீழ்ப்பகுதியில் டாம் அமர்ந்திருந்தார். அவரது மணிக்கட்டுகளில் சங்கிலி கட்டப்பட்டிருந்தது. கால்களில் சங்கிலி கட்டப்பட்டிருந்தது. சங்கிலிகளைவிட அதிக எடை உள்ள குண்டு மார்புப் பகுதியில் இருந்தது. அவரது ஆகாயத்திலிருந்து அனைத்தும் மறைந்திருந்தன. நிலாவும், நட்சத்திரமும் கடந்திருந்தன. மரங்களும், நதிக்கரைகளும் திரும்ப வராத அளவிற்கு கடந்திருந்தன. மனைவி, குழந்தைகள் இருந்த சலுகை காட்டிய கென்டகி வீடு, சீர்திருத்தமும், அழகும் நிறைந்த செயிண்ட் கிளேரின் வீடு, துறவி போன்ற கண்களைக் கொண்ட ஏவாவின் தங்கநிறத் தலை, அக்கறையற்றதாக தோற்றம் காட்டி கனிவாய் இருந்த பெருமையான, மகிழ்வான, அழகான செயிண்ட் கிளேர், எளிதான நேரங்கள், சலுகையான ஓய்வுகள் எல்லாம் சென்றுவிட்டன. அவற்றின் இடத்தில் என்ன கிடைத்திருக்கிறது?

அனுதாபம் மிகுந்த சீர்திருத்த குடும்பத்தில் சுவைகளையும், உணர்வுகளையும் கிரகித்துக் கொண்டிருந்த ஒருவர், மிருகத்தனமான, கொடூரமான இடத்திற்கு கொத்தடிமையாகப் போவது என்பது மிகவும் கசப்பான பகிர்ந்தளிப்பாகும். சிறப்பான முடி திருத்தகத்தின் நன்கு அலங்கரித்த நாற்காலிகளையும், மேஜைகளையும் கிழித்து, சீரழித்து ஒரு அழுக்கான விடுதியின் மதுவறைக்கோ, தீயொழுக்கம் நடமாடும் கீழான இடத்துக்கோ அனுப்பியது போன்றது அது. மேஜைகளுக்கும், நாற்காலிகளுக்கும் உணர்ச்சி கிடையாது, மனிதனுக்கு உண்டு என்பதுதான் பெரிய வித்தியாசம். "தனி உடைமையான மனிதனாக எடுத்துக் கொள்ள சட்டத்தால் அனுமதிக்கப்பட்டது'' என்று ஒரு சட்ட வாசகம் அவனது ஆன்மாவை முழுவதுமாய் அழித்தொழிக்க முடியாது. அவனது தனிப்பட்ட மனித நினைவுகள், நம்பிக்கைகள், அன்பு, அச்சங்கள் மற்றும் விருப்பங்கள் இருக்கத்தானே செய்யும்?

டாமின் எஜமானர் திரு. சைமன் லெஹ்ரி நியு ஆர்லியன்ஸில் இரு இடத்தில் மொத்தமாக எட்டு அடிமைகளை வாங்கியிருந்தார். அவர்களை இருவர் இருவராய் விலங்கிட்டு, நதிக்கரையில் இருந்த பைரேட் என்ற நீராவிப் படகுக்கு விரட்டிச் சென்றார். சிவப்பு நதியில் பயணிக்க அது தயாராயிருந்தது.

அவர்களை எல்லாம் தளத்தில் ஏற்றிவிட்டார். படகு கிளம்பியது. அவருக்கே உரிய சாமர்த்தியத்தின் தொனியை வெளிப்படுத்தியவாறு சுற்றி வந்தார். அவர்களை ஆய்வு செய்தார். நன்கு கஞ்சியிடப்பட்ட லினனால் தயாரிக்கப்பட்ட அகலமான சிறந்த உடையும், பளபளப்பான முழுக் காலணியும் அணிந்திருந்த டாமுக்கு எதிராக நின்று, “எழுந்து நில்'' என்று சுருக்கமாகச் சொன்னார்.

டாம் எழுந்து நின்றார்.

“அந்த கழுத்துத் துணியை எடு'' என்றார்.

தனது கால் விலங்கால் தடுக்கப்பட்ட டாம் அதை எடுக்க முன்வந்தார். அவருக்கு உதவிய லெஹ்ரி, அவரது கழுத்திலிருந்து கடுமையாகப் பிடுங்கி, தனது பைக்குள் வைத்துக் கொண்டார். தற்போது லெஹ்ரி டாமின் பெட்டியின் பக்கம் திரும்பினார். இதற்கு முன்பு அதைத் திறந்து நாசப்படுத்தி, டாம் தனது குதிரை லாய பணி களின்போது பயன்படுத்தும் நைந்த பழைய கால் சட்டைகளையும், கிழிந்த மேல் சட்டையையும் எடுத்திருந்தார். கைவிலங்கிலிருந்து டாமின் கைகளை விடுவித்து, பெட்டிகளுக்கிடையே இருந்த மறை விடத்தைக் காட்டி “அங்கு போய், இதை போட்டுக்கொள்'' என்றார்.

டாம் கீழ்ப்படிந்தார். சில நொடிகளில் திரும்பி வந்தார்.

“உனது காலணிகளை எடுத்து விடு'' லெஹ்ரி சொன்னார்.

டாம் அவ்வாறே செய்தார்.

அடிமைகளிடம் சாதாரணமாகப் புழங்கும் காட்டுத்தனமான பருத்த காலணிகளை வீசி “இதைப் போட்டுக்க'' என்றார்.

இந்த அவசரமான பரிமாற்றத்தின்போது, தனது போற்றுதலுக் குரிய பைபிளை தனது சட்டைப் பைக்கு மாற்ற டாம் மறக்கவில்லை. அவர் அவ்வாறு செய்தது நல்லதாயிற்று. டாமின் கைவிலங்குகளை மீண்டும் பொருத்திய பிறகு, அவரது சட்டைப்பைகளில் இருந்தவற்றை ஆராயத் தொடங்கினார். ஒரு பட்டு கைக்குட்டையை வெளியே எடுத்து, தனது சட்டைப் பைக்குள் வைத்துக் கொண்டார். ஏவாவை அவைகள் மகிழ்வித்தன என்ற காரணத்தினாலே டாம் போற்றிப் பாதுகாத்து வந்த சிறு பொருட்களை, அவமதிப்பான உறுமலோடு பார்த்து, தனது தோளுக்கு மேலே தூக்கி, ஆற்றில் எறிந்தார்.

டாமின் மெத்தாடிஸ்ட் தோத்திர புத்தகத்தை அவசரத்தில் அவர் மறந்திருந்தார். இப்போது அதை தூக்கிப் பார்த்து, புரட்டியபடி கேட்டார்.

“ஹம்ப்! பக்திமானா? உன்னோட பேர் என்ன? நீ தேவாலயத்தை சேர்ந்தவனா?''

“ஆமாம், எஜமான்'' டாம் உறுதியாகக் கூறினார்.

“நல்லது. உன்னிடமிருந்து அதையெல்லாம் விரைவில் வெளியேற்றி விடுவேன். உன்னோட கூச்சல்களையும் பிரார்த்தனைகளையும் அனுமதிக்க மாட்டேன். பாடும் கறுப்பர்களுக்கு என்னோட இடத்தில் அனுமதி கிடையாது. நினைவுல வச்சு, ஒழுங்கா நடந்துக்கோ. நான்தான் உன்னோட தேவாலயம். நான் சொல்றபடி நீ நடந்துக்கணும். புரியுதா?'' உறுதியாகவும், தீவிரமான பார்வையுடனும் அவர் கூறினார்.

அந்த அமைதியான கறுப்பான மனிதரிடத்தில் இருந்த ஏதோவொன்று “இல்லை'' என்றது. பார்க்கப்படாத குரலில் பழைய தீர்க்கதரிசன புத்தகத்தில் ஏவா படித்துக் காட்டிய வார்த்தைகளை வெளிப்படுத்தியது. “பயப்படாதே! நான் உன்னை மீட்டு விட்டதால்! உனது பெயரால் உன்னை அழைத்தேன். நீ என்னைச் சேர்ந்தவன்''

ஆனால் சைமன் லெஹ்ரிக்கு எந்தக் குரலும் கேட்கவில்லை. அந்தக் குரலை அவர் எப்பவும் கேட்கமாட்டார். தொங்கிப்போன டாமின் முகத்தை ஒரு கணம் முறைத்துப் பார்த்து, அங்கிருந்து நகர்ந்து நடந்தார். தூய்மையான துணிகளை அதிகம் அடக்கியிருந்த டாமின் பெட்டியை எடுத்துக் கொண்டார். படகின் முன் பகுதிக்குச் சென்றார். அதைச் சுற்றி படகின் பல ஆட்கள் குழுமினர்.பெருந்தகையாய் இருக்க விரும்பிய கறுப்பர்களின் மனதைப் புண்படுத்தும் விதமாக சிரித்துக் கொண்டபடி இருந்தனர். பொருட்கள் அனைத்தும் யாராவது ஒருவரால் வாங்கப்பட்டது. காலிப் பெட்டியும் இறுதியாக ஏலம் விடப்பட்டது. அவரது பொருட்கள் ஏலம் விடப்பட்டதை டாம் எப்படிப் பார்த்துக் கொண்டிருந்தார் என்பதனை நினைத்த அவர்கள், இந்த விதத்தில் அவை விற்கப்படுவதை சிறந்த வேடிக்கையாகக் கருதினர். குறிப்பாக, பெட்டியை ஏலம் விட்டது நகைப்புக்குரியதாக அவர்களுக்குத் தோன்றி, கேலியாக சிரித்தனர்.

இந் நிகழ்வு நிறைவுற்றதும், தனது சொத்தை நோக்கி லெஹ்ரி வந்தார்.

“இப்ப, டாம் உன்னோட கூடுதல் சுமைகளை விடுவிச்சுட்டேன். உன்னோட துணிகளை நல்லா கவனமா பார்த்துக்கோ. அது போன்று மேலும் நீ பெறுவதற்கு நாளாகும். கறுப்பர்களை கவனமாக இருக்க வைக்க பார்ப்பேன். என்னோட இடத்துல ஒரு வருஷத்துக்கு ஒரு உடை போதும்.''

மற்றொரு பெண்ணுடன் சேர்ந்து சங்கிலியிடப்பட்டிருந்த எம்மிலைன் இருந்த இடத்திற்கு லெஹ்ரி அடுத்து நடந்தார்.

“நல்லது, எனது அன்பே. உற்சாகமா இரு'' தாடையில் அவளை தட்டியவாறு சொன்னார்.

அவரை திகிலோடும், அச்சத்துடனும், அருவருப்புடனும் அவள் அனிச்சையாக பார்த்ததை கவனித்திருந்தார். அவர் பயங்கரமாக முகத்தைச் சுளித்தார்.

“உன்னோட முகச்சுளிப்பெல்லாம் வேண்டாம் பெண்ணே! என்னோட பேசும்போது, உன்னோட முகம் இனிமையா இருக்கணும். மஞ்சள் நிலவொளிப் பெண்ணே, நான் சொல்றது கேட்குதா?'' எம்மிலைன் சங்கிலியிடப்பட்டிருந்த கருப்பின பெண்ணைத் தள்ளி கேட்டார். இது மாதிரி அழகான முகம் உனக்கு இல்லையா? நீ அழகா இருக்கணும், தெரியுதா?''

“உங்க எல்லோருக்கும் சொல்லிக்கிறேன். என்னைப் பாருங்க, என்னோட கண்ணை நேராப் பாருங்க'' ஒவ்வொரு நிறுத்தத்திலும் தனது காலை அழுத்தி அவர் சொன்னார்.

மந்திரவயப்பட்டது போல, பச்சை கலந்த சைமனின் சாம்பல் நிற கண்களை நோக்கியே ஒவ்வொரு கண்களும் இருந்தன.

“இப்ப'' கொல்லரின் சுத்தியலை ஒத்த தோற்றத்தில் தனது முஷ்டியை காட்டி பார்த்தீங்களா? தூக்கிப் பாருங்க'' டாமின் கைகளுக்கு அதை இறக்கிய அவர் கூறினார். “உங்க எலும்பு மாதிரி இருக்கறத பாருங்க. கறுப்பர்களை கீழே தள்ளறதுக்கே இந்த முஷ்டி இரும்பு மாதிரி இருக்கு. ஒரு அடியில கீழே விழாத கறுப்பர்களை இதுவரை நான் பார்த்ததில்லை.'' சிமிட்டிக் கொண்டு, பின்வாங்கி டாமின் முகத்திற்கு அருகே அவரது முஷ்டியை கொண்டு வந்தவாறு கூறினார். “நிந்திக்கப்பட்ட மேற்பார்வையாளர்களை நான் வைத்திருப்பதில்லை. எனது மேற்பார்வையை நானே செய்வேன். ஒவ்வொருத்தரும் நான் கோடு போட்ட இடத்திலே நிக்கணும். பேசற கணத்திலேயே நான் சொல்றதை நேரடியாகச் செய்யணும். அப்படித் தான் நடந்துக்கணும். என்கிட்ட, எங்கேயும் இதமான இடம் இருக்காது. நான் கருணையே காட்ட மாட்டேன். நீங்க ஒழுங்கா நடத்துக்குங்க..''

பெண்கள் அனிச்சையாக மூச்சை இழுத்தனர். முழுக்குழுவும் தொங்கிப்போன உற்சாகமாற்ற முகத்துடன் இருந்தன. தனது குதிகாலில் திரும்பிய சைமன், மது அருந்துவதற்காக மதுவறைக்குச் சென்றார்.

“என்னோட கறுப்பர்களிடம் நா அப்படித்தான் ஆரம்பிப்பேன். ஆரம்பிக்கும்போதே வலிமையா இருக்கறது என்னோட நடைமுறை. என்ன எதிர்பார்க்கலாம் என்று தெரிஞ்சுக்கறதுக்காக சொல்லிடுவேன்.'' அவரது பேச்சின்போது அருகில் இருந்த பெருந்தகையிடம் அவர் கூறினார்.

“அப்படியா?'' விநோதமான ஒரு செடியின் மாதிரியை ஆராயும் இயற்கையாளராய் புதியவர் பார்த்தார்.

“ஆமாம் உண்மைதான். நான் உங்க மாதிரி இதமான தோட்ட உடைமையாளரா இருக்க மாட்டேன். அல்லி விரலோடு, சுற்றிப்

பார்த்துக் கொண்டிருக்க மாட்டேன். நிந்திக்கப்பட்ட மேற்பார்வை யாளரால் ஏமாற்றப்பட்டுக் கொண்டு இருக்க மாட்டேன். என்னோட விரல் மூட்டை தொட்டுப் பாக்கறீங்களா? என்னோட முஷ்டியை பாருங்க. கறுப்பர்கள பதம் பார்த்து இந்த தசை கல்லு மாதிரி வந்திருக்கு. தொட்டுப் பாருங்க."

குறிப்பிட்ட இடத்தில் புதியவர் தனது விரலை வைத்து, சாதாரண மாகச் சொன்னார். "அது ரொம்ப இறுகி இருக்குன்னு நினைக்கிறேன். பயிற்சிதான் உங்க இதயத்தை இப்படி ஆக்கியிருக்கு."

"ஆமாம் - நான் அப்படித்தான் சொல்வேன். என்கிட்டே கொஞ்சம்கூட இளகிய தன்மை இருக்கல. என்கிட்ட யாரும் வரமாட்டாங்க. அலறிகிட்டோ, புகார் சொல்லிக்கிட்டோ என்கிட்ட எந்த கறுப்பரும் வரமாட்டாங்க. இது உண்மை" வாய்விட்டு சிரித்து சைமன் கூறினார்.

"உங்களுக்கு நல்ல குழு கிடைச்சிருக்கு போல"

"உண்மை. அதோ அந்த டாம் இருக்கானே. அவன் அசாதாரண மான ஆள்னு அவங்க சொன்னாங்க. அவனுக்கு அதிகமா விலை கொடுத்தேன். வண்டி ஓட்டியாகவும், சிறு பையனை வளர்ப்பவனாக வும் வச்சுக்கலாம்ன்னு பாக்கறேன். ஒரு கறுப்பர் எப்படி நடத்தப் படக்கூடாது என்ற விதத்தில் நடத்தப்பட்டுள்ளதுதான் பிரச்சனை. அதை சரி செஞ்சா, ரொம்ப உபயோகமா இருப்பான். நான் வாங்கி வந்த மஞ்சள் பெண்மணி நோய்வாய்ப்பட்டு இருக்கான்னு நினைக்கி றேன். அவளுக்கு தகுதியான வேலையில வைப்பேன். ஒரு வருஷமோ, இரண்டு வருஷமோ அவ பயன்படலாம். நான் கறுப்பர்களை சேர்த்து வைப்பதில்லை. பயன்படுத்தி மேலும், மேலும் வாங்கறதுதான் என்னோட வழி. அதில சிரமம் குறைவு. கடைசியா பார்த்தா, அது மலிவா இருக்கும்." சைமன் தனது கோப்பையை உறிஞ்சிக் குடித்தார்.

"அவங்க எவ்வளவு நாள் நீடிப்பாங்க?" புதியவர் கேட்டார்.

"தெரியாது. அவங்க உடலமைப்புக்கு ஏத்தமாதிரி நீடிச்சு இருப்பாங்க. குண்டு மனுஷங்க ஆறேழு வருஷம் இருப்பாங்க. பலவீன மானவர்கள் இரண்டு மூணு வருஷம் தாக்குப்பிடிப்பாங்க. முதலில் ஆரம்பிச்சபோது அவங்ககிட்ட ரொம்ப சிரமப்பட்டேன். அவங்கள நிறுத்தி வைக்க கஷ்டப்பட்டேன். அவங்க சுகமில்லாம இருக்கும் போது, சிகிச்சை கொடுப்பேன். துணிகளும், கம்பளிகளும் கொடுப் பேன். அவங்கள வசதியாகவும், மரியாதையாகவும் பராமரிக்க முயற்சிப் பேன். அதுல எந்த உபயோகமும் இருக்கல. நான் நிறைய பணம் இழந்தேன். நிறைய பிரச்சனைங்கதான். சுகவீனமா இருந்தாலும், நல்லா இருந்தாலும், அவங்கள அப்படியே விட்டுடறேன். ஒரு கறுப்பர் இறந்தா, மற்றொருவரை வாங்குறேன். எல்லா வழியிலும் அது மலிவாகவும், சுலபமாகவும் இருக்கு."

புதியவர் திரும்பிச் சென்றார். அடக்கப்பட்ட சங்கடத்துடன் இந்த உரையாடலை கவனித்து வந்த ஒரு பெருந்தகைக்கு அருகில் அமர்ந்தார்.

"அவரை தெற்கத்திய தோட்ட உடைமையாளர்களுக்கு மாதிரியா எடுத்துக்கக் கூடாது" அவர் சொன்னார்.

"அப்படி இருக்கக் கூடாதுன்னு நான் நம்பியாகணும்" அழுத்தத் துடன் இளம் பெருந்தகை கூறினார்.

"அற்பமான, கீழ்த்தரமான, மிருகத்தனமான மனுஷன்" மற்றவர் சொன்னார்.

"அவனோட முழு விருப்பத்திற்கேற்ப எத்தனை மனிதர்களையும் பாதுகாப்பின் எந்த சாயலுமின்றி வைத்திருக்க அவரை சட்டம் அனுமதிக்குது. அவர் கீழானவர் என்றாலும், அவர் மாதிரி பலர் இல்லைன்னு நீங்க சொல்ல முடியாது."

"தோட்ட உடைமையாளர்களிடையே கனிவும், மனிதாபி மானமும் உள்ள பலரும் இருக்காங்க." மற்றவர் சொன்னார்.

"ஒத்துக்கறேன். என்னோட கருத்துல, இந்த கொடுமையாளர் களின் மிருகத்தனமான, அடாவடியான நடவடிக்கைகளுக்கு கனிவும், மனிதாபிமானமும் மிகுந்த மனிதர்கள்தான் காரணம். உங்களோட ஒப்புதலும், செல்வாக்கும் இல்லேன்னா இந்த நடைமுறை ஒரு மணி நேரம் கூட தாக்குப்பிடிக்க முடியாது. அது மாதிரி தோட்ட உரிமை யாளர்கள் தவிர வேற எந்த தோட்ட உரிமையாளரும் இல்லேன்னா ஒரு ஆலைக்கல் மாதிரி மொத்த விஷயமும் கீழே விழுந்து போகும். உங்களுடைய மதிப்பும், மரியாதையும், மனிதாபிமானமும்தான் அவருடைய மிருகத்தனத்துக்கு உரிமம் வழங்கி பாதுகாக்கிறது." இளம் மனிதர் கூறினார்.

"எனது நல்லியல்பு பற்றி உயர்வான கருத்தை நீங்க நிச்சயமாக வச்சிருக்கீங்க. இவ்வளவு சத்தமா பேசாதீங்கன்னு உங்களுக்கு ஆலோ சனை சொல்வேன். என்னோட கருத்தை சகிக்காத பலர் படகில் இருக் காங்க. என்னோட தோட்டத்துக்கு போகிற வரை நீங்க காத்திருந்தீங் கன்னா, உங்களோட ஓய்வு நேரத்தை முழுசா பயன்படுத்தி எங்களை வசைபாடலாம்." புன்னகைத்தவாறு தோட்ட உரிமையாளர் கூறினார்.

இளம் பெருந்தகை புன்னகைத்தார். இருவரும் விரைவில் பேக்கேமன் விளையாட்டில் மும்முரமானார்கள். இதற்கிடையில், எம்மிலைன் மற்றும் அவளோடு பிணைக்கப்பட்டிருந்த கலப்பினப் பெண் ஆகியோருக்கிடையே மற்றொரு உரையாடல் நடந்து கொண்டி ருந்தது. இயல்பாய் எதிர்பார்க்கக்கூடிய வகையில், அவர்களின் வரலாறு பற்றி இருவரும் தகவல் பரிமாறிக் கொண்டனர்.

"நீங்க யாருக்கு உடைமையா இருந்தீங்க" எம்மிலைன் கேட்டாள்.

“எனது எஜமானர் திரு. எல்லீஸ். லீவி தெருவில் வசிக்கிறார். நீங்க வீட்டை அநேகமாக பார்த்திருக்கீங்கன்னு நினைக்கிறேன்.''

“உங்கள நல்லபடியா நடத்தினாரா?'' எம்மிலைன் வினவினாள்.

“அவரோட உடல்நிலை மோசமாற வரை பெரும்பாலும் நல்ல படியா நடத்தினார். ஆறு மாசமா அடிக்கடி சுகவீனமா படுத்திட்டு இருந்தாரு. ரொம்ப சிரமப்பட்டார். இரவோ, பகலோ யாரையும் ஓய்வெடுக்க விடாம இருக்க விரும்பினார்ன்னு தோணுது. யாரும் அவருக்கு ஒத்துவராத மாதிரி சகிப்புத் தன்மை இல்லாம ஆயிட்டாரு. ஒவ்வொரு நாளும் அவர் மோசமா மாறிக்கிட்டே இருக்கிற மாதிரி தோணுது. இரவில ரொம்ப நேரம் முழுச்சிட்டு இருக்க வைப்பாரு. அதுக்கு மேலேயும் தூங்காம இருக்க முடியாத நிலை ஏற்படும்போது தூங்கிடுவேன். ஒரு இரவுல அது மாதிரி தூங்கினப்ப, அவரு கோபமாயிட்டாரு. ரொம்ப கடுமையான எஜமான்கிட்ட விற்பேன்னு அவர் சொன்னார். அவர் இறந்தபோது, சுதந்திரம் தருவதாகவும் கூறியிருந்தாரு''

“உனக்கு யாராவது நண்பர்கள் இருந்தாங்களா?'' எம்மிலைன் கேட்டாள்.

“ஆமாம். எனது கணவர் - அவர் ஒரு கொல்லர். எஜமானர் அவரை வாடகைக்கு வச்சுப்பாரு. என்னை அவசரமா அப்புறப்படுத் திட்டாங்க. அவர்கிட்ட சொல்லக்கூட எனக்கு நேரம் இருக்கல. என்க்கு நாலு குழந்தைங்க இருக்கு! ஓ எனது அன்புக் குழந்தைகளே'' தனது முகத்தை கரங்களால் மூடிக்கொண்டு பெண்மணி கூறினாள்.

வேதனையை வெளிப்படுத்தும் கதைகளை கேட்கும்போது, ஆறுதல் கூறும் வழியில் ஏதாவது சொல்வதற்கு நினைப்பது எல்லாரிடமும் இருக்கும் இயற்கையான உந்துதலாகும். எம்மிலைன் ஏதாவது சொல்ல விரும்பினாள். எதையும் சொல்வது பற்றி அவளால் எதுவும் நினைக்க முடியவில்லை. சொல்வதற்கு என்ன இருக்கிறது? பொதுவான சம்மதத்தின் பேரில், பயமும் அபாயமும் காரணமாக, தங்களின் தற்போதைய கொடூரமான எஜமானர் பற்றி குறிப்பிடுவதை இருவரும் தவிர்த்தனர்.

மிகவும் இருளான நேரத்தில்கூட மத நம்பிக்கை இருக்கும் என்பது உண்மை. கலப்பினப் பெண் மெத்தாடிஸ்ட் தேவாலயத்தின் உறுப்பினர். கற்பிக்கப்படாத ஆனால் உண்மையான பக்தி இருந்தது. எம்மிலைன் பல மடங்கு மேலாக பயிற்றுவிக்கப்பட்டிருந்தாள். படிக்கவும், எழுதவும் கற்றுத் தரப்பட்டிருந்தாள். நம்பிக்கையான, பக்தி மிகுந்த ஆசிரியையால் பைபிள் கவனமாக கற்பிக்கப்பட்டிருந்தாள். கொடூரமான அராஜகத்தால் தாக்கப்பட்டிருக்கும்போது, கடவுளால் கைவிடப்பட்டதாய் தோன்றுகிறபோது, மிகவும் உறுதியான

கிறித்துவர்களைக்கூட அது சோதனைக்கு உள்ளாக்காதா? அறிவில் வலிமையற்றும் வயதில் இளமையாகவும் உள்ள கிறித்துவின் ஏழை சின்னஞ்சிறுவர்களின் நம்பிக்கைகளை இன்னும் எவ்வளவுதான் நாம் அசைத்துக் கொண்டிருக்க முடியும்?

படகு நகர்ந்தது. சோகங்களின் சுமையை சுமந்தவாறு நகர்ந்தது. சிவப்பான, சேறான, கலங்கலான நீரோட்டத்துடனும் சிவப்பு நதியின் சுற்றி வளைத்த திருப்பங்களுடனும் படகு நகர்ந்தது. ஒரே மாதிரியான சோர்வூட்டும் காட்சிகளைக் கடந்தபோது, சோகமான கண்கள் செங்குத்தான சிவப்புச் சேறாய் இருந்த நதிக்கரையை சோர்வாக நோக்கின. .இறுதியாக, ஒரு சிறு நகரில் படகு நின்றது. தனது குழுவுடன் லெஹ்ரி இறங்கினார்.

32

இருளான இடங்கள்

"பூமியின் இருளான இடங்கள்
கொடூரத்தின் வசிப்பிடங்களாய் நிறைந்துள்ளன."

கரடு தட்டிய வண்டியில் டாமும் குழுவினரும் சோர்வாகப் பயணித்தனர்.

வண்டியில் சைமன் லெஹ்ரி அமர்ந்திருந்தார். இன்னும் விலங்குகளால் பிணைக்கப்பட்டிருந்த இரு பெண்களும் சில மூட்டை முடிச்சுகளுடன் பின்பக்கத்தில் அடுக்கி வைக்கப்பட்டிருந்தனர். பல தூரம் தள்ளியிருந்த லெஹ்ரியின் தோட்டம் எப்போது வருமென்று முழுக்குழுவும் எதிர்பார்த்துக் காத்திருந்தது.

அது ஒரு கைவிடப்பட்ட கடுமையான சாலை. பலனளிக்காத பைன் மரங்களுக்கிடையே அந்த சாலை வளைந்து, வளைந்து சென்றது. காற்று சோகமாக முணுமுணுத்தது. நீண்ட சைப்ரஸ் சதுப்பு நிலங்களில் இருக்கும் மரப்பாதை வழியே சென்றது. மெலிதான ஈரமான நிலத்தில் வருத்தம் தோய்ந்த மரங்கள் வளர்ந்திருந்தன. இறுதி ஊர்வல பிரார்த்தனைக்கு மலர் வளையத்திற்காகப் பயன்படும் இலைகள் தொங்கிக் கொண்டிருந்தன. அடிக்கடியும், அவ்வப்போதும் முறிந்த மரக்கிளைகளின் மேலே மோகேசின் பாம்புகள் தொங்கிக்

கொண்டிருந்தன. அங்கும் இங்கும் இருக்கும் உடைந்த மரக்கிளைகள் தண்ணீரில் அழுகிக் கொண்டிருந்தன.

ஏதாவது வியாபார நோக்கிற்காக பை நிறைய பணத்தோடும், நன்கு பராமரிக்கப்பட்ட குதிரையுடனும் தனியாக இவ்வழியே சவாரி செய்யும் புதியவருக்கு தேற்ற முடியாத சோகம் உண்டாகும். மனிதன் விரும்பும் மற்றும் பிரார்த்தனை செய்யும் அனைத்திலிருந்தும் அவன் விலகி வருவதை ஒவ்வொரு சோர்வான அடியும் உணர்த்தும்.

எனவே அந்த இருளான முகங்கள் வெளிப்படுத்திய சோகத்தில் அமிழ்ந்த தோற்றமும், உற்சாகமின்மையும் ஒருவரை அப்படித்தான் நினைக்க வைத்திருக்கும். சோகமான அந்தப் பயணத்தின்போது அந்த சோகக் கண்கள் தங்களைக் கடந்த ஒவ்வொரு பொருளாய் ஆவலான, பொறுமையான சோர்வுடன் பார்த்து வந்தன.

நன்கு மகிழ்ந்தவராய் லெஹ்ரி சவாரி செய்தார். அவரது சட்டையில் இருந்த சாராயப் புட்டியை அவ்வப்போது வெளியே எடுத்தார்.

"நான் உங்களுக்குச் சொல்றேன். பசங்களா, ஒரு பாட்டு பாடுங்க. வாங்க" பின்பக்கம் திரும்பி உற்சாகமற்ற முகங்களைப் பார்த்துக் கூறினார்.

"மனிதர்கள் ஒருத்தரை ஒருத்தர் பார்த்துக் கொண்டனர். வண்டி ஓட்டி தனது கரங்களில் வைத்திருந்த சாட்டையை வாங்கி சொடுக்கியவாறு "வாங்க" என்று திரும்பக் கூறினார். டாம் ஒரு மெதாடிஸ்ட் தோத்திரத்தைப் பாடினார்.

"ஜெருசலேம், எனது மகிழ்வான இல்லம்.
எனக்கு மிகவும் பிடித்தான பெயர்.
அப்போது எனது துயரங்கள் முடிவுறும்
எனது மகிழ்ச்சிகள் அப்போது..."

"நிறுத்து, கருப்புப் பிசாசு" லெஹ்ரி உறுமினார் "அந்தக் கொடிய பழைய மெதாடிஸத்தை நான் விரும்பிக் கேட்டேன்னு நினைச்சியா? உண்மையில் முரட்டுத்தனமாக இருக்கிற பாட்டை. இயற்றிப் பாடு."

அடிமைகளிடம் பொதுவாகப் புழங்கும் அர்த்தம் இல்லாத பாட்டு ஒன்றை மற்றவர்களில் ஒருவர் பாடினார்.

" ஒரு கறுப்பனை பிடிக்க எஜமானர் சொன்னார்:

உயரப் பையா, உயரு!
பிரியும் வரை அவன் சிரித்தான்
நிலவை நீ பார்த்தாயா?
ஹோ! ஹோ! சிறுவர்களே ! ணோ
ணோ! யோ! ஹி– இ! ஓ".

தனது விருப்பப்படி பாட்டை உருவாக்க பாடகர் முயன்றதாகத் தோன்றியது. சந்தத்திற்கு முக்கியத்துவம் கொடுத்து, அர்த்தத்தில் அக்கறை காட்டாது பாடியதாகத் தோன்றியது. இடையிடையே, முழுக் குழுவும் சேர்ந்திசையில் சேர்ந்துகொண்டது.

"ஹோ!ஹோ! சிறுவர்களே
உயரு– இ ஓ! உயரு–இ–ஓ''

மூர்க்கத்தனமாக அது பாடப்பட்டதாகத் தோன்றியது. மகிழ்ச்சியில் திணிக்கப்பட்ட முயற்சியாக அது இருந்தது. ஆர்வமான பிரார்த்தனை வரிகள் இல்லை; வேதனையான புலம்பல் இல்லை; அவர்களிடம் இருந்த சோகத்தின் ஆழத்தை அந்தப் பாடல் வெளிப் படுத்தவில்லை. அச்சுறுத்தப்பட்டு சிறையிலடைக்கப்பட்ட ஏழை, ஊமை இதயங்கள், எந்த அர்த்தத்தையும் வெளிப்படுத்தாத அந்த இசைச் சரணாலயத்தில் தஞ்சம் புகுந்தன. கடவுளுக்கான தங்களது பிரார்த்தனைகளை அவருக்கு தெரிவிக்கும் மொழியாக அந்த இசையைக் கண்டனர். லெஹ்ரியால் கண்டுபிடிக்க முடியாத ஒரு பிரார்த்தனை அதில் இருந்தது. சிறுவர்கள் சத்தமாகப் பாடுவதை மட்டுமே அவர் கேட்டார். அதில் அவர் அகமகிழ்ந்தார். "அவங்க ளோட உற்சாகத்தை நிலை நிறுத்த'' அவர் முயன்றார்.

"நல்லது, எனதன்பான சின்னஞ்சிறு சிறுமியே'' எம்மிலைன் பக்கம் திரும்பிய அவர் கூறினார். அவளது தோளில் கை வைத்தவாறு அவர் கூறினார். "நாம் கிட்டத்தட்ட வீட்டுக்கு வந்துட்டோம்.''

லெஹ்ரி திட்டி தாக்கியபோது, எம்மிலைன் திகிலடைந்தாள். ஆனால் தனது கரங்களை அவள் மேல் போட்டு இது மாதிரி இதமா பேசினால், அவர் அவளை அடிப்பாரோ என்று எண்ணினாள். அவரது கண்கள் காட்டிய பாவங்கள் அவளது ஆன்மாவை சுகவீனமாக்கியது. அவளது தசைகளை ஊர்ந்து செல்லவிட்டது. அருகில் இருந்த கலப்பினப் பெண்ணை தனது தாயாகக் கருதி, அவளை நெருக்கமாக அனிச்சையாக இறுக்கிக் கொண்டாள்.

"நீ காதில தோடு போட்டுக்கறதில்லையா? "தனது கரடு முரடான விரல்களால் அவளது சிறு காதுகளைப் பற்றியவாறு அவர் கூறினார்.

''இல்ல, எஜமான்'' நடுங்கியவாறும், கீழே குனிந்தவாறும் சொன்னாள்.

"நல்லது. வீட்டுக்குப்போனதும், ஒரு ஜோடி தர்றேன். நீ நல்ல பெண்ணா இருந்தா, தருவேன், நீ இவ்வளவு பயப்படத் தேவையில்லை. உன்னை கடுமையா வேலை வாங்க எனக்கு எண்ணமில்லை. என்னோட உனக்கு நல்ல நேரம் இருக்கும். நீ நல்ல பெண்ணா மட்டும் இரு. ஒரு பெண்மணி மாதிரி வாழலாம்.''

தான் கருணையுள்ளவனாகத் தோற்றம் தரும் அளவிற்கு லெஹ்ரி குடித்திருந்தார். இந்த நேரத்தில்தான் தோட்டத்தின் பகுதிகள் தோன்றின. செல்வமும், ருசியும் மிகுந்த ஒரு பெருந்தகைக்கு முன்பு இந்தத் தோட்டம் சொந்தமாய் இருந்தது. இந்த நிலத்தை அழகாய் அமைப்பதில் அவர் கவனம் செலுத்தியிருந்தார். கடனில் அவர் இறந்திருந்ததால், பேரம் பேசி லெஹ்ரியால் அது வாங்கப்பட்டிருந்தது. மற்றவற்றை கருதியது போலவே, பணம் பண்ணுவதற்கான கருவியாகத் தான் அதைக் கருதி பயன்படுத்தி வந்தார். அழுக்கான, கதியற்ற தோற்றத்தை அவ்விடம் வெளிப்படுத்தியது. பழைய உடமை யாளரின் அக்கறையான பராமரிப்பினை முற்றிலுமாக அழிய விட்டு விட்ட தாகத் தெரிகிறது.

ஒரு காலத்தில் நன்கு மழிக்கப்பட்ட புல்வெளி வீட்டின் முன்பு இருந்தது. அங்கும் இங்கும் அலங்காரச் செடிகள் வைக்கப்பட்டி ருந்தன. கைவிடப்பட்டு குலைந்த நிலையில் புற்கள் இருந்தன. அங்கும், இங்கும் குதிரை கட்டும் கொம்புகள் நடப்பட்டிருந்தன. உடைந்த வாளிகள் தரை முழுவதும் குப்பையாகப் பரவியிருந்தன. மக்காச்சோள கொண்டைகள் இரைந்து கிடந்தன. அங்கும் இங்கும் வெண்மையான மல்லிகைக் கொடிகளும் தேன் மலர் கொடிகளும் தொங்கின. அதற்குப் பந்தலாக இருந்த் அலங்காரக் கம்புகள் குதிரை கட்டும் கம்பங்களாக பயன்படுத்தப்பட்டு சாய்ந்திருந்தன. ஒரு காலத்தில் தோட்டமாக இருந்த இடத்தில் புதர்கள் முளைத்திருந்தன. அதிலிருந்து அங்கும், இங்கும் சில தனிப்பட்ட அழகிய செடிகள் தனது கைவிடப்பட்ட தலையை நீட்டி எட்டிப் பார்த்தன. செடி, கொடிகளுக்குப் பாதுகாப் பிடமாக இருந்த அறையின் ஜன்னல் கதவுகள் இல்லை. சிதிலமடைந்த அலமாரிகளில் உலர்ந்த, கைவிடப்பட்ட பூச்சாடிகள் இருந்தன. அதில் கம்புகள் மட்டும் இருந்தன. அதிலிருந்த காய்ந்த இலைகள் ஒரு காலத்தில் செடியாக இருந்ததென்று சுட்டிக் காட்டின.

களை நிறைந்த சரளைக்கல் நடைபாதையில் வண்டி உருண்டு ஓடியது. ஒரு உன்னதமான சீன நிழல் மரம் அந்தப் பாதையில் இருந்தது. அதன் வசீகரமான வடிவமும், நிரந்தரமான மலர்ச்சியோடு இருக்கும் அதன் இலைத் தொகுப்பும்தான் புறக்கணிப்பால் பாதிக்கப் படாத ஒரே பொருளாக இருந்தது. நல்லதனத்தில் ஆழமாய் வேரூன்றிய உன்னத ஆவிகள் போல், அழிவையும் அதைரியப் படுத்தலையும் மீறி வலிமையாக வளர்ந்து, வனப்பாக செழித்திருந்தது.

வீடு பெரிதாகவும், அழகாகவும் இருந்தது. தெற்கில் பொதுவாக காணப்படும் விதத்தில் அது கட்டப்பட்டிருந்தது. இரண்டு மாடிகள் கொண்ட அகலமான தாழ்வாரம் வீட்டின் எல்லாப் பக்கங்களிலும் ஓடியது. அதிலிருந்து ஒவ்வொரு அறைக்கும் திறப்பு இருந்தது. கீழ்ப்பகுதி செங்கல் தூணால் தாங்கப்பட்டிருந்தது.

ஆனால் வீடு தேற்ற முடியாத விதத்தில் வசதியற்று இருந்தது. சில ஜன்னல்கள் பலகையோடு நின்றிருந்தன. சில ஜன்னல்களின் கண்ணாடி சிதறடிக்கப்பட்டிருந்தன. ஒரே ஒரு தாங்கியில் சில ஜன்னல்கள் நின்று கொண்டிருந்தன. எல்லாம் முரட்டுத்தனமான புறக்கணிப்பையும், வசதியின்மையையும் எடுத்துக் கூறின.

பலகையின் துண்டுகள், வைக்கோல், பழைய அழிந்த பீப்பாய்கள், பெட்டிகள் எல்லாப் பக்கங்களிலும் நிலத்தில் இரைந்து கிடந்தன. பயங்கரமாகக் காட்சி தரும் மூன்று அல்லது நான்கு நாய்கள் வாகனச் சக்கரத்தின் சத்தத்தைக் கேட்டு வேகமாய் வெளி வந்தன. அவற்றைப் பின் தொடர்ந்து வந்த முரட்டு வேலையாட்கள் டாமையும் அவரது குழுவினரையும் கவ்விப் பிடிக்காதவாறு மிகுந்த சிரமத்துடன் நாய் களைத் தடுத்தனர். "உங்களுக்கு என்ன கிடைச்சிக்குமுன்னு பாருங்க'' திருப்தியோடு நாய்களை தடவியவாறு கூறினார் லெஹ்ரி. டாம் மற்றும் குழுவினரிடையே திரும்பி "நீங்க ஓட பார்த்தீங்கன்னா, என்ன நடக்கும்ன்னு பார்த்துக்கோங்க. கறுப்பர்களை தேடிக் கண்டு பிடிக்கவே இந்த நாய்களை வளர்க்கறோம். இரவு உணவு சாப்பிடற மாதிரி உங்கள குதறி சாப்பிட்டுடும். அதனால் ஒழுங்கா இருங்க. எப்படி சாம்போ'' ஒரு முரட்டு ஆளிடம் திரும்பிக் கேட்டார் லெஹ்ரி. அந்த ஆளின் தொப்பியின் விளிம்பு இருக்கவில்லை. விரைப்பாயும் கவனமாயும், பணிவாயும் அவன் நின்றான். "எல்லாம் எப்படி போயிட்டு இருக்கு?''

"முதல் தரம், எஜமான்''

"கியும்போ நான் உன்கிட்ட சொன்னபடி நடந்துக்கிட்டியா?'' லெஹ்ரி அவரது கவனத்தைக் கவர ஆர்வமான இயக்கங்களை செய்து கொண்டிருந்த வேறொருவனிடம் கேட்டார்.

இந்த இரு கறுப்பு மனிதர்களும், தோட்டத்தின் முதன்மையான இரு ஆட்கள். தனது கொடும் நாய்களை வளர்ப்பது போல அநாகரிகத்திலும், மிருகத்தனத்திலும் அவர்களுக்கு முறையாகப் பயிற்சி அளித்திருந்தார். நீண்ட கால பயிற்சி மூலம் அவர்களது இயல்பில் பலவித கடுமையான, கொடூரமான திறன்கள் வளர்ந் திருந்தன. வெள்ளையரைவிட நீக்ரோ மேற்பார்வையாளர்கள் கொடுங் கோலர்களாகவும், இரக்கமற்றவர்களாகவும் இருப்பதாக ஒரு பொதுவான கருத்து நிலவியது. அந்த இனத்தின் குணத்திற்கு எதிராக வலிமையாக சொல்லப்படும் காரணங்களில் இதுவும் ஒன்று. நீக்ரோக்களின் மனங்கள் வெள்ளையர்களை விட நசுங்கியதாகவும், தாழ்ந்து இருப்பதாகவும். சாதாரணமாக சொல்வதே இது. உலகெங் கிலும் அடக்குமுறைக்கு ஆளான இனங்களுக்கு எதிராகக் கூறப்படு வதைவிட இது அதிகமான உண்மையல்ல. அவர்களுக்கு ஒரு வாய்ப்புக் கிடைத்தால், அடிமைகள் எப்போதும் கொடுங்கோலர்கள்தான்.

நாம் சரித்திரத்தில் படித்த அரசர்கள் போல, ஒருவிதமான உறுதியான வலிமையான நடவடிக்கைகள் மூலமாக தோட்டத்தை லெஹ்ரி நிர்வகித்து வந்தார். சாம்போவும், கியும்போவும் ஒருவரை ஒருவர் இனிமையாக வெறுத்து வந்தனர். தோட்ட ஆட்களும் அவர்கள் இருவரையும் இனிமையாக வெறுத்து வந்தனர். ஒருவருக்கு எதிராக ஒருவரை நிற்க வைத்து, மூன்று குழுக்களில் ஒருவரிடமிருந்து அங்கு நிகழ்வது பற்றிய எல்லாத் தகவல்களையும் நிச்சயம் அறிய முடியும் என்று அவர் நம்பினார்.

முழுவதும் சமூகத் தொடர்பின்றி யாராலும் வாழ முடியாது. ஒரு விதமான கரடு முரடான நெருக்கத்தோடு அவருடன் பழகுவதற்கு அந்த இரு துணைக் கோள்களையும் அனுமதித்திருந்தார். இந்த நெருக்கம் இருவரில் ஒருவரை எந்த கணத்திலும் பிரச்சினைக்கு உள்ளாக்கும் தன்மை கொண்டது. சிறு தூண்டலில் கூட மற்றவர் மீது தனக்குள்ள பகையைத் தீர்த்துக் கொள்ள எப்போதும் இருவரும் தயாராயிருந்த்னர். லெஹ்ரிக்கு அருகில் அவர்கள் நின்றிருந்தபோது, கொடூர மனிதர்கள் மிருகங்களைவிட கீழானவர்கள் என்பதை எடுத்துக்காட்டுவதாய் தோன்றினார்கள். அவர்களது முரட்டுத் தனமான கறுப்பான, பெரிய அங்க அமைப்புகள், ஒவ்வொருவரையும் பொறாமையோடு நோக்கும் அவர்களது பெரிய கண்கள்; அவர்களது காட்டுமிராண்டித்தனமான கர்ணகொடூரமான குரல்கள்; காற்றில் பறக்கும் அவர்களது சேதமடைந்த உடைகள்; ஆகியவை அந்த இடத்தின் முழுமையற்ற தன்மையையும், இழிவான நிலையையும் எடுத்துரைப்பதாக இருந்தன.

“இங்க வா, சாம்போ, இந்த ஆட்களை குடியிருப்புக்கு கூட்டிட்டு போ. உங்களுக்காக சிறுமியை அழைச்சிட்டு வந்திருக்கேன். ஒருத்தியை வாங்கிட்டு வர்றதா உங்களுக்கு உறுதி கூறியிருந்தேன் இல்ல.'' எம்மிலைனிடமிருந்து அந்த கலப்பினப் பெண்ணைப் பிரித்து, அவனை நோக்கி தள்ளியபடி லெஹ்ரி கூறினார்.

அந்தப் பெண் திடீரென்று துள்ளிக் குதித்து, பின்வாங்கி, அவசரமாய்ச் சொன்னாள் “என்னோட மனுஷன் ஊர்ல இருக்கார்''

“இருந்தா என்ன? இங்க ஒருத்தன் உனக்கு வேண்டாமா? எதுவும் பேசக் கூடாது. நகர்ந்து போ''

“வா, எஜமானி, என்னோட உள்ளே வா'' எம்மிலைனிடம் கூறினார்.

வீட்டின் ஜன்னலை ஒரு கணம் நோக்கியபோது, ஒரு கறுப்பான முரட்டு முகம் தெரிந்தது. லெஹ்ரி கதவைத் திறந்தபோது, அவசரமான விரைவான குரலில் ஒரு பெண் குரல் ஏதோ கூறியது. எம்மிலைன் உள்ளே நுழைவதை பதட்டமான ஆர்வத்தோடு பார்த்து வந்த டாம்

இதைக் கவனித்துவிட்டார். லெஹ்ரி கோபத்தோடு பதிலளிப்பதை கேட்டார். ''உன்னோட நாக்கை அடக்கிக்க; நீ என்ன சொன்னாலும், நான் விரும்பறபடி நடந்துப்பேன்.''

சாம்போவைத் தொடர்ந்து குடியிருப்புக்குச் செல்லத் துவங்கிய தால், டாமுக்கு வேறு எதுவும் கேட்கவில்லை. வீட்டுக்கு வெகு தொலைவில் தோட்டத்தின் ஒரு பகுதியில் குடியிருப்புகள் இருந்தன. சந்தை இருக்கும் தெரு போல் அது இருந்தது. கதியற்ற, கைவிடப்பட்ட, மிருகத்தனமான தொனியில் அவைகள் வரிசையாக இருந்தன. கரடு முரடாக இருந்தாலும், தூய்மையாகவும், அமைதியாகவும் தன்னால் வைத்துக் கொள்ளக்கூடிய குடியிருப்பை டாம் மனதில் எண்ணி யிருந்தார். அவரது பைபிளுக்கு ஒரு அலமாரி இருக்குமென்றும், வேலை நேரம் தவிர ஓய்வெடுக்க தனித்து இருக்கத்தக்க இடமாக இருக்குமென்றும் நம்பியிருந்தார். பல குடியிருப்புகளைப் பார்த்தார். அவை முரட்டுத்தனமான கிளிஞ்சல்கள் போல் இருந்தன. எந்த மரச்சாமான்களும் இருக்கவில்லை. அழுக்காகவும், முடை நாற்றத் தோடும் இருந்த வைக்கோல் குவியல்கள்தான் இருந்தன. அவை தரையில் குழப்பமாகப் பரவியிருந்தன. தரை எண்ணற்ற கால்களால் கடுமையாக அழுத்தப்பட்டிருந்த வெறும் மண் தரைதான்.

''இதில் எது என்னுது?'' சாம்போவிடம் பணிவாக டாம் கேட்டார்.

"எனக்குத் தெரியல. நீங்க நிறைய கறுப்பர்கள் வந்திருக்கீங்க. இங்க இருக்கறவங்களுக்கு ஒவ்வொண்ணு கொடுத்திருக்கு. புதுசா வந்திருக்கிற உங்களுக்கு எத கொடுப்பதுன்னு புரியல.''

சந்தை வீடுகளில் குடியிருப்போர் சோர்வோடும், அழுக்கடைந்த சேதமுற்ற ஆடைகளுடனும், விரோத மனப்பான்மையுடனும், சங்கடத் துடனும் வீட்டுக்குத் திரும்பிய போது இரவாகி இருந்தது. புதியவர்களிடம் சுமூகமாகப் பழகும் நிலையில் அவர்கள் இருக்க வில்லை. எந்த வெளிச்சமும் இல்லாமல் சிறு கிராமம் சுறுசுறுப்பாய் இருந்தது. கரடுமுரடான, கர்ண கொடூரமான குரல்கள் அரைப்பு இயந்திரத்தின் முன் விவாதித்துக் கொண்டிருந்தன. அவர்களின் ஒரே உணவாக இருக்கக் கூடிய கேக்குகளை தயாரிக்கத் தேவையான தானிய மாவுகள் இன்னும் அரைக்கப்படவில்லை. அதிகாலையின் ஆரம்பத்தி லிருந்தே, அவர்கள் வயலில் இருந்தனர். மேற்பார்வை யாளர்கள் விரட்டும் சாட்டையடிகளின் கீழ் கடுமையாக உழைத்து இருந்தனர். இது குழப்பமான, பரபரப்பான பருவம். தனது சக்திகளின் உச்சத்தை உழைப்பாகக் கொடுக்காமல் யாரும் விடப்படுவதில்லை. அலட்சிய மாகப் படுத்திருந்தவன் சொன்னான் : ''உண்மைதான் பருத்திகளை

பொறுக்குவது சிரமமான வேலையில்ல'' ஒரு நீர்த்துளி உங்கள் தலையில் விழுவது அவ்வளவு கஷ்டமானதும் கிடையாது. ஒவ்வொரு கணமும் தொடர்ச்சியோடு ஒவ்வொரு துளியாக ஒரே இடத்தில் விழும்போது அது பெரிய சித்திரவதையா இருக்கும். அந்த வேலை ஒண்ணும் சிரமமானதாக இருக்காது. மணிக்கொரு தரம் விரட்டப்பட்டு, மாற்றமற்ற, விடாப்பிடியாக, அதன் களைப்பூட்டும் நிலையிலிருந்து சற்று விலகுவதற்கான சுதந்திரம்கூட இன்றி செயல்பட வேண்டியிருப்பதால், அது சிரமமாக மாறுகிறது. நட்பு பூணத்தக்க முகம் ஏதாவது இருக்கிறதா என்று அங்கு நுழைந்த கும்பலில் டாம் வெற்றியின்றி தேடினார். சோகமாகவும், கோபப் பார்வையுடனும் மிருகமாக்கப்பட்ட ஆண்களையும், மெலிந்த, அதைரியப்பட்ட பெண்களையும், பெண்களாகவே இல்லாத பெண்களையும் மட்டுமே அவர் பார்த்தார். வலிமையற்றவர்களை தள்ளும் வலிமையை அந்தப் பெண்கள் பெற்றிருந்தனர். மனிதர்கள் மற்றும் மிருகங்களின் அதிகபட்ச சுயநலம் மிகுந்த அவர்களிடமிருந்து எந்த நல்லதையும் விரும்பவோ, எதிர்பார்க்கவோ முடியாது. மிருகங்கள் போல் நடத்தப் பட்டதால், மனுஷ ஜென்மங்களால் சாத்தியப்பட்ட அளவிற்கு மிருக மாக அவர்கள் மாறியிருந்தனர். இரவின் பின்பகுதி வரை அரைப்புச் சத்தம் கேட்டது. அரைப்பு இயந்திரம் குறைவாக இருந்ததே காரணம். வலிமையானவர்களால் விரட்டியடிக்கப்பட்ட சோர்வுற்றிருந்த வலிமையற்றவர்கள் தங்களது முறையில் கடைசியாக வந்தனர்.

“ஹோ யோ! உன்னோட நிந்திக்கப்பட்ட பெயர் என்ன?'' கலப்பினப் பெண்ணிடம் வந்து, தானிய மூட்டைகளை அவள் முன் போட்டு சாம்போ கேட்டான்.

“லூசி'' அந்தப் பெண் சொன்னாள்.

“நல்லது. லூசி, இப்ப நீ என்னோட பெண்மணி. இந்த தானியங்களை அரை. என்னோட இரவு உணவை தயார்ப்படுத்து.''

“நான் உன்னோட பெண் இல்ல; நான் இருக்கவும் மாட்டேன். நீ அந்தப் பக்கம் நகரு'' கூர்மையான திடீரென்ற வேதனையின் தைரியத்தோடு அந்தப் பெண் கூறினாள்.

“அப்ப நான் உன்னை உதைப்பேன்'' தனது காலை அச்சுறுத்தும் விதத்தில் தூக்கியவாறு சாம்போ கூறினான்.

“நீ விருப்பப்பட்டா, என்னைக் கொலைகூட செய்யலாம். சீக்கிரம் செஞ்சா நல்லது. இறந்தாத் தேவலாம்னு நினைக்கறேன்.'' அவள் கூறினாள்.

“நான் சொல்வேன் சாம்போ, புதிய ஆட்களை நீ நாசமாக்கற. உன்னைப் பத்தி எஜமானர்கிட்ட சொல்லிடுவேன்'' இயந்திரத் திடையே சுறுசுறுப்பாய் இருந்த கியும்போ கூறினான். தங்களது

உணவுக்காக தானியங்களை அரைக்க காத்திருந்த இரண்டு, மூன்று சோர்வான பெண்களை அங்கிருந்து விஷமத்தனமாய் அவன் விரட்டியிருந்தான்.

“கிழக்கறுப்பனே! இயந்திரத்துக்கிட்ட பெண்களை வர விடமாட்டேங்கறேன்னு அவர்கிட்ட சொல்வேன். உன்னோட வேலையை மட்டும் ஒழுங்காப் பாரு போதும்.'' சாம்போ சொன்னான்.

அந்த நாளின் பயணத்தால் டாம் சோர்வடைந்திருந்தார். உணவு இல்லாம கிட்டத்தட்ட மயக்கமடைந்திருந்தார்.

“இது உனக்கு. இத பிடிச்சுக்கோ கவனமா வச்சுக்கோ. இந்த வாரத்துக்கு இதுக்கு மேல கிடைக்காது.'' தானியங்கள் இருந்த முரட்டுப்பையை வீசியெறிந்து கியும்போ கூறினான்.

அரவை இயந்திரத்தின்முன் தனது முறை வருவதற்காக டாம் நள்ளிரவு வரை காத்திருந்தார். மிகவும் சோர்வுற்றிருந்தவர்களின் நிலைக்கு பரிதாபப்பட்டு, அவர்களுக்குத் தானியங்களை அரைத்துக் கொடுத்தார். முன்பு பலர் அதில் சமைத்திருந்ததால் அடுப்பில் நெருப்பு அணைந்து கொண்டிருந்த சுள்ளிகளை ஒருங்கிணைத்தார். பிறகு தனது இரவு உணவை தயாரிக்கத் துவங்கினார். இது புதுவிதமான பணியாக இருந்தது. ஒரு சிறு உதவிதான் என்றாலும், அவர்களது இதயத்தில் அந்த தர்மச் செயல் அவர்களது வேதனைக்கு ஒத்தடமிடுவதாய் இருந்தது. அவருக்கு கேக்கு மாவுகளை கலந்து சுட்டுப் போட்டார்கள். அவருக்கு அப்போது ஆறுதல் அவசியமாகப்பட்டதால், நெருப்பின் வெளிச்சத்திற்கு அருகில் அமர்ந்து பைபிளை எடுத்துப் பார்த்தார்.

“அது என்ன'' பெண்களில் ஒருவள் கேட்டாள்.

“பைபிள்'' டாம் கூறினார்.

“கடவுளே! கென்டகியிலிருந்து வந்த பிறகு அதைப் பார்த்ததே யில்லை.''

“நீங்க கென்டகியில் வளர்ந்தீர்களா?'' ஆர்வத்துடன் டாம் கேட்டார்.

“ஆமாம், நல்லபடியாக வளர்க்கப்பட்டேன். இங்க வருவேன்னு ஒருபோதும் நினைச்சதில்ல. பெருமூச்சோடு அந்தப் பெண் கூறினாள்.

“அது என்ன புத்தகம்?'' மற்றொரு பெண் கேட்டாள்.

“பைபிள்''

“மன்னிச்சுடுங்க. பைபிள்னா என்ன?'' அந்தப் பெண் கேட்டாள்.

“நீ அதைப் பத்தி கேள்விப்பட்டதே இல்லையா?'' மற்ற பெண் கூறினாள். “கென்டகியில் என்னோட எஜமானி அதைப் படிப்பதை பார்த்திருக்கேன். இங்க அடி, உதையைத் தவிர எதையும் பார்க்கல.''

“எப்படி இருந்தாலும், கொஞ்சம் படிங்க.'' டாம் கவனமாக அதைப் பார்ப்பதை கவனித்த முதல் பெண் ஆர்வமாகக் கூறினாள்.

“என்னிடம் வாங்க உங்களது உழைப்புகளின் பெருஞ்சுமை களோட வாங்க நான் இளைப்பாறுதல் தருவேன்.'' டாம் படித்தார்.

“அது நல்ல வார்த்தைதாங்க. அதை யார் சொல்லியிருக்காங்க?'' அந்தப் பெண் சொன்னாள்.

“கடவுள்'' டாம் சொன்னார்.

“அவரை எங்க கண்டுபிடிக்கிறதுன்னு தெரிஞ்சுக்க விரும்பறேன். நான் போயிடுவேன். எனக்கு எப்பவும் ஓய்வு கிடைக்காதுன்னு தோணுது. எனது சதைகள் வறண்டு கிடக்கு, தினமும் உடம்பு பூரா நடுங்குது. சாம்போ என்னை அடிச்சுக்கிட்டே இருக்கான். நான் உணவு சாப்பிடறதுக்குள்ள நள்ளிரவு ஆயிடுது. புரண்டு படுத்து கண்ணை மூடினதும், காலையில் எழுந்து கொள்வதற்கான மணி அடிச்சுடுது. கடவுள் எங்க இருக்கார்னு எனக்கு தெரிஞ்சா அவர்கிட்டே சொல்வேன்.'' அந்தப் பெண் கூறினார்.

“அவர் இங்கே இருக்கார். எங்கும் இருக்கார்'' டாம் கூறினார்.

“கடவுளே! உங்களால் என்னை நம்ப வைக்க முடியாது. கடவுள் இங்க இல்லேன்னு எனக்கு நிச்சயமாத் தெரியும். பேசறதுல எந்தப் பயனும் இல்ல. என்னால முடிஞ்சபோது கீழே படுத்து தூங்கப்போறேன்.'' அந்தப் பெண் சொன்னாள். தங்களது தூங்குமிடங்களுக்கு பெண்கள் சென்றனர். அவரது முகத்தில் சிறப்பு வெளிச்சத்தை தெளித்த புகையற்று தணிந்து எரிந்த நெருப்புக்கு அருகில் டாம் மட்டும் தனியாக அமர்ந்திருந்தார்.

வெளிர்நீல வானத்தில், வெள்ளிமயமான அழகாய் ஒளிர்ந்த நிலா எழும்பியது. அடக்குமுறையும், துயரும் நிறைந்த காட்சியை கடவுள் பார்ப்பது மாதிரி அமைதியாகவும், சத்தமின்றியும் அது பூமியை பார்த்தது. தனது கைகளைக் கட்டிக் கொண்டு, முழங்காலில் ஒரு பைபிள் புத்தகத்தை வைத்துக்கொண்டு, ஒரே ஒரு கறுப்பர் மட்டும் அமர்ந்திருப்பதை அமைதியாக அது பார்த்தது.

“கடவுள் இங்கே இருக்காரா?'' தவறான ஆட்சியின்கீழ், கண்டிக்கப்படாத வெளிப்படையான அநீதி இழைக்கப்படும்போது, கற்பிக்கப்படாத இதயத்தில் நம்பிக்கையை வைத்திருப்பது எப்படி சாத்தியம்? அந்தச் சின்னஞ்சிறு மனத்தில் ஒரு தீவிரமான போராட்டம் துவங்கியது. நசுக்கும் அநியாயங்களும் வருங்கால துயரங்களை முன்னறிவிக்கும் வாழ்க்கையும் அவரை வாட்டி எடுத்தன. பாதி மூழ்கிக் கொண்டிருந்த மாலுமியின் கண்களில், கடும் அலைகளிலிருந்து எழும் மனைவி, குழந்தைகள் மற்றும் நண்பர்களின் சடலங்கள் போல், அந்த ஆன்மாவின் பார்வையில் பழங்கால நம்பிக்கைகளின் வழிபாடுகள்

தோன்றின. "கடவுள் இருக்கார். அவரை கவனமாக தேடுபவர்களுக்கு மட்டும் அந்தப் பரிசளிப்பவர் தெரிவார்.'' என்ற கிறித்துவ நம்பிக்கையின் சங்கேத வார்த்தை இங்கே எடுபடுமா? அதை நம்ப வைப்பது இங்கே எளிதா?

தேற்ற முடியாதபடி, டாம் எழுந்தார். அவருக்கு ஒதுக்கப்பட்ட தங்குமிடத்திற்கு, தட்டுத் தடுமாறிச் சென்றார். சோர்ந்து தூங்குவோர் தரை முழுவதும் இரைந்திருந்தனர். அந்த இடத்தின் முடைநாற்ற காற்று அவரை அருவருக்க வைத்தது. இரவு கனமான கடுங்குளிராக இருந்தது. அவரது கை, கால்களை சோர்வடைய வைத்தது. அவரது ஒரே படுக்கைத் துணியான கம்பளியில் தன்னைப் போர்த்திக் கொண்டார். வைக்கோலில் நீட்டிப் படுத்து, துயிலில் ஆழ்ந்தார்.

கனவில், அவரது காதில் ஒரு இதமான குரல் கேட்டது. போண்ட் சார்ட்ரெயின் ஏரியின் அருகில் தோட்டத்தில் பாசி படிந்த இருக்கை மீது அவர் அமர்ந்திருந்தார். தனது தீவிரமான கண்களை தரை நோக்கி தாழவிட்டு, பைபிளிலிருந்து அவருக்கு ஏவா படித்துக் காட்டிக் கொண்டிருந்தாள். அவள் கீழ்க்கண்டதை படிப்பதை அவர் கேட்டார்:-

"நீ தண்ணீர் வழியே கடக்கும்போது, நான் உன்னோடு இருப்பேன். உன்னை அந்த நதிகள் மூழ்கடிக்காது. நீ நெருப்பின் மீது நடந்தால், நீ எரிபட மாட்டாய், நெருப்பு ஜுவாலை உன்னைத் தீண்டாது. நான்தான் உன்னோட கடவுள். இஸ்ரேலின் புனிதன். உனது ரட்சகன்''

தெய்வீக இசையில் அமிழ்வதுபோல், படிப்படியாக இந்த வார்த்தைகள் உருகி, மறையத் துவங்கியதாய்த் தோன்றியது. குழந்தை தனது ஆழமான கண்களை உயர்த்தி, அவர் மீது நிலைத்துப் பார்த்தது. அந்தக் கண்கள் அளித்த கனிவும், ஆறுதலும் கரைந்த கதிர்கள் அவரது இதயத்திற்குள் ஊடுருவியதாகத் தோன்றியது. இசையில் மிதந்தது போன்று, தனது பளபளப்பான இறக்கையிலிருந்து அவள் எழுந்ததாய்த் தோன்றியது. அதிலிருந்து தங்கக் கயிற்றுத் திரிகளும், தங்க வில்லைகளும் நட்சத்திரங்களும் விழுந்தன. பிறகு அவள் நகர்ந்து விட்டாள்.

டாம் விழித்துக் கொண்டார். அது கனவா? அது அப்படியே கடக்கட்டும். வாழ்க்கையில் துயருற்றவர்களுக்கு ஆறுதலும், வசதியும் செய்து கொடுக்க ஆவல் பூண்டிருந்த அந்த இளம், இனிமையான ஆன்மாவை தனது அரசாங்கத்திலிருந்து கடவுள் எப்படி விலக்கி வைப்பார்?

"அந்த அழகான நம்பிக்கை அவளது தலையைச் சுற்றி நின்றது. தேவதைகளின் சிறகில் வட்டமிடும் இறந்தவர்களின் ஆவிகள்.

33

கேசி

"அடக்குமுறைக்கு ஆளானவர்களின் கண்ணீரை கவனிக்கவும். அவர்களுக்கு ஆறுதல் அளிப்போர் எவரும் இல்லை; அடக்குமுறையாளரின் பக்கத்தில், அதிகாரம் இருக்கிறது; அவர்களுக்கு ஆறுதல் அளிப்போர் எவரும் இல்லை:'' இசிசிஎல் 4:1

இந்தவித வாழ்க்கை முறையில் நம்ப வேண்டியது பற்றியும், அஞ்ச வேண்டியது பற்றியும் டாமுக்கு பழக்கமாக கொஞ்சநாள்தான் ஆயிற்று. அவர் எடுத்துக் கொண்ட எந்தப் பணியிலும் நிபுணராகவும், திறன் படைத்த பணியாளராகவும் இருந்தார். கொள்கைப்படியும், பழக்க வழக்கப்படியும், அவர் அனைத்திலும், ஒழுங்கானவராகவும், விசுவாசமானவராகவும் இருந்தார். தனது ஏற்பாடுகளில் அமைதியாகவும், சாந்தமாகவும், விடாப்பிடியான கவனத்துடன் செயல்பட்டு, தனது நிலையில் இருக்கும் பெருந்தீங்கை ஓரளவுக்காவது தடுத்து நிறுத்த முடியுமென்று நம்பினார். அவரை சுகவீனமாக்கி சோர்வடையச் செய்யும் பல கெடுதல்களையும், துன்பங்களையும் அங்கு கண்டார். மதரீதியான பொறுமையை கடைப்பிடித்து உழைக்க அவர் உறுதியுடன் இருந்தார். சரியாகத் தீர்ப்பு அளிக்கும் கடவுள்மீது நம்பிக்கை வைத்து, இதிலிருந்து தப்பிக்க ஏதாவதொரு வழி பிறக்கும் என்று அவர் நம்பினார்.

டாமின் பயன்படுத்தத் தக்க தன்மையை லெஹ்ரி அமைதியாக குறித்துக் கொண்டிருந்தார். அவரை முதல்தர ஆளாக மதிப்பிட்டிருந்தார். நல்லவர்களை நோக்கிய கெட்டவர்களின் இயல்பான விரோதம் காரணமாக ஒரு ரகசியமான வெறுப்பை டாம் மீது கொண்டிருந்தார். திக்கற்றவர்களின் மீது அவரது தாக்குதலும், மிருகத்தனமும் அடிக்கடி நிகழ்ந்தபோது, டாம் அதை கவனித்து வந்தார். வார்த்தைகளின்றி கருத்தை வெளிப்படுத்தும் அடிமையின் கருத்துத் தெரிவிப்புகூட ஒரு எஜமானரை கோபப்படுத்தும். தனது துன்பப்படும் சக மனிதர்களிடம் டாம் பலவிதங்களில் கனிவான உணர்வுகளை வெளிப்படுத்தினார். அதைப் பொறாமைக் கண்களோடு லெஹ்ரி கவனித்தார். தனது குறுகிய விடுமுறைகளில் தனது வேலைகளை கவனிக்க டாமை மேற்பார்வையாளர் போன்று பயன்படுத்தலாம் என்ற நம்பிக்கையில்தான் அவரை வாங்கியிருந்தார்

அந்த இடத்திற்குத் தேவையான, முதலாவது , இரண்டாவது மற்றும் மூன்றாவது முக்கிய தகுதியாக அவர் கருதியது கடுமை காட்டும் தன்மையைத்தான். டாம் தனது ஆட்களிடம் கடுமை காட்டாததால், அவரை உடனடியாக கடுமையாக்குவது என லெஹ்ரி முடிவெடுத் திருந்தார். அந்த இடத்திற்கு டாம் வந்த சில வாரங்களிலேயே, இந்த நடைமுறைக்கு அவர் உறுதி பூண்டார்.

ஒரு நாள் காலை. வயலுக்குப் போக தனது ஆட்களை டாம் சேகரித்துக் கொண்டிருந்தார். அவர்களிடையே ஒரு புதியவள் இருப்பதை டாம் கவனித்தார். அவளது தோற்றம் அவரது கவனத்தை ஈர்த்தது. உயரமான, மெலிந்த அமைப்புகளுடன் இருந்தாள். குறிப்பிடத்தக்க அளவில் மெலிதான கை, கால்களை பெற்றிருந்தாள். மதிப்பும், தூய்மையும் நிறைந்த ஆடைகளை அணிந்திருந்தாள். தோற்றத்தை பார்க்கையில், அவளது வயதை முப்பத்தைந்துக்கும், நாற்பதுக்கும் இடையில் மதிப்பிடலாம். ஒரு முறை பார்த்தால் அந்த முகத்தை எப்போதும் மறக்க முடியாது. வலி மிகுந்த, சாகசமான சரித்திரத்தை தெரிவிக்கும் முகமாக அது தோன்றும். அவளது முன் நெற்றி மேடாக இருந்தது. அழகான தெளிவோடு அவளது புருவங்கள் இருந்தன. ஒரு காலத்தில் அவள் அழகாய் இருந்திருப்பாள் என்பதை அவளது நேரான, நன்கமைக்கப்பட்ட மூக்குகளும், நன்கு பிளக்கப்பட்ட வாயும், அவளது தலையும், கழுத்தின் வசீகரமான சம உயரத்தன்மையும் வெளிப்படுத்தின. அவளது தேகத்தின் நிறம் வாட்டமாகவும், ஆரோக்கியமற்றதாகவும் இருந்தது. மொத்த உருவமும் கடுமையாக இருந்தது. சமமான கருமையுடன் நிழலாடிய நீண்ட கண் இமைகளோடும், துயரத்தோடும் வேதனையோடும் அவளது கண்கள் குறிப்பிடத்தக்க அம்சமாக இருந்தன. அவளது முகத்தின் ஒவ்வொரு வளைவிலும், அவளது உடலின் ஒவ்வொரு இயக் கத்திலும், தீவிரமான ஆர்வமும், கீழ்ப்படியாமையும் படிந்திருந்தன. ஆனால் அவளது கண்களில் ஆழமான கோபத்தின் வெளிப்பாடும் இருந்தது. அவளது மொத்த தோற்றத்திலிருந்து முற்றிலும் மாறுபட்ட விதத்தில், நம்பிக்கையற்ற, மாறாத வெளிப்பாடாக அது இருந்தது.

அவள் எங்கிருந்து வந்தாள் என்றோ, அவள் யார் என்றோ டாமுக்குத் தெரியாது. அதிகாலையின் மங்கலான சாம்பல் நிற தோற்றத்தில், நேராகவும், கர்வத்தோடும் அவருக்கு அருகில் அவள் நடந்து வருகிறாள் என்ற அளவில்தான் அறிந்திருந்தார். ஆனால் அவர்கள் அடிக்கடி திரும்பிப் பார்த்ததால் அந்தக் குழுவினர் அவளை அறிந்திருந்தனர் என்பது தெரிந்திருந்தது.

துயருற்ற, கந்தை அணிந்திருந்த, அரைப்பட்டினியில் உழன்ற ஏழைப் பிறவிகள் அவளைக் கண்டதும் வெளியில் தெரிந்த களிப்பை யும், அன்பையும் காட்டினர்.

“கடைசியா வந்திட்டீங்க போல, சந்தோஷம்'' ஒருவர் சொன்னார்.

''அது எவ்வளவு நல்லதுன்னு உங்களுக்குத் தெரியும்'' மற்றொருவர் கூறினார்.

“அவங்க வேலையை நாம பார்க்கலாம்''

“நம்ம மாதிரி இரவில் அவங்களுக்கு கஷ்டம் இருக்குமான்னு ஆச்சரியப்படறேன்''

“ ஒரு கசையடிக்கு அவங்க உட்படுவதை பார்க்க சந்தோஷப் படுவேன். நான் பந்தயம் கட்டுவேன்'' வேறொருவர் கூறினார்.

இந்தப் பேச்சுக்களை அவள் கவனிக்காது, எதையும் கேட்காத பாவனையில், அதே கோபமான அவமதிப்பான முகபாவத்தோடு தொடர்ந்து நடந்தாள். நன்கு கற்பிக்கப்பட்ட நாகரிகமான மக்களி டையே வசித்த டாம் பழக்கப்பட்டுவிட்டார். அவளது தோரணை யையும் பெருமையையும் கவனித்த டாம் அவள் உயர்ந்த வர்க்கத்தைச் சேர்ந்தவள் என்று உள்ளுணர்வில் உணர்ந்தார். இந்த மோசமான சூழ்நிலையில் ஏன் விழுந்தாள் என்றோ எப்படி விழுந்தாள் என்றோ அவரால் கூற முடியவில்லை. வயல்வெளிக்கு அவர்கள் வந்த வழி முழுவதும் அவருக்கு அருகிலேயே அவள் வந்திருந்தாலும் அவரை அந்தப் பெண் பார்க்கவோ, அவரிடம் பேசவோ செய்யவில்லை.

டாம் தனது பணியில் மும்முரமானார். அந்தப் பெண் வெகு தொலையில் இல்லாது இருந்ததால், அடிக்கடி டாம் அவள் பக்கம் நோக்கினார். இயல்பான திறமையும், கைத்திறனும் பெற்றிருந்த அவளுக்கு மற்றவர்களைவிட வேலைகள் எளிதாக இருப்பதை ஒரு பார்வையில் புரிந்து கொண்டார். மிகவும் சுத்தமாகவும், வேகமாகவும் அவள் பருத்தியை பொறுக்கினாள். அந்த வேலையையும், அவளிருந்த இகழத்தக்க அவமானமான நிலையையும் வெறுத்ததை வெளிப் படுத்தும் அலட்சியமான தோரணையில் அவள் பணியாற்றினாள்.

அன்று மதியம் அவரது குழுவோடு அழைத்து வரப்பட்டிருந்த கலப்பின பெண்ணுக்கு அருகில் டாம் பணியாற்றினார். அவள் மிகவும் துன்பப்படும் நிலையில் இருப்பது தெளிவாய்த் தெரிந்தது. அவள் தடுமாறி, நடுங்கி விழுவது போன்ற நிலையில் தோன்றிய போதெல்லாம் அவள் பிரார்த்தனை செய்வதை அடிக்கடி கேட்டார். அவளுக்கு அருகில் வந்ததும் டாம் அமைதியாகத் தனது கோணியி லிருந்து பல கை பருத்திகளை அவளுடைய பைக்கு மாற்றினார்.

“ஓ - செய்யாதீங்க. அதால உங்களுக்குப் பிரச்சினை வரும்.'' ஆச்சரியமாகப் பார்த்து அந்தப் பெண் சொன்னாள்.

அப்போது சாம்போ வந்தான். அந்தப் பெண்ணிடம் அவனுக்கு ஒரு தனியான குரோதம் இருந்ததாகத் தோன்றியது. தனது சாட்டையை

சுழற்றியபடி மிருகத்தனமான கர்ண கொடூர குரலில் கூறினான். ''இது என்ன லூசி - என்னை முட்டாளாக்கப் பார்க்கிறியா?'' இதைச் சொன்ன பின்னர், தனது பசுத்தோல் காலணியால் அவளை உதைத்து, டாமின் முகத்தில் சாட்டையால் அடித்தான்.

டாம் அமைதியாக தனது பணிகளைத் தொடர்ந்தார். களைப்பின் கடைசி எல்லைக்கு வந்தபோது, அவள் மயக்கமுற்றாள்.

"அவளை வழிக்குக் கொண்டு வருவேன்'' மிருகத்தனமான, சிரிப்போடு விரட்டல்கார சாம்போ சொன்னான்.

"கற்பூரத்தைவிட சிறந்த ஒன்றைத் தருவேன்'' தனது சட்டையின் கையிலிருந்து ஒரு ஊசியை எடுத்து அவளது தலையின் சதைக்குள் புதைத்தான். அந்தப் பெண் முனகினாள்; பாதி எழுந்தாள். ''எழுந்திரு மிருகமே. வேலையைப் பார். இல்லேன்னா வேற தந்திரத்தை செய்வேன்.''

ஒரு இயல்பற்ற வலிமையில் ஊக்கப்படுத்தப்பட்டதாக ஒரு சில கணம் அவளுக்குத் தோன்றியது. தவிர்க்க முடியாத ஆர்வத்தோடு அவள் வேலை செய்தாள்.

''வேலையை செஞ்சுகிட்டே இரு. இல்லேன்னா இன்னிக்கு இரவு செத்துப் போனா போதும்னு உனக்கு தோணும்.'' சாம்போர் சொன்னர்ன்.

''இப்பவே அப்படித்தான் நினைக்கறேன். ஓ கடவுளே! எவ்வளவு நாள் இது நீடிக்கும்? ஓ கடவுளே! எங்களுக்கு நீங்க உதவ மாட்டீங் களா?'' அவள் சொல்வதை டாம் கேட்டார்.

வரப்போகும் துன்பத்தின் அபாயத்தையும் மீறி, பெண்ணின் கோணியில் தனது கோணியில் இருந்த அனைத்துப் பருத்திகளையும் போட்டார்.

'ஓ! நீங்க போடக்கூடாது. என்ன செய்வாங்கன்னு உங்களுக்குத் தெரியாது.''

''அதை என்னால உன்னைவிட அதிகமாகப் பொறுத்துக்க முடியும்'' டாம் சொன்னார். தனது இடத்திற்கு மீண்டும் சென்றார். இது ஒரு கணத்தில் நடந்தது.

அந்தப் புதிய பெண் டாமின் கடைசி வார்த்தைகளைக் கேட்கும் அளவிற்கு அருகில் வந்திருந்தாள். தனது கனமான கறுப்புக் கண்களை உயர்த்தி, அவர் மீது ஒரு நொடி நிலை நிறுத்தினாள். தனது கூடையி லிருந்து சிறிது பருத்தியை எடுத்து, டாமின் கோணியில் போட்டாள்.

''இந்த இடம் பத்தி உங்களுக்கு எதுவும் தெரியாது. தெரிஞ் சிருந்தா அதை செஞ்சிருக்க மாட்டீங்க. ஒரு மாசம் இங்க இருந்தீங் கன்னா யாருக்கும் உதவறத பத்தி நினைக்க மாட்டீங்க. உங்க தோலை

பாதுகாத்துக் கொள்வதே போதுமான சிரமமா இருக்கும்." அவள் சொன்னாள்.

"கடவுள் தடுப்பார், எஜமானி" டாம் கூறினார். தான் வசித்து வந்த உயர்குல மரியாதையான வடிவத்தில் தனது வயல் சகாவை அவர் அனிச்சையாக விளித்து விட்டிருந்தார்.

"கடவுள் இந்தப் பகுதிக்கு எப்பவும் வருவதில்லை" என்று கசப்பாகக் கூறி, தனது பணியில் விரைவாக முன்னேறினாள். மீண்டும் இளக்காரமான ஒரு புன்னகை அவளது உதடுகளில் ஒட்டிக் கொண்டது.

அப்பெண்ணின் இச்செயலை, விரட்டுவோன் கவனித்திருந்தான். சாட்டையைச் சுழற்றியபடி அவள் அருகில் வந்தான்.

"என்ன! என்ன! என்னை ஏமாத்தறியா? இப்ப என்கீழ் இருக்க. ஒழுங்கா வேலையைப் பாரு. இல்லேன்னா உன்னைப் பிடிச்சுடுவேன்." வெற்றிகரமான தோரணையில் அவன் அந்தப் பெண்ணிடம் கூறினான்.

அந்தக் கறுப்புக் கண்களிலிருந்து மின்னல் கீற்று போன்ற பார்வை வீசியது. நடுங்கும் உதட்டோடும், விரிந்த நாசியோடும், நெருங்கி அவள் வந்தாள். விரட்டுவோன் மீது கோபமான, இளக்காரமான பார்வையை வீசினாள்.

"நாயே உனக்குத் தைரியம் இருந்தா, என்னைத் தொட்டுப் பாரு. நாய்ங்கள விட்டு உன்னைக் குதற வச்சு, உயிரோடு எரிச்சு, அங்குலம், அங்குலமாக நறுக்கிப் போட போதுமான சக்தி எனக்கு இருக்கு. ஒரு வார்த்தை சொன்னாப் போதும்." அவள் சொன்னாள்.

"அப்ப எதுக்காக இங்க வந்த" மடக்கப்பட்டதாகத் தோன்றிய மனிதன் கூறினான். வஞ்சகமாக ஓரிரு அடி பின்வாங்கி "உங்களுக்கு கெடுதல் செய்ய நா விரும்பல, கேசி"

"அப்ப தள்ளியே இரு" பெண் சொன்னாள். வயலின் அடுத்த முனையில் ஏதோவொரு வேலை இருப்பதாகத் தோற்றம் காட்டி, விரைவாக அவன் அங்கு செல்லத் துவங்கினான்.

அந்தப் பெண் தனது வேலைக்கு விரைவில் திரும்பினாள். டாமை ஆச்சரியப்படுத்தும் வேகத்தில் உழைத்தாள். ஒரு மாய மந்திரத்தால் அவள் வேலை பார்ப்பதாகத் தோன்றியது. பகல் முடிந்ததும், அவளது கூடை நிறைந்திருந்து வழிந்திருந்தது. குவிந்திருந்தது. பலமுறை டாமின் கூடையில் கணிசமான பருத்திகளை திணித்திருந்தாள். அது முடிந்து வெகு நேரம் கழித்து, சோர்வுற்ற அடிமைகள் தங்களது தலைகளில் தங்களது கூடைகளைத் தூக்கிக் கொண்டு பருத்திகளை நிறுத்து, பாதுகாப்பாக வைக்கப்பட ஒதுக்கப்பட்ட கட்டிடத்திற்குச் சென்றனர். அந்த இரு விரட்டுவோரிடமும் முனைப்பாகப் பேசிக் கொண்டு லெஹ்ரி அங்கிருந்தார்.

''அந்த டாம் நமக்குக் கடுமையான கஷ்டங்களைக் கொடுப்பான் போல இருக்கு. லூசிப் பெண்ணின் கூடையில் பருத்திகளை போடறான். எஜமானர் அவனை கண்காணிக்கலன்னா, அந்தக் கறுப்பர்களை கெடுத்துடுவான்னு தோணுது'' சாம்போ சொன்னான்.

''ஹே! நிந்திக்கப்பட்ட கறுப்பன். அவனுக்குக் கொஞ்சம் அடி தேவைப்படுது. இல்லையா பசங்களா?'' லெஹ்ரி கூறினார்.

இந்தத் தகவலில், ஒரு கொடூரமான சிரிப்பை அந்த இரு நீக்ரோக்களும் வெளிப்படுத்தினர்.

''அய்! அய்! அவனை முறிச்சுப் போட எஜமானர் லெஹ்ரியை தனியா விடணும்! அதுல நம் எஜமானரை அந்த சாத்தான்கூட மிஞ்ச முடியாது.''

''அவனது கருத்துகளை கைவிடற அளவுக்கு சாட்டையடி கொடுக்கறதுதான் நல்ல வழி. அவனை முறிச்சுப் போடுங்க.''

''அத அவனிடமிருந்து வெளியேற்ற எஜமானர் சிரமப்படணும்.''

''அது, அவன்கிட்டேயிருந்து வெளிவந்துதானே ஆகணும்'' தனது வாயில் புகையிலையை திணித்தபடி லெஹ்ரி கூறினார்.

''அந்த லூசி, இந்த இடத்தில இருக்கற மோசமான, அசிங்கமான விலைமாது'' சாம்போ தொடர்ந்தான்.

''கவனமா இரு, சாம்போ லூசிக்கு எதிரா உன்னோட குரோதம் ஏன்னு நான் ஆராய ஆரம்பிச்சுட்டேன்.''

''அவ எஜமானர்கிட்டேயே எதிர்த்துப் பேசினான்னு எஜமானருக்குத் தெரியும். நா சொல்றத கேட்கமாட்டேங்கறா''

''அவளுக்குக் கசையடி கொடுத்துடுவேன். நிறைய வேலை இருக்கறதால, அவள தொந்தரவு செய்யறது உபயோகமா இருக்காது. அவ ரொம்ப மெலிஞ்சு இருக்கா. இந்த மெலிஞ்ச பொண்ணுங்கள பாதி சாக அடிச்சாத்தான் வழிக்கு வருவாங்க.''

''லூசி ரொம்ப பிரச்னையா இருக்கா. சோம்பேறியா இருக்கா. புலம்பிக்கிட்டே இருக்கா. எதுவும் செய்ய மாட்டேங்கறா. டாம் அவளுக்கு உதவியா இருக்கான்.''

''அப்படி செஞ்சிடுவானா? அப்ப நல்லது. அவளுக்கு டாம் கசையடி கொடுக்கட்டும். அவனுக்கும் அது பயிற்சியா இருக்கும். உங்களைப் போல் சாத்தான் மாதிரி பெண்களை அடிக்க மாட்டான்.''

''ஹோ ஹோ, ஹா ஹா ஹா'' இரு இழிவான கறுப்பர்களும் சிரித்தனர். அவர்களுக்கு லெஹ்ரி அளித்திருந்த பேய்த்தன குணத்திற்குப் பொருத்தமாக அவர்களது உரத்த குரல் இருந்தது.

''டாமும், கேசியும் சேர்ந்து லூசியின் கூடையை நிரப்பினார்கள். அது ரொம்பக் கனமா இருக்குன்னு நா நினைக்கறேன்.''

''நான் நிறுத்துப் பார்க்கிறேன்'' அழுத்தமாக லெஹ்ரி கூறினார்.

இரு விரட்டுவோரும் உரத்தக் குரலில் சிரித்தனர்.

''அப்ப கேசி இன்னிக்கு வேல பார்த்தாளா?'' அவர் கேட்டார்.

''பேய் மாதிரியும், தேவதை மாதிரியும் பொறுக்கறா.''

''இரண்டும் அவகிட்ட இருக்கறதா நா நம்பறேன்.'' லெஹ்ரி கூறினார். மிருகத்தனமான உறுதியோடு நிறுவை அறைக்கு அவர் சென்றார்.

* * *

சோர்வுற்ற, உற்சாகமற்ற பிறவிகள் மெதுவாக அறைக்குள் நுழைந்து, கெஞ்சும் தயக்கத்துடன், கூடைகளை நிறுவைக்குக் கொடுத்தனர்.

பெயர்களையும், அளவையும் ஒரு கரும்பலகையில் லெஹ்ரி குறித்துக் கொண்டார்.

டாமின் கூடை நிறுக்கப்பட்டு, ஒப்புதல் அளிக்கப்பட்டது. தான் நட்பு காட்டிய பெண்ணின் வெற்றி தொடர்பாக அறிய பதட்டமான பார்வையை வெளிப்படுத்தினார்.

பலவீனமாய் தடுமாறி, முன்வந்து, தனது கூடையை அவள் கொடுத்தாள். லெஹ்ரி கணித்திருந்தது போல அது கனமாய் இருந்தது. பாதிப்பு உண்டாக்கும் கோபத்தோடு அவர் சொன்னார்: ''என்ன சோம்பேறி மிருகமே... இன்னும் குறையுது. ஒதுங்கி நில்லு''

அந்தப் பெண் மிகவும் நம்பிக்கையிழந்து புலம்பிக் கொண்டே ஒரு பலகையில் அமர்ந்தாள்.

கேசி என்றழைக்கப்பட்ட பெண் வந்து, கர்வமான, அலட்சியமான தோரணையில் தனது கூடையைக் கொடுத்தாள். அவள் கொடுத்த போது மூக்கை உறிஞ்சி விவரிக்கும் பார்வையை லெஹ்ரி வெளியிட்டார்.

தனது கரிய கண்களை அவர்மீது நிலை நிறுத்தினாள். அவளது உதடு லேசாக அசைந்தது. பிரெஞ்சு மொழியில் ஏதோ சொன்னாள். அது என்னவென்று யாருக்கும் தெரியாது. ஆனால் அதைக் கேட்டதும் லெஹ்ரியின் முகம் பேய்த்தனத்தை வெளிக்காட்டியது. தாக்குபவர் போல அவர் கையை பாதி உயர்த்தினார். பயங்கரமான வெறுப்போடு அதை மதித்து, அவள் திரும்பி நடந்து போனாள்.

''இங்க வா டாம். சாதாரண வேலை செய்ய உன்னை நான் வாங்கல. உன்னை உயர்த்தி, விரட்டுவோனா மாத்த விரும்பறேன். இன்னிக்கு இரவு உன்னோட வேலையை ஆரம்பிக்கலாம். இந்தப்

பெண்ணை அழைச்சிக்கிட்டுப் போய் கசையடி கொடு. எப்படின்னு நீ நிறைய பார்த்திருப்பே.'' லெஹ்ரி கூறினார்.

''என்னை மன்னிக்கணும் எஜமான். இந்த வேலையை எனக்குத் தரமாட்டீங்கன்னு நம்பறேன். அதுல எனக்கு பழக்கமில்ல. எப்பவும் செஞ்சதில்ல. அதைச் செய்யறதுக்கு எந்த விதத்துலயும் சாத்தியமில்ல.'' டாம் கூறினார்.

''உனக்குத் தெரியாத பல விஷயங்களை கத்துக்கற வாய்ப்பு உனக்குக் கிடைக்க வைப்பேன்'' லெஹ்ரி சொன்னார். பசுத்தோல் சாட்டையை எடுத்து, டாமின் கன்னங்களில் கனமாக அடித்தார். தொடர்ந்து தாக்குதல்களைத் தொடுத்தார்.

''இப்ப செய்ய முடியாதுன்னு சொல்லுவியா?'' ஓய்வெடுக்க சாட்டையை நிறுத்திய அவர் கூறினார்.

''ஆமாம், எஜமான். இரவு பகலா உழைக்க விருப்பமா இருக்கேன். வாழ்க்கையும், மூச்சும் இருக்கறவரை உழைக்கத் தயாரா இருக்கேன். இந்தச் செயல்களை செய்வது சரின்னு நான் நினைக்கல. எஜமானரே! நான் எப்பவும் செய்யமாட்டேன்.'' தனது முகத்தில் வழிந்த ரத்தத்தை துடைத்தவாறு டாம் கூறினார்.

இதமான, மிருதுவான குறிப்பிடத்தக்க குரல் டாமுக்கு இருந்தது. மரியாதையான நடத்தை அவரது இயல்பான பழக்கமாக இருந்தது. எனவே, அவரை கோழையாக்கி, எளிதாகப் படிய வைக்க முடியுமென லெஹ்ரி எண்ணியிருந்தார். டாம் கூறிய இறுதி வார்த்தைகளைக் கேட்ட ஒவ்வொருவரிடமும் ஆச்சரியமான மெய்சிலிர்ப்பு உருவாகியிருந்தது. அந்த ஏழைப் பெண் தனது கையை இறுக்கிக் கொண்டாள்.

''ஓ கடவுளே!'' என்றாள். ஒவ்வொருவரும் அனிச்சையாக ஒவ்வொருவரையும் நோக்கினர். வெடிக்கப் போகும் புயலுக்காக தங்களது மூச்சைப் பிடித்துக் கொண்டு நின்றிருந்தனர்.

மதி மழுங்கியவராகவும், குழப்பமானவராகவும் லெஹ்ரி தோற்றமளித்தார். கடைசியாக வெடித்துச் சிதறினார்.

''என்ன, கறுப்பு மிருகமே! நான் சொல்றதைச் செய்யறதுதான் சரின்னு நீ நினைக்கலையா? எது சரின்னு நினைக்கற அளவுக்கு சபிக்கப்பட்ட மிருகமான உன்கிட்ட என்ன இருக்கு? இதுக்கு ஒரு முடிவு கட்டுவேன். நீ யாருன்னு நினைக்கற? நீ பெரிய மனுஷனா? எஜமானர் டாமுன்னு நினைப்பா? உன்னோட எஜமானர்கிட்ட எது ஒண்ணும் சரியில்லேன்னும் சொல்ற. அந்தப் பெண்ணை அடிக்கறது தப்புன்னு நடிக்கற.''

''நான் அப்படித்தான் நினைக்கறேன், ஏஜமான். அந்த ஏழைப் பிறவி சுகவீனமா இருக்கா. பலவீனமா இருக்கா. அது அடியிலிருந்து நுனிவரை கொடூரமாக இருக்கும். அதை எப்பவும் செய்ய மாட்டேன்

செய்ய ஆரம்பிக்கக்கூட மாட்டேன். எஜமான் என்ன கொல்ல விரும்பினா, என்ன கொன்னுடுங்க. இங்க இருக்கறவங்களுக்கு எதிரா கையை ஓங்க மாட்டேன். அதற்கு முன்பு நான் இறந்துடுவேன்.'' டாம் சொன்னார்.

இதமான குரலில் டாம் பேசினார். தவறாகக் கருத முடியாத முடிவோடு பேசினார். கோபத்தோடு லெஹ்ரி தலையை ஆட்டினார். அவரது பச்சைக் கண்கள் பயங்கரமாக வெறித்துப் பார்த்தன. அவரது மீசை உணர்ச்சி ததும்ப சுருண்டது. தனது பலியாளை விழுங்குவதற்கு முன்பு, பயங்கரமான மிருகங்கள் அதனோடு விளையாடுவது போல உடனடியாகப் பலாத்காரத்தில் இறங்கும் உந்துதலை அவர் தடுத்து அணை போட்டார். கசப்பான கேலிப் பேச்சை துவங்கினார்.

''கடைசியா பாவிங்ககிட்ட ஒரு பக்தியான நாய் விடப்பட்டிருக்கு. நமது பாவங்களைப் பற்றி பாவிங்க நம்மகிட்டயே பேச ஒரு துறவி பெருந்தகை வந்திருக்காரு. அவர் சக்தி வாய்ந்த புனிதமான துறவியா இருக்கணும். நீ போக்கிரி! நீ ரொம்ப பக்திமானா பாவனை காட்டறே. உன்னோட பைபிள்ல ''உனது எஜமானர்களிடம் கீழ்ப்படின்னு'' வேலைக்காரங்களுக்கு சொல்லப்பட்டதை கேள்விப்பட்டதில்லையா? உன்னோட கறுப்புக் கூட்டுல இருக்கற எல்லாத்துக்கும் உனக்காக 1200 டாலர் நான் கொடுக்கலையா? நீ உடம்பும், ஆன்மாவும் எனக்குச் சொந்தமானவன் இல்லையா?'' தனது செருப்புக் காலால் ஒரு பலாத்காரமான உதையைக் கொடுத்தபடி கூறினார்.

இந்த உடல்ரீதியான துன்பத்தின் ஆழத்திலும், மிருகத்தனமான அடக்குமுறையிலும், இந்தக் கேள்வி டாமின் ஆன்மாவில் மகிழ்ச்சி யான, வெற்றியான வெளிச்சத்தை பாய்ச்சியது. சொர்க்கத்தை ஆர்வமாய் நோக்கியவாறு தனது கரங்களை திடீரென்று மேலே தூக்கினார். வழிந்த கண்ணீரும், ரத்தமும் அவரது கன்னத்தில் கலந்தன. அவர் சொன்னார்.

''இல்ல, இல்ல. என்னோட ஆன்மா உங்களுக்குச் சொந்தமில்ல. எஜமான்! அதை நீங்க வாங்கல. அதை நீங்க வாங்கவும் முடியாது. அதை வச்சுப் பராமரிக்க முடிந்த ஒருவரான கடவுளால் அது வாங்கப் பட்டு விட்டது. எப்படி இருந்தாலும், என்னை நீங்க துன்புறுத்த முடியாது.''

''என்னால முடியாதா? நாம பார்க்கலாம். சம்போ, கியும்போ, ஒரு மாசத்துக்கு எழுந்துக்க முடியாதபடி இந்த நாயைக் குதறி எடுங்க.'' ஒரு ஏளனச் சிரிப்போடு லெஹ்ரி கூறினார்.

பேய்த்தனமான மகிழ்வோடு, இரு வாட்டசாட்டமான நீக்ரோக்கள் இப்போது டாமை கீழே தள்ளி பிடித்துக் கொண்டனர். இருளின் அதிகாரத்திற்குப் பொருத்தமான உருவமாக அவர்கள்

இருந்தனர். அந்த ஏழைப் பெண் அச்சத்தில் கத்தினாள். பொதுவான உந்துதலோடு எல்லாரும் எழுந்தனர். எந்த எதிர்ப்பும் இன்றி அந்த இடத்திலிருந்து அவர்கள் டாமை இழுத்துச் சென்றனர்.

34

கலப்பினத்தவரின் கதை

> அடக்குமுறைக்கு ஆளானவர்களின் கண்ணீரைக் கவனி. அடக்குமுறையாளர்களின் பக்கத்தில் அதிகாரம் இருக்கிறது. இன்னும் வாழ்ந்து கொண்டிருப்போரின் வாழ்க்கையைவிட முன்பே இறந்து விட்ட இறந்தோரைப் பாராட்டுகிறேன். *இசிசிஎல் 4 : 1*

அது பின்னிரவு நேரம். கைவிடப்பட்ட பழைய பருத்தி பிரித்தெடுக்கும் அறையில் இரத்தம் கசிந்தவாறும், முனகியவாறும் டாம் தனியே படுத்திருந்தார். உடைந்த இயந்திரத் துண்டுகளோடும், சேதப்பட்ட பருத்திக் குவியல்களுடனும், இதர குப்பைகளோடும் அவர் படுத்திருந்தார்.

இரவு ஈரமாகவும், இருளாகவும் இருந்தது. காற்றில் கொசுக்கள் மொய்த்து, காயங்களின் இடைவிடாத வலியை மேலும் அதிகரித்தன. எல்லா கொடுமைகளையும்விட, தணியாத தாகம் உடலின் வேதனையை உச்சபட்சத்திற்கு உயர்த்தியிருந்தது.

''ஓ நல்ல கடவுளே! கீழே நோக்குங்கள். எனக்கு வெற்றி தாருங்கள். எனக்கு ஒட்டுமொத்த வெற்றியைத் தாருங்கள்.'' வேதனையில் இருந்த ஏழை டாம் பிரார்த்தனை செய்தார்.

அவருக்குப் பின்புறத்தில் ஒரு காலடி நுழைந்தது. ஒரு விளக்கின் வெளிச்சம் அவரது கண்களில் ஒளி வீசியது.

''யார் அங்கே? ஓ, கடவுளின் பெருங்கருணைக்காக தயவு செய்து எனக்குக் கொஞ்சம் தண்ணீர் கொடுங்களேன்.''

அது கேஸி. அவள் தனது விளக்கை சரிசெய்தாள். ஒரு புட்டியிலிருந்து நீரை ஊற்றினாள். அவரது தலையை நிமிர்த்தி குடிக்க வைத்தாள். தீவிரமான ஆர்வத்தோடு பல கோப்பைகள் காலியாகின.

''எவ்வளவு விருப்பமோ அவ்வளவு குடிங்க, அது எப்படி இருக்கும்னு எனக்குத் தெரியும். உங்கள மாதிரி பாதிக்கப்பட்ட

வங்களுக்கு தண்ணீர் எடுத்துக் கொண்டு இரவில் வெளிவருவது இது முதல் முறையில்ல'' அவள் கூறினாள்.

''நன்றி எஜமானி'' குடித்து முடிந்ததும் டாம் கூறினார்.

''எஜமானின்னு சொல்லாதீங்க. உங்கள மாதிரி துயர் மிகுந்த அடிமை நான். நீங்க எப்பவும் இருக்கக் கூடியதை விடவும் கீழானவ.'' கசப்போடு அவள் கூறினாள். ஒரு சிறு படுக்கையை எடுத்தாள். அதன்மீது ஈரமான துணிகள் விரிக்கப்பட்டிருந்தன. ''இதன்மீது உருளப் பாருங்கள் எனது ஏழை மனிதனே.''

காயங்களாலும், சிராய்ப்புகளாலும் இந்த இயக்கத்தைச் செய்வ தற்கு டாமுக்கு நீண்டநேரம் பிடித்தது. ஆனால், அதைச் செய்தபோது, காயங்களுக்கு இதமான நிவாரணத்தை உணர்ந்தார்.

கொடூரத்தின் பலியாட்களுக்கு சிகிச்சை அளித்து அனுபவம் பெற்றிருந்த அந்தப் பெண் பல சிகிச்சைக் கலைகளில் தேர்ச்சி பெற்றி ருந்தாள். டாமின் காயங்களுக்கு அவள் பலமுறை மருந்திட்டதின் விளைவாக, ஓரளவுக்கு விடுவிக்கப்பட்டவராய் அவர் உணர்ந்தார்.

சேதப்பட்ட பருத்திகளை சுருள் தலையணையாக மாற்றி அவரது தலையை அதில் கிடத்தினாள். ''உங்களுக்கு என்னால தர முடிஞ்ச அதிகபட்ச வசதி இதுதான்.'' என்றாள்.

டாம் அவளுக்கு நன்றி கூறினார். தரையில் அமர்ந்து தனது கால்களை நீட்டி, தனது கைகளால் அதனை அணைத்துக் கொண்டு, கசப்பான, வலியை உணர்த்தும் முகபாவத்துடன் நிலைகுத்திய பார்வையை செலுத்தினாள். அவளது தொப்பி கீழே விழுந்தது. அலைபாய்ந்த கருங் கூந்தல் வருத்தம் தோய்ந்த முகத்தில் விழுந்தது.

''இதுல பயனில்ல, எனது ஏழை மனிதரே! நீங்க செய்ய பார்க்கறதுல பயனில்ல. நீங்க தைரியமான ஆளு. உங்க பக்கம் நியாயம் இருக்கு. இருந்தாலும் எல்லாம் பயனற்றவை. நீங்க போராடுவது சாத்தியமில்லை. நீங்க சாத்தானின் கைகளில் இருக்கீங்க. அவர் ரொம்ப வலிமையானவர். நீங்க விட்டுட வேண்டியதுதான்.'' அழுதவாறு அவள் கூறினாள்.

விட்டு விடுவதா? இதற்கு முன்பு மனித பலவீனங்களும், உடல் வேதனைகளும் இதனை முணுமுணுத்ததில்லையா? தனது முரட்டுக் கண்களோடும், வருத்தம் தோய்ந்த குரலோடும் டாமோடு மல்லுக்கு நின்ற சபலத்தின் உருவமாகத் தோன்றிய அந்தக் கசப்பு நிறைந்திருந்த பெண்ணிடம் பேசத் துவங்கினார்.

''ஓ, கடவுளே! நான் எப்படி விட முடியும்?'' அவர் முனகினார்.

''கடவுளை அழைப்பதில் பயனில்லை. அவர் எப்போதும் காது கொடுத்து கேட்பது கிடையாது. கடவுள்னு எதுவும் இல்லன்னு நா

நம்பறேன். அப்படி இருந்தாலும், நமக்கு எதிராக இருக்கார். சொர்க்கமும், பூமியும் எல்லாமும் நமக்கு எதிரா இருக்கு. எல்லாம் நம்மள நரகத்துக்கு தள்ளுகின்றன. நாம் ஏன் போகக்கூடாது?'' அவள் திடமாகக் கேட்டாள்.

டாம் தனது கண்களை மூடிக் கொண்டார். கடுமையான நாஸ்திக வார்த்தைகளைக் கேட்டு நடுங்கினார்.

''நீங்க பாருங்க, அதப் பத்தி உங்களுக்கு எதுவும் தெரியாது. எனக்குத் தெரியும். அந்த மனுஷரோட காலடியில உடலோடும், ஆன்மாவோடும் ஐந்து வருஷமா இந்த இடத்துல இருக்கேன். அவரை சாத்தானா நினைச்சு வெறுக்கறேன். அருகில் இருக்கற தோட்டத்திலே யிருந்து பத்து மைல் தள்ளி இந்த இடம் இருக்கு. நீங்க உயிரோடு எரிக்கப்பட்டாலோ, காயப்படுத்தப்பட்டு, அங்குலம் அங்குலமாக வெட்டப்பட்டாலோ, நாய்களால் குதற வைக்கப்பட்டாலோ, தொங்கவிடப்பட்டு இறக்கும் வரை கசையால் அடிக்கப்பட்டாலோ சாட்சி சொல்றதுக்கு ஒரு வெள்ளை மனுஷன்கூட கிடையாது. நமக்கு நன்மை செய்யக்கூடிய கடவுளோட சட்டமோ, மனிதனோட சட்டமோ எதுவும் இங்கு கிடையாது. அவரால செய்ய முடியாத உலகக் கொடுமைகள் எதுவும் கிடையாது. நான் பார்த்ததையும், எனக்குத் தெரிஞ்சதையும் நான் சொன்னேன்னா, கேட்கறவங்க முடி சிலிர்க்கும், பற்கள் கிடுகிடுக்கும். இதை எதிர்த்து நிற்பதுல பயனில்ல. இவரோட வாழ நா விரும்பறேனா? மிகவும் வலிமையற்று வளர்க்கப் பட்ட பெண்ணில்லையா நான்? சொர்க்கத்துல இருக்கற கடவுள் என்ன செஞ்சார்? இருந்தாலும் இந்த அஞ்சு வருஷமும் இரவும் பகலும் ஒவ்வொரு கணத்தையும் சபித்துக் கொண்டு அவரோட வாழ்ந்து வர்றேன். இப்ப அவருக்கு புதுப்பெண் கிடைச்சிருக்கு. பதினைஞ்சு வயசுதான் இருக்கும். பக்தியோடு வளர்க்கப்பட்டதா அவ சொல்றா. பைபிளை படிக்க அவளது நல்ல எஜமானி கத்துக் கொடுத்தாங்களாம். இங்க பைபிளை கொண்டு வந்திருக்கா. அதைத் தூக்கி நரகத்திலதான் போடணும்.'' முரட்டுத்தனமான இறைஞ்சும் சிரிப்பை அவள் வெளிப்படுத்தினாள். சேதமடைந்த கொட்டகையில் அது மனித இயல்புக்கு மாறான விநோத ஒலியை எழுப்பியது. தனது கைகளை டாம் கட்டிக் கொண்டார். எல்லாம் இருளாகவும், திகிலாகவும் இருந்தன.

''ஓ ஏசுவே! கடவுள் ஏசுவே! இந்த ஏழை ஜென்மங்களை நீங்க மறந்துட்டீங்களா? உதவ வாங்க. கடவுளே நான் அழைக்கிறேன்.''

அந்தப் பெண் கடுமையாகத் தொடர்ந்தாள்: ''உங்களோடு வேலை செய்யும் துயரமான நாய்கள் யார்? அவங்களுக்காக நீங்க ஏன் கஷ்டப்படணும்? கிடைக்கற முதல் சந்தர்ப்பத்துல, உங்களுக்கு எதிரா எல்லாரும் மாறிடுவாங்க. அவங்க ஒருத்தருக்கு ஒருத்தர் எதிரா

கீழ்த்தரமாகவும், கொடூரமாகவும் இருப்பாங்க. அவங்கள துன்பப் படுத்தக் கூடாதுன்னு நீங்க துன்பப்படறது பயனில்ல.''

''ஏழைப் பிறவிங்க அவங்களை கொடூரமாக ஆக்கியது எது? என்கிட்ட விட்டா, கொஞ்சம் கொஞ்சமா அதை மாத்த முடியும். எஜமானி! மனைவி, குழந்தைகள், வீடு இன்னும் ஒரு வாரம் உயிரோட இருந்திருந்தார்னா எனக்கு சுதந்திரம் தந்திருக்கக்கூடிய கனிவான எஜமானர்னு இந்த உலகத்துல எல்லாத்தையும் இழந்துட்டேன். சுத்தமா, நிரந்தரமா எல்லாம் போயிடுச்சு. இப்ப சொர்க்கத்தையும் நா இழக்க முடியாது. எல்லாத்தையும்விட, நான் தீங்கிழைப்பவனாக மாற முடியாது.''

''நம்ம கணக்குல கடவுளால பாவங்களைச் சேர்க்க முடியாது, நம்ம கணக்குல கடவுள் சேர்க்க மாட்டார். நம்மள வற்புறுத்தி செய்ய வச்சா, நம்மை விரட்டினவங்க கணக்குலதான் சேர்ப்பார்.'' அவள் சொன்னாள்.

''ஆமாம். அது நம்மை கெட்டவங்களா மாற வைக்காது. சம்போ மாதிரி கடின மனசுக்காரனாவும் கொடுமையாளானாவும் இருந்தா, நா ஏன் அப்படி ஆனேன்னு எனக்கு ஆச்சரியமா இருக்காது. அப்படி மாறிடக் கூடாதுன்னுதான் பயப்படறேன்.'' டாம் சொன்னார்.

தன்னைப் புதுவித எண்ணம் தாக்கியதாய் அந்தப் பெண் அசையாத, அதிர்ச்சியான பார்வையில் டாமைப் பார்த்தாள். கனமாக முனகியவாறு பிறகு கூறினாள் : ''ஓ கடவுளே! கருணையே! நீங்க உண்மைதான் பேசறீங்க'' மன வேதனையின் உச்சத்தில் அழுத்தப்பட்டு புரட்டப்பட்டவளாக தரையில் புரண்டு முனகினாள்.

சிறிது நேரம் அமைதி நிலவியது. அப்போது இருவரின் சுவாசத் தையும் கேட்க முடிந்தது. டாம் மெலிதாகக் கூறினார்: ''தயவு செய்து எஜமானி.''

அந்தப் பெண் திடீரென்று எழுந்தாள். அவளது வழக்கமான, கடுமையான, வருத்தம் தோய்ந்த முகம் திரும்ப வந்தது.

''அந்த மூலயில என்னோட சட்டையை தூக்கி எறிஞ்சதப் பார்த்தேன். அந்தச் சட்டைப் பையில என்னோட பைபிள் இருக்கு. அதை எஜமானி எடுத்துக் கொடுத்தீங்கன்னா நல்லா இருக்கும்.''

கேசி சென்று, அதை எடுத்தாள். வெகுவாக அடிக்கோடிடப்பட்ட பக்கத்தை எடுத்தாள். அது அதிகமாக சேதப்பட்டிருந்தது. கடவுளின் வாழ்வின் இறுதி நிகழ்ச்சிகளை அது விளக்கியிருந்தது.

''அத படிச்சு காட்டினீங்கன்னா, அது நீரைவிட சிறப்பா இருக்கும்.''

ஓர் உலர்ந்த, கர்வமான தோரணையில் கேசி புத்தகத்தை எடுத்தாள். அந்தப் பத்தியை பார்த்தாள். பிறகு மிருதுவான குரலில்

அதை உரக்கப் படித்தாள். அந்த வேதனையான மகத்தான புகழ்மிக்க நிகழ்வு பற்றிய விவரிப்பை பிரத்யேகமான ஏற்ற இறக்கங்களோடு படித்தாள். படித்தபோது அடிக்கடி அவளது குரல் குழறியது. சில சமயம் முழுவதுமாக நா எழவில்லை. அப்போது இறுக்கமான மன அமைதியான தோரணையில் அவள் நிறுத்துவாள். அவள் அதை முழுவதுமாக கிரகித்துக் கொள்வதற்கு அப்படி இருப்பாள். 'தந்தையே, அவர்கள் என்ன செய்கிறார்கள் என்று அவர்களுக்குத் தெரியாததால் அவர்களை மன்னித்து விடுங்கள்.'' என்ற உணர்வுபூர்வமான வார்த்தைகளுக்கு வந்தபோது, அவள் புத்தகத்தை தூக்கி எறிந்தாள். தனது முடிப் பெருந்திரளில் தனது முகத்தை மறைத்துக் கொண்டாள். இழுப்பு வந்தவளாய் உரக்க அழுதாள்.

டாமும் அழுதார். அவ்வப்போது திணறலோடு உமிழ்ந்தார்.

''அந்த மன்னிக்கும் குணம் மட்டும் நமக்கு இருந்தா, அது அவருக்கு இயல்பாய் வருவதாய்த் தோன்றும். நாம் அதுக்காக கடுமையாகப் போராட வேண்டும். கடவுளே, எங்களுக்கு உதவுங்கள். ஓ ஆசீர்வதிக்கும் கடவுள் ஏசுவே, எங்களுக்கு உதவுங்கள்.'' டாம் கூறினார்.

''எஜமானி! நீங்க எல்லா விதத்திலும் மேலா இருக்கீங்க. இருந்தாலும் இந்த ஏழை டாமிடமிருந்து தெரிஞ்சுக்க வேண்டியது ஒண்ணு இருக்கு. நமக்கு எதிரான பக்கம் கடவுள் இருப்பதா நீங்க சொன்னீங்க. அவர் நாம் கொடுமைப்படுத்தப்படுவதையும், அடித்து நொறுக்கப்படுவதையும் அனுமதிப்பதா சொன்னீங்க. அவரோட சொந்த மகனான ஆசீர்வதிக்கப்பட்ட புகழ்மிக்கவருக்கு என்ன நேர்ந்தது என்று பார்த்தீங்களா? அவர் எப்பவும் ஏழையா இருந்திருக் காரே? அவர் மாதிரி ரொம்ப அடிமட்டத்துக்குப் போனவங்க நம்மில் யாராவது இருக்காங்களா? கடவுள் நம்மை மறக்கல. எனக்கு அது நிச்சயமாத் தெரியும். அவர் மாதிரி நாம துன்பப்பட்டா, நாமும் ஆட்சி செய்வோம். சாசனம் சொல்லுது. நாம அவரை மறுத்தா, அவரும் நம்மை மறுப்பார். கடவுளும், அவரோடவங்களும் துன்பப்படலையா? அவரை எப்படி கல்லால அடிச்சு தவிக்க விட்டாங்க? ஆட்டுத் தோலோடும், செம்மறியாட்டுத் தோலோடும் அவர் சுத்தலையா? அனாதரவாகவும், நோயில் பாதிக்கப்பட்டவராகவும், கொடுமைப் படுத்தபட்டவராகவும் அவர் இருக்கலையா? நமக்கு எதிரா கடவுள் திரும்பிட்டார்ன்னு நினைக்கறதுக்கு நாம படற துன்பம் காரணமா இருக்க முடியாது. நாம மட்டும் அவரைக் கெட்டியா பிடிச்சுக்கிட்டு, பாவச் செயலுக்கு அடிபணியாம இருந்தா, நமக்கு ஆதரவா கடவுள் இருப்பார்.'' டாம் சொன்னார்.

''பாவம் செய்யறதைத் தவிர வேற வழி இல்லாத நிலைக்கு நம்மை ஏன் அவர் தள்ளறார்?'' அந்தப் பெண் கேட்டாள்.

"நாம பாவம் செய்யாம இருக்க முடியும்னு நினைக்கறேன்." டாம் சொன்னார்.

"நீங்க பார்ப்பீங்க, நீங்க என்ன செய்வீங்க? நாளைக்கும் இதே மாதிரி செய்வாங்க. அவங்கள பத்தி எனக்குத் தெரியும். அவங்களோட அநியாயச் செயல்களை நான் பார்த்திருக்கேன். அவங்க உங்களை என்ன செய்வாங்கன்னு நினைச்சுப் பார்த்தாலே எனக்குத் தாங்காது. கடைசியா அவங்க உங்களை அடிபணிய வச்சுடுவாங்க." கேசி சொன்னாள்.

"ஏசுவே! எனது ஆன்மாவை நீங்கள் பார்த்துக் கொள்ளுங்கள். ஓ கடவுளே என்னை அடிபணிய வச்சுடாதீங்க!" டாம் கூறினார்.

"அன்பரே! இதற்கு முன்பு இதுபோன்ற அழுகைகளையும், பிரார்த்தனைகளையும் கேட்டிருக்கேன். அவங்கள முறிச்சு தங்களது வழிக்கு கொண்டு வந்திருக்காங்க. எம்மிலைன் இருக்கா. தாக்குப் பிடிக்கப் பார்க்கறா. நீங்களும் முயற்சிக்கறீங்க. என்ன பயன்? நீங்க விட்டுக் கொடுக்கலேன்னா அங்குலம், அங்குலமா சாகணும்." கேசி கூறினாள்.

"அப்ப நான் சாவேன்! என்னை எவ்வளவு வேணும்னாலும் துன்புறுத்தட்டும். நான் இறப்பதை அவங்களால தடுக்க முடியாது. அதற்குப் பிறகு அவங்களால எதுவும் செய்ய முடியாது. நான் தெளிவா இருக்கேன். திடமா இருக்கேன். கடவுள் எனக்கு உதவி, இதிலிருந்து விடுபட வைப்பார்." டாம் சொன்னார்.

அந்தப் பெண் பதிலளிக்கவில்லை. அவளது கருங் கண்களால் தரையை நிலைத்துப் பார்த்தபடி அமர்ந்திருந்தாள்.

"அதுதான் வழியாய் இருக்கலாம். விட்டு விட்டவர்களுக்கு எந்த நம்பிக்கையும் இல்லை. எதுவுமில்லை. அழுக்கில் வாழ்கிறோம். நம்மையே அருவருக்கற அளவுக்கு வரும் வரை அருவருப்பா வளர்றோம். இறப்பதற்கு ஏங்குகிறோம். தற்கொலைக்கு தைரியம் வருவதில்லை. நம்பிக்கையே இல்ல. என்னை ஒத்த வயதுடைய பெண்களுக்கு நம்பிக்கையே இல்லை." தனக்குள் அவள் முனகிக் கொண்டாள்.

"என்னை இப்பப் பாருங்க, என்னவா இருக்கேன் பாருங்க. நா ஆடம்பரமா வளர்க்கப்பட்டவ. குழந்தையா இருக்கும்போது அழகான கூடத்தில் விளையாடியது முதலில் நினைவுக்கு வருது. நான் பொம்மை மாதிரி ஆடை அணிவிக்கப்பட்டிருந்தேன். குழுமத்தினரும், பார்வை யாளர்களும் என்னைப் பாராட்டுவது வழக்கம். ஜன்னல் வழியே திறந்து பார்த்தால் ஒரு தோட்டம் தெரியும். அங்க நான் எனது சகோதர, சகோதரிகளுடன் ஆரஞ்சு மரங்களைச் சுற்றி ஓடிப் பிடிச்சு விளையாடுவேன். ஒரு உயர்ரக பள்ளிக்கு படிக்கப் போனேன். பாட்டு

கத்துக்கிட்டேன். பிரெஞ்சு, பின்னல் வேலைன்னு எல்லாம் கத்துக்கிட்டேன். என்னோட பதினான்கு வயசுல, எனது அப்பாவின் இறுதி ஊர்வலத்திலிருந்து வெளி வந்தேன். திடீரென்று அவர் இறந்திருந்தார். சொத்துகளை கணக்கெடுத்து சரி செய்ய. பார்த்த போது, கடனை ஈடுகட்டும் அளவுக்குத்தான் அது இருந்தது. கடன்காரர்களை சொத்துக் கணக்கு எடுத்தபோது நான் அதில் சேர்க்கப்பட்டேன். எனது அம்மா ஒரு அடிமைப் பெண். எனக்கு சுதந்திரம் தர எப்பவும் எங்கப்பா விரும்பியிருந்தார். ஆனா அவர் அதைச் செய்யலை. அதனால நான் சொத்துப் பட்டியலில் சேர்க்கப்பட்டேன். நான் யாருன்னு எனக்கு எப்பவும் நல்லாத் தெரியும். அதைப் பத்தி நா பெரிசா எதுவும் சிந்திக்கல. நல்ல ஆரோக்கியமான மனிதர் இறக்கப் போறாருன்னு யாரும் எதிர்பார்க்க முடியாது. இறப்பதற்கு நான்கு மணி நேரம் முன்பு வரை எங்கப்பா நல்லாத்தான் இருந்தார். நியூ ஆர்லியன்ஸில் அதுதான் முதல் காலரா பாதிப்பு. எனது அப்பாவின் இறுதி ஊர்வலத்திற்கு மறுநாள் எனது அப்பாவின் மனைவி தனது குழந்தைகளை அழைச்சிக்கிட்டு அவரது தந்தையின் தோட்டத்திற்குப் போய்ட்டாங்க. அவங்க என்னை விநோதமா நடத்தினதா நினைச்சேன். ஆனா, அது எனக்குத் தெரியல. தொழில் கணக்குகளை தீர்க்க ஒரு இளம் வக்கீலை வச்சிருந்தாங்க. அவர் தினசரி வீட்டுக்கு வருவார். என்கிட்ட இதமா பேசுவார். ஒரு நாளைக்கு நான் பார்த்ததிலேயே மிகவும் அழகா இருந்ததா நினைச்ச ஒருவரை அழைச்சிட்டு வந்தார். எனக்கு அந்த மாலையை மறக்க முடியாது. அவரோட நான் தோட்டத்தில் தனியா நடந்தேன். நான் தனிமையாக துயரம் நிறைந்தவளாக இருந்தேன். அவர் என்கிட்ட கனிவாகவும், இதமாகவும் இருந்தார். நான் பள்ளிக்குப் போகும்போது என்னைப் பார்த்திருப்பதாகவும், என்னை ரொம்ப நாளா நேசிச்சதாகவும், அவர் எனக்கு நண்பராகவும், பாதுகாவலராகவும் இருக்கப் போவதாகவும் சொன்னார். அவர் என்கிட்ட சொல்லலை. இரண்டாயிரம் டாலர் கொடுத்து என்னை வாங்கியிருந்தார். சுருக்கமா சொல்லணும்னா நான் அவரோட சொத்து. நான் அவரை நேசிச்சதால, அதை விரும்பி ஏத்துக்கிட்டேன். ஓ, அந்த மனுஷன எப்படி நேசிச்சேன் தெரியுமா? இப்பவும் எப்படி நேசிக்கிறேன் தெரியுமா? மூச்சு இருக்கற வரை அப்படி எப்பவும் நேசிப்பேன் தெரியுமா? அவர் அவ்வளவு அழகானவரா, உன்னதமானவரா, உயர்ந்தவரா இருந்தார். வேலையாட்கள், குதிரைகள், வாகனங்கள், மரச்சாமான்கள் என்று எல்லா வசதிகளோடும் ஒரு அழகிய வீட்டில் என்னை குடி வைத்தார். பணத்தால் வாங்க முடிஞ்ச அனைத்தையும் அவர் எனக்குக் கொடுத்தார். நான் அதையெல்லாம் பெரிய மதிப்பா கருதல. அவர் மீது மட்டும் அக்கறை கொண்டிருந்தேன். என்னோட கடவுளையும், என்னோட ஆன்மாவையும்விட அதிகமா அவரை நேசிச்சேன். நான்

முயற்சி செய்தாலும், அவர் விரும்பியதைத் தவிர வேற எந்த வழியிலும் செயல்பட என்னால முடியாதிருந்தது.''

''ஒன்றே ஒன்றைத்தான் நான் விரும்பினேன். அவரை திருமணம் செய்ய விரும்பினேன். அவர் சொன்ன அளவுக்கு என்னை நேசிச்சா, என்னைப் பத்தி அவர் உயர்வா நினைக்கறது உண்மைன்னா, என்னைத் திருமணம் செய்து கொள்ளவும் எனக்கு சுதந்திரம் தரவும் அவர் விருப்பமுடையவராக இருக்கணும்னு விரும்பினேன். அது சாத்தியமில்ல என்று என்னை ஏற்றுக் கொள்ள வைத்தார். நாங்க ஒருவருக்கொருவர் விசுவாசமா இருந்தா, அது கடவுளுக்கு முன்பு நடந்த திருமணத்திற்கு சமம்னு வலியுறுத்தினார். அது உண்மைன்னா, நான் அந்த மனிதரோட மனைவி இல்லையா? நான் விசுவாசமா இருக்கலையா? ஏழு வருஷங்கள் அவரது ஒவ்வொரு இயக்கத்தையும், ஒவ்வொரு கருத்தையும் கவனிச்சு, அவரை மகிழ்விக்க மட்டுமே வாழ்ந்தும், சுவாசித்தும் இருக்கலையா? அவருக்கு மஞ்சள் காமாலை வந்தது. இருபது நாட்கள் இரவும், பகலுமா அவரை கவனமா கவனிச்சேன். நான் மட்டுமே கவனிச்சேன். எல்லா மருந்துகளையும் கொடுத்தேன். அவருக்காக எல்லாம் செஞ்சேன். பிறகு அவர் என்னை நல்ல தேவதைன்னு அழைத்தார். அவரோட உயிரைக் காப்பாத்தினதா சொன்னார். எங்களுக்கு இரு அழகான குழந்தைகள் இருந்தனர். முதல் பையனை குட்டி ஹென்றி என்று அழைத்தோம். அவன் தனது அப்பாவின் பிம்பமா இருந்தான். அதே போன்ற அழகான கண்கள், நெற்றி, சுருள் நிறைந்த முடி, அவங்க அப்பாவோட சுறுசுறுப்பு, அவரோட திறமைன்னு எல்லாம் பெற்றிருந்தான். சின்னஞ்சிறு எலைஸ் என்னை மாதிரி இருக்கறதா அவர் சொல்வார். லூசியானா வில் நான்தான் சிறந்த அழகின்னு சொல்வது அவரது வழக்கம். என்னையும், குழந்தைகளையும் தனது பெருமையாகக் கருதினார். அவர்களை நன்கு அலங்கரிக்கச் சொல்லி என்னையும், குழந்தைகளை யும் திறந்த வாகனத்தில் அழைத்துச் செல்வார். எங்க மீது ஜனங்க சொல்ற கருத்துக்களை விரும்பிக் கேட்பார். என்னையும், குழந்தை களையும் புகழ்ந்து சொல்லப்பட்ட கருத்துக்களால் எனது காதுகளை அடிக்கடி நிரப்புவது அவருக்கு வழக்கம். ஓ... அதெல்லாம் மகிழ்வான நாட்கள்! ஒருவரால இருக்க முடிந்த அளவுக்கு மகிழ்வாய் இருந்ததாய் நான் உணர்ந்தேன். பிறகு தீங்கான காலம் வந்தது. அவரது பிரத்யேக மான நண்பரா இருந்த ஒன்றுவிட்ட சகோதரன் நியூ ஆர்லியன்ஸுக்கு வந்தான். உலகமே தான்தான் என்று அவனுக்கு நினைப்பு. முதல் முறை அவனைப் பார்த்ததிலிருந்தே எனக்கு பயம்தான். ஏன்னு புரியல. எங்களுக்கு துயரத்த கொண்டு வரப் போறான்னு நான் நிச்சயமா நம்பினேன். அவன் ஹென்றியை வெளியே அழைச்சிக்கிட்டுப் போவான். அடிக்கடி இரவு இரண்டு, மூன்று மணிக்குக் கூட

வீட்டுக்குத் திரும்ப மாட்டார். ஹென்றி அதிக போதையில இருந்ததால; நான் பயந்திருந்தேன். எதுவும் சொல்ல தைரியம் வரல. சூதாட்டம் விளையாடுமிடங்களுக்கு அவரை அழைச்சிட்டுப் போயிருந்தான். ஒரு முறை போயிட்டு வந்தா அடிக்கடி போகற ஆள் அவரு. அதைத் தடுக்க முடியல. அவருக்கு இன்னொரு பெண்ணை அறிமுகப்படுத்தினான். அவரோட இதயம் என்னிடமிருந்து விலகியதா உணர்ந்தேன். அவர் என்கிட்ட சொல்லல. ஆனா எனக்குத் தெரிஞ்சுது. ஒவ்வொரு நாளும் எனக்குத் தெரிஞ்சுது. என்னோட இதயம் நொறுங்கியது. ஆனா, என்னால ஒரு வார்த்தை கூட சொல்ல முடியல. அவர் விரும்பியபடி திருமணம் செய்து கொள்ள தடையாயிருந்த என்னையும், குழந்தைகளையும் சூதாட்டக் கடனை அடைக்க விற்க வைத்தான். அவர் எங்களை விற்றார். வேற இடத்தில தனக்கு தொழில் இருப்பதாகவும், இரண்டு மூன்று வாரத்துல போகணும்னு ஒரு நாள் சொன்னார். வழக்கத்தை விட கனிவா பேசினார். அவர் திரும்பி வரப் போவதாய்க் கூறினார். அவரால் என்னை ஏமாத்த முடியல. நேரம் வந்தாச்சுன்னு எனக்குத் தெரிஞ்சுப் போச்சு. கல்லா என்னை மாத்திக் கிட்டேன். எனக்குப் பேச முடியல. கண்ணீர்கூட சிந்த முடியல. பலமுறை எனக்கும், குழந்தைகளுக்கும் முத்தம் கொடுத்து, கடைசியாக வெளியேறினார். குதிரையில் அவர் ஏறுவதைப் பார்த்தேன். எனது கண்களிலிருந்து மறையும் வரை பார்த்துக்கிட்டு நின்னேன். பிறகு கீழே விழுந்தேன். மயக்கமானேன்.''

''பிறகு அந்த சபிக்கப்பட்ட பாவி எங்கள பொறுப்பேற்க வந்தான். எங்களை வாங்கிட்டதா சொன்னான். பத்திரங்களைக் காட்டினான். கடவுள் முன்னாடி அவனுக்கு சாபமிட்டேன். அவனோட வாழறதை விட சீக்கிரம் செத்துடுவேன்னு அவன்கிட்ட சொன்னேன்.''

''நீ விரும்பறபடி செய்யலாம்ன்னு சொன்னான்.'' ஒழுங்கா நடந்துக்கலேன்னா, இரண்டு குழந்தைகளையும் வித்துடுவேன்னும், அவங்கள திரும்பவும் பார்க்க முடியாதுன்னும் சொன்னான். என்னைப் பார்த்த முதல் கணத்திலிருந்தே என்னை அடைய விரும்பினதா சொன்னான். ஹென்றியை கடன் வலையில சிக்க வச்சு, என்னை விற்க வைக்கற நோக்கத்தோடு செயல்பட்டதா சொன்னான். சில துளி கண்ணீர்களுக்காகவும், தோரணைக்காகவும் அவர் மாறிடக் கூடாதுங் கறதுக்காக வேறொரு பெண்ணை நேசிக்க வச்சதாவும் கூறினான்.''

''எனது கைகள் கட்டப்பட்டு இருந்ததால், அதை விட்டுட்டேன். அவனோட விருப்பத்த எப்ப தடுத்தாலும், குழந்தைகளை வித்திடுவேன்னு மிரட்டுவான். அவன் விரும்பியபடி என்னை கீழ்ப்படிய வைத்தான். ஓ! என்ன மாதிரி வாழ்க்கை அது? ஒவ்வொரு நாளும் என்னோட இதயத்தை நொறுங்க வைக்கும் துயரமா இருந்த நிலையில அன்பா இருப்பது எப்படி? நான் வெறுத்தவனோட

உடலாலும், ஆன்மாவாலும் வாழ்வது எப்படி? ஹென்றிக்காக படித்துக் காட்ட எனக்குப் பிடிக்கும். அவரோட விளையாட பிடிக்கும். இது எல்லாத்தையும் ஒரு மோசமான அயோக்கியனுக்கு செஞ்சேன். எதையும் மறுக்கறதுக்கு பயந்தேன். குழந்தைகளிடம் திமிராகவும், கடுமையாகவும் நடந்து கொண்டான். எலைஸ் பயந்த சுபாவமுள்ள சிறு பெண். ஆனால் குட்டி ஹென்றியோ அவனோட அப்பா போல தைரியமான, உயர்ந்த தோரணை உடையவன். அவனை யாரும், எப்போதும் கீழ்ப்படிய வைக்க முடியாது. அவன்கிட்ட குற்றம் கண்டு கொண்டும், சண்டை போட்டுக்கிட்டும் இருந்தான். தினந்தினம் அச்சத்திலும், திகிலிலும் வாழ்ந்து வந்தேன். குழந்தைகள் அவன்கிட்ட மரியாதையா பழக வைக்க பார்த்தேன். குழந்தைகள உயிரா நினைச்சதால, அவன்கிட்டேயிருந்து அவங்கள பிரிச்சு வச்சேன். அது எந்த நல்லதும் செய்யல. அவங்களை அவன் வித்துட்டான். ஒரு நாளைக்கு வெளியே வாகனத்துல அழைச்சுக்கிட்டுப் போனான். திரும்பி வந்தபோது, அவங்கள எங்கும் காணலை. அவங்கள வித்துட்டதா சொன்னான். அவங்க இரத்தத்துக்காக வாங்கின பணத்தைக் காட்டினான். என்னை விட்டு எல்லா நல்லதும் விலகினதா எனக்குத் தோணுச்சு. நான் காட்டுக் கத்தல் கத்தினேன். சபிச்சேன். மனுஷனையும், கடவுளையும் சபிச்சேன். கொஞ்ச நேரம் என்னைப் பார்த்து பயந்த மாதிரி அவன் இருந்ததா நம்பினேன். அவன் அப்படியே விட்டுடல. தான் வித்த குழந்தைகளை நான் எப்பவாவது திரும்ப பார்க்க முடியும்னா அது தன்னாலதான் நடக்கும்னு சொன்னான். நான் அமைதியா இல்லேன்னா, அவங்க சிரமப்பட வேண்டியிருக்கும்னு மிரட்டினான். அவளோட குழந்தைகளை உங்ககிட்ட வச்சிட்டிருந்தா, ஒரு பெண்ணை என்ன வேணா செய்ய முடியும். என்னை அடிபணிய வச்சான். அமைதியா இருக்க வச்சான். அவங்கள அவனால திரும்ப வாங்க முடியும்னு நம்பிக்கையை உருவாக்கற மாதிரி புகழ்ந்து பேசினான். இப்படி ஓரிரு வாரம் ஓடியது. ஒருநாள் வெளியே போனேன். ஒரு தற்காலிக சிறை வழியே போகும்போது, வாயிலின் முன்பு ஒரு கும்பல பார்த்தேன். ஒரு குழந்தையோட குரலை கேட்டேன். திடீரென்று அவனைப் பிடிச்சுட்டிருந்த இரண்டு, மூன்று ஆட்களைத் தள்ளிக் கொண்டு என்னோட குட்டி ஹென்றி, கூச்சலிட்டபடி ஓடிவந்து என்னோட ஆடையைப் பிடிச்சுட்டான். பயங்கரமா சைகை காட்டி அவன்கிட்ட அவங்க வந்தாங்க. அவனோட முகத்தை என்னால எப்போதும் மறக்க முடியாத ஒருவன் அப்படி எல்லாம் தப்பிச்சுப் போக முடியாதுன்னு சொன்னான். சிறுவனை தற்காலிகச் சிறைக்கு அழைத்துப் போவதாகவும், அங்கே அவனால் மறக்க முடியாத பாடத்தை புகட்டப் போவதாகவும் கூறினான். நான் கெஞ்சிக் கூத்தாடி வாதாடினேன். அவங்க சிரிச்சாங்க. பாவப்பட்ட சிறுவன் கத்தினான். என்னைப்

பாவமாய்ப் பார்த்தான். எனது ஆடையைப் பிடிச்சுட்டு இருந்தான். அவனை என்கிட்டயிருந்து பிடுங்கி எடுத்துட்டுப் போகும்போது, எனது உடை பாதி கிழிந்து விட்டது. ''அம்மா, அம்மா, அம்மா'' என்று கதறக் கதற அவனை இழுத்துட்டுப் போனாங்க. அங்க நின்றிருந்த ஒருவர் எனக்காகப் பரிதாபப்படற மாதிரி இருந்தார். அவர் தலையிட்டார்னா, என்கிட்ட இருந்த எல்லா பணத்தையும் கொடுக்கறதா சொன்னேன். அவர் தனது தலையை மறுப்பாய் அசைத்தார். சிறுவன் வாங்கிய நாளிலிருந்து திமிர்த்தனமாகவும், கீழ்ப்படியாமலும் இருப்பதாக அவர் கூறினதா அவர் சொன்னார். இறுதியா அவனை அடிச்சு முறிக்கப் போறாராம். நான் திரும்ப ஓடினேன். ஒவ்வொரு அடியிலும், அவனது கதறலைக் கேட்டேன். வீட்டுக்குள் மூச்சிரைக்க ஓடினேன். பட்லரைப் பார்த்தேன். அவனோட பாலைவனத்தை பையன் பார்த்துட்டதா சொன்னான். எப்படி இருந்தாலும் இப்பவோ, எப்பவோ அவன் அடி வாங்கிதான் ஆகணும்னும், ''நீயும் நானும் என்ன எதிர்பார்க்க முடியும்''னும் கேட்டான்.

''அப்ப என்னோட தலையில ஏதோ தாக்கற மாதிரி தோணுச்சு. நான் மயக்கமாய் உணர்ந்தேன். சீற்றமா இருந்தேன். மேஜை மேல கூர்மையான கத்தி இருந்ததைப் பார்த்ததாயும், அதை எடுத்துக்கிட்டு அவனை நோக்கிப் பறக்கற மாதிரியும் நினைவுல இருக்கு. பிறகு எல்லாம் இருட்டா இருந்தது. பல நாட்களுக்கு அது பற்றி எனக்கு எதுவும் தெரியல.''

''எனக்கு நினைவு வந்தபோது, ஒரு அழகான அறையில் இருந்தேன். ஆனா என்னோட அறையில இல்ல. ஒரு கறுப்புப் பெண் என்னைக் கவனித்துக் கொண்டிருந்தாள். என்னைப் பார்க்க மருத்துவர் வந்தார். என்னை கவனமா கவனிச்சாங்க. சிறிதுநேரம் கழித்து, அவன் போயிட்டதை கவனிச்சேன். விற்பனைக்காக என்னை அந்த வீட்டுல விட்டுட்டுப் போயிருக்கான். அதனால்தான் அவ்வளவு சிரமப்பட்டு என்னை கவனிச்சுட்டு இருந்தாங்க.

''நான் சுகமாகறதை விரும்பல. சுகமாகக் கூடாதுன்னு நம்பினேன். என்னையும் மீறி, எனது காய்ச்சல் பறந்தது. நான் ஆரோக்கியமா முன்னேறி, படுக்கையை விட்டு எழுந்தேன். ஒவ்வொரு நாளும் என்னை அலங்கரிச்சாங்க. பல ஆளுங்க சுருட்டை புகைச்சபடி என்னைப் பார்க்க வருவாங்க. என்னைப் பார்ப்பாங்க, கேள்வி கேட்பாங்க, என்னோட விலை பத்தி பேரம் பேசுவாங்க. நான் சோகமாகவும், சாந்தமாகவும் இருந்து, ஏற்கத்தக்கவளா இருக்க முயற்சிக்கலேன்னா, கசையடி கொடுப்பேன்னு மிரட்டினாங்க. ஒரு நாளைக்கு ஸ்டூவர்ட் என்று ஒரு பெரிய மனுஷன் வந்தார். கடைசியா என்னை மனதில் உள்ளதை சொல்ல சம்மதிக்க வச்சுட்டார். என்னை அவர் வாங்கினார்.

என்னோட குழந்தைகளை திரும்ப வாங்கறதுக்கு முடிஞ்சதெல்லாம் செய்வதா உறுதி கூறினார். என்னோட குட்டி ஹென்றி இருந்த ஓட்டலுக்குப் போனார். பேர்ல் நதிக்கு மேல் இருந்த தோட்ட உடைமையாளருக்கு விற்கப்பட்டு விட்டதாகவும், அதுக்கு மேல அவனைப் பத்தி தகவல் எதுவும் தெரியாதுன்னும் சொல்லிட்டாங்க. பிறகு எனது மகளை அவர் கண்டுபிடிச்சார். ஒரு வயதான பெண்மணி கிட்ட அவ இருந்தா. சிறுமிக்காக ஒரு பெரிய தொகை தர அவர் முன் வந்தார். ஆனா அவங்க விற்கமாட்டோம்னு சொல்லிட்டாங்க. எனக்காகத்தான் அவளை அவர் கேட்கறார்னு பட்லர் புரிஞ்சுக் கிட்டான். எனக்கு என்னோட மகன் எப்பவும் கிடைக்கக் கூடாதுன்னு உத்தரவு போட்டுட்டான். கேப்டன் ஸ்டூவர்ட் என்னிடம் கனிவா இருந்தார். அவருக்கு அழகிய தோட்டப் பண்ணை இருந்தது. அங்கு என்னை அழைச்சிட்டுப் போனார். ஒரு வருஷத்துல எனக்கு ஒரு மகன் பிறந்தான். ஓ அந்தக் குழந்தை! நான் அவனை எப்படி விரும்பினேன் தெரியுமா? என்னோட குட்டி ஹென்றி இருந்த மாதிரியே இருந்தான். நான் என்னோட மனசுல தீர்மானிச்சேன். ஆமாம் தீர்மானமா இருந்தேன். என்னோட எந்தக் குழந்தையையும் வளர்க்கக் கூடாதுன்னு தீர்மானிச்சிருந்தேன். இரு வாரம் கழித்து அந்தக் குட்டிக் குழந்தையை தோளில் தூக்கிக் கொண்டேன். அவனை முத்தமிட்டேன். அவன்மீது விழுந்து அழுதேன். அவனுக்கு ஒரு போதை மருந்தைக் கொடுத்தேன். எனது மடிக்கு அருகில் வைத்துக் கொண்டேன். அவன் நிரந்தர உறக்கத்தில் இறந்து போனான். நான் எப்படி துக்கப்பட்டு அழுதேன் தெரியுமா? அந்த போதை மருந்து கொடுக்க வச்சத யாரும் கனவுலகூட தப்புன்னு சொல்வாங்க. ஆனா, நான் செஞ்ச மகிழ்ச்சியான செயலில் அது ஒண்ணு. அதுக்காக நான் இதுநாள் வரை வருத்தப்பட்டதில்ல. இப்ப வலியில வதைபடாது இருக்கான். ஏழைக் குழந்தைக்கு இறப்பை விட சிறந்ததாய் எதை கொடுக்க முடியும்? சில நாட்கள் கழித்து, காலரா வந்து, கேப்டன் ஸ்டூவர்ட் இறந்து போனார். வாழ விரும்பற வங்க எல்லாம் இறந்து போறாங்க. இறப்பின் கதவுக்கு பக்கத்துல போயிருந்தாலும், நான் வாழ்ந்துக்கிட்டு இருக்கேன். பிறகு நான் விற்கப்பட்டேன். கைக்கு கை மாறினேன். நான் தேஞ்சு, தோல் சுருங்கற வரை இது நடந்தது. எனக்கு ஒரு காய்ச்சல் வந்தது. பிறகு இந்தக் கொடியவர் வாங்கினார். இங்க கொண்டு வந்தார். நா இப்ப இங்க இருக்கேன்.''

அந்தப் பெண் நிறுத்தினாள். முரட்டுத்தனமான உணர்ச்சி ததும்பும் விதத்தில் தனது கதையை அவள் விரைவாக விவரித் திருந்தாள். சில சமயம் அது டாமை நோக்கிக் கூறப்பட்டது. சில சமயம் தனக்குத்தானே சொல்லிக் கொள்ளப்பட்டது. அவள் பேசியது அவ்வளவு தீவிரமாகவும், அடக்கி ஆளுவதாகவும் இருந்ததால் தனது காயங்களின் வலியினை டாம் உணராது இருந்தார். பதட்டமாக

மேலும், கீழும் தனது குரலை ஏற்றி, இறக்கி அவள் பேசியதையும், அவளது இயக்கத்தை ஒட்டி அவளது நீண்ட கரும் கூந்தல் அங்கும், இங்கும் அசைந்ததையும் தனது ஒரு முழங்கையில் தன்னை சாய்த்துக் கொண்டவாறு டாம் கவனித்தார்.

"நீங்க சொல்லுங்க, கடவுள் இருக்கார். கீழே நோக்கி இந்த விஷயங்களை கடவுள் பார்க்கிறார். அநேகமா அப்படி இருக்கலாம். தீர்ப்பு நாள் வரும்னு உயர்ரக பள்ளி சகோதரிகள் சொல்வாங்க. அப்ப எல்லாம் வெளிச்சத்துக்கு வருமாம். அப்ப பழிவாங்கல் இருக்காதாம்." அவள் கூறினாள்.

"நாம படற சிரமங்கள் ஒண்ணுமேயில்லைன்னு அவங்க நினைக்கிறாங்க. நம்ம குழந்தைங்க படற கஷ்டங்களும் ஒண்ணுமே இல்லையாம். இதெல்லாம் அற்பமான விஷயங்களாம். நகரத்தை மூழ்கடிக்கிற அளவுக்கு என்னோட ஒரு இதயத்திலேயே போதுமான துயரங்கள் இருப்பதா தோணினபோதெல்லாம் நான் தெருவில் நடந்திருக்கேன். வீடுகள் எம்மேல விழும்னும், எனக்குக் கீழ் கற்கள் மூழ்கும்னும் நா விரும்புவேன். தீர்ப்பு நாளில், நான் கடவுள் முன் நிற்பேன். என்னையும், எனது குழந்தைகளையும் எனது கணவரையும், ஆன்மாவையும் நாசம் செய்தவர்களுக்கு எதிரா சாட்சி சொல்வேன்."

"சிறுமியா இருந்தபோது, பக்தியாய் இருந்தேன். நான் கடவுளை நேசித்து, பிரார்த்தனை செய்வேன். என்னை இரவும் பகலும் சித்திரவதை செய்யும் சாத்தான்களால் துரத்தப்படும் இழப்பை சந்திக்கும் ஆன்மாவாக இப்ப இருக்கேன். என்னை மேலும் மேலும் அவைகள் தள்ளிக் கொண்டே இருக்கின்றன. சில நாட்கள் நானும் அதை அவங்களுக்கு செய்வேன். அவனுக்கான இடம் எதுவோ அங்க அவனை அனுப்புவேன். என்னை உயிரோட எரிச்சாலும், ஏதோ ஒரு இரவில், குறுக்கு வழியில செய்வேன்." தனது கையை குத்தியவாறு அவள் சொன்னாள். அவளது கனமான கருங் கண்களில் பித்துப் பிடித்த வெளிச்சம் வெளிப்பட்டது. அந்தக் கைவிடப்பட்ட அறையில் முரட்டுத்தனமாக நீண்ட சிரிப்பு ஒலித்தது. படபடப்பான விம்மலில் அது முடிந்தது. காக்கா வலிப்பான அழுகையிலும், போராட்டத்திலும், தரையில் விழுந்து புரண்டாள்.

சில நொடிகளில், வெறி அடங்கியது. அவள் மெதுவாக எழுந்தாள். தன்னை சுதாரித்துக் கொண்டவளாகத் தோன்றினாள்.

"உங்களுக்கு வேறு ஏதாவது உதவி செய்யணுமா, எனது ஏழை மனிதரே? இன்னும் கொஞ்சம் தண்ணீர் தரட்டுமா?" டாம் படுத்திருந்த இடத்தை அணுகி அவள் கேட்டாள்.

இதை அவள் சொல்லும்போது முந்தைய முரட்டுத்தனத்திற்கு மாறான வசீகரமான, கருணை ததும்பும் இனிமை அவளது குரலிலும், நடை உடை பாவனையிலும் இருந்தது.

டாம் தண்ணீரைக் குடித்தார். ஆர்வமாகப் பார்த்தார். அவளது முகத்தை அனுதாபமாய்ப் பார்த்தார்.

''ஓ எஜமானி, உங்களுக்கு வாழும் நீரை கொடுக்கக்கூடிய கடவுளிடம் நீங்க போகணும்னு நான் விரும்பறேன்.''

''கடவுளிடமா? எங்க இருக்கார்? யார் அவர்?'' கேசி கேட்டாள்.

''எனக்கு படிச்சுக் காட்டினீங்களே அவர்தான் கடவுள்''

''நான் சிறுமியாக இருக்கும்போது தேவாலய மேஜைமீது அவரோட படத்தைப் பார்க்கறது வழக்கம். ஆனால், அவர் இங்க இல்ல. பாவத்தையும் மிக நீண்ட வேதனையையும் தவிர எதுவும் இங்க இல்ல'' தனது மார்பில் கைகளை வைத்துக் கொண்டு, கனமான சுமையை தூக்குவது போல நீண்ட மூச்சை இழுத்து விட்டாள்.

அவர் மீண்டும் பேசுவதுபோல தோற்றம் காட்டினார். தீர்மானமான சைகையால் அதைத் தடுத்தாள்.

''நீங்க பேசாதீங்க, எனது ஏழை மனிதரே. முடிஞ்சா, தூங்கப் பாருங்க'' நீரை அவரது கைக்கு எட்டும் தூரத்தில் வைத்து, அவரது வசதிக்காக அவளால் முடிந்த சின்னச் சின்ன ஏற்பாடுகளைச் செய்து, கேசி அந்தக் கொட்டகையை விட்டு வெளியேறினாள்.

35

அடையாள வில்லைகள்

அது கொண்டுவருவது லேசான இணைப்பாய் இருக்கலாம். அது அடிப்பதால் இதயத்தில் உருவாகும் சுமையோ நிரந்தரமாய் அருகில் இருக்கும். ஓசையே ஒரு மலர், ஒரு காற்று, பெருங்கடல் சுழலும் நாம் கட்டப்பட்டுள்ள மின் விலங்கைத் தகர்க்கும்.

Childe Harold's Pilgrimage, Can 4.

லெஹ்ரி நிறுவனத்தின் அமர்வு அறை மிகப் பெரிய, நீண்ட அறையாகும். அகலமான, தாராளமான நெருப்பு மூட்டும் இடம் கொண்டது. ஒரு காலத்தில் அங்கு வனப்பான, விலை மிகுந்த அலங்கார காகிதங்கள் தொங்கிக் கொண்டிருந்தன. இப்போது அது கிழிந்து, வண்ணம் இழந்து பராமரிப்பின்றி பரிதாபமாகத் தொங்கிக்

கொண்டிருந்தது. மூடப்பட்ட பழங்கால வீடுகளில் நாம் அடிக்கடி பார்ப்பது போன்று பிரத்யேகமான வெறுப்பூட்டும் நாற்றத்தையும் அழுக்கான அழிந்து வரும் தோற்றத்தையும் அவ்விடம் பெற்றிருந்தது. மதுவின் துளிகள் ஏற்படுத்திய கறை சுவர் காகிதத்தில் அங்கங்கு சிதறி, அதனை சிதைத்திருந்தது. யாரோ கணக்குப் பாடத்தில் பயிற்சி எடுத்தது போல் சுண்ணாம்புக் குச்சியால் கிறுக்கப்பட்டோ, எழுதப் பட்டோ இருந்தது. அங்கு குளிர்ச்சியான தட்பநிலை இல்லாவிடினும் அந்தப் பெரிய அறையில் மாலை நேரம் ஈரம் மிகுந்ததாயும், குளிர் நிறைந்ததாயும் இருந்ததால் அந்த நெருப்பிடத்தில் நிலக்கரி நிறைந்த தணல் தட்டு இருந்தது. மேலும் தனது சுருட்டைப் பற்ற வைக்கவும், அவரது துளையிடும் கருவியை சூடுபடுத்தவும் லெஹ்ரிக்கு ஒரு இடம் தேவையாயிருந்தது. அந்த அறையின் குழப்பமான, குளறுபடியான தன்மையை வெளிப்படுத்துவதாய் அந்தக் கரடுமுரடான நிலக்கரி இருந்தது. சேணங்கள், கடிவாளங்கள், பலவிதமான சாட்டைகள், மேல் சட்டைகள், பலவிதமான துணிகள் ஆகியவை அறையில் அங்கும், இங்கும் சிதறி குழப்பத்தை ஏற்படுத்தியிருந்தன. நாம் முன்பே குறிப்பிட்டிருந்த நாய்கள் தங்களது வசதிக்கும், ருசிக்கும் ஏற்ப இவற்றுடன் குடியிருந்தன.

உடைந்த மூக்குடைய சேதமடைந்த குவளையிலிருந்து, கோப்பை யில் இருந்த மதுவில் வெந்நீரை லெஹ்ரி கலந்து கொண்டிருந்தார். அவ்வாறு செய்யும்போது தனக்குள் முனகிக் கொண்டார்.

‘‘எனக்கும், புதிய ஆட்களுக்கும் இடையே மோதலை உண்டாக்கின சம்போவை உதைக்கணும். வேலைப் பளு மிகுந்த இந்தக் காலத்தில் அந்த மனுஷன் ஒரு வாரத்துக்கு வேலை பார்க்க முடியாது.’’

‘‘உங்களை மாதிரிதான்’’ அவரது இருக்கைக்குப் பின்பு ஒரு குரல் கேட்டது. அது அந்தப் பெண் கேசி. அவரது தனிமையை திருடியிருந்தாள்.

‘‘ஆ! பெண் சாத்தான் நீயா? நீ திரும்பவும் வந்துட்டியா?’’

‘‘ஆமாம் திரும்பவும் வந்துட்டேன். என்னோட வழிப்படி, நடக்க வந்துட்டேன்.’’ அலட்சியமாக அவள் கூறினாள்.

‘‘நீ பொய் சொல்ற ஜோடனைக்காரி. என்னோட வார்த்தைப்படி நடப்பேன். ஒழுங்கா நடந்துக்கறதா இருந்தா இங்க இரு. இல்லேன்னா அந்தக் குடியிருப்புல மத்தவங்களோட தங்கி, வேலை பாரு.’’

‘‘அப்படி இருக்கத்தான் பத்தாயிரம் முறை விரும்புவேன். உங்க குளம்படியில இருக்கறதவிட அந்த அழுக்கான வளை எவ்வளவோ தேவலாம்.’’ அந்தப் பெண் கூறினாள்.

‘‘அப்படி இருந்தாலும் என்னோட குளம்படியிலதான் எப்பவும் இருக்கே.’’ அநாகரிகமான சிரிப்புடன் அவள் பக்கம் திரும்பி அவர்

சொன்னார். ''அது ஒரு ஆறுதலான வசதி. என்னோட முழங்கால் களில் உட்கார்ந்து நியாயத்தைக் கேளு, அன்பே'' அவளது மணிக்கட்டில் கை வைத்தவாறு அவர் கூறினார்.

''லெஹ்ரி, கவனமா இருங்க'' கூர்மையாக கண்கள் தகிக்க அவள் கூறினாள். அந்தப் பார்வை முரடாக இருந்தது. அதன் வெளிச்சம் அதிர்ச்சியூட்டுவதாய் இருந்தது. ''நீங்க என்கிட்ட பயப்படநீங்க, சைமன் அப்படி பயப்பட காரணம் இருக்கு. ஆனா, கவனமா இருங்க. எனக்குள் சாத்தான் இருக்கு.''

அவரது காதில் சீறும் குரலில் இறுதிச் சொற்களை முணுமுணுத்தாள்.

''வெளியே போ! உன்கிட்ட சாத்தான் இருக்குன்னு நம்பறேன்.'' அவளை அவரிடமிருந்து தள்ளிவிட்டு, அவளை சங்கடமாகப் பார்த்து லெஹ்ரி கூறினார். ''எப்படி இருந்தாலும், கேசி முன்பு வழக்கமாக இருந்தமாதிரி என்கிட்ட நட்பா ஏன் நீ இருக்கக்கூடாது?''

''வழக்கமாக இருந்த மாதிரி?'' கசப்புடன் அவள் கூறினாள். அப்படியே நிறுத்திக் கொண்டாள். அவனது இதயத்தில் எழுந்த நெஞ் சடைக்கும் உணர்வுகள் அவளை அமைதியாக்கியது.

மிகவும் மிருகத்தனமான ஒரு மனிதனிடம் ஒரு வலிமையான உணர்ச்சி ததும்பும் பெண் எந்த அளவுக்கு செல்வாக்கு செலுத்த முடியுமோ அந்த அளவு செல்வாக்கை லெஹ்ரியிடம் கேசி எப்பவும் பெற்றிருந்தாள். ஆனால், அண்மைக் காலமாய் பதட்டமாயும், எரிச்சலூட்டுவதாயும் மாறியிருந்தாள். தனது கொடூரமான அடிமைத்தன நுகத்தடியின் கீழான அவளது எரிச்சல் சில சமயம் வெறிபிடித்த புத்தி பேதலிப்பாய் மாறியிருந்தது. இந்த குணம் அவளை அச்சத்துக்குரிய ஒரு பொருளாய் லெஹ்ரிக்குக் காட்டியது. லெஹ்ரி போன்ற கற்பிக்கப்படாத, கரடுமுரடான மனிதர்களுக்கு புத்தி பேதலித்த, வெறி பிடித்தவர்களிடம் இது போன்ற திகில் இருப்பது இயல்புதான். லெஹ்ரி எம்மிலைனை அழைத்து வந்தபோது பெண் களுக்கே உரிய உணர்வுகள் கேசியின் உடைந்து போன இதயத்தில் ஏற்பட்டன. சிறுமியிடமிருந்து அவள் விலகி இருந்தாள். அவளுக்கும், லெஹ்ரிக்கும் இடையில் கடுமையான சண்டை நடந்தது. அவ அமைதியா மாறலேன்னா, வயல் வேலைக்கு அனுப்பப்படுவான்னு கோபத்துக் கிடையே லெஹ்ரி கூறியிருந்தார். கர்வமான அவமதிக்கும் தொனியில், தான் வயல் பணிக்குப் போவேன்னு உறுதிபட அறிவித்தாள் கேசி. அவரது அந்த அச்சுறுத்தலை அமுல்படுத்தி அவள் ஒரு நாள் வயல் வேலை பார்த்ததை நாம் முன்பே விவரித்திருந்தோம்.

அவரிடம் கேசி செலுத்தும் செல்வாக்கிலிருந்து விடுபட முடியாத தால், நாள் முழுவதும் லெஹ்ரி ரகசியமான சங்கடத்தை

அனுபவித்தார். நிறுவை இயந்திரத்தின் முன்பு அவளது கூடையை வைத்தபோது சில சலுகைகளை எதிர்பார்த்து, பாதி சமாதானமாகவும், பாதி அவமதிக்கும் தொனியிலும் அவளிடம் பேசினார். கசப்பான அவமதிப்போடு அவள் பதிலளித்தாள்.

ஏழை டாமுக்கு இழைக்கப்பட்ட கொடூரமான தாக்குதல் அவளை மேலும் வெறுப்பேற்றியிருந்தது. அவரது மிருகத்தனத்திற்கு சவுக்கடி கொடுப்பது தவிர வேறு எந்த நோக்கத்திற்காகவும் லெஹ்ரியைத் தேடி அந்த வீட்டிற்கு அவள் வரவில்லை.

''நான் விரும்பறேன், கேசி, நீ நாகரிகமா நடந்துப்பேன்னு விரும்பறேன்.''

''நாகரிகமாக நடந்துகொள்வது பற்றி நீங்க பேசறீங்களா? நீங்க என்ன செய்றீங்க? வேலை மிகுந்த ஒரு பருவத்தில் உங்களது சிறந்த ஆளை சேதமின்றி வைத்திருக்கும் புத்திசாலித்தனம் உங்களுக்கு இல்லையே? உங்களது சாத்தான் மாதிரியான கோபத்தில் இதை செஞ்சீங்க.''

''அது மாதிரி பிரச்சனை வர அனுமதிப்பது எனது முட்டாள் தனம்ன்னு எனக்குத் தெரியும். அந்தப் பையன் தனது விருப்பத்தை திணிக்க முயற்சித்தா, அவனை அடிச்சுத்தான் ஆகணும்.'' லெஹ்ரி சொன்னார்.

''உங்களால அவனை அடிச்சு மாத்த முடியாதுன்னு நினைக்கிறேன்.''

''என்னால முடியாதா?. ஏன் முடியாதுன்னு தெரிஞ்சுக்க விரும்பறேன். என்னை மீறி நடந்த முதல் கறுப்பரா அவன் இருப்பான். அவனோட உடம்புல உள்ள ஒவ்வொரு எலும்பையும் முறிச்சிடுவேன். அவன் விட்டு விடுவான்.'' உணர்ச்சி ததும்ப லெஹ்ரி கூறினார்.

அப்போது கதவு திறந்தது. சாம்போ நுழைந்தான். குனிந்து வணங்கிய படி முன்னேறி வந்தான். கையில் ஏதோ காகிதம் வைத்திருந்தான்.

''அது என்ன, நாயே?'' லெஹ்ரி கேட்டார்.

''அது சூனியப் பொருள் எஜமான்?''

''என்னது?''

''மந்திரவாதிகளிடமிருந்து அந்தக் கறுப்பர்கள் பெற்றது. அவங்கள அடிக்கும்போது, உணர்ச்சி இல்லாம இருக்க உதவும். ஒரு கறுப்பு கயித்துல தனது கழுத்தைச் சுற்றி அவன் கட்டியிருக்கான்.''

கடவுள் நம்பிக்கையில்லாத, கொடுமைக்கார மனிதரான, லெஹ்ரிக்கு மூடநம்பிக்கை அதிகம். அந்தக் காகிதத்தை எடுத்துக் கொண்டு, சங்கடமாகத் திறந்தார்.

அதிலிருந்து ஒரு வெள்ளி டாலர் வெளியே விழுந்தது. ஒரு அழகான முடியின் பளபளப்பான நீண்ட சுருள் விழுந்தது. உயிருள்ள பொருள் போல லெஹ்ரியின் விரல்களை சுற்றிக் கொண்டது.

''கண்டிக்கத்தக்கது'' தரையில் காலை அழுத்தி உணர்ச்சி ததும்பக் கத்தினார். தீயால் சுட்டது போல் அதை அவர் கோபமாக இழுத்தார். ''இது எங்கேர்ந்து வந்தது? எடுத்துட்டு போய் எரிச்சுடு! எரிச்சுடு!'' அதை கிழித்து, கரியின்மீது வீசியவாறு அவர் கத்தினார். ''இதை என்கிட்ட ஏன் கொண்டு வந்தே?''

அவனது கனமான வாயை பிளந்தவாறு சாம்போ நின்றான். ஆச்சரியமான திகிலோடு நின்றான். அறையை விட்டு வெளியேற தயாரான கேசி நின்று, முழுமையான ஆச்சரியத்தோடு பார்த்தாள்.

''இது மாதிரி சாத்தானோட சரக்குகள என்கிட்ட கொண்டு வராதே.'' சாம்போவிடம் தனது முஷ்டியை அசைத்துக் காட்டி அவர் சொன்னார். கதவை நோக்கி சாம்போ பின்வாங்கினான். வெள்ளி டாலரை எடுத்து, ஜன்னல் கதவு வழியே இருட்டில் வீசி எறிந்தார்.

தப்பி வெளியே போவதில் சாம்போ மகிழ்ந்தான். அவன் போன பின்பு, தனது அச்சம் நிறைந்த வெறித்தனத்தை காட்டியதற்கு வெட்கம் அடைந்தார்.தனது நாற்காலியில் பிடிவாதமாக அமர்ந்திருந்தார். மதுவை உற்சாகமின்றி உறிஞ்சத் துவங்கினார் லெஹ்ரி.

அவரால் கவனிக்க முடியாத வகையில் அறையை விட்டு வெளியேற கேசி முயன்றாள். நாம் முன்னமே விவரித்தபடி, ஏழை டாமிடம் உரையாற்ற நழுவினாள்.

லெஹ்ரிக்கு என்னாச்சு? அந்தக் கொடூர மனிதனை அச்சப்படுத்த அந்த எளிய, அழகிய சுருள் முடியில் என்னதான் இருக்கிறது? இதற்குப் பதில் அளிக்க, வாசகர்களை அவரது வரலாற்றில் பின்னோக்கி அழைத்துச் செல்ல வேண்டும். இப்போது கடுமையானவராகவும், நெறி கெட்டவராகவும் தோன்றும் கடவுளை நம்பாத அந்த மனிதர், தனது தாயின் மடியில் தாலாட்டப்பட்ட காலம் உண்டு. பிரார்த்தனை களாலும், பக்தியான பாடல்களாலும் தாலாட்டப்பட்டவர் அவர். தற்போது இறுகிக் காணப்படும் அவரது புருவம், புனித ஞானஸ்நான நீரால் நனைக்கப்பட்டது. அவரது இளமைப் பருவத்தில், சபேத் மணியின் ஒலியைக் கேட்டதும், வணங்கவும், பிரார்த்தனை செய்யவும், அழகிய முடிகொண்ட பெண்மணியால் அழைத்துச் செல்லப்பட்டார். நியு இங்கிலாந்தின் தொலைதூர இடத்தில், பொறுமையான பிரார்த்தனையிலும், வேர்வையடையாத நீண்ட அன்பிலும் தனது ஒரே மகனை அந்தத் தாய் பயிற்றுவித்திருந்தார். கடின மனப்பாங்கு கொண்ட மனிதருக்கு அவர் பிறந்திருந்தார். அவரிடம் அந்த மிருதுவான பெண் மதிப்பில்லா அன்பு உலகை வீணடித்திருந்தார்.

தனது தந்தையின் அடி ஒற்றியே லெஹ்ரி நடந்தார். மூர்க்கத்தனமான, கட்டுப் படாத, கொடுங்கோலனாக இருந்த அவர், தனது தாயின் அறிவுரைகளை வெறுத்து ஒதுக்கினார். தாயின் கண்டிப்புகளை புறக்கணித்தார். மிக இளம் வயதிலேயே, கடலில் செல்வம் சேகரிக்கும் நோக்கத்தோடு, தனது தாயிடமிருந்து பிரிந்தார். அதற்குப் பிறகு ஒரே ஒரு முறைதான் வீட்டுக்குத் திரும்ப வந்தார். எதையாவது நேசிக்க வேண்டும் என்று ஏங்கிய அவரது தாய்க்கு, நேசிக்க எதுவும் இருக்கவில்லை. அவரைப் பற்றிக் கொண்டு, உணர்ச்சி ததும்பும் பிரார்த்தனைகளையும், வேண்டுகோள்களையும் விடுத்து, பாவமான வாழ்க்கையிலிருந்து அவரை விடுவிக்கவும், முடிவற்ற நல்லதற்கு அவரது ஆன்மாவை கொண்டு செல்லவும் முயன்றார்.

அது லெஹ்ரியின் பொலிவான காலம். நல்ல தேவதைகள் அவனை அழைத்தன. அப்போது அவர் கிட்டத்தட்ட சம்மதிக்க வைக்கப்பட்டார். கருணை அவரை கையில் பிடித்துக் கொண்டது. அவரது இதயம் உள்ளீடாக இணங்கியது. ஒரு மோதல் இருந்தது. ஆனால், பாவம்தான் வெற்றி பெற்றது. அவரது கரடுமுரடான இறுப்பின் சக்தி முழுவதையும் தனது மனசாட்சியின் கட்டளைக்கு எதிராக வைத்தார். அவர் குடித்தார். பொய் சாட்சி சொன்னார். எப்போதையும்விட மிருகத்தனமாகவும், கரடுமுரடாகவும் மாறினார். ஒரு இரவில் தனது வேதனையை இறுதியாக வெளிப்படுத்தி அவரது காலில் தாய் வணங்கி விழுந்தபோது, தனது தாயை தன்னிடமிருந்து தள்ளிவிட்டார். முட்டாள்தனமாக தரையில் வீசியடித்தார். மிருகத் தனமான சிந்தனைகளோடு, மதுவருந்திக் கொண்டு மகிழ்ந்திருந்த போது, அவரது கையில் ஒரு கடிதம் திணிக்கப்பட்டது. அதை பிரித்தார். நீண்ட சுருள் முடிக் கற்றை அதிலிருந்து விழுந்து, அவரது கரத்தைச் சுற்றிக் கொண்டது. அவரது தாய் இறந்ததாகவும், இறந்தபோது அவரை மன்னித்து, ஆசீர்வதித்ததாகவும் அக்கடிதம் தெரிவித்தது.

இனிமையான, புனிதமான பொருட்களை திகிலூட்டி, பயமுறுத்தும் பேயாக மாற்றும் பெருந்தீங்கான ஆவியோடு பேசுவோர் இருக்கிறார்கள். அந்த வெளிறிய, அன்பான அம்மாவின் இறப்பு நேரப் பிரார்த்தனையும், மன்னிக்கும் அன்பும் பாவம் நிறைந்த அந்த மனிதரின் மனதில் கண்டிக்கும் வாக்கியமாகத் தோன்றியது. தீர்ப்பை நோக்கிய பயந்த பார்வையையும், கடுமையான கோபத்தையும் விளைவித்தது. லெஹ்ரி அந்த முடியை எரித்தார். கடிதத்தை எரித்தார். அந்த தீக்கொழுந்தில் சீறியும், வெடித்தும் எரிவதைக் கண்ட அவர், அணையா நெருப்பு பற்றி நினைத்து உள்ளுக்குள் நடுங்கினார். அவர் குடிக்க முயன்று குழம்பினார். அந்த நினைப்பை அப்புறப்படுத்தப் பார்த்தார். அடிக்கடி நள்ளிரவு நேரத்தில், அந்த கெட்ட ஆன்மாவின்

நினைவில் தனது தாயின் நினைவு வரும். அவரது வெளிறிய தாய் அவரது படுக்கைப் பகுதியில் தோன்றுவதை அவர் அப்போது பார்ப்பார். தனது விரல்களில் அந்த மிருதுவான முடிகள் சுற்றியிருப்பதைக் காண்பார். அவரது முகத்தில் குளிர்ந்த வியர்வை வழியும்போது, அவர் படுக்கையிலிருந்து திகிலோடு துள்ளிக் குதித்து எழுந்திருப்பார். அதே வேதாகமத்தில் கடவுள் அன்புமயமானவர் என்றும், கடவுள் நெருப்பை நுகர்பவர் என்றும் கூறப்பட்டிருக்கும் போது, பெருந்தீங்கான ஆன்மா, முழுமையான நேசத்தை அச்சமூட்டும் சித்திரவதையாகவும், அழுக்கான வேதனையின் தண்டனையாகவும் கருதுவதை கண்டு யார் ஆச்சரியப்பட்டிருக்கிறார்?

''அதை உடைச்சுப் போடு. அவனுக்கு அது எங்க கிடைச்சது? அத மறந்துட்டேன்னு நினைச்சிட்டிருந்தேன். எதையாவது, எப்படியாவது மறக்க முடியும்னு நான் நினைச்சா என்னை நிந்தனை செய்யுங்க. நான் தனிமையில தவிக்கிறேன். எம்மை அழைக்க விரும்ப றேன். அந்தக் குரங்கு என்னை வெறுக்குது. நான் கவலைப்படலே. அவளை வரவழைப்பேன்.'' மதுவை உறிஞ்சியவாறு லெஹ்ரி தனக்குள் சொல்லிக்கொண்டார்.

மேலே சென்ற பெரிய நுழைவில் லெஹ்ரி காலடி எடுத்து வைத்தார். அது முன்பு அழகான மெத்தைப்படியாக இருந்தது. பெட்டிகளால் அடைக்கப்பட்டு, பார்க்க முடியாத குப்பைகளோடு, அந்தப் பாதை அழுக்காகவும், சோர்வூட்டுவதாகவும் இருந்தது. கம்பளம் விரிக்கப்படாத படிகள், எங்கு செல்கிறது என்று எவரும் அறிய முடியாதபடி சுழன்று போவதாய்த் தெரிந்தது. கதவின் மேல் சேதமடைந்திருந்த விளக்கின் வழியே வெளிறிய நிலவொளி நுழைந்தது. காற்று குளிராகவும், முழுமையற்றும் இருந்தது.

படிக்கட்டின் முடிவில் லெஹ்ரி நின்றார். ஒரு குரல் பாடுவதைக் கேட்டார். அந்த இருண்ட பழைய வீட்டில் அது விநோதமாகவும், ஆவியுடையது போன்றும் தோன்றியது. முன்பே நடுங்கிக் கொண்டிருந்த அவரது நடுக்கத்திற்கு மேலும் பதற்றத்தைக் கூட்டியது. அது என்ன?

அடிமைகளிடையே சாதாரணமாகப் புழங்கும் பாடலை அந்த முரடான, வேதனையான குரல் பாடியது.

''ஓ அங்கு துக்கம் இருக்கும் – துக்கம் இருக்கும்
ஏசுவின் நீதிபதியின் பீடத்தில் துக்கம் இருக்கும்.''

''அந்தப் பெண்ணைப் போட்டு சாத்து! அவளது தொண்டையை அடைப்பேன் எம்! எம்!'' அவர் கடுமையாக அழைத்தார். சுவரிலிருந்து வெளிப்பட்ட கேலி செய்யும் எதிரொலி மட்டுமே அவருக்குப் பதி லளித்தது. அந்த இனிய குரல் இன்னும் பாடியது :

"பெற்றோர்களும், குழந்தைகளும் அங்கு பிரிவர்.
பெற்றோர்களும் குழந்தைகளும் அங்கு பிரிவர்.
மீண்டும் சந்திக்காதபடி பிரிவர்.''

காலியான கூடத்தில் தெளிவான, சத்தமான குரலில் அப்பாடல் பலமாகக் கேட்டது.

லெஹ்ரி நின்றார். அதைச் சொல்வதற்கு அவருக்கு வெட்கமாக இருக்கலாம். அவரது நெற்றியில் பெரிய வியர்வைத் துளிகள் துளிர்த்து நின்றன. பயத்தில் அவரது இதயம் வேகமாகவும், கனமாகவும் அடித்துக் கொண்டது. வெண்மையாக ஏதோ எழுவதை உணர்ந்த தாய்க்கூட நினைத்தார். அவருக்கு முன் இருந்த இருட்டில் அது ஒளிர்வதை நினைத்தார். தனது இறந்த தாயின் வடிவம் திடீரென்று தோன்றியதாய் நடுக்கத்தோடு நினைத்தார்.

''எனக்கு ஒரு விஷயம் தெரியும். இதற்குப் பிறகு அந்த ஆளை தனியே விட்டுடுவேன். இந்த நிந்திக்கப்பட்ட காகிதத்தில் எனக்கு என்ன வேணும்? நான் ஆவியால பீடிக்கப்பட்டதா நிச்சயமா நம்பறேன். அது முதல் நான் நடுங்கறேன். உளர்றேன். அவனுக்கு அந்த முடி எங்கு கிடைச்சுது? அது அந்த முடியா இருக்க முடியாது. அதை அப்பவே எரிச்சுட்டேனே. எரிச்சேன்னு எனக்குத் தெரியும். இறந்தவர்கிட்டே யிருந்து முடி எழும்புகிறது வேடிக்கையான ஒண்ணு.'' அவர் தனக்குள் சொல்லிக் கொண்டு தனது அமர்வு அறையில் திரும்ப வந்து அமர்ந்தார்.

ஆ லெஹ்ரி! அந்த தங்க முடிக்கற்றை மந்திரிக்கப்பட்டது. ஒவ்வொரு முடியும் உனக்கு திகிலும், வருத்தமும் தரக்கூடியது. அனாதரவானவர்கள் மீது அதிகபட்ச பெருந்தீங்கை உங்களது கொடூரமான கைகள் இழைக்கும் போது அவற்றைத் தடுக்க பலமான அந்த சக்தியால் அது பயன்படுத்தப்படுகிறது.

''நீங்க எழுந்து எனக்கு துணையா இருங்க'' கால்களை அழுத்தி, நாய்களை சீட்டியடித்து அழைத்து, லெஹ்ரி கூறினார். ஆனால் நாய்கள் தூக்க கலக்கத்தில் கண்களைத் திறந்து, மீண்டும் மூடிக் கொண்டன.

''சாம்போவையும், கியும்போவையும் அழைச்சு அவங்களோட நரக நடனத்தை ஆடிப்பாடச் சொல்லணும். அப்பதான் இந்த அருவருப்பான நினைப்பிலேர்ந்து விடுபட முடியும்'' லெஹ்ரி கூறிக்கொண்டார். தொப்பியை அணிந்தவாறு, வெராந்தாவுக்கு சென்றார். தனது கறுப்பு வேலையாட்களை அழைக்க வழக்கமாகப் பயன்படுத்தும் ஒலிப்பானை ஊதினார்.

அவர் வசீகரமான மகிழ்ச்சியில் இருக்கும்போது இந்த இருவரையும் தனது அமர்வு அறைக்கு அழைத்து அவர்களுக்கு

விஸ்கியை ஊற்றிக் கொடுத்து, பாட வைத்து, ஆட வைத்து, சண்டையிட வைத்து மகிழ்வார்.

ஏழை டாமோடு உரையாடி கேசி திரும்பிக் கொண்டிருந்தபோது, இரவு மணி ஒன்று அல்லது இரண்டு இருக்கலாம். அப்போது அமர்வு அறையிலிருந்து வெளிப்பட்ட கிறீச்சிடலையும், பெரும் இருமல்களையும், கத்தல்களையும், பாடுவதையும் அவள் கேட்டாள். அவற்றோடு நாயின் குரைப்புகளும், பொதுவான ஆரவாரத்தின் அனைத்து அறிகுறிகளும் கலந்து கொண்டன.

வராந்தா படிகளில் ஏறி வந்து, உள்ளே பார்த்தாள். கடுமையான போதையில் இருந்த லெஹ்ரியும், சாம்போ, கியும்போவும் பாடிக் கொண்டும், ஊளையிட்டுக் கொண்டும், நாற்காலிகளை தாறுமாறாகப் போட்டுக் கொண்டும், அர்த்தமற்ற, அருவருப்பான முகச் சுழிப்புகளை செய்து கொண்டுமிருந்தனர்.

ஜன்னல் விளிம்பில் தனது சிறிய, மெல்லிய கையை அவள் ஊன்றிக் கொண்டு, அவர்களை உற்றுப் பார்த்தாள். அவ்வாறு பார்க்கையில், அவளது கரும் கண்களில் வேதனையான, அவமதிப்பான, தீவிரமான கசப்புணர்வு இருந்தது. "இதுபோன்ற பாதகனிடமிருந்து உலகத்தை விடுவிப்பது பாவமாகுமா?" அவள் தனக்குள் சொல்லிக் கொண்டாள்.

அவள் விரைவாக வெளியே திரும்பினாள். பின் கதவு வழியாகக் கடந்து மேல் மாடிக்கு ஏறினாள். எம்மிலைனின் கதவைத் தட்டினாள்.

36

எம்மிலைனும், கேசியும்

கேசி அறைக்குள் நுழைந்தபோது, அறையின் கடைக்கோடி மூலையில் அச்சத்தில் வெளிறிய முகத்துடன் எம்மிலைன் அமர்ந்திருப்பதைப் பார்த்தாள். அவள் வருவதைப் பார்த்ததும், சிறுமி பதற்றத்துடன் எழுந்துகொள்ளத் துவங்கினாள். ஆனால் அது யாரென்று பார்த்த பிறகு, விரைந்து வந்து அவளது கைகளைப் பிடித்து அவள் கூறினாள்: "ஓ கேசி! நீங்களா? நீங்க வந்தீங்கன்னு எனக்கு மகிழ்ச்சியா இருக்கு. நான் பயந்துட்டேன். இன்னிக்கு சாயங்காலம் முழுவதும் கீழே என்ன ஒரு அருவருப்பான சத்தம் இருந்ததுன்னு உங்களுக்குத் தெரியாது!"

''எனக்குத் தெரிஞ்சுதான் ஆகணும். நா போதுமான அளவுக்கு அடிக்கடி அதைக் கேட்டுட்டேன்.'' உலர்ந்த குரலில் கேசி கூறினாள்.

''ஓ கேசி! நீங்க சொல்லுங்க. இந்த இடத்திலேர்ந்து வெளியேற முடியாதா? எங்கேன்னு எனக்கு கவலை இல்லை. பாம்புகள் நெளியும் சகதிக்குக்கூடப் போகலாம். எங்கே வேணாலும் போகலாம். இந்த இடத்திலிருந்து வெளியேறி வேறு எங்கும் போக முடியாதா?''

''கல்லறைத் தவிர, வேறு எங்கும் போக முடியாது'' கேசி கூறினாள்.

''நீங்க எப்பவாவது முயற்சித்து பார்த்திருக்கீங்களா?''

''எவ்வளவோ முயற்சித்துப் பார்த்துட்டேன். அதால என்ன கிடைக்கும்?'' கேசி கூறினாள்.

''நான் சகதியில வாழக்கூட விரும்புவேன். மரப்பட்டைகளை சாப்பிட்டுவிட்டுக்கூட இருந்துடுவேன். நான் பாம்புகளுக்குகூட பயப்பட மாட்டேன்.'' எம்மிலைன் ஆர்வமாகக் கூறினாள்.

''உன்னோட கருத்துல பல பேர் இங்க இருந்திருக்காங்க. நீ சகதியில வசிக்க முடியாது. நீ நாயால் தேடிக் கண்டுபிடிக்கப்பட்டு இழுத்துட்டு வரப்படுவே. பிறகு, பிறகு....'' கேசி இழுத்தார்.

''அவர் என்ன செய்வார்?'' அவளது முகத்தில் மூச்சு விடாத ஆர்வத்தோடு பெண் கேட்டாள்.

''அவர் என்னதான் செய்ய மாட்டார்? அப்படி நீ கேட்கலாம். மேற்கு இந்தியாவில் இருக்கும் கடல் கொள்ளைக்காரங்ககிட்டே யிருந்து அவர் தனது வியாபாரத்தை கத்துக்கிட்டிருக்கார். நான் பார்த்த விஷயங்கள நான் சொன்னேன்னா, நீ ரொம்ப தூங்கக்கூட மாட்டே. நல்ல வேடிக்கையா நினைச்சு அவர் சொன்ன பல விஷயங்களும் அப்படித்தான் இருக்கும். நா இங்க பலமுறை கேட்ட கூச்சல்கள் பல வாரங்களுக்கு எனது தலையிலிருந்து வெளியேற முடியாமத் தவிச்சிருக் கேன். அந்தக் குடியிருப்புக்குப் போற வழியில ஒரு இடம் இருக்கு. அங்க ஒரு கறுப்பான அடி வாங்கிய மரத்தைப் பார்க்க முடியும். அந்த நிலம் முழுவதும் கறுப்புச் சாம்பலால் மூடப்பட்டிருக்கும். அங்க என்ன நடந்ததுன்னு அதை அனுபவிச்ச வங்கள கேட்டா, சொல்ற துக்குக் கூட அவங்களுக்கு தைரியம் வராது.''

''ஓ! நீங்க என்ன சொல்றீங்க?''

''நான் உன்கிட்ட சொல்ல மாட்டேன். அதைப் பத்தி நினைக் கிறதையே வெறுக்கறேன். அந்த ஏழை மனுஷர் ஆரம்பிச்ச மாதிரியே தொடர்ந்து இருந்தார்னா, நாளைக்கு அவருக்கு என்ன நடக்கும்னு கடவுளுக்கு மட்டுமே தெரியும்னு நான் சொல்வேன்.''

''அருவருப்பு; ஓ கேசி! நான் என்ன செய்யலாம்னு சொல்லுங்க'' அவளது கன்னம் சிறிது சிறிதாக வெளிற எம்மிலைன் கேட்டாள்.

''நான் என்ன செஞ்சேன்? உன்னால முடிஞ்சத செய். என்ன செய் யணுமோ அதைச் செய். வெறுத்து சபிச்சுக்கிட்டே அதைச் செய்.''

''வெறுக்கத்தக்க பிராந்தியை நா குடிக்கணும்னு அவர் சொல்றார். அதை நான் ரொம்ப வெறுக்கறேன்.'' எம்மிலைன் சொன்னாள்.

''நீ குடிக்கறது நல்லது; நானும் அதை வெறுத்தேன். இப்ப அது இல்லாம என்னால இருக்க முடியாது. ஒருவருக்கு ஏதாவது இருக்க வேண்டும். அதை எடுத்துக்கும்போது சில விஷயங்கள் அத்தனை பயங்கரமா இருப்பதில்லை.'' கேசி கூறினாள்.

''அது மாதிரி எதையும் எப்பவும் தொடக் கூடாதுன்னு அம்மா சொல்வாங்க.'' எம்மிலைன் கூறினாள்.

''அம்மா சொன்னாங்களா?'' அம்மா என்ற வார்த்தையில் மெய்சிலிர்த்து, கசப்பான அழுத்தம் கொடுத்து கேசி கேட்டாள். ''அம்மாங்க எதையும் சொல்றதுல என்ன பயன்? நீ விலை கொடுத்து வாங்கப்பட வேண்டியவ. உன்னை யாரு வாங்கறாங்களோ, அவங்களுக்கு உன்னோட ஆன்மா சொந்தமானது. அப்படித்தான் அது போகும். பிராந்தியைக் குடி. உன்னால முடிஞ்ச வரை குடி இந்த சாபத்துக்கு முடிவே கிடையாது நிரந்தரமா கிடையாது.''

''நான் பிறந்தே இருக்கக் கூடாதுன்னு விரும்பறேன்.'' தனது கைகளைச் சுழற்றியபடி எம்மிலைன் கூறினாள்.

'அது என்னிடம் இருந்த பழைய விருப்பம். அதை விரும்பறதை வழக்கமா வச்சிருந்தேன். எனக்கு தைரியம் இருந்திருந்தா, நா இறந் திருப்பேன்.'' ஓய்வில் இருக்கும்போது வழக்கமாக இருக்கும் துயரத்தில் நிலைத்த, அசைவற்ற பார்வையில் இருளை நோக்கிப் பார்த்தாள்.

''தன்னைத் தானே தற்கொலை செய்து கொள்வது தீய செயல்'' எம்மிலைன் கூறினாள்.

''அது ஏன்னு எனக்குத் தெரியல. அது நாம் வாழ்ந்து தினந்தினம் செய்யற செயல்களைவிட அதிகமான தீயது கிடையாது. நான் உயர் பள்ளியில் படிக்கும்போது, சகோதரிகள் சொன்ன விஷயங்கள் சாவதற்கு என்னைப் பயப்பட வச்சிருக்கு. அதுதான் நமது இறுதின்னா நாம அதை இப்பவே செஞ்சா என்ன?''

எம்மிலைன் திரும்பி, அவளது கரத்தில் தனது கரத்தை மறைத்துக் கொண்டாள்.

மேலறையில் இந்த உரையாடல் நடந்து கொண்டிருக்கும்போது, தனது போதையால் ஆட்கொள்ளப்பட்ட லெஹ்ரி கீழறையில் ஆழ்ந்த துயிலில் மூழ்கினார். லெஹ்ரி குடியை தினசரி வழக்கமாய்க் கொண்டி ருப்பவர் இல்லை. சிறப்பான ஆரோக்கியம் கொண்டவரையே அழித்து ஒழித்துவிடக்கூடிய ஊக்க பான பழக்கத்தின் தீங்கை லெஹ்ரியின் வலிமையான முரட்டு உடம்பு தாங்கியிருக்கக் கூடும். ஆனால் அவரிட

மிருந்த ஆழமான எச்சரிக்கை உணர்வு, தனது கட்டுப்பாட்டை இழக்கும் அளவிற்கு அதன் தாகத்திற்கு அடிபணிவதிலிருந்து அவரை தடுத்து வந்தது.

அன்று இரவு அவரது மனதில் எழுந்திருந்த வேதனையையும், வெறுப்பையும், அச்சத்தையும் முற்றிலும் அழிக்கும் முயற்சியில், வழக்கத்தைவிட அதிகமாகக் குடித்தார். அவர் தனது கறுப்புப் பணியாட்களை அனுப்பிய பின்பு அறையில் இருந்த ஒரு கட்டிலில் வேகமாக விழுந்து, ஆழமான துயிலில் ஆழ்ந்தார்.

ஓ! துயிலின் நிழலான உலகத்தில் கெட்ட ஆவிகள் எவ்வளவு தைரியமாக நுழைந்துவிடுகின்றன? தண்டனை தரும் மர்மமான காட்சியிடத்தின் மங்கலான புறத்தோற்றம் லெஹ்ரியின் கனவில் வந்தது. அவரது கனமான, தீவிரமான தூக்கத்தில், ஒரு திரையணிந்த உருவம் அவருக்கு அருகில் இருந்தது. தனது குளிர்ந்த, இதமான கைகளை அவர் மீது வைத்தது. அது யாருன்னு அவருக்குத் தெரிஞ்சதா நினைச்சார். அந்த முகம் திரையால் மூடப்பட்டிருந்தாலும் கசிந்த திகிலோடும், நடுக்கத்தோடும் அதைப் பார்த்தார். மெதுவாக அது அவரது கழுத்தைச் சுற்றிக் கொண்டு, மேலும் மேலும் இறுக்கியது. அவரால் மூச்சு விட முடியவில்லை.

பிறகு சில குரல்கள் தனது காதில் முணுமுணுத்ததாய் அவருக்குத் தோன்றியது. அந்த முணுமுணுப்புகள் அவரை திகிலுக்கு உள்ளாக்கின. பயங்கரமான பள்ளத்தின் விளிம்பில் அவர் நிற்பதாக அவருக்குத் தோன்றியது. கருங் கரங்களை நீட்டி அவரை இழுப்பது போல் இருந்தது. சிரித்துக் கொண்டு பின்பக்கத்திலிருந்து வந்த கேசி தள்ளி விட்டது போல் தெரிந்தது. அந்த உன்னதமான திரையிட்ட வடிவம் எழுந்து, திரையை விலக்கியது. அது அவருடைய தாய். அது அவரிடமிருந்து திரும்பி விலகி, கீழே கீழே விழுந்து இறங்கியது. குழப்பமான கூச்சல் சத்தங்களும், முனகல்களும், சாத்தானின் சிரிப்புக் கூவல்களும் கேட்டன. லெஹ்ரி விழித்துக் கொண்டார்.

விடியலின் இளஞ் சிவப்பு வண்ணம் அறையில் அமைதியாக நுழைந்தது. காலை நேர நட்சத்திரம் தனது உன்னதமான, புனிதமான வெளிச்சக் கண்களால் அந்தப் பாவப்பட்ட மனிதனை பிரகாசமான வானத்திலிருந்து எட்டிப் பார்த்தது. தான் பிறக்கும்போது எவ்வளவு புதிதாகவும், உன்னதமாகவும், அழகாகவும் ஒவ்வொரு நாளும் இருக்கிறது? ''கவனமாய் இரு! உனக்கு மேலும் ஒரு வாய்ப்பு இருக்கு! அழியாத புகழை அடையப் பார்.'' என்று மனிதனுக்கு உணர்ச்சி யூட்டுவதாய் அது தோன்றும். இந்தக் குரல் கேட்காத பேச்சோ, மொழியோ எங்கும் இல்லை. ஆனால், தைரியம் மிகுந்த கெட்டவனுக்கு இது கேட்பதில்லை. சபதத்தோடும், சாபத்தோடும் அவர் எழுந்தார்.

காலையின் தினசரி அதிசயத்தின் தங்கமும், கருநீலமும் தனது முத்திரையாக கடவுளின் மகன் வடிவமைத்துள்ள அந்த நட்சத்திரத்தின் புனிதத் தன்மை அவருக்கு எதுவுமில்லை. எதைப்பற்றியும் கருதாது, தட்டுத்தடுமாறி முன்னேறி, மிருகத்தனமாக கோப்பையில் பிராந்தியை ஊற்றி, அதில் பாதியைக் குடித்தார்.

''நான் நரகமான இரவை அனுபவிச்சேன்.'' எதிர்க்கதவு வழியாக நுழைந்த கேசியிடம் கூறினார்.

''அது மாதிரி இன்னும் அதிகமான இரவுகள் உங்களுக்கு வரும்'' வறண்ட குரலில் அவள் கூறினாள்.

''நீ என்ன சொல்றே, பண்பில்லாத பெண்ணே!''

''ஒரு நாளைக்கு நீங்களே தெரிஞ்சுப்பீங்க. சைமன், உங்களுக்குக் கொடுக்க என்கிட்ட கொஞ்சம் அறிவுரை இப்ப இருக்கு.'' அதே குரலில் கேசி பதிலளித்தாள்.

''சாத்தானே! உன்கிட்ட இருக்கும்.''

'' டாமை தனியா விட்டுடறது நல்லதுங்கறதுதான் என்னோட அறிவுரை'' அந்த அறையில் எதையோ ஒழுங்குபடுத்தியவாறு கேசி உறுதியாகக் கூறினாள்.

''இதுல உன்னோட வேலை என்ன?''

''நிச்சயமா ஏன்னு எனக்குத் தெரியாது. ஒரு மனுஷனுக்கு 1200 டாலர் கொடுத்து, வேலை மிகுந்த பருவத்தில் அவரை முடக்கிப் போடுவது என்னோட வேலை இல்லை. என்ன முடியுமோ அதை அவருக்கு செஞ்சுட்டேன்.''

''செஞ்சுட்டியா? என்னோட விவகாரத்துல மூக்கை நுழைக்க உனக்கு என்ன இருக்கு?''

''எதுவுமில்லை என்பது நிச்சயம். உங்களது ஆட்களை அக்கறையா பல நேரங்களில் கவனிச்சு, உங்களுக்கு பல ஆயிரம் டாலர்களை மிச்சப் படுத்தியிருக்கேன். அதுக்கு இதுதான் நன்றியா? மத்தவங்களைவிட உங்க உற்பத்திக் குறைவா சந்தைக்கு வந்தா, அது உங்களுக்குப் பந்தய இழப்பு இல்லையா? உங்களுக்காக டாம்ப்கின்ஸ் தயவு காட்டமாட்டார்னு நினைக்கறேன். ஒரு பொண்ணு மாதிரி பணத்தை எண்ணிக் கொடுத்தாகணும். மாட்டீங்களா? நீங்க அப்படி செய்வத நான் பார்ப்பேன்னு நினைக்கறேன்.''

மற்ற தோட்ட உடமையாளர்கள் போலவே லெஹ்ரிக்கு ஒரு பேராசை இருந்தது. அந்தப் பருவத்தின் அதிக விளைச்சலை பெறுவதுதான் அது. அருகில் இருக்கும் நகரில் இந்தப் பருவத்திற்காகப் பல பந்தயங்களை கட்டியிருந்தார். ஒரு பெண்ணின் சாதுர்யத்தோடு அசையவல்ல ஒரே நூலை கேசி தொட்டாள்.

''நல்லது. அவன் செஞ்சதுக்கு அவனை மன்னிச்சு விட்டுடறேன்.'' அவன் என்கிட்ட மன்னிப்புக் கேட்கணும். நல்லபடி நடப்பதா உறுதி கூறணும்.'' லெஹ்ரி கூறினார்.

''அதை அவர் செய்ய மாட்டார்.'' கேசி கூறினாள்.

''மாட்டானா?''

''இல்லை, அவர் மாட்டார்'' கேசி கூறினாள்.

''ஏன்னு தெரிஞ்சுக்க விரும்பறேன் எஜமானி'' அவமதிப்பின் உச்சிக்குச் சென்று லெஹ்ரி கேட்டார்.

''அவர் சரியானதைத்தான் செஞ்சார் என்பதால்தான். அது அவருக்குத் தெரியும். தப்பு செஞ்சதா சொல்ல மாட்டார்.''

''அவனுக்கு என்ன தெரியும்னு யாருக்கு அக்கறை? நான் விரும்பறதை அந்தக் கறுப்பன் சொல்லணும் இல்லேன்னா.''

''இல்லேன்னா பருத்தி பயிர் பற்றிய உங்களோட பந்தயத்தில் தோத்துப் போவீங்க. இந்தப் பருவத்தின் மும்முரமான நேரத்தில் அவரை வேலையிலிருந்து தள்ளி வச்சா அப்படித்தான் நடக்கும்.''

''அவன் எப்படியும் விட்டுக் கொடுப்பான். நிச்சயம் அவன் செய்வான். கறுப்பங்க யாருன்னு எனக்குத் தெரியாதா? இன்னிக்குக் காலையில நாய் மாதிரிக் கெஞ்சுவான்.''

''அவர் மாட்டார் சைமன். அவர் மாதிரி ஆளுங்களை உங்களுக்குத் தெரியாது. அங்குலம், அங்குலமா அவரைக் கொல்லலாம். அவரிடமிருந்து முதல் ஒப்புதல் வார்த்தையைக்கூட வாங்க முடியாது.''

''நாம பார்ப்போம். எங்க இருக்கான்?'' வெளிறிய லெஹ்ரி கூறினார்.

கேசியிடம் வீராப்பாகப் பேசியிருந்தாலும் அவரிடம் சாதாரண மாகக் காணப்படாத ஒரு வித சந்தேகத்துடன்தான் வீட்டை விட்டு லெஹ்ரி கிளம்பினார். அவர் இரவில் கண்ட கனவும், கேசியின் அறிவுப் பூர்வமான ஆலோசனைகளும் இணைந்து அவர் மனதைக் கணிச மாகப் பாதித்திருந்தன. டாமுடனான தனது மோதலுக்கு யாரும் சாட்சி யாக இருக்கக் கூடாது என்று உறுதி பூண்டார். அவரை அடித்துப் பணிய வைக்க முடியாவிட்டால், தனது பழிவாங்கலை வேறு வசதியான பருவத்திற்குத் தள்ளி வைப்பது என்று தீர்மானித் திருந்தார்.

டாம் படுத்திருந்த கொட்டகையின் முரட்டு ஜன்னல் வழியே, காலை நட்சத்திரத்தின் ஜொலிப்புடன் விடியலின் உன்னதமான வெளிச்சம் உள்நுழைந்திருந்தது. நட்சத்திரக் கதிர் ஜன்னல் வழியே இறங்கி வந்தது போன்று "நான் டேவிட்டின் மற்றும் பிரகாசமான காலை நட்சத்திரத்தின் வேரும், குழந்தையுமாவேன்'' என்ற உன்னத வார்த்தைகள் அவரிமிடருந்து வந்தன. கேசியின் புதிரான எச்சரிக்கை

களும், தகவல்களும் அவரை அதைரியப்படுத்துவதற்குப் பதிலாக, இறுதியில் அதை சொர்க்கத்தின் அழைப்பாய்க் கருத வைத்தது. தான் இறக்கும் நாள் வானத்தில் எழுகிறது என்று அவருக்குத் தெரிந்தது. அவர் அடிக்கடி லயித்து ரசித்திருந்த வினோதமான அனைத்தும் – மகத்தான வெள்ளை அரியணை; அதன் ஜொலிக்கும் வானவில்; வெள்ளை உடை அணிந்த கூட்டம்; கிரீடம்; தந்தி வாத்தியங்கள்; உன்னத உள்ளங்கைகள் – சூரியன் மறையும் மாலைக்குள் பார்வைக்கு வருமென்று நினைத்தார். உன்னதமான மகிழ்ச்சியான வலியும், விருப்பமும் அவரது இதயத்தில் துடித்தன. நடுங்காமலும், அஞ்சாமலும், தன்னை நெருங்கி வந்த தன்னைத் துன்புறுத்துவோனின் குரலை டாம் கேட்டார்.

“நல்லது, எனது பையா; நீ எப்படி இருக்கே? உனக்கு ஒண்ணு, ரெண்டு விஷயங்கள் கத்துக் கொடுப்பேன்–னு நா சொல்லலையா? உனக்கு அது எப்படி இருந்தது? அடி எப்படி இருந்தது? டாம்! இரவு இருந்த மாதிரி இப்ப பிடிவாதமா இருக்கமாட்டேன்னு நினைக்கறேன். இப்ப இந்த ஏழைப் பிறவிக்கு உபதேசிக்க மாட்டேன்னு நினைக் கிறேன்'' அவமதிப்பான உதையுடன் லெஹ்ரி கேட்டார்.

டாம் எதுவும் பதிலளிக்கவில்லை.

“எழுந்திரு, மிருகமே'' அவரை மீண்டும் உதைத்து லெஹ்ரி கூறினார். சிராய்ப்புகளால் சிரமப்பட்ட மனிதருக்கு இது கடினமான வேலை. டாம் எழுந்திருக்க முயற்சித்தார். லெஹ்ரி மிருகத்தனமாக சிரித்தார்.

“இந்தக் காலையில் எது உன்னைத் தடுமாற வைக்குது டாம்? நேத்து இரவு சலி பிடிச்சிடுச்சா?''

இந்த சமயத்தில் டாமுக்கு தனது காலை ஊன்ற முடிந்தது. அசையாது நிலைத்து நின்று தனது எஜமானரை எதிர்கொள்ள முடிந்தது.

“உன்னால முடியும் சாத்தானே! போதுமான அளவுக்கு நீ வாங்க வேன்னு நம்பறேன். இரவு நீ நடந்துக்கிட்ட விதத்துக்கு என் முன்னால முட்டி போட்டு மன்னிப்புக் கேள்.'' அவரைப் பார்த்து லெஹ்ரி கூறினார்.

டாம் அசையவில்லை.

“கீழே விழு, நாயே“ சாட்டையால் அவரை அடித்து, லெஹ்ரி கூறினார்.

“எஜமானர் லெஹ்ரி, என்னால அது முடியாது. எனக்குச் சரின்னு பட்டதைத்தான் நா செஞ்சேன். மீண்டும் அது மாதிரி நடந்தா, அதையே தான் நான் செய்வேன். எது வந்தாலும் நா கொடூரமான விஷயங்களை செய்யமாட்டேன்.'' டாம் சொன்னார்.

“ஆமாம், உனக்கு என்ன நடக்கும்னு தெரியாது எஜமானர் டாம் அவர்களே. உன்கிட்ட ஏதோ விஷயம் இருக்கறதா நினைக்கறே. அது எதுவுமே இல்லன்னு நான் சொல்ல விரும்பறேன். ஒரு மரத்துல கட்டப்பட்டு, உன்னைச் சுத்தி மெதுவாக நெருப்பை எரிய விட்டா எப்படி இருக்கும்? ரொம்ப இனிமையா இருக்காதா டாம்?’’

“எஜமானரே! உங்களால பயங்கரமான விஷயங்கள செய்ய முடியும்னு தெரியும். என்னோட உடம்பைக் கொன்ற பிறகு, உங்களால எதுவும் செய்ய முடியாது. அதற்குப் பிறகு எல்லா ‘‘முடிவற்றதும்’ வரும்.’’ வானை நோக்கி தனது கையை நீட்டியவாறு டாம் கூறினார்

“முடிவற்றது’ என்ற வார்த்தை கறுப்பு மனிதனின் ஆன்மாவை வெளிச்சத்தாலும், சக்தியாலும் மெய்சிலிர்க்க வைத்தது. ஒரு தேளின் கொட்டல் போன்று அந்தப் பாவியின் ஆன்மாவையும் மெய்சிலிர்க்ச வைத்தது. பற்களை நறநறவென கடித்து டாமை லெஹ்ரி பார்த்தார் ஆனால், பெருங்கோபம் அவரை அமைதிப்படுத்தியிருந்தது விடுவிக்கப்பட்ட மனிதரின் தெளிவான, உற்சாகமான குரலில் டாம் பேசினார்.

“எஜமானன் லெஹ்ரி அவர்களே! நீங்க என்னை விலை கொடுத்து வாங்கினதுக்கு, எப்போதும், எனது உடல் வலிமைக்கு ஏற்றபடி எனது கையால் எல்லா வேலைகளையும் செய்வேன். எனது ஆன்மாவை அழியும் மனிதருக்கு விட்டுக் கொடுக்க மாட்டேன். நான் கடவுளை பற்றிக் கொண்டு, அவரது கட்டளைக்கே முன்னுரிமை கொடுப்பேன். வாழ்ந்தாலும், இறந்தாலும் அப்படித்தான் இருப்பேன்னு நீங்க நிச்சயம் நினைக்கணும். நீங்க எனக்கு கசையடி கொடுக்கலாம். பட்டினி போடலாம். எரிக்கலாம். நான் போக விரும்பற இடத்துக்கு விரை வாகப் போக அந்தக் கொடுமைகள் உதவும்.’’

“உன்னை விட்டுக் கொடுக்க வைப்பேன்’’ சீற்றத்தோடு லெஹ்ரி கூறினார்.

“எனக்கு உதவி கிடைக்கும். உங்களால எப்பவும் அது முடியாது’’ டாம் சொன்னார்.

“உனக்கு உதவப் போற சாத்தான் யாரு?’’ அவமதிப்பாய் லெஹ்ரி கேட்டார்.

“எல்லாம் வல்ல ஆண்டவனே’’ டாம் கூறினார்.

“நீ சாத்தான்’’ முஷ்டியை மடக்கி ஒரு அடி அடித்து டாமைத் தரையில் தள்ளி லெஹ்ரி கூறினார்.

இந்தக் கணத்தில் குளிர்ந்த மிருதுவான கை லெஹ்ரி மீது விழுந்தது. அவர் திரும்பினார். அது கேசி. அந்தக் குளிர்ந்த மிருதுவான தீண்டல் அவரது முந்தைய இரவுக்கனவை நினைவுபடுத்தியது. அவரது

மூளையின் அறைகளில் அவை எதிரொலித்தன. அனைத்துத் திகில்களுடன் இணைந்து அச்சமூட்டிய இரவு தேவதையின் பிம்பங்கள் அவர் முன் தோன்றின.

“நீங்க முட்டாளா இருப்பீங்களா? அவரைப் போக விடுங்க. வயல் வேலைக்கு தயார்படுத்த என்னைத் தனியா விடுங்க.'' பிரெஞ்சில் கேசி கூறினாள்.

முதலைகளும், காண்டாமிருகங்களும் குண்டு துளைக்க முடியாத கூண்டுக்குள் அடைக்கப்பட்டாலும் பலவீனமாக இருக்கும் இடம் அவைகளிடம் இருக்கும் என்பர். பயங்கரமான, பொறுப்பற்ற, நம்பிக்கையற்ற எதிர்ப்புகாட்டும் மூட நம்பிக்கையுள்ள அச்சுறுத்து வோர்களுக்கும் இது போன்ற இடம் இருக்கும். இப்போதைக்கு அந்த இடத்திலிருந்து விலக முடிவெடுத்து லெஹ்ரி திரும்பினார்.

“உன்னோட வழியில போ'' வேண்டா வெறுப்பாக கேசியிடம் சொன்னார்.

“கவனமாகக் கேளு; வேலை மும்முரமா இருக்கிறதால, உன்னை இப்ப கவனிக்கமாட்டேன். என்னோட எல்லா ஆட்களும் இப்ப எனக்கு வேணும். நான் எப்பவும் மறக்க மாட்டேன். உன்னைப் பிறகு கவனிச்சுப்பேன். உன்னோட கறுப்புத் தோலிலிருந்து எனக்கு வேண்டியதை கொடுக்க வைப்பேன்.'' டாமிடம் லெஹ்ரி கூறினார்.

பிறகு திரும்பி, அங்கிருந்து அகன்றார்.

“அப்படிப் போங்க. நீங்க திருந்தற நேரம் வரணும்.'' அவரை வெறுமையாய் நோக்கி கேசி கூறினாள். மேலும் டாமிடம் திரும்பி “எனது ஏழை மனிதரே! எப்படி இருக்கீங்க?'' என்றாள்.

“கடவுள் தனது தேவதையை அனுப்பி, சிங்கத்தின் வாயை மூட வச்சிருக்கார் - இந்த முறை'' டாம் சொன்னார்.

“தினந்தினம் உங்களை கவனமா கவனிக்கிற அளவுக்கு அவரது வெறுப்புக்கு ஆளாகியிருக்கீங்க. உங்க குரல்வளையை நாய் மாதிரி நெரிப்பார். உங்களது இரத்தத்தை உறிஞ்சுவார். கொஞ்சம் கொஞ்சமா இரத்தம் கசிய வச்சு உயிரை எடுக்கப் பார்ப்பார். அந்த மனுஷரை எனக்குத் தெரியும்.'' கேசி கூறினாள்.

37

விடுதலை

''அடிமைத்தன ஆசனத்தின் மீது புனிதமாக அவர் அமர்ந்திருந்தாலும், பிரிட்டனின் புனித மண்ணை ஒருவர் தொடும் அந்தக் கணத்தில், கடவுளும், ஆசனமும் குப்பையில் அமிழ்ந்துவிடும். உலகளாவிய பிரகாசமான விடுதலையில் விடுவிக்கப்பட்டவராய், மீட்கப்பட்டவராய், புதுப்பிக்கப் பட்டவராய் மாறிவிடுவார்.''

– குர்ரான்

அவரது துன்புறுத்தல்காரர்களிடம் டாமை விட்டுவிட்டு, சாலை அருகில் இருந்த பண்ணை வீட்டில் நட்பான கரங்களில் விடப்பட்டு வந்த ஜார்ஜ் மற்றும் எலிசாவின் வாழ்க்கை நிகழ்வுகளை நாம் தொடர்வோம்.

மிகவும் தூய்மையாக இருந்த குழுக்குடியிருப்புப் படுக்கையில் தோர்காஸ் அத்தையின் தாய்மையான கண்காணிப்பில் முனகிய வாறும், சிரமப்பட்டவராகவும் இருந்த டாம் லோக்கரை விட்டுவிட்டு வந்திருந்தோம். ஒரு நோய்வாய்ப்பட்டக் காட்டெருமை போல கட்டுப்படுத்த முடிந்தவராக தோர்காஸ் அத்தைக்கு அவர் இருந்தார்.

ஓர் உயரமான, பெருமதிப்புக்குரிய தோற்றம் கொண்ட ஆன்மிகமான பெண்ணை மனதில் எண்ணிப் பாருங்கள். சிந்திக்கும் சாம்பல் நிற கண்களில் அளவுக்கு அதிகமாக நிலைத்து நிற்கும் மேடான, தெளிவான நெற்றியிலிருந்து பிரிந்த அவரது நரைத்த முடிகளை அவரது தூய மஸ்லின் தொப்பி நிழலாக மறைத்தது. அவரது மடியில் வெண்மையான கிரேப் கைக்குட்டை தூய்மையாக மடிக்கப்பட்டு கிடந்தது. அந்த அறையில் மேலும், கீழுமாக பரபரப் பாக அவர் நடமாடியபோது, அவரது பளபளப் பான பழுப்புநிற பட்டாடை அமைதியாக சலசலத்தது.

“சாத்தானே'' படுக்கைத் துணியை வேகமாக வீசி டாம்லோக்கர் கூறினார்.

“அது மாதிரி மொழிகளை பயன்படுத்தக்கூடாதுன்னு உங்களை வேண்டிக்கறேன். தாமஸ்'' படுக்கையை அமைதியாகச் சரிப்படுத்திய தோர்காஸ் அத்தை கூறினார்.

“என்னால முடிஞ்சா அப்படிச் சொல்ல மாட்டேன். பாட்டி. வெறுப்பேத்தற மாதிரி வெயில் அடிக்குது.'' லோக்கர் கூறினார்.

தோர்காஸ், படுக்கையிலிருந்து தலையணையை எடுத்தார். துணிகளை நேராக நீவினார். அதனை மடித்தார். அதைக் கம்பளிப் பூச்சியை பார்க்கற மாதிரி டாம் லோக்கர் பார்த்தவண்ணம் இருப்பதறிந்து அதைப்பற்றி குறிப்பிடவும் செய்தார்.

“எனது நண்பனே! நிந்தனையான இழிவான வார்த்தைகளை விட்டு விட்டு, உங்க வழியைப் பத்தி சிந்திக்கணும்னு விரும்பறேன்''

“அவற்றைப் பற்றி சிந்திக்கிற அளவுக்கு அந்த வழியில என்ன இருக்கு? அதைப் பற்றி நினைக்கறது கடைசியான விருப்பமா இருக்கு. அதைத் தூக்குல போடுங்க'' லோக்கர் கூறினார்.

பயமூட்டும் விதத்தில், எல்லாவற்றையும் கலைச்சுப் போட்டு, அங்கும் இங்கும் வீசியெறிந்தார்.

“அந்த ஆணும், பெண்ணும் இங்க இருக்காங்கன்னு நம்பறேன்.'' சிறிது இடைவெளிவிட்டு லோக்கர் கேட்டார்.

“ஆமாம் இருக்காங்க'' தோர்காஸ் கூறினார்.

“அவங்க ஏரி பக்கம் போனா நல்லது. எவ்வளவு சீக்கிரம் போறாங்களோ அவ்வளவு நல்லது'' லோக்கர் கூறினார்.

“அப்படித்தான் செய்வாங்கன்னு தோணுது'' அமைதியாக பின்னல் வேலையில் ஈடுபட்டிருந்த தோர்காஸ் அத்தை கூறினார்.

“அவங்க கவனமாப் போகணும். எங்களுக்காகப் படகுகளை கண்காணிக்கிற பிரதிநிதிகள் சாண்டஸ்கியில் இருக்காங்க. இப்ப சொன்னா பரவாயில்லை. மார்க்ஸை ஏமாத்தி தப்பிச்சுடுவாங்கன்னு நம்பறேன். அவன் சபிக்கப்பட்ட நாய்க் குட்டி'' லோக்கர் கூறினார்.

“தாமஸ்'' தோர்காஸ் கூறினார்.

“நான் உங்களுக்குச் சொல்வேன் பாட்டி, என்னை நீங்க ரொம்ப நம்பலன்னா நான் உடைஞ்சுப் போயிடுவேன். அந்தப் பெண்ணை அடையாளம் தெரியாதபடி தனது ஆடை அலங்காரத்தை மாத்திக்கச் சொல்லுங்க. சாண்டஸ்கியில் அவளது அடையாளங்கள் இந்நேரம் போய்ச் சேர்ந்திருக்கும்.'' லோக்கர் கூறினார்.

“நாங்க அத கவனிச்சுப்போம்.'' அவரது இயல்பான அமைதியோடு தோர்காஸ் சொன்னார்.

அவரது மற்ற சுகவீனங்களோடு முடக்குவாதத்தால் பாதிக்கப்பட்ட டாம் லோக்கர் குழுக் குடியிருப்பில் சிகிச்சை பெற்ற மூன்று வாரங்களில் தளர்வான, முதிர்ந்த மனிதனாய் தனது படுக்கையிலிருந்து எழுந்திருந்தார். அடிமைகளைப் பிடிக்கும் பணிகளுக்குப் பதிலாகப் புதிய குடியிருப்பில் புதிய வேலையைத் துவங்கினார். கரடிகளையும்,

ஓநாய்களையும், காட்டில் உள்ள விலங்குகளையும் பிடிக்கும் பணியில் தனது திறமையைக் காட்டி, அதில் மகிழ்வாய் ஈடுபட்டு, அவ்விடத்தில் நற்பெயர் ஈட்டினார். குழுக் குடியிருப்புவாசிகளை மரியாதையோடு குறிப்பிட்டார். " நல்ல மனுஷங்க'' என்னை மாத்தப் பாத்தாங்க. ஆனா முழுசா முடியல. புதியவங்களுக்கு நான் சொல்வேன். நோய்வாய்ப் பட்டவங்களுக்கு முதல் தரமா சிகிச்சை கொடுத்து, கவனிக்கறாங்க.''

அந்தக் குழு சான்டஸ்கியில் கண்காணிக்கப்படும் என்று லோக்கர் தெரிவித்திருந்ததால், அவர்களைப் பிரித்து அனுப்புவது என்று முடிவெடுக்கப்பட்டது. ஜிம்மும், அவனது வயதான தாயாரும் தனியாக முன்னேறிச் செல்ல வைக்கப்பட்டார்கள். ஒன்று அல்லது இரண்டு இரவு கழித்து, ஜார்ஜூம், எலிசாவும், அவர்களது குழந்தையும் தனியாக சான்டஸ்கிக்கு அனுப்பப்பட்டனர். ஏரியின் கடைசி வழிக்கு தயார்படுத்த உதவவும், விருந்தோம்பவும் ஒரு வீட்டில் வைக்கப் பட்டனர்.

இரவு கழிந்து, அவர்களுக்குப் பின்னால் விடுதலையின் காலை நட்சத்திரம் எழிலாக எழும்பியது. விடுதலை – மின்சாரம் பாய்ச்சும் வார்த்தை. அது என்ன? பகட்டான பேச்சாற்றலாக ஒரு பெயரில் வேறு எதுவும் இருக்க முடியுமா? எதற்காக உங்களது தந்தைகள் இரத்தம் சிந்தினார்களோ, எதற்காக உங்களது வீரமான தாய்கள் தங்களது உன்னதமான, சிறந்த உறவினர்கள் உயிரை இழப்பதைக் கூட விரும்பினார்களோ, அந்த விடுதலை என்ற வார்த்தை அமெரிக்க ஆண்களும், பெண்களுமான உங்களை ஏன் மெய்சிலிர்க்க வைக்கிறது?

ஒரு மனிதனுக்குப் புகழ்மிக்கதாயும், நெருக்கமாயும் தோன்றாத ஒன்று தேசத்திற்கு புகழ்மிக்கதாயும், நெருக்கமாயும் இருக்க முடியுமா? ஒரு தேசத்தில் வாழும் மக்களுக்கு சுதந்திரம் இல்லாமல், தேசத்திற்கு என்ன சுதந்திரம் இருக்க முடியும்? தனது அகலமான மார்பில் தனது கையைக் கட்டிக் கொண்டு, ஆப்பிரிக்கச் சாயலோடு தனது கண்களில் கோபக்கனல் பறக்க அமர்ந்திருக்கும் அந்த இளம் மனிதனுக்கு விடுதலை என்றால் என்ன அர்த்தம்? ஜார்ஜ் ஹாரிஸுக்கு விடுதலை என்றால் என்ன அர்த்தம்? உங்களது தந்தைகளுக்கு, ஒரு தேசம் தேசமாக இருப்பதற்கான உரிமையே சுதந்திரம். அவனுக்கோ, மனிதனாக – மிருகமாக அல்லாமல் – இருப்பதற்காக ஒரு மனிதனின் உரிமையே சுதந்திரம். தனது மனைவியை தனது மடியில் கிடத்திக் கொள்ள அழைக்கும் உரிமையே சுதந்திரம். காட்டுத்தனமான பலாத்காரத்திலிருந்து அவளைப் பாதுகாப்பதே சுதந்திரம். தனது குழந்தையைப் பாதுகாத்து, கற்பிக்கும் உரிமையே சுதந்திரம். அவனுக்கென்று சொந்தமாக ஒரு வீடு வைத்துக் கொள்ளும் உரிமையே சுதந்திரம். தனக்கென்று ஒரு மதமும், தனக்கென்று ஒரு தனிக் குணமும் வைத்துக் கொள்வதற்கான உரிமையே சுதந்திரம்.

மற்றவர்களின் விருப்பங்களுக்கு கட்டுப்பட வேண்டிய கட்டாயம் இல்லாத உரிமைகளே சுதந்திரம். தனது மனைவியைக் கவனித்துக் கொண்டு தனது தலையில் தனது கையை சாய்த்துக் கொண்டு இருந்த ஜார்ஜின் நெஞ்சில் இந்த எண்ணங்கள் உருண்டு, கசிந்து கொண்டிருந்தன. அவள் பாதுகாப்பாக வெளியேற உதவக் கூடியதாகக் கருதப்பட்ட, மெலிதான, அழகான ஆண் உடைகளை அளந்து பார்த்துக் கொண்டிருந்தாள்.

“இப்ப இது பரிதாபம்னு நான் சொல்றேன். ஜார்ஜ். இதெல்லாம் போயாகணும்கறது பரிதாபம். இல்லையா?'' கண்ணாடி முன்பு நின்று கொண்டு அபரிமிதமாக தழைத்திருந்த தனது அழகிய கரிய, சுருள் முடிகளை அசைத்துச் சொன்னாள். முடிக் கற்றைகள் சிலவற்றை விளையாட்டாகக் கையில் பிடித்துக் கொண்டு அவள் கூறினாள்.

ஜார்ஜ் சோகமாய்ப் புன்னகைத்தான். பதில் எதுவும் சொல்லவில்லை. எலிசா கண்ணாடிப்பக்கம் திரும்பினாள். அவளது தலையிலிருந்து ஒரு முடிக்கற்றையை வெட்டிப் பிரித்த கத்தரிக்கோல் பளபளத்தது.

“இது போதும்; இப்ப சில விநோதமான மாற்றங்களை செய்யலாம்.'' முடிவாரும் சீப்பை எடுத்தவாறு அவள் கூறினாள்.

“இப்ப நான் அழகான இளைஞனா இல்ல?'' தனது கணவரிடம் திரும்பி, சிரித்து, வெட்கப்பட்ட முகத்தோடு அவள் கூறினாள்.

“நீ எப்பவும் அழகாகத்தான் இருப்பே. நீ விரும்பறத செஞ்சுக்கோ'' ஜார்ஜ் சொன்னான்.

“உங்கள எது சாந்தமா மாத்திச்சு? நாம் இன்னும் கனடாவிலிருந்து இருபத்தி நான்கு மணி தூரத்தில்தான் இருக்கோம்னு அவங்க சொல்றாங்க. ஏரியில் ஒரு இரவும், ஒரு பகலும்தான் இருக்கணும். பிறகு..... ஓ'' ஒரு காலில் சாய்ந்து கொண்டு, அவனது கையில் தனது கையை வைத்தவாறு எலிசா கூறினாள்.

“ஓ எலிசா! அது அப்படித்தான். உன்னோட விதி ஒரு புள்ளி அளவுக்கு சுருங்கிடுச்சு. கண்ணுக்குத் தெரியற அளவுக்கு அவ்வளவு நெருக்கமாக வந்து எல்லாத்தையும் இழந்துடுவோமோன்னு பயமா இருக்கு. இனிமே அடிமையா எப்பவும் வாழக் கூடாது. எலிசா.'' அவளை தன்னை நோக்கி இழுத்தவாறு அவன் சொன்னான்.

“பயப்படாதீங்க. நம்மள முழுமையா விடுவிக்கற விருப்பம் அவருக்கு இல்லேன்னா, நல்ல கடவுள் நம்மை இவ்வளவு தூரம் கொண்டு வந்திருக்க மாட்டார். அவர் நம்மோடு இருப்பதா எனக்குத் தோணுது ஜார்ஜ்'' அவனது மனைவி நம்பிக்கையாகச் சொன்னாள்.

“நீ ஆசிர்வதிக்கப்பட்ட பெண், எலிசா! இந்தப் பெருங்கருணை எப்பவும் நமக்கு இருக்குமா? ஆண்டாண்டு காலமாக இருந்த துயரங்

கள் முடிவுக்கு வருமா? நாம சுதந்திர மனிதர்களாக மாறுவோமா?'' கொந்தளிப்பான பிடியில் அவளது கைகளைப் பற்றிக் கொண்டு ஜார்ஜ் கூறினான்.

"நான் நிச்சயம் நம்பறேன், ஜார்ஜ். எனக்குள் நான் உணர்கிறேன். இதே நாளில் நமது தளைகளிலிருந்து கடவுள் நம்மை விடுவிக்கப் போறார்.'' வான் பக்கம் நோக்கி அவள் சொன்னாள். அவளது நீண்ட, கருமையான கண் இமையில் உற்சாகமான, நம்பிக்கையான கண்ணீர் பளபளத்தது.

"நான் உன்னை நம்பறேன், எலிசா. நா நம்பறேன். நாம நல்லபடியா வெளியேறிடுவோம்னு நம்பறேன். "தனது முழங்கையால் எட்டும் தூரத்தில் அவளை நிறுத்தி வைத்து, அபிமானத்தோடு அவளைப் பார்த்தவாறு கூறினான். "நீ இப்ப அழகான இளம்பெண் அந்த சின்னஞ்சிறு. சுருள் முடிகளுடனான தலை அலங்காரம் உனக்கு நல்லா இருக்கு. உன்னோட தொப்பியை போட்டுக்க. ஒரு பக்கம் லேசாத் தூக்கிப் போட்டுக்க. இவ்வளவு அழகா நீ இருக்கிறத நான் பார்த்ததேயில்ல. வண்டி வர்ற நேரமாயிடுச்சு. திருமதி ஸ்மித், ஹேரிக்கு மாறுவேடம் போட்டுட்டாங்களான்னு ஆச்சர்யமா இருக்கு.''

"கதவு திறந்தது. மரியாதைக்குரிய தோற்றம் கொண்ட நடுத்தர வயதுப் பெண் ஒரு சிறுமியாய் உடை அணிந்திருந்த ஹேரியை அழைத்துக் கொண்டு அவ்வறைக்குள் நுழைந்தார்.

"எவ்வளவு அழகான பெண்ணாய் இருக்கான்?'' சிறுவனை திருப்பியவாறு எலிசா கூறினாள்.

"அவன ஹேரியட்டுன்னு கூப்பிடுவோம்- இது அழகா இருக்கு இல்ல?''

தனது தாயைப் புதிய விதமான உடையில் பார்த்த குழந்தை, அவளைத் தீவிரமாக நோக்கினான். ஆழ்ந்த அமைதி காத்தான். அவ்வப் போது பெருமூச்சை வெளியிட்டு, தனது கரும் முடிச்சுருளிலிருந்து எட்டிப் பார்த்தான்.

"அம்மாவை ஹேரிக்கு தெரியுதா?'' அவனை நோக்கி தனது கையை நீட்டியவாறு எலிசா கேட்டாள்.

குழந்தை அவளிடம் வெட்கத்தோடு ஒட்டிக் கொண்டது.

"உன்கிட்டேயிருந்து அவன் விலகியிருக்கணும்னு உனக்கு நல்லா தெரியும்போது, அவனை ஏன் தாஜா பண்ணப் பார்க்கறே, எலிசா?''

"அது முட்டாள்தனம்னு எனக்குப் புரியது! என்கிட்டேயிருந்து அவன் விலகியிருப்பதை பொறுத்துக்க முடியல. முக்காடு எங்கே? இதோ இருக்கே. ஆண்கள் முக்காடை எப்படி போட்டுப்பாங்க ஜார்ஜ்?'' எலிசா கேட்டாள்.

"நீ அத இப்படி போட்டுக்கணும்" தனது தோளில் அதை வீசியவாறு ஜார்ஜ் கூறினான்.

"இப்படியா?" அவனது இயக்கத்தை பிரதியெடுத்து எலிசா கூறினாள். "நான் அழுத்தமா நடக்கணும். நீண்ட காலடிகளை எடுத்து வைக்கணும், கெட்ட எண்ணம் கொண்டவனா எனது தோற்றம் இருக்கணும்."

"ரொம்ப சிரமப்படாதே. அங்கயும், இங்கயும் தன்னடக்கமான இளைஞர்கள் இருப்பது வழக்கம்தான். அது மாதிரி ஆளா நடிப்பது உனக்கு சுலபமா இருக்கும்" ஜார்ஜ் சொன்னான்.

"இந்தக் கையுறைகள், என் மேல கருணை காட்டட்டும். அது என்னோட கையை முழுசா முழுங்கிடிச்சு." எலிசா கூறினாள்.

"அத கண்டிப்பா போட்டுக்கோன்னு உனக்கு அறிவுரை கூறு வேன். உன்னோட மிருதுவான கைகள் நம்ம எல்லாரையும் காட்டிக் கொடுத்துடும். திருமதி ஸ்மித், நீங்க எங்க பொறுப்பில வருவீங்க. எங்க அத்தையா இருப்பீங்க. புரிஞ்சுதா?"

"புரிஞ்சுது." திருமதி ஸ்மித் கூறினார்.

"ஒரு ஆணும், பெண்ணும் ஒரு சிறுவனோடு வருவதாக எச்சரித்து எல்லாக் கும்பலின் தலைவர்களுக்கும் தெரிவிக்கப்பட்டுள்ளது என்று கேள்விப்பட்டேன்."

"அப்படித்தான் எச்சரிக்கை, செஞ்சிருக்காங்க — அப்படி யாரையாவது பார்த்தால், அவங்ககிட்ட நாம் சொல்லலாம்" ஜார்ஜ் கூறினான்.

கதவுக்கு அருகில் ஒரு வாகனம் வந்தது. தப்பி வந்தவர்களை வரவேற்றுப் பாதுகாத்த நட்பான குடும்பம் வழியனுப்பும் வாழ்த்துக் களோடு அவர்களைச் சுற்றிச் சூழ்ந்திருந்தது.

லோக்கர் கூறியிருந்த ஆலோசனைகளின் அடிப்படையில், அந்தக் குழு மாறுவேடம் பூண்டிருந்தது. அவர்கள் செல்லவிருக்கும் கனடாவின் ஒரு குடியிருப்பைச் சேர்ந்த மரியாதைக்குரிய குடும்பத்தின் திருமதி ஸ்மித் ஏரியைக் கடந்து திரும்ப தனது இடத்திற்குச் செல்ல இருந்தார். அது அவர்களது அதிர்ஷ்டம். சின்னஞ்சிறு ஹேரியின் அத்தையாக நடிக்க சம்மதம் தெரிவித்திருந்தார் அவர். தனது முழுப் பொறுப்பில் அழைத்துச் செல்வதற்காக திருமதி. ஸ்மித் மேலும் இரண்டு நாட்கள் அங்கு நிறுத்தி வைக்கப்பட்டிருந்தார். அந்தச் சிறுவனுக்கு அதிகமான விதை கேக்குகளையும், கற்கண்டுகளையும் கொடுத்தும், அதிகமாக அன்பு காட்டியும், அவரை நோக்கி அவனை ஈர்த்திருந்தார்.

வாகனம் கரைக்குச் சென்றது. இரு இளம் மனிதர்களாகத் தோன்றிய அவர்கள் பலகையைக் கடந்து படகில் நுழைந்தனர்

திருமதி ஸ்மித் ஏறுவதற்குத் தனது கைகளை நீட்டி எலிசா உதவினாள். ஜார்ஜ் அவர்களது உடமைகளை எடுத்து வந்தான்.

தனது குழுவின் வருகைக்காக படகுத் தலைவரின் அறையின் முன் நின்றிருந்த ஜார்ஜ், அருகில் இருந்த இருவரின் உரையாடலை கேட்டான்.

“ஏறி வந்த எல்லாரையும் கவனிச்சுட்டேன். இந்தப் படகில் அவங்க இல்லைன்னு எனக்குத் தெரியும்.'' ஒருவர் கூறினார்.

அந்தப் படகில் எழுத்தராகப் பணியாற்றியவரின் குரல் அது. அந்தக் குரலுக்குச் செவி மடுத்தவர் நமது நண்பர் மார்க்ஸ் ஆவார். அவரது பிரத்யேகமான விடாப்பிடியான குணத்தின் காரணமாக சான்டஸ்கிக்கு வந்து, அவர்களைப் பிடிக்கக் காத்திருந்தார்.

“ஒரு வெள்ளைப் பெண்ணிலிருந்து அவளைப் பிரிச்சுப் பார்ப்பது உங்களுக்கு ரொம்ப கஷ்டமா இருக்கும்!'' அந்த ஆள் கலப்பின ஆள். அவனது ஒரு கையில் தழும்பு இருக்கும்!'' மார்க்ஸ் கூறினார்.

ஜார்ஜ், எந்தக் கையால் பயணச்சீட்டு வாங்கி, மீதிச் சில்லறையை எடுத்தானோ, அந்தக் கை நடுங்கியது. இருந்தாலும் நிதானமாகத் திரும்பி, பேசியவரின் முகத்தில் அக்கறையற்ற பார்வையை வீசி, எலிசா காத்திருந்த படகின் பகுதிக்கு மெதுவாக நகர்ந்தான்.

சின்னஞ்சிறு ஹேரியோடு திருமதி ஸ்மித் பெண்களின் அறையின் தனிமையை நாடியிருந்தார். அங்கு சின்னஞ் சிறுமியாகக் கருதப்பட்ட சிறுவனின் அழகு பல பயணிகளிடமிருந்து பாராட்டுதலான கருத்தை பெற்றிருந்தது.

கிளம்புவதற்கான மணி அடித்ததும், படகுப் பலகை வழியாக மார்க்ஸ் கரைக்கு நடந்து சென்றதை ஜார்ஜ் திருப்தியாகப் பார்த்தான். திரும்ப முடியாத தூரத்திற்குப் படகு வந்ததும், நீண்ட நிம்மதிப் பெருமூச்சு விட்டான்.

அது உன்னதமான நாள். எர்ரி ஏரியின் நீல அலைகள் நடனமாடின. அலைகள் சூரியக் கதிரில் பளபளத்தன. கரையிலிருந்து புதிய மென்காற்று வீசியது. கடவுளுக்கிணையான அந்தப் படகு தீவிரமாக ஓடியது.

படகு வேகமாகச் சென்றது. நேரம் கடந்தது. இறுதியாக ஆசீர்வதிக்கப்பட்ட ஆங்கிலத் துறைமுகம் முழுமையாகத் தெரிந்தது.

கனடாவில் இருந்த அம்ஹர்ஸ்பெர்க் என்ற சிறு நகரை படகு நெருங்கியபோது, ஜார்ஜும், அவனது மனைவியும், ஒருவர் கையை ஒருவர் பிணைத்துக் கொண்டு நின்றனர். அவனது மூச்சு படபடப்பாகவும், சுருக்கமாகவும் வெளிப்பட்டது. தனது கையில் நடுங்கிக் கொண்டிருந்த மெல்லிய கையை அமைதியாக அழுத்தினான். மணி

அடித்தது. படகு நின்றது. என்ன செய்கிறான் என்று உணராது, தனது உடமைகளைத் தேடி எழுந்தான். தனது சிறு குழுவை சேகரித்தான். அந்தச் சிறு குழு கரையில் இறங்கியிருந்தது. படகு முழுவதும் காலியாகும் வரை அவர்கள் காத்திருந்தனர். பிறகு கண்ணீருடனும், அணைப்புகளுடனும், தங்களது ஆச்சரியப்படும் குழந்தையோடும் கீழே குனிந்து மண்டியிட்டு, தங்களது கரங்களை கடவுளை நோக்கி தூக்கினர். இறப்பிலிருந்து வாழ்வுக்கு வந்ததாய் அது இருந்தது.

கல்லறையின் துணியிலிருந்து சொர்க்கத்தின் ஆடைகளுக்கும்
பாவத்தின் ஆதிக்கத்திலிருந்து உணர்ச்சிகளின் துயரத்திற்கும்
மன்னிக்கப்பட்ட ஆன்மாவின் முழுச் சுதந்திரத்துக்கும்
இறப்பின், நரகத்தின் தங்கச் சாவியை திருப்பிய இடத்திற்கும்
அழியும் பிறவிகள் அழியாத்தன்மையை அடையும் இடத்திற்கும்
பெருங்கருணையின் கைகள் தங்கச்சாவியை திருப்பிய இடத்திற்கும்
பெருங்கருணையின் குரல் சொன்னது:
'மகிழ்வாய் விடுதலை அடைந்தாய்.''

தஞ்சம் புகும் அந்தச் சிறு குழுவை நல்ல பிரச்சாரக் குழுவின் விருந்தோம்பலான தங்குமிடத்திற்கு திருமதி ஸ்மித் அழைத்துச் சென்றார்.

வெறுத்து ஒதுக்கப்பட்ட நாடோடிகளுக்கான புகலிடமாக கிறித்தவ தரும நிலையம் அதை நிறுவியிருந்தது. இந்தக் கரையில் அவர்களுக்கு தஞ்சம் அளித்து வந்தது.

விடுதலையின் முதல் தினத்தின் ஆசீர்வதிக்கப்பட்ட தன்மையை யாரால் பேச முடியும்? சுதந்திர உணர்வு மற்ற ஐந்து முக்கியப் புலன்களை விட மேலானதும், சிறந்ததும் அல்லவா? அச்சத்திலிருந்து விடுபட்டு, கவனிக்கப்படாது வெளியேறி, திரும்ப வருவதும், நடமாடுவதும், பேசுவதும், சுவாசிப்பதும் எவ்வளவு சுகமானது? கடவுளுக்கு, மனிதன் கொடுத்துள்ள உரிமைகளுக்கு உத்தரவாதம் கொடுக்கப்பட்டு, தனது தலையணையின் கீழ் அமைதியாக உறங்குவது எவ்வளவு ஆசீர்வதிக்கப்பட்டத் தன்மையுடையது! பல்லாயிரம் அபாயங்களின் நினைவில் நின்றிருந்த தாய்க்கு தனது உறங்கும் குழந்தையின் முகம் எவ்வளவு அழகாகவும், மதிப்பு மிக்கதாகவும் தோன்றும்? அவ்வளவு ஆசீர்வாதங்களை அடைந்த மகிழ்ச்சிக் கிடையே தூங்குவது எப்படி சாத்தியம்? இவர்கள் இருவருக்கும், ஒரு ஏக்கர் இடம் கிடையாது. கடைசி டாலர் வரை அனைத்து சேமிப்பு களையும் செலவழித்திருந்தனர். வானில் பறக்கும் பறவைகளை விடவும்; வயல்களின் மலர்களைவிடவும் அதிகமாக எந்த உடமை களையும் அவர்கள் பெற்றிருக்கவில்லை. இருந்தாலும் மகிழ்ச்சியின்

விளைவாக அவர்களால் உறங்க முடியவில்லை. "ஓ. மனிதர்களிட மிருந்து சுதந்திரத்தை பறிப்பவர்களே! எந்த வார்த்தைகளால் கடவுளுக்கு நீங்கள் பதிலளிப்பீர்கள்?"

38

வெற்றி

"நமக்கு வெற்றி தரும் கடவுளுக்கு நன்றி"

வாழ்க்கையின் சோர்வான வழியில் சில சமயங்களில் வாழ்வதை விட இறப்பது எளிதானது என்று நம்மில் பலர் நினைத்ததில்லையா?

உடல் ரீதியான வேதனையையும், கொடூரத்தையும் சந்திக்கும் போது, தனது தண்டனையின் திகிலில் வலுவான ஊக்க மருந்தையும், உற்சாக மருந்தையும் ஒரு தியாகி காண்கிறார். ஒரு தெளிவான பரபரப்பும், மெய் சிலிர்ப்பும், ஊக்கமும் இதில் இருக்கிறது. முடிவற்ற புகழ் மற்றும் ஓய்வின் பிறப்பு நேரத்தில் இவை அனைத்தும் ஆபத்தால் உருவாகும். நெருக்கடிகளை சமாளிக்க உதவும்.

அற்பமாகவும், கசப்பாகவும், கீழாகவும், அலைக்கழிக்கும் அடிமைத்தனமாகவும், ஒவ்வொரு நரம்பும் மனச் சோர்வுற்றும், உற்சாகம் குலைந்தும், ஒவ்வொரு உணர்ச்சியின் சக்தியும் படிப்படியாக திணறடிக்கப்பட்டும் வாழ்வது என்பது கொடுமையானது. இந்த நீண்ட, வீணான இதயத் தியாகமும், இந்த மெதுவான ரத்தம் வடியும் உட்புற வாழ்க்கையும், ஒரு ஆணிடமோ அல்லது ஒரு பெண்ணிடமோ என்ன இருக்கிறது என்பதனை ஆராய்ச்சி செய்யும் உண்மையான சோதனையாக இருக்கின்றன.

தன்னை வருத்துவோனை நேருக்கு நேர் டாம் எதிர்கொண்டு, அவரது அச்சுறுத்தல்களைக் கேட்டபோது, அவரது நேரம் வந்துவிட்டதாக அவரது ஆன்மாவின் ஆழத்தில் எண்ணினார். அவருக்குள் இதயம் வீரமாக கனத்தது. ஏசுவின் பார்வையும், சொர்க்கத்தின் பார்வையும் ஓரடி தள்ளிதான் இருக்கிறது என்பதால், எந்தச் சித்திரவதையையும், நெருப்பையும் தன்னால் தாங்க முடியும் என்று எண்ணினார். லெஹ்ரி சென்றபிறகு, அந்தப் பரபரப்பு ஓய்ந்ததும், அவரது சிராய்ப்புகளின் வலியும், சோர்வுற்ற அங்கங்களின் வலியும் திரும்ப வந்தன. மிகவும் சேதமுற்ற, நம்பிக்கையற்ற, கைவிடப்பட்ட மனநிலை திரும்ப வந்தது. அந்த நாள் மிகவும் சோர்வாகக் கடந்தது.

அவரது துயரங்கள் ஆறுவதற்கு வெகு நாட்களுக்கு முன்பாகவே, அவர் தினசரி வயல் வேலைகளுக்கு அனுப்பப்பட வேண்டும் என்று லெஹ்ரி வலியுறுத்தினார். தினசரி வலியும், சோர்வும் வந்தன. அற்பமான தீய எண்ணங்கொண்ட மனத்தின் கெட்ட விருப்பத்தால் உருவாக்க முடிந்த அநீதியும், அவமதிப்பும் வலியையும், சோர்வையும் அதிகரித்தன. நமது சூழ்நிலையில் வலியின் சோதனைகளையும் அதன் வழக்கமான நிவாரணத்தையும் மீறி அனுபவித்துள்ள நாம், அதனால் உருவாகும் எரிச்சலை அறிந்திருக்க வேண்டும். தனது சகாக்களின் வழக்கமான விரோதங்கள் தற்போது டாமுக்கு விநோதமாகத் தோன்று வதில்லை. அந்த வாழ்க்கையின் அமைதியான, சூடான மனப்பாங்கை மிகவும் சிரமப்படுத்துவதாக அவர் கண்டிருந்தார். ஓய்வு நேரத்தில் பைபிள் படிக்க வேண்டுமென்று நினைத்திருந்தார். ஆனால், அங்கே ஓய்வு நேரம் என்று எதுவும் இல்லை. பருவத்தின் உச்சியில், ஞாயிறு, வார நாள் என்று பார்க்காமல் தனது ஆட்கள் அனைவரையும், எல்லா நாட்களிலும் வேலை வாங்க லெஹ்ரி தயங்கவில்லை. ஏன் விடுமுறை கொடுக்கக் கூடாது? அவருக்கு அதன் மூலம் அதிகப் பருத்தி கிடைத்தது. அவருக்குப் பந்தயப் பணம் கிடைத்தது. சில ஆட்கள் சோர்ந்து போனால் அவர் வேறு நல்ல ஆட்களை வாங்க முடியும். ஆரம்பத்தில் தனது தினசரி உழைப்பிலிருந்து திரும்பியதும், நெருப்பின் வெளிச்சத் தெரிப்பில், தனது பைபிளின் ஓரிரு பாடல்களை டாம் படிப்பது வழக்கம். அந்தக் கொடூர அனுபவம் அவருக்குக் கிடைத்த பிறகு, அவர் மிகவும் களைப்படைந்தவராக வீட்டுக்குத் திரும்புவார். அவர் படிக்க முயற்சிக்கும்போது, அவரது தலை ஆடும்; கண்கள் மூடும். கடுமையான களைப்பு காரணமாக மற்றவர்கள் போல் நீட்டிப் படுக்கவே தோன்றும்.

இதுவரை அவரிடம் குடியிருந்த மதரீதியான அமைதியும், நம்பிக்கையும், ஆன்மாவின் அலைச்சல்களுக்கும், ஏக்கமுற்ற இருளுக்கும் வழி விட்டது ஆச்சரியம் இல்லையா? இந்தப் புதிரான வாழ்க்கையின் வருத்தம் தரும் பிரச்சினைகள் அவரது எதிரில் நின்றிருந்தன. ஆன்மா நசுக்கப்பட்டு அழிந்தது. பெருந்தீங்கு வெற்றி கண்டது. கடவுள் அமைதியாக இருந்தார். இருளிலும், துயரத்திலும் தனது ஆன்மாவோடு பல வாரங்களும், மாதங்களும் மல்லுக்கு நின்றார். கென்டகி நண்பர்களுக்கு செல்வி ஒபேலியா எழுதிய கடிதம் பற்றி நினைத்தார். தன்னுடைய தீர்ப்பை கடவுள் அனுப்புவார் என்று ஆர்வத்தோடு பிரார்த்தனை செய்வார். அவரை மீட்பதற்கு யாராவது அனுப்பப்படுவர் என்ற மங்கலமான நம்பிக்கையோடு காத்து நிற்பார். யாரும் வராதபோது, கசப்பான எண்ணங்களால் தனது ஆன்மாவை கசக்கிப் பிழிவார்- அது கடவுளுக்குச் சேவை செய்வது வீணானது என்றும், கடவுள் தன்னை மறந்துவிட்டார் என்பதாகவும் இருக்கும்.

அவர் சில நேரம் கேசியையும் சில நேரம் எம்மிலைனின் சோர்வுற்ற உருவத்தையும் பார்ப்பார். அவர்கள் இருவரிடமும் எந்தப் பேச்சும் பேச முடியவில்லை, யாருடனும் பேசுவதற்கு அவருக்கு நேரம் இருக்கவில்லை என்பது உண்மை.

ஒரு நாள் மாலையில் அவருடைய வறண்ட இரவு உணவு வெந்து கொண்டிருக்கும்போது, கொள்ளி களுக்கு அருகில் உற்சாகமின்றியும் ஆழ்ந்த வருத்தத்துடனும் அமர்ந்து கொண்டிருந்தார். நெருப்பில் மரத் துண்டுகளைப் போட்டு, நெருப்பை எழுப்ப முயன்றார். தனது பையிலிருந்த கிழிந்த பைபிளை எடுத்துப் படிக்க முயன்றார். அடிக்கடி அவரது ஆன்மாவை மெய்சிலிர்க்க வைத்த அடிக் கோடிடப்பட்ட பகுதிகள் அனைத்தும் அங்கு இருந்தன. ஆரம்ப நாள் முதல் மனிதர்களிடம் தைரியம் பற்றி பேசியிருந்தது. துறவிகள், மூத்தவர்கள், கவிஞர்கள் மற்றும் ஞானிகள் ஆகியோரின் வார்த்தைகள் அதில் இருந்தன. வாழ்க்கையின் ஓட்டத்தில் நம்மைச் சுற்றி இருக்கும் சாட்சிகளின் சிறந்த குரல்கள் இருந்தன. வார்த்தைகள் வலு இழந்து விட்டனவா? மங்கிய கண்களும், சோர்வுற்ற உணர்வுகளும் அந்த மகத்தான உயிர்ப்பூட்டலுக்கு இனியும் பதிலளிக்க முடியாததாகி விட்டனவா? கனமாகப் பெருமூச்சு விட்டு, அதை அவர் திரும்பவும் தனது சட்டைப் பையில் வைத்தார். ஒரு முரட்டுச் சிரிப்பு அவரை கிளர்ந்தெழுப்பியது. அவர் நிமிர்ந்தார். அவருக்கு எதிரில் லெஹ்ரி நின்றிருந்தார்.

"நல்லது; வயதான பையா! உன்னோட மதம் உனக்கு உதவலன்னு கண்டுபிடிச்சுட்டேன்னு தோணுது. கடைசியாக அதை உன் மூலமாவே அறிய வைக்கணும்னு நினைத்தேன்.'' அவர் சொன்னார்.

பசியை விடவும், குளிரை விடவும், ஆடையின்றி இருப்பதை விடவும் மோசமாக அந்த விசாரிப்பு இருந்தது. டாம் அமைதியாக இருந்தார்.

"நீ ஒரு முட்டாள்! நான் உன்னை விலை கொடுத்து வாங்கியபோது, உன்னை நல்லபடியா நடத்த முடிவெடுத்திருந்தேன். சாம்போவை விடவும், கியும்போவை விடவும் நீ நல்லா இருந்திருக்கலாம். உனது நேரம் சுலபமா இருந்திருக்கும். அடிபட்டு, உதைபட்டு வதைபடுவதை விட, மற்ற கறுப்பர்களை விரட்டி வேலை வாங்கி சுதந்திரமா திரிஞ் சிருக்கலாம். அவ்வப்போது நல்ல விஸ்கி உனக்குக் கிடைச்சிருக்கும். டாம் நீ ஒழுங்கா நடந்துக்கறது நல்லது. நீ நினைக்கலையா? அந்தக் கிழிந்த புத்தகத்தை நெருப்பில போட்டுட்டு, என்னோட தேவால யத்துல சேர்ந்துடு''

"கடவுள் மன்னிக்கட்டும்!'' டாம் ஆர்வமாய்ச் சொன்னார்.

"கடவுள் உனக்கு உதவப் போவதில்லை என்று எனக்குத் தெரியும். அவர் இருந்திருந்தார்னா நான் உன்னை வாங்குவதற்கு அனுமதிச்

சிருக்க மாட்டார். உன்னோட மதம் பயனற்றுக் கிடக்கும் அழகான குவியல். எனக்கு அதப்பத்தி தெரியும். நீ என்னைப் பிடிச்சுக்கோ. நான் சில விஷயங்கள் செய்யக்கூடிய ஆள்.''

"இல்லை, எஜமான், நான் அவரைத் தொடர்ந்து பிடிச்சுட்டு இருப்பேன். அவர் எனக்கு உதவறாரோ, இல்லையோ, நான் அவரை விடமாட்டேன் பிடிச்சுக்கிட்டுருப்பேன். கடைசிவரை அவரை நம்பிக்கிட்டு இருப்பேன்.'' டாம் கூறினார்.

"இப்ப நீ இன்னும் அதிக முட்டாளா இருக்கே'' அவரை நோக்கி அவமதிப்பாய் துப்பிய லெஹ்ரி சொன்னார். தனது காலால் அவரைத் தள்ளி விட்டார் "கவலைப்படாதே, உன்னைத் துரத்தி உன்னைப் படிய வைப்பேன். அதை நீ பார்ப்பே'' லெஹ்ரி திரும்பிப் போனார்.

"தாங்கிக் கொள்ள சாத்தியமில்லாத வகையில் ஆன்மாவை மிகவும் மோசமாக அழுத்தும்போது, அந்த கனத்தை தூக்கியெறிவ தற்கான உடல் ரீதியான முயற்சிகளும், தர்மரீதியான முயற்சிகளும் உடனடியாக உருவாகின்றன. எனவே மகிழ்ச்சியான, வீரமான அலை திரும்ப வருவதற்கு முன்பு கனமான வேதனை கவ்வும். டாமுக்கு அது இப்போது அப்படித் தான் இருந்தது. அவரது கெட்ட எஜமானரின் நாஸ்திகவாதங்கள் அவரது ஆன்மாவின் உற்சாகத்தை மிகவும் அடிமட்டத்திற்குத் தள்ளி குலைத்தது. அந்த முடிவற்ற பாறைமீது இன்னும் அவர் நம்பிக்கை வைத்திருந்தாலும், உணர்வற்ற நிலையில், வேதனையான பற்றுதலுடன்தான் அதைப் பற்றிக் கொண்டிருந்தார். மிகவும் தாக்குண்ட நிலையில் நெருப்பின் முன் டாம் நின்றிருந்தார். அவரைச் சுற்றியிருந்த அனைத்தும் மங்கலாக மறைவதாகத் தோன்றின. அடிக்கப்பட்டு ரத்தம் வடியும் நிலையில், முட்களாளான கிரீடத்துடன் ஒருவர் அவருக்கு முன் நின்றிருப்பதாகத் தோன்றியது. அச்சத்துடனும், ஆச்சரியத்துடனும் அந்த முகத்தின் மகத்தான பொறுமையை டாம் உற்று நோக்கினார். ஆழமான, பரிதாபமான கண்கள் அவரது அடிமனத்தின் ஆழத்தில் அவரை சிலிர்க்க வைத்தன. உணர்ச்சிமய வெள்ளத்திற்கிடையே அவரது ஆன்மா எழுந்துகொண்டது. தனது கையை நீட்டி அவரது காலில் விழுந்தார். படிப்படியாக பார்வை மாறியது. கூரான முட்கள் புகழின் ரேகைகளாக மாறின. உணர முடியாத பொலிவோடு, அதே முகம் அவரை நோக்கி கருணையோடு மண்டியிடுவதை அவர் பார்த்தார். ஒரு குரல் கூறியது : "யார் பொறுமை காத்து சமாளிக்கிறார்களோ, அவர்கள் என்னோடு அரியணையில் அமர்வார்கள். நான் பொறுமை காத்து சமாளித்தேன். எனது தந்தையோடு அரியணையில் அமர்ந்து கொண்டிருக்கிறேன்.''

எவ்வளவு நேரம் டாம் அங்கே படுத்திருந்தாரென்று அவருக்குத் தெரியாது. அவர் தன்னிலைக்கு வந்தபோது நெருப்பு அணைந் திருந்தது. குளிர்ந்த, பனித்துளிகளால் அவரது துணிகள் ஈரமாகி

யிருந்தன. ஆன்மாவின் திகிலான நெருக்கடி மறைந்திருந்தது. அவரது மனத்தை நிறைத்த மகிழ்ச்சி காரணமாக, பசியையோ, குளிரையோ, இழிவையோ, ஏமாற்றத்தையோ, வஞ்சகத்தையோ அவர் உணர வில்லை. தனது ஆன்மாவின் ஆழத்தில் அந்த நேரம் முதல் இந்த வாழ்வில் இருந்த எல்லா நம்பிக்கைகளிலிருந்தும் பிரிந்து நோக்கினார். அந்த முடிவற்றவருக்கு கேள்வி கேட்காத தியாகத்தை அளிக்க முன் வந்தார். அமைதியான, நிரந்தரமாக வாழும் நட்சத்திரங்களை டாம் பார்த்தார். மகிழ்வான நாட்களில் அடிக்கடி அவர் பாடிய தோத்திரப் பாடல்களின் வெற்றிகரமான வார்த்தைகள் இரவின் தனிமையை விரட்டியது. இப்போது பாடியது போல், அவர் பாடியதில்லை:-

பனிபோல் பூமி கரைந்துவிடும்.
சூரியன் ஒளிராது நின்றுவிடும்.
என்னை பூமிக்கு அழைத்த கடவுளோ,
நிரந்தரமாக என்னுடையவராக இருப்பார்.

இந்த மனித வாழ்க்கை தோல்வியுற்றபோது
சதையும், உணர்வும் நின்று போகும்.
எனது திரையில் நான் வைத்திருப்பேன்.
மகிழ்ச்சியான, அமைதியான வாழ்வை

அங்கே பத்தாயிரம் ஆண்டுகளாக இருக்கிறோம்.
சூரியன்போல் பிரகாசமாக ஒளிர்கிறோம்.
கடவுள் புகழ் பாடுவதற்கான நேரம் குறையாது
முதலில் துவங்கியது போலவே நேரமிருக்கும்.

அடிமை மக்களின் சரித்திரத்தில் பரிச்சயமானவர்களுக்கு நாம் விவரித்திருந்த உறவு முறை அவர்களிடம் சாதாரணமாகப் புழங்குவது என்று தெரிந்திருக்கும். உள்ளத்தைத் தொடும் வகையிலும், குணத்தை பாதிக்கும் வகையிலும் அவர்களது உதடுகளிலிருந்து அதை நாம் கேட்டோம். பாசமான மன பிம்பங்கள் ஆதிக்கம் செலுத்துவதாகவும், அடக்கி ஆள்வதாகவும் மாறும் நிலை பற்றி மனவியலாளர்கள் கூறுவார்கள். வெளிப்புற உணர்வுகளின் சேவைகள் மூலம், உள்மன கற்பனைகளுக்கு தெரியத்தக்க வடிவம் கொடுக்கப்படும் என்பார்கள். நமது மனிதர்களின் திறமைகளை வைத்து அந்த எல்லாவற்றையும் ஊடுருவும் ஆவி செய்வதை யாரால் அளக்க முடியும்? ஆதரவற்றோரின் மனச்சோர்வுற்ற ஆன்மாக்களை ஊக்கப்படுத்த அவர் மேற்கொள்ளும் வழிகளை யார் அறிய முடியும்? ஒரு மறக்கப்பட்ட ஏழை அடிமை ஏசு தனக்கு முன்பு தோன்றிப் பேசினார் என்று நம்பினால், யாரால் அதை மறுதலிக்க முடியும்? உடைந்த இதயங்களை ஒட்டிக் கட்டுவதும், துயரப்பட்டவர்களை விடுவிப்பதும்தான் எல்லா காலங்களிலும் தனது தூதுகளின் நோக்கம் என்று அவர் கூறவில்லையா?

விடியலின் மங்கலான இளங்கருமை தூங்குவோரை வயலுக்கு அனுப்ப எழுப்பியபோது, கிழிந்த ஆடைகளுடன் நடுங்கிக் கொண்டு நடந்த துர்ப்பாக்கியர்களிடையே ஆரவாரமான மகிழ்ச்சியுடன் ஒருவர் நடந்தார். அவர் நடந்த பூமியைவிட எல்லையற்ற அன்பு கொண்ட கடவுள் மீது அவர் வைத்த நம்பிக்கை வலுவானது. ''ஆ லெஹ்ரி! உங்களது சக்தி முழுவதையும் பயன்படுத்திப் பாருங்கள். அதிகபட்ச அல்லல், வேதனை, இழிவு, எல்லா பொருட்களின் இழப்பு ஆகியவை அனைத்தும், கடவுளின் முன்பு பாதிரியாராகவும், அரசராகவும் மாறும் பணியை விரைவுபடுத்துவதாகவே இருக்கும்.

இந்த நேரம் முதல், அடக்குமுறைக்கு ஆளானவரின் இதயத்தில் மீற முடியாத அமைதியின் எல்லை சூழ்ந்தது. எங்கும், எப்போதும் இருக்கும் பாதுகாவலர் அதைத் தனது கோவிலாக மாற்றியிருந்தார். உலக வருத்தங்களுக்கு இரத்தம் வடிவது இனி இல்லை; அலைபாயும் நம்பிக்கைகளும், அச்சங்களும், விருப்பங்களும் இனி இல்லை; நீண்ட காலமாக வளைந்து, ரத்தம் கசிந்து, போராடிக் கொண்டிருந்த மனித மன உறுதி தெய்வீகத்தில் இணைந்திருந்தது. வாழ்க்கையின் எஞ்சிய பயணம் சுருக்கமாக தற்போது தெரிந்தது. முடிவற்ற ஆசீர்வாதம் மிகவும் நெருங்கி வருவதாகவும், தெளிவாகத் தெரிவதாகவும் தோன்றியது. வாழ்க்கையின் அதிகபட்ச சோதனைகள் கூட அவருக்கு கெடுதல் கொடுக்க முடியாது அவரிடம் பணிந்தன.

அவரது தோற்றத்தில் தோன்றிய மாற்றத்தை அனைவரும் கவனித்தனர். உற்சாகமும், ஆயத்த நிலையும் அவரிடம் திரும்பி யிருந்தன. எந்த அவமதிப்போ, காயமோ, பிறழவைக்க முடியாத அமைதி அவரிடம் குடிபுகுந்ததாகத் தோன்றியது.

"டாம் கிட்ட சாத்தான் எதுவாவது புகுந்துகிட்டதா? கொஞ்ச காலமா நொந்துபோய் இருந்தான். இப்ப வண்டு மாதிரி பறக்கறான்.'' சாம்போவிடம் லெஹ்ரி கேட்டார்.

"தெரியல எஜமான் – ஓடப் போறானோ என்னவோ?''

"அதற்கு அவன் முயற்சித்துப் பார்க்கிறத நானும் பாக்கறேன்.' நாம செய்ய முடியாதா சாம்போ?'' காட்டுமிராண்டித்தனமான சிரிப்புடன் லெஹ்ரி கூறினார்.

"நம்மால முடியும்னு நினைக்கறேன் ஹா! ஹா ஹோ! கடவுளே அது வேடிக்கையாக இருக்கும், எஜமான், அவன் சேறுல புரளுவதைப் பார்க்கணும். புதர்ல துரத்தி, விரட்டி நாய்ங்க புடிக்கறதப் பார்க்கணும். பிரபுவே, நாம மாலியை பிடிச்சத பார்த்து, எனக்கு சிரிச்சு மாளல, அந்த நாய்களை நான் பிடிச்சு நிறுத்தறதுக்குள்ள அதுங்க அவளை அம்மணமாக ஆக்கிடுச்சுங்க. அவளோட உடம்புல இன்னுங்கூட அந்த வடு இருக்கு'' கறுப்பு மனிதன் அடக்கமாட்டாமல் சிரித்தான்.

“கல்லறைக்குப் போகிறவரை அந்த வடு அவகிட்ட இருக்கும்னு நினைக்கிறேன். நீ கூர்ந்து பார்த்துக்கோ, இந்தக் கறுப்பன் அது மாதிரி ஏதாவது பண்றானான்னு கவனமா இரு!'' லெஹ்ரி கூறினார்.

“அதுக்கு என்னை தனியா விட்டுடுங்க எஜமான்; அந்தப் பூச்சியை நசுக்குறேன். ஹோ, ஹோ, ஹோ'' சாம்போ சொன்னான்.

அருகில் இருக்கும் நகருக்குப் போக லெஹ்ரி குதிரையில் ஏறிய போது இது பேசப்பட்டது. அவர் அன்று இரவு திரும்பி வரும்போது, தனது குதிரையை குடியிருப்புப் பக்கம் திருப்பி, அதைச் சுற்றி வலம் வந்து, எல்லாரும் பத்திரமா இருக்கிறாங்களா என்று பார்த்தார்.

அது உன்னதமான நிலவொளி வீசிய இரவாக இருந்தது. கீழே இருந்த நிலத்தில் வசீகரமான சைனா மரத்தின் நிழல் நுணுக்கமாகப் படம் வரைந்திருந்தது. அதைத் தொந்தரவு செய்வது புனிதமற்றதாக இருக்கும் என்று தோன்றும் விதத்தில் காற்றில் அசைவின்மை நிலவியது. யாரோ ஒருவர் பாடுவதை லெஹ்ரி கேட்டபோது, அவர் குடியிருப்பிலிருந்து சற்று தூரத்தில்தான் இருந்தார். அது அங்கு வழக்கமாக இருக்கும் ஓசை அல்ல. அதைக் கேட்பதற்கு நின்றார். சங்கீதத் தொனியில் ஒரு குரல் பாடியது.

எனது தலைப்பை தெளிவாகப் படிக்க முடிந்தது
வானத்தில் இருக்கும் அரண்மனையில்
எல்லா அச்சத்துக்கும் விடை கொடுப்போம்
எனது அழும் கண்களைத் துடைப்பேன்

எனது ஆன்மாவுக்கு எதிரா பூமி இருந்தாலும்
நரக ஈட்டி என்மீது வீசப்பட்டாலும்
சாத்தானின் சீற்றங் கண்டு சிரிப்பேன்.
கோபமாய் பார்க்கும் உலகை சந்திப்பேன்.

காட்டு வெள்ளமாய் கவலைகள் வரட்டும்
சோகமான புயல்கள் வீசட்டும்
எனது இல்லத்தை பாதுகாப்பாய் அடைவேன்
எனது கடவுள், சொந்தம், அனைத்துமே.

“ஓ அப்படியா! அப்படி நினைக்கிறானா? இந்த சபிக்கப்பட்ட மெதாடிஸ்ட் தோத்திரப் பாடல்களை எவ்வளவு வெறுக்கறேன். கறுப்பனே! நீ படுக்கையில் இருக்க வேண்டிய நேரத்தில், விழித்துக் கொண்டு இருப்பதற்கு உனக்கு என்ன தைரியம்? அந்தக் கறுப்பு குப்பையை மூடிட்டுத் தூங்கப் போ.'' திடீரென்று டாமின் முன்பு வந்து, சவாரி சாட்டையை தூக்கியவாறு லெஹ்ரி கூறினார்.

“ சரிங்க எஜமான்'' தயாராய் இருந்த உற்சாகத்துடன் டாம் கூறினார்.

டாமிடம் வெளிப்பட்ட வெளிப்படையான மகிழ்ச்சி லெஹ்ரியை அளவிட முடியாத அளவிற்கு ஆத்திரமூட்டியது. அவரது தலையிலும் தோள்களிலும் நையப் புடைத்தார்.

"நாயே! இதுக்குப் பிறகும் வசதியா இருக்கிறதா நீ உணர்றியான்னு பார்ப்போம்'' அவர் சொன்னார்.

ஆனால் அந்த அடிகள் மனிதனின் புறப்பகுதிகளில் மட்டுமே விழுந்தன. முன்பு போல இதயத்தில் விழவில்லை. டாம் மிகவும் அடிபணிந்தவராய் நின்றார். இருந்தாலும் தனது கொத்தடிமை மீதான தனது சக்தி எப்படியோ அகன்றுவிட்ட எண்ணத்தை லெஹ்ரியால் மறைக்க முடியவில்லை. தனது கொட்டடியில் டாம் நுழைந்து மறைந்ததும், தனது குதிரையை வட்டமடித்து விரட்டினார். கருமையான கொடுமையான ஆன்மாவின் குறுக்கே அடிக்கடி அடிக்கும் மனசாட்சி மின்னலின் தெளிவான கதிர்கள் தற்போது அவரது மனதில் கடந்தது. தனக்கும், தனது பலியாளுக்கும் இடையில் கடவுள்தான் நிற்கிறார் என்று அவருக்கு நன்றாகப் புரிந்தது. அவர் தெய்வ நிந்தனை செய்தார். வசைபாடல்கள், மிரட்டல்கள், சாட்டையடிகள், கொடுமைகள் அந்த அடிபணிந்த அமைதியான மனிதனை தொந்தரவு செய்ய முடியவில்லை. தனது பழைய எஜமானரின் ஆன்மாவில் எழுந்தது போல் அவருக்குள் ஒரு குரல் எழுந்தது. "நாசரேத்தின் ஏசுவே! உங்களிடம் நாங்க என்ன செய்ய முடியும்? நேரத்துக்கு முன்னே என்னை வதைக்க வந்துவிட்டீர்கள்.''

தன்னைச் சுற்றியுள்ள துர்ப்பாக்கியர்களுக்கான அனுதாபமும், கருணையும் கொண்ட எண்ணங்களால் டாமின் முழு ஆன்மாவும், நிரம்பி வழிந்தது. அவருக்குத் தனது வாழ்வின் துயரங்கள் முடிந்து விட்டதாகத் தோன்றியது. மேலிருந்து அவருக்கு வழங்கப்பட்ட அமைதி மற்றும் மகிழ்ச்சியின் விநோதமான கருவூலத்திலிருந்து, அவர்களின் துயரங்களுக்கு நிவாரணம் அளிக்க சிலவற்றை ஊற்றுவதற்கு அவர் ஏங்கியதாகத் தோன்றியது. வாய்ப்புகள் அரிது என்பதும் உண்மை. வயல்களுக்கு போகும் போதும், திரும்ப வரும்போதும், வேலை நேரங்களில், அதைரியம் மிகுந்த, இதயம் நொறுங்கிய சோர்வுற்றவர்களுக்கு உதவிக்கரங்களை நீட்டுவதற்கான வாய்ப்புகள் அவரது வழியில் வந்தன. களைப்படைந்த, மிருகமாக்கப் பட்டிருந்த ஏழைப் பிறவிகள் இதை அரிதாகவே புரிந்து கொண்டனர். வாராவாரம், மாதாமாதம் அவரது உதவும் செயல்கள் தொடர்வதை அவர்கள் உணர்ந்தபோது, அவர்களது மரத்துப்போன மனதைத் தட்டியெழுப்பத் துவங்கியது. மற்றவர்களின் சுமையைத் தாங்கத் தயாராகவும், எவரிடமிருந்தும் உதவிகளை எதிர் நோக்காத அமைதியான மனிதனாக அவர் படிப்படியாகத் தெரியத் துவங்கினார். எல்லாரிடமிருந்தும் தனித்து நின்றார். அவர் வரிசையின் கடைசியில்

வந்தார். குறைவாகவே பெற்றுக் கொண்டார். அவருக்குக் கிடைத்த அந்த சொற்பத்தையும் யாருக்கு மிகவும் தேவையோ அவருடன் பகிர்ந்து கொள்ள விருப்பமாய் இருந்தார். குளிர் இரவுகளில் நோய்வாய்ப்பட்டு நடுங்கிக் கொண்டிருந்த பெண்களுக்காக தனது கிழிந்த கம்பளியை விட்டுக் கொடுத்தார். தனது அளவில் குறைவுபடும் அபாயத்தையும் மீறி, வயலில் வலிமையற்றவர்களின் கூடைகளை நிரப்பினார். இடைவிடாத கொடூரமான கொடுமைகளை செய்த அவர்களது பொது கொடுங் கோலனுக்கு எதிரான சாபமிடலிலும், நிந்தனைகளிலும் தன்னை இணைத்துக் கொள்ளாதவராயிருந்தார். இந்த குணங்கள் கொண்டிருந்த இந்த மனிதன் இறுதியாக அவர்களின் மீது விநோதமான சக்தியை செலுத்தத் துவங்கினார். கடுமையான பணிப்பளு குறைந்தபோது, அவர்களின் உபயோகத்திற்காக ஞாயிற்றுக் கிழமை ஒதுக்கப்பட்டது, ஏசு பற்றி அறிந்து கொள்வதற்காக பலர் குழுமுவர். சில இடங்களில் இணைந்து பாடி பிரார்த்தனை செய்து மகிழ்வர். இதை லெஹ்ரி அனுமதிக்கவில்லை. அந்த முயற்சிகளை உறுதியோடும், மிருகத்தனமான வெறுப்புடனும் பல முறை முறியடித்தார். எனவே, ஆசீர்வதிக்கப்பட்ட செய்திகள் தனித்தனியாக ஒருவரிடமிருந்து ஒருவருக்குப் பரிமாறிக் கொள்ளப்பட்டன. கருணை ததும்பும் மீட்பர் பற்றியும், சொர்க்க இல்லம் பற்றியும் கேட்டு கண்ணுக்குப் புலப்படாத இடத்திற்கான மகிழ்வற்ற பயணமான வாழ்க்கையை கொண்டுள்ள ஒதுக்கப்பட்ட ஏழைகள் மகிழ்வாய் பேசுவதுபோல் யாரால் பேச முடியும்? கிறித்துவத்தை ஆர்வத்துடனும் அமைதியுடனும் ஆப்பிரிக்கர்களைவிட அதிகம் வரவேற்றவர்கள் உலகில் உள்ள எந்த இனமும் இல்லையென்றும் கிறித்துவ பிரச்சார கர்கள் கூறுகிறார்கள். முழுமையாக சார்ந்திருத்தல், கேள்வி கேட்காத நம்பிக்கை ஆகிய அடிப்படை கூறான கொள்கைகள் மற்ற இனங்களை விட ஆப்பிரிக்க இனத்தில் இயல்பான அம்சங்களாக இருக்கின்றன. மென்காற்று மூலம் விபத்தாக இவர்களின் அப்பாவி இதயத்தில் விழுந்த உண்மையின் ஒரு சிறுவிதை மரமாக வளர்ந்து பழங்களை உற்பத்தி செய்வது கண்டுபிடிக்கப்பட்டுள்ளது. இந்த குணத்தின் அபரிமிதம் உயர்ந்த திறன் பெற்ற கலாச்சார இனங்களை வெட்கப்பட வைத்திருந்தன.

அவள் மீது கொடுமை மழையும், துயரப் புயல்களும் பொழியப் பட்டதை அடுத்து அந்தக் கலப்பினப் பெண்ணின் எளிய நம்பிக்கை நசுக்கப்பட்டு, மூழ்கடிக்கப்பட்டிருந்தது. அவர்கள் பணிக்குப் போகும் போதும், திரும்ப வரும்போதும் இந்த எளிய பிரச்சாரகர் அவ்வப்போது அவளுக்கு சொன்ன தோத்திரப் பாடல்களும், புனிதக் கட்டளைகளின் பகுதிகளும் அவளது ஆன்மாவை தட்டி எழுப்பிய தாக உணர்ந்தாள். கேசியின் அரைப்பித்து பிடித்து அலைபாயும்

மனம்கூட இந்த எளிய, தொந்தரவு தராத செல்வாக்கால் ஆறுதல் அடைந்து, அமைதிப்பட்டிருந்தது.

வாழ்க்கையின் நசுக்கும் வேதனைகளாலும், வெறித்தனத்தாலும் தாக்குண்டவளாய், பழிவாங்கும் தருணம் வரும் என்று அடிக்கடி கேசி உறுதி பூண்டிருந்தாள். அப்போது தான் கண்ட அல்லது அனுபவித்த கொடுமையாளர்களின் அநீதிகளுக்கும், கொடூரங்களுக்கும் பழிவாங்க வேண்டும் என்று எண்ணியிருந்தாள்.

ஓர் இரவில், டாமின் கொட்டடியில் அனைவரும் ஆழ்ந்த உறக்கத்தில் இருந்தபோது ஜன்னலாகப் பயன்பட்ட மரப் பலகைகளின் துளை வழியே அவளது முகத்தைப் பார்த்து திடீரென்று டாம் எழுந்தார். வெளியே வருமாறு அமைதியாக சைகை காட்டினாள்.

டாம் அறையிலிருந்து வெளியே வந்தார். அது இரவு ஒரு மணிக்கும், இரண்டு மணிக்கும் இடையில் இருக்கலாம். அகலமான, அமைதியான அசைவற்ற நிலவொளி ஒளிர்ந்தது. கேசியின் பெரிய கரும் கண்களில் அந்த நிலவொளி விழுவதை டாம் கவனித்தார். வழக்கமான வேதனைக்குப் பதிலாகப் பிரத்யேகமான பிரகாசம் அதில் இருப்பதைப் பார்த்தார்.

"இங்க வாங்க! பாதிரியார் டாம் அவர்களே! உங்களுக்கு ஒரு செய்தி வச்சிருக்கேன்" அவளது சிறு கரத்தை அவரது மணிக்கட்டில் வைத்து கூறினாள். அது இரும்பாலான கையோ என்று கருதி அதை பலமாக இழுத்தாள்.

"என்ன, எஜமானி கேசி?" டாம் ஆர்வமாக கேட்டார்.

"டாம், உங்களோட சுதந்திரத்த நீங்க விரும்ப மாட்டீங்களா?"

"கடவுள் விரும்பறபோது, அது எனக்கு கிடைக்கும்" டாம் கூறினார்.

"ஆம். இன்னிக்கு இரவு உங்களுக்கு அது கிடைக்கலாம்." திடீரென்ற சக்தியின் வெளிப்பாட்டோடு கேசி கூறினாள்.

டாம் தயங்கினார்.

"தொடர்ந்து வாங்க; அவர் ஆழமா தூங்கிகிட்டு இருக்கார். அவ்வாறு உறங்கப் போதுமானதை அவர் மதுவில் ஊற்றியிருக்கிறேன். இன்னும் கொஞ்சம்கூட ஊற்றியிருக்கலாம்னு நினைக்கிறேன். பின் கதவு திறந்திருக்கு. அங்க ஒரு கோடாரி வச்சிருக்கேன். அவரோட அறை திறந்திருக்கு. நான் உங்களுக்கு வழி காட்டுவேன். நானே ஏற்படுத்தினது. என்னோட கைகள் பலவீனமா இருக்கு வாங்க." தனது கரிய கண்களை அவர்மீது நிலைநிறுத்தி முணுமுணுப்பாய் அவள் கூறினாள்.

"தயவு செய்து இது வேண்டாம், எஜமானி" முன்னேறிச் சென்ற அவளைத் தடுத்து நிறுத்தி டாம் உறுதியாகக் கூறினார்.

"இந்த ஏழைப் பிறவிங்கல பத்தி நினைச்சுப்பாருங்க, அவங்க எல்லாரையும் விடுவிக்கலாம். எங்கயாவது சதுப்பு நிலத்திற்குப் போகலாம். ஒரு தீவைக் கண்டுபிடிக்கலாம். நாமே வாழலாம். அது மாதிரி செய்யப் பட்டதை கேள்விப்பட்டிருக்கேன். இதைவிட எந்த வாழ்க்கையும் நல்லாத் தான் இருக்கும்'' கேசி கூறினாள்.

"வேண்டாம். கெட்டத்தன்மை மூலம் நல்லது எப்போதும் வருவதில்லை. அதுக்கு பதிலா என்னோட வலது கையை வெட்டிக்கலாம்.'' டாம் உறுதிபட சொன்னார்.

" நான் அதைச் செய்யறேன்.'' திரும்பிய கேசி கூறினாள்.

"ஓ எஜமானி கேசி! உங்களுக்காக உயிரைக் கொடுத்த ஆண்டவனின் பொருட்டு, உங்க விலைமதிப்பற்ற ஆன்மாவை இந்த வழியில் சாத்தான் கிட்ட வித்துடாதீங்க. அதுனால தீங்கத் தவிர வேறு எதுவும் நடக்காது. கடுங்கோபத்துக்கு நம்மை கடவுள் அழைக்கல. நாம துயரத்தை அனுபவிக்கனும். கடவுளோட நேரம் வரும்வரை காத்திருக்கணும்.'' அவளை மறித்து நின்று டாம் கூறினார்.

"காத்திருப்பதா? நா காத்திருக்கலையா? என்னோட தலை சுத்தற வரை, எனது நெஞ்சு வலிக்கறவரை காத்திருக்கலையா? என்னை எதுக்காக அவர் கஷ்டப்பட வைக்கிறார்? பல நூறு ஏழைப் பிறவிங்கள ஏன் கஷ்டப்பட வைக்கிறார்? அவர் உங்களோட உயிர் ரத்தத்தை உங்களிடமிருந்து பிழிஞ்சு எடுக்கலையா? நான் அழைக்கப்பட்டிருக்கேன். அவர்கள் என்னை அழைக்கிறார்கள். அவரோட நேரம் வந்தாச்சு.'' கேசி கூறினாள்.

"வேண்டாம்! வேண்டாம். உங்களோட ஏழை ஆன்மா, இதைச் செய்யக்கூடாது. அவரது இரத்தத்தைத் தவிர வேறு எதுவும் சிந்தப்பட அந்த ஆசீர்வதிக்கப்பட்ட அன்பான கடவுள் விரும்பமாட்டார். நாம அவரோட எதிரிகளா இருந்தபோது நமக்காக அவர் இரத்தம் சிந்தினார். அவரவரோட பாதைகளில் தொடர நமக்கு ஆண்டவன் உதவுவார். நமது எதிரிகளை நேசிக்க உதவுவார்.'' பலாத்காரத்தால் தசைகள் இறுகியிருந்த அவளது சிறிய கரங்களைப் பிடித்துச் சொன்னார்.

"இது மாதிரியான எதிரிகளை நேசிப்பதா? அது சதையிலும், ரத்தத்திலும் இல்லை'' கடுங்கோபமான பார்வையோடு கேசி கூறினாள்.

"இல்லை எஜமானி, அப்படி இல்லை. அவர் நமக்குத் தருவார். அதுதான் வெற்றி. நாம எல்லாரையும் நேசிச்சு, அவங்களுக்காகப் பிரார்த்தனை செஞ்சா யுத்தம் முடிஞ்சுடும்; வெற்றி வந்திடும். கடவுளுக்கு புகழ் வரட்டும்'' நீர் வடியும் கண்களோடும், நெஞ்சடைக்கும் குரலோடும் சொர்க்கத்தை அந்தக் கறுப்பு மனிதர் நோக்கினார்.

ஏ ஆப்ரிக்கா! இப்போதுதான் தேசமாக அழைக்கப்படும் ஆப்ரிக்கா! முட்களின் கிரீடத்துக்கு அழைக்கப்பட்ட ஆப்ரிக்கர்களே, கசையடிகள், இரத்தம் வடியும் துயரம், வேதனையின் சிலுவை ஆகியவை மறைந்து உனக்கு வெற்றி வரும். அவரோட ராஜாங்கம் பூமிக்கு வரும்போது அவரோடு நீங்க ஆட்சி செய்யலாம்.

டாமின் உணர்வின் ஆழமான ஆர்வம், அவரது குரலின் இதம், அவரது கண்ணீர் ஆகியவை அந்த ஏழைப் பெண்ணின் உற்சாகத்தைக் கலைத்தது. அவளது கண்களில் இருந்த பயங்கரமான நெருப்புக்குப் பதிலாக, ஒரு மிருதுத்தன்மை வந்திருந்தது. அவள் கீழ்நோக்கி பார்த்தாள். அவளது கரங்களின் தசைகள் தளர்வதை டாமால் உணர முடிந்தது.

“என்னை தீங்கான ஆவிகள் தொடர்ந்துதுன்னு நா சொல்ல லையா? ஓ பாதிரியார் டாம் அவர்களே! என்னால பிரார்த்தனை செய்ய முடியல. நான் பிரார்த்னை செஞ்சா தேவலாம்னு விரும்பறேன். என்னோட குழந்தைகள் விற்கப்பட்ட பிறகு, எப்பவும் நா பிரார்த்தனை செஞ்சதில்ல. நீங்க சொல்வது சரிதான். அது சரிதான்னு எனக்குத் தெரியும். நான் பிரார்த்தனை செய்ய ஆரம்பிச்சா, வெறுப்பும், சபிப்பும்தான் வருது. என்னால பிரார்த்திக்க முடியல''

‘‘சாத்தான் தன்னிடம் நீங்க இருக்கணும்னு விரும்புது. விதையாத் தூவ விரும்புது. உங்களுக்காக கடவுள்கிட்ட பிரார்த்தனை செய்வேன். ஓ! எஜமானி கேசி, ஆண்டவர் ஏசு பக்கம் திரும்புங்க. உடைஞ்ச இதயங்களை ஒட்டவைக்க அவர் வந்தார். எல்லா துக்கங்களிலும் ஆறுதல் கூற வந்தார்.'' டாம் கருணை ததும்பக் கூறினார்.

கேசி அமைதியாக நின்றாள். அவளது தாழ்ந்த கண்களிலிருந்து கனமான கண்ணீர்த் துளிகள் வழிந்தன.

“எஜமானி கேசி! நீங்க இங்கேர்ந்து தப்பிக்கிறது சாத்தியம்னா, நீங்களும், எம்மிலைன்னும் சேர்ந்து போகணும்னு ஆலோசனை சொல்வேன். உங்களுக்கு குற்ற உணர்வு இல்லேன்னா போங்க. குற்ற உணர்வு இருந்தா வேண்டாம்'' ஒரு கணம் அமைதியாக ஆராய்ந்த பிறகு தயக்கமான குரலில் டாம் கூறினார்.

“டாம் பாதிரியாரே! நீங்களும் எங்களோட வர முயற்சிப் பீங்களா?''

“மாட்டேன். எனக்கு நேரம் வரும்போது வரட்டும். இந்த ஏழை ஆன்மாங்க கிட்ட சில வேலைகளை கடவுள் கொடுத்திருக்கார். நா அவங்களோடு தங்கி, கடைசிவரை என்னோட சிலுவையை சுமப்பேன். உங்களுக்கு வேற மாதிரி தோணலாம். உங்களுக்கு இது மாய வலையா இருக்கு. உங்களால பொறுத்துக்கறதுக்கு மேல இருக்கு. உங்களால முடிஞ்சா, நீங்க போறது நல்லதுதான்.'' டாம் கூறினார்.

“எனக்கு கல்லறையைத் தவிர வேறு வழியில்லேன்னு எனக்குத் தெரியும். தங்களுக்கு இருப்பிடம் இல்லாத பறவையோ, விலங்கோ இருப்பதில்லை. பாம்புகளுக்கும், முதலைகளுக்கும்கூட படுத்துறங்க வும், அமைதியா ஓய்வெடுக்கவும் இடம் இருக்கு. ஆனா நமக்கு ஒரு இடம் இல்லை. இருளான சகதிக்குக் கீழே அவர்களோட நாய் நம்மை வேட்டையாடி, கண்டுபிடிச்சுடும். எல்லாரும், எல்லாமும் நமக்கு எதிரா இருக்கும். அந்த மிருகங்ககூட நமக்கு எதிரா நிற்கும். நாம எங்கே போக முடியும்?'' கேசி கூறினாள்.

நீண்ட நேரம் அமைதியாக இருந்த டாம் சொன்னார் : “சிங்கத்தின் குகையிலிருந்து டேனியலை காத்தவர்; பயங்கரமான பர்ணசாலையி லிருந்து குழந்தைகளை காத்தவர், கடல்மீது நடந்தவர், காற்றை அசைவற்று இருக்க ஆணையிட்டவர்- அவர் உயிருடன்தான் இருக்கார். இதை நம்புவதற்கான நம்பிக்கை இருக்கு. அவர் உங்களுக்கு உதவுவார். முயற்சி செய்யுங்க. உங்களுக்காக முடிஞ்ச மட்டும் நான் பிரார்த்தனை செய்வேன்.''

பயனற்ற கல்லாகக் கருதப்பட்டு, ஒதுக்கப்பட்டு, கால்களால் மிதிக்கப்பட்ட ஒரு எண்ணம், திடீரென்று புதிய வெளிச்சத்தில் ஒளிரும் மாணிக்கமாக பளபளத்தது. நம்பிக்கையற்றது என்றும், செயல்படுத்த முடியாதது என்றும் அனைத்தையும் நிராகரித்திருந்தவை இந்த கணத்தில் ஒரு எளிய சாத்தியமான திட்டமாக அவளது மனதில் மின்னலடித்தது. உடனடி நம்பிக்கையை எழுப்பியது.

“டாம் பாதிரியார்! அவர்களே அதற்காக நான் முயற்சிக்கிறேன்.'' திடீரென்று அவள் கூறினாள்.

“அப்படியே ஆகட்டும். கடவுள் உதவுவார்'' டாம் கூறினார்.

39

தந்திரம்

“கெடுதியாளர்களின் வழி இருட்டானது. எதன்மீது தடுமாறி விழுகிறார் என்று அவருக்குத் தெரியாது.''

லெஹ்ரி வசித்த வீட்டின் மேல் மாடியறை மற்ற மாடியறைகள் போன்றே ஒதுக்கப்பட்ட பெரிய பகுதியாக இருந்தது. அழுக்காக, சிலந்தி வலைகள் தொங்கிக் கொண்டு, தூக்கியெறியப்பட்ட குப்பைகள் இரைக்கப்பட்டு அது இருந்தது. அந்த வீட்டின் முந்தைய உரிமையாளர்களின் செல்வந்த குடும்பம். தாங்கள் செழிப்பாய் இருந்த

காலத்தில் மிகச் சிறந்த மரச் சாமான்களை வாங்கி சேகரித்திருந்தனர். சிலவற்றை தங்களோடு எடுத்துச் சென்றிருந்தனர். சிதிலமடைந்து பயன்படுத்த முடியாதவைகளை வேறு அறைகளிலோ, இந்த மாடியறை யிலோ வைக்கப்பட்டிருந்தன. இந்த மரச் சாமான்களை அடைத்து எடுத்து வரப்பட்ட ஓரிரு பெரிய பெட்டிகள் மாடியறையின் பக்கவாட்டுச் சுவரில் நிறுத்தி வைக்கப்பட்டிருந்தன. அங்கு ஒரு ஜன்னல் இருந்தது. ஒரு காலத்தில் நல்ல நிலையில் பராமரிக்கப் பட்டிருந்த நாற்காலிகள் மீதும், தூசி படிந்த மேஜைகள் மீதும் இந்த ஜன்னல் தனது அழுக்கான, நாற்றமான கதவு வழியாக அவ்வப்போது வெளிச்சத்தைப் பாய்ச்சியபடி இருந்தது. மொத்தத்தில் அந்த அறை மாய மந்திரம் மிகுந்து கறுப்பர்களின் திகிலை அதிகரிக்கும் அளவிற்கு கோரமாக இருந்தது. சில வருடங்களுக்கு முன்பு, லெஹ்ரியின் வெறுப்பை சம்பாதித்திருந்த ஒரு நீக்ரோ பெண்ணை அவரது பரிவாரங்கள் இவ்வறையில் சிறை வைத்திருந்தனர். அங்கு என்ன நடந்தது என்று நம்மால் சொல்ல முடியாது. நீக்ரோக்கள் அதுபற்றி தங்களுக்குள் முணுமுணுத்துக் கொள்வது வழக்கம். ஆனால் அங்கிருந்து அந்த அதிர்ஷ்டக்கட்டை பிறவியின் சடலம் எடுக்கப்பட்டு புதைக்கப்பட்டதாகத் தெரிந்தது. அது முதல் அந்த அறையிலிருந்து எழும் சாபங்களும், பலாத்காரமான தாக்குதல்களின் சத்தங்களும் புலம்பல்களோடும், வேதனைகளின் முனகல்களோடும் கலந்து விட்டதாக சொல்லப்பட்டது. ஒருமுறை இந்தக் கதையை லெஹ்ரி கேட்க நேர்ந்தபோது, அது பலாத்காரமான உணர்ச்சியை அவரிடம் எழுப்பியது. இது போன்ற கதைகளை கூறுவோரை, ஒரு வாரம் அவ்வறையில் கட்டிப் போட்டு விடுவதாக மிரட்டினார். அவர்களுக்கு அங்கு என்ன நடக்கிறது என்று அறிய வாய்ப்புக் கிடைக்கும் என்றார். இந்த எச்சரிக்கைக் குறிப்பு அதுபற்றிய பேச்சை அடக்கியிருந்தாலும், அந்தக் கதையின் உண்மை பற்றிய சந்தேகம் அவர்களுக்கு இருக்க வில்லை.

படிப்படியாக, மாடியறைக்குப் போகும் படிக்கட்டுகளையும், அந்தப் படிக்கட்டுக்குச் செல்லும் வழியையும் அந்த வீட்டில் இருந்த அனைவரும் புறக்கணித்தனர். அனைவரும் அதைப் பற்றிப் பேசவே அஞ்சினர். விரைவில் அது பயன்படுத்தப்படாத பழங்கதையானது. லெஹ்ரியிடம் மிக அதிகமாக இருந்த இந்த மூடநம்பிக்கையின் படபடப்பை தனது விடுதலைக்கும், தனது துயருறும் சகாக்களின் விடுதலைக்கும் பயன்படுத்திக் கொள்ளலாம் என்று கேசிக்கு திடீரென்று தோன்றியது.

கேசியின் உறங்கும் அறை அந்த மாடியறையின் நேர் கீழே இருந்தது. லெஹ்ரியை கலந்து ஆலோசிக்காமல், அந்த அறையிலிருந்து மரச்சாமான்களையும், இதரப் பொருட்களையும் கொஞ்ச தூரத்தி

விருந்த வேறு அறைக்கு மாற்ற கேசி நடவடிக்கை எடுத்தாள். இந்த மாறுதல்களை செயல்படுத்த பணிக்கப்பட்ட பணியாட்கள் மிகுந்த ஆர்வத்தோடும், குழப்பத்தோடும் அங்கும் இங்கும் அலைந்து கொண்டிருந்தபோது, லெஹ்ரி தனது சவாரியிலிருந்து திரும்பி வந்திருந்தார்.

''கேசி!' இப்ப இங்க என்ன நடக்குது?'' லெஹ்ரி கேட்டார்.

''ஒண்ணுமில்லை வேறு அறைக்குப் போகலாம்னு நினைச்சேன்.'' பிடிவாதமாகக் கேசி கூறினாள்.

''எதுக்காக, நான் வேண்டுகிறேன்'' லெஹ்ரி கேட்டார்.

''எனக்கு விருப்பமா இருந்தது'' கேசி கூறினாள்.

''நீ செய்வே சாத்தான்! எதுக்காக?''

''அப்பவும், இப்பவும் சிறிது தூக்கம் எனக்கு வேணும்னு நினைக்கிறேன்.''

''தூங்கவா! நீ நல்லா தூங்கறதை எது தடுக்குது?''

''நீங்க கேட்க விருப்பப்பட்டா நான் சொல்லலாம்னு நினைக்கறேன்.''' கேசி வறட்சியாகச் சொன்னாள்.

''சொல்லு, பண்பில்லா பெண்ணே!''

''ஓ... ஒன்றுமில்லை. அது உங்களுக்குத் தொந்தரவா இருக்காதுன்னு நம்பறேன். நள்ளிரவு பன்னிரண்டு முதல் காலை வரை பாதி நேரம் முனகல்களும், கைகலப்புச் சத்தங்களும், தரையில் புரளும் சத்தங்களும் தான் கேட்கின்றன.''

''மாடியறை மேல ஜனங்களா? அவங்க யாரு, கேசி?'' சங்கடமாக லெஹ்ரி கேட்டார். ஒரு வலிய சிரிப்பை வரவழைத்துக் கொண்டிருந்தார்.

தனது கூர்மையான கருத்த கண்களை உயர்த்தினாள். லெஹ்ரியின் முகத்தினுள் பார்த்தாள். அந்த முகபாவம் அவரது எலும்புக்குள் ஊடுருவியது. அவள் சொன்னாள். ''நிச்சயமா, சைமன், அவங்க யாரு? நீங்க எனக்கு சொல்லணும்னு விரும்பறேன். உங்களுக்கும் தெரியாதுன்னு எனக்குத் தோணுது.''

உறுதியோடு, தனது சவாரிச் சாட்டையால் அவள் மீது லெஹ்ரி அடித்தார். அவள் ஒரு பக்கமாக சாய்ந்து கொண்டாள். கதவு வழியாக வெளியேறினாள். திரும்பப் பார்த்துச் சொன்னாள்: ''நீங்க அந்த அறையில் தூங்கினா, அதப் பத்தி உங்களுக்குத் தெரியும். நீங்க முயற்சித்துப் பார்க்கலாம்'' பிறகு உடனடியாகக் கதவை சாத்தி, பூட்டிக் கொண்டாள்.

லெஹ்ரி கூச்சலிட்டார். வசைபாடினார். கதவை உடைக்கப் போவதாக மிரட்டினார். அவரது தங்கும் அறைக்கு சங்கடத்தோடு

நடந்தார். தனது அம்பு உரிய இலக்கை அடைந்து விட்டதாக கேசி கருதினாள். அந்த நேரம் முதல் தான் துவங்கிய தாக்கத்தின் ஆதிக்கத்தை தொடர்வதிலிருந்து விலகாது இருந்தாள்.

மாடியறையில் இருந்த ஒரு துளையில் ஒரு பழைய புட்டியின் கழுத்துப் பகுதியைக் கேசி பொருத்தியிருந்தாள். காற்றின் சிறு அசைவு கூட வருத்தமூட்டும் புலம்பலான ஓசையை அதிலிருந்து வெளிப் படுத்தும். காற்று சற்று வேகமாக வீசினால், முழுமையான கிறீச்சொலி யாக அது இருக்கும். மூட நம்பிக்கை மிக்க ஏமாளிகளின் காதுகளுக்கு அது திகிலான, வேதனையான குரலின் முனகலாகத் தோன்றும்.

இந்தச் சத்தம் அவ்வப்போது வேலையாட்களுக்கு கேட்டது. அது பழைய பேய்க் கதைக்கு முழு வேகத்துடன் புத்துயிரூட்டியது. மூட நம்பிக்கையால் ஏற்பட்ட திகில் வீட்டை முழுவதுமாய் நிறைத்ததாய்த் தோன்றியது. இதை லெஹ்ரிக்கு தெரிவிக்கும் தைரியம் யாருக்கும் இருக்கவில்லை என்றாலும், நிலவிய சூழ்நிலையை வைத்து அவரால் அதை உணர முடிந்தது.

கடவுளை நம்பாதவர்களை விட அதிகமான மூட நம்பிக்கையான வர்கள் கிடையாது. அனைத்தையும் ஆளும் அறிவுமிக்க ஆண்டவன் மீது கிறித்துவர்களுக்கு நம்பிக்கை இருந்ததால், அறியாமையின் வெற்றிடங்களை அவர் ஒளிப்பாய்ச்சி, ஒழுங்குபடுத்தி நிறைத்து விடுவார். கடவுள்மீது நம்பிக்கையற்ற மனிதருக்கு ஆவி உலகம் என்பது கவிஞர் ஹீப்ரு குறிப்பிடுவது போல'' இருளின் உலகம் – இறப்பின் நிழல்'' அங்கு ஒழுங்கு எதுவும் கிடையாது. அங்கு விளக்குகூட இருட்டாக இருக்கும். அவருக்கு வாழ்வும், இறப்பும் பேய்கள் நடமாடும் இடம். அவ்விடத்தை மங்கலான நிழலான அச்சமூட்டும் பேய்கள் நிறைத்திருக்கும்.

டாமுடனான மோதல்களின் மூலம், லெஹ்ரிக்குள் உறங்கிக் கொண்டிருந்த நீதிரீதியான அம்சங்கள் எழுப்பப்பட்டிருந்தன. பெருந்தீங்கான சக்தியால் அவை உறுதியாகத் தடுக்கப்பட்டிருந்தன. இருந்தாலும், உச்சரிக்கப்பட்ட ஒவ்வொரு வார்த்தையிலும், பிரார்த்தனையிலும், தோத்திரத்திலும் இருளின் மெய்சிலிர்ப்பும், கலக்கமும் உள்ளுக்குள் உலவி, மூடநம்பிக்கையான திகிலை விளைவித்திருந்தது.

அவர்மீது கேசிக்கு இருந்த செல்வாக்கு விநோதமானது. பிரத்யேக மானது. அவர்தான் அவளது உரிமையாளர்; கொடுங்கோலர்; துன்புறுத்துநர். எந்த உதவியோ, நிவாரணமோ சாத்தியமில்லாததால், அவரது கரத்தையே முழுமையாக சார்ந்திருந்தாள். வலுவான பெண் தாக்கத்தின் துணையோடும் அதனால் பெரிதும் கட்டுப்படுத்தப்பட்டும் ஒரு கொடூரமான மனிதனால் வாழ முடியாது. அவர் அவளை முதலில்

வாங்கியபோது, அவளே சொன்னபடி, அவள் மிகவும் மென்மையாக வளர்க்கப்பட்டிருந்தாள். மனசாட்சியின் உறுத்தலின்றி தனது மிருகத்தனத்தின் பாதத்தின் கீழ் அவளை அவர் நசுக்கினார். ஆனால், காலப்போக்கில், மதிப்புக் குறைவான தாக்குதல்களும், வேதனைகளும் அவளது பெண்மைத் தன்மையை கடினப்படுத்தியது. தீவிரமான உணர்ச்சிகளால் விழித்து எழுந்து, ஓரளவுக்கு அவரது துணைவியாக மாறினாள். ஆனால் அதற்கு மாறாக அவர் அவளைக் கொடுமைப் படுத்துபவராகவும், அவளைக் கண்டு அஞ்சுபவராகவும் இருந்தார்.

அவளது வார்த்தைகளுக்கும், மொழிகளுக்கும் விநோதமான மாய சக்தியான, நிலையற்ற தோற்றத்தை அரைகுறை அறிவின்மை ஏற்படுத்தியிருந்ததால், இந்தத் தாக்கம் உறுதியானதாகவும், அலைக் கழிப்பதாகவும் இருந்தது.

இதற்குப் பிறகு ஓரிரு இரவுகள் கழிந்ததும், பழைய அமர்வு அறையில் லெஹ்ரி உட்கார்ந்திருந்தார். பக்கத்தில் எரிந்த மர நெருப்பு நிச்சயமற்ற பார்வைகளை அறையைச் சுற்றி சுழலவிட்டது. அந்தப் பழைய வீட்டில் விவரிக்க முடியாத ஆசைகளைத் தொடர்ந்து எழுப்புவதாகவும், ஆவேசமான காற்று வீசுவதாகவும் அந்த இரவு இருந்தது. ஜன்னல்கள் அடித்துக் கொண்டன. கதவுகள் சிறகடித்தன. காற்று கடுமையாக வீசி, புகைப் போக்கியை தள்ளிவிட்டது. ஆவிகளின் பெருங்கூட்டம் பின்னால் வருவதாய் தோற்றம் காட்டும் விதத்தில், அவ்வப்போது சாம்பலையும், புகையையும் காற்று வெளித்தள்ளியது. லெஹ்ரி வரவு செலவு கணக்குகளைப் பார்த்துக் கொண்டும், செய்தித் தாள்களை படித்துக் கொண்டும் சில நேரங்களை செலவழித்தார். நெருப்பை சோர்வாகப் பார்த்துக் கொண்டு கேசி ஒரு மூலையில் அமர்ந்திருந்தாள். மேஜையின் மேல் ஒரு புத்தகத்தைப் பார்த்த லெஹ்ரி செய்தித் தாள்களை கீழே போட்டார். அன்றைய மாலை நேரத்தின் தொடக்கத்தில் கேசி அதனைப் படித்ததை அவர் பார்த்திருந்தார். அதை எடுத்துப் புரட்டினார். ரத்தம் தோய்ந்த மரணங்கள், பேய்ப் புராணங்கள், இயல்புக்கு மீறிய நிகழ்வுகளின் தொகுப்பாக இருந்தது அது. கரடுமுரடாக தயாரிக்கப்பட்டிருந்தது. படங்கள் நிறைந்திருந்தது. அதைப் படிக்கத் துவங்கிய எவருக்கும் விநோதமான கவர்ச்சி உருவாகும்.

லெஹ்ரி 'ப்பூ… ப்பூ' என்றும், 'ச்சீ… ச்சீ…' என்றும் சொன்னாலும், ஒவ்வொரு பக்கமாய்ப் படித்தார். ஓரளவுக்குப் படித்து முடித்த பிறகு, உறுதியோடு புத்தகத்தை தூக்கி எறிந்தார்.

''நீ பேய்களை நம்பறதில்லை இல்லையா கேசி? அது போன்ற சத்தங்கள் உன்னைப் பயமுறுத்தாத அளவுக்கு உனக்குப் புத்தி இருக்கும்னு நினைச்சேன்.'' இடுக்கியை எடுத்து தீயைத் தூண்டி விட்டுக் கொண்டே அவர் கூறினார்.

''நா நம்பறேனோ இல்லையா என்பது பிரச்னை இல்லை.'' கேசி வஞ்சகமாகக் கூறினாள்.

''கடல்ல இருக்கும்போது அந்தப் பசங்க என்ன பயமுறுத்த கதை விடுவாங்க. அது மாதிரி ஏதாவது சொல்லிக்கிட்டு வராதே. அது மாதிரி அபத்தங்கள்கிட்ட நா கடுமையா இருப்பேன்.'' லெஹ்ரி கூறினார்.

மூலையில் இருந்த நிழலை தீவிரமாகப் பார்த்தபடி கேசி அமர்ந்திருந்தாள். அவளது கண்களில் விநோதமான வெளிச்சம் இருக்கும். அது லெஹ்ரியை சங்கடத்துடன் ஈர்க்கும்.

''அந்த சத்தங்கள் எலியோட சத்தமும், காத்தோட சத்தமும்தான். எலிங்க சாத்தான் மாதிரி சத்தம் எழுப்பும். கப்பலின் கீழே அதை சில சமயம் கேட்டிருக்கேன். காத்தப் பத்தி சொல்லவே வேண்டாம். அதி லேர்ந்து என்ன வேணா பண்ண முடியும்.'' லெஹ்ரி சொன்னார்.

அவளது கண்களைப் பார்ப்பது லெஹ்ரியை சங்கடப்படுத்தும்னு கேசிக்குத் தெரியும். அதனால், பதில் சொல்லாது, அவர் கண்கள் மீது தனது பார்வையை பதித்தவாறு அமர்ந்திருந்தாள். அவளது தோற்றம் விநோதமானதாகவும், உலக இயல்பை மீறியதாகவும் இருந்தது.

"பேசு, பெண்ணே – நீ அப்படி நினைக்கலையா?'' லெஹ்ரி கேட்டார்.

"மாடிப்படியின் கீழே எலிகளால் நடக்க முடியுமா? நுழைவு வழியில கடக்க முடியுமா? நீங்க பூட்டியிருந்த கதவைத் திறக்க முடியுமா? அதுக்கு எதிரா ஒரு நாற்காலியை வைக்க முடியுமா?'' கேசி கேட்டாள். "இப்ப வாங்க. நடங்க. படுக்கைவரை நடந்து, இப்படி கையைப் போடுங்க''

அவள் பேசியபோது, தனது பளபளப்பான கண்களை லெஹ்ரி மீது நிலை நிறுத்தியிருந்தாள். தீயகனவு கண்டவராய் அவளை அவர் வெறித்துப் பார்த்தார். தனது கையில் அவளது குளிரான கைகளை வைத்தார். உடனே வெடுக்கென தனது கையை உறுதியோடு எடுத்துக் கொண்டார்.

"பெண்ணே! நீ என்ன சொல்றே? யாராவது வந்தாங்களா?''

"ஓ இல்ல இல்ல. அவங்க வந்ததா நா சொன்னேனா?'' தீவிரமான பரிகாசத்தோடு புன்னகைத்தபடி கேசி கூறினாள்.

"நீ நிஜமா பார்த்தியா? கேசி. அது என்ன? என்கிட்ட சொல்லு''

''தெரிஞ்சுக்க விரும்பினா. படுத்துப்பாருங்க'' கேசி சொன்னாள்.

"அந்த மாடி அறையிலிருந்து அது வந்ததா, கேசி''

"அது - என்ன?'' கேசி கேட்டாள்.

"ஏன், நீ என்ன சொன்னாயோ அதுதான்.....''

"நா எதுவும் சொல்லலியே'' வஞ்சகமான பிடிவாதத்துடன் கேசி சொன்னாள்.

லெஹ்ரி மேலும், கீழும் சங்கடமாக நடந்தார்.

"அதை இன்னிக்கு ஆராய்ந்து பார்த்துடறேன். இன்னிக்கு இரவே பார்த்துடறேன். என்னோட துப்பாக்கியை எடுத்துக்குவேன்.''

"செய்ங்க, அந்த அறையில் தூங்குங்க. நீங்க அதைச் செய்யறத நான் பார்க்கணும். உங்க துப்பாக்கியால சுடுங்க'' கேசி கூறினாள்.

லெஹ்ரி தனது கால்களை தரையில் உதைத்து, உக்கிரமாகத் திட்டினார்.

"கத்தாதீங்க, நீங்க சொல்றத யாராவது கேட்கப் போறாங்க கவனிங்க. அது என்ன?'' கேசி கூறினாள்.

"என்ன?'' உடனே எழுந்து கொண்டார் லெஹ்ரி.

அந்த அறையின் மூலையில் இருந்த கனமான டச்சு கடிகாரம் மெதுவாக அடிக்கத் துவங்கி, பன்னிரண்டு மணிகளை அடித்தது.

ஏதோ சில காரணங்களாலோ அல்லது வேறு எதனாலோ லெஹ்ரி பேசவோ, நகரவோ செய்யவில்லை. இனம்புரியாத பயம் அவரிடம் தோன்றியது. அப்போது கேசி பளபளக்கும் தனது கண்களால் அலட்சியமாக அவரை உற்றுப் பார்த்தவாறு நின்று கொண்டு, கடிகார மணியடிப்புகளை எண்ணிக் கொண்டிருந்தாள்.

"பன்னிரண்டு மணி; இப்ப பார்க்கலாம்'' அவள் சொன்னாள். பாதையில் இருந்த கதவைத் திறந்து உற்றுக் கேட்பது போல் நின்றிருந்தாள்.

"கவனிங்க; அது என்ன?'' விரல்களை உயர்த்தி அவள் கூறினாள்.

"அது காற்றேதான். எவ்வளவு மோசமா வீசுதுன்னு நீ கேட்கலையா?'' லெஹ்ரி சொன்னார்.

"சைமன், இங்க வாங்க. அது என்னன்னு உங்களுக்குத் தெரியுமா? கவனிங்க'' முணுமுணுப்பாய் கேசி கூறினாள். அவரது கைமீது தனது கையை வைத்து மாடிப்படிக்கு அவரை அழைத்துச் சென்றாள்.

"மாடிப்படியின் வழியே ஒரு காட்டுத்தனமான கிறீச்சொலி கேட்டது. மாடியறையிலிருந்து அது வந்தது. லெஹ்ரியின் முழங்கால்கள் ஒடுங்கின. பயத்தால் அவரது முகம் வெளிறியது.

"உங்க துப்பாக்கியை எடுத்துக்கறது நல்லது. இந்த விஷயத்த கவனிக்க இதுதான் சரியான சமயம் தெரியுமா? நீங்க மேல போகணும்னு விரும்பறேன். அவங்க இருக்காங்க.'' லெஹ்ரியின் இரத்தத்தை உறைய வைத்த ஏளனத்தோடு கேசி கூறினாள்.

"நான் போக மாட்டேன்'' உறுதியோடு லெஹ்ரி சொன்னார்.

"ஏன் கூடாது? அங்க பேய் மாதிரி எதுவும் இல்ல தெரியுமா? வாங்க'' வளைந்து போன படிக்கட்டுளை தாவிக்கொண்டு ஏறி, சிரித்தபடி திரும்பிப் பார்த்து அவள் கூறினாள்.

"நீதான் சாத்தான்னு நா நம்பறேன். திரும்ப வா. விகாரமான பெண்ணே திரும்ப வா, கேசி! நீ போகாதே'' லெஹ்ரி கூறினார்.

கேசி காட்டுத்தனமாகச் சிரித்தாள். பிறகு மேலே தாவிச் சென்றாள். மாடியறைக்குச் செல்லும் நுழைவுக் கதவுகளை திறந்தாள். அப்போது வீசிய வேகமான காற்று. அவளது கையிலிருந்த மெழுகு வர்த்தியை அணைத்தது. அதனோடு அச்சமூட்டும், இயல்பில்லாத கூச்சலும் வெளிப்பட்டது. லெஹ்ரியின் காதில் அந்த கிறீச்சொலி கேட்பதாய்த் தோன்றியது.

பயத்தால் லெஹ்ரி கூடத்திற்குப் பறந்தார். சிறிது நேரத்தில் கேசி அவரைத் தொடர்ந்தாள். வெளிறிப்போய் அமைதியாக, பழிவாங்கும் ஆவியாக, குளிராக, கண்களில் அதே அச்சமூட்டும் ஒளியோடு அவள் வந்தாள்.

"நீங்க இப்ப நம்பறீங்கன்னு நினைக்கறேன்'' அவள் கூறினாள்.

"உன்னை உதைக்கணும், கேசி'' லெஹ்ரி சொன்னார்.

"எதுக்கு? நான் மேல போய் கதவைத்தானே சாத்தினேன்? அந்த மாடியறையில் என்ன இருக்கு? சைமன், உங்களுக்கு என்ன தோணுது?'' கேசி கேட்டாள்.

"இது உனக்கு அவசியமில்லாதது'' லெஹ்ரி சொன்னார்.

"ஓ இல்லையா? எப்படி இருந்தாலும், அதுக்குக் கீழே நான் தூங்கலேன்னா நான் மகிழ்ச்சியா இருப்பேன்''

காற்று வீசுவதை எதிர்பார்த்து, அன்று மாலையே கேசி மேலே போய் மாடியறையின் ஜன்னலை திறந்து வைத்திருந்தாள். கதவு திறந்த கணமே, காற்று வந்து விளக்கை அணைத்தது.

லெஹ்ரியோடு கேசி ஆடிய விளையாட்டுக்களின் மாதிரியாக இது இருந்தது. அந்த மாடியறையை ஆராய்வதைவிட சிங்கத்தின் வாய்க்குள் தனது தலையை நுழைக்க அவர் தயாராய் இருந்தார். இதற்கிடையில் மற்ற எல்லோரும் உறங்கிக் கொண்டிருந்தபோது கேசி மெதுவாகவும், கவனமாகவும் சில நாட்களுக்குத் தேவையான உணவுப் பொருட்களை சேகரித்து மாடியறைக்கு மாற்றினாள். அவளுடைய உடைகளையும், எம்மிலைன்னின் உடைகளையும் ஒன்று ஒன்றாக மேலே கொண்டு சென்றாள். எல்லா ஏற்பாடுகளையும் செய்த பிறகு, திட்டத்தை செயல்படுத்துவதற்கான உகந்த வாய்ப்புக்காக காத்திருந்தனர்.

லெஹ்ரியை தாஜா செய்தும், அவர் நல்லவிதமாக இருக்கும் இடைவெளிகளைப் பயன்படுத்தியும், சிவப்பு நதிக்கு நேராக

அமைந்திருந்த அண்டை நகருக்கு அவளை அழைத்துச் செல்ல வைத்திருந்தாள். தனது நினைவுகளை துல்லியமாக கூர்மைப்படுத்தி, சாலையின் ஒவ்வொரு திருப்பத்தையும் குறித்துக் கொண்டாள். அதைக் கடப்பதற்கு எடுத்துக் கொள்ளக் கூடிய நேரத்தை மனதிற்குள் கணக்கிட்டாள்.

இப்போது மாலை நெருங்கிக் கொண்டிருந்தது. அருகாமையில் இருந்த பண்ணைக்கு லெஹ்ரி போயிருந்தார். பல நாட்களாக வழக்கத்திற்கு மாறான வசீகரத்துடனும், பழகுவதில் இனிமையோடும் கேசி இருந்தாள். அவளும், லெஹ்ரியும் நல்ல இணக்கமாக இருந்தனர். தற்போது எம்மிலைனின் அறையில், அவளும், எம்மிலைனும் இரண்டு சிறிய பொட்டலங்களை உண்டாக்குவதில் மும்முரமாய இருந்தனர்.

"இது ரொம்ப பெரிசா இருக்கும். உன்னோட தொப்பியை போட்டுக்க நாம புறப்படுவோம். இதான் சரியான நேரம்.'' கேசி கூறினாள்.

''ஏன், அவங்க இப்ப நம்மைப் பார்ப்பாங்க'' எம்மிலைன் சொன்னாள்.

"அவங்க பார்க்க வேணும்ன்னு விரும்பறேன்.''கேசி அலட்சிய மாகக் கூறினாள் "எப்படி இருந்தாலும், அவங்க நம்மைத் துரத்து வாங்கன்னு உனக்குத் தெரியாதா? நடத்த வேண்டிய நிகழ்ச்சிகளின் வரிசை இப்படித்தான் இருக்கணும். பின் பக்கக் கதவு வழியே நாம தப்பிக்கணும். குடியிருப்புக்கு அருகே ஓடணும். சாம்போவோ, கியும்போவோ நம்மை நிச்சயம் பார்ப்பாங்க. நம்மை துரத்துவாங்க. நாம சகதியில் சிக்கிப்போம். பிறகு அவங்களால தொடர்ந்து வர முடியாது. அவங்க திரும்பிப்போய், எச்சரிக்கை செய்து, நாயை அழைச்சுட்டு வருவதற்கு நேரமாகும் அவங்க வழக்கமாக செய்யற மாதிரி, தட்டுத் தடுமாறி வருவதற்குள், நாம் இருவரும் வீட்டுக்குப் பின்பக்கம் போவோம். நாய்கள தயாரிச்சு அழைச்சுட்டு வருவாங்க. தண்ணியில வாசனை கண்டுபிடிக்க முடியாது. நம்மைத் தேடி வீட்டை விட்டு வெளியே போவாங்க. பின் கதவு வழியா, மாடியறைக்கு போவோம். பெரிய பெட்டிகளை வைத்து படுக்கை தயாரிச்சு வச்சிருக்கேன். கொஞ்ச நாளைக்கு நாம இங்க இருக்கணும். நம்மைத் தேட பூமியையும், சொர்க்கத்தையும் அவர் புரட்டத் துவங்குவாரு. மற்ற தோட்டங்களின் மேற்பார்வையாளர்களைக் கொண்டு நம்மைத் தேடுவார். அந்தச் சகதியில் ஒவ்வொரு அங்குலத்தையும் தேட வைப்பார். யாரும் அவர் கிட்டேயிருந்து தப்பிக்க முடியாதுன்னு அவர் தம்பட்டம் அடிப்பாரு. அதனால, அவர் அவகாசம் எடுத்துட்டு, நம்மைத் தேடட்டும்''

''கேசி, நீங்கள் எவ்வளவு நல்லா இதை திட்டமிட்டிருக்கீங்க? உங்களைத் தவிர வேற யாரால இதை நினைத்துப் பார்த்திருக்க

முடியும்?'' எம்மிலைன் கூறினாள். கேசியின் கண்களில் மகிழ்ச்சியோ, உற்சாகமோ இருக்கவில்லை. வேதனையான உறுதிதான் இருந்தது.

"வா" எம்மிலைனின் கையை பிடித்து இழுத்தபடி அவள் சொன்னாள்.

தப்பி ஓடும் இருவரும் சத்தமின்றி வீட்டை விட்டு வெளியேறினர். குடியிருப்பு வழியாக மாலை நேர நிழல்களின் வழியாக பறந்து ஓடினர். மேற்கு வானத்தில் வெள்ளி முத்திரையாக இருந்த பிறை நிலா இரவு நெருங்குவதை தாமதப்படுத்தியது. கேசி எதிர்பார்த்தபடியே தோட்டத்தை சூழ்ந்திருந்த சகதியின் விளிம்புக்கு வரும்போது, அவர்களை நிற்கும்படி ஒரு குரல் ஆணையிட்டது. அது சாம்போ அல்ல. பலமான கூச்சலோடு அவர்களைத் தொடர்ந்து வந்த லெஹ்ரி தான் அது. அதைக் கேட்ட, எம்மிலைனின் உற்சாகம் குறைந்தது. கேசியின் கைகளை இறுகப் பற்றி அவள் கூறினாள்: "ஓ கேசி, நான் மயக்கமடையப்போறேன்."

"நீ மயக்கமானா, உன்னை கொன்னுடுவேன்" சிறிய, பளபளப்பான கத்தியை இழுத்து, சிறுமியின் முன்பு காட்டி கேசி கூறினாள்.

மிரட்டல் பலனளித்தது. எம்மிலைன் மயக்கமடையவில்லை. சகதியின் சுற்று வழியில் கேசியோடு விரைந்து தொடர்ந்தாள். சகதி மிகவும் ஆழமாகவும், இருட்டாகவும் இருந்ததால், உதவி இல்லாமல் லெஹ்ரியால் அவர்களைத் தொடர முடியவில்லை.

"எப்படி இருந்தாலும் பொறியில இப்ப சிக்கிக்கிட்டாங்க. இப்ப அவங்க தப்பிக்க முடியாது. இதுக்காக அவங்க வியர்த்துப் போய்த்தான் ஆகணும்." மிருகத்தனமாக அவர் உள்ளுக்குள் மகிழ்ந்தார்.

"அங்கே யாரு! சாம்போ, கியும்போ, எல்லாரும் வாங்க" குடியிருப்புக்கு வந்து லெஹ்ரி அழைத்தார். அவர்கள் அப்போதுதான் வயலிலிருந்து வந்துகொண்டு இருந்தார்கள். "சகதியில இரண்டு ஓடுகாலிங்க இருக்காங்க. அவங்கள பிடிச்சுத் தர்ற கறுப்பனுக்கு அஞ்சு டாலர் இனாம். நாய்களை பிடிங்க. டைகர், ஃபியூரி, எல்லா நாய்ங்களையும் தயார்ப்படுத்துங்க."

இந்தச் செய்தியால் உடனடி பரபரப்பு ஏற்பட்டது. தங்களுடைய சேவையைத் தர பல ஆண்கள் முன்வந்தனர். பரிசுக்காகவோ, அடிமைத் தனத்தின் விளைவான சரணாகதி காரணமாகவோ இதைச் செய்தனர். சிலர் ஒரு வழியாகவும், வேறு சிலர் வேறு வழியாகவும் ஓடினர். விளக்கை ஏற்ற சிலரும், நாய்களை அவிழ்க்கச் சிலரும் சென்றனர். நாய்களின் அநாகரிகமான, முரட்டுத்தனமான குரைப்புக் காட்சியின் குழப்பத்தைக் கூட்டியது.

"எஜமான் அவங்கள பிடிக்க முடியலேன்னா, அவங்கள சுட்டுடலாமா?" சாம்போ கேட்டான். அவனுக்காக ஒரு துப்பாக்கியை அவனது எஜமானர் எடுத்து வந்திருந்தார்.

"நீ விரும்பினா, கேசியை சுட்டுடலாம். அவள் இருக்கவேண்டிய சாத்தான்கிட்ட அனுப்பிச்சுட வேண்டியதுதான். ஆனா, அந்த சிறுமியைச் சுட்டுடாதே!'' லெஹ்ரி சொன்னார்.

''இப்பதான் பசங்களா சுறுசுறுப்பாகவும், துடிப்பாகவும் இருக்கணும். அவங்கள பிடிக்கறவங்களுக்கு அஞ்சு டாலர். எப்படி இருந்தாலும் உங்க ஒவ்வொருத்தருக்கும் ஒரு டம்ளர் சாராயம் நிச்சயம் கிடைக்கும்.''

விளக்கின் வெளிச்சத்தில் சத்தங்களுடனும் உறுமல்களுடனும் முழுக் கும்பலும் புறப்பட்டது. மனிதர்களும் மிருகங்களும் அநாகரிகமாக ஊளையிட்டுக் கொண்டு சகதிக்குள் புகுந்தனர். வீட்டில் இருந்த ஒவ்வொரு வேலையாளும் தொடர்ந்தனர். கேசியும், எம்மிலைனும் பின்பக்கமாக நுழைந்தபோது, அந்த முழு வீடும் காலியாக இருந்தது. அவர்களைத் துரத்துவோரின் கூச்சலும், ஊளையிடலும் காற்று வெளியை நிரப்பின. விளக்குகளுடன் சகதியின் முனையில் அனைவரும் இருப்பதை அமர்வு அறையின் ஜன்னல் வழியே கேசியும், எம்மிலைனும் பார்க்க முடிந்தது.

"அங்க பாருங்க. தேடுதல் துவங்கிட்டது. விளக்குங்க எப்படி ஆடுது கவனிங்க. உங்களுக்கு கேட்கலையா? நாம மட்டும் அங்கே இருந்திருந்தா, நாம தப்பிக்கிறதுக்கான வாய்ப்பு கொஞ்சம்கூட இருக்காது. நாம ஒளிஞ்சுப்போம் சீக்கிரம்'' கேசிக்கு சுட்டிக் காட்டி எம்மிலைன் கூறினாள்.

"அவசரப்பட வேண்டிய அவசியமில்லை'' கேசி அமைதியாகக் கூறினாள். "எல்லாரும் தேட போயிட்டாங்க. அதுதான் இந்த மாலை நேரத்தின் வேடிக்கை. நாம மேலே போவோம்.'' லெஹ்ரி அவசரமாகத் தூக்கி எறிந்திருந்த சட்டையிலிருந்து சாவியை எடுத்தாள் "நாம வெளியே போறதுக்குத் தேவையானவற்றை எடுத்துக்கறேன்.''

மேஜையைத் திறந்தாள். கொஞ்சம் பணச்சுருளை எடுத்துக் கொண்டாள். விரைவாக எண்ணினாள்.

"ஓ, நாம் அதைச் செய்யக் கூடாது'' எம்மிலைன் கூறினாள்.

"ஏன் கூடாது? சகதியில பட்டினி கிடப்போமோ? சுதந்திர நாட்டுக்குப் போக இத எடுத்துப்போமா? பணம், எல்லாத்தையும் செய்யும், பெண்ணே'' பேசியவாறு, தனது மடியில் பணத்தை வைத்துக் கொண்டாள், கேசி.

"அது திருடுவது'' வேதனையாக எம்மிலைன் முணுமுணுத்தாள்.

"திருடுவது'' அவமதிப்பாக சிரித்து கேசி கூறினாள். ''நம்ம உடலையும், ஆன்மாவையும் திருடும் அவங்க நம்ம கிட்ட அதைப் பற்றிப் பேச வேண்டாம். இதில இருக்கும் ஒவ்வொரு பணமும் திருடப்பட்டது. பட்டினி கிடந்து வியர்வை சிந்தும் ஏழைப் பிறவி

களிடமிருந்து திருடப்பட்டது. லாபத்துக்காக, கடைசியா சாத்தான் கிட்டதான் போகணும். அவர், திருடறதப் பத்திப் பேசி பார்க்கட்டும். ஆனா, வா, மாடியறைக்கு நாம போகலாம். மெழுகுவர்த்தி வச்சிருக்கேன். நேரத்த கடத்த புத்தகங்கள் வச்சிருக்கேன். நம்மைப் பத்தி விசாரிக்க அவங்க வரமாட்டாங்கன்னு நிச்சயமா நம்பலாம் அப்படி வந்தா, நான் ஆவி மாதிரி நடிப்பேன்.''

எம்மிலைன் மாடியறைக்குப் போனபோது, ஒரு பெரிய பெட்டியை அடைந்தாள். ஒரு காலத்தில் அதில் பெரிய மரச்சாமான் ஏதாவது வாங்கி வந்திருப்பார்கள். அதைத் திருப்பி , திறப்புக் கதவை நோக்கி இருக்கும்படி வைத்தாள். ஒரு சிறிய விளக்கை கேசி ஏற்றினாள். கூரையின் கீழ் அமர்ந்து கொண்டனர். இரண்டு பாய்களும், சில தலையணைகளும் இருந்தன. அருகில் இருந்த பெட்டியில் மெழுகு வர்த்தி, மளிகைச் சாமான்கள், பயணத்திற்குத் தேவையான துணிகளும் இருந்தன. ஆச்சரியப்படும் விதத்தில் ஒரு பொட்டலமாக அவை அமைக்கப்பட்டிருந்தன.

“இப்போதைக்கு நம்ம வீடா இதுதான் இருக்கும். உனக்குப் பிடிச்சிருக்கா?'' பெட்டியின் பக்கவாட்டில் அவள் அடித்திருந்த சிறு ஆணியில் விளக்கை பொருத்தியபடி கேசி கூறினாள்.

“அவங்க மேல வந்து, மாடியறையைத் தேட மாட்டாங்கன்னு உங்களுக்கு நிச்சயமா தெரியுமா?

“சைமன் அதைச் செய்யறதை பார்க்க விரும்பறேன். அவர் அதிலேருந்து விலகி இருக்கத்தான் விரும்புவார். வேலைக்காரங்கள பொறுத்தவரை, அவங்க முகத்தை காட்டற கணத்துல சுடப்பட்டுடு வாங்க'' கேசி சொன்னாள்.

ஓரளவு தைரியமடைந்த எம்மிலைன் தலையணையில் சாய்ந்து கொண்டாள்.

“என்னை கொன்னுடுவேன்னு ஏன் சொன்னீங்க?'' அவள் சாதாரணமாகக் கேட்டாள்.

“நீ மயக்கமடையறதத் தடுக்க விரும்பினேன். அதுக்குத்தான் அப்படிச் சொன்னேன். நான் உனக்குச் சொல்வேன் எம்மிலைன்! எது வந்தாலும் நீ மயக்கமடையக் கூடாது. அதுக்கு அவசியமே இல்லை. நான் உன்னை நிறுத்தலேன்னா, அந்தக் கெட்டவன் இந்த நேரம் உன்னைப் பிடிச்சிருப்பான்.'' கேசி சொன்னாள்.

எம்மிலைன் நடுங்கினாள்.

இருவரும் சிறிது நேரம் மௌனமாக இருந்தனர். ஒரு பிரெஞ்சுப் புத்தகத்தை படிப்பதில் கேசி மும்முரமானாள். களைப்படைந்திருந்த எம்மிலைன் படுத்து சிறிது நேரம் உறங்கினாள். உரத்தச் சத்தங்கள், கூச்சல்கள், குதிரைகளின் குளம்படிச் சத்தங்கள், நாய்களின் குரைப்பு

ஆகிய இரைச்சல்களை கேட்டு திடீரென்று தூக்கி எறியப்பட்டவளாக அவள் எழுந்தாள்.

“தேடுவோர் திரும்பி வர்றாங்க. எப்பவும் கவலைப்படாதே. இந்த துவாரம் வழியாப் பாரு. அவங்க எல்லாரும் கீழே இருக்காங்க பாரு. இந்த இரவுக்கு சைமன் விட்டுவிட வேண்டியதுதான். சகதியில் இறங்கிய குதிரைகள் எவ்வளவு சேறா இருக்கு பாரு. நாய்களும் உற்சாகமின்றி இருக்கறதா தோணுது. எனது நல்ல ஐயாவே, இந்த ஓட்டத்தை நீங்க திரும்பத் திரும்ப செய்துதான் ஆகணும். விளையாட்டு அங்க இருக்கல'' கேசி அமைதியாகச் சொன்னாள்.

“ஓ, ஒரு வார்த்தைக்கூட பேசக் கூடாது. அவங்க உங்கள் பேர்சைக் கேட்டுட்டா என்ன செய்யறது?'' எம்மிலைன் சொன்னாள்.

“அப்படி ஏதாவது அவங்க காதில விழுந்தா, விலகியிருக்கவே விரும்புவாங்க. அதனால் அபாயம் இல்லை. நாம விரும்பற சத்தத்தை செய்யலாம். அது பயத்தைத்தான் வளர்க்கும்'' கேசி சொன்னாள்.

நள்ளிரவின் அமைதி வீட்டில் இறங்கியது அவரது துரதிர்ஷ்டத்தை சபித்துக்கொண்டு மறுநாளின் கடுமையான பழிவாங்கலுக்கு உறுதி பூண்டு லெஹ்ரி படுக்கைக்குப் போனார்.

40

தியாகி

சொர்க்கம் எதையும் மறப்பதில்லை
வாழ்க்கையின் பொதுவான பரிசுகள் மறுத்தாலும்
நசுக்கப்பட்ட, இரத்தம் வடியும் இதயத்தோடு இருந்தாலும்
மனிதர்களால் புறக்கணிக்கப்பட்டாலும், அவன்
- இறக்கப் போகிறான்

கடவுள் ஒவ்வொரு சோகமான நாட்களையும் குறித்திருப்பார்
ஒவ்வொரு கண்ணீர்த்துளியையும் எண்ணி வைத்திருப்பார்
சொர்க்கத்தின் மகிழ்வான நீண்ட வாசம் மூலம்
இங்கே படும் துயரங்களுக்கு பதிலாக தருவார்.

– பைரண்ட்

நீண்ட பாதைக்கு ஒரு முடிவு இருக்கும். துயரமான இரவுக்குப் பின் விடியல் இருக்கும். கெட்டவர்களின் பகலை விரைவுபடுத்தி

முடிவற்ற இரவுக்குக் கொண்டு சென்று, நியாயவான்களின் இரவை விரைவுபடுத்தி முடிவற்ற பகலுக்கு கொண்டு சென்று காலம் ஒவ்வொரு நாளும் வேகமாக செல்கிறது. நமது எளிய நண்பரோடு அடிமை உலகச் சமவெளியில் இதுவரை பயணம் செய்தோம். முதலில் எளிதான, சலுகை நிறைந்த மலர் மிகுந்த வயல்களிலும், பிறகு மனிதன் நெருக்கமாக நினைக்கும் அனைத்திலிருந்தும் பிரியும் நெஞ்சைப் பிளக்கும் நிகழ்வுகளிலும் பயணம் செய்தோம். பிரகாசமான நிலத்தில் அவரது கை விலங்கினை தாராள மனமுடைய கைகள் மலர்களால் மறைத்திருந்தன. இரவின் இறுதி நம்பிக்கையைக்கூட இழக்க வைக்கும் இடத்திற்கு அவரைத் தொடர்ந்தோம். பூமியின் இருட்டான கருப்பினிடையே, ஜொலிக்கும் நட்சத்திரங்களைப் பார்த்தோம்.

காலை நட்சத்திரம் மலை மேல் இப்போது நிற்கிறது. கடுங் காற்றும், மென்காற்றும் நாளின் கதவு திறப்பதை எடுத்துக் காட்டின.

கேசியும் எம்மிலைனும் தப்பிச் சென்றது, லெஹ்ரியின் விரோத மனப்பாங்கை அதன் அடி ஆழம்வரை எரிச்சலூட்டி இருந்தது. எதிர் பார்க்கத்தக்கபடி அந்தக் கடுங்கோபம் டாமின் பாதுகாப்பற்ற தலையில் விழுந்தது. அவரது வேலையாட்களிடம் அவசர அவசரமாக அவர் செய்தியைச் சொன்னபோது, டாமின் கண்களில் திடீரென்று ஒளி இருந்ததும், தனது கையை டாம் மேல் நோக்கி கூப்பியதும், அவரது கவனத்திலிருந்து தப்பவில்லை. துரத்துபவர்களின் கூட்டத்தில் அவர் இணைந்து கொள்ளவில்லை என்பதையும் பார்த்தார். அவரை அதற்கு வற்புறுத்த நினைத்தார். மனிதத்தன்மைக்குப் புறம்பான செயல்களை செய்வதற்கு பணிக்கும்போது டாம் போக்கு பற்றிய பழைய அனுபவம் அவ்வாறு செய்வதைத் தடுத்தது. அவரது அவசரத்தில், டாமோடு மோதலில் நுழைய அவர் விரும்பவில்லை.

எனவே, மற்ற சிலரோடும் டாம் பின்தங்கி இருந்தார். பிரார்த்தனை செய்ய அவர் கற்றுக் கொடுத்திருந்தவர்களோடு இணைந்து, தப்பி ஓடியவர்களின் நலனுக்காகப் பிரார்த்தனை செய்தார்.

ஏமாற்றம் அடைந்து லெஹ்ரி குழப்பத்துடன் திரும்பியபோது, தனது அடிமை மீது அவர் வளர்த்துக் கொண்டிருந்த வெறுப்பு பயங்கரமான வடிவம் எடுத்தது. விலை கொடுத்து வாங்கியது முதல் இந்த மனிதன் தடுமாற்றம் இன்றியும், சக்தியோடும், தடுக்க முடியாதபடியும் தைரியமாகத் தன்னை எதிர்கொண்டான் அல்லவா? மௌனமாக இருந்தாலும் முழு அழிவின் நெருப்பாக அவர்மீது எரிந்து கொண்டிருந்த ஆவி டாமிடம் இருக்கவில்லையா?

"நான் அவனை வெறுக்கறேன். நான் அவனை வெறுக்கறேன். அவன் என்னுடையவன் கிடையாதா? நான் விரும்பறபடி அவனை நான் நடத்த முடியாதா? யார் தடுக்க முடியும்? ஆச்சரியப்படறேன்.'' லெஹ்ரி தனது முஷ்டியை மடித்தார். தன் கையில் ஏதோ ஒன்று

இருப்பது போலவும், அதைப் பொடிப்பொடியாக நொறுக்க முடியும் என்பது போலவும். அதை அசைத்தார்.

டாம் விசுவாசமான, மதிப்புமிக்க வேலையாள். லெஹ்ரி அவரை வெறுத்தாலும், அவரிடம் ஓரளவு கட்டுப்பட்டவராகவே இருந்தார்.

மறுநாள் காலை எதுவும் சொல்லக்கூடாதென்று முடிவெடுத்தார். நாய்களோடும், துப்பாக்கிகளோடும் அருகில் இருந்த தோட்டங்களிலிருந்து ஆட்களைத் திரட்டியிருந்தார். சகதியைச் சூழ்ந்து, முறையாகத் தேட முடிவெடுக்கப்பட்டது. அது வெற்றி பெற்றால், நல்லது. இல்லாவிடில், டாமை அழைத்து வந்து தன் முன்நிறுத்த உத்தரவிட வேண்டும். இரத்தம் கொதிக்க, பற்களை நறநறவென கடித்து அவர் முடிவெடுத்தார். அவருக்குள் இருந்த இந்த முணுமுணுப்புக்கு அவரது ஆன்மா அனுமதி அளித்தது.

எஜமானரின் 'விருப்பம்' அடிமைகளுக்குப் போதுமான பாதுகாப்பு என்று சொல்றீங்க. மனிதனோட வெறித்தனமான விருப்பத்தை நிறை வேற்றிக்கொள்ள தனது ஆன்மாவையே சாத்தானிடம் விருப்பத்தோடும், திறந்த கண்களுடனும் விற்க முனைகிறவன், தனது அண்டை வீட்டானின் உடல்மீது அக்கறையோடு இருப்பானா?

மாடியறையிலிருந்து துவாரம் வழியாக எட்டிப்பார்த்த கேசி கூறினாள்: "தேடல் இன்னிக்கு திரும்பவும் தொடங்கப் போகுது''

மூன்று அல்லது நான்கு குதிரை ஓட்டிகள் வீட்டுக்கு முன்பு இருந்த இடத்தில் துள்ளி ஏறினர். ஒன்றுக்கொன்று உறுமிக் கொண்டும், குரைத்துக் கொண்டும், அவற்றைப் பிடித்துக் கொண்டிருந்த கறுப்பர்களிடம் ஓரிரு விநோதமான நாய்கள் மல்லுக்கு நின்றன.

அங்கு வந்திருந்தவர்களில் இருவர் அருகில் இருந்த பண்ணையின் மேற்பார்வையாளர்கள். மற்றவர்கள் அண்டை நகரில் இருந்த விடுதியிலும் மதுக்கடைகளிலும் லெஹ்ரியோடு பழகியவர்கள். தேடும் படல விளையாட்டின் ஆர்வம் காரணமாக வந்திருந்தனர். இதைவிட ஒரு கடினமான குழுவை நினைத்துப் பார்க்க முடியாது. அவர்களுக்கும் பல்வேறு பண்ணைகளிலிருந்து இந்தப் பணிக்காக திரட்டப்பட்டிருந்த கறுப்பர்களுக்கும் லெஹ்ரி தாராளமாக பிராந்தி வழங்கினார். இது மாதிரியான பணிக்கு வருவது கறுப்பர்களுக்கு விடுமுறை போன்றது.

கதவு துவாரத்தில் தனது காதுகளை கேசி வைத்துக் கொண்டாள். வீட்டை நோக்கி காலை நேரக் காற்று வீசிக் கொண்டிருந்ததால், உரையாடல்களை பெருமளவில் கேட்க முடிந்தது. அவள் அவ்வாறு கேட்டபோது ஒரு தீவிரமான ஏளனம் அவளது இருண்ட ஆழ்ந்த முகபாவத்தில் தோன்றியது. அவர்களுக்கு பகுதியைப் பிரித்துக் கொடுத்தும், நாய்களின் திறன் பற்றி விவாதித்தும், சுடுவது பற்றிய அறிவுரைகள் வழங்கியும், பிடிக்கப்பட்ட பின்பு அவர்களை நடத்தப்பட வேண்டிய விதம் பற்றியும் உரையாடல்கள் இருந்தன.

கேசி பின்வாங்கினாள். தனது கைகளை கூப்பிக் கொண்டு, மேல் நோக்கி ''ஓ மகத்தான எல்லாம் வல்ல இறைவனே! நாங்கள் எல்லோரும் பாவிகள்; ஆனால் நாங்கள் இவ்வாறு நடத்தப்படுவதற்கு உலகில் உள்ள மற்றவர்களைவிட நாங்கள் என்ன செய்துவிட்டோம்?''

அவள் பேசியபோது, அவளது குரலிலும், முகத்திலும் ஒரு கடுமையான ஆர்வம் இருந்தது.

"உனக்காக இல்லேன்னா நான் அவங்ககிட்ட போவேன். என்னைச் சுட்டு கீழே தள்ள முயலும் யாருக்கும் நன்றி கூறுவேன். எனக்கு சுதந்திரத்தால என்ன பயன் கிடைச்சிடும்? அது என்னோட குழந்தைகளை திரும்பத் தருமா? நான் எப்படி இருந்தேனோ, அந்த வாழ்க்கையை திரும்பத் தருமா?'' எம்மிலைனை பார்த்து அவள் சொன்னாள்.

கேசியின் இருண்ட மனப்பாங்கை பார்த்து குழந்தைகளுக்கே உரிய எளிமைத்தனத்தோடு எம்மிலைன் பாதி பயந்திருந்தாள். அவள் குழப்பமுற்றவளாக இருந்தாள். அதனால் எந்தப் பதிலும் சொல்ல வில்லை. இதமான இயக்கத்தின் மூலம் அவளது கைகளைப் பற்றிக் கொண்டாள்.

"செய்யாதே. நீ என்னை நேசிக்க வச்சிடுவே. மறுபடியும் எதையும் நான் நேசிக்கறதா இல்ல'' அதை பிடுங்கிக் கொள்ள முயற்சி செய்த கேசி கூறினாள்.

"ஏழை கேசி அப்படி நினைக்காதீங்க. கடவுள் நமக்கு விடுதலை கொடுத்தா, அநேகமா அவர் உங்களுக்கு உங்க மகளை திரும்பித் தருவார். உங்களுக்கு நான் ஒரு மகளா இருப்பேன். எனது ஏழைத் தாயை இனிமே பார்க்க மாட்டேன்னு எனக்குத் தெரியும். நீங்க என்ன நேசிக்கறீங்களோ இல்லையோ, நான் உங்களை நேசிப்பேன்.'' எம்மிலைன் கூறினாள்.

இதமான, குழந்தை மனம் கொண்ட ஆன்மா வெற்றி கொண்டது. கேசி அவளுக்கு அருகில் அமர்ந்தாள். அவளது கழுத்தைச் சுற்றி கரத்தை போட்டாள். அவளது மிருதுவான, பழுப்பு முடிகளை தடவிக் கொடுத்தாள். இப்போது கண்ணீரால் மிருதுவாகி இருந்த அவளது மகத்தான கண்களின் அழகை எம்மிலைன் ஆச்சரியத்துடன் பார்த்தார்.

"ஓ எம்! எனது குழந்தைகளுக்காக பட்டினி கிடந்திருக்கிறேன். அவர்களுக்காக தாகத்தில் தவித்திருக்கிறேன். அவர்களுக்காக எனது கண்கள் ஏங்கிக் காத்திருக்கின்றன. இங்க இங்க "தனது மார்பை சுட்டி காட்டி கேசி கூறினாள் "எல்லாம் அனாதரவா இருக்கு; எல்லாம் காலியா இருக்கு. என்னோட குழந்தைகளை எனக்கு திரும்பக் கொடுத்தா, நான் கடவுளை பிரார்த்திப்பேன்.''

"நீங்க அவரை நம்பணும்! அவர் நமது தந்தை'' எம்மிலைன் கூறினாள்.

"அவரோட கோபம் நம்ம மேல இருக்கு. அவர் கோபத்தில் நம்மிடமிருந்து திரும்பி விட்டார்.'' கேசி சொன்னாள்.

"இல்லை கேசி! அவர் நம்மகிட்ட நல்லா இருப்பார். அவர்மேல நம்பிக்கை வைப்போம். எனக்கு எப்போதும் நம்பிக்கை இருக்கு'' எம்மிலைன் சொன்னாள்.

தேடல் நீண்டதாகவும், தீவிரமாகவும், முழுமையாகவும் இருந்தாலும் வெற்றிகரமாக இருக்கவில்லை. தீவிரமான முரண்பட்ட மகிழ்வுடன், கீழே இருந்த லெஹ்ரியை கேசி பார்த்தாள். அவர் சோர்வுற்றும், உற்சாகம் குன்றியும் குதிரையிலிருந்து இறங்கியிருந்தார்.

"இப்ப, கியும்போ நீ போய் அந்த டாமை அழைச்சிக்கிட்டு வா, இப்பவே அழைச்சிக்கிட்டு வா. இந்த விஷயத்துல அந்த கிழவன்தான் பின்னணியில இருக்கான். அந்த கறுப்புத் தோலிலிருந்து எல்லாத்தையும் வரவழைச்சுடறேன். இதற்கு என்ன காரணம்ன்னு நான் தெரிஞ்சுப்பேன்'' அமர்வு அறையில் நீட்டிப் படுத்த லெஹ்ரி கூறினார்.

"சாம்போவும், கியும்போவும் ஒருவருக்கொருவர் வெறுப்புடன் இருந்தாலும், டாம் மீது வெறுப்புக் காட்டுவதில் இருவரும் ஒற்றுமை யாக இணைந்தனர். அவர் இல்லாதபோது, பொதுவான கண்காணிப்புக்காக டாமை வாங்கி வந்துள்ளதாக எஜமானர் லெஹ்ரி அவர்களிடம் முதலில் தெரிவித்தார். இது அவர்களிடம் ஒரு வெறுப்பெண்ணத்தை ஏற்படுத்தியிருந்தது. அவர்களது கீழ்த்தரமான, அடிமைத்தன இயல்பு காரணமாக அது அதிகரித்திருந்தது. தங்களது எஜமானர் வெறுப்புக் குள்ளானவராய் மாறியதை அவர்கள் அருவருப்பாய்க் கருதினர். எனவே, அவரது ஆணையை செயல்படுத்த, உறுதியோடு கியும்போ அங்கிருந்து நகர்ந்தான்.

செய்தியை இதயத்தின் முன்னெச்சரிக்கையோடு டாம் கேட்டார். அவர்களின் தப்பி ஓடும் திட்டம் பற்றி அவருக்குத் தெரியும். அவர்களது தற்போதைய மறைவிடம் அவருக்குத் தெரியும். தான் சமாளிக்க வேண்டிய மனிதரின் பயங்கரத்தன்மை பற்றியும் அவரது கொடுங்கோன்மையான சக்தி பற்றியும் தெரியும். உதவியற்றவர்களுக்கு துரோகம் செய்வதைவிட, இறப்பை சந்திப்பது மேல் என்று கடவுளைப் பற்றி டாம் வலிமையாக உணர்ந்தார்.

அவர் தனது கூடையை வரிசையில் வைத்து, நிமிர்ந்து பார்த்து சொன்னார்: "உங்களது கரங்களில் எனது ஆன்மாவை வைக்கிறேன். நீங்கள் என்னை மீட்பீர்கள். ஓ, உண்மையின் கடவுளே'' மிருகத் தன்மையாகவும், முரட்டுத்தனத்தோடும் தன்னைப் பிடித்த கியும்போ விடம் அமைதியாக அடிபணிந்தார்.

“ஏய், ஏய். எஜமானர் ரொம்ப கோபமா இருக்கார். இப்ப தப்பிக்க முடியாது. சொல்லிடு. இல்லேன்னா நீ வதைபடுவது நிச்சயம். எஜமானோட வேலைக்காரங்கள தப்பிக்கவிட்டதுக்கு நீ என்ன பாடுபடப்போற பாரு'' அந்த வாட்டசாட்ட மனிதன் அவரை இழுத்தபடி கூறினான்.

இந்த அநாகரிகமான வார்த்தைகளில் எதுவும் அந்தக் காதுகளை அடையவில்லை. அங்கு ஒரு உயர்ந்த குரல் சொல்லிக் கொண்டிருந்தது: “உன்னோட உடம்பை கொல்வது பற்றி பயப்படாதே. அதற்குப் பிறகு, அவர்களால் எதுவும் செய்ய முடியாது.'' கடவுளின் கரங்களால் தீண்டப்பட்டதாய் அந்த ஏழை மனிதரின் எலும்புகளும், நரம்புகளும் இந்த வார்த்தைகளுக்கு அதிர்ந்தன. அவரது ஓர் ஆன்மாவில், ஆயிரம் ஆன்மாக்களின் வலிமையை உணர்ந்தார். விரைந்து ஓடும் வாகனத் திலிருக்கும்போது, சுழன்றோடும் இயற்கை காட்சிகள் போல், மரங்களும், புதர்களும், அடிமைக்கான குடிசைகளும், சீரழிந்திருந்த முழு காட்சியும் அவருக்கு அருகில் சுழல்வதாய் அவருக்குத் தோன்றியது. அவரது ஆன்மா துடித்தது. அவரது வீடு பார்வையில் பட்டது. விடுதலைக்கான நேரம் கையருகில் இருப்பதாய் தெரிந்தது.

டாமின் அருகில் வந்த லெஹ்ரி, அவரது மேல் சட்டையின் கழுத்தை கோபமாகப் பிடித்து, உறுதியான பெருங்கோபத்தின் வெளிப் பாட்டுடன் பற்களைக் கடித்துக்கொண்டு “உன்னை கொன்று விடுவது என்று முடிவெடுத்து விட்டேன் என்று உனக்குத் தெரியுமா?'' என்று கூறினார்.

“அது சாத்தியமானதுதான், எஜமான்'' டாம் அமைதியாகக் கூறினார்.

“அந்த பெண்களை பத்தி உனக்குத் தெரிஞ்ச தகவல்களை எனக்கு தெரிவிக்கலேன்னா நான் அப்படித்தான் முடிவெடுத்திருக்கேன்.'' கடுமையான, பயங்கரமான அமைதியோடு லெஹ்ரி கூறினார்.

டாம் அமைதியாக நின்றார்.

“உனக்கு கேட்குதா?'' அடிபட்ட சிங்கமாய் கர்ஜித்து, தனது கால்களை தரையில் அழுத்தி லெஹ்ரி கேட்டார்.

“என்கிட்ட சொல்றதுக்கு எதுவுமில்ல எஜமான்'' மெதுவாக உறுதியாக, வேண்டுமென்றே கூறுவதாய் வார்த்தைகளை உச்சரித்தார்.

“இப்படி சொல்றதுக்கு உனக்கு எப்படி தைரியம் வந்தது கறுப்புக் கிறித்துவனே? உனக்குத் தெரியாதா?'' லெஹ்ரி கேட்டார்.

டாம் மௌனமாக இருந்தார்.

“பேசு; உனக்கு ஏதாவது தெரியுமா?'' பெரும் சீற்றத்தோடு டாமை அடித்து இடிபோன்று கர்ஜித்தார்.

“எனக்குத் தெரியும், எஜமான். ஆனால் சொல்ல முடியாது. நான் செத்தாலும் சரி...''

லெஹ்ரி நீண்ட பெருமூச்சு விட்டவாறு தனது சீற்றத்தை அடக்கிக் கொண்டு, டாமை கையைப் பிடித்து, அவரது முகத்துக்கு அருகே தனது முகத்தைக் கொண்டு வந்து “கவனி டாம்! ‘முந்தி உன்னை விட்டுட்டதால. நான் சொல்றத செய்ய மாட்டேன்னு நீ நினைக்கற. எப்பவும் எனக்கு எதிராகவே இருந்திருக்கே. உன்னை வெற்றி கொள்வேன். இல்லேன்னா உன்னை கொல்வேன். ஏதோ ஒண்ணுதான் நடக்கும். உன்னிடம் இருக்கும் ஒவ்வொரு சொட்டு இரத்தத்தையும் எண்ணி பார்ப்பேன். நீ விட்டுக் கொடுக்கறவரை, ஒவ்வொண்ணா வெளியில எடுப்பேன்.''

டாம் தனது எஜமானரை நிமிர்ந்து பார்த்து பதிலளித்தார்: “எஜமான்! நீங்க சுகவீனமா இருந்தாலோ, பிரச்சினையில் இருந்தாலோ, இறந்துகிட்டு இருந்தாலோ, நான் உங்களை பாதுகாக்க முடியும். இந்த ஏழை வயதான உடம்பில் எடுக்கப்படும் ஒவ்வொரு இரத்தத் துளியும் உங்களது மதிப்புமிக்க உயிரை பாதுகாக்குமானால் அதுக்காக எனது இதய இரத்தத்தை கொடுப்பேன். எனக்கு கடவுள் அதை இலவசமா கொடுத்தது போல கொடுப்பேன். உங்களது ஆன்மா மீது இவ்வளவு பெரிய பாவத்தை கொண்டு வராதீங்க. உடல்மீது முடிந்த அதிகபட்ச கொடுமைகளை செய்யுங்க. எனது துயரங்கள் விரைவில் தீரும். நீங்க வருந்தி, திருந்தலேன்னா, உங்களது துயரங்களுக்கு முடிவே இருக்காது.''

புயலுக்குப் பின் ஏற்பட்ட அமைதி போல இந்த உணர்ச்சிகளின் வெளிப்பாடு ஒரு நொடி இடைவேளையை உண்டாக்கியது. லெஹ்ரி கடிகாரத்தின் ‘டிக்’ சத்தத்தை கேட்கும் அளவிற்கு அமைதி நிலவியது. கருணையின் இறுதி கணங்களையும், அந்தக் கொடூர இதயத்திற்கு வாய்ப்புக் கொடுக்கப்படுவதையும் அது அமைதியாக அளந்தது.

அது ஒரு கணந்தான். அது ஒரு தயக்கமான இடைவெளிதான். உறுதியற்ற, விட்டுக் கொடுக்கும் மெய்சிலிர்ப்புதான் அது. ஏழு மடங்கு தீவிரத்துடன், தீங்கான ஆவி திரும்பி வந்தது. சீற்றத்தால் நுரை தள்ளி, தனது பலியாளரை தரையில் தள்ளி தாக்கியது.

ரத்தத்தின், கொடூரத்தின் காட்சி நமது காதுகளுக்கும், இதயங் களுக்கும் அதிர்ச்சியூட்டுவதாக இருந்தது. செய்வதற்கான உறுதி பெற்றுள்ள மனிதன், அதனை கேட்பதற்கான உறுதியைக் கொண்டி ருப்பதில்லை. சகோதர மனிதனுக்கோ, சகோதர கிறித்துவனுக்கோ இழைக்கப்படும் கொடுமைகளை இரகசிய அறைகளில்கூட கூற முடியாது. அது ஆன்மாவை வேதனைப்பட வைக்கும். ஓ எனது

தேசமே! உனது சட்டங்களின் நிழலில்தான் இந்தக் கொடுமைகள் செய்யப்படுகின்றன. இதை தேவாலயங்கள் அமைதியாகப் பார்த்துக் கொண்டிருக்கின்றன.

ஆனால், சித்திரவதை, இழிவு, அவமானம் ஆகியவற்றின் கருவிகளை ஒருவரது துயரம், புகழ், கௌரவம், அழிவில்லா வாழ்க்கையாக மாற்றியுள்ளது. அவரது ஆவி இருக்குமிடத்தில், இழிவு செய்யும் கேடுகளும், இரணமும், அவமானங்களும் ஒரு கிறித்துவனின் இறுதி போராட்டத்தை புகழ்மிக்கதாக மாற்றும்.

அந்த நீண்ட இரவில், அந்தப் பழைய கொட்டகையில், மிருகத் தனமான வலிகளையும், தாக்குதல்களையும், வீரமாகவும், நேசிப்பு உணர்விலும் தாங்கிக் கொண்டபோது அவர் தனித்து இருக்கவில்லை.

அவருக்கு அருகில் ஒருவர் இருந்தார். "கடவுளின் மகன் போல்'' அவர் தனியாக கவனிக்கப்பட்டார். சபலமூட்டுபவரும் அருகில் இருந்தார். சீற்றம் மிக்க, கொடுங்கோன்மையான உறுதியால் குருடாக்கப்பட்டு, அப்பாவிகளுக்குத் துரோகம் இழைக்க ஒவ்வொரு கணத்தின் வேதனைகளும் வலியுறுத்தின. வீரமான, உண்மையான இதயம் முடிவற்ற பாறைமீது உறுதியாக இருந்தது. மற்றவர்களை காப்பாற்றினால், தன்னை காப்பாற்றிக் கொள்ள முடியாதுன்னு அவரது எஜமானர் போலவே அவருக்குத் தெரிந்தது. பிரார்த்தனை யையும் புனித நம்பிக்கையையும் தவிர, வேறு எந்தத் தீவிரமான வார்த்தைகளும் அவரிடமிருந்து வெளிவரவில்லை.

"இவன் கிட்டத்தட்ட இறந்துட்டான் எஜமான்'' அவனையும் மீறி தனது பலியாளின் பொறுமையால் ஈர்க்கப்பட்ட சாம்போ சொன்னான்.

"பிடிவாதத்தை விட்டுக் கொடுக்கறவரை அடி கொடுத்துக்கிட்டே இரு.'' அவன் உண்மையைச் சொல்லலேன்னா, அவன்கிட்ட இருக்கற ஒவ்வொரு துளி இரத்தத்தையும் நான் எடுப்பேன்.'' லெஹ்ரி கத்தினார்.

டாம் கண்களைத் திறந்தார். அவரது எஜமானரை நிமிர்ந்து நோக்கினார். "நீங்க ஏழை, பரிதாபமான பிறவி. உங்களால இதுக்குமேல எதுவும் செய்ய முடியாது. என்னோட முழு ஆன்மாவில, உங்களை நான் மன்னிக்கிறேன்.'' டாம் முழுமையாக மயக்கமுற்றார்.

டாமைப் பார்க்க அடியெடுத்து முன்பக்கம் வந்த லெஹ்ரி சொன்னார் : "அவனோட மொத்த ஆன்மாவும் போயிட்டதா நம்பறேன். அவனோட வாய் இறுதியா மூடிடுச்சு. அது ஒரு ஆறுதல்.''

ஆமாம் லெஹ்ரி; உங்க ஆன்மாவில் ஒலிக்கும் குரலை யார் மூடுவார்? முந்தைய பரிகாரத்தை, பழைய பிரார்த்தனையை, பழைய நம்பிக்கைகள் கலந்த ஆன்மாவின் நெருப்பை எப்போதும் தணிக்க முடியாது.

இருந்தாலும், டாம் முழுவதுமாக இறந்து விடவில்லை. அவரது மகத்தான வார்த்தைகளும், பக்தியான பிரார்த்தனைகளும், அவர்மீது தொடுக்கப்பட்ட கொடுமைகளுக்கு கருவியாக இருந்த மிருகமாக்கப் பட்ட கறுப்பர்களின் இதயத்தை தாக்கியிருந்தது. லெஹ்ரி சென்ற பிறகு, அவரை கீழே இறக்கினார்கள். அவருக்கு உதவுவதாய் உணர்ந்து, அவரது உயிரை மீண்டும் கொண்டுவர முயற்சித்தனர்.

"நிச்சயம், பயங்கரமான கொடுமையான கெட்ட செயலை செய்யறோம்! இதுக்கு - நாம இல்ல எஜமானர் பதில் சொல்லி யாகணும்" சாம்போ சொன்னான்.

அவரது காயங்களை அவர்கள் துடைத்தனர். மீதமான பருத்தி களிலிருந்து கரடுமுரடான படுக்கையை அவருக்கு தயாரித்துக் கொடுத்தனர். அவர்களில் ஒருவர் லெஹ்ரி வீட்டுக்குப்போய், தான் சோர்வாக இருப்பதாக நடித்து, தனக்கு தேவை என்று கூறி லெஹ்ரி யிடமிருந்து பிராந்தியை கெஞ்சிக் கேட்டு பெற்றுவந்து டாமின் தொண்டையில் ஊற்றினார்.

"ஓ டாம்! நாங்க உங்ககிட்ட ரொம்ப கெட்டவங்களா நடந்துக்கிட்டோம்" கியும்போ சொன்னான்.

"என்னோட முழு மனதோட நான் உங்களை மன்னிக்கிறேன்" டாம் மயக்கமுற்றபடி கூறினார்.

"ஓ டாம்! ஏசு யாருன்னு எங்களுக்கு சொல்லு. இரவு முழுவதும் உன்னோட நின்று கொண்டிருந்த ஏசு யார்?" சாம்போ கேட்டான்.

இந்த வார்த்தைகள் மயக்கமுற்று, சரிந்துகொண்டிருந்த ஆன்மாவை தட்டி எழுப்பியது. அந்த மகத்தான ஒருவரின் சக்திமிக்க சில வரிகளை அவர் கூறினார். அவரது வாழ்க்கை, அவரது இறப்பு, அவரது நிரந்தர இருப்பு, அவரது காக்கும் சக்தி எல்லாவற்றையும் கூறினார்.

அந்த இரு காட்டுமிராண்டி மனிதர்களும் அழுதனர்.

"இத இதுக்கு முன்னாடி நான் ஏன் கேட்கல? நான் நம்பறேன். எங்களுக்கு வேற வழி இருக்கல. கடவுள் ஏசுவே, எங்கள் மீது கருணை வை" சாம்போ சொன்னான்.

"ஏழைப் பிறவிகளே! உங்கள கிறித்துவத்திற்கு வர வைக்க முடியும்னா, என்னிடம் இருக்கற எல்லாத்தையும் கொடுக்க விருப்பமா இருப்பேன். ஓ கடவுளே! இந்த இரு ஆன்மாக்களையும் எனக்கு கொடுங்கன்னு பிரார்த்தனை செய்யறேன்" டாம் கூறினார்.

அந்தப் பிரார்த்தனை பதிலளிக்கப்பட்டது.

41

இளம் எஜமானர்

சீன மரங்களின் நிழல் வழியே ஒரு இலகு வாகனத்தில் ஒரு இளம் மனிதர் சவாரி செய்தார். குதிரையின் கழுத்தில் இருந்த கடிவாளத்தை இழுத்து, அந்த இடத்தின் உரிமையாளர் யாரென்று வினவினார்.

அது ஜார்ஜ் ஷெல்பி. அவர் இங்கு எப்படி வந்தார் என்று அறிவதற்கு, நாம் நமது கதையில் பின்னோக்கிப் போகவேண்டும்.

திருமதி ஷெல்பிக்கு செல்வி ஒபேலியா எழுதிய கடிதம் எதிர் பாராத துரதிர்ஷ்டம் காரணமாக அதற்குரிய இடத்தில் சேர்வதற்கு முன்பு ஓரிரு மாதம் ஏதோவொரு மூலையிலிருந்த அஞ்சலகத்தில் தங்கிவிட்டது. அது கிடைப்பதற்கு முன்பே டாம் பார்வையிலிருந்து சிவப்பு நதியின் தொலைதூர சகதியில் மறைந்து விட்டிருந்தார்.

ஆழ்ந்த கவலையோடு கடிதத்தின் தகவலை திருமதி ஷெல்பி படித்தார். அதன்மீது உடனடி நடவடிக்கை என்பது சாத்தியமற்றதாக இருந்தது. கடுமையான காய்ச்சலால் படுக்கையில் கிடந்த கணவரை கவனிக்க வேண்டிய நிலையில் அப்போது அவர் இருந்தார். இந்த இடைவெளியில் சிறுவனாயிருந்து உயரமான இளம் மனிதனாக வளர்ந்திருந்த செல்வன் ஜார்ஜ் அவரது இடைவிடாத விசுவாசமான உதவியாளனாக இருந்து, தனது தந்தையின் விவகாரங்களை மேற்பார்வையிடுவதற்கு ஒரே நம்பிக்கையாக இருந்தான். முன் யோசனையாக ஒபேலியா, செயிண்ட் கிளேர்க்காக வியாபாரம் செய்த வழக்கறிஞர் பெயரை தெரிவித்திருந்தாள். அந்த அவசரத்தில், விஷயங் களை விசாரித்து கடிதம் மட்டுமே எழுத முடிந்தது; சில நாட்கள் கழித்து நிகழ்ந்த ஷெல்பியின் திடீர் மரணம் சில காலத்திற்கு மற்ற வேறு விஷயங்களில் கவனம் செலுத்த வைத்தது.

தனது பண்ணையின் ஒரே தனி நிர்வாகியாகத் தனது மனைவியை நியமித்து, அவரின் திறமை மேல் இருந்த நம்பிக்கையை திரு ஷெல்பி வெளிப்படுத்தியிருந்தார். எனவே திருமதி ஷெல்பியின் மீது மிகவும் சிக்கலான பெரிய பணிகள் திடீரென்று விழுந்தன.

அவருக்கே உரிய சக்தியோடு, சிக்கலாகியிருந்த விவகாரங்களை சரி செய்யும் பணிகளை கவனித்தார். ஜார்ஜும், அவரும் கணக்குகளை சேகரிப்பதிலும், ஆய்வு செய்வதிலும் சில காலம் மும்முரமாய் இருந்தனர். எல்லா விவகாரங்களும் தெளிவாகத் தெரியும் விதத்திலும், உணரக்கூடிய வடிவத்திலும் கொண்டுவரப்பட வேண்டுமென்று

விரும்பிய திருமதி ஷெல்பி சொத்துக்களை விற்று கடன்களை அடைத்தார். இதற்கிடையில் அவர்கள் அனுப்பிய கடிதத்திற்கு அந்த வழக்கறிஞர் பதிலளித்திருந்தார். டாம் பொது ஏலத்தில் விற்கப்பட்டு தான் தொகை பெற்றது தவிர தனக்கு எதுவும் தெரியாது என்று எழுதியிருந்தார்.

இது ஜார்ஜையும், திருமதி ஷெல்பியையும் சங்கடப்படுத்தியது. ஆறு மாதம் கழித்து தனது தாய்க்காக நதிக்குக் கீழே சில வேலைகள் செய்ய ஜார்ஜ் செல்ல வேண்டியிருந்தது. அப்போது நியு ஆர்லியன்ஸுக்குச் சென்று சில விசாரணைகள் செய்வதில் அவர் உறுதியாக இருந்தார். டாம் இருக்குமிடத்தை அறிந்து, தனது பழைய நண்பரை மீண்டும் வாங்கும் நம்பிக்கையில் இருந்தார்.

பயனற்ற சில மாத தேடல்களுக்குப் பிறகு, விரும்பிய விவரங்களை பெற்றிருந்த ஒரு மனிதரை நியூ ஆர்லியன்ஸில் தற்செயலாக சந்திக்க நேர்ந்தது. தனது பையில் பணத்தோடு, நமது நாயகன் சிவப்பு நதிக்கு செல்லும் நீராவிப் படகை பிடித்து, நண்பரைத் தேடி புறப்பட்டார்.

விரைவிலேயே ஜார்ஜ் அந்த வீட்டை கண்டுபிடித்தார். அமர்வு அறையில் லெஹ்ரியை ஜார்ஜ் பார்த்தார். புதியவரை விரோதமான விருந்தாளியாய் லெஹ்ரி வரவேற்றார்.

“நியூ ஆர்லியன்ஸில டாம்ன்னு பெயர் கொண்ட ஒருவரை நீங்க விலைக்கு வாங்கினதா எனக்குத் தெரிஞ்சுது. அவர் என்னோட தந்தையின் பண்ணையில் இருந்தார். அவரை திரும்ப விலைக்கு வாங்க முடியுமான்னு பார்க்க வந்திருக்கேன்.'' இளம் மனிதர் கூறினார்.

லெஹ்ரியின் புருவங்கள் கருமையாயின. அவர் உணர்ச்சியில் வெடித்தார். ‘‘ஆமாம், அந்த ஆளை நல்ல விலை கொடுத்து வாங்கினேன். மிகவும் கிளர்ச்சி மனப்பாங்கு கொண்ட கயமையான ஆணவம் பிடிச்ச ஆள். ஒவ்வொருத்தரும் எண்ணூறு அல்லது ஆயிரம் டாலர்கள் மதிப்புடைய இரு பெண்களை தப்பி ஓட வச்சுட்டான். அதை அவன் ஒத்துக்கிட்டான். அவங்க எங்க இருக்காங்கன்னு கேட்டா, தனக்குத் தெரியும்னும், அதைச் சொல்ல மாட்டேன்னும் பிடிவாதமா இருந்தான். ஒரு கறுப்பனுக்கு இதுவரை கொடுக்காத அளவுக்கு கசையடி கொடுத்தேன். அநேகமா அவன் செத்துடுவான்னு நெனைக்கிறேன். எப்படி இருக்கான்னு எனக்குத் தெரியல.''

“அவர் எங்கே? நான் அவரை பார்க்கறேன்'' ஜார்ஜ் குற்றஞ் சாட்டும் குரலில் கேட்டார். இளம் மனிதரின் கன்னங்கள் சிவந்தன. கண்கள் நெருப்பை உமிழ்ந்தன. ஆனால், புத்திசாலித்தனமாக எதுவும் சொல்லவில்லை.

“அவர் அந்தக் கொட்டகையில் இருக்கார். ஜார்ஜின் குதிரைகளை பிடித்துக் கொண்டிருந்த சிறுவன் கூறினான்.

அந்தப் பையனை லெஹ்ரி உதைத்தார். திட்டினார். ஒரு வார்த்தைகூட கூறாது அங்கிருந்து கொட்டகைக்கு ஜார்ஜ் விரைந்தார்.

அந்தக் கொடூரமான இரவுக்குப் பிறகு, இரண்டு நாட்களாக டாம் அங்கு படுத்திருக்கிறார். ஒவ்வொரு நரம்புகளும் மழுங்கடிக்கப்பட்டு, அழிக்கப்பட்டிருந்ததால், அவருக்குத் துன்பம் தெரியவில்லை. பெரும்பாலான நேரங்களில் அமைதியான உணர்ச்சியற்ற நிலையில் அவர் இருந்தார். சிறை பிடிக்கப்பட்ட ஆவியை நன்கு பின்னப்பட்ட சக்தி மிக்க உடலமைப்பு விடுவதாய் இல்லை. தங்களுக்கு அவர் செய்த உபகாரங்களுக்கு பரிகாரம் செய்வதற்காக தங்களது அற்பமான ஓய்வு நேரத்தை திருட்டுத்தனமாக ஒதுக்குவதற்கு பல அனாதரவான பிறவிகள் முன் வந்தனர். அந்த ஏழை சிஷ்யர்களால் கொடுக்கக் கூடியது எதுவுமில்லை. ஒரு கோப்பை குளிர்ந்த நீரைத் தவிர. ஆனால் அதை அவர்கள் முழு மனதோடு கொடுத்தனர்.

அந்த நேர்மையான, உணர்வற்ற முகங்களில் கண்ணீர் வழிந்தது. அந்த ஏழை அப்பாவிகளின் தாமதமான வருத்தப்படும் கண்ணீர் அது. பொறுமையின் உருவகமாக இறந்து கொண்டிருக்கும் தேகத்தின் முன்னர் அவர்கள் பிரார்த்தனை செய்தனர். அவர்கள் தாமதமாக அறிந்திருந்த, பெயர் மட்டும் தெரிந்திருந்த காப்போனின் முன் தொழுது நின்றனர்.

தனக்காகவும், எம்மிலைனுக்காகவும் செய்யப்பட்ட தியாகத்தை அறிந்து, பிடிபடும் அபாயத்தையும் மீறி மறைவிடத்திலிருந்து வெளி யேறி முந்தைய இரவு கேசி அங்கு வந்திருந்தாள். அந்த நேரத்துக்குரிய வெளியிட முடிந்த கடைசி வார்த்தைகளால் பாதிக்கப்பட்டாள். வேதனையடைந்த அந்தப் பெண் அழுதாள்; தொழுதாள்.

ஜார்ஜ் கொட்டகையை அடைந்தபோது தலை சுற்றுவதையும் இதயம் துயரப்படுவதையும் உணர்ந்தார்.

“இது சாத்தியமா? இது சாத்தியமா? டாம் மாமா, எனது ஏழை யான பழைய நண்பரே'' அவர் அருகில் மண்டியிட்டு அவர் கூறினார்.

இறந்து கொண்டிருந்தவரின் காதுகளில் இந்தக் குரலில் இருந்த ஏதோவொன்று ஊடுருவியது. தனது தலையை இதமாக அசைத்து, புன்னகைத்துக் கூறினார்:

“இறப்புப் படுக்கையை இறகாலான இதமான
ஏசுவால் மாற்ற முடியும்.''

தனது ஏழை நண்பரிடம் குனிந்த அந்த மனிதனின் கண்ணீர் அந்த மனிதாபிமான மனத்திற்கு பெருமை சேர்த்தது.

“ஓ, எனதருமை டாம் மாமா! விழித்துக் கொள்ளுங்கள். மீண்டும் பேசுங்கள்! நிமிர்ந்து பாருங்க. உங்க இளம் ஜார்ஜ் இங்க இருக்கேன்.

உங்களுக்குச் சொந்தமான ஜார்ஜ். என்னை உங்களுக்குத் தெரியலையா?''

"ஜார்ஜ் எஜமான்'' தனது கண்களைத் திறந்து மெலிதான குரலில் டாம் கூறினார். அவர் குழப்பமடைந்தவராக காணப்பட்டார்.

சிறிது சிறிதாக அவரது ஆன்மாவை எண்ணம் நிறைத்தது போல் தோன்றியது. அவரது காலியான கண்கள் நிலைத்து நின்று, பிறகு பிரகாசமானது, முழு முகமும் ஒளிர்ந்தது. கைகள் இறுகின கன்னங்களில் கண்ணீர் வழிந்தது.

"கடவுள் ஆசீர்வதிக்கட்டும். இதைத்தான் நான் விரும்பினேன். அவர்கள் என்னை மறக்கல. இது எனது ஆன்மாவை இதமாக்கி, எனது வயதான இதயத்துக்கு நல்லது செய்யுது. நான் திருப்தியோடு சாகலாம். எனது ஆன்மாவே! கடவுள் ஆசீர்வதிக்கட்டும்.''

"நீங்க இறக்க மாட்டீங்க. இறக்கக் கூடாது. அதப் பத்தி நினைக்கக் கூடாது. உங்கள விலை கொடுத்து வாங்கி, வீட்டுக்கு அழைச்சிட்டுப் போக வந்திருக்கேன்.'' வெறித்தனமான தீரத்தோடு ஜார்ஜ் கூறினார்.

"ஓ, ஜார்ஜ் எஜமான். நீங்க ரொம்ப தாமதம். கடவுள் என்னை வாங்கிட்டார். அவரோட வீட்டுக்கு அழைச்சிட்டு போகப் போறார். நான் அங்க போக ஏங்கறேன். கென்டக்கை விட சொர்க்கம் மேலானது.''

"ஓ செத்துப் போகாதீங்க! அது என்னை கொல்லுது. நீங்க பட்ட துயரங்களைக் கேட்டு எனது இதயம் நொறுங்குது. இந்தப் பழைய கொட்டகையில் படுத்திருப்பது வேதனையாய் இருக்கு. ஏழை மனிதரே!''

"என்னை ஏழைன்னு சொல்லாதீங்க. நான் ஏழை மனிதனா இருந்திருக்கேன். அதெல்லாம் பழங்கதை. நான் மகத்தான புகழுடையவரிடம் போகும் கதவுக்கு அருகில் இருக்கேன். ஓ, ஜார்ஜ் எஜமான்! சொர்க்கம் வந்துவிட்டது. எனக்கு வெற்றி கிடைச்சாச்சு. கடவுள் ஏசு எனக்கு அதைக் கொடுத்துட்டார். பெயருக்கு புகழ் சேரட்டும்''. டாம் உன்னதமாகக் கூறினார்.

இந்த உடைந்த வார்த்தைகள் வெளிப்பட்ட வேகத்தையும், தீவிரத்தையும், சக்தியையும் கண்டு ஜார்ஜ் விக்கித்து நின்றார். அமைதியாக வெறித்துப் பார்த்து அமர்ந்திருந்தார்.

டாம் தனது கைகளை இறுக்கிக் கொண்டு தொடர்ந்தார் "அந்த ஏழை பிறவி சோலே கிட்ட இத நீங்க சொல்லக்கூடாது. நீங்க என்னை கண்டுபிடிச்சதை சொல்லக்கூடாது. அது அவளுக்கு பயங்கரமா இருக்கும். நான் புகழிடத்திற்குப் போனதை மட்டும் சொல்லுங்க. நான் யாருக்காகவும் தங்கியிருக்க முடியாது. எப்பவும், எங்கும் கடவுள் எனக்கு அருகில் நின்றிருந்தார்ன்னும், எல்லாத்தையும் எளிதாகவும்,

லேசாகவும் மாற்றினார்ன்னும் சொல்லுங்க. அந்த ஏழைக் குழந்தைகள்- அந்த குட்டி பாப்பா. அவங்களுக்காக அடிக்கடி எனது ஏழை இதயம் நொறுங்கியது. என் வழியில் நடக்கும்படி அவங்களுக்கு சொல்லுங்க. எஜமானருக்கும், எஜமானிக்கும் எனது அன்பைச் சொல்லுங்க. அங்க இருக்கற எல்லாருக்கும் சொல்லுங்க. அவங்களை எல்லாம் நேசிக்கிறதா எனக்கு தோணுது. எல்லா இடத்திலும் இருக்கற எல்லா பிறவிங்களையும் நேசிக்கிறதா எனக்கு தோணுது. அன்பைத் தவிர எதுவுமில்லை. ஓ, ஜார்ஜ் எஜமான்! கிறித்துவனாய் இருப்பது என்பது எவ்வளவு மகத்தானது?''

இந்த நேரத்தில், அந்த கொட்டகையின் கதவருகே லெஹ்ரி வந்து உள்ளே பார்த்தார். அலட்சியமான பிடிவாதத்தோடு பார்த்துவிட்டு திரும்பினார்.

“கிழ சாத்தான். ஏதோவொரு நாள் அந்த சாத்தான் இதுக்கு விலை கொடுக்கணும் என்று நினைக்கிறதுதான் ஆறுதல்''. கோபத்தில் ஜார்ஜ் கூறினார்.

“ஓ, வேண்டாம் - நீங்க அப்படிச் சொல்லக் கூடாது. அவர் பாவமான பரிதாபப்பட்ட பிறவி. அதைப் பத்தி நினைக்கறது பயங்கரமானது. அவர் தனது தவறுக்கு இப்ப வருந்தி, திருந்தினா, கடவுள் அவரை மன்னிப்பார். அவர் எப்பவும் திருந்த மாட்டார்ன்னு பயப்படறேன்.'' தனது கைகளை இறுக்கிக் கொண்ட டாம் கூறினார்.

''அவர் திருந்த மாட்டார்ன்னு நம்பறேன். அவரை நான் சொர்க்கத்தில பார்க்க விரும்பல'' ஜார்ஜ் சொன்னார்.

“சும்மா இருங்க ஜார்ஜ் எஜமான். இது எனக்கு கவலையை தருது. அப்படி நினைக்காதீங்க. அவர் எனக்கு எந்தக் கெடுதலும் செய்யல. இராஜாங்கத்தின் வாயிலை எனக்காகத் திறந்தார். அவ்வளவுதான்?''

இந்நிலையில், தனது இளம் எஜமானரை சந்தித்த மகிழ்ச்சி அந்த இறக்கும் மனிதனுக்குள் செலுத்திய திடீரென்ற வலிமை இறங்கி, அவர் அமிழ்ந்தார். தனது கண்களை மூடிக் கொண்டார். புதிரான, புனிதமான மாற்றம் அவரது முகத்தில் வந்தது. மற்றொரு உலகம் நெருங்குவதை அது உணர்த்தியது.

நீண்ட, ஆழமான சுவாசத்தில் தனது மூச்சை விட்டார். அவரது அகன்ற மார்பு கனமாக ஏறி இறங்கியது. ஒரு வெற்றி கொண்டவ ராய் அவரது முகபாவம் இருந்தது.

“யார் நம்மை கிறித்துவின் அன்பிலிருந்து பிரிக்க முடியும்?'' பலவீனத்தால் பீடிக்கப்பட்ட குரலில் கூறி, ஒரு புன்னகையுடன் உறங்கத் துவங்கினார்.

உன்னதமான பயபக்தியுடன் ஜார்ஜ் அமர்ந்திருந்தார். அந்த இடம் புனிதமானதாக அவருக்குத் தோன்றியது. அவரது துயருற்ற கண்களை

மூடி, இறந்தவரிடமிருந்து எழுந்தபோது, ஒரே ஒரு எண்ணந்தான் இருந்தது. தனது வயதான எளிய நண்பரால் கூறப்பட்ட "கிறித்துவ ராக இருப்பது எவ்வளவு மகத்தானது" என்பதுதான் அது.

திரும்பியபோது, ஆணவத்தோடு லெஹ்ரி பின்புறம் நின்றிருந்தார்.

இளைஞர்களுக்குரிய உணர்ச்சிகளின் இயல்பான வேகத்தை அந்த மரண நிகழ்ச்சியின் ஏதோவொன்று தடுத்திருந்தது. லெஹ்ரியின் இருப்பு ஜார்ஜுக்கு அருவருப்பாக இருந்தது. குறைந்தபட்ச வார்த்தைகளோடு அங்கிருந்து வெளியேறும் உந்துதலைத்தான் அவர் பெற்றிருந்தார்.

தனது கரியகண்களால் லெஹ்ரியை உற்றுப் பார்த்து இறந்தவரை சுட்டிக்காட்டி எளிமையாகச் சொன்னார் "அவர்கிட்டே யிருந்து என்னவெல்லாம் வாங்க முடியுமோ அதெல்லாம் வாங்கிட்டீங்க அவரது உடலுக்காக நான் எவ்வளவு கொடுக்கணும்? அதை எடுத்துட்டுப் போய், கௌரவமாய் புதைச்சுடுவேன்."

"நான் இறந்த கறுப்பர்களை விற்பதில்லை. விருப்பமான இடத்துல, விருப்பப்பட்ட நேரத்துல அவனை நீங்க புதைக்கலாம்" லெஹ்ரி பிடிவாதமாகக் கூறினார்.

"சிறுவர்களே! அவரைத் தூக்கவும் வண்டிக்கு எடுத்துக்கிட்டு போகவும் எனக்கு உதவுங்க. எனக்கு ஒரு மண்வெட்டி கொண்டு வாங்க" சடலத்தை பார்த்துக் கொண்டிருந்த இரண்டு நீக்ரோக்களை பார்த்து அதிகார தோரணையில் ஜார்ஜ் கூறினார்.

ஒருவன் மண்வெட்டிக்காக ஓடினான். மற்றவன் சடலத்தை வண்டிக்கு எடுத்துச் செல்ல ஜார்ஜுக்கு உதவினான்.

ஜார்ஜின் ஆணைகளை தடுத்து நிறுத்தாத லெஹ்ரி வலிய வரவழைத்துக் கொள்ளப்பட்ட அலட்சிய தோரணையோடு சீட்டி யடித்துக் கொண்டு நின்றிருந்தார். அவரை ஜார்ஜ் பார்க்கவோ, அவரோடு பேசவோ செய்யவில்லை. வாகனம் நின்றிருந்த கதவுக்கு அவர்களை அவர் தொடர்ந்தார்.

ஜார்ஜ் வண்டியில் தனது மேலங்கியை விரித்தார். சடலத்தை அதில் கவனத்தோடு கிடத்தினார். இருக்கையை நகர்த்தி, வசதி செய் தார். பிறகு லெஹ்ரியை முறைத்துப் பார்த்து, அடக்கப்பட்ட அமைதி யோடு கூறினார்:

"இந்த பயங்கரமான விவகாரம் பற்றி நான் என்ன நினைக்க றேன்னு உங்ககிட்ட நான் இன்னும் சொல்லல. இது அதற்கான நேரமும், இடமும் இல்ல. ஆனா, அய்யா, இந்த அப்பாவியின் ரத்தத்திற்கு நீதி கிடைக்கும். நான் இந்தக் கொலையை அறிவிப்பேன். முதலில் நீதிபதியிடம் போய், உங்களை தோலுரித்துக் காட்டுவேன்."

“நீங்க அப்படி செய்யறத பார்க்க விரும்பறேன். உங்களுக்கு சாட்சி எங்க கிடைக்கப் போகுது? அதை எப்படி நிரூபிக்கப் போறீங்க? வாங்க, இப்ப'' அவமதிப்பாய் தனது விரல்களை நீட்டி லெஹ்ரி கூறினார்.

இந்த எதிர்ப்பின் வேகத்தை ஜார்ஜ் உடனடியாக கவனித்தார். அந்த இடத்தில் ஒரு வெள்ளை மனிதர்கூட கிடையாது. தெற்குப் பகுதி நீதிமன்றங்களில், கறுப்பர்களின் சாட்சியம் எடுபடாது. தனது மனத்தின் கோபத்தை வெளிப்படுத்த சொர்க்கத்தை நோக்கி நீதிக்கு குரல் கொடுக்கலாம் என்று பயனின்றி அந்த நேரத்தில் நினைத்தார்.

“இறந்தவனுக்காக ஏன் இவ்வளவு சர்ச்சை?'' லெஹ்ரி கூறினார்.

ஒரு வெடி மருந்து பொடியின் பொறி அந்த வார்த்தையில் இருந்தது. கென்டகி சிறுவனிடம் புத்திசாலித்தனம் ஒரு சிறந்த நற்பண்பாய் இருக்கவில்லை. ஜார்ஜ் திரும்பினார். ஒரு கோபமான அடி மூலம் லெஹ்ரியை கீழே தள்ளினார். கடுங்கோபத்துடனும், எதிர்ப்புடனும் அவர்மேல் நின்றபோது, பறக்கும் பாம்பை வெற்றி கொண்டு நின்ற அவரது பெயர் கொண்டவரின் உருவமாக ஜார்ஜ் இருந்தார்.

சில மனிதருக்கு, தங்களை கீழே தள்ளியவர்களைக் கண்டு பயம் வரும். ஒரு மனிதர் அவரை மண்ணில் குப்புறத் தள்ளினால், அவனிடம் அவர்களுக்கு ஒரு உடனடி மரியாதை வரும். லெஹ்ரி அந்த வகையினரில் ஒருவர். அவர் எழுந்து, தனது உடலிலிருந்தும் துணிகளிலிருந்தும் தூசியை தட்டினார். மெதுவாக பின்வாங்கிய வாகனத்தைப் பார்த்தார். அது பார்வையிலிருந்து மறையும் வரை அவர் வாயை திறக்கவில்லை.

அந்த பண்ணையின் எல்லையைத் தாண்டி, ஒரு மரத்தோப்பின் நிழலின் உலர்ந்த பகுதியில் சவக்குழியை வெட்டினார்.

“துணியை எடுத்துடலாமா, எஜமான்?'' நீக்ரோக்கள் கேட்டனர்.

“வேண்டாம். வேண்டாம். அவரோட அவற்றை புதைங்க. ஏழை டாம், இதுதான் இப்ப உங்களுக்குக் கொடுக்க முடியும்.'' பிறகு அமைதியாக அவர்கள் அவரை அதில் இறக்கினர். மண்ணை தள்ளினர். அதை கரை கட்டி, அத்ன்மேல் பச்சைப் புற்களை பரப்பினர்.

“நீங்க போகலாம், பசங்களா'' ஜார்ஜ் கூறினார். அவர்கள் இருவரின் கைகளிலும் பணத்தை திணித்தார். அவர்கள் தயங்கி நின்றனர்.

“இளம் எஜமான்! எங்கள வாங்கினீங்கன்னா...'' ஒருவன் இழுத்தான்.

“நாங்க விசுவாசமா உழைப்போம்'' மற்றவன் முடித்தான்.

“இங்க ரொம்ப கஷ்டமா இருக்கு, எஜமான். தயவு செஞ்சு எங்களை வாங்குங்க'' முதல் ஆள் சொன்னான்.

“என்னால முடியாது. அது சாத்தியமில்லை. அவர்களை விரட்ட முடியாது ஜார்ஜ் கூறினார்.

ஏழை மனிதர்கள் மனமொடிந்தவர்களாய் அமைதியாக நடந்தனர்.

“முடிவற்ற கடவுளே! இதை கவனிங்க, இந்த நிமிடத்திலிருந்து என்னோட நாட்டிலிருந்து இந்த சபிக்கப்பட்ட அடிமைத்தனத்தை விரட்ட ஒரு மனிதனால என்ன செய்ய முடியும்னு பாருங்க''. தனது ஏழை நண்பனின் கல்லறையின் முன்பு மண்டியிட்டு ஜார்ஜ் கூறினார்.

நமது நண்பரின் ஓய்விடத்தை குறிக்க எந்த நினைவுச் சின்னமும் இருக்கவில்லை. அப்படி ஒன்று தேவைப்படவும் இல்லை. அவர் எங்கு இருக்கிறார் என்று கடவுளுக்குத் தெரியும். புகழோடு அவர் தோன்றும்போது, அவரோடு அழிவற்றவராக தோன்றுவதற்கு அவரை எழுப்புவார்.

அவருக்காக அனுதாப்படாதீர்கள். அத்தகைய வாழ்வும், சாவும் அனுதாபத்திற்குரியது அல்ல. கடவுளின் முதன்மையான புகழ் அந்த எல்லாம் வல்லவரின் செல்வத்தில் இல்லை; தன்னை மறுக்கும் துயரமான அன்பில்தான் இருக்கிறது. அவரைத் தொடர்ந்து தங்களது சிலுவையை பொறுமையாகத் தாங்கிக்கொள்ளும் மனிதர்களை அவர் தனது சமூகத்துக்கு அழைத்துக் கொள்வார். அவர்கள் ஆசீர்வதிக்கப் பட்டவர்கள். அவர்களைப் பற்றி இவ்வாறு எழுதப்பட்டிருந்தது: “துக்கப்படுபவர்கள் ஆசீர்வதிக்கப்பட்டவர்கள்; அவர்கள் ஆறுதல் பெறுவார்கள்''

42

நம்பத் தகுந்த பேய்க் கதை

லெஹ்ரியின் வேலையாட்களிடையே, சில குறிப்பிடத்தக்க காரணங்களுக்காக, பேய்க்கதைகள் சாதாரணமாக உலவுவதில்லை.

நள்ளிரவில் மாடியறைப் படியில் பாதத்தடங்கள் இறங்கும் சத்தம் கேட்கப்பட்டதாக முணுமுணுப்பாய் உறுதிபட கூறப்பட்டது. அந்தத் தடங்கள் வீட்டை வலம் வருவதாய் கூறப்பட்டது. மேல் நுழைவு வழியின் கதவு பயனற்று பூட்டப்பட்டது. பேய் தனது பையில் இரண் டாவது சாவியை வைத்திருக்க வேண்டும் அல்லது சாவித் துவாரம் வழியாக வருவதற்கான புரதானமான சிறப்புரிமையை அது பெற்றி ருக்க வேண்டும். அபாயமான சுதந்திரத்தோடு பொது வழியில் நடமாடியது.

நீக்ரோக்களிடையே நிலவும் வழக்கம் காரணமாக, ஆவியின் தோற்றம் பற்றி இருவேறு கருத்துக்கள் இருந்தன என்று நமக்கு தெரிந்திருக்க வேண்டும். கம்பளிகளுக்குள்ளும், பாவாடைகளுக்குள்ளும், பாதுகாத்துக் கொள்ள எது கிடைக்கிறதோ அதற்குள் தங்கள் தலைகளை மறைத்துக் கொண்டு, கண்களை மூடிக் கொள்வார்கள். எல்லாருக்கும் தெரிந்தது போலப் புறக்கண்கள் மூடியிருக்கும்போது, ஆன்மீகக் கண்கள் அசாதாரணமான உற்சாகத் தோடும், தெளிவோடும் இருக்கும். எனவே பேய் பற்றிய முழு நீள சித்திரங்கள் அபரிமிதமாக இருந்தன. பேய்களின் தோற்றம் பற்றி ஒருவருக்கொருவர் ஒத்துவராத கருத்துக்களை கொண்டிருந்தவர்கள் பேய்கள் வெள்ளை ஆடை அணிந்திருக்கும் என்பதில் முரண்பட வில்லை. பழங்கால சரித்திரத்தில் ஏழைப் பிறவிகள் பரிச்சயமாய் இருக்கவில்லை. எனவே இந்த ஆடையைப் பற்றி கீழ்க்கண்டவாறு தெரிவித்து, ஷேக்ஸ்பியர் அங்கீகரித்துள்ளார் என்று அவர்களுக்குத் தெரியாது :

"வெள்ளை அணிந்த இறந்தோர்
ரோமின் தெருக்களில் ஒலியெழுப்பி உளறுவார்கள்"

எது எப்படி இருந்தாலும், வெள்ளுடையில் ஓர் உயரமான உருவம் பேய்களுக்குரிய நேரங்களில் நடமாடுகிறது. என்று நமக்குத் தெரிய வந்தது. லெஹ்ரியின் இடத்தைச் சுற்றி, கதவுகளைக் கடந்து, இடையிடையே மறைந்து, மீண்டும் தோன்றி, அமைதியான மாடிப் படியைக் கடந்து, மாடியறையில் நுழையும். காலையில் நுழைவுக் கதவுகள் மூடப்பட்டு, எப்போதும் போல் உறுதியாகப் பூட்டப்பட்டிருந்தன.

இந்த முணுமுணுப்பை லெஹ்ரியால் கேட்காமல் இருக்க முடியவில்லை. அதை அவரிடமிருந்து மறைக்க முயற்சிகள் எடுக்க, எடுக்க அவர் மிகவும் பரபரப்பாக இருந்தார். வழக்கத்தைவிட அதிகமாக பிராந்தி குடித்தார். தனது தலையை சுறுசுறுப்பாக தூக்கி வைத்துக் கொண்டார். பகல் பொழுதில் வழக்கத்தைவிட அதிகமாக வசைபாடினார். அவருக்கு கெட்ட கனவுகள் வந்தன. டாமின் சடலம் எடுத்துச் செல்லப்பட்டதற்கு மறுநாள் இரவில், தாராளமாக குடிக்கும் பொருட்டு அடுத்த நகருக்குச் சென்றார். அதிகமாகக் குடித்தார். வீட்டுக்குத் தாமதமாக வந்தார். சோர்வாக இருந்தார். தனது கதவை பூட்டிக் கொண்டார். சாவியை எடுத்துக்கொண்டு படுக்கைக்குப் போனார்.

தனது ஆன்மாவை பேசாதிருக்கச் செய்ய ஒருவன் எவ்வளவுதான் முயற்சித்தாலும், ஒரு கெட்ட மனிதனுக்கு அது பயங்கரமான பேய்த் தன்மை வாய்ந்ததாகவும், அமைதியற்ற சொத்தாகவும் இருக்கும். அதன் எல்லைக்கல் பற்றி யார் அறிவார்? அந்த நடுக்கங்களையும், தடுமாற்றங்களையும் யார் அறிவார்? தனது மாடியில் இருக்கும்

ஆவிகளை தனியாக சந்திக்க தைரியமில்லாத ஒருவன், அவற்றை வெளியில் நிறுத்த கதவை மூடுபவன் எவ்வளவு முட்டாளாக இருக்க வேண்டும்?

தனது கதவுகளை லெஹ்ரி பூட்டினார். அதற்கு எதிராக ஒரு நாற்காலியை வைத்தார். தனது தலைமாட்டில் ஒரு இரவு விளக்கை எரியவிட்டார். அங்கு அவரது துப்பாக்கியை வைத்தார். ஜன்னல்களின் தாழ்ப்பாள்களையும், இணைப்புகளையும் சரிபார்த்தார், ‘சாத்தானை யும் அவனது தேவதைகளைப் பற்றியும்’ தான் கவலைப்படவில்லை என்று வசைபாடினார். அவர் தூங்கச் சென்றார்.

அவர் சோர்வுற்று இருந்ததால், ஆழ்ந்து உறங்கினார். அவரது தூக்கத்தின்போது, ஒரு நிழல், ஒரு திகில், தலைமேல் தொங்கும் பயங்கரமானது பற்றிய பயம் எல்லாம் வந்தன. அது தனது தாயின் ஆவி என்று நினைத்தார். ஆனால், அதை கேசி கையில் வைத்துக் கொண்டு, அவரிடம் காட்டினதாகவும் தோன்றியது. கீறிச்சொலியும், முனகலும் கலந்த ஒரு குழப்பமான சத்தத்தை கேட்டார். இருந்தாலும் தூங்கிக் கொண்டிருந்ததாக அவருக்குத் தெரிந்தது. விழித்துக் கொள்ள சிரமப்பட்டார். பாதி விழித்திருந்தார். ஏதோவொன்று தனது அறைக்கு வருவது அவருக்கு நிச்சயமாகத் தெரிந்தது. கதவு திறப்பதாய் அவ ருக்குத் தெரிந்தது. கைகளையோ, கால்களையோ அவரால் அசைக்க முடியவில்லை. திடீரென்று தூக்கிப் போட்டவாறு எழுந்தார். கதவு திறந்திருந்தது. விளக்கை ஒரு கை அணைப்பதை பார்த்தார்.

அது மேகங்கள் மிகுந்த, பனி படர்ந்த நிலவொளியைக் கொண்ட இரவு. அதில் அவர் அதைப் பார்த்தார். வெள்ளையாய் ஏதோவொன்று வேகமாய் நகர்ந்தது. அதன் பேய்த்தனமான ஆடையின் சலசலப்பை அவர் கேட்டார். அவரது படுக்கை அருகே அது நிலையாக நின்றது. அவரது கைகளை ஒரு குளிர்ந்த கை தொட்டது. தணிந்த சக்தி வாய்ந்த முணுமுணுப்பாக ஒரு குரல் மூன்று முறை ‘‘வா! வா! வா!’’ என்றது. அவருக்குத் திகிலால் வியர்த்துக் கொண்டிருந்தபோது, அது எப்படி, எங்கே போனது என்று அவருக்குத் தெரியவில்லை. அவர் படுக்கையில் இருந்து துள்ளிக் குதித்தார். கதவை இழுத்தார். அது மூடப்பட்டு, பூட்டப்பட்டிருந்தது. அந்த மனிதன் மயக்கமுற்று விழுந்தார்.

இதுவரை இருந்திடாத விதத்தில் கடுமையான குடிகாரராக மாறினார். அவர் கவனமாகவும், புத்திசாலித்தனமாகவும், குறைவாகவும் குடிப்பதை கைவிட்டு, கவனமின்றியும், பொறுப்பின்றியும் அதிகமாக குடித்தார்.

அவர் நோய்வாய்ப்பட்டு, இறந்துகொண்டிருப்பதாக அந்தப் பகுதியைச் சுற்றி தகவல் பரவியது. நடப்பு வாழ்க்கையில் பயங்கரமான பழிவாங்கலின் நிழலை வீசுவதாய் தோன்றிய அச்சமூட்டும் வியாதியை

அதிகமான குடிப்பழக்கம் கொண்டு வந்தது. அவரது பேச்சும் பார்வையும் மற்றவர்களின் இரத்தத்தை உறையச் செய்தன. அவர் பேசுவதை கேட்டவர்களின் இரத்தத்தை நிறுத்திய பார்வையையும் யாராலும் பொறுக்க முடியவில்லை. அவரது பேச்சும் பார்வையும் மற்றவர்களின் இரத்தத்தை உறையச் செய்தன. அவரது மரணப் படுக்கையில், தீவிரமான, வெண்மையான மாற்ற முடியாத உருவம் நின்று கொண்டு ''வா, வா, வா'' என்றது.

லெஹ்ரிக்கு முன்பு அந்த உருவம் தோன்றிய மறுநாள் காலையில் வீட்டுக் கதவு திறந்திருந்தது. இரு வெள்ளை உருவங்கள் நெடுஞ் சாலையை நோக்கி விரைந்ததை சில நீக்ரோக்கள் பார்த்திருந்தனர்.

நகருக்கு அருகில் சின்னஞ்சிறிய காட்டில் கேசியும், எம்மிலைனும் நின்றபோது, சூரியன் உதிக்கும் தருவாயில் இருந்தது. ஸ்பானிஷ் பெண் போல் முழுவதும் கருப்பான உடைகளை கேசி அணிந்திருந்தாள். பின்னல் வேலைகளை கொண்டிருந்த சிறிய கருப்புத் தொப்பி அவளது முகத்தை மறைத்தது. அவர்கள் தப்பிக்கும்போது கிறியோல் பெண்மணி போன்று அவள் தோன்ற வேண்டும் என்றும், எம்மிலைன் அவளது பணியாளாக இருக்க வேண்டும் என்றும் தீர்மானிக்கப் பட்டிருந்தது.

உயர்மட்ட சமூகத்தில் குழந்தைப் பருவத்திலிருந்தே வளர்ந்திருந்த கேசியின் மொழி, நடவடிக்கை தோரணை ஆகிய அனைத்தும் இந்த தோற்றத்திற்கு ஏற்றவாறு இருந்தன. தனக்குச் சாதகமாகப் பயன் படுத்திக் கொள்ள உதவும் வகையில் வனப்பான ஆடைகளும், நகைகளும் அவளிடம் போதுமான அளவில் இருந்தன.

நகரின் புறப்பகுதியில் அவள் நின்றாள். அங்கு பெட்டிகள் விற்பனைக்கு இருப்பதை கவனித்தாள். ஒரு அழகான பெட்டியை வாங்கினாள். அதை எடுத்து வர தன்னோடு ஒருவனை அனுப்புமாறு கேட்டுக் கொண்டாள். அவளது பெட்டியை இழுத்துக் கொண்டு வந்த சிறுவனின் பாதுகாப்போடு, தனது கம்பளிப் பையோடும், பலவித பொட்டலங்களோடும் எம்மிலைன் பின்தொடர, ஒரு வசதி வாய்ந்த பெண்மணியாக ஒரு சிறு விடுதியில் அவள் நுழைந்தாள்.

அடுத்த படகுக்காக அங்கு காத்திருந்த ஜார்ஜ் அவளைக் கவர்ந்தர்.

இந்த இளம் மனிதன் டாமின் சடலத்தைச் சுமந்து செல்வதை மாடியறையின் கதவு துவாரம் வழியாக அவள் கவனித்திருந்தாள். லெஹ்ரியுடனான அவரது மோதலை இரகசியமான மகிழ்வோடு கவனித்திருந்தாள். தனது பேய்த்தன மாறுவேடத்தில் இரவில் உலவியபோது, அவர் யாரென்றும், டாமுக்கும் அவருக்கும் உள்ள தொடர்பு பற்றியும் நீக்ரோக்கள் பேசுவதை அவள் ஒட்டுக் கேட்டிருந்தாள். அவளைப் போன்றே அவரும் அடுத்த படகுக்காகக்

காத்திருக்கிறார் என்று அறிந்த போது, அவரிடம் உடனடி நம்பிக்கையை அவள் பெற்றாள்.

கேசியின் தோரணை, பழக்க வழக்கங்கள், முகவரி, சரளமாகப் புரண்ட பணம் ஆகியவை அந்த உணவகத்தில் சந்தேகம் எழுவதை தடுத்திருந்தன. தாராளமாக செலவழிப்பவர்களை நெருக்கமாக அவர்கள் விசாரிப்பதில்லை. இதை அறிந்துதான் கேசி நிறைய பணத்தை எடுத்து வந்திருந்தாள்.

இருட்டும்நேரத்தில் ஒரு படகு வரும் சத்தம்கேட்டது. ஒவ்வொரு கென்டகியருக்கும் இருக்கும் இயல்பான நாகரிகத்தோடு, படகுக்கு மேலே ஏறுவதற்கு கேசிக்கு ஜார்ஜ் உதவினார். அவளுக்கு தனி அறையைப் பெற்றுத் தர சிரமம் எடுத்துக் கொண்டார்.

உடல் சுகவீனம் காரணமாக சிவப்பு நதியில் அவர்கள் இருந்த நேரம் முழுவதும் படுக்கையிலும், தனது அறையிலுமே கேசி இருந்தாள். விசுவாசமான பணியாளாக, எம்மிலைன் அவளைப் பராமரித்தாள்.

அவர்கள் மிசிசிபி நதியை அடைந்தபோது, தன்னைப் போலவே அந்தப் பெண்மணியும் தொடர்ந்து மேல் பகுதிக்குப் செல்ல வேண்டும் என்று அறிந்த ஜார்ஜ், அவர் செல்லவுள்ள படகிலேயே அவளுக்கும் தனியறை பெற்றுத்தர உத்தேசித்திருந்தார். அவளது பலவீனமான ஆரோக்கியத்தின் மீது அக்கறை கொண்டு, அவளுக்கு உதவ விருப்ப முடையவராக இருந்தார்.

முழுக் குழுவும் பாதுகாப்பாக நல்ல நீராவிப் படகான சின்சினாட்டிக்கு மாறினர். சக்திவாய்ந்த நீராவியின் உதவியோடு படகு நதியில் விரைந்து பயணம் செய்தது.

கேசியின் உடல்நிலை நன்கு தேறியிருந்தது. காப்டாளர் அறையின் மேஜை அருகே அவள் வந்தாள். ஒரு காலத்தில் பேரழகியாக இருந்திருப்பாள் என்று படகில் பேசிக் கொள்ளப்பட்டது. அவளது முகத்தைப் பார்த்த எவரும் அதை நினைவில் வைத்துக்கொள்வர் என்பதோடு, சில சமயம் குழப்பம் அடைவர். அவளை முதன் முதலில் பார்த்தபோது விரைவான முடிவற்ற விருப்பத்தால் ஜார்ஜ் பாதிக்கப் பட்டார். அவளை பார்ப்பதிலிருந்து அவரால் விலகியிருக்க முடியவில்லை. எப்போதும் கவனித்துக் கொண்டிருந்தார். மேஜை யிலும், அவளது தனியறைக் கதவிலும் அமர்ந்திருக்கும்போது, இளம் மனிதனின் கண்கள் அவளிடம் நிலைத்திருப்பதை அவள் எதிர்கொள்வாள். இந்தக் கவனிப்பை அவள் உணர்வதாய் அவளது முகபாவம் காட்டினால், அந்தப் பார்வை இதமாக விலக்கிக் கொள்ளப்படும்.

கேசி சங்கடமாக உணர்ந்தாள். அவர் எதையோ சந்தேகித்ததாய் நினைக்கத் துவங்கினாள். அவரது பெருந்தன்மையில் நம்பிக்கை வைத்து, முழு சரித்திரத்தையும் அவரிடம் சொல்ல தீர்மானித்தாள்.

லெஹ்ரி தோட்டத்தைப் பற்றிப் பொறுமையோடு நினைக்கவோ, பேசவோ முடியவில்லை. அங்கிருந்து தப்பி வந்தவர்களுக்கு ஜார்ஜ் அதிக அனுதாபம் காட்டினார். அவரது வயதுக்குரிய தைரியத்தோடு விளைவுகள் பற்றிய கவலையின்றி அவர்களைப் பாதுகாத்து, அழைத்துச் செல்ல தனது சக்திக்கு முடிந்த உதவிகளைச் செய்வதாக உறுதி கூறினார்.

கேசியின் அறையின் அடுத்த அறையில் டீ தௌக்ஸ் என்ற பிரெஞ்சு பெண்மணி அழகிய சிறிய பன்னிரெண்டு வயது மகளோடு இருந்தாள்.

ஜார்ஜின் உரையாடலிலிருந்து அவர் கென்டகியிலிருந்து வருவதை உணர்ந்த அவள், அவரோடு ஒரு நெருக்கத்தை வளர்த்துக் கொள்ள விரும்பியது தெளிவாகத் தெரிந்தது. ஒரு நீராவிப் படகில் இரு வாரப் பயணத்தின் சோர்வைப் போக்கக்கூடிய விளையாட்டுப் பொருளாக இருந்த அவளது மகளுக்கும் அந்த விருப்பம் இருந்தது.

அந்தப் பிரெஞ்சுப் பெண்ணின் கதவருகில் ஜார்ஜின் நாற்காலிகள் அடிக்கடி வைக்கப்பட்டன. காப்பாளர் அறையில் இருந்த கேசியால், அவர்களது உரையாடலை கேட்க முடிந்தது.

முன்னர் தான் கெண்டிரியில் வசித்ததாகவும் தற்போதிய அதன்நிலை பற்றியும் மேடம் டீ தௌக்ஸ் நுணுக்கமாக விசாரித்தாள். அவளது முந்தைய வசிப்பிடம் தங்களது வீட்டுக்கு அருகிலேயே இருந்தது என்று அறிந்து, ஜார்ஜ் ஆச்சரியப்பட்டார். அவரது பகுதியில் இருந்த இடங்கள் பற்றியும், ஆட்கள் பற்றியும் அவள் அறிந்திருந்ததை அவளது விசாரிப்புகள் உணர்த்தின. அது மிகவும் ஆச்சரியமாக இருந்தது.

''உங்களது பகுதிக்கு அருகில் இருந்த ஹாரிஸ் என்ற மனிதரை உங்களுக்குத் தெரியுமா?'' ஒருநாள் டீ தௌக்ஸ் அவரிடம் கேட்டாள்.

''அந்தப் பெயருடைய ஒரு வயதான மனிதர் எனது தந்தையின் இடத்திற்கு கொஞ்ச தூரத்தில் வசிக்கிறார். அவரோடு எங்களுக்கு அவ்வளவு பழக்கம் இருக்கவில்லை.'' ஜார்ஜ் கூறினார்.

''அவர் பெரிய அடிமை உரிமையாளர்ன்னு நினைக்கிறேன்'' என்றாள் மேடம் டீ தௌக்ஸ். அதில் அதிக ஆர்வம் இருப்பதை வெளிக்காட்ட விரும்பாத விதத்தில் அவள் தோற்றம் காட்டினாள்.

''ஆமாம்'' விசாரிப்பில் ஆச்சரியப்பட்டவராய் ஜார்ஜ் சொன்னார்.

''அவரிடம் ஜார்ஜ் என்ற பெயருடைய கலப்பினச் சிறுவன் இருந்ததைப் பற்றிக் கேள்விப்பட்டிருப்பீர்களே?''

''ஓ நிச்சயம்! ஜார்ஜ் ஹாரிஸ். அவனை எனக்கு நன்றாகத் தெரியும். எனது தாயின் பணிப்பெண் ஒருவளை அவன் மணந்திருந்தான். இப்ப அவங்க கனடாவுக்கு தப்பி ஓடிட்டாங்க.''

''அவனா? கடவுளுக்கு நன்றி!'' டீ தௌக்ஸ் விரைவாகக் கூறினாள்.

விசாரணை ஜார்ஜை ஆச்சரியப்படுத்தினாலும் எதுவும் கூறவில்லை.

தனது கரங்களில் தனது தலையை சாய்த்துக் கொண்ட மேடம் டீ தௌக்ஸ் கண்ணீரில் வெடித்தாள். ''அவன் என்னோட சகோதரன்'' அவள் கூறினாள்.

''மேடம்'' ஆச்சரியமான அழைப்போடு ஜார்ஜ் கேட்டார்.

தனது தலையை பெருமையாக உயர்த்தி, தனது கண்ணீரைத் துடைத்த டீ தௌக்ஸ் கூறினாள்: ''ஜார்ஜ் ஹாரிஸ் எனது சகோதரன்.''

''எனக்கு ரொம்ப ஆச்சரியமா இருக்கு.'' இருக்கையை ஓரிரு அடி பின்னுக்குத் தள்ளி ஜார்ஜ் கூறினார். டீ தௌக்ஸ் ஆழ்ந்து பார்த்தாள்.

''அவன் சிறுவனாக இருக்கும்போது நான் தெற்குப் பகுதிக்கு விற்கப்பட்டேன். நான் ஒரு நல்ல, தாராளமான மனிதரால் வாங்கப் பட்டேன். அவர் என்னை மேற்கு இந்தியாவிற்கு அழைத்துச் சென்று, எனக்கு விடுதலை கொடுத்து, என்னை மணந்தார். இப்பதான் சமீபமா இறந்துட்டார். கென்டகிக்குத்தான் வந்துக்கிட்டு இருக்கேன். அங்க சகோதரனை மீட்க முடியுமான்னு பார்க்க வர்றேன்.'' அவள் கூறினாள்.

''தெற்குப் பகுதிக்கு விற்கப்பட்ட தனது சகோதரி எமிலி பற்றி அவன் அடிக்கடி பேசுவதை கேட்டிருக்கேன்.''

''ஆமாம் உண்மைதான். அது நான்தான். அவன் எப்படிப்பட்ட வனா இருந்தான்னு சொல்லுங்க!'' மேடம் டீ தௌக்ஸ் கேட்டாள்.

''ரொம்ப நல்ல இளைஞன். அவன்மீது சுமத்தப்பட்டிருந்த அடிமைத்தனம் என்ற சாபத்தையும் மீறி, கொள்கை ரீதியாகவும், அறிவு ரீதியாகவும் முதல் தரமாக அவன் இருந்தான். எங்க குடும்பத்துல திருமணம் செஞ்சுக்கிட்டதால எனக்குத் தெரியும்.'' ஜார்ஜ் கூறினார்.

''அவ எப்படிப்பட்டவ?'' டீ தௌக்ஸ் ஆர்வமாக விசாரித்தாள்.

''அழகிய, அறிவுமிக்க, இனிமையான பெண். ரொம்ப பக்தி யானவ. என்னோட அம்மாதான் அவளை வளர்த்தாங்க. ஒரு மகள் மாதிரி அவளுக்கு கவனமா பயிற்சி கொடுத்தாங்க. அவளுக்கு எழுத வும், படிக்கவும் தெரியும். தையலிலும், பின்னலிலும் தேர்ந்தவளாய் இருந்தாள். அழகா பாடவும் செய்வாள்.''

‘‘உங்க வீட்ல பிறந்திருந்தாளா?’’ மேடம் டீ தௌக்ஸ் கேட்டாள்.

‘‘இல்ல, நியூ ஆர்லியன்ஸுக்கு ஒருமுறை போய் வந்தபோது எங்க அப்பா அவளை விலை கொடுத்து வாங்கி, எனது அம்மாவுக்கு பரிசாகக் கொடுத்தார். அப்ப அவளுக்கு எட்டு அல்லது ஒன்பது வயசு இருக்கலாம். அவளுக்காக எவ்வளவு விலை கொடுத்தார்ன்னு அப்பா சொல்லவே இல்லை. சமீபத்துல ஒரு நாள் பழைய காகிதங்களை பார்க்கும்போது, விற்பனை பத்திரம் எங்களுக்குக் கிடைச்சுது. அசாதாரண அழகு காரணமாக, அவளை வாங்க கணிசமான தொகை கொடுத்திருக்கார்ன்னு புரிஞ்சுது.’’

ஜார்ஜ், கேசிக்கு தனது முதுகைக் காட்டியவாறு அமர்ந்திருந்தார். அவர் இந்த விவரங்களை சொல்லும்போது, அவளது முகத்தில் கூர்மையான ஆர்வம் இருந்ததை அவர் பார்த்திருக்கவில்லை.

இந்த தருணத்தில், அவள் அவனது கைகளைத் தொட்டு, ஆர்வத்தில் வெள்ளையாகியிருந்த முகபாவத்தோடு கேட்டாள். ‘‘அவளை அவர் யார்கிட்டேயிருந்து வாங்கினார்ன்னு உங்களுக்குத் தெரியுமா?’’

‘‘இந்த விற்பனையில் முக்கிய பங்கு வகித்தவர் பெயர் சிம் மன்ஸ்ன்னு நினைக்கிறேன். விற்பனை பத்திரத்தில் அப்படித்தான் இருந்ததுன்னு நினைக்கறேன்.’’

‘‘ஓ கடவுளே!’’ என்று கூறி, கேசி தரையில் உணர்வற்று விழுந்தாள்.

ஜார்ஜும், டீ தௌக்ஸும் இதைப் பார்த்து விட்டனர். கேசியை மயக்கப்படுத்தியது எது என்று அவர்களுக்குத் தெரியாவிட்டாலும், அது மாதிரி சமயங்களில் செய்யத் தேவையானவற்றைச் செய்தனர். தண்ணீர் குழாயினைத் திறந்து, அவள் மீது இரண்டு கோப்பை நீரைத் தெளித்தனர். யாரோ ஒரு பெண் மயக்கமடைந்து விட்டாள் என்றறிந்த மற்றப் பெண்கள் அந்த அறையில் குழுமத் துவங்கி, எல்லா காற்றையும் தடுத்தனர். அந்தச் சூழ்நிலையில் எதிர்பார்க்கக்கூடிய அனைத்தும் செய்யப்பட்டன.

ஏழை கேசி! மயக்கம் தெளிந்து எழுந்தபோது, தனது முகத்தை சுவரை நோக்கித் திருப்பிக் கொண்டு ஒரு குழந்தை போல தேம்பித் தேம்பி அழுதாள். ஒரு தாயாய் அவள் என்ன நினைத்தாள் என்று உங்களுக்குத் தெரியலாம். தெரியாமலும் இருக்கலாம். அந்த நிமிடத்தில் கடவுள் தனக்கு கருணை காட்டிவிட்டார் என்று கருதினாள். அவளது மகளைப் பார்க்க முடியும் என்று நம்பினாள். நாம் எதிர்பார்ப்பதுபோலவே, பல மாதங்கள் கழித்துப் பார்க்கவும் செய்தாள்.

43

விளைவுகள்

நமது கதையின் எஞ்சிய பகுதிகளை விரைவாகக் கூறுவோம். அந்த நிகழ்வின் சாகசத்தில் மற்ற இளைஞர்களுக்கு இருக்கக்கூடிய ஆர்வத்தாலும், மனிதாபிமான உணர்வுகளாலும் உந்தப்பட்டு, எலிசாவை வாங்கிய விற்பனைப் பத்திரத்தை கேசிக்கு அனுப்ப ஜார்ஜ் சிரமம் எடுத்துக் கொண்டார். அவளுக்குத் தெரிந்த விவரங்களோடு விற்பனைப் பத்திரத்தில் இருந்த நாள்களும், பெயர்களும் பொருந்தி இருந்தன. அந்தக் குழந்தையின் அடையாளம் பற்றி எந்த சந்தேகமும் இருக்கவில்லை. ஓடிப் போனவர்களின் வழியை அறிவதுதான் மிச்சமிருந்தது.

கேசியும், மேடம் டீ தௌக்ஸூம் அவர்களது தற்செயலான விதிகளால் ஒன்றாக இணைக்கப்பட்டனர். உடனடியாக கனடாவுக்கு புறப்பட்டனர். அடிமைத்தனத்திலிருந்து தப்பி வந்தவர்களின் புகலிடங்களை விசாரித்தனர். கனடாவிற்கு முதன் முதலில் அவர்கள் வந்தபோது எலிசாவுக்கும், ஜார்ஜூக்கும் பாதுகாப்புக் கொடுத்த கிறித்துவ நிலையத்தை அம்ஹர்டஸ்பெர்க்கில் கண்டுபிடித்தனர். அவர்கள் மூலம் மாண்டீரிலில் அவர்கள் குடும்பம் இருப்பது கண்டுபிடிக்கப்பட்டது.

ஜார்ஜூம், எலிசாவும் விடுதலை அடைந்து ஐந்து வருடங்கள் ஆகியிருந்தன. மதிப்புமிக்க பட்டறையாளரின் கடையில் ஜார்ஜூக்கு வேலை கிடைத்திருந்தது. தனது குடும்பத்திற்கு தேவையானவற்றைப் பெற போதுமான ஊதியம் அவனுக்குக் கிடைத்தது. இதற்கிடையில் ஒரு பெண் பிறந்து, குடும்பம் சற்றுப் பெரிதாகியிருந்தது.

சிறந்த பிரகாசமான சின்னஞ்சிறு ஹேரி ஒரு நல்ல பள்ளியில் சேர்க்கப்பட்டிருந்தான். விரைவாக அறிவுத் தேர்ச்சி பெற்று வந்தான்.

ஜார்ஜ் முதலில் இறங்கியிருந்த நிலையத்தின் மதிப்புமிக்க பாதிரியார் கேசி மற்றும் டீ தௌக்சின் விவரங்களால் கவரப் பட்டிருந்தார். அவர்களது வேண்டுகோளை ஏற்று அவர்களோடு மாண்டீரிலுக்கு வர சம்மதித்தார். பயணத்தின் செலவை டீ தௌக்ஸ் ஏற்றுக் கொண்டாள்.

மாண்டீரிலுக்கு புறப் பகுதியில் உள்ள சிறிய, அழகிய குடியிருப்புக்கு இப்போது காட்சி மாறுகிறது. இது ஒரு மாலை நேரம்.

உலை களனில் உற்சாகமாக தீ கொழுந்துவிட்டு எரிகிறது. வெண்மை யான துணியால் மூடப்பட்டிருந்த தேநீர் மேஜை மாலை உணவிற்கு தயாராய் இருந்தது. அறையின் ஒரு மூலையில் பச்சைத் துணியால் மூடப்பட்ட ஒரு மேஜை இருந்தது. அங்கு ஒரு திறந்த சாய்வு மேசையும், பேனாக்களும், காகிதங்களும் இருந்தன. அதற்கு மேலே நன்கு தேர்ந்தெடுக்கப்பட்ட புத்தகங்களைக் கொண்டிருந்த அலமாரி ஒன்றும் இருந்தது.

இது ஜார்ஜின் படிப்பிடம். தன்னை உயர்த்திக் கொள்ள வேண்டும் என்ற உந்துதல் அவனை படிப்பதற்கும், எழுதுவதற்கும் தூண்டியது. அவனது ஆரம்ப வாழ்க்கையின் சிரமங்களும், அதைரியங்களும் தனது ஓய்வு நேரத்தை சுய வளர்ச்சிக்கு பயன்படுத்தத் தூண்டியது.

அவன் படித்துக்கொண்டிருந்த குடும்ப நூலக புத்தகத்திலிருந்து குறிப்புகள் எடுத்துக் கொண்டு தற்போது மேஜை முன்பு அமர்ந்திருந்தான்.

"வாங்க ஜார்ஜ்! நாள் முழுவதும் உங்களைக் காணலை. அந்தப் புத்தகத்தை கீழே வைங்க. நான் தேநீர் தயாரிக்கும்போது, நாம பேசிக்கிட்டு இருப்போம்." எலிசா கூறினாள்.

அவங்க அப்பாவை இழுத்துப் பிடித்து, புத்தகத்தைப் பிடுங்கிப் பார்த்து, அந்த இடத்தில் தன்னை அமர்த்திக் கொள்ள குட்டி எலிசா முயன்றாள்.

"ஓ! சின்ன சூன்யக்காரியே!" அவளுக்கு இடம் விட்டு ஜார்ஜ் கூறினார். அது மாதிரி நேரங்களில் இணங்கித்தான் ஆக வேண்டும்.

"அது சரி" ஒரு ரொட்டித் துண்டை வெட்டியவாறு எலிசா கூறினாள். அவள் சற்று வயதானவளாகத் தோற்றம் காட்டினாள். அவளது உருவம் சற்றுப் பருத்திருந்தது. வழக்கத்தைவிட பெண் காப்பாளரின் தோரணை அவளிடம் வந்திருந்தது. பெண்கள் இருக்க வேண்டிய விதத்தில் அவள் திருப்தியாகவும், மகிழ்ச்சியாகவும் இருந்தது தெளிவாய்த் தெரிந்தது.

" ஹேரி! அந்தக் கணக்கை இன்னிக்கு நீ எப்படிப் போட்டே?

ஹேரி தனது நீண்ட முடிச்சுருளை இழந்திருந்தான். அந்தக் கண்களையும், கண் இமைகளையும் அவன் எப்போதும் இழக்க முடியாது. அவன் பதில் அளிக்கும்போது வெற்றிகரமாக இயங்கும் அழகான, அழுத்தமான புருவத்தையும் இழக்க முடியாது. "ஒவ்வொரு பகுதியையும் நானே செஞ்சேன் அப்பா. யாரும் எனக்கு உதவலை."

"அதுதான் சரி. உன்னையே சார்ந்திருக்கணும் மகனே. எனக்கு இருந்ததைவிட உனக்கு நல்ல வாய்ப்பு இருக்கு." ஜார்ஜ் கூறினான்.

இந்தக் கணத்தில், கதவு தட்டப்பட்டது. எலிசா திறந்தாள். ''ஏன்? நீங்களா?'' என்று மகிழ்வோடு விளித்தாள். கணவனை அழைத்தாள். ஆம்ஹர்ஸ்பெர்க்கின் நல்ல பாதிரியார் வரவேற்கப்பட்டார். அவரோடு இரு பெண்கள் இருந்தனர். அவர்களை அமருமாறு எலிசா வேண்டினாள்.

உண்மையைச் சொல்வதற்கு நேர்மையான பாதிரியார் ஒரு சிறிய திட்டத்தை முன்வைத்தார். அதன்படி விவரங்கள் மெல்ல, மெல்ல அதுவாகவே வெளிப்பட வேண்டும். முன்னேற்பாட்டின்படி அல்லாது வேறு விதத்தில் விவரங்கள் வெளியிடப்படக்கூடாது என்று கவனமாகவும், புத்திசாலித்தனமாகவும் ஒவ்வொருவரும் எச்சரிக்கப் பட்டிருந்தனர்.

பெண்களை அமருமாறு சைகை காட்டி, தனது கைக்குட்டை களால் வாயை துடைத்துக் கொண்டு திட்டமிட்ட வகையில் தனது அறிமுகப் பேச்சைத் துவங்கும்போது, மேடம் டீ தௌக்ஸ் திட்டத்தை சொதப்பினாள், ஜார்ஜின் கழுத்தைச் சுற்றிக் கட்டிக்கொண்டு அவள் கதறினாள். ''ஓ ஜார்ஜ்! என்னை உனக்குத் தெரியலையா? நான் உன்னோட சகோதரி எமிலி.''

கேசி மிகவும் அமைதியாக அமர்ந்திருந்தாள். தனது மகளை பிரியும்போது எப்படி இருந்தாளோ, அதே வடிவத்திலும், சுருளிலும் குட்டி எலிசா இல்லாதிருந்தால், தனது பாத்திரத்தை சரியாகச் செய்திருப்பாள். குட்டிப் பெண் உற்று நோக்கினாள். கேசியோ அவளைப் பிடித்து இழுத்து தனது மடியில் அழுத்திக் கொண்டாள். அந்த நேரத்தில் தனது மனத்தில் தோன்றியதைக் கேசி கூறினாள். ''அன்பே! நான் உன்னோட அம்மா.''

உண்மையில் திட்டமிட்ட வரிசையில் விவரங்களை வெளியிடுவது சிரமமானதாக இருந்தது. எல்லாரையும் அமைதிப்படுத்துவதில் வெற்றி பெற்ற பாதிரியார், இந்த விவகாரத்தை வெளியிட திட்டமிட்டவாறு பேசத் துவங்கினார். பழைய பேச்சாளர்களும், நவீன பேச்சாளர்களும் திருப்தியடையும் விதத்தில் விவரங்களை எடுத்து வைத்து, மொத்த பார்வையாளர்களையும் தேம்பித் தேம்பி அழ வைத்தார்.

அவர்கள் அனைவரும் இணைந்து மண்டியிட்டனர். மிகவும் கலவரமான பதற்றப்பட்ட உணர்வுகள் நிலவியதால், அந்த நல்ல மனிதர் பிரார்த்தனை செய்தார். கடவுளின் அன்பான மடியில் பிரார்த்தனை செலுத்துவதால் மட்டுமே அவர்களுக்கு அமைதி கிட்டும் என்ற நிலை இருந்தது. பல தீங்குகளிலிருந்தும், அபாயங் களிலிருந்தும் அறிய முடியாத வழிகளில் அவர்களை இணைத்திருந்த இறைவன்மீது நம்பிக்கையோடு, புதிதாக கண்டுபிடிக்கப்பட்டிருந்த குடும்பத்தினர் எழுந்து ஒருவரை ஒருவர் அணைத்துக் கொண்டனர்.

தப்பித்துக் கொள்வோரைப் பற்றிய ஒரு மதப் பிரச்சாரகரின் குறிப்புப் புத்தகங்களில், புனைக் கதைகளைவிட புதுமையான உண்மைகள் புதைந்திருக்கும். வசந்த காலத்தின் காற்று இலைகளை கலைத்து சுற்றி அடிப்பது போல் குடும்பங்களை கலைத்து அதன் உறுப்பினர்களை அங்குமிங்கும் அலையவிடும்போது, அது வேறு விதமாக எப்படி இருக்க முடியும்? முடிவற்ற கரை போலவே, நீண்ட ஆண்டுகளாக நிரந்தரமாகத் தொலைந்து விட்டதாக உணர்ந்து வருந்தும் உள்ளங்களின் மகிழ்வான சங்கமங்களுக்கு இந்தக் கரைகள் தஞ்சமளிக்கின்றன. அடிமைத்தன நிழலில் நிரந்தரமாக இழக்கப் பட்டதாக கருதப்பட்ட தாயார், சகோதரி, குழந்தை அல்லது மனைவி ஆகியோரின் செய்திகளை எதேச்சையாக இவர்களால் கொண்டு வர முடியுமென்ற ஆர்வத்தோடு ஒவ்வொரு புதிய வருகையாளரும் சந்திக்க நேர்வதை வார்த்தைகளால் விவரிக்க முடியாது.

சித்திரவதைகளையும், மரணத்தையும்கூட தைரியமாக எதிர்த்து நின்று, அந்த இருண்டப் பகுதியின் திகிலிலிருந்தும், அபாயத்தி லிருந்தும், தன்னிச்சையாகத் தப்பி வரும்போது தனது சகோத ரியையோ, தாயையோ, மனைவியையோ கொண்டு வந்தால், அது சாகசச் செயல்களைவிட அதிகமான வீரதீரச் செயல்களை கொண்டிருக்கும்.

இரண்டு முறை மீண்டும் பிடிபட்டதாக ஒரு இளைஞன் பற்றி ஒரு மதப்பிரச்சாரகர் கூறியிருக்கிறார். அவனது வீரதீரச் செயலுக்காக வெட்கத்துக்குரிய தண்டனைகளைப் பெற்று துயருற்றிருந்த அவன் தனது நண்பருக்கு எழுதிய கடிதத்தில், தான் மூன்றாவது முறை தப்பித்துச் செல்வதாகவும், தான் இறுதியாகத் தனது சகோதரியைக் கொண்டு வர முடியும் என்றும் எழுதியிருந்தான். எனது நல்ல அய்யாவே, இவர் வீரத் திருமகனா? குற்றவாளியா? உங்களது சகோதரிக்காக இதை நீங்கள் செய்ய மாட்டீர்களா? நீங்கள் அவனை குறைகூற முடியுமா?

தங்களது கண்களைத் துடைத்துக் கொண்டு, மிக அதிகமான, திடீர் மகிழ்ச்சியிலிருந்த நமது நண்பர்களிடம் திரும்புவோம். விருந்தோம்பல் மேசையின் முன் அனைவரும் அமர்ந்திருந்தனர். இறுக்கத்திலிருந்து விடுபட்டு இணக்கமான சூழலுக்கு அனைவரும் வந்திருந்தனர். தனது மடியில் குட்டி எலிசாவை கிடத்திக் கொண்டு, அவ்வப்போது அவளை ஆச்சரியப்படும் விதத்தில் அன்போடு இறுக்கிக் கொண்டிருந்த கேசி, அந்தச் சிறு குழந்தை விரும்பும் அளவிற்கு கேக்குகளால் தனது வாயை நிரப்பிக் கொள்ள மறுத்து வந்தாள். கேக்கைவிட சிறந்த ஒன்று கிடைத்திருப்பதால், தனக்கு கேக்கு தேவைப்படவில்லை என்று அவள் கூறியதைக் கண்டு குழந்தை ஆச்சரியப்பட்டது.

நமது வாசகர்களுக்கு அவளை அடையாளம் தெரியாத அளவிற்கு இரண்டு, மூன்று நாட்களில் கேசி மாறியிருந்தாள். வருத்தந் தோய்ந்த விகார முகபாவம் மாறி இதமான நம்பிக்கை இடம் பெற்றது. குடும்பத்தின் மடியில் அவள் அமிழ்ந்து கொள்வதாகத் தோன்றியது. நீண்ட நாட்களாக அதற்காகவே காத்திருந்தது போல, சிறு குழந்தைகளை இதயத்திற்குள் புகுத்திக் கொண்டாள். தனது மகளைவிட குட்டி எலிசாவிடம் அவளது அன்பு அதிகம் பாய்வதாகப்பட்டது. அவள் இழந்த குழந்தையின் சரியான பிம்பமாய் குட்டி எலிசா இருந்தாள். தாய்க்கும், மகளுக்கும் இடையில் ஒரு மென்மையான பந்தமாய் சிறு குழந்தை இருந்தது. அவள் மூலமாக அவர்களுக் கிடையே நெருக்கமும், பாசமும் அதிகரித்தது. எலிசாவின் இடைவிடாத பக்தி அவளைப் புனித வார்த்தைகளை அடிக்கடி படிக்க வைத்தது. நிலைகுலைந்த சோர்வான அவளது தாய்க்கு அது முறையான வழிகாட்டியாக இருந்தது. கேசி உடனடியாகப் பணிந்தாள். ஒவ்வொரு நல்ல தாக்கத்தின் காரணமாக முழுமையான மனதுடன், பக்திமிக்க, இதமான கிறித்துவராக மாறினாள்.

ஓரிரு நாட்கள் கழித்து, தனது விவகாரங்கள் பற்றி மேடம் டீ தௌக்ஸ் தனது சகோதரனிடம் கூறினாள். அவளது கணவன் விட்டுச் சென்ற அபரிமிதமான செல்வத்தை அவனது குடும்பத்துடன் பகிர்ந்து கொள்ள பெருந்தன்மையுடன் விருப்பம் தெரிவித்தாள். அதை எந்த விதத்தில் அவனுக்குக் கொடுக்கலாம் என்று ஜார்ஜை அவள் கேட்டபோது, ‘‘எனக்கு கல்வி கொடு, எமிலி. அதுதான் எப்போதும் எனது மனதுக்கு விருப்பமாய் இருந்தது. பிறகு மற்றவற்றை நான் செய்து விடுவேன்.’’

ஆழ்ந்த ஆலோசனைகளுக்குப் பிறகு, முழுக் குடும்பமும் சில வருடங்களுக்கு பிரான்சுக்குப் போவது என்று முடிவெடுக்கப்பட்டது. எம்மிலைனையும் அழைத்துக் கொண்டு அவர்கள் பயணித்தனர்.

அந்தக் கப்பலின் முதல் அதிகாரியை எம்மிலைனின் எழில் கவர்ந்தது. துறைமுகத்தை அடைந்த சில நாட்களில், அவள் அவரது மனைவி ஆனாள்.

ஜார்ஜ் பிரெஞ்சு பல்கலைக்கழகத்தில் நான்கு ஆண்டுகள் தடைபடாத தன்னார்வத்தோடு முழுமையான கல்வியைப் பெற்றான்.

பிரான்சில் ஏற்பட்ட அரசியல் பிரச்சனைகள் காரணமாக, இந்த தேசத்தில் தஞ்சமடைய அவசியம் அவர்களுக்கு நேர்ந்தது.

தனது நண்பருக்கு ஜார்ஜ் எழுதிய கடிதத்தில் ஒரு கல்வி கற்றவனாய் தனது உணர்வுகளை மிகச் சிறப்பாக வெளிப்படுத்தி யிருந்தான்.

‘‘எனது எதிர்காலம் பற்றி சற்றே நான் குழம்பியிருக்கிறேன். இந்த தேசத்தில் வெள்ளையர் வட்டத்தில் கலந்து பழக முடியும் என்பது உண்மைதான். என்னுடைய இனத்தை அரிதாக அறிவிக்கும் விதத்தில்,

எனது, மற்றும் எனது மனைவி மற்றும் குழந்தைகளின் நிறம் இருக்கிறது. நானும் கலந்து பழக முடியும். உண்மையைச் சொல்ல வேண்டுமானால், எனக்குக் கலந்து பழகுவதில் விருப்பம் இருக்கவில்லை.

‘‘எனது தந்தையின் இனத்திடம் எனக்கு அனுதாபம் இல்லை. எனது தாயின் இனத்திடம்தான் அது இருக்கிறது. எனது தந்தையைப் பொறுத்தவரை நான் சிறந்த நாயையும், குதிரையையும்விட சற்று மேலானவன். இதயம் நொறுங்கிய எனது ஏழைத் தாய்க்கோ நான் ஒரு குழந்தை. அந்தக் கொடூர விற்பனை எங்களைப் பிரித்த பிறகு, எனது தாயை நான் பார்க்கவில்லை என்பது உண்மைதான். இருந்தாலும் அவள் என்னை மிகவும் நேசித்தாள் என்பது எனக்கு இதயபூர்வமாகத் தெரியும். எனது தாய் பட்ட கஷ்டங்களையும், எனது ஆரம்பகால கஷ்டங்களையும் எனது வீரதீர மனைவியின் வேதனைகளையும், போராட்டங்களையும், நியூ ஆர்லியன்ஸில் இருந்த அடிமைச் சந்தையில் விற்கப்பட்ட எனது சகோதரியின் துயரத்தையும் பற்றி நான் நினைக்கும்போது, கிறித்துவமில்லாத மனப்போக்கை மேற்கொள்ள எனக்கு விருப்பமில்லை. இருந்தாலும், ஒரு அமெரிக்கரைக் கடந்து போவதிலும், அவரோடு என்னை அடையாளம் காட்டிக் கொள்வதிலும் எனக்கு விருப்பமில்லை என்று தெரிவிப்பதற்கு நான் மன்னிக்கப்பட வேண்டும். அடக்குமுறைக்கு ஆளாக்கப்பட்ட அடிமை ஆப்பிரிக்க இனத்திற்கே எனது ஆதரவு இருக்கும். வெளுத்திருப்பதைவிட, கறுப்பாக தோன்றுவதையே நான் விரும்புபவளாய் இருக்கேன்.

‘‘ஒரு ஆப்பிரிக்க குடியுரிமைக்கு எனது ஆன்மா ஏங்கி விரும்புகிறது. தனக்கென்று தனியான, வெளியில் தெரியக்கூடிய அடையாளங்களை கொண்டுள்ள மக்களாக நாங்கள் இருக்க வேண்டுமென்று விரும்புகிறேன். அதற்கு நான் எங்கு போக வேண்டும்? ஹைட்டியில் ஆரம்பிக்க எதுவுமில்லை. தனது நீர்வீழ்ச்சிக்கு மேலாக ஒரு நீரோடையால் எழும்ப முடியாது. ஹைட்டியரின் தன்மை தேய்ந்து போன பெண்மைத்தனமானது அதிலிருந்து அவர்கள் எழுந்து கொள்ள பல நூற்றாண்டுகள் ஆகலாம்.

‘‘பிறகு வேறு எங்கு நான் நோக்க முடியும்? ஆப்பிரிக்காவின் கரையில் ஒரு குடியரசை எண்ணிப் பார்க்கிறேன். சக்தியோடும், சுய கல்வியின் உந்துதலோடும் அடிமைத்தன நிலையிலிருந்து தங்களை உயர்த்திக் கொண்ட தேர்ந்தெடுக்கப்பட்டவர்களால் அமைக்கப்படும் குடியரசை எண்ணிப் பார்க்கிறேன். தனது வலிமையற்ற தயாரிப்பு நிலையைக் கடந்து, பூமியில் ஒரு அங்கீகரிக்கப்பட்ட தேசமாக அது மாறியுள்ளது. அது இங்கிலாந்தாலும், பிரான்சாலும் அங்கீகரிக்கப்பட்டுள்ளது. அங்கு சென்று, மக்களில் ஒருவனாய் இருக்க விரும்புகிறேன்.

"எனக்கு எதிரான கருத்துக்களை எல்லாரும் கொண்டிருப்பீர்கள் என்று எனக்குத் தெரியும். என்னைத் தாக்குவதற்கு முன்பு, நான் சொல்வதைக் கொஞ்சம் கேளுங்கள். பிரான்சில் இருந்தபோது, அமெரிக்காவில் எங்களது மனிதர்களின் சரித்திரத்தைப் பற்றி ஆழ்ந்த ஆர்வத்தோடு படித்திருக்கிறேன். அடிமைத்தன ஒழிப்பு ஆதரவாளர்களுக்குப், காலனியவாதிகளுக்குமிடையே நடந்த போராட்டத்தை அறிந்து வைத்திருக்கிறேன். அதில் பங்கேற்பவர்கள் அறிந்து கொண்டிருக்கவே முடியாத சில கருத்துக்களை, ஒரு தூரத்து பார்வையாளராக நான் பெற்றிருக்கிறேன்.''

"எங்களுக்கு எதிராக, எங்களது அடக்குமுறையாளர்களின் கைகளில் இந்த லிபேரியா விளையாட்டாக விழுந்திருக்கலாம் என்று ஏற்றுக் கொள்கிறேன். எங்களது விடுதலையை தடுக்கும் நோக்கத்தோடு நியாயப்படுத்த முடியாத வழியில் அந்த தந்திரம் பயன்படுத்தப்பட்டிருக்க முடியும் என்பதில் சந்தேகமில்லை. மனிதனின் எல்லா தந்திரத்திற்கும் மேலாக ஒரு கடவுள் இல்லையா என்பதுதான் எனது கேள்வி. அவர்களது திட்டங்களை அவர் முறியடித்திருக்க முடியாதா? எங்களுக்காக ஒரு தேசத்தை உருவாக்க உதவியிருக்க அவரால் முடியாதா?

"இந்தக் காலங்களில் ஒரு தேசம் ஒரு நாளில் உருவாகி விடுகிறது. தனது கையில் திணிக்கப்பட்ட குடியரசு வாழ்க்கை மற்றும் நாகரிகத்தின் பிரச்சனைகளோடு ஒரு தேசம் ஆரம்பிக்கிறது. அது எதனையும் கண்டுபிடிக்கத் தேவையில்லை. கடைபிடித்தால் போதும். நமது சக்தியை முழுமையாகப் பயன்படுத்தி எல்லாரையும் ஒருங்கிணைத்து இந்தப் புதிய முயற்சியில் என்ன செய்ய முடியும் என்று பார்க்க வேண்டும். நமக்கும், நமது குழந்தைகளுக்கும் முன்பாக மகத்தான ஆப்பிரிக்க கண்டம் மொத்தமும் திறக்க வேண்டும். நாகரிகமான, கிறித்துவத்தன்மையுள்ள ஒரு அலையை நமது தேசம் தனது கரைகளுக்கிடையே தவழவிடட்டும். அங்கு மகத்தான குடியரசுகளை நிறுவி, வெப்பப் பிரதேச தாவரங்களின் வேகத்தோடு அது பக்குவமாக வளரட்டும்.

"எனது அடிமைப்பட்ட சகோதரர்களை கைவிட்டு விட்டுப் போவதாக நினைக்கிறாயா? நான் அப்படி நினைக்கவில்லை. அவர்களை ஒரு கண நேரம் மறந்தால்கூட, கடவுள் என்னை அவ்வாறே மறந்து விடுவார். ஆனால், இங்கே அவர்களுக்காக நான் என்ன செய்துவிட முடியும்? அவர்களது சங்கிலிகளை உடைக்க முடியுமா? முடியாது. தனி மனிதனாய் முடியாது. நான் சென்று, ஒரு தேசத்தின் அங்கமாய் மாறுவேன். நாடுகளின் கவுன்சிலில் அது அங்கம் வகிக்கும். அப்போது நாம் பேசலாம். தனது இனத்தின் நலனை முன்வைத்து ஒரு தேசம் வாதிட முடியும், மறுத்துக் கூற முடியும். கண்டிக்க முடியும். ஆனால், ஒரு தனி மனிதனால் முடியாது.

‘‘சுதந்திர நாடுகளின் மகத்தான கவுன்சிலாக ஐரோப்பா மாறும் என்று கடவுள்மீது நான் நம்பிக்கை வைத்திருக்கிறேன். அவ்வாறு மாறி அடிமைத்தனமும், அனைத்து அநியாய சமூக சமமின்மைகளும் நீக்கப் பட்டு, பிரான்ஸும், இங்கிலாந்தும் போல் அவர்கள் எங்கள் நிலையை அங்கீகரித்தால், அப்போது தேசங்களின் மாபெரும் காங்கிரசில் நாங்கள் எங்களது முறையீட்டை சொல்வோம். அடிமைப்பட்டு துயருறும் எங்களது இனத்தின் வழக்கை எடுத்துரைப்போம். தன்னை தேசங்களுக்கிடையே அவமானப்படுத்தும் கபடமான தடையை தனது கேடயத்திலிருந்த விலக்கி வைக்கவே சுதந்திரமான, தெளிவு பெற்ற அமெரிக்கா விரும்பும். அடிமைப் பட்டவர்களுக்கு இருப்பது போலவே அமெரிக்காவுக்கும் அது சாபமாக இருக்கும்.

‘‘ஐரிஸ் நாட்டவர்கள், ஜெர்மானியர்கள், ஸ்வீடன் நாட்டவர்கள் போல் அமெரிக்க குடியரசில் கலந்து பழகுவதற்கான சமமான உரிமை எங்கள் இனத்திற்கு இருக்குமென்று உன்னால் கூற முடியுமா? அப்படியே முடியும் என்று வைத்துக் கொள்வோம். ஜாதி மற்றும் நிற பாகுபாடின்றி, எங்களது தனியான மதிப்பை உயர்த்திக் கொள்ளவும், சந்தித்துப் பேசிக் கலந்து பழகவும் எங்களுக்குச் சுதந்திரம் இருக்க வேண்டும். அந்த உரிமையை எங்களுக்கு மறுப்பவர்கள், மனித சமத்துவத்துவம் என்ற தங்களது கொள்கைக்குப் பொய்யாக நடந்து கொள்கிறார்கள். நாங்கள் இங்கே அனுமதிக்கப்பட வேண்டும். சாதாரண மனிதர்களைவிட எங்களுக்கு அதிக உரிமை இருக்கிறது. பாதிக்கப்பட்ட இனமாக, நஷ்ட ஈடு பெறுவதற்கு எங்களுக்கு உரிமை உண்டு. அதனை நான் விரும்பவில்லை. எனக்கென்று ஒரு நாடும், ஒரு தேசமும் வேண்டும். நாகரிகத்தின் வெளிச்சத்திலும், கிறித்துவத்திலும் இன்னும் வெளிப்படுத்தப்பட வேண்டிய பல பிரத்யேகத் தன்மைகள் ஆப்பிரிக்க இனத்திடம் இருப்பதாக நினைக்கிறேன். ஆங்கிலோ சாக்ஸனுக்கு இணையாக இல்லாவிடினும், நீதி தர்ம ரீதியாக உயர்ந்த வகையாக அது நிரூபிக்கப்படலாம்.

‘‘அவர்களது போராட்டம் மற்றும் மோதலின் முக்கியமான காலக்கட்டத்தில், உலகத்தின் தலைவிதி ஆங்கிலோ சாக்ஸன் இனத் திடம் ஒப்படைக்கப்பட்டது. அந்த நோக்கத்திற்காக அதன் கடுமை யான, தளர்வற்ற, சக்திமிக்க தன்மைகள் நன்கு ஏற்றுக் கொள்ளப் பட்டன. ஒரு கிறித்துவனாக, மற்றொரு சகாப்தம் எழும்ப வேண்டும் என்று எதிர்பார்க்கிறேன். அதன் எல்லையில் நாங்கள் நிற்கிறோம் என்று நான் நம்புகிறேன். எனது நம்பிக்கையின்படி, தேசங்களை பீடித் துள்ள வலி உலகளாவிய அமைதிக்கும், சகோதரத்துவத்துக்குமான பிரசவ வலியாகும்.

‘‘ஆப்பிரிக்காவின் வளர்ச்சி கிறித்துவத்தன்மையுடன் இருக்க வேண்டும் என்று விரும்புகிறேன். ஆதிக்கம் செலுத்தி, ஆணையிடும்

இனமாக இல்லாவிடினும், அன்பான, பெருந்தன்மையான, மன்னிக்கும் இனமாக அவர்கள் இருக்கின்றனர். அநீதி அடுப்புகளிலும் அடக்கு முறை அடுப்புகளிலும் எரிக்கப்பட்ட அவர்களுக்கு இனிமையான அன்பான மன்னிப்புக் கொள்கையில் தங்களை இணைத்துக் கொள்ள வேண்டிய தேவை இருக்கிறது. அதன் மூலமே அவர்கள் வெற்றி கொள்ள முடியும். ஆப்பிரிக்கா முழுவதும் பரவுவதே அவர்களது நோக்கமாக இருக்க வேண்டும்.

"இதற்கு வலிமையற்றவனாக நான் இருக்கிறேன் என்பதை நான் ஒப்புக் கொள்ள வேண்டும். எனது நரம்பில் ஓடும் இரத்தத்தில் பாதி வெப்பம் நிறைந்த அவசரமான சாக்ஸன் இரத்தமாகும். எனது அழகான மனைவி, வேதத்தைத் தெளிவாக கற்பிக்கும் ஆசானாக எனது அருகிலேயே இருக்கிறாள். நான் அலைபாயும்போது, அவளது இதமான ஆன்மா என்னை நெறிப்படுத்துகிறது. ஒரு கிறித்துவ தேசபக்தனாக, கிறித்துவத்தின் ஆசிரியராக எனது தேசத்திற்குப் போகிறேன். எனது தேர்ந்தெடுக்கப்பட்ட மகத்தான ஆப்பிரிக்கா! அந்த தேசத்திற்கு அந்த முன்னறிவிப்பாளரின் மகத்தான வார்த்தைகளை இதயபூர்வமாக உபயோகப்படுத்துகிறேன். ''உன்னைக் கடந்து எந்த மனிதனும் போகாத விதத்தில் நீ புறக்கணிக்கப்பட்டவனாகவும், வெறுக்கப்பட்டவனாகவும், இருந்தால், உன்னை முடிவற்ற தலைசிறந்ததாகவும், பல தலைமுறைகளுக்கு மகிழ்ச்சியானதாகவும் மாற்றுவேன்.!

"நீ என்னை உற்சாகவாதியென அழைக்கலாம். நான் மேற்கொள்ளும் பணியை நான் நன்கு பரிசீலித்து பார்க்கவில்லை என்று நீ என்னிடம் சொல்லலாம். நான் பரிசீலித்து விட்டேன். விலையை கணக்குப் போட்டு பார்த்து விட்டேன். எலிசியத்திற்கு போகும் சாகச வாதியாக அல்ல, பணியாற்ற வேண்டிய களமாகக் கருதி லிபேரியா விற்குப் போகிறேன். எனது இரு கைகளாலும் நான் உழைக்கப் போகிறேன். கடுமையாக உழைக்கப் போகிறேன். எல்லாவிதமான சிரமங்களுக்கும், அதைரியங்களுக்கும் எதிராக பணியாற்றப் போகிறேன். இறக்கும்வரை பணியாற்றப் போகிறேன். இதற்காகத்தான் நான் போகிறேன். இதில் நான் ஏமாற்றம் அடைய மாட்டேன் என்று நிச்சயம் நம்புகிறேன்.

"எனது உறுதி பற்றி நீ என்ன நினைத்தாலும், உனது நம்பிக்கையிலிருந்து என்னை விலக்கி வைக்காதே. நான் எதைச் செய்தாலும், எனது மக்களுக்காக முழுமையாக கொடுக்கப்பட்ட இதயத்தோடு செய்வதாக எண்ணிக் கொள்!
- ஜார்ஜ் ஹாரிஸ்

சில வாரங்களில், தனது மனைவி, குழந்தைகள், சகோதரி மற்றும் மாமியாருடன் ஆப்பிரிக்காவிற்கு ஜார்ஜ் புறப்பட்டான். அங்கிருந்து அவனைப் பற்றி உலகம் அறிந்து கொள்ளும் என்று நம்பலாம்.

மற்ற பாத்திரங்கள் பற்றி, குறிப்பாக குறிப்பிடுவதற்கு எதுவுமில்லை. செல்வி ஒபேலியா மற்றும் டாப்ஸி பற்றி சிறிது குறிப்பிடலாம். விடைபெறும் அத்தியாத்தை ஜார்ஜ் ஷெல்பிக்கு அர்ப்பணம் செய்யலாம்.

வெர்மெண்டில் உள்ள தனது வீட்டிற்கு டாப்ஸியை ஒபேலியா அழைத்துச் சென்றார். ''நமது ஆட்கள்'' என்று நியூ இங்கிலாந்துக்காரர்கள் அழைக்கும் அந்த தீவிரமான, நிதானமான அமைப்பு ஆச்சரியத்தோடு பார்த்தது. ''நமது ஆட்கள்'' முதலில் நன்கு பயிற்சியளிக்கப்பட்ட குடும்ப நிறுவனத்திற்குத் தேவையற்ற, இணைப்பாக கருதியது. அவளது கடமைகளை கருத்தாகச் செய்வதில் பயிற்சி அளிக்க செய்யப்பட்ட ஒபேலியாவின் முயற்சி முழுமையான திறம் பெற்றதாக இருந்தது. வீட்டிலும், அண்டைப் பகுதிகளிலும் விருப்பத்திற்கு உரியவளாக அந்தச் சிறுமி விரைவில் வளர்ச்சி பெற்றாள். பெண்ணாக மலர்ந்ததும், அவளது விருப்பப்படி, அவள் கிறித்துவத்திற்கு அனுமதிக்கப்பட்டாள். அந்த இடத்தில் இருந்த கிறித்துவ தேவாலயத்தில் உறுப்பினரானாள். அதிகபட்ச அறிவையும், செயல்பாட்டையும் வெளிப்படுத்தியதால், ஆப்பிரிக்காவில் உள்ள ஒரு இடத்திற்கு மதப்பிரச்சாரகராக அனுப்பப்பட பரிந்துரைக்கப்பட்டு, அனுமதிக்கப்பட்டாள். குழந்தையாக இருந்தபோது தனது முன்னேற்றத்தில் பலவிதமாகவும், பரபரப்பாகவும் செயல்பட்ட சாமர்த்தியம், பாதுகாப்பான விதத்திலும், முழுமையான முறையிலும் தனது தேசத்தின் குழந்தைகளுக்குப் பயிற்றுவிக்க பயன்படுத்தப் பட்டது.

பின்குறிப்பு : டீ தெளக்ஸால் செய்யப்பட்ட சில விசாரிப்புகள், கேசியின் மகனை கண்டுபிடிப்பதில் முடிந்தது என்பது அறிந்து சில தாயார்கள் திருப்தியடைவார்கள். உற்சாகமான இளைஞனாக இருந்த அவன், தனது தாயாருக்கு சில வருடங்களுக்கு முன்னதாக தப்பி ஓடிவந்து விட்டான். அடக்குமுறைக்குள்ளானவர்களின் வடக்கு நண்பர்களால் வரவேற்கப்பட்டு, கல்வி கற்பிக்கப்பட்டான். அவன் விரைவில் தனது குடும்பத்தினரைத் தொடர்ந்து ஆப்பிரிக்காவிற்கு வருவான்.

44

விடுவிப்பாளர்

அவர் வரும் நாளை தெரிவித்து ஒரு வரியில் தனது தாய்க்கு ஜார்ஜ் கடிதம் எழுதியிருந்தார். தனது பழைய நண்பரின் மரண

நிகழ்வை எழுதுவதற்கான மனவலிமை அவருக்கு இருக்கவில்லை. பல முறை முயன்று பார்த்தார். பாதி தொண்டை அடைத்துக் கொண்டதே விளைந்தது. எழுதிய காகிதத்தை கிழிப்பதிலேயே அந்த முயற்சிகள் முடிந்தன. தனது கண்ணீரைத் துடைத்துக் கொண்டு, அமைதியாக வேறிடத்திற்கு அகன்றார்.

ஷெல்பியின் அரண்மனை இளம் எஜமானர் ஜார்ஜின் வருகைக்காக மகிழ்ச்சியான சந்தடியுடன் இருந்தது. உறுதியான கூடத்தில் திருமதி ஷெல்பி அமர்ந்திருந்தார். பின் வசந்தகால மாலையின் குளிரைப் போக்கும் வகையில் உற்சாகமான மர நெருப்பு எரிந்து கொண்டிருந்தது. தட்டுகளாலும், கண்ணாடி கிண்ணங் களாலும் பளபளத்த இரவு உணவு மேஜை ஒழுங்குபடுத்தப்பட்டது. நமது பழைய நண்பரான வயதான சோலே இந்த ஏற்பாடுகளுக்கு தலைமை தாங்கினாள்.

புதிய காளிக்கோ ஆடையை அணிந்துகொண்டு, தூய்மையான வெள்ளை மேலங்கியோடு, உயர்ந்த நன்கு கஞ்சியிடப்பட்ட தலைப் பாகையுடன், அவளது கறுப்பு முகம் திருப்தியில் திளைத்தது. தேவையற்ற சிறிய பணிகளில் அவள் அங்கும், இங்கும் அலைந்தாள். தனது எஜமானியிடம் பேசுவதற்கு சாக்காக அது அவளுக்கு இருந்தது.

''இது அவருக்கு இயற்கையாக இருக்காதா? அவர் விரும்பற இடத்துல தட்டை வைக்கிறேன். நெருப்பைச் சுற்றி வைக்கிறேன். ஜார்ஜ் எஜமானருக்கு எப்போதும் இதமான இடம் வேண்டும். ஓ நகரு! சிறந்த தேநீர் பானையை ஏன் சாலி எடுத்து வைக்கலை? கிறித்துமஸுக்கு எஜமானிக்காக ஜார்ஜ் எஜமான் வாங்கி வந்தது அது. அதை எடுத்துட்டு வர்றேன். ஜார்ஜ் எஜமானர்கிட்டேயிருந்து தகவல் எதுவும் எஜமானிக்கு கிடைச்சுதா?'' அவள் விசாரணையாக வினவினாள்.

''ஆமாம் சோலே, ஒரு வரிதான். முடிந்தால் இன்று இரவு வருவதாக எழுதியிருந்தான். அவ்வளவுதான்.''

''எனது வயதான மனுஷரைப் பத்தி எதுவும் சொல்லலைன்னு நினைக்கறேன்.'' தேநீர் கோப்பைகளோடு சிறுசிறு வேலைகளை செய்தவாறு சோலே கேட்டாள்.

''இல்லை. அவன் எழுதல. எதைப் பத்தியும் அவன் எழுதல. வீட்டுக்கு வந்து, எல்லாவற்றையும் சொல்வதாய் எழுதியிருக்கான்.''

''ஜார்ஜ் எஜமானர் எப்பவும் தானே நேரில் எல்லாத்தையும் சொல்லணும்ன்னு நினைப்பார். பொதுவா வெள்ளை மனுஷங்க எப்பவும் சுருக்கமாக எப்படித்தான் எழுதறாங்களோ?''

திருமதி ஷெல்பி சிரித்தாள்.

''தன்னோட சிறுவர்களையும், குழந்தையையும் எனது வயதான மனிதருக்குத் தெரியாது. கடவுளே! அவ ரொம்ப வளர்ந்துட்டா.

நல்லபடியாகவும் இருக்கா. கேக்கை கவனிச்சுக்கிட்டு வீட்ல இருக்கா. நான் சுடுவதை என்னோட வயதான மனிதர் மிகவும் விரும்புவார். அவர் போகிறபோது காலையில கொடுத்தது போல இருந்தா அவருக்குப் பிடிக்கும். கடவுள் நம்மை ஆசீர்வதிக்கட்டும். இன்னிக்கு காலை நான் எப்படி இருந்தேன் தெரியுமா?''

திருமதி. ஷெல்பி பெருமூச்சு விட்டார். அவரது மனம் கனத்து இருந்தது. தனது மகனின் கடிதத்தைப் பார்த்ததிலிருந்து சங்கடமாக இருந்தார். அவர் வரைந்திருந்த மௌனமான திரையின் பின்பு ஏதோ மறைந்திருப்பது புரிந்தது.

''எஜமானி அந்தப் பட்டியல்களை வச்சிருக்கீங்களா?'' சோலே ஆர்வமாகக் கேட்டாள்.

''ஆமாம், சோலே.''

''அந்த இனிப்புக் கடைக்காரர் கொடுத்த பட்டியல்களை எனது வயதான மனிதனுக்கு காட்ட விரும்பறேன். அவர் சொன்னார்: 'நீ இன்னும் தொடர்ந்து இங்க இருப்பேன்னு விரும்பறேன்' நான் சொன்னேன்: 'நன்றி எஜமான். எனது வயதான மனிதர் வர்றார். எஜமானியால இனிமேலும் நான் இல்லாம இருக்க முடியாது அவர்கிட்ட இதையேதான் சொன்னேன். அந்த எஜமானர் ஜோக்ஸ் ரொம்ப நல்ல மனுஷனா இருக்கார்!''

தனது திறமைகளின் நினைவாக தனது கணவனிடம் காட்டுவதற்காக தனக்கு கூலி கொடுக்கப்பட்ட அதே பட்டியல்களை பாதுகாத்து வைக்கப்பட வேண்டும் என்று சோலே உறுதியாக வலியுறுத்தியிருந்தாள். அவளது கோரிக்கையை நிறைவேற்ற திருமதி ஷெல்பி சம்மதித்திருந்தார்.

''அவருக்கு பாலியைத் தெரியாது. அவரை வாங்கிட்டுப் போய் அஞ்சு வருஷமாச்சு. அப்ப அவ கைக்குழந்தையா இருந்தா. அப்பதான் நிற்கவே ஆரம்பிச்சிருந்தா. அவ நடக்க ஆரம்பிச்சிட்டிருந்தப்ப அவ அடிக்கடி தடுமாறி விழுந்ததால அவர் சங்கடமாக இருப்பார்.''

சக்கரங்களின் சலசலப்பு ஓசை தற்போது கேட்டது.

''எஜமானர் ஜார்ஜ்'' ஜன்னலுக்கு விரைந்த சோலே கூறினாள்.

திருமதி ஷெல்பி நுழைவுக் கதவுக்கு ஓடி, தனது மகனின் கைகளில் தன்னை அணைத்துக் கொண்டாள். தனது கண்களை இடுக்கிக் கொண்டு, இருளில் உற்றுப் பார்த்தவாறு சோலே அத்தை பதட்டமாக நின்றிருந்தாள்.

''ஓ, ஏழை சோலே அத்தை'' கருணையோடு நின்று ஜார்ஜ் கூறினார். அவளது கடுமையான கறுப்புக் கரங்களை தனது கரங்களுக்குள் எடுத்துக் கொண்டார். ''அவரை வாங்கறதுக்கு என்னோட

சொத்துக்களை எல்லாம் கொடுத்திருப்பேன். அவர் மேலும் ஒரு நல்ல நாட்டுக்கு போய்விட்டார்.''

ஒரு உணர்ச்சி ததும்பும் ஆச்சரிய விசாரிப்பு திருமதி ஷெல்பியிட மிருந்து வந்தது. சோலே அத்தை எதுவும் சொல்லவில்லை.

அவர்கள், இரவு உணவு இருந்த அறையில் நுழைந்தனர். சோலே அத்தை பெருமையாக நினைத்த பணச்சுருள் இன்னும் மேஜை மேல் கிடந்தது.

அதைச் சேகரித்து நடுங்கும் கையில் வைத்துக் கொண்டு, தனது எஜமானரிடம் அவள் கூறினாள்: ''அதைத் திரும்ப பார்க்கறதையோ, அதைப் பத்தி பேசறதையோ நான் விரும்பல. எனக்கு இப்படி ஆகும்ன்னு தெரியும். விற்கப்பட்டு பழைய தோட்டத்தில் கொலை செய்யப்பட்டிருப்பார்.''

சோலே திரும்பி, அறையை விட்டு சோகமாக நடந்தாள். அவளை திருமதி ஷெல்பி இதமாகத் தொடர்ந்தார். அவளது கைகளைப் பிடித்து, ஒரு நாற்காலியில் அமர வைத்தாள். அவளுக்கு அருகில் அமர்ந்தாள்.

''எனது நல்ல சோலே!'' அவள் கூறினாள்.

தனது எஜமானியின் தோளில் தனது தலையைச் சாய்த்துக் கொண்டு, சோலே தேம்பித் தேம்பி அழுது தீர்த்தாள்.

''ஓ எஜமானி. என்னை மன்னிச்சிடுங்க. என்னோட இதயம் நொறுங்கிப் போச்சு. அதான் இப்படி.''

''எனக்கு அது தெரியும். என்னால அதை ஆற்ற முடியாது. ஆனால் ஏசுவால் முடியும். உடைஞ்ச இதயங்களுக்கு அவர் ஆறுதல் தருவார், அவர்களது காயங்களைக் குணப்படுத்துவார்.'' விரைவாக கண்ணீர் வழிய, திருமதி ஷெல்பி கூறினார்.

சிறிது நேரம் ஒருவித அமைதி நிலவியது. எல்லோரும் இணைந்து அழுதனர். துக்கப்பட்டவரின் அருகில் அமர்ந்திருந்த ஜார்ஜ் இறுதி யாக கரங்களை எடுத்துக் கொண்டு, எளிய வேதனையில் அவளது கணவரது மரணக் காட்சியை விவரித்தார். அவரது இறுதியான அன்புச் செய்தியைச் சொன்னார்.

ஒரு மாதம் கழித்து, ஒரு நாள் காலையில், அந்த வீட்டைச் சுற்றி பரவியிருந்த பெரிய கூடத்தில் தனது பண்ணையின் பணியாட்களை ஜார்ஜ் திரட்டியிருந்தார். தங்களது இளம் எஜமானரிடமிருந்து சில வார்த்தைகளை கேட்பதற்கு அவர்கள் குழுமியிருந்தனர்.

அவர்களுக்கு ஆச்சரியம் அளிக்கும் விதத்தில், அவர்கள் ஒவ் வொருவருக்கும் சுதந்திரம் அளிக்கும் சான்றிதழ்களைக் கொண்டிருந்த பொட்டலத்தை தனது கரங்களில் வைத்திருந்தார். ஒவ்வொன்றாய்

படித்து குழுமியிருந்தவர்களின் கேவல்களிடையேயும் கூவல்களிடையேயும் கொடுத்தார்.

தங்களை வெளியே அனுப்ப வேண்டாம் என்று வலியுறுத்தி, சிலர் கெஞ்சிக் கேட்டுக் கொண்டனர். பதட்டமான முகத்துடன், தங்களது சுதந்திரத்திற்கான காகிதத்தை திரும்பக் கொடுத்தனர்.

''இப்ப இருந்ததைவிட அதிகமா சுதந்திரமா இருக்க நாங்க விரும்பல. நாங்க விரும்பினது எல்லாம் எங்களுக்கு எப்பவும் கிடைச்சிக்கிட்டு இருக்கு. இந்த இடத்தையும், எஜமானரையும், எஜமானியையும், மத்தவங்களையும் விட்டுட்டுப் போக எங்களுக்கு விருப்பமில்ல.''

நிலவரம் அமைதியாகும் வரை காத்திருந்து ஜார்ஜ் கூறினார். ''எனது நல்ல நண்பர்களே. என்னை விட்டு நீங்க போகணும்னு அவசியம் இல்ல. இதுக்கு முன்ன இருந்த அளவிற்கு வேலையாட்கள் இந்த இடத்துக்கும் வீட்டுக்கும் தேவைப்படுது. இப்ப நீங்கள் எல்லாம் சுதந்திர மனிதர்கள். நாம ஒத்துக் கொள்ளும் அளவுக்கு, நீங்கள் செய்யற வேலைக்கு நான் கூலி தருவேன். நான் இறந்து போனாலோ, கடனில் சிக்கிக்கிட்டாலோ வழக்கமாக நடப்பது போல உங்களை யாரும் விற்க முடியாது. நான் இந்தப் பண்ணையைத் தொடர்ந்து பராமரிச்சு, சுதந்திர ஆண்கள் மற்றும் பெண்களின் உரிமையைப் பயன்படுத்த உங்களுக்குக் கத்துக் கொடுப்பேன். அதை கத்துக்க சில நாள் ஆகும். நீங்க நல்லபடியாகவும், கத்துக்க விருப்பம் உடையவர்களாகவும் இருக்கணும்ன்னு விரும்பறேன். நான் விசுவாசமாகவும், கத்துக் கொடுக்க விருப்பம் உடையவனாகவும் இருப்பேன்னு கடவுளை நம்பறேன். எனது நண்பர்களே இப்ப மேல் நோக்கிப் பார்த்து, சுதந்திர ஆசீர்வாதத்துக்காக கடவுளுக்கு நன்றி சொல்லுங்கள்.''

பார்வையற்று, நரைத்திருந்த வயதான முதிய நீக்ரோ எழுந்து, தனது நடுங்கும் கைகளை உயர்த்தி, ''நமது கடவுளுக்கு நன்றி சொல்வோம்'' என்றார். சம்மதத்தோடு அனைவரும் மண்டியிட்டனர். அது இதயத்தைத் தொடுவதாயும், நெகிழ்ச்சியாகவும் இருந்தது.

மற்றொருவர் ஒரு மெதாடிஸ்ட் தோத்திரப் பாடலைப் பாடினார்:

'' மகிழ்ச்சியான காலம் வந்துவிட்டது.
அடித்து நொறுக்கப்பட்ட பாவிகளே,
வீட்டுக்குத் திரும்புங்கள்.

''இன்னொரு விஷயம்'' கூட்டத்தின் பாராட்டுகளை நிறுத்தி ஜார்ஜ் கூறினார். ''நீங்கள் எல்லாரும் நமது வயதான டாம் மாமாவை நினைவுல வச்சிருப்பீங்கன்னு நினைக்கிறேன்.''

அவரது மரணக் காட்சியை சுருக்கமாக இங்கே விவரித்தார். இந்த இடத்தில் இருக்கும் அனைவருக்காகவும் அவர் இறுதியாகச் சொன்ன அன்பு வார்த்தைகளை எடுத்துரைத்தார்.

''அவரோட கல்லறையில கடவுளின் முன்பு நான் உறுதி எடுத்துக் கிட்டேன். அவர்களை விடுவிக்க வாய்ப்பு இருக்கும்போது, நான் மற்றொரு அடிமையை எப்பவும் உடைமையாக்கிக்க மாட்டேன்னு உறுதி எடுத்துக்கிட்டேன். என் மூலமா யாரும் தங்களது வீட்டிலி ருந்தும், நண்பர்களிடமிருந்தும் பிரியும் அபாயம் இருக்கக் கூடா துன்னும், அவர் போல தனிமையான பண்ணையில் யாரும் இறந்து விடக் கூடாதுன்னும் உறுதி எடுத்துக்கிட்டேன். உங்களது சுதந்திரத் துக்காக மகிழ்ச்சி அடையும் நீங்கள், அந்த வயதான நல்ல ஆத்மாவுக்கு கடமைப்பட்டுள்ளதை நினைவில் வைக்கணும். அவரது மனைவிக்கும், குழந்தைகளுக்கும் கனிவு காட்டி அதைத் திரும்பக் கொடுக்கணும். ''டாம் மாமாவின் குடியிருப்பை'' ஒவ்வொரு முறை பார்க்கும்போதும் உங்க சுதந்திரத்தை நினைங்க. அவரது வழித்தடங்களில் நடப்பதற்கான நினைவாலயமாக இது இருக்கட்டும். ஒரு நேர்மையான, விசுவாசமான கிறித்துவனாக அவர் இருந்தது போல நீங்களும் இருங்கள்.

45

முடிவாக சில கருத்துகள்

இந்தக் கதை உண்மையானதா என்று நாட்டின் பல பகுதியின் நிருபர்களால் இந்த எழுத்தாளர் அடிக்கடி விசாரிக்கப்படுகிறார். இந்த விசாரணைகளுக்கு அவரால் ஒரு பொதுவான பதிலைத் தர முடியும்.

இந்தக் கதையில் நடந்த தனித்தனி நிகழ்வுகள் பெருமளவில் நம்பகத்தன்மையானவை. நிகழ்ந்து கொண்டிருப்பவை. பல நிகழ்வுகள் அவரால் காணப்பட்டவை. பல அவரது தனிப்பட்ட நண்பர்களால் காணப்பட்டவை. இங்கே அறிமுகப்படுத்தப்பட்ட பாத்திரங்களின் அச்சு அசல் மனிதர்களை அவரோ, அவரது நண்பர்களோ கவனித் துள்ளார்கள். பயன்படுத்தப்பட்ட பல வார்த்தைகள் அவரால் கேட்கப் பட்டதாக இருக்கும் அல்லது அவருக்குத் தெரிவிக்கப்பட்டவையாக இருக்கும்.

எலிசாவின் நேரடித் தோற்றமும், அவளுக்கு அளிக்கப்பட்ட குணநலன்களும் வாழ்விலிருந்து எடுக்கப்பட்டவை. டாமின் மாசுபடுத்தப்பட முடியாத விசுவாசம், பக்தி, நேர்மை ஆகியவை ஒன்றுக்கு மேற்பட்டவர்களிடம் எழுத்தாளரால் காணப்பட்டவை. மிகவும் தீவிரமான சோகங்களுக்கும், சாகசவாதங்களுக்கும், பயங்கர மான நிகழ்வுகளுக்கும் நிஜ வாழ்க்கையில் தொடர்பிருக்கும். ஒஹியோ

நதியின் பனிக்கட்டியை கடக்கும் தாயின் வீரதீரம் நன்கறியப்பட்ட உண்மை. ''வயதான புருவின்'' கதை நியூ ஆர்லியன்ஸில் மிகப்பெரிய வணிக இல்லத்தில் வசூலிக்கும் எழுத்தராலும், எழுத்தாளரின் சகோதரராலும் நேரடியாகக் காணப்பட்டவை.

லெஹ்ரியின் பாத்திரமும் அதே வழியில்தான் வந்தது. தகவல்கள் சேகரிக்கும் பயணத்தில் எழுத்தாளரின் சகோதரர் சென்றபோது, ஒரு தோட்டப் பண்ணையை பார்த்தவர் கூறுகிறார்: ''அவர் தனது முஷ்டியை என்னை உணர வைத்தார். அது ஒரு கொல்லரின் சுத்தியல் போலோ, இரும்புக் குண்டு போலோ இருந்தது. கறுப்பர்களை அடித்து நொறுக்கியதன் மூலம் அது வளர்க்கப்பட்டதாக'' அவர் கூறினார். அந்தப் பண்ணையை விட்டு வெளியே வரும்போது நான் பெருமூச்சு விட்டேன். மனித விழுங்கியின் குகையிலிருந்து தப்பி வருவதாய் உணர்ந்தேன்.''

டாமின் அந்த துக்ககரமான முடிவு போல பல நூறு இணையான நிகழ்வுகளைக் காண முடியும். நாடு முழுவதும் இதற்கு சாட்சி கூற வாழும் சாட்சிகள் இருக்கின்றனர். எல்லாத் தெற்கு மாநிலங்களிலும் கறுப்பு மனிதர்கள் ஒரு வெள்ளையருக்கு எதிரான வழக்கில் சாட்சி கூற முடியாது என்ற நீதிமன்ற கொள்கை இருப்பதை நினைவில் வைக்க வேண்டும். தனது மன உணர்ச்சிகளைவிட சுயநலம் உள்ள ஒரு மனிதர் இருக்கும்போது, அவரது விருப்பத்தை மறுக்கும் ஆண்மையும், கொள்கைப் பற்றும் கொண்டிருக்கும் அடிமைகளுக்கு இதுபோன்று நிகழ்வது எளிதானது. 'எஜமானின் குணநலன்களைத் தவிர' அடிமை யின் வாழ்க்கையைப் பாதுகாக்க எந்த ஏற்பாடும் இல்லை. மக்களால் அரிதாக அறியப்படும் அதிர்ச்சி தரும் உண்மைகள் வெளிப்படும் போது, அவர்களால் கூறப்படும் கருத்துக்கள் நிகழ்வைவிட அதிர்ச்சி அளிப்பதாய் இருக்கும். 'இதுபோன்ற நிகழ்வுகள் அவ்வப்போது நடப்பது சாத்தியம்தான். பொதுவாக இந்த நடைமுறைகள் நிலவு வதற்கு முன்மாதிரி எதுவும் இல்லை.' ஒரு எஜமானர் தன்னிடம் பயிற்சி பெறுபவரை கொடுமைப்படுத்திக் கொல்லும் நிகழ்வுகள் நீதிமன்ற பார்வைக்குக் கொண்டுவரப்படாத வாய்ப்புகள் நியூ இங்கிலாந்தில் இருக்கும் என்றாலும், 'இதே போன்ற சமமான அலட்சியத்துடன் பார்க்கும் விதத்தில் நியூ இங்கிலாந்தின் சட்டங்கள் அரிதானவை. பொதுப் பழக்கமாக இருப்பதற்கான மாதிரிகள் இல்லை' என்று சொல்ல முடியுமா? அடிமைத்தன முறையிலேயே அநீதி புதைந்து இருக்கிறது. அநீதி இல்லாமல் இந்த முறை இருக்க முடியாது.

பேர்ல் நதியைப் பிடித்த பிறகு நிகழ்ந்த சம்பவங்களிலிருந்து, அழகான கலப்பின சிறுமிகளை வெட்கமற்ற முறையில் பொது ஏலத்தில் விற்பது அவப்புகழை அடைந்துள்ளது. இந்த வழக்கின் பிரதி வாதிகளுக்காக, வாதாடிய மாண்புமிகு ஹேரேஸ்மான் அவர்களின்

பேச்சின் பகுதியை எடுத்து இங்கு வெளியிடுகிறோம். அவர் கூறு கிறார்: ''1848இல் கொலம்பியா மாவட்டத்திலிருந்து பேர்ல் மரக்கல னில் எழுபத்தி ஆறு பேர் கொண்ட குழு தப்ப முயன்றது. அவர்களுக்கு ஆதரவாக வாதிட நான் உதவினேன். அதிக அளவில் பணம் கொடுத்து செல்வந்தர்களால் வாங்கத்தக்க குறிப்பிடத்தக்க பிரத்யேகமான வனப்போடும், உறவோடும் பல இளம், ஆரோக்கிய மான சிறுமிகள் அக்குழுவில் இருந்தனர். அதில் எலிசபெத் ரசல் ஒருவர். அவள் அடிமை வணிகரின் வலையில் சிக்கினாள். நியூ ஆர்லியன்ஸ் சந்தையின் இருட்டுக்கு கொண்டு செல்லப்பட்டாள். அவளது தலைவிதியைக் கண்டு அவளைப் பார்த்தவர்களின் இதயம் சோகத்தில் நெகிழ்ந்தது. அவளை மீட்க 1800 டாலர் வழங்க முன் வந்தனர். அந்தப் பரிசைத் தவிர அவர்களிடம் எதுவும் மிஞ்சாது என்ற அளவிற்குத் தொகையைக் கொடுக்க சிலர் முன் வந்தனர். அடிமை வணிகரின் பேய்த்தன்மை இரக்கமற்றதாய் இருந்தது. அவள் நியூ ஆர்லியன்ஸுக்கு அனுப்பப் பட்டாள். பாதி வழி கடந்தபோது, அவளிடம் கடவுள் கருணை வைத்தார். அவள் இறந்து போனாள். அந்தக் குழுவில் எட் மண்ட்ஸ்டன் என்ற பெயரைக் கொண்டிருந்த இரு சிறுமிகள் இருந்தனர். அதே சந்தைக்கு அனுப்பப்பட இருந்த போது, தங்களை உடமையாக வைத்திருந்த கெட்டவனிடம் வேண்டிக் கேட்க மூத்த சகோதரி சென்றாள். கடவுளுக்காக தனது பலியாட்களைக் காப்பாற்றுமாறு அவள் வேண்டினாள். எவ்வளவு நல்ல ஆடைகளும், மரச்சாமான்களும் அவர்களுக்கு கிடைக்குமென்று அவர் அவளிடம் ஆசை காட்டினார். அவள் கூறினாள்: ''இந்தப் பிறவியில் அது நல்லதா இருக்கலாம். அடுத்த பிறவி எப்படி இருக்கும்?'' அவர்களும் நியூ ஆர்லியன்ஸிற்கு அனுப்பப்பட்டனர். கணிசமான பணயப் பணத்தோடு அவர்கள் மீட்கப்பட்டு திரும்ப அழைத்து வரப்பட்டனர்.'' எம்மிலைனுக்கும், கேசிக்கும் இணையானவர்கள் வாழ்க்கையில் இருப்பது இதனால் தெரியவில்லையா?

செயிண்ட் கிளேரிடம் இருப்பதாகக் கூறப்பட்ட தாராளத் தன்மைக்கும், மனதின் நியாயத்தன்மைக்கும் இணையான பாத்திரம் நிஜ வாழ்க்கையில் இருப்பதை கீழ்க்கண்ட நிகழ்ச்சி விளக்குவதை இந்த எழுத்தாளர் குறிப்பிடுவதுதான் நியாயமாக இருக்கும். குழந்தை முதல் தனது தனி பணியாளாக இருந்த விருப்ப வேலைக்காரரோடு கின் னாட்டியில் ஒரு இளம் தெற்கத்திய பெருந்தகை சில வருடங்களுக்கு முன் இருந்தார். தனது சுதந்திரத்தைப் பெறுவதற்கு இந்த வாய்ப்பைப் பயன்படுத்திக் கொண்ட அந்த வேலையாள் இதுபோன்ற விவகாரங் களில் பெயர் பெற்ற ஒரு குழுக் குடியிருப்பாளரின் பாதுகாப்பிற்கு ஓடிவிட்டான். அடிமைகளுக்கு அதிகச் சலுகை அளித்திருந்த எஜ மானர் மிகவும் கோபமாக இருந்தார். தனது அன்பின் மீது அவர்

அதிக நம்பிக்கை கொண்டிருந்ததால், அவன் வற்புறுத்தப்பட்டு தூண்டப்பட்டிருக்க வேண்டுமென எண்ணினார். மிகுந்த கோபத்தோடு, அவர் குழுக் குடியிருப்பிற்குச் சென்றார்.

அசாதாரணமான நேர்மையும், நியாயத்தன்மையும் பெற்றிருந்ததால், அவனது வாதங்களையும், முறையீடுகளையும் கேட்ட பின்பு அவர் அமைதி அடைந்தார். அதுவரை அவர் கேட்டிராத விஷயத்தின் மறுபக்கமாக அது இருந்தது. அந்தக் கோணத்தில் அவர் நினைத்துப் பார்த்ததே இல்லை. தனது முகத்திற்கு முன்பு அந்த அடிமை தான் விடுதலைப் பெற விரும்புவதாகக் கூறினால், தான் அவனை விடுதலை செய்வதாக குழுக் குடியிருப்பாளரிடம் உடனடியாகக் கூறினார். அவனை நேரடியாக் விசாரிக்க ஏற்பாடு செய்யப்பட்டது. எந்த விதத்திலாவது புகார் கூறுவதற்கு காரணம் இருந்ததா என்று நாதனை அவரது இளம் எஜமானர் கேட்டார்.

''இல்லை எஜமான். நீங்க எப்போதும் என்னிடம் நல்ல விதமாகவே இருந்துள்ளீர்கள்!'' நாதன் சொன்னான்.

''அப்ப என்னிடமிருந்து ஏன் விலக விரும்புகிறாய்?''

''எஜமானர் இறந்து போகலாம். அப்ப யார் என்னைப் பெறுவார்கள்? நான் சுதந்திர மனிதனாக இருப்பதையே விரும்புகிறேன்.''

சிறிது நேர யோசனைக்குப் பின்பு, இளம் எஜமானர் பதிலளித்தார். ''உன் நிலையில் இருந்தால் நானும் அப்படித்தான் உணர்வேன்னு நினைக்கிறேன். நீ விடுதலை செய்யப்படுகிறாய்.

சுதந்திரத்திற்கான ஆவணங்களை உடனடியாகத் தயாரித்தார். குழுக் குடியிருப்பாளரிடம் ஒரு தொகையைக் கொடுத்து, அவன் புது வாழ்க்கை துவங்குவதற்காக சிக்கனமாகப் பயன்படுத்துமாறு கேட்டுக் கொண்டார். இளம் மனிதனுக்கு அறிவார்ந்த கனிவான கடிதத்தை எழுதிக் கொடுத்தார். இந்த எழுத்தாளரின் கரங்களில் அது சில நாட்கள் இருந்தது.

தெற்குப் பகுதியில் இருந்த பலரின் குணாம்சங்களான நேர்மை, தாராளத்தன்மை மற்றும் மனிதாபிமானம் ஆகியவற்றிற்குத் தான் நியாயம் செய்துள்ளதாக எழுத்தாளர் நம்புகிறார். நமது தேசம் பற்றிய கடுமையான வேதனைகளிலிருந்து இதுபோன்ற நிகழ்வுகள் நம்மைப் பாதுகாக்கின்றன. உலகத்தை அறிந்தவர்களிடம் இதுபோன்ற பாத்திரங்கள் சாதாரணமாகக் காணப்படுகிறதா என்று எழுத்தாளர் கேட்கிறார்.

தனது வாழ்க்கையில் பல வருடங்களில், அடிமைத்தனம் பற்றி படிப்பதை இந்த எழுத்தாளர் தவிர்த்திருந்தார். அது பற்றி விசாரிப்பது வலி மிகுந்தது என்றும், முன்னேறும் நாகரீக வெளிச்சம் அதை விலக்கி வைக்கும் என்றும் எண்ணியிருந்தார். 1850ஆம் வருடத்து சட்டம்

வந்ததும், தப்பி வரும் அடிமைகளை மீண்டும் அடிமைத்தனத்திற்கு விட வேண்டியது நல்ல குடிமகனின் கடமை என்று மனிதாபிமானம் மிக்க கிறித்துவர்கள் பரிந்துரைத்துள்ளதை முழுமையான ஆச்சரியத் துடனும், குழப்பத்துடனும் அவர் சிந்தித்தார். இந்த வகையில் கிறித்துவ கடமை பற்றி ஆலோசித்து, விவாதித்த வடக்கின் சுதந்திர மாநிலங் களில் வசித்த கனிவான, கருணை மிகுந்த, மதிப்புக்குரிய மக்களிட மிருந்து இதுபற்றிக் கேட்டபோது அவர் சிந்தித்தார். இந்த மனிதர் களுக்கும் கிறித்துவர்களுக்கும் அடிமைத்தனம் என்றால் என்னவென்று தெரியாது. அப்படி அறிந்திருந்தால், அதுபோன்ற கேள்விகள் விவாதத்திற்குரியதாக இருந்திருக்காது. உயிரோட்டமான உண்மை நாடகங்களாக இதனை வெளிப்படுத்தும் விருப்பம் அதிலிருந்தே எழுந்தது. அதன் சிறப்பான மற்றும் மோசமான கட்டங்களை நியாய மாகக் காட்ட எழுத்தாளர் முயன்றிருக்கிறார். அதன் சிறந்த அம்சத்தில், அவர் அநேகமாக வெற்றி பெற்றுள்ளார். இந்த மரண நிழலிலும், சம வெளியிலும் இன்னும் சொல்லப்படாது எஞ்சியிருக்கும் நிகழ்வுகளின் மறுபக்கத்தில் என்ன இருக்கிறது என்று யாருக்குத் தெரியும்?

தெற்குப் பகுதியின் தாராளமான, நல்லிதயம் கொண்ட ஆண் களும், பெண்களுமாகிய உங்களுக்கு அவரது முறையீடு இதுதான். உங்களது நற்பண்பு, பெருந்தன்மை, ஒழுக்கத்தில் தூய்மை ஆகியவை கடுமையான சோதனைகளைவிட அதிகமாக இருந்ததால், இந்த முறையீடு. உங்களது இரகசிய மனத்தில் உங்களது தனி உரையாடலின் போது, இந்தச் சபிக்கப்பட்ட முறையில் இதுவரை தெரிந்த அல்லது தெரிய வைக்க முடிந்தவற்றைவிட அதிகமான வேதனைகளும், தீங்குகளும் இருப்பதை உணர்ந்ததில்லையா? அது வேறு விதமாக இருக்க முடியுமா? முழுவதும் பொறுப்பற்ற சக்தியோடு இருக்கும் மனிதனிடம் எந்தப் பிறவியையாவது நம்பி விட முடியுமா? சாட்சி சொல்லக்கூட சட்ட உரிமைகளை மறுதலித்து, ஒவ்வொரு தனி உடமையாளர்களையும் பொறுப்பற்ற கொடுங்கோலனாக அடிமை முறை மாற்றவில்லையா? யதார்த்தமான விளைவுகள் என்னவாக இருக்கும் என்று யூகிக்க யாராலும் முடியவில்லையா? நான் ஏற்றுக் கொண்டபடி கௌரவம், நீதி மற்றும் மனிதாபிமானம் தொடர்பாக பொது மனப்பாங்கு உங்களுக்கு இருக்க முடியுமானால், முரட்டுத் தனமான, மிருகத்தனமான, கீழான மனிதர்களுக்கு வேறுவிதமான பொது மனப்பாங்கு இருக்கக் கூடாதா? மிகச் சிறந்த தூய்மையான வர்கள் போல் முரட்டுத்தனமான, மிருகத்தனமான கீழானவர்களும் அடிமைகளை சொத்துக்களாகக் கொண்டிருப்பதை சட்டம் அனு மதிக்கவில்லையா? கௌரவமான, நியாயமான, உயர் உள்ளம் கொண்ட கருணை மிகுந்தவர்கள் உலகத்தில் எங்கேனும் பெரும் பான்மையானவர்களாக இருக்கிறார்களா?

அமெரிக்கச் சட்டப்படி, அடிமை வணிகம் கடற்கொள்ளையாக தற்போது கருதப்படுகிறது. அமெரிக்க அடிமைத்தனத்தின் தவிர்க்க முடியாத சேவகனாக அடிமை வணிகம் ஆப்பிரிக்கக் கடற்கரையில் முறையாக கடைபிடிக்கப்படுகிறது. அதன் இதய முறிப்பும், திகிலும் சொல்லத்தக்கதா? ஆயிரக்கணக்கான இதயங்களை முறித்து, ஆயிரக்கணக்கான குடும்பங்களைச் சிதற அடித்து, உதவியற்ற உணர்வுமிக்க இனத்தை வேதனைக்கும், ஆவேசத்துக்கும் துரத்தும், நிகழ்வுகளின் மங்கலான நிழல்களைத்தான் எழுத்தாளர் கொடுத்துள்ளார். இந்த சபிக்கப்பட்ட பயணம் எத்தனைத் தாயார்களை தங்களது குழந்தைகளைக் கொலை செய்ய வைத்துள்ளது என்று தற்போது வாழும் சிலருக்குத் தெரியும். அந்தத் தாயார்களில் மரணத்தை விட அதிகம் அச்சமூட்டும் வேதனைகளிலிருந்து தப்பிக்க இறப்பில் பாதுகாப்புத் தேடியவர்கள் உண்டு. அமெரிக்கச் சட்டங் களின் கீழும், கிறித்துவின் சிலுவையின் நிழலிலும் தினந்தோறும் ஒவ்வொரு மணியும் நிகழும் பயங்கரமான யதார்த்தத்துக்கு இணையாக எழுதவோ, பேசவோ, திட்டமிடவோ முடியாது.

அமெரிக்கர்களாகிய ஆண்களுக்கும், பெண்களுக்கும் இந்த விஷயம் முக்கியமில்லாததா? மன்னிக்கத்தக்கதா? அமைதியாக கடக்கத்தக்கதா? தங்களது குளிர்கால மர்லையின் நெருப்பின் அருகில் அமர்ந்து இதனைப் படிக்கும் மாசாசூட், புதிய ஹேம்பிஷியர், வெர்மெண்ட், கென்டகி பகுதிகளில் இருக்கும் விவசாயிகளே! வலிமையான மனம் கொண்ட தாராளமான கப்பல் மாலுமிகளே! கப்பல் உடமையாளர்களே! ஆதரித்து உற்சாகப்படுத்த வேண்டிய விஷயமா இது? நியூயார்க்கின் வீரமான, பெருந்தன்மையான மனிதர்களே! செழிப்பான, மகிழ்வான ஒஹியோவின் விவசாயிகளே! பரந்த புல்வெளிப் பகுதியில் வசிப்பவர்களே! இது ஆதரித்து, பாதுகாக்கப்பட வேண்டிய விஷயமா? உங்களது சொந்த குழந்தைகளின் தொட்டில்கள் மூலமாக நேசிக்கவும், மனித குலத்துக்காக வருந்தவும் கற்றுக் கொண்டுள்ள அமெரிக்க தாய்மார்களே! புனிதமான அன்போடு உங்களது குழந்தைகளை தாங்கியுள்ளீர்கள். அவனது அழகான, மாசற்ற குழந்தைப் பருவத்தின் மகிழ்ச்சியைத் தாங்கியுள்ளீர்கள். அவனது வளர்ச்சிக் காலங்களில் தாய்மைக்குரிய அனுதாபத்தோடும், மென்மையோடும் வழிகாட்டுவீர்கள். அவனது கல்வி பற்றி கவலை கொள்வீர்கள். அவனது முடிவற்ற நலன்களுக்காக பிரார்த்தனைகளை சுவாசிப்பீர்கள். உங்களை நான் வேண்டிக் கொள்கிறேன். உங்களைப் போன்று அன்பு கொண்ட ஆனால் தனது மடியில் இருக்கும் குழந்தையைப் பாதுகாக்கவும், வழிகாட்டவும், கற்பிக்கவும் சட்ட உரிமை இல்லாத தாய்களிடம் அனுதாபம் காட்டுங்கள். உங்களது குழந்தைகள் நோயின் போதும், மரணிக்கும்

கண்களை உங்களால் மறக்க இயலாதபோதும், உங்களால் உதவவோ, பாதுகாக்கவோ முடியாத இறுதி அழுகை உங்களது இதயத்தை பிழியும்போதும், அந்தக் காலியான தொட்டிலின் தனிமையிலும், அந்த அமைதியான தோட்டத்தில் இருக்கும்போதும், அமெரிக்க அடிமை வணிகத்தால் குழந்தையை இழந்து தவிக்க விடப்பட்ட தாயார்களிடம் அனுதாபம் காட்டுங்கள். அமெரிக்காவின் தாய்மார்களே, இது ஆதரித்து, அனுதாபப்பட்டு, அமைதியாக பார்த்துக் கொண்டிருக்க வேண்டிய விஷயமா என்று கூறுங்கள்.

இதில் சுதந்திர மாநிலங்களில் மக்கள் செய்ய வேண்டியது - செய்யக் கூடியது எதுவுமில்லை என்று சொல்கிறீர்களா? கடவுளறிய இது உண்மையா? உண்மையல்ல. சுதந்திர மாநிலங்களின் மக்கள் இதனை ஆதரித்து, உற்சாகப்படுத்தி இதில் பங்கேற்றுள்ளார்கள். குற்றம் இழைத்த தெற்கத்தியர் கல்வியோ கலாச்சாரமோ பெற்றிருக் காத காரணத்தினால், தெற்கில் உள்ளவர்களைவிட அதிகக் குற்றம் செய்தவர்கள்.

சுதந்திர மாநிலங்களின் தாய்மார்கள் அவர்கள் உணர வேண்டிய அளவிற்கு கடந்த காலங்களில் உணர்ந்திருந்தால், சுதந்திர மாநிலங் களின் மகன்கள் அடிமைகளைக் கொண்டவர்களாகவும், அடிமை களின் கடுமையான எஜமானர்களாகவும் இருந்திருக்க மாட்டார்கள். நமது தேசிய அரங்கில் அடிமைத்தனம் நீடிக்கப்படுவதற்கு உடந்தை யாக இருந்திருக்க மாட்டார்கள். தங்களது வணிக விவகாரங்களில் மனிதர்களின் ஆன்மாவையும், உடலையும் பணத்திற்கு இணையாகக் கருதி அவற்றை சுதந்திர மாநிலங்களின் மகன்கள் வியாபாரம் செய்திருக்க மாட்டார்கள். வடக்கு நகரங்களின் வணிகர்களால் தற் காலிகமாக உடமையாக்கப்பட்டு, பிறகு விற்கப்பட்ட பல அடிமைகள் உண்டு. அடிமைத்தனத்தின் முழு அவமானமும், குற்றமும் தெற்குப் பகுதிமீது மட்டும் விழ வேண்டுமா?

வடக்குப் பகுதியின் மனிதர்களும், தாயார்களும், கிறித்துவர்களும், தங்களது தெற்கத்திய சகோதரர்களை கண்டிப்பதைவிட செய்வதற்கு அதிகம் இருக்கிறது. தங்களிடம் நிலவும் தீங்கை கவனிக்க வேண்டும்.

ஆனால், ஒரு தனி மனிதனால் என்ன செய்ய முடியும்? அதை ஒவ்வொரு தனி மனிதனும் எடை போட்டுப் பார்க்க முடியும். ஒவ்வொரு தனி மனிதனாலும் செய்யக்கூடியது ஒன்று இருக்கிறது. அவர்களது உணர்வுகள் சரியாக இருப்பதை உறுதி செய்து கொள்ள முடியும். ஒவ்வொரு மனிதனையும் அனுதாபமான செல்வாக்கான சூழ்நிலை சூழ்ந்து கொண்டுள்ளது. மானுடத்தின் மகத்தான நலன் தொடர்பாக வலிமையாகவும், ஆரோக்கியமாகவும், நியாயமாகவும் உணரும் ஆணும், பெண்ணும் மனித இனத்தின் நிலையான உபகாரி. இந்த விஷயத்தில் உங்களது அனுதாபம் கிறித்துவின் அனுதாபத்தோடு

இசைவாக இருக்கின்றனவா? உலகியலான கொள்கைகளின் வஞ்சக வாதங்களால் கட்டுப்படுத்தப்பட்டு, நெறி தவறியிருக்கிறதா? என்று பாருங்கள்.

வடக்கின் கிறித்துவ ஆண்களே! பெண்களே! மேலும் உங்களுக்கு ஒரு சக்தி இருக்கிறது. உங்களால் பிரார்த்திக்க முடியும். நீங்கள் பிரார்த் தனையில் நம்பிக்கை வைத்துள்ளீர்களா? அல்லது அது தெளிவற்ற உபதேச கலாச்சாரமாக மாறி விட்டதா? அயல்நாட்டில் இருக்கும் கடவுள் நம்பிக்கை இல்லாதவர்களுக்காக நீங்கள் பிரார்த்தனை செய்கி றீர்கள். சொந்த நாட்டில் இருப்பவர்களுக்காகவும் பிரார்த்தனை செய் யுங்கள். தங்களது மதரீதியான வளர்ச்சிக்கான ஒட்டு மொத்த வாய்ப் பும் வணிகம் மற்றும் விற்பனை ஆகியவற்றை சார்ந்த தற்செயலான விபத்தாகக் கொண்டுள்ள அந்தத் துயருற்ற கிறித்து வர்களுக்காகப் பிரார்த்தனை செய்யுங்கள். மேலிருந்து அவர்களுக்கு தைரியமும், தியாகத்திற்கான கருணையும் கொடுக்கப்பட்டிருந்தால் ஒழிய, அவர்களுக்கு கிறித்துவ தர்மத்தை கடைபிடிப்பது அசாத்திய மான ஒன்றாகும்.

ஆனால், இன்னும் இருக்கிறது. நமது சுதந்திர மாநிலங்களின் கரை களில் ஏழ்மையான, சிதறடிக்கப்பட்ட குடும்பங்களின் உடைந்து போன மிச்ச சொச்சங்கள் உள்ளன. அடிமையின் பிடியிலிருந்து தெய்வாதீனமாகத் தப்பி வந்த ஆண்களும், பெண்களும் அறிவில் மெலிந்தும், தர்ம கட்டமைப்பில் முடமாகியும் காணப்படுகின்றனர். கிறித்துவம் மற்றும் தர்ம தத்துவங்களின் ஒவ்வொரு கொள்கையையும் குழப்பி சிக்கலாக்கியுள்ள நடைமுறையிலிருந்து தப்பி வந்துள்ளனர். கல்வி, அறிவு மற்றும் கிறித்துவம் கற்பதற்காக உங்களிடம் அவர்கள் தஞ்சம் அடைந்துள்ளார்கள்.

ஓ கிறித்துவர்களே! இந்த ஏழை அதிர்ஷ்டக் கட்டைகளுக்கு நீங்கள் எந்தவிதத்தில் கடன்பட்டுள்ளீர்கள்? ஆப்பிரிக்க இன மக்க ளுக்கு அமெரிக்க தேசத்தால் இழைக்கப்பட்ட கொடுமைகளுக்குப் பரிகாரங்கள் செய்வதற்கான சில முயற்சிகளை செய்வதற்கு ஒவ்வொரு அமெரிக்க கிறித்துவர்களும் கடன்பட்டிருக்கவில்லையா? தேவாலயங் களின் கதவுகளும், கல்விச் சாலைகளின் கதவுகளும் அவர்களுக்கு எதிராக மூடிக் கொள்ளலாமா? மாநிலங்கள் எழுந்து அவர்களை அசைத்து விடுமா? தங்களிடம் வீசியெறியப்பட்டுள்ள வசவுகளை கிறித்துவ தேவாலயங்கள் அமைதியாகக் கேட்குமா? தங்களை நோக்கி நீட்டப்படும் உதவியற்ற கரங்களைப் புறக்கணிக்குமா? நமது எல்லை களிலிருந்து அவர்களை விரட்டியடித்து தங்களது மௌனத்தின் மூலம் கொடுமைகளுக்கு ஊக்கமளிப்பார்களா? அப்படி நடந்தால், அது துக்ககரமான காட்சியாக இருக்கும். இதமான கருணை மிகுந்த ஒரு

வனின் கையில் தேசத்தின் தலைவிதி இருக்கும் என்பதனை நினைவில் கொண்டால், நடுங்கிக் கொண்டு இருப்பதற்கு தேசத்திற்கு காரணம் இருக்கும்.

"அவர்களை இங்கு நாங்கள் விரும்பவில்லை, அவர்கள் ஆப்பிரிக்காவிற்கு போகட்டும்" என்று நீங்கள் சொல்கிறீர்களா?

ஆப்பிரிக்காவில் தஞ்சம் அடைவதற்கான வாய்ப்பை கடவுளின் நற்செயல் கொடுத்திருக்கிறது என்பது கவனிக்கத்தக்க உண்மையே. தொழில் ரீதியான தேவைகள் ஒப்படைத்துள்ள ஒதுக்கப்பட்ட இனத்திற்கான பொறுப்பை ஏன் கிறித்துவ தேவாலயங்கள் தூக்கியெறிய வேண்டும்?

அடிமைச் சங்கிலியிலிருந்து தற்போது விடுபட்டு, அரை காட்டுமிராண்டித்தனமாக மாற்றப்பட்டு, அறியாமை மிகுந்த, அனுபவம் குறைந்த இனத்தவர்களைக் கொண்டு லிபேரியாவை நிரப்புவது, ஒரு புது அமைப்பின் ஆரம்ப காலப் பிரச்னைகளாகப் பல ஆண்டுகளுக்கு நீடிக்கவே உதவும். இந்தத் துன்பத்துக்குள்ளான ஏழைகளை கிறித்துவ நல்லெண்ணத்தோடு வடக்கின் தேவாலயங்கள் வரவேற்கட்டும். தர்ம ரீதியாகவும், அறிவு ரீதியாகவும் அவர்கள் பக்குவப்படும்வரை கிறித்துவ குடியரசு சமூகம் மற்றும் கல்வியின் நன்மைகள் பற்றி பயிற்றுவிக்கப்பட அவர்களை வரவேற்கட்டும். அமெரிக்காவில் பயின்றவற்றை செயல்படுத்த, அவர்களை கடல் கடந்து செல்ல உதட்டும்,.

ஒப்பீட்டளவில் சிறிதாக இருந்தாலும் இந்த செயல்களை செய்யும் சில அமைப்புகள் வடக்குப் பகுதியில் இருக்கின்றன. அதன் விளைவாக விரைவாக சொத்துக்களை வாங்கி, புகழிலும், கல்வியிலும் மேம்பட்டு வரும் முன்னாள் அடிமைகளான மனிதர்களின் உதாரணங்களை தேசம் ஏற்கெனவே பார்த்து வருகிறது. சூழ்நிலைகளை கருத்திற் கொண்டு பார்க்கும்போது குறிப்பிடத்தக்க வகையில் திறமை நிச்சயம் வளர்க்கப் பட்டுள்ளது. அவர்கள் பிறந்த சூழலைக் கருத்தில் கொண்டு பார்த்தால், இன்னும் அடிமையாக இருக்கும் தங்களது உறவினர் களிடமும், நண்பர்களிடமும் அவர்களது நேர்மையும், கனிவும், இதமான உணர்வுகளும், வீரதீர முயற்சிகளும், சுய மறுப்புகளும் ஓரளவிற்கு குறிப்பிடத்தக்க அளவில் இருக்கின்றன.

அடிமை மாநிலங்களின் எல்லையில் இந்த எழுத்தாளர் பல வருடங்கள் வசித்துள்ளார். முன்பு அடிமைகளாக இருந்தவர்களை கவனிக்கும் வாய்ப்பு அவருக்கு இருந்தது. அவரது குடும்பத்தில் பணியாட்களாக அவர்கள் இருந்துள்ளனர். அவர்களை ஏற்க மற்ற பள்ளிகள் மறுக்கும்போது, தன்னுடைய குழந்தைகளோடு தனது குடும்பப் பள்ளிகளில் அவர்களில் பலருக்கு கல்வி கொடுக்க வழி

செய்துள்ளார். தனது சொந்த அனுபவங்களோடு, தப்பி வந்தவர்களோடு பழகியிருந்த கனடா நாட்டு மதப்பிரச்சாரகர்களின் தகவல்களும் இந்த எழுத்தாளரிடம் இருக்கின்றன. இந்த இனத்தின் திறமைகள் பற்றி அதிகபட்ச அளவிலான ஊக்கம் அவரது ஊகத்தில் இருக்கிறது.

விடுவிக்கப்பட்ட அடிமைகளின் முதல் விருப்பம் பொதுவாக கல்விப் பற்றியதாகவே இருக்கின்றது. அவர்களது குழந்தைகளுக்கு கல்வி கொடுப்பதற்கு எதையும் விட்டுக் கொடுக்கவும், எதையும் செய்யவும் அவர்கள் விருப்பமாய் இருக்கிறார்கள். இந்த எழுத்தாளர் அவர்களை கவனித்த வகையிலும், அவர்களது ஆசிரியர்களின் கருத்துக்களை சேகரித்த வகையிலும், அவர்கள் குறிப்பிடத்தக்க அளவில் அறிவுடையவர்களாகவும், விரைவில் கற்பதற்கான திறமை உள்ளவர்களாகவும் இருக்கிறார்கள். சின்சின்னாட்டியில் கருணை மிகுந்த தலைவர்களால் நிறுவப்பட்ட பள்ளிகளின் முடிவுகள் இதனை முழுமையாக நிரூபிக்கின்றன.

தற்போது சின்சின்னாட்டியில் வசிக்கும் லுஹியோவின் லேன் செமினரியைச் சேர்ந்த பேராசிரியர் சி. இ. ஸ்டவ்வின் ‘விடுவிக்கப்பட்ட அடிமைகள்’ பற்றி குறிப்பிட்ட கூற்றுகளின் அடிப்படையில் கீழ்க்கண்ட தகவல்களை இந்த எழுத்தாளர் கொடுக்கிறார். குறிப்பிடத்தக்க உதவியும், ஊக்கமும் கொடுக்கப்படாத நிலையிலும், இந்த இனத்தின் திறமையை எடுத்துரைக்க இதைச் சொல்கிறார். அவர்களின் பெயர்களின் முதல் எழுத்து மட்டும் தரப்படுகின்றன. அவர்கள் அனைவரும் சின்சின்னாட்டியில் வசித்தவர்கள்.

பி – மரச்சாமான்களின் தயாரிப்பாளர். மாநகரத்தில் இருபது வருடம் இருந்தவர். பத்தாயிரம் டாலருக்கு மதிப்புடைய சொத்துக்கள் உடையவர். எல்லாம் அவரது சொந்த சம்பாத்தியம். ஒரு பாப்திஸ்தர்.

சி – முழுவதும் கறுப்பானவர். ஆப்பிரிக்காவிலிருந்து திருடப்பட்டு புதிய ஆர்லியன்ஸில் விற்கப்பட்டவர். பதினைந்து ஆண்டுகளாக சுதந்திரமாக இருப்பவர். தனக்காக அறுநூறு டாலர் கொடுத்தவர்; ஒரு விவசாயி; இந்தியானாவில் பல பண்ணைகளை சொந்தமாக வைத்திருப்பவர், பிரஸ்பைட்டரியன். அநேகமாக பதினைந்தாயிரத்திலிருந்து, இருபதாயிரம் டாலர் மதிப்புடையவர். அனைத்தும் அவரே சம்பாதித்தது.

கே – முழு கறுப்பர்; நில விற்பனை முகவர்; முப்பதாயிரம் டாலருக்கு மதிப்புடையவர்; கிட்டத்தட்ட நாற்பது வயது உடையவர்; ஆறு ஆண்டுகள் முன்பு சுதந்திரம் அடைந்தவர். தனது குடும்பத் திற்காக 180 டாலர் விலை கொடுத்தவர். பாப்திஸிய தேவாலய உறுப்பினர். தனது எஜமானரிடமிருந்து பெற்ற சொத்தை வளர்த்து அதிகமாக்கியவர்.

ஜி – முழுக்கருப்பர்; நிலக்கரி வணிகர்; கிட்டத்தட்ட முப்பது வயதுடையவர்; பதினெட்டாயிரம் டாலர் மதிப்புடையவர்; இரு முறை தனது விடுதலைக்காக விலை கொடுத்தவர்; முதல் முறை 1600 டாலர் கொடுத்து ஏமாந்தவர்; அடிமையாக இருக்கும்போதே உழைத்து தொழில் செய்து சொந்த முயற்சியால் அனைத்தையும் அவரே சம்பாதித்தவர். மிகச் சிறந்த பெருந்தகையான மனிதர்.

டபிள்யூ – முக்கால்வாசி கறுப்பு, முடி திருத்துபவர், உணவு பரிமாறுபவர், கென்டகியிலிருந்து வந்தவர்; பத்தொன்பது வருடங்களாக சுதந்திரமாக இருப்பவர்; தனக்கும், தனது குடும்பத்திற்கும் 3000 டாலருக்கு மேல் கொடுத்தவர்; 20000 டாலர் மதிப்புடையவர். எல்லாம் சுய சம்பாத்தியம். பாப்த்ஸிய தேவாலயத்தில் பாதிரியாரின் உடனடி உதவியாளர்.

“ஜி. டி. – முக்கால்வாசி கருப்பு. சுவருக்கு வண்ணம் அடிப்பவர். கெண்டகியிலிருந்து வந்தவர். ஒன்பது வருடமாக சுதந்திரமாக இருப்பவர். தனக்கும், தனது குடும்பத்துக்கும் 1500 டாலர் கொடுத்தவர். சமீபத்தில் இறந்தவர். அறுபது வயதுடையவர். ஆறாயிரம் டாலர் மதிப்புடையவர்.

பேராசிரியர் ஸ்டவ் கூறுகிறார்: ஜி- யைத் தவிர அனைவருடனும் நான் சில வருடங்களாக பழகியிருக்கேன். எனக்கு நேரடியாகத் தெரிந்த தகவல்களின் அடிப்படையில் இந்த விவரங்களை கொடுத்திருக்கேன்.’’

தனது தந்தையின் குடும்பத்தில் துணி துவைப்பவராக இருந்த ஒரு வயதான கறுப்புப் பெண்மணியை இந்த எழுத்தாளருக்கு நன்கு நினைவில் இருக்கிறது. அந்தப் பெண்ணின் மகள் ஒரு அடிமையை மணந்து கொண்டிருந்தாள். அவள் குறிப்பிடத்தக்க அளவிற்கு சுறுசுறுப்பும், திறமையும் கொண்ட இளைஞி; அவளது சேமிப்பு மற்றும் உழைப்பு மூலமாகவும் , விடாப்பிடியான சுய தியாகங்கள் மூலமாகவும், தனது கணவரின் விடுதலைக்காக 1800 டாலர் சேமித்து, அவனது எஜமானிடம் கொடுத்திருந்தாள். அவளது கணவன் இறந்தபோது, நூறு டாலர் மட்டுமே குறைந்தது. கொடுத்த பணத்தை அவளால் திரும்பப் பெற முடியவில்லை.

இது சில உண்மைகள்தான். விடுவிக்கப்பட்ட அடிமைகள் சுதந்திரம் அடைந்த பின்பு வெளிப்படுத்திய சுய தியாகங்கள், சக்தி, பொறுமை, நேர்மை ஆகியவற்றை எடுத்துக்காட்ட மேலும் பல உதாரணங்களையும் எடுத்து வைக்க முடியும்.

தங்களுக்கு எதிராக இருந்த சாதகமின்மையையும், அதைரியப் படுத்தலையும் மீறி, ஒப்பிடத்தக்க சொத்துக்களையும் சமூக நிலையையும் தைரியமான முயற்சிகள் மூலம் வென்றுள்ளார்கள்

என்பதனை நினைவில் கொள்ள வேண்டும். ஓஹியோவின் சட்டப்படி, கறுப்பு மனிதர்கள் தேர்தலில் வாக்களிக்க முடியாது. வெள்ளையர் களுக்கு எதிரான வழக்குகளில் சாட்சி சொல்லும் உரிமையைக்கூட சில ஆண்டுகளுக்கு முன்பு வரை உரிமை பெறாதிருந்தார்கள். இது போன்ற நிகழ்வுகள் ஒஹியோ மாநிலத்தோடு நிற்கவில்லை. அடிமைத் தளையிலிந்து விடுபட்டு, பாராட்டப்படாத சுய கல்வியின் துணை யோடு, சமூகத்தின் மதிப்புமிக்க நிலைக்கு உயர்ந்த பல மனிதர்களை ஒன்றியத்தின் அனைத்து மாநிலங்களிலும், பார்க்கிறோம். மத குருமார் களிடையே பென்னிங்டன், பத்திரிகை ஆசிரியர்களிடையே டக்ளஸ் மற்றும் வார்டு ஆகியோர் நன்கறியப்பட்ட உதாரணங்கள்.

அனைத்து அதைரியங்களோடும், பிரதிகூலங்களோடும் இந்த வதைக்கப்பட்ட இனத்தினரால் இவ்வளவு செய்ய முடிந்திருக்கும் போது, கடவுளின் பெயரால் கிறித்துவ தேவாலயங்கள் இவர்களுக்கு ஆதரவாக இருந்திருந்தால், இன்னும் எவ்வளவு செய்திருக்க முடியும்?

தேசங்கள் நடுங்கிக் கொண்டும், கொந்தளித்துக் கொண்டும் இருக்கின்ற காலமாக உலகம் இருக்கிறது. ஒரு நில நடுக்கம் போல், ஒரு மகத்தான தாக்கம் உலகைக் குலுக்கி எழுப்பத் துவங்கியுள்ளது. இதில் அமெரிக்கா பத்திரமாக இருக்க முடியுமா? தனது மடியில் கவனிக்கப்படாத மிகப் பெரும் அநீதியைக் கொண்டுள்ள ஒவ்வொரு தேசத்திற்கும் கடைசிக் கொந்தளிப்பின் தொடர்பான இந்த அம்சங்கள் இருக்கும்.

ஒரு தனி மனிதனின் சுதந்திரத்துக்காகவும், சமத்துவத்திற்காகவும், முணுமுணுப்புகளை வெளியிட முடியாத எழுச்சியை ஒவ்வொரு தேசத்திலும், மொழியிலும் உருவாக்கும் மகத்தான தாக்கம் எதற்காக?

"ஓ, கிறித்துவின் தேவாலயங்கள்! காலத்தின் சைகைகளை படியுங்கள். இன்னும் அவரது அரசாங்கம் வரவேண்டிய பூமியில், சொர்க்கத்தில் இருப்பது போலவே அவரது சக்தி ஆட்சி செய்ய வேண்டாமா?

அவரது தோன்றுதல் வரும் வரை யார் காத்திருப்பார்கள்? "அந்த நாள் அடுப்பு போல் எரியும்; விதவைகளையும், தாயற்றவர்களையும் கொடுமைப்படுத்துபவர்களுக்கு ஊதியம் கொடுப்பதற்கு விரைவான சாட்சியாக அவர் நிற்பார். ஒரு புதியவனின் உரிமையை மறுத்த வர்களையும், அடக்குமுறையாளர்களையும் பொடிப் பொடியாக முறித்திடுவார்."

தனது மடியில் மகத்தான அநீதியைக் கொண்டுள்ள தேசத்திற்கு இந்த வார்த்தை அச்சமூட்டுபவையாக இல்லையா? கிறித்துவர்களே! கிறித்துவின் அரசாங்கம் வருமென்று பிரார்த்தனை செய்யும்

ஒவ்வொரு முறையும், அவரது மீட்பு வருடத்தில் அதன் அச்சமூட்டும் சகாவான பழி தீர்க்கும் நாள் வருமென்று சொல்லப்பட்ட ஆருடத்தை மறைக்க முடியுமா?

கருணைக்கான நாள் இன்னும் நமக்கு இருக்கிறது. கடவுளின் முன்பு வடக்கும், தெற்கும் குற்றவாளிகளாக இருக்கின்றன. கிறித்தவ தேவாலயங்களும் பதிலளிக்க வேண்டிய கணக்குகள் இருக்கின்றன. அனைத்தும் இணைந்து அநீதியையும் கொடுமையையும் பாதுகாத்து, பொதுவான பாவ முதலீட்டை செய்வதன் மூலம் இந்த ஒன்றியத்தை பாதுகாக்க முடியாது. தவறுக்கு வருந்துதல், நீதி, கருணை ஆகியவற்றின் மூலமே பாதுகாக்க முடியும். பெருங்கடலில் இறவை இயந்திரங்கள் மூழ்குவதைப் போல அநீதியையும் கொடுமையையும் தேசங்களின் மீது கொண்டு வரும் வலிமையான சட்டங்கள் அந்த முடிவற்ற சட்டத்தில மூழ்கிவிடும். கடவுளின் கடுங்கோபம் அந்த தேசங்களுக்கு எதிராக எழும்.

◯